શેરલૉક હોમ્સ
ભાગ - ૨

શેરલૉક હોમ્સનાં પરાક્રમો

●

શેરલૉક હોમ્સનાં સંસ્મરણો

અનુવાદક
માનસી કાકડિયા-સં

AF850505

મુખ્ય પ્રાપ્તિસ્થાન

નવભારત સાહિત્ય મંદિર

જૈન દેરાસર પાસે, ગાંધી રોડ, અમદાવાદ - ૩૮૦ ૦૦૧

૨૦૨, પેલિકન હાઉસ, ગુજરાત ચેમ્બર ઓફ કોમર્સના કંપાઉન્ડમાં,
આશ્રમ રોડ, અમદાવાદ - ૩૮૦ ૦૦૯

☎ (૦૭૯) ૨૨૧૩૯૨૫૩, ૨૨૧૩૨૯૨૧
૯૮૨૫૦ ૩૨૩૪૦

e-mail : info@navbharatonline.com
www.navbharatonline.com
fb.com/NavbharatSahityaMandir

Sherlok Homs : Part - 2

શેરલૉક હોમ્સ : ભાગ - ૨

(Gujarati translation of
The Adventures of Sherlock Holmes
●
Memoirs of Sherlock Holmes
by Sir Arthur Conan Doyle)

Translated by : Manasi Kakadia - Sodha

Navbharat Sahitya Mandir, Ahmedabad
ISBN : 978-93-86669-44-5

પ્રથમ આવૃત્તિ : ૨૦૨૧

પ્રકાશક
મહેન્દ્ર પી. શાહ
નવભારત સાહિત્ય મંદિર
જૈન દેરાસર પાસે, ગાંધી રોડ, અમદાવાદ-૧
ફોન : (૦૭૯) ૨૨૧૩૯૨૫૩, ૨૨૧૩૨૯૨૧
E-mail : info@navbharatonline.com
Web : www.navbharatonline.com
fb.com/navbharatsahityamandir

ટાઈપ સેટિંગ :
લીલી ગ્રાફિક્સ, અમદાવાદ

Printed at **Thomson Press (India) Ltd.**

પ્રસ્તાવના

સર આર્થર કોનન ડોઇલ એક ઇંગ્લિશ નવલકથાકાર હતા. તેમનો જન્મ ૧૮૫૯માં થયો હતો અને ૧૯૦૨માં તેમને 'નાઇટ'નો ખિતાબ આપવામાં આવ્યો હતો. તેમનું ભણતર જર્મનીની સ્ટોનહર્સ્ટ કૉલેજમાં અને એડિનબર્ગ યુનિવર્સિટીમાં થયું હતું. તેમણે ૧૮૮૧માં એમ.બી. અને ૧૮૮૫માં એમ.ડી.ની ડિગ્રી મેળવી હતી. લેખક તરીકે પોતાને સ્થાપિત કરતા પહેલાં તેઓ ઇંગ્લૅન્ડના સધસી ખાતે દાક્તર તરીકે પ્રેક્ટિસ કરતા હતા.

૧૮૯૧માં તેમણે પોતાની ટૂંકી જાસૂસી કથાઓ દ્વારા ખૂબ જ ખ્યાતિ પ્રાપ્ત કરી હતી. આ કથાઓનો સંગ્રહ તે જ *ધી એડ્વેંચર્સ ઑવ્ શૅરલૉક હોમ્સ.* આ વાર્તાઓ શૅરલૉક હોમ્સ નામના ખૂબ તીક્ષ્ણ બુદ્ધિ ધરાવતા જાસૂસે જે મામલાઓ ઉકેલેલા તે વિશેની છે.

આજે શૅરલૉક હોમ્સની ખ્યાતિ પોતાના દેશની સીમા ઓળંગીને આખાયે વિશ્વમાં ફેલાઈ ગઈ છે.

આર્થર કોનન ડોઈલની જાસૂસી કથાઓ તેની વાસ્તવલક્ષિતાને કારણે લોકોમાં એટલી બધી પ્રિય બની કે લોકો તેના બન્ને પાત્ર ડૉ. જેમ્સ વૉટસન અને શૅરલૉક હોમ્સને ખરેખર જીવંત માનવા લાગ્યા હતા. લોકો તેમના બેકર સ્ટ્રીટમાં આવેલા ફ્લૅટને શોધતાં શોધતાં ત્યાં આગળ આવી પહોંચતા હતા. તેમની આટલી બધી લોકપ્રિયતાને કારણે આજે લંડનમાં શૅરલૉક હોમ્સની હૂકલી, ટોપી, ડગલો, પ્રયોગશાળાના સામાન, ફર્નિચર વગેરે વસ્તુઓનું એક મ્યુઝિયમ રચવામાં આવ્યું છે જેની તેના ચાહકો આજે પણ મુલાકાત લેતા હોય છે. આજે જ્યારે આ કથાઓ લખાયાને એક સદી ઉપરનો સમય થઈ ગયો છે ત્યારે પણ લોકોને તે વાંચીને તેટલો જ રોમાંચ થાય છે જેટલો તેના પ્રથમ પ્રકાશન વખતે થયો હતો.

આર્થર કોનન ડોઇલની જાસૂસી કથાનો નાયક શૅરલૉક હોમ્સ એટલો બધો લોકપ્રિય થઈ ગયો હતો કે તેના લેખકને તો લોકો જાણે વીસરી જ ગયા હતા. આ ઉપરાંત પણ તેમણે વિવિધ પ્રકારનું લેખન કર્યું હતું પણ તેમને તેમની જાસૂસી કથાઓ માટે જ ખાસ કરીને યાદ કરવામાં આવે છે.

તેમની આ સફળ જાસૂસી કથાઓની દેખાદેખીમાં ત્યાર બાદ ઘણા લેખકોએ તેમની નકલ કરવાનો પ્રયાસ કર્યો પણ તેમાંના એક પણને તેમના જેટલી સફળતા ક્યારેય ન

મળી. પાછળનાં વર્ષોમાં ડોઈલ અધ્યાત્મવાદી બની ગયા હતા અને તેમણે તે વિષે પણ ખૂબ લખ્યું હતું અને ઘણાં બધાં વ્યાખ્યાનો પણ આપ્યાં હતાં.

સર આર્થર કોનન ડોઈલની પ્રથમ નવલકથાને ખાસ પ્રતિસાદ નહોતો મળ્યો પણ તેમની ટૂંકી જાસૂસી વાર્તાઓની શ્રૃંખલા *ધી એડવૅંચર્સ ઓવ્ શૅરલૉક હોમ્સ* ને વાચકો દ્વારા ખૂબ જ પસંદ કરવામાં આવી અને તે માત્ર લંડનમાં જ નહીં પણ આખાયે વિશ્વમાં પ્રખ્યાત થઈ હતી. લેખકે પોતાના જાસૂસ નાયક શૅરલૉક હોમ્સની બુદ્ધિક્ષમતાનો આ શ્રૃંખલામાં પરચો બતાવી દીધો છે. તેનાં એક એક તારણો વાચકને વિચારતો કરી મૂકે છે. શૅરલૉક હોમ્સ જ્યારે પોતાના મિત્ર ડૉ. જેમ્સ વૉટસનને પોતે તારણ પર કેવી રીતે પહોંચ્યો તે સમજાવે છે ત્યારે ડૉ. વૉટસનની જેમ વાચકને પણ આશ્ચર્ય થાય છે કે તે કેટલું સરળ હતું છતાં પોતે તેમ ન કરી શક્યો. આ શ્રૃંખલા બાદ લોકો તેમની બીજી જાસૂસી કથાઓની આતુરતાથી રાહ જોવા લાગ્યા.

મેમ્વાયર્ઝ ઓવ્ શૅરલૉક હોમ્સ એ તેમની ટૂંકી વાર્તાઓનો બીજો સંગ્રહ છે. આ કથાશ્રૃંખલામાં લેખકે વાચકોને એક મોટો આઘાત આપ્યો હતો. તેઓ આ શ્રૃંખલાની છેલ્લી વાર્તામાં લોકોના તેના અતિપ્રિય પાત્ર એવા શૅરલૉક હોમ્સનો અંત લાવી દે છે. તેમની અગાઉની નવલકથાઓ અને ટૂંકી વાર્તાઓ દ્વારા તેમના મુખ્ય પાત્ર શૅરલૉક હોમ્સે એટલી ખ્યાતિ મેળવી લીધી હતી કે લોકો તેના લેખક કરતાં તેના જાસૂસ નાયકને વધારે ઓળખતા અને ચાહતા થઈ ગયા હતા. લેખક પર તેમની વાર્તાઓનો કાલ્પનિક નાયક હાવી થઈ ગયો હતો અને તેમને તેનાથી છુટકારો મેળવવો હતો. છેવટે તેમણે તેમની એક કથામાં નાયકને મારી નાખ્યો. આવા અંતથી વાચકો ખૂબ જ હતાશ થયા, ગુસ્સે થયા અને હજારો વાચકોએ શૅરલૉક હોમ્સને ફરી જીવતો કરવા માટે લેખક પર પત્રોનો એવો તો મારો ચલાવ્યો કે છેવટે લેખકે શૅરલૉક હોમ્સને ફરી જીવતો કરવો જ પડ્યો.

— અનુવાદક

અનુક્રમણિકા

શૅરલૉક હોમ્સનાં પરાક્રમો

શૅરલૉક હોમ્સનાં સંસ્મરણો

ગર્વિષ્ઠ આઈરિન એડલર

આઈરિન એડલર, શૅરલૉક હોમ્સ માટે હંમેશા એક વિશિષ્ટ સ્ત્રી રહી છે. મેં હોમ્સને ભાગ્યે જ તેણીને કોઈ બીજા નામથી સંબોધતો સાંભળ્યો હશે. તેની દિનચર્યામાં તે હંમેશા છવાયેલી રહી છે. એનો અર્થ એવો નહોતો થતો કે તેને તેણીને માટે કોઈ પ્રેમ જેવી કોઈ કૂણી લાગણી હતી. બધી જ લાગણીઓ અને ખાસ કરીને આવી પ્રેમની લાગણી તો તેની ઠંડી, વિચક્ષણ અને અતિ સંતુલનભરી મનોપ્રકૃતિ માટે સાવ જ પ્રતિકૂળ હતી. જ્યારે નિરીક્ષણ કરવાની, તર્ક કરવાની, પૃથક્કરણ કરવાની અને તે પરથી કોઈ અનુમાન પર પહોંચવાની વાત આવતી ત્યારે તે એક એવું નર્યું યંત્ર બની જતો કે જેનો જગતમાં જોટો મળવો મુશ્કેલ હતો. પરંતુ એક પ્રેમી તરીકેની ભૂમિકા નિભાવવામાં તો તેણે હમેશા કંઈક કઢંગાપણાની લાગણી જ અનુભવી છે. તે હંમેશા આવી કોઈ સુંવાળી લાગણીઓનો વ્યંગ કરતો આવ્યો છે અને તેને હમેશા ઉતારી જ પાડી છે. કોઈ કૃત્ય કરવા પાછળ માણસના મનમાં રહેલા ઉદ્દેશને પારખવામાં તે હમેશા સફળ રહ્યો છે. પરંતુ આવી ઉસ્તાદ વ્યક્તિના મનમાં આવી કોઈ ક્ષોભકારી લાગણી હોય તો બની શકે કે તેના કામ પર તેની અસર પડે. તેના જેવી વ્યક્તિના સ્વભાવમાં આ પ્રકારની પ્રબળ લાગણી એટલી જ ક્ષોભકારી પુરવાર થતી હોય છે જેટલી કોઈ અતિ સંવેદનશીલ યંત્રમાં કાંકરી કે પછી કોઈ અતિ શક્તિશાળી લેન્સમાં તિરાડ. તેમ છતાંય હજુ પણ આ સ્ત્રી, આઈરિન એડલરની શંકાસ્પદ અને પ્રશ્ન ઉપજાવનારી યાદો તેના મસ્તિષ્કમાં ઝબકારા મારી જતી હોય છે.

ઘણા લાંબા સમયથી મારે હોમ્સને મળવાનું નહોતું બન્યું. મારાં લગ્નના કારણે અમે એકબીજાથી ઘણા દૂર થઈ ગયા હતા. મારો સંસાર માંડવાનો રસ એક એવી વ્યક્તિની હાજરીમાં વિકસ્યો હતો જે હમેશા પોતાના આગવા કૌશલ્યને ધારદાર બનાવવામાં જ વ્યસ્ત રહ્યો હતો. તે પોતે સમાજની દરેક સંસ્થાને અવગણતો હતો અને તેમ છતાં તેણે મને તેના તરફ આકર્ષ્યો હતો. તે હંમેશા અમારા બેકર સ્ટ્રીટવાળા રહેઠાણમાં પોતાનાં જૂનાં પુસ્તકોમાં જ રચ્યોપચ્યો રહેતો હતો, અને એક અઠવાડિયે કોકેઈન પર

તો બીજા અઠવાડિયે પોતાની મહત્ત્વાકાંક્ષા પર કૂદકા મારતો રહેતો હતો. તે હંમેશા ડ્રગના નશામાં અને પોતાની સ્વભાવગત પ્રખર ઊર્જાથી ઘેરાયેલો રહેતો. તે આજે પણ હંમેશની જેમ, ગુનાના અભ્યાસમાં પૂર્ણપણે ડૂબેલો હતો, અને પોતાની તીક્ષ્ણ બુદ્ધિ અને અસામાન્ય નિરીક્ષણશક્તિને ગુનાનાં પગેરાં શોધવામાં અને બ્રિટિશ પોલીસ માટે અશક્ય તેવા રહસ્યને ઉકેલવામાં કામે લગાડતો હતો. સમયે સમયે મને તેના ટ્રેફોન ખૂન, ઓડેસા સમક્ષ હાજર થવાના સમન્સ, ટ્રીન્કોમાલિના એટકિન્સન ભાઈઓની કરુણ ઘટના, હોલેન્ડના શાસકીય કુટુંબ પર આવેલી આપત્તિ વિગેરે કેસમાં મેળવેલી સફળતા વિષેના સમાચાર મળતા રહેતા હતા. આ ઉપરાંત હોલેન્ડના શાસકીય કુટુંબ પર આવેલી આપત્તિને તેણે કેવી સલૂકાઈથી દૂર કરી હતી તેનાં પણ વખાણ સાંભળવા મળ્યાં હતાં.

એક રાત્રે - તે ૧૮૮૮ની ૨૨મી માર્ચની રાત હતી - હું એક દર્દીને જોઈને પાછો ફરી રહ્યો હતો (કારણ કે હવે હું સિવિલ પ્રેક્ટિસ કરતો હતો) ત્યારે મારે બેકર સ્ટ્રીટ આગળ થઈને પસાર થવાનું બન્યું. જ્યારે હું મારા જૂના રહેઠાણના તે ચિરપરિચિત દરવાજા આગળથી પસાર થયો ત્યારે મને હોમ્સને મળવાની તીવ્ર લાગણી થઈ આવી, જોઉં તો ખરો કે આજકાલ તે પોતાની અદ્ભુત આવડતનો શામાં ઉપયોગ કરી રહ્યો હતો. તે ઘર સાથે હું એક વિશિષ્ટ લાગણીથી બંધાયેલો હતો અને પેલી ગોઝારી ઘટના "*અ સ્ટડી ઈન સ્કાર્લેટ*"ના કારણે પણ મને તેનું ખાસ આકર્ષણ હતું. તેનો ઓરડો ઝાકઝમાળ પ્રકાશી રહ્યો હતો, દીવાલ પર તેના ઊંચા અને એકવડા બાંધાના શરીરનો પડછાયો પડી રહ્યો હતો. તે પોતાના માથાને છાતીએ ઢળતું રાખીને, પોતાના બન્ને હાથને પોતાની કમ્મર પાછળ પરોવીને રૂમમાં બેચેનીપૂર્વક ઉતાવળે આંટા મારી રહ્યો હતો. હું તેના દરેક મિજાજ અને આદતને સારી રીતે જાણતો હતો. તેના આ પ્રકારના વલણ અને વર્તણૂક એ સંકેત આપી રહ્યાં હતાં કે તેને ફરી કોઈક પ્રવૃત્તિ મળી ગઈ હતી. તે પોતાના ઘેનભર્યાં સપનાંઓમાંથી બહાર આવી ગયો હતો અને એક નવી જ સર્જાયેલી સમસ્યાની બૌદ્ધિક કસરતને માણી રહ્યો હતો. હું મારા જૂના પરિચિત રહેઠાણના બારણા આગળ આવીને ઊભો રહ્યો અને ઘંટડી વગાડી.

મને જોઈને તેણે કંઈ ખાસ ઉમળકો ન બતાવ્યો. જો કે તેવું તે ભાગ્યે જ કરતો. પણ મને એટલું તો લાગ્યું જ કે તે મને જોઈને ખુશ થયો હતો. કંઈ જ બોલ્યા વગર તેણે નજરમાં આવકાર સાથે મને તેનો પંજો લંબાવીને આરામખુરશીમાં બેસવા ઈશારો કર્યો. પોતાની સીગારકેસ મારા તરફ ફેંકતાં ખૂણામાં પડેલા લાઈટર તરફ ઈશારો કર્યો. તે તાપણાની ભઠ્ઠી આગળ ઊભો હતો. તેણે પોતાની લાક્ષણિક છટામાં મારા પર એક નજર કરી.

"લગ્ન તને બરાબરનાં સદી ગયાં લાગે છે," તેણે નિરીક્ષણ કર્યું, "મારા ખ્યાલ પ્રમાણે, વૉટસન, તારું વજન સાડા સાત પાઉન્ડ જેટલું વધી ગયું છે."

"સાત !" મેં જવાબ આપ્યો.

"ખરેખર, મેં થોડું વધારે ધારી લીધું. જરાક જ વધારે. મારી ધારણા પ્રમાણે તેં ફરી પ્રેક્ટિસ ચાલુ કરી લાગે છે. અને તે માટે તારે હાર્નેસ પણ જવું પડ્યું હતું."

"અરે, તને ક્યાંથી ખબર પડી ?"

"હું જોઈ શકું છું અને અનુમાન પણ લગાવી શકું છું. તું એ જાણીને અચંબો પામીશ કે હું એ પણ જાણું છું કે મોડી રાત્રે તારે કેવા ખરાબ હવામાનનો સામનો કરવો પડ્યો હતો અને એ પણ કે તારી નોકરાણી કેટલી આળસુ અને બેદરકાર છે."

"મારા વ્હાલા હોમ્સ," મેં કહ્યું, "આ તો બહુ કહેવાય ! તારે તો કેટલીક સદીઓ પહેલાં જન્મી જવાની જરૂર હતી. એ સાચું છે કે મારે ગુરુવારે ગ્રામ્ય વિસ્તારમાં જવાનું થયું હતું અને હું ખૂબ જ ગંધારી-ગોબરી હાલતમાં ઘરે પાછો ફર્યો હતો. પણ મેં તો મારા કપડાં બદલી નાખ્યાં છે તો પછી તને તેની કઈ રીતે ખબર પડી ? અને જો મૅરી જેનની વાત કરું તો તે રીઢી છે. મારી પત્નીએ તેને કેટલીયેવાર ચેતવણી આપી છે પણ તેને કોઈ જ અસર નથી થતી. હવે મારી અધીરાઈનો અંત આવી રહ્યો છે. મને જલદી કહે કે તું આ બધાં તારણો પર કઈ રીતે પહોંચ્યો ?"

તે થોડો મલકાયો અને પોતાના બે હાથ પરસ્પર મસળતાં બોલ્યો :

"આ તો સાવ સરળ છે," તેણે કહ્યું, "હું તને નીરખી રહ્યો હતો ત્યારે તાપણાના પ્રકાશમાં મારી નજર તારા ડાબા જોડાની અંદરની બાજુએ ચામડા પર પડેલા છ સમાંતર કાપા પર પડી. આવા કાપા ત્યારે જ પડતા હોય છે જ્યારે કોઈએ ખૂબ જ બેદરકારીપૂર્વક તેના પર ચોંટેલા કાદવને કાઢવા તેની કિનારીને ઘસી હોય. આ ઉપરથી તું જોઈ શકીશ મારાં બન્ને તારણો, ખરાબ હવામાન વિષે અને બેદરકાર નોકરાણી વિષેનાં સાચાં પડ્યાં છે. હવે તારી પ્રેક્ટિસની વાત કરું તો, જો કોઈ સદ્‌ગૃહસ્થ મારા રુમમાં આયોડોફોર્મની ગંધ સાથે પ્રવેશે, અને તેના જમણા હાથની છેલ્લી આંગળીમાં સિલ્વર નાઇટ્રેટનો કાળો ડાઘ હોય, તેમજ તેના લમણાની જમણી બાજુ પર સોજો દેખાતો હોય, તો તેણે પોતાનું સ્ટેથોસ્કોપ ક્યાં લગાવ્યું હતું તે ખૂબ સરળતાથી સમજી શકાય. આમ આ બધાં જ લક્ષણો પરથી હું સ્પષ્ટ કહી શકું છું કે તે વ્યક્તિ એક વ્યસ્ત દાક્તર જ હોય."

તેણે જે રીતે એક પછી એક તારણ મને જણાવ્યાં તે જોઈ હું ખરેખર મારું હસવાનું ખાળી ન શક્યો. "જ્યારે મેં તને તારાં કારણો આપતો સાંભળ્યો," મેં કહ્યું, "ત્યારે મને એવું લાગ્યું કે મારી સામે રજૂ થતી દરેક ચીજ એટલી હદે સ્પષ્ટ અને સરળ હતી કે હું તેને મારી જાતે પણ તારવી શક્યો હોત, અને તેમ છતાં એ પણ એક હકીકત છે કે જ્યાં સુધી તેં તારી આખી પ્રક્રિયા મને ન સમજાવી ત્યાં સુધી હું પોતે તે તારણો પર નહોતો પહોંચી શક્યો. આમ હોવા છતાં હું એવું માનું છું કે મારી નજર તારા જેટલી જ ચકોર છે !"

"તદ્દન સાચી વાત," તેણે સિગારેટ પેટાવતાં અને ખુરશીમાં બેસતાં પ્રતિભાવ આપ્યો, "તું જુએ છે ખરો, પરંતુ નિરીક્ષણ નથી કરતો. તફાવત તદ્દન સ્પષ્ટ છે. દાખલા તરીકે, તેં હૉલથી આ તરફ આવતાં પગથિયાંઓને કેટલીયેવાર જોયાં જ હશે."

"હા, કેટલીયેવાર."

"કેટલી વાર ?"

"કદાચ, સેંકડો વાર."

"તો પછી તે કેટલાં છે તે મને કહે."

"કેટલાં ? મને નથી ખબર ?"

"બિલકુલ બરાબર ! તેં તેમને જોયાં છે ખરાં પરંતુ તેમનું નિરીક્ષણ નથી કર્યું. મારો કહેવાનો મુદ્દો આ જ છે. હું જાણું છું કે પગથિયાંની સંખ્યા સત્તરની છે, કારણ કે મેં તેમને જોયાં પણ છે અને તેમનું નિરીક્ષણ પણ કર્યું છે. તું મારા અનુભવો અને તવારીખોને રસપૂર્વક નોંધતો પણ રહે છે ત્યારે મારું માનવું છે કે તને મારા આ કેસમાં પણ તેટલો જ રસ પડશે," તેમ કહેતાં તેણે મારા તરફ ટેબલ પર ગુલાબી રંગના જાડા કાગળ પર લખાયેલો એક ટૂંકો પત્ર ધકેલ્યો. "તે છેલ્લી ટપાલમાં આવ્યો છે. મને તે જરા વાંચી સંભળાવ તો," તેણે મને કહ્યું.

પત્ર પર તારીખ નહોતી લખેલી, અને તેના પર કોઈ હસ્તાક્ષર કે સરનામું પણ નહોતાં. પત્ર આ પ્રમાણે હતો :

"આજે રાત્રે પોણા આઠ વાગ્યે એક સદ્‌ગૃહસ્થ વ્યક્તિ પોતાની અંગત ક્ષણો બાબતે તમારી સલાહ લેવા માટે તેમના તરફથી એક વ્યક્તિને તમારી નાનકડી મુલાકાતે મોકલી રહ્યા છે. હાલમાં જ યુરોપના એક રાજઘરાનાને તમે જે વિશ્વસનીયતાપૂર્વક તમારા કૌશલ્યની સેવા આપી છે તે પરથી એવું લાગે છે કે તમે એક ગંભીર અને મહત્ત્વની બાબતનું નિરાકરણ સાવ ગુપ્ત રીતે લાવી શકો તેમ છો. તમારા વિષેની આ માહિતી અમને ચોતરફથી મળી છે. જણાવેલા સમયે તમે તમારા રૂમ પર જ રહેજો અને જે કોઈ માણસ મુખવટો પહેરીને તમારે ત્યાં આવે તેને મહેરબાની કરીને બુરખા બાબતે કોઈ જ પ્રશ્ન ન પૂછશો."

"કંઈક રહસ્યમય લાગે છે," એવો પ્રતિભાવ આપતાં મેં તેને પૂછ્યું, "તારી શું ધારણા છે ?"

"મારી પાસે હજુ કોઈ જ માહિતી નથી. જ્યાં સુધી આપણી પાસે કોઈ માહિતી ન હોય ત્યાં સુધી તે વિશે કોઈ અનુમાન લગાવવું તે એક મોટી ભૂલ છે. સિદ્ધાંત એવો છે કે કોઈ પણ જાતની જાણકારી વિના તમે હકીકતને તમારી ઇચ્છા પ્રમાણે મચડી ન શકો. ઊલટાનું જે તે હકીકતને જે તે સિદ્ધાંત લાગુ પડતો હોય તેને ખ્યાલમાં રાખીને જ તમે આગળ વધી શકો. પરંતુ હવે મને એ તો કહે કે તેં આ પત્ર પરથી શાં તારણો કાઢ્યાં છે ?"

"મેં કાળજીપૂર્વક લખાણને તથા તે જે કાગળ પર લખાયું છે તે કાગળને તપાસ્યાં છે."

"જે માણસે આ લખ્યું છે એ સમૃદ્ધ લાગે છે." મેં મારા સાથીની અદામાં અનુમાન લગાવવાનું શરૂ કર્યું. "આ પ્રકારના કાગળ ખૂબ મોંઘા હોય છે. તે આશ્ચર્ય ઊપજે તેટલા મજબૂત અને વળી વળે નહીં તેવાં હોય છે."

"વળે નહીં તેવાં - ઠીક કહ્યું તેં," હોમ્સે કહ્યું, "આ કંઈ ઇંગ્લીશ કાગળ નથી. તેને પ્રકાશ સામે ધરી રાખીને જો."

મેં તેમ કર્યું, અને મને એક મોટા 'E' સાથે 'g' તથા 'P' અને 'G' સાથે નાનો 't' કાગળમાં વણાયેલા દેખાયા.

"આ છૂટક અક્ષરો પરથી તું શું અનુમાન લગાવી શકે છે?" હોમ્સે મને પૂછ્યું.

"આ તે કંઈ પૂછવાની વાત છે ! કાં તો તે કાગળ બનાવનાર કંપનીનું નામ હશે અથવા તો તેની મુદ્રા હશે, બીજું તો શું હોય ?"

"જરા પણ નહીં. નાના 't' સાથેનો 'G' *જેસેલશાફ્ટ* માટે છે. જે જર્મન શબ્દ છે અને તેનો અર્થ થાય છે કંપની એટલે કે પેઢી. તે જેમ આપણે કંપનીના ટૂંકા રૂપ તરીકે Co. વાપરીએ છીએ તે છે. 'P' નિઃશંક 'પેપિર' માટે છે. હવે 'Eg' શેના માટે વાપરવામાં આવ્યું છે તે જોઈએ. તેના માટે આપણે આપણા ખંડીય ભૌગોલિક શબ્દકોશમાં એક નજર ફેરવવી પડશે."

તેણે પોતાના પુસ્તકના કબાટમાંથી ભૂખરા રંગનું એક દળદાર પુસ્તક લીધું. "ઇગ્લો, ઇગ્લોનાઇટ્ઝ - આ રહ્યું. ઇગ્રીઆ. તેને જ્યાં જર્મન બોલાતી હોય તેવા દેશમાં વાપરવામાં આવે છે, એટલે કે બોહેમિયા, જે કાર્લ્સબૅડની નજીક આવેલો છે. જે વેલેન્સ્ટિનના ખૂનના સ્થળ તરીકે અને ઢગલાબંધ ગ્લાસ ફેક્ટરીઓ તેમજ કાગળનાં કારખાનાંઓના કારણે પણ પ્રખ્યાત છે. હા... હા... હા, મારા મિત્ર. હવે તારું અનુમાન શું છે ?" તેની આંખો ચમકી ઊઠી અને તેણે પોતાની સિગારેટમાંથી એક વિજયી કશ લીધો.

"કાગળ બોહેમિયામાં બનાવવામાં આવ્યો છે." મેં કહ્યું.

"એકદમ બરાબર, અને જે માણસે આ નોંધ લખી છે તે એક જર્મન છે. તે તેના આ વાક્યની વિશિષ્ટ રચનાની નોંધ લીધી : '*તમારા વિશેની આ માહિતી અમને ચોતરફથી મળી છે*' કોઈ ફ્રેન્ચ કે રશિયન આ રીતે ન લખે. માત્ર જર્મન કે જે પોતાના ક્રિયાપદના વપરાશમાં ખૂબ અભદ્ર હોય તે જ આવું લખી શકે. હવે તો માત્ર એટલું જ શોધવાનું બાકી છે કે બોહેમિયાના કાગળ પર લખનાર અને પોતાના ચહેરા પર મુખવટો પહેરવાનું પસંદ કરનાર આ જર્મન વ્યક્તિ શું ઇચ્છે છે. મને લાગે છે કે આપણી બધી જ શંકાઓને દૂર કરવા તે આવી પહોંચ્યા છે."

તે જેવું આમ બોલ્યો કે તરત જ ઘોડાની લગામ ખેંચવાથી ઊભી રહેતી ઘોડાગાડીનાં પૈડાંના થોભવાનો અવાજ સંભળાયો. તરત જ બારણાની ઘંટડીનો અવાજ પણ આવ્યો અને તે સાથે જ હોમ્સે સીટી વગાડી.

"અવાજ પ્રમાણે તો બે ઘોડાની જોડી લાગે છે." તેણે કહ્યું, "હા," બારી બહાર નજર કરતાં તેણે વાત આગળ વધારી, "એક સુંદર મજાની બગી અને બે સુંદર ઘોડાની જોડી છે. આવા એક ઘોડાની કિંમત ૧૫૦ ગીની હોય છે. આવનાર વ્યક્તિના હાથમાં એક નાની પેટી પણ છે. તેમાં ચોક્કસ પૈસા જ હોવા જોઈએ, વૉટસન. એ સિવાય બીજું કંઈ ન હોઈ શકે."

"મારા ખ્યાલથી હું હવે જાઉં તો સારું, હોમ્સ," મેં કહ્યું.

"જરા પણ નહીં, ડૉક્ટર. તુ જ્યાં ઊભો છે ત્યાં જ ઊભો રહે. હું મારા સારથિ વગર ખોવાઈ જઈશ અને આ મુલાકાત ખરેખર રસપ્રદ નીવડવાની છે. આને ચૂકવી તે તારા માટે ખરેખર કમનસીબી જ ગણાશે."

"પણ તારો અસીલ..."

"એની ચિંતા ન કર. મને તારી મદદ જોઈશે અને તેને પણ. તે આવી ગયા છે. પેલી ખુરશીમાં બેસ, ડૉક્ટર. અને અમારા પર તારું સંપૂર્ણ ધ્યાન કેન્દ્રિત રાખજે."

દાદરથી પરસાળ તરફ એક ધીમો છતાં ભારે પગલાંનો અવાજ નજીક આવી રહ્યો હતો જે દરવાજા આગળ આવતાં થંભી ગયો. તરત જ એક મોટો અને અધિકારપૂર્વકનો ટકોરો બારણા પર થયો.

"અંદર આવો !" હોમ્સે કહ્યું.

ભાગ્યે જ સાડા છ ફૂટથી નીચો અને હર્ક્યુલસના ખભા અને છાતી ધરાવતો એક માણસ રૂમમાં પ્રવેશ્યો. તેનો પહેરવેશ ખૂબ જ કીમતી હતો. તેની બન્ને બાંયો અને તેણે પહેરેલા બેવડી છાતીવાળા કોટની આગળની બાજુએ કાપા મારેલો એસ્ટ્રેકનનો પટ્ટો લગાવવામાં આવ્યો હતો. જ્યારે એક ઘેરા ભૂરા રંગનો ડગલો તેણે પોતાના ખભા પર નાખેલો હતો. તે ડગલાના બન્ને ખભા પર એક ચળકતી ગોટ મૂકવામાં આવી હતી, જે ગળા આગળ ભેગી થતી હતી અને તેને નીલમના રત્ન વડે જોડવામાં આવી હતી. તેના બૂટ તેનાં ઘૂંટણ સુધી પહોંચતાં હતાં. તેની કિનારી કીમતી ભૂખરા રંગની રુંવાટીથી સજાવવામાં આવી હતી. તેના આ આખા વિચિત્ર લાગતા પહેરવેશથી તેની અણઘડ શ્રીમંતાઈ છતી થઈ રહી હતી. તેણે તેના હાથમાં તેની મોટી કિનારીવાળી હૅટ પકડી રાખી હતી. તેણે પોતાના ચહેરાના ઉપરના ભાગથી માંડીને ગાલના નીચેના ભાગ સુધી એક મહોરું પહેર્યું હતું, જેને તે વારંવાર ઠીક કરતો રહેતો હતો. જે કંઈ થોડો ઘણો તેના ચહેરાની નીચેનો ભાગ નજરે પડતો હતો તેમાં તેના લબડેલા હોઠ અને લાંબી સીધી દાઢી તેના દૃઢ નિર્ધાર અને હઠીલાપણાને વ્યક્ત કરતા હતા. સાથે સાથે તે એક દૃઢ ચારિત્ર્યનો પુરુષ હતો તેમ પણ જણાતું હતું.

"તમને મારી ચિઠ્ઠી મળી છે ?" તેણે સ્પષ્ટ જર્મન ઉચ્ચારણ અને કર્કશ અવાજમાં પૂછ્યું, "મેં તમને જણાવ્યું હતું કે હું આવીશ." તે અમારા બન્નેમાંથી કોને સંબોધવા તેની મૂંઝવણમાં હતો અને અમારી બન્ને સામે વારાફરતી નજર કરતાં બોલતો હતો.

"બેસો," હોમ્સે કહ્યું, "આ મારા મિત્ર અને સાથીદાર ડૉ. વૉટસન છે. તે ક્યારેક ક્યારેક મારા કેસોમાં મને મદદરૂપ થતા હોય છે. હું તમને શું કહીને સંબોધું, શ્રીમાન ?"

"તમે મને એક બોહેમિયન ઉમરાવ, કાઉન્ટ વોન ક્રામ તરીકે સંબોધી શકો છો. હું સમજી શકું છું કે તમારા આ ભલા મિત્ર, વિશ્વાસુ અને સમજુ હશે જ, પણ હું તેમને મારા અતિ મહત્ત્વના કામ અંગે વિશ્વસનીય માની શકું ? જો એમ ન હોય તો હું માત્ર તમારી સાથે જ વાતચીત કરવા ઇચ્છીશ."

હું જવા માટે ઊભો થયો, પણ મને હોમ્સે કાંડાથી ખેંચી મારી ખુરશીમાં પાછો બેસાડી દીધો, "કાં તો અમારી બન્ને સાથે વાત કરો અથવા તો કોઈની પણ સાથે નહીં," તેણે કહ્યું, "તમે મારી સમક્ષ જે વાત કરવા માગો છો તે આ સજ્જન સમક્ષ પણ કરી શકો છો."

કાઉન્ટે ગુસ્સામાં પોતાના ખભા ઉલાળ્યા, "તો હવે મારે મારી વાત શરૂ કરવી જોઈએ," તેણે કહ્યું, "સૌ પ્રથમ તો હું તમને બન્નેને એ વચનથી બાંધવા માગું છું કે ઓછામાં ઓછાં બે વર્ષ સુધી આ વાતનું રહસ્ય જળવાઈ રહેવું જોઈએ. ત્યાર બાદ તેનું કોઈ જ મહત્ત્વ નહીં રહે. હાલમાં જો આ રહસ્યને ઉઘાડુ પાડવામાં આવશે તો યુરોપિયન ઇતિહાસ પર તેનો પ્રભાવ પડી શકે તેમ છે."

"હું વચન આપું છું," હોમ્સે કહ્યું.

"અને હું પણ," મેં કહ્યું.

"તમે મારા આ મુખવટાનું માઠું ન લગાડતા," અમારા વિચિત્ર મુલાકાતીએ પોતાની વાત આગળ વધારી. "જે મહાન વ્યક્તિએ મને તેના કામ માટે રોક્યો છે તેણે એવી ઇચ્છા રાખી છે કે તેનો વચેટિયો તમારાથી અજાણ્યો રહે. અને હું તમને તે પણ જણાવી દઉં કે તમારી સમક્ષ મેં મારી જાતને જે નામથી સંબોધી છે તે મારું ખરું નામ નથી."

"મને ખબર છે," હોમ્સે શુષ્કતાભર્યો પ્રતિભાવ આપતાં કહ્યું.

"યુરોપના એક શાસક પરિવારની પ્રતિષ્ઠાની મોટી બદનામીના ભયની નાજુક પરિસ્થિતિનો ખ્યાલ કરીને જ આટલી સાવચેતી રાખવામાં આવી રહી છે. સીધી જ વાત કરું તો આ કિસ્સામાં મહાન હાઉસ ઓફ ઓર્મસ્ટિન, બોહેમિયાના ભાવી રાજા સંડોવાયેલા છે."

"મને તેની પણ ખબર છે," હોમ્સે પોતાની જાતને ખુરશીમાં ઠીક કરતાં બંધ આંખે બબડાટ કર્યો.

અમારા મુલાકાતીએ ખુરશીમાં પડેલી જડવત્ કાયા ભણી આશ્ચર્યસહ જોયું કે જેને યુરોપમાં એક અતિ તીક્ષ્ણ બુદ્ધિ ધરાવતા જાસૂસ તરીકેની નામના મળેલી હતી.

હોમ્સે ધીમે ધીમે પોતાની આંખો ખોલી અને પોતાના કદાવર અસીલ તરફ અધીરાઈપૂર્વક જોયું.

“જો આપ નામદાર મારી સમક્ષ આપની સમસ્યાની નિખાલસ રજૂઆત કરશો,” તેણે કડકાઈથી કહ્યું, “તો જ હું આપને વધારે સારી રીતે સલાહ આપી શકીશ.”

અમારો મુલાકાતી રીતસરનો પોતાની ખુરશીમાંથી ઊછળ્યો અને રૂમમાં આમતેમ રઘવાયો થઈને આંટા મારવા માંડ્યો. પછી ઘેરી નિરાશા સાથે તેણે પોતાના મોઢા પરનો મુખવટો ખેંચીને ભોંય પર ફેંકી દીધો. “તમે સાચા છો,” તેણે ચીસ પાડી, “હું રાજા છું અને મારે તે શા માટે છુપાવવું જોઈએ ?”

“હા, ખરેખર !” હોમ્સ બબડ્યો. “તમે તો મને આ વિષે કંઈ જ નહોતું જણાવ્યું તેમ છતાં પણ હું જાણતો હતો કે હું શ્રીમાન વિલ્હેમ ગોટ્સ્ટ્રીચ સિગમન્ડ વોન ઓર્મસ્ટિન, કેસલ ફેલ્સ્ટીનના ગ્રાન્ડ ડ્યૂક અને બોહેમિયાના ભાવિ રાજા સાથે વાત કરી રહ્યો છું.”

“પરંતુ તમે સમજી શકશો કે,” અમારા વિચિત્ર મુલાકાતીએ પોતાના તેજસ્વી કપાળ પર હાથ ફેરવતાં અને ખુરશીમાં ફરી સ્થાન લેતાં કહ્યું, “એક તરફ પરિસ્થિતિ એવી હતી કે આ કામ હું ખુદ કરી શકું તેમ નહોતો, તો બીજી તરફ આ બાબત એટલી નાજુક હતી કે હું અન્ય કોઈ વ્યક્તિને પણ રોકી શકું તેમ નહોતો, માટે મારે જાતે જ આ કામ કરવું પડ્યું. હું મારી ઓળખ છુપાવીને છેક પ્રાગથી અહીં તમારી સલાહ માટે આવ્યો છું.”

“તેની ચિંતા ન કરશો, તમને સલાહ મળી જશે,” પોતાની આંખો ફરીથી બંધ કરતાં હોમ્સે કહ્યું.

“હકીકત આ પ્રમાણે છે : પાંચેક વર્ષ પહેલાંની વોર્સોની લાંબી મુલાકાત દરમિયાન, હું એક પ્રખ્યાત સાહસુ સ્ત્રી, આઈરિન એડલરના પરિચયમાં આવ્યો હતો, નિ:શંકપણે આ નામથી તો તમે પરિચિત હશો જ.”

“ડૉક્ટર, જરા તેણી વિષે મારી ડાયરીમાં જો તો,” હોમ્સે પોતાની આંખો ખોલ્યા વગર કહ્યું. છેલ્લાં કેટલાંક વર્ષોથી તેણે પોતે કરેલાં કામોની યાદી બનાવી હતી. આ યાદીમાં તેણે જે તે માણસ વિષેની માહિતી અને ચીજવસ્તુઓની નોંધ રાખવાની શરૂ કરી હતી અને તેની એક અનુક્રમણિકા પણ બનાવી હતી. અત્યાર સુધીમાં એવું ક્યારેય બન્યું નથી કે તેણે પોતાના કેસ સાથે સંબંધિત વ્યક્તિની નોંધ ન લખી હોય. થોડી તપાસ કરતાં મને તેણીનું જીવનચરિત્ર બીજાં પુસ્તકો વચ્ચે દબાયેલું મળી આવ્યું.

“મને જોવા દે !” હોમ્સે કહ્યું, “આહ્ ! ૧૮૫૮માં ન્યૂ જર્સીમાં જન્મેલી છે. કોન્ટ્રાલો - આહ્ ! લા સ્કાલા, આહ્ ! વોર્સોના ઇમ્પિરિયલ ઓપેરાની નર્તકી - હા ! રંગભૂમિથી નિવૃત્તિ લીધેલી છે - હા ! હાલ લંડનમાં રહે છે - બેલાશક ! મારા માનવા પ્રમાણે આપ નામદાર આ યુવાન સ્ત્રી સાથે સંબંધમાં ફસાયા હતા અને તેને તમે કેટલાક

ચાલુ કહેવાય તેવા પત્રો લખ્યા હતા અને હવે તમારે માટે તે પાછા મેળવવા ખૂબ અનિવાર્ય થઈ પડ્યા છે. બરાબર ને ?"

"લગભગ તેમજ, પણ મારી ચિંતા એ છે કે હું તેને કઈ રીતે મેળવી શકીશ ?"

"શું તમે ખાનગીમાં લગ્ન કર્યાં હતાં ?"

"ક્યારેય નહીં."

"કોઈ કાયદાકીય પત્રો કે પ્રમાણપત્રો ?"

"ના."

"તો પછી આપ નામદારને હું કઈ રીતે મદદ કરી શકું ? જો આ યુવાન સ્ત્રીએ જાતે જ કોઈ પત્રો ઉપજાવી કાઢ્યા હોય અને તેનો ઉપયોગ તેણી તમને બ્લેકમેઈલ કરવામાં કરવા માગતી હોય, તો તેમ કરવા માટે પણ તેણી પાસે કશુંક નક્કર તો હોવું જોઈએ ને ?"

"એક લખાણ છે."

"ઓહ, તેને તો બનાવટી પણ સાબિત કરી શકાય."

"મારી અંગત નોંધો."

"એ તો ચોરી જવામાં આવી હતી તેવું પણ કહી શકાય."

"મારી પોતાની મહોર."

"એની તો કોઈ નકલ પણ કરી શકે."

"મારી તસવીર."

"ખરીદી શકાય."

"તે તસવીરમાં અમે બન્ને છીએ."

"અરે વાહ, બરાબર ફસાયા ! તો તો તમે તમારી જાતને ભારે મુશ્કેલીમાં મૂકી દીધી કહેવાય."

"હું ગાંડો હતો, મૂર્ખ હતો."

"તમે એક અવિચારી પગલું ભર્યું છે."

"ત્યારે હું માત્ર એક યુવરાજ હતો. હું ખૂબ નાનો હતો."

"તસવીરને તો પાછી મેળવી શકાય."

"તે માટે અમે ઘણા પ્રયત્નો કર્યા છે પણ નિષ્ફળ રહ્યા છીએ."

"તમે તો તેની કિંમત ચૂકવી શકો તેમ છો. તમે તેને ખરીદી ન શકો ?"

"તેણી તેને નહીં વેચે."

"તો પછી ચોરી શકાય."

"તે માટે પાંચ પ્રયત્નો થઈ ગયા છે. બે વાર મેં રોકેલા ચોરોએ તેના આખા ઘરને ફંફોસી નાખ્યું છે. એક વાર તો તે જ્યારે મુસાફરી કરી રહી હતી ત્યારે પણ તેના

સામાનને અમે ફંફોળ્યો હતો. બે વાર તો તેને અમે આંતરી પણ છે. તેમ છતાં પણ કંઈ જ નથી મળ્યું.''

''તસવીરનો કોઈ સંકેત, કોઈ પગેરું ?''

''જરા પણ નહીં.''

હોમ્સ હસ્યો, ''આ તો એક સાવ મામૂલી સમસ્યા છે,'' તેણે કહ્યું.

''પણ મારા માટે તે અતિ ગંભીર બાબત છે.'' રાજાએ ઠપકાના સ્વરમાં કહ્યું.

''હું તમારી ચિંતા સમજી શકું છું. તમને શું લાગે છે ? તેણી તમારી તસવીરનો ઉપયોગ કઈ રીતે કરશે ?''

''મને બરબાદ કરવા માટે.''

''પણ કેવી રીતે ?''

''હું લગ્ન કરવા જઈ રહ્યો છું.''

''એ તો મેં પણ સાંભળ્યું છે.''

''સ્કેન્ડિનેવિયાના રાજાની બીજા નંબરની છોકરી ક્લોટાઇડ લોથમેન વોન સક્ષે-મેનિન્જીન સાથે. તમે તો તેણીના કુટુંબના કડક નિયમોને તો જાણતા જ હશો. તેણી ખુદ પણ એક નાજુક મન ધરાવતી સ્ત્રી છે. મારા ચારિત્ર્ય પર શંકા ઉપજાવતો એક નાનો સરખો ઓછાયો પણ આ સંબંધનો અંત લાવી શકે તેમ છે.''

''અને આઈરિન એડલર ?''

''મને ભય છે કે તેણી તે લોકોને તસવીર મોકલીને જ રહેશે. તેણી તેમ જ કરશે. ચોક્કસ તેમ જ કરશે. તમે તેણીને ઓળખતા નથી, તેનો જીવ પોલાદી છે. તે દુનિયાની સૌથી સુંદર સ્ત્રી છે, પરંતુ સાચું કહું તો તેનું મન એક દઢનિશ્ચયી પુરુષ જેવું છે.''

''તમને ખાતરી છે કે તેણે હજુ તસવીર ત્યાં નથી મોકલી ?''

''હા, મને ખાતરી છે.''

''કઈ રીતે ?''

''કારણ કે તેણે કહ્યું હતું કે જ્યારે સગાઈની જાહેરાત કરવામાં આવશે ત્યારે એટલે કે આવતા સોમવારે તે તેને મોકલશે.''

''અચ્છા, તો તો આપણી પાસે હજુ ત્રણ દિવસ છે,'' હોમ્સે બગાસું ખાતાં કહ્યું, ''સારું કહેવાય, હાલ તો હું બીજી બે-ત્રણ સમસ્યાઓ પર કામ કરી રહ્યો છું. આપ નામદાર તો હાલ લંડનમાં જ રહેવાના હશો, બરાબર ને ?''

''હા, તમે મને લૅન્ગહામમાં કાઉન્ટ વોન ક્રામના નામ હેઠળ મળી શકશો.''

''તો પછી હું આપને અમારી પ્રગતિ વિશે જણાવતો રહીશ.''

''મહેરબાની કરો, હું ખૂબ ચિંતિત છું.''

''હવે, રૂપિયા બાબતે ?''

"આ રહ્યો કોરો ચેક."

"ખરેખર ?"

"હું તો તમને એટલી હદે વળતર આપવા તૈયાર છું કે મારા શાસન હેઠળનો એક આખો પ્રાન્ત તમને તે તસવીરના બદલામાં આપી દઉં."

"અને હાલના ખર્ચનું શું ?"

રાજા પોતાની સાથે પોતાના ડગલામાં છુપાવીને હરણના ચામડામાંથી બનેલી ભારે બેગ લઈને આવ્યા હતા. તેને તેમણે ટેબલ પર મૂકી.

"તેમાં ત્રણસો પાઉન્ડનું સોનું છે અને સાતસો પાઉન્ડની નોટો છે."

હોમ્સે તેની એક પહોંચ તેમને લખી આપી.

"અને તે સન્નારીનું સરનામું ?" તેણે પૂછ્યું.

"બ્રીઓની લોજ, સેર્પેન્ટાઈન એવન્યુ. સેન્ટ જોન્સ વુડ."

હોમ્સે તેને કાગળ પર લખી લીધું. "હવે બીજો પ્રશ્ન એ છે કે," તેણે કહ્યું, "શું તસવીર કોઈ ફ્રેમમાં છે ?"

"હા."

"વારુ ત્યારે, આપ નામદારને શુભરાત્રિ. મને વિશ્વાસ છે કે અમે થોડા જ સમયમાં તમને સારા સમાચાર આપીશું." જેવો શેરીમાંથી રાજવી ઘોડાગાડીના જવાનો અવાજ આવ્યો કે તેણે તરત મને વિદાય આપતાં કહ્યું, "વોટસન, શુભરાત્રી, જો તને અનુકૂળ હોય તો કાલે બપોરે ત્રણ વાગ્યે આવ. હું તારી સાથે આ બાબતે ચર્ચા કરવા માગું છું."

બરાબર ત્રણ વાગ્યે બેકર સ્ટ્રીટમાં હું હાજર થઈ ગયો, પણ હોમ્સ હજુ પાછો નહોતો આવ્યો. મકાન માલિકણે મને જણાવ્યું કે તે સવારનો આઠ વાગ્યાનો બહાર ગયો છે. હજુ પણ તેને મોડું થશે તેવું વિચારી હું તાપણા પાસે તેની રાહ જોતો બેઠો. હું તેના આ કેસમાં ખૂબ રસ ધરાવતો હતો. ખાસ કરીને એટલા માટે કે મેં પહેલા જે કેસોની નોંધ કરી હતી તેમાં ઘણીબધી બિહામણી બાબતો હતી. પરંતુ આ કેસ તે બધાથી તદ્દન અલગ હતો. આ કેસના નામદાર અસીલની તેમાં સંડોવણીએ કેસને કંઈક અલગ જ મહત્ત્વ આપ્યું હતું. મારા મિત્ર પાસે આવેલો આ કેસ તદ્દન અલગ પ્રકારનો હતો. તેમ છતાં મને ખાતરી હતી કે તે પોતાની તીક્ષ્ણ બુદ્ધિ અને ઝડપી ઉકેલ લાવવાની આવડત દ્વારા કેસનો નિવેડો તરત જ લાવી દેશે. તેની કાર્યપદ્ધતિનો અભ્યાસ કરવામાં મને ખૂબ મજા પડતી હતી. તેની ઝડપી ચબરાક પદ્ધતિ વડે તે ક્યારેય ન ઉકેલી શકાય તેવાં રહસ્યો પરથી પરદો ઊંચકવા સક્ષમ હતો. તેની પદ્ધતિને નિહાળવાની એક અનોખી જ મજા છે. ચોક્કસપણે સફળ થવાની તેની કાબેલિયતને કારણે મારા મનમાં ક્યારેય પણ તે નિષ્ફળ જાય તેવો વિચાર જ નથી આવ્યો.

ચાર વાગવામાં જ હતા અને બારણું ખૂલ્યું. પીધેલી હાલતમાં દાઢી પર વધેલા વાળના ગુચ્છાવાળી એક વ્યક્તિ રૂમમાં પ્રવેશી. તે કોઈ ઉશ્કેરાયેલા ચહેરાવાળો ઉપહાસપાત્ર વરરાજા જેવો લાગતો હતો. આ વ્યક્તિ બીજું કોઈ નહીં પણ હોમ્સ પોતે જ હતો. હું મારા મિત્રની વેશપલટો કરવાની આવડતને ખૂબ સારી રીતે જાણું છું. તેમ છતાંય તે તે જ છે તેની ખાતરી કરવા માટે મારે તેને ત્રણ-ચાર વાર ધ્યાનથી નીરખવો પડ્યો. બેઠકરૂમમાં પ્રવેશતાંની સાથે જ માથું ડોલાવતો તે સીધો બેડરૂમમાં ધસી ગયો. ગણતરીની ક્ષણોમાં જ ફરી પાછો તે ઉનના કોટમાં પોતાના રોજિંદા પોશાકમાં મારી સમક્ષ હાજર થઈ ગયો. તે પોતાના પંજા ખિસ્સામાં રાખી, પગ તાપણા તરફ લંબાવી ખુરશીમાં બેઠો. તે કેટલીક મિનિટો સુધી અવિરત હસતો જ રહ્યો.

હજુ પણ તેનું હસવાનું એકધારું ચાલુ જ હતું. માંડ માંડ પોતાનું હસવાનું ખાળવાનો નિષ્ફળ પ્રયાસ કરી ફરી પાછો તે ખડખડાટ હસવા લાગ્યો.

“પણ થયું શું તે તો કહે !” છેવટે મેં અકળાઈને પૂછ્યું.

“વાત એટલી રમૂજી છે કે હું મારું હસવાનું નથી ખાળી શકતો. મને ખાતરી છે કે તને સ્વપ્નેય ખ્યાલ નહીં હોય કે મેં મારી સવાર ક્યાં પસાર કરી ? અને કેવી રીતે ?”

“ના, મને જરા પણ ખ્યાલ નથી. મારા ખ્યાલ પ્રમાણે તેં કુમારી આઈરિન ઍડલરના ઘરનું જ નિરીક્ષણ કરવામાં સવાર પસાર કરી હશે.”

“સાવ સાચું, પણ ત્યાર પછી કંઈક અલગ જ બન્યું. હવે તને કહું કે શું બન્યું હતું. હું સવારે આઠ વાગ્યા બાદ તરત જ કોઈ નમાલા વરરાજાના વેશમાં ઘર બહાર નીકળ્યો હતો. હું તેણીના ઘરની આસપાસના ઘોડાગાડીઓવાળા સાથે થોડાક જ સમયમાં હળીમળી ગયો હતો. મને ત્યાં ઘોડાગાડીઓવાળા તરફથી સારી એવી સહાનુભૂતિ અને ભાઈચારાનો અનુભવ થયો હતો. તેઓમાં ભળવાનો એક મોટો ફાયદો એ હોય છે કે તમે તેમની પાસેથી આસપાસની બધી જ માહિતી સરળતાથી મેળવી શકો છો. અને મેં પણ તેમ જ કર્યું. હું તેઓમાંનો જ એક બની ગયો હતો. મેં તરત જ બ્રાઓની લોજ શોધી કાઢી. તે એક સુંદર નિવાસસ્થાન છે જેની પાછળ એક બગીચો આવેલો છે. તેને રસ્તાની ધાર પર જ બાંધવામાં આવ્યું છે. તેની ઈમારત બે માળની છે. દરવાજાને તોતિંગ તાળું મારેલું હતું. જમણી બાજુ મોટો બેઠકખંડ હતો, જેને સુંદર રાચરચીલાથી સજાવવામાં આવ્યો હતો. તેની બારીઓ ઊંચી તથા લાંબી હતી અને છેક ફરસ સુધી પહોંચતી હતી. તેને એવી રીતે બંધ કરવામાં આવી હતી કે કોઈ નાનું બાળક પણ તેને ખોલી શકે. મેં તેની આજુબાજુ ફરીને ઝીણવટથી નિરીક્ષણ કર્યું, પણ કંઈ ખાસ જાણવા ન મળ્યું.

“પછી હું થોડીવાર શેરીની દીવાલને અઢેલીને બેઠો રહ્યો. મારી ધારણા પ્રમાણે ત્યાં આગળ ઘોડાનો એક તબેલો હતો. તે બગીચાની એક દીવાલને અડીને જ આવેલો હતો. મેં તબેલાવાળાને તેના ઘોડાઓને ધોવામાં મદદ કરી. તેના બદલામાં મને તેણે બે

પેન્સ, પીણું, અને બે બીડી આપી. આ ઉપરાંત હું જે ઈચ્છતો હતો તે કુમારી ઍડલરની માહિતી પણ મને મળી ગઈ. જો કે તેના માટે મારે આજુબાજુના અન્ય પાડોશીઓની નકામી વાતો પણ ફરજિયાતપણે સાંભળવી પડી હતી.''

''મને એ તો કહે કે તેં આઈરિન ઍડલર વિષે શું જાણ્યું ?''

''અરે, તેણીએ તે વિસ્તારના બધા જ પુરુષોને પોતાના કરી લીધા છે. પૃથ્વી પરની તે એક અતિ સુંદર સ્ત્રી છે. આવું મને તબેલાવાળા માણસે જણાવ્યું. આ ઉપરાંત પણ તેણે મને કુમારી આઈરિન વિષે ઘણી બધી માહિતી આપી. તેણી શાંત જીવન જીવી રહી છે. સંગીત જલસા વગેરેમાં ગાય છે, રોજ સાંજે પાંચ વાગે બહાર જાય છે અને બરાબર સાત વાગ્યે સાંજના ભાણા માટે હાજર થઈ જાય છે. જ્યારે તેને જલસામાં ગાવાનું હોય છે ત્યારે તે અન્ય કોઈ સમયે ભાગ્યે જ બહાર જતી હોય છે. તેને મળવા માત્ર એક જ પુરુષ આવે છે, પણ સારા ઉદ્દેશથી. તે માણસ સુંદર અને સોહામણો છે. તે દિવસમાં ઓછામાં ઓછી બે વાર તો તેને મળવા આવે જ છે. તે ઇનર ટેમ્પલના શ્રીમાન ગોડફ્રે નોર્ટન છે. એક ઘોડાગાડી ચાલક હોવાનો ફાયદો એ છે કે તમારી પાસે કેટલીયે બધી માહિતી હોય છે. આ ઘોડાગાડીવાળો તેને અનેકવાર સર્પેન્ટાઇનના તબેલા આગળથી લઈ જાય છે. તે તેના વિષે બધું જ જાણે છે. તેની પાસેથી બધી જ માહિતી લઈ લીધા બાદ હું ફરી એકવાર બ્રાઓની લોજની આસપાસ વધારે માહિતી મેળવવાના ઉદ્દેશથી આંટા મારવા લાગ્યો, અને મારી આગળની યોજના વિષે વિચારવા લાગ્યો.

''આ મામલામાં શ્રીમાન ગોડફ્રે નોર્ટન સ્પષ્ટ રીતે એક મહત્ત્વની વ્યક્તિ છે. તે એક વકીલ છે, જે કોઈક અનિષ્ટ બાબતનું સૂચન કરે છે. આ બન્ને વચ્ચે શું સંબંધ છે ? તેની વારંવારની મુલાકાતનું કારણ શું છે ? શું તેણી તેની અસીલ છે, મિત્ર છે કે શેઠાણી છે ? કદાચ તેણે પહેલેથી જ પેલી તસવીર તેને સાચવવા આપી હોય તેવું પણ હોય. જોકે એવું લાગતું તો નથી. આ પ્રશ્નના જવાબ પર મારે અહીં બ્રાઓની લોજ પરનું મારું કામ ચાલુ રાખવું કે પછી મારું ધ્યાન આ સજ્જન પર કેન્દ્રિત કરવું તેનો આધાર હતો. આ એક નાજુક મુદ્દો હતો અને તેના કારણે મારે મારી તપાસને વિસ્તારવી પડે તેમ હતી. આવી બધી ઝીણવટભરી માહિતી આપીને હું તને કંટાળો તો નથી આપી રહ્યો ને, મારા મિત્ર ? પણ આખીયે બાબત એટલી ગુંચવાયેલી છે કે મારે તને બધું જ વિગતવાર જણાવવું પડે તેમ છે.''

''હું સમજી શકું છું.'' મેં જવાબ આપ્યો.

''હું હજુ તો મારા મગજમાં આ બધી બાબતોને બરાબર ગોઠવી રહ્યો હતો ત્યાં તો એક સુંદર ઘોડાગાડી બ્રાઓની લોજ પર આવી પહોંચી અને એક સજ્જન તેમાંથી કૂદકો મારી બહાર આવ્યા. તે ખરેખર એક સોહામણો જુવાનિયો હતો. તેને મૂછો પણ હતી. મેં જેના વિષે સાંભળ્યું હતું આ તે જ માણસ હતો. તે ખૂબ ઉતાવળમાં હતો, તેણે

બૂમ પાડીને ઘોડાગાડીવાળાને રાહ જોવા કહ્યું અને ઝડપભેર બારણું ખોલવા આવેલી નોકરાણીની બાજુમાંથી પસાર થઈ ગયો.''

''તે લગભગ અડધો કલાક ત્યાં રોકાયો હતો. હું તેને બેઠકખંડની બારીમાંથી ખંડમાં આમતેમ આંટા મારતો અને ઉશ્કેરાટમાં વાતો કરતો જોઈ શકતો હતો. તે પોતાના હાથ આમતેમ હલાવતો હતો. પરંતુ હું પેલી સ્ત્રીને નહોતો જોઈ શકતો. હાલ તો તે પોતે જ વધારે ધાંધલ કરતો હતો. બહાર નીકળી, ઝડપભેર ઘોડાગાડી આગળ આવી, તેણે પોતાની સોનાની ઘડિયાળમાં ઉતાવળે અને ગંભીરતાથી સમય જોયો. ''ઝડપથી ચલાવ,'' તેણે બૂમ પાડીને કહ્યું, ''પહેલાં રીજન્સ શેરીમાં આવેલી ગ્રોસ એન્ડ હેન્કીમાં લઈ જા. પછી એડવર્ડ રોડ પર આવેલા સેન્ટ મોનિકા ચર્ચ પર લઈ જા. જો તું મને ૨૦ મિનિટમાં પહોંચાડી દઈશ તો હું તને અડધી ગીની આપીશ.''

''તેમના ગયા પછી હું હજુ વિચારતો જ હતો કે મારે તેમનો પીછો કરવો જોઈએ કે નહીં ત્યાં જ એક સુંદર નાની ઘોડાગાડી ખૂબ જ ઝડપભેર આવી પહોંચી. ઘોડાગાડીવાળાએ પોતાના કોટના માત્ર અડધાં જ બટન વાસ્યાં હતાં, તેની ટાઈ પણ ઠેકાણે નહોતી, તેની ઘોડાગાડીનો સાધનસરંજામ પણ સરખી રીતે નહોતો ગોઠવવામાં આવ્યો. હજુ તો ઘોડાગાડી દરવાજે ઊભી રહે ત્યાં તો પેલી સ્ત્રી ઘોડાગાડીમાં બેસી પણ ગઈ. મને તો તેની એક ક્ષણ માત્ર ઝલક જોવા મળી. તે ખરેખર એક પ્રેમાળ સ્ત્રી હતી, જેના સુંદર ચહેરા પર કોઈ પણ પુરુષ ફના થવા તૈયાર થઈ જાય.''

''સેન્ટ મોનિકાના ચર્ચ, જોન્હ'' તેણીએ બૂમ પાડતાં કહ્યું, ''અને જો તું મને ત્યાં વીસ મિનિટમાં પહોંચાડી દે તો હું તને અડધો પાઉન્ડ આપીશ.''

''આ તકને ગુમાવવી ભારે પડે તેમ હતી, વૉટસન. હું વિચારતો જ હતો કે મારે તેની પાછળ દોડવું કે તેની ઘોડાગાડીની પાછળ લટકી જવું, ત્યાં જ એક ઘોડાગાડી ત્યાંથી પસાર થઈ. હું તેનો ચાલક આનાકાની કરે તે પહેલાં જ તેમાં કૂદી ચડ્યો અને તેને 'સેન્ટ મોનિકા ચર્ચ,' હંકારી જવા કહ્યું. પેલા બે જણની જેમ મેં પણ ઘોડાગાડીવાળાને ૨૦ મિનિટમાં પહોંચાડી દેવા કહ્યું. સમયસર પહોંચાડી દેવા મેં પણ તેને અડધા પાઉન્ડની લાલચ આપી. બાર વાગવામાં ૨૫ મિનિટની વાર હતી એટલે મને બધું જ સમજાઈ ગયું હતું.''

''મારો ઘોડાગાડીવાળો ખૂબ જ ઝડપથી હંકારી રહ્યો હતો. આટલી પૂરપાટ ઝડપે ચાલતી ઘોડાગાડીમાં હું ક્યારેય નહોતો બેઠો. પરંતુ પેલાં બે તો મારી પહેલાં જ ત્યાં પહોંચી ગયાં હતાં. જ્યારે હું ત્યાં પહોંચ્યો ત્યારે બન્નેની ઘોડાગાડીઓ ત્યાં પહેલેથી પડેલી હતી. હું તરત જ ઘોડાગાડીવાળાને ભાડું ચૂકવી ચર્ચમાં પ્રવેશ્યો. અંદર બિલકુલ શાંતિ છવાયેલી હતી. ચર્ચમાં શ્રીમાન ગોડફ્રે, કુમારી એડલર અને પાદરી ગંભીર મુદ્રામાં ઊભાં હતાં. તેમણે તેમની સામે વાંધો ઉઠાવ્યો હતો. તે ત્રણેય એક સમસ્યાનું

સમાધાન ગોતવાનાં વલખાં મારી રહ્યાં હતાં. હું એક આળસુની જેમ ચર્ચના બાંકડાઓને અઢેલીને ઊભો હતો. અચાનક મારા આશ્ચર્ય વચ્ચે તે ત્રણેય મારી તરફ ફર્યાં, અને ગોડફ્રે નોર્ટન રીતસરનો મારી તરફ ધસી આવ્યો.

" 'ભગવાનનો ખૂબ ખૂબ આભાર,' તે બૂમ પાડી ઊઠ્યો, 'તમે જ અમારી સમસ્યાનો ઉકેલ લાવી શકશો. મહેરબાની કરી અમારી મદદ કરો !'

"એટલે ?" મેં પૂછ્યું.

"આવો ભાઈ આવો, માત્ર ત્રણ જ મિનિટ છે, નહીંતર તેને કાયદેસરનું નહીં ગણી શકાય."

"મને રીતસરનો વેદી આગળ ખેંચી જ જવામાં આવ્યો, હું ક્યાં છું તે જાણું તે પહેલાં તો મારા કાને કંઈક ગણગણાટ અથડાયો. મને જે વાતનો જરા પણ અંદેશો નહોતો એવાં વચનો મારા કાને પડ્યાં. કુમારી આઈરિન એડલર તરફથી કુંવારા ગોડફ્રે નોર્ટનને પોતાના પતિ તરીકે સ્વીકારવામાં આવ્યો હતો. આખીયે લગ્નવિધિ પૂરી થઈ ગઈ. બધું જ પળવારમાં બની ગયું. એક બાજુ પેલો ગૃહસ્થ મારો આભાર માનતો હતો તો બીજી બાજુ પેલી સુંદર સ્ત્રી મારો આભાર માનતી હતી. જ્યારે પેલા પાદરી મારી સામે પ્રસન્નતાથી જોઈ રહ્યા હતા. આવી રમૂજી સ્થિતિમાં હું મારી જિંદગીમાં પહેલાં ક્યારેય નહોતો મુકાયો. અને તે યાદ કરીને હું અત્યારે પણ મારું હસવાનું નથી ખાળી શકતો. એવું લાગતું હતું કે જાણે તેમનાં લગ્ન માટેના પરવાનામાં કોઈ અનૌપચારિકતા નડી રહી હતી અને તે કારણે પાદરી તેમનાં લગ્ન કોઈ સાક્ષી વગર કરાવવાની ના પાડતા હતા. બરાબર તે જ ક્ષણે મારો ચર્ચમાં પ્રવેશ થયો અને હું તેમના માટે નસીબવંતો સાબિત થયો. તેમને તેમના લગ્નનો સાક્ષી મળી ગયો. જો હું ત્યાં ન ગયો હોત તો તેમને સાક્ષી માટે આખીયે શેરીમાં રખડવું પડત. વધૂએ મને એક પાઉન્ડ આપ્યો. આ રમૂજી પ્રસંગની એક યાદગીરી તરીકે તે પાઉન્ડને ઘડિયાળની ચેઇનમાં લગાવવાનો મારો વિચાર છે."

"આ કિસ્સામાં આ એક સાવ જ અણધાર્યો વળાંક છે." મેં કહ્યું, "અને પછી ?"

"મને એવું લાગે છે કે મારી યોજના ઊલટી પડી છે. એવું લાગે છે કે આ નવપરિણીત યુગલ તરત જ અહીંથી રવાના થઈ જશે. નિશ્ચિતપણે આમ જ થશે. તેઓ ખૂબ જ ઉતાવળે અહીંથી રવાના થઈ જશે જે મારી આખીયે યોજનાને ચોક્કસ અસર કરશે. મારો આભાર માનીને તરત જ તેઓ ચર્ચમાંથી ચાલ્યાં ગયાં. બન્ને અલગ અલગ દિશામાં ચાલ્યાં ગયાં. પેલો જુવાનિયો ટેમ્પલ પાછો ફર્યો અને કુમારી આઈરિન તેના ઘર તરફ રવાના થઈ. 'હું રોજની જેમ પાંચ વાગ્યે પાર્ક પર આવી જઈશ,' તેણીએ ત્યાંથી જતાં જતાં તેને કહ્યું. આથી વધારે મેં કંઈ જ ન સાંભળ્યું. બન્ને જુદી જુદી દિશામાં જતાં રહ્યાં, અને હું પણ મારા કામમાં લાગી ગયો."

"કયા કામમાં ?

"થોડુંક ઠંડું બીફ અને એક ગ્લાસ બિઅર," તેણે બેલ વગાડતાં જવાબ આપ્યો. "હું એટલો બધો ભૂખ્યો છું કે મને જમવા સિવાય કંઈ જ સૂઝતું નથી. આજ સવારની જેમ મારી આજની સાંજ પણ ખૂબ જ વ્યસ્ત રહેવાની છે. જો કે ડૉક્ટર, આજે સાંજે મને તારા સહકારની ખાસ જરૂર પડવાની છે."

"ચોક્કસ કેમ નહીં ?"

"તને કાયદાનો ભંગ કરવામાં વાંધો નથી ને ?"

"થોડાક અંશે ભંગ કરવામાં કોઈ વાંધો નથી."

"ધરપકડ થવાનો પણ વારો આવે."

"સારા ઉદ્દેશ માટે હોય તો વાંધો નથી."

"અરે ઉદ્દેશ તો શ્રેષ્ઠ છે."

"તો પછી હું તૈયાર છું."

"મને ખાતરી જ હતી કે હું તારા પર આધાર રાખી શકીશ."

"પણ તું કરવા શું ઇચ્છે છે ?"

"મને ખૂબ ભૂખ લાગી છે. શ્રીમતી ટર્નર જમવાનું લઈને આવે એટલે હું તને જમતાં જમતાં જ પૂરી વિગત જણાવીશ." ત્યાં જ શ્રીમતી ટર્નરે ભાણું લાવી ટેબલ પર મૂક્યું. ભાણા તરફ ફરતાં હોમ્સે કહ્યું, "સમયના અભાવે હું તેની ચર્ચા જમતાં જમતાં કરીશ. પાંચ વાગવામાં જ છે. બે કલાકમાં આપણે ઘટનાસ્થળે પહોંચવું પડશે. કુમારી આઇરન ફરીને સાત વાગ્યે તેણીના ઘરે આવે ત્યાં સુધીમાં આપણે તેણીને તેના ઘરમાં મળવા તૈયાર રહેવાનું છે."

"અને પછી ?"

"તે તારે મારા પર છોડી દેવું જોઈએ. મેં બધું વિચારી રાખ્યું છે. માત્ર એક મુદ્દો છે જેનો મારે આગ્રહ રાખવાનો છે. ત્યાં જે કંઈ પણ બને તેમાં તારે જરા પણ દખલ નથી કરવાની, સમજી ગયો ?"

"મારે તટસ્થ રહેવાનું છે ?"

"કોઈપણ સંજોગોમાં તારે કંઈ જ નથી કરવાનું. ત્યાં કંઈ અજુગતું પણ બનવાની સંભાવના છે. તેમાં જરા પણ દખલ ન કરતો. મારા ઘરમાં પ્રવેશવાના પ્રયત્નને તે નિષ્ફળ બનાવી દેશે. મારા ત્યાં પહોંચ્યા બાદ ચાર-પાંચ મિનિટમાં કુમારી આઇરિનના બેઠક-ખંડની બારી ખૂલશે. તારે તારી જાતને તે ખુલ્લી બારીથી સાવ નજીક રાખવાની છે."

"હા."

"તારે મારા પર નજર રાખવાની છે, હું તારી નજરમાં જ રહીશ."

"ઠીક છે."

"જ્યારે હું મારો હાથ ઊંચો કરું - ત્યારે તારે હું તને જે વસ્તુ આપું તે રૂમમાં ફેંકી

દેવી અને બરાબર તે જ વખતે તારે આગ લાગ્યાની બૂમ પાડવી. હું કહું છું તેમ જ કરવાનું છે. બરાબર ?"

"તદ્દન તેમ જ."

"આ કંઈ એટલું બધું જોખમકારક નથી," પોતાના ખિસ્સામાંથી લાંબો સિગારેટ આકારનો રોલ કાઢીને તેણે કહ્યું, "તે એક સામાન્ય ધુમાડો ફેલાવતું રોકેટ છે. તેની સાથે એક સ્વયંપ્રકાશિત ઢાંકણું પણ લગાવવામાં આવ્યું છે. તારું કામ આ વસ્તુને લગતું જ છે. જ્યારે તું આગની બૂમ પાડશે ત્યારે તરત જ થોડાક લોકો ત્યાં આગળ એકઠા થઈ જશે. ત્યાર પછી તું ત્યાંથી રવાના થઈ જજે અને શેરીના નાકે મારી રાહ જોજે. હું તને ત્યાં દસ મિનિટમાં મળીશ. મને લાગે છે કે મેં તને બધું જ સ્પષ્ટપણે સમજાવી દીધું છે. બરાબર ?"

"મારે સ્વસ્થ રહેવાનું છે, બારીની નજીક પહોંચવાનું છે, તારા પર નજર રાખવાની છે, તું હાથ ઊંચો કરીને મને સંકેત આપે કે તરત મારે આ વસ્તુને રૂમમાં નાખવાની છે અને આગની બૂમ પાડવાની છે. ત્યાર બાદ શેરીના છેડે ખૂણા પર તારી રાહ જોવાની છે."

"બરાબર."

"મતલબ કે તું સંપૂર્ણપણે મારા પર આધારિત છે."

"હા. તને બધું જ સમજાઈ ગયું છે. હવે આપણી યોજનાને અમલમાં લાવવાનો સમય થઈ ગયો છે અને તેને માટે મારે મારો નવો વેશ ધારણ કરી લેવો જોઈએ."

તે પોતાના રૂમમાં અલોપ થઈ ગયો અને થોડી જ મિનિટોમાં એક મળતાવડા અને સરળ પાદરીના વેશમાં હાજર થઈ ગયો. તેની પહોળી કાળી ટોપી, તેનું કોથળા જેવું પાટલૂન, તેની ધોળી ટાઈ, તેનું સહાનુભૂતિભર્યું સ્મિત, ભાગ્યે જ નજરે પડતો જિજ્ઞાસાયુક્ત સાધારણ દેખાવ. જાણે તે સાચે જ કોઈ પાદરી ન હોય ! હોમ્સે માત્ર તેનો પહેરવેશ જ નહોતો બદલ્યો, પરંતુ તેના નવા રૂપના હાવભાવ, વર્તણૂક વગેરે પણ તેના આત્માએ રજરજ ગ્રહી લીધા હતા. આ જોતાં એવું ચોક્કસપણે કહી શકાય કે રંગભૂમિએ એક શ્રેષ્ઠ અભિનેતા ગુમાવ્યો છે. તેવી જ રીતે જ્યારે તે ખૂબ જ કુશળતાપૂર્વક ગુનાનાં પગેરાં શોધતો હોય છે ત્યારે એવું કહેતાં પણ જરાય ખચકાટ નથી થતો કે વિજ્ઞાને એક તર્કશાસ્ત્રી પણ ગુમાવ્યો છે.

સવા છ વાગ્યે અમે બેકર સ્ટ્રીટમાંથી નીકળ્યા. સર્પેન્ટાઈન એવેન્યુ પહોંચતાં અમારે હજુ દસ મિનિટ લાગવાની હતી. સાંજ થઈ જ ગઈ હતી અને રસ્તાની બત્તીઓ પણ પ્રગટવા માંડી હતી. અમે મકાનમાલિકણના આવવાની રાહ જોતાં બ્રાઓનિ લોજની સામે ડોકિયાં કરી રહ્યા હતા. મારી સમક્ષ હોમ્સે આ ઘરનું જે સચોટ વર્ણન કર્યું હતું બરાબર તે તેવું તે હતું. પણ ત્યાંના રહેવાસીઓ મારી ધારણા કરતાં વધારે મળતાવડા હતા. તેનાથી ઊલટું એવું હતું કે એક નાની શેરી અને શાંત પાડોશ હોવા છતાં શેરીમાં હલચલ વધારે હતી. ત્યાં શેરીના ખૂણા પર એક લુખ્ખા પ્રકારનું બીડી પીતું અને ઠઠ્ઠા

મશ્કરી કરતું ટોળું ઊભું હતું. છરી-કાતરની ધાર કાઢનારો તેની સરાણ લઈને ઊભો હતો. બે ચોકીદારો એક નર્સ છોકરી સાથે મશ્કરી કરી રહ્યા હતા, અને કેટલાક વ્યવસ્થિત કપડાં પહેરેલા છોકરાઓ સિગારેટ ફૂંકતા ફૂંકતા ગપ્પા મારી રહ્યા હતા.

"તું જુએ છે," બ્રાઓની લોજની સામે જ્યારે અમે આમતેમ લપાતાં છુપાતાં આંટા મારી રહ્યા હતા ત્યારે હોમ્સે કહ્યું, "સવારે થયેલાં લગ્ન કાં તો આ બાબતને સરળ બનાવશે અથવા તો તે તસવીરને બેધારી તલવાર બનાવી નાખશે. શક્યતાઓ એવી છે કે તેણી શ્રીમાન ગોડફ્રે નોર્ટન સાથે જોડાયા બાદ આપણા ક્લાયન્ટ પ્રત્યે વધારે શત્રુતાભરી બની હોય. હવે પ્રશ્ન એ છે કે આપણે તસવીરને ક્યાં શોધીશું ?"

"હા, ક્યાં શોધીશું ?"

"એ તો શક્ય જ નથી કે તે તેને પોતાની સાથે લઈને ફરતી હોય, કારણ કે તે એક કેબિનેટ સાઇઝની તસવીર છે. એક સ્ત્રીના કપડામાં છુપાવવા માટે તે ઘણી મોટી કહેવાય. અને તે એ સારી રીતે જાણે છે કે રાજા તેને લૂંટવા કે તેની શોધ કરવા માટે પૂરતા શક્તિશાળી છે. આ પ્રકારના બે પ્રયત્નો તો થઈ ચૂક્યા છે. માટે હવે આપણે તે માની લેવું જોઈએ કે તેણી તે તસવીર પોતાની સાથે નથી રાખતી."

"તો પછી ક્યાં છુપાવી હશે ?"

"તેનો બેંકર કે પછી વકીલ. આ બે શક્યતાઓ રહેલી છે. પણ મને આ બન્નેમાંથી પણ કંઈ નથી લાગતું. કારણકે સ્ત્રીઓનો સ્વભાવ રહસ્યપ્રિય હોય છે અને તેમને પોતાનું રહસ્ય અકબંધ રાખવું ગમે છે. માટે તે પોતાનું રહસ્ય બીજા કોઈ સમક્ષ છતું નથી કરી શકતી. તેને પોતાના સંરક્ષણ પર સંપૂર્ણ ભરોસો હોય છે. બીજી બાજુ એ પણ યાદ રાખવું જોઈએ કે તેણે તે તસવીરને થોડા જ દિવસમાં વાપરવાનો નિરધાર કર્યો છે. તેથી તેણી તેને ત્યાં જ રાખી શકે જ્યાં તે હાથવગું હોય અને તે તેના ઘર સિવાય બીજી કઈ જગ્યા હોઈ શકે ?"

"પણ ઘરમાં પણ ચોરીના બે પ્રયત્ન તો થઈ ગયા છે."

"છટ્, તસવીરને કઈ રીતે ગોતવી તેની તે ચોરોને ખબર જ નહોતી."

"પણ તું તેને કઈ રીતે શોધીશ ?"

"હું નહીં શોધું."

"તો પછી ?"

"હું તેણીને જ તે બતાવવા પ્રેરીશ."

"પણ તેણી તેમ શું કરવા કરે ?"

"તેણી તેમ જ કરશે. સાંભળ, મને તેની ઘોડાગાડીનાં પૈડાંનો અવાજ સંભળાય છે. હવે મેં જેમ કહ્યું હતું તેમ જ કરજે."

તે આટલું બોલી રહ્યો ત્યાં તો ઘોડાગાડીની સાઇડલાઇટનો ઝાંખો પ્રકાશ ઘરના ખૂણા પર પડ્યો. તે એક નાનકડી સુંદર ઘોડાગાડી હતી. તે જેવી બ્રાઓનિ લોજના

દરવાજા આગળ આવી ઊભી રહી કે તરત જ શેરીના ખૂણે ઊભેલા આવારા ટોળામાંથી એક વ્યક્તિ થોડા ઘણા પૈસા મળવાની આશાએ દોડીને ઘોડાગાડીનું બારણું ખોલવા આવી, પરંતુ તેની પાછળ પાછળ જ બીજી વ્યક્તિ પણ પૈસાની લાલચે ત્યાં દોડી આવી. તેણે પહેલા આવેલા માણસને ધક્કો મારી હડસેલી મૂક્યો. આવું થતાં અચાનક જ એક હિંસક ઝઘડો શરૂ થઈ ગયો જેમાં પેલા બે ચોકીદારો પણ કૂદી પડ્યા, અને બન્ને જણ સામસામે પક્ષે ખડા થઈ ગયા. પછી તો પેલો છરી-કાતરની ધાર કાઢનારો પણ આવ્યો અને તે પણ વચ્ચે પડ્યો. જેવી પેલી સ્ત્રી કે જેના માટે આ આખોયે ઝઘડો થયો હતો તે ઘોડાગાડીમાંથી બહાર આવી કે આખોયે ઝઘડો ક્ષણભર અટકી ગયો અને ફરી પાછા પેલા આવારાઓ ઝઘડવા માંડ્યા. હોમ્સ સીધો જ તે સ્ત્રીને બચાવવા માટે ટોળામાં ધસી ગયો, પણ જેવો તે તેની પાસે પહોંચ્યો કે તેણે એક ચીસ પાડી અને ભોંય પર ફસડાઈ પડ્યો, તેના માથામાંથી લોહી વહી રહ્યું હતું. તેના પડતાંની સાથે જ ચોકીદારો અને પેલા રખડુઓ ત્યાંથી ભાગી ગયા. કેટલાક ભલા લોકોએ કે જેઓએ આ ઝઘડામાં ભાગ નહોતો લીધો તેઓ તરત જ પેલી સ્ત્રી અને પેલી ઘાયલ વ્યક્તિની મદદે દોડી આવ્યા. આઈરિન એડલર ઉતાવળે પોતાના ઘરનાં પગથિયાં ચડી ગઈ. હું રૂમમાંથી આવતા ઝાંખા પ્રકાશમાંથી તેની સુંદર કાયાની રૂપરેખા જોઈ શકતો હતો. તે પાછળ ફરી અને શેરી તરફ જોયું.

"શું પેલા ગરીબ માણસને વધારે ઈજા થઈ છે ?" તેણીએ પૂછ્યું.

"તે મરી ગયો છે," કેટલાક માણસોએ બૂમ પાડી.

"ના, ના, તે હજી જીવે છે !" બીજાએ બૂમ પાડી, "પરંતુ હૉસ્પિટલ પહોંચતા પહેલાં તો તે મરી જશે."

"તે એક બહાદુર માણસ છે," એક સ્ત્રીએ કહ્યું, "બદમાશોએ પેલી સન્નારીનું પર્સ લૂંટી જ લીધું હોત પણ આ ભલા માણસે તેમ ન થવા દીધું. તે બદમાશ ટોળી હતી. અરે, હજુ તેનો શ્વાસ ચાલુ છે."

"તેને આમ શેરીમાં ન પડ્યો રહેવા દેવાય. આપણે તેને ઘરમાં લઈ જવો જોઈએ."

"હા, કેમ નહીં, મહેરબાની કરીને તેને અંદર બેઠકરૂમમાં લાવો. અહીંયાં સોફા પર તેને આરામ રહેશે !"

ખૂબ જ કાળજીપૂર્વક તેને બ્રાઓની લોજમાં લઈ જવામાં આવ્યો અને દીવાનખંડમાં સુવડાવવામાં આવ્યો. તે દરમિયાન હું તે બધું ખૂબ ઝીણવટથી મારી નક્કી કરવામાં આવેલી બારી નજીકની જગ્યાએથી જોઈ રહ્યો હતો. દીવો પ્રકાશિત કરવામાં આવ્યો. બારી આગળનો પરદો હજુ પડેલો જ હતો માટે હું હોમ્સને ત્યાંથી નહોતો જોઈ શકતો. મને નહોતી ખબર કે હોમ્સ આ સ્થિતિનો ફાયદો ઉઠાવી તેના ઘરની ગેરકાયદેસર તપાસ કરી શકશે કે નહીં. આવી શરમજનક સ્થિતિમાં હું ક્યારેય નહોતો મુકાયો કારણ

કે જે સ્ત્રી હોમ્સની આટલી બધી કાળજી લેતી હોય તેને જ દગો દેવો પડે. જોકે હોમ્સે મને જે સૂચનો આપ્યાં હતાં તેમ ન કરીને હું હોમ્સને પણ દગો દેવા નહોતો ઇચ્છતો. તેણીને અમે ઈજાગ્રસ્ત નથી કરતા તેવું માનીને મેં મન કઠણ કરીને મારા ઓવરકોટમાંથી સ્મોક રોકેટ કાઢ્યું. જોકે આમ કરીને અમે તેણીને તેને થનાર કોઈ અન્ય નુકસાનથી બચાવી રહ્યા હતા.

હોમ્સ સોફા પર આડો પડ્યો હતો અને મેં જોયું કે તે હવા માટે પોતાનો હાથ હલાવી રહ્યો હતો. એક નોકરાણી આવી અને તેણે ઝડપભેર બારી ખોલી. બરાબર તે જ વખતે મેં જોયું કે તેણે પોતાનો હાથ ઊંચો કર્યો અને સંકેત મળતાની સાથે જ મેં "આગ ! આગ !"ની બૂમ પાડતાં મારું સ્મોક રોકેટ રૂમમાં નાખ્યું. હજુ તો મેં બૂમ પાડી કે તરત ત્યાં હાજર પ્રેક્ષકોએ પણ આગની બૂમો પાડવા માંડી. તેમાં કેટલાક ભલા લોકો પણ હતા અને કેટલાક બદમાશો પણ. તબેલાવાળાઓ તેમજ નોકર-ચાકરો પણ રૂમની બારીમાંથી આવતા ઘાટા ધુમાડા સામે આંગળી ચીંધીને "આગ !"ની બુમરાણમાં જોડાયા. મેં કેટલાક લોકોને દોડાદોડ કરતા જોયા અને તે પછી તરત જ હોમ્સને એવું કહેતાં સાંભળ્યો કે આગની ચેતવણી ખોટી હતી. ધીમે રહીને હું ટોળામાંથી મારો માર્ગ કરીને શેરીના ખૂણે પહોંચવા ત્યાંથી સરકી ગયો. અમારે દસ મિનિટમાં હુલ્લડની જગ્યાએથી ગાયબ થઈ જવાનું હતું. અમે એજવેર રોડ પર જતી શેરીએ ન પહોંચ્યા ત્યાં સુધી તે ખૂબ જ ચપળતાથી અને શાંતિથી થોડી વાર સુધી ચાલતો રહ્યો.

"તેં તો કમાલ કરી, ડૉક્ટર," તેણે કહ્યું, "આટલી સરસ રીતે તો કોઈ જ ન કરી શકત, બધું જ બરાબર રહ્યું."

"શું તને ફોટોગ્રાફ મળ્યો ?"

"મને ખબર છે તે ક્યાં છે."

"અને તને તે કેવી રીતે ખબર પડી ?"

"તેણીએ જ મને બતાવ્યો, મેં તને પહેલાં જ કહ્યું હતું."

"હજુયે મારી સમજમાં નથી આવતું."

"મને પણ રહસ્ય જાળવી રાખવામાં રસ નથી," તેણે હસતાં હસતાં કહ્યું, "વાત સાવ જ સરળ હતી. તને તો ખબર જ હશે કે શેરીમાં જેટલા માણસો હતા તે બધા અપરાધીઓ જ હતા. તેમને આજની સાંજ માટે રોકવામાં આવ્યા હતા."

"હા, મેં પણ એવું જ ધારેલું."

"તેણીના ઘરના આંગણે જ્યારે ટોળું ભેગું થયું ત્યારે મારી પાસે મારા હાથમાં થોડોક ભીનો લાલ રંગ હતો. હું આગળ ધસ્યો અને જાણી જોઈને પડી ગયો. મારો હાથ મેં મારા મોઢા પર ફંગોળ્યો અને પ્રેક્ષકો સમક્ષ હું એક દુખિયારો માણસ બની ગયો, આ એક જૂની ચાલ છે."

"તેની મને ખબર હતી."

"પછી તેઓ મને અંદર લઈ ગયા. તેણીએ મને અંદર લઈ જ જવો પડ્યો, તે બીજું કરી પણ શું શકે ? મને જે દીવાનખંડ પર વધારે શંકા હતી ત્યાં જ મને સુવડાવવામાં આવ્યો. ફોટોગ્રાફ તેના શયનખંડ કે પછી દીવાનખંડમાં જ હોઈ શકે અને મેં નક્કી કરી લીધું હતું કે તેને મારે ક્યાં શોધવો. તેમણે મને એક સોફા પર સુવડાવ્યો. મેં હવા માટે હાથ ફેલાવ્યો અને તેમને બારી ખોલવી પડી અને તને મોકો મળી ગયો."

"હા, પણ તે વાત તને કઈ રીતે મદદરૂપ નીવડી ?"

"સૌથી મહત્ત્વનું તે જ હતું. જ્યારે કોઈ સ્ત્રી એવું વિચારે કે તેના ઘરમાં આગ લાગી છે ત્યારે તેની સૌપ્રથમ સ્ફુરણા એ જ હોય કે તે તેની સૌથી કિમતી વસ્તુને સૌ પ્રથમ બચાવે. આ એક પ્રબળ પ્રેરણા હોય છે અને મેં તેનો ભરપૂર ફાયદો ઉઠાવ્યો. ડાર્લિંગ્ટન પ્રતિસ્થાપનના કેસમાં પણ મેં આ જ રીત અજમાવી હતી અને અર્ન્સવર્થ કેસલના કેસમાં પણ. એક પરિણીત સ્ત્રી તેના સંતાનને લેવા દોડી અને એક અવિવાહિત સ્ત્રી તેના કીમતી દાગીના લેવા. અને આ કેસમાં મને ખબર હતી કે આ સ્ત્રી માટે આ ઘરમાં સૌથી કીમતી શું હતું. તે તેને જ બચાવવા દોડી હોય. આગની બુમરાણ ખરેખર અદ્ભુત રીતે મચાવવામાં આવી હતી. ધુમાડો અને લોકોની બુમરાણ એક મક્કમ મનના માણસને હલાવવા પૂરતા હતા. તે ધાર્યા પ્રમાણે જ વર્તી. તસવીર ઘંટ વગાડવાની દોરીની ઉપર આવેલી સ્લાઈડિંગ પેનલની પાછળ આવેલા ગોખલામાં હતી. તેણી તત્ક્ષણ ત્યાં પહોંચી અને મેં તરત જ ત્યાં નજર ફેંકી. તેણીએ તે તસવીરને અડધી તો બહાર કાઢી જ લીધી હતી અને મેં તે જ ક્ષણે બૂમ પાડી કે કોઈ જ આગ નહોતી લાગી, તે તો એક ખોટી ચેતવણી હતી કે તરત જ તેણીએ તસવીર હતી ત્યાં જ પાછી મૂકી દીધી. રોકેટ પર નજર પડતાં તે તરત રૂમમાંથી જતી રહી અને ત્યાર પછી મને તે જોવા ન મળી. હું ઊભો થયો અને બહાનાં બનાવતો ઘરની બહાર નીકળી ગયો. હું પહેલાં તો તસવીરને સુરક્ષિત કરવા માગતો હતો પણ કોચવાનની નજર મારા પર હતી એટલે મેં વિચાર્યું કે મારે થોડી ધીરજ રાખવી પડશે. ઉતાવળ કરવા જઈશ તો હું મારી આખી યોજનાનો ખાતમો બોલાવી નાખીશ."

"અને હવે ?" મેં પૂછ્યું.

"વ્યવહારિક રીતે તો આપણી શોધ પૂર્ણ થઈ. જો તું અમારી સાથે આવવા માગતો હોય તો હું કાલે રાજા અને તારી સાથે મુલાકાત ગોઠવીશ. આપણે દીવાનખંડમાં તે સ્ત્રીને મળવા જઈશું, પરંતુ જ્યારે તે પાછી આવે ત્યારે આપણામાંથી કોઈ કે પેલી તસવીર ત્યાં ન હોવાં જોઈએ. આપણા અસીલ તે તસવીર પોતાના હાથે જ તે જગ્યાએથી લે તે તેમના માટે સંતોષકારક રહેશે."

"અચ્છા તો આપણે ત્યાં ક્યારે જઈશું ?"

“સવારે આઠ વાગ્યે. તેણી તે સમયે ત્યાં નહીં હોય અને આપણને મોકળું મેદાન મળી રહેશે. બીજી બાજુ, આપણે ઉતાવળ રાખવી પડશે, આ લગ્નથી તેણીનું જીવન સંપૂર્ણપણે બદલાઈ જશે. મારે મોડું કર્યા વગર રાજાને તાર મોકલવો જોઈએ.”

અમે બેકર સ્ટ્રીટ પહોંચ્યા અને તાળું ખોલવા માટે જ્યારે હોમ્સ પોતાના ખિસ્સામાં ચાવી ખોળી રહ્યો હતો ત્યારે કોઈક ત્યાંથી પસાર થતાં બોલ્યું, “શુભરાત્રિ, શ્રીમાન શૅરલૉક હોમ્સ.”

તે સમયે ફૂટપાથ પર ઘણા બધા લોકો હતા પરંતુ આ શુભેચ્છા એક ઓવરકોટ પહેરલી યુવાન પાતળી વ્યક્તિ દ્વારા ઉતાવળમાં પાઠવવામાં આવી હતી.

“મેં આ અવાજ પહેલાં પણ સાંભળ્યો છે,” ઝાંખા પ્રકાશમાં શેરી પર તાકી રહેતાં હોમ્સે કહ્યું, “હવે મને સમજાયું કે તે કોણ હોઈ શકે.”

⌛

તે રાત્રે હું હોમ્સને ત્યાં જ ઊંઘી ગયો.

સવારે જ્યારે અમે કૉફી અને ટોસ્ટની મજા માણી રહ્યા હતા ત્યારે જ બોહેમિયાના રાજા રૂમમાં ધસી આવ્યા.

“તમને ખરેખર તે મળી ગઈ !” તેમણે શૅરલૉક હોમ્સને બાવડાંથી પકડીને આતુરતાથી તેના ચહેરા સામે જોતાં મોટા અવાજે કહ્યું.

“હજુ નહીં.”

“પણ શક્યતા ખરી ?”

“હા,”

“તો ચાલો, હું અધીરાઈ ગુમાવી રહ્યો છું.”

“આપણે ઘોડાગાડી જોઈશે.”

“ના, મારી બગી બહાર જ ઊભી છે.”

“તે તો અતિ ઉત્તમ.” અમે દાદરા ઊતરી ફરી બ્રાઓની લોજ તરફ જવા રવાના થયા.

“આઇરિન એડલર પરણી ગઈ છે,” હોમ્સે કહ્યું.

“પરણી ગઈ ! ક્યારે ?”

“ગઈ કાલે.”

“પણ કોની સાથે ?”

“નોર્ટન નામના અંગ્રેજ વકીલ સાથે.”

“પણ તેણી તેને કઈ રીતે પ્રેમ કરી શકે ?”

“મને વિશ્વાસ છે કે તેણી તેને પ્રેમ કરે છે.”

"તમને આવું કેમ લાગે છે ?"

"કારણ કે તેનાથી આપ નામદારના ભવિષ્યની બધી જ હેરાનગતિનો અંત આવશે. જો તે સ્ત્રી પોતાના પતિને ચાહતી હોય, તો તે તમને ન ચાહી શકે, અને જો તેણી તમને ન ચાહતી હોય તો પછી કોઈ જ કારણ નથી કે તેને તમારી યોજનાઓને નુકસાન પહોંચાડવાની કોઈ જરૂર હોય."

"શું તે સાચું છે? અને હજુ.... વારુ ! કાશ તે માત્ર મારી હોત ! તે એક અદ્‌ભુત રાણી સાબિત થાત." તે ઊંડી શાંતિમાં ખોવાઈ ગયા, અને આ મૌન અમે સર્પેન્ટાઇન એવેન્યુ પહોંચ્યા ત્યાં સુધી જળવાઈ રહ્યું.

બ્રાઓની લોજનું બારણું ખુલ્લુ હતું, અને એક પ્રૌઢ સ્ત્રી પગથિયાં પર ઊભી હતી. અમે બગીવાળી ઘોડાગાડીમાંથી ઊતર્યા ત્યારે તે અમારી સામે ક્રૂર નજરે જોઈ રહી હતી.

"મારા ખ્યાલ પ્રમાણે તમે શ્રીમાન શૅરલૉક હોમ્સ છો. બરાબર ?" તેણીએ કહ્યું.

"હું શ્રીમાન હોમ્સ છું," મારા સાથીએ તેના પ્રશ્નથી આશ્ચર્ય અનુભવતાં તેણીને જવાબ આપ્યો,

"બરાબર, મારી માલિકણે મને કહ્યું જ હતું કે તમે લોકો આવશો. આજે સવારે ચેરિંગ ક્રોસ પર ઉપખંડ જતી પાંચ પંદરની ગાડી પકડીને તેણી જતાં રહ્યાં છે."

"શું !" શૅરલૉક હોમ્સ આશ્ચર્યનો માર્યો હેબતાઈ ગયો, "તમારું કહેવું એમ છે કે તેણે ઇંગ્લૅન્ડ છોડી દીધું ?"

"હંમેશ માટે."

"અને કાગળો ?" રાજાએ ખોંખારો ખાતાં પૂછ્યું "શું બધાં જ જતાં રહ્યાં છે?"

"અમે ખુદ જોઈશું." તે નોકરને ધક્કો મારતા દીવાનખંડમાં ઘૂસ્યા. ઓરડામાં રાચરચીલું ચારેતરફ આમતેમ અસ્તવ્યસ્ત પડ્યું હતું, કબાટનાં બધાં ખાનાં ખુલ્લાં પડ્યાં હતાં, છાજલીઓ બધી ઉઘાડી પડી હતી, જાણે કે તે સ્ત્રી રવાના થતા પહેલાં બધી જ વસ્તુને ઉતાવળે ફંફોસવા ન માગતી હોય તેમ બધું વેરાયેલું પડ્યું હતું. હોમ્સ બેલની દોરી આગળ ધસી ગયો અને એક નાનું ખોખું તેણે ખેંચી કાઢ્યું. તેમાં હાથ નાખતાં તેને તેમાંથી એક તસવીર અને એક ચિટ્ઠી મળી. તે તસવીર ઇવનિંગ ગાઉન પહેરેલી આઇરન એડલરની પોતાની હતી. ચિટ્ઠીના કવર પર "શ્રીમાન શૅરલૉક હોમ્સના માટે" તેમ લખ્યું હતું. મારા મિત્રએ તે ફાડીને ખોલ્યું, અને અમે ત્રણેયે તે ચિટ્ઠી એક સાથે વાંચી. તે ગઈકાલ રાત્રે લખવામાં આવી હતી અને આ પ્રમાણે હતી.

મારા પ્રિય શ્રીમાન શૅરલૉક હોમ્સ,

તમે ખરેખર તે કરી બતાવ્યું. તમે ખરેખર મને પ્રભાવિત કરી મૂકી. આગની ચેતવણીની બૂમો પાડી ત્યાં સુધી મને જરા પણ શંકા નહોતી ગઈ, પણ જ્યારે

મને ભાન થયું કે હું કેવી બેબાકળી થઈ ગઈ હતી, ત્યારે હું તે વિશે ગંભીરપણે વિચારવા લાગી. મને એક મહિના પહેલાં જ તમારી ચેતવણી આપવામાં આવી હતી. મને કહેવામાં આવ્યું હતું કે જો રાજા કોઈ જાસૂસની મદદ લેશે તો તે તમે જ હશો. અને તમારું સરનામું પણ મને આપવામાં આવ્યું હતું. આમ છતાં પણ તમે મને તમે જે રહસ્યને જાણવા ઈચ્છતા હતા તેને છતું કરવાને મજબૂર કરી દીધી. આ બધું બન્યા પછી મને શંકા ગઈ. મને વિચારતાં ઘણી મુશ્કેલી પડી કે એક વૃદ્ધ બીમાર માણસ આવું કરી શકે. પણ તમે જાણો જ છો કે હું એક અભિનેત્રી છું. આવો વેશપલટો મારા માટે કંઈ નવીન વાત નહોતી. હું હમેશા તેના આવા ઉપયોગનો ફાયદો ઉઠાવતી હોઉં છું. મેં મારા કોચવાન જ્હોનને તમારા પર નજર રાખવા મોકલ્યો. હું ઉતાવળે ઉપર ગઈ અને બહાર જવાનાં કપડાં પહેરી તમારા ગયા બાદ તરત જ નીચે આવી.

મેં તમારા ઘરના બારણા સુધી તમારો પીછો કર્યો અને ખરેખર હું જે વ્યક્તિનો પીછો કરી રહી છું તે પ્રખ્યાત શ્રીમાન શૅરલૉક હોમ્સ જ છે ને તેની ખાતરી કરી. અને મેં, એકદમ અસાવધાનીથી તમને શુભરાત્રી પાઠવી અને મંદિર તરફ મારા પતિને મળવા રવાના થઈ.

અમને બન્નેને એવું લાગ્યું કે ઠીક એ જ રહેશે કે અમે અહીંથી જતાં રહીએ. અમે હવાઈમાર્ગે જવાનું પસંદ કર્યું કારણ કે જ્યારે રાજા જેવી પહોંચેલી વ્યક્તિ કાલે સવારે મારા ઘરે આવે ત્યારે તમને ઘર ખાલી મળે. અને તસવીરની વાત કરું તો તમારા અસીલ તે બાબતે નિશ્ચિંત રહે. હું તેના કરતાં પણ સારા પુરુષને ચાહું છું અને તે પણ મને ચાહે છે. રાજા જેમ ઈચ્છે છે તેમ કરી શકે છે. તેમણે મારા તરફથી સંપૂર્ણપણે નિશ્ચિંત રહેવાનું છે. હું તેમને કોઈ પણ રીતે નુકસાન નહીં પહોંચાડું. રહી વાત તસવીરની તો હું મારી પાસે જ તેને સુરક્ષિત રાખી શકીશ જેથી કરીને ભવિષ્યમાં ક્યારેય જ્યારે તે મારા વિરુદ્ધ કોઈ પગલું લેવા માગે ત્યારે તેનો એક હથિયાર તરીકે મારી સુરક્ષા માટે હું ઉપયોગ કરી શકું. મેં અન્ય એક તસવીર તેમના માટે આ સાથે મૂકી છે જેની તેઓ સારી રીતે સંભાળ રાખશે અને શ્રીમાન શૅરલૉક હોમ્સ, તમારી સાથેનો મારો હિસાબ અધૂરો સમજજો.

તમારી વિશ્વાસુ
આઈરિન નોર્ટન, એડલર.

"શું સ્ત્રી છે ઓહ, શું સ્ત્રી છે !" અમે ત્રણેએ જ્યારે એક સાથે પત્ર પૂરો કર્યો કે બોહેમિનયાનો રાજા રીતસરનો બૂમ પાડી ઊઠ્યો. "મેં તમને નહોતું કહ્યું કે તે કેટલી ચપળ અને દઢનિશ્ચયી હતી ? શું તે એક પ્રશંસાને પાત્ર રાણી ન બની શકત ? ખરેખર દુઃખની વાત કહેવાય કે તે મારે લાયક નહોતી."

"મેં તેણીને જે કક્ષાની અનુભવી છે તે જોઈને તો એવું લાગે છે કે તે આપ નામદારની કક્ષાથી કોઈ અલગ જ કક્ષાની સ્ત્રી હતી," હોમ્સે ઠંડો પ્રહાર કર્યો. "મને એ વાતનું દુખ છે કે હું તમારું કામ વધારે સફળતાપૂર્વક ન કરી શક્યો."

"તેનાથી વિપરીત મને એવું લાગે છે, વહાલા સાહેબ, કે," રાજાએ મોટે અવાજે કહ્યું, "આનાથી વધારે સારી રીતે તે કઈ રીતે બની શક્યું હોત ? મને ખબર છે કે તેનો શબ્દ પથ્થરની લકીર સમાન છે. તે તસવીર જાણે અગ્નિમાં હોય તેટલી સુરક્ષિત છે."

"આપ નામદાર, તમને આવું કહેતાં સાંભળી મને ખરેખર આનંદ થયો."

"હું તમારો ખૂબ ખૂબ આભારી છું. કહો હું તેનું વળતર કઈ રીતે ચૂકવી શકું ? આ વીંટી..." તેણે પોતાની આંગળીમાંથી નીલમની વીંટી કાઢી તેની હથેળીમાં મૂકતાં કહ્યું.

"હું તેના કરતાં પણ વધારે કીમતી વસ્તુ ઇચ્છીશ," હોમ્સે કહ્યું.

"કેમ નહીં ! બસ નામ આપો."

"આ તસવીર !"

રાજા તેની તરફ આશ્ચર્યપૂર્વક તાકી રહ્યો.

"આઈરીનની તસવીર !" તેણે ઉદ્ગાર કાઢ્યો. "ચોક્કસ, જો તમે એ જ ઇચ્છતા હો તો, ઠીક છે."

"હું આપ નામદારનો આભાર માનું છું. હવે આ બાબતમાં કંઈ જ કરવાનું રહેતું નથી. હું તમને શુભ સવાર પાઠવું છું." તે રાજા સમક્ષ નમ્યો અને રાજાએ અભિવાદન માટે લંબાવેલા હાથને ધ્યાનમાં લીધા વગર પોતાના ઓરડામાં મારી કંપની માણવા ખુરશીમાં બેસી ગયો.

આમ એક વિકરાળ કૌભાંડ બોહેમિયાના શાસનને હલાવી નાખનારું સાબિત થાત. શ્રીમાન શૅરલૉક હોમ્સની યોજનાને એક વિચક્ષણ બુદ્ધિ ધરાવતી સ્ત્રીએ નિષ્ફળ બનાવી હતી. તેણે હંમેશા સ્ત્રીની બુદ્ધિમત્તાને હસી કાઢી છે પણ આ બન્યા પછી મેં ક્યારેય તેને તેમ કરતાં નથી સાંભળ્યો. અને જ્યારે તે આઈરીન એડલર વિષે બોલતો હોય છે કે પછી તેની તસવીર જોતો હોય છે ત્યારે તે તેને હંમેશા એક સન્માનનીય સ્ત્રી તરીકે જ બિરદાવતો હોય છે.

❖

લાલ માથાવાળું સંગઠન

ગયા વર્ષની પાનખરમાં હું જ્યારે શૅરલૉક હોમ્સને મળવા તેના ઘરે ગયો ત્યારે તે એક સ્થૂળ, સૂરખીદાર ચહેરાવાળા, અને આગની જ્વાળા જેવાં લાલ ગુચ્છાદાર ઝુલ્ફાં ધરાવતા આધેડ સાથે ગંભીર ચર્ચામાં વ્યસ્ત હતો, મારા તરફથી થયેલી ખલેલની માફી માગતો હું ત્યાંથી પાછો જ ફરતો હતો કે હોમ્સ મને રૂમમાં ખેંચી લાવ્યો અને બારણું બંધ કરી દીધું.

"તું ખરેખર યોગ્ય સમયે આવ્યો છે," તેણે લાગણીપૂર્વક કહ્યું.

"મને એમ કે તું વ્યસ્ત છે."

"હા, હું વ્યસ્ત જ છું, ખૂબ વ્યસ્ત છું."

"તો પછીં હું બાજુના ઓરડામાં રાહ જોઉં."

"ના તેની જરૂર નથી. શ્રીમાન વિલ્સન, આ ગૃહસ્થ મારા સાથી અને મદદનીશ છે. તેમણે મને મારા સૌથી સફળતા પામેલા કેસોમાં મદદ કરી છે. અને મને જરા પણ શંકા નથી કે તેઓ તમારા મામલામાં પણ તેટલા જ મદદરૂપ નીવડશે." તેણે મારી ઓળખાણ કરાવતાં કહ્યું.

સ્થૂળ સદ્‌ગૃહસ્થ મને અભિવાદન આપવા પોતાની ખુરશીમાંથી અધડૂકિયા ઊભા થયા અને મારી સામે પોતાની ભારે પોપચાવાળી નજરે આશ્ચર્યથી જોવા લાગ્યા.

"સોફા પર બેસ," તેણે પોતાની ખુરશીમાં લંબાવતાં અને બન્ને હાથની આંગળીઓનાં ટેરવાંઓને એકબીજા સામે ધરતાં મને કહ્યું. આવી અંગભંગીમા તે ત્યારે અપનાવતો હતો જ્યારે તે કોઈ નિર્ણયની સ્થિતિમાં હોય. "મને ખબર છે, મારા વહાલા વૉટસન, કે તેં પણ મારો ઉટપટાંગ અને પરંપરાથી બહારનો અને રોજિંદા નિત્યક્રમથી કંઈક અલગ નિત્યક્રમ પ્રત્યેનો મારો લગાવ જોયો જ છે. અને તેં પણ તારી તેના પ્રત્યેની અભિરુચિ ખૂબ જ આતુરતાથી અને ચીવટથી લખેલી નોંધો દ્વારા દર્શાવી જ છે, મારા

આવું બોલવા પર તું મને માફ કરતો હોય તો તે મારાં ઘણાં ખરાં કારનામાંઓને કેટલેક અંશે મઠાર્યાં પણ છે.''

''તે સંજોગોમાં મેં શંકાના લાભના સિદ્ધાંતને લાગુ પાડ્યો છે.''

''તેં બરાબર તેમ જ કર્યું છે, ડૉક્ટર, પણ તેમાંના એક પણ મારી દૃષ્ટિએ યોગ્ય નહોતા. હું તારી સમક્ષ હકીકતને ત્યાં સુધી નિચોવીશ જ્યાં સુધી તારાં કારણો મારા ખરાપણાની ખાતરી આગળ ઝૂકી ન જાય. હવે શ્રીમાન વિલ્સન અહીં આવ્યા છે મારી મુલાકાતે અને તેમણે તેમની સમસ્યાનો ચિતાર આપવો મારી સમક્ષ શરૂ કર્યો છે અને તે સાંભળીને મને એમ લાગે છે કે કેટલાય સમયથી મેં આ પ્રકારનો અનોખો કિસ્સો નથી સાંભળ્યો. તેં મને હંમેશા એવું કહેતો સાંભળ્યો છે કે સૌથી વિચિત્ર અને સૌથી અનોખી બાબતો હંમેશા મોટા ગુનાઓ સાથે નથી જોડાયેલી હોતી પણ ક્યારેક નાના ગુનાઓ સાથે પણ જોડાયેલી હોય છે. અને પ્રસંગોપાત્ત, આવા ગુનાઓને શંકાનો લાભ આપી એટલા બધા ધ્યાન પર લેવામાં નથી આવતા. મેં જ્યાં સુધી સાંભળ્યું છે ત્યાં સુધી મારા માટે તે કહેવું અશક્ય છે કે આ કેસ ગુનાનો છે કે નહીં. પણ ઘટનાક્રમ જે રીતનો છે તે ચોક્કસ મેં અત્યાર સુધી સાંભળ્યા તેના કરતાં અસાધારણ છે. શ્રીમાન વિલ્સન, જો તમને વાંધો ન હોય તો શું તમે તમારી આપવીતી ફરી વર્ણવશો ? હું માત્ર એટલા માટે નથી કહેતો કારણકે મારા મિત્ર શ્રીમાન વૉટસને તે નથી સાંભળ્યું પણ એટલા માટે પણ અરજ કરું છું કે વાર્તાની વિશિષ્ટ પ્રકૃતિના કારણે તેમાં રહેલી ઝીણામાં ઝીણી વિગત હું તમારા મોઢે સાંભળવા માગું છું. સામાન્ય રીતે મેં જ્યારે તમારા ઘટનાક્રમના ઝીણા સૂચકો સાંભળ્યા ત્યારે આવી જ સામ્યતા ધરાવતા હજારો કેસોની યાદો મને માર્ગદર્શન આપવામાં મદદરૂપ નીવડી છે. હાલના કિસ્સામાં મારે એ કહેવું જ પડશે છે કે આ હકીકતો ખરેખર મારી માન્યતાઓમાં એક અનોખી ચીજ છે.''

હૃષ્ટપુષ્ટ અસીલે અભિમાનથી પોતાની છાતી ફુલાવી અને પોતાના કોટના અંદરના ખિસ્સામાંથી એક ગંદું ચોળાઈ ગયેલું છાપું બહાર કાઢ્યું. તેણે છાપું પોતાના ગોઠણ પર પાથર્યું અને ઝૂકીને જાહેરાતની કૉલમ પર નજર ફેરવી. મેં મારા મિત્રની સ્ટાઇલમાં તે માણસ પર એક નિરીક્ષણભરી નજર ફેરવી અને તેના પહેરવેશ પરથી અનુમાનો તારવવાનું શરૂ કર્યું.

તેમ છતાં પણ હું મારા નિરીક્ષણ દ્વારા કંઈ ખાસ તારણ પર ન આવી શક્યો. અમારો મુલાકાતી એક બ્રિટિશ વેપારીનાં કંટાળાજનક લક્ષણો જેવાં કે સ્થૂળતા, ભભકો અને ઢીલાશ તે બધાં જ ધરાવતો હતો. તેણે સિલેટીયા કલરનું ચેક્સવાળું બેગી પેન્ટ પહેર્યું હતું અને ગંદો કોટ પહેર્યો હતો. તેના કોટનાં પહેલાં બે બટન પણ ખુલ્લાં રાખ્યાં હતાં અને તેમાંથી તેની ગંદી બંડી ડોકાઈ રહી હતી અને તેણે ગળામાં ઘરેણા તરીકે એક તાંબાની ચેઇન પણ નાખી હતી જેમાં એક ચમકતું ચોરસ ચકતું પણ લટકતું હતું. તેણે

એક ઘસાઈ ગયેલી રેશમી ટોપી પહેરી હતી અને એક ચોળાઈ ગયેલી કોરવાળો ઓવરકોટ પહેરેલો હતો જે હાલ તેણે ખુરશીના હાથાને અઢેલીને મૂક્યો હતો. આમ તેના સમગ્ર દેખાવમાં કશું જ વિશિષ્ટ નહોતું, સિવાય કે તેના આગની જ્વાળા જેવા લાલ વાળ અને તેના ચહેરા પર ઊપસી આવેલી ચિંતાની અને સંતાપની રેખાઓ.

શૅરલૉક હોમ્સ મારી પ્રવૃત્તિ પર નજર રાખી રહ્યો હતો. તે મારી પ્રશ્નાર્થભરી નજર જોઈને માથું ખજવાળતાં મરક્યો, "મારા તારણ પ્રમાણે તેમણે થોડોક વખત મજૂરી કરી છે, તે ચાઈના પણ જઈ આવ્યા છે, ફ્રીમેસનરીના સભ્ય પણ છે અને તેમને છીંકણી સૂંઘવાની આદત પણ છે અને ત્યાર બાદ તેમણે ખૂબ મોટી રકમ માટે ખાસું બધું લખાણ પણ કરવું પડ્યું છે. હું માત્ર આટલું જ તારણ કાઢી શક્યો."

શ્રીમાન જેબેઝ વિલ્સન તો મારા મિત્રના આખાયે અનુમાનથી હક્કાબક્કા થઈ ગયા.

"કઈ રીતે ? તમે આ બધું કઈ રીતે જાણી શક્યા, શ્રીમાન હોમ્સ ?" તેણે પૂછ્યું, "તમને કઈ રીતે ખબર પડી કે મેં મજૂરી કરી છે ? તે તદ્દન સાચી વાત છે, કારણ કે મેં ઘણો લાંબો સમય વહાણનું સુથારીકામ કર્યું છે."

"મારા વહાલા સાહેબ, તમારા હાથ, તમારો જમણો હાથ તમારા ડાબા હાથ કરતાં થોડો મોટો છે. તમે તેના વડે કામ કરો છો, અને તેના સ્નાયુઓ પણ ઘણા વિકસેલા છે."

"છીકણી સૂંઘવાની ટેવ અને ફ્રીમેસનરીની તમને કઈ રીતે ખબર પડી ?"

"મેં તે અનુમાન કઈ રીતે લગાવ્યું તે કહીને હું તમારી બુદ્ધિનું અપમાન કરવા નથી માગતો, ખાસ કરીને ત્યારે તો બિલકુલ નહીં જે નિયમોની વિરુદ્ધ હોય કારણ કે તમે ફ્રીમેસનરીના ચિહ્નને છાતી પર ઊંધુ લગાવ્યું છે."

"અરે હા, હું ભૂલી ગયો. પણ લખાણ વિષે ?"

"તમારા જમણા હાથનું કાંડુ જે લગભગ પાંચ ઇંચ જેટલા ભાગમાં ચમકી રહ્યું છે, અને ડાબા હાથની કોણી પણ જેને તમે ડેસ્ક પર ટેકવતા હશો."

"અને ચાઈના વિશે ?"

"તમારા જમણા કાંડાની તરત ઉપર માછલીનું જે છૂંદણું તમે કરાવ્યું છે તે ચાઈના સિવાય બીજે ક્યાંય નથી કરાવી શકાતું. મેં ટાટુ વિષે થોડું ઘણું વાંચ્યું છે અને તે વિષે કેટલાક લેખો પણ લખ્યા છે. માછલીના ભીંગડાને આછા ગુલાબી રંગે રંગવાની આ રીતે ચાઈનાની વિશિષ્ટતા છે. અધૂરામાં પૂરું મેં તમારી ઘડિયાળની ચેઈનમાં ચાઈનીઝ સિક્કો પણ લટકતો જોયો જેનાથી વાત સાવ જ સરળ બની ગઈ."

શ્રીમાન જેબેઝ વિલ્સન જોરથી હસી પડ્યા, "મને ક્યારેય !" તેણે કહ્યું, "મને લાગ્યું કે તમે કંઈક ચતુરાઈ દાખવી છે પણ તમારી ચોખવટ પછી તો મને તે બધું સાવ જ સરળ લાગ્યું."

"મને એવું લાગે છે, વૉટસન" હોમ્સે કહ્યું, "કે મેં બધું સ્પષ્ટ કરીને ભૂલ કરી છે. તમને ખબર છે હું આટલો બધો નિખાલસ બનીશ તો મારી કીર્તિ ઓછી થતી જશે અને મારું પતન થશે. શ્રીમાન વિલ્સન, શું તમને જાહેરાત મળી ?"

"હા મળી ગઈ છે," તેમણે પોતાની જાડી લાલ આંગળી વડે જાહેરાત દર્શાવતાં કહ્યું, "આ રહી, આના કારણે જ બધું શરૂ થયું, તમે તમારી જાતે જ વાંચી લો, સાહેબ."

પ્રતિ, લાલ માથાવાળી ટોળી :

લેબેનોન, પેન્સિલવેનિયા, યુ.એસ.એ.ના સ્વર્ગસ્થ ઈઝેકિઆહ હોપકિન્સના વારસા પ્રમાણે, આ ટોળીના સભ્ય તરીકે અઠવાડિયાના ચાર પાઉન્ડના પગારે એક જગ્યા ખાલી પડી છે. બધા જ લાલ વાળવાળા પુરુષો જે શરીરે અને બુદ્ધિએ તંદુરસ્ત હોય અને ૨૧ વર્ષથી ઉપરના હોય તે આ જગ્યાને લાયક છે. લિગની ઑફિસ, ડક્કન રોસ, ૭ પોપ્સ કોર્ટ, ફ્લિટ સ્ટ્રીટ, પર રૂબરૂ મળો.

"હવે આનો શું અર્થ કરી શકાય ?" આ અસામાન્ય જાહેરાતને બે વાર ચીવટપૂર્વક વાંચીને હું એકદમ બોલી ઊઠ્યો.

જ્યારે હોમ્સ હાઈ સ્પિરિટમાં હોય છે ત્યારે જેવું વર્તતો હોય છે તેમજ તે ખુરશીમાં બેઠાં બેઠાં મલક્યો અને સળવળ્યો, "આ કંઈક અલગ છે, નહીં ?" તેણે કહ્યું, "અને હવે, શ્રીમાન વિલ્સન, તમારી જાતે જ અમને બધું કહો, તમારું ઘર, અને આ જાહેરખબરની તમારા નસીબ પર અસર વિષે તમે જ જણાવો અને ડૉક્ટર, તું પહેલા સમાચાર પત્રની તારીખ અને નામ લખી લે."

"આ રહી *૨૭, એપ્રિલ,૧૮૯૦નું 'ધ મોર્નિંગ ક્રોનિકલ',* માત્ર બે મહિના પહેલાં."

"ખૂબ સરસ, હવે શ્રીમાન વિલ્સન, તમારી વાત આગળ વધારો."

"મેં તમને પહેલાં જણાવ્યું છે તેમ શ્રીમાન શૅરલૉક હૉમ્સ," જેબેઝ વિલ્સને કપાળ લૂછતાં કહ્યું; "મારો અહીં શહેર નજીક કોબર્ગ સ્ક્વેર આગળ ધીરનારનો નાનો સરખો ધંધો છે. કંઈ ખાસ મોટો નથી, ગયા વર્ષે તો મને જરા પણ નફો નહોતો થયો, હું માંડ માંડ ઘર ચલાવી શક્યો છું. પહેલાં હું બે મદદનીશને રાખતો હતો પણ હવે હું એક જ મદદનીશને રાખી શકું છું. જોકે મારે તેને પગાર આપવા માટે પણ કામ કરવું પડત પણ તે ધંધો શીખવા માગે છે માટે માત્ર અડધો જ પગાર લે છે."

"આ પરોપકારી યુવાનનું નામ શું છે ?" શૅરલૉક હોમ્સે પૂછ્યું.

"તેનું નામ વિન્સેન્ટ સ્પાઉલ્ડીંગ છે, અને તે કંઈ યુવાન નથી, તેની ઉંમરનું અનુમાન લગાવવું અઘરું છે. મને નથી લાગતું કે મને તેનાથી હોશિયાર મદદનીશ મળી

શકે, શ્રીમાન હોમ્સ; અને હું તે સારી રીતે જાણું છું કે તે આના કરતાં પણ સારું કામ કરી શકે છે અને હું આપું છું તેના કરતાં બેગણું વેતન તે મેળવી શકે તેમ છે. પણ તે પોતે આનાથી સંતુષ્ટ હોય તો હું શું કામ તેના મગજમાં આ બધું ભરું ?''

''કેમ, એમ ? તમે તો ખૂબ નસીબદાર કહેવાઓ કે તમને આટલો સસ્તો મદદનીશ મળ્યો. આ ઉંમરમાં માલિકને આવો અનુભવ થાય તે અસામાન્ય બાબત છે. મને નહોતી ખબર કે તમારો મદદનીશ તમારી જાહેરખબર જેટલો જ અસામાન્ય હશે.''

''અરે, તેનામાં પણ કેટલીક ખામી છે,'' શ્રીમાન વિલ્સને કહ્યું. ''તેને ફોટોગ્રાફીનો ગજબનો શોખ છે. તે ફોટા પાડીને તેને ડેવલપ કરવા અંધારી કોટડીમાં પુરાઈ જાય. આ જ તેનો એક માત્ર અવગુણ છે, પણ સરવાળે તો તે એક સારો કામદાર છે. અન્ય કોઈ દુર્ગુણ તેનામાં નથી.''

''મારા ખ્યાલથી, તે હજી પણ તમારી સાથે છે ?''

''હા, સાહેબ. તે અને એક ૧૪ વર્ષની છોકરી, તેણી સરસ રસોઈ બનાવે છે અને મારી જગ્યાને પણ સ્વચ્છ રાખે છે. બસ મારા ઘરમાં અમે આટલા જ છીએ. હું એક વિધુર હોવાથી મારું કોઈ કુટુંબ પણ નથી. અમે ખૂબ શાંતિથી જીવીએ છીએ, સાહેબ. અમારા માથે છાપરું રહે તેટલું અને અમારું દેવું ચૂકવી શકીએ તેટલું જ કમાઈએ છીએ.''

''પહેલીવાર ઘણા વખતે તે જાહેરખબરના કારણે મેં સ્પ્લાઉડીંગ સાથે દુકાન બહાર પગ મૂક્યો. સ્પ્લાઉડીંગ આઠ અઠવાડિયાં પહેલાં જ આ જાહેરખબર સાથે ઑફિસમાં આવ્યો અને મને કહેવા લાગ્યો '''હું ભગવાનને પ્રાર્થના કરું, શ્રીમાન વિલ્સન કે કાશ મારા વાળ લાલ હોત તો કેટલું સારું હોત !'

'' 'એવું કેમ ?' મેં પૂછ્યું.

''કેમ,'' તે બોલ્યો, 'લાલ માથાવાળી મંડળીમાં બીજી એક જગ્યા ખાલી થઈ છે. જે કોઈને પણ આ નોકરી મળશે તેનાં તો નસીબ ઊઘડી જશે. અને હું માનું છું ત્યાં સુધી લાલ માથાવાળા લોકોની સંખ્યા ઓછી હોવાથી જગ્યા તો રહેવાની જ, અને માટે તેના ટ્રસ્ટીને પણ માણસોની ગરજ રહેવાની. છેવટે તેમના માટે મોટો પ્રશ્ન એ છે કે તેમણે ટ્રસ્ટના પૈસા વાપરવા ક્યાં ? જો હું મારા વાળનો કલર બદલી શકતો હોત તો હું આ તક જરા પણ ન ગુમાવત.'

'' 'કેમ, વાત શું છે, મને કહે તો ખરો ?' મેં પૂછ્યું. તમે જોઈ શકો છો, શ્રીમાન હોમ્સ, હું એક ઘરમાં ભરાઈ રહેતો માણસ છું. અને મારો ધંધો હું ક્યાંય બહાર ગયા વગર ઘરેથી જ કરું છું, માટે હું અઠવાડિયાંઓ સુધી ઘરની બહાર નથી જતો અને માટે મને બહારના જીવન વિષેની કોઈ જ જાણકારી નથી હોતી અને આવા સમાચારથી તો મારી ખુશીનો જ પાર ન રહ્યો.

'' 'શું તમે ક્યારેય લાલ માથાની મંડળી વિષેના માણસો વિષે નથી સાંભળ્યું ?' સ્પ્લાઉડીંગે મને આશ્ચર્યસહ પૂછ્યું.

" 'ક્યારેય નહીં.'

" 'ખરેખર ! મને તો આશ્ચર્ય થાય છે ! ખાસ કરીને તમે તો આ નોકરી માટે એકદમ યોગ્ય છો.'

" 'પણ એ તો કહે કે મને, આ કામમાંથી કેટલું વળતર મળશે ?' મેં પૂછ્યું.

" 'અરે, વર્ષના ૨૦૦, પણ કામ તેના પ્રમાણમાં સાવ ઓછું છે, અને જો કોઈ બીજો ધંધો પણ ચાલુ હોય તો તેને તેની કોઈ જ અસર નથી થતી.'

"તમે સમજી શકો છો કે આ વાતે મારા કાન ઊંચા કરી નાખ્યા, છેલ્લા કેટલાય વર્ષથી મારો ધંધો કંઈ ખાસ નહોતો ચાલી રહ્યો અને આવી રીતે મને જો વર્ષના બીજા ૨૦૦ મળી રહેતા હોય તો તો કેટલું સારું કહેવાય."

" 'સ્પ્લાઉડિંગ, મને આ વિષે બધું જ જાણવું છે.' મેં કહ્યું.

" 'કેમ નહીં ?' મને તેણે જાહેરખબર બતાવતાં કહ્યું, 'આ રહી જાહેરખબર. તમારી જાતે જ જુઓ. આ મંડળીમાં એક જગ્યા ખાલી છે, અને તેમાં અરજી કરવાનું સરનામું પણ આપ્યું છે. જ્યાં સુધી મેં સાંભળ્યું છે ત્યાં સુધી લિગની સ્થાપના એક અમેરિકન લખપતિ ઇઝેકિઆહ હોપકિન્સે કરી હતી. તે એક વિશિષ્ટ માણસ હતો. તે પોતે લાલ વાળ ધરાવતો હતો માટે તે જ્યારે મૃત્યુ પામ્યો ત્યારે તેણે પોતાની અઢળક સંપત્તિ ટ્રસ્ટીઓના હાથમાં એવાં સૂચનો સાથે મૂકી હતી કે તેમની સંસ્થામાં એવા માણસને નોકરી આપવી જેના વાળ પણ તેમના જેવા જ લાલ હોય. આ ઉપરાંત મેં સાંભળ્યું છે તે પ્રમાણે તો તે નોકરીમાં કામના પ્રમાણમાં વળતર સારું મળનાર છે.'

" 'પણ,' મેં કહ્યું, " 'લાલ વાળવાળા તો કેટલાય માણસો હશે જેણે અરજી કરી હશે.'

" 'હા, પણ તમેં વિચારો છો એટલા બધા નથી.' તેણે જવાબ આપ્યો. 'તમે જુઓ જ છો કે તેમાં સ્પષ્ટપણે લખ્યું છે કે તેમણે વયસ્ક અને લંડનમાં રહેનાર વ્યક્તિની માંગ કરી છે. આ અમેરિકને પોતાની યુવાનીમાં લંડનથી જ શરૂઆત કરી હતી અને તે એવું ઇચ્છતો હતો કે ત્યાંની જ વ્યક્તિને આ લાભ મળે અને મેં એવું પણ સાંભળ્યું છે કે જો તમારા વાળ જરા પણ હળવા કે ઘાટા લાલ હશે તો નહીં ચાલે પણ તે ફક્ત અને ફક્ત અસલ તેજસ્વી, ચળકતા અને આગની જ્વાળા જેવા લાલ હોવા જોઈએ. અને હવે આ બધું જાણ્યા પછી તમે ખરેખર આ નોકરી માટે અરજી કરવા માગતા હો તો તમારે કેટલાક સો પાઉન્ડ કમાવવા ઘર બહાર જવાની તૈયારી પણ રાખવી પડશે.'

"હવે આ તો સ્વાભાવિક હતું, તમે તમારી જાતે જ જોઈ શકો છો કે મારા વાળ એકદમ ઘાટા રંગના હોવાથી અન્ય કોઈ અરજદાર કરતાં મને નોકરી મળવાની શક્યતા વધારે રહેલી છે. વિન્સેન્ટ સ્પાઉલ્ડીંગ આ બાબતે ઘણી જાણકારી ધરાવતો હતો. તે મને આ બાબતે મદદરૂપ થાય તેમ હતો એટલે મેં તેને એક દિવસ દુકાનનું શટર પાડી મારી

સાથે આવવા કહ્યું. તેને તો રજા જોઈતી જ હતી, અમે ધંધો આટોપીને જાહેરખબરમાં આપેલા સરનામા ભણી ચાલવા લાગ્યા.''

''મેં આવો નજારો ક્યારેય નહોતો જોયો, શ્રીમાન હોમ્સ. ઉત્તર-દક્ષિણ-પૂર્વ-પશ્ચિમ બધી જ દિશામાંથી કેટલાયે લાલ વાળવાળા માણસો તે જગ્યાએ અરજી કરવા ઊમટી પડ્યા હતા. ફ્લિટ સ્ટ્રીટ લાલ માથાવાળા લોકોથી જામ થઈ ગઈ હતી અને પોપની કોર્ટ શાકભાજીવાળાની નારંગી ભરેલી લારી જેવી લાગતી હતી. મને નહોતી ખબર કે આ એક જાહેરખબરના કારણે આટલા બધા લોકો શહેરમાં ઊમટી પડશે. તેમાં બધી જ ઝાંયવાળા જેવા કે તણખલા, લીંબુ, નારંગી, ઈંટ, આઈરિશ-કૂતરા, બદામી રંગ, માટીના રંગ બધી જ ઝાંયના વાળવાળા લોકો ઊમટી આવ્યા હતા પણ જેમ સ્પાઉલ્ડીંગે કહ્યું તેમ ત્યાં ઘણા ઓછા લોકો એવા હતા જે એકદમ ઘાટા, ચળકતા લાલવાળ ધરાવતા હતા. નોકરીની જગ્યા માટે આટલા બધા લોકોને આવેલા જોઈ હું સાવ જ નિરાશ થઈ ગયો, પણ સ્પાઉલ્ડીંગને એવું નહોતું લાગતું. તેને કેમ એમ નહોતું લાગતું તે હું નહોતો ધારી શક્યો, તે તો આખરે મને ધક્કો મારતો મારતો ટોળાની પેલે પાર લઈ ઑફિસના બારણા આગળ લઈ જ ગયો. ત્યાં દાદરા આગળ બે લાઇનો હતી એક આશાવાન લોકોની તો બીજી હતાશ લોકોની; પણ અમે તો ગમે તેમ કરીને ઑફિસમાં ઘૂસી ગયા.''

''તમારો આ અનુભવ ખરેખર ખૂબ મનોરંજક રહ્યો છે,'' જેવો તેનો અસીલ કંઈક યાદ કરવા રોકાયો કે તરત હોમ્સે તેને કહ્યું, ''મહેરબાની કરીને તમે તમારું નિવેદન ચાલુ રાખો.''

''ત્યાં ઑફિસમાં બે લાકડાની ખુરશી અને એક ટેબલ સિવાય કંઈ જ નહોતું ટેબલની બીજી બાજુ એક મારા કરતાં પણ ઘાટા લાલ વાળવાળો ઠીંગણો માણસ બેઠો હતો. તે દરેક અરજદારને કંઈક ને કંઈક કહેતો અને છેવટે તેનામાં કંઈક ને વાંધો કાઢી તેને ગેરલાયક ઠેરવતો અને રવાના પાડી દેતો. છેવટે ત્યાં નોકરી મેળવવી કંઈ એટલી બધી સરળ તો નહોતી જ ! તેમ છતાં પણ જ્યારે અમારો વારો આવ્યો ત્યારે તે માણસે અન્યો કરતાં વિરુદ્ધ ઊલટાં મારાં વખાણ કર્યાં અને જેવા અમે અંદર પ્રવેશ્યા કે તેણે દરવાજો બંધ કરી દીધો, જેથી કરીને તે મારી સાથે બે-ત્રણ અંગત વાતો કરી શકે.

''આ શ્રીમાન જેબેઝ વિલ્સન છે.'' મારા મદદનીશે કહ્યું, ''અને તેમને મંડળીની આ જગ્યામાં નોકરી મેળવવાની ઇચ્છા છે.''

'' 'અને તેઓ ખરેખર આ જગ્યા માટે એકદમ યોગ્ય છે,' પેલા માણસે જવાબ આપ્યો. 'તેમનામાં બધી જ યોગ્યતા છે. મને યાદ નથી આવતું કે મેં અત્યાર સુધી આટલી યોગ્ય વ્યક્તિને જોઈ હોય !' તે એક પગલું પાછળ ગયો પોતાનું માથું એક બાજુ ઝુકાવ્યું, અને જ્યાં સુધી હું અકળાયો નહીં ત્યાં સુધી મારા વાળને તાકી તાકીને જોતો

રહ્યો અને પછી અચાનક તે આગળ નમ્યો, મારું માથુ હલાવી મૂક્યું અને છેવટે તેમણે સંતોષથી મને શુભેચ્છા પાઠવી.

" 'જો હું તમને ના પાડું તો તે ખરેખર અન્યાય કહેવાશે,' તેણે કહ્યું, 'તમે મહેરબાની કરીને મારી આ માત્ર ને માત્ર સાવચેતી દાખવવા કરવામાં આવેલી હરકતને માફ કરશો.' આમ કહેતાં તેણે બે હાથમાં મારા વાળ લીધા અને હું જ્યાં સુધી પીડાનો માર્યો બૂમ ન પાડી ઊઠ્યો ત્યાં સુધી તેણે તેને ખેંચ્યા. " 'તમારી આંખમાં તો પાણી આવી ગયાં.' તેણે મારા વાળ છોડતાં કહ્યું. 'મારે તો સત્યની ખાતરી કરવાની હતી. છેલ્લી બે વાર અમે વિગ અને કલર વડે છેતરાયા હોવાથી અમારે ખૂબ કાળજી રાખવી પડે છે.' તેણે બારી બહાર ડોકું કાઢ્યું અને ઊંચા અવાજમાં જગ્યા ભરાઈ જવાની જાહેરાત કરી. એક હતાશાનું મોજું આખીયે જગ્યામાં ફરી વળ્યું અને બધા જ નિરાશા સાથે પોતપોતાની દિશામાં પાછા વળ્યા. હવે લાલ માથાવાળા હતા માત્રં હું અને પેલો મેનેજર.

" 'મારું નામ,' તેણે કહ્યું, 'શ્રીમાન ડંકન રોઝ છે. અને હું અમારા માલિક દ્વારા જે ભંડોળ છોડવામાં આવ્યું છે તેનો એક પેન્શનર છું, તમે વિવાહિત પુરુષ છો, શ્રીમાન વિલ્સન ? તમારે પરિવાર છે ?'

"મેં જવાબ આપ્યો, "મારે પરિવાર નથી."

"તેનું મોઢું પડી ગયું."

"મારા વહાલા !" તેણે ગંભીરતાથી કહ્યું, "આ એક ગંભીર બાબત છે ! મને આ સાંભળીને દુઃખ થયું. આ ફંડ ખરેખર લાલ માથાવાળા લોકોના ફેલાવા માટે ફાળવવામાં આવ્યું છે અને તેમના ભરણપોષણ માટે પણ. અને આ એક દુર્ભાગ્ય કહેવાય કે તમે એક કુંવારા વ્યક્તિ છો."

"આ સાંભળીને મારો ચહેરો ફિક્કો પડી ગયો શ્રીમાન હોમ્સ, મેં માની લીધું કે હાથમાં આવેલી નોકરી જતી રહી, પણ થોડો સમય વિચાર્યા બાદ તેમણે કહ્યું કે બધું ઠીક થઈ રહેશે.

" 'બીજા કોઈની વાત હોત તો,' તેણે કહ્યું, " 'વિરોધ ખરેખર ગંભીર હોત પણ તમારા આ ચોક્કસ વાળને કારણે વાત તમારા પક્ષે છે. તમે ક્યારથી તમારી નવી ફરજમાં જોડાઈ શકો તેમ છો ?'

"મારે એક બીજો ધંધો પણ છે માટે થોડીક તકલીફ પડશે."

" 'અરે, એની ચિંતા ન કરો, શ્રીમાન વિલ્સન !' વિન્સેન્ટ સ્પાઉલ્ડિંગે કહ્યું. 'તમારા માટે તેટલો સમય ધંધો હું સંભાળી લઈશ.'

" 'સમય શું હશે ?' મેં પૂછ્યું

" 'દસથી બે.'

" 'જ્યારે એક ધીરનારનો ધંધો સામાન્ય રીતે સાંજે જ થતો હોય છે, શ્રીમાન હોમ્સ અને તે પણ ખાસ કરીને ગુરુવાર અને શુક્રવાર સાંજે. જે ચુકવણીના દિવસ પહેલા હોય છે; માટે મારા માટે થોડા ઘણા પૈસા સવારની બાજુએ કમાવવા સાવ અનુકૂળ હતા.

બીજી બાજુ મને ખબર હતી કે મારો મદદનીશ એક સારો માણસ હતો અને તે કોઈ પણ સ્થિતિને સંભાળી શકવાને સક્ષમ હતો.'

" 'તે તો મને એકદમ અનુકૂળ રહેશે,' મેં કહ્યું 'અને ચુકવણી ?'

" 'અઠવાડિયાના ચાર પાઉન્ડ.'

" 'અને કામ ?'

" 'એ તો સાવ નજીવું છે.'

" 'તમે નજીવું શેને કહો છો ?'

" 'બસ, તમારે ઑફિસે આવવાનું છે. કમસે કમ આ ઇમારતમાં આખો સમય રહેવાનું છે. જો તમે તેમ નહીં કરો તો તમને તમારી નોકરીમાંથી કાયમી ધોરણે કાઢી મૂકવામાં આવશે. આ એક સ્પષ્ટ મુદ્દો છે. જો તમે આ સમય દરમિયાન ઑફિસ છોડશો તો તે શરતોનું ઉલ્લંઘન ગણાશે.'

" 'દિવસના માત્ર ચાર કલાક, હું શા માટે ઑફિસ બહાર જવાનું વિચારું ?' મેં કહ્યું.

" 'કોઈ પણ બહાનું નહીં ચાલે,' શ્રીમાન ડંકન રોઝે કહ્યું, " 'ન તો કોઈ બીમારીનું, ન તો ધંધાનું કે કોઈ પણ. તમારે હાજર રહેવું જ પડશે નહીં તો તમે તમારી નોકરી ગુમાવશો.'

" 'અને કામ ?'

" 'બ્રિટાનિકા એન્સાઇક્લોપીડિયાની કોપી કરવાની છે. તેનો પહેલો ભાગ પ્રેસમાં છે. તમારે તમારી શાહી પેન અને ખડિયો લાવવાનો રહેશે બાકી આ ટેબલ અને ખુરશી અહીં છે જ. તમે કાલ માટે તૈયાર છો ?'

" 'ચોક્કસ,' મેં જવાબ આપ્યો.

" 'તો પછી, આવજો, શ્રીમાન જેબેઝ વિલ્સન, અને હું ફરી એકવાર તમને તમારા સદ્ભનસીબે મેળવેલી નોકરી માટે શુભેચ્છા પાઠવું છું.' તે મને દરવાજા બહાર દોરી ગયા, અને મારે શું કહેવું તેની ખબર ન પડતાં હું મારા મદદનીશ સાથે મારા સારા નસીબ પર ખુશ થતો થતો ઘરે જવા ચાલતો થયો.

"હું આખો દિવસ આ બાબતે વિચારતો રહ્યો અને છેવટે હું ફરી એક હતાશાથી ઘેરાઈ ગયો. મને એ ચિંતા સતાવતી હતી કે કદાચ આ આખીયે વાત મારી સાથેની કોઈ છેતરપિંડી તો નહીં હોય ને. મને સતત એવો જ વિચાર આવતો હતો કે કોઈ આવો વિચિત્ર વારસો કઈ રીતે લખી શકે ? અથવા તો માત્ર એક બ્રિટાનિકા એન્સાઇક્લોપીડિયાની નકલ ઉતારવા માટે કોઈ આટલું વળતર કઈ રીતે આપી શકે. વિન્સેન્ટ સ્પાઉલ્ડિંગે મને ઉત્સાહમાં લાવવા માટે બનતો પ્રયત્ન કર્યો, છેવટે સૂતી વખતે હું બધું જ ભૂલી ગયો અને તેમ છતાં પણ એક વાર અજમાવી લેવા ખાતર મેં સવારે

નોકરીએ જવાનું નક્કી કર્યું. સવારે હું એક પેનીનો ખડિયો અને કલમવાળી પેન ફૂલસ્કેપના કાગળની થપ્પી ખરીદીને પોપ્સ કોર્ટ તરફ જવા રવાના થયો.

"મારા, આશ્ચર્ય વચ્ચે બધું જ સાચું અને શક્યમાન હતું. ટેબલ મારા માટે તૈયાર રાખવામાં આવ્યું હતું, અને શ્રીમાન ડંકન એ જોવા પણ ત્યાં હાજર હતા કે હું કામમાં જોડાઈ ગયો છું કે નહીં. તેમણે મને 'એ' અક્ષરથી શરૂ કરવા કહ્યું અને જતા રહ્યા. જો કે થોડી થોડી વારે તેઓ મને કોઈ તકલીફ તો નથી ને તે જોતા રહેતા હતા. બે વાગ્યે તેઓ મને શુભ દિવસની શુભેચ્છા પાઠવવા આવ્યા અને મેં કરેલા લખાણ વિષે મને બિરદાવ્યો અને મારા જતાં જ ઑફિસને તાળું મારી દીધું.

"આ ઘટનાક્રમ રોજ આમ જ ચાલતો રહ્યો, શ્રીમાન હોમ્સ, અને શનિવારે મેનેજર મને ચાર સોનાની મહોર મારા અઠવાડિયાના કામના વળતર પેટે આપી દીધી. બીજા અઠવાડિયે પણ તેમ જ બન્યું, અને પછીના અઠવાડિયે પણ તેમ જ બન્યું. દરરોજ સવારે દસ વાગ્યે હું ત્યાં જતો અને બે વાગ્યે નીકળી જતો. ધીમે ધીમે શ્રીમાન ડંકન રોજ માત્ર સવારે જ આવતા અને પછી તો તેઓ આવતા જ નહોતા તેમ છતાં મારી ક્યારેય જગ્યા છોડવાની હિંમત નહોતી ચાલી, કારણ કે મને જરા પણ નહોતી ખબર કે તેઓ ક્યારે આવી ચડે, ઉપરાંત મને ચૂકવવામાં આવતું વળતર પણ સારું અને મારી અનુકૂળતાએ હતું માટે હું આવું જોખમ ક્યારેય ઉઠાવવા નહોતો માંગતો."

"આવી જ રીતે આઠ અઠવાડિયાં પસાર થઈ ગયાં અને મેં એબોટ્સ (મઠાધીપતિ) ધનુષવિદ્યા (આર્ચરી) અને શસ્ત્રો (અર્મ્સ) અને સ્થાપત્ય (આર્કિટેક્ચર) અને એટિકા (એથેન્સ) વિશે લખ્યું અને આશા રાખી કે ખૂબ જ ઉદ્યમશીલ રીતે હું ખૂબ જ ટૂંકા ગાળામાં બી પણ શરૂ કરી દઈશ. મેં કેટલાયે કાગળો ભરી નાખ્યા અને મારા લખાણ દ્વારા લગભગ એક માળિયું પણ ભરાવા આવ્યું હતું અને અચાનક આખું કામ બંધ થઈ ગયું."

"બંધ થઈ ગયું ?"

"હા, સાહેબ. આજ સવારથી. હું રોજની જેમ દસ વાગ્યે મારા કામે ગયો પણ બારણાને તાળું મારેલું હતું અને બારણા પર ખીલ્લીઓ વડે એક ચોરસ પાટિયું લગાવવામાં આવ્યું હતું. આ રહ્યું તે, તમે જાતે જ વાંચી શકો છો."

તેણે ધોળા કાર્ડ બોર્ડના નોટ પેપરની સાઇઝના ટુકડાને અમારી સામે ધર્યો. તે આ પ્રમાણે વંચાતું હતું.

લાલ કેશવાળું સંગઠન
બરખાસ્ત કરવામાં આવ્યું છે.
ઑક્ટોબર ૯, ૧૮૯૦.

શૅરલૉક હોમ્સ અને હું આ તોછડી જાહેરાત અને તેની પાછળ રહેલા શોકાતુર ચહેરાને જોઈ રહ્યા અને આવી રમૂજી સ્થિતિમાં અમે અમારું હસવાનું ખાળી ન શક્યા.

"મને આમાં કંઈ રમૂજી નથી લાગતું," અમારો અસીલ ભભૂકતા ગુસ્સામાં બરાડી ઊઠ્યો. "જો તમે હસવા ઉપરાંત કંઈ જ ન કરી શકવાના હો તો હું બીજે ક્યાંક જાઉં."

"ના, ના," હોમ્સે બૂમ પાડી અને તેને ખુરશીમાં પાછો બેસાડ્યો, "હું તમારો આ કેસ જરા પણ ગુમાવી શકું નહીં. તે ખરેખર એક પ્રેરણાદાયક અને અનોખો છે, પરંતુ તમે ખરેખર આ કાર્ડબોર્ડ લાવીને અમને રમૂજ પમાડી છે. હવે તમે એ કહો કે જેવું તમે આ બોર્ડ બારણા પર લટકતું જોયું, તમે શું કર્યું ?"

"મને તો ચક્કર આવી ગયા સાહેબ. મને ખબર ના પડી મારે શું કરવું. પછી તો હું આજુબાજુની બધી જ ઑફિસોમાં પૂછી ફર્યો પણ કોઈને આ વિષે કંઈ જ ખબર નહોતી. હું તરત અમારી ઑફિસના ગ્રાઉન્ડ ફ્લોર પર એકાઉન્ટન્ટ તરીકે કામ કરતા મકાનમાલિક પાસે ગયો અને તેને પૂછ્યું કે શું તે મને જણાવી શકશે કે લાલ માથાવાળા સંગઠનને શું થયું ? તેણે મારા આશ્ચર્ય વચ્ચે મને એમ કહ્યું કે તેણે ક્યારેય આવા કોઈ સંગઠન વિષે નથી સાંભળ્યું. પછી મેં તેમને શ્રીમાન ડંકન વિષે પૂછ્યું. ત્યારે તેના જવાબમાં પણ તેમણે એવું કહ્યું કે આ નામ તેમણે ક્યારેય નથી સાંભળ્યું.

" 'અચ્છા, તો પછી,' મેં કહ્યું, 'પેલા શ્રીમાન જે ૪ નંબરના ઓરડામાં ધંધો ચલાવતા હતા તે.'

" 'શું, પેલા લાલ વાળવાળા પુરુષ ?'

" 'હા,'

" 'અરે,' તેણે કહ્યું, " 'તેમનું નામ તો વિલિયમ મોરિસ હતું. તે તો એક સૉલિસિટર હતા, અને મારો ઓરડો તો તેઓ તેમની નવી જગ્યા જ્યાં સુધી તૈયાર ન થઈ જાય ત્યાં સુધી વાપરવાના હતા, અને તેઓ તો ગઈ કાલે જ જતા રહ્યા.'

" 'હું તેમને ક્યાં મળી શકું ?'

" 'અરે, તેમની નવી ઑફિસે. તેમણે મને સરનામું કહ્યું હતું. હા, ૧૭ કીંગ એડવર્ડ સ્ટ્રીટ, સેઇન્ટ પોલ્સની પાસે.'

"હું તરત જ ત્યાં જવા રવાના થયો, શ્રીમાન હોમ્સ. પણ હું જેવો જ આપેલા સરનામે પહોંચ્યો ત્યારે ત્યાં તો એક નકલી ગોઠણ-ઢાંકણી બનાવવાની ફેક્ટરી હતી અને ત્યાંના કોઈ જ માણસે ન તો શ્રીમાન વિલિયમ મોરિસ કે ન તો શ્રીમાન ડંકન રોઝનું નામ સાંભળ્યું હતું."

"અને પછી તમે શું કર્યું ?" હોમ્સે પૂછ્યું.

"હું મારા સેક્સે કોબર્ગ સ્ક્વેરવાળા ઘરે પાછો ગયો. અને મારા મદદનીશની મદદ લેવા વિચાર્યું, પણ તે મને કોઈ રીતે મદદ ન કરી શક્યો. તે તો માત્ર એટલું કહી શક્યો કે મારે ટપાલની રાહ જોવી જોઈએ. પણ મને તે કંઈ ખાસ યોગ્ય ન લાગ્યું, શ્રીમાન હોમ્સ. હું આ જગ્યા કંઈ પણ કર્યા વગર ખાલી બેઠા બેઠા જ નહોતો ગુમાવવા

ઇચ્છતો. મેં પહેલાં તમારા વિષે સાંભળ્યું હતું કે તમે ગરીબોને જેમને તમારી સલાહની ખાસ જરૂર હોય છે તેને મદદ કરી શકો તેમ છો માટે હું સીધો જ તમારી પાસે આવ્યો.''

''અહીં આવી તમે બરાબર જ કર્યું છે,'' હોમ્સે કહ્યું, ''તમારો કેસ ખરેખર અતિશય રસપ્રદ છે. મને તેમાં ઊંડું ઊતરવું ગમશે. તમે તમારી જે હકીકત મને જણાવી છે તે પરથી એવું લાગે છે કે આ બાબત જેટલી ગંભીર દેખાય છે તેટલી નથી.''

''પૂરતી ગંભીર છે !'' શ્રીમાન જેબેઝ વિલ્સને કહ્યું, ''મારે અઠવાડિયાંના ચાર પાઉન્ડ શા માટે ગુમાવવા જોઈએ ?''

''જ્યાં સુધી તમારી અંગત ચિંતાની વાત છે ત્યાં સુધી,'' હોમ્સે જણાવ્યું, ''મને એવું લાગે છે કે તમને આ અસામાન્ય સંગઠન વિરુદ્ધ કોઈ ફરિયાદ ન હોવી જોઈએ. આથી વિરુદ્ધ, હું જ્યાં સુધી સમજું છું ત્યાં સુધી તમને લગભગ ૩૦ પાઉન્ડ મળ્યા છે અને સાથે સાથે 'એ' મૂળાક્ષર હેઠળ આવતા દરેક શબ્દનું જ્ઞાન પણ મળ્યું છે. આમ, તમે કંઈ ગુમાવ્યું તો નથી જ.''

''ના, સાહેબ, હું તેમને શોધી કાઢવા માગું છું. અને તેઓ કોણ છે અને જો તેમણે મારી સાથે મજાક કરી હોય તો હું તેમનો ઉદ્દેશ જાણવા માગું છું. તેમના માટે આ એક મોંઘી મજાક સાબિત થશે, જે તેમને ૨૩૦ પાઉન્ડ મોંઘી પડવાની છે.''

''અમે તમારો આ મુદ્દો સ્પષ્ટ કરી આપીશું. પહેલાં તો મારા આ બે પ્રશ્નનો જવાબ આપો, શ્રીમાન વિલ્સન. આ જે તમારો મદદનીશ છે જેણે તમારું આ આખીયે જાહેરખબર તરફ ધ્યાન દોર્યું - તે તમારી સાથે કેટલા વખતથી કામ કરી રહ્યો છે ?''

''લગભગ એક મહિનાથી.''

''તે કઈ રીતે આવ્યો હતો ?''

''મેં આપેલી એક જાહેરખબરના અરજકર્તા તરીકે.''

''તે એક જ માત્ર અરજકર્તા હતો ?''

''ના, દસ-બાર અરજકર્તા હતા.''

''તમે તેને કેમ પસંદ કર્યો ?''

''કારણ કે તે સસ્તો અને સુલભ હતો.''

''અડધા પગારે કેમ ?''

''હા.''

''આ વિન્સેન્ટ સ્પાઉલ્ડિંગ દેખાવે કેવો છે ?''

''નાનો, લઠ્ઠા જેવો, કામ કરવામાં ઝડપી, ચહેરા પર જરા પણ વાળ નથી, માટે તે ત્રીસથી ઓછો લાગે છે. તેના કપાળ પર એક ધોળો ઍસિડથી પડેલો ડાઘ પણ છે.''

હોમ્સ પોતાની ખુરશીમાંથી ઉત્તેજનાથી ઊભો થઈ ગયો, ''હું વિચારું છું ત્યાં સુધી,'' તેણે કહ્યું, ''શું તમે ક્યારેય નિરીક્ષણ કર્યું છે કે તેના કાન વિંધાયેલા છે ?''

“હા, સાહેબ, તેણે મને કહ્યું હતું કે એક વણઝારાએ તે જ્યારે નાનો હતો ત્યારે તેના કાન વીંધ્યા હતા.”

“હં !” હોમ્સે ઊંડા વિચારમાં ડૂબી જતાં કહ્યું, “તે હજુ પણ તમારી સાથે છે ?”

“હા, સાહેબ, હું દુકાને તેને જ મૂકીને આવ્યો છું.”

“અને શું તમારી ગેરહાજરીમાં તમારા ધંધા પર ધ્યાન આપવામાં આવતું હતું ?”

“તેમાં તો કંઈ ફરિયાદ કરવાની રહેતી જ નહોતી કારણ કે સવારની બાજુએ કોઈ જ કામ નહોતું રહેતું.”

“સારું ત્યારે, શ્રીમાન વિલ્સન. હું તમને આ બાબતે એકાદ બે દિવસમાં જણાવીશ. આજે શનિવાર છે, મને આશા છે કે સોમવાર સુધીમાં આપણે કોઈક તારણ પર આવીશું.”

“સારુ વૉટસન,” અમારા મુલાકાતીના ગયા બાદ હોમ્સે કહ્યું, “આ બધા પરથી તને શું લાગે છે ?”

“મને કંઈ જ નથી લાગતું.” મેં નિખાલસતાથી જવાબ આપ્યો, “મને તો આખો ઘટનાક્રમ જ રહસ્યમય લાગે છે.”

“નિયમ પ્રમાણે,” હોમ્સે કહ્યું, “જે બાબત વધારે વિચિત્ર હોય છે તે ઓછી રહસ્યમય સાબિત થાય છે. આ તો એક સાવ સામાન્ય વાત છે કે જે કેસ કોઈ પણ જાતની લાક્ષણિકતા ધરાવતો નથી તે કોયડારૂપ સાબિત થાય છે જ્યારે સામાન્ય લાગતા કેસને વ્યાખ્યાયિત કરવા ઘણા અઘરા હોય છે. પણ મારે આ બાબતમાં ત્વરિત પગલાં લેવાં જોઈએ.”

“તું શું કરવા જઈ રહ્યો છે ?” મેં પૂછ્યું.

“તમાકુના કશ લઈશ.” તેણે જવાબ આપ્યો, “મારે ત્રણ પાઈપ ફૂંકવી પડશે માટે હું ઇચ્છું છું કે તું મારી સાથે પચાસ મિનિટ સુધી વાત ન કરતો.” તે ખુરશીમાં પોતાના બેય પગ ભેગા કરી બેઠો અને પાઇપમાંથી ધુમાડા કાઢવા માંડ્યો, અને બન્ને આંખો બંધ કરી, તેની લાક્ષણિક ઢબ પ્રમાણે વિચારમાં ખોવાઈ ગયો. મને લાગ્યું તે સૂઈ ગયો છે. પણ અચાનક જ તે પોતાની ખુરશીમાંથી ઊછળ્યો. જાણે તેણે કોઈ નિર્ધાર ન કરી લીધો હોય તેમ. તેણે તરત જ પોતાની પાઇપને આગની ઉપરની અભરાઈ પર મૂકી દીધી.

“આજે બપોરે સેન્ટ જેમ્સ હોલમાં સારાસાટે નાટક છે,” તેણે કહ્યું, “તું શું વિચારે છે, વોટસન ? શું તારા દર્દીઓ તને થોડાક કલાક માટે નવરો કરશે ?”

“મારે આજે કોઈ જ કામ નથી. મને મારી પ્રેક્ટિસમાં ક્યારેય એટલો બધો રસ નથી રહ્યો.”

“તો પછી તારી ટોપી પહેરી લે અને ચાલ. આપણે શહેરમાં થઈને જઈશું અને રસ્તામાં કંઈક જમી પણ લઈશું. મારા ખ્યાલથી નાટકમાં જર્મન સંગીત ખૂબ સરસ છે. તને તો ખબર છે કે મને ફ્રેન્ચ કે ઇટાલિયન કરતાં જર્મન સંગીત કેટલું પસંદ છે. આ પ્રવૃત્તિ આત્મનિરીક્ષણ સમાન છે અને મને આત્મનિરીક્ષક થવું ગમે છે. ચાલતો રહે !”

અમે એલ્ડરગેટ સુધી અન્ડરગ્રાઉન્ડ ટ્રેનમાં ગયા અને ત્યાંથી માત્ર થોડું જ ચાલતાં અમે સેક્સે-કોબર્ગ સ્ક્વેર આવી પહોંચ્યા, તે જ જગ્યાના માલિકના મોઢે જ અમે આજે સવારે એક અનોખી આપવીતી સાંભળી હતી. તે એક ગંદી, નાની, અને ખખડધજ જગ્યા હતી, ત્યાં બે માળની ચાર ઈમારતો આવી હતી જેને ફરતે કઠેડો હતો. ત્યાં નીચે ઘાસની લૉન પણ હતી અને લોરેલની ઝાડીઓ ઝૂલી રહી હતી. આ દૃશ્ય જોઈને એવું લાગી રહ્યું હતું કે લોરેલની ઝાડીઓ જાણે શેરીના પ્રદૂષણ અને ધૂળભર્યા વાતાવરણને લડત ન આપી રહી હોય. ચોકના ખૂણા પરના ઘરના બારણે એક ત્રણ સોનેરી દડા અને ભૂખરા કલરનું "જેબેઝ વિલ્સન"નું ધોળા અક્ષરે લખેલું પાટિયું લટકી રહ્યું હતું જે અમારા અસીલનું ઘર હતું અને તેમના ધંધાનું સ્થળ પણ. શૅરલૉક હોમ્સ પોતાનું માથું એક બાજુ રાખી તેની સામે થોભ્યો અને તેની આંખોમાંથી એક ચમક જરી. પછી તે ધીમે ધીમે શેરીની ઉપર તરફ ચાલ્યો અને તેવી જ રીતે ધીમે ધીમે નીચે ખૂણા તરફ આવ્યો, હજુ પણ તે ખૂબ જ ઝીણવટથી આજુબાજુનાં ઘરોને નીરખી રહ્યો હતો. છેવટે તે પેલા ધીરધારના સ્થળે આવી પહોંચ્યો અને ખૂબ જ જોશપૂર્વક પથ્થર જડેલી સડક પર ત્રણ-ચાર વાર પોતાની લાકડી ઠોકી, તે બારણા તરફ ગયો અને ટકોરા માર્યા. તરત જ એક ચકચકાટ દાઢીવાળા ધોળા છોકરાએ બારણું ખોલ્યું અને તેમને અંદર આવવા કહ્યું.

"તમારો આભાર," હોમ્સે કહ્યું, "મેં માત્ર એટલું પૂછવા માટે બારણું ખખડાવ્યું કે અહીંથી સ્ટ્રેન્ડ તરફ જવું હોય તો કઈ બાજુ જવું ?"

"થર્ડ રાઈટ, ફોર્થ લેફ્ટ." તેણે બારણું બંધ કરતાં જવાબ આપ્યો.

"ખૂબ હોશિયાર છોકરો છે," હોમ્સે નિરીક્ષણ કર્યું અને અમે ચાલતા થયા, "મારા માનવા પ્રમાણે તે લંડનનો ચોથો સૌથી હોશિયાર વ્યક્તિ છે. અને હિંમતમાં તો ત્રીજા નંબર આવે તેમ છે. હું પહેલેથી તેના વિષે કેટલીક માહિતી ધરાવું છું."

"દેખીતી રીતે," મેં કહ્યું, "શ્રીમાન વિલ્સનનો આ મદદનીશ, અનોખા લાલ માથાવાળા સંગઠનની એક ખાસ કડી છે. મને ખાતરી છે કે તું માહિતી મેળવવાનાં બહાનાં હેઠળ તેને જોવા માગતો હતો."

"તેને નહીં."

"તો પછી ?"

"તેના પાટલૂનના ગોઠણને."

"અને તેં શું જોયું ?"

"જેની હું અપેક્ષા રાખતો હતો."

"તેં જમીન પર લાકડી કેમ ઠપકારી ?"

"મારા વહાલા ડૉક્ટર, અત્યારે નિરીક્ષણ કરવું સારું રહેશે, વાતો નહીં. આપણે દુશ્મન દેશમાં જાસૂસ છીએ. આપણે સેક્સે કોબર્ગ જે જાણવું હતું તે જાણી લીધું છે. હવે તેની પાછળની બાજુએ શું છે તે જાણી લઈએ."

"જેવા જ અમે સેક્સે કોબર્ગની બીજી બાજુ ગયા કે આખોયે માહોલ બદલાઈ ગયો. તે શહેરનો ઉત્તર અને પશ્ચિમ તરફ જતો ધોરી માર્ગ હતો અને લોકોની અવરજવરથી ખીચોખીચ હતો. બીજી બાજુ તેની ફૂટપાથ પણ પગપાળા ચાલતા લોકોથી ભરાઈ ગઈ હતી. આ દૃશ્ય પર ખરેખર વિશ્વાસ કરવો અઘરો હતો કારણ કે જ્યાં એક બાજુ ઉદાસ ગંદી ઈમારતો આવેલી હતી ત્યાં બીજી બાજુ દુકાનોની હારમાળા અને ધંધાથી ધમધમતી ઈમારતો આવેલી હતી. એક બાજુ પેલા ચાર રસ્તા થંભી ગયેલા લાગતા હતા તો આ વિસ્તાર એકદમ ચહલપહલવાળો હતો."

"મને જોવા દે." હોમ્સે ખૂણામાં ઊભા રહેતાં અને આખી હરોળ પર નજર ફેરવતાં કહ્યું, "મારે અહીંના ઘરોનો ક્રમાંક યાદ રાખવો પડશે. લંડનની ચોક્કસ જાણકારી રાખવાનો મારો શોખ છે. પહેલાં આવે છે, મોર્ટિમિઅર્સ, પછી તમાકુવાળો, પછી છે નાની છાપાની દુકાન, ત્યાર પછી શહેરની કોબર્ગ શાખાની સબઅર્બન બેંક, પછી છે શાકાહારી રેસ્તોરાં, અને પછી છે મૅકફર્લૅન્સનો કેરેજ ડીપો. તે આપણને બીજા બ્લોક તરફ લઈ જશે. અને હવે ડૉક્ટર, આપણું કામ પત્યું, આપણે પૂરતું રખડી લીધું. હવે એક સેન્ડવીચ અને એક કપ કોફી લઈને આપણે સીધા જ વાયોલિનના સૂરો સાંભળવા જઈશું, જ્યાં નકરું માધુર્ય, લાલિત્ય અને સુરસંગમ જ હશે. ત્યાં કોઈ લાલ વાળવાળા અસીલનાં ઉખાણાં આપણને પરેશાન નહીં કરે."

મારો મિત્ર સંગીતનો રસિયો હતો તે માત્ર સારો વાદક જ નહીં પણ એક અસામાન્ય સંગીત રચયિતા પણ હતો. તે આખીયે બપોર તે સભાખંડની બેઠક પર બેસીને અને પોતાની પાતળી આંગળીઓ મ્યુઝિકની સંજ્ઞાઓમાં આમ તેમ ફેરવીને આનંદથી પસાર કરી. તેના ચહેરા પરનું મૃદુ સ્મિત અને તેની મંદ તેમજ સ્વપ્નશીલ આંખો તે હોમ્સથી તદ્દન અલગ હતી જે હંમેશા એક ચપળ જાસૂસ, નિર્દય, મશ્કરો, ગમે ત્યારે તૈયાર એવો ગુનાશોધક હતો. તેના અસામાન્ય ચારિત્ર્યમાં આ બેવડો સ્વભાવ સ્વાભાવિકપણે અને આપમેળે બદલાયે રાખતો હતો. તેના મિજાજની બે બાજુઓ એક તેની અસીમ ચોકસાઈ અને ચતુરાઈ અને બીજી કાવ્યાત્મક અને ચિંતનશીલ આ બન્ને બાજુઓ તેના પર વારાફરતી વારા પ્રભુત્વ જમાવતી રહે છે. તેના સ્વભાવનો ઝૂલો તેને એકવાર તીવ્ર શિથિલતા તો બીજી વાર તીવ્ર ચપળતા તરફ ઝુલાવતો રહેતો. મેં તેને તે સાંજે સેંટ જેમ્સ હોલમાં સંગીતમાં જે રીતે ઓતપ્રોત જોયો ત્યારે મને એવી અનુભૂતિ થઈ કે જેમના માટે પણ તેણે આ આખોયે તખ્તો રચ્યો છે તેના માટે હવેનો સમય ખૂબ જ ખતરનાક સાબિત થનારો છે.

"તારી ઘરે જવાની ઇચ્છા લાગે છે, ડૉક્ટર," જેવા અમે હૉલમાંથી બહાર આવ્યા કે તેણે કહ્યું.

"હા એવું જ છે."

"મારે પણ થોડુંક કામ છે અને તેમાં થોડાક કલાકો લાગે તેમ છે. કોબર્ગ સ્ક્વેરવાળું કામ ખરેખર ગંભીર છે."

"કેમ ગંભીર ?"

"એક મોટો ગુનો થવા જઈ રહ્યો છે. હું ચોક્કસપણે એવું માનું છું કે આ ગુનાને થતો અટકાવી શકીશ. પરંતુ આજે શનિવાર છે માટે થોડી અડચણો ઊભી થઈ શકે છે. મારે તારી મદદ જોઈશે."

"ક્યા સમયે ?"

"વહેલામાં વહેલા દસ વાગ્યે."

"હું દસ વાગે બેકર સ્ટ્રીટમાં હાજર થઈ જઈશ."

"બહુ સરસ, અને હું તને ચેતવણી પણ આપું છું, ડૉક્ટર, કે ત્યાં થોડો ખતરો પણ હશે. માટે મહેરબાની કરીને તારી આર્મી રિવોલ્વર તારા ખિસ્સામાં રાખજે." તેણે મને આવજો કહ્યું અને ટોળામાં અદશ્ય થઈ ગયો.

મને વિશ્વાસ છે કે હું કંઈ મૂર્ખ નથી પણ તેમ છતાંય હું હંમેશા મારી જાતને શૅરલૉક હોમ્સ સાથે હોઉં ત્યારે મૂર્ખ અનુભવું છું. અહીં મેં તે જ સાંભળ્યું જે તેણે સાંભળ્યું. મેં તે જ જોયું જે તેણે જોયું તેમ છતાં તે માત્ર જે થયું તે સ્પષ્ટપણે નથી કહી શકતો પણ જે થવા જઈ રહ્યું છે તે પણ કહી શકે છે, જ્યારે મારા માટે તો આ આખાયે ઘટનાક્રમ મૂંઝવણ ઉપજાવનારો અને વિલક્ષણ રહ્યો છે. હું જ્યારે મારા કેન્સીંગ્ટનવાળા ઘરે જઈ રહ્યો હતો ત્યારે મેં આ બધી જ વાતો; અસામાન્ય લાલ માથાવાળી ટોળી, અમારા એન્સાઈક્લોપીડિયાની નકલ લખનારા અસીલ અને તેના સેક્સે કોબર્ગ સ્ક્વેર સ્થળની મુલાકાત તેમજ જુદા પડતી વખતે હોમ્સે જે શબ્દો મને કહ્યા તે વિષે જ વિચારતો રહ્યો. અમારે શા માટે રાત્રે જવાનું અને શા માટે હથિયારબદ્ધ જવાનું ? અમે ક્યાં જઈ રહ્યા હતા, અને અમારે શું કરવાનું હતું ? મને હોમ્સે કહ્યું હતું કે આ ચીકણા ચહેરાવાળો ધીરનારનો મદદનીશ એક જબરો માણસ હતો અને તે ચોક્કસપણે એક ઊંડી રમત રમી રહ્યો હતો. મેં આ ઉખાણાને ઉકેલવાનો ઘણો પ્રયત્ન કર્યો પણ છેવટે થાકીને પડતું મૂક્યું અને રાત્રે રહસ્ય પરથી પરદો ઊઠવાની રાહ જોવા માંડી.

સવા નવ વાગ્યે હું પાર્કમાં થઈને ઓક્સફોર્ડ સ્ટ્રીટ થઈને બેકર સ્ટ્રીટ તરફ જવા રવાના થયો. હું જ્યારે ત્યાં પહોંચ્યો ત્યારે દરવાજે બે બેઠકવાળી બે ઘોડાગાડી ઊભી હતી. ઘરમાં પ્રવેશતાં મને ઉપરથી કંઈક અવાજ આવતો સંભળાયો. જેવો હું રૂમમાં પ્રવેશ્યો મેં જોયું કે હોમ્સ બે જણ વચ્ચે ગંભીર વાતચીત કરી રહ્યો હતો. તેમાંના એકને હું ઓળખતો હતો, તે પીટર જોન્સ હતો. તે એક પોલીસ એજન્ટ હતો, જ્યારે બીજો લાંબો પાતળો અને ઉદાસ ચહેરાવાળો માણસ હતો જેણે ખૂબ જ ચમકદાર ટોપી પહેરી હતી અને વધારે પડતો શિષ્ટ લાંબા ઘેરાવાળો કોટ પહેર્યો હતો.

"હા ! આપણી ટોળી પૂર્ણ થઈ," હોમ્સે પોતાના પી જેકેટનાં બટન બંધ કરતાં અને કબાટ પરથી પોતાનો ભારે શિકારી ચાબૂક લેતાં કહ્યું, "વોટસન, તું સ્કોટલૅન્ડ યાર્ડના શ્રીમાન જોન્સને તો જાણે જ છે, લાવ, હું તને શ્રીમાન મેરિવેધરની ઓળખાણ કરાવું, તે આજ રાતના આપણા સાહસમાં આપણા સાથી છે."

"આપણે ફરી એકવાર શિકાર કરવા માટે જોડીદાર બન્યા છીએ, ડૉક્ટર, ખરું ને ?" જોન્સે પોતાની અહંકારી છટામાં કહ્યું, "આપણા આ મિત્ર પીછો કરવામાં ઉસ્તાદ છે, તેને માત્ર તેની પડખે કોઈ ઊભું રહે તેટલી જ જરૂર છે."

"આશા રાખું કે આપણી આ ભાગંભાગી બેકાર ન જાય." શ્રીમાન મેરિવેધરે ઉદાસીન રીતે કહ્યું.

"તમે શ્રીમાન હોમ્સ પર વિશ્વાસ રાખી શકો છો." પોલીસ એજન્ટે વખાણ કરતાં કહ્યું, "તેના દિમાગમાં તેના પોતાની જ પદ્ધતિઓ હોય છે, જો તે મારું આવું કહેવું ખોટું ન લગાડે તો તેમની પદ્ધતિ થોડીક તાત્ત્વિક અને થોડીક અદ્‌ભુત છે. તેમનામાં ડિટેક્ટિવનો એક અદ્‌ભુત ગુણ રહેલો છે. એ કહેવું જરા પણ અતિશયોક્તિ નહીં કહેવાય કે એકથી પણ વધારે વાર જેમકે શોલ્ટો ખૂન અને એગ્રા ખજાનાના કેસમાં તે આપણી પોલીસ ફોર્સ કરતાં પણ વધારે સાચ્ચા સાબિત થયા હતા."

"અરે તમે એમ જ કહેતા હો, શ્રીમાન જોન્સ તો બરાબર છે," પેલા અજાણ્યા માણસે શંકામાં કહ્યું, "તેમ છતાં પણ મને મારા રબરની ખોટ સાલે છે. આ શનિવારની રાત સત્તાવીસ વર્ષમાં પહેલી એવી રાત હશે જ્યારે મારું રબર મારી પાસે નથી."

"મારા ખ્યાલથી તમને તે મળી જશે." શૅરલૉક હોમ્સે કહ્યું, "કારણ કે આજે તમે જે કરવા જઈ રહ્યા છો તેવું તમે આ પહેલાં ક્યારેય નથી કર્યું અને માટે આ રમત ખૂબ જ ઉત્તેજક થવા જઈ રહી છે. તમારા માટે, શ્રીમાન મેરિવેધર, આ વાત ૩૦૦૦૦ પાઉન્ડ જેટલી મોટી રકમની છે. અને શ્રીમાન જોન્સ, તમારા માટે તમે એક એવો માણસ મેળવશો જેના પર તમે કેટલાયે વખતથી હાથ જમાવવા ઇચ્છતા હતા."

"જહોન ક્લે, ખૂની, ચોર, લૂંટારો અને ખોટ્ટા દસ્તાવેજ ઘડનારો. તે એક યુવાન માણસ છે, શ્રીમાન મેરીવેધર, પરંતુ તેના વ્યવસાયમાં તે નિષ્ણાત છે અને હું લંડનમાં બીજા કોઈ કરતાં તેના હાથમાં હથકડીઓ બાંધવા વધારે આતુર છું. તે એક નોંધનીય માણસ છે, તેના દાદા એક રોયલ ડ્યૂક હતા, તે પોતે પણ ઇટોન અને ઓક્સફોર્ડમાં ભણેલો છે. તેનું દિમાગ તેની આંગળીઓ જેટલું જ અળવીતરું છે, અને આપણને હંમેશા તેનાં ચિહ્નો મળે છે પણ આપણે ક્યારેય તેની ભાળ નથી મેળવી શક્યા. એક અઠવાડિયે તે સ્કોટલેન્ડમાં ધાડ પાડતો હશે તો બીજા અઠવાડિયે કોર્નવેલમાં અનાથઆશ્રમ ઊભું કરવા ફાળો ભેગો કરતો હશે. હું કેટલાંય વર્ષોથી તેની ભાળ મેળવવા મથું છું પણ ક્યારેય તે મારી નજર સામે નથી આવ્યો."

"આજે હું તમારો ભેટો તેની સાથે કરાવી દઈશ. મારે પણ શ્રીમાન જોહ્ન ક્લે સાથે બે-ત્રણ હિસાબ સમજવાના છે, અને હું તમારી વાત સાથે સંમત થાઉં છું કે તે પોતાના વ્યવસાયમાં પાવરધો છે. પોણા દસ થયા છે હવે આપણે જવું જોઈએ, જો તમે બે પહેલી ઘોડાગાડીમાં જાઓ તો હું અને વોટસન બીજીમાં આવીએ."

આખીયે મુસાફરી દરમિયાન હોમ્સે કંઈ ખાસ વાતચીત ન કરી. તે તો બસ આરામથી બેઠો બેઠો બપોરે સાંભળેલી ધૂનો ગણગણી રહ્યો હતો. અમે સડસડાટ અંતહીન તેવી ગેસ લાઇટથી પ્રકાશિત વાંકીચૂંકી ગલીઓમાંથી પસાર થઈ ફેરિંગ્ટન સ્ટ્રીટમાં આવી પહોંચ્યા.

"આપણે હવે ઘટનાસ્થળની ખૂબ નજીક આવી ગયા છીએ," મારા મિત્રે કહ્યું, તેણે મને શ્રીમાન મેરિવેધર વિષે માહિતી આપતાં કહ્યું કે, "શ્રીમાન મેરિવેધર એ બેન્કના ડાયરેક્ટર છે અને તે વ્યક્તિગત રીતે આ બાબતમાં રસ ધરાવે છે. મેં વિચાર્યું કે જોન્સને પણ આપણી સાથે લઈ લેવો જોઈએ. તે ખરાબ માણસ નથી. તે તેના વ્યવસાયમાં મૂઢ કહી શકાય, પણ તેનો એક સદ્‌ગુણ પણ છે. જો તેનો પંજો કોઈના પર પડી જાય તો તે એક બૂલડોગ જેટલો હિંમતવાન છે અને કરચલા જેવો મક્કમ પણ. આપણે પહોંચી ગયા છીએ, પેલા લોકો આપણી રાહ જોઈ રહ્યા છે."

અમે સવારે જે ભીડભર્યા સાર્વજનિક માર્ગ પર હતા ત્યાં આવી પહોંચ્યા. અમારી ઘોડાગાડીઓને રવાના પાડી દેવામાં આવી, અને શ્રીમાન મેરિવેધરના નિર્દેશ પ્રમાણે અમે એક સાંકડી ગલીમાં આગળ વધ્યા અને તેમણે ખુલ્લા રાખેલા બારણામાં પ્રવેશ્યા. ત્યાં એક નાની પરસાળ હતી જેના છેડે એક ખખડધજ લોખંડનો દરવાજો હતો. એ પણ ખુલ્લો હતો અને ત્યાં આગળ એક નીચે જતી ગોળ ફરતી સીડી હતી જે બીજા એક દરવાજા આગળ પૂરી થઈ જતી હતી. શ્રીમાન મેરિવેધર ફાનસ સળગાવવા ઊભા રહ્યા અને અમને નીચે અંધારા પેસેજમાં દોરી ગયા જ્યાં માટીની ગંધ આવી રહી હતી અને ત્યાર પછી એક ત્રીજું બારણું ખોલ્યું જ્યાં એક મોટી તિજોરી કે ઓરડા જેવું કંઈક હતું જેમાં કરંડિયાઓ અને વિશાળ ખોખાં ફેલાયેલાં પડ્યાં હતાં.

"તમે ઉપરની દિશાએથી જોઈએ તેટલા સુરક્ષિત નથી." હોમ્સે ફાનસ પકડતાં અને તેની સામે તાકતાં કહ્યું.

"નીચેથી પણ તેવું જ છે." તેણે અકળાઈને પોતાની લાકડી જમીન પર ઠપકારતાં કહ્યું, "સાહેબ, અહીં કંઈક પોલાણ જેવું લાગે છે !" તેણે આશ્ચર્યસહ કહ્યું.

"હું તમને શાંતિ જાળવવાની પ્રાર્થના કરું છું !" હોમ્સે કડક શબ્દોમાં કહ્યું, "તમે આમ કરીને અમારા આ આખાયે અભિયાનને જોખમમાં મૂકી દીધું છે. હવે મહેરબાની કરીને શું તમે ભગવાન માટે ત્યાં પેલા બૉક્સ પર શાંતિથી બેસી જશો ? અને દખલ ન કરશો !"

શ્રીમાન મેરિવેધર ચૂપચાપ મોઢું ચડાવીને એક બૉક્સ પર બેસી ગયા અને હોમ્સ ગોઠણીએ બેસીને ફાનસના અજવાળામાં બીલોરી કાચથી જમીન પર પથ્થરો વચ્ચે પડેલી તિરાડને બારીકાઈથી તપાસવા લાગ્યો. થોડી જ ક્ષણોમાં તેણે તપાસી લીધું અને ઝપાટાભેર ઊભા થઈને બીલોરી કાચ ખિસ્સામાં મૂકી દીધો.

"આપણી પાસે ઓછામાં ઓછો એક કલાક છે." તેણે કહ્યું, "કારણકે નાણાં ધીરનાર સૂવે નહીં ત્યાં સુધી તેઓ કોઈ જ પગલું નહીં ભરી શકે, ત્યાર પછી તેઓ એક મિનિટ પણ નહીં ગુમાવે, તેઓ જેટલું જલદી પોતાનું કામ પતાવશે ભાગવા માટે તેમની પાસે તેટલો જ વધારે સમય બચશે. ડૉક્ટર, નિઃશંક તમે તો અનુમાન લગાવી જ લીધું હશે. લંડનની મૂળ બેંકની શહેરની શાખાના ભોંયરામાં લંડનના ગુનેગારોને આટલો બધો રસ શા માટે છે તે તને આ બેંકના નિર્દેશક અધ્યક્ષ શ્રીમાન મેરીવેધર સારી રીતે જણાવી શકશે."

"અહીં આપણું ફ્રેન્ચ સોનું છે," નિર્દેશકે ધીમા અવાજે કહ્યું, "અમને આના ચોરાઈ જવાની ઘણીવાર ચેતવણીઓ આપવામાં આવી છે."

"તમારું ફ્રેન્ચ સોનું ?"

"હા, થોડા મહિનાઓ પહેલાં જ અમને અમારી પૂંજીને મજબૂત કરવાની જરૂર પડી હતી ત્યારે અમે બેંક ઓફ ફ્રાંસ પાસેથી ૩૦૦૦૦ નેપોલિઅન્સ ઉધાર લીધા હતા. જો કે ત્યાર બાદ અમારે ક્યારેય તે નાણાં વાપરવાની જરૂર નથી પડી અને તે હજુ પણ આ ભોંયરામાં જ પડ્યા છે. હું જે પેટી પર બેઠેલો છું તેમાં ૨૦૦૦ નેપોલિઅન સીસાના આવરણ વચ્ચે બંધ પડ્યા છે. સામાન્ય રીતે બેંકની એક શાખામાં જેટલી અનામત લગડીઓ હોવી જોઈએ તેના કરતાં અત્યારે ક્યાંય વધારે આ શાખામાં છે અને આ વિષયમાં ડાયરેક્ટરોએ કોઈ રસ નથી દાખવ્યો."

"હવે સમય આવી ગયો છે કે આપણે આપણી નાનીસરખી યોજના ઘડી લઈએ. મારી ધારણા પ્રમાણે કલાકમાં બધું ગતિમાન થઈ જશે. ત્યાં સુધી શ્રીમાન મેરિવેધર, આપણે ફાનસ ઓલવી નાખવું પડશે." હોમ્સે સૂચનાઓ આપી.

"અને આપણે અંધારામાં બેસીશું ?"

"હા તેમ જ. મારી પાસે મારા ખીસામાં પત્તાં છે અને મેં વિચાર્યું હતું કે આપણે જોડીમાં છીએ એટલે રમશું અને તમને જીતવાનો મોકો મળશે. પણ આપણા દુશ્મનોની તૈયારીઓ ખૂબ જ ચોક્કસ છે માટે આપણે અત્યારે ફાનસ સળગાવવાનું જોખમ ન લેવું જોઈએ. અને પ્રથમ તો આપણે બધાએ પોતપોતાની જગ્યા લઈ લેવી જોઈએ. નીચે બધા સાહસુ માણસો છે જે આપણા માટે સારી વાત નથી, અને જો આપણે સાવચેત ન રહ્યા તો તેઓ આપણને નુકસાન પણ પહોંચાડી શકે તેમ છે. હું આ પેટીની પાછળ ઊભો રહીશ અને તમે ત્યાં ખોખાંઓ પાછળ સંતાઈ જાઓ. અને જ્યારે હું તેમના પર પ્રકાશ ફેંકું અને જો તેઓ ગોળી ચલાવે તો, વોટસન, કોઈ પણ ખચકાટ વગર ગોળી ચલાવી દેજે.

મેં મારી રિવોલ્વરની નાળ હું જે લાકડાના બૉક્સ પાછળ ઊભો હતો તેના પર ગોઠવી. હોમ્સે ફાનસ ઢાંકી દીધું અને અમે એક ઊંડા અંધારામાં ગરકાવ થઈ ગયા, આવું અંધારું મેં ક્યારેય નહોતું અનુભવ્યું. ગરમ ધાતુની સુગંધ અમને સાંત્વના આપતી હતી કે જરૂર પડ્યે અજવાળું થઈ જશે. મારા માનવા પ્રમાણે આ ઠંડા વોલ્ટમાં ગમે ત્યારે કટોકટી ઊભી થઈ શકે તેમ છે.

"તેમના માટે ભાગી છૂટવાનો માત્ર એક જ રસ્તો છે." હોમ્સ ગણગણ્યો. "વિલ્સનના ઘરમાંથી સેક્સે-કોબર્ગ ચોક પર જવાનો, હું આશા રાખું છું જેમ્સ કે મેં જેમ કહ્યું હતું તેમ તેં કર્યું હશે ?"

"મેં વિલ્સનના ઘરના બારણે એક ઇન્સ્પેક્ટર અને બે ઑફિસર ઊભા રાખ્યા છે."

"અચ્છા, તો આપણે બધા જ રસ્તા બંધ કરી દીધા છે, હવે તો આપણે શાંત રહીને રાહ જોવાની છે."

એ સમય કેવો હતો ? પાછળથી હિસાબ લગાવ્યો ત્યારે ખબર પડી કે હજુ તો માત્ર સવા કલાક જ થયો હતો પણ એવું લાગતું હતું જાણે રાત વહી ગઈ હોય અને સવાર થવા ન આવી હોય ! મારા સાંધા રહી ગયા હતા, મારે મારી સ્થિતિ બદલવી હતી, હું ખૂબ જ તાણમાં હતો, એટલી બધી શાંતિ હતી કે હું મારા સાથીદારોના હળવા શ્વાસોશ્વાસ પણ સાંભળી શકતો હતો. માત્ર એટલું જ નહીં હું ભારેખમ જોન્સના શ્વાસોશ્વાસને પણ ડાયરેક્ટરના હળવા શ્વાસોશ્વાસથી અલગ તારવી શકતો હતો. મારી જગ્યાએથી હું પેટીની ઉપરથી ફરસ પર જોઈ શકતો હતો. અચાનક મારી નજર પ્રકાશના લસરકા પર પડી.

શરૂઆતમાં તો ફરસ પર પ્રકાશની માત્ર પાતળી ઝાંખી રેખા જ દેખાતી હતી પણ ધીમે ધીમે તે વધારે પીળી બનતી ગઈ અને અચાનક કોઈ પણ જાતની ચેતવણી કે અવાજ વગર બે પથ્થર વચ્ચેની ફાંટ પહોળી થઈ અને તેમાંથી એક હાથ બહાર આવ્યો. એકદમ ધોળો લગભગ સ્ત્રૈણ હાથ, પ્રકાશની બરાબર મધ્યમાં તે હાથ દેખાતો હતો. હાથનાં આંગળાં ફરસને ધકેલવા મથ્યા. પછી તે હાથ જે રીતે અચાનક દૃશ્યમાન થયો હતો તે જ રીતે ગાયબ થઈ ગયો અને ફરી પાછું અંધારું છવાઈ ગયું. જો કે બે પથ્થરની તિરાડ વચ્ચેથી ઝીણો પ્રકાશ હજી પણ આવી રહ્યો હતો.

તેનું અદૃશ્ય થવું ક્ષણભરનું જ હતું. અચાનક જ એક મોટો શાંતિ ચીરી નાખતો અવાજ આવ્યો અને તે સાથે જ ફરસ પરનો એક ચોરસ પથ્થર હટ્યો અને એક ચોરસ ગોખલું બની ગયું અને તેમાંથી ફાનસનો પ્રકાશ આવવા માંડ્યો. નીચેથી એક ચીકણો ચહેરો પણ બહાર આવ્યો અને તેણે બન્ને હાથ ફરસ પર ટેકવી પોતાના ગોઠણ પણ બાકોરાની કિનારીએ ટેકવી આજુબાજુ ચીવટથી નિરીક્ષણ કર્યું. પછી તે ઉપર આવીને તેના સાથીના ઉપર આવવાની રાહ જોવા લાગ્યો તે પણ તેના જેવો જ નાનકડો હતો પણ તેનો ચહેરો સાવ ફિક્કો હતો અને તેના વાળ એકદમ લાલ હતા.

“બધું બરાબર છે,” તે ગણગણ્યો, “તું ફરસી અને થેલા લાવ્યો ? હે ભગવાન, કૂદ, આર્ચી કૂદ, કોઈ જ વાંધો નથી.”

શૅરલૉક હોમ્સ તરત જ ઊછળીને બહાર આવ્યો અને પેલાને કોલરથી ઝડપી લીધો. બીજો નીચે કૂદ્યો પણ જોન્સે જેવો એને પકડવા હાથ લંબાવ્યો કે તરત કપડું ફાટવાનો અવાજ સંભળાયો. ફાનસનો પ્રકાશ રિવોલ્વરના નાળચા પર પડ્યો પણ પલકવારમાં હોમ્સે તેના કાંડા પર શિકારી ચાબૂક ધરી દીધો અને ગોળી ફરસ પર અથડાઈ.

“હવે કોઈ ફાયદો નથી, જહોન ક્લે,” હોમ્સે ઠંડકથી કહ્યું, “તારી પાસે હવે કોઈ જ વિકલ્પ નથી.”

“તે તો મેં જોયું,” તેણે તેનાથી પણ વધારે ઠંડકથી જવાબ આપ્યો. “મને રાહત છે કે મારો સાથીદાર સલામત છે. તમે માત્ર તેના કોટનો લીરો જ મેળવી શક્યા છો.”

“ત્યાં નીચે દરવાજા આગળ ત્રણ માણસો તેની રાહ જોઈ રહ્યા છે.” હોમ્સે કહ્યું.

“અરે ખરેખર ! તમે તમારા કામમાં ખૂબ ચોકસાઈ દાખવી છે. મારે ખરેખર તમારાં વખાણ કરવાં જોઈએ.”

“અને મારે તમારાં,” હોમ્સે જવાબ આપ્યો, “તમારો લાલ માથાવાળા સંગઠનનો આઇડિયા અનોખો હતો અને અસરકારક પણ.”

“તમે તમારા સાથીને ફરી જોઈ શકશો.” જોન્સે કહ્યું, “તે બાકોરામાં કૂદવા મારા કરતાં વધારે પાવરધો નીવડ્યો, હું હાથકડી લગાવું ત્યાં સુધી મારી ટોપી પકડી રાખો.”

“મહેરબાની કરીને તમારા ગંદા હાથે મને ન અડશો,” અમારા કેદીએ હાથકડીનો ખણખણાટ કરીને છણકો કર્યો, “તમને કદાચ નહીં ખબર હોય કે મારી નસોમાં શાહી લોહી વહી રહ્યું છે અને સારપ પણ, માટે હવે જ્યારે મને બોલાવો ત્યારે ‘સાહેબ’ ‘મહેરબાની કરીને’ તેવા શબ્દો વાપરજો.”

“સારું,” જોન્સે તેની તરફ તાકતાં અને ખંધાઈથી હસતાં કહ્યું, “વારુ, તમે, સાહેબ, મહેરબાની કરીને ઉપર તરફ પ્રયાણ કરશો, કે જેથી કરીને આપણે ઘોડાગાડીમાં પોલીસ સ્ટેશને જઈ શકીએ ?”

“ ‘હા આ જ રીતે વાત કરવી.’ જોહ્ન ક્લેએ ઠંડકથી કહ્યું, તેણે અમને ત્રણેને નમ્ર અભિવાદન કર્યું અને ધીમે રહીને ત્યાંથી ચાલ્યો ગયો.

“ખરેખર શ્રીમાન હોમ્સ,” જેવા અમે શ્રીમાન મેરીવેધરની પાછળ પાછળ ભોંયરામાંથી બહાર તરફ જવા લાગ્યા કે તેમણે કહ્યું, “મને નથી ખબર કે બેંક તમારી મહેરબાનીનો બદલો કઈ રીતે વાળી શકશે. તેમાં કોઈ જ શંકા નથી કે તમે ખૂબ જ શાલીનતાથી આ આખીયે બેંક રોબરીના ષડયંત્રની તપાસ કરી છે અને તેને થતી અટકાવી છે. આ બધું મારા અનુભવો કરતાં અનોખું છે.”

"મારે ખુદને શ્રીમાન જોહ્ન ક્લે સાથે કેટલાક હિસાબ લેવાના હતા," હોમ્સે કહ્યું, "મારે આ કેસ પાછળ કેટલોક ખર્ચો થયો છે જે બેંક મને ચૂકવી દેશે તો સારું રહેશે. બાકી આ આખો કેસ મારા માટે અનોખો હતો અને લાલ માથાવાળા સંગઠનનો વૃતાંત તો ખરેખર અજબનો હતો. મને તો તેમાં જ મારું વળતર મળી ગયું છે."

બીજા દિવસે સવારે જ્યારે અમે તેના બેકર સ્ટ્રીટવાળા ઘરે વ્હિસ્કી અને સોડાની ચુસ્કી લઈ રહ્યા હતા ત્યારે તેણે મને આખીયે ઘટના સમજાવતાં કહ્યું, "તું જુએ છે વોટસન, પહેલેથી જ બધું બહુ જ સ્પષ્ટ હતું કે લિગની આવી લોભામણી જાહેરાત કરી એક એનસાઈક્લોપીડિયાની નકલ ઉતારાવવાનો એક માત્ર ઉદ્દેશ આ નાણાં ધીરનારને રોજ અમુક કલાકો માટે પોતાની જગ્યાએથી દૂર રાખવાનો હતો. ખરેખર આ રીતે તેને દૂર રાખવાની વ્યવસ્થા ખરેખર અનોખી હતી. અને આનાથી સારો વિચાર બીજો કોઈ હોઈ જ ન શકે. ક્લેના યુક્તિબાજ ભેજાએ પોતાના લાલ વાળવાળા સહગુનેગાર પરથી જે પદ્ધતિ શોધી કાઢી હતી તે નિઃશંક અજબ હતી. દર અઠવાડિયે ચાર પાઉન્ડનું વળતર તેને ચોક્કસ આકર્ષી ગયું, અને જેઓ હજારો માટે રમત રમી રહ્યા હોય તેને વળી આ રકમ શું ગણતરીની હોય ? તેમણે જાહેરાત આપી, એક હંગામી ઑફિસ રાખી, બીજો બદમાશ જોઈતા માણસને અરજી કરવા માટે લઈ ગયો. અને આમ તેઓ રોજ સવારના કેટલાક કલાક તેને પોતાના ઘરેથી દૂર રાખવામાં સફળ રહ્યા. જ્યારથી મારી જાણમાં એવું આવ્યું કે એક માણસ અડધા વળતરે કામ કરવા તૈયાર છે ત્યારે મને ચોક્કસ તેના આવા વર્તન પાછળ કોઈ ચોક્કસ ઉદ્દેશ કામ કરી રહ્યો હશે તેવી શંકા ગઈ."

"પણ તેં તેના ઉદ્દેશની ધારણા કઈ રીતે બાંધી ?"

"ત્યાં તેના ઘરમાં એક સ્ત્રી કામ કરતી હતી, મને તેના પર થોડીક બીભત્સ લફરાની શંકા જવી જોઈતી હતી પણ તેને તો મેં મનમાંથી જ કાઢી નાખી હતી. બીજું એ કે આ નાણાં ધીરનારનો ધંધો પણ કંઈ ખાસ નહોતો. અને તેના ઘરમાં પણ કંઈ ખાસ કીંમતી સામાન નહોતો. તો પછી જે કંઈ હતું તે ઘરની બહાર હતું. તે શું હોઈ શકે ? પછી મને મદદનીશનો ફોટોગ્રાફીનો શોખ યાદ આવ્યો અને વારે ઘડીએ ફોટા ધોવા તે ભોંયરામાં જતો રહેતો હતો તે બાબત પર પણ શંકા ગઈ. ભોંયરામાં ! અને છેવટે આખીયે ગૂંચવણ ઉકેલાઈ ગઈ. પછી મેં આ રહસ્યમય મદદનીશ વિષે તપાસ આદરી અને મને જાણવા મળ્યું કે મારો પનારો લંડનનાં એક ખૂબ જ સાહસુ અને ઠંડા કલેજાના શાતિર ગુનેગાર સાથે પડ્યો છે. તે ભોંયરામાં કંઈક કરી રહ્યો હતો, કંઈક એવું કે જેના માટે તેને ઘણા બધા કલાકો લાગ્યા હતા. તે શું હોઈ શકે ? ફરી વાર મને વિચાર આવ્યો કે તે ચોક્કસ ભોંયરામાંથી બીજી ઈમારતમાં જવાનું બોગદું બનાવી રહ્યો હતો.

"જ્યારે આપણે કોબર્ગ સ્ક્વેર ગયા ત્યારે હું આ વિચારણાએ પહોંચ્યો હતો. તને યાદ હોય તો મેં તને ત્યાંની જમીન મારી લાકડીએ ઠપકારીને આશ્ચર્યમાં મૂકી દીધો

હતો. હું એ ખાતરી કરવા માગતો હતો કે બોગદું આગળની તરફ ખોદવામાં આવ્યું હતું કે પાછળની તરફ. તે આગળની તરફ નહોતું. ત્યારે મેં વિલ્સનના બારણે બેલ માર્યો, અને મારા ધાર્યા પ્રમાણે જ મદદનીશે જવાબ આપ્યો. અમારી વચ્ચે કેટલીકવાર અથડામણો થઈ છે પણ ક્યારેય એકબીજાને જોવાનો મોકો નહોતો મળ્યો. હું તેના ચહેરા પર ભાગ્યે જ જોઈ શક્યો, પણ હું તો તેના ગોઠણ જોવા માગતો હતો. તેં ખુદે પણ જોયું હતું કે તે કેટલા ચોળાઈ ગયેલા, ઘસાઈ ગયેલા અને ડાઘાવાળા હતા. તેઓ ખોદી રહ્યા હતા તે ખબર છે પણ શાના માટે ખોદી રહ્યા હતા ? હું આખાયે ચોકમાં ફર્યો, શહેર જોયું, અને આપણા ધીરનાર મિત્રના રહેઠાણને અડેલી સબઅર્બન બેંક જોઈ, અને આખોયે કોયડો ઉકેલાઈ ગયો. જ્યારે કોન્સર્ટ બાદ તું ઘરે જતો રહ્યો ત્યારે મેં સ્કોટલેન્ડ યાર્ડની મુલાકાત લીધી અને બેંકના અધ્યક્ષની પણ અને ત્યાર બાદ શું થયું તે તો તું જાણે જ છે.''

''અને તું તેવું કઈ રીતે કહી શક્યો કે તેઓ તે જ રાત્રે લૂંટ કરશે ?'' મેં પૂછ્યું.

''જ્યારે તેમણે પોતાની મંડળીની ઑફિસ બંધ કરી દીધી ત્યારે જ ખ્યાલ આવી ગયો કે હવે તેમને શ્રીમાન જેબેઝ વિલ્સનની ગેરહાજરીની કોઈ જ જરૂર નહોતી, બીજા શબ્દોમાં કહું તો તેમણે તેમની ટનલ ખોદી લીધી હતી. પણ તે પણ જરૂરી હતું કે તેઓ તે ટનલનો લોકોને તેની જાણ થાય અથવા તો લગડીઓ બીજે ખસેડવામાં આવે તે પહેલાં ટનલનો ઉપયોગ કરી પોતાનું કામ કરી લેવા માગતા હતા. શનિવાર તેમના માટે બિલકુલ યોગ્ય હતો કારણ કે તેમને ભાગવા માટે બે દિવસનો લાંબો સમય મળી રહે. આ બધાં જ કારણોસર મેં અપેક્ષા રાખી કે તેઓ તેમનું કામ આજે રાત્રે જ પતાવશે.''

''તેં ખૂબ સુંદર રીતે કારણો આપ્યાં,'' મેં નિખાલસપણે તેનાં વખાણ કરતાં ઉદ્ગાર કાઢ્યા. ''આ ખરેખર લાંબી સાંકળ હતી પણ તે તેની એક એક કડીઓ યોગ્યપણે જોડી છે.''

''આ આખીયે સમસ્યાએ મને કંટાળાથી બચાવ્યો છે.'' તેણે બગાસું ખાતાં કહ્યું, ''અરે ! મને તો એવું જ લાગતું હતું જાણે મારા કામનો તો અંત જ આવી ગયો. આખરે હું મારી રોજિંદી ઘરેડમાંથી બહાર આવ્યો. આ સમસ્યાના કારણે જ હું આમ કરી શક્યો.''

''તું એક ઉત્તમ શુભેચ્છક છે.'' મેં કહ્યું.

તેણે પોતાના ખભા ખંખેર્યા અને કહ્યું, ''વારુ, કદાચ, છેવટે હું થોડોક ઉપયોગમાં તો આવ્યો જ. ગુસ્તાવ ફ્લોબર્ટે જ્યોર્જ સેન્ડને લખ્યું છે તે પ્રમાણે *માણસથી કંઈ જ નથી, જે કંઈ છે તે તેના કામથી જ છે.''*

❖

આખરે વરરાજો ગયો ક્યાં ?

"મારા વહાલા મિત્ર," એક સવારે જ્યારે અમે શૅરલૉક હોમ્સના નિવાસસ્થાને તાપણા આગળ બેઠા હતા ત્યારે હોમ્સે કહ્યું, "મનુષ્યની ધારણા કરતાં જીવન અનહદ વિચિત્ર છે. આપણે એવો ખ્યાલ ક્યારેય ન બાંધવો જોઈએ કે તે સામાન્ય રીતે જેમ ચાલતું આવ્યું છે તેમ જ ચાલશે. જો આપણે હાથમાં હાથ નાખીને આ બારીમાંથી ઊડીને બહાર જઈ શકતા હોત અને આ આખા શહેર ઉપર ઊડી શકતા હોત, ઈમારતોની છતો ઉઘાડી શકતા હોત,અને ડોકિયું કરી શકતા હોત કે ત્યાં શું ચાલી રહ્યું છે, વિચિત્ર સંયોગ, યોજનાઓ, બેતરફી આક્ષેપો, અદ્‌ભુત ઘટનાક્રમ એવું કેટલુંયે જોવા મળશે જેની નવલકથાકારોએ ક્યારેય કલ્પના પણ નહીં કરી હોય. "

"તેમ છતાં આ વાત માનવા મારું મન નથી માનતું." મેં જવાબ આપ્યો, "જે કિસ્સાઓ પત્રોમાં પ્રકાશિત થાય છે તે સામાન્યપણે વાહિયાત અને ભદ્દા હોય છે. આપણા પોલીસ અહેવાલોની યથાર્થતા તેની હદ વટાવી ચૂક્યા છે, તેમ છતાં પરિણામ એ આવ્યું છે કે તે ન તો કલાત્મક છે કે ન તો આકર્ષક."

"કોઈ ચોક્કસ પસંદગી અને શાણપણ દ્વારા જ એક વાસ્તવિક અસર ઉપજાવી શકાય," હોમ્સે કહ્યું, "પોલીસ રીપોર્ટમાં એ જરૂરી છે કે ન્યાયાધીશના સામાન્ય મંતવ્ય કરતાં નિરીક્ષણકર્તાના આખીયે બાબતમાંથી અસ્તિત્વગત સાતત્ય શોધવા પર વધારે ધ્યાન આપવું જોઈએ. આવા વર્ણનમાં એક પ્રેક્ષક માટે સંપૂર્ણ બાબતનો જૈવિક સારાંશ હોય છે. તેના પર આધારિત હોવાના કારણે તેનું ઘસાઈ ગયેલું હોવું સ્વાભાવિક છે."

હું મરક્યો અને મારું માથું હલાવ્યું, "તારું આવું વિચારવું હું તદ્દન સમજી શકું છું." મેં કહ્યું, "અવશ્ય તારી જગ્યાએ જ્યારે તું એક બિનઅધિકારિક સલાહકાર હોઈ અને આખાયે ત્રણેય ખંડમાં મૂંઝવણમાં મુકાયેલા લોકોને મદદ કરતો હોય ત્યારે એ સ્વાભાવિક છે કે તું એવી કેટલીક વિચિત્ર અને વિક્ષિપ્ત બાબતોના પરિચયમાં આવે. પણ

અહીં'' - મેં જમીન પર પડેલા આજ સવારના છાપાને ઉઠાવતાં કહ્યું, ''ચાલ આપણે આનો વ્યાવહારિક દાખલો લઈએ, અહીંયાં પહેલા મથાળાની જ વાત કરીએ. 'પત્ની પ્રત્યે પતિની નિર્દયતા' અડધી કૉલમનું લખાણ છે તેમ છતાં હું તને વાંચ્યા વગર કહી શકું કે બધું તેનું તે જ છે. બીજી સ્ત્રી હશે, દારૂ, મારવું કૂટવું, માથાકુટિયણ બહેન કે મકાનમાલિકણ આ જ બધું હશે. કોઈ અસભ્ય લેખક પણ આના કરતાં વધારે અસભ્ય નહીં લખી શકે.''

''ખરેખર, તારું ઉદાહરણ તારી દલીલો માટે બદનસીબ છે.'' છાપાને પોતાના હાથમાં લેતાં એક નજર તેના પર નાખતાં હોમ્સે કહ્યું, ''આ ડ્યૂન્ડાસના છૂટાછેડાનો મામલો છે, અને જ્યારે આ બન્યું ત્યારે હું તેની સાથે સંબંધિત નાના મુદ્દાઓને સ્પષ્ટ કરવામાં રોકાયેલો હતો. પતિ દારૂનો વિરોધી છે, કોઈ બીજી સ્ત્રીની પણ વાત નથી. ખરેખર ફરિયાદ એવી હતી કે જમ્યા બાદ તેને હંમેશા પોતાનું ચોકઠું પોતાની પત્ની તરફ ફેંકવાની આદત પડી ગઈ હતી અને આ કંઈ રોજિંદી સમસ્યા જેવી નહોતી. કોઈ વાર્તાકારની કલ્પનામાંય આવું તો ન જ આવે. હવે હાર માની લે મારાથી, ડૉક્ટર અને મારાં વખાણ કર કે મેં તારા જ આપેલા ઉદાહરણમાં કંઈક અલગ જ તારણ કાઢ્યું.

તેણે પોતાનું સોનાનું છીંકણીનું બોક્સ બહાર કાઢ્યું જેના ઢાંકણાની બરાબર મધ્યમાં એક મોટો નીલમ જડેલો હતો. તેના જીવનની એક તરફની ભવ્યતા અને બીજી તરફનું સામાન્ય ઘરેલું સાદું જીવન આ બન્નેના વિરોધાભાસ પર હું ક્યારેય ટિપ્પણી કરવાનું નહોતો ટાળી શકતો.

''ઓહ,'' તેણે કહ્યું, ''હું તો ભૂલી જ ગયો કે મેં તને છેલ્લાં કેટલાંયે અઠવાડિયાંથી નથી જોયો. છેલ્લે તું બોહેમિયાના રાજાવાળા આઈરિન એડલર્સના કેસ વખતે મારા મદદનીશ તરીકે રહ્યો હતો.''

''અને આ વીંટી ?'' તેની આંગળી પર ચળકી રહેલી વીંટી તરફ જોતાં મેં પૂછ્યું.

''હોલેન્ડના રાજવી પરિવાર તરફથી મેં જ્યારે તેમની એક સમસ્યા ખૂબ જ શાલીનતાથી જેને હું તારાથી ગુપ્ત ન રાખી શકું પણ તે મારી બે-ત્રણ નાની સમસ્યાઓ જેવી જ હતી તેના બદલામાં મળી હતી.''

''અને હાલ તારી પાસે કોઈ કેસ છે ?'' મેં રસપૂર્વક તેને પૂછ્યું.

''દસ-બાર કેસ છે પણ તેમાંનો એક પણ રસપ્રદ નથી. તે છે મહત્ત્વના પણ કંઈ ખાસ રસપ્રદ નથી. ઊલટાનું મારું એવું માનવું છે કે જે કેસ રસપ્રદ નથી હોતા તેમાં નિરીક્ષણની તકો વધારે રહેલી હોય છે અને કારણો અને અસરના ત્વરિત પૃથક્કરણથી જ સંશોધનને મોહકતા મળે છે. મોટા ગુના હંમેશા સરળ હોય છે, જેટલા મોટા ગુના તેટલા જ તે સરળ હોય છે, કારણ કે તેનો ઉદ્દેશ પણ સામાન્ય હોય છે. આ બધા કેસોમાં માર્સેઈલીસનો કેસ જરા અટપટો છે જેમાં કેટલાક રસપ્રદ મુદ્દાઓ છે. બની શકે કે થોડી જ ક્ષણોમાં મારી પાસે આના કરતા કંઈક સારું હોય.''

તે પોતાની ખુરશી પરથી ઊભો થયો અને બારી આગળના બે પરદાની તિરાડ વચ્ચેથી લંડનની ઝાંખા પ્રકાશવાળી ગલીઓ તરફ જોવા લાગ્યો. તેના ખભા પાછળથી મેં જોયું કે ફૂટપાથની પેલી બાજુ એક મોટી સ્ત્રી ઊભી હતી તેણે ગળામાં રુંવાવાળો સ્કાર્ફ લપેટ્યો હતો, અને તેની મોટી કિનારીવાળી ટોપીમાં લાલ કલરનું વાંકડિયું મોટું પીંછું લગાવેલું હતું. હૅટ ડેવેનશાયરની રાજકુમારીની ફેશન પ્રમાણે તેના કાન સુધી ઢળતી હતી. આ આખાયે દેખાડા હેઠળ એક ગભરામણ અને આનાકાની ડોકાતી હતી તેના કારણે તે થોડીક ધ્રૂજી રહી હતી. તેનાં મોજાં પહેરેલા હાથમાંની આંગળીઓ પણ આમતેમ હલી રહી હતી. અચાનક જાણે કોઈ તરવૈયો કિનારો છોડી પાણીમાં કૂદી પડે તેમ તે રસ્તો ઓળંગવા કૂદી પડી અને ડોરબેલનો એક તીણો અવાજ આવ્યો.

“આવાં લક્ષણ મેં પહેલાં પણ જોયાં છે,” તાપણામાં પોતાની સિગારેટ નાખતાં હોમ્સે કહ્યું, “ફૂટપાથ પર લથડવાનો અર્થ હંમેશા પ્રેમનો મામલો હોવાની ચાડી ખાય છે. તે સલાહ લેવા માગે છે પણ મૂંઝવણમાં છે કે આ નાજુક બાબત વિષે વાતચીત કરવી કે નહીં. અને તેમ છતાં પણ આપણે અહીં ભેદ પાડી શકીએ છીએ કે જ્યારે એક સ્ત્રી ખરેખર ગંભીર રીતે એક પુરુષ દ્વારા તરછોડી દેવામાં આવી હોય ત્યારે તે કંઈ લથડિયાં નથી ખાતી. અહીં આપણે કહી શકીએ છીએ કે પ્રેમની બાબત છે, પણ આ કુંવારી કંઈ ખાસ વ્યાકુળ કે દુઃખી નથી. ચલો હવે તે આવી જ ગઈ છે તો બધી જ શંકાઓનો અંત આવી જશે.”

જેવું તે બોલ્યો ત્યાં જ દરવાજે ટકોરા પડ્યા અને હજૂરિયા છોકરાએ આવીને જાહેરાત કરી કે કુમારી મૅરી સધરલૅન્ડ આવ્યાં છે. ત્યાં જ તે પાતળા છોકરાની પાછળ જ તે સ્ત્રીની વિશાળ કાયા દેખાઈ. જાણે કોઈ નાનકડી નાવડી પાછળ મોટું જહાજ ન ઊભું હોય બરાબર તેવું જ લાગતું હતું. શૅરલૉક હોમ્સે ખૂબ આદરપૂર્વક તેણીનું સ્વાગત કર્યું અને બારણું બંધ કરતાં તેણીને ખુરશીમાં બેસાડી. તેણે તેને થોડી ક્ષણોમાં નીરખી લીધી હતી અને હજુ પણ પોતાની આગવી છટામાં તેને શૂન્યમનસ્ક થઈને જોઈ રહ્યો હતો.

“તમને નથી લાગતું કે તમારે તમારી નબળી આંખોએ આટલું બધું ટાઇપરાઇટિંગ ન કરવું જોઈએ ?” હોમ્સે તેણીને કહ્યું.

“પહેલાં મને તકલીફ પડતી હતી,” તેણીએ જવાબ આપ્યો, “પણ હવે હું અક્ષરો જોયા વગર કામ કરી શકું છું.” તેણી હોમ્સના આવા તારણથી આશ્ચર્યચકિત થઈ ગઈ અને તેના વિશાળ ચહેરા પર સ્તબ્ધતા છવાઈ ગઈ.

“તમે મારા વિશે જાણકારી ધરાવતા લાગો છો, શ્રીમાન હોમ્સ.” તેણે મોટા અવાજે કહ્યું, “નહીંતર તમને આ બધી કઈ રીતે ખબર હોય ?”

“ચિંતા ન કરશો,” હોમ્સે હસતાં કહ્યું, “જાણકારી રાખવી એ મારો ધંધો છે. કદાચ, લોકો જે નથી જોઈ શકતા તે જોવાનું મારી જાતને મેં શીખવી દીધું છે. જો એમ ન હોત તો તમે શા માટે મારી પાસે આવત ?”

"હું શ્રીમતી ઈથેજના પતિને જ્યારે પોલીસે મરેલો જાહેર કર્યો હતો ત્યારે તમે ખૂબ જ સરળતાથી તેને શોધી આપ્યો હતો, તેમના કહેવાથી હું તમારી સમક્ષ મદદ માગવા આવી છું. મહેરબાની કરો શ્રીમાન હોમ્સ, તમે મને પણ મદદરૂપ થાઓ, હું ધનિક નથી, પણ હું વર્ષે સો પાઉન્ડ જેટલા મેળવી લઉં છું અને ટાઈપ રાઈટીંગ કરીને પણ હું વધારે કમાઈ શકું છું એ બધું જ હું તમને આપી દઈશ, પણ મારે એ જાણવું છે કે શ્રીમાન હોસ્મર એન્જલનું શું થયું."

"તમે આટલાં બધાં હાફળાફાંફળા થઈને મારી સલાહ માટે કેમ આવ્યાં ?" શૅરલૉક હોમ્સે પોતાના બેય હાથની આંગળીઓનાં ટેરવાને એકબીજાં સાથે ભેગાં કરતાં અને છત તરફ જોતાં કહ્યું.

ફરી કુમારી મૅરી સધરલૅન્ડના ભાવવિહીન ચહેરા પર આશ્ચર્યનો ભાવ ફરી વળ્યો, "હા, હું ઘરમાંથી ખૂબ જ ઉતાવળમાં નીકળી છું. જે રીતે મારા પિતા શ્રીમાન વિન્ડીબૅન્ક આ બાબતને ઠંડકથી લઈ રહ્યા છે તેનાથી હું અકળાઈ ગઈ છું. તેમણે પોલીસને પણ જાણ નથી કરી અને તમારી સલાહ પણ નથી લેવા માગતા અને માત્ર એમ જ કહે રાખે છે શ્રીમાન હોસ્મરને કોઈ જ નુકસાન નહીં થાય. આ સાંભળીને હું અકળાઈ ગઈ છું અને છેવટે મારે તમારી પાસે આવવું પડ્યું છે."

"તમારા પિતા," હોમ્સે કહ્યું, "તમારા સાવકા પિતા, બરાબર, કારણ કે તમારા બન્નેની અટક અલગ છે."

"હા મારા સાવકા પિતા, હું તેમને પિતા કહું છું. જો કે તે થોડુંક રમૂજ ઉપજાવનારું પણ છે કારણ કે તે મારા કરતા માત્ર પાંચ વર્ષ અને બે મહિના જ મોટા છે."

"અને તમારી માતા જીવે છે ?"

"હા, મારી માતા જીવે છે અને સ્વસ્થ છે. તેણી જ્યારે મારા પિતાના મરણ બાદ તુરત જ પરણ્યા અને એવા પુરુષ સાથે જે તેનાથી પંદર વર્ષ નાનો હતો, ત્યારે હું કંઈ ખાસ ખુશ નહોતી. મારા પિતા ટોટનહામ કોર્ટ રોડમાં પ્લમ્બર હતા. તેઓ પોતાના મૃત્યુ બાદ એક સ્થિર ધંધો મૂકી ગયેલા, જેને ત્યાર બાદ મારી માતા અમારા કારીગર શ્રીમાન હાર્ડી સાથે ચલાવતી હતી, પણ જ્યારે શ્રીમાન વિન્ડિબેન્ક આવ્યા તેમણે મારી માતાને ધંધો વેચી દેવા કહ્યું કારણ કે તેઓ દારૂના દલાલ હોઈ સારી આબરૂ ધરાવતા હતા. તેમને પાઘડી અને વ્યાજના ૪૭૦૦ પાઉન્ડ મળ્યા. આ રકમ મારા પિતા હયાત હોત અને ધંધો વેચ્યો હોત તેના કરતાં ઓછી હતી."

મને એવું લાગતું હતું કે આવો અણઘડ અને ઘટનાક્રમ વગરનો વૃતાંત સાંભળી હોમ્સ અકળાઈ જશે પણ તેની વિરુદ્ધ તે તો સંપૂર્ણ એકાગ્રતાથી તેણીની વાત સાંભળતો હતો.

"તમારી પોતાની આવક," હોમ્સે પૂછ્યું, "શું તે ધંધામાંથી ઊપજતી હતી ?"

"અરે, ના, સાહેબ. તે તો તદ્દન અલગ છે અને તે મને મારા ઓકલેન્ડવાળા કાકા તરફથી મળેલા વારસાની છે. તે ન્યૂઝિલેન્ડ સ્ટોકમાં જમા છે જેના પર મને સાડાચાર

ટકા વ્યાજ મળે છે. બે હજાર પાંચસો પાઉન્ડ રકમ હતી પણ હું માત્ર તેનું વ્યાજ જ વાપરી શકું તેમ છું."

"તમારી વાત રસ પમાડે તેવી છે," હોમ્સે કહ્યું, "અને જો એક વર્ષમાં તમે ૧૦૦ પાઉન્ડ જેટલી રકમ મેળવતાં હોવ ઉપરાંત તમે તમારી ખુદની કમાણી પણ ધરાવો છો તો તો આટલી મોટી રકમમાં તો તમે આરામથી જીવી શકો, ફરી શકો, છૂટથી માણી શકો. અને મારા માનવા પ્રમાણે એક એકલી સ્ત્રી માટે તો વર્ષના ૬૦ પાઉન્ડ પણ પૂરતા છે."

"હું તેનાથી પણ ઓછામાં ચલાવી શકું તેમ છું શ્રીમાન હોમ્સ, પણ તમે સમજી શકો છો કે હું મારા કુટુંબ સાથે રહું છું અને હું તેમને જરા પણ બોજારૂપ થવા નથી ઇચ્છતી માટે તેમના માટે પણ તે રકમનો ઉપયોગ થાય છે. ચોક્કસ તે થોડા સમય માટે જ છે. શ્રીમાન વિન્ડીબેન્ક દર ચાર મહિને વ્યાજ ઉઠાવી લે છે અને મારી માતાને આપી દે છે. અને મને પણ એવું લાગે છે કે હું ટાઇપ રાઇટિંગથી જે કમાઉં છું તેટલું મારા માટે પૂરતું છે. તેમાંથી મને એક પાનાના ૨ પેન મળે છે અને રોજનાં પંદરથી-વીસ પાનાં હું કરી જ લઉં છું."

"તમે તમારી સ્થિતિ મારી આગળ ખૂબ જ સ્પષ્ટ રીતે રજૂ કરી છે." હોમ્સે કહ્યું, "આ મારા મિત્ર, ડૉ. વૉટસન છે તેની સમક્ષ પણ તમે તેટલી જ નિઃસંકોચ રીતે વાત કરી શકો છો જેટલાં મારી સમક્ષ. હવે તમારા શ્રીમાન હોસ્મર એન્જલ વિષેના સંબંધ વિષે વાત કરો."

કુંમારી સધરલેન્ડના ચહેરા પર શરમના શેરડા ઊપસી આવ્યા અને તેણીએ ગભરામણમાં પોતાના કોટના રેસા પર આંગળાં ફેરવવા માંડ્યાં. "હું તેમને પહેલીવાર ગેસફિટરના નૃત્યસંમેલનમાં મળી હતી," તેણે કહ્યું, "જ્યારે મારા પિતા હયાત હતા ત્યારે તેઓ કાયમ નૃત્યસંમેલનની ટિકિટ મોકલતા હતા અને મારા પિતાના ગયા બાદ મારી માતાને પણ ટિકિટો મોકલતા હતા. જો કે શ્રીમાન વિન્ડીબૅન્ક નહોતા ઇચ્છતા કે અમે આવા કોઈ સંમેલનમાં જઈએ. તેઓ અમે ક્યાંય પણ જઈએ એવું નહોતા ઇચ્છતા. અને જ્યારે ક્યારેય પણ હું રવિવારની શાળા-ઉજાણીમાં જવા ઇચ્છતી ત્યારે પણ તેઓ ખૂબ જ અકળાઈ જતા. પણ આ વખતે મેં નક્કી જ કરી લીધું હતું કે હું જઈશ, અને તેને હક્ક પણ શું છે મને રોકવાનો ? તેમનું એવું કહેવું હતું કે ત્યાંના લોકો અમારા માટે લાયક નહોતા. પણ એવું નહોતું, કારણ કે મારા પિતાના મિત્રોના પરિવાર પણ ત્યાં આવતા હતા. નહીં જવા દેવાના બહાના હેઠળ તેઓ એવું પણ કહેતા હતા કે મારી પાસે પહેરવા માટે પણ કંઈ ખાસ કપડાં નહોતાં, પરંતુ હકીકતમાં મારી પાસે આવા પ્રસંગને યોગ્ય પૂરતાં કપડાં હતાં. પરંતુ તેમ છતાં પણ એકવાર જ્યારે મારા સાવકા પિતા પોતાની પેઢીના કામે ફ્રાંસ ગયા ત્યારે હું અને મારી માતા અમારા જૂના ફોરમેન શ્રીમાન હાર્ડી સાથે જલસામાં ગયાં અને ત્યાં મારી મુલાકાત શ્રીમાન હોસ્મર એન્જલ સાથે થઈ."

"પછી મારા માનવા પ્રમાણે," હોમ્સે કહ્યું, "જ્યારે શ્રીમાન વિન્ડીબૅન્ક ફ્રાંસથી પાછા આવ્યા ત્યારે જલસામાં જવા બદલ તમારા પર ખૂબ ગુસ્સે થયા હશે."

"હા, પણ કંઈ ખાસ નહીં, તેઓ હસ્યા હતા, મને યાદ છે તેમણે પોતાના ખભા ઉછાળ્યા હતા અને કહ્યું હતું કે સ્ત્રીઓને કંઈ પણ કહેવાનો કોઈ અર્થ નથી કારણ કે તે પોતાનું જ ધાર્યું કરતી હોય છે."

"અચ્છા, આ રીતે એક ગૅસફિટરના નૃત્ય સંમેલનમાં તમે તે સદ્‌ગૃહસ્થ, શ્રીમાન હોસ્મર એન્જલને મળ્યાં."

"હા, સાહેબ, હું તેમને તે રાત્રે મળી અને તેઓ બીજા દિવસે એ જાણવા પણ આવ્યા હતા કે તે રાત્રે અમે સહીસલામત ઘરે પહોંચી ગયાં હતાં કે નહીં. ત્યાર પછી પણ હું તેમને ઘણી વાર મળી, શ્રીમાન હોમ્સ. બે વાર તો અમે સાથે ચાલવા પણ ગયાં, પણ મારા સાવકા પિતાના ઘરે આવ્યા બાદ, શ્રીમાન હોસ્મર એન્જલ પછી ક્યારેય અમારા ઘરે નથી આવ્યા."

"નહીં ?"

"તમને તો ખબર જ છે મારા પિતાને આવું બધું નહોતું ગમતું. તેઓ ઇચ્છે તો અમને કોઈ મુલાકાતી મળવા જ ન આવી શકે, અને તેઓ હંમેશા એવું જ કહેતા હતા કે એક સ્ત્રી માટે તો તેના કુટુંબમાં જ તેણે સુખી રહેવાનું હોય. પણ ત્યારે હું મારી માતાને એવું પણ કહી દેતી કે સ્ત્રીને શરૂઆત કરવા માટે પણ એક મિત્રવર્તુળ હોવું જોઈએ જે મારા માટે હજુ નહોતું બન્યું."

"પણ શ્રીમાન હોસ્મર એન્જલનું શું ? તેમણે ક્યારેય તમને મળવાનો પ્રયત્ન ન કર્યો ?"

"મારા પિતા એક અઠવાડિયામાં પાછા ફ્રાંસ જવાના હતા, અને હોસ્મરે મને લખ્યું હતું કે મારા પિતા બહાર જાય ત્યાર બાદ અમારુ મળવું હિતાવહ રહેશે. અમે તે દરમિયાન પત્રવ્યવહારમાં હતા અને તે તો રોજ લખતા હતા. હું સવારના પહોરમાં જ પત્ર લઈ લેતી હતી જેથી મારા પિતાને તેની કોઈ જાણ થવાનો પ્રશ્ન જ નહોતો રહેતો."

"શું એ સમય દરમિયાન તમે એકબીજા સાથે જોડાયાં ?"

"હા, શ્રીમાન હોમ્સ. અમે પહેલી વાર બહાર ફરવા ગયાં ત્યાર બાદ જ એકબીજા સાથે જોડાઈ ગયાં હતાં. શ્રીમાન હોસ્મર, એન્ડલ લિડનહોલ સ્ટ્રીટની એક ઑફિસમાં કેશિયર હતા અને..."

"શેની ઑફિસ ?"

"એ જ તો પરેશાની છે શ્રીમાન હોમ્સ, જેની મને ખબર નથી."

"તો પછી તે ક્યાં રહે છે ?"

"તે ઑફિસમાં જ સૂઈ જાય છે."

"અને તમને સરનામું ખબર નથી ?"

"ના, સિવાય કે તે ક્યાંક લિડેનહોલ સ્ટ્રીટમાં છે."

"તો પછી તમે પત્ર કયા સરનામે મોકલતાં હતાં ?"

"લિડેનહોલ સ્ટ્રીટની પોસ્ટ ઑફિસ પર, તે પોતે લેવા જાય ત્યારે જ તેને તે મળતા. તેણે મને એવું કહ્યું હતું કે જો ઑફિસમાં સીધા જ પત્રો મોકલવામાં આવશે તો તેના સાથી ક્લાર્કો તેને એક સ્ત્રી તરફથી પત્રો આવતા હોવા માટે ચીડવશે. તેથી મેં એમ કહ્યું કે હું તેની જેમ મારા પત્રો પણ ટાઈપ કરીને મોકલું. ત્યારે તે એવું કહેતો કે હું મારા હાથે પત્રો લખું છું ત્યારે એવું લાગે છે કે તે મારા તરફથી આવે છે પરંતુ જ્યારે ટાઈપ કરેલા મોકલું તો તેને એવું લાગતું હતું કે અમારી બન્ને વચ્ચે જાણે મશીન અવરોધરૂપ ન હોય. તે પરથી તમને જણાઈ જશે કે તે મારો કેટલો દીવાનો હતો, શ્રીમાન હોમ્સ, તે મારી નાની વાતનો પણ ખ્યાલ રાખતો હતો."

"તે ખૂબ ધ્યાન દોરે તેવું હતું," હોમ્સે કહ્યું, "મારો એ સિદ્ધાંત રહ્યો છે કે ઝીણી બાબત પણ મારા માટે ખૂબ મહત્ત્વની હોય છે. શું તમને શ્રીમાન હોસ્મર એન્જલની બીજી કોઈ ઝીણી બાબત યાદ આવે છે ?"

"તે ખૂબ શરમાળ પુરુષ હતા, શ્રીમાન હોમ્સ, તેઓ હંમેશા મારી સાથે સાંજે ફરવા જવાનું પસંદ કરતા હતા, દિવસે નહીં, તેમનું એવું કહેવું હતું કે તેમને લોકોની નજરે ચડવું નહોતું ગમતું. તે ખૂબ એકાંતપ્રિય અને સદ્ગૃહસ્થ હતા. અરે તેમનો અવાજ પણ ખૂબ મૃદુ હતો. તેમણે મને કહ્યું હતું કે તેઓ જ્યારે નાના હતા ત્યારે ગળામાં કાકડા થયા હતા જેની અસર તેમના અવાજ પર પડી હતી જેના કારણે તેમનો અવાજ જાણે ગુસપુસ ન કરતો હોય તેવો થઈ ગયો હતો. તેઓ હંમેશા સારાં વસ્ત્રોમાં સજ્જ રહેતા, ખૂબ જ ચોખ્ખા અને સાદા, પણ તેની આંખો મારી જેમ જ નબળી હતી અને માટે તેમણે પ્રકાશથી બચવા ગોગલ્સ પહેરવા પડતા હતા."

"અચ્છા તો પછી શ્રીમાન વિન્ડિબૅન્ક, મને એ કહો કે તમારા સાવકા પિતા જ્યારે પાછા ફ્રાંસ ગયા ત્યારે શું થયું ?"

"શ્રીમાન હોસ્મર એન્જલ ફરી ઘરે આવ્યા અને મારી સમક્ષ પ્રસ્તાવ મૂક્યો કે અમારે મારા પિતા આવે તે પહેલાં લગ્ન કરી લેવાં જોઈએ. તેઓ ખૂબ ગંભીર હતા અને મારી પાસે બાઈબલ પર હાથ મૂકીને સમ ખવડાવ્યા હતા કે કોઈ પણ સંજોગોમાં હું તેમને વફાદાર રહું. મારી માતાએ કહ્યું હતું કે તેણે મારી પાસે સમ ખવડાવ્યા તે યોગ્ય જ હતું અને એમ પણ કહ્યું કે તે મારી પાછળ કેટલા પાગલ હતા. મારી માતા પહેલેથી જ તેના પક્ષે હતાં. અરે મારા કરતાં પણ વધારે તે તેને માનતાં હતાં. પછી જ્યારે તેમણે અઠવાડિયામાં લગ્ન કરી લેવાની ચર્ચા કરી ત્યારે મેં તેમને કહ્યું કે પિતાને શું કહેવું, ત્યારે તેમણે મને કહ્યું હતું કે મારે પિતાની ચિંતા કરવાની જરૂર નથી. તેમને પાછળથી બધું જણાવી દઈશું. મારી માતાએ કહ્યું હતું કે તે પિતાને બધું જ સમજાવી દેશે અને બધું બરાબર થઈ જશે. મને તે જરા પણ નહોતું ગમ્યું, શ્રીમાન હોમ્સ. તે ખૂબ રમૂજ ઉપજાવનારું

હતું કે તે મારા કરતાં માત્ર પાંચ જ વર્ષ મોટો હતો અને મારે તેની પાસે લગ્નની રજા માગવી પડતી હતી. તેમ છતાં પણ મારે તેમનાથી કંઈ જ છૂપું નહોતું રાખવું માટે મેં તેમને બોર્ડક્સમાં પત્ર લખ્યો જ્યાં તેમની કંપનીની ફ્રેન્ચ ઑફિસ આવેલી હતી, પરંતુ બરાબર લગ્નની સવારે જ પત્ર પાછો આવ્યો.''

''કાગળ એમને નહોતો મળ્યો એમ ?''

''હા, સાહેબ, કારણ કે પત્ર જેવો પહોંચ્યો એ પહેલા જ તેઓ ત્યાંથી ઇંગ્લૅન્ડ આવવા રવાના થયા.''

''અરે, આ તો દુર્ભાગ્ય કહેવાય, તમારાં લગ્ન તો કોઈક ચર્ચમાં શુક્રવારે યોજાવાનાં હતાં, ખરું ને ?''

''હા, સાહેબ, પણ ખૂબ શાંતિપૂર્વક. તે કિંગ ક્રોસ નજીક સેઈન્ટ સેવિઅર્સમાં રાખવામાં આવ્યાં હતાં અને લગ્ન બાદ અમે હોટલ સેઈન્ટ પેનક્રાસમાં નાશ્તો લેવાનાં હતાં. હોસ્મર અમારા માટે બે બેઠકવાળી ઘોડાગાડી લઈને આવ્યો હતો પણ અહીં હું અને મારી માતા બે હતાં. તેણે અમને બન્નેને ઘોડાગાડીમાં મોકલ્યાં અને પોતે બીજી ગાડીમાં બેઠા. શેરીમાં માત્ર તે એક જ ગાડી હતી. અમે ચર્ચમાં પહેલાં પહોંચ્યા, અને જ્યારે ચાર પૈડાંવાળી બગી આવી પહોંચી ત્યારે અમે તેના બહાર આવવાની રાહ જોવા લાગ્યા અને તે ક્યારેય ન આવ્યો. જ્યારે ગાડીવાળો નીચે ઊતર્યો અને અંદર જોયું તો અંદર કોઈ જ નહોતું ! કેબમેને આશ્ચર્યમાં ગરકાવ થતાં કહ્યું હતું કે તે કલ્પના પણ નથી કરી શકતો કે હોસ્મરને શું થયું હતું, કારણ કે તેને તો ગાડીવાળાએ પોતાની આંખોએ અંદર બેસતાં જોયો હતો. બસ તે છેલ્લો શુક્રવાર. ત્યાર બાદ મેં નથી તો તેને જોયો કે ન તો તેના વિષે કંઈ સાંભળ્યું.''

''તમે તો ખૂબ શરમજનક સ્થિતિમાં મુકાઈ ગયાં,'' હોમ્સે કહ્યું.

''ના સાહેબ, તે એટલો સારો અને દયાળુ હતો કે તે મારી સાથે આવું કંઈ કરી જ ન શકે. તો પછી તે શા માટે આખી સવાર મને એમ કહ્યા કરે કે કોઈ પણ સંજોગોમાં તે મને વફાદાર રહેશે અને મારે તેને વફાદાર રહેવાનું છે. અને જો ક્યારેય પણ કોઈ એવા સંજોગો ઊભા થાય કે અમારે એક બીજાથી અલગ થવું પડ્યું તો તે સંજોગોમાં પણ મારે તેને જ વળગેલું રહેવાનું છે અને વહેલા મોડા તે પણ તેમ જ કરશે. લગ્નની સવારે આવી વાત ખરેખર વિચિત્ર લાગતી હતી, પણ હવે જ્યારે જે કંઈ બન્યું ત્યારે એવું લાગે છે કે તેણે જે કહ્યું હતું તેનો કોઈક અર્થ થતો હતો. ''

''ચોક્કસ એવું જ કંઈક હોઈ શકે. તો તમને એવું લાગે છે કે શ્રીમાન હોસ્મર પર કોઈક મોટું સંકટ આવી પડ્યું છે ?''

''હા, સાહેબ. મારું એવું ચોક્કસપણે માનવું છે કે તેને કોઈ આપત્તિનો અંદેશો પહેલેથી જ હતો, નહીંતર તેણે આવી વાતો શા માટે કરી હોય. મને લાગે છે કે તેને જેનો ભય હતો તેવું જ બન્યું હશે.''

"તમને જરાય કલ્પના નથી કે શું હોઈ શકે ?"

"જરા પણ નહીં."

"બીજો એક પ્રશ્ન, તમારી માતાએ આ બાબતે શું પ્રતિભાવ આપ્યો ?"

"તે ખૂબ ગુસ્સે થઈ હતી, અને તેણે કહ્યું હતું કે હું આ બાબતે ફરી ક્યારેય વાત કરવા નથી માગતી."

"અને તમારા પિતા ? તમે તેમને કહ્યું ?"

"હા, તેમને પણ મારી જેમ એવું જ લાગે છે કે શ્રીમાન હોસ્મરને કંઈક થયું છે અને તે એવું પણ માને કે થોડા જ સમયમાં તેમના કંઈક ખબર મળશે. તેમણે એ પણ કહ્યું કે એવું તે શું બન્યું કે હોસ્મરે મને ચર્ચના દરવાજે જ છોડીને જવું પડ્યું ? જો તેણે મારી પાસેથી રૂપિયા ઉછીના લીધા હોત અથવા તો તેણે મારી સાથે લગ્ન કરી મારા બધા જ રૂપિયા પોતાના નામે કરી લીધા હોય તો પણ કંઈક કારણ હોય, પણ હોસ્મર તો પૈસા બાબતે હંમશા સ્વતંત્ર રહ્યો છે. તેણે મારી એક પેની તરફ પણ નજર નથી કરી. અને તેમ છતાં પણ શું બન્યું હોય ? હું આ વિચારી વિચારીને પાગલ થઈ ગઈ છું અને મારી ઊંઘ હરામ થઈ ગઈ છે." તેણે પોતાના હાથના મોજામાંથી રૂમાલ કાઢી તેમાં મોઢું છુપાવી હીબકે હીબકે રડવા લાગી.

"હું તમારા કેસ પર વિચારીશ," હોમ્સે ઊભા થતાં કહ્યું, "અને તેમાં કોઈ જ શંકા નથી કે આપણે ચોક્કસ કોઈક પરિણામ પર આવીશું. હવે આખીયે બાબતનું ભારણ મારા પર ઠાલવી દો, અને હવે તમારા મગજને આરામ આપો. અને શ્રીમાન હોસ્મરે જેમ તમને ભુલાવી દીધા છે તેમ તમે પણ તમારી સ્મૃતિમાંથી તેમને ભૂંસી નાખો."

"તો તમે એવું માનો છો કે હું તેને ફરી ક્યારેય નહીં મળી શકું ?"

"મને ભય છે કે તમે તેને નહીં જોઈ શકો."

"તો પછી તેને શું થયું હશે ?"

"તમારે તે સમસ્યા મારા પર છોડી દેવી જોઈએ. મારે તેનું સંપૂર્ણ વર્ણન મેળવવું છે અને તેણે લખેલા પત્રોમાંનો કોઈ મળી શકે તેમ હોય તો તે."

"મેં તેના માટે ગયા શનિવારે *ક્રોનિકલ*માં જાહેરાત આપી છે," તેણે કહ્યું.

"આ રહી પહોંચ, અને આ રહ્યા તેની તરફથી આવેલા ચાર પત્રો."

"આભાર, અને તમારું સરનામું ?"

"૩૧, લિઓન પ્લેસ, કેમ્બરવેલ."

"શ્રીમાન એન્જલ્સનું સરનામું તમારી પાસે ક્યારેય નહોતું, તે હું સમજી શકું છું. તમારા પિતાના ધંધાનું સ્થળ જણાવશો ?"

"તેઓ હંમેશા ફેન્ચર્ચ સ્ટ્રીટના પ્રખ્યાત દારૂ માટે વેસ્ટહાઉસ ઍન્ડ મારબૅન્ક કંપની તરફથી ફરતા રહેતા હોય છે."

"આભાર, તમે ખૂબ જ સ્પષ્ટપણે તમારું કથન કહ્યું છે. તમે અહીં પત્રો મૂકતાં જાઓ અને મેં આપેલી સલાહને યાદ રાખજો. આખીયે ઘટનાને એક બંધ પુસ્તકની જેમ રહેવા દો અને તેને તમારા જીવન પર હાવી ન થવા દો."

"તમે ખૂબ દયાળુ છો શ્રીમાન હોમ્સ, પણ હું તેમ નહીં કરી શકું. હું હોસ્મર પ્રત્યે વફાદાર રહીશ. તે જ્યારે ક્યારેય પણ પાછો આવશે ત્યારે મને તેવી જ મેળવશે."

આખાયે ભભકાદાર પોશાક પાછળ જે કુલીન વફાદારી રહેલી હતી તેના કારણે અમારી મુલાકાતીએ અમારું મન જીતી લીધું હતું. તેણે પોતાના પત્રોનું નાનકડું બંડલ ટેબલ પર મૂક્યું અને જ્યારે પણ તેને બોલાવવામાં આવશે ત્યારે તે અહીં હાજર થઈ જશે તેવા વચન સાથે ચાલી ગઈ.

શૅરલૉક હોમ્સ પોતાના બન્ને હાથોનાં ટેરવાંઓને એકબીજા સામે ધરીને પોતાના પગ લાંબા કરીને સીલીંગ પર તાકી રહેતાં શાંતિથી બેઠો રહ્યો. પછી તેણે ઘોડા પરથી એક તૈઈલી હુક્કો કાઢ્યો, જે તેના માટે સલાહકાર સમાન હતો, તેણે તેને જગાવ્યો અને ફૂંકીને પાછો ખુરસીમાં બેસી ગયો. તે વખતે તેના ચહેરા પર અપાર ગ્લાનિનો ભાવ હતો.

"તે છોકરીનો અભ્યાસ કરવો ખરેખર રસપ્રદ રહ્યો," તેણે નિરીક્ષણ કર્યું, "મને તેની નાની સમસ્યા કરતાં તે વધારે રસપ્રદ લાગી, સમસ્યા ખરેખર સાવ જ સામાન્ય છે. જો તું મારી સૂચીમાં નજર નાખીશ તો તને આવા ઘણાય કેસ જોવા મળશે. ૭૭નો એન્ડોવરવાળો કેસ, અને તેના જેવો જ હજુ હમણાં ગયા વર્ષનો ધી હેગ્યુનો કેસ. સાવ જ જુનવાણી ખ્યાલ છે. જો કે બે-ત્રણ મુદ્દા થોડાક નવા છે. પણ મને તો પેલી કુંવારી સૌથી વધારે બોધક લાગી."

"તે તો એક નજરમાં જ તેના વિશે એકદમ સચોટ નિરીક્ષણ કરી લીધું, મારી માટે તો તે સાવ જ અદૃશ્ય હતા." મેં કહ્યું.

"અદૃશ્ય નહોતા પણ તેની તે નોંધ જ નહોતી લીધી, વોટસન. તને નહોતી ખબર કે ક્યાં જોવું, માટે જે મહત્ત્વનું હતું તે બધું જ તું ચૂકી ગયો. મને લાગે છે કે હું તને ક્યારેય બાંય, આંગળીઓના નખ, અને બૂટ લેસના મહત્ત્વને નહીં સમજાવી શકીશ. હવે મને એ કહે કે તેં તે સ્ત્રીના દેખાવ પરથી શું તારણો કાઢ્યાં. વર્ણન કર."

"તેણે આસમાની કલરની મોટી કિનારીવાળી ગૂંથેલી ટોપી પહેરેલી હતી તેમાં ઈંટ કલરનું પીંછું ખોસેલું. તેનું જેકેટ કાળું હતું અને તેના પર મણકા સીવવામાં આવ્યા હતા અને તેના પર ઘાટા કાળા રંગની ઝૂલ લાગેલી હતી. તેનો ડ્રેસ ભૂખરો હતો જે કૉફીના રંગ કરતાં પણ ઘેરો હતો જેના ગળા અને બાંયો પર જાંબુડિયા કલરની મખમલની કિનારી હતી. તેનાં હાથમોજાં સિલેટિયા કલરનાં હતાં જે ટચલી આંગળીએથી જળી ગયાં હતાં. તેનાં જૂતાંનું મેં નિરીક્ષણ નહોતું કર્યું. તેના કાનમાં નાનકડી સોનાની કડીઓ હતી જેના પરથી એવું લાગતું હતું કે તે ખાધેપીધે સુખી હતી."

શૅરલૉક હોમ્સે ખૂબ જ નરમાશથી તાળીઓ પાડી અને મલક્યો.

"મારા શબ્દો એમ, વોટસન, તું ખૂબ સરસ રીતે આગળ વધ્યો. ખરેખર તેં સારું કર્યું. પણ તે પણ તેટલું જ સાચું છે કે મહત્ત્વની બધી જ બાબતો તું ચૂકી ગયો, પણ તેં માત્ર પદ્ધતિને જ વધારે મહત્ત્વ આપ્યું અને રંગોમાં પણ ચોકસાઈ દાખવી. સામાન્ય છાપ પર ક્યારેય ભરોસો ન કરવો, મારા છોકરા, પણ તારે બારીકાઈ પર વધારે ધ્યાન આપવું જોઈએ. મારી પહેલી નજર હંમેશા સ્ત્રીની બાંહ્યો પર જાય છે. અને જો પુરુષની વાત હોય તો હંમેશાં તેના પાટલૂનના ગોઠણનું નિરીક્ષણ કરવું જોઈએ. જેમ તે કહ્યું કે આ સ્ત્રીની બાંયો પર જાંબુડિયા રંગનું મલમલ લગાવેલું છે, સાચી વાત, પણ તેં તેના પર પડેલી કરચલીઓ જોઈ ? કાંડાની થોડીક ઉપર બે પાતળી કરચલી પડી છે જે ટાઈપરાઈટરના ટેપલ સાથે દબાવવાથી પડી છે અને તે સ્પષ્ટપણે દેખાઈ આવે તેવી બાબત છે. સીલાઈના સંચા અને હેન્ડ ટાઈપથી પણ આ જ પ્રકારનાં નિશાન પડે પણ તે માત્ર ડાબા હાથ પર જ પડે. જ્યારે અહીં જમણી બાજુના પહોળા ભાગની જગ્યાએ અંગૂઠાની દૂરની બાજુએ નિશાન પડ્યાં હતાં. પછી મેં તેના ચહેરાનું નિરીક્ષણ કર્યું અને જોયું કે તેના નાકની બન્ને બાજુએ ચશ્માની નાકની દાંડીનાં નિશાન પડ્યાં હતાં. આ ઉપરથી મેં તે જાણી લીધું કે તેની આંખો નબળી છે અને તે ટાઈપરાઈટિંગ કરે છે."

"મને આશ્ચર્ય થયું."

"કેમ નહીં, તે તો સ્વાભાવિક છે. ત્યાર પછી જ્યારે મેં તેનાં જૂતાંનું નિરીક્ષણ કર્યું ત્યારે મને આશ્ચર્ય થયું કે બન્ને જૂતાં એકબીજાથી અલગ હતાં, તે ખરેખર વિચિત્ર કહેવાય કારણ કે એકનો અંગૂઠો જરાક સુશોભિત કરવામાં આવ્યો હતો જ્યારે બીજું જૂતું સાવ સાદું હતું. એક જૂતાના પાંચ બટનમાંથી બે જ બટન વાસેલાં હતાં અને બીજા જૂતાનું પહેલું ત્રીજું અને પાંચમું બટન વાખેલું હતું. જ્યારે તું જોઈ શકે છે કે એક યુવતી જે સ્વચ્છ પહેરવેશમાં સજ્જ હતી તે ઘરેથી બે અલગ અલગ જૂતાં તે પણ અડધાં જ બટન વાખેલાં પહેરીને શા માટે આવે ? તે ચોક્કસ ઘરેથી ઉતાવળમાં જ અહીં આવી હતી."

"અને બીજું ?" હંમેશની જેમ મારા મિત્રનાં તીક્ષ્ણ તારણોથી પ્રભાવિત થઈને ઊંડો રસ દાખવતાં મેં તેને પૂછ્યું.

"ત્યાર બાદ મેં એ તારણ પણ કાઢ્યું કે તૈયાર થઈને ઘર છોડતી વખતે તેણે એક ટૂંકી ચિઠ્ઠી પણ છોડી હતી. તેં જોયું હતું કે તેના હાથનું મોજું ટચલી આંગળીએથી ફાટી ગયું હતું પણ તારી નજરમાં એ ન આવ્યું કે બન્ને હાથનાં મોજાં અને બન્ને આંગળીઓ પર જાંબલી શાહીના ડાઘા પડ્યા હતા. તેણે તે ખૂબ ઉતાવળમાં લખી હતી અને તે પણ ઘાટી શાહીથી. અને તે પણ આજ સવારે જ નહીંતર આ નિશાન આંગળીઓ પર આટલાં સ્પષ્ટ ન દેખાત. આ બધું ખરેખર અચરજ પમાડનારું છે અથવા તો સાવ સામાન્ય છે. પણ હવે મારે તેના પર કામ ચાલુ કરવું જોઈએ, વૉટસન. જો તને વાંધો ન હોય તો મને તું શ્રીમાન હોસ્મર એન્જલ બાબતેની જાહેરાતમાં અપાયેલા વર્ણનને વાંચી આપીશ."

મેં તે નાની ચબરખી પ્રકાશમાં ઊંચી કરી વાંચવા માંડી.

"ચૌદમીની સવારે ગુમ થયેલ છે. આ સદ્‌ગૃહસ્થનું નામ શ્રીમાન હોસ્મર એન્જલ છે. તે લગભગ પાંચ ફૂટ સાત ઈંચની લંબાઈ ધરાવે છે, મજબૂત બાંધાના છે, રંગે થોડા નિસ્તેજ છે. કાળા વાળ, અને વચ્ચે ટાલ પડેલી છે. ઘેરાં દાઢી-મૂછ ધરાવે છે. ગોગલ્સ પહેરે છે અને બોલવામાં થોડી તકલીફ છે. છેલ્લે તેમણે કાળો કોટ પહેરેલો હતો જેની આગળની બાજુ સિલ્ક હતું અને તેના પર બ્લૅક વેઈસ્ટ કોટ પહેરેલો હતો અને ચેઈનવાળી ઘડિયાળ પણ રાખે છે. તેમણે હેરિસ કંપનીનું સિલેટિયા રંગનું ઊનનું પાટલૂન પહેરેલું હતું. અને રબરની બાજુઓવાળાં ચામડાનાં જૂતાં પહેરેલાં હતાં. જાણમાં એવું છે કે તેઓ લિડનહોલ સ્ટ્રીટ પરની કોઈ ઑફિસમાં કામ કરતા હતા. જે કોઈને પણ તેમની ભાળ..."

"આટલું પૂરતું છે," હોમ્સે મને ચબરખી વાંચતાં અટકાવ્યો. "હવે પત્રો જોઈએ," તેણે તેની તરફ નજર ફેરવવાનું શરૂ કર્યું. "સાવ સામાન્ય છે. તેમાં શ્રીમાન એન્જલ વિષે કોઈ જ કડી નહીં મળે. તેને સાચવી રાખ... જો કે તેમાં એક મુદ્દો નોંધપાત્ર છે જેના પર તારી નજર તો નહીં જ પડી હોય."

"તે બધા જ ટાઈપરાઈટ કરેલા છે," મેં કહ્યું.

"ના, માત્ર તેટલું જ નહીં. પણ તેમાં હસ્તાક્ષર પણ ટાઈપરાઈટ કરેલા છે. ત્યાં તેના છેડે જો સાવ નાના અક્ષરમાં 'હોસ્મર એન્જલ' ટાઈપ કરેલું છે. ત્યાં તે તારીખ મારેલી તો જોઈ. લિડેનહોલ સ્ટ્રીટ સિવાય બીજું કંઈ જ નહોતું લખ્યું, જે ખરેખર શંકા ઉપજાવનારું છે. તે કંઈક સૂચક પણ લાગે છે આપણે તેના દ્વારા જ તારણ પર પહોંચી શકીશું."

"શેના ?"

"મારા વહાલા, તને ખરેખર નથી ખબર કે તે આ કેસ માટે કેટલું મહત્ત્વનું છે ?"

"કદાચ જ્યારે ક્યારેય એવા સંજોગો ઊભા થાય અને તેના પર વચનભંગનો આક્ષેપ મૂકવામાં આવે તો તે ક્યારેય પકડાય નહીં તે માટે તેણે પોતાના હસ્તાક્ષર નથી કરેલા."

"ના, મુદ્દો એ નથી. તેમ છતાં હું બે પત્રો લખીશ જેનાથી આ સમસ્યાનું સમાધાન થઈ જશે. એક પત્ર શહેરની પેઢીને લખીશ અને બીજો પેલી યુવતીના સાવકા પિતા, શ્રીમાન વિન્ડીબૅન્કને લખીશ કે શું તેઓ અહીં આપણને આવતી કાલે સાંજે છ વાગે મળી શકશે ? અને તે માત્ર એટલા માટે કે આપણે આ કેસમાં એક પુરુષ સંબંધી સાથે વાત કરવા માગીએ છીએ. અને હવે જ્યાં સુધી તે પત્રોના જવાબ નહીં આવે ત્યાં સુધી આપણે કંઈ જ નહીં કરી શકીએ. માટે આપણી આ નાનકડી સમસ્યાને આપણે થોડીવાર અભરાઈ પર મૂકી દઈએ."

મારી પાસે ઘણાં ઘણાં કારણ હતાં કે હું મારા આ તારણો કાઢવામાં નિષ્ણાત અને અજબની અસાધારણ ઊર્જા ધરાવતા એવા મારા મિત્રની વાતો પર વિશ્વાસ કરું. કારણ કે મને ખાતરી છે કે તેની પાસે ચોક્કસ એવું પાક્કું કારણ હશે જેના આધારે તે આખાયે રહસ્ય પરથી પરદો હટાવશે અને માટે જ તે અત્યારે નિરાંતનો શ્વાસ લઈ રહ્યો હતો. હોમ્સ માત્ર પેલા કિંગ બોહેમિયાવાળા કેસમાં જ કુમારી આઈરિન ઍડલરનો ફોટોગ્રાફ મેળવવામાં અસફળ રહ્યો હતો, આ ઉપરાંત પણ તે પહેલાંના જે 'ધ સાઈન ઑવ્ ફોર' અને 'અ સ્ટડી ઈન સ્કાર્લેટ' સાથે જોડાયેલા અસામાન્ય સંજોગોના જે તાણાવાણા હતા તેને કેટલાક અંશે ખુલ્લા નહોતો કરી શક્યો.

છેવટે હું ત્યાંથી રવાના થયો. ત્યારે તે પોતાના હુક્કામાંથી ચૂસકીઓ લઈ રહ્યો હતો અને મને વિદાય આપતાં તેણે એવી ખાતરી આપી હતી કે કાલે સાંજે જ્યારે હું તેને ફરી મળીશ ત્યારે તેણે આ કેસની બધી કડીઓ મેળવી લીધી હશે અને તેના વડે કુમારી મેરી સધરલેન્ડના મુરતિયાની પણ ભાળ મળી જશે.

આ આખોયે કેસ મને ખૂબ આકર્ષી ગયો હતો અને હું તેમાં જ મગ્ન થઈ ગયો હતો. બીજો આખો દિવસ હું મારા દર્દીઓ સાથે ખૂબ જ વ્યસ્ત રહ્યો. છેક છ વાગ્યે મને મારા કામમાંથી રાહત મળી અને હું સીધો જ એક ઘોડાગાડી કરીને બેકર સ્ટ્રીટ પહોંચી ગયો. મને બીક હતી કે હું ક્યાંક મોડો ન પડ્યો હોઉં અને રહસ્ય ખુલ્લું થતું સાંભળવાનું ચૂકી ન ગયો હોઉં. હું પહોંચ્યો ત્યારે શૅરલૉક હોમ્સ એકલો જ હતો અને અર્ધ ઊંઘમાં પોતાની પાતળી કાયા લાંબી કરીને આડો પડ્યો હતો. આસપાસ શીશીઓ અને કસનળીઓનો પથારો પડ્યો હતો અને નાક તતડાવી નાખે તેવી મીઠાના તેજાબની તીવ્ર ગંધ આવી રહી હતી. તેના કહેવા પ્રમાણે તે આખોયે દિવસ તેના પ્રિય રાસાયણિક કામમાં જ રોકાયેલો રહ્યો હતો.

"તો ઉકેલ આવી ગયો ?" જેવો હું ઘરમાં પ્રવેશ્યો કે મેં તેને પૂછ્યું.

"હા, તે બેરિતાનું રાસાયણિક સંયોજન હતું."

"ના, હું તેના વિશે નથી પૂછી રહ્યો, હું તો પેલા રહસ્યની વાત કરી રહ્યો છું." મેં બૂમ પાડી કહ્યું.

"અરે ! મને તો એમ કે હું જે કામ કરી રહ્યો છું તે વિષે તું પૂછી રહ્યો છે. અને પેલી બાબતમાં તો કંઈ રહસ્ય જેવું ક્યારેય હતું જ નહીં. મેં તને ગઈ કાલે કહ્યું હતું કે કેટલીક તેની બારીકાઈ રસપ્રદ છે. બાકી તે બદમાશને તો કોઈ કાયદો પણ કંઈ જ કરી શકે તેમ નથી."

"અચ્છા, તો પછી કોણ હતો તે બદમાશ અને કુમારી સધરલેન્ડને આમ પડતી મૂકવાનો તેનો ઉદ્દેશ શું હતો ?"

હજી તો હું પ્રશ્ન જ પૂછી રહ્યો હતો અને હજુ તો હોમ્સ જવાબ આપવા મોઢું

ખોલે તે પહેલાં તો એક ભારે પગલાંનો અવાજ પરસાળમાં આવ્યો અને બારણા પર ટકોરા થયા.

"આ છોકરીના સાવકા પિતા, શ્રીમાન જેમ્સ વિન્ડિબૅન્ક આવ્યા છે." હોમ્સે મને કહ્યું, "તેમણે મને લખ્યું હતું કે તેઓ છ વાગ્યે અહીં આવશે. અંદર આવો." હોમ્સે વિન્ડિબૅન્કને અંદર આવવા કહ્યું.

રૂમમાં જે માણસ પ્રવેશ્યો તે ખડતલ બાંધાનો, મધ્યમ ઊંચાઈ ધરાવતો કંઈક ત્રીસની વય ધરાવતો હશે. તેનો ચહેરો દાઢી કરેલો હતો અને તે ફિક્કી ચામડી ધરાવતો હતો. તેની આંખો માંજરા રંગની હતી અને ખૂબ તીક્ષ્ણ હતી. તેણે એક પ્રશ્નભરી વેધક નજર અમારા પર એક પછી એક નાખી. તે પોતાની ચળકતી ટોપી સ્ટેન્ડ પર મૂકતાં સૌથી નજીકની ખુરશી પર બેઠો.

"શુભ સાંજ, શ્રીમાન જેમ્સ વિન્ડિબૅન્ક," હોમ્સે કહ્યું, "મારા ખ્યાલથી આ ટાઈપ કરેલો પત્ર તમારો છે જેમાં તમે મારી સાથેની આજની છ વાગ્યાની મુલાકાત બાબતે જવાબ આપ્યો હતો."

"હા, સાહેબ, મને માફ કરશો. હું થોડો મોડો છું. પણ હું કંઈ સ્વતંત્ર માણસ નથી. કુમારી સધરલેન્ડે આ નાનકડી એવી બાબત માટે તમને જે તકલીફ આપી તે માટે માફ કરજો. મારા ખ્યાલથી આ બાબતને જાહેરમાં લઈ જવાની જરૂર નહોતી. તે અહીં આવી તે મારી ઈચ્છાની તદ્દન વિરુદ્ધ હતું. પણ તેણી એક ઝટ ઉશ્કેરાઈ જાય તેવી અને લાગણીશીલ છોકરી છે તે તો તમે જોયું જ હશે. અને જો એક વાર તેણી કંઈ ધારી લે તો તે બીજા કોઈનું સાંભળતી નથી. એમ પણ તમે પોલીસ સાથે સંકળાયેલા નથી એટલે સારું થયું. જો પોલીસ પાસે જાત તો કેવો ફજેતો થાત. કુટુંબ પર આવી પડેલી આ કમનસીબી માટે પોલીસને ફરિયાદ કરવાનો શો અર્થ હતો ? બીજું એ કે આ શ્રીમાન હોસ્મર એન્જલને તમે કઈ રીતે શોધી શકશો અને તેની પાછળ પૈસા વેડફવાનો પણ શું અર્થ છે ?"

"તેથી ઊલટું," હોમ્સે ઠંડકથી કહ્યું, "મારી પાસે એ માનવાને ઘણા બધા પુરાવા છે કે મેં શ્રીમાન હોસ્મર એન્જલને શોધી કાઢ્યા છે."

શ્રીમાન વિન્ડિબૅન્ક હાથમોજાં ઉતારતાં ઉતારતાં એકદમ સ્તબ્ધ થઈ ગયા. "મને તે જાણીને ખુશી થઈ." તેણે કહ્યું.

"ખૂબ આશ્ચર્યજનક કહેવાય," હોમ્સે કહ્યું, "કે એક ટાઈપ રાઈટરમાં પણ વ્યક્તિના લખાણની જેમ જ કેટલીક લાક્ષણિકતા હોય છે. ખાસ કરીને જ્યારે ટાઈપ રાઈટર નવા ન હોય તો તેના ટાઈપિંગમાં પણ થોડો તફાવત પડતો હોય છે. કેટલાક અક્ષરો બીજા ટાઈપરાઈટર કરતા વધારે ઘસાઈ ગયા હોય છે. અને કેટલાક એક બાજુથી જ ઘસાયેલા હોય છે. શ્રીમાન વિન્ડીબૅન્ક, તમે ક્યારેય એવું નિરીક્ષણ કર્યું છે કે તમારા આ પત્રમાં 'ઇ' દરેક જગ્યાએ ઝાંખો છપાયો છે, જ્યારે 'આર'ની પૂંછડી પણ દરેક જગ્યાએ કપાઈ ગઈ છે. બીજાં પંદરેક લક્ષણો પણ છે, પણ તે સામાન્ય છે."

"અમે અમારો બધો જ પત્રવ્યવહાર અમારી ઑફિસવાળા આ જ ટાઈપરાઈટર પર કરીએ છીએ અને તેમાં કોઈ શંકા નથી કે તે થોડું ઘસાઈ ગયું છે." અમારા મુલાકાતીએ હોમ્સ તરફ આતુરતાથી જોતાં કહ્યું.

"ચાલો, હવે હું તમને એ બતાવું કે આ અભ્યાસ કેટલો રસપ્રદ છે, શ્રીમાન વિન્ડિબૅન્ક," હોમ્સે વાત આગળ વધારી. "હું હમણા ટાઈપરાઈટિંગ અને તેનો ગુના સાથે શું સંબંધ છે તે વિષે નિબંધ લખવાનું વિચારી રહ્યો છું. આ વિષય પર મેં થોડું ધ્યાન આપ્યું છે. મારી પાસે અહીં એક ખોવાયેલી વ્યક્તિ દ્વારા મોકલેલા ત્રણ પત્રો છે. તે બધા જ ટાઈપ કરેલા છે. તેમાં માત્ર બધા 'ઇ' જ ઝાંખા નથી પણ બધા 'આર'ની પૂંછડીઓ પણ કપાઈ ગઈ છે આ ઉપરાંત પણ જો તમે મારા સૂક્ષ્મદર્શક કાચ વડે જોશો તો તમને બીજાં ચૌદ લક્ષણો પણ જોવા મળશે."

શ્રીમાન વિન્ડબૅન્ક ખુરશીમાંથી ઝડપભેર ઊભા થયા અને પોતાની હૅટ હાથમાં લેતાં કહ્યું, "શ્રીમાન હોમ્સ, હું આવી નકામી વાતો પાછળ મારો સમય નથી બગાડવા માગતો. જો તમે તે માણસને પકડી શકતા હો તો પકડો અને જ્યારે પકડી લો ત્યારે મને જણાવજો."

"ચોક્કસ," હોમ્સે દરવાજા તરફ જતાં અને દરવાજાને તાળું લગાવતાં કહ્યું, "હું તમને જણાવું જ છું કે મેં તેને પકડી લીધો છે !"

"શું ! ક્યાં ?" વિન્ડિબૅન્ક બૂમ પાડી ઊઠ્યો, જાણે ઉંદરડું પાંજરામાં પુરાઈ ગયું હોય અને કેવું ફિક્કું પડી જાય તેવો તેનો ચહેરો થઈ ગયો.

"અરે, ના તેવું નહીં થઈ શકે," હોમ્સે મધુર અવાજે કહ્યું, "શ્રીમાન વિન્ડિબૅન્ક, તમે નહીં છટકી શકો. બધું જ સ્પષ્ટ થઈ ગયું છે. અને તમારા તે કટાક્ષ કે મારા માટે આ નાની સરખી સમસ્યાનો ઉકેલ લાવવો શક્ય નથી તે વાત પણ સાવ પાયાવિહોણી સાબિત થઈ છે. બરાબર ! બેસી જાઓ અને આ વિષે મારી સાથે વાત કરો."

અમારો મુલાકાતી રીતસરનો ખુરશીમાં ફસડાઈ પડ્યો, તેનો ચહેરો રૂની પૂણી જેવો સફેદ થઈ ગયો હતો અને તેનું કપાળ પાણી પાણી થઈ ગયું હતું. તેણે પોતાની વાત તોતડાતાં શરૂ કરી, "હવે કોઈ જ ઉપાય નથી બચ્યો."

"હા, હવે કોઈ ઉપાય નથી રહ્યો. પરંતુ વિન્ડિબૅન્ક, મારા જીવનમાં આટલી ક્રૂર, સ્વાર્થભરી અને હૃદયવિહોણી છેતરપિંડી આ રીતે થતી ક્યારેય નથી જોઈ. હવે આખીયે ઘટનાનું વિવરણ હું તમારી સમક્ષ કરું છું અને એમાં ક્યાંય જો મારી ભૂલ થતી હોય તો મને અટકાવજો."

વિન્ડિબૅન્ક ખુરશીમાં લટકેલા મોંએ બેઠો, જાણે તે સાવ હારી ન ગયો હોય. હોમ્સે પોતાના પગ તાપણાના ખૂણા પર ટેકવ્યા અને પોતાના હાથ ખિસ્સામાં મૂકતાં આખીયે વાત અમને સંભળાવતાંની સાથે જાણે પોતાને પણ ન સંભળાવતો હોય તેમ શરૂ કરી.

"એક પુરુષે માત્ર પૈસા માટે તેનાથી ઉંમરમાં ક્યાંય મોટી સ્ત્રી સાથે લગ્ન કર્યાં," તેણે કહ્યું, "અને તેની સાવકી પુત્રીના પૈસા તેણી જ્યાં સુધી તેની સાથે રહે ત્યાં સુધી તેણે વાપર્યા. તે રકમ તેના પર આધારિત લોકો માટે મોટી છે અને જો તે રકમ તેમને ન મળે તો તેમની સ્થિતિમાં ઘણો ફેર પડી જાય. તેને જાળવી રાખવા માટે કંઈક તો કરવું જ પડે તેમ હતું. દીકરી સારા અને મળતાવડા સ્વભાવની હતી અને હૃદયની મૃદુ અને કૂણી હતી. આ ઉપરાંત તેને વારસામાં મળતી રકમ અને તેની પોતાની કમાણી પણ સારી હતી માટે તે કંઈ લાંબો સમય કુંવારી રહે તેવું નહોતું અને જો તે લગ્ન કરે તો તેમણે વર્ષના જે ૧૦૦ પાઉન્ડ મળે છે તે ગુમાવવા પડત, અને આમ થતું અટકાવવા તેનો સાવકો પિતા શું કરે ? તે સ્વાભાવિકપણે તેણીને ઘરમાં જ રહેવાનો આગ્રહ રાખે. બહાર કોઈને મળવા ન દે, તેની ઉંમરનાઓનો સથવારો ન કરવા દે. પછી તેને ખ્યાલ આવ્યો કે આ બંધનો કંઈ વધારે સમય નહીં રાખી શકાય. તેણી હવે હઠે ઊતરી, પોતાના હક્ક માટે લડવા લાગી અને છેવટે તેણે જાહેર કર્યું કે તે જલસાઓમાં જશે જ. હવે તેના ચાલાક સાવકા પિતા શું કરે ? તેના દિમાગમાં ખ્યાલ આવ્યો તેણે પોતાના હૃદયને બાજુ પર મૂકી દિમાગને લડાવ્યું. પોતાની પત્નીની મદદથી તેણે એક વેશ ધારણ કર્યો. તેણે પોતાની તેજીલી આંખોને ગોગલ્સ પાછળ સંતાડી દીધી. બનાવટી મૂછો અને ઘટાદાર દાઢી પાછળ પોતાનો ચહેરો પણ છુપાવી દીધો. અને પોતાના સ્પષ્ટ અવાજને પણ ગુસપુસિયા અવાજમાં ફેરવી નાખ્યો. પેલી છોકરીની નબળી નજરનો ફાયદો ઉઠાવી તેની આગળ શ્રીમાન હોસ્મર એન્જલ બનીને રજૂ થયા અને બીજા પ્રેમીઓને તેણીથી દૂર રાખવા પોતે જ પ્રેમી બની ગયા."

"પહેલાં તો આ બધું બહુ રમૂજી લાગ્યું," અમારો મુલાકાતી પીડાથી બોલી ઊઠ્યો, "અમે નહોતું વિચાર્યું કે તેણી આ બધું આટલુ ગંભીરતાથી લેશે."

"કેમ નહીં. બિચારી છોકરી તો દૃઢ રીતે આગળ વધી રહી હતી અને તેણે માની લીધું હતું કે તેના સાવકા પિતા ફ્રાંસમાં છે માટે તેમના પર શંકા કરવાનો ખ્યાલ તેના મગજમાં ક્યારેય ન આવ્યો. તેણી તે સદ્‌ગૃહસ્થના આદરભાવથી અભિભૂત થઈ ગઈ હતી અને તેણીની માતાએ જ્યારે તેનાં વખાણ કર્યાં ત્યારે તો તેણી તેના પ્રત્યે ઑર આકર્ષાઈ હતી. પછી તો શ્રીમાન એન્જલે પણ તેણીની વારંવાર મુલાકાત લેવા માંડી અને વાત આગળ વધતી જ રહી, મુલાકાતો થઈ, વચનો અપાયાં જેનાથી એવો સંતોષ મેળવવામાં આવ્યો કે હવે છોકરી બીજા કોઈ પ્રત્યે નહીં આકર્ષાય. પણ છેતરપિંડીને કંઈ કાયમ માટે તો છુપાવી નથી શકાતી. પછી તો ફ્રાંસની ખોટી મુલાકાતોનાં બહાનાં ક્યાં સુધી ચાલવાનાં હતાં. આ આખાયે પ્રકરણનો એક નાટ્યાત્મક અંત લાવવો જરૂરી હતો જેથી કરીને તેણીના મનમાં એક દુઃખદ છાપ પડી જાય અને લાંબા સમય માટે ફરી ક્યારેય તેણી બીજા કોઈ પ્રતિ આકર્ષાવાની હિંમત ન કરે અને તેના માટે બિચારી

છોકરી પાસે લગ્નની સવારે જ બાઈબલ પર હાથ મૂકીને સમ ખવડાવવામાં આવ્યા. શ્રીમાન વિન્ડિબૅન્કે કુમારી સધરલૅન્ડ પાસે સમ ખવડાવ્યા કે તેણી હંમેશા શ્રીમાન હોસ્મરને વફાદાર રહે. અને ભાવિની અનિશ્ચિતતાના બહાના હેઠળ તેની પાસે વારંવાર વચન લેવામાં આવ્યાં કે તેણી હોસ્મરને ક્યારેય ન ભૂલે. ઓછામાં ઓછાં દસ વર્ષ સુધી તેણી કોઈ પુરુષ સામે ન જુએ એવી ગણતરીથી. પણ જ્યારે ચર્ચ આગળ પહોંચી જ ગયા ત્યારે તેનાથી હવે આનાથી આગળ વધી શકાય તેમ નહોતું અને તેણે જૂની ચાલાકી વાપરી ચાર પૈડાંવાળી ઘોડાગાડીના એક બારણામાંથી અંદર ઘૂસી અને બીજા બારણેથી રફુચક્કર થઈ ગયો. મારા ખ્યાલ પ્રમાણે ઘટનાક્રમ બરાબર આ જ પ્રકારનો હતો, બરાબર શ્રીમાન વિન્ડિબૅન્ક ?''

અમારા મુલાકાતીને જાણે કંઈક કળ વળી હોય એમ ખુરશીમાંથી ઊભો થઈ ગયો. તેના ચહેરા પર તિરસ્કારના ભાવ ઊપસી આવ્યા.

''હોઈ શકે કે એવું બન્યું હોય અને ન પણ બન્યું હોય, શ્રીમાન હોમ્સ,'' તેણે કહ્યું, ''અને જો તમે ખરેખર ખૂબ જ્ઞાની હોવ તો તમારે એ પણ જાણવું જોઈએ કે તમે ખુદ કાયદાને તોડી રહ્યા છો, હું નહીં. મેં કોઈ જ ગેરકાનૂની કામ નથી કર્યું, પણ જો હજુ પણ તમે તે દરવાજાને તાળું મારી મને અહીં પૂરી રાખશો તો તમારા પર કાયદાકીય કામગીરી થઈ શકે છે.''

''તમે કહ્યું તે પ્રમાણે તમારું કાયદો તો કંઈ નહીં બગાડી શકે,'' હોમ્સે બારણાનું તાળું ખોલી દરવાજો ખોલતાં કહ્યું, ''તેમ છતાં તમારો ગુનો સજાને લાયક તો છે જ. જો મૅરીને કોઈ ભાઈ કે મિત્ર હોત તો તે ચોક્કસ પોતાના હાથ તમારા પર અજમાવતાં ખચકાત નહીં.'' તેણે તેના પર એક તીક્ષ્ણ નજર ફેંકતાં કહ્યું, ''મારા અસીલ પ્રત્યેની મારી આવી કોઈ ફરજ નથી બનતી પણ આ તો આ ચાબૂક સાવ હાથવગો છે તો જરા અજમાવી લઉં...'' તે પોતાની નજીક પડેલા ચાબૂકને લેવા જ જઈ રહ્યો હતો ત્યાં તો વિન્ડિબૅન્કે એવી દોટ મૂકી કે પલકવારમાં નીચે પણ પહોંચી ગયો અને નીચેના હૉલનું બારણું અથડાવાનો મોટો અવાજ પણ આવ્યો. બારીમાંથી અમે જોઈ શક્યા કે શ્રીમાન જેમ્સ વિન્ડિબૅન્ક ચીલઝડપે રોડ પર ભાગી રહ્યા હતા.

''આ એક ઠંડા કલેજાનો બદમાશ છે !'' હોમ્સે પોતાની જાતને ખુરશીમાં નાખતાં અને ખડખડાટ હસતાં કહ્યું, ''આ માણસ જ્યાં સુધી ફાંસીના માંચડે નહીં ચડે ત્યાં સુધી ગુના આચરતો જ રહેશે. આ કેસ થોડો અલગ હતો પણ તેમાં રસ પડે તેવું કંઈ જ નહોતું.''

''હું તારાં બધાં જ તારણોને સ્પષ્ટ રીતે નથી સમજી શક્યો,'' મેં કહ્યું.

''તો સાંભળ. એ તો સ્વાભાવિક હતું કે શ્રીમાન હોસ્મર એન્જલનું વર્તન પહેલેથી જ શંકાશીલ હતું અને બીજું એ કે આ બનાવથી સૌથી વધારે ફાયદો કોને થવાનો હતો,

તો તે હતો તેણીનો સાવકો બાપ. બીજું મને એ પણ ખટકતું હતું કે ક્યારેય બન્ને પુરુષો એક સાથે તો દેખાયા જ નથી. પણ જ્યારે એક ગેરહાજર હતો ત્યારે જ બીજો દેખાતો હતો, તે કંઈક શંકા ઉપજાવનારું હતું. બીજું એ કે ગોગલ્સ, મૂછો અને ગુચ્છાદાર દાઢી અને ગુસપુસિયો અવાજ ત્રણેય શંકા ઉપજાવનારાં હતાં. મારી આ બધી જ શંકાઓ ત્યારે દૃઢ થઈ જ્યારે તેણે પોતાના પત્રમાં સહી પણ ટાઈપરાઈટર દ્વારા જ કરી, કારણ કે જો તે તેમ કરત તો મૅરી તેના હસ્તાક્ષરને સારી રીતે જાણતી હતી. નાના એવા નમૂના દ્વારા પણ તેણી તેના હસ્તાક્ષરને ઓળખી જાત. આ બધી જ હકીકતો ભેગી થઈને એક જ દિશામાં ઈશારો કરી રહી હતી."

"પણ તેં તેને કઈ રીતે ચકાસી ?"

"એક વાર મને કોઈ માણસ પર શંકા જાય ત્યાર પછી તો મારા માટે બધું બહુ સરળ થઈ જતું હોય છે. મને તે જે પેઢીમાં કામ કરતો હતો તેની ખબર હતી. છાપામાં હોસ્મરનું જે વર્ણન આપવામાં આવ્યું હતું તે પ્રમાણે દોરીને મેં તેમાંથી મૂછો, દાઢી અને ગોગલ્સ કાઢી નાખ્યાં. તેને મેં પેઢીમાં પૂછપરછ માટે મોકલ્યો અને તેમને અરજ કરી કે જો આવો કોઈ માણસ તેમની કંપની માટે કામ કરતો હોય તો મને જાણ કરે. મેં પહેલાં જ ટાઈપરાઈટરની વિશિષ્ટતા તારવી લીધી હતી અને મેં તેને જ પત્ર લખ્યો કે તે મને મળવા આવી શકશે કે નહીં. મેં ધાર્યું હતું તેમ જ તેણે તેનો જવાબ ટાઈપ કરીને જ મોકલાવ્યો હતો અને તેમાં પણ બરાબર તે જ લાક્ષણિકતાઓ હતી જે પેલા હોસ્મરના પત્રોમાં હતી. ત્યારે જ મને ફ્રેન્ચર્ચ સ્ટ્રીટની વેસ્ટહાઉસ અને મારબૅન્કની ઑફિસમાંથી પણ જવાબ આવ્યો કે મેં જે વર્ણન મોકલ્યું હતું બરાબર તેવાં જ લક્ષણો તેમનો એક નોકરિયાત જેમ્સ વિન્ડિબૅન્ક ધરાવે છે. બસ કિસ્સા ખતમ !"

"અને કુમારી સધરલૅન્ડ ?"

"જો હું તેને કહેત તો તેણી મારા પર વિશ્વાસ ન કરત. તેં પેલી જૂની પર્શિયન કહેવત તો સાંભળી જ હશે કે - 'વાઘનું બચ્ચું પાળવામાં જેટલું જોખમ રહેલું છે તેટલું જ જોખમ એક સ્ત્રીની ભ્રમણા તોડવામાં રહેલું છે.' હાફિઝ અને હોરેસની ખબર હોવી જોઈએ અને દુનિયાની જાણકારી પણ હોવી જોઈએ."

❖

ખીણમાં ખૂન

હું અને મારી પત્ની સવારનો નાસ્તો લઈ રહ્યાં હતાં ત્યારે નોકરાણીએ આવીને એક ટેલિગ્રામ આપ્યો. તે શૅરલૉક હોમ્સ તરફથી હતો, જે આ પ્રમાણે હતો :

શું તારી પાસે બે દિવસનો સમય હશે ? મને હમણાં જ પશ્ચિમ ઈંગ્લૅન્ડથી બોસ્કોમ્બ વેલિની ગોઝારી ઘટના સંબંધે તાર મળ્યો છે. તું મારી સાથે આવીશ તો મને ખુશી થશે. વાતાવરણ ખુશનુમા છે ૧૧:૧૫ પેડિંગ્ટન છોડવાનું છે.

"શું કહો છો, વહાલા ?" મારી પત્નીએ મારી સામે જોતાં કહ્યું, "તમે જશો ?"

"શું કરવું મને નથી ખબર, મારે તો દર્દીઓની લાંબી લાઇન લાગેલી છે."

"અરે, તે તો એન્સ્ટ્રૂધર સંભાળી લેશે. એમ પણ તમે હમણાં ફિક્કા પડી ગયા છો. અને થોડો હવાફેર તમારી તબિયત માટે સારો રહેશે, બીજું એ કે તમને હંમેશા શૅરલૉક હોમ્સના કેસમાં ઊંડો રસ રહ્યો છે."

"જો હું તેમાં રસ ન ધરાવતો હોત તો તેમાંથી મને જે જાણવા મળ્યું છે તે હું ન મેળવી શક્યો હોત." મેં જવાબ આપ્યો, "જો મારે જવાનું હોય તો, મારી પાસે મારો સામાન તૈયાર કરવા માટે માત્ર અડધો કલાક જ છે."

મારા અફઘાનિસ્તાનના કેમ્પિંગના જીવને મને ત્વરિત અને હંમેશા તૈયાર એવા મુસાફરની ઘણી તાલીમ આપી હતી. મારી જરૂરિયાતો ખૂબ સાદી અને ખૂબ ઓછી હતી, માટે થોડીક જ વારમાં હું મારા સામાન સાથે ઘોડાગાડીમાં બેસી પૅડિંગ્ટન સ્ટેશન જવા રવાના થઈ ગયો. શૅરલૉક હોમ્સ સ્ટેશન પર પ્લૅટફૉર્મ પર આમતેમ આંટા મારી રહ્યો હતો. તેની લાંબી, પાતળી આકૃતિ તેના લાંબા કાળા મુસાફરીના ડગલાના કારણે વધારે પાતળી લાગી રહી હતી. તેણે લચીલી કાપડની ટોપી પહેરી હતી.

"તું આવ્યો ખૂબ સારું કર્યું, વોટસન," હોમ્સે કહ્યું, "તેનાથી મને ઘણો બધો ફરક પડે છે, આપણી પાસે કોઈ એવી વ્યક્તિ હોવી જરૂરી છે જેના પર આપણે સંપૂર્ણ

આધાર રાખી શકીએ. સ્થાનિક મદદ કાં તો નક્કામી હોય છે અથવા તો પૂર્વગ્રહોથી ભરપૂર હોય છે. તું બારી પાસેની બે બેઠક રોકજે, હું ટિકિટ લઈ આવું છું.

ગાડી આવતાં અમે અમારી બેઠકો પર ગોઠવાઈ ગયા. હોમ્સ તો પોતાની સાથે જે કાગળો લાવ્યો હતો તેનો પથારો કરીને તેને વાંચવામાં ખોવાઈ ગયો. વચ્ચે વચ્ચે એ એમાંથી કેટલીક નોંધો પણ ડાયરીમાં ટપકાવ્યે જતો હતો. વાંચી લીધા બાદ તેણે બધાયે કાગળોનું એક મોટું ફીંડલુ વાળીને છાજલી પર ચડાવી દેતાં કહ્યું :

“તેં આ કેસ વિષે કંઈ સાંભળ્યું છે ?”

“એક પણ શબ્દ નહીં. મેં તો છેલ્લા કેટલાય વખતથી સમાચારપત્ર જ નથી વાંચ્યા.”

“લંડન અખબાર પાસે પણ કંઈ બધી જ માહિતી નથી હોતી. મેં છેલ્લા થોડા દિવસોના બધાં જ છાપાં વાંચી કાઢ્યાં પણ તેમાં મને કોઈ ચોક્કસ માહિતી નથી મળી. મારી પાસે એકત્ર માહિતી પરથી તો એવું લાગે છે કે આ એક સાવ સીધોસાદો કેસ છે, અને છતાંયે ઉકેલવો અનહદ મુશ્કેલ છે.”

“તું સાવ અસંગત બોલી રહ્યો છે.”

“પણ તે જ તો સત્ય છે. ગુનો જેટલો લક્ષણરહિત અને ચવાઈ ગયેલો હોય છે તેટલો જ તેનો ઉકેલ લાવવો અઘરો હોય છે. આ કેસમાં તેમની પાસે જેની હત્યા થઈ છે તેના જ સંતાન વિરુદ્ધ પૂરતા પુરાવા છે અને તેના વિરુદ્ધ જ ગુનો દાખલ થયો છે.”

“કોઈ ખૂનનો કેસ છે ?”

“અટકળ તો કંઈક એવી જ કરવામાં આવી છે. હું હમણા તો જ્યાં સુધી તેની તપાસ ન કરી લઉં ત્યાં સુધી કંઈ જ ન કહી શકું. જેટલું હું સમજ્યો છું તે પરથી આખી સ્થિતિનો ચિતાર હું તને થોડા જ શબ્દોમાં આપું છું.”

“બોસ્કોમ્બની ખીણ એ એક પ્રાદેશિક જિલ્લો છે, હેરિનફોર્ડશાયરમાંના રોસ્સ કરતાં કંઈ ખાસ દૂર નથી. સૌથી મોટી જમીન શ્રીમાન જોહ્ન ટર્નરની માલિકીની છે. તેમણે ઑસ્ટ્રેલિયામાં ખૂબ પૈસો બનાવ્યો હતો અને થોડાંક વર્ષો પહેલાં અહીં ફરી પાછા પોતાના વતનમાં સ્થિર થયા છે. પોતાનાં આટલાં બધાં ખેતરમાંથી તેમણે એક ખેતર અને એક ઇમારત તેમના ઑસ્ટ્રેલિયાના સાથી શ્રીમાન મેકાર્થીને ભાડે આપી છે. આ બન્ને વ્યક્તિ ઑસ્ટ્રેલિયામાં એકબીજાના પરિચયમાં આવી હતી માટે સ્વાભાવિકપણે અહીં આવીને પણ તેમણે એકબીજાની બને તેટલી નજીક રહેવાનું પસંદ કર્યું. દેખીતી રીતે ટર્નર વધારે સંપત્તિવાન હતો, માટે મેકાર્થી તેનો ગણોતિયો બન્યો હતો, તેમ છતાં તેઓ એક સમોવડિયા તરીકે જ રહેતા હતા. ટર્નર અને મેકાર્થી બન્ને વિધૂર છે. મેકાર્થીને એક પુત્ર છે, જે અઢાર વર્ષનો જુવાનિયો છે અને ટર્નરને પણ તેટલી જ ઉંમરની એક પુત્રી હતી. તેઓ હંમેશા આડોશપાડોશના અંગ્રેજ કુટુંબોમાં હળવાભળવાનું ટાળતાં હતાં. બીજી બાજુ તેઓ રમતગમતમાં વધારે રસ દાખવતાં હતાં અને અવારનવાર પાડોશની રેસ-મિટિંગમાં જોવા મળતા. મેકાર્થીને બે નોકર હતા : એક પુરુષ અને બીજી છોકરી.

ટર્નરે પ્રમાણમાં ઘણાબધા કહેવાય તેટલા ઓછામાં ઓછા અડધો ડઝન જેટલા નોકરચાકરો રાખ્યા હતા. હવે હકીકતો આ પ્રમાણે છે.

"ગયા સોમવારની વાત છે. ત્રીજી જૂનનો દિવસ હતો, બપોરના ત્રણ વાગ્યાની આસપાસ હેથર્લિમાં આવેલા પોતાના ઘરેથી મેકાર્થી બોસ્કોમ્બ પુલ તરફ ચાલતો ગયો હતો. ત્યાં આગળ એક નાનકડું એવું તળાવ આવેલું છે, જે બોસ્કોમ્બની ખીણમાંથી આવતા એક ઝરણાના કારણે બન્યું છે. તે પોતાના નોકર સાથે સવારે રોસ્સ તરફ પણ આવ્યો હતો અને તેણે તેને એવું પણ કહ્યું હતું કે તેને ઉતાવળે પહોંચવાનું હતું, કારણ કે તેને ત્રણ વાગ્યે એક ખૂબ જ જરૂરી મુલાકાતે જવાનું હતું. આ મુલાકાતેથી તે પછી ક્યારેય પાછો નહોતો ફર્યો."

"હેથર્લિના ફાર્મહાઉસથી બોસ્કોમ્બ તળાવનું અંતર પા માઈલ જેટલું છે. બે વ્યક્તિએ તેને ત્યાંથી પસાર થતાં પણ જોયો હતો. એક તો વૃદ્ધ સ્ત્રી હતી જેનું નામ આપવામાં નથી આવ્યું, અને બીજો હતો શ્રીમાન ટર્નરનો શિકાર કરેલાં પ્રાણીઓનું ધ્યાન રાખનારો વિલિયમ ક્રોડર. આ બન્ને સાક્ષીઓએ તેમને એકલા જતા જોયા હતા. પ્રાણીઓનું ધ્યાન રાખનાર વિલિયમે એવું પણ કહ્યું હતું કે મેકાર્થીના ગયા પછી તે જ રસ્તે તેમણે મેકાર્થીના દીકરાને પણ બગલમાં બંદૂક લઈ જતો જોયો હતો. તેના માનવા પ્રમાણે પિતા આગળ જઈ રહ્યા હતા અને પુત્ર તેનો પીછો કરી રહ્યો હતો. તેને સાંજે જ્યાં સુધી આખીયે કરુણાંતિકા વિષે ખબર ન પડી ત્યાં સુધી તેણે જે કંઈ જોયું તેના પર કંઈ ખાસ ધ્યાન નહોતું આપ્યું.

"મેકાર્થી પિતા-પુત્ર બન્નેને વિલિયમે ક્યાંય સુધી ગાઢ જંગલમાં જતાં જોયા હતા. બોસ્કોમ્બ તળાવ આસપાસનું જંગલ ખૂબ ગાઢ છે. તેનો કિનારો ઘાસ અને બરુના ઝાડથી ઘેરાયેલો છે. તે સમયે બોસ્કોમ્બની ખીણની સંપત્તિની લોજના ચોકીદારની ચૌદ વર્ષની દીકરી પણ જંગલમાં ફૂલો ચૂંટી રહી હતી. તેણે કહ્યું છે કે તે જ્યારે તળાવ નજીક ફૂલ ચૂંટી રહી હતી ત્યારે જંગલના કિનારે તળાવની નજીક શ્રીમાન મેકાર્થી અને તેનો પુત્ર કોઈ વાત પર ઝઘડી રહ્યા હતા. તેણે સાંભળ્યું કે શ્રીમાન મેકાર્થી ખૂબ ખરાબ ભાષામાં પોતાના પુત્ર સાથે વાત કરી રહ્યા હતા અને તેણે તે પણ જોયું કે પછીથી તેના પુત્રએ મેકાર્થી પર હાથ ઉગામવા હાથ પણ ઊંચો કર્યો હતો. તેણી આ ઝઘડાથી ખૂબ ગભરાઈ ગઈ હતી અને ભાગીને સીધી તેના ઘરે પહોંચી ગઈ હતી. ઘરે પહોંચીને તેણીએ તેની માતાને પણ કહ્યું કે શ્રીમાન મેકાર્થી અને તેમના પુત્ર વચ્ચે ખૂબ ઉગ્ર ઝઘડો ચાલી રહ્યો છે અને તે લોકો ક્યાંક હિંસા પર ન ઊતરી આવે. હજી તો તેણીએ આટલી વાત તેની માતાને કહી જ હતી કે તરત જ પાછળ પાછળ જુવાન મેકાર્થી પણ દોડતો દોડતો લોજ પર આવ્યો અને કહેવા લાગ્યો કે ત્યાં તળાવના જંગલમાં પોતાના પિતા મરી રહ્યા છે અને તેને લોજ કીપરની મદદની જરૂર છે. તે ખૂબ ગભરાયેલો હતો, તેની

ટોપી અને બંદૂક તેની પાસે નહોતા. તેના ખભા અને બાંયો તાજા લોહીથી ખરડાયેલાં હતાં. બધા તેની પાછળ દોડ્યા અને જઈને જોયું તો શ્રીમાન મેકાર્થી મૃત હાલતમાં પડ્યા હતા. તેમના માથા પર કોઈ બુઠ્ઠા અને ભારે હથિયાર વડે વારંવાર પ્રહાર કરવામાં આવ્યો હોય તેવું લાગતું હતું. ઈજાઓ યુવાન મેકાર્થીની બંદૂકના કૂંદા વડે વારંવાર પ્રહાર કરવાથી થઈ હોય એવું ચોક્કસપણે લાગતું હતું. બંદૂક મેકાર્થીના મૃતદેહથી થોડાંક જ ડગલાં દૂર ઘાસમાં પડી હતી. આ બધી જ પરિસ્થિતિ હેઠળ તેના પુત્રની તરત જ ધરપકડ કરવામાં આવી હતી. બધી જ કાયદેસરની તપાસ કરી તેને મંગળવારે ‘જાણી જોઈને કરવામાં આવેલી હત્યા’ના ગુના હેઠળ ગુનેગાર જાહેર કરવામાં આવ્યો અને બુધવારે તેને રોસ્સ ખાતે જજ સમક્ષ હાજર કરવામાં આવ્યો હતો. તેમણે આ કેસનો ચુકાદો આવતા સત્રમાં આપવાનું જાહેર કર્યું હતું. આ બધી મુખ્ય હકીકતો મને પોલીસ, અદાલત અને વિવિધ જગ્યાએથી મળી આવી છે.’’

‘‘આવા ઘૃણાસ્પદ કિસ્સાની તો ભાગ્યે જ કલ્પના કરી શકાય.’’ મેં કહ્યું. ‘‘સઘળા સાંયોગિક પુરાવાઓ યુવાન મેકાર્થી ભણી જ આંગળી ચીંધે છે.’’

‘‘સંયોગિક પુરાવાઓ એ ખૂબ જ જટીલ બાબત છે,’’ હોમ્સે વિચારપૂર્ણ રીતે જવાબ આપ્યો, ‘‘આમ તો એવું જ લાગતું હોય છે કે તે એક જ દિશામાં આંગળી ચીંધે છે પરંતુ જો તમે તમારી નજર જરા બારીક કરીને જુઓ તો તે બરાબર તે જ રીતે સ્પષ્ટપણે કોઈ સાવ જ અલગ દિશા ભણી પણ આંગળી ચીંધતાં હોય છે. એ તો સ્પષ્ટપણે જણાઈ આવે છે કે આખોયે કેસ બધી જ રીતે પેલા જુવાનિયા વિરુદ્ધ છે અને એવી સંપૂર્ણપણે શક્યતા છે કે તે જ અપરાધી હોય. પણ સાથે સાથે કેટલાક લોકો એવા પણ છે કે જે તેને નિર્દોષ માને છે, ખાસ કરીને પાડોશના જમીનદારની પુત્રી કુમારી ટર્નર. તને ‘અ સ્ટડી ઈન સ્કાર્લેટ’ના કેસનો પેલો વકીલ લેસ્ટ્રેડ તો યાદ જ હશે, તેણીએ તેને તેના બચાવ માટે રોક્યો છે. લેસ્ટ્રેડ ખુદ પણ મૂંઝાયેલો છે, તેણે જ આખા કેસને મારી સમક્ષ રજૂ કર્યો છે અને એ માટે જ આપણે બન્ને આપણા નાસ્તાને પચાવ્યા વિના પચ્ચાસ માઈલની ઝડપે પશ્ચિમ ઇંગ્લૅન્ડ તરફ આગળ વધી રહ્યા છીએ.’’

‘‘મને તો હકીકતો સાવ સ્પષ્ટ લાગે છે.’’ મેં કહ્યું, ‘‘મને નથી લાગતું તેથી વધારે તારા જાણવામાં ત્યાં કંઈ આવે.’’

‘‘સ્પષ્ટ હકીકતો જેટલું ભ્રામક બીજું કંઈ જ નથી હોતું,’’ તેણે હાસ્ય કરતાં જવાબ આપ્યો, ‘‘આ હકીકતોને બાજુ પર મૂકીને બીજી કેટલીક સુગમ હકીકતોને પણ આપણે તપાસી લેવી જોઈએ, જે શ્રીમાન લેસ્ટ્રેડ માટે કંઈ ખાસ કામની નથી. તું સારી રીતે જાણે છે, વૉટસન, કે લેસ્ટ્રેડ કરતાં મારી તર્કશક્તિ કેટલી તીક્ષ્ણ છે. ચાલ પહેલું ઉદાહરણ લઈએ; હું સ્પષ્ટપણે અનુમાન લગાવી શકું છું કે તારા શયનખંડની બારી જમણી બાજુએ છે. હવે કહે કે આવું સચોટ અનુમાન શ્રીમાન લેસ્ટ્રેડ લગાવી શકશે ?’’

"તને કઈ રીતે ખબર પડી ?"

"મારા વહાલા, તારામાં લાક્ષણિક રીતે ઘર કરી ગયેલી લશ્કરી ચોખ્ખાઈને હું સારી રીતે જાણું છું. તું રોજ દાઢી કરે છે, અને આ ઋતુમાં તું તડકામાં દાઢી કરે છે. પણ હું જોઈ શકું છું કે ડાબી બાજુ જેમ આપણે તારી દાઢીની પાછળની તરફ જઈએ ત્યાં દાઢી અધૂરી લાગે છે અને છેક છેલ્લે તો તારા જડબા તરફ દાઢીના વાળ અડધા રહી ગયા છે. તેના પરથી એ સ્પષ્ટ થાય છે કે સૂર્યપ્રકાશ તે તરફથી નહીં પરંતુ તેનાથી વિરુદ્ધ બાજુએથી એટલે કે જમણી બાજુએથી આવતો હશે, એટલે કે બારી જમણી તરફ આવેલી હશે. નિરીક્ષણ અને ધારણાના નજીવા ઉદાહરણ તરીકે મેં તને આ દર્શાવ્યું છે. આ તો મારા વ્યવસાયનો એક હિસ્સો છે. અને શક્ય છે કે આપણી સમક્ષ જે કેસ છે તેમાં પણ આવા નિરીક્ષણની જરૂર હોય. અહીં એક કે બે નાના મુદ્દા છે જે તપાસમાં બહાર આવ્યા છે અને તે વિચાર માંગી લે તેવા છે."

"તે કયા છે ?"

"તેની ધરપકડ તરત ને તરત નહોતી થઈ પણ તે હેથર્લિ ફાર્મમાં આવ્યો ત્યાર પછી થઈ હતી. પોલીસદળના ઇન્સ્પેક્ટરના જણાવ્યા પ્રમાણે હવે તે એક કેદી હતો, તેણે નોંધ્યું હતું કે આ સાંભળીને તે કંઈ આશ્ચર્ય નહોતો પામ્યો. તેના માનવા પ્રમાણે તેણે જે કર્યું હતું તેના પ્રમાણમાં તો તે કંઈ જ નહોતું. શબ પરીક્ષણકર્તાના મનમાં તેના માટે જો કોઈ નિર્દોષતાની શંકા રહેલી હોય તો તે તેના આવા વર્તનથી ભૂંસાઈ ગઈ હતી."

"એટલે કે તેણે ચૂપચાપ કબૂલાત કરી લીધી હતી ?" હું સ્તબ્ધ થઈ ગયો.

"ના, ઊલટાનું તેનું તે વર્તન તેના નિર્દોષ હોવાનો સંકેત આપતું હતું."

"આવા ગંભીર કૃત્ય માટે ઓછામાં ઓછું તેનું આ વર્તન શંકાસ્પદ તો હતું જ."

"એથી વિરુદ્ધ " હોમ્સે કહ્યું, "હાલ હું તો તેને વાદળામાં એક તેજસ્વી વીજળીના ચમકારા તરીકે જોઉં છું. શું તે પોતાની ધરપકડથી આશ્ચર્ય પામ્યો હતો કે પછી ગુસ્સે થવાનો ઢોંગ કર્યો હતો, મારે આ બાબતને પર ખૂબ શંકાશીલ રીતે જોવી પડશે, કારણ કે આવી પરિસ્થિતિઓ હેઠળ આ પ્રકારનો ખચકાટ કે ગુસ્સો કંઈ સ્વાભાવિક ન કહેવાય, ઊલટાનું એક ષડયંત્રખોર માટે તો એક ઢોંગ જ કહેવાય. પણ જે રીતે તેણે આખીયે પરિસ્થિતિને નિખાલસપણે સ્વીકારી લીધી છે તે પરથી તો એવું લાગે છે તે કાં તો એક નિર્દોષ માણસ છે અથવા તો પછી એક નોંધપાત્ર આત્મસંયમ અને દઢતા ધરાવતો માણસ છે. અને જો તેણે પોતાની દલીલમાં જે કહ્યું તેને ધ્યાનમાં લઈએ તો તે પણ કંઈ અસ્વાભાવિક નહોતું. જો તું ધ્યાનપૂર્વક વિચારે તો તે પોતાના પિતાના મૃતદેહની બાજુમાં ઊભો હતો, અને એમાં પણ કોઈ શંકા નથી કે તે દિવસે તે એક પુત્રની ફરજ ભૂલી ગયો હતો અને તેના પિતા સાથે તેણે કડવા શબ્દોમાં ઝઘડો કર્યો હતાદ. પેલી છોકરીના કહ્યા પ્રમાણે તે પોતાના પિતા ઉપર હાથ ઉગામવા જઈ રહ્યો હતો. તે પુરાવો પણ ખૂબ

મહત્ત્વનો છે. પોતાને દોષી માનવું અને પશ્ચાત્તાપ કરવો તે એ જણાવે છે કે તે એક સ્વસ્થ મગજનો માણસ છે નહીં કે દોષી મનનો.''

મેં મારું માથું હલાવ્યું અને કહ્યું, ''ઘણા માણસો તો આથી ક્યાંય ઓછા પુરાવા હેઠળ ફાંસીના માંચડે ચડી ચૂક્યા છે. આ યુવાનને તેથી શું ફાયદો થઈ શકે ?''

''મને લાગે છે કે આનાથી તેના સમર્થકોને પણ નિરાશા જ થશે, તેમ છતાં તેમાં એક-બે મુદ્દા સૂચક છે. તું તેને અહીં શોધી શકીશ અને જાતે વાંચી શકીશ.''

પોતાની પાસેની કાગળોની થપ્પીમાંથી સ્થાનિક હીઅરફોર્ડશાયરની એક નકલમાંના એક ફકરા પર તેણે આંગળી ચીંધી હતી જેમાં આ બદનસીબ યુવાને પોતાનો ગુનો કબૂલ કર્યો હતો. હું એક ખૂણામાં બેસી ગયો અને ખૂબ જ ધ્યાનપૂર્વક તેને વાંચવા લાગ્યો જે આ પ્રમાણે હતું :

શ્રીમાન જેમ્સ મેકાર્થી, મૃતકના એક માત્ર પુત્રનું કબૂલાતનામું આ પ્રમાણે છે : ''હું ઘરથી ત્રણ દિવસ દૂર બ્રિસ્ટોલમાં હતો, અને હજુ સોમવારની સવારે ત્રીજી તારીખે તો પાછો આવ્યો હતો. મારા આવ્યાની થોડી જ વારમાં મને બહાર આંગણામાં પૈડાના અવાજ સંભળાયા અને મેં તરત જ બારી બહાર જોયું તો મારા પિતા ઉતાવળે પગલે બહાર જઈ રહ્યા હતા. ત્યાર પછી મેં મારી બંદૂક લીધી અને બોસ્કોમ્બ તળાવની સામેની બાજુએ જોવા મળતા સસલાના શિકાર માટે રવાના થયો. વિલિયમ ક્રાઉડરે પોતાની જુબાનીમાં જણાવ્યું છે તે પ્રમાણે તેણે મને રસ્તે જતા જોયો હતો. પણ તેણે એ વિચારવામાં ભૂલ કરી હતી છે કે હું મારા પિતાની પાછળ જઈ રહ્યો હતો. મને તો જરા પણ ખબર નહોતી કે મારા પિતા મારી આગળ જઈ રહ્યા હતા. તળાવથી લગભગ સો ફર્લાંગ દૂર મને 'કૂ...ઈ...ઈ...'ની બૂમ સંભળાઈ જે મારી અને મારા પિતા વચ્ચેનો એક સંકેત હતો. પછી હું ઉતાવળે પગલાં ભરતો અવાજ તરફ ગયો અને તેમને તળાવ આગળ ઊભેલા જોયા. તે મને ત્યાં જોઈને ખૂબ અચરજ પામ્યા અને મને સાવ કર્કશ ભાષામાં પૂછવા લાગ્યા કે હું ત્યાં શું કરી રહ્યો હતો. મારા પિતાના ઉગ્ર સ્વભાવના કારણે આખીયે વાતચીતે ઉગ્ર સ્વરૂપ લઈ લીધું અને અવાજ ઊંચો અને ઊંચો થતો ગયો. તેમના કાબૂ બહાર જતા રઘવાટને જોઈને હું તેમને ત્યાં જ મૂકીને ફરી હેથર્લિ ફાર્મ તરફ પાછો જવા લાગ્યો. હું હજી તો માંડ દોઢસો ડગલાં ચાલ્યો હોઈશ ત્યાં મને પાછળથી એક મોટી બિહામણી ચીસ સંભળાઈ અને હું તરત જ તે તરફ દોડ્યો. મેં જોયું તો મારા પિતા જમીન પર કણસી રહ્યા હતા. તેમના માથા પર ખૂબ ઈજાઓ થયેલી હતી. મેં મારી ગન પડતી મૂકી અને મારા પિતાને મેં મારા બાહુઓમાં લીધા પણ તેઓ તો મૃત્યુ પામ્યા હતા. મેં જોયું તો તેમનો મૃતદેહ ત્યાં એકલો પડ્યો હતો અને મને જરા પણ ખ્યાલ નહોતો કે તેમને આટલી બધી ઈજાઓ કઈ રીતે પહોંચી હતી. હું થોડી મિનિટો સુધી તેમની આગળ ઘૂંટણભેર પડ્યો રહ્યો. પણ પછી ઊભો થઈને લોજના ચોકીદાર, શ્રીમાન ટર્નર કે જેમનું ઘર ઘટનાસ્થળથી સૌથી નજીક હતું ત્યાં મદદ માંગવા ગયો. હા, તે વાત

સાચી કે મારા પિતા એક ઠંડા અને કઠોર સ્વભાવના માણસ હતા પણ મને જ્યાં સુધી ખબર છે ત્યાં સુધી તેમને એક પણ દુશ્મન નહોતો. આથી વધારે મને કંઈ જ ખબર નથી.''

અમલદાર : શું મરતાં પહેલાં તમારા પિતાએ તમને કંઈ કહ્યું હતું ?

જેમ્સ મેકાર્થી : તેઓ કંઈ બબડતા હતા પણ મને તેમાંનો એક શબ્દ પણ નહોતો સમજાયો. કંઈક ઉંદર (**Rat**) વિશે એ ઉલ્લેખ કરવા માગતા હતા.

અમલદાર : તમને તેમાં કંઈ સમજ પડી હતી ?

જેમ્સ મેકાર્થી : મને તેમાં કંઈ જ સમજ નહોતી પડી. મને લાગ્યું કે તેમને સનેપાત ઊપડ્યો હશે.

અમલદાર : તમે અને તમારા પિતા કઈ વાત પર ઝઘડી રહ્યા હતા ?

જેમ્સ મેકાર્થી : હું આનો જવાબ નહીં આપી શકું.

અમલદાર : મને ભય છે કે મારે દબાણ વાપરવું પડશે.

જેમ્સ મેકાર્થી : મારા માટે તેનો જવાબ આપવો અશક્ય છે. હું તમને ખાતરી આપું છું કે તે વાતને આ કરુણ ઘટના સાથે કોઈ લેવા દેવા નથી.

અમલદાર : એ તો કોર્ટ જ નક્કી કરશે. મારે તમને કહેવાની જરૂર નથી કે જો તમે આ પ્રશ્નનો જવાબ આપવાનો ઈન્કાર કરશો તો તમારે આગળ જતાં તમારી વિરુદ્ધ ઊભી થતી પરિસ્થિતિનો સામનો કરવો પડશે.

જેમ્સ મેકાર્થી : તેમ છતાં પણ હું જવાબ નહીં આપી શકું.

અમલદાર : હું સમજી શકું છું કે "કૂ...ઈ...ઈ..." એ તમારી અને તમારા પિતા વચ્ચેનો એક સામાન્ય સંકેત હતો ?

જેમ્સ મેકાર્થી : હા, હતો.

અમલદાર : જો તમારા પિતાને ખબર ન હોય કે તમે આસપાસ છો કે પછી તમે બ્રિસ્ટોલથી પાછા આવી ગયા છો તો પછી તેમણે આ સંકેત કેમ આપ્યો હશે ?

જેમ્સ મેકાર્થી : (મોટી મૂંઝવણમાં મુકાતાં) મને નથી ખબર.

જ્યૂરી સભ્ય : તમે તમારા પિતાની બૂમ સાંભળીને પાછા ગયા અને તમારા પિતાને ગંભીર રીતે ઘવાયેલા જોયા ત્યારે તમે તેમની આસપાસ કંઈ શંકાસ્પદ ન જોયું હતું ?

જેમ્સ મેકાર્થી : કંઈ ચોક્કસ નહીં.

અમલદાર : તમે કહેવા શું માગો છો ?

જેમ્સ મેકાર્થી : હું હતપ્રભ થઈ ગયો હતો. હું તો તરત જ મદદ માગવા દોડી આવ્યો હતો. મને મારા પિતા સિવાય બીજા કશાનો વિચાર નહોતો આવી રહ્યો. તેમ છતાં મને એવું લાગ્યું કે જેવો હું તેમની તરફ જઈ રહ્યો હતો કે મને જમીન પર મારી

ડાબી બાજુએ કંઈક પડેલું હોય તેવું લાગ્યું. તે કંઈક સિલેટિયા રંગના કોટ જેવું કે પછી કંઈક શાલ જેવું હતું. પણ જ્યારે હું મારા પિતા આગળથી ઊભો થયો અને આસપાસ નજર નાખી તો ત્યાં કંઈ જ નહોતું.

"તમારો કહેવાનો મતલબ એવો છે કે તમે મદદ માટે ગયા તે પહેલાં જ તે ગાયબ થઈ ગયું હતું ?"

"હા."

"તમને જરા પણ ખ્યાલ નથી કે તે શું હતું ?"

"ના, મને માત્ર એવું લાગ્યું કે ત્યાં કંઈક હતું."

"શબથી કેટલું દૂર હતું તે ?"

"કંઈક બારેક ડગલાં જેટલું હશે."

"અને જંગલની કિનારીએથી કેટલું દૂર હતું ?"

"લગભગ તેટલું જ."

"એટલે કે તે વસ્તુ ત્યાંથી ગાયબ થઈ ત્યારે તમે તેનાથી માત્ર બારેક ડગલાં જ દૂર હશો ?"

"હા, પણ મારી પીઠ તેની તરફ હતી."

જેમ્સ મેકાર્થીની પૂછપરછ અહીં પૂરી થતી હતી.

મેં આખાયે નિવેદનને ઝીણવટથી વાંચી જતાં કહ્યું, "આ આખાય નિવેદન પરથી એવું લાગે છે કે અમલદાર આ કથનો પરથી પેલા છોકરા પર વધારે ફાંસલો કસશે. તેણે વિરોધાભાસભર્યું નિવેદન આપીને એક શંકા ઊભી કરી છે. પોતાના પિતાએ તેને વગર જોયે સંકેત આપ્યો અને તે બન્નેની વાતચીત વિષે પણ એક શબ્દ ન કહ્યો અને તેના પિતાના મૃત્યુ વખતે તે જે કંઈ બોલતા હતા તેમાંથી ઉંદર (Rat) જેવું તે કંઈક સાંભળી શક્યો તે વિષે પણ તે કંઈ ન કહી શક્યો તે તો તેને વધારે મુશ્કેલીમાં નાખનાર સાબિત થશે."

હોમ્સ ખુદ પર થોડુ હસ્યો અને પોતાની બેઠક પર લંબાવતા બોલ્યો, "તમે બન્ને, તું અને પેલો અમલદાર બન્ને કંઈક ચૂકી રહ્યા છો," તેણે કહ્યું, "તમે તે છોકરાના પક્ષે જે મજબૂત સંકેત છે તેને નથી જોઈ શક્યા. તમે ખુદ તેને ભારોભાર કલ્પનાશીલ અને તેમ છતાં પણ ઓછો કલ્પનાશીલ એમ બન્ને શ્રેય નથી આપી રહ્યા ? ઓછો કલ્પનાશીલ એટલા માટે કે જો તે તેની અને તેના પિતા વચ્ચે જે ઝઘડો થયો તે વિષે કહી દે તો તેને જ્યૂરીની સહાનુભૂતિ મળી શકે છે. તેમ છતાં તે તે વિષે એક શબ્દ પણ ઉચ્ચારવા નથી માગતો. અને બહુ વધારે કલ્પનાશીલ એટલા માટે કે કદાચ તેણે જ પેલા ગાયબ થયેલાં કપડાં અને એના પિતાના મરણ વખતના શબ્દોની વાત ઉપજાવી કાઢી હોય. ના, સાહેબ, હું આ કેસમાં આ યુવાન છોકરો જે સાચું બોલ્યો છે તેને ધ્યાનમાં લઈને આગળ

વધીશ અને જોઈશ કે આ પૂર્વધારણા આપણને કઈ બાજુ દોરી જાય છે. હવે હું આ કેસ વિશે જ્યાં સુધી ઘટનાસ્થળે નહીં પહોંચું ત્યાં સુધી એક શબ્દ પણ નહીં ઉચ્ચારું. આપણે સ્વિન્ડનમાં બપોરનું ભાણું લઈશુ, આપણે વીસ જ મિનિટમાં ત્યાં પહોંચી રહ્યા છીએ.''

સુંદર સ્ટ્રાઉડ ખીણમાંથી પસાર થતાં છેવટે અમે લગભગ ચાર વાગ્યે રોસ્સના સુંદર નગરમાં આવી ગયા. ત્યાં પ્લૅટફૉર્મ પર જાસૂસ જેવો લાગતો અને દેખાવે લુચ્ચો એવો એક પાતળો માણસ અમારી રાહ જોઈ રહ્યો હતો. તેણે હળવા ભૂખરા રંગનો ડસ્ટકોટ અને ચામડાની ચોયણી પહેર્યાં હતાં. તેનાથી તે આસપાસના લોકોથી અલગ પડતો હતો, મને તેને ઓળખી કાઢવામાં જરા પણ તકલીફ ન પડી. તે સ્કોટલૅન્ડ યાર્ડનો લેસ્ટ્રેડ હતો. તેની સાથે અમે હીઅરફોર્ડ આર્મ્સમાં ગયા ત્યાં અમારા માટે પહેલેથી જ એક ઓરડો રાખવામાં આવ્યો હતો.

''મેં એક ઘોડાગાડી મંગાવી છે,'' અમે ચા પીવા બેઠા ત્યારે તેણે કહ્યું, ''હું તમારા તરવરાટિયા સ્વભાવને સારી રીતે જાણું છું, તમે જ્યાં સુધી ગુનાના સ્થળની મુલાકાત નહીં લો ત્યાં સુધી તમને જંપ નહીં થાય.''

''પ્રશંસા બદલ આભાર,'' હોમ્સે કહ્યું, ''પણ બધીએ બાબતનો આધાર ગરમીના પ્રમાણ પર છે.''

લેસ્ટ્રેડે આશ્ચર્યસહ જોયું. ''મને કંઈ સમજાયું નહીં,'' તેણે કહ્યું.

''તો સાંભળો, ગરમીનો પારો અત્યારે ૨૯ ડિગ્રી પર છે. પવન જરા પણ નથી, અને આકાશમાં એક પણ વાદળું નથી. અહીંયાં મારી પાસે મને થઈ રહે તેટલી સિગારેટ છે અને અહીંનો સોફા પણ સામાન્ય નગરોની ખખડધજ હોટેલો કરતાં આરામદાયક છે. મને નથી લાગતું કે હું આજે રાત્રે ઘોડાગાડીમાં જવાનું વિચારું.''

લેસ્ટ્રડે ઉપેક્ષિત હાસ્ય કર્યું, ''તમે તો સમાચાર પત્રો પરથી જ તમારા તારણ પર પહોંચી ગયા લાગો છો,'' તેણે કહ્યું, ''કેસ એકદમ સ્પષ્ટ છે, જે કોઈ પણ તેની તપાસ માટે જેટલું અંદર ઊતરે તેટલો તે વધારે સ્પષ્ટ થતો જાય છે. તેમ છતાં આ કેસમાં ખૂબ હકારાત્મક ભાવ ધરાવતી પેલી સ્ત્રીને તો કોઈ નહીં જ અવગણી શકે. તેણીએ તમારા વિષે સાંભળ્યું છે અને તમારી સલાહ લેવા માગે છે. જો કે મેં તેણીને વારંવાર કહ્યું છે કે તમે આ કેસમાં મેં જે તપાસ કરી છે તેથી કંઈ અલગ નહીં કરી શકો. સો વર્ષની થશે, લો તેણીની ઘોડાગાડી બારણે આવી જ ગઈ છે.''

તેણે હજુ તેના શબ્દો પૂરા જ કર્યા હશે ત્યાં તો ઓરડામાં મેં મારા જીવનમાં કદીયે ન જોઈ હોત તેવી સૌથી પ્રેમાળ યુવાન સ્ત્રીને ધસી આવતી જોઈ. તેની જાંબલી આંખો ચમકી રહી હતી, તેના હોઠ અધખુલ્લા હતા, તેના ગાલની ઢેલડીઓ આછી ગુલાબી ઝાંયથી ઢંકાયેલી હતી, તેના સૌંદર્યનો સઘળો કબજો તેના પ્રબળ ઉશ્કેરાટે અને ચિંતાએ લઈ લીધો હતો.

"અરે, શ્રીમાન હોમ્સ !" તેણી અમારી બન્ને તરફ એક પછી એક નજર નાખતાં બૂમ પાડી ઊઠી, અને છેવટે યુવતીએ પોતાની ઝડપી અંતરસૂઝથી મારા સાથી પર પોતાની નજર સ્થિર કરી, "તમે આવ્યા તેથી હું ખૂબ ખુશ થઈ. હું તમને અહીં એ જ કહેવા આવી છું કે હું જાણું છું કે જેમ્સે આ નથી કર્યું. મને ખબર છે, અને હું ઇચ્છું છું કે તમે મનમાં તે રાખીને જ આ તપાસની શરૂઆત કરો. આ મુદ્દે તમે ક્યારેય શંકા ન કરતા. અમે બાળપણથી એકબીજાને સારી રીતે જાણીએ છીએ. જો તેણે તેવું કંઈ કર્યું હોય તો મને ખબર પડ્યા વિના ન જ રહે. તેને જોતાંની સાથે મને તેની ખબર પડી જાય. ખરેખર તો તે એટલો કુમળા હૃદયનો છે કે તે માખી પણ ન મારી શકે. તેને જાણતી કોઈ પણ વ્યક્તિને આવો કોઈ આક્ષેપ હાસ્યાસ્પદ જ લાગે."

"મને આશા છે કે આપણે તેને મુક્ત કરાવીશું, કુમારી ટર્નર," શૅરલૉક હોમ્સે કહ્યું, "હું જે કંઈ પણ કરી શકું તેમ છું તેના પર તમે પૂરો ભરોસો રાખી શકો છો."

"પણ તમે પુરાવાઓ વાંચ્યા છે. તમે કંઈક તો તારણ પર પહોંચ્યા જ હશો ! તમે કંઈક તો છટકબારી શોધી હશે. કંઈક એવું કે...? તમને ખુદને નથી લાગતું કે તે નિર્દોષ છે ?"

"મને લાગે છે કે તેવું હોઈ શકે."

"તો પછી હવે !" તેણી બૂમ પાડી ઊઠી અને અને લેસ્ટ્રેડ તરફ એક તીક્ષ્ણ નજર ફેંકી, "તમે સાંભળ્યું, તેમણે મને આશા બંધાવી છે."

લેસ્ટ્રેડે પોતાના ખભા ઉછાળ્યા, "મને લાગે છે કે મારા સાથીએ આ તારણ પર પહોંચવાની ખૂબ ઉતાવળ કરી છે." તેણે કહ્યું.

"પણ તે સાચા છે. અરે ! મને ખબર છે કે તે સાચા છે. જેમ્સ ક્યારેય તેવું ન કરી શકે. અને તેના પિતા સાથેના તેના ઝઘડા વિષે કહું તો મને ખાતરી છે કે તેણે શા માટે આ બાબતે અમલદારને કંઈ કહ્યું નહીં હોય, કારણ કે તેની સાથે હું સંકળાયેલી હોઈશ અને તેને મારી ચિંતા થતી હશે."

"કઈ રીતે ?" હોમ્સે કહ્યું.

"આ ઘડીએ મારે કંઈ જ છુપાવવું ન જોઈએ. જેમ્સ અને તેના પિતાને મારી બાબતે કેટલાક મતભેદો હતા. શ્રીમાન મેકાર્થી અમારાં બન્નેનાં લગ્ન થાય તેવો આગ્રહ રાખતા હતા. જેમ્સ અને હું એકબીજાને હંમેશા એક ભાઈ અને બહેન તરીકે ચાહતાં હતાં. પણ તેમ છતાંયે નિઃશંકપણે તે હજુ નાનો છે. તેણે હજુ જીવન જોયું નથી અને સ્વાભાવિકપણે તેણે આ પ્રકારનું કંઈ જ નહોતું વિચાર્યું. આમ પિતા-પુત્ર વચ્ચેનો ઝઘડો આ મુદ્દા પર હતો."

"અને તમારા પિતા ?" હોમ્સે પૂછ્યું, "શું તેઓ આ પ્રકારના સંબંધના પક્ષમાં હતા ?"

"ના, તે પણ આના વિરોધી હતા, બીજું કોઈ નહીં પણ શ્રીમાન મેકાર્થી જ લગ્નના પક્ષમાં હતા." હોમ્સે જેવી તેણી પર એક પ્રશ્નભરી નજર ફેરવી કે તરત તેના ચહેરા પર શરમના શેરડા ઊપસી આવ્યા.

"આ માહિતી આપવા બદલ તમારો આભાર," તેણે કહ્યું, "હું કાલે આવું તો તમારા પિતાને મળી શકું ?"

"મને બીક છે ડૉક્ટર પરવાનગી નહીં આપે."

"ડૉક્ટર ?"

"હા, તમે સાંભળ્યું નથી ? મારા પિતા એમ પણ છેલ્લા કેટલાય વખતથી નબળા પડી ગયા છે અને આ બનાવ પછી તેઓ સાવ ભાંગી પડ્યા છે. તેઓ પથારીવશ છે, અને ડૉ. વિલોઝ કહે છે કે તેઓ સાવ નંખાઈ ગયા છે અને તેમનું ચેતાતંત્ર સાવ ભાંગી પડ્યું છે. શ્રીમાન મેકાર્થી જ એક હતા જે મારા પિતાને વિક્ટોરિયાના દિવસોથી ઓળખતા હતા."

"હા હા ! વિક્ટોરિયા ! તે ખરેખર મજાનું છે."

"હા, ખાણ પર."

"સાવ સાચું, સોનાની ખાણ પર, કે જ્યાં હું સમજું છું ત્યાં સુધી શ્રીમાન ટર્નરે રૂપિયા બનાવ્યા."

"હા, બરાબર તેમ જ."

"આભાર, કુમારી ટર્નર, તમે મને આ માહિતી આપીને ખરેખર ખૂબ મદદ કરી છે."

"તમને કાલે કોઈ સમાચાર મળે તો મને જણાવજો. નિઃશંકપણે તમે કાલે જેમ્સને જેલમાં મળવા જજો જ, અને જો તમે જાઓ, શ્રીમાન હોમ્સ, તો મહેરબાની કરીને તેને કહેજો કે હું તેને નિર્દોષ માનું છું."

"ચોક્કસ, કુમારી ટર્નર."

"મારે હવે ઘરે જવું જોઈએ, કારણ કે મારા પિતા ખૂબ બીમાર છે અને હું ત્યાં નહીં હોઉં તો તેઓ ઘાંઘા થઈ જશે. આવજો, ભગવાન તમને તમારા સાહસમાં મદદ કરે." જેવી ઉતાવળે તે રૂમમાં પ્રવેશી હતી તેવી જ ઝડપભેર તે ત્યાંથી ચાલી ગઈ અને અમે તેણીની ઘોડાગાડીના પૈડાનો અવાજ સાંભળતા રહ્યા.

"મને તમારા પર શરમ આવે છે, શ્રીમાન હોમ્સ," થોડી ક્ષણોના મૌન બાદ લેસ્ટ્રેડ બોલી ઊઠ્યો, "તમારે શા માટે એવી આશા જન્માવવી જોઈએ જેને તમે પૂરી જ ન કરી શકવાના હોવ. હું તમારા આ કૃત્યને કુમળા હૃદયનું નહીં પણ ક્રૂર હૃદયનું કહી શકું."

"મને લાગે છે મારી પાસે જેમ્સ મેકાર્થીને મુક્ત કરવાનો ઉપાય છે," હોમ્સે કહ્યું, "શું તારી પાસે તેને જેલમાં મળવાનો પરવાનો છે ?"

"હા, પણ માત્ર તમને અને મને જ."

"તો તો મારે મારા બહાર નહીં જવાના નિર્ણયને રદ કરવો પડશે. આપણી પાસે હજુ હીઅરફોર્ડની ગાડી પકડવાનો સમય છે. આપણે તેને રાત્રે મળી શકીશું ?"

"પૂરતો સમય છે."

"તો પછી ચાલો, વોટસન. મને બીક છે કે તને અહીં એકલા કંટાળો આવશે, પણ હું માત્ર બે-ત્રણ કલાક જ બહાર રહીશ."

હું તેમની સાથે સ્ટેશને ચાલતો ગયો, અને પછી તે નાનકડા નગરની ગલીઓમાં ફરતો ફરતો છેવટે હોટલ પર પાછો આવી પહોંચ્યો અને મારી જાતને સોફા પર લંબાવી નવલકથામાં વાંચવા લાગ્યો. અમે જે રહસ્યને ઉકેલવા અંધારામાં ફાંફા મારી રહ્યા હતા તેની સરખામણીએ તો આ વાર્તાનો પ્લોટ સાવ જ નાનો અને નબળો હતો. અને ધીમે ધીમે મને પેલી વાર્તા કરતાં વધારે રસ મને મારી આસપાસ ચાલી રહેલી વાસ્તવિકતામાં પડવા લાગ્યો અને આખરે હું આખા દિવસમાં બની ગયેલા બનાવો અંગે વિચારવા લાગ્યો. ધારી લો કે આ દુઃખી યુવાનની વાર્તા તદ્દન સાચી હોય, તો પછી સવાલ એ ઊઠે છે કે પોતાના પિતાથી છૂટો પડીને એ પાછો જતો હતો, અને પિતાની ચીસો સાંભળીને પુનઃ પિતા પાસે દોડી ગયો હતો એ સમય દરમિયાન એવું તે શું બની ગયું - એવી તે કઈ અદીઠ અસાધારણ આપત્તિ ત્યા ઊતરી પડી કે જેને કારણે એના પિતાનું મૃત્યુ થયું ? ચોક્કસ કંઈક ભયાનક અને જીવલેણ હોવું જોઈએ પણ એ હતું શું ? મારી તબીબી સ્ફુરણા પ્રમાણે તો ઈજાઓના પ્રકારથી મને કંઈ ખાસ માહિતી ન મળી શકી. મેં ઘંટડી વગાડી અને અઠવાડિક સમાચાર પત્ર લાવવા કહ્યું જેમાં કાયદેસરની તપાસની શબ્દેશબ્દની માહિતી આપી હોય છે. દાક્તરી અહેવાલમાં એવું નિવેદન હતું કે સિમંતાસ્થિ(ખોપરીની ટોચ અને બાજુઓના ભાગથી બનતી જોડીવાળાં હાડકાં) પર બુઠ્ઠા હથિયાર વડે જોરજોરથી પ્રહાર કરીને તેને ભાંગી નાખવામાં આવ્યું હતું. મેં મારી પોતાની ડાબી બાજુની ખોપરી પર હાથ ફેરવી જોયો. ચોક્કસપણે આ પ્રહાર પાછળથી કરવામાં આવ્યો હતો. તેમ છતાં આટલું પૂરતું નહોતું. બની શકે કે વૃદ્ધે પ્રહાર પડે તે પહેલાં માથું ફેરવી લીધું હોય. જો કે મારે આ બાબત પ્રત્યે હોમ્સનું ધ્યાન ખેંચવું પડશે. આ ઉપરાંત મૃત્યુ વખતે બબડવામાં આવેલા "ઉંદર (Rat)"નો અર્થ શું હોઈ શકે ? સનેપાત તો ન હોઈ શકે, કારણ કે જે માણસ અચાનક થયેલા પ્રહારથી મરી રહ્યો હોય તે સામાન્ય રીતે સનેપાતનો ભોગ ન બને. બનતાં સુધી એવું હશે કે તેનું મૃત્યુ કઈ રીતે થયું તેના વિષે તે કહી રહ્યો હોય. પણ તે શાનો સંકેત આપતું હશે ? હું કંઈક વ્યાજબી સ્પષ્ટતાને શોધવા મારું મગજ કસી રહ્યો હતો. વળી એ પ્રસંગ યુવાન મેકાર્થીએ એક રાખોડી કલરનું કપડું જમીન પર પડેલું જોયું હતું તેનું શું ? જો તે સાચું હતું તો હત્યારાથી ચોક્કસ પોતાના પોશાકનો કોઈક ભાગ ત્યાંથી ભાગતી વેળાએ પડી ગયો હશે અને અચાનક તેને યાદ આવતાં જ્યારે બાર કદમ

દૂર યુવાન મેકાર્થી તેના પિતાને સંભાળી રહ્યો હશે તે ક્ષણે તેને પાછો લેવા આવવાની હિંમત કરી હશે. આ સઘળી હકીકતો રહસ્ય અને અસંભવિતાઓના કોષમંડળનો અદ્ભુત સંગમ છે. મને લેસ્ટ્રેડના વલણથી જરાય આશ્ચર્ય ન થયું અને તેમ છતાં મને શૅરલૉક હોમ્સની આંતરસૂઝ પર ઘણો વિશ્વાસ છે અને તે માટેની આશા કમસેકમ હું ત્યાં સુધી તો નહીં ખોઉં જ્યાં સુધી યુવાન મેકાર્થીની નિર્દોષતા વિરુદ્ધના બધા આરોપો મજબૂત સ્વરૂપ ધારણ ન કરે. શૅરલૉક હોમ્સને આવતાં મોડું થઈ ગયું હતું. તે એકલો આવ્યો હતો કારણ કે લેસ્ટ્રેડ તો નગરની લોજમાં જ રોકાઈ ગયો હતો. "ગરમી હજુ ઓછી નથી થઈ," તેણે બેસતાં કહ્યું, "જ્યાં સુધી આપણે ઘટનાસ્થળે જઈને ઘટનાસ્થળની આસપાસની જમીનની તપાસ ન કરીએ ત્યાં સુધી એ ખૂબ મહત્ત્વનું છે કે વરસાદ ન પડે. બીજી બાજુ આ કૃત્ય કરવા માટે વ્યક્તિએ પોતાની સર્વોત્તમ અવલોકનશક્તિ, અનુમાનશક્તિ અને તર્કશક્તિને ચરમસીમાએ ઉપયોગમાં લેવાની જરૂર પડશે. આખા દિવસની થકાવી નાખનારી સફરના અંતે તો હું આ કામ નહીં જ કરી શકું. હું યુવાન મેકાર્થીને મળ્યો."

"અને તને તેને જોઈને શું લાગ્યું ?"

"કંઈ નહીં."

"તેણે કોઈ અણસાર ન આપ્યો ખરો ?"

"જરા પણ નહીં. પહેલાં તો મને એવું લાગ્યું કે તે જાણે છે કે આ આખાયે કૃત્ય પાછળ કોણ છે અને તે તેને અથવા તેણીને બચાવવા માગે છે, પણ હવે મને ખાતરી છે કે તે બીજા બધા જેટલો જ મૂંઝાયેલો છે. તે કંઈ ખાસ બુદ્ધિશાળી કે હાજરજવાબી નથી. તે એક દેખાવડો જુવાનિયો છે. હવે મારે જ મારી અંદરના અવાજને સાંભળવો જોઈશે."

"મને તેની પરખ કંઈ વખાણવા લાયક ન લાગી." મેં કહ્યું, "કારણ કે આવી સુંદર, મોહક યુવતી કુમારી ટર્નર સાથે લગ્ન કરવાની વિરુદ્ધ હોવું એ કંઈક અસ્વાભાવિક છે."

"અરે, એ પાછળ તો એક દુઃખદ કારણ રહેલું છે. આ છોકરો તેના ગળાડૂબ પ્રેમમાં છે, પણ બેએક વર્ષ પહેલાં જ્યારે તે માત્ર એક કિશોર હતો અને તે તેણીને ખરેખર ઓળખે તે પહેલાં તો તેણી પાંચ વર્ષ માટે બોર્ડિંગ સ્કૂલમાં જતી રહી હતી. આ મૂર્ખાએ એ દરમિયાન બ્રિસ્ટોલની કોઈક બારમેઇડ સાથે રજિસ્ટર ઑફિસમાં લગ્ન કરી લીધાં હતાં. કોઈને આ વિષે જરાય ગંધ નથી આવી, પણ તું આ છોકરાની મજબૂરી તો જો કે તે એ નથી કરી શકતો, જે એ હંમેશા કરવાનું ઇચ્છતો હતો કારણ કે તે જાણે છે કે તે અશક્ય છે. આ આખીયે સ્થિતિએ તેને હત્પ્રભ કરી મૂક્યો છે, માટે જ્યારે તેના પિતાએ તેની છેલ્લી મુલાકાતમાં તેણી સામે લગ્નનો પ્રસ્તાવ મૂકવાનો આગ્રહ કર્યો ત્યારે તે કંઈ જ ન કરી શક્યો. આ બાબતે કોઈને કશીયે ખબર નથી. બીજી બાજુ તે તેના પિતાને સમર્થન આપે તેનો કોઈ અર્થ નહોતો. તેના કડક સ્વભાવના પિતા તો એ જરાયે નહોતા જાણતા કે તેમનો દીકરો ત્રણ દિવસ તેની બારમેઇડ પત્ની સાથે બ્રિસ્ટોલમાં

હતો. આ મુદ્દાને ધ્યાનમાં રાખ, તે મહત્ત્વનો છે. આ આખાયે ખતરનાક કિસ્સામાંથી એક શુભ બાબત બહાર આવી છે, અને તે એ કે તેની બારમેઇડ પત્નીને સમાચારપત્રો દ્વારા ખબર પડી કે તેનો પતિ કોઈક મોટા ગુનામાં જેલના સળિયા પાછળ છે અને તેણે તેમાંથી છુટકારો મેળવવા માટે યુવાન મેકાર્થીને પત્ર લખ્યો છે કે તેણીને બર્મૂડા ડોકયાર્ડમાં પહેલેથી જ એક પતિ છે માટે તેમની બન્નેની વચ્ચે કોઈ જ બંધન નથી. અને મારા માનવા પ્રમાણે આ સમાચારે યુવાન મેકાર્થીને આ બધીયે આપત્તિઓ વચ્ચે એક સાંત્વન આપ્યું છે.''

''પણ જો તે નિર્દોષ હોય તો પછી આ કોણે કર્યું ?''

''ઓહ ! કોણ ? મારે બે ખૂબ જ લાક્ષણિક મુદ્દા પર તારું ધ્યાન દોરવું જોઈએ. પહેલી વાત એ કે જે વ્યક્તિની હત્યા થઈ છે તેને તળાવ આગળ કોઈકને મળવાનું હતું, અને તે કોઈ વ્યક્તિ તેનો પુત્ર ન હોઈ શકે, કારણ કે તેનો પુત્ર તો બહાર હતો, અને તેને નહોતી ખબર કે તે ક્યારે પાછો ફરવાનો હતો. બીજું એ કે મૃતક વૃદ્ધે પોતાનો પુત્ર પાછો આવી ગયો છે તે જાણ્યા વગર જ 'કૂ...ઈ...ઈ...'નો સંકેત આપતી બૂમ પાડી હતી. આ બન્ને મુદ્દા ખૂબ જ નિર્ણાયક છે અને તેના પર જ આખા કેસનો આધાર રહેલો છે. અને હવે જો તું મહેરબાની કરે તો નાની બાબતોને આપણે કાલ પર છોડી દઈએ.''

હોમ્સે ભવિષ્ય ભાખ્યા પ્રમાણે વરસાદ નહોતો પડ્યો. સવાર એકદમ તેજસ્વી અને વાદળાંરહિત હતી. નવ વાગ્યે લેસ્ટ્રેડ ઘોડાગાડી લઈને અમને લેવા આવી ગયો અને અમે હેથર્લી ફાર્મ અને બોસ્કોમ્બ તળાવ તરફ રવાના થયા.

''આજે સવારે એક ગંભીર સમાચાર મળ્યા છે,'' લેસ્ટ્રેડે કહ્યું, ''એવું કહેવામાં આવ્યું છે કે હૉલના શ્રીમાન ટર્નરની તબિયત ખૂબ લથડી ગઈ છે અને તેઓ હવે લાંબુ જીવે તેમ લાગતું નથી.''

''અને મારા ખ્યાલથી તેઓ ઘણા ઘરડા પણ છે.'' હોમ્સે કહ્યું.

''ઘણા વૃદ્ધ છે, પણ તેમનો બાંધો તેમની વિદેશી જિંદગીમાં જ જીર્ણશીર્ણ થઈ ગયો હતો અને છેલ્લા કેટલાય વખતથી તેમની તબિયત લથડેલી રહી છે. અને આ જે ઘટના ઘટી તેનો તેમને મોટો આઘાત લાગ્યો છે. તેઓ મેકાર્થીના એક જૂના મિત્ર હતા, અને મારે એ કહેવાનું ન ચૂકવું જોઈએ કે તેઓ તેને ખૂબ ફાયદાકારક સાબિત થયા છે કારણ કે મને જાણવા મળ્યું છે કે તેમણે તેને હેથર્લી ફાર્મ ભાડા વગર આપ્યું હતું.''

''ખરેખર ! રસપ્રદ કહેવાય,'' હોમ્સે કહ્યું.

''હા ! બીજી સેંકડો રીતે તેમણે તેને મદદ કરી છે. દરેક જણ તેમના દયાળુ સ્વભાવની વાતો કરે છે.''

''ખરેખર ! તમને એ જાણીને જરા પણ શંકા ન ગઈ કે આ મેકાર્થી કે જેની પાસે પોતાની કહેવાય તેવી થોડીક જ સંપત્તિ છે, અને તે ટર્નરનાં આટલાં બધાં અહેસાનો તળે

દબાયેલો છે તેમ છતાં તે હજુ પણ એવો આગ્રહ રાખે છે કે ટર્નરની પુત્રીનાં લગ્ન તેના પુત્ર સાથે થાય ? અને આ છોકરી મારી અટકળ પ્રમાણે શ્રીમાન ટર્નરની એકની એક વારસદાર છે અને લગ્નનો આ પ્રસ્તાવ ચોક્કસપણે આ બાબતને ધ્યાનમાં રાખીને જ મૂકવામાં આવ્યો હશે. આ ખરેખર વિચિત્ર કહેવાય, આપણે જાણીએ છીએ ત્યાં સુધી શ્રીમાન ટર્નર ખુદ આ વિચારની વિરુદ્ધ હતા. આ બધું તો તેની પુત્રીએ જ આપણને કહ્યું છે. શું આ પરથી તેં કોઈ તારણ ન કાઢ્યું ?''

''અમે અનુમાનો અને નિષ્કર્ષ મેળવી લીધાં છે,'' લેસ્ટ્રેડે મારી સામે આંખ મિચકારતાં કહ્યું, ''મારા માટે અવલોકનો અને અનુમાનોને ધ્યાનમાં લીધા વિના હકીકતોની ઊલટ તપાસ કરવી અઘરી છે, હોમ્સ.''

''તમે સાચા છો,'' હોમ્સે ઢોંગ કરતાં કહ્યું, ''તમારા માટે હકીકતોને સંભાળવી ખરેખર અઘરી છે.''

''એ જે હોય તે, મને જે હકીકતની જાણ છે તે કદાચ તમે ધ્યાન પર લેવા નથી માગતા.'' લેસ્ટ્રેડે થોડી આત્મવિશ્વાસ સાથે કહ્યું.

''અને તે છે-''

''વૃદ્ધ મેકાર્થીનું મૃત્યુ તેના જ યુવાન પુત્ર દ્વારા થયું છે. સઘળાં અવલોકનો અને અનુમાનો વિરોધાભાસી છે. તે માત્ર હવામાં હવાતિયાં મારવા જેવું છે.''

''સારું, પણ ચાંદની ધુમ્મસ કરતાં તો વધારે તેજસ્વી હોય છે,'' હોમ્સે હસતાં હસતાં કહ્યું, ''હવે જો હું ભૂલ ન કરતો હોઉં તો આપણે હેથર્લી ફાર્મ પહોંચી ગયા છીએ.''

''હા, આ તે જ છે.'' તે ખૂબ વિશાળ અને સુવિધાપૂર્ણ દેખાવની ઈમારત હતી, બે માળની હતી, તેની છતો છાપરાની હતી, તેની દીવાલો ઘસાઈ ગયેલી હતી અને તેના પર વનસ્પતિ ઊગી નીકળી હતી. તેની કાળી પડી ગયેલી અને ધુમાડા વગરની ચિમનીઓ ધ્યાન ખેંચે તેવી હતી, તેના કારણે તે સ્થળ વધારે બિહામણું લાગી રહ્યું હતું. અમે બારણે ટકોરા માર્યા, અને નોકરાણીએ બારણું ખોલ્યું. હોમ્સે અરજ કરતાં છેલ્લે જે બૂટ તેના માલિકે પહેર્યાં હતાં તે અને યુવાન મેકાર્થીએ જે જૂતાં પહેર્યાં હતાં તે પણ તેણીએ બતાવ્યાં, પણ તે જોડાં તે નહોતાં જે યુવાન મેકાર્થીએ તે દિવસે પહેર્યાં હતાં. હોમ્સે તેને આઠ જુદી જુદી રીતે ખૂબ જ ઝીણવટપૂર્વક માપ્યાં. હોમ્સ ત્યાર બાદ આંગણામાં ગયો અને ત્યાંથી બોસ્કોમ્બ તળાવ તરફ. અમે પણ તેની પાછળ પાછળ ગયા. આવી કપરી સ્થિતિમાં શૅરલૉક હૉમ્સ સદંતર બદલાઈ જતો હતો. જે માણસ તેને માત્ર એક વિચારક અને એક તર્કશાસ્ત્રી તરીકે ઓળખતો હોય તે આવા સમયે તેને ઓળખવામાં થાપ ખાઈ જાય. તેનો ચહેરો ઘેરો અને લાલ થઈ ગયો હતો. તેની ભ્રમરો તણાઈને ઘાટી બે રેખાઓમાં ફેરવાઈ ગઈ હતી, જ્યારે તેની આંખો સ્થિર રીતે ચમકી રહી હતી. તેનો ચહેરો નીચેની તરફ વળેલો હતો, તેના ખભા પણ નમેલા હતા, તેના હોઠ જડાઈ ગયા

હતા તેની લાંબી ડોક પર નસો ચાબુકની ગૂંથેલી દોરીની જેમ ઊપસી આવી હતી. તેનાં નસકોરાં એવાં ફૂલી ગયાં હતાં જાણે કોઈ ચબરાક પ્રાણી સંપૂર્ણ એકાગ્રતાથી કોઈ વસ્તુનો પીછો ન કરતું હોય અને તેની સામે આવી પડેલી આખીયે બાબતમાં એટલો તો ડૂબી ગયો હતો કે અમારા પ્રશ્નો કે કોઈ શબ્દ તો જાણે એના કાને પડતા જ ન હોય અથવા તો તેના પ્રતિભાવમાં તે એક ઝડપી ગુસ્સાભરી નજર અમારા પર નાખી દેતો હતો. ખૂબ જ ઉતાવળે પણ એકદમ શાંતિથી અમે ઘાસવાળા રસ્તા પર થઈને જંગલમાં થઈને બોસ્કોમ્બ તળાવ તરફ આગળ વધી રહ્યા હતા. તે આખાયે તાલુકાની જમીનની જેમ અહીંની જમીન પણ ભેજવાળી અને કળણવાળી હતી. ત્યાં રસ્તા પર અને તેની આજુબાજુના આછા ઘાસ પર ઘણાં બધાં પદચિહ્નો હતાં. ક્યારેક હોમ્સ ઉતાવળે ચાલતો ક્યારે એકદમ રોકાઈ જતો અને ફરી પાછો આસપાસની ઘાસવાળી જમીન પર ચક્કર લગાવતો. લેસ્ટ્રેડ અને હું તેની પાછળ ચાલતા હતા. ડિટેક્ટિવ લેસ્ટ્રેડ હોમ્સના આ વર્તનને તંગ થઈ ઊઠતાં નિંદાત્મક નજરે નિહાળી રહ્યો હતો, જ્યારે હું મારા મિત્રની વર્તણૂકને ખૂબ જ રસપૂર્વક અને એવા પાક્કા નિર્ધાર સાથે જોઈ રહ્યો હતો કે તેની આ હિલચાલ ચોક્કસ એક નિશ્ચિત અંત ભણી લઈ જઈ રહી હતી.

હેથર્લી ફાર્મ અને ધનાઢ્ય શ્રીમાન ટર્નરના અંગત પાર્કના સીમાડાઓ વચ્ચેનું બોસ્કોમ્બ તળાવ બરુની ઝાડીઓની કિનારીવાળું પચ્ચાસેક વારમાં ફેલાયેલું નાનકડું તળાવ હતું. તળાવની આસપાસ પથરાયેલા જંગલની પેલે પાર ધનવાન જમીનમાલિકના આવાસના ગુંબજ ડોકાઈ રહ્યા હતા. તળાવની હેથર્લી ફાર્મવાળી બાજુએ જંગલ થોડું વધારે ઘાંટું હતું અને તળાવના પાણી તેમજ કિનારાની ઝાડી વચ્ચે પાણીથી તરબોળ ઘાસનો વીસ પગલાં જેવડો ફરતો પટ્ટો હતો. લેસ્ટ્રેડે અમને મૃતદેહ જે જગ્યાએ પડ્યો હતો તે જગ્યા બતાવી. આ જમીન એટલી ભેજવાળી અને પોચી હતી કે પ્રહારથી પડી ગયેલા માણસની છાપ સ્પષ્ટ રીતે દેખાઈ આવતી હતી. હોમ્સના ઉત્તેજિત ચહેરા અને તીક્ષ્ણ આંખોને જોઈને હું કહી શકતો હતો કે તે ખૂબ જ બારીકાઈથી ઘાસ પરની વિવિધ બાબતોને અવલોકી રહ્યો હતો. તે તે જગ્યાની આસપાસ જાણે કોઈ કૂતરો પોતાના શિકાર માટે સૂંઘી ન રહ્યો હોય તેમ ફરી રહ્યો હતો અને પછી મારા સાથી બાજુ ફર્યો.

"તમે તળાવમાં શા માટે ગયા હતા ?" તેણે લેસ્ટ્રેડને પૂછ્યું.

"મને એમ કે કદાચ ત્યાં કોઈ હથિયાર કે કોઈક પગેરું મળી જાય તે ઉદ્દેશથી હું તળાવમાં તપાસ કરવા ઊતર્યો હતો. પણ તમે તે કઈ રીતે જાણ્યું ?"

"અરે છોડ હવે ! મારી પાસે આવી વાતો માટે સમય નથી ! અહીંયાં આસપાસ બધે તારા પગનાં નિશાન દેખાય છે અને છેવટે ત્યાં પેલી લીલમાં તે અદૃશ્ય થઈ જતા જોઈ શકાય છે. આટલી નાની વાત તો છછૂંદર પણ કહી શકે. ભેંસનું ટોળું ફરી વળ્યું હોય એમ અહીં આવેલા લોકોના ટોળાએ જમીન પરનાં બધાં જ નિશાન મિટાવી દીધાં છે.

કાશ, હું બે દિવસ પહેલાં આવ્યો હોત. અહીં પેલા લોજના રખેવાળના લોકો આવ્યા હતા અને મૃતદેહની આસપાસનો આઠ ફૂટ જેટલો ભાગ તેમણે પગલાં પાડી પાડીને ખૂંદી નાખ્યો છે. પણ અહીં એક જ પગનાં નિશાન ત્રણ જુદી જુદી રીતે પડ્યાં છે.'' તેણે સૂક્ષ્મદર્શક કાચ કાઢી જમીન પર પોતાનો વોટરપ્રૂફ કોટ પાથરીને સૂતાં સૂતાં જ તે પગલાંનું ખૂબ જ ચીવટથી નિરીક્ષણ કર્યું. તે અમારી સાથે નહીં પણ જાણે પોતાની સાથે જ વાતચીત કરવા લાગ્યો. ''આ પગલાં જુવાન મેકાર્થીનાં છે. તે બે વાર અહીં ચાલ્યો છે અને એકવાર તે ઉતાવળે દોડ્યો છે. કારણ કે પંજાનો ભાગ વધારે ઊંડો છે અને એડીનો ભાગ આછો છે. તેની વાતને આના પરથી સમર્થન મળે છે. તેણે તેના પિતાને જમીન પર પડેલા જોયા એટલે તે તેમની તરફ દોડી ગયો. અને અહીં તેના પિતાનાં પગલાં છે જે આમ તેમ જઈ રહ્યા છે. એટલે કે તેના પિતા આમ તેમ ફરી રહ્યા હતા. તો પછી આ શું હોઈ શકે ? આ બંદૂકનો પાછળનો ભાગ છે જેને ટેકવીને યુવાન મેકાર્થી તેના પિતા સાથે વાત કરી રહ્યો હતો. અને આ ? હા, હા ! અહીં આપણને શું મળી આવ્યું છે ? પગના પંજા કે બૂટની અણી પર છાનછપનું અહીં કોઈ ચાલ્યું હોય એવું લાગે છે. બૂટ અસામાન્ય લાગે છે અને અણી જાણે બુઠ્ઠી હોય અને ચોરસ હોય એવું લાગે છે ! આ નિશાન આવે છે અને જાય છે અને ફરી આવે છે, ચોક્કસ પેલા ડગલા માટે જ. હવે તે ક્યાંથી આવ્યા હશે ?'' હોમ્સ પગલાં સાથે દોડવા લાગ્યો. કેટલીક જગ્યાએ પગલાં ખોવાઈ જતાં ત્યારે તે ઊભો રહી જતો અને ફરી દેખાઈ આવે એટલે ફરી ચાલવા લાગતો. આમ કિનારા નજીકના સૌથી મોટા ઝાડ પાછળ તે પગલાં જઈ રહ્યાં હતાં. તેનાથી પણ આગળ હોમ્સે પોતાની તપાસ ચાલુ રાખી અને છેવટે તે જમીન પર આડો પડી તપાસ કરવા લાગ્યો અને આખરે તેણે સંતોષની બૂમ પાડી. ઘણો લાંબો સમય હોમ્સ ત્યાં જ તપાસ કરતો રહ્યો, ઝાડની નીચે પડેલા પાંદડાને આમતેમ હટાવતો રહ્યો અને ત્યાંથી પોતાની લાકડી વડે માટી જેવું કંઈક ભેગું કરી પરબીડિયામાં નાખવા લાગ્યો. આ ઉપરાંત સૂક્ષ્મદર્શક કાચ વડે ઝાડની આસપાસની જમીનનું જ નહીં પણ ઝાડની છાલનું પણ તે જ્યાં સુધી પહોંચી શક્યો ત્યાં સુધી ઝીણવટથી નિરીક્ષણ કરવા લાગ્યો. એક અણીદાર પથરો શેવાળ પર પડ્યો હતો તેને પણ તેણે ખૂબ ઝીણવટથી તપાસ્યો અને પોતાની પાસે રાખી લીધો. ત્યાર બાદ તે પદચિહ્નોની પાછળ પાછળ તે આગળ વધતો ગયો અને છેક મુખ્ય માર્ગ સુધી પહોંચી ગયો પણ ત્યાં જ પદચિહ્નોનો અંત આવી ગયો હતો.

''કેસ હવે ખરેખર ખૂબ રસપ્રદ બની ગયો છે.'' હોમ્સે પોતાના મૂળ મિજાજમાં આવતાં કહ્યું, ''મારા ધારવા પ્રમાણે જમણી તરફ પેલું સિલેટિયા રંગનું ઘર ચોક્કસ લોજ હોવી જોઈએ. મારે ત્યાં જઈને મોરન સાથે થોડી વાતચીત કરવી જોઈશે અને કદાચ કેટલીક નોંધ પણ લખવી પડે. તે પતાવીને આપણે બપોરનું ભાણું લેવા ઊપડી જઈશું. તમે ઘોડાગાડીએ પહોંચો. હું તમારી જોડે થઈ જઈશ.''

લગભગ દસ મિનિટ બાદ અમે સૌ ઘોડાગાડી પર સવાર થઈને રોસ્સ તરફ જઈ રહ્યા હતા. હોમ્સે હજુ પણ જંગલમાંથી લીધેલો પેલો પથ્થર પોતાની જોડે રાખ્યો હતો.

"આમાં તમને કદાચ રસ પડે, લેસ્ટ્રેડ," તેણે પથ્થર હાથમાં પકડી રાખતાં કહ્યું, "હત્યા આનાથી કરવામાં આવી હતી."

"મને આના પર કોઈ નિશાન નથી દેખાતાં."

"નિશાન છે પણ નહીં."

"તો પછી તમને કઈ રીતે ખબર પડી ?"

"પથ્થર જ્યાં પડ્યો હતો ત્યાં ઘાસ ઊગેલું હતું. એના પરથી કહી શકાય કે પથ્થર થોડાક જ દિવસથી ત્યાં પડ્યો હતો. જોકે તેને ક્યાંથી ઉપાડવામાં આવ્યો હતો તેની કોઈ નિશાની મળી નથી. પણ ઈજાઓ સાથે ચોક્કસ તેને કંઈક લેવાદેવા છે. બીજા કોઈ હથિયારની નિશાની પણ આસપાસ ક્યાંય જોવા નથી મળી."

"અને ખૂની ?"

"એક લાંબો માણસ છે, ડાબોડી છે, જમણા પગે લંગડાય છે, જાડા સોલવાળા શિકારી બૂટ અને રાખોડી ડગલો પહેરે છે. ભારતીય સિગાર સિગારહોલ્ડર સાથે વાપરે છે અને પોતાના ખિસ્સામાં બુઠ્ઠું ચાકુ રાખે છે. બીજા કેટલાક સંકેતો પણ છે પણ આપણી શોધખોળ માટે આટલાં પૂરતાં થઈ રહેશે."

લેસ્ટ્રડ હસ્યો, "મારા મનમાં હજુ પણ શંકા છે." તેણે કહ્યું, "સિદ્ધાંતો તદ્દન બરાબર છે, પણ આપણે માથાફરેલ પંચ સાથે કામ પાડવાનું છે."

"તમને ભલે શંકા રહે, પરંતુ મને હવે કોઈ જ શંકા રહી નથી," હોમ્સે જવાબ આપ્યો, "તમે તમારી રીતે કામ કરો અને હું મારી રીતે. હું આજે આખી બપોર વ્યસ્ત રહેવાનો છું અને મોટેભાગે આજે સાંજની ગાડીમાં લંડન પરત પણ જતો રહીશ."

"તમારો કેસ પડતો મૂકીને ?"

"ના રે, પૂરો કરીને."

"પણ રહસ્ય ?"

"એ તો ક્યારનુંએ ઊકલી ગયું છે."

"તો પછી અપરાધી કોણ છે ?"

"જે ગૃહસ્થનું મેં તમારી સમક્ષ વર્ણન કર્યું તે વળી."

"પણ તે છે કોણ ?"

"એ શોધી કાઢવું કંઈ મુશ્કેલ નથી. આ વિસ્તાર કંઈ એટલો બધો વસ્તીવાળો પણ નથી કે એવી વ્યક્તિને શોધવી અઘરી પડે."

લેસ્ટ્રેડે પોતાના ખભા ઉછાળ્યા, "હું એક વ્યવહારુ માણસ છું," તેણે કહ્યું, "હું કંઈ આખાયે વિસ્તારમાં કયો માણસ ડાબોડી છે, કયો લંગડાય છે એ કંઈ ઘરેઘરે શોધતો ન ફરી શકું. આખાયે સ્કોટલૅન્ડ યાર્ડમાં હું હાંસીને પાત્ર બની જાઉં."

“સારું ત્યારે,” હોમ્સે તરત કહ્યું, “મેં તો તને એક તક આપી હતી, આ આવી ગઈ તારી લોજ. ગુડ બાય, હું અહીંથી જાઉં તે પહેલાં તને ખબર કરતો જઈશ.”

લેસ્ટ્રેડને તેની લોજ પર મૂકી અમે અમારી હોટેલ તરફ રવાના થયા અને બપોરના ભાણા માટે હોટેલમાં બેઠા. મેજ પર ભાણું પિરસાઈ ગયું હતું. હોમ્સ સાવ મૂંગો હતો, કોઈ વ્યાકુળ માણસની જેમ તેના ચહેરા પર પીડા અને અકળામણ વરતાઈ રહ્યાં હતાં.

“આમ જો, વૉટસન,” આખરે જમીને નવરા થયા બાદ તેણે વાત શરૂ કરી, “તું અહીં ખુરશીમાં બેસ અને મને ધ્યાનથી સાંભળ. શું કરવું તેની મને ખબર નથી પડતી. તારી સલાહ મારા માટે કીમતી છે. મને સિગાર સળગાવવા દે અને આખીયે વાતનું વિવરણ કરવા દે.”

“જેવી તારી ઈચ્છા.”

“હવે, આ કેસ વિશે ગંભીરતાથી વિચારતાં, યુવાન મેકાર્થીના નિવેદન દ્વારા બે મુદ્દા મહત્ત્વના લાગ્યા હતા. જો કે મને તે તેની તરફેણમાં લાગ્યા હતા અને તને તે તેની વિરુદ્ધમાં લાગ્યા હતા. તેના કહ્યા પ્રમાણે એક હકીકત એ હતી કે ‘કૂ...ઈ...ઈ...!’ અવાજવાળી બૂમ તેના પિતાએ તેને જોયા વગર પાડી હતી અને બીજું એ કે તેના પિતાએ મરતી વખતે ઉંદર જેવા પ્રાણીનો ઉલ્લેખ કર્યો હતો. જો કે આ ઉપરાંત પણ તે ઘણુંયે બબડ્યો હતો, તે તું સમજી શકે છે, પણ દીકરો તો રૅટ કે ઉંદરના શબ્દને જ ઉકેલી શક્યો હતો. હવે આ બન્ને મુદ્દાના આધારે જ આપણું સંશોધન આગળ વધારવાનું છે, અને આપણે એવું ધારીને ચાલવાનું છે કે પેલા કિશોરે જે કહ્યું તે તદ્દન સાચું છે.”

“તો પછી આ કુ...ઈ...ઈ ! શું હશે ?”

“ચોક્કસપણે આ સિગ્નલ પુત્ર માટે તો નહોતું જ, કારણ કે શ્રીમાન મેકાર્થીને જાણ હતી કે તેનો પુત્ર હાલ ગામમાં નહોતો, તે તો છેક બ્રિસ્ટોલમાં હતો. તેમ છતાં છોકરાના કાને આ સંકેત અથડાયો તે થોડું અચરજ પમાડનારું છે. ‘કૂ...ઈ...ઈ’ સંકેત ચોક્કસપણે તે વ્યક્તિ માટે ચિત્કારવામાં આવ્યો હશે જેની સાથે તેમની મુલાકાત નક્કી થયેલી. પણ ‘કુ...ઈ...ઈ’ની બૂમ સ્પષ્ટ રીતે ઑસ્ટ્રેલિયાની ઉત્પત્તિ છે અને તે ઑસ્ટ્રેલિયનો વચ્ચે વપરાતો સંકેત છે. તેના પરથી એવું માનવાને એક નક્કર કારણ છે કે શ્રીમાન મેકાર્થીની બોસ્કોમ્બ પુલ આગળ એવી વ્યક્તિ સાથે મુલાકાત હતી જેને તેઓ ઑસ્ટ્રેલિયાથી ઓળખતા હતા.”

“તો પછી ઉંદર(રૅટ)નું શું ?”

શૅરલૉક હોમ્સે પોતાના ખિસ્સામાંથી ગડી વાળેલો એક કાગળ કાઢ્યો અને ટેબલ પર પાથર્યો. “આ વિક્ટોરિયા કોલોનીનો નકશો છે,” તેણે કહ્યું, “મેં આના માટે બ્રિસ્ટોલ તાર કર્યો હતો.” તેણે નકશાના એક ભાગ પર હાથ મૂક્યો, “તું શું વાંચે છે ?”

“રૅટ,” મેં વાંચ્યું.

"અને હવે ?" તેણે પોતાનો હાથ ઊંચો કરતાં કહ્યું.

"બેલારૅટ !"

"બરાબર, આ જ શબ્દ હતો જે તેણે ઉચ્ચાર્યો હતો. પણ તેનો પુત્ર તો છેલ્લા બે અક્ષર જ સ્પષ્ટ રીતે સાંભળી શક્યો હતો. તે પોતાના ખૂનીનું નામ આપવા મથી રહ્યો હતો કે બેલારેટનો કોઈક માણસ."

"આ તો અદ્‌ભુત કહેવાય !" મેં ઉદ્‌ગાર કાઢ્યો.

"આ દેખીતું છે. અને હવે તું જોઈ શકે છે કે આપણા સંશોધનનું ક્ષેત્ર મેં કેટલું મર્યાદિત કરી દીધું છે. પેલું સિલેટિયા કપડું જે યુવાન મેકાર્થીએ જોયું હતું એ થોડી જ ક્ષણોમાં ગાયબ થઈ ગયું હતું તે ત્રીજો મુદ્દો પણ સાચો સાબિત થાય છે. હવે આપણે અનિશ્ચિતતાના અંધારામાંથી ચોક્કસ તારણના અજવાળામાં આવી રહ્યા છીએ. અને હવે એ સ્પષ્ટ થઈ ગયું છે કે ખૂની બેલારૂટનો એક ઑસ્ટ્રેલિયન છે જે સિલેટિયા રંગનો ડગલો પહેરે છે."

"ચોક્કસ."

"અને એવો માણસ જે તળાવની આસપાસની કોઈ મિલકતમાં કે ખેતરમાં રહેતો હોય, કારણ કે તેવો માણસ જ આવી જગ્યામાં ફરી શકે નહીં કે કોઈ અજાણ્યો."

"બરાબર."

"અને હવે આજના સંશોધનની વાત કરીએ. ઘટનાસ્થળની જમીનનું નિરીક્ષણ કરવાથી મને કેટલીક ઝીણી વિગતો મળી છે અને તેના અનુસંધાનમાં જ મેં પેલા જડભરત લેસ્ટ્રેડને ખૂનીનો હૂલિયો વર્ણવ્યો છે."

"પણ તને તેની કઈ રીતે ખબર પડી ?"

"તું મારી પદ્ધતિથી સંપૂર્ણપણે માહિતગાર છે. નજીવી લાગતી વિગતોના ઝીણવટભર્યા નિરીક્ષણ પર જ તેનો આધાર રહેલો હોય છે."

"ખૂનીની ઊંચાઈ વિષે તો હું જાણું છું ત્યાં સુધી તે તેનાં બે પગલાં વચ્ચેના અંતર પરથી અંદાજ કાઢ્યો હશે. તેના બૂટની જાણ પણ તે તેની છાપ પરથી મેળવી હશે."

"તે બૂટ વિશિષ્ટ હતા."

"પણ તે લંગડો છે તે તેં કઈ રીતે જાણ્યું ?"

"દરેક વખતે તેના જમણા પગ કરતાં તેના ડાબા પગની છાપ વધારે ઊંડી હતી, તેના પરથી એ સ્પષ્ટ હતું કે તેના જમણા પગ કરતાં તેના ડાબા પગ પર વધારે વજન આવતું હતું. અને તેવું ત્યારે જ બને જ્યારે કોઈ વ્યક્તિ ખોડંગાતું ચાલતી હોય."

"અને તે ડાબોડી છે તે ?"

"તેં ખુદે પણ કોરોનરની તપાસમાં તબીબોએ મરનારના માથામાં થયેલી ઈજા વિષે જે સ્પષ્ટતા થઈ હતી તે વાંચી હતી. તેમાં ચોખ્ખું લખવામાં આવ્યું હતું કે તેના પર

પાછળથી પ્રહાર કરવામાં આવ્યો હતો અને તેને ઈજા ડાબી બાજુએ થઈ હતી. હવે આવું તો ત્યારે જ બની શકે કે મારનાર વ્યક્તિ ડાબોડી હોય. જ્યારે બે પિતા-પુત્ર વચ્ચે ઉગ્ર વાતચીત ચાલી રહી હતી ત્યારે તે જંગલમાં ઝાડ પાછળ સંતાયો હતો. તેણે ત્યાં ધૂમ્રપાન પણ કર્યું હતું. મને ત્યાં સિગારની રાખ મળી છે. અને મારા તમાકુના વિશિષ્ટ જ્ઞાન દ્વારા હું તને ચોક્કસપણે કહી શકું છું કે તે સિગાર ઇન્ડિયન હતી. તું જાણે છે તે પ્રમાણે મેં તમાકુનો ઊંડો અભ્યાસ કર્યો છે, તેમજ પાઈપ, સિગાર અને સિગારેટની ૧૪૦ જેટલી તમાકુ તેમજ તેની રાખો પર એક નાનો નિબંધ પણ લખ્યો છે. રાખની આસપાસ ભેજવાળી જમીન પર તપાસ કરતાં મને ત્યાંથી સિગારેટનું ઠૂંઠું પણ મળી આવ્યું હતું. અને તે એક ઇન્ડિયન સિગાર જ હતી અને તેને રોટરડેમમાં બનાવવામાં આવી હતી."

"અને સિગાર-હોલ્ડરનું શું ?"

"સિગારને જોતાં મને એવું લાગ્યું કે તેને મોઢામાં મૂકવામાં જ નહોતી આવી. અને મને તરત જ અંદાજ આવી ગયો કે તેને સિગાર-હોલ્ડરમાં જ મૂકવામાં આવી હોય. તેના છેડાને મોઢેથી તોડવાને બદલે કાપવામાં આવ્યો હતો. પણ તેને સફાઈથી નહોતો કાપવામાં આવ્યો અને માટે મેં તારણ કાઢ્યું કે તેને એક બુઠ્ઠી છરી વડે કાપવામાં આવ્યો હશે."

"હોમ્સ," મેં કહ્યું, "તેં તો આ માણસની ફરતે એક જાળ રચી લીધી છે. તે હવે છટકી શકે તેમ નથી. અને તેં એક નિર્દોષ માણસનો જીવ બચાવ્યો છે, તેના માથા પર લટકતો ફાંસીનો ફંદો કાપી નાખ્યો છે. આ બધા જ મુદ્દાઓ કઈ દિશા તરફ નિર્દેશ કરે છે તે હું જોઈ શકું છું. અને ખૂની છે..."

"શ્રીમાન જોહ્ન ટર્નર." અમારા બેઠકખંડમાં પ્રવેશતાં વેઇટર અમને મળવા આવનાર માણસના નામની બૂમ પાડી ઊઠ્યો.

જે આગંતુક અમારા ઓરડામાં પ્રવેશ્યો તે વિચિત્ર તેમ છતાંયે એક પ્રભાવશાળી વ્યક્તિત્વ ધરાવતો હતો. તેના લંગડાતાં ડગલાં અને વાંકા વળેલા ખભા તેના નિર્બળ દેહનો અણસાર આપી રહ્યા હતા. તેમ છતાં તેના ચહેરા પર ઊપસી આવેલી સખત રેખાઓ અને તેનું કદાવર શરીર કહી જતાં હતાં કે ભૂતકાળમાં તે એક અસામાન્ય રીતે બળવાન શરીર અને ચરિત્ર ધરાવતો હતો. તેની ગુચ્છાદાર દાઢી, રાખોડી વાળ તેમજ અસામાન્ય રીતે ઝૂકેલી ભ્રમરો તેની ભવ્યતાની અને પ્રભાવની સ્પષ્ટ છાપ ઉપસાવી રહ્યાં હતાં, પણ તેનો ચહેરો રૂની પૂણી જેવો ફિક્કો થઈ ગયો હતો અને તેના હોઠ તેમજ નાકનાં નસકોરાંના ખૂણા પર વાદળી ઝાંય વળેલી હતી. પ્રથમ દૃષ્ટિએ મારા માટે એ સ્પષ્ટ થઈ ગયું હતું કે તે કોઈ ગંભીર રોગના પંજામાં સંપડાયેલો હતો.

"મહેરબાની કરીને સોફા પર બેસી જાઓ," હોમ્સે વિનયપૂર્વક કહ્યું, "તમને મારી ચિઠ્ઠી મળી ?"

"હા, લોજનો રખેવાળ લઈ આવ્યો હતો. તમે લખ્યું હતું કે તમે મને અહીં ષડયંત્ર ઉઘાડું પડે તે પહેલાં મળવા માગો છો."

"મને થયું કે જો હું હોલ પર આવીશ તો લોકો ઘણી બધી વાતો ઉડાવવામાં જરાય પાછા નહીં પડે."

"અને તમે મને શા માટે મળવા માગો છો ?" તેણે મારા સાથી સામે એવી હતાશાભરી નજરે જોયું જાણે તેને પ્રશ્નનો ઉત્તર ખબર જ હોય.

"હા," હોમ્સે કહ્યું, જાણે તેના પ્રશ્નને નહીં પણ તેની હતાશ નજરને જવાબ ન આપતો હોય તેમ, "હા તેમ જ છે, મને મેકાર્થી વિષે બધી જ ખબર છે."

વૃદ્ધ માણસ પોતાનો ચહેરો બન્ને હાથોથી ઢાંકી દેતાં બોલ્યો, "ભગવાન મને મદદ કરો !" તેણે બૂમ પાડી, "પણ હું પેલા છોકરાને જરા પણ હાનિ નહીં થવા દઉં. હું તમને વચન આપું છું કે જો ન્યાયાલય તેની વિરુદ્ધ કોઈ નિર્ણય લેશે તો હું ચોક્કસ બધું જાહેર કરી દઈશ."

"મને તમને આવું કહેતાં સાંભળી ખુશી થઈ." હોમ્સે ગંભીરતાથી કહ્યું, "મારી વહાલી દીકરીના હિત ખાતર જ મેં અત્યાર સુધી આ વાત પર મૌન સેવ્યું છે. તેણી ભાંગી પડશે - જો તેણીને ખબર પડશે કે મારી ધરપકડ થઈ છે તો તેણી સાવ જ ભાંગી પડશે."

"એટલી હદે કંઈ નહીં થાય ?" હોમ્સે સાંત્વન આપ્યું.

"શું ?"

"હું કંઈ અધિકૃત ડિટેક્ટિવ નથી. તમારી દીકરી જ અહીં મારી હાજરી ઇચ્છતી હતી અને તેના હિત ખાતર જ હું અહીં આવ્યો છું. ગમે તે કરીને યુવાન મેકાર્થીને છોડાવવાનો જ છે."

"હું એક મોતના ઉંબરે ઊભેલો માણસ છું." વૃદ્ધ ટર્નરે કહ્યું, "મને છેલ્લા કેટલાય વર્ષોથી ડાયાબિટીસ છે. મારા ડૉક્ટરના જણાવ્યા પ્રમાણે હું બહુ બહુ તો મહિનાનો જ મહેમાન છું. અને માટે હું જેલમાં મરવા કરતાં મારા ઘરમાં મરવા ઇચ્છું છું."

હોમ્સ તેની જગ્યાએથી ઊભો થયો અને ટેબલ પર હાથમાં પેન અને કાગળની થપ્પી લઈને બેઠો. "અમને ફક્ત સત્ય જણાવો," તેણે કહ્યું, "હું બધી હકીકતો ટપકાવવા માગું છું. અને તેના પર તમારે સહી કરવાની રહેશે. વૉટસન તેનો સાક્ષી બનશે અને જ્યારે યુવાન મેકાર્થીને બચાવવાનો મારી પાસે કોઈ ઉપાય નહીં રહે તેવા સંજોગોમાં જ હું આ એકરારનામું અદાલત સમક્ષ રજૂ કરીશ. હું તમને વચન આપું છું કે જ્યાં સુધી ખરેખર આની જરૂર નહીં પડે ત્યાં સુધી હું તેનો ઉપયોગ નહીં કરું."

"સારું ત્યારે," વૃદ્ધ ટર્નરે કહ્યું, "આખોયે મામલો વડી અદાલતમાં આવે ત્યાં સુધી હું જીવતો રહીશ કે નહીં તે જ એક મોટો પ્રશ્ન છે માટે મને તેની કોઈ પરવા નથી. પણ હું કોઈ પણ ભોગે એલિસને આ આઘાતમાંથી બચાવવા માગું છું. હવે મને સમગ્ર

હકીકત જણાવવા દો, વાત ઘણા લાંબા સમયથી ચાલી આવી છે પણ હું તેને રજૂ કરવામાં વધારે સમય નહીં લઉં.''

''તમે આ મૃત માણસ, શ્રીમાન મેકાર્થીને નથી ઓળખતા. તે માણસના વેશમાં એક શેતાન હતો. હું ભગવાનને પ્રાર્થના કરું કે આવા માણસોથી ભગવાન તમને બચાવે. તેના પંજામાં હું વીસ વર્ષથી સપડાયેલો હતો, તેણે મારું જીવવું હરામ કરી નાખ્યું હતું. સૌ પહેલાં હું તમને એ કહીશ કે હું કઈ રીતે આ માણસના સકંજામાં આવ્યો.

''૧૮૬૦ની શરૂઆતની વાત છે, ખોદકામ વખતની. ત્યારે હું એક ગરમ લોહીનો અને અવિચારી યુવાન હતો, ગમે તે વસ્તુ પર વગર વિચાર્યે હાથ નાખનારો એક અલ્લડ જુવાનિયો હતો. હું ખરાબ સંગતમાં પડી ગયો, હું બેફામ પીવા લાગ્યો, અને તેમાંથી જુગારી પણ બની ગયો અને પછી તો એક રીઢો લૂંટારો બની ગયો હતો. અમારી છ જણની ટોળી હતી. અમે સાવ જ જંગલી અને બેફામ જીવન જીવી રહ્યા હતા. ખાણ તરફથી આવતાં જતાં વેગનોને પણ લૂંટવા માંડ્યા હતા.મારું નામ બેલારૅટનો બ્લૅક જેક પડી ગયું. આજે પણ અમારી ટોળકીને ત્યાંની કોલોનીના લોકો બેલારૅટ ગૅંગ તરીકે યાદ કરે છે.

''એક દિવસ બેલારૅટની સોનાની ખાણ તરફથી સોનાનો એક કાફલો મેલબોર્ન જઈ રહ્યો હતો. અમે તેને લૂંટ્યો. તેનું રક્ષણ કરનારા છ સિપાહીઓ હતા અને અમે પણ છ લૂંટારાઓ હતા, માટે મામલો ખૂબ જ રસાકસીનો હતો. તેમ છતાં અમે ચાર કોથળા તો એક ધડાકે લૂંટી લીધા. આ ઝપાઝપીમાં અમારામાંના ત્રણ છોકરાઓ તો મરાઈ ગયા હતા તેમ છતાં અમે ઘણું બધું લૂંટી લીધું હતું. મેં મારી પિસ્તોલ વેગનના ડ્રાઈવરના માથે તાકી અને તે ડ્રાઈવર હતો આ મૅકાર્થી. મને અત્યારે પસ્તાવો થાય છે કે મેં તેને ત્યારે જ કેમ ના મારી નાખ્યો, પણ મેં તેને છોડી દીધો. તે વખતે તે મારી સામે એકીટસે જોઈ રહ્યો હતો જાણે મારા એક એક લક્ષણોને તે યાદ રાખવા ન માગતો હોય ! અમે સોનું લઈને દૂર ભાગી ગયા અને ધનવાન બની ગયા. અહીં ઇંગ્લૅન્ડમાં આવીને કોઈને પણ શંકા ન પડે તે રીતે રહેવા લાગ્યા. છેવટે હું મારા ભેરુઓથી જુદો પડ્યો. મારી ઇચ્છા એક શાંત અને સન્માનભર્યું જીવન જીવવાની હતી. ત્યારે આ એસ્ટેટ વેચાણમાં હતી. મેં તેને ખરીદી લીધી અને વધેલાં નાણાં જે મેં અપરાધી રસ્તે મેળવ્યા હતા તેને મેં લોકોના ભલા પાછળ ખરચવા માંડ્યા. હું પરણ્યો પણ ખરો અને જુવાનીમાં જ મારી પત્ની મારી પાસે મારી વહાલી નાનકડી એલિસને મૂકીને મરણ પામી. તે નાનકડી એવી હતી ત્યારથી જ જાણે મને તેના નાનકડા કોમળ હાથ વડે સત્યના માર્ગે દોરી રહી હતી. એક શબ્દમાં કહું તો હું સાવ બદલાઈ ગયો હતો અને મારા ભૂતકાળમાં જે કોઈ અપકૃત્ય કર્યાં હતાં તેને સરભર કરવા વર્તમાનમાં બનતા પ્રયત્ન કરતો હતો. બધું જ બરાબર ચાલી રહ્યું હતું પણ મેકાર્થીએ આવીને મને બરાબરનો પોતાના સકંજામાં લઈ લીધો.

"હું મુલાકાત અર્થે શહેર ગયો હતો અને હું તેને ત્યાં રિજન્ટ સ્ટ્રીટમાં ચીંથરેહાલ હાલતમાં મળ્યો. ન તો તેના પગમાં જૂતાંનાં ઠેકાણાં હતાં કે ન તો તેનાં કપડાંનાં ઠેકાણાં હતાં.

"જૅક, તને મળીને આનંદ થયો," તેણે મારાં બાવડાં પકડતાં કહ્યું, "અમે તારી સાથે કુટુંબની જેમ રહીશું, અમે માત્ર બે જ જીવ છીએ, હું અને મારો દીકરો. તું જ અમને બંનેને પાળી શકે તેમ છે. જો તું તેમ નહીં કરે તો ઠીક છે, ઇંગ્લૅન્ડ કાયદાને વરેલો દેશ છે. અહીંની પોલીસને હું એક હાંક મારીશ અને તારો ખેલ ખતમ થઈ જશે."

"તેઓ પશ્ચિમમાંથી આવ્યા હતા. ત્યાં તેમની હાલત ખૂબ જ ખરાબ હતી. રહેવા માટે નાનો સરખો ઓરડો પણ નહીં હોય અને તેમને અહીં મારી ક્યારેય નહીં જોઈ હોય તેવી જાગીરમાં સરસ મજાના હેથર્લી ફાર્મમાં મેં તેમને વગર ભાડે રહેવાની રજા આપી દીધી. ત્યાર બાદ મારી ઊંઘ હરામ થઈ ગઈ, શાંતિ હણાઈ ગઈ, હું જ્યાં પણ જતો ત્યાં તેનો લુચ્ચો ચહેરો મારી સામે આવી જતો. જેમ જેમ એલિસ મોટી થતી ગઈ તેમ તેમ મારો ભય વધતો ગયો. તે જાણી ગયો હતો કે મને મારો ભૂતકાળ પોલીસ જાણે તેના કરતાં તો વધારે એલિસ જાણી જશે તેનો ભય હતો. તે જે કંઈ ઇચ્છતો તે તેને જોઈતું જ. તે જે કંઈ પણ ઇચ્છતો મારે તેને આપવું જ પડતું, પછી તે જમીન હોય, રૂપિયા હોય કે ઘર. છેવટે તેણે એવી માંગણી કરી જે હું ક્યારેય સ્વીકારી શકું તેમ નહોતો. તેણે તેના પુત્ર માટે એલિસના હાથની માંગણી કરી.

"તમે તેના છોકરાને તો ઓળખો જ છો, તે પણ મોટો થયો અને મારી છોકરી પણ, અને મારી ખરાબ તબિયતની તેને સારી પેઠે જાણ હોવાથી તેનો એવો આશય હતો કે મારા પછી તે એલિસ થકી પોતાના પુત્રને મારી જાગીરનો માલિક બનાવી દે. અને ત્યારે હું દૃઢ બની ગયો. હું આવા નીચ કોટીના માણસ સાથે કોઈ પણ સંબંધ બાંધવા નહોતો ઇચ્છતો. મને કંઈ તેના દીકરા સામે અણગમો નહોતો પણ તેમાં વહી રહેલા લોહીથી વાંધો હતો અને મારા માટે તો તેટલું જ પૂરતું હતું. હું અડગ રહ્યો. મેકાર્થી ડરી ગયો. મેં તેને કહી દીધું કે તેનાથી થાય તે કરી લે. અમે બન્નેએ અમારાં ઘરોની વચ્ચે આવેલા તળાવ આગળ આ મુદ્દા પર વાતચીત કરવા મળવાનું નક્કી કર્યું.

"હું જ્યારે ત્યાં પહોંચ્યો ત્યારે મેં તે બન્ને બાપ-દીકરાને ઉગ્ર ચર્ચા કરતા સાંભળ્યા, અને હું તેના એકલા થવાની રાહ જોતો ઝાડ પાછળ સિગાર ફૂંકતો સંતાઈ રહ્યો. પણ ત્યાં રહીને મેં જે બધું સાંભળ્યું તેનાથી હું ઊકળી ગયો. તે તેના પુત્રને મારી પુત્રી સાથે પરણી જવા અરજ કરી રહ્યો હતો, મેકાર્થીએ તેના પુત્રને સમજાવ્યું કે એલિસ તેના વિષે શું વિચારે છે તેની ચિંતા ન કર. જાણે મારી છોકરી રસ્તામાં પડી હોય. આ સાંભળીને હું રઘવાયો થઈ ગયો. કોઈ પણ સંજોગોમાં મારી વહાલીને હું આવી અધમ વ્યક્તિના હાથમાં તો નહીં જ પડવા દઉં. મને થયું કે આ વાતનો હવે મારે અંત જ લાવવો પડશે. એમ પણ હું થોડા જ દિવસોમાં મરવાનો હતો એટલે હું ઑર મરણિયો બની ગયો. મને સ્પષ્ટ ખ્યાલ હતો કે મારું ભાવિ શું હતું. મારી દીકરીના ભવિષ્યને બચાવવા અને મારી

પ્રતિષ્ઠાને ખરડાતી બચાવવા મારે તેની જીભને કાયમ માટે બંધ કરવી જ યોગ્ય હતી. અને મેં તેમ જ કર્યું, શ્રીમાન હોમ્સ. બીજી વાર પણ હું તેમ જ કરું. હું પાપની ખાઈમાં ધકેલાઈ ગયો હતો, મારે તેનો પશ્ચાત્તાપ તો કરવાનો જ હતો. મારા પર જે વીત્યું તે હું મારી દીકરી પર જરા પણ નહીં વીતવા દઉં. હું જાણે કોઈ ઘૃણાસ્પદ અને ઝેરી જીવને મારતો હોઉં તેમ તેને કશાય ખચકાટ વગર મારી નાખ્યો. તેની કારમી ચીસ તેના પુત્રને પાછો તે જગ્યાએ ખેંચી લાવી. પણ હું જંગલમાં સંતાઈ જવાને સમર્થ રહ્યો. પણ ત્યાંથી ઉતાવળમાં ભાગી આવવાથી મારો ડગલો ત્યાં પડી ગયો હતો તેને લેવા મારે ત્યાં ફરજિયાતપણે જવું પડ્યું. આખીયે હકીકત આમ છે."

"મને ન્યાય તોળવાનો કોઈ હક્ક નથી." હોમ્સે પોતે લખેલા એકરારનામા પર વૃદ્ધની સહી લેતાં કહ્યું, "હું પ્રાર્થના કરું કે આપણા માટે ક્યારેય હકીકતને છતી કરવાનો અવસર ન આવે."

"તો પછી એકરારનામા પર મારી સહી લઈને તમે કરવા શું માંગો છો ?"

"તમારા ખરાબ સ્વાસ્થ્યને ધ્યાનમાં રાખીને તો કંઈ જ નહીં. તમે જાણો જ છો કે થોડા જ સમયમાં તમારે કાયદાની અદાલત કરતાં પણ મોટી અદાલત ભગવાનને તમારાં કુકર્મોનો જવાબ આપવાનો છે. હું તમારા એકરારનામાને રાખી મૂકીશ અને જો મેકાર્થીને દોષી ઠેરવવામાં આવ્યો તો મારે તમારા એકરારનામાને કોર્ટમાં રજૂ કરવું પડશે. અને જો તેમ નહીં થાય તો તેનો ક્યારેય કોઈ ઉલ્લેખ કરવામાં નહીં આવે. તમે જીવતા હશો કે મૃત્યુ પામ્યા હશો આ રહસ્ય અમારી પાસે અકબંધ રહેશે."

"આવજો ત્યારે," વૃદ્ધ માણસે ગંભીર વદને કહ્યું, "તમે તમારી મહેરબાની વડે મારા મૃત્યુને સુધારી દીધું છે. ભગવાન તમારું ભલું કરે." પોતાના ધ્રૂજતા અને ખખડી ગયેલા વિશાળ દેહ સાથે તેઓ ધીમે ધીમે રૂમમાંથી વિદાય થયા.

"ભગવાન અમારી મદદ કરો !" લાંબા મૌન બાદ હોમ્સ બોલ્યો, "ભાગ્ય શા માટે આવા નિઃસહાય અને ગરીબડા માણસો સાથે રમત રમતું હશે ?"

હોમ્સ દ્વારા ઊભા કરવામાં આવેલા ઢગલાબંધ વાંધા અને વિવિધ રજૂઆતોની પ્રબળતાના કારણે જેમ્સ મેકાર્થીને વડી અદાલતે નિર્દોષ જાહેર કર્યો. અમારી મુલાકાત બાદ વૃદ્ધ ટર્નર સાત મહિના જીવ્યો. હાલ તે મૃત્યુ પામ્યો છે અને એવી ઘણી શક્યતાઓ છે કે કુમારી ટર્નર અને જુવાન મેકાર્થી લગ્ન કરીને સાથે જીવન પસાર કરે. જો કે તેમના પિતાઓ વચ્ચે જે વાંધા હતા અને જે કાળો ભૂતકાળ જોડાયેલો હતો તેનાથી તો તેઓ સદાય અજાણ જ રહ્યાં.

❖

નારંગીનાં પાંચ બીજ

૧૮૮૨થી ૧૮૯૦ સુધીના શૅરલૉક હોમ્સના કેસની નોંધો અને વૃત્તાંત પર હું જ્યારે નજર ફેરવું છું ત્યારે તેમાં રહેલાં વિચિત્ર અને રસપ્રદ લક્ષણો નજરે ચડે છે ને હું મૂંઝવણમાં મુકાઈ જાઉં છું કે મારે પ્રકાશન માટે કયો કેસ પસંદ કરવો અને કયો નહીં. તેમાંના કેટલાકને તો સમાચાર દ્વારા ખૂબ પ્રસિદ્ધિ મળી ગઈ હોય છે. જ્યારે કેટલાકને તો લોકો સમક્ષ રજૂ જ નથી કરવામાં આવ્યા હોતા. તેનું મુખ્ય કારણ એ છે કે તે કેસોમાં મારા મિત્રની વિચક્ષણ પ્રતિભા અને વિશિષ્ટ ગુણ રજૂ નહોતા થતા જે તેના સાહસોના વિશિષ્ટ અંગ સમાન છે અને જેને કારણે લોકો તેને વાંચવા હંમેશા આતુર રહે છે. કેટલાક સમાચારપત્રોએ તો હોમ્સનાં કેટલાંક સાહસોને સાવ જ નિરસ રીતે રજૂ કર્યાં છે. આવા કેસોમાં તેમણે હોમ્સની વિશ્લેષણ કરવાની આવડતને હોમ્સની આખીયે છાપને ભ્રમિત કરી મૂકે તે રીતે રજૂ કરી છે. કેટલાંક સાહસો વર્ણવવાનાં શરૂ તો કર્યાં પણ તેનો અંત ન લખી શક્યા. કેટલાંક એવાં સાહસો હતાં જેને લખી તો નાખવામાં આવેલાં પણ તેમાંથી હોમ્સની તર્કશક્તિની જે ખાસિયત છે તેનો જ છેદ ઉડાડી દેવામાં આવ્યો હતો અને માત્ર અનુમાનોને આધારે જ પૂર્ણ કરવામાં આવ્યા હતા. બીજી બાજુ હોમ્સને તો હંમેશા તેવા જ કેસ ગમે છે જેમાં તર્કનો ઉપયોગ વધારે થતો હોય.

એમાંનો આ એક નોંધનીય કેસ છે જે મારી નજરમાં આવ્યો છે. આ કેસ પોતાના વિશિષ્ટ વિવરણને કારણે તથા તેનાં ચોંકાવનારાં તારણોથી મને એટલો અલગ લાગ્યો કે હું તેની હકીકતો કરતાં તેના કેટલાક ધ્યાનપાત્ર મુદ્દાઓને રજૂ કરવામાં વધારે રસ ધરાવું છું, કારણ કે આ મુદ્દાઓ ક્યારેય સ્પષ્ટ નહોતા થયા અને ક્યારેય થવાના પણ નહોતા.

૧૮૮૭ના વર્ષમાં અમારી પાસે ઘણા બધા કેસ આવ્યા જેમાંના કેટલાક ખૂબ મહત્ત્વના હતા અને કેટલાક ઓછા રસપ્રદ હતા. તે બધાની મેં નોંધો રાખી છે. આ બાર મહિનામાં મને આ ખૂબ જ રસપ્રદ કેસનું વૃત્તાંત મળી આવ્યું છે જેની હું અહીં રજૂઆત કરી રહ્યો છું.

આ કેસ એમ્યૉર મેન્ડિકન્ટ સોસાયટીની નજીક લાકડાની વખારમાં આવેલી

ખૂબ જ સુવિધાપૂર્ણ ક્લબ પેરાડોલ ચેમ્બરનો છે. હકીકતો ખોવાયેલી બ્રિટિશ નૌકા સોફી એન્ડર્સન સાથે જોડાયેલી છે.

સપ્ટેમ્બર મહિનાના છેલ્લાં દિવસો હતા, વિષુવવૃત્ત તરફથી આવતો કાતિલ પવન જોરદાર રીતે ફૂંકાઈ રહ્યો હતો. આખોયે દિવસ સુસવાટા મારતો પવન ચાલતો રહ્યો અને વરસાદની થાપટો બારીને અથડાતી રહી, જેણે અહીં લંડનના હાર્દમાં ઘરમાં બેઠેલા અમને પ્રકૃતિની રુદ્રતા વિષે વિચારવા વિવશ કરી મૂક્યા હતા. પ્રકૃતિ જાણે જંગલોની પેલે પાર કોઈ પીંજરામાં પુરાઈને માનવસભ્યતા સમક્ષ ઘૂરકી ન રહી હોય ! જેમ જેમ સાંજ ઢળતી જતી હતી તેમ તેમ તોફાન પણ તેનું ઉગ્ર સ્વરૂપ ધારણ કરી રહ્યું હતું અને પવન તો જાણે ચીમનીમાં પુરાયેલા બાળકની જેમ ચીસો પાડતો હોય તેવો શોર મચાવી રહ્યો હતો. શૅરલૉક હોમ્સ પોતાના કેસની નોંધો ટપકાવતો વ્યગ્રતાપૂર્ણ તાપણાની એક બાજુ બેઠો હતો, જ્યારે હું ક્લાર્ક રસેલની દરિયાઈ કથાઓ વાંચવામાં મગ્ન હતો. બહારનું સુસવાટાભર્યું વાતાવરણ હું જે સમુદ્રની વાર્તાઓ વાંચી રહ્યો હતો તેના વાતાવરણ સાથે સંપૂર્ણ મેળ ખાતું હતું. બહારનો તોફાની વરસાદ સમુદ્રનાં તોફાનનો અનુભવ કરાવતું હતું જ્યારે બારીમાંથી આવતી વરસાદની વાછટ સમુદ્રના મોજાંનો અનુભવ કરાવતી હતી. મારી પત્ની તેની માતાને મળવા ગઈ હતી અને થોડા દિવસો માટે હું ફરી એકવાર કુંવારું જીવન જીવી રહ્યો હતો અને મારા મિત્ર શૅરલૉક હોમ્સના બેકર સ્ટ્રીટવાળા ઘરે રહેતો હતો.

''અત્યારે !'' મેં મારા સાથી સામે જોતાં કહ્યું, ''બેલનો જ અવાજ છે, આટલી રાત્રે વળી કોણ હોઈ શકે ? કદાચ તારો કોઈ મિત્ર હોઈ શકે ?''

''તારા સિવાય મારે કોઈ મિત્ર નથી,'' તેણે જવાબ આપ્યો, ''અને તું જાણે છે તેમ હું મુલાકાતીઓને પ્રોત્સાહન નથી આપતો.''

''તો પછી અસીલ હશે ?''

''જો તેમ જ હોય તો કેસ ખરેખર ગંભીર છે. તે વગર તો આવા ખરાબ હવામાનમાં કોઈ માણસ બહાર નીકળવાનું સાહસ ન કરે. અને એવું પણ બની શકે કે આપણી મકાન માલિકણનું કોઈ સગુંવહાલું હોય.''

પણ શૅરલૉક હોમ્સનું આ અનુમાન ખોટું નીકળ્યું કારણ કે દાદરેથી કોઈના ઉપર ચડવાનો અવાજ આવી રહ્યો હતો. આખરે અમારા રૂમના બારણા પર ટકોરા પડ્યા. તેણે પોતાનો હાથ લાંબો કરી લેમ્પ પોતાની તરફથી હટાવી આવનાર આગંતુક જે બેઠક પર બેસવાનો હતો તેના તરફ ફેરવ્યો.

''અંદર આવો !'' તેણે કહ્યું.

જે વ્યક્તિ રૂમમાં પ્રવેશ્યો તે ફૂટડો યુવાન હતો. તે માંડ માંડ બાવીસેક વર્ષનો હશે. તેણે ખૂબ જ સરસ રીતે વસ્ત્રો ધારણ કર્યાં હતાં. તેનાથી તે સંસ્કારી અને લાલિત્યવાન

લાગતો હતો. તેની નીતરતી છત્રી અને ચમકતો રેઈનકોટ બહારના તોફાની હવામાનની ચાડી ખાઈ જતાં હતાં. લૅમ્પના પ્રકાશમાં તે આજુબાજુ આતુરતાભરી નજરે જોઈ રહ્યો હતો અને હું પણ જોઈ શકતો હતો કે તેનો ચહેરો ફિક્કો પડી ગયો હતો અને તેની આંખો ભારે થઈ ગઈ હતી. જાણે તે ચિંતાના કોઈ ભારે બોજા હેઠળ દબાયેલો ન હોય !

"મને માફ કરજો," તેણે સોનાની ફ્રેમવાળા ચશ્માની નાકની દાંડીને વ્યવસ્થિત કરતાં કહ્યું, "કોઈ પણ જાતની સૂચના આપ્યા વગર હું અહીં આવી ગયો તે બદલ મને માફ કરજો, અને મને એ વાતનું પણ દુઃખ છે કે મેં તમારા હૂંફાળા ઓરડાને પણ ગંદો કર્યો છે."

"મને તમારી છત્રી અને કોટ આપો," હોમ્સે કહ્યું, "તે અહીં હૂક પર પડ્યાં પડ્યાં સુકાઈ જશે. મને લાગે છે કે તમે દક્ષિણ-પશ્ચિમ તરફથી આવ્યા છો."

"હા, હોર્શેમથી આવ્યો છું."

"તમારા પગરખાની અણી પર ચોંટેલી માટી અને ચોકના મિશ્રણ પરથી જ મને ખ્યાલ આવી ગયો."

"હું તમારી સલાહ માટે આવ્યો છું."

"તે તો તમને મળવાની જ છે."

"અને મદદ માટે પણ."

"તે કાયમ નથી મળતી."

"મેં તમારા વિષે સાંભળ્યું છે, શ્રીમાન હોમ્સ. મેજર પ્રેન્ડરગાસ્ટ પાસેથી તમારા વિષે સાંભળ્યું છે કે તમે કેવી રીતે તેમને ટેન્કરવિલે ક્લબની બદનક્ષીથી બચાવ્યા હતા."

"હા, કેમ નહીં, તેમને તો ખોટી રીતે જુગારમાં અપ્રામાણિકતાના આરોપ હેઠળ સંડોવવામાં આવ્યા હતા."

"તેમણે કહ્યું છે કે તમે કોઈ પણ સમસ્યાનું નિરાકરણ લાવી શકો છો."

"તેમણે કંઈક વધારે પડતું જ કહ્યું છે."

"તેમણે તો એટલે સુધી કહ્યું છે કે તમે ક્યારેય અસફળ નથી રહ્યા."

"હું ચાર વાર માત પામ્યો છું - ત્રણ વાર પુરુષ દ્વારા અને એકવાર સ્ત્રી દ્વારા."

"પણ તેની સરખામણી કંઈ તમારી અઢળક સફળતાઓ સાથે થઈ શકે ખરી ?"

"એ વાત સાચી કે સામાન્ય રીતે હું સફળ જ રહ્યો છું."

"તો મારા કિસ્સામાં પણ તેવું જ થશે."

"પહેલાં તો મહેરબાની કરીને તમે પેલી ખુરશી લઈને અહીં તાપણા આગળ બેસો અને મને તમારા આખાયે કેસની વિગતો આપો."

"આ કંઈ સામાન્ય કેસ નથી."

"મારી પાસે આવેલો એક પણ કેસ સામાન્ય નથી. મારી પાસે કોઈ વ્યક્તિ ત્યારે જ આવે છે જ્યારે તે બધી જ રીતે નિરાશ થઈ ગઈ હોય."

"તેમ છતાંયે મને શંકા છે, સાહેબ, કે તમારા સઘળા અનુભવોમાં તમે ક્યારેય મારા ખુદના કુટુંબમાં જે રહસ્યમય અને ગૂઢ ઘટનાની હારમાળા ઘટી ગઈ છે તેવી નહીં સાંભળી હોય."

"તમે તો મને રસ લેવા ઉત્સુક કરી દીધો !" હોમ્સે કહ્યું, "મહેરબાની કરીને મને શરૂઆતથી આખીયે ઘટનાની મહત્ત્વની બાબતોની વિગતો આપો અને પછીથી જે જે બાબતો મને મહત્ત્વની લાગશે તે વિષે હું તમને પ્રશ્નો પૂછીશ."

જુવાનિયાએ ખુરશી ખેંચી અને પોતાના પગ તાપણા આગળ ધરીને તે ખુરશી પર બેઠો.

"મારું નામ," તેણે શરૂઆત કરી, "જોહ્ન ઓપેન્શૉ છે, પણ હું સમજું છું ત્યાં સુધી આ આખાયે મામલાને મારા ધંધા સાથે જરા પણ લેવા દેવા નથી. આ મારા વંશજો સાથે જોડાયેલો મામલો છે, માટે તમને સઘળી હકીકતનો ખ્યાલ આપવા માટે મારે શરૂઆતથી જ આખોયે ઘટનાક્રમ કહેવો પડશે."

"મારા દાદાને બે પુત્રો હતા - મારા કાકા એલિઆસ અને મારા પિતા જોસેફ. મારા પિતાને કોન્વેન્ટરીમાં એક નાનકડી ફેક્ટરી હતી. સાઈકલની શોધ બાદ તેમણે તેને ખાસી વિકસાવી હતી. તેમની પાસે ટૂટે નહીં તેવા ઓપેન્શૉ પૈડાનાં પેટન્ટ હતાં, જેના કારણે તેમને ધંધામાં અપાર સફળતા મળી હતી અને તેઓ ખૂબ પૈસા કમાયા હતા. છેવટે તેમણે તે બધુંય સારા એવા વળતર સાથે વેચી ધંધામાંથી નિવૃત્તિ લઈ લીધી હતી.

"યુવાનીમાં જ મારા કાકા એલિયાસ અમેરિકામાં સ્થાયી થવા જતા રહ્યા હતા અને ફ્લોરિડામાં તેઓએ વાડીઓ ખરીદી હતી. ત્યાં તેમણે પણ સારાં એવાં નાણાં બનાવ્યાં હતાં. યુદ્ધના સમયે તેઓ જેક્સ સેના તરફથી લડ્યા હતા અને ત્યાર બાદ તેઓ હૂડ તરફથી પણ લડ્યા હતા અને ત્યાં તેમણે કર્નલનો દરજ્જો મેળવ્યો હતો. જ્યારે વિરોધી સેનાએ હથિયાર નાખી દીધાં ત્યારે તેઓ પોતાના બગીચાના ધંધામાં લાગી પડ્યા અને ત્યાં તેમણે ત્રણચાર વર્ષ જમાવટ કરી હતી. આશરે ૧૮૬૯ કે ૧૮૭૦માં તેઓ યુરોપ પાછા ફર્યા અને હોર્શેમ નજીક સસેક્સમાં એક નાનકડી જાગીર ખરીદી. તેમણે સ્ટેટ્સમાં ખાસાં એવાં નાણાં બનાવ્યાં હતાં. તેમના અહીં પાછા આવવાનું કારણ નિગ્રો પ્રત્યેનો તેમનો અણગમો અને રિપબ્લિકન પૉલિસી હતાં, જેની હેઠળ નિગ્રો લોકોને વિવિધ જાતની સગવડો પૂરી પાડવામાં આવી રહી હતી. મારા કાકા પહેલેથી જ એક આક્રમક સ્વભાવવાળા અને જલદી મિજાજ ગુમાવી દેનાર માણસ હતા અને જ્યારે ગુસ્સે હોય ત્યારે તો મન ફાવે તેમ બોલતા હતા. તેઓ જેટલા વર્ષો હોર્શેમમાં રહ્યા તે દરમિયાન તેમણે ભાગ્યે જ શહેરમાં પગ મૂક્યો હશે. તેમને તેમના ઘરની આસપાસ એક મજાનો બગીચો અને બે-ત્રણ ખેતરો હતાં અને ત્યાં જ તેઓ પોતાનો વ્યાયામ કરતા હતા. ઘણાં અઠવાડિયાંઓ સુધી તો તેઓ પોતાની ઓરડાની બહાર પણ નહોતા નીકળતા.

તેઓ એક નંબરના પિયક્કડ બની ગયા હતા અને એકધારું ધૂમ્રપાન પણ કરતા હતા. તેમને સમાજ જેવું પણ કંઈ નહોતું અને તેઓ ક્યારેય કોઈ મિત્ર પણ નહોતા ઇચ્છતા, તેમના ખુદના ભાઈને પણ નહીં.

“જો કે તેમને મારા પ્રત્યે કોઈ અણગમો નહોતો, ઊલટાનું તેઓ તો મને ખૂબ ચાહતા હતા કારણ કે ત્યારે હું માત્ર દસ-બાસ વર્ષનો કિશોર હતો. આ સમય ૧૮૭૮નો હતો, ત્યારે તેમને ઇંગ્લૅન્ડમાં આવ્યે આઠ-નવ વર્ષ થયાં હશે. તેમણે મારા પિતાને પ્રાર્થના કરી હતી કે તેઓ મને તેમની પાસે રહેવા દે. જો કે તેઓ મારી પ્રત્યે ખૂબ દયાળુ હતા. જ્યારે તેઓ સારા મૂડમા હોય કે તેમણે દારૂ ન પીધેલો હોય ત્યારે તેઓ મારી સાથે સોગઠાની રમત રમતા અને અમે બન્ને માછલાં પકડવા પણ જતા. તેમણે મને તેમનો પ્રતિનિધિ બનાવી દીધો હતો, તેમના નોકરોને પણ હું સંભાળતો હતો અને તેમના ધંધાને પણ. સમય જતાં જ્યારે હું સોળ વર્ષનો થયો ત્યારે મને બધાં કામમાં ફાવટ આવી ગઈ હતી. ઘરની બધી જ ચાવીઓ મારી પાસે રહેતી અને હું મન ફાવે ત્યાં જતો અને મને ફાવે તેમ કરતો. બને ત્યાં સુધી હું તેમની અંગત ક્ષણોમાં તેમને ક્યારેય ખલેલ નહોતો પહોંચાડતો. આ બધામાં એક જગ્યા એવી હતી જે અપવાદરૂપ હતી. ભંડકિયાના ઓરડાની છાજલીઓની પાછળ એક બીજો ઓરડો હતો. તેને હંમેશા તાળું રાખવામાં આવતું હતું અને મને કે બીજા કોઈને પણ તેને ખોલવાની કે તેમાં પ્રવેશવાની રજા નહોતી. છોકરમતની એક સાહજિક વૃત્તિથી હું હંમેશા તે ઓરડાના બારણાના તાળાના છિદ્રમાંથી અંદર ઝાંખ્યા કરતો. પણ સામાન્ય રીતે ભંડકિયામાં રાખવામાં આવતા જૂના પટારા અને પેપરની થપ્પીઓથી વિશેષ મને તેમાં કંઈ જ જોવા નહોતું મળતું.

“૧૮૮૩ના માર્ચનો દિવસ હતો, ટેબલ પર તેમની થાળીની બાજુમાં એક વિદેશી મહોરવાળો પત્ર પડ્યો હતો. તેમના પર આ પ્રકારનો કોઈ પત્ર આવવો અસ્વાભાવિક હતો કારણ કે તેઓ તો પોતાનો વ્યવહાર હંમેશા રોકડેથી કરતા હતા અને તેમના કોઈ મિત્ર પણ નહોતા કે તેમના પર કોઈ પત્ર આવે. ‘ભારતથી !’ તેમણે તેને હાથમાં લેતા કહ્યું, ‘પોન્ડિચેરીની મહોર લાગેલી છે, તેમાં શું હોઈ શકે ?’ તેને ઉતાવળે ખોલતાં તેઓ બોલ્યા, તેમાંથી સંતરાનાં ત્રણ બીજ તેમની થાળીમાં પડ્યાં. હું તો આ જોઈને હસવા જ માંડ્યો પણ તેમની તરફ નજર પડતાં જ મારું હસવાનું બંધ થઈ ગયું. તેમનું મોઢું ખુલ્લું રહી ગયું હતું, આંખો બહાર આવી ગઈ હતી અને ચહેરાનો રંગ ઊડી ગયો હતો. તેઓ તેમના ધ્રૂજતા હાથમાં રહેલા પરબીડિયાને એકધારું તાકી રહ્યા હતા અને અંગ્રેજી મૂળાક્ષરો ‘કે. કે. કે. !’ બબડી રહ્યા હતા અને પછી ‘હે ભગવાન, હે ભગવાન, મારા પાપનો ઘડો છલકાઈ ગયો !’

‘આ શું છે, કાકા ?’ હું બૂમ પાડી ઊઠ્યો.

'મોત,' તેમણે કહ્યું, અને ટેબલ આગળથી ઊભા થઈને મને તેવી જ ભયગ્રસ્ત હાલતમાં મૂકીને પોતાના ઓરડામાં જતા રહ્યા. મેં પરબીડિયાને ટેબલ પરથી ઉઠાવ્યું ત્યારે મારી નજર ગુંદર લગાવાની જગ્યાએ લાલ શાહીમાં ત્રણવાર લખેલા અંગ્રેજી મૂળાક્ષર 'કે' પર પડી. તેમાં સંતરાનાં પાંચ સૂકાં બીજ સિવાય કંઈ જ નહોતું. તેમના આટલા બધા ભયભીત થવાનું કારણ શું હોઈ શકે ? હું નાસ્તાના મેજ પરથી ઊભો થઈને ઉપર તેમને મળવા ગયો પણ તેઓ મને સામા મળ્યા, મેં તેમના હાથમાં એક જૂની ચાવી જોઈ, આ ચાવી ચોક્કસ પેલા ભંડકિયાની જ હોવી જોઈએ તેવું અનુમાન મેં લગાવ્યું અને તેમના બીજા હાથમાં એક નાનકડો પિત્તળનો રોકડ રકમ રાખવાનો ડબ્બો હતો તે પણ જોયો.

"'તેઓ ઇચ્છે તે કરી શકે છે, હું હજી પણ તેમને માત આપી શકું તેમ છું.' તેમણે ગાળ આપતાં કહ્યું, 'મૅરીને કહે કે મને મારા રૂમમાં તાપણું ચેતાવી આપે, અને હોર્શેમના વકીલ ફોર્ડહામને પણ બોલાવવાનું કહે.' તેમણે કહ્યું તેમ મેં કર્યું, અને જ્યારે વકીલ આવી ગયો ત્યારે મને ઉપર ઓરડામાં બોલાવવામાં આવ્યો. આગ તેજસ્વી રીતે પ્રકાશી રહી હતી. તેની જાળી પર ફૂલેલી રાખ પડી હતી જાણે કે તેમાં કાગળ બાળવામાં ન આવ્યા હોય ? જ્યારે પેલો પિત્તળનો ડબ્બો એક બાજુએ ખુલ્લો અને ખાલી પડ્યો હતો. જેવી મારી નજર તે ડબ્બા પર પડી કે તરત મારી આંખો ચમકી. તેના ઢાંકણા પર પણ તે જ 'કે' લખેલો હતો જે સવારે આવેલા પરબીડિયામાં લખેલો હતો.

"'હું એવું ઇચ્છું છું, જોહ્ન,' તેમણે કહ્યું, 'કે તું મારી વસિયતનો સાક્ષી બને, હું મારી આખીયે જાગીર તેના ફાયદા અને નુકસાન સાથે મારા ભાઈ એટલે કે તારા પિતાના નામે કરું છું, જે આગળ જતાં નિઃશંકપણે તારા નામે જ થઈ જવાની. જો તું તેને શાંતિથી અને સારી રીતે માણી શકે તો ! અને જો તું તેને શાંતિથી અને સારી રીતે નહીં વાપરે તો મને બીક છે કે તે તારા માટે એક મોટો શાપ સાબિત થશે. મને બીક છે કે હું તને બે ધારી તલવાર આપી રહ્યો છું પણ હું એ પણ કહી શકું તેમ નથી કે આગળ જતાં કેવી સ્થિતિ ઊભી થશે. મહેરબાની કરીને શ્રીમાન ફોર્ડહામ બતાવે ત્યાં હસ્તાક્ષર કર.'

"મેં તેમના કહ્યા પ્રમાણે કાગળો પર હસ્તાક્ષર કર્યા, અને વકીલ તેને તેની સાથે લઈ ગયા. આ આખાયે અનોખા બનાવે મારા પર એક ઊંડી છાપ પાડી હતી. મેં આ આખીયે ઘટના પર બહુ જ વિચાર્યું અને તેને વિવિધ દિશાએથી તપાસી પણ જોયું પણ મને કશી જ સમજ ન પડી. હજુ પણ હું આ આખીયે ઘટનાથી ડરેલો હતો. જોકે ધીમે ધીમે સમય પસાર થતાં બધો જ ભય ઓગળી ગયો અને એવી કોઈ ઘટના ન બની કે જેથી મારું સામાન્ય જીવન ખોરવાય. પણ મારા કાકામાં ઘણો બધો ફેર આવી ગયો હતો. તેઓ વધુ અને વધુ દારૂ પીવા લાગ્યા હતા, અને પહેલાં કરતાં પણ વધારે એકાંતવાસી થઈ ગયા હતા. મોટા ભાગનો સમય તેઓ પોતાના ઓરડામાં જ પસાર કરતા હતા. તેમના ઓરડાનું બારણું હંમેશા અંદરથી બંધ રહેતું, અને જ્યારે ક્યારેય સંપૂર્ણ પીધેલી

હાલતમાં તેઓ બહાર બગીચામાં દોડી આવતા ત્યારે મોટે મોટેથી બૂમો પાડવા માંડતા કે હું આખાયે જગતમાં કોઈ માણસ કે કોઈ પ્રાણીથી જરાયે નથી બીતો, અને હું માણસ કે શેતાન કોઈના પણ વડે પિંજરામાં પુરાઉં તેમ નથી. આ આખીયે ધમાલ પૂરી થતાં જ તેઓ રઘવાયા થઈને પોતાના રૂમમાં જતા રહેતા અને બારણું અંદરથી બંધ કરી દેતા. આખુંયે વર્તન જાણે કોઈ અજાણ્યો ડર તેમના આત્મા પર હાવી ન થઈ ગયો હોય તેવું લાગતું હતું. આવા સમયે મેં તેમનો ભરશિયાળામાં પણ પરસેવે રેબઝેબ થઈ જતો ચહેરો જોયો હતો. તેઓ જાણે પાણીમાં નાહીને ન આવ્યા હોય તેવો તેમનો ચહેરો ભીનો ભીનો થઈ જતો!"

"વારુ ત્યારે, વાતને વધારે નહીં ખેંચતાં અને તમારી ધીરજની કસોટી નહીં કરતાં હું મુદ્દા પર આવું છું, શ્રીમાન હોમ્સ. આખરે તે રાત આવી ગઈ જ્યારે તેઓ ભરપીધેલી હાલતમાં ઘરમાંથી નીકળી ગયા અને ફરી ક્યારેય પાછા ન ફર્યા. અમે જ્યારે તેમની શોધમાં નીકળ્યા ત્યારે અમે તેમને બગીચા નજીક આવેલા લીલથી ભરેલા તળાવમાં ઊંધા પડેલા જોયા. ત્યાં આસપાસ અથડામણની પણ કોઈ જ નિશાની નહોતી જણાતી. વળી તળાવનું પાણી પણ માંડ બે ફૂટ ઊંડું હતું. સમગ્ર વિસ્તાર તેમના ગાંડપણના હુમલાથી સુપરિચિત હતું અને તે પરથી જ અદાલતે એવો નિર્ણય લીધો કે તેમણે કદાચ ગાંડપણમાં જ આત્મહત્યા કરી હશે. પણ હું એ સારી રીતે જાણતો હતો કે તેઓ મૃત્યુના વિચારથી માત્ર જ કેવા બીતા હતા. તેઓ આત્મહત્યા કઈ રીતે કરી શકે ? ખેર, તે જે હોય તે તેઓ મૃત્યુ પામ્યા હતા. તેમની વસિયત પ્રમાણે તેમની સંપૂર્ણ મિલકત મારા પિતાના નામે હતી, અને મારા કાકાના નામે જે ૧૪૦૦૦ પાઉન્ડ બેંકમાં જમા હતા તે પણ મારા પિતાના નામે હતા અને તેનો કબજો લેવા તેઓ આવી પહોંચ્યા હતા."

"એક મિનિટ," હોમ્સ વચમાં જ બોલી ઊઠ્યો, "નિઃશંકપણે તમારું નિવેદન મેં અત્યાર સુધી સાંભળેલા નિવેદન કરતાં ઘણું વિચિત્ર અને અચરજ પમાડનારું છે, પણ હું તે પત્રના મળવાની અને તમારા કાકાની કહેવાતી આત્મહત્યાની તારીખો જાણી શકું ?"

"પત્ર ૧૮૮૩ની માર્ચની દસમીએ આવેલો. જ્યારે તેમનું મૃત્યુ ત્યાર બાદ સાત અઠવાડિયે બીજી મેની રાતે થયું હતું."

"આભાર, આગળ કહો."

"જ્યારે આખીયે જાગીર મારા પિતાના કબજામાં આવી ત્યારે મારા કહેવાથી તેમણે સદાયે તાળું રાખવામાં આવતું હતું તે ભંડકિયાને ઝીણવટથી તપાસ્યું. અમને ત્યાંથી પિત્તળનો એક ડબ્બો મળી આવ્યો, પરંતુ તેની અંદરની વસ્તુઓનો નાશ કરી નાખવામાં આવ્યો હતો. તેના ઢાંકણાની અંદરની બાજુએ પણ અંગ્રેજી મૂળાક્ષર કે. કે. કે. લખેલા હતા. અને તેની તરત જ નીચે લખ્યું હતું 'પત્રો, આવેદનપત્રો, રસીદો અને રજિસ્ટર'. અમને એમ લાગ્યું કે આ બધું તે કાગળો વિષે જ લખ્યું હશે જેને મારા કાકા કર્નલ ઓપૅન્શોએ બાળી નાખ્યા હશે. આ સિવાય ભંડકિયામાં બીજું કંઈ જ મહત્ત્વનું નહોતું. થોડી ઘણી નોંધપોથીઓ અને આમ તેમ વિખરાયેલા કાગળ પડ્યા હતા જે મારા

કાકાના અમેરિકામાં વિતાવેલા જીવન બાબતના હતા. તેમાં કેટલાક યુદ્ધ વખતના હતા અને જણાવતા હતા કે તેમણે તેમની ફરજ કેટલી નિપુણતાથી નિભાવી હતી અને તેનાથી કઈ રીતે તેમની એક બહાદુર સિપાહી તરીકેની છાપ ઊભી થઈ હતી. જ્યારે બીજા કાગળો દક્ષિણનાં રાજ્યોની પુનર્રચના વિશેના હતા. તે પત્રોમાં ખાસ કરીને તે વખતની રાજકારણીય બાબતો અંગે લખવામાં આવ્યું હતું, કારણ કે તેમણે ઉત્તરથી દક્ષિણમાં મોકલવામાં આવી રહેલા ઉમેદવારો વિરુદ્ધની ઝુંબેશમાં દઢતાપૂર્વક ભાગ લીધો હતો.

"૧૮૮૪ની શરૂઆતમાં મારા પિતા હોર્શેમમાં રહેવા આવ્યા અને ૧૮૮૫ના જાન્યુઆરી સુધી બધું ખૂબ જ સરસ રીતે ચાલ્યું. નવા વર્ષના ચોથા દિવસે જ્યારે અમે બન્ને નાસ્તાના ટેબલ પર નાસ્તો કરી રહ્યા હતા ત્યારે તેમણે અચાનક ચોંકાવી નાખનારી તીણી બૂમ પાડી. મેં જ્યારે તેમની સામે આશ્ચર્યસહ જોયું ત્યારે તેમના એક હાથમાં નવું જ આવેલું પરબીડિયું હતું અને બીજા હાથમાં સંતરાનાં સુકાયેલાં પાંચ બીજ હતાં. હું જ્યારે પણ મારા કાકા સાથે બનેલા બનાવની વાત કહેતો ત્યારે તેઓ હંમેશા મારી પર હસતા પણ હવે જ્યારે તે બધું તેમની સાથે બની રહ્યું હતું ત્યારે તેઓ પણ મારા કાકા જેટલા જ ભયભીત થઈ ગયા હતા અને મૂંઝાઈ ગયા હતા.

"'આ શું છે ? આનો શું અર્થ થતો હશે ?' તેમની જીભ માંડ માંડ ઊપડતી હતી.

"મારું ધ્યાન તરત જ તે પરબીડિયા પર ગયું.

"'કે. કે. કે.,' હું બોલ્યો.

"તેમણે પરબીડિયા પર નજર નાખી.

"'કાગળને છાયા ઘડી પર મૂકો.' મેં તેમના ખભા પાછળથી વાંચ્યું.

"'કયો કાગળ ? કયું છાયા યંત્ર ?' તેમણે પૂછ્યું.

"'છાયા યંત્ર તો બગીચામાં છે. બીજું કોઈ છાયા યંત્ર નથી.' મેં કહ્યું, 'પણ કાગળો તો જેમનો નાશ કરવામાં આવ્યો છે તે જ હોઈ શકે.'

"'શું બકવાસ છે !' તેમણે હિંમત એકઠી કરતા કહ્યું, 'આપણે એક સભ્ય દેશમાં રહીએ છીએ, આપણે આવી મૂર્ખામી ન કરવી જોઈએ. પણ આ ચીજ આવી છે ક્યાંથી ?'

"'ડૂન્ડીથી' મેં પોસ્ટઑફિસની મહોર પર નજર નાખીને તેમને જવાબ આપ્યો.

"'આ એક મૂર્ખામીભરી મજાક છે,' તેમણે કહ્યું, 'હું વળી છાયા યંત્ર અને કાગળોનું શું કરું ? હું આવી વાહિયાત બાબત તરફ જરા પણ ધ્યાન નહીં આપું.'

"'આપણે પોલીસને જણાવવું જોઈએ.' મેં કહ્યું.

"'જેથી કરીને બધાય આપણી પર હસે ? હું એવું કંઈ જ કરવાનો નથી.'

"'તો પછી મને કરવા દો.'

"'ના, કોઈ જ જરૂર નથી. હું આ વિષે કોઈ ધમાલ કરવા નથી માગતો.'

"'તેમની સાથે દલીલ કરવાનો કોઈ જ અર્થ નહોતો, કારણ કે તેઓ ખૂબ

હઠીલા માણસ હતા. તેમના મનાઈ કરવાથી હું ઇચ્છવા છતાં પણ કંઈ જ ન કરી શક્યો અને મેં આ બાબતે મૌન પાળ્યું.'

"પત્ર આવ્યાને ત્રીજા દિવસે મારા પિતા તેમના કોઈક જૂના મિત્ર મેજર ફ્રિબોડિને મળવા ગયા. તેઓ પોર્ટ્સડાઉન હિલમાંના એક કિલ્લાના કમાંડિંગ ઑફિસર હતા. તેઓ ત્યાં ગયા તેથી મને ખૂબ રાહત થઈ કારણ કે હું એવું માનતો હતો કે તેઓ ઘરથી જેટલા દૂર રહેશે તેટલા જ વધારે સુરક્ષિત રહેશે. જો કે આવું વિચારીને મેં ભૂલ કરી હતી. તેમના ગયાને બીજા જ દિવસે મને મેજર તરફથી તાર મળ્યો કે હું તરત જ ત્યાં પહોંચું. ત્યાં પહોંચીને મને જાણવા મળ્યું કે મારા પિતા નજીકમાં આવેલી ખીણમાં પડી ગયા હતા. તેમની ખોપરી ફાટી ગઈ હતી અને તેઓ બેભાન થઈ ગયા હતા. તેઓ હજુ પણ બેભાન હતા. હું ઉતાવળે તેમને મળવા ગયો પણ તેઓ બેભાન અવસ્થામાં જ મૃત્યુ પામ્યા હતા. મને તેમના મૃત્યુનું કારણ એવું આપવામાં આવ્યું હતું કે તેઓ સમી સાંજના અંધારામાં ફેરહામના અજાણ્યા વિસ્તારમાંથી પાછા ફરી રહ્યા હશે ત્યારે તેમનો પગ ખાઈમાં લપસી ગયો અને તેઓ મૃત્યુ પામ્યા. પંચે પણ કોઈ પણ જાતના ખચકાટ વગર તેમના મૃત્યુનું કારણ 'અકસ્માતે મૃત્યુ' જણાવ્યું. જ્યારે મેં ખૂબ જ ઝીણવટપૂર્વક તેમના મૃત્યુ સાથે સંકળાયેલી હકીકતોને તપાસી ત્યારે મને તેમાં ક્યાંય હત્યાનાં લક્ષણ ન દેખાયાં. ત્યાં ઝપાઝપીની કોઈ જ નિશાની નહોતી. ન તો કોઈ પગની છાપ હતી, ન તો લૂંટ થઈ હતી, અને ન તો તેમના રસ્તાની આસપાસ ક્યાંય કોઈ અજાણી વ્યક્તિને જોવામાં આવી હતી. તેમ છતાં પણ મારું મન એ વાત માનવાને જરા પણ તૈયાર નહોતું કે તેમનું મૃત્યુ આકસ્મિક હોય. મને તો તેમના મૃત્યુ પાછળ ચોક્કસ કોઈક ષડયંત્ર હોય તેવું જ લાગે છે.

"અને આમ આવી અશુભ ઘટનાઓ બાદ હું મારી આ વારસાગત સંપત્તિનો માલિક બન્યો. તમને એમ થતું હશે કે હું શા માટે અત્યાર સુધી આ અશુભ સંપત્તિને વળગેલો રહ્યો છું ? તે બાબતે હું એટલું જ કહીશ કે મારી બુદ્ધિ પ્રમાણે મને એવું લાગે છે કે આ બધીયે અશુભ ઘટનાઓ મારા કાકાના અમેરિકામાં પસાર કરેલા જીવનમાં બનેલી કોઈ ઘટના પર આધાર રાખે છે અને માટે હું એ સંપત્તિમાં રહું કે ક્યાંય બીજે, જોખમ તો બધે જ રહેવાનું."

"૧૮૮૫ના જાન્યુઆરીમાં મારા બિચારા પિતા મૃત્યુને ભેટ્યા. તે ઘટનાને આજે બે વર્ષ અને આઠ મહિના વીતી ગયા છે. આ સમય દરમિયાન હૉર્શેમમાં હું સુખેથી જીવ્યો છું. હું એવી આશા સેવવા લાગ્યો હતો કે તે શાપ ગત પેઢીની સાથે જ ભૂંસાઈ ગયો હતો. અને મેં નિશ્ચિંતપણે જીવવાનું શરૂ કર્યું, અને ત્યાં જ અચાનક જે રીતે મારા કાકા અને પિતા પર આભ ફાટી પડ્યું હતું તેવું જ મારી સાથે થયું."

જુવાનિયાએ પોતાની કોટીમાંથી એક ચોળાઈ ગયેલું પરબીડિયું કાઢ્યું અને તેને મેજ પર પાથર્યું, તેમાંથી સંતરાનાં પાંચ સુકાયેલાં બીજ નીકળ્યાં.

"આ છે તે પરબીડિયું," તેણે ચાલુ રાખ્યું, "તેના પર પૂર્વ-લંડન પોસ્ટ ઑફિસની

મહોર લાગેલી છે. તેના પર પણ તે જ અક્ષરો હતા જે મારા પિતા પર આવેલા પત્ર પર હતા : 'કે. કે. કે.' અને પછી 'કાગળને છાયા યંત્ર પર મૂકો.' તેમ લખ્યું હતું."

"તો તમે શું કર્યું ?" હોમ્સે પૂછ્યું.

"કંઈ નહીં."

"કંઈ નહીં ?"

"સાચું કહું તો" તેણે પોતાના ધોળા દૂબળા હાથમાં મોઢું છુપાવતાં કહ્યું, "હું મારી જાતને લાચાર અનુભવું છું. હું મારી જાતને એ સસલા સમાન ગણું છું જેને ગળવા કોઈ સાપ તેની તરફ દૃઢતાથી સરકી રહ્યો હોય ! હું મારી જાતને એવા જોખમમાં ઊભેલો જોઈ શકું છું જેમાંથી બહાર આવવાનો કોઈ જ રસ્તો કે કોઈ જ ઉપાય નથી."

"છટ્ ! છટ્!" હોમ્સ બૂમ પાડી ઊઠ્યો, "તમારે હિંમત રાખવી જ પડશે નહીં તો તમારી હાલત પણ તમારા કાકા અને પિતા જેવી જ થશે. તમને તમારી હિંમત જ બચાવી શકે તેમ છે. આ સમય ગભરાવાનો નહીં પણ હિંમત રાખવાનો છે."

"હું પોલીસને મળ્યો હતો."

"એમ !"

"પણ તેઓએ મારી વાતને સાવ જ હસી કાઢી. તેમને તો આ બધા જ પત્રો એક નરી મજાકથી વિશેષ કંઈ જ નહોતા લાગતા અને મારા સંબંધીઓના મૃત્યુ પણ તેમને પંચે જણાવ્યા પ્રમાણે એક અકસ્માત જ લાગતાં હતાં. તેમને આ પત્ર અને તેમના મૃત્યુ સાથે કોઈ જ સંબંધ નહોતો લાગતો."

હોમ્સે પોતાના મુઠ્ઠી વાળેલા હાથ હવામાં ફંગોળ્યા, અને બોલ્યો, "જબરી જડબુદ્ધિ કહેવાય !"

"હા, એટલું ખરું કે તેમણે મારી રક્ષા માટે એક અંગરક્ષકની વ્યવસ્થા કરી આપી."

"તે આજે રાત્રે તમારી સાથે આવ્યો છે ?"

"ના, તેને તો ઘરે જ રહેવાનો આદેશ છે."

ફરી હોમ્સ બબડવા લાગ્યો.

"તમે મારી પાસે અત્યારે કેમ આવ્યા ?" તે બૂમ પાડી ઊઠ્યો, "આ બધું બન્યું તે વખતે જ કેમ ન આવ્યા ?"

"હું તમારા વિશે નહોતો જાણતો. આજે જ જ્યારે મેજર પ્રેન્ડરગાસ્ટને મેં મારી કથની કહી ત્યારે તેમણે મને તમને મળવાની સલાહ આપી."

"પત્ર આવ્યાને બે દિવસ વીતી ગયા છે. આપણે તે આવ્યો તે પહેલાં પણ કંઈક કરવું જોઈતુ હતું. તમે અહીં મેજ પર જે ચીજ મૂકી છે તેનાથી વિશેષ તમારી પાસે બીજા કોઈ જ પુરાવા નથી અને આ ઉપરાંત કોઈ ઝીણી માહિતી છે જે અમને મદદરૂપ થઈ શકે ?"

"એક વસ્તુ છે," જૉહ્ન ઓપૅન્શો બોલ્યો. તેણે પોતાનો કોટ ફંફોસ્યો અને એક ઊડી ગયેલા વાદળી રંગની ઝાંયવાળો કાગળનો ટુકડો કાઢ્યો. કાગળને તેણે ટેબલ પર

પાથર્યો. "મને એવું કંઈક યાદ છે," તેણે કહ્યું, "કે જે દિવસે મારા કાકાએ બધા કાગળો બાળ્યા ત્યારે મેં તેમના રૂમની ફરસ પર આ ટુકડાને પડેલો જોયો હતો. કદાચ તે કોઈક રીતે ઊડીને ત્યાં પડ્યો હશે અને તેનો નાશ નહીં થઈ શક્યો હોય. સંતરાનાં બીજ સિવાય આપણા માટે કંઈ જ ઉપયોગી નથી. અને આ કાગળ મને કોઈક અંગત ડાયરીના પૃષ્ઠનો ટુકડો લાગે છે. તેમાંનું લખાણ પણ નિઃશંક મારા કાકાનું જ છે."

હોમ્સે લૅમ્પ ફેરવ્યો અને અમે બન્ને કાગળ તરફ નમ્યા. તેની કિનારી એ રીતે ફાટી હતી જાણે તેને કોઈ પુસ્તકમાંથી ફાડવામાં ન આવ્યો હોય. તેના પર મથાળુ મારવામાં આવ્યું હતું, "માર્ચ, ૧૮૬૯" અને તેની હેઠળ આ પ્રમાણેની રહસ્યમય નોંધ લખવામાં આવી હતી :

ચોથી. હડસન આવ્યો. એ જ જૂનું પ્લૅટફૉર્મ.
સાતમી. સેન્ટ ઓગસ્ટિનના મેકાઉલિ, પેરામોર, અને જોહ્ન સ્વેઈન પર નાળચું ગોઠવ્યું.
નવમી. મેકાઉલિ સાફ.
દસમી. જોહ્ન સ્વેઈન સાફ.
બારમી. પેરામોરની મુલાકાત લીધી. બધું બરાબર.

"આભાર !" હોમ્સે કાગળ વાળી અમારા મુલાકાતીને તે પાછો આપતાં કહ્યું, "હાલ તમે જે હકીકતો જણાવી તેની પર ચર્ચા કરવાનો આપણી પાસે જરા પણ સમય નથી. તમે તરત ઘરે જાઓ અને કામ શરૂ કરો."

"મારે શું કરવાનું છે ?"

"એક વસ્તુ તો તમારે કરવી જ પડશે. ઓછામાં ઓછું એકવાર તો તમારે તે કરવું જ પડશે. તમારે કાગળનો આ ટુકડો તમે વર્ણવેલા પેલા પિત્તળના ડબ્બામાં મૂકી દેવો. તેની સાથે સાથે તમારે તેમાં એક બીજી નોંધ એ પણ મૂકવી પડશે કે બીજા કાગળો મારા કાકાએ બાળી નાખ્યા છે. આ એક કાગળ જ બળવાથી બચી ગયો છે. તમારે આ નોંધ મક્કમ શબ્દોમાં લખવાની છે. આટલું કર્યા બાદ તમારે એકવાર ડબ્બો આપેલા નિર્દેશ પ્રમાણે છાયા યંત્ર પર મૂકી દેવો. તમને સમજાયું ?"

"સંપૂર્ણપણે."

"હાલ તમારે બદલો લેવાનું કે તે પ્રકારનું કંઈ જ વિચારવાનું નથી. મને લાગે છે કે આપણે કાયદાકીય રીતે હલ મેળવી લઈશું. જાળું રચવાનો સમય થઈ ગયો છે કારણ કે સામે પક્ષે તો ક્યારનોયે ફાંસલો ગોઠવાઈ ગયો છે. પહેલાં તો તમારા પર તોળાઈ રહેલા જોખમને દૂર કરીએ. ત્યાર બાદ આખાયે રહસ્યને છતું કરીએ અને દોષી લોકોને દંડ અપાવીએ."

"હું તમારો આભાર માનું છું," યુવાન માણસે ખુરશી પરથી ઊભા થઈને પોતાનો ઓવરકોટ લેતાં કહ્યું, "તમે મારામાં પ્રસન્નતા અને આશાનો સંચાર કર્યો છે. તમે જેમ કહ્યું છે તેમ જ હું કરીશ."

"જરાય સમય ન ગુમાવતા. અને આ બધા ખતરા વચ્ચે તમારું ધ્યાન રાખજો. આ દરમિયાન મારા માનવા પ્રમાણે તમારા પર એક એકધારો ખતરો તોળાતો રહેશે. તમે પાછા કઈ રીતે જશો ?"

"વોટરલૂથી આવતી ટ્રેઈન દ્વારા."

"હજુ તો નવ પણ નથી વાગ્યા. શેરીઓમાં પણ ભીડ હશે. માટે મને વિશ્વાસ છે કે તમે સુરક્ષિત ઘરે પહોંચી જશો અને તેમ છતાં તમે તમારી જાતને સુરક્ષિત રાખી નહીં શકો."

"હું હથિયારબદ્ધ છું."

"સારી વાત છે. આવતી કાલે હું તમારા કેસ પર કામ શરૂ કરી દઈશ."

"તો પછી તમે શું મને હોર્શેમમાં મળશો ?"

"તમારું રહસ્ય અહીં લંડનમાં જ ધરબાયેલું છે. હું શોધી શકું તેવી જગ્યાએ તે છે."

"ડબ્બા અને કાગળ વિષેના કોઈ સમાચાર હશે તો હું તમને એક બે દિવસમાં મળવા આવીશ. હું દરેક બાબતમાં તમારી સલાહ લઈશ." તેણે અમારી સાથે હાથ મિલાવ્યા અને ત્યાંથી રવાના થયો. બહારનું હવામાન હજુ પણ તોફાની હતું. પવન સુસવાટા મારી રહ્યો હતો અને વરસાદની થાપટો બારીને અથડાતી હતી. આ વિચિત્ર વાર્તા પણ બહારના તોફાની હવામાન જેવી જ હતી. આફત જાણે કોઈ ગાંડપણની ઊપજ હતી અને સમુદ્ર-રાક્ષસની જેમ ભયાનક મોજાં પર સવાર થઈને અમારી સમક્ષ આવી ગઈ હતી.

થોડી ક્ષણો શૅરલૉક હોમ્સ પોતાનું માથું નમાવીને અને નજર તાપણા પર સ્થિર કરીને મૌન બેઠો રહ્યો. પછી તેણે પોતાનો હુક્કો પેટાવ્યો અને ફરી પાછો પોતાની ખુરશીમાં લાંબો થઈ ગયો અને હુક્કાના કશ લગાવવા લાગ્યો.

"હું એવું માનું છું, વૉટસન," છેવટે તેણે મૌન તોડતાં કહ્યું, "આપણા અત્યાર સુધીના કેસોમાં આ સૌથી વધારે અદ્ભુત છે."

"હા, પણ કદાચ *ચારના નિશાન*વાળો મામલો પણ આટલો જ અદ્ભુત હતો."

"હા, એ પણ છે, તેમ છતાં પણ મને આ જોહ્ન ઓપેન્શો *ચારના નિશાન*ના મામલાવાળા શોલ્ટોસ કરતાં વધારે જોખમમાં હોય તેમ લાગે છે."

"પણ તને જરાયે ખ્યાલ છે કે તેના પર શું જોખમ તોળાઈ રહ્યું છે ?" મેં તેને પૂછ્યું.

"તે જોખમના સ્વરૂપને આંકવું કંઈ શક્ય નથી." તેણે જવાબ આપ્યો.

"તો પછી તે શું હોઈ શકે ? આ કે. કે. કે. કોણ હોઈ શકે અને શા માટે તે આ દુઃખી કુટુંબની પાછળ પડી ગયું છે ?"

શૅરલૉક હોમ્સે પોતાની આંખો બંધ કરી અને પોતાની કોણી ખુરશીના હાથા પર ટેકવીને આંગળીનાં ટેરવાં એકબીજા સામે ધર્યાં અને બોલ્યો, “એક આદર્શ વિચારક સમક્ષ જ્યારે કોઈ એક સત્યથી ભારોભાર હકીકત મૂકી દેવામાં આવે છે ત્યારે તેના પરથી માત્ર આખી ઘટનાની કડીઓ જ મેળવવામાં નથી આવતી પણ તેના કારણે જે સંભવિત પરિણામ આવવાનાં હોય તેનું પણ અનુમાન તે લગાવી શકે છે. જે રીતે કોઈ નિષ્ણાતને પ્રાણીનું માત્ર કોઈ અંગ જ બતાવવામાં આવે અને તેના પરથી તે આખાયે પ્રાણીનું અનુમાન લગાવી શકે બરાબર તેમ જ. કોઈ જાસૂસ પણ ઘટનાક્રમની માત્ર એક કડીને સમજી લે તો તેની પહેલાંની અને તેની પછીની એમ બધી જ કડીઓનું ચોક્કસ અનુમાન તે લગાવી લે છે. પરંતુ આ કળામાં પારંગત થવા માટે એ ખૂબ જ જરૂરી છે કે એક જાસૂસ એ બધી જ હકીકત પર ગંભીરપણે વિચારે, જે તેની જાણકારીમાં હોય અને તેના માટે એ પણ તેટલું જ જરૂરી છે કે તેની પાસે બધી જ જાણકારી હોય જે તેને કામ લાગે તેવી હોય. જો કે આજના મફત ભણતર અને સર્વજ્ઞાનકોશવાળા જમાનામાં આવો માણસ મળવો મુશ્કેલ છે. તે બાબતે હું ગર્વ સાથે કહી શકું છું કે હું તેવો જ માણસ છું અને આ કળાને મેં ખૂબ મહેનતે સિદ્ધ કરી છે. એ પણ ખરું કે ઘણા બધા વિષયોની મને જરા પણ જાણકારી નથી.જો કે બીજા ઘણા વિષય એવા પણ છે જેની મને સંપૂર્ણ જાણકારી છે. જયાં સુધી મને યાદ છે ત્યાં સુધી આપણી મિત્રતાના શરૂઆતના ગાળામાં તેં મારી નબળાઈ અને આવડત બન્નેની એક યાદી બનાવી હતી. બનાવી હતી, ખરું ને ?”

“હા,” મેં હસતાં હસતાં જવાબ આપ્યો, “એ એક અનોખી યાદી હતી. તત્ત્વજ્ઞાન, ખગોળશાસ્ત્ર, અને રાજશાસ્ત્રમાં તું ઝીરો હતો, મને યાદ છે, જ્યારે વનસ્પતિશાસ્ત્રમાં તારું જ્ઞાન પરિસ્થિતિ પ્રમાણેનું હતું, ભૂસ્તરશાસ્ત્રમાં તુ એક્કો હતો, કારણકે તું માત્ર કાદવના ડાઘા પરથી જ કહી દેતો હતો કે તે લંડન આજુબાજુના પચ્ચાસ માઈલમાંથી કયા વિસ્તારની માટી હશે. જોકે આજે પણ હું તને તેમાં એક્કો જ માનું છું. તારું રસાયણશાસ્ત્રનું જ્ઞાન અનિયમિત છે, શરીર-સંરચના વિજ્ઞાનનું તને સારું જ્ઞાન છે. સનસનાટી મચાવતા સાહિત્ય અને અપરાધોના સમાચારનું તારું જ્ઞાન અસામાન્ય છે. આ ઉપરાંત તું એક સારો વાયોલિનવાદક, મુક્કાબાજ અને તલવારબાજ પણ છે અને એક સારો વકીલ પણ. આ ઉપરાંત તારો સૌથી મોટો અવગુણ જો કોઈ હોય તો તે એ છે કે તું કોકેઈન અને તમાકુ નામના ઝેરનું જરૂર કરતાં વધારે સેવન કરે છે. મારા ખ્યાલથી મારા પૃથક્કરણના આ મુખ્ય મુદ્દા હતા.”

મારી છેલ્લી ટિપ્પણી પર હોમ્સ હસી પડ્યો, “સારું,” તેણે કહ્યું, “મેં ત્યારે પણ કહ્યું હતું અને આજે પણ કહું છું કે માણસે હંમેશા તેને જરૂરી બાબતો પોતાના મગજમાં સંઘરી રાખવી જોઈએ. બાકી બધું તેણે પોતાના પુસ્તકાલયમાં રાખી મૂકવું જોઈએ જેથી કરીને જરૂર પડ્યે તે તેનો ઉપયોગ ત્યાંથી કરી શકે. હવે આજે રાત્રે જે કેસ આપણી

સમક્ષ આવ્યો છે તેની વાત કરીએ તો આપણે દરેક સાધનોને ભેગાં કરી લેવાં જોઈએ. બરાબર ? હવે મહેરબાની કરીને મને અમેરિકન એંનસાઇક્લોપીડિયાના 'કે' મૂળાક્ષરનું પુસ્તક જે તારી પાસેની છાજલી પર પડ્યું છે તે આપ."

'આભાર." પુસ્તક લેતાં તેણે કહ્યું

"હવે આપણે આખીયે સમસ્યાને ગંભીરતાથી વિચારીએ અને જોઈએ કે તેના પરથી કયાં તારણો બહાર આવે છે. સૌપ્રથમ આપણે કર્નલના અમેરિકા છોડવાનું નક્કર કારણ શોધીએ. એ ઉંમરે કોઈ માણસ પોતાની બધી આદતો અને ફ્લોરિડા જેવા વિસ્તારની આનંદી આબોહવાને છોડીને ઇંગ્લૅન્ડના કોઈ એકલવાયા વિસ્તારમાં એકલું જીવન જીવવાનું શા માટે પસંદ કરે ? તેનો ઇંગ્લૅન્ડના એકાંતવાસમાં રહેવાનો જે લગાવ હતો તે જોઈને તો એવું લાગે છે કે તે કોઈકનાથી કે કોઈ બાબતથી ડરતો હતો. અને જો આપણું આ તારણ સાચું હોય તો એ વાત પણ માની શકાય કે તે કોઈક વ્યક્તિ કે કોઈક બાબતના કારણે અમેરિકા છોડી અહીં આવી વસ્યો હતો. તો પછી એવું તે શું હશે જેનાથી તે આટલો ભયભીત હતો ? આપણે તેને અને તેના વારસોને મળેલા પત્રો પરથી એટલું જ તારણ કાઢી શકીએ કે તે કોઈક બાબતથી ડરતો હતો. શું તેં પેલા પત્રો પરની ટપાલકચેરીની મહોરની તારીખોની નોંધ લીધી ?"

"હા, પહેલો પત્ર પોંડિચેરીથી, બીજો ડૂન્ડીથી અને ત્રીજો લંડનથી હતો."

"પૂર્વ લંડનથી. તેના પરથી તેં શું તારણ કાઢ્યું ?"

"તે બધાં જ દરિયાઈ બંદરો છે. એટલે બની શકે કે તેનો લખનાર કોઈ વહાણ પર હોય."

"ઉત્તમ, વૉટસન. આપણને એક પગેરું તો મળી ગયું. તેમાં તો કોઈ જ શંકા નથી કે શક્યતા છે અને નક્કર શક્યતા છે કે પત્રોનો લખનાર કોઈ વહાણ પર હશે. હવે બીજા મુદ્દાને વિચારીએ. પોંડિચેરીવાળી બાબતમાં ભયને મોતમાં ફેરવતાં સાત અઠવાડિયાં લાગ્યાં. અને ડૂન્ડીવાળા કિસ્સામાં માત્ર ત્રણ કે ચાર દિવસ. તેના પરથી તું કોઈ અનુમાન લગાવી શકે છે ?"

"તે તો મુસાફરીના સમયગાળાનો સંકેત આપે છે."

"તે પ્રમાણે તો પત્રને પહોંચતાં પણ તેટલો જ સમય લાગે."

"મને કંઈ જ નથી સમજાતું."

"ઓછામાં ઓછું હું એટલું તો અનુમાન લગાવી શકું છું કે આ જે વ્યક્તિ કે પછી વ્યક્તિઓ જે કોઈ વહાણમાં મુસાફરી કરી રહ્યા છે તે વહાણ શઢવાળું છે, કારણ કે ઘટનાક્રમ પરથી એવું લાગે છે કે તેઓ પોતાના અભિયાન પર રવાના થતા પહેલાં જ પોતાની ધમકી ભરેલી ચિઠ્ઠી મોકલી દે છે. તેં જોયું કે જ્યારે ડૂન્ડીથી ધમકીની ચિઠ્ઠી આવી ત્યાર પછી કેટલું ઝડપથી તેમણે તેમનું કામ પતાવ્યું. જો તેઓ કોઈ આગબોટમાં

પોંડિચેરીથી નીકળ્યા હોત તો તેઓ તેમના પત્રની જેમ તરત જ આવી પહોંચ્યા હોત. પણ હકીકતમાં તો તેમને પોંડિચેરીથી અહીં પહોંચતાં સાત અઠવાડિયાં લાગ્યાં. મારા માનવા પ્રમાણે આ સાત અઠવાડિયાંનો તફાવત એ દર્શાવે છે કે ચિઠ્ઠી લાવતી મેઈલબોટ વરાળથી ચાલતી હોય છે અને જો તેઓ વરાળથી ચાલતા વહાણમાં આવ્યા હોત તો તેઓ તેની સાથે જ આવી પહોંચ્યા હોત પણ ચિઠ્ઠી અને તેમના આગમન વચ્ચેનું અંતર બતાવે છે કે તેઓ શઢવાળા વહાણમાં આવ્યા હશે. અને એ એક સર્વવિદિત સત્ય છે કે શઢવાળા વહાણ કરતાં વરાળથી ચાલતું વહાણ ઘણી ઝડપથી સફર કરતું હોય છે."

"બની શકે."

"તેથી પણ વધારે બનવાજોગ છે. અને તે પરથી તું હવે અનુમાન લગાવી શકે છે કે આ કેસ કેટલો ગંભીર અને તાકીદનો છે અને માટે જ મેં યુવાન ઓપેન્શોને સાવચેત રહેવા કહ્યું છે. પાછળની બે ઘટનાઓમાં બરાબર એટલા જ સમયગાળામાં હત્યાઓ થઈ જેટલો સમય પત્ર મોકલનારાઓને પત્ર મોકલવાના સ્થાનથી ગંતવ્ય સ્થાને પહોંચતાં લાગ્યો હતો. પણ આ છેલ્લી ધમકી લંડનથી જ આવી છે અને માટે આપણે એવી જરા પણ આશા નહીં રાખી શકીએ કે તેઓ જરા પણ મોડું કરશે."

"વાહ, વાહ !" હું હોમ્સનાં તારણો પર વારી ગયો, "તેનો અર્થ શું હોઈ શકે, તેઓ શા માટે આ પરિવારને આટલી ક્રૂર રીતે પજવી રહ્યા છે ?"

"કર્નલ ઓપેન્શો જે કાગળો અમેરિકાથી અહીં લઈ આવ્યા છે તેનું વહાણમાં સફર કરતા વ્યક્તિ કે વ્યક્તિઓ માટે ખૂબ મહત્ત્વ હશે અને હવે મને પાક્કો વિશ્વાસ થઈ ગયો છે કે તે કોઈ એક વ્યક્તિ નહીં પણ એક કરતાં વધારે છે. કોઈ એકલી વ્યક્તિ કંઈ બે હત્યાઓ ન કરી શકે અને તે પણ એટલી સફાઈથી કે અદાલતે તેને અકસ્માતે મૃત્યુ જાહેર કરવી પડે. તેમાં ઘણા બધા સંડોવાયેલા હોવા જોઈએ અને આવી ટોળકીનો દરેક સભ્ય કોઈ ચોક્કસ ઉદ્દેશ પ્રત્યે સમર્પિત હોય છે. આ રીતે જોઈએ તો અંગ્રેજી ભાષાના આ ત્રણ કે. કે. કે. અક્ષર માત્ર અક્ષર નથી રહેતા પણ કોઈ સંસ્થાના નામના પહેલા અક્ષર છે."

"પણ કેવી સંસ્થા ?"

"તે ક્યારેય..." શૅરલૉક હોમ્સે આગળ નમતા અને રહસ્યભર્યા ગુસપુસ અવાજમાં કહ્યું, "તેં ક્યારેય *કુ ક્લક્સ ક્લૅન* વિષે સાંભળ્યું છે ?"

"ના, ક્યારેય નહીં."

હોમ્સે પોતાના ગોઠણ પર મૂકેલા પુસ્તકનું પાનું ફેરવ્યું, "આ રહ્યું તે," તેણે વાંચવાનું શરૂ કર્યું :

"કુ ક્લક્સ ક્લૅન. આ વિચિત્ર નામ રાઈફલનો ઘોડો ચડાવવાથી જે અવાજ ઉત્પન્ન થાય તેના પરથી ઊતરી આવ્યું છે. આ ભયંકર રહસ્યમયી સંસ્થા અમેરિકાના દક્ષિણ પ્રાન્તમાં થયેલા ગૃહયુદ્ધનો અંત થયા બાદ હારેલા સૈન્યના કેટલાક ભૂતપૂર્વ

સૈનિકોએ સ્થાપી હતી. જે થોડા જ સમયમાં આખાયે દેશના જુદા વિસ્તારોમાં ફેલાઈ ગઈ અને તેની કેટલીયે શાખાઓ રચવામાં આવી. આ સંસ્થાનો ફેલાવો ખાસ કરીને ટૅનેસી, લ્યૂસિયાના, કેરોલિના, જ્યોર્જિઆ અને ફ્લોરિડામાં વધારે હતો. આ સંસ્થાની શક્તિનો ઉપયોગ રાજકીય ઉદ્દેશથી કરવામાં આવતો હતો. તેઓ હબસીઓને આપવામાં આવનારા હક્કોના પક્ષકાર લોકોને ભયભીત કરતા હતા અને તેઓની હત્યા પણ કરતા હતા. તેમના આવા દષ્ટિકોણનું જે કોઈ પણ વિરોધી હોય તેને તેઓ દેશમાંથી ખદેડી નાખવા માંડ્યા. પોતાના શિકાર પર હુમલો કરવા માટે પહેલાં તો આ લોકો તરફથી વિચિત્ર રીતે પરંતુ ખૂબ જ જાણીતી વસ્તુઓના માધ્યમથી ધમકીઓ આપવામાં આવતી. જેમ કે કેટલાક વિસ્તારોમાં ઓકના પાંદડાની ડાળી તો બીજા વિસ્તારોમાં તરબૂચનાં બી અને કેટલાકમાં સંતરાના બીનો ઉપયોગ કરીને તેમને ધમકીઓ મોકલવામાં આવતી હતી. આ પ્રકારની ધમકી મળતાં કાં તો વ્યક્તિ પોતે આચરેલી પ્રવૃત્તિને પડતી મૂકી દેતી અથવા તો પછી દેશ છોડીને જ ભાગી જતી અને જો કોઈ વ્યક્તિ આવી ધમકીને અવગણે તો તેની હત્યા કરી દેવામાં આવતી. આ હત્યા એ રીતે કરવામાં આવતી કે તેનું કોઈ પગેરું જ ન મળી શકે. આ સંસ્થાનું સંગઠન એટલું મજબૂત હતું અને તેમની કામ કરવાની રીતો એટલી નિશ્ચિત હતી કે આજ સુધી તેમનો વિરોધ કરનારી એક પણ વ્યક્તિ જીવતી નથી રહી. અને તેનું કોઈ જ રહસ્ય હજુ સુધી ઉકેલાયું નથી. આજ સુધી આ સંસ્થાની હિંસાત્મક પ્રવૃત્તિઓને આચરનારી એક વ્યક્તિ પણ પકડાઈ નથી. ઉપરાંત તેમના દ્વારા હત્યા પહેલાં મોકલાયેલી ધમકીનું પગેરું પણ આજ સુધી કોઈ શોધી શક્યું નથી. સંયુક્ત રાજ્ય સરકારના અને દક્ષિણની કેટલીક ઉદારવાદી સંસ્થાઓના કેટલાય પ્રયત્નો છતાં પણ આ હિંસક સંસ્થાનો કેટલાક સમય સુધી એવો ને એવો જ ફેલાવો થતો ગયો. છેવટે ૧૮૬૯માં આ હિંસક ચળવળ અચાનક જ ભાંગી પડી. જોકે પાછળથી તે પ્રકારની એકલ-દોકલ ઘટનાઓ પ્રકાશમાં આવી હતી."

હોમ્સે એન્સાઇક્લોપીડિયા બંધ કરીને મૂકી દીધો.

"આ આખાયે ફકરા પરથી તેં એક વાત નોંધી કે આખીયે સંસ્થાનું અચાનક વિસર્જન યોગાનુયોગ શ્રીમાન ઓપેન્શોના અમેરિકામાંથી પેલા કાગળિયાંની સાથે ગાયબ થવાની સાથે જ થયું હતું. માટે તેના કારણ અને પરિણામને સમજવામાં કોઈ મૂંઝવણ નથી થતી. જરાય આશ્ચર્ય નથી કે તે જ કાગળોના કારણે તેમના ક્રૂર દુશ્મનો તેમના કુટુંબની પાછળ પડી ગયા છે. તું સમજી શકે છે કે આ નોંધપોથી અને રોજનીશીમાં ચોક્કસપણે દક્ષિણ પ્રાન્તની કેટલીયે મોટી મોટી વ્યક્તિઓનાં નામ હશે, જેમની ઊંઘ હરામ થઈ ગઈ હશે અને તેમને ત્યારે જ ધરપત મળશે જ્યાં સુધી બધા કાગળો તેઓ પાછા ન મેળવી લે."

"આપણે જોયો એ કાગળ..."

"તે તે જ છે જેની આપણને અપેક્ષા છે. જો મને બરાબર યાદ હોય તો તે આ પ્રમાણે હતો. 'એ', 'બી' અને 'સી'ને બીજ મોકલવાં. એટલે કે તે ત્રણને સંસ્થાની ધમકી મોકલવી. ત્યાર બાદ એવું લખવામાં આવ્યું કે 'એ' અને 'બી'નું કામ પૂરું થઈ ગયું. તેનો અર્થ એવો કરવો કે તેઓ દેશ છોડીને ભાગી ગયા. જ્યારે 'સી'ની સામે લખ્યું હતું કે 'તેને મળ્યો.' તેનો અર્થ એવો કરી શકાય કે 'સી'નું પરિણામ ભયાવહ આવ્યું હશે. હવે વૉટસન, આપણે જેટલાં તારણો કાઢવાનાં હતાં તે કાઢી લીધાં છે. હવે યુવાન ઓપૅન્શોએ મેં આપેલી સૂચના પ્રમાણે જ વર્તવાનું છે. આજની રાત્રે આપણે આ ઉપરાંત બીજું કંઈ કરી શકીએ તેમ નથી. ચાલ મને મારું વાયોલિન આપ હું કંઈક વગાડું. થોડા સમય માટે આપણે આ આકરા મોસમ અને આપણા અસીલની દુઃખી વારતાને ભૂલી જઈએ."

સવારે ઉઘાડ થઈ ગયો હતો. શહેર પર છવાયેલા ધુમ્મસના આવરણ પરથી સૂર્યનો મુલાયમ તડકો ચળાઈને ધરતી પર આવી રહ્યો હતો. જ્યારે હું નીચે આવ્યો ત્યારે શૅરલૉક હોમ્સ પહેલેથી જ નાશ્તા માટે આવી ગયો હતો.

"તારી રાહ નહીં જોવા બદલ મને માફ કરજે," હોમ્સે કહ્યું, "યુવાન ઓપેન્શોનો કેસ જોતાં મને એવું લાગે છે કે મારો આજનો આખો દિવસ ખૂબ જ વ્યસ્ત રહેશે."

"તું શું કરવા જઈ રહ્યો છે ?" મેં પૂછ્યું.

"મારો બધો જ આધાર મારી પહેલી પૂછપરછના પરિણામ પર રહેલો છે. કદાચ મારે હોર્શેમ પણ જવું પડે."

"તો તું પહેલાં ત્યાં નથી જવા માગતો ?"

"હું શહેરમાંથી જ શરૂઆત કરવા માગું છું. બેલ વગાડીશ એટલે તારા માટે કૉફી આવી જશે."

કૉફીની રાહ જોતાં મેં છાપું હાથમાં લીધું અને તેના પર મારેલા મથાળા પર મારી નજર ફેરવી ત્યાં જ મારું હૃદય થંભી ગયું.

"હોમ્સ," હું બૂમ પાડી ઊઠ્યો, "ઘણું મોડું થઈ ગયું !"

"અરે !" તેણે પોતાનો કપ નીચે મૂકતાં કહ્યું, "હું પણ તેટલો જ ચિંતિત છું,પણ તે કઈ રીતે થયું ?" તેણે ઠંડકથી કહ્યું, પણ હું જોઈ શકતો હતો કે તેને ઊંડો આઘાત લાગ્યો હતો.

"મારી નજરે ઓપેન્શોનું નામ પકડી લીધું અને મથાળું હતું 'વોટરલૂ બ્રિજ પાસે કરુણ ઘટના.' ઘટનાક્રમ આ પ્રમાણે છે :

"ગઈકાલ રાતના નવથી દસની વચ્ચે એચ ડિવિઝનના પોલીસ કોન્સ્ટેબલ શ્રીમાન કૂક વોટરલૂ બ્રિજ પાસે ફરજ બજાવી રહ્યા હતા ત્યારે તેણે એક મોટી બૂમ અને પાણીમાં કંઈક પડવાનો અવાજ સાંભળ્યો હતો. ગઈકાલની રાત ખૂબ

જ અંધારી અને તોફાની હતી. જોકે ત્યાંથી ઘણા બધા લોકો પસાર થઈ રહ્યા હતા પણ કોઈ પણ મદદ માટે આગળ ન આવ્યું. અને કોઈની મદદ વગર બચાવ કરવો અશક્ય હતો. સંકટની ચેતવણી આપવામાં આવી હતી અને તરત જ જળ-પોલીસ મદદે દોડી આવી હતી. તરત જ શરીરને બહાર કાઢી લેવામાં આવ્યું હતું. યુવાનના ખિસ્સામાંથી મળી આવેલા પરબીડિયા પર લખેલા નામ પરથી તેમની ઓળખ શ્રીમાન જોહ્ન ઓપેન્શૉ કરવામાં આવી હતી. તેમનું રહેઠાણ હોર્શેમ નજીક છે. એવું અનુમાન લગાવવામાં આવ્યું છે કે તેઓ વોટરલૂ સ્ટેશનેથી છેલ્લી ટ્રેઈનને પકડવાની ઉતાવળમાં હશે. માટે ઉતાવળમાં ને ઉતાવળમાં તેમજ ખરાબ મોસમ અને ઘોર અંધકારના કારણે તેઓ પોતાનો રસ્તો ભૂલી ગયા હશે અને નદીના આગબોટ જતી હોય તે કિનારે આવી ચડ્યા હશે અને નેદીમાં લપસી પડ્યા હશે. ક્યાંય પણ ઝપાઝપીનાં નિશાન નહોતાં. એ બાબતે કોઈ શંકા નથી કે આ એક દુર્ભાગ્યપૂર્ણ અકસ્માત હતો. હવે આ અકસ્માતથી સત્તાવાળાઓ સુધી એ ફરિયાદ પહોંચવી જોઈએ કે નદીના કિનારાઓ કેટલા અસુરક્ષિત છે."

અમે કેટલીક મિનિટો સુધી મૌન બેસી રહ્યા, હોમ્સ ખૂબ હતાશ થઈ ગયો હતો અને આઘાતમાં સરી ગયો હતો. તે ક્યારેય આટલો બધો અસ્વસ્થ નહોતો થયો.

"મારા ગર્વને દુઃખ પહોંચ્યું, વૉટસન," છેવટે તેણે મૌન તોડ્યું, "હું જાણું છું કે આ મારું તુચ્છ અહમ્ છે જેમાં કોઈ જ શંકા નથી પણ મારા ગર્વને ખરેખર દુઃખ પહોંચ્યું છે. હવે આ સમસ્યા મારી અંગત બની ગઈ છે અને જો ભગવાન મારો સાથ આપે તો આ ટોળકીને હું ઝડપીને જ રહીશ. તે બિચારો મારી પાસે મદદ માગવા આવ્યો હતો અને મેં તેને મોતના રસ્તે ધકેલી દીધો !" તે પોતાની ખુરશી પરથી ઊભો થઈ ગયો અને રૂમમાં આમ તેમ અજંપા અને રઘવાટ સાથે આંટા મારવા લાગ્યો. તેનો ચહેરો ક્રોધથી લાલઘૂમ થઈ ગયો હતો. તેનાં જડબાના સ્નાયુઓ ઘડીકમાં કડક તો ઘડીકમાં ઢીલા થઈ જતા હતા.

"તેઓ ઘાતકી શેતાન જ હોવા જોઈએ," છેવટે તેણે ઉદ્ગાર કાઢ્યા. "તેઓ તેને ત્યાં કઈ રીતે દોરી જઈ શક્યા ? નદીનો કિનારો સ્ટેશનના રસ્તા પર તો નથી પડતો. આવી તોફાની રાત્રે પણ પુલ પર કામેથી આવતા જતા લોકોની ઘણી ભીડ હતી. તો પછી આ બધું કઈ રીતે શક્ય બન્યું. વારુ ત્યારે વૉટસન, જોઈએ છીએ કે છેવટે જીત કોની થાય છે ! હું બહાર જાઉં છું."

"પોલીસ પાસે ?"

"ના, હવે તો હું જ મારી પોલીસ છું. જ્યાં સુધી હું મારું જાળું ન રચી લઉં ત્યાં સુધી તેમની કોઈ જ જરૂર નથી."

તે આખો દિવસ હું મારા દર્દીઓને જોવામાં વ્યસ્ત રહ્યો. છેક મોડી સાંજે હું બેકર સ્ટ્રીટ પાછો ફર્યો ત્યારે પણ હોમ્સ પાછો નહોતો આવ્યો. છેવટે દસ વાગ્યે તે ફિક્કા અને

લંઘાયેલા મોઢે પાછો ફર્યો. રૂમમાં પ્રવેશતાંની સાથે જ તે સીધો કબાટ નજીક ગયો અને ત્યાં પડેલી ડબલરોટીમાંથી એક ટુકડો લઈ અકરાંતિયા થઈને ખાવા લાગ્યો અને પાણી પીને તેને ગળે ઉતાર્યો.

"તને ખૂબ ભૂખ લાગી હોય તેવું લાગે છે ?" મેં કહ્યું.

"બહુ જ ભૂખ લાગી છે. મેં સવારના નાસ્તા બાદ કંઈ જ ખાધું નથી."

"કંઈ જ નથી ખાધું ?"

"જરા પણ નહીં. મારી પાસે તેનો વિચાર કરવા જેટલો પણ સમય નહોતો."

"શેતાનોની કોઈ ભાળ મળી કે નહીં ?"

"ભાળ તો મળી, પણ મારી જાળમાં ફસાતાં ફસાતાં રહી ગયા. યુવાન ઓપેન્શોનો બદલો હું લઈને જ રહીશ. કેમ વૉટસન, ચાલ આપણે તેમની જ યુક્તિ તેમના પર જ અજમાવીએ. તે જ સારું રહેશે."

"તું કહેવા શું માગે છે ?"

તેણે કબાટમાંથી એક સંતરું લીધું. અને તેને ખોલીને તેમાંથી તેના બીજ બહાર કાઢ્યાં. તેમાંના પાંચ તેણે લઈને એક પરબીડિયામાં નાખ્યાં. પરબીડિયાને બંધ કરવાના અંદરના ભાગ પર તેણે *"એસ.એચ. તરફથી જે.ઓ માટે."* એમ લખ્યું. અને પછી તેણે તેના પર *"કેપ્ટન જેમ્સ કેલહોન, બાર્ક લોન સ્ટાર, સવાનાહ, જ્યોર્જિઆ"* નું સરનામું લખ્યું.

"જ્યારે તે બંદરે પહોંચશે ત્યારે આ પરબીડિયું તેની રાહ જોતું હશે." તેણે કહ્યું.

"જે રીતે તેણે ઓપેન્શોના પરિવારની અને બીજા કેટલાયની ઊંઘ હરામ કરી હતી તે રીતે આ ટપાલ હવે તેની ઊંઘ હરામ કરી નાખશે."

"અને આ કેપ્ટન કેલહોન કોણ છે ?"

"આ આખીયે શેતાન ટુકડીનો નેતા. હું બીજાને પણ છોડીશ નહીં પણ પહેલાં તો આનો જ વારો પાડી દઈએ."

"આ વ્યક્તિની તને કઈ રીતે ખબર પડી ?"

તેણે પોતાના ખિસ્સામાંથી એક મોટું પાનું કાઢ્યું. તે આખુંયે પાનું તારીખો અને નામથી ભરેલું હતું.

"મેં આજનો આખો દિવસ લોઇડ બંદરના કાર્યાલયમાં રજિસ્ટર અને ફાઇલો તપાસવામાં જ કાઢ્યો છે. ૧૮૮૩ના જાન્યુઆરી-ફેબ્રુઆરીમાં પોંડિચેરીથી પસાર થયેલી સ્ટીમરો અને વહાણોની બધી માહિતી મેં મેળવી લીધી છે. તે બે મહિના દરમિયાન જુદા જુદા પ્રકારનાં છત્રીસ વહાણો બંદરે આવ્યાં હતાં. તેમાંના લોન સ્ટાર નામના વહાણે તરત જ મારું ધ્યાન ખેંચ્યું હતું, કારણ કે ઘટનાક્રમ પ્રમાણે મને પહેલેથી જ વિશ્વાસ હતો કે વહાણ ભલે કોઈ પણ હોય પણ તે હતું તો અમેરિકન જ."

"મારા ખ્યાલથી ટેક્સાસ" મેં કહ્યું.

"મને ખાતરી નહોતી અને હાલ પણ નથી. પણ એટલું તો ખરું જ કે મૂળે આ વહાણ અમેરિકન જ હોવું જોઈએ."

"પછી ?"

"પછી મેં ડૂન્ડીનો રેકોર્ડ તપાસ્યો. અને જ્યારે મેં જાણ્યું કે '૮૫ના જાન્યુઆરીમાં લોન સ્ટાર વહાણ ડૂન્ડીમાં જ હતું ત્યારે તો મારી શંકા પાક્કી જ થઈ ગઈ. પછી મેં તપાસ કરી તો તે વહાણ હાલ લંડનના બંદર પર લાંગરેલું છે."

"ખરેખર ?"

"લોન સ્ટાર વહાણ ગયા અઠવાડિયે જ ત્યાં આવી પહોંચ્યું હતું. જ્યારે હું આલ્બર્ટ ડોક પર પહોંચ્યો ત્યારે જાણ થઈ કે વહાણ સવાન્નાહ થઈને પોતાના ઘર અમેરિકા તરફ જવા રવાના થઈ ગયું છે. મેં તરત જ ગ્રેવસેન્ડ તાર કર્યો ત્યારે ખબર પડી કે તે થોડા સમય પહેલાં જ ત્યાંથી જતું રહ્યું હતું અને પવન જે રીતે પૂર્વ તરફનો ફૂંકાઈ રહ્યો છે તે રીતે મને જરા પણ શંકા નથી કે વહાણ અત્યારે ગુડવિન્સથી પસાર થઈ ગયું હશે અને આઈઝેલ ઓફ વાઈટથી બહુ દૂર નહીં હોય."

"તો હવે તું શું કરીશ ?"

"હવે તો તે મારા હાથમાં જ છે. મારી જાણ પ્રમાણે તે અને તેના બે સાથીદારો જ માત્ર ત્રણ અમેરિકન તે વહાણ પર છે. બાકીના જર્મન અને ફિનલેન્ડના છે. મને એ પણ જાણવા મળ્યું છે કે તે ત્રણ જ ગઈ રાત્રે વહાણ પરથી ગાયબ હતા. મને આ જાણકારી વહાણ પર માલ ચડાવતા મજૂરો પાસેથી મળી. તેમનું શઢવાળું વહાણ જ્યાં સુધીમાં સવાન્નાહ પહોંચશે તે પહેલાં તો મેઈલ-બોટ આ ટપાલ લઈને ત્યાં પહોંચી ગઈ હશે અને સવાન્નાહની પોલીસને તારથી જણાવી દેવામાં આવ્યું છે કે તે વહાણમાંના ત્રણ અમેરિકનની અહીં લંડનમાં ખૂનના ગુના હેઠળ શોધ ચાલી રહી છે."

શૅરલૉક હોમ્સની યોજના તો એકદમ કારગત હતી પણ તેમ છતાં પણ જોન્હ ઓપેન્શોના હત્યારાઓને ક્યારેય હોમ્સ દ્વારા મોકલવામાં આવેલી પાંચ સંતરાના બીજવાળી ચિઠ્ઠી ન મળી શકી અને ક્યારેય તેઓને જાણ ન થઈ કે તેમનાથી પણ હોશિયાર દિમાગ તેમની પાછળ પડ્યું છે. તે વર્ષે તે વિસ્તારમાં ખૂબ જ ભયંકર દરિયાઈ તોફાન આવ્યું હતું. અમે સવાન્નાહમાં લોન સ્ટારના આવવાના સમાચારની તત્પરતાથી રાહ જોઈ રહ્યા હતા પણ કોઈ જ સમાચાર નહોતા આવ્યા. પાછળથી અમને જાણવા મળ્યું કે એટલાંટિક સમુદ્રના કોઈક ભાગમાં એક વહાણના ટુકડા મળી આવ્યા હતા જેના પર મોટા અક્ષરે 'એલ. એસ.' કોતરેલું હતું. 'લોન સ્ટાર' વિષે અમને આટલી જ જાણકારી મળી હતી. આ ઉપરાંત અમને બીજી કોઈ જ માહિતી નહોતી.

❖

વાંકા હોઠવાળો માણસ

સેન્ટ જ્યોર્જ બ્રહ્મવિદ્યા કૉલેજના પ્રિન્સિપાલ સ્વ. એલિઆસ વ્હિટનીના ભાઈ આઈઝા વ્હિટની અફીણના ભારે બંધાણી હતા. આ આદત તેમને હું સમજું છું ત્યાં સુધી તેમના કૉલેજકાળ દરમિયાન પડી હતી. તેઓ જ્યારે ડી ક્વિન્સીનાં સ્વપ્નો અને સંવેદનાના વર્ણનને વાંચતા ત્યારે તેઓ તમાકુમાં અફીણના અર્કને મિશ્રિત કરીને તેને તેવી જ અસર પેદા કરવાના આશયથી પિતા હતા. આ કૃત્ય ધીમે ધીમે કુટેવમાં પરિણમ્યું અને તેઓ કેટલાંય વર્ષો સુધી તેના ગુલામ થઈ ગયા. આ કારણે તેઓ પોતાના મિત્રો અને સગાઓ માટે એક દયાપાત્ર અને ઘૃણાપાત્ર વ્યક્તિ બની ગયા હતા. અત્યારે હું તેમને જોઉં છું ત્યારે તેઓ એક પીળા પડી ગયેલા ચહેરા, ઢળેલાં પોપચાં અને નબળા શરીરવાળી વ્યક્તિ બની ગયા છે. તેમનું જીવન બરબાદ થઈ ગયું છે.

એક રાત્રે - તે રાત ૧૮૮૯ના જૂન મહિનાની રાત હતી - મારા દરવાજે ઘંટડી વાગી. જ્યારે લોકો પહેલું બગાસું ખાતા હોય છે તેવા સમયે કોઈકે ઘંટડી વગાડી હતી. મારી પત્ની કે જે પોતાના સોયા લઈને ઊનકામ કરી રહી હતી તેને પણ થોડો અણગમો થયો. હું મારી ખુરશીમાં ટટ્ટાર થયો.

“દરદી હોવો જોઈએ !” તેણીએ કહ્યું, “તારે બહાર જવું પડશે.”

આખા દિવસના થાકી જવાના કારણે મારાથી થોડો નિસાસો નંખાઈ ગયો.

અમે દરવાજો ખૂલવાનો અવાજ સાંભળ્યો અને કંઈક ઝડપથી બોલાતા શબ્દો પણ સંભળાયા. પછી તરત જ જાજમ પર ઝડપથી ચાલવાનો અવાજ સંભળાયો. અમારા રૂમનું બારણું ખૂલ્યું અને ઘેરા વસ્ત્રમાં કાળો બુરખો પહેરેલી સ્ત્રી અમારા રૂમમાં પ્રવેશી.

“મહેરબાની કરીને આટલી મોડી રાત્રે આવવા બદલ મને માફ કરજો,” તેણે કહેવાનું શરૂ કર્યું, અને અચાનક તેણે પોતાના પરનો અંકુશ ગુમાવ્યો અને મારી પત્ની તરફ ધસી આવીને તેને ગળે વળગી પડી અને તેના ખભે ધ્રૂસકે ને ધ્રૂસકે રડવા માંડી.

"હું ખૂબ તકલીફમાં છું !" તેણી મોટેથી બોલી, "મારે થોડી મદદ જોઈએ છે."

"કેમ," મારી પત્નીએ તેનો બુરખો હટાવતાં કહ્યું, "આ તો કેટ વ્હિટની છે. કેટ, તેં તો મને ગભરાવી મૂકી. તું રૂમમાં પ્રવેશી ત્યારે તો મને જરા પણ ખ્યાલ નહોતો કે તે તું હોઈશ."

"મને કશું જ સમજાતું નથી કે હું શું કરું અને માટે જ હું સીધી તારી પાસે જ આવી." આવું ઘણી વાર બન્યું છે. ઘણીવાર તકલીફમાં આવી પડતી સ્ત્રીઓ મારી પત્ની સમક્ષ પોતાની સમસ્યા લઈને આવતી હોય છે.

"તું આવી તે સારું કર્યું. તારે વાઇન અને પાણીની ખાસ જરૂર છે. અહીં આરામથી બેસ અને અને અમને જણાવ કે શું થયું છે ? અને એવું હોય તો હું જેમ્સને બીજા રૂમમાં જવાનું કહું ?"

"અરે ના, ના ! મારે ડૉક્ટરની સલાહ અને મદદની પણ જરૂર છે. ઇઝા વિષે વાત કરવા આવી છું. તે બે દિવસથી ઘરે નથી આવ્યા. મને તેની ખૂબ જ ચિંતા થાય છે."

મારી પત્ની તેની જૂની મિત્ર હોવાથી અને હું એક ડોક્ટર હોવાથી તેના પતિ વિષે તેણે અમને ઘણીયે વાર કહ્યું છે. અમે તેણીને આશ્વાસન આપ્યું કે અમે તેને શોધી કાઢીશું. અને તેણીને પણ પૂછ્યું કે : શું તેણીને ખબર હતી કે તેનો પતિ ક્યાં હતો ? શું એ શક્ય હતું કે અમે તેને તેણીની પાસે પાછો લાવી શકીએ ?

એવું લાગતું હતું કે જાણે તેણીને તે વિષે ખબર હોય. તેને પાક્કી માહિતી હતી કે છેલ્લી વાર તે શહેરના પૂર્વ છેડે આવેલા અફીણના કોઈક અડ્ડામાં ગયા હતા. સામાન્ય રીતે તેઓ ત્યાં જાય ત્યારે બીજા દિવસે પાછા આવી જતા પણ આ વખતે તેમને ગયે અડતાલીસ કલાક થઈ ગયા છે. અત્યારે તેઓ કદાચ ત્યાં જ ક્યાંક બેશુદ્ધ અવસ્થામાં પડ્યા હશે. અપર સ્વાન્ડેમ લેનની બાર ઓફ ગોલ્ડમાં જ તેઓ મળશે તેવી તેણીને પાક્કી ખાતરી હતી. પણ તેણી આમાં શું કરી શકે ? તે કઈ રીતે આવી જગ્યાએથી નશાખોરોથી ઘેરાયેલા પોતાના પતિને પાછા લાવી શકે, તેણી તો એક યુવાન સ્ત્રી હતી. આવી જગ્યાએ તે કઈ રીતે જઈ શકે ?

તેણીની વાત તો સાચી હતી. પછી મને થયું કે હું તેણીને ત્યાં તેના પતિ પાસે લઈ જાઉં અને તેને પાછો ઘરે લેતો આવું. પણ પછી મને ખ્યાલ આવ્યો કે તેણીને ત્યાં લઈ જવાની કોઈ જરૂર નહોતી. હું ઇઝા વ્હિટનીનો દાક્તરી સલાહકાર હતો અને મારી તેના પર અસર પડે તેમ હતી. માટે હું એકલો જઈશ તો સારું રહેશે તેવું મેં વિચાર્યું. મેં તેને વચન આપ્યું કે તેણીએ જણાવેલી જગ્યાએ જો તેનો પતિ હશે તો હું તેને ચોક્કસ બે કલાકની અંદર ઘોડાગાડીમાં તેના ઘરે મોકલી આપીશ. અને દસ જ મિનિટમાં હું ઘરેથી પેલા મહાશયની શોધમાં પૂર્વ તરફ ઘોડાગાડી કરી નીકળી પડ્યો.

મને મારા સાહસના પહેલા ચરણમાં તો કોઈ જ તકલીફ ન પડી. લંડન બ્રિજની ઉગમણી દિશાએ આવેલી નદીના ડક્કાની ઉત્તર તરફ અપર સ્વાન્ડેમ લેન આવેલી

હતી. સાંકડી અંધારી ગલીઓમાં થઈને હું તે જગ્યાએ આવી પહોંચ્યો. આખરે હું જે જગ્યાને શોધતો હતો તે મને મળી ગઈ હતી. મેં મારા ઘોડાગાડીવાળાને બહાર રાહ જોવાનું કહ્યું. અને હું દાદર ઊતરી એક અંધારી ગુફા જેવી જગ્યાએ પહોંચ્યો. ત્યાં દરવાજાની ઉપરની તેલની બત્તીમાંથી અસ્થિર પ્રકાશ આવી રહ્યો હતો. મેં બારણાને મારેલો આગળો ખોલી અંદર પ્રવેશ કર્યો. તે અંધારિયા ઓરડો આખોયે અફીણના ધુમાડાથી ભરેલો હતો.

આટલા અંધારામાં ભાગ્યે જ કોઈ વિચિત્ર અવસ્થામાં પડેલા શરીરને જોઈ શકે. કોઈકના ખભા વળી ગયા હતા તો કોઈકના ગોઠણ વળેલા હતા. કોઈની ડોક વાંસા તરફ વળેલી હતી, તો કોઈકની હડપચી અધ્ધર થયેલી હતી. બધા જ શરીર વિચિત્ર અંગભંગિમાઓમાં બેશુદ્ધ પડ્યાં હતાં. કેટલાક લોકોએ મારી તરફ નજર કરી. ક્યાંક ક્યાંકથી ફૂંકાતી ચલમમાંથી રાતું અજવાળું આવતું હતું. મોટા ભાગના તો શાંત પડ્યા હતા, પણ કેટલાક સળવળી રહ્યા હતા તો કેટલાક અંદરોઅંદર કંઈક ધીમો ગણગણાટ કરી રહ્યા હતા. આ ગણગણાટ ધીમે ધીમે કરતાં વધવા લાગ્યો અને અચાનક એકદમ શાંતિ છવાઈ ગઈ. દરેક પોતાના વિચારો પ્રમાણે ગણગણાટ કરી રહ્યા હતા અને એકબીજાને પ્રતિસાદ આપતા હતા. દૂરના છેડે સગડીમાં કોલસો બળી રહ્યો હતો તેની બાજુમાં લાકડાની ત્રિપાઈ પર એક લાંબો પાતળો વૃદ્ધ માણસ મુઠ્ઠી પર જડબાને અને ઘૂંટણ પર કોણીને ટેકવીને બેઠો હતો. તે એકધારું તાપણા સામે તાકી રહ્યો હતો.

જેવો હું ત્યાં પ્રવેશ્યો કે તરત જ એક નિસ્તેજ હજૂરિયો મારી પાસે ઉતાવળે હુક્કો અને અફીણ લઈ આવ્યો અને મને ખાલી પથારી તરફ ઈશારો કર્યો.

"આભાર, હું અહીં રહેવા નથી આવ્યો," મેં કહ્યું, "અહીં મારા એક મિત્ર આવ્યા છે, શ્રીમાન ઈઝા વ્હિટની, અને મને તેમની સાથે વાત કરવાની ઇચ્છા છે."

જમણી બાજુ કંઈક હલચલ થઈ, કોઈક ઉદ્ગાર નીકળ્યો અને ધુમાડાની પાછળ મને વ્હિટની દેખાયા. તેઓ સાવ જ ફિક્કા, નિસ્તેજ અને મેલાઘેલા હતા. તેઓ મારી સામે જોઈ રહ્યા.

"હે ભગવાન, આ તો વૉટસન છે," તેણે કહ્યું. તેઓ ખૂબ દયનીય સ્થિતિમાં હતા. તેઓ ખૂબ જ નબળા અવાજમાં બોલ્યા, "વૉટસન, હું પૂછું છું કેટલા વાગ્યા છે અત્યારે ?"

"લગભગ અગિયાર."

"આજે દિવસ કયો છે ?"

"શુક્રવાર છે, ૧૯મી જૂન."

"અરે ભગવાન ! અરે આજે તો બુધવાર થયો છે. શુક્રવારનું કહીને મને બિવરાવ નહીં." તેણે પોતાની હથેળીમાં મોઢું છુપાવી ધ્રૂસકે ધ્રૂસકે રડવા માંડ્યું.

"હું કહું છું ને કે આજે શુક્રવાર છે. તમારી પત્ની બે દિવસથી તમારી રાહ જોઈ રહી છે. તમને તમારી જાત પર શરમ આવવી જોઈએ !"

"હું ખરેખર શરમ અનુભવી રહ્યો છું. પણ તમે ભૂલ કરી રહ્યા છો વૉટસન, કારણ કે હું તો અહીં થોડાક કલાકથી જ છું. ત્રણ કે ચાર હુક્કા જ, ખબર નહીં કેટલા. હું તમારી સાથે ઘરે જ આવી રહ્યો છું. મારે બિચારી કેટ - મારી નાનકડી કેટ - ને દૂભવવી નહોતી. મને તમારો હાથ આપો ! શું તમે ઘોડાગાડી લાવ્યા છો ?"

"હા, બહાર રાહ જોઈ રહી છે."

"તો પછી હું તેમાં જતો રહીશ, પણ તે પહેલાં મારે અહીં પૈસા ચૂકવવા પડશે, પણ મારી પાસે પૈસા નથી."

હું નીચે સૂતેલા પડેલા લોકોની બે હરોળની વચ્ચેથી જગ્યા કરતો આગળ વધ્યો. મેં ધુમાડાની ગંધના કારણે મારો શ્વાસ રોકી રાખ્યો હતો. હું મેનેજરને શોધી રહ્યો હતો. હું જેવો સગડી પાસે બેઠેલા પેલા વૃદ્ધ માણસ પાસેથી પસાર થયો કે તરત જ મને મારો કોટ ખેંચાવાનો અનુભવ થયો અને એક ધીમો ગણગણાટ મારા કાને અથડાયો. "મારી આગળથી પસાર થઈ જા અને મને પાછો વળીને જો." શબ્દો ખૂબ જ સ્પષ્ટ રીતે મારા કાને અથડાયા. આજુબાજુ નજર કરતાં મને લાગ્યું કે મારી પાસેના આ વૃદ્ધે જ આ ગણગણાટ કર્યો હશે તેમ છતાં તે જરા પણ હાલ્યોચાલ્યો ન હોય તેવો હતો. જાણે તે કંઈ બોલ્યો જ ન હોય. હું બે પગલાં આગળ ચાલ્યો અને પાછા ફરીને તેની સામે જોયું. હું મારી જાતને બૂમ પાડતાં માંડ માંડ રોકી શક્યો. તેને માત્ર હું જ જોઈ શકું તેવી રીતે તેની પીઠ ફેરવી. તે સંપૂર્ણપણે બદલાઈ ગયો હતો અને તેના ચહેરા પરની કરચલીઓ સાવ જ જતી રહી હતી. નિસ્તેજ આંખો તેજસ્વી બની ગઈ હતી. તાપણા પાસે બેઠેલી વ્યક્તિ કે જેણે મને આશ્ચર્યમાં મૂકી દીધી હતી તે બીજું કોઈ નહીં પણ શૅરલૉક હોમ્સ હતો. તેણે મને તેની તરફ આવવા હળવો ઈશારો કર્યો. તેણે ફરી પાછું પોતાનું રૂપ ધારણ કરી લીધું.

"હોમ્સ !" મેં ગુસપુસ કરતાં પૂછ્યું, "તું અહીં આ જગ્યાએ શું કરી રહ્યો છે ?"

"બને તેટલું ધીમે બોલ," તેણે જવાબ આપ્યો, "મારા કાન પાવરધા છે. જો તું તારા દારૂડિયા મિત્રને હેમખેમ વળાવી લે તો મારે તારી સાથે થોડી વાત કરવી છે."

"બહાર મેં ઘોડાગાડી ઊભી રાખી છે."

"તો મહેરબાની કરીને તેને તેમાં ઘરે મોકલી દે. તેની ચિંતા ન કરતો. એ સાવ જ નશામાં છે. તે રસ્તામાં જરાય ધમાલ નહીં કરે. સાથે સાથે ઘોડાગાડીવાળા સાથે તારાં પત્નીને ખબર પણ મોકલાવી દે કે તું મારી સાથે છે. જો તું બહાર રાહ જોતો હોય તો હું પાંચ જ મિનિટમાં ત્યાં આવી પહોંચું છું."

શૅરલૉક હોમ્સની કોઈ પણ માગણીને હું અવગણી ન શકું, કારણ કે તેની કોઈ પણ માગણી બિનજરૂરી નથી હોતી. થોડી જ ક્ષણોમાં મેં મારી નોંધ લખી નાખી અને વ્હિટનીનું બિલ પણ ચૂકવી દીધું અને તેને ઘોડાગાડીમાં બેસાડી રવાના કર્યો અને મારું વ્યાવહારિક કામ પૂરું કર્યું. હવે વાત હોમ્સની. તો હું મારા મિત્રની હાજરીમાં કોઈ

સામાન્ય મુસીબતને તો ધારી જ ન શકું. જરૂર કોઈ ગંભીર સમસ્યા જ હશે. થોડી જ વારમાં અફીણની બોડમાંથી એક અશક્ત દેહાકૃતિ બહાર આવી અને હું તેની સાથે શેરીમાંથી રવાના થયો. બે શેરીઓ સુધી હોમ્સ અશક્ત શરીરે લથડિયાં ખાતો ચાલ્યો. પછી આજુબાજુ નજર કરી તે ટટ્ટાર થયો અને ખડખડાટ હસવા લાગ્યો.

"વૉટસન, મને એવું લાગે છે કે," તેણે કહ્યું, "તારું એવું અનુમાન છે કે મને હવે કોકેન છોડીને અફીણની લત લાગી છે, કેમ ?"

"મને તને અહીં જોઈને ખૂબ આશ્ચર્ય થયું."

"પણ મને કંઈ તને જોઈને આશ્ચર્ય ન થયું."

"હું અહીં મારા મિત્રને શોધવા આવ્યો હતો."

"અને હું એક દુશ્મનને શોધવા આવ્યો હતો."

"દુશ્મન ?"

"હા, મારા એક સ્વાભાવિક દુશ્મનને અથવા તો કહી શકાય કે એક સ્વાભાવિક શિકારને. વિસ્તારથી સમજાવું વૉટસન તો, હું મારી એક નોંધપાત્ર તપાસની મધ્યમાં છું. મને આ આમ તેમ છૂટાછવાયા પડેલા દારૂડિયાઓમાંથી એક કડી મળવાની આશા છે. મારે મારા વ્યવસાયમાં આવા રસ્તા અપનાવવા પડે છે. જો હું તે જગ્યાએ જરા સરખો પણ ઓળખાઈ ગયો હોત તો હું મારી જિંદગીથી હાથ ધોઈ બેઠો હોત, કારણ કે આવું મેં પહેલાં પણ મારા અંગત ઉદ્દેશ માટે કરેલું છે. જો અફીણના પીઠાવાળો પેલો પૂર્વનો ખલાસી મને ઓળખી જાત તો તેણે તો મારી સાથે વેર લેવાના સમ ખાધા છે, તે મને છોડત નહીં. તે ઇમારતની પાછળની બાજુએ એક ગુપ્ત દ્વાર છે. મને એવી શંકા છે કે અંધારી રાતોએ ત્યાં કંઈક ગુપ્ત હેરાફેરી થાય છે."

"શું ! તું માનવશબની વાત કરે છે ?"

"હા, શબોની જ વાત કરું છું, વૉટસન. જો આપણી પાસે ૧૦૦૦ પાઉન્ડ હોય તો આપણે દરેક ગરીબ શેતાન થકી તે માણસો સુધી પહોંચી શકીએ તેમ છીએ. નદીકાંઠાની આ એક અત્યંત ઘાતકી જગ્યા છે અને મને ભય છે કે નેવિલે સેન્ટ ક્લૅર અહીં પ્રવેશ્યા પછી ક્યારેય પાછો નહીં ફરી શકે. પણ આપણો ફાંસલો અહીં હોવો જોઈએ." આમ કહી તેણે બે આંગળીઓને મોઢામાં નાખી સીટી વગાડી અને સામે એવો જ સીટી વગાડીને જવાબ આવ્યો. તરત જ એક ઘોડાગાડી અંધારું ચીરતી દૃશ્યમાન થઈ.

સોનેરી દીવડીથી પ્રકાશ પાથરતી ઘોડાગાડી આવી પહોંચતાં હોમ્સ બોલ્યો, "હવે, વૉટસન, તું મારી સાથે આવીશ ? આવે છે ને ?"

"જો હું તને ઉપયોગી થઈ શકું તેમ હોઉં તો ચોક્કસ આવીશ."

"અરે, એક વિશ્વાસુ મિત્ર હંમેશા ઉપયોગી જ હોય છે અને એક વ્યવસ્થિત નોંધ લખનારો તો તેથી પણ વધારે ઉપયોગી નીવડે છે. મારો ધી સેડારનો રૂમ બે પથારીવાળો છે."

"ધી સેડાર ?"

"હા, તે શ્રીમાન સેન્ટ ક્લૅરનું ઘર છે. જ્યારથી મેં આ તપાસ આદરી છે ત્યારનો હું ત્યાં જ રહું છું."

"ક્યાં આવી આ જગ્યા ?"

"લીની પાસે કેન્ટ પરગણામાં. સાત માઈલ જેટલું દૂર છે."

"પણ હજી મને આખો મામલો સમજમાં નથી આવ્યો."

"હા, તો ન જ સમજાયો હોય ને ! હું તને બધું જ જણાવું છું. આવી જા ગાડીમાં. સારું જોહ્ન, હવે તારી જરૂર નહી પડે. આ રહ્યો અડધો ક્રાઉન. કાલે અગિયાર વાગ્યાની આસપાસ મારી રાહ જોજે."

તેણે લગામ પોતાના હાથમાં લીધી અને ઘોડા દોડાવવા માંડ્યા. અમારી ઘોડાગાડી અંધારી વિરાન, ઉજ્જડ શેરીઓને ચીરતી દોડવા લાગી અને અમે કઠેડાવાળા પુલ આગળ આવી ગયા. પુલ નીચે નદીનું કાળું પાણી મંદગતિએ વહી રહ્યું હતું. ઈમારતોના જંગલમાંથી પસાર થતી વખતે આસપાસ અપાર શાંતિ છવાયેલી હતી. ક્યાંક ક્યાંક રાત્રે આંટો મારવા નીકળેલી પોલીસનો અવાજ આવતો હતો, તો ક્યાંક રાતની મસ્તીમાં રાચેલા લોકોના ઠહ્વાનો કે ગાવાનો અવાજ સંભળાઈ રહ્યો હતો. આકાશમાં વાદળાંની પાછળથી કેટલાક તારા ડોકાઈ રહ્યા હતા. હોમ્સ શાંતિથી ઘોડાગાડી હંકારી રહ્યો હતો. તેનું માથું તેની છાતી તરફ નમેલું હતું. તે જાણે કોઈ ઊંડા વિચારમાં હોય તેમ લાગતું હતું. અને તેની પાસે બેઠેલો હું આખાયે મામલા વિષે જાણવા આતુર હતો. પણ તેના વિચારોના પ્રહારને ખલેલ પહોંચાડતાં મને બીક લાગતી હતી. અમે કેટલાક માઈલનું અંતર કાપી લીધું હતું. હવે અમે ઘરોની હરોળમાંથી પસાર થઈ રહ્યા હતા. આખરે હોમ્સે પોતાનું માથું હલાવ્યું અને બેપરવાઈથી ખભા ઉલાળ્યા. તેને પોતાના અભિનયથી પૂરતો સંતોષ હતો અને હવે તે તેના અસલી સ્વરૂપમાં આવી ગયો હતો. તેણે ચલમ સળગાવી અને એક કશ લીધો.

"વૉટસન, તું મૌન જાળવવામાં ઉત્તમ છે," તેણે કહ્યું, "તે તને એક દુર્લભ સાથીદાર સાબિત કરે છે. હું સાચું કહું છું. મારા માટે હું વાત કરી શકું તેવી વ્યક્તિ મારી સાથે હોવી એ ખરેખર આશીર્વાદરૂપ છે, કારણ કે મારું મગજ હંમેશા વિચારોથી ભર્યુંભર્યું હોય છે. ક્યારેક તેને હળવું કરવું ખૂબ જરૂરી બનતું હોય છે. એમ પણ મારા વિચારો કંઈ ખાસ મજેદાર નથી હોતા. મને ચિંતા થાય છે કે જ્યારે ઘરે પહોંચીશ ત્યારે પેલી નાનકડી વહાલી સ્ત્રી મને પૂછશે તો હું તેને શું જવાબ આપીશ ?"

"તું ભૂલી ગયો છે કે મને આ બાબતે કશી જ ખબર નથી."

"હા, હા, હું તને લી પર પહોંચીએ તે પહેલાં આખીયે હકીકતથી વાકેફ કરું છું. હજુ મને કોઈ જ પગેરું નથી મળ્યું જેના થકી હું આગળ વધી શકું. ઘણાય તાણાવાણા છે

પણ હજી એક પણ છેડો મારા હાથમાં નથી આવ્યો. હું તને આખીયે વાત સ્પષ્ટ રીતે અને સંક્ષેપથી જણાવું છું અને બની શકે, વૉટસન, કે મને જ્યાં કશું જ દેખાતું નથી ત્યાં તને વળી કંઈક જોવા મળે.''

''તો પછી કહેવા માંડ.''

''કેટલાંક વર્ષો પહેલાં લગભગ ૧૮૮૪ના મે મહિનામાં લીમાં નેવિલ સેન્ટ ક્લૅર નામના એક સદ્‌ગૃહસ્થ રહેવા આવ્યા હતા. તેઓ પોતાની સાથે અઢળક પૈસા લઈને આવ્યા હતા. તેમણે એક મોટી વિલા ખરીદી હતી અને તેની આસપાસના વિસ્તારને પણ ખાસ્સો એવો વિકસાવ્યો હતો. તેમની રહેણીકરણી પણ ઉચ્ચ કોટીની હતી. તેના કારણે આડોશપાડોશમાં તેમનું મિત્રવર્તુળ પણ ઘણું મોટું હતું. ૧૮૮૭માં તેઓ બિયરના સ્થાનિક વેપારીની દીકરીને પરણ્યા હતા. તેના થકી તેને અત્યારે બે બાળકો છે. તેમને કોઈ જ વ્યવસાય નથી, પણ તેમને ઘણીયે કંપનીઓમાં રસ હતો અને નિયમિત રીતે તેઓ રોજ સવારે નગરની મુલાકાત લેતા અને સવાપાંચની આસપાસ કેનન સ્ટ્રીટથી પરત આવી જતા. આ શ્રીમાન સેન્ટ ક્લૅર હવે સાડત્રીસના થયા છે. તેઓ એક સંયમી સ્વભાવના માણસ છે. એક સારા પતિ છે અને એક ખૂબ જ માયાળુ પિતા. તેમને જાણતા બધા જ લોકોમાં તેઓ પ્રખ્યાત છે. જો હું તેમના દેવા વિશે વાત કરું તો અમે આમતેમથી ગણ્યું છતાં તે માંડ માંડ ૮૮.૧૦ પાઉન્ડ જ છે. તેની સામે તેમની કેપિટલ એન્કાઉન્ટિસ બેન્કના ખાતામાં ૨૨૦ પાઉન્ડની જમા બોલે છે. તેના કારણે અમને એવું જરા પણ ન લાગ્યું કે તેઓ પૈસાના કારણે કોઈ મુશ્કેલીમાં હોય.

''ગયા સોમવારે શ્રીમાન નેવિલે સેન્ટ ક્લૅર રોજ કરતાં વહેલા નગરમાં ગયા હતા. તેમને બેએક કામ પતાવવાનાં હોવાથી તેઓ વહેલા ગયા હતા તેવું જાણવા મળ્યું છે. તેમણે પોતાના નાનકડા પુત્ર માટે બ્લોક્સની રમત લેતા આવવાનું પણ વચન આપ્યું હતું. તે જ સોમવારે શ્રીમતી ક્લૅર પર શ્રીમાન નેવિલના ગયા પછી એક તાર આવ્યો. તાર પ્રમાણે એક પાર્સલ એબર્ડીન શિપિંગ કંપનીની ઑફિસમાં આવ્યું હતું અને તેને ત્યાંથી લઈ આવવાનું હતું. તેણીની ધારણા પ્રમાણે તેણીએ પરદેશથી કોઈક વસ્તુ મંગાવી હતી તે હોવાનું તેને લાગ્યું. જો તું લંડનને સારી રીતે જાણતો હોય તો આ કંપનીની ઑફિસ ફ્રેસ્નો શેરીમાં આવી છે, જેની શાખા અપ્પર સ્વાન્ડેમ લેનમાં આવી છે કે જ્યાં તું મને આજે રાત્રે મળ્યો. શ્રીમતી ક્લૅરે પોતાનું ભોજન પતાવ્યું અને શહેર તરફ નીકળી પડ્યાં, કેટલીક ખરીદી કરી તેઓ કંપનીની ઑફિસે ગયાં અને પોતાનું પાર્સલ લીધું અને ત્યાંથી બરાબર ૪.૩૫ સ્વાન્ડેમ લેનમાં થઈને સ્ટેશન તરફ જવા રવાના થયાં. તને સમજાય છે હું શું કહું છું ?''

''હા, હા, સ્પષ્ટપણે.''

''જો તને યાદ હોય તો ગયો સોમવાર ખૂબ ગરમ હતો અને તે કારણે શ્રીમતી સેન્ટ ક્લૅર ખૂબ ધીમેથી ચાલતાં હતાં. ઘોડાગાડી મળવાની આશાએ તેઓ આમ તેમ

નજર ફેરવી રહ્યાં હતાં કારણ કે તેઓ જે જગ્યાએથી જઈ રહ્યાં હતાં તે તેમને તેમના માટે યોગ્ય નહોતી લાગી. જ્યારે સ્વાન્ડેમ લેનમાંથી તેઓ પસાર થઈ રહ્યાં હતાં ત્યારે તેમને અચાનક જ એક સ્વાભાવિકપણે મોઢામાંથી નીકળી ગયેલી બૂમ સંભળાઈ. તેણીએ તરત જ અવાજ તરફ નજર કરી અને ઈમારતના બીજા માળની બારીમાંથી તેમની સામે જોઈ રહેલા તેમના પતિ નજરે પડ્યા. બારી ખુલ્લી હતી, અને તેમને તેમના પતિનો ચહેરો સ્પષ્ટપણે દેખાતો હતો. તેણીના વર્ણન પ્રમાણે શ્રીમાન ક્લૅરનો ચહેરો ખૂબ જ ગભરાયેલો હતો. તેણે પોતાના હાથ ગાંડાની જેમ તેણી તરફ હલાવે રાખ્યા હતા અને પછી અચાનક જ બારીમાંથી જાણે કોઈ તેમને ખેંચી જતું હોય તેમ તેઓ ગાયબ થઈ ગયા. એક અસામાન્ય બાબત તેણીની સ્ત્રીસહજ નજરે એ નોંધી હતી કે તેના પતિ જ્યારે નગર તરફ ઘરેથી જવા નીકળ્યા ત્યારે તેમણે એક ઘેરો કોટ પહેર્યો હતો તે જ તે કોટ હતો પણ તેમાં નેકટાઈ કે કોલર નહોતા.

“તેને ચોક્કસપણે શંકા ગઈ કે તેણીના પતિ સાથે કંઈક અશુભ ઘટ્યું છે. તેણી તરત જ દાદરા ઊતરીને પેલા અફીણના પીઠામાં ધસી ગઈ કે જ્યાં તેં આજે રાત્રે મને જોયો હતો. આગળના ઓરડામાંથી તે સીધી પહેલા માળ તરફ જતી સીડીઓ તરફ ગઈ. સીડીઓના છેડે તેને પેલો અફીણના પીઠાવાળો લુચ્ચો ખલાસી મળી ગયો અને તેણે તેણીને ઉપર ન જવા દીધી. નોકરોને કહીને તેણીને ત્યાંથી બહાર ધક્કેલી મૂકી. કેટલીયે શંકાકુશંકાઓ સાથે તેણી ત્યાંથી બહાર શેરીમાં આવી પહોંચી અને રાડારાડ કરવા લાગી. સદ્નસીબે તેને ત્યાં જ કોન્સ્ટેબલ સાથેનો એક ઇન્સ્પેક્ટર મળી ગયો અને તેણીએ આખીયે હકીકત પોલીસવાળાને જણાવી. પોલીસવાળો શ્રીમતી ક્લૅર સાથે તે જગ્યાએ જઈ પહોંચ્યો. ત્યાં પેલા માણસે ફરી પોલીસને કેટલાંયે બહાનાં હેઠળ ન પ્રવેશવા દેવાના પ્રયત્નો કર્યા, પણ તેમ છતાંયે પોલીસે ઉપર જઈને તપાસ આદરી. તે રૂમમાં શ્રીમાન ક્લૅર નહોતા, ત્યાં તો માત્ર એક દીઠોયે ન ગમે તેવો ગોબરો, અપંગ, ચીતરી ચડે તેવો કોઈ કદરૂપો માણસ ખૂણામાં પડ્યો હતો. એવું લાગતું હતું કે તેણે તે જગ્યાને જ પોતાનું ઘર બનાવી લીધું હતું. તેણે અને પેલા પીઠાવાળાએ બન્નેએ કહ્યું કે આખીયે બપોર દરમિયાન અહીં બીજું કોઈ જ આવ્યું નથી. તે લોકો એટલી મક્કમતાથી બોલતા હતા કે ઇન્સ્પેક્ટરને પણ લાગવા માંડ્યું કે શ્રીમતી ક્લૅરને ચોક્કસ કોઈ ભ્રમણા થઈ હશે. અચાનક જ શ્રીમતી ક્લૅરની નજર ટેબલ પર પડેલી કોઈ ચીજ પર પડી અને તેણી ચીસ પાડી ઊઠી અને તરત જ તેનું ઢાંકણું ખોલી તેણી બોલી ઊઠી કે આ જ છે તે. તે ખોખામાંથી બાળકોને રમવાના ઈંટ જેવાં ચોસલાં સરી પડ્યાં. આ તે જ રમકડું છે જે તેમણે ઘરે લઈ આવવાનું વચન આપ્યું હતું. હવે મને ખાતરી છે કે નેવિલ અહીં આવ્યા જ હતા.

“આ રમકડાની શોધે અને આખાયે મામલાની વિચિત્રતાને જોઈને ઇન્સ્પેક્ટરને તેની ગંભીરતા સમજાઈ. તેમણે ખૂબ કાળજીપૂર્વક આખાયે ઓરડાને તપાસ્યો અને તેમને એક ઘૃણાસ્પદ ગુનાની શંકા ગઈ. આગળનો ઓરડો એક બેઠકરૂમ તરીકે

સજાવવામાં આવ્યો હતો અને અંદર એક નાનકડો શયનખંડ હતો. તેની પાછળ જ વહાણ લાંગરવાનો ડક્કો હતો. શયનખંડ અને ડક્કા વચ્ચે એક સાંકડી જગ્યા હતી જે ઓટ વખતે કોરી રહેતી અને ભરતી વખતે ઓછામાં ઓછા સાડાચાર ફૂટ પાણીથી ભરાઈ જતી હતી. શયનખંડની બારી પહોળી હતી જે નીચેથી ખૂલતી હતી. ઝીણવટથી તપાસ કરતાં બારીના ઉંબરા પર લોહીનાં ટીપાં દેખાયાં અને શયનખંડની લાકડાની ફરસ પર પણ લોહીનાં કેટલાક ટીપાં દેખાયાં. આગળ તપાસ કરતાં બેઠકરૂમમાં આવેલા એક પરદા પાછળથી શ્રીમાન ક્લૅરના કોટ સિવાય બધું જ ત્યાં મળી આવ્યું. તેમનાં પગરખાં, તેમનાં મોજાં, તેમની ટોપી અને તેમની ઘડિયાળ પણ - બધું જ ત્યાં હતું. તેમની કોઈ જ વસ્તુ પર હિંસાની કોઈ જ નિશાનીઓ નહોતી પરંતુ શ્રીમાન નેવિલનો કોઈ જ પત્તો નહોતો. તેઓ શયનખંડની બારીમાંથી જ ક્યાંક જતા રહ્યા હોવા જોઈએ કારણ કે ત્યાંથી બહાર જવાનો તો બીજો કોઈ રસ્તો જ નહોતો. બારી પરના લોહીના છાંટા એ વાતને સમર્થન આપતા હતા કે શ્રીમાન નેવિલ પોતાની જાતને તરીને બચાવી શક્યા હશે કારણ કે આ ઘટના દરમિયાન ભરતી તેની ચરમસીમાએ હતી.

“હવે પેલા દુષ્ટ માણસોની વાત કરીએ કે જે સીધી રીતે આ બાબત સાથે સંકળાયેલા હોઈ શકે. પીઠાના પેલા ખલાસીની વાત કરીએ તો તેનો ઇતિહાસ તો એમ પણ ખૂબ જ ઘૃણાસ્પદ છે. પણ શ્રીમતી સેન્ટ ક્લૅરની આપવીતી પ્રમાણે તો તેમના પતિના બારીમાં દેખાવાની બે જ સેકન્ડમાં તેઓ તેને શોધવા આવ્યા હતા અને ત્યારે દુષ્ટ ખલાસી નીચે જ હતો. માટે નેવિલને ગુમ કરવામાં તેનો કોઈ સીધો જ હાથ હોય તેવું બનવા સંભવ નથી. અને તેના ભાડૂઆત પેલા કદરૂપા માણસ વિષે તેને પૂછતાં તેણે એવું કહ્યું કે તે અહીં રહે છે એ તે જાણે છે પણ તે શું કરે છે તેની તેને જરા પણ ખબર નથી. શ્રીમાન નેવિલનાં કપડાં વિષે તેને પૂછ્યું તો તેમાં પણ તેણે અજાણ હોવાનું કહી દીધું.

“આ વાત થઈ દુષ્ટ ખલાસીની. હવે વાત કરીએ પેલા બદમાશ અપંગ માણસની કે જે અફીણના પીઠાના પહેલા માળે રહે છે. એવું પણ કહી શકાય કે છેલ્લે શ્રીમાન નેવિલે ક્લૅરને તેણે જ જોયા હશે. તેનું નામ હતું હ્યૂ બૂન અને તેનો કદરૂપો ચહેરો જે વારંવાર નગરની મુલાકાત લેતા હશે તેના માટે કંઈ અજાણ્યો નહીં હોય. તે એક વ્યવસાયી ભિખારી છે, પોલીસથી બચવા તે એક મીણબત્તીનો ધંધો કરનારા માણસનો ડોળ કરે છે. થોડાક જ અંતરે થ્રેડનિડલ સ્ટ્રીટની ડાબી બાજુની દીવાલે એક ખૂણો આવ્યો છે ત્યાં તેની બેઠક છે. ત્યાં તે ખોળામાં દીવાસળીઓનો નાનકડો જથ્થો લઈને બેસે છે અને સાથે સાથે પોતાની તેલથી ખરડાઈ ગયેલી ટોપીને પણ પાથરે છે. તેની પર દયા ખાઈને લોકો તેની ટોપીમાં ભીખ રૂપે પૈસો બે પૈસા નાખે છે. મેં આ માણસને અનેકવાર જોયો છે. અને મને એ જાણીને ખરેખર આશ્ચર્ય થતું કે તે થોડાક જ સમયમાં આ ભીખ માગવાના ધંધામાંથી કેટલું બધું કમાઈ લે છે. તેં તો તેને જોયો જ છે, ત્યાંથી પસાર થનારી કોઈ વ્યક્તિ તેના

દેખાવને અવગણીને આગળ વધે તેવું ન બની શકે. ગુંચવાયેલા નારંગી રંગના વાળ, બિહામણા ડાઘાવાળો ફિક્કો ચહેરો, વચ્ચેથી કપાયેલો ઉપલો હોઠ, જાડી હડપચી અને તીક્ષ્ણ કાળી આંખો. તેનો આ અનોખો દેખાવ તેને બધા જ ભિખારીઓમાં અલગ તારવે છે અને સાથે સાથે તેની વાત કરવાની છટા પણ બધાથી અલગ પડે છે. જો તેના વિશે કોઈ કંઈ કહે તો તેની પાસે હંમેશા કોઈ રમૂજી જવાબ તૈયાર જ હોય છે. હવે આ માણસને આપણે અફીણના પીઠાના રહેવાસી તરીકે પણ ઓળખીએ છીએ અને તે માણસ તરીકે પણ કે જેણે શ્રીમાન ક્લૅરને સૌથી છેલ્લે જોયા હોય."

"પણ તે એક અપંગ છે !" મેં કહ્યું, "તે વળી એકલે હાથે એક શક્તિશાળી જુવાન માણસને વળી શું કરી શકવાનો હતો ?"

"તે એક અપંગ છે, કારણ કે તે લંગડો છે, પણ બીજી રીતે તે બળવાન અને પાવરધો છે. તારા દાક્તરી અનુભવ પ્રમાણે જો કોઈ એક અંગમાં ખોડ હોય તો તેની ભરપાઈ બીજી રીતે શરીરના બીજા કોઈ અંગ દ્વારા થઈ જતી હોય છે, વૉટસન."

"મહેરબાની કરીને તારી વાત ચાલુ રાખ."

"બારીએ પડેલાં લોહીનાં ટીપાં જોઈને શ્રીમતી ક્લૅર તો ત્યાં જ બેભાન થઈ ગઈ હતી. તેણીને પોલીસ દ્વારા જ ઘોડાગાડી કરીને ઘરે પહોંચાડવામાં આવી હતી. એમ પણ તેણીની હાજરી પોલીસની તપાસમાં કંઈ ખાસ મદદરૂપ નહોતી થવાની. ઈન્સ્પેક્ટર બાર્ટોન કે જેમની પાસે આ કેસ હતો તેમણે ખૂબ જ ઝીણવટપૂર્વક આખાયે ઘટનાસ્થળની તપાસ કરી હતી પણ તેમને આ બાબત પર પ્રકાશ પાડે તેવા કોઈ જ પુરાવાઓ નહોતા મળ્યા. બૂનની તરત જ ધરપકડ નહીં કરીને એક મોટી ભૂલ કરવામાં આવી હતી. તેના કારણે તેને પેલા ખલાસી સાથે વાત કરવાનો મોકો મળી ગયો હતો. પરંતુ તરત જ આ ભૂલને સુધારી લેવામાં આવી અને બૂનની ધરપકડ કરવામાં આવી. તેને આરોપી સાબિત કરી શકાય તેવા કોઈ જ પુરાવા પોલીસને મળ્યા નથી. જો કે તેના શર્ટની જમણી બાંય પર લોહીનાં થોડાંક ટીપાં દેખાતાં હતાં પણ તેણે તેના માટે પોતાની આંગળી પર પડેલા કાપાને બતાવીને કહ્યું હતું કે તે ત્યાંથી પડ્યા હતા. એણે તેમ પણ કહ્યું કે થોડી વાર પહેલાં તે શયનખંડની બારી પાસે હતો માટે ત્યાં પડેલા લોહીનાં ટીપાં પણ તેનાં જ હતાં. તેણે એ વાતને સતત નકાર્યા કરી કે તેણે ક્યારેય શ્રીમાન નેવિલ સેન્ટ ક્લૅરને ક્યારેય જોયા હતા અને તેના પણ સમ ખાધા કે તે કપડાં તેના રૂમમાં ક્યાંથી આવ્યાં તે પોલીસ માટે જેટલી રહસ્યમયી વાત છે તેટલી પોતાના માટે પણ. શ્રીમતી સેન્ટ ક્લૅરના દાવા પ્રમાણે તેણીએ ખરેખર પોતાના પતિને બારી પાસે જોયા છે તો તેણી કાં તો પાગલ છે અથવા તો તેણીને સ્વપ્ન આવ્યું હશે તેવું પેલા ભિખારીનું કહેવું હતું. તેની ધરપકડ સામે તેણે ખૂબ ધમપછાડા કર્યા પણ છેવટે તેને પોલીસ સ્ટેશને મોકલી દેવામાં આવ્યો અને ઈન્સ્પેક્ટર ભરતી ઊતરવાની રાહ જોતા ઘટનાસ્થળે જ રોકાયા કે જેથી કરીને તેમને ત્યાંથી કોઈ પગેરું મળી જાય."

"છેવટે ભરતી ઊતરી અને તેમને ત્યાંથી શ્રીમાન નેવિલે સેન્ટ ક્લૅરનો કોટ મળી આવ્યો. તને ખબર છે તેમને કોટના ખિસ્સામાંથી શું મળી આવ્યું ?"

"મને જરા પણ ખ્યાલ નથી."

"ના, મને નથી લાગતું કે તું ધારી શકીશ. દરેક ખિસ્સા પેનીઓ અને અડધી પેનીઓથી ભરેલા હતા. કુલ મળીને ૪૨૧ પેની અને ૨૭૦ અડધી પેનીઓ મળી હતી. આ કારણે જ સિક્કાઓથી ભરેલો કોટ ત્યાં જ પડ્યો રહ્યો હતો, પણ માણસના શરીરનું શું, શ્રીમાન સૅન્ટ ક્લૅરનું શું ? છેવટે એવું ધારી લેવામાં આવ્યું કે સિક્કાઓથી ભરેલો કોટ ત્યાં જ પડ્યો રહ્યો, તણાઈ ન શક્યો પણ શ્રીમાન ક્લૅરનું શરીર તણાઈ ગયું હશે."

"પણ હું સમજું છું ત્યાં સુધી તેનાં બધાં જ કપડાં તો પેલા ઓરડામાં મળી આવ્યાં હતાં. તો શરીર પર માત્ર પેલો કોટ જ હશે ?"

"ના, ભાઈ, પણ હકીકત જેવી દેખાય છે તેવી નથી. માની લે કે જો આ બૂને શ્રીમાન નેવિલ સેન્ટ ક્લૅરને બારીની બહાર ફેંકી દીધા હોય તો તેને જોવાવાળું ત્યાં કોઈ જ નહોતું. ત્યાર પછી તેણે શું કર્યું હોય ? તેને અચાનક જ ખ્યાલ આવે હોય કે તેણે નેવિલનાં કપડાંને પણ સગેવગે કરવાં પડશે નહીંતર તે પકડાઈ જશે. તેણે તેનો કોટ નીચે નદીમાં નાખવાનું વિચાર્યું પણ તરત જ તેને ખ્યાલ આવ્યો કે કોટ તો તરતો રહેશે, તેની પાસે ખૂબ જ ઓછો સમય હતો, કારણ કે પેલી સ્ત્રી નીચે આવી પહોંચી હતી અને તે કોઈ પણ ઘડીએ ઉપર આવી જાય તેમ હતી અને તેણે કદાચ દુષ્ટ ખલાસીને એવું પણ કહેતાં સાંભળ્યો હોય કે પોલીસ કોઈ પણ ઘડીએ આવી પહોંચે. તેણે તરત જ પોતાને ભીખમાં મળેલાં નાણાંને પોતાના ગુપ્ત ખજાનામાંથી કાઢ્યાં અને કોટના ખિસ્સામાં ભરવા માંડ્યા અને કોટને નીચે નદીમાં ફેંકી દીધો. તે બીજાં કપડાં સાથે પણ તેમ જ કરવાનો હતો પણ તેને દાદર પર કોઈકના આવવાનો અવાજ સંભળાયો. તેની પાસે માત્ર બારી બંધ કરવાનો જ સમય હતો. કારણ કે કોઈ પણ ઘડીએ પોલીસ આવી શકે તેમ હતી.

"શક્ય છે તેણે આવું જ કર્યું હોય."

"જ્યાં સુધી બીજી કોઈ હકીકતો સામે ન આવે ત્યાં સુધી આપણે આ જ અનુમાન પર આગળ વધવું પડશે. મેં તને કહ્યું તે પ્રમાણે બૂનની ધરપકડ કરી લેવામાં આવી અને પોલીસ સ્ટેશને લઈ જવામાં આવ્યો, પરંતુ આ પહેલાં તેની વિરુદ્ધ કોઈ પણ પ્રકારની ગુનાહિત ફરિયાદ નથી થઈ. તેને તો લોકો વર્ષોથી એક વ્યવસાયિક ભિખારી તરીકે જ ઓળખે છે. આ ઉપરાંત તેનું અત્યાર સુધીનું જીવન ખૂબ જ શાંત અને નિર્દોષ રહ્યું છે. હાલની સ્થિતિમાં મુદ્દો અને પ્રશ્ન એ છે - કે શ્રીમાન નેવિલ સેન્ટ ક્લૅર અહીં અફીણના પીઠા પર શું કરવા આવ્યા હતા. એવું તે શું થયું કે તેમનો કોઈ પત્તો જ નથી ? અને બૂનનો શ્રીમાન નેવિલના ગાયબ થવા સાથે શું સંબંધ છે ? આ બધા જ પ્રશ્નોના જવાબ

જ આપણને સમાધાન તરફ લઈ જશે. હું માનું છું કે મારા અનુભવો દરમિયાન આજ સુધી આવો કોઈ કેસ નથી આવ્યો જે પહેલી નજરે સાવ જ સરળ હોય તેમ છતાં તેનો કોઈ ઉકેલ ન મળતો હોય.''

જ્યારે હોમ્સ આ આખીયે અનોખી ઘટનાનો ચિતાર આપી રહ્યો હતો તે દરમિયાન ઘોડાગાડી પૂરઝડપે દોડી રહી હતી. અત્યારે અમે શહેરના સીમાડે આવી ગયા હતા, ઘરો દેખાતાં બંધ થઈ ગયાં હતાં. અમે વૃક્ષોની હારમાળા વચ્ચેથી પસાર થઈ રહ્યા હતા. તેણે આખીયે ઘટનાનો ચિતાર પૂરો કર્યો ત્યારે અમે ફેલાયેલાં બે ગામડાંની વચ્ચેથી પસાર થઈ રહ્યા હતા. જ્યાં કેટલાંક ઘરોમાં હજુ પણ બત્તીઓ ચમકી રહી હતી.

''આપણે લીની સીમમાં છીએ,'' મારા સાથીએ મને કહ્યું, ''તને ખ્યાલ છે વૉટસન કે આપણે આપણી આ ટૂંકી મુસાફરીમાં ત્રણ તાલુકાઓમાંથી પસાર થઈ ગયા ? મિડલસેક્સથી નીકળીને આપણે સરીના નાકેથી પસાર થઈ હવે કેન્ટમાં આવી પહોંચ્યા છીએ. પેલા વૃક્ષોની પાછળથી આવતી બત્તીનો પ્રકાશ જો. તે ધી સેડાર છે અને પેલી બત્તી આગળ બેઠેલી મહિલા આપણી રાહ જોઈ રહી છે. મને લાગે છે કે તેણીના આતુર કાને આપણા ઘોડાનાં ડાબલાંનો અવાજ સાંભળી લીધો છે.''

''પણ આ કેસ પર તું બેકર સ્ટ્રીમાંથી કામ કેમ નથી કરતો ?'' મેં પૂછ્યું.

''કારણ કે કેટલીક એવી જાણકારીઓ પણ હતી જે મને અહીંથી જ મળી શકે તેમ હતી. શ્રીમતી સેન્ટ ક્લૅરે ખુશીથી મારા માટે બે ઓરડા ફાળવ્યા છે. તને પણ તેણી આવકારશે. મને આજે તેણીને મળતાં ખૂબ સંકોચ થાય છે, વૉટસન, કારણ કે મારી પાસે તેણીના પતિના કોઈ જ સમાચાર નથી. આપણે તેણીના ઘરે આવી પહોંચ્યા છીએ, ચાલ!''

અમે એક મોટા મકાન સમક્ષ આવી પહોંચ્યા હતા. ઘોડારમાંથી એક છોકરાએ આવી ઘોડાની લગામ પકડી રાખી. હોમ્સની પાછળ હું પણ ઘોડાગાડીમાંથી બહાર કૂદ્યો અને તેની પાછળ ચાલવા લાગ્યો. જેવા અમે ત્યાં પહોંચ્યા કે તરત જ બારણું ખૂલ્યું. બારણા આગળ સોનેરી વાળવાળી એક યુવાન સ્ત્રી ઊભી હતી. તે પ્રકાશ આગળ એ રીતે ઊભી હતી કે તે કોઈ છાયાચિત્ર જેવી લાગી રહી હતી. તેનો એક હાથ બારણા પર હતો અને બીજો હાથ આતુરતાનો માર્યો અધૂરો ઊંચો થયેલો હતો. તેનું શરીર જરાક જેટલું વળેલું હતું, તેનું માથું અને ચહેરો થોડાંક આગળ ધસી આવ્યાં હતાં અને તેની આંખો અને તેના અધખુલ્લા હોઠ પ્રશ્ન પૂછવાને આતુર હતા.

''તો ?'' તેણી બૂમ પાડી ઊઠી, ''તો ?'' તેણે જોયું કે તેની સામે બે માણસો ઊભા છે, તેનામાં કંઈક આશા જન્મી અને તરત જ મારા સાથીદારના મોઢા પર વર્તાએલી ઉદાસીને જોતાં તેની આશા નિરાશામાં પરિણમી. હોમ્સે પોતાનું માથું ધુણાવ્યું અને ખભા ઉલાળ્યા

''કોઈ જ સારા સમાચાર નથી ?''

"ના."

"કોઈ ખરાબ સમાચાર પણ નથી ને ?"

"ના."

"ભગવાનનો તે માટે ખૂબ ખૂબ આભાર. પણ મહેરબાની કરીને તમે અંદર આવો. આખા દિવસની દોડાદોડીના કારણે તમે ખૂબ થાકી ગયા હશો."

"આ મારા મિત્ર, ડૉ. વૉટસન, છે. તેમણે અવારનવાર મારા કેટલાયે કેસમાં મને ખૂબ મદદ કરી છે અને આ વખતે પણ મારા સદ્‌નસીબે તેઓનો મને ભેટો થઈ ગયો અને હું તેમને મદદ માટે અહીં લેતો આવ્યો છું."

"તમને મળીને આનંદ થયો," તેણીએ મારા હાથ હૂંફથી દબાવી મને આવકાર આપ્યો, "મને ખાતરી છે કે આ અચાનક આવી પડેલી મુશ્કેલીના કારણે અમારી આગતાસ્વાગતામાં જો કોઈ ક્ષતિ રહી જતી હોય તો તમે મને માફ કરશો."

"મારાં વહાલાં બહેન," મેં દિલાસો આપતાં કહ્યું, "હું એક ટેવાયેલો લશ્કરી માણસ છું. તમારે માફી માગવાની કોઈ જ જરૂર નથી. જો મને મદદની જરૂર હશે તો કાં તો તમને અથવા તો મારા મિત્રને કહીશ, તમે જરા પણ ચિંતા ન કરશો."

"હવે શ્રીમાન શૅરલૉક હોમ્સ," જેવા અમે ઉજાસભર્યા ભોજનખંડના ટેબલ પર પિરસાયેલા ભાણા પાસે પહોંચ્યા કે તરત જ પેલી સ્ત્રીએ કહ્યું, "મારે તમને એક-બે સાવ સીધા પ્રશ્નો પૂછવા છે અને એવી પણ પ્રાર્થના છે કે તમે તેના તેવા જ સીધા જવાબ આપો."

"ચોક્કસ, બહેન."

"મારી લાગણીની જરાયે ચિંતા ન કરતા. મને આઘાત નહીં લાગે કે હું ગભરાઈને બેભાન પણ નહીં થાઉં. હું તમારી પાસેથી તદ્દન સ્પષ્ટ સાચો અભિપ્રાય જાણવા ઇચ્છું છું."

"કયા મુદ્દા પર ?"

"શું તમારા મનમાં ઊંડે ઊંડે પણ ક્યાંક તમને એવી કોઈ આશા છે ખરી કે નેવિલ જીવિત હશે ?"

શૅરલૉક હોમ્સ આ પ્રશ્નથી મૂંઝાઈ ગયો. તે નિરાશ થઈને ખુરશી પર બેઠો.

"નિખાલસતાથી કહો !" તેણીએ ફરી અરજભરી નજરે નિરાશ થઈને ખુરશી પર બેઠેલા હોમ્સને પૂછ્યું.

"સાચું કહું બહેન, તો મને નથી લાગતું."

"તમને એવું લાગે છે કે તેઓ મરી ગયા છે ?"

"હા."

"તેમની હત્યા થઈ છે ?"

"હું કહી નથી શકતો, પણ કદાચ બની શકે."

"તો તેઓ કયા દિવસે માર્યા ગયા હશે ?"

"સોમવારે."

"તો, શ્રીમાન હોમ્સ, તમે મને એ સમજાવી શકશો કે તેણે મને આજે આ પત્ર કેવી રીતે મોકલ્યો હશે ?"

આ સાંભળી શૅરલૉક હોમ્સ ખુરશીમાંથી ઊછળી પડ્યો.

"શું !" તેણે ગર્જના કરી.

"હા, આજે." તેણી પોતાના હાથમાં એક નાનકડી ચબરખીને હલાવતી મલકતી-મલકતી ઊભી રહી.

"હું તેને જોઈ શકું ?"

"કેમ નહીં ?"

હોમ્સે ચબરખી આતુરતાના માર્યા તેણીના હાથમાંથી રીતસરની ખેંચી લીધી. તેણે ચબરખીને ટેબલ પર સીધી કરી અને તેને ઝીણવટથી તપાસવા માંડી. હું પણ મારી ખુરશીમાંથી ઊભો થઈને તેની પાછળથી ચબરખીને નીરખી રહ્યો હતો. પરબીડિયું ખૂબ ખરબચડું હતું. તેના પર ગ્રેવસેન્ડની પોસ્ટ ઑફિસનો સિક્કો મારેલો હતો અને તે જ દિવસની તારીખ પણ હતી, કદાચ મધરાત બાદ તેને રવાના કરવામાં આવ્યો હશે.

"ખરાબ લખાણ છે," હોમ્સ ગણગણ્યો, "આ તમારા પતિનું લખાણ નથી, બહેન."

"હા, પણ અંદરનું લખાણ મારા પતિનું જ છે."

"હું એવું પણ માનું છું કે જે કોઈએ પણ પરબીડિયા પર સરનામું લખ્યું છે તેણે સરનામાની તપાસ કરવી પડી હશે."

"એવું તમે કઈ રીતે કહી શકો ?"

"તમે જોઈ શકો છો કે નામને કાળી શાહી દ્વારા લખવામાં આવ્યું છે જે સાવ જ સુકાઈ ગયું છે. બીજું ભૂખરા અક્ષરની વાત કરીએ તો ત્યાં બ્લૉટિંગ પેપરનો ઉપયોગ થયો છે. જો તે સીધું જ લખવામાં આવ્યું હોત અને ત્યાર બાદ તેને ચૂસવામાં આવ્યું હોત તો એક પણ અક્ષર ઘેરા કાળા રંગનો ન હોત. આ માણસે માત્ર નામ જ લખ્યું હતું અને ત્યાર બાદ તરત તેણે સરનામું નહોતું લખ્યું. તેનો મતબલ એ કે તેને સરનામાની ખબર નહોતી. આ એક નજીવી બાબત છે પણ તેને અવગણવા જેવી નથી. ચાલો, હવે પત્ર જોઈએ. અરે આની અંદર તો બીજું પણ કંઈક હતું !"

"હા, તેમાં વીંટી હતી. તેમની મહોરવાળી વીંટી."

"તમને ખાતરી છે કે આ તમારા પતિનું જ લખાણ છે ?"

"એક રીતે તો તેમનું જ લખાણ છે."

"એક રીતે ?"

"તેઓ જ્યારે ઉતાવળે લખતા હોય છે ત્યારે આવા જ અક્ષર આવે છે. તે તેમના સામાન્ય લખાણ કરતાં અલગ હોય છે અને તેમ છતાંયે હું તેને ઓળખી શકું છું."

વહાલી, ગભરાતી નહીં. બધું જ ઠીક થઈ જશે. એક મોટી ભૂલ થઈ છે જેને સુધારતાં થોડો સમય લાગશે. ધીરજ રાખજે.

- નેવિલ.

"કોઈક સોળ પાનાના ફર્માવાળી ચોપડીના કોરા પાના પર પેન્સિલથી લખ્યું છે, કોઈ જ વોટર માર્ક નથી. એક ગંદા અંગૂઠાવાળા માણસ દ્વારા આજે જ ગ્રેવસેન્ડથી પોસ્ટ કરવામાં આવ્યો છે. અને જો હું ભૂલ ન કરતો હોઉં તો પરબીડિયાને એક તમાકુના વ્યસની માણસ દ્વારા બીડવામાં આવ્યું છે, અને હસ્તાક્ષર તો તમારા પતિના જ છે તેમાં તમને જરા પણ શંકા નથી બરાબર, બહેન ?"

"હા, તે નેવિલના જ હસ્તાક્ષરો છે."

"અને તેને આજે જ ગ્રેવસેન્ડથી મોકલવામાં આવ્યો છે. સારું ત્યારે શ્રીમતી સેન્ટ ક્લૅર, વાદળો વિખેરાતાં જાય છે, એનો અર્થ એવો પણ નથી થતો કે ખતરો હજી ટળ્યો છે."

"પણ તેઓ જીવતા જ હોવા જોઈએ, શ્રીમાન હોમ્સ."

"જો તેમ ન હોય તો એવું પણ બની શકે કે કોઈકે આપણને છેતરવા માટે આ બનાવટ કરી હોય. અને પેલી વીંટી તો કંઈ જ પુરવાર કરી શકવાની નથી. બની શકે કે તેને નેવિલે પાસેથી છીનવી લેવામાં આવી હોય."

"ના, ના, આ તેના પોતાના જ હસ્તાક્ષરો છે !"

"બરાબર છે, પણ એવું પણ બની શકે કે તેને સોમવારે લખવામાં આવી હોય અને આજે પોસ્ટ કરવામાં આવી હોય."

"એવું પણ બની શકે." શ્રીમતી ક્લૅરે નિરાશ થતાં કહ્યું.

"જો તેમ હોય તો સોમવારથી અત્યાર સુધીમાં ઘણું બધું બની ગયું હોવું જોઈએ."

"તમે મને નિરાશ ન કરો, શ્રીમાન હોમ્સ. મને ખબર છે કે તેમને કંઈ જ ખરાબ નથી થયું. અમારા બન્નેના સંબંધ એટલા ઊંડા છે કે જો તેમની સાથે કંઈ ખરાબ થયું હોય તો મને ખબર પડી જ હોય. જે દિવસે છેલ્લે મેં તેમને જોયા હતા ત્યારે તેમને શયનખંડમાં વાગ્યું હતું અને મને ભોજનખંડમાં ખબર પડી ગઈ હતી કે તેમને કંઈક થયું છે. અને તેઓ મૃત્યુ પામે તેટલી બધી ખરાબ સ્થિતિમા હોય અને મને અણસાર પણ ન આવે ? તેવું બની જ ન શકે."

"ઉચ્ચ કક્ષાના તર્કશાસ્ત્રીઓના તર્કોની સરખામણીએ હું એક લાગણીસભર સ્ત્રીની ભાવનાને વધારે મહત્ત્વ આપું છું. અને આ પત્રમાં તો તમારી ભાવનાને પુષ્ટિ

આપે તેવો એક મજબૂત પુરાવો પણ તમને મળી ગયો છે. પણ જો તમારા પતિ જીવતા હોય અને પત્ર પણ લખી શકતા હોય તો તે તમારાથી દૂર કેમ છે ?"

"મને કોઈ જ અણસાર નથી. મારી પાસે તેનો કોઈ જ જવાબ નથી."

"શું સોમવારે તેમણે અહીંથી જતી વખતે તમારા માટે કોઈ નોંધ છોડી હતી ?"

"ના."

"અને તમને સ્વેન્ડન લૅનમાં તેમને જોઈને આશ્ચર્ય થયું હતું ?"

"ખૂબ જ આશ્ચર્ય થયું હતું."

"બારી ખુલ્લી હતી ?"

"હા,"

"તો પછી તે તમને બોલાવતા હોય એવું હોઈ શકે ?"

"હોઈ શકે."

"હું સમજું છું ત્યાં સુધી તેણે ખાલી એમજ અચાનક જ તમને બૂમ પાડી હોય ?"

"હા."

"તમને એવું લાગ્યું કે તેમણે મદદ માટે બૂમ પાડી ?"

"હા, તેમણે મારી તરફ પોતાના હાથ હલાવ્યા હતા."

"પણ એવું પણ હોઈ શકે કે તેમણે આશ્ચર્યના માર્યા બૂમ પાડી હોય. કદાચ તમને અચાનક ત્યાં જોઈને આશ્ચર્યના માર્યા બૂમ પાડી ઊઠ્યા હોય અને તમારી તરફ હાથ હલાવ્યા હોય ?"

"એવું પણ હોઈ શકે."

"અને તમને એવું લાગ્યું હોય કે તેમને કોઈ ખેંચી જતું હતું ?"

"તેઓ એકદમ અચાનક જ ગાયબ થઈ ગયા હતા."

"બની શકે તેઓ જ પાછા ખસી ગયા હોય. તમે ઓરડામાં બીજા કોઈને જોયા હતા ?"

"ના, પણ પેલો કદરૂપો માણસ ત્યાં જ હતો. અને પીઠાનો ખલાસી તો દાદર આગળ જ ઊભો હતો."

"તમને યાદ હોય તો, શું તમારા પતિએ તેમનાં જ રોજિંદાં કપડાં પહેર્યાં હતાં ?"

"હા, પણ તેમના કોટનો કોલર અને ટાઇ નહોતાં. હું તેમનું ગળું જોઈ શકતી હતી. તે મારી નજરમાં સ્પષ્ટ રીતે આવ્યું હતું. તેમાં મારી કોઈ જ ભૂલ નથી થતી."

"શું તેમણે તમારી આગળ ક્યારેય સ્વૅન્ડન લેનનો ઉલ્લેખ કર્યો હતો ?"

"ક્યારેય નહીં."

"શું તમને ક્યારેય એવું લાગ્યું છે કે તેઓ અફીણ લેતા હોય ?"

"ક્યારેય નહીં."

"તમારો આભાર, શ્રીમતી સૅન્ટ ક્લૅર. અ બધા જ મૂળભૂત મુદ્દાઓને હું સ્પષ્ટ

કરવા માગતો હતો. હવે આપણે જમી લઈએ અને આરામ કરી લઈએ, કારણ કે કાલનો દિવસ ખૂબ દોડાદોડીવાળો રહેવાનો છે.''

અમને એક ખૂબ જ વિશાળ બે પથારીવાળો ઓરડો આપવામાં આવ્યો હતો. હું તો સીધો જ પથારીમાં પડ્યો, કારણ કે મારા આજ રાતના સાહસથી હું ખૂબ થાકી ગયો હતો. પણ શૅરલૉક હોમ્સની તો શું વાત કરવી ? તે તો એક એવો માણસ હતો કે જેની સામે જ્યાં સુધી વણઉકેલી કોઈ સમસ્યા હોય ત્યાં સુધી તે જંપીને બેસે તેમ નહોતો. તે દિવસો અને જરૂરી હોય તો અઠવાડિયું પણ આરામ કર્યા વગર કાઢી શકે તેમ હતો. તેના ધ્યાનમાં આવેલી બધી જ હકીકતોની તે ઊલટતપાસ કરશે, તેને વારંવાર દરેક બાજુએથી તપાસશે. જ્યાં સુધી તેને કોઈ ઉકેલ નહીં મળે અથવા તો તેને એવું નહીં લાગે કે તેની પાસે પૂરતી હકીકતો નથી ત્યાં સુધી તે જંપીને બેસે તેવો નહોતો. મને ખ્યાલ આવી ગયો હતો કે આજની આખી રાત હોમ્સ આખાયે કેસ પર વિચારવામાં જ કાઢવાનો હતો. તેણે પોતાનો કોટ કાઢ્યો, અને પોતાની કોટી પણ કાઢી નાખી. ડ્રેસિંગ ગાઉનમાં સજ્જ થયો. પથારી અને સોફા પરથી તકિયા, ઓશીકાં લઈને તેણે પોતાના માટે પૂર્વમાં જોવા મળતો દીવાન બનાવ્યો. તેના પર તેણે આંટી વાળીને પગ લંબાવ્યા. સામે પડેલા મેજ પર તેણે તમાકુ ભરેલો હુક્કો અને દીવાસળીની પેટી મૂક્યાં. ઓરડાના ઝાંખા પ્રકાશમાં મેં તેને મોઢામાં હિથની ચલમ ફૂંકતો જોયો. તેની આંખો એકધારી ઇમારતના ખૂણા સામે તકાયેલી હતી. તે બેઠો રહ્યો અને હું તો ઘસઘસાટ સૂઈ ગયો. અચાનક જ કોઈ કારણસર હું ઝબકીને ઊઠી ગયો. મેં જોયું તો ઉનાળાનો સૂર્ય આખાયે ઓરડાને ઉજાળી રહ્યો હતો. હજુ પણ ચલમ તેના મોઢામાં જ હતી, ધુમાડાની બંગડીઓ હજી પણ ઉપર જઈ રહી હતી અને આખોયે ઓરડો તમાકુની ગંધથી ભરાઈ ગયો હતો.

''ઊઠ્યો, વૉટસન ?'' તેણે પૂછ્યું.

''હા.''

''સવારની સફર માટે તૈયાર છે ?''

''હા, ચોક્કસ.''

''તો પછી તૈયાર થઈ જા. હજુ કોઈ જ ઊઠ્યું નથી. પણ પેલો ઘોડારવાળો છોકરો ક્યાં સૂતો છે તેની મને ખબર છે. આપણે ઘોડાગાડી કઢાવી લઈએ.'' તે જાણે પોતાની જાતને ન કહેતો હોય, તેની આંખો ચમકતી હતી અને એવું લાગતું હતું કે તે જાણે આખોયે બદલાઈ ગયો હોય. ગઈ કાલ રાતનો હોમ્સ અલગ હતો અને અત્યારનો હોમ્સ અલગ હતો.

તૈયાર થઈને મેં મારી ઘડિયાળમાં જોયું તો હજુ ચાર વાગીને પચ્ચીસ મિનિટ જ થઈ હતી. ક્યાંથી કોઈ જાગ્યું હોય ! હું હજુ તો તૈયાર જ થયો હતો કે તરત હોમ્સે આવીને કહ્યું કે ઘોડારવાળો છોકરો ઘોડા જોડી રહ્યો છે.

''મારે મારા એક સિદ્ધાંતને અજમાવી જોવો છે,'' તેણે પોતાનાં જૂતાં પહેરતાં

કહ્યું, "હવે મારા ધારવા પ્રમાણે, વૉટસન, અત્યારે તું યુરોપખંડના એક મહામૂરખ માણસ સમક્ષ ઊભો છે. હું લાતોને લાયક છું. મને આખીયે સમસ્યાની ચાવી મળી ગઈ છે."

"અને તે ક્યાં છે ?" મેં મોં મલકાવતા પૂછ્યું.

"બાથરૂમમાં," તેણે જવાબ આપ્યો. "હા, હું મજાક નથી કરી રહ્યો," મને આશ્ચર્યચકિત જોઈને તેણે વાત આગળ વધારી, "મને તે ત્યાં દેખાઈ અને મેં તેને મારી સાથે આ બેગમાં લઈ લીધી છે. ઉતાવળ કર છોકરા, ચાલ, આપણે જોઈએ કે ચાવી તાળાને બંધ બેસે છે કે નહીં."

અમે ચૂપચાપ કોઈને પણ ખબર ન પડે તેમ દાદર ઊતરી ઘરની બહાર તડકામાં આવી ગયા. રસ્તા પર પેલો ઘોડારવાળો છોકરો અર્ધવસ્ત્રોમાં અમારી ઘોડાગાડી લઈને ઊભો હતો. અમે ઘોડાગાડીમાં રીતસરના કૂદી જ પડ્યા અને તેને લંડન રોડ તરફ દોડતી કરી. ગામડાંનાં કેટલાંક ગાડાંઓ શહેર તરફ શાકભાજી લઈને જઈ રહ્યાં હતાં. તે સિવાય બધું જ બિલકુલ સૂમસામ હતું. કોઈ ઘરોમાં કોઈ જ હલચલ નહોતી જણાતી.

"કેટલીક દૃષ્ટિએ જોઈએ તો આ કેસ સાવ અનોખો છે," હોમ્સે ઘોડાને ચાબૂક મારી પૂરઝડપે દોડાવતાં કહ્યું, "હું તો જાણે સાવ આંધળો જ બની ગયો હતો, જે થયું તે, શાણપણ ક્યારેય ન આવે તેના કરતાં મોડું મોડું આવી ગયું તે સારું થયું."

શહેરમાં વહેલા ઊઠનારા લોકો બારીઓમાંથી ઊંઘભરી નજરે બગાસાં ખાતાં ખાતાં અમારી ગાડીનો અવાજ સાંભળી ડોકાં કાઢી રહ્યા હતા. વોટરલૂ બ્રિજ પર થઈને નદી પાર કરી અમે વિલિંગ્ટન સ્ટ્રીટથી ઘોડાગાડીને જમણી બાજુ વળાવી બો સ્ટ્રીટમાં આવી પહોંચ્યા. શૅરલૉક હોમ્સ પોલીસવાળાઓમાં પણ ખાસો જાણીતો હતો. દરવાજે ઊભેલા બે હવાલદારોએ તેને સલામ કરી. એકે ઘોડાની લગામ પકડી જ્યારે બીજો અમને અંદર દોરી ગયો.

"ફરજ પર કોણ છે ?" હોમ્સે પૂછ્યું.

"ઈન્સ્પેક્ટર બ્રાડસ્ટ્રીટ, સાહેબ."

"કેમ છો બ્રાડસ્ટ્રીટ ?" એક ઊંચો ખડતલ બાંધાવાળો માણસ નીચે આવ્યો તેને હોમ્સે કહ્યું. "મારે તારી સાથે થોડીક વાત કરવી છે, બ્રાડસ્ટ્રીટ."

"કેમ નહીં, શ્રીમાન હોમ્સ, આપણે મારી કેબિનમાં જઈએ."

તે એક નાનકડા રૂમ જેવડી ઑફિસ હતી. તેના ટેબલ પર એક મોટી ફાઈલ પડી હતી, અને દીવાલ પર એક ફોન લાગેલો હતો. ઈન્સ્પૅક્ટર તેની ખુરશીમાં બેઠો.

"હું તમારા માટે શું કરી શકું, શ્રીમાન હોમ્સ ?"

"મારે પેલા ભિખારી બૂનને મળવું છે, જેના પર લીના શ્રીમાન નેવિલ સેન્ટ ક્લૅરને ગાયબ કરવાનો આરોપ છે. "

"હા, અમે તેને આગળની પૂછપરછ માટે પૂરી રાખ્યો છે."

"હા, મેં પણ તેવું જ સાંભળ્યું હતું. તો શું તે અહીં છે ?"

"હા, તે કોટડીમાં છે."

"શું તે શાંત છે ?"

"અરે, તેણે અમને કોઈ જ પ્રકારની તકલીફ નથી આપી, પણ તે ખૂબ ગંદો છે."

"ગંદો ?"

"હા, અરે માંડમાંડ અમે તેના હાથ ધોવડાવ્યા અને તેનો ચહેરો તો કોઈ હબસી જેટલો કાળો છે. એકવાર તેના કેસની સુનાવણી થઈ જાય કે તરત જ તેને નિયમિત સ્નાન આપવું પડશે. જ્યારે તમે તેને જોશો તો ત્યારે જ તમે અમારી વાતને માનશો."

"હું તેને જોવા આતુર છું."

"તમે તેને મળવા માગો છો ? તો, તમારો થેલો મૂકો અને ચાલો મારી સાથે."

"ના, મારે થેલો મારી સાથે જ લેવો પડશે."

"કંઈ વાંધો નહીં, આવો ત્યારે મારી સાથે." તે અમને નીચેની તરફ લઈ ગયો અને એક ફરતી સીડીમાંથી ઊતરી અમે ચૂનો કરેલી પરસાળમાં આવી ગયા. તેની બન્ને બાજુએ બારણાઓની હારમાળા હતી.

"જમણી બાજુની ત્રીજા નંબરની કોટડીમાં તેને રાખવામાં આવ્યો છે," ઇન્સ્પેક્ટરે કહ્યું, "આ રહી તેની કોટડી." બારણામાં મૂકવામાં આવેલું અંદર જોવાનું પતરું ખસેડી તેણે અંદર જોયું.

"તે સૂતો છે," તેણે કહ્યું. "તમે તેને સારી રીતે જોઈ શકો છો."

અમે પણ તેને બારણાના છિદ્રમાંથી જોયો. કેદીનો ચહેરો અમારી તરફ હતો. તે ઘસઘસાટ સૂતો હતો અને ધીમે પણ ભારે શ્વાસ લઈ રહ્યો હતો. તે એક મધ્યમ કદનો માણસ હતો, તેનાં કપડાં તેના ધંધાને અનુરૂપ જ હતાં - એકદમ ચીંથરેહાલ. ઇન્સ્પેકટરના કહ્યા પ્રમાણે તે ઊલટી થાય તેટલો ગંદો હતો. કોઈક જૂના ઘાનું નિશાન તેની આંખની નીચેથી લઈને છેક હડપચી સુધી હતું. તેના કારણે જાણે તેનો ઉપરનો હોઠ કપાઈ ગયો હોય તેવું લાગતું હતું અને તેના કારણે તેના આગળના ત્રણ દાંત પણ બહાર દેખાતા હતા. તેના માથા પર ઓળ્યા વગરના ગૂંચવાયેલા નારંગી રંગના વાળનો નાનકડો જથ્થો હતો.

"કેવો રૂપકડો છે, નહીં ?" ઇન્સ્પેક્ટરે મજાક કરતાં કહ્યું.

"તેને ખરેખર નવડાવવાની જરૂર છે." હોમ્સે ટિપ્પણી કરી, "મને એક વિચાર આવ્યો છે અને માટે જ હું મારાં સાધનો મારી સાથે લાવ્યો છું." તેણે પોતાની બેગમાંથી એક મોટો નવડાવવાનો કૂચડો કાઢતાં કહ્યું.

"અરે, તમે તો કોઈ ટીખળી માણસ લાગો છો," ઇન્સ્પેક્ટરે મજાક કરતાં કહ્યું.

"હવે જો તમે ખૂબ જ શાંતિથી કોઈ પણ જાતનો અવાજ કર્યા વગર બારણું ખોલશો તો આપણે તેને થોડા જ સમયમાં દેખાવડો અને સ્વચ્છ બનાવી દઈશું."

"હા, હા, કેમ નહીં," ઇન્સ્પેક્ટરે કહ્યું, "તે જરા પણ બો સ્ટ્રીટની જેલને લાયક નથી. ખરું કે નહીં ?" તેણે તાળાના કાણામાં ચાવી નાખી અને ધીમેથી દરવાજો ખોલ્યો. અમે પણ તેની પાછળ ખૂબ જ ધીમેથી કોટડીમાં પ્રવેશ્યા. પેલો સહેજ હલ્યો પણ પછી તરત જ પાછો ઊંઘમાં સરી પડ્યો. હોમ્સે પાણીના જગમાંથી પાણી લઈને નાહવાનું સ્પોન્જ ભીનું કર્યું અને સીધું જ પેલાના મોઢા પર વારંવાર ઘસવા માંડ્યું.

અને તે મોટેથી બોલી ઊઠ્યો, "હવે હું તમારી સમક્ષ કેન્ટ કાઉન્ટીના લી પરગણાના શ્રીમાન નેવિલ સેન્ટ ક્લૅરને રજૂ કરું છું."

મારા જીવનમાં આજ સુધી મેં આવું દૃશ્ય ક્યારેય નહોતું જોયું. ઝાડ પરથી છાલ ઊતરે તેમ સ્પોન્જ વડે તેની આખી ચામડી ઊખડી પડી. ઘેરો ભૂખરો રંગ ધોવાઈ ગયો હતો ! અરે, ઘાનું પેલું ભયાનક નિશાન પણ ધોવાઈ ગયું હતું. તે નિશાનના કારણે વાંકો થઈ ગયેલો હોઠ પણ સીધો થઈ ગયો હતો. સહેજ ખેંચતાં તો નારંગી વાળ હાથમાં આવી ગયા. અને અચાનક જ પેલા ફિક્કા અને દુઃખી માણસની જગ્યાએ ઘેરા રંગના વાળ અને સુંવાળી ચામડી ધરાવતો એક સુસંસ્કારી માણસ અમારી સમક્ષ અવતરિત થયો. તે ઊંઘમાંથી ઊઠીને અમારી સામે આંખો ચોળતો જોવા લાગ્યો અને અચાનક જ પોતાનું નાટક છતુ થઈ જવાનું ભાન થતાં જ તે બૂમ પાડી ઊઠ્યો અને પોતાનું મોં ઓશીકામાં છુપાવી દીધું.

"બહુ કહેવાય !" ઇન્સ્પેક્ટર બૂમ પાડી ઊઠ્યો, "આ તો પેલો ખોવાયેલો માણસ જ છે જેને મેં તસવીરમાં જોયો હતો !"

પેલાએ ઢીલા પડી જતાં ઇન્સ્પેક્ટરને અરજ કરી, "હા, હું તે જ છું. હવે મહેરબાની કરીને મને એ કહો કે મને શી સજા થશે ?"

"શ્રીમાન સેન્ટ નેવિલને ગાયબ કરવા માટે ? અરે, તેવું કંઈ જ નહીં થાય, સિવાય કે તેઓ આત્મહત્યાની ફરિયાદ નોંધાવે." ઇન્સ્પેક્ટરે દાંત કચકચાવતાં કહ્યું, "હું વીસ વર્ષથી પોલીસદળમાં છું પણ આવો અજાયબ કિસ્સો મેં આજ સુધી નથી જોયો."

"જો હું શ્રીમાન નેવિલ સેન્ટ ક્લૅર હોઉં તો પછી મારા પર કોઈ પણ જાતનો ગુનો નહીં નોંધાય, અને જો તેમ જ હોય તો મને ગેરકાયદેસર રીતે અહીં ગોંધી રાખવામાં આવ્યો છે એમ કહી શકાય."

"ગુનો તો નહીં પણ એક મોટી ભૂલ તમારાથી અવશ્ય થઈ છે," હોમ્સે કહ્યું, "તમારે તમારી પત્નીનો તો ખ્યાલ રાખવો જોઈતો હતો ને !"

"પત્ની નહીં, પણ બાળકો," કેદી ચિત્કારી ઊઠ્યો, "ભગવાન મારા પર દયા કરો. હું નથી ઇચ્છતો કે તેમને તેમના પિતાથી શરમાવું પડે. હે ભગવાન, મારું નાટક તો છતું થઈ ગયું ! હવે હું શું કરું ?"

હોમ્સ તેની સામે બેઠો અને તેનો ખભો પસવારી આશ્વાસન આપતાં કહ્યું, "જો તું આ બાબતે અદાલતમાં જઈશ, તો તારી ફજેતી ચોક્કસ થવાની છે. પરંતુ જો તું કોઈ પણ રીતે પોલીસ સત્તાવાળાઓને એવું મનાવવા તૈયાર થઈ જાય કે તારી વિરુદ્ધ કોઈ પોલીસ ફરિયાદ નથી તો મને નથી લાગતું કે હકીકતોનો છાપામાં ચમકવાનો પણ ક્યાંય વારો આવે. મને વિશ્વાસ છે કે, ઇન્સ્પેક્ટર બ્રાડસ્ટ્રીટ તમે જે પણ હકીકતો જણાવશો તેની નોંધ તૈયાર કરશે અને તેને સત્તાવાળાઓ સમક્ષ રજૂ કરશે, અને જો તેમ થશે તો કેસ ક્યારેય અદાલતમાં જશે નહીં."

"ભગવાન તમારું ભલું કરે !" કેદીએ ભારોભાર લાગણીથી હોમ્સનો આભાર માન્યો. "મારા કુટુંબ અને મારા બાળકો સમક્ષ મારું રહસ્ય છતું થાય તેના કરતાં હું કેદ અને દંડ ભોગવવાનું વધારે પસંદ કરું."

"તમે આ પહેલા માણસ છો જેને હું મારી આ કરમકથા પ્રથમવાર સંભળાવું છું. મારા પિતા ચેસ્ટરફિલ્ડમાં શાળાના માસ્તર હતા. ત્યાં જ મેં મારું ઉત્તમ ભણતર મેળવ્યું. હું મારી યુવાનીમાં ખૂબ ફર્યો, મેં કેટલાંયે નાટકોમાં અભિનય પણ કર્યો. છેવટે હું લંડનના એક સાંજના અખબારમાં પત્રકાર તરીકે જોડાયો. એક દિવસ મારા એડિટરે મોટાં શહેરોના ભિખારીઓ પર લેખો તૈયાર કરવાનું વિચાર્યું અને તે કામ મેં હાથ પર લઈ લીધું. અહીંથી જ મારી કમનસીબી શરૂ થઈ અથવા કહો તો સાહસ શરૂ થયું. જો હું એક ભિખારી બનું તો જ હું તેને લગતી ચોક્કસ માહિતી મેળવી શકું અને તેના પરથી મારો લેખ લખી શકું. એક અભિનેતા તરીકે હું ઉત્તમ મેકપ કરી જાણતો હતો અને મારી આ આવડતને કારણે હું ખૂબ જાણીતો પણ હતો. હવે આ જ આવડતનો મેં લાભ ઉઠાવ્યો. મેં મારા ચહેરાને ચીતર્યો અને મેં મારી જાતને બને તેટલી દુઃખી અને દયા ઊપજે તેવી બનાવી. મેં ઘાનો એક સરસ ડાઘો બનાવ્યો અને તેને મારા હોઠની એક બાજુ એ પ્લાસ્ટરની પટ્ટી વડે એવો લગાવ્યો કે જાણે મારો હોઠ વાંકો ન થઈ ગયો હોય. ત્યાર બાદ મેં મારા વાળનો રંગ પણ બદલી નાખ્યો હતો અને કપડાં પણ એક ભિખારી જેવાં પહેર્યાં. મેં શહેરના વ્યવસાયી ભાગમાં દીવાસળી વેચનારા તરીકે એક જગ્યા શોધી લીધી પણ મારો ખરો વ્યવસાય તો ભીખ માંગવાનો હતો. સાત કલાક હું ત્યાં બેઠો. ઘરે પાછા ફરીને મેં જ્યારે મારી ભીખના પૈસા ગણ્યા તો મારા આશ્ચર્ય વચ્ચે તે ૨૬ સિલિંગ્સ અને ચાર પેન્સ હતા. એક ભિખારીની આટલી બધી કમાણી !

"મેં તેના પરથી મારા લેખો લખ્યા અને તેના વિશે હું પછી ભૂલી જ ગયો. તેના થોડા વખત બાદ એવું બન્યું કે હું મારા એક મિત્રનો જામીન બન્યો હતો, પણ તેણે પૈસાની ચુકવણી નહીં કરતાં મારા પર ૨૫ પાઉન્ડ ચૂકવવાનો બોજો આવી ગયો. મને કશી જ ખબર નહોતી પડતી કે પૈસા ક્યાંથી મેળવવા અને અચાનક જ એક ખ્યાલ મારા મગજમાં ચમક્યો. મેં મારા લેણદાર પાસે પંદર દિવસનો સમય માગ્યો અને મારા

નોકરીદાતા પાસેથી પણ રજાઓ માંગી લીધી. હવે હું મારા દયામણા છદ્મવેશ હેઠળ ભીખ માગવા લાગ્યો. દસ દિવસમાં તો હું ખાસ્સું કમાઈ ગયો અને મેં મારું દેવું ચૂકવી દીધું.

"તમે તો જાણો જ છો કે અઠવાડિયાની તનતોડ મહેનત બાદ માત્ર બે જ પાઉન્ડ મળતા અને તેમાં જીવન ચલાવવું કેટલું મુશ્કેલ હોય છે. હવે જ્યારે હું જાણતો હતો કે મોઢા પર થોડોક રંગ કરી, ચીંથરેહાલ કપડાં પહેરી, રસ્તા પર મારી ટોપી ફેલાવી હું માત્ર બેઠા બેઠા જ તેનાથી ક્યાંય વધારે પૈસા વગર મહેનતે કમાઈ શકતો હતો. ત્યારે મેં એ વિશે સતત વિચારવા માંડ્યું. મારા સ્વાભિમાન અને પૈસા બેમાંથી મારે શું પસંદ કરવું તે બાબતે હું ખૂબ મૂંઝાયેલો હતો. છેવટે પૈસો જીત્યો અને મેં નોકરી છોડીને ભીખ માંગવામાં ઝંપલાવ્યું. હવે હું મારી પહેલાંની જગ્યાએ જ ભીખ માંગવા બેસવા લાગ્યો. મારા દયામણા અને ડરામણા ચહેરાથી મારાં ખિસ્સાં તાંબાના સિક્કાથી ભરાવા લાગ્યાં. માત્ર એક જણ જ મારું આ રહસ્ય જાણતો હતો. તે માણસ સ્વૅનડેન વીશીનો પેલો અફીણના પીઠાવાળો ખલાસી હતો કારણ કે તેની જ લોજમાં હું રોજ સવારે જઈને મારો એક સદ્‌ગૃહસ્થમાંથી એક ભિખારી તરીકેનો વેશપલટો કરતો અને ફરી પાછો સદ્‌ગૃહસ્થનો અવતાર ધારણ કરી લેતો હતો. આ માણસને હું તેના રૂમના ભાડા પેટે ખાસ્સા રૂપિયા ચૂકવતો હતો તેથી મને ખાતરી હતી કે તેના થકી મારું રહસ્ય ક્યારેય છતું નહોતુ થવાનું.

"ખૂબ જ ટૂંકા ગાળામાં મને ખબર પડી કે હું સારી એવી રકમ બચાવી રહ્યો હતો. એનો મતલબ એવો નહોતો થતો કે લંડનની શેરીમાં બેસતો કોઈ પણ ભિખારી વર્ષના ૭૦૦ પાઉન્ડ કમાઈ શકતો હતો - પણ મારી અસામાન્ય વેશપલટો કરવાની કળા મને વર્ષના ઘણા પાઉન્ડ કમાવી આપતી હતી. ઉપરાંત મારી હાજરજવાબી શૈલીએ પણ મને શહેરમાં એક પ્રખ્યાત વ્યક્તિ બનાવી દીધો હતો. આખા દિવસમાં મારા પર જાત જાતના ચાંદીના સિક્કા વરસતા. અરે, ખરાબમાં ખરાબ દિવસે પણ હું બે પાઉન્ડ તો કમાઈ જ લેતો.

"જેમ જેમ હું અમીર થતો ગયો તેમ તેમ મારી લાલસા પણ વધતી ગઈ મેં ગ્રામ્ય વિસ્તારમાં ઘર લીધું, ત્યાર બાદ હું પરણી પણ ગયો અને કોઈને પણ મારા સાચ્ચા ધંધાની ખબર પણ ન પડી. મારી બિચારી પત્નીને તો એવું જ જાણમાં હતું કે મારો શહેરમાં ધંધો છે. તે મારા ખરા ધંધા વિશે કશું જ નહોતી જાણતી.

"ગયા સોમવારે હું મારું કામ પતાવીને અફીણના પીઠા પર આવેલા મારા રૂમમાં હું મારી જાતને ફરીથી સદ્‌ગૃહસ્થ તરીકે શણગારી રહ્યો હતો ત્યારે મેં રૂમની બારીમાંથી જોયું કે મારી પત્ની શેરીમાં ઊભી છે. તેની નજર મારા પર જ મંડાયેલી હતી. હું આશ્ચર્યનો માર્યો બૂમ પાડી ઊઠ્યો. મેં બે હાથ વડે મારો ચહેરો ઢાંકી દીધો અને પાછો અંદર જતો રહ્યો. મને ખાતરી હતી કે પેલો ખલાસી કોઈને પણ ઉપર નહીં આવવા દે. મેં નીચે દાદર આગળ તેનો અવાજ સાંભળ્યો. મને ખબર હતી કે તે ઉપર નહીં આવે. તરત જ મેં મારાં કપડાં કાઢી ભિખારીવાળાં કપડાં પહેરી લીધાં અને સાથે

પાછો મેકઅપ કરી વિગ પણ પહેરી લીધી. મારો વેશ એવો હતો કે મારી પત્ની પણ મને ન ઓળખી શકે. પછી મને લાગ્યું કે બની શકે કે રૂમ પણ તપાસવામાં આવે અને કપડાં પરથી હું પકડાઈ જઈશ. બારી ઉઘાડતી વખતે સવારે મને ઘરે વાગ્યું હતું તે ઘા પાછો છોલાયો અને તેના કારણે ત્યાં લોહીના ટીપાં પડ્યાં. પછી મેં મારો કોટ લીધો અને તે દિવસે કમાયેલા બધા જ સિક્કા તેના બધા ખિસ્સામાં ભરી દીધા અને તરત જ મેં તેને નદીમાં નાખી દીધો અને તે થેમ્સમાં ગાયબ થઈ ગયો. બીજાં કપડાં સાથે પણ તેમ જ કરવાનો હતો પણ તરત જ નીચેના માળ પરથી કોન્સ્ટેબલનાં પગલાંનો અવાજ આવ્યો અને હું તેને નીચે ન નાખી શક્યો, અને માટે હું શ્રીમાન નેવિલ તરીકે નહીં પણ તેના હત્યારા તરીકે પકડાઈ ગયો.

"જે હતું તે બધું જ મેં કહી દીધું છે, સાહેબ. હવે કશું જ જણાવવા જેવું રહેતું નથી. મારો ભિખારીનો વેશ હું બને તેટલો ચાલુ રાખવા માગતો હતો. બીજી બાજુ મારી પત્ની પણ ચિંતામાં હશે તે પણ સમજતો હતો માટે મેં કોન્સ્ટેબલની નજર ચૂકવી ઝડપથી બે લીટી લખી નાખી અને મારી આંગળીમાંથી વીંટી કાઢી મારા ખલાસી મિત્રને આપી દીધી. મેં કાગળમાં લખ્યું હતું કે તેણે ગભરાવાની જરૂર નથી."

"હજુ ગઈ કાલે જ તેને તે પત્ર મળ્યો." હોમ્સે કહ્યું.

"હે ભગવાન, તો તેણે અઠવાડિયુ કેમ પસાર કર્યું હશે !"

"પોલીસે પીઠાવાળા પર ચાંપતી નજર રાખી હતી," ઇન્સ્પેક્ટર બ્રાડસ્ટ્રીટે કહ્યું, "અને હું સમજી શકું છું કે તેને છૂપી રીતે પત્ર પોસ્ટ કરતાં કેટલી મુશ્કેલી નડી હશે. માટે તેણે ચિઠ્ઠી પોસ્ટ કરવા પોતાના ખલાસી મિત્રને આપી હશે અને થોડો વખત તે તે વિશે સાવ જ ભૂલી ગયો હશે."

"તેવું જ હતું," હોમ્સે પોતાનું માથું હલાવતાં કહ્યું, "મને તેમાં જરા પણ શંકા નથી. પરંતુ તમને ક્યારેય ભીખ માગતાં અટકાવવામાં નથી આવ્યા ?"

"કેટલીયે વાર, પણ દંડ ભરીને છૂટી જતો."

"હવે બહુ થયું," બાડસ્ટ્રીટે કહ્યું, "હવે મને નથી લાગતું કે કંઈ બાકી રહેતું હોય. આ બાબતમાં હવે આગળ કોઈ પગલાં લેવામાં નહીં આવે. પણ જો તમે ફરી આ રીતે પકડાયા તો બધું જ રહસ્ય છતું થઈ જશે. શ્રીમાન હોમ્સ, તમારો ખૂબ ખૂબ આભાર કે તમે આખુંયે રહસ્ય ઉકેલી નાખ્યું. હું જાણવા માગું છું કે તમે આ તારણ પર કઈ રીતે પહોંચ્યા."

"પાંચ ઓશીકા પર એક ઔંસ તમાકુ ફૂંકીને આખી રાતના જાગરણના અંતે હું આ તારણ પર પહોંચ્યો હતો. વૉટસન, જો હવે આપણે બેકરસ્ટ્રીટ તરફ રવાના થઈ જઈએ તો નાસ્તાના સમયે પહોંચી જઈશું."

❖

નીલમણી

ક્રિસ્ટમસના બીજા દિવસે હું મારા મિત્ર શૅરલૉક હોમ્સને નવા વર્ષની શુભકામનાઓ આપવા બેકર સ્ટ્રીટ ગયો. તે જાંબુડિયા ડ્રેસીંગ ગાઉનમાં સજ્જ સોફામાં આડો પડ્યો હતો. તેની પહોંચમાં જમણી બાજુએ ચલમ પડી હતી અને નજીકમાં જ તાજા વાંચેલાં છાપાંઓની ચોળાયેલી થપ્પી પડી હતી. બાજુમાં લાકડાની એક ખુરશી હતી અને કપડાં ટીંગાડવાના સ્ટેન્ડના પાછળના હૂક પર ચીંથરેહાલ હૅટ ટીંગાતી હતી. તે જરા પણ પહેરવા લાયક નહોતી અને કેટલીયે જગ્યાએથી ચિરાઈ ગયેલી હતી. ખુરશીની બેઠક પર પડેલો લેન્સ અને ચીપિયો દર્શાવતા હતા કે તેને સંપૂર્ણપણે ચકાસવામાં આવી હતી.

"તું વ્યસ્ત લાગે છે," મેં કહ્યું, "કદાચ મેં તને ખલેલ પહોંચાડી છે."

"ના, ભઈ ના. હું તો ખુશ થયો કે મારાં તારણો અંગે વાતો કરવા મને મારો મિત્ર મળી ગયો. મામલો કંઈ ખાસ મહત્ત્વનો નથી." તેણે પોતાના અંગૂઠાને હૅટ તરફ ચીંધતાં કહ્યું, "પણ તેની સાથે જોડાયેલા કેટલાક મુદ્દાઓ કંઈ નાખી દેવા જેવા નથી, ઊલટાના તે કંઈક રોચક છે."

હું તેની આર્મચેરમાં બેઠો અને તણખા મારતા તાપણા પર મારા હાથ શેક્યા. બહાર સખત ઠંડી હતી, બારીઓ પર પણ બરફના થર જામી ગયા હતા. "મારા ખ્યાલથી," મેં મારાં તારણો કહેવાં શરૂ કર્યાં, "વાત સાવ જ સરળ છે, તેની સાથે કોઈક ઘાતકી વાર્તા જોડાયેલી છે - અને તે એક પગેરું છે જેના માર્ગદર્શનથી તું કોઈક રહસ્યને છતું કરીશ અને ગુનેગારને દંડ અપાવીશ."

"ના, જરાય નહીં, કોઈ જ ગુનો નથી," હોમ્સે ખડખડાટ હસતાં કહ્યું, "નાનકડી જગ્યામાં લાખો લોકોની અવરજવર હોય અને તેઓ એકબીજા સાથે ટકરાય અને તેના કારણે જે ઘર્ષણ ઊભું થાય તેવું વારંવાર બન્યા કરતું હોય છે તે જ પ્રકારનો આ પ્રસંગ છે. તેમાં ગુનાખોરી જેવું કશુંયે નથી. આપણને આવા કેટલાયે અનુભવ થયા છે."

"ઘણા બધા," મેં કહ્યું, "મેં જે છેલ્લા છ કેસની નોંધ લખી તેમાંના ત્રણ તો સદંતર નિરપરાધ હતા. ખાસ કરીને આઈરિન એડલરના દસ્તાવેજને પાછા મેળવવાની વાત હોય કે પછી પેલા કુમારી સધરલેન્ડ કે જેમના મંગેતર લગ્નમાંથી ગાયબ થઈ ગયા હતા તેની વાત હોય અથવા તો પછી પેલા વાંકા હોઠવાળા ભિખારીની વાત કરીએ તો તે બધા સાવ જ નિર્દોષ હતા."

"તું પેલા દરવાન પિટરસનને તો ઓળખતો જ હોઈશ." હોમ્સે મુદ્દા પર આવતાં કહ્યું.

"હા."

"આ પ્રસાદી તેની જ છે."

"અચ્છા, તો આ હૅટ તેની છે એમ !"

"ના હવે, આ તો તેને મળી આવી છે, તેનો માલિક તો હજી મળ્યો નથી. હું ઈચ્છું છું કે તું તેને એક ચીંથરેહાલ ટોપી તરીકે નહીં પણ એક બૌદ્ધિક મુદ્દા તરીકે તપાસે. પહેલાં તો હું તને એ જણાવી દઉં કે તે અહીં કઈ રીતે આવી. નાતાલની સવારે તેને અહીં એક તગડા બતક સાથે લાવવામાં આવી હતી. જે અત્યારે તો તે પિટરસનના રસોડામાં શેકાતું હશે. હકીકતો આ પ્રમાણે છે : પિટરસનની પ્રામાણિકતાને તો તું સારી રીતે જાણે જ છે. તે નાતાલની સવારે ચાર વાગ્યે મજા કરીને પોતાના ઘર ટોટેનહામ કોર્ટ રોડ તરફ ભીડભર્યા વિસ્તારમાં પોતાનો માર્ગ કરતો આગળ વધી રહ્યો હતો. ગૅસના દીવાના પ્રકાશમાં તેણે જોયું કે એક ઊંચો માણસ જરાક લથડાતો લથડાતો ખભા પર બતક લઈને ચાલી રહ્યો હતો. જેવો તે ગૂજ સ્ટ્રીટના નાકે પહોંચ્યો કે એકાએક ગુંડાઓની એક ટોળકી તેના પર ટૂટી પડી. તેમાંના એકે પેલાની ટોપી લઈ ફગાવી દીધી. તેનાથી ગુસ્સે ભરાયેલા પેલા માણસે પોતાના હાથમાંની લાકડીથી તેના પર પ્રહાર કરવા હાથ ઉગામ્યો અને તેનાથી પેલાની પાછળ આવેલી દુકાનની બારીના કાચ તૂટી ગયા. પિટરસન તરત જ પેલાને બચાવવા દોડી ગયો, પરંતુ તેનાથી દુકાનની બારી ટૂટી ગઈ હોવાથી અને સામેથી એક ગણવેશધારી દરવાનના દોડી આવવાથી તે ગભરાઈ ગયો હતો અને ભીડ વચ્ચેથી ટોટેનહામ કોર્ટ રોડની પાછળની ગલીમાં ગાયબ થઈ ગયો હતો. પેલા ગુંડાઓ પણ પિટરસનને જોઈને ભાગી ગયા અને આખીયે પરિસ્થિતિ પિટરસનના અંકુશમાં આવી ગઈ અને સાથે સાથે તેને નાતાલની ભેટ રૂપે આ ચીંથરેહાલ ટોપી અને એક બતક પણ મળી ગયાં."

"તેણે ચોક્કસ તે વસ્તુઓને તેના માલિકને આપી દીધી હશે, નહીં ?"

"મારા વહાલા મિત્ર, સમસ્યા ત્યાં જ છે. એ વાત સાચી કે *'શ્રીમતી હેનરી બેકર માટે'* એવું લખવામાં આવેલી એક નાનકડી ચબરખી બતકના ડાબા પગ પર બાંધવામાં આવી હતી, અને તે વાત પણ સાચી કે આદ્યાક્ષરો 'એચ.બી.' ટોપીના અસ્તર

પર સ્પષ્ટપણે લખાયેલા છે. તું તો જાણે જ છે કે આપણા શહેરમાં હજારો બેકરીઓ છે અને સેંકડો હેનરી બેકર્સો છે. માટે તેના મૂળ માલિકને શોધવો તે ખરેખર અઘરું છે."

"તો પછી, પિટરસને શું કર્યું ?"

"તે નાતાલની સવારે બતક અને હૅટ બન્ને મારી પાસે લેતો આવ્યો કારણ કે તે જાણતો હતો કે નાનકડી સમસ્યામાં પણ મને કેટલો રસ પડતો હોય છે. અમે બતકને તો આજ સવાર સુધી સાચવી રાખ્યું પરંતુ અમને લાગ્યું કે જો મોડું કરવામાં આવશે તો તે ખાવા લાયક નહીં રહે. એટલે પિટરસનને તેની મિજબાની માણવા આપી દીધું, આખરે બતકનું પ્રારબ્ધ તો તે જ હતું. હવે એક અજાણ્યા માણસની માત્ર ટોપી મારી પાસે છે."

"તેણે તેના ખોવાવાની કોઈ જાહેરાત નથી આપી ?"

"ના."

"તો પછી તને તેની ઓળખનું કોઈ પગેરું મળ્યું ?"

"જેટલું આ હૅટ પરથી તારવી શકાય તેટલાં તારણો મેં કાઢ્યાં છે, એથી વિશેષ કંઈ જ નહીં."

"આ હૅટ પરથી ?"

"હા, તો બીજે ક્યાંથી ?"

"તું મજાક કરે છે. તું વળી આ ચીંથરેહાલ ટોપી પરથી શું અંદાજ લગાવી શક્યો હોઈશ ?"

"આ રહ્યો મારો બિલોરી કાચ, તને મારી પદ્ધતિની ખબર છે. હવે તું જ તેનું અવલોકન કર અને મને તેના માલિક વિશેની જાણકારી આપ."

મેં ચીથરેહાલ ટોપીને મારા હાથમાં લીધી અને તેનું નિરીક્ષણ કરવા લાગ્યો. તે એક સાવ સામાન્ય ગોળાકાર કાળી ટોપી હતી. તે ખૂબ જ કડક હતી અને પહેરવાને જરા પણ લાયક નહોતી. તેનું અસ્તર લાલ રેશમનું હતું, પણ ઘણા અંશે તેનો રંગ ઊડી ગયો હતો. તેની એક બાજુએ આદ્યાક્ષરો 'એચ.બી' ચીતરવામાં આવ્યા હતા. તેની કિનારીઓ પર કાણાં પડી ગયાં હતાં. તેનું ઈલાસ્ટિક પણ ગાયબ હતું. તે સાવ જ ટૂટી ગયેલી હતી, ધૂળથી ખરડાઈ ગયેલી હતી, તેમાં જગ્યાએ જગ્યાએ ડાઘા હતા, તેના ઊડી ગયેલા રંગને શાહીથી કલર કરીને છુપાવવાનો પણ વારંવાર પ્રયત્ન કરવામાં આવેલો હતો.

"હું કંઈ જ નહીં કહી શકું," મેં તેમ કહેતાં ટોપી તેને પાછી આપી.

"તેથી ઊલટું, વૉટસન, તું બધું જ જોઈ શકે છે. તેમ છતાં તું નિષ્ફળ ગયો તેનું એક માત્ર કારણ એટલું જ કે તેં તેને મારી નજરે નથી જોઈ. તું અનુમાનો લગાવવામાં સુસ્ત છે."

"અચ્છા, તો મહેરબાની કરીને મને કહે કે તે આ હૅટ પરથી શાં તારણો કાઢ્યાં છે ?"

તેણે તે ઉઠાવી અને તેની સદા જાણીતી લાક્ષણિક અદામાં તેને અનિમેષ નજરે નિહાળી. તેણે તારણો જણાવવાનું શરૂ કર્યું, "કેટલાંક અનુમાન ખૂબ જ સ્પષ્ટ છે જ્યારે

બીજાં તારણો ભારોભાર શક્યતાઓ ધરાવતાં જણાય છે. જે વ્યક્તિની આ ટોપી છે તે ખૂબ જ બુદ્ધિશાળી છે, તે આ ટોપીની હાલત પરથી જ સમજાઈ જાય છે. હું એ પણ કહી શકું છું કે છેલ્લાં ત્રણ વર્ષથી તે ખૂબ સરસ રીતે જીવ્યો છે પણ હાલ તેના કપરા દિવસો ચાલી રહ્યા છે. તે હવે પહેલાં જેટલો દૂરંદેશી નથી રહ્યો, કદાચ તેનું કારણ તેની બદનસીબ અધોગતિ વખતે તેની ડગી ગયેલી પ્રામાણિકતા હોય. જણાય છે કે તેના કમનસીબને કારણે તેને એક કુઆદત પણ પડી છે, અને તે ચોક્કસ શરાબની જ આદત હશે, અને આ આદતને કારણે તે પોતાની પત્નીનો પ્રેમ પણ ગુમાવી બેઠો છે.''

''વાહ ! હોમ્સ ! વાહ !''

''તેમ છતાં પણ તેણે પોતાનું થોડું ઘણું આત્મસંમાન જાળવી રાખ્યું છે,'' તેણે મારાં વખાણનો પ્રતિસાદ ન આપતાં પોતાની વાત આગળ ધપાવી, ''તે બેઠાડું જીવન જીવનારો માણસ છે, બહાર પણ ઓછું જાય છે. તે જરા પણ કવાયતી નથી, બેઠાડું છે. તે મધ્યમ ઉંમરનો છે, ધોળા વાળવાળો છે અને તેણે છેલ્લા દિવસોમાં તેના વાળ પણ કપાવ્યા છે, અને તેણે લેમન ક્રિમથી માલિશ પણ કરાવ્યું છે. આ હૅટ પરના નિરીક્ષણ પરથી આ દેખીતાં તારણો બહાર આવ્યાં છે. અને સાથે સાથે હું એ તારણ પર પણ આવ્યો છું કે તેના ઘરમાં ગૅસની બત્તીઓની કોઈ જ શક્યતા નથી જણાતી.''

''તું ચોક્કસ મજાક કરી રહ્યો છે, હોમ્સ.''

''જરા પણ નહીં. હજુ પણ શક્યતા રહેલી છે કે આટલાં બધાં તારણો જણાવ્યા છતાં પણ તું તે તારણો કઈ રીતે કાઢી શકાયાં તે નથી કહી શકતો.''

''એમાં કોઈ શંકા નથી કે હું મૂર્ખ છું. અને હું એ પણ કબૂલું છું કે મને કશું જ નથી સમજાયું. દા.ત. તે માણસ બુદ્ધિશાળી છે તેવું તારણ તેં કઈ રીતે કાઢ્યું ?''

જવાબમાં હોમ્સે હૅટ પોતાના માથા પર નાખી. ટોપી સીધી તેના કપાળ પર પડી અને નાકની દાંડીએ અટકી ગઈ. ''જોયું !'' તેણે કહ્યું, ''જે માણસનું માથું આટલું મોટું હોય તેમાં કંઈક તો હશે જ ને !''

''તો પછી તેની પડતીનું તારણ ?''

''આ ટોપી ત્રણ વર્ષ જૂની છે. આ સીધી કિનારી અંદરની બાજુએ વળી ગઈ છે. આ એક ઉત્તમ ગુણવત્તાની હૅટ છે. તેના રેશમી અસ્તરને જો. જો આ માણસ ત્રણ વર્ષ પહેલાં આટલી મોંઘી ટોપી ખરીદી શકતો હોય અને ત્યાર બાદ તેણે બીજી ટોપી ન ખરીદી હોય તો એ વાત ચોક્કસ છે કે તેની હાલની સ્થિતિ કંગાળ છે.''

''ચલો, તે તો સ્પષ્ટ થઈ ગયું, પણ દીર્ઘદૃષ્ટિ અને નૈતિક પતન બાબતે ?''

શૅરલૉક હોમ્સ ખડખડાટ હસી પડ્યો, ''દૂરદૃષ્ટિના તારણની વાત કરું તો'' તેણે ટોપીની એક જગ્યા પર આંગળી મૂકતાં કહ્યું, ''તેં આ ટૂટી ગયેલા ઇલાસ્ટિકને જોયું ? તે ટોપી પર પહેલેથી લગાવેલાં નથી આવતાં પણ આ માણસે પવનથી તે ઊડી ન જાય તેના

માટે પોતે જ ઈલાસ્ટિક લગાવડાવ્યું છે. જે તેની ચોક્કસ દૂરંદેશીને સાબિત કરે છે, પણ આપણે જોઈ શકીએ છીએ કે તેના ઈલાસ્ટિકના ટૂટી ગયા બાદ તેણે તેને ફરી લગાવવાની તકલીફ લીધી નથી, તે તેની દૂરંદેશીમાં થયેલા ઘટાડાને સાબિત કરે છે અને તેના કારણે જ હું કહી શકું છું કે તેનું ચારિત્ર્ય પણ નબળું પડ્યું છે. બીજી બાજુ તેણે ટોપીના ઊડી ગયેલા રંગને પણ જ્યાં ત્યાં શાહીની મદદથી છુપાવવાનો પ્રયત્ન કર્યો છે તે જણાવે છે કે તેણે હજુ સંપૂર્ણપણે પોતાનું આત્મસમ્માન નથી ગુમાવ્યું."

"તારાં તારણો તો તદ્દન વાજબી છે."

"બીજો મુદ્દો એ કે તે મધ્યમ ઉંમરનો છે, તેના વાળ ધોળા છે અને તેને હાલમાં જ કપાવવામાં આવ્યા છે, સાથે સાથે તે પણ કે તે લાઈમ ક્રિમ વાપરે છે - આ બધાં જ તારણો મેં અસ્તરના નીચેના ભાગના ઊંડા અવલોકન પરથી તારવ્યાં છે. બિલોરી કાચ દ્વારા મેં જોયું કે તેના પર ઘણા બધા પૂંછડિયા ઝીણા ઝીણા વાળ ચોંટેલા છે જેને હજામની ધારદાર કાતર વડે કાપવામાં આવ્યા છે. આ ઉપરાંત તેમાંથી લાઈમ ક્રીમની એક તીવ્ર ગંધ પણ આવી રહી છે, અને જો તું બારીકાઈથી જોઈશ તો આ ધૂળ કંઈ શેરીમાં ઊડતી રાખોડી ધૂળ નથી પણ ઘરની સુંવાળી છીકણી રંગની ધૂળ છે. તે જણાવે છે કે ટોપી મોટા ભાગનો સમય ખીંટી પર ટીંગાયેલી જ રહે છે. આ ઉપરાંત તેના પર પડેલા પરસેવાના ડાઘા જણાવે છે કે આના પહેરનારને ખૂબ પરસેવો થાય છે."

"પણ તેની પત્ની તું કહે છે કે તેણે તેને પ્રેમ કરવાનું છોડી દીધું છે તેનું શું ?"

"આ ટોપીને કેટલાંય અઠવાડિયાંથી ઝાપટવામાં નથી આવી. વૉટસન, જો તારી ટોપી પર અઠવાડિયાની ધૂળના થર જામી ગયા હોય અને તેવા સંજોગોમાં તારી પત્ની તને તેને સાફ કર્યા વગર એમ ને એમ પહેરીને બહાર નીકળવા દે તો તેનો મતલબ તો તે જ થાય કે તેણીને તેના પતિની જરા પણ પડી નથી."

"પણ તે કુંવારો પણ હોઈ શકે."

"ના, તે પોતાની પત્ની માટે સમાધાનના બદલામાં ભેટસ્વરૂપે બતક ઘરે લઈ જઈ રહ્યો હતો. પક્ષીના પગ પરની ચબરખી યાદ છે તને ?"

"તારી પાસે દરેક પ્રશ્નનો જવાબ છે, પણ તું એ કઈ રીતે કહી શકે કે તેના ઘરમાં ગેસ લાઈટ નથી ?"

"મીણબત્તીના એક, બે કે પછી ત્રણ ડાઘ હોત તો માની શકાય કે તે ક્યાંકથી તેની ટોપી પર પડ્યા હશે પણ અહીં તો મને પાંચથી પણ વધારે ડાઘ જોવા મળ્યા તેના કારણે મને શંકા છે કે આ માણસ નિયમિતપણે મીણબત્તી સળગાવતો હશે. રાત્રે તે પોતાના એક હાથમાં ટોપી રાખતો હશે અને બીજા હાથમાં પીગળતી મીણબત્તી લઈને તે દાદર ચડતો હશે. જો તેના ઘરમાં ગેસ લાઈટ હોત તો કોઈ પણ સંજોગોમાં આવા ડાઘ ન પડત. હવે તને સંતોષ થયો ?"

"તારી બુદ્ધિમત્તાને તો દાદ આપવી પડે." મેં હસતાં હસતાં કહ્યું, "પણ આ ટોપી તને મળી ત્યારથી અત્યાર સુધીમાં કોઈ જ ગુનો નથી થયો અને પેલા ખોવાયેલા બતકને મેળવવા માટે પણ કોઈ હિંસા નથી થઈ, તો તેનો મતલબ તો એ જ થયો ને કે તેં તારી ઊર્જાનો વ્યય કર્યો છે."

હોમ્સ મને જવાબ આપવા મોઢું ખોલવા જ જતો હતો કે ધડામ કરતું બારણું ખૂલ્યું અને પિટરસન અંદર દોડી આવ્યો. તેનો ચહેરો આશ્ચર્યનો માર્યો દિગ્મૂઢ થઈ ગયો હતો અને તેના ગાલની ઢેલડીઓ લાલઘૂમ થઈ ગઈ હતી.

"બતક, શ્રીમાન હોમ્સ ! બતક, સાહેબ !" તે હાંફતો હાંફતો બોલ્યો.

"હા, તો તેનું શું ? તે જીવતો થઈ ગયો અને રસોડાની બારીમાંથી ઊડી ગયો ?" હોમ્સ પેલાના મોઢાના ઉત્તેજિત હાવભાવને વ્યવસ્થિત રીતે નીરખવા તેની તરફ ફર્યો.

"અહીં જુઓ, સાહેબ ! તેને રાંધતી વખતે મારી પત્નીને તેના ગળામાંથી શું મળ્યું તે જુઓ !" તેણે પોતાનો હાથ આગળ કર્યો અને તેની હથેળી ખોલી અમને એક અદ્ભુત ચળકતો મણી બતાવ્યો. તે વટાણા કરતાં સહેજ નાનો હતો પણ એટલો શુદ્ધ અને તેજસ્વી આભાવાળો હતો કે તેની હથેળીની વચ્ચે તે એક વિદ્યુત કણની જેમ ચમકી રહ્યો હતો.

હોમ્સ સીટી વગડાતાં ટટ્ટાર થઈ ગયો, "અરે, પિટરસન ! તને તો ખજાનો મળી ગયો. તને ખબર છે તને શું મળ્યું છે."

"એક હીરો, સાહેબ ? એક કીમતી પથ્થર."

"તે એક કીમતી પથ્થર કરતાં પણ કંઈક વધારે છે. તે એક ખૂબ જ કીમતી પથ્થર છે."

"મોર્કારના ઉમરાવની પત્નીનો તો આ નીલમણી નથીને !" હું ઊભો થઈ ગયો.

"ચોક્કસ આ તે જ છે, આના આકાર અને કદથી તો આ તે જ લાગે છે. મેં *ધી ટાઈમ્સ*માં રોજ આવતી જાહેર ખબરમાં તે વિષે વાંચ્યું હતું. આ ખરેખર અજુગતું કહેવાય! તેની કિંમત તો આંકી શકાય તેવી છે જ નહીં પણ જો તેની બજાર કિંમત પ્રમાણે જોઈએ તો તેના વીસમા ભાગનું ઈનામ ૧૦૦૦ પાઉન્ડ થાય."

"એક હજાર પાઉન્ડ ! પરમ કૃપાળુ પરમાત્મા !" દરવાન ખુરશીમાં ફસડાઈ પડ્યો અને અમારી બન્નેની તરફ ટગર ટગર જોવા લાગ્યો.

"તે તો માત્ર ઈનામ છે. આ માણેક સાથે ઉમરાવની પત્નીની લાગણીઓ જોડાયેલી છે. જો આ માણેક તેને મળી જાય તો તેના બદલામાં તે પોતાની અડધી સંપત્તિ પણ આપી દે."

"જો મને બરાબર યાદ હોય તો આ માણેક, હોટેલ કૉસ્મોપોલિટનમાંથી ખોવાઈ ગયો હતો." મેં કહ્યું.

"બરાબર તેમ જ. ૨૨મી ડિસેમ્બરે બરાબર પાંચ દિવસ પહેલાં. જોહ્ન હોર્નર નામના એક પ્લમ્બરની ઉમરાવની પત્નીની ઘરેણાની પેટીમાંથી આ માણેકને ચોરવાના

આરોપ હેઠળ ધરપકડ કરવામાં આવી છે. તેની વિરુદ્ધ જે પુરાવાઓ છે તે એટલા મજબૂત છે કે તેને સુનાવણી માટે ન્યાયાલયમાં રજૂ કરવામાં આવનાર છે. મારી પાસે આ કેસની કેટલીક માહિતીઓ પણ છે." તે છાપાની થપ્પીમાંથી તે તારીખના છાપાને શોધવા લાગ્યો અને આખરે તેને તે મળી આવ્યું અને તેમાંથી તેણે આ પ્રમાણેનો ફકરો વાંચી સંભળાવ્યો :

"હોટેલ કૉસ્મોપોલિટનમાં રત્નની ચોરી. ૨૬ વર્ષીય પ્લમ્બર જોહ્ન હોર્નર પર ૨૨મીએ મોર્કરિની કાઉન્ટેસના રેઢા પડેલા ઝવેરાતના ડબ્બામાંથી નીલમણી નામે પ્રખ્યાત તેવા રત્નને ચોરવાનો આરોપ મૂકવામાં આવ્યો છે. હોટલના શાહી સેવક જેમ્સ રાઈડર્સના કહ્યા પ્રમાણે તે કાઉન્ટેસના ડ્રેસિંગ રૂમની સગડીનો સળિયો તૂટી ગયો હતો તે સરખો કરવા તેને ત્યાં લઈ ગયો હતો અને ત્યાર બાદ થોડી વારે જેમ્સને કોઈક બોલાવી ગયું અને તેણે તેને ત્યાં એકલા મૂકીને જ જવું પડ્યું. તે જ્યારે પાછો ફર્યો ત્યારે તેણે જોયું કે હોર્નર જતો રહ્યો હતો અને ત્યાં પડેલા ડબાને બળજબરીથી ખોલવામાં આવ્યો હતો. કાઉન્ટેસ રત્નને પહેરીને હંમેશા તેને પાછું તે ડબામાં જ મૂકતાં હતાં. તે ડ્રેસિંગ ટેબલ પર ખાલી પડ્યો હતો. રાઈડર્સે તરત જ ચેતવણી આપી અને તે જ સાંજે હોર્નરની ધરપકડ કરી લેવામાં આવી હતી, પણ મણી ન તો તેની પાસેથી મળ્યો કે ન તો તેના ઓરડામાંથી. કાઉન્ટેસની નોકરાણી કેથરિન ક્યૂસેકે પણ જુબાની આપી હતી કે રાઈડર્સે લૂંટની જે બૂમ પાડી હતી તે તેણે સાંભળી હતી અને તરત જ તે રૂમમાં દોડી આવી હતી અને રાઈડર્સના વર્ણવ્યા પ્રમાણેનું જ દૃશ્ય તેણે ત્યાં જોયું હતું. બી ડિવિઝનના ઈન્સ્પેક્ટર બ્રાડસ્ટ્રીટે આ પુરાવાઓના આધારે હોર્નરની ધરપકડ કરી હતી, જો કે હોર્નરે આ આરોપનો સંપૂર્ણપણે ખૂબ જ અડગ રહીને વિરોધ કર્યો હતો. ન્યાયાધીશે આ બધા જ પુરાવાઓ છતાં કોઈ પણ નિર્ણય ઉતાવળે લેવાની ના પાડી હતી અને તેને ઉપલી અદાલતમાં મોકલી આપ્યો હતો. હોર્નર આખીયે ન્યાયિક પ્રક્રિયા દરમિયાન ખૂબ જ લાગણીશીલ રહ્યો હતો. તે સતત પોતે નિર્દોષ હોવાનો દાવો કરતો રહ્યો હતો."

ફકરો વાંચી હોમ્સે છાપું એક તરફ ફેંકતાં કહ્યું, "હવે આપણા માટે પ્રશ્ન એ છે કે રત્નના ગાયબ થવાથી માંડીને તે તે બતકના ગળામાં કઈ રીતે આવ્યું ત્યાં સુધીની બધી જ કડીઓ આપણે મેળવવાની છે. જોયું વૉટસન, આપણે સાવ બેઠાં બેઠાં જ કરેલાં અનુમાનો આ ઘડીએ કેટલાં ઉપયોગી સાબિત થયાં છે. આ રહ્યું રત્ન. રત્ન આવ્યું બતકમાંથી, બતક આવ્યું શ્રીમાન હેનરી બેકર પાસેથી. હવે પહેલું કામ આપણે આ ચીંથરેહાલ ટોપીવાળા સદ્‌ગૃહસ્થને શોધવાનું છે અને તેઓ આ નાનકડા રહસ્ય સાથે

કઈ રીતે સંકળાયેલા છે તે પણ શોધવાનું છે. આ કરવા માટે આપણે એક સરળ પગલું જ લેવાની જરૂર છે અને તે છે છાપામાં એક જાહેરાત આપવી. જો આમાં નિષ્ફળતા મળશે તો હું બીજી કોઈક રીત અજમાવીશ."

"જાહેરાતમાં શું લખીશ ?"

"મને જરા પેન્સિલ અને છાપું આપ તો હું તને જણાવું.

> *ગૂઝ શેરીના નાકેથી એક બતક અને એક કાળી ચીંથરેહાલ ટોપી મળ્યાં છે. શ્રીમાન હેનરીને તે ૬.૩૦ વાગ્યે ૨૨૧બી, બેકર સ્ટ્રીટમાં મળી જશે.*

"ટૂંકું અને ટચ."

"બરાબર છે પણ શું તે જાહેરાત જોશે ?"

"હા, એક ગરીબ માણસ માટે અખબાર પર નજર રાખવી ખૂબ જરૂરી હોય છે કારણ કે તેના માટે બતક અને ટોપી ગુમાવવી નાની વાત નથી. તે ચોક્કસ તેના વડે બારી તૂટી જવાથી ગભરાઈને ત્યાંથી ભાગી ગયો હતો પણ પાછળથી તેની આ મૂર્ખામીના કારણે તે ખૂબ પસ્તાયો હશે. જાહેરખબરમાં તેનું નામ આપ્યું છે એટલે જે કોઈ પણ આ જાહેરાત જોશે અને જો તેને ઓળખતું હશે તો ચોક્કસ તેને જાહેરાત વિષે જણાવશે જ. પિટરસન, હવે જલદી જા અને આ જાહેરખબરને સાંજના અખબારમાં છપાવ."

"કયા અખબારમાં સાહેબ ?"

"અરે, *ગ્લોબ, સ્ટાર, પોલ મૉલ, સેન્ટ જેમ્સ, ઈવનિંગ ન્યૂઝ સ્ટાન્ડર્ડ, ઈકો* અને તું જાણતો હોય તે બધાં છાપામાં."

"સારું સાહેબ, અને આ રત્ન ?"

"હા, તેને હું મારી પાસે રાખીશ. આભાર, અને હા પિટરસન, પાછા ફરતી વખતે એક બતક ખરીદીને અહીં મારી પાસે મૂકતો જજે. તારા પરિવારે જે બતકની મિજબાની કરી છે તેના બદલામાં તે સદ્‌ગૃહસ્થને બીજું બતક આપવું પડશેને !"

દરવાનના જતા રહ્યા બાદ હોમ્સે નીલમણી હથેળીમાં લીધો અને પ્રકાશમાં તેને ચકાસવા લાગ્યો. "કેવું મજાનું રત્ન છે !" હોમ્સે કહ્યું, "જો તો ખરો કેવું ઝગઝગારા મારે છે. પણ ખરું જોવા જઈએ તો આ રત્ન ગુનાનું કેન્દ્ર છે, દરેક અણમોલ રત્નની જેમ જ. આવી વસ્તુથી કોઈપણ બદમાશ માણસ હંમેશા લલચાઈ જતો હોય છે. આવાં જૂનાં અને કીમતી રત્નોની એક બાજુ ખૂબ જ ખૂની ભૂતકાળ ધરાવતી હોય છે. આ રત્ન હજુ વીસ વર્ષ જેટલું પણ જૂનું નથી થયું. આ રત્ન દક્ષિણ ચીનની એમોય નદીના કાંઠે મળી આવ્યું હતું અને તેનામાં એક કીમતી રત્નનાં બધાં જ લક્ષણો હતાં, ફરક માત્ર એટલો હતો કે તે માણેક જેવું લાલ નહોતું પણ ભૂરું હતું. આ રત્ન પ્રાચીન ન હોવા છતાં પણ

તેનો ભૂતકાળ કાળો છે. તેની ખાતર બે મોત થયેલાં છે. એક તેજાબ નાખવાથી થયું હતું જ્યારે બીજું આત્મહત્યાના કારણે. આ ઉપરાંત આ ચમકતા ભૂરા રત્ન ખાતર કંઈ કેટલીયે લૂંટો પણ થયેલી છે. કોઈને ખ્યાલ પણ નહીં હોય કે આવી રૂપાળી વસ્તુ લોકોને ફાંસીના માંચડે પહોંચાડતી હશે અને જેલના સળિયા પાછળ પણ. હવે હું રત્નને મારી તિજોરીમાં બંધ કરી દઉં છું અને ઉમરાવની પત્નીને એક ટૂંકી નોંધ પણ મોકલાવી દઉં છું કે રત્ન આપણને મળી ગયું છે.''

''તને શું લાગે છે કે આ હોર્નર નિર્દોષ હશે ?''

''કંઈ કહી ન શકાય.''

''તો, પછી તને શું એવું લાગે છે કે આ બીજા માણસ હેન્રી બેકરને આ બાબત સાથે કંઈ લેવા દેવા હોય ?''

''મને એવું લાગે છે કે આ હેન્રી બેકર તદ્દન નિર્દોષ હોવો જોઈએ. તે બિચારાને તો આ બતકને ખરીદતી વખતે ખ્યાલ પણ નહીં હોય કે બતક સંપૂર્ણ સોનાનું હોત તેના કરતાં પણ તે ક્યાંય વધારે કીમતી હશે. તે તો આપણે આપેલી નાનકડી જાહેરાત દ્વારા સાબિત કરી લઈશું.''

''ત્યાં સુધી તું કંઈ જ નહીં કરે ?''

''કંઈ જ નહીં.''

''તો પછી હું મારું કામ પતાવી આવું. પણ હું સાંજે તેં જણાવેલા સમયે ચોક્કસ હાજર થઈ જઈશ, કારણ કે હું પણ આ ગુંચવાયેલી બાબતને ખુલ્લી પડતી જોવા માગું છું.''

''મને આનંદ થશે. હું સાત વાગે જમું છું. મારા ખ્યાલથી આજે જંગલી મૂર્ગો જમવામાં હશે. જો કે તાજેતરમાં બની ગયેલા આ બનાવના કારણે મારે શ્રીમતી હડસનને મૂર્ગાના ગળાને બરાબર ચકાસી લેવાનું કહેવું પડશે !''

એક કેસમાં મારે થોડું વધારે રોકાવું પડ્યું, એટલે જ્યારે હું બેકર સ્ટ્રીટમાં પહોંચ્યો ત્યારે સવા છ થઈ ગયા હતા. જ્યારે હું હોમ્સના ઘરે પહોંચ્યો ત્યારે મેં બત્તીના પ્રકાશના કૂંડાળામાં ટોપી પહેરેલા અને છેક હડપચી સુધી વાસેલા કોટમાં સજ્જ એક ઊંચા માણસને ત્યાં રાહ જોતો ઊભેલો જોયો. જેવો હું ઘરના બારણા આગળ ગયો કે તરત જ બારણું ખૂલ્યું અને અમે બન્ને એક સાથે હોમ્સ સમક્ષ હાજર થયા.

''મારા ખ્યાલથી તમે શ્રીમાન હેન્રી બેકર છો.'' હોમ્સે પોતાની ખુરશીમાંથી ઊભા થતાં આવનાર વ્યક્તિનું તેની કાયમી આદત પ્રમાણે અભિવાદન કરતાં કહ્યું. ''મહેરબાની કરીને તાપણા નજીકની ખુરશી પર બેસો, શ્રીમાન બેકર. આજની રાત ઠંડી છે અને મને લાગે છે કે તમને શિયાળા કરતાં ઉનાળાની ઋતુમાં વધારે ઠીક રહે છે. અરે વૉટસન, તું એકદમ યોગ્ય સમયે આવી પહોંચ્યો છે. પેલી તમારી ટોપી છે, શ્રીમાન બેકર ?''

"હા, સાહેબ તે મારી જ ટોપી છે."

તે એક વિશાળ કદનો, નક્કર પહોળા માથાવાળો, બુદ્ધિમાન ચહેરો ધરાવતો માણસ હતો. તેના ચહેરા પર ભૂરી દાઢી હતી. તેના નાકનું ટેરવું અને ગાલની ઢેલડીઓ પર લાલ છાંટ હતી. તે તદ્દન હોમ્સે કરેલા વર્ણન પ્રમાણે જ હતો. તેનો ગંદો કોટ છેક ગળા સુધી બંધ હતો અને તેના કોલર ઊભા હતા. તે ખૂબ જ સ્પષ્ટપણે બોલતો હતો અને એક એક શબ્દ સમજી વિચારીને વાપરતો હતો, જેના પરથી તે વિદ્વાન લાગતો હતો પણ નસીબમાં તે જરા પણ ભાગ્યશાળી નહોતો લાગતો.

"આ વસ્તુઓ અમારી પાસે કેટલાક દિવસોથી છે," હોમ્સે કહ્યું, "કારણ કે અમે અમારા તરફથી આપવામાં આવેલી જાહેરાતના કોઈ પ્રતિભાવની રાહ જોઈ રહ્યા હતા. પણ તમે આ વસ્તુઓ માટે શા માટે જાહેરાત ન આપી ?"

બેકર શરમાઈ ગયો અને હસવાનો ડોળ કરતાં બોલ્યો, "હવે પહેલાં જેટલા રૂપિયા મારી પાસે નથી," તેણે કહ્યું, "મને એમ હતું કે પેલા ગુંડાઓ મારા બતક અને મારી ટોપી લઈ ગયા હશે. હું તેને મેળવવા પાછળ વધારે પૈસા બગાડવા નહોતો માગતો."

"સ્વાભાવિક છે. જો કે પક્ષીને તો ફરજિયાતપણે અમારે ખાઈ જ જવું પડ્યું."

"ખાઈ જવું પડ્યું !" અમારો મુલાકાતી ઉશ્કેરાટનો માર્યો ખુરશી પરથી અડધો ઊભો થઈ ગયો.

"હા, જો વધારે રાહ જોવામાં આવત તો તે કશા જ કામમાં ન આવત. પણ આ બીજું બતક જે તેટલા જ વજનનું છે અને એકદમ તાજું છે તે પણ તમને તેટલો જ સંતોષ આપશે જેટલું અગાઉનું બતક આપનાર હતું."

"હા, ચોક્કસ, ચોક્કસ," શ્રીમાન બેકરે હાશકારાનો શ્વાસ લેતાં કહ્યું.

"જો કે તમને પહેલાવાળા બતકમાં રસ હોય તો અમારી પાસે હજુ તેનાં પીંછાં, પગ,અને ગળું બચેલાં પડ્યાં છે, જો તમારી ઇચ્છા હોય..."

પેલો માણસ ખડખડાટ હસવા લાગ્યો. "મારા પરાક્રમના અવશેષરૂપે તે ચોક્કસ કામ લાગે," તેણે કહ્યું, "પણ તેથી વિશેષ મારા મૃત બતકના કોઈ જ અવયવો મારા કશા જ કામના નથી. ના, સાહેબ, જો તમારી રજા હોય તો હું તમે લીધેલા આ નવા બતક પર જ મારું ધ્યાન કેન્દ્રિત કરીશ."

શૅરલૉક હોમ્સે ખભા ઉલાળતાં એક તીક્ષ્ણ નજર મારી સામે કરી.

"ત્યાં તમારી ટોપી છે અને પેલુ રહ્યું તમારું પક્ષી," હોમ્સે કહ્યું, "પણ જો તમને વાંધો ન હોય તો તમે જરા જણાવશો કે તમે પેલું બતક ક્યાંથી લાવ્યા હતા ? આવું હૃષ્ટપુષ્ટ બતક મેં ભાગ્યે જ જોયું છે."

"કેમ નહીં, સાહેબ," બેકરે પોતાના નવા બતકને કાખમાં લેતાં કહ્યું, "અમે થોડાક લોકો મ્યુઝિયમ પાસે આવેલી આલ્ફા ઇનમાં નિયમિતપણે મળીએ છીએ. આ

વખતે ઈનના માલિક વિન્ડિગેટે એક બતક ક્લબની સ્થાપના કરી હતી. તેમાં અમે અઠવાડિયાના કેટલાક પેન્સ આપી નાતાલના દિવસે એક બતક ખરીદવાની યોજના કરી હતી. મારા પેન્સ ભરાઈ ગયા હતા અને મને મારું બતક મળી ગયું. ત્યાર પછીની વાર્તા તો તમે જાણો જ છો. હું તમારો ખૂબ આભારી છું, સાહેબ.'' તેમ કહેતાં તે પોતાની વસ્તુઓ લઈને નમ્રતાથી અમારી સામે ઝૂકીને ત્યાંથી વિદાય થયો.

''આ સાથે શ્રીમાન હેનરી બેકરની વાતનો અંત આવે છે,'' બેકરને વિદાય આપી બારણું બંધ કરતા હોમ્સ બોલ્યો, ''આ પરથી એટલું તો સ્પષ્ટ થઈ ગયું કે તેને આ બાબતની કોઈ જ જાણકારી નથી. શું તને ભૂખ લાગી છે, વૉટસન ?''

''કંઈ ખાસ નહીં.''

''તો પછી આપણે આપણું ભોજન મોડેથી લઈશું અને આપણને હાથ લાગેલા આ તાજા પગેરા બાબતે થોડી તપાસ કરી લઈએ.''

''ચાલ ત્યારે.''

રાત ખૂબ જ ઠંડી હતી એટલે અમે જાડો ડગલો પહેરી, ગળામાં મફલર લપેટી બહાર નીકળ્યા. બહાર નિરભ્ર આકાશમાં તારા ચમકી રહ્યા હતા. રાહદારીઓના શ્વાસ વરાળ બનીને જાણે હજારો પિસ્તોલોમાંથી એક સાથે ધુમાડો નીકળતો હોય તેમ નીકળતા હતા. અમારા ચાલવાનો અવાજ કર્કશ રીતે ડૉક્ટર સ્ટ્રીટમાં સંભળાતો હતો. અમે વિમ્પોલ સ્ટ્રીટ, હાર્લી સ્ટ્રીટ અને વિગ્મોર સ્ટ્રીટને વટાવીને ઑક્સફોર્ડ સ્ટ્રીટમાં આવી પહોંચ્યા. પા કલાકમાં તો અમે બ્લૂમ્સબરીના આલ્ફા ઈન પાસે આવી ગયા. તે હોલબોર્ન શેરીએ જતા ખૂણા પર આવેલું એક નાનકડું પબ્લિક હાઉસ હતું. હોમ્સ બારના બારણાને ધક્કો મારી અંદર પ્રવેશ્યો અને સફેદ એપ્રન પહેરેલા કર્કશ દેખાતા મકાનમાલિકને બે ગ્લાસ બિયરનો ઑર્ડર આપ્યો.

''આશા છે કે તમારી બીયર તમારા બતક જેટલી જ ઉત્તમ હશે,'' હોમ્સે કહ્યું.

''મારાં બતક !'' પેલા માણસને આશ્ચર્ય થયું.

''હા, મેં અડધા કલાક પહેલાં જ તમારી બતક ક્લબના સભ્ય શ્રીમાન હેનરી સાથે તે અંગે વાત કરી હતી.''

''અરે ! હા, બરાબર. પણ તમને કહી દઉં સાહેબ કે તે અમારાં બતક નહોતાં.''

''એમ ખરેખર ! તો પછી તે કોનાં હતાં ?''

''મેં બે ડઝન બતક કોવેન્ટ ગાર્ડનના એક દુકાનદાર પાસેથી લીધાં હતાં.''

''ખરેખર ? હું તેમાનાં કેટલાક દુકાનદારોને જાણું છું. તમે કોની પાસેથી લીધાં હતાં ?''

''તેનું નામ બ્રેકિનરીજ છે.''

''ઓહ ! હું તેને નથી ઓળખતો. ભગવાન તમારું સ્વાસ્થ્ય સારું રાખે અને તમારી પ્રગતિ થાય. શુભ રાત્રી.''

"હવે શ્રીમાન બ્રેકિનરીજ પાસે જઈએ." તેણે કોટનાં બટન બંધ કરતાં કહ્યું. બહારનું હવામાન ખૂબ જ ઠંડું હતું. "યાદ રાખ, વૉટસન, આપણી પાસે એક બાજુ સામાન્ય બતકની કડીઓ છે જ્યારે બીજી બાજુ એક એવો માણસ જેને જો આપણે નિર્દોષ સાબિત ન કરી શક્યા તો ચોક્કસ સાત વર્ષની સજા થવાની છે. બની શકે કે આપણી તપાસ તેને દોષી પણ સાબિત કરે. આ ઉપરાંત પોલીસને આ બાબતે નહીં મળેલી કડીઓ આપણા હાથમાં છે. માટે આપણે તેનો નિવેડો લાવ્યે જ છૂટકો."

અમે હોલબોર્ન શેરીમાંથી પસાર થઈ નીચે એન્ડેલ શેરીની આડીઅવળી ઝૂંપડપટ્ટીમાં થઈને કોવેન્ટ ગાર્ડનની બજારમાં આવી પહોંચ્યા. એક મોટી દુકાન પર બ્રેકિનરીજ નામનું પાટિયું લટકી રહ્યું હતું. ઘોડા જેવો લાગતો મકાનમાલિક એક છોકરાને દુકાનનું શટર બંધ કરવા મદદ કરી રહ્યો હતો.

"શુભ સાંજ, આજની રાત ખૂબ ઠંડી છે," હોમ્સે કહ્યું.

પેલાએ માથું હલાવ્યું અને મારા સાથી પર પ્રશ્નાર્થભરી તીખી નજર કરી.

"મને લાગે છે કે બધાં બતક વેચાઈ ગયાં છે." હોમ્સે આરસપહાણના ખાલી ખાના સામે આંગળી ચીંધતાં કહ્યું.

"તમારે જોઈતાં હોય તો કાલે સવારે બીજાં પાંચસો આવી જશે."

"કોઈ અર્થ નથી."

"તે તમને બીજી દુકાન પરથી પણ મળી જશે."

"પણ, મને તો તમારી ભલામણ કરવામાં આવી છે."

"કોણે કરી ?"

"આલ્ફા ઈનના માલિકે."

"અરે હા, મેં તેમને બે ડઝન બતક મોકલેલાં."

"તે ખરેખર ખૂબ સરસ પક્ષી હતાં, તમે જણાવશો તમને તે ક્યાંથી મળ્યાં ?"

મારા આશ્ચર્ય વચ્ચે હોમ્સના પ્રશ્નનો પ્રતિસાદ ખૂબ જ ગુસ્સા સાથે આવ્યો.

"હવે શ્રીમાન," તેણે ટટ્ટાર થઈ બન્ને હાથ કમર પર ટેકવતાં કહ્યું, "તમે શા માટે આવ્યા છો ? સીધેસીધું કહો."

"હા, તો હું માત્ર એટલું જ જાણવા માગું છું કે તમને આલ્ફા ઈનવાળાં બતક કોણે વેચ્યાં ?"

"વારુ ત્યારે, હું તમને નહીં જણાવું, હવે ?"

"આ કંઈ એટલી મહત્ત્વની વાત નથી, પણ મને નથી ખબર કે તમે આવી નજીવી બાબતમાં આટલા ઉગ્ર શા માટે થઈ ગયા ?"

"ઉગ્ર ! તમે પણ તેટલા જ અકળાઓ જ્યારે તમને કોઈ આટલા હેરાન કરે. જ્યારે હું સારા માલ માટે સારાં નાણાં ચૂકવું છું તો વાત ત્યાં જ પતી જવી જોઈએ. પણ

અહીં તો બતક ક્યાંથી આવ્યાં ? કોને વેચ્યાં ? કોની પાસેથી લીધાં ? આટલા બધા પ્રશ્નો પૂછીને મને પરેશાન કરવાની શું જરૂર છે ? જે હોય તે આ જ પ્રશ્નો પૂછે છે. દુનિયામાં બતકનો દુકાળ પડ્યો છે ? આટલી બધી શું મગજમારી છે ?''

''જો ભાઈ, મારે અન્ય પૂછપરછ કનારાઓ સાથે કંઈ લેવા દેવા નથી.'' હોમ્સે બેપરવાહ થઈને કહ્યું, ''જો તું અમને નહીં કહે તો મારે એક જણ સાથે શરત લાગી છે તેનો અંત આવી જશે. મારે એક જણ સાથે પાંચ સિક્કાની શરત લાગી છે કે મેં જે બતક ખાધું છે તે ગામડાનું છે.''

''તો પછી તમે પાંચ સિક્કા હારી ગયા સમજો, કારણ કે તે શહેરી જાતની હતી.'' તે કરડાકીભરી રીતે બોલ્યો.

''ના,જરા પણ નહીં.''

''તે શહેરની જ હતી.''

''હું નથી માનતો.''

''તમને એવું લાગે છે કે તમે બતક વિષે મારા કરતાં વધારે જાણો છો, હું કિશોરવયનો હતો ત્યારથી બતકો વચ્ચે રહ્યો છું. હું તમને કહું છું કે આલ્ફા ઇનમાં મોકલેલાં બધાં જ બતક શહેરનાં હતાં.''

''તમે કોઈ સંજોગોમાં મને તે વાત ગળે ન ઉતરાવી શકો.''

''તો પછી લાગી શરત ?''

''સમજો કે તમારા પૈસા ગયા ! કારણ કે મને ખબર છે કે હું સાચો છું.''

તેણે કટાક્ષપૂર્વક હસતાં તેના નોકરને કહ્યું, ''બિલ, મને જરા આપણી હિસાબની નોંધપોથી આપ તો.'' તેણે કહ્યું.

પેલો છોકરો એક જાડી અને એક પાતળી એમ બે તેલથી ખરડાયેલી નોંધપોથીઓ લઈ આવ્યો. તેણે દીવાના અજવાળે તેને ખોલીને પહોળી કરી.

''હવે શ્રીમાન અડિયલ,'' દુકાનદારે કહ્યું, ''મને એમ કે મારો ધંધો પૂરો થઈ ગયો છે. આ નાની ચોપડી જોઈ ?''

''હા, તો ?''

''તેમાં જેની પાસેથી હું ખરીદી કરું છું તેની યાદી છે. તમે જુઓ છો ? તો જુઓ આ પાના પર ગામઠી ઓલાદના બતકની માહિતી છે. તેની સામે લખેલા નંબરની વિગતો આ મોટી નોંધપોથીમાં તમે જોઈ શકશો. તમે લાલ શાહીવાળું બીજું પાનું જોયું ? તે મારા શહેરી વેપારીઓનાં નામ છે. હવે પેલું ત્રીજું નામ જુઓ અને જરા જોરથી વાંચી સંભળાવો.''

''શ્રીમતી ઓકશોટ, ૧૧૭, બ્રીક્સ્ટોન રોડ - ૨૪૯,'' હોમ્સે વાંચ્યું.

''બરાબર, હવે પેલી હિસાબવહી જુઓ.''

હોમ્સે પાનું ફેરવ્યું, "હવે તમે જુઓ, શ્રીમતી ઓકશોટ, ૧૧૭, બ્રીક્સ્ટન રોડ, ઈંડા અને પોલ્ટ્રીના વેપારી."

"હવે છેલ્લી એન્ટ્રી જુઓ, શું છે ?"

"૨૨મી ડિસેમ્બર, ૨૪ બતક, સાત શીલીંગ છ પેન્સમાં ખરીદ્યાં."

"બરાબર, હવે તમે સમજ્યા ? એની નીચે શું લખ્યું છે ?"

"આલ્ફા ઈનવાળા શ્રીમાન વિન્ડિગેટને ૧૨ શિલીંગમાં વેચ્યાં."

"હવે તમારું કહેવું શું છે ?"

શૅરલૉક હોમ્સ ભોંઠો પડી ગયો. તેણે ખિસ્સામાંથી એક પાઉન્ડનો સિક્કો કાઢ્યો અને પેલા તરફ ફેંક્યો અને કોઈ માણસ ખસિયાણો થઈને કેમ રવાના પડે તેમ ત્યાંથી ચાલતો થયો. ત્યાંથી થોડીક ફલાંગો દૂર જઈ દીવાના અજવાળે તે ઊભો રહ્યો અને અવાજ કર્યા વગર તેની આગવી અદામાં ખડખડાટ હસવા લાગ્યો. "વૉટસન, જ્યારે કોઈ વ્યક્તિ પોતાની જીદ પર અડેલો હોય ત્યારે તમે તેને સો પાઉન્ડની નોટ બતાવો તો પણ તમને જોઈતી માહિતી નહીં મળે. ત્યારે તેની સામે શરત મૂકીને કામ કઢાવી શકાય છે. હવે વૉટસન, મારા ખ્યાલ પ્રમાણે આપણે પૂછપરછના છેડે આવી ગયા છીએ. હવે માત્ર એક જ મુદ્દો રહ્યો છે કે આપણે શ્રીમતી ઓકશોટને આજે મળીશું કે પછી કાલે સવારે. પેલા દુકાનવાળાના કહ્યા પ્રમાણે એ તો સ્પષ્ટ થઈ ગયું છે કે આપણા સિવાય અન્ય લોકોએ પણ બતકની પૂછપરછ કરી છે, અને મારે..."

જે દુકાનમાંથી હજુ હમણાં જ અમે બહાર નીકળ્યા હતા ત્યાંથી ખૂબ બૂમબરાડા સંભળાવા લાગતાં તે બોલતો બોલતો અટકી ગયો. અમે ફરીને જોયું તો એક ઉંદર જેવા મોઢાવાળી વ્યક્તિ ઝૂલતા ફાનસના અજવાળામાં દુકાન પાસે ઊભેલી હતી. દુકાનદાર બ્રેકિનરીજ દરવાજામાં ઊભો હતો અને મુઠ્ઠી વાળીને ઉગ્ર થઈને કંઈક બોલી રહ્યો હતો.

"તેં બતક બાબતે પૂરતી મગજમારી કરી છે, હવે વધારે નહીં." તેણે ઘાંટો પાડ્યો, "ભાડમાં જાઓ બધા. હવે જો મારી સાથે વધારે મગજમારી કરી છે તો હું મારો કૂતરો તારી પાછળ દોડાવીશ. તું શ્રીમતી ઓકશોટને અહીં લઈ આવ. મારે જે જવાબ આપવા હશે તે હું તેને જ આપીશ. મેં તારી પાસેથી તો બતકો નથી ખરીદ્યાંને ? જા અહીંથી. "

"ના, પણ તેમાંનું એક મારું પોતાનું હતું," પેલો ગુસ્સાથી તાડૂકી ઊઠ્યો.

"તો પછી જા અને શ્રીમતી ઓકશોટને જ પૂછી જો."

"તેણે મને તને પૂછવાનું કહ્યું છે."

"હવે બહુ થયું. જાય છે કે પછી..." દુકાનદાર સીધો પેલાની તરફ ધસી ગયો અને પેલો પૂછપરછ કરનારો અંધારામાં ક્યાંક ભાગી ગયો.

"અરે વાહ ! ચાલો આપણે બ્રીક્સટોન રોડ નહીં જવું પડે." હોમ્સ ગણગણ્યો, "મારી સાથે આવ, આપણે જોઈએ તો ખરા આ માણસ શું કરે છે."

આ બૂમરાણના કારણે ત્યાં કેટલાક લોકોની ભીડ જમા થઈ ગઈ હતી. અમે ભીડમાંથી રસ્તો કરીને પેલાની પાસે પહોંચ્યા. હોમ્સ તેની નજીક ગયો અને તેને ખભે હાથ મૂકીને તેને રોક્યો. તે ઝબકી ગયો અને તેનો ચહેરો ફિક્કો પડી ગયો.

"તમે કોણ છો ? શું જોઈએ છે તમારે ?" તેણે ધ્રૂજતા અવાજમાં પૂછ્યું.

"તમે મને માફ કરજો, પણ તમે પેલા દુકાનદાર સાથે વાત કરતા હતા તે મેં સાંભળી. મને લાગે છે કે હું કદાચ તમને તેમાં મદદ કરી શકું." હોમ્સે સીધેસીધું કહી દીધું.

"તમે ? તમે કોણ છો ? શું બાબત છે તેની તમને શી ખબર ?"

"મારું નામ શૅરલૉક હોમ્સ છે. લોકોને જે ખબર નથી હોતી તે જાણવાનો મારો ધંધો છે."

"પણ તમને તે વિષે કંઈ જ ખબર ન હોઈ શકે."

"ભલા માણસ, મને બધી જ ખબર છે. તમે પેલા દુકાનદાર બ્રેકિનરીજ પાસે એ જાણવા માગો છો કે બ્રીક્સટોન રોડના શ્રીમતી ઓકશોટે વેચેલાં બતક ક્યાં ગયાં ? ત્યાંથી તે બતક આલ્ફા ક્લબવાળા શ્રીમાન વિન્ડિગેટને વેચવામાં આવ્યાં અને તેમણે તે બતક ક્લબના સભ્ય શ્રીમાન હેનરી બેકરને આપ્યું."

"અરે, સાહેબ, હું તમને જ મળવા માગતો હતો." પેલો માણસ બૂમ પાડી ઊઠ્યો અને જોરથી હાથમાં મુઠ્ઠી મારી, "હું તમને કઈ રીતે સમજાવું કે હું તે જાણવા કેટલો તલપાપડ છું."

શૅરલૉક હોમ્સે રસ્તે જતી ચાર પૈડાંવાળી ઘોડાગાડી ઊભી રાખી, "તે વિષે આપણે અહીં કડકડતી ઠંડીવાળા બજાર કરતાં હૂંફાળા રૂમમાં ચર્ચા કરીએ તો સારું રહેશે." તેણે કહ્યું, "પણ આપણે આગળ વધીએ તે પહેલાં મને મહેરબાની કરીને એ કહો કે મારે કોને મદદરૂપ થવાનું છે ? આપનું નામ શું છે ?"

પેલો માણસ થોડી ક્ષણ ખચકાયો. "મારું નામ જોહ્‌ન રોબિન્સન છે." તેણે મોઢું ફેરવી જવાબ આપ્યો.

"ના, ના, તમારું સાચું નામ જણાવો," હોમ્સે મીઠાશથી કહ્યું, "મને અજાણ્યા માણસો સાથે વ્યવહાર કરવો માફક નથી આવતો."

તરત જ પેલાના ગાલની ઢેલડી લાલ થઈ ગઈ અને તે બોલી ઊઠ્યો, "મારું સાચું નામ જેમ્સ રાઇડર્સ છે."

"એકદમ બરાબર, હોટલ કૉસ્મોપોલિટનના વડા સેવક, ખરું ને ? મહેરબાની કરીને ગાડીમાં બેસો, સાહેબ. તમે જે સઘળું જાણવા ઇચ્છો છો તે બધું જ હું તમને ટૂંક સમયમાં જણાવીશ."

પેલો માણસ ગભરાતાં ગભરાતાં થોડીવાર મારી સામે તો થોડી વાર હોમ્સ સામે તાકી રહ્યો. એને ખ્યાલ નહોતો આવતો કે તે ફાયદામાં હતો કે નુકસાનમાં. તે

ઘોડાગાડીમાં બેઠો. અડધો કલાકમાં તો અમે બેકર સ્ટ્રીટ આવી ગયા. આ દરમિયાન કોઈ જ વાતચીત ન થઈ પણ અમારા નવા સાથીના ઝડપી તીવ્ર શ્વાસોચ્છ્વાસ અને વારેઘડીએ પંજા ખોલબંધ કરવાની પ્રક્રિયાથી ખ્યાલ આવી જતો હોત કે તે કેટલો ગભરાયેલો હતો.

"આવી ગયા આપણે!" ઓરડામાં પ્રવેશતાં હોમ્સ બોલ્યો, "આવા શિયાળામાં તાપણું કેવું વહાલું લાગે ! તમને ઠંડી ચડી લાગે છે, શ્રીમાન રાઈડર્સ. મહેરબાની કરીને પેલી બાસ્કેટ-ચેરમાં બેસો અને હવે મને કહો કે તમે પેલા બતકો બાબતે શું જાણવા માગો છો ?"

પેલાને ગભરામણમાં શું બોલવું તેની ખબર ન પડી એટલે હોમ્સે જ આગળ વાત ચલાવી, "મારા ખ્યાલથી બધાં બતક વિષે નહીં પણ પેલા એક ખાસ બતક વિષે, જે સફેદ હતું અને તેની પૂંછડી પર કાળી રેખાઓ હતી."

રાઈડર કાંપી ઉઠ્યો, "હા, સાહેબ," તે જોરથી બોલ્યો, "તમે મને એ જણાવશો કે તે ક્યાં ગયું ?"

"તે અહીં હતું."

"અહીં ?"

"હા, તે ખરેખર એક નોંધપાત્ર બતક પુરવાર થયું છે. મને એ વાતનું જરાયે આશ્ચર્ય નથી થતું કે તમને તેમાં શા માટે રસ છે. તેણે મરતી વખતે એક ઈંડું મૂક્યું છે - રૂપકડું, ચમકીલું ક્યારેય જોવા ન મળે તેવું ભૂરું ઈંડું. તે અહીં છે મારા મ્યુઝિયમમાં."

પેલો થોડું લથડ્યો અને ટેકા માટે તાપણાની છાજલી પકડી લીધી. હોમ્સે તિજોરી ખોલી અને તેમાંથી નીલમણી બહાર કાઢ્યો. તે કોઈ ચમકતા તારા જેવો લાગતો હતો. એકદમ ઠંડો, દરેક ખૂણેથી ઝગઝગારા મારતો. રાઈડર્સ તેની સામે મૂંઝવણભરી નજરે તાકી રહ્યો. તેને સમજાયું નહીં કે રત્ન પર દાવો કરવો કે પછી મૌન રહેવું.

"રાઈડર્સ, તારો ખેલ ખતમ," હોમ્સે શાંતિથી કહ્યું, "સીધો ઊભો રહે, નહીંતર તાપણામાં પડી જઈશ ! જરા તેને ખુરશીમાં બેસાડ તો, વૉટસન. તેનાં ગાત્રોમાં હવે કંઈ તાકાત નથી રહી કે તે ભાગી શકે. એમ કર એને થોડી બ્રાન્ડી આપ."

થોડી વાર માટે પેલો થોડો લથડ્યો, પણ બ્રાન્ડી પીવાથી તેનામાં થોડી તાકાત આવી. પણ તેનો ચહેરો તો હજુ પણ ભયભીત જ હતો અને તે હોમ્સ સામે ટગર ટગર જોઈ રહ્યો હતો.

"અત્યારે મારી પાસે બધા જ પુરાવાઓ છે જેની મારે જરૂર હતી. એટલે તારે મને કંઈ ખાસ બતાવવાની જરૂર નહીં રહે, તેમ છતાયે આખીયે બાબત સમજવા માટે થોડી સ્પષ્ટતા કરી લઈએ. રાઈડર્સ, તે મોર્કારના ઉમરાવની પત્નીના નીલમણી વિષે તો સાંભળ્યું જ હશે ?"

"કૅથરીન ક્યૂસેકે મને તે વિષે જણાવ્યું હતું." તે બોલ્યો, "હું માત્ર તેટલું જ જાણું છું."

"અચ્છા, તો તું ઉમરાવની પત્નીની નોકરાણી બાબતે કહે છે. વગર મહેનતે મળનારી સંપતિનો લોભ તને વધારે હતો, પણ તેં જે રીતે ચોરી કરી તેમાં તું કંઈ ખાસ ચાલાક સાબિત ન થયો.

"મને તું આ બાબતમાં ખલનાયક લાગે છે. તને ખબર હતી કે આ હોર્નર કે જે એક પ્લમ્બર છે, તે આવા કોઈ ગુનાહિત કૃત્ય સાથે જોડાયેલો હતો કે જેના લીધે લોકોને તેના પર તરત જ શંકા જાય. પછી તેં શું કર્યું ? તેં રાજકુમારીના ઓરડામાં નાનું મોટું કામ કાઢ્યું, તું અને તારી વિશ્વસનીય ક્યૂસૅકે એવી વ્યવસ્થા કરી કે હોર્નરને જ ત્યાં મોકલવામાં આવે. તેના ગયા બાદ તેં ઘરેણાંનો ડબ્બો તોડી માણેક લઈ લીધું અને તરત જ ઘંડી વગાડીને પેલા બિચારાને ફસાવી દીધો."

આટલું સાંભળતાં જ તે ભોંય પર ફસડાઈ પડ્યો.

તે રીતસરનો મારા મિત્ર હોમ્સના પગે પડી ગયો અને કરગરવા લાગ્યો, "મહેરબાની કરો મારા પર. હું ભગવાનના સમ ખાઉં છું કે હવે હું આવું કોઈ કામ નહીં કરું."

"તારી જગ્યાએ પાછો બેસી જા." હોમ્સ કડકાઈથી બોલ્યો, "હવે રોકકળનો કોઈ ફાયદો ખરો ? તારે પેલા બિચારા નિર્દોષ હોર્નરને આ મામલામાં ફસાવતા પહેલાં વિચારવું જોઈતું હતું."

"શ્રીમાન હોમ્સ ! હું દેશ છોડી દઈશ, પછી તેના પરથી તે આરોપ હટી જશે !" તે બોલ્યો.

"આપણે આ વિષે પછી વાત કરીશું. હવે અમને એ જણાવ કે મણી બતકના ગળામાં કઈ રીતે પહોંચ્યો. જે સાચું હોય તે જ કહેજે અને તો જ તું બચી શકીશ."

રાઈડર્સ રૂક્ષ હોઠો પર જીભ ફેરવતાં બોલ્યો, "હું તમને બધું સાચેસાચું જણાવીશ, સાહેબ ! જ્યારે હોર્નરની ધરપકડ કરવામાં આવી, ત્યારે મને લાગ્યું કે મારે મણી લઈને તરત જ ભાગી જવું જોઈએ, કારણ કે પોલીસને મારા પર પણ શંકા જઈ શકે છે. હોટલની આજુબાજુ કોઈ જ એવી જગ્યા નહોતી જ્યાં મણીને સાચવીને રાખી શકાય. હું બહાર ગયો અને મારી બહેનને ત્યાં પહોંચ્યો. તેનાં લગ્ન ઓક્શૉટ નામના વ્યક્તિ સાથે થયાં હતાં. તે બ્રીકસ્ટોન રોડ પર રહે છે. તે વેચવા માટે બતકો પાળે છે.

"આખા રસ્તે મારી આંખો દરેક માણસને જોઈ રહી હતી કે ક્યાંક કોઈ પોલીસવાળાની નજરમાં હું ન આવી જાઉં અથવા કોઈ જાસૂસ મને જોઈ ન લે. તે રાત્રે ઠંડી પણ વધારે હતી પણ તેમ છતાંય હું પરસેવાથી નીતરી રહ્યો હતો. મારી બહેનને

મારી ગભરામણ વર્તાઈ આવી અને મને કારણ પૂછવા લાગી. મેં તેને કહ્યું કે હોટલમાં થયેલી મણીની ચોરીના કારણે હું ગભરાયેલો હતો.

"મારો એક મિત્ર હતો જેનું નામ હતું મૉડસલે. તે ગુંડાઓની સોબતમાં રહેતો હતો. તે પૅટોનવિલેમાં રહેતો હતો. એક દિવસ તે મને મળ્યો હતો અને ચોરીની નવી નવી રીતો અને ચોરેલા માલનો કઈ રીતે નિકાલ લાવવો તે મને જણાવ્યું હતું.

"મને ખબર હતી કે મારા માટે તે વિશ્વસનીય સાબિત થશે, કારણ કે મને તેની એક-બે ગુપ્ત વાતોની ખબર હતી. માટે મેં જ્યાં તે રહેતો હતો ત્યાં કીલબર્ન જવાનું વિચાર્યું. તે જ મને કહી શકે તેમ હતો કે મણીને પૈસામાં કંઈ રીતે બદલાય, પરંતુ તેના સુધી પહોંચવું અઘરું હતું.

"હોટલેથી રસ્તે જતાં જે ભય મારા પર તોળાઈ રહ્યો હતો તે હું હજી પણ ભૂલ્યો નથી. હું કોઈ પણ ક્ષણે પકડાઈ જાઉં તેમ હતો અને તેઓ જો મારી તપાસ કરત તો તેમને મારા ખિસ્સામાંથી ચોક્કસ મણી મળી જાત. મારી બહેનને ત્યાં મેં બતકોને ચણતાં જોયાં હતાં.

"અચાનક મારા મગજમાં એક વિચાર આવ્યો જે ગમે તેવા શ્રેષ્ઠ જાસૂસને પણ માત આપી શકે તેમ હતો. તે સમયે મારી હાલત કફોડી હતી. મારી બહેને કેટલાંક અઠવાડિયાં પહેલાં મને કહ્યું હતું કે હું ક્રિસ્મસની ભેટરૂપે કોઈ પણ એક બતકને તેમાંથી લઈ જઈ શકીશ. મને ખબર હતી કે મારી બહેન કેટળી ભલીભોળી હતી.

"મેં હવે નક્કી કરી લીધું કે હું તેમાંથી એક બતક લઈ જઈશ અને તેમાં મારા રત્નને છુપાવી કીલબર્ન રવાના થઈ જઈશ. વાડામાં એક નાનું છાપરું હતું. હું તેની પાછળ એક મોટું સફેદ બતક લઈ ગયો. મેં તેની ચાંચ ખોલીને રત્ન તેના મોઢામાં ધક્કેલી દીધું. બતક તે ગળી ગયું. મને લાગ્યું કે તેના પેટમાં રત્ન પહોંચી ગયું હતું.

"પણ બતક રત્ન ગળવાના કારણે ફડફડવા લાગ્યું અને જાણે જીવવા માટે સંઘર્ષ કરી રહ્યું હોય તેવું લાગ્યું. તેનો અવાજ સંભળાતાં મારી બહેન પણ બહાર આવી ગઈ. હું જેવો તેને કારણ સમજાવવા લાગ્યો કે મારા હાથમાંથી છટકીને તે બતક બતકોના ટોળામાં ભળી ગયું.

મારી બહેને મને અકળાઈને પૂછ્યું, "જેમ્સ, તું તે બતક સાથે શું કરી રહ્યો હતો ?"

"મેં કહ્યું કે તું એક બતક મને ક્રિસ્મસની ભેટરૂપે આપવાની છે એટલે હું જરા જોઈ રહ્યો હતો કે તેમાંથી સૌથી મોટું બતક કયું છે ?"

"તેણે કહ્યું કે તારું બતક તો મેં ક્યારનુંયે અલગ મૂકી રાખ્યું છે. અમે તેને જેમ્સના બતક તરીકે બોલાવીએ છીએ. તે મોટું અને સફેદ છે. આ કુલ છવ્વીસ બતક છે, તેમાંનું એક તારું છે અને એક મેરીનું. બાકીનાં ચોવીસ બજારમાં વેચી દેવાના છે."

"મેં મૅગીનો ખૂબ ખૂબ આભાર માન્યો અને તેને કહ્યું કે હું તો તે જ બતક લઈશ જે હમણાં મારા હાથમાં હતું."

"તેણે કહ્યું કે પેલું બતક પોણા છ કિલોનું હતું. તેઓએ ખાસ મારા માટે જ તેને આટલું મોટું કર્યું હતું, તેમ છતાંય જેવી મારી ઇચ્છા. પછી તેણે મને પૂછ્યું હતું કે મારે કયું બતક જોઈતું હતું ?"

"મેં કહ્યું હતું કે પેલું જે વચ્ચોવચ ઊભું હતું તે જ બતક, જેની પૂંછડીમાં કાળી રેખા હતી. હું તે જ બતક લઈશ."

"પછી તેણે કહ્યું કે સારું, સારું, હું મારું બતક મારી જોડે લઈ જઈ શકું છું."

"ત્યાર બાદ હું મારું બતક લઈ ત્યાંથી રવાના થયો. મેં મારા મિત્રને બધું જ કહી દીધું. તે આખી વાત સાંભળીને ખૂબ હસ્યો. પછી અમે ચપ્પુ લઈને બતકનું પેટ ચીરી નાખ્યું. પેટ ચીરતાં જ હું એકદમ સ્તબ્ધ થઈ ગયો તેમાં તો કોઈ જ રત્ન નહોતું.

"મને ખબર પડી ગઈ હતી કે મારાથી કોઈ મોટી ભૂલ થઈ ગઈ હતી. મેં બતકને ત્યાં જ છોડી દીધું અને પછી તરત જ મારી બહેનના ઘરે દોડી ગયો. ઉતાવળે ઉતાવળે હું જ્યારે વાડામાં પહોંચ્યો ત્યારે ત્યાં એક પણ બતક નહોતું.

મેં મારી બહેનને પૂછ્યું, "મૅગી, બતક ક્યાં ગયાં ?"

"તે બધાં તો વેપારી લઈ ગયો."

"કયો વેપારી લઈ ગયો ? મને કહે મૅગી." મેં અકળાતાં પૂછ્યું.

"કોન્વેન્ટ ગાર્ડનનો બ્રેકિનરીજ."

"પણ એમાં પૂંછડી પર કાળી રેખાઓવાળાં બે બતક હતાં ?" મેં આતુરતાથી પૂછ્યું.

"હા, જેમ્સ, એવાં બે બતક હતાં, અને દેખાવે બન્ને સરખાં જ લાગતાં હતાં."

"હું તરત જ બ્રેકિનરીજ તરફ દોડ્યો. પણ ત્યાંથી પણ તે બતક વેચાઈ ગયું હતું. તેણે તે બતક ક્યાં વેચ્યું તે કહેવાને તે જરા પણ તૈયાર નહોતો. તમને તો ખબર જ છે કે તેણે શું કહ્યું. મારી બહેન પણ મારા આવા વર્તનથી અકળાઈ ગઈ હતી.

"હવે હું પોતે મારા ગુનાની કબૂલાત કરું છું. જો કે જે વસ્તુ માટે મેં મારું ચારિત્ર્ય વેચી દીધું તેને અડવાનો પણ અવસર મને નથી મળ્યો. હે ભગવાન, મારા પર મહેરબાની કરો." આવું કહીને તેણે પોતાનું મોઢું બન્ને હથેળીમાં છુપાવી દીધું.

પછી મારા મિત્રે ઊભા થઈને બારણું ખોલ્યું.

"જા હવે ભાગ અહીંથી." તેણે કહ્યું.

"ભગવાન આપનું ભલું કરે, સાહેબ."

"હવે વધારે લપ ના કર, ભાગ અહીંથી." હોમ્સે કહ્યું.

દાદર પર તેના દોડી જવાનો અને ધડામ દઈને બારણું ખૂલવાનો અવાજ અમને સંભળાયો.

તેને ગયા બાદ હોમ્સે ચલમ ઉઠાવતાં કહ્યું, ''મને કંઈ પોલીસની ખામીઓ દૂર કરવા માટે થોડો રાખવામાં આવ્યો છે ? જો હોર્નરને કોઈ જાતનું જોખમ હોત તો વળી વાત કંઈક જુદી હોત, પણ આ વ્યક્તિ તેની સામે નહીં આવે તો મામલો આપોઆપ જ રફેદફે થઈ જશે. મારા ખ્યાલથી હું મૂર્ખામી કરી રહ્યો છું પણ તેમ છતાં પણ કોઈકનો જીવ બચાવી રહ્યો છું.

''આ માણસ હવે કોઈનું ખરાબ નહીં કરે, તે આ ઘડીએ ખૂબ ગભરાયેલો હતો, માટે તેને માફ કરવો જ બરાબર હતો. તેને જેલમાં મોકલીને પીંજરાનું પંખી બનાવવામાં મને કોઈ જ રસ નથી. વળી નાતાલના શુભ દિવસોમાં ક્ષમા આપવી જ યોગ્ય રહેશે. મારા હાથમાં કોઈને માફ કરવાનો અવસર આવ્યો છે તો હું તેને નહીં ચૂકું.''

હું પણ હોમ્સ સાથે સંમત થયો.

❖

કાબરચીતરો પટ્ટો

છેલ્લાં આઠ વર્ષથી હું મારા મિત્ર હોમ્સના વિવિધ કેસોની છણાવટની અને ઉકેલની પદ્ધતિનો બારીકાઈથી અભ્યાસ કરી રહ્યો છું. મેં લગભગ સિત્તેર જેટલા કેસોની નોંધ લખી છે. જ્યારે હું તેના આ કેસો પર ઊડતી નજર ફેરવું છું ત્યારે મને લાગે છે કે તેમાંના કેટલાક કેસ કરુણ રસ ધરાવતા હતા તો કેટલાક રમૂજી પણ હતા તો કેટલાક તદ્દન વિચિત્ર પણ ભાસતા હતા. તેમાંનો એક પણ કેસ ચીલાચાલુ નહોતો. કારણ કે હોમ્સ માત્ર પૈસા ખાતર કોઈ કેસ ક્યારેય હાથ પર નહોતો લેતો. તેને તો માત્ર પોતાની જાસૂસી કળાને વધારે ધારદાર કરવામાં જ રસ રહેતો અને માટે જ તે નિર્માલ્ય અને નિરસ કેસને લેવાનું મોટેભાગે ટાળતો જ હતો. આ બધા જ ચિત્રવિચિત્ર કેસોમાં એ રૉયલોટ કુટુંબનો કેસ ખૂબ વિલક્ષણ અને અનોખો હતો.

આ ઘટના હું શૅરલૉક હોમ્સ સાથે જોડાયો તે સમયની છે. ત્યારે હું અને હોમ્સ બૅકર સ્ટ્રીટમાં એક જ ઓરડામાં રહેતા હતા. આ પહેલીવાર છે કે જ્યારે હું આ કેસની હકીકતો છતી કરું છું, કારણ કે તેને ગુપ્ત રાખવાનું અમે એક સ્ત્રીને વચન આપ્યું હતું. પણ ગયા મહિને જ તે મૃત્યુ પામી અને અમે વચનથી મુક્ત થયા છીએ. આ ઉપરાંત બીજી વાત એ હતી કે સાચી હકીકતોને પ્રકાશમાં લાવવાનો યોગ્ય સમય પણ કદાચ હવે જ ઉપસ્થિત થયો છે. કારણ કે ડૉ. ગ્રાઈમ્સબી રૉયલોટનું મૃત્યુ એવી રહસ્યમય રીતે થયું હતું કે જો તે સમયે હકીકતો છતી થઈ હોત તો વધારે હોબાળો થાત.

૧૮૮૩ના એપ્રિલ મહિનાની શરૂઆતની આ વાત છે. એક સવારે હું જાગીને જોઉં છું તો શૅરલૉક હોમ્સ પૂરેપૂરો તૈયાર થઈને મારી પથારી આગળ ઊભો હતો. સામાન્ય રીતે હોમ્સ મોડો ઊઠનારો માણસ છે પણ તાપણાની છજા પર પડેલી ઘડિયાળ બતાવતી હતી કે હજુ તો સવા સાત જ થયા હતા. મને આશ્ચર્ય થયું જ અને મને થોડી અકળામણ પણ થઈ કારણ કે હું મારી દિનચર્યાને વળગી રહેનારો માણસ હતો.

"તને જગાડવા બદલ માફ કરજે, વૉટસન," તેણે કહ્યું, "પણ મારી સાથે પણ તેવું જ થયું છે. શ્રીમતી હડસનને કોઈકે વહેલા ઉઠાડી દીધાં તેનો બદલો વાળતાં તેમણે મને વહેલો જગાડી દીધો અને મેં તને જગાડ્યો."

"શું થયું ? આગ લાગી છે ?"

"ના, કોઈ અસીલ લાગે છે. એવું લાગે છે કે કોઈ યુવાન સ્ત્રી ખૂબ ઉશ્કેરાટની હાલતમાં મને મળવાની હઠ પકડીને દીવાનખંડમાં બેઠી છે. આટલી વહેલી સવારે કોઈ યુવાન સ્ત્રી શહેરની શેરીઓમાં લટાર મારવા નીકળી પડે અને ઊંઘતા લોકોને જગાડતી ફરે ખરી ? વાત ખરેખર ગંભીર છે તે ચોક્કસ. તે કંઈક વાત કરવા માગે છે. ચોક્કસ આ એક ખૂબ રસપ્રદ કેસ સાબિત થવાનો છે. મને ખાતરી છે કે તને તેની શરૂઆતથી જ તેમાં રસ લેવાનું ગમશે, અને તે આશયથી જ હું તને જગાડવા આવ્યો છું."

"મારા વહાલા મિત્ર. હું કોઈ પણ સંજોગોમાં તે તક ચૂકવા નથી માગતો."

મને હોમ્સની જાસૂસી તપાસને જોવામાં જેટલો આનંદ મળે છે તેટલો બીજી કોઈ પ્રવૃત્તિમાં નથી મળતો. તેનાં ઝડપી તારણો અને અંદાજનો હું દીવાનો છું, કારણ કે હોમ્સનાં તારણો હંમેશા તર્કબદ્ધ હોય છે અને તેના દ્વારા તેની સમક્ષ રજૂ થયેલા કેસનાં રહસ્યોને તે છતાં કરે છે. હું તરત જ કપડાં પહેરીને તૈયાર થઈ ગયો અને થોડીક જ મિનિટોમાં મારા મિત્રને નીચે દીવાનખંડમાં સંગાથ આપવા હાજર થઈ ગયો. કાળાં વસ્ત્રોમાં સજ્જ અને ચહેરાને પણ બારીક કપડા દ્વારા ઢાંકેલી યુવતી અમને ઓરડામાં પ્રવેશતા જોઈ ઊભી થઈ ગઈ.

"શુભ સવાર, મેડમ," હોમ્સે અભિવાદન કર્યું. "મારું નામ શૅરલૉક હોમ્સ છે. આ મારો અંગત મિત્ર અને સાથી ડૉ. વૉટસન છે. તેની સમક્ષ તમે મારી જેટલા જ નિખાલસતાથી વાત કરી શકો છો. વાહ ! મને ખુશી છે કે શ્રીમતી હડસને તાપણું પેટાવ્યું છે. મહેરબાની કરીને અહીં તાપણા નજીક બેસો અને એક કપ ગરમ કૉફી પણ લો કારણ કે તમે ઠંડીના માર્યાં થથરી રહ્યાં છો."

"હું કંઈ ઠંડીની મારી નથી થથરી રહી," સ્ત્રીએ ખૂબ જ ધીમા અવાજે પોતાની જગ્યા બદલતા કહ્યું.

"તો પછી શું છે ?"

"ભય, શ્રીમાન હોમ્સ, હું ભયથી કાંપી રહી છું." તેણે કહેતાં કહેતાં ચહેરા પરથી કપડું હટાવ્યું. અમે જોઈ શક્યા કે તેણી ખૂબ જ દયાજનક સ્થિતિમાં હતી. તેનો ચહેરો ફિક્કો પડી ગયો હતો. તેની આંખ આરામની કમીના કારણે ઊંડી જતી રહી હતી. તે કોઈ ગભરાઈ ગયેલી હરણીની જેમ ધ્રૂજી રહી હતી. તેના દેખાવ અને દેહસૌષ્ઠવ પરથી તો તે ત્રીસ વર્ષની સ્ત્રી લાગતી હતી પણ તેના વાળ અકાળે ધોળા થઈ ગયા હતા. તેનો ચહેરો નિરાશ અને નિસ્તેજ હતો. હોમ્સે તરત જ તેણી ઉપર પોતાની ચકોર નજર ફેરવી લીધી.

"તમારે ગભરાવાની જરા પણ જરૂર નથી," તેણે સહાનુભૂતિથી તેના ખભા પર હાથ મૂકતાં કહ્યું, "આપણે ઝડપથી બધું બરાબર કરી દઈશું, મને તેમાં કોઈ જ શંકા નથી. મને લાગે છે આજે વહેલી સવારે તમારે ટ્રેઈનમાં અહીં આવવું પડ્યું છે."

"એમ ! તમે મને ઓળખો છો ?"

"ના, પણ મેં તમારા ડાબા હાથના મોજામાં ગાડીમાં પરત ફરવાની ટિકિટનું અડધિયું જોયું તેના પરથી કહું છું. તમે વહેલી સવારે ઘરેથી નીકળ્યાં હશો. તમારે સ્ટેશન પર પહોંચતા પહેલાં કૂતરાગાડીમાં ખાડાખડિયાવાળા રસ્તા પર થઈને આવવું પડ્યું લાગે છે."

હોમ્સના આ વાક્યથી યુવતી સ્તબ્ધ થઈ ગઈ અને મારા સાથી સામે આશ્ચર્યથી જોઈ રહી.

"તેમાં કોઈ જ રહસ્ય નથી, મેડમ," હોમ્સે હસતાં હસતાં કહ્યું, "તમારી બંડીની ડાબી બાંય સાતેક જગ્યાએ કાદવથી ખરડાઈ ગઈ છે. આ ડાઘ એકદમ તાજા છે. કૂતરાગાડી સિવાય આ રીતે કાદવ કોઈ જ વાહનમાં ન ઊડે અને આવું ત્યારે જ બને જ્યારે તમે ચાલકની ડાબી બાજુએ બેઠાં હોવ."

"તમે જે કોઈ કારણ આપ્યાં હોય તે, સાહેબ, પણ તમે એકદમ સાચાં છો," તેણીએ કહ્યું, "હું ઘરેથી છ વાગ્યા પહેલાંની નીકળી છું. છ વાગ્યાને વીસ મિનિટે હું લેધરહેડ સ્ટેશને પહોંચી અને વોટરલૂ આવતી પહેલી ટ્રેનમાં બેસી ગઈ અને સ્ટેશનેથી ચાલતી તમારે ત્યાં આવી પહોંચી છું. સાહેબ, હવે આ માનસિક તાણ મારાથી વધારે સહન નથી થતી. આ અસહ્ય ત્રાસ જો હજુ વધારે ચાલ્યો તો હું ચોક્કસ પાગલ થઈ જઈશ. મારું હવે આ દુનિયામાં કોઈ જ નથી કે જેની સાથે હું મારી હૈયાવરાળ ઠાલવી શકું અને હળવાશ અનુભવું. હા, એક વ્યક્તિ છે જે મારું ખૂબ ધ્યાન રાખે છે પણ તે બિચારો મારી આ મામલામાં કોઈ જ મદદ કરી શકે તેમ નથી. હું ઘણા લાંબા સમયથી તમારાં સાહસોનાં વખાણ સાંભળતી આવી છું અને આજે હું તમારું સરનામું મેળવી તમારી મદદ લેવા આવી છું. મહેરબાની કરીને મને મદદ કરો ! હું જે અંધારામાં ગૂંગળાઈ રહી છું શું તેમાંથી તમે મને બહાર કાઢો. હાલ હું તમારી મદદનો બદલો વાળવાને પણ સક્ષમ નથી, પણ એક-બે મહિનામાં મારાં લગ્ન થવાનાં છે. ત્યારે હું મારી મિલકતની સંપૂર્ણ માલિક બનીશ અને એ વખતે હું તમારી ફી ચૂકવવામાં જરા પણ પાછી નહીં પડું. મહેરબાની કરો, સાહેબ !"

"મેડમ, તમે મારાં વખાણ સાંભળીને આવ્યાં છો તો હું પણ તમને ખાતરી આપું છું કે હું તમારા કેસ પર પૂરતું ધ્યાન આપીશ. બદલાની મને ક્યારેય અપેક્ષા હોતી નથી. તમારા કેસ પાછળ જો મારે કોઈ ખર્ચ કરવો પડ્યો તો તે તમારી સગવડે તમે ગમે ત્યારે ચૂકવી આપશો તો પણ મને વાંધો નથી. હવે મહેરબાની કરીને મને તમારી વાત વિસ્તારથી કહો જેથી કરીને હું તે બાબતે કોઈ નિર્ણય પર આવી શકું."

"હું તમને કઈ રીતે સમજાવું !" અમારી મુલાકાતી નિરાશાથી બોલી ઊઠી, "પરિસ્થિતિની ભયંકરતા તો એ જ છે, સાહેબ, કે મારો ભય અન્ય લોકોને સાવ જ અર્થ વગરનો લાગે છે, કારણ કે હું નાના નાના મુદ્દાઓમાં પણ શંકાશીલ બની જાઉં છું અને હું એકદમ ગભરાઈ જાઉં છું. મારા નજીકના માણસને પણ મારી આ ચિંતા સાવ જ વ્યર્થ લાગે છે. તેને તે સ્ત્રી હૃદયની એક નબળાઈ ગણીને હસી કાઢે છે. પણ મેં સાંભળ્યું છે, શ્રીમાન હોમ્સ, કે તમે માનવહૃદયની નબળાઈ અને તેમાં રહેલી નીચતાને ખૂબ જ સારી રીતે ઓળખી શકો છો. હવે તમે જ કહો કે હું કઈ રીતે આ ભયંકર જોખમમાંથી મારી જાતને બહાર કાઢું."

"મારી નજરમાં બધું જ છે, મેડમ."

"મારું નામ હેલન સ્ટોનર છે. હું સરી નદીના પશ્ચિમ કિનારે આવેલા સ્ટોક મોરાનમાં મારા સાવકા પિતા સાથે રહું છું. પ્રખ્યાત રૉયલોટ કુટુંબના તે એક માત્ર છેલ્લા વંશજ છે."

હોમ્સે માથું હલાવ્યું. "આ નામ કંઈક જાણીતું લાગે છે," તેણે કહ્યું.

"રૉયલોટ કુટુંબ એક સમયે ઇંગ્લૅન્ડનું પ્રતિષ્ઠિત શ્રીમંત કુટુંબ ગણાતું હતું અને તેણે પોતાની જાગીર ઉત્તરમાં બર્કશાયર અને પશ્ચિમમાં હેમ્પશાયર સુધી વિસ્તારી હતી. પણ ગઈ સદીમાં આ કુટુંબમાં કેટલાક એવા વારસ પાક્યા જેણે આખા કુટુંબનું નામ ડુબાડી દીધું. તેમાં છેલ્લા વારસદારે તો દાટ વાળી દીધો હતો. તેની જુગારની લતે આખા કુટુંબને પતનના આરે લાવી દીધું હતું. તેણે કેટલીએ મિલકત ગુમાવી દીધી હતી. હવે માત્ર થોડા એકર જમીન અને બસો વર્ષ જૂનું બાપદાદાનું ખખડધજ મકાન જ પાછળ બચ્યાં છે, અને તે પણ ભારે બોજા હેઠળ ગીરવે મૂક્યાં છે. છેલ્લાં વારસે પોતાનું જીવન ખૂબ જ ખરાબ રીતે એક કંગાલ શ્રીમંત તરીકે પૂરું કર્યું હતું. આવી કારમી કંગાલિયતથી બચવા મારા સાવકા પિતાએ વિચાર્યું કે તેમણે ખુદ કોઈ રસ્તો કાઢવો પડશે અને એક સગા પાસેથી ઉછીના પૈસા લઈ તેમણે દાક્તરીનો અભ્યાસ કર્યો અને ડીગ્રી મેળવી કલકત્તા ચાલ્યા ગયા. તેમની વ્યવસાયિક આવડત અને તેમના ચારિત્ર્યબળથી તેમણે સારી પ્રેક્ટિસ જમાવી હતી. પણ તેઓ પોતાના ઉગ્ર સ્વભાવ પર કાબૂ ન રાખી શક્યા. તેમણે ઘરે રાખેલા હિન્દુસ્તાની નોકર દ્વારા થતી વારંવારની ચોરીથી કંટાળી જઈને તેને એવો માર્યો, એવો માર્યો કે તે ત્યાં જ ઢળી પડ્યો. તેમના પર કેસ ચાલ્યો. જો કે તેઓ ફાંસીની સજામાંથી તો કોઈક રીતે બચી ગયા. પણ તેમ છતાંયે તેમણે લાંબો કારાવાસ તો ભોગવવો જ પડ્યો. તેઓ સજા ભોગવી સીધા ઇંગ્લૅન્ડ આવી ગયા. પણ ત્યારબાદ તેઓ હંમેશા નાસીપાસ અને નિરાશ જ બની રહ્યા."

"જ્યારે ડૉ. રૉયલોટ ભારતમાં હતા ત્યારે તેમણે મારી માતા સાથે લગ્ન કર્યાં. મારી માતા શ્રીમતી સ્ટોનર બંગાળ આર્ટિલરીના મેજર સ્ટોનરની યુવાન વિધવા હતી.

મારી બહેન જુલિયા અને હું જોડિયા બહેનો હતી. મારી માતાએ પુનઃ લગ્ન કર્યાં ત્યારે અમે બન્ને બહેનો માત્ર બે જ વર્ષની હતી. તેણી પાસે ઘણા પૈસા હતા, તેનાથી તેને વર્ષે હજાર પાઉન્ડ કરતાં પણ વધારે આવક થતી હતી અને તેણી આ બધાં જ નાણાં ડૉ. રૉયલોટના નામે કરી દીધાં હતાં પણ તેમાં એક શરત એવી રાખવામાં આવી હતી કે જ્યારે અમારાં બન્નેનાં લગ્ન થાય ત્યારે તેમાંથી કેટલીક રકમ અમને આપવી. અમે બન્ને બહેનો તેમની સાથે જ રહેતી હતી. અમારા ઇંગ્લૅન્ડ આવ્યાના થોડા જ વખતમાં મારી માતા મૃત્યુ પામી - આઠ વર્ષ પહેલાં એક ટ્રેન અકસ્માતમાં તેણી મૃત્યુ પામી. ત્યાર બાદ ડૉ. રૉયલોટે લંડનમાં પોતાની પ્રેક્ટિસ જમાવવાના પ્રયત્નો કરવાનું છોડી દીધું અને તેઓ અમને સ્ટોક મોરાનમાં આવેલા તેમના બાપ-દાદાના મકાનમાં લઈ આવ્યા. મારી માતા જેટલાં નાણાં અમારા માટે છોડી ગઈ હતી તે અમારી બધી જ જરૂરિયાતો માટે પૂરતાં હતાં. તેથી અમને કોઈ જ તકલીફ નહોતી પડતી.

"પણ ત્યાર બાદના સમયમાં અમારા સાવકા પિતામાં ભયંકર પરિવર્તન આવવા માંડ્યું. પાડોશીઓ સાથે સંબંધ વિકસાવવા અને તેમની મુલાકાત લેવાની જગ્યાએ તેઓ પોતાની જાતને ઘરમાં પૂરી રાખતા. પાડોશીઓ પહેલાં તો સ્ટોક મોરાનના જમીનદારને આવેલો જોઈ ખૂબ હરખાયા હતા. પણ તેઓ હવે ભાગ્યે જ ઘરની બહાર નીકળતા હતા અને જ્યારે ક્યારેય કોઈ પાડોશી તેમને રસ્તામાં મળી જાય ત્યારે તેની સાથે બાખડી પડતા હતા. એમ પણ આ કુટુંબનાં વારસોમાં ગુસ્સાનું લક્ષણ વારસાગત દેખાતું આવ્યું છે, અને મને લાગે છે કે તેમનામાં પણ આ વારસો બરાબર ઊતર્યો છે. જો કે મારું એવું માનવું હતું કે લાંબો સમય ઉષ્ણકટિબંધમાં રહેવાથી તેમનો મિજાજ ગરમ થઈ ગયો હતો. તેમનો ગુસ્સો એટલી હદે વધી ગયો હતો કે તે બધા સાથે ભયંકર રીતે ઝઘડવા લાગ્યા. કેટલાક ઝઘડા તો કોર્ટ સુધી પહોંચી ગયા. હવે તો અમારા નાનકડા ગામમાં તેમનું નામ પણ લેતાં લોકો ડરતા હતા. તેમનો આતંક એટલી હદે વધી ગયો હતો કે લોકો તેમને જોઈને પોતાનો રસ્તો બદલી નાખતા હતા, કારણ કે તેમનામાં એટલી બધી તાકાત હતી કે ગુસ્સામાં તેઓ પોતાના પર જરા પણ કાબૂ નહોતા રાખી શકતા અને સામેવાળી વ્યક્તિનું આવી જ બનતું.

"હજુ ગયા અઠવાડિયાની જ વાત છે. તેઓ ગામના એક લુહાર સાથે બાખડી પડ્યા. બિચારાને ઝરણાની વાડ પરથી ધક્કો મારી નીચે નાખી દીધો. આ મામલો પણ કોર્ટે ચડવાનો હતો પણ જેમ તેમ કરી પેલાને પૈસા આપી મેં અમારી આબરૂના ધજાગરા થતા અટકાવ્યા. ગામમાં તેમને કોઈ જ મિત્રો નહોતા રહ્યા, પણ જિપ્સીઓની વસ્તી ક્યારેક ક્યારેક ગામમાં ધામા નાખતી ત્યારે મારા સાવકા પિતા તેમની સાથે દોસ્તી કરતા અને તેમની વિશાળ સંપત્તિમાં તેમને તંબુઓ બાંધવાની પરવાનગી આપતા. ક્યારેક ક્યારેક તો તેઓ દિવસ-રાત જિપ્સીઓના તંબુમાં પડ્યા રહેતા. ક્યારેક તો

તેઓ દિવસો સુધી તેમની સાથે રખડ્યા કરતા. તેઓ ભારતીય પ્રાણીઓમાં ઊંડો રસ ધરાવતા હતા. તેમના ભારતમાં રહેતા કોઈક ઓળખીતાએ તેમના માટે અહીં ઇંગ્લૅન્ડમાં એક ચિત્તો અને એક વાંદરો પણ મોકલી આપ્યાં છે. આ બન્ને પ્રાણીઓ તેમની જાગીરમાં બિંદાસ્ત ફરતાં હોવાથી ગામલોકોમાં તેનાથી ભય વ્યાપેલો રહે છે."

"હવે તમે સમજી શકશો છો કે મારા અને મારી બિચારી બહેનના જીવનમાં સુખની કોઈ જ આશા નહોતી રહી. કોઈ નોકર પણ અમારી સાથે રહેવા તૈયાર નહોતો. અરે અમારે ખુદે આખા ઘરનું કામ કરવું પડતું હતું. તેણી બિચારી માત્ર ત્રીસ વર્ષની વયે મૃત્યુ પામી. તેના વાળ પણ મારી જેમ ધોળા થવા લાગ્યા હતા."

"તમારી બહેન મૃત્યુ પામી છે, એમ ?"

"તે બે વર્ષ પહેલાં મૃત્યુ પામી છે, અને તેણીના મૃત્યુ વિષે જ હું તમારી સાથે વાત કરવા માગું છું. તમે સમજી શકશો કે મેં વર્ણવેલી જીવનશૈલીમાં જીવવું કેટલું અઘરું છે. અમે બહારની સમાન ઉંમરવાળી કોઈપણ વ્યક્તિને નહોતા મળી શકતા. હૅરોમાં અમારી એક માસી હતી - કુમારી હોનોરિયા વેસ્ટફાઇલ - એમને ત્યાં અમે ક્યારેક ક્યારેક પિતાની પરવાનગીથી જઈ શકતા હતા. બે વર્ષ પહેલાં જુલિયા નાતાલની રજાઓમાં અમારાં માસીના ઘરે ગઈ હતી, ત્યાં નૌકાદળના એક અધિકારી સાથે તેનો પરિચય થયો. બન્નેની સગાઈ કરી દેવામાં આવી. મારા પિતાએ લગ્ન સામે કોઈ જ વાંધો ન ઉઠાવ્યો. પણ લગ્નના પખવાડિયા પહેલાં એક એવી ક્રૂર ઘટના બની જેમાં હું મારી એકમાત્ર સંગાથી, મારી સુખ-દુઃખની સાથી બહેનને ખોઈ બેઠી."

શૅરલૉક હોમ્સ ખુરશીને ટેકો દઈને બેઠો હતો. તેની આંખો અધખૂલી હતી, માથું એક તરફ નમેલુ હતું. પાંપણોને થોડી ઊંચી કરીને સ્ત્રી પર તેણે એક નજર ફેરવી.

"મહેરબાની કરી બધું વિગતે કહો." તે બોલ્યો.

"એ મારા માટે અઘરું નથી, કારણ કે એ કરુણ ઘટનાની એક એક વાત મારા મનમાં હજુ એવી ને એવી જ કોતરાયેલી પડી છે. મેં તમને પહેલાં જ કહ્યું છે કે જે મકાનમાં અમે રહીએ છીએ તે ખૂબ જ જૂનું છે. તેના એક ભાગમાં જ અમે રહીએ છીએ. શયનખંડો ભોંયતળિયે આવેલા છે અને દીવાનખંડ બરાબર મધ્યમાં આવેલો છે. અમારા બધાના શયનખંડ એક જ હરોળમાં આવ્યા છે. હરોળમાં પહેલો ઓરડો ડૉ. રૉયલોટનો છે, બીજો મારી સ્વર્ગસ્થ બહેન જુલિયાનો અને ત્રીજો મારો છે. આ ત્રણેય ઓરડા વચ્ચે કોઈ જ બારી, બાકોરું કે બારણું નથી આવેલું કે જેના દ્વારા એકબીજાના રૂમમાં જઈ શકાય. ત્રણેય શયનખંડ સંપૂર્ણ સ્વતંત્ર છે અને બધાનાં બારણાં પરસાળમાં પડે છે. હું કહું છું તે તમે સમજો છોને, સાહેબ ?"

"હા, તદ્દન."

"આ ત્રણેય રૂમની બારી બહાર બગીચામાં ખૂલે છે. તે કારમી રાત્રે ડૉ. રૉયલોટ પોતાના રૂમમાં વહેલા જતા રહ્યા હતા. જો કે અમને ખબર હતી કે તેઓ હજુ સૂતા

નહોતા, કારણ કે તેમની ભારતીય ચીરૂટની તીવ્ર ગંધ મારી બહેનને પજવતી હતી. તેથી તેણી મારા રૂમમાં આવી. અમે બન્ને તેનાં ભાવિ લગ્નની વાતો કરવા લાગ્યાં. અગિયાર વાગે તે પોતાના રૂમમાં જવા ઊભી થઈ અને અચાનક બારણા આગળ થોભી ગઈ, તેણે પાછું ફરીને જોયું.

"'મને કહે હેલન,' તેણીએ કહ્યું, 'શું તે ક્યારેય કોઈને મધરાત્રે સીટી વગાડતા સાંભળ્યું છે?'

"'ના, ક્યારેય નહીં,' મેં કહ્યું.

"'તું તો કંઈ ઊંઘમાં સીટી નથી વગાડતી ને ?'

"'ના, હું કાંઈ સીટી નથી વગાડતી, પણ તું શા માટે આ બધું પૂછે છે ?'

"'કારણ કે છેલ્લી કેટલીક રાત્રીઓથી મને સવારના ત્રણ વાગ્યાની આસપાસ ધીમી પણ સ્પષ્ટ સીટી સંભળાય છે. તને તો ખબર છે મારી ઊંઘ કાચી છે અને માટે હું આવી સીટીથી જાગી જાઉં છું. મને નથી ખબર કે અવાજ ક્યાંથી આવે છે. બની શકે કે બાજુના રૂમમાંથી આવતો હોય અથવા તો પછી બગીચામાંથી પણ આવતો હોય. મને થયું તને પૂછી જોઉં કદાચ તેં કંઈ સાંભળ્યું હોય!'

"'ના, મેં કંઈ નથી સાંભળ્યું. બની શકે કે પેલા જીપ્સીના તંબુઓમાંથી કોઈક સીટી વગાડતું હોય !'

"'બની શકે. પણ જો બગીચા તરફથી જ અવાજ આવતો હોય તો તને કેમ તે નથી સંભળાતો ?'

"'કારણ કે તારા કરતા મારી ઊંઘ ગાઢ છે.'

"'વારુ, આ કંઈ એટલી મોટી વાત નથી.' તેણી મારી સામે હસી અને બારણું બંધ કરીને ચાલી ગઈ. થોડી ક્ષણો બાદ તેનું બારણું ખૂલીને બંધ થઈ ગયું અને તાળામાં ચાવી ફરવાનો અવાજ પણ મને સંભળાયો."

"બરાબર છે." હોમ્સે કહ્યું, "તમે લોકો હંમેશા રાત્રે તાળું મારીને સૂઓ છો ?"

"હા, હંમેશા."

"કેમ ?"

"મેં તમને કહ્યું ને કે ડૉક્ટરે ચિત્તા અને વાંદરાને ખુલ્લા મૂક્યા છે. જો અમારાં બારણાં અંદરથી તાળું મારેલાં ન હોય તો અમને જરા પણ સુરક્ષા જેવું નહોતું લાગતું."

"બરાબર, બરાબર, આગળ કહો."

"તે રાત્રે હું સૂઈ ન શકી. મને જાણે કંઈક અજુગતું થવાની લાગણી થતી હતી. તમે જાણો જ છો કે હું અને મારી બહેન જોડિયાં છીએ. તમે એ પણ જાણતા હશો કે જોડિયા બહેનો કે ભાઈઓના વિચારો અને લાગણીઓ પણ અમુક હદે એકબીજા સાથે જોડાયેલાં હોય છે. તે એક કારમી રાત હતી. પવન ભયંકર રીતે સુસવાટા મારી રહ્યો હતો અને વરસાદની થાપટો પણ એકધારી બારીને અથડાતી હતી. અચાનક તોફાની

રાતને ચીરતી એક કારમી ચીસ મારા કાન પર અથડાઈ. તે ચીસ ભયથી થથરી ઊઠેલી કોઈક સ્ત્રીની હતી. એ મારી બહેનની જ ચીસ હતી. હું મારી પથારીમાંથી ઊભી થઈ શાલ ઓઢી પરસાળમાં દોડી ગઈ. જેવું મેં મારા રૂમનું બારણું ખોલ્યું કે મને સિસોટીનો ધીમો અવાજ સંભળાયો. તે અવાજ મારી બહેને વર્ણવ્યા પ્રમાણેનો જ હતો. તરત જ જાણે કોઈ વજનદાર ધાતુનો ટુકડો નીચે પડ્યો હોય તેવો અવાજ સંભળાયો. જેવી હું દોડીને મારી બહેનના ઓરડા આગળ આવીને જોઉં છું તો અંદરથી કોઈક બારણું ખોલી રહ્યું હોય તેવું લાગ્યું. હું ગભરાઈ ગઈ હતી કે બારણું કોણ ખોલશે. પણ પરસાળના દીવાના ઝાંખા પ્રકાશમાં મેં જોયું તો મારી સામે મારી બહેન જ ઊભી હતી. તે ભયની મારી ધ્રૂજી રહી હતી, તેનો ચહેરો રૂની પૂણી જેવો ફિક્કો પડી ગયો હતો. તે લથડિયાં ખાઈ રહી હતી અને ટેકા માટે મારી સામે હાથ ફેલાવી રહી હતી. તરત જ હું તેને ટેકો આપવા દોડી ગઈ પણ તેની પાસે પહોંચું તે પહેલાં જ તે લથડી અને જમીન પર ફસડાઈ પડી. તેનું શરીર વેદનાથી તણાઈ રહ્યું હતું. તેનાં અંગો ભયંકર રીતે તણાઈ રહ્યાં હતાં. પહેલાં તો મને લાગ્યું કે તેણે મને ન ઓળખી પણ જેવી હું તેની પાસે ગઈ કે તેના મોઢામાંથી એક ભયંકર આક્રંદ નીકળી ગયું. તે આક્રંદને હું જીવનભર નહીં ભૂલી શકું, 'અરે ભગવાન ! હેલન ! કાબરચીતરો પટ્ટો !' તે બીજું પણ કંઈ કહેવા માગતી હોય તેમ તેણે ડૉક્ટરના ઓરડા તરફ આંગળી ચીંધી. પણ અચાનક જ તેને તાણ આવી અને શબ્દો મોઢામાં જ રહી ગયા. હું મારા પિતાને બોલાવવા દોડી ગઈ. અને તેમને મોટે મોટેથી બૂમો પાડવા લાગી. તરત જ તેઓ પોતાના નાઇટ-ગાઉનમાં બહાર દોડી આવ્યા. પિતા મારી બહેન પાસે આવે તે પહેલાં તો તે બેભાન થઈ ગઈ હતી. તરત જ તેણે તેના ગળામાં બ્રાન્ડી રેડી અને મદદ માટે દોડાદોડી કરી મૂકી, પણ બધું જ વ્યર્થ, કારણ કે ત્યાર બાદ તે ક્યારેય પાછી હોશમાં ન આવી. મારી વહાલી બહેનના ઊજળા જીવનનો આવો કરુણ અંત !''

''એક મિનિટ,'' હોમ્સે કહ્યું, ''તમને ખાતરી છે કે તમે સીટી અને ધાતુ પડવાનો કોઈક અવાજ સંભળાયો હતો ? તમે સમ ખાઈને કહી શકો છો કે તમે તેવો કોઈક અવાજ સાંભળ્યો હતો ?''

''ગામના પોલીસ અધિકારીએ પણ મને આવો જ પ્રશ્ન પૂછ્યો હતો. હું માનું છું ત્યાં સુધી મને ચોક્કસ તેવો અવાજ સંભળાયો હતો, પણ બની શકે કે બહાર તોફાન ચાલુ હોય અને પાછું અમારું ઘર પણ ખખડધજ હોય અને તેના કારણે મને કોઈ ભ્રમણા થઈ હોય તો ખબર નહીં !''

''તમારી બહેને શું પહેર્યું હતું ?''

''તેણી પોતાના નાઇટ-ડ્રેસમાં હતી. તેણીના જમણા હાથમાં બળેલી દીવાસળી હતી અને બીજા હાથમાં દીવાસળીની પેટી હતી.''

"તેના પરથી એવું લાગે છે કે જેવો તેને કોઈક ભયનો અણસાર આવ્યો કે તરત જ તેણીએ દીવાસળી સળગાવી હતી. આ વાત બહુ મહત્ત્વની છે. પોલીસ અધિકારીએ આ પરથી શું તારણ કાઢ્યું હતું ?"

"કોરોનરે આ કેસની ખૂબ કાળજીપૂર્વક તપાસ કરી હતી. તમે તો મારા સાવકા પિતાનો મિજાજ જાણો જ છો એટલે તેણે તપાસ કરવામાં કોઈ કમી નહોતી રાખી પણ તે કોઈ ચોક્કસ તારણ પર નહોતા આવી શક્યા. મેં આપેલી જુબાની પરથી એ સાબિત થયું હતું કે બારણું અંદરથી બંધ હતું. બારીઓ પણ જુનવાણી સ્ટોપરોથી સજ્જડ બંધ હતી. દીવાલો પણ નક્કર હતી, ફરસ પણ ચોકસાઈથી તપાસવામાં આવી હતી, તેમાં પણ કોઈ ખામી નહોતી. ચીમની પહોળી હતી પણ તેને પણ પાટિયાં જડીને બંધ કરી દેવામાં આવી હતી. તે પરથી એ વાત ચોક્કસ હતી કે મારી બહેન જ્યારે મૃત્યુ પામી ત્યારે તે રૂમમાં એકલી જ હતી. આ ઉપરાંત તેણી પર હિંસાની કોઈ નિશાની પણ જોવામાં નહોતી આવી."

"ઝેર જેવું કંઈ ન લાગ્યું ?"

"ડૉક્ટરોએ તેની પણ તપાસ કરી પણ તેમાં પણ તેમને કોઈ સફળતા નહોતી મળી."

"તો પછી આ દુર્ભાગી મહિલા કઈ રીતે મૃત્યુ પામી ?"

"મારું એવું માનવું છે કે તે કોઈક વાતે ભયંકર રીતે ડરી ગઈ હતી અને તેના કારણે તેને આઘાત લાગ્યો હતો. જો કે હું એ નથી કહી શકતી કે તેણી શાનાથી ગભરાઈ ગઈ હતી."

"પેલા જીપ્સીઓ ત્યારે ત્યાં જ હતા ?"

"હા, કોઈક ને કોઈક તો ત્યાં ધામા નાખીને રહેતું જ હોય છે."

"અને તમારી બહેને મરતી વખતે બોલેલા શબ્દો 'કાબરચીતરો પટ્ટો' તે બાબતે તમે શું તપાસ કરી ?"

"મેં આ વિષે ઘણું વિચાર્યું, ક્યારેક તો એવું લાગતું કે તે સનેપાતના કારણે બબડી હોય. તો વળી ક્યારેક એવું લાગતું હતું કે કેટલાક જીપ્સીઓ ચટ્ટાપટ્ટાવાળાં વસ્ત્રોમાં ફરતા હોય છે તો કદાચ તે વિષે મારી બહેન કંઈક કહેવા માગતી હોય."

હોમ્સને આ સ્પષ્ટતાથી કંઈ સંતોષ ન થયો.

"રહસ્ય ઘણું ઊંડું લાગે છે. આગળ કહો."

"તે ઘટનાને બે વર્ષ વીતી ગયાં અને હું મારી જાતને પહેલાં કરતાં પણ એકલી અનુભવી રહી છું. વર્ષોથી હું એક વ્યક્તિને ઓળખું છું. તેણે મહિના પહેલાં મારી આગળ લગ્નનો પ્રસ્તાવ મૂક્યો છે. તેનું નામ આર્મિટેજ - પર્સિ આર્મિટેજ છે. રીડિંગ નજીક આવેલા ક્રેન વોટરના શ્રીમાન આર્મિટેજનો બીજો દીકરો. મારા સાવકા પિતાએ

તે સામે કોઈ જ વિરોધ નથી દર્શાવ્યો અને અમે વસંત બેસતાં જ પરણી જવાનાં છીએ. બે દિવસ પહેલાં જ અમારા જૂના ખખડધજ મકાનમાં સમારકામ ચાલુ થયું છે અને મારા ઓરડાની પશ્ચિમ તરફની દીવાલ તોડી નાખવામાં આવી છે. અને મારી બહેન જ્યાં મૃત્યુ પામી હતી તે ઓરડામાં રહેવાની મને ફરજ પડી છે અને તે જ પથારીમાં મારે સૂવું પડે છે. તેની પથારીમાં મોડી રાત સુધી પડી પડી હું જ્યારે તેના કરુણ મૃત્યુનો વિચાર કરતી હતી ત્યારે અચાનક મારા કાન પર એ જ ધીમી સિસોટીનો અવાજ સંભળાયો, હું કાંપી ઊઠી. આ તે જ સીટી હતી જે મારી બહેનના મૃત્યુનું કારણ હતી. હું કઈ રીતે તેને ભૂલી શકું ? તરત જ હું પલંગ પરથી ઊભી થઈ ગઈ અને તરત જ દીવો સળગાવ્યો. મેં રૂમમાં બધે જ જોયું પણ મને કંઈ જ ન મળ્યું. મને હજુ પણ પલંગમાં ઊંઘતાં બીક લાગતી હતી. મારી ઊંઘ તો હવે સાવ જ ઊડી ગઈ હતી એટલે તરત જ મેં કપડાં બદલી લીધાં અને સવાર પડતાં જ ત્યાંથી નીકળી ગઈ. એક કૂતરાગાડી ભાડે કરી હું લેધરહેડ રેલવે સ્ટેશન પર પહોંચી વોટરલૂની ટ્રેન પકડીને અહીં તમારી મદદ લેવા આવી ગઈ.''

''તમે બરાબર જ કર્યું છે,'' મારા મિત્રએ કહ્યું, ''પણ તમે મને બધી જ હકીકતો જણાવી દીધી છે ?''

''હા, બધી જ.''

''કુમારી રૉયલોટ, તમે મને બધું જ નથી જણાવ્યું. તમે તમારા ઓરમાન પિતાને છાવરી રહ્યા છો.''

''કેમ ? તમે કહેવા શું માગો છો ?''

જવાબમાં હોમ્સે તેણીના પંજા આગળની કાળી ઝૂલ ઉપર ખસેડી નાખી. હાથના કાંડા પર પાંચ નાની આંગળીઓની છાપ પડેલી દેખાતી હતી.

''તમારા પર કોઈ ક્રૂરતા આચરવામાં આવી છે.''

તેણી શરમની મારી લાલચોળ થઈ ગઈ. તરત જ તેણીએ ઘવાયેલા કાંડાને પાછું ઢાંકી દીધું. ''તે એક ક્રૂર માણસ છે.'' તેણીએ કહ્યું, ''કદાચ તેને ખુદને નથી ખબર કે તે કેટલા બળવાન છે.''

ત્યાર બાદ લાંબી શાંતિ છવાઈ ગઈ. હોમ્સ બે હાથ પર હડપચી ટેકવી ટગરટગર તાપણા સામે તાકી રહ્યો.

''આ ખૂબ ગહન બાબત છે,'' છેવટે હોમ્સે મૌન તોડ્યું, ''કોઈ પણ પગલું લેતાં પહેલાં મારે હજારો ઝીણી ઝીણી વિગતો જાણવી પડશે. આપણે સમય જરા પણ ગુમાવવો ન જોઈએ. જો અમે લોકો આજે સ્ટોક મોરાન આવીએ તો શું તમારા સાવકા પિતાની જાણ બહાર અમે તમારા ઓરડાની તપાસ કરી શકીએ ?''

''હા, તેવું બની શકે તેમ છે, કારણ કે કોઈક મહત્ત્વના કામે તેઓ શહેરમાં આવવાના છે. કદાચ તેઓ આખો દિવસ ઘરની બહાર રહેશે માટે તમારી તપાસમાં

કોઈ ખલેલ નહીં પડે. જોકે અમારે એક નોકરાણી છે પણ તે વૃદ્ધ અને મૂરખ છે. તેને તો હું ગમે તે બહાને ઘરની બહાર મોકલી દઈશ.''

''ઉત્તમ. વૉટસન, તને તો આ નાનકડા પ્રવાસ માટે કોઈ વાંધો નથી ને ?''

''જરા પણ નહીં.''

''તો પછી અમે બન્ને આવવા તૈયાર છીએ. હવે તમે શું કરશો ?''

''મારે શહેરમાં એક-બે કામ છે. તેને પતાવી લઉં પછી બાર વાગ્યાની ટ્રેનમાં ઘરે પાછી ફરીશ.''

''સારું ત્યારે, અમારી બપોર પછી રાહ જોજો. મારે પણ એકાદ બે નાનાં કામ પતાવવાનાં છે. તમે નાસ્તા માટે નહીં રોકાઓ ?''

''ના, મારે હવે જવું પડશે. મારી બધી જ મૂંઝવણ તમારી સામે ઠાલવતાંની સાથે જ હું હળવાશ અનુભવી રહી છું. હું આજે બપોરે તમારી રાહ જોઈશ.'' તેણીએ મોઢા પર આવરણ ઢાંક્યું અને રૂમમાંથી જતી રહી.

''તને શું લાગે છે, વૉટસન ?'' હોમ્સે ખુરશી પર લંબાવતાં પૂછ્યું.

''મને તો બધું જ રહસ્યમય અને ડરામણું લાગે છે.''

''ખરેખર રહસ્યમય અને ડરામણું જ છે.''

''જો યુવતી સાચું કહેતી હોય કે ઓરડાની દીવાલો, ભોંયતળિયુ એકદમ સલામત છે અને બારી, બારણા અને ચીમની પણ સજ્જડ બંધ છે તો તો તે વાતમાં કોઈ શંકા નથી કે તેણીની બહેન મૃત્યુ સમયે એકલી હતી.''

''તો પછી શું થયું હશે, રાત્રે સંભળાતી સિસોટીનું શું ? અને તેણીની બહેને મરતી વખતે કહેલા શબ્દોનું શું ?''

''મને તો કંઈ જ ખબર નથી પડતી.''

''રાત્રે સંભળાતી સિસોટીઓ તેમજ નજીકમાં પડાવ નાખીને રહેતા જિપ્સીઓની ટોળીઓ - આ બન્નેને એક સાથે જોડીએ તો એમ માનવાને ઘણાં કારણ છે કે જીપ્સીઓ સાથે ગાઢ સંબંધ ધરાવતા છોકરીઓના ઓરમાન પિતાનો પોતાની બન્ને દીકરીનાં લગ્ન અટકાવવામાં સ્વાર્થ રહેલો હોય. હેલને પણ તે સિસોટીઓ સાંભળી છે અને પેલી ધાતુ પડવાનો અવાજ પણ તેણે સાંભળ્યો છે - કદાચ તે અવાજ બારીઓની આગળના લોખંડના સળિયાનો હલવાનો અવાજ હશે. જો આપણે આ દિશામાં જ આગળ વધીશું તો હું ધારું છું કે મૃત્યુનું રહસ્ય ઊકલી જશે.''

''પણ તેમાં જીપ્સીઓને શું લેવા-દેવા હોય ?''

''મને એ જ નથી સમજાતું.''

''મને તો વિચારણાની આ આખી દિશા સામે જ વાંધો છે.''

''મને પણ. અને માટે જ સાચું કારણ શોધવા આજે આપણે સ્ટોક મોરાન જઈ

રહ્યા છીએ. આપણો વાંધો યોગ્ય છે કે અયોગ્ય તેનો ખુલાસો ત્યાં જ થશે. અરે, આ વળી શું છે ? કોણ છે આ શેતાન ?''

મારો મિત્ર અચાનક ખુરશીમાંથી ઊછળીને ઊભો થઈ ગયો. અમારા ઓરડાનું બારણું ધડાકાભેર ખૂલ્યું. દરવાજામાં એક કદાવર માણસ ઊભો હતો. તેનો પહેરવેશ અંશતઃ વ્યવસાયિક અને અંશતઃ ગામડિયો હતો. તેણે કાળી હૅટ અને લાંબો ડગલો પહેરેલાં હતાં. તેના હાથમાં એક ચાબૂક પણ હતી. એ એટલો ઊંચો હતો કે તેની ટોપી બારણાની બારસાખને અડતી હતી. તેના કદથી આખો દરવાજો ઢંકાઈ ગયો હતો. તેનો આખો ચહેરો કરચલીઓથી ભરેલો હતો અને તડકાથી ફિક્કો પડી ગયો હતો. તેના ચહેરા પર શેતાની હાવભાવ છવાયેલા હતા. તેની પીળી ઊંડી આંખો અમારી સામે વારાફરતી ટગર ટગર જોઈ રહી હતી. તેનું ઊંચું પાતળું નાક શિકારી પક્ષી જેવું લાગતું હતું.

''તમારા બન્નેમાંથી હોમ્સ કોણ છે ?'' આવનાર કદાવર માણસે પૂછ્યું.

''હું છું, પણ તમે કોણ છો ?'' મારા મિત્રએ ઠંડકથી કહ્યું.

''હું. સ્ટોક મોરાનનો ડૉ. ગ્રાઈમ્સબી રૉયલોટ છું.''

''એમ ! ડૉક્ટર,'' હોમ્સે કહ્યું, ''આવો બેસો.''

''હું અહીં બેસવા નથી આવ્યો. મારી ઓરમાન દીકરી અહીં આવી હતી. મને ખબર છે તેણે તમને શું કહ્યું હશે ?''

''આ વર્ષે ઠંડી થોડી વધારે પડી છે.'' હોમ્સે કહ્યું.

''તેણીએ તમને શું કહ્યું છે ?'' વૃદ્ધ માણસ રીતસરનો બૂમ પાડી ઊઠ્યો.

''પણ મેં તો એવું સાંભળ્યું છે કે આ વર્ષે પાક સારો થવાનો છે.'' મારા મિત્રએ બેધ્યાનપણે બોલવાનું ચાલુ રાખ્યું.

''અચ્છા ત્યારે એમ છે ? તું મને ટાળવાનો પ્રયત્ન કરી રહ્યો છે ?'' અમારો મુલાકાતી એક ડગલું આગળ વધી ચાબૂક વીંઝતાં બોલ્યો, ''હું તને ઓળખું છું, બદમાશ ! મેં તારા વિષે સાંભળ્યું છે. તું હોમ્સ છે, બીજાની વાતોમાં ટાંગ અડાડનાર.''

મારો મિત્ર હસ્યો.

''હોમ્સ, નિર્દોષોની મદદ કરનારો.''

''સ્કોટલૅન્ડ યાર્ડનો ચાડિયો !''

હોમ્સ મલક્યો. ''તમારી વાતો ખરેખર મનોરંજક છે.'' તેણે કહ્યું, ''જ્યારે તમે બહાર જાઓ ત્યારે બારણું બંધ કરતા જજો, પવન બહુ જ ફૂંકાઈ રહ્યો છે.''

''હું જે કહેવા આવ્યો છું તે કહીને જ અહીંથી જઈશ, મારા મામલાથી દૂર જ રહેજે. મને ખબર છે કુમારી સ્ટોનર અહીં આવી હતી. મેં તેનો પીછો કર્યો હતો. હું એક ખતરનાક માણસ છું. મારી આગળ તારી કોઈ જ ચાલાકી નહીં ચાલે. અહીં જો,'' એમ

કહીને તે આગળ આવ્યો અને એક લાંબો ધારદાર સળિયો પોતાની મુઠ્ઠીમાં ઘુમાવતાં બરાડી ઊઠ્યો - ''મારાથી દૂર રહેજે.'' એમ કહી તેણે તે સળિયાને વાળી નીચે નાખી દીધો અને રવાના થઈ ગયો.

''બહુ કરી, મજા પડી ગઈ,'' હોમ્સે હસતાં હસતાં કહ્યું.

''જો કે એના જેવો હું કદાવર તો નથી પણ જો એણે લાંબુ ચલાવ્યું હોત તો હું પણ તેને બતાવી દેત કે તેની પકડ કરતાં મારી પકડ કેવી જોરદાર છે.'' એમ કહીને પેલાએ વાળેલો સળિયો તેણે સીધો કરી દીધો.

''તેણે મને સ્કૉટલેન્ડ યાર્ડનો જાસૂસ કહ્યો. આ માણસની ધૃષ્ટતા તો જો, વૉટસન. આ ઘટના ખરેખર આપણી તપાસમાં ખૂબ જ ઉપયોગી નીવડવાની છે. પણ આ આખલાના હાથે પેલી બિચારી છોકરીને કંઈ સહન ન કરવું પડે તો સારું. ચાલ, વૉટસન, આપણે નાસ્તા ભેગા થઈએ. ત્યાર બાદ હું 'ડૉક્ટર્સ કોમન્સ'ની મુલાકાત લેવા જઈશ. હું તે સંસ્થામાંથી કેટલીક બાબતોની જાણકારી મેળવવા માગું છું જે આ કેસમાં આપણને મદદરૂપ થઈ શકે તેમ છે.''

એક વાગ્યે હોમ્સ કામ પતાવીને પાછો ફર્યો. તેના હાથમાં ભૂરા રંગનું એક કાગળ હતું જેમાં કેટલીક નોંધ અને આંકડા લખેલા હતા.

''મને તેની મૃત પત્નીનું વિલ મળી ગયું છે.'' તેણે કહ્યું, ''તેની હાલની આવકનો સંપૂર્ણ ચીતાર મેળવવા મારે તેની પત્નીએ જે જે શેરોમાં રોકાણ કર્યું હતું તેનું અત્યારનું મૂલ્યાંકન કરવું પડ્યું છે. તેની પત્નીના મૃત્યુ વખતે તેમાંથી ૧૧૦૦ પાઉન્ડથી થોડાક ઓછા ઊપજતા હતા. હાલ તેના માત્ર ૭૫૦ પાઉન્ડ જ ઊપજે છે. તેમાંથી બન્ને પુત્રીઓને ૨૫૦-૨૫૦ પાઉન્ડ લેવાનો હક છે. માટે જો તેની બન્ને દીકરી પરણી જાત તો તેના ભાગે કંઈ ખાસ મોટી રકમ ન આવત. અરે, એક છોકરીનાં લગ્ન થાત તો પણ તેની આવકમાં મોટું ગાબડું પડી જાત. આ બધી જાણકારી મેળવતાં મારે ઘણો સમય લાગ્યો પણ આમાંનું કંઈ વ્યર્થ નથી ગયું. આપણને હવે તેના દુષ્ટ હેતુની ખબર પડી ગઈ છે કે શા માટે તે તેની ઓરમાન દીકરીને મારવા ઇચ્છે છે. અને હવે, વૉટસન, વધારે મોડું કરવામાં જરા પણ શાણપણ નથી. ખાસ કરીને જ્યારે પેલો દુષ્ટ વૃદ્ધ જાણે છે કે આપણે તેના મામલામાં રસ લઈ રહ્યા છીએ ત્યારે તો જરા પણ મોડું ન થવું જોઈએ. હવે જો તું તૈયાર હોય તો આપણે ઘોડાગાડી બોલાવીએ અને વોટરલૂના રેલવેસ્ટેશન તરફ પ્રયાણ કરીએ. જો તું તારી સાથે તારી રિવોલ્વર લઈ લઈશ તો ખૂબ જ સારું રહેશે, કારણ કે આપણો પનારો લોખંડના સળિયાને બેવડો વાળી દે તેવા વૃદ્ધ સાથે પડવાનો છે અને ટૂથ-બ્રશ પણ લઈ લેજે. મારા ખ્યાલથી આપણને તેની પણ જરૂર પડશે.''

વૉટરલૂ પહોંચ્યા કે તરત જ અમને લૅધરહેડની ટ્રેન મળી ગઈ. ત્યાં પહોંચી અમે એક ઘોડાગાડી ભાડે કરી લીધી અને ત્યાંથી ચાર-પાંચ માઈલ હંકારી ગયા. તે એક ખુશનૂમા દિવસ હતો. છૂટાંછવાયાં વાદળોમાંથી સૂર્યકિરણ પથરાઈ રહ્યાં હતાં. આખો

રસ્તો હરિયાળો હતો. હવામાં ભીની માટીની સુગંધ પ્રસરેલી હતી. મને માત્ર એક જ દુઃખ હતું કે આટલી સુંદર જગ્યા અને આટલું કારમું કૃત્ય. બે બાબતો વચ્ચે કોઈ જ મેળ નહોતો. મારો મિત્ર આગળની બેઠક પર બેઠો હતો. તેની ટોપી તેણે આંખ સુધી ખેંચી રાખી હતી. અને તેની હડપચી તેની છાતી સુધી ઢળેલી હતી, તેણે અદબ વાળેલી હતી. તે ઊંડા વિચારમાં ડૂબી ગયો હતો. એકાએક એ ચમક્યો અને મારો ખભો થાબડ્યો અને દૂરની જાગીર તરફ આંગળી ચીંધી.

"ત્યાં જો !" તેણે કહ્યું.

એક નાનકડા ઢોળાવ પર એક વિશાળ જાગીર પથરાયેલી દેખાતી હતી. આસપાસનાં ઘટાદાર વૃક્ષોની પાછળ એક ખખડધજ ઈમારતનું છાપરું દેખાતું હતું.

"સ્ટોક મોરાન છે ?" તેણે કહ્યું.

"હા, સાહેબ, તે ઘર ડૉ. ગ્રાઈમ્સબી રૉયલોટનું જ છે." ડ્રાઈવરે હામી ભરી.

"તેની આસપાસ જ એક મકાન છે. અમારે ત્યાં જ જવાનું છે." હોમ્સે કહ્યું.

"ગામ છેક ત્યાં છે," ડ્રાઈવરે ડાબી બાજુ આંગળી ચીંધી કહ્યું, "પણ જો તમારે ડૉ. રૉયલોટના મકાનની બાજુમાં આવેલા કોઈક મકાનમાં જવું હોય તો તે તમને અહીંથી જ નજીક પડશે, તમે અહીં જ ઊતરી જાઓ. ખેતર પાસેની કેડીએથી જતા રહેજો. ત્યાં કેડી પરથી એક સ્ત્રી પણ આવી રહી છે."

"તે યુવતી મારા ખ્યાલથી કુમારી સ્ટોનર છે," હોમ્સે પોતાની ટોપી આંખ પર નમાવતાં કહ્યું, "મારા ખ્યાલથી તમે કહ્યું તે પ્રમાણે જ કરવું પડશે."

અમે ટાંગામાંથી ઊતરી ભાડું ચૂકવી દીધું અને ટાંગાવાળો પોતાને રસ્તે રવાના થયો.

"મને લાગ્યું આ જ બરાબર રહેશે," હોમ્સે દીવાલ ઓળંગતાં કહ્યું, "આ ટાંગાવાળાને એવું લાગશે કે આપણે કોઈક મકાન બાંધનારા છીએ અને અહીં તેના કામ માટે જ આવ્યા છીએ. તેનાથી તે કંઈ પંચાત નહીં કરે અને ગામમાં વાત પણ નહીં ફેલાય. ગૂડ આફ્ટરનૂન, મિસ સ્ટોનર, તમે જોયું અમે અમારા શબ્દો જેટલા જ ચોક્કસ છીએ."

અમારી અસીલ યુવતી અમારું સ્વાગત કરવા અમને સામે લેવા આવી હતી. તે આનંદમાં હતી, "હું આતુરતાથી તમારી રાહ જોઈ રહી હતી." તેણે અમારી સાથે હૂંફભર્યું હસ્તધૂનન કરતાં કહ્યું, "બધું જ બરાબર છે. ડૉ. રૉયલોટ શહેરમાં ગયા છે અને તેઓ સાંજ પહેલાં તો પાછા નહીં જ ફરે."

"પણ અમને તો ડૉ. સાહેબને મળવાનું સૌભાગ્ય ક્યારનુંયે મળી ગયું છે." થોડા જ શબ્દોમાં હોમ્સે જે કંઈ બન્યું હતું તેનું ચિત્રણ રજૂ કરી દીધું. કુમારી સ્ટોનર તો આ સાંભળીને જ ફિક્કી પડી ગઈ.

"અરે ભગવાન !" તેણી કકળી ઊઠી, "અચ્છા, તો તેમણે મારો પીછો કર્યો."

"હા, લાગે છે તો તેવું જ."

"આ માણસનો કોઈ જ ભરોસો નથી, તે ક્યારે શું કરી બેસે તેનો કોઈ અંદાજ જ ન લગાવી શકે ! હવે પાછા આવીને તો તે ત્રાસ જ ગુજારશે !"

"હવે તેણે પોતાની રક્ષાની જ ચિંતા કરવાની છે, તેનાથી પણ વધારે લુચ્ચી વ્યક્તિ તેની પાછળ પડી છે. આજ રાતથી તમારે તમારી જાતને તેનાથી છેટી રાખવાની છે. જો તે હિંસા પર ઊતરી આવશે તો અમારે તમને તમારાં માસીને ત્યાં હૅરો લઈ જવાં પડશે. હવે આપણે સમયનો ઉપયોગ કરી લઈએ. હવે સૌપ્રથમ તો અમને પેલા ઓરડાઓમાં લઈ જાઓ, જેનું અમારે નિરીક્ષણ કરવાનું છે."

આખીયે ઈમારત ભૂખરા રંગના પથ્થરથી બનેલી હતી. તેના પર શેવાળના થર જામી ગયા હતા. એ વિશાળ છતાં ખખડધજ મકાનની બે પાંખો કરચલાના પગની જેમ બે બાજુ ફેલાયેલી હતી. તેનો મધ્યભાગ સહેજ ઊંચો હતો. તેમાંની એક બાજુની પાંખ સાવ જ ખખડી ગયેલી હતી. તેની બારીઓ તૂટી ગઈ હતી અને દીવાલમાં પણ જગ્યાએ-જગ્યાએ ગાબડાં પડ્યાં હતાં. જો તેના ઉપર છત ન હોત તો તે ખંડેર જેવું જ લાગત. વચ્ચેના ભાગમાં સમારકામ થયેલું લાગતું હતું. જમણી બાજુની પાંખ આખા મકાન કરતાં સાવ જ અલગ હતી. તેને ખૂબ જ આધુનિક રીતે સજાવવામાં આવેલી બારીઓ પર પડદા નાખ્યા હતા અને ચીમનીમાંથી ભૂરા ધુમાડાના ગોટેગોટા આકાશમાં ઊડી રહ્યા હતા અને તેના પરથી એવું લાગતું હતું કે મકાનના આ ભાગમાં જ કુટુંબ રહેતું હતું. મકાનની ઊંચી દીવાલો પર સમારકામ માટે લાકડાની પાલખો બાંધવામાં આવી હતી. પણ હાલ કોઈ જ કડિયો કે મજૂર નહોતો દેખાતો. હોમ્સે પહેલાં બહારથી જ બધા ઓરડાની બારીઓ અને બારણાંનું ચીવટથી નિરીક્ષણ કર્યું.

"આ ઓરડો મારા ખ્યાલથી તમે જ્યાં સૂઓ છો તે છે, વચ્ચેનો તમારી બહેનનો, અને પેલો છેલ્લો ડૉ. રૉયલોટનો ઓરડો છે, બરાબર ?" હોમ્સે અનુમાન લગાવ્યું.

"બરાબર, પણ હું હમણાં વચલા ઓરડામાં ઊંઘું છું."

"સમારકામના લીધે ને ? પણ મને નથી લાગતું કે તમારા ઓરડાની દીવાલો એટલી બધી નબળી પડી ગઈ હોય કે તેનું તાત્કાલિક સમારકામ કરવું પડે."

"જો સાચું કહું તો મારું એવું માનવું છે કે સમારકામ તો એક બહાનું છે પણ ખરો ઉદ્દેશ તો મને મારા રૂમમાંથી મારી બહેનના રૂમમાં ખસેડવાનો જ છે."

"આ વાત તમે સો ટકા સાચી કહી. હવે ઓરડાઓની આગળની તરફ એક મોટી પરસાળ આવેલી છે અને તેમાં જ દરેક ઓરડાનાં બારણાં ખૂલે છે, બરાબર ? પણ ત્યાં કોઈ બારીઓ છે ખરી ?"

"હા, છે તો ખરી પણ તે બારી ખૂબ જ નાની છે, એટલી નાની કે કોઈ તેમાંથી પસાર જ ન થઈ શકે."

"એનો અર્થ એ થાય કે તમે બન્ને બહેનો જ્યારે બારીબારણા વાસીને સૂઈ જતી ત્યારે પરસાળ તરફથી કોઈ અંદર પ્રવેશી શકે તેમ હતું જ નહીં. હવે તમે તમારા ઓરડામાં જઈને બહારની બારી જરા ખોલી નાખો તો."

કુમારી સ્ટોનરે પોતાના ઓરડામાં જઈને બારી ખોલી નાખી. હોમ્સે ખુલ્લી બારીમાંથી ચીવટપૂર્વક ઓરડાનું નિરીક્ષણ કરી બારીની સ્ટોપરો અને કેટલીક બારીક તપાસ પણ કરી. પણ એ સ્ટોપરો એટલી બધી સજ્જડ હતી કે જો એકવાર તેને બંધ કરવામાં આવે તો કોઈ જ તેને ખોલી શકે તેમ નહોતું. બારીની તિરાડમાંથી નાનકડું ચપ્પુ પણ નહોતું જઈ શકતું કે જેના દ્વારા અંદરથી સળિયો ખસેડી શકાય. તેણે પોતાના સૂક્ષ્મદર્શક કાચ વડે બારીઓના મિજાગરા પણ તપાસી જોયા પણ તે તો નક્કર લોઢાના બનેલા હતા અને તેને ખૂબ મજબૂતાઈથી બેસાડવામાં આવ્યા હતા. "હં !" હડપચી ખંજવાળતાં હોમ્સ અકળાઈને બોલી ઊઠ્યો, "અહીંયાં તો મને કોઈ જ પગેરું નથી દેખાતું, કારણ કે જો એકવાર બારી બંધ થઈ જાય તો કોઈની પણ અંદર પ્રવેશવાની શક્યતા નથી રહેતી. ચાલો, હવે અંદરથી નિરીક્ષણ કરી જોઈએ, કદાચ ત્યાં કોઈ પગેરું મળી આવે."

એક નાનકડા બારણામાંથી અમે ચૂનાથી ધોળેલી પરસાળમાં આવી પહોંચ્યા જ્યાં આ ત્રણેય શયનખંડનાં બારણા ખૂલતાં હતાં. હોમ્સને ત્રીજો ઓરડો તપાસવાની કોઈ ખાસ ઈચ્છા નહોતી એટલે અમે સીધા વચ્ચેના ઓરડામાં જ ગયા. ત્યાં જ કુમારી સ્ટોનરની બહેનનું મૃત્યુ થયું હતું અને ત્યાં જ કુમારી સ્ટોનરની હાલની સૂવાની વ્યવસ્થા કરવામાં આવી હતી. તે એક સુંદર નાનકડો ઓરડો હતો. જુનવાણી મકાન જેવી તેની બાંધણી હતી. તેની છત થોડી નીચી હતી. એક ભીંતસગડી પણ ઓરડામાં હતી. ખૂણામાં એક નાનો કબાટ હતો અને સફેદ ચાદર પાથરેલો એક પલંગ હતો. બારીની ડાબી તરફ ડ્રેસિંગ ટેબલ ગોઠવવામાં આવ્યું હતું. બીજા રાચરચીલામાં નેતરની બે ખુરશીઓ હતી અને ફરસ પર એક ચોરસ જાજમ પાથરવામાં આવી હતી. આ ઉપરાંત ઓરડામાં બીજું કંઈ જ નહોતું. ઓરડાની પેનલો ઓકના લાકડાની હતી. તેને ઊધઈએ કોતરી ખાધી હતી અને તેનો રંગ પણ ઊડી ગયો હતો.

હોમ્સ ખુરશી લઈને સૂનમૂન એક ખૂણામાં બેસી ગયો. તેની આંખો ઓરડાના એક એક ઈંચનું બારીકાઈથી નિરીક્ષણ કરી રહી હતી.

આખરે તેણે પથારી આગળ લટકતી એક દોરી તરફ આંગળી ચીંધતાં પૂછ્યું, "આ કોઈ ઘંટડીની દોરી હોય તેમ લાગે છે, ઘંટડીથી કોને બોલાવવામાં આવે છે ?" તે દોરીનો છેડો બરાબર ઓશીકાની ઉપર જ લટકતો હતો.

"એ નોકરાણીને બોલાવવા માટેની ઘંટડી છે."

"આ દોરી અન્ય વસ્તુઓ કરતાં નવી લાગે છે !"

"હા, તેને હજુ બે વર્ષ પહેલાં જ લગાવવામાં આવી છે."

"મારા ખ્યાલથી તમારી બહેને તેવી વ્યવસ્થા કરવાની માંગ કરી હશે ?"

"ના, તેણે તો ક્યારેય તેનો ઉપયોગ નહોતો કર્યો. અમે તો અમારે જે જોઈએ તે જાતે જ લેવાને ટેવાયેલાં હતાં."

"ખરેખર ? તો તો પછી ઘંટડીની દોરીને અહીં કશાય કારણ વગર લટકાવવામાં આવી છે. હવે જરા હું ઓરડાની ફરસ ચકાસી લઉં." તે ફરસ પર ચત્તોપાટ થઈને નિરીક્ષણ કરવા લાગ્યો. સાથે સાથે તેણે દીવાલો પણ તપાસી જોઈ. પછી તેણે પલંગ પાસે જઈને ઘંટડીની દોરીનું પણ નિરીક્ષણ કર્યું. તેણે દોરીને ખેંચી.

"અરે, આ તો અમથી જ છે !" તેણે કહ્યું.

"ઘંટડી વાગતી નથી ?"

પછી તે જ પાછો બોલ્યો. "ના, આને તો તાર સાથે પણ જોડવામાં નથી આવી ! વિચિત્ર કહેવાય ! આ તો માત્ર વેન્ટિલેશનમાં લગાવેલા એક હૂક સાથે બાંધવામાં આવી છે."

"વિચિત્ર કહેવાય ! મને તો આનો ક્યારેય ખ્યાલ જ ના આવ્યો."

"બહુ કહેવાય !" હોમ્સ દોરી ખેંચતાં બબડ્યો, "આ ઓરડામાં એક-બે બાબતો અસામાન્ય છે. ઈમારતને બનાવનાર વ્યક્તિ કેવી મૂર્ખ હશે કે તેણે વેન્ટિલેટર બહાર બગીચા તરફની દીવાલને બદલે બીજા ઓરડાની દીવાલમાં બનાવ્યું છે."

"તે તો અવૈજ્ઞાનિક કહેવાય !"

"વેન્ટિલેટર મુકાવ્યું તે વખતે જ આ ઘંટડી મૂકવામાં આવી હશે, કેમ ?" હોમ્સે કહ્યું.

"હા, એ વખતે ઘણા બધા નાનામોટા ફેરફારો કરવામાં આવ્યા હતા."

"એવું વેન્ટિલેટર કે જે ક્યારેય હવાની અવરજવર નથી કરતું, એવી ઘંટડી જે ક્યારેય વાગી શકે તેમ નથી. આ બન્ને મુદ્દા ખરેખર ધ્યાન દોરે તેવા છે. હવે જો તમારી મંજૂરી હોય કુમારી સ્ટોનર તો આપણે અંદરના ઓરડાની તપાસ કરી લઈએ ?"

ડૉ. ગ્રાઈમ્સબી રૉયલોટનો ઓરડો તેમની સાવકી દીકરીના ઓરડા કરતાં મોટો હતો પણ તેમાં પણ કંઈ ખાસ રાચરચીલું નહોતું ગોઠવવામાં આવ્યું. એક પલંગ હતો, પુસ્તકોથી ભરેલું એક કબાટ હતું. મોટા ભાગનાં પુસ્તકો ટેક્નિકલ વિષયનાં જ હતાં. પલંગની બાજુમાં એક આરામખુરશી હતી. દીવાલની સામે એક સાદી ખુરશી હતી અને ગોળ ટેબલ હતું અને ધ્યાન દોરે તેવી લોખંડની એક મોટી તિજોરી હતી. હોમ્સે તે બધી જ વસ્તુઓને ખૂબ જ ચીવટપૂર્વક તપાસી.

"આ તિજોરીમાં શું છે ?" તેણે તિજોરી થપથપાવતાં પૂછ્યું.

"મારા સાવકા પિતાના ધંધાના કાગળો."

"અચ્છા ! શું તમે ક્યારેય તેને અંદરથી જોઈ છે ?"

"હા, એકવાર, થોડાંક વર્ષો પહેલાં. મને યાદ છે તેમાં નકરા કાગળો જ ભર્યા છે."

"તેમાં બિલાડી જેવું કે બીજું કંઈ હશે ખરું ?"

"ના, એવું તો કઈ રીતે હોઈ શકે ?"

"એમ, તો આને જુઓ !" તેણે તિજોરી ઉપર દૂધની રકાબી તરફ ચીંધતાં કહ્યું.

"ના, અમે કોઈ બિલાડીને નથી પાળી. પણ એક ચિત્તો અને વાંદરો છે."

"અરે હા, ચિત્તો પણ બિલાડીની જ જાત કહેવાય પણ એક રકાબી દૂધ ચિત્તા માટે તો પૂરતું ન જ કહેવાય. પણ હજુ એક મુદ્દો એવો છે જેની હું પાક્કી ખાતરી કરવા માગું છું."

હોમ્સ એટલું બોલીને ખુરશી પરથી ઊભો થઈને નીચે બેસી ગયો અને ખુરશીના તળિયાને ખૂબ જ ચીવટથી ચકાસવા લાગ્યો. પછી તેણે સૂક્ષ્મદર્શક કાચ ખિસ્સામાં પાછો મૂકતાં કહ્યું, "અરે વાહ ! અહીં તો કંઈક ખાસ વસ્તુ પડી હોય તેમ લાગે છે ને !"

પલંગના એક ખૂણા પર એક નાનકડું ચાબુક ફીંડલું વળીને પડ્યું હતું.

"વૉટસન, તને આ શું લાગે છે ?" તેણે તે બતાવતાં કહ્યું.

"ચાબુક જ લાગે છે, પણ તેને આવી રીતે ફીંડલું વાળીને કેમ મૂકવામાં આવ્યું છે તે નથી સમજાતું."

"થોડું વિચિત્ર લાગે છે, કેમ ? હે ભગવાન ! જગત કેવું ક્રૂર છે. કોઈ વ્યક્તિ જ્યારે ગુનો કરવા પર ઊતરી આવે ત્યારે તે પોતાનું ભેજું દોડાવવામાં જરા પણ પાછી નથી પડતી ! મારા ખ્યાલથી કુમારી સ્ટોનર, હવે અમારી તપાસ પૂરી થઈ છે. હવે બહાર કમ્પાઉન્ડમાં થોડીક તપાસ કરી લઈએ તો કેમ રહેશે ?"

જ્યારે અમે કમ્પાઉન્ડમાં પહોંચ્યાં ત્યારે મેં જોયું કે હોમ્સનો ચહેરો ખૂબ ગંભીર થઈ ગયો હતો. તેને આટલો ગંભીર મેં પહેલાં ક્યારેય નહોતો જોયો. તે બગીચામાં આમથી તેમ વારંવાર આંટા મારી રહ્યો હતો. અમે પણ તેની સાથે સાથે જ ચાલતા રહ્યા. કુમારી સ્ટોનર કે મેં અમે બન્નેમાંથી કોઈએ પણ તેની તપાસમાં ખલેલ ન પહોંચાડી. અમે ચૂપચાપ રહ્યાં.

છેવટે તે ગંભીર થઈ બોલ્યો, "હવે, કુમારી સ્ટોનર, ધ્યાનથી સાંભળો, તમારે બરાબર મારી સલાહ પ્રમાણે જ વર્તવાનું છે."

"હું તે પ્રમાણે જ કરીશ."

"હવે આ બાબત ખૂબ જ ગંભીર થઈ ગઈ છે. કોઈ પણ જાતના ખચકાટ માટે કોઈ જ જગ્યા નથી. તમારા જીવનનો આધાર અમારી સલાહને અનુસરવા પર જ રહેલો છે."

"હું તમને ખાતરી આપું છું કે હું તમે કહેશો તે પ્રમાણે જ કરીશ."

"સારું ત્યારે, પહેલી વાત એ કે આજે રાત્રે હું અને ડૉ. વૉટસન તમારા રૂમમાં જ રહીશું."

હોમ્સના આવા એલાનથી હું અને કુમારી સ્ટોનર બન્ને તેની સામે અવાક થઈને જોઈ રહ્યાં.

"હા, આપણે તેમ જ કરવું પડશે. મને જરા સમજાવવા દો. મારા ખ્યાલથી પેલી તરફ ગામની વીશી આવેલી લાગે છે. બરાબર ?"

"હા, ક્રાઉન લૉજ."

"બહુ સરસ. તમારી બારીઓ ત્યાંથી જોઈ શકાતી હશે ?"

"હા, દેખાય છે."

"હવે જયારે આજે સાંજે તમારા સાવકા પિતા શહેરથી પાછા ફરે ત્યારે તમને માથું દુખે છે તેવું બહાનું કરીને તમે તમારા ઓરડામાં જતાં રહેજો. પછી જયારે તમે તેમને તેના ઓરડામાં સૂવાની તૈયારી કરતા સાંભળો ત્યારે તમારા ઓરડાની બારી ખોલી નાખજો અને પડદા પણ હટાવી દેજો. ત્યારબાદ તમારે જે વસ્તુની રાત્રે જરૂર પડતી હોય છે તેને લઈને તમે તમારા પોતાના હાલમાં સમારકામ હેઠળ છે તે ઓરડામાં જતાં રહેજો. મને ખ્યાલ છે કે સમારકામના કારણે ત્યાં રહેવું થોડું અનુકૂળ નહીં રહે પણ એક રાત માટે ચલાવી લેજો."

"હા, હા, મને કોઈ જ વાંધો નહીં આવે."

"હા, તો હવે બધું જ અમારા પર છોડી દો."

"પણ તમે શું કરવાના છો ?"

"અમે તમારા રૂમમાં આખી રાત રોકાઈશું અને તમને જે પેલો અવાજ ખલેલ પહોંચાડે છે તેની તપાસ કરીશું."

"મને લાગે છે શ્રીમાન હોમ્સ કે તમને કોઈક અણસાર ચોક્કસ આવી ગયો છે." કુમારી સ્ટોનરે મારા મિત્રની બાંય પકડતાં કહ્યું.

"હા, કદાચ."

"તો પછી મહેરબાની કરીને મને કહો કે મારી બહેનના મૃત્યુનું કારણ શું હતું ?"

"હું તમને કંઈ પણ કહું તે પહેલાં કેટલાક નક્કર પુરાવાઓ ભેગા કરવા માગું છું."

"ફક્ત મને એટલું તો કહો કે મારી ધારણા પ્રમાણે શું મારી બહેન ઓચિંતા ભયથી મરી ગઈ હતી ?"

"ના, મને તેવું નથી લાગતું. મારી ધારણા પ્રમાણે તેના કરતાં પણ બિહામણું કારણ છે, જેના લીધે તે મૃત્યુ પામી. કુમારી સ્ટોનર, હવે અમારે જવું પડશે કારણ કે જો ડૉ. રૉયલોટે અમને અહીં જોઈ લીધા તો અમારું અહીં આવવું નિરર્થક રહેશે. અને હવે હિંમત રાખજો. જો તમે મેં કહ્યું છે તે પ્રમાણે કરશો તો અમે ખાતરી આપીએ છીએ કે બધી બાબતનો ફેંસલો આવી જશે."

અમને ક્રાઉન લૉજમાં શયનખંડ અને દીવાનખંડ સરળતાથી મળી ગયા. તે ઉપરના માળે આવેલા હતા તેથી ત્યાંથી ઘણે દૂર સુધી આસપાસનો વિસ્તાર જોઈ શકાતો હતો. સ્ટોક મોરાનના જે ભાગમાં કુટુંબ રહેતું હતું તે ભાગ પણ સ્પષ્ટ જોઈ શકાતો હતો.

સાંજે અમે ડૉ. ગ્રાઈમ્સબી રૉયલોટની ઘોડાગાડી સ્ટોક મોરાનના દરવાજા આગળ ઊભેલી જોઈ. ઘોડાગાડીનો ચાલક એક નાનકડો છોકરો હતો. પેલા છોકરાને લોખંડના તોતીંગ દરવાજાને ખોલતાં થોડીક મુશ્કેલી પડી અને દરવાજાને ખૂલતાં વાર લાગી તેટલામાં તો ડૉક્ટર ઉગ્ર થઈને બૂમ પણ પાડવા માંડ્યો. તેણે ગુસ્સે થઈ હવામાં મુક્કો વીંઝ્યો તે પણ અમે જોઈ શક્યા. ઘોડાગાડી અંદર જતી રહી અને થોડી જ મિનિટોમાં અમે તેમના ઓરડામાં બત્તીનો પ્રકાશ પણ જોયો.

"તું જાણે છે, વૉટસન," હોમ્સે ઘેરા બનતા અંધકારમાં કહ્યું, "હું તને અહીં શા માટે લાવ્યો છું ? કારણ કે અહીં ભયંકર જોખમ રહેલું છે."

"હું કંઈ મદદરૂપ થઈ શકીશ કે નહીં ?"

"તારી હાજરી જ મૂલ્યવાન થઈ પડવાની છે."

"તો તો હું ચોક્કસ તારી સાથે આવીશ."

"તે માટે તારો આભાર."

"તું જોખમની વાત કરે છે તો મારા ખ્યાલથી પેલા રૂમમાં મેં જે જોયું છે તેનાથી વિશેષ તારી નજરમાં કંઈક આવ્યું લાગે છે."

"ના, એવું કંઈ નથી, પણ મને લાગે છે કે મારું અનુમાન સાચું પડશે. ઓરડામાં મેં જે જે નિરીક્ષણ કર્યું તે તો તેં જોયું જ હશે !"

"ઓરડામાં પેલી નક્કામી ઘંટડી સિવાય મારી નજરમાં કશું જ અજુગતું નથી આવ્યું. અને તે શા કારણે ત્યાં લટકાવવામાં આવી હશે તેનો પણ હું કોઈ જ અંદાજ નથી લગાવી શકતો."

"તેં વેન્ટિલેટર પણ જોયું ને ?"

"હા, પણ બે ઓરડા વચ્ચે છેક એટલી ઊંચાઈ પર એટલું નાનું વેન્ટિલેટર હોય તેમાં કંઈ અસામાન્ય નથી લાગતું. વેન્ટિલેટર એટલું નાનું છે કે ઉંદર પણ તેમાંથી પ્રવેશી ન શકે."

"હા, પણ સ્ટોક મોરાનમાં ગયા પહેલાંની મને ખબર હતી કે બન્ને રૂમ વચ્ચે એક વેન્ટિલેટર હોવું જોઈએ."

"બહુ કહેવાય, હોમ્સ !"

"હા, મને ખબર હતી. તને ખબર છે તેણીએ કહ્યું હતું કે તેની બહેનને ડૉ. રૉયલોટની ચીરૂટની ગંધથી ચીડ ચડતી હતી. એ બાબત તો એવું જ સૂચવે છે કે બન્ને ઓરડાઓ વચ્ચે ચોક્કસ આવું કોઈક બાકોરું હોવું જ જોઈએ. પણ જો વેન્ટિલેટર નાનું ન હોત તો કોરોનરની તપાસણીમાં તેનો ઉલ્લેખ થયા વગર ન રહ્યો હોત. તે કારણે જ મેં અનુમાન લગાવ્યું કે વેન્ટિલેટર તો હોવું જ જોઈએ."

"હોય તો પણ તેનાથી વળી શું નુકસાન થવાનું હતું ?"

"એ ગમે તે હોય પણ તે વાત તો ચોક્કસ છે કે બે ઓરડા વચ્ચે વેન્ટિલેટર મુકાવવું સાથે સાથે તે જ સમયે નકામી ઘંટડી ટીંગાડવી અને તેની દોરીનું છેક પલંગ પર ગોઠવાયેલા તકિયા સુધી લટકવું અને તેમાં સૂતેલી યુવતીનું મૃત્યુ થવું આ બધી બાબતમાં કંઈક તો સંબંધ છે જ, કંઈક તો અજુગતું છે જ."

"મને તો આ ત્રણેય બાબતમાં કોઈ જ સંબંધ નથી લાગતો."

"શું તે પથારી વિષેની એક ખાસ વાતની નોંધ લીધી ?"

"ના."

"પલંગને ફરસ સાથે જડી દેવામાં આવેલો હતો. તેં ક્યારેય ભાળ્યું કે કોઈ પલંગને જમીન સાથે જડી દેવામાં આવ્યો હોય ?"

"ક્યારેય નહીં."

"પેલી યુવતી તેનો પલંગ હટાવી શકે તેમ નહોતી. તેણે હંમેશા વેન્ટિલેટરની બાજુમાં દોરડાની નીચે જ સૂવું પડતું હશે. હવે તો એ પણ સ્પષ્ટ થઈ ગયું છે કે ઘંટડીના દોરડાને કશાય કામ વગર ત્યાં લટકાવવામાં આવ્યું હતું."

"હોમ્સ," હું બૂમ પાડી ઊઠ્યો, "હવે હું સમજી શકું છું કે તું મને શું સમજાવવા માગે છે. એક મહાઅનર્થને થતો અટકાવવા આપણે એકદમ યોગ્ય સમયે આવી પહોંચ્યા છીએ."

"જ્યારે કોઈ ડૉક્ટર ગુનો કરવાનું વિચારે ત્યારે તો પછી પૂછવું જ શું ? કારણ કે તેનામાં શક્તિ અને બુદ્ધિ બન્ને રહેલાં હોય છે. આવી વ્યક્તિ જ્યારે પ્રહાર કરે ત્યારે તે ચોક્કસ હોય છે, પણ વૉટસન, આપણો વળતો પ્રહાર તેના કરતાં પણ વધારે પ્રચંડ હશે એવું મારું માનવું છે. પણ આ આખી રાત આપણે કેટલીયે ભયાનકતાઓનો સામનો કરવા તૈયાર રહેવું પડશે. હવે વાત અહીં જ પડતી મૂકીએ અને હું થોડાક કશ લઈ લઉં જેથી કરીને આવનારા કલાકોમાં આપણે પ્રફુલ્લિત અને સ્ફૂર્તિલા રહી શકીએ."

⌛

નવ વાગ્યાની આસપાસ ઝાડ પાછળનો પ્રકાશ ઓલવાઈ ગયો અને મોરાન હાઉસ બાજુની આખી દિશા અંધારી થઈ ગઈ. બીજા બે કલાક પણ ધીમે ધીમે પસાર થઈ ગયા અને અચાનક અગિયાર વાગે અમારી સામે એક નાનકડો દીવો પ્રકાશી ઊઠ્યો.

"આપણને સિગ્નલ મળી ગયું છે." તે ઝાટકાભેર ઊભો થઈ ગયો, "તે પ્રકાશ વચ્ચેના ઓરડામાંથી આવી રહ્યો છે."

અમે બહાર જતાં હોમ્સે લોજના માલિકને જણાવી દીધું હતું કે અમે એક ઓળખીતાને ત્યાં મોડી મુલાકાતે જઈ રહ્યા છીએ. બની શકે કે અમારે મોડું થાય તો ત્યાં જ રાત રોકાઈ જઈશું. પછી તરત જ અમે બહાર ઘોર અંધકારમાં આવી પહોંચ્યા. ઠંડા

પવનની થપાટો અમારા ચહેરા પર પડી રહી હતી. બસ માત્ર એક નાનકડો પીળો પ્રકાશ જ અમને અમારી દિશા બતાવી રહ્યો હતો.

કમ્પાઉન્ડમાં પ્રવેશતાં અમને કોઈ મુશ્કેલી ન નડી, કારણ કે તેની ખખડધજ દીવાલોમાં ઠેરઠેર બાકોરાં પડેલાં હતાં. વૃક્ષોની હારમાળા વટાવી અમે બગીચાના લીલા ઘાસ પર આવી પહોંચ્યા. જેવા અમે બારીમાં થઈને ઓરડામાં પ્રવેશવા જઈ રહ્યા હતા કે પાસેની ઝાડીમાં કંઈક સળવળાટ થયો. કંઈક નાનકડા પ્રાણી જેવું પોતાની વિચિત્ર કાયા સાથે અમારા પગ પાસે કૂદી પડ્યું હોય તેવું લાગ્યું અને અચાનક તે અંધારામાં ગાયબ થઈ ગયું.

"હે ભગવાન !" હું ગણગણ્યો, "તેં જોયું ?"

થોડી ક્ષણ માટે તો હોમ્સ પણ મારી જેમ ચમકી ગયો. ઉશ્કેરાટમાં તેનો હાથ મારા કાંડા પર મક્કમતાથી જકડાઈ ગયો. પછી તેણે ધીમું હાસ્ય કરતાં મારા કાનમાં ગણગણાટ કર્યો.

"સારી વસ્તુ પાળી છે ! ડૉક્ટરનો બબૂન વાંદરો હતો !"

ડૉક્ટરનાં બે પાલતુ પ્રાણીઓને તો હું સાવ જ ભૂલી ગયો હતો. બની શકે કે ગમે તે ક્ષણે અમારા પર તે હુમલો કરે. પણ પછી મેં પણ હોમ્સની જેમ જ જૂતાં કાઢી ચૂપચાપ બારીમાંથી ઓરડામાં પ્રવેશ કર્યો અને ત્યારે જ મને હાશકારો થયો. હોમ્સે પણ કશાય અવાજ વગર બારી અંદરથી બંધ કરી દીધી. દીવાને ટેબલ પર ખસેડ્યો અને રૂમમાંની એક એક વસ્તુ તેણે નીરખી લીધી. દિવસે જેમ બધું પડ્યું હતું તેમ જ અત્યારે પડ્યું હતું. હોમ્સ સાવ જ ધીમે પગલે મારી પાસે આવ્યો અને બે હાથનું ભૂંગળુ વાળી મારા કાનમાં કંઈક ગણગણ્યો.

"જરા અમથો અવાજ પણ આપણી મહેનત પર પાણી ફેરવી દેશે."

મેં સાંભળ્યું છે એવા ઇશારામાં મારું મસ્તક હલાવ્યું.

"આપણે દીવા વગર અંધારામાં જ બેસવું પડશે, કારણ કે તે વેન્ટિલેટરમાંથી અંદર જોવાનો પ્રયત્ન તો કરશે જ."

મેં હકારમાં મસ્તક હલાવ્યું.

"જરા પણ ઊંઘતો નહીં. તારા જીવનનો આધાર તારા જાગવા પર જ રહેલો છે. તારી પિસ્તોલની જરૂર પડે તો તેની તૈયારી રાખજે. હું ખાટલા પર આડો પડું છું અને તું ખુરશી પર જ બેસી રહેજે."

મેં પિસ્તોલ કાઢીને ટેબલના ખૂણા પર મૂકી.

હોમ્સ પોતાની સાથે નેતરની એક લાંબી પાતળી સોટી લાવ્યો હતો. તેણે તે પોતાની પાસે પલંગ પર મૂકી. તેની બાજુમાં જ તેણે દીવાસળીની પેટી અને મીણબત્તી પણ તૈયાર રાખ્યાં હતાં. પછી તરત તેણે દીવો ઓલવી નાખ્યો અને અમે અંધારામાં ચૂપચાપ પડ્યા રહ્યા.

હું એ ભયાનક સાહસને ક્યારેય નહીં ભૂલી શકું. ઝીણોસરખો અવાજ, અરે અમારા શ્વાસોચ્છ્‌વાસનો અવાજ પણ નહોતો સંભળાતો એટલી ભયાનક નિરવતા છવાયેલી હતી. પણ હું જાણતો હતો કે હોમ્સ પણ મારી જેમ ઉશ્કેરાટ અનુભવતો થોડાં ડગલાં દૂર જ ઉઘાડી આંખે આડો પડ્યો હતો. બારી અંદરથી બંધ કરી હોવાથી જરાય પણ પ્રકાશ અંદર નહોતો આવતો અને અમે ઘોર અંધકારમાં કોઈ અણબનાવ બનવાની રાહ જોતા ચૂપચાપ બેઠા હતા.

ક્યારેક ક્યારેક બહારથી ઘુવડનો અવાજ સંભળાતો. એક વાર તો એવું પણ લાગ્યું કે અમારી બારી આગળથી વિશાળકાય બિલાડી જાણે પસાર ન થઈ હોય! તેનાં પગલાંનો અવાજ પણ સંભળાયો. ત્યારે જ અમને ભાન થયું કે ચિત્તાને ખરેખર છૂટો મૂકી દેવામાં આવ્યો હતો. દર પા કલાકે ઘડિયાળનો ડંકો સંભળાયે રાખતો હતો પણ એ પા કલાક પણ ઘણો લાંબો લાગતો હતો ! આમ રાહ જોતાં જોતાં બાર વાગ્યા, એક વાગ્યો અને ત્રણ પણ વાગી ગયા. અત્યાર સુધી કંઈ જ નહોતું બન્યું.

એકાએક વેન્ટિલેટર તરફથી પળવાર પ્રકાશનો ચમકારો થયો અને ફરી અંધારું થઈ ગયું, પણ પછી તરત જ તેલ બળવાની અને કોઈક ધાતુના ગરમ થવાની તીવ્ર વાસ આવવા લાગી. બાજુના ઓરડામાં કોઈકે ઝાંખું ફાનસ સળગાવ્યું હતું. થોડાક હલનચલનનો અવાજ પણ સંભળાયો અને ફરીથી બધું પૂર્વવત્ નિરવ થઈ ગયું. પણ વાસ તો વધુ અને વધુ તીવ્ર થઈ રહી હતી. અડધા કલાક સુધી હું મારા કાનને ઊંચા કરીને કંઈક સંભળાવાની રાહ જોતો બેઠો રહ્યો. થોડી જ વારમાં બીજો એક ઝીણો અને ઘણો ધીમો અવાજ સંભળાવા લાગ્યો. કોઈ ચાની કીટલીમાંથી વરાળ નીકળવાનો એકધારો ધીમો ધીમો અવાજ આવતો હોય તેવો સિસકારા મારતો આ અવાજ હતો. અવાજ સંભળાતાં જ હોમ્સ પથારીમાંથી આંચકાભેર ઊતરી ગયો અને નેતરની સોટીથી ઝનૂનપૂર્વક ઘંટડીના દોરડાના છેડા પર ફટકારવા લાગ્યો.

"તેં જોયું, વૉટસન !" તે ચીસ પાડી ઊઠ્યો, "જોયું તેં ?"

પણ મેં તો કંઈ જ નહોતું જોયું. હોમ્સે દીવાસળી સળગાવી ત્યારે મને એક ધીમો સ્પષ્ટ સિસોટી જેવો અવાજ સંભળાયો. પરંતુ ઓચિંતા અજવાળાથી હોમ્સ કોના પર સોટી ફટકારી રહ્યો હતો તે હું નહોતો જોઈ શકતો. હું તો માત્ર એટલું જ જોઈ શક્યો કે હોમ્સનો ચહેરો ભય અને થાકથી એટલો કણસી રહ્યો હતો તે ફિક્કો પડી ગયો હતો.

તેણે હવે ફટકારવાનું બંધ કરી દીધું અને વેન્ટિલેટરની દિશામાં જોવા લાગ્યો. પણ અચાનક એક ભંયકર ચીસ સંભળાઈ અને નિરવતાનો ભંગ થયો. આવી ભયંકર ચીસ મેં ક્યારેય નહોતી સાંભળી. ચીસ વધુ અને વધુ ઘેરી બની રહી હતી. તે ચીસમાં દર્દ, ભય અને ક્રોધ વર્તાઈ રહ્યો હતો. પાછળથી જાણવા મળ્યું કે આ ચીસ એટલી જોરદાર હતી કે છેક ગામના સીમાડા સુધી તે સંભળાઈ હતી અને લોકો ઊંઘમાંથી

ઝબકીને ઊભા થઈ ગયા હતા. જ્યાં સુધી અવાજ બંધ ન થયો ત્યાં સુધી હું હોમ્સ સામે અને હોમ્સ મારી સામે બાઘાની જેમ જોઈ રહ્યા. છેવટે ભયંકર ચીસ બંધ થઈ ગઈ.

મેં બૂમ પાડીને હોમ્સને પૂછ્યું, "આ શું હતું ?"

"કંઈ નહીં, બસ ખેલ ખતમ. જે થયું તે સારા માટે જ થયું તેમ માનતાં મને જરા પણ સંકોચ નથી થતો. પિસ્તોલ લઈ લે. આપણે ડૉક્ટરના ઓરડામાં જવું પડશે."

ગંભીર વદને હોમ્સે ફાનસ પેટાવ્યું અને પરસાળમાં ચાલવા માંડ્યું. હું પણ તેની પાછળ પાછળ જ ઓરડામાંથી નીકળી ગયો. ડૉક્ટરના ઓરડાનું બારણું તેણે બે વાર ખખડાવ્યું. પણ અંદરથી કોઈ જ પ્રતિક્રિયા ન થઈ અને હોમ્સે જાતે જ હાથો ઘુમાવી અંદર પ્રવેશ કર્યો. હું પણ ભરેલી રિવોલ્વર સાથે તેની પાછળ પાછળ ડૉક્ટરના રૂમમાં પ્રવેશ્યો.

અમે જે જોયું તે ખરેખર અસામાન્ય હતું. ટેબલ પર એક કાળું ફાનસ અધખુલ્લું પડ્યું હતું. તેનો પ્રકાશ લોખંડની તિજોરી પર પડી રહ્યો હતો. તિજોરી સાવ ખુલ્લી પડી હતી. ટેબલ પાસેની ખુરશીમાં ડૉ. ગ્રાઈમ્સબી રૉયલોટ પોતાના લાંબા નાઈટગાઉનમાં સજ્જ બેઠા હતા તેમની કોણીઓ ખુલ્લી હતી. તેમના પગમાં ટર્કિશ સ્લીપર હતાં. તેમની હડપચી ઊંચી થઈ ગઈ હતી. તેમની આંખો ભય અને ગભરામણની મારી ઉપર છત પર ચોંટી ગઈ હતી. પણ તેમના કપાળ પર કંઈક કાબરચીતરી વસ્તુ માથાને લપેટાઈને પડી હતી. જાણે તેમના માથા પર તે બાંધી દેવામાં આવી હોય તેમ લાગતું હતું. અમે ઓરડામાં પ્રવેશ્યા ત્યારે ડૉક્ટરે કોઈ જ અવાજ ન કર્યો અને કશું હલનચલન પણ ન કર્યું.

"પટ્ટી ! કાબરચીતરી પટ્ટી, વૉટસન !" હોમ્સ બોલી ઊઠ્યો.

હું જરાક આગળ વધ્યો. ડૉક્ટરના માથા પર કંઈક સળવળાટ થયો અને તેમના વાળના ગુચ્છામાંથી અચાનક સાપે પોતાની ફેણ બહાર કાઢી.

"કાબરચીતરો સાપ !" હોમ્સ એકદમ બરાડી ઊઠ્યો - "આ ભારતનો સૌથી ઝેરી સાપ છે. ડંખ વાગતાંની સાથે જ ડૉક્ટર મોતને ભેટ્યા છે. પોતાનું કારનામું ડૉક્ટરને પોતાને જ ભારે પડી ગયું છે. બન્યું છે એવું છે કે જેણે ખાડો ખોદ્યો હતો તે જ ખાડામાં પડ્યો છે. ભગવાનનો નિયમ પણ આ જ છે. ચાલ હવે સાપને તેની જગ્યાએ પૂરી દઈએ અને કુમારી સ્ટોનરને કોઈ યોગ્ય જગ્યાએ મોકલી ડૉક્ટરની લાશ પોલીસને સોંપી દઈએ."

એમ કહીને હોમ્સે તરત જ ડૉક્ટરના ખોળામાંથી ચાબુક ખેંચી લઈને તેનો ગાળિયો બનાવી નાગની ફેણને ફાંસલામાં જકડી લીધી અને સાપને ઊંચે ઊંચકી લીધો અને તરત જ તેને સાવચેતીથી તિજોરીમાં નાખી તિજોરી બંધ કરી દીધી.

આ પ્રમાણે સ્ટોક મોરાનના ડૉ. ગ્રાઈમ્સબી રૉયલોટનું મોત થયું. પછી અમે તેમની ગભરાયેલી સાવકી દીકરીને આ દુઃખદ સમાચાર કઈ રીતે આપ્યા અને કેવી

રીતે તેને તેની ભલી માસી પાસે સવારના પહોરમાં જાતે જ મૂકી આવ્યા હતા અને ડૉક્ટરના મૃત્યુની નોંધ સ્થાનિક સત્તાવાળાઓએ શા માટે ફક્ત એટલા શબ્દોમાં જ લીધી હતી કે ડૉક્ટરના પાળેલા સાપ સાથે તેમણે વધારે છૂટછાટ લેતાં તેમણે જ દૂધ પાઈ ઉછેરેલા સાપે પોતાના માલિકનો ડંખ મારી જીવ લીધો - એ બધી વાતની લાંબી લપમાં પડવાની જરૂર નથી. તેમ છતાં કેટલીક માહિતી જે હું નહોતો જાણતો તે લંડન પાછા ફરતાં ટ્રેનમાં હોમ્સે મને જણાવી, જે જાણવી ખૂબ જરૂરી છે.

"આ મામલામાં શરૂઆતમાં તો હું પણ કોઈ ખોટે રસ્તે દોરવાઈ ગયો હતો, મારા વહાલા વૉટસન. તેના પરથી એટલું કહી શકાય કે અધૂરી માહિતી પરથી અનુમાનો બાંધવાનું હંમેશા જોખમી હોય છે. જીપ્સીઓનો વાસ અને કાબરચીતરી પટ્ટીનો મરનાર યુવતીએ કરેલા ઉલ્લેખથી હું ખોટે રસ્તે દોરવાઈ ગયો હતો. દીવાસળીના ઝાંખા પ્રકાશમાં તેણીને સાપ કાબરચીતરી પટ્ટી જેવો જ લાગ્યો હશે. પણ પછીથી મને ફરી ફરી વિચાર કરવાથી ખ્યાલ આવી ગયો કે જો કોઈ બારી કે બારણા થકી ન પ્રવેશી શકે તો ચોક્કસ તેમાં જીપ્સીઓની ભૂમિકાનો પણ કોઈ જ અર્થ નહોતો રહેતો.

"મેં તને પહેલાં પણ કહ્યું હતું તેમ મારું સંપૂર્ણ ધ્યાન વેન્ટિલેટર અને પલંગ પર લટકતી દોરી પર એકત્રિત થયું હતું. પણ જ્યારે મેં એ જોયું કે પલંગને ફરસ સાથે જડી દેવામાં આવ્યો છે અને દોરીને કોઈ ઘંટડી સાથે લેવા દેવા નથી ત્યારે મારી શંકાને વેગ મળ્યો કે દોરીને ચોક્કસ વેન્ટીલેટર સાથે એટલા માટે જોડવામાં આવ્યું છે કે તેના થકી કોઈ ચીજની આવજા થઈ શકે અને જ્યારે મારી જાણમાં એવું આવ્યું કે ડૉક્ટરે ભારતથી કેટલાંક પ્રાણી પણ મંગાવ્યાં છે ત્યારે મારું મન દૃઢ થઈ ગયું કે હું યોગ્ય દિશામાં જ વિચારી રહ્યો છું. મરનારને ઝેર આપવામાં આવ્યું છે તેવી દાક્તરી તપાસમાં ખબર ન પડે એવો વિચાર તો પૂર્વમાં તાલીમ પામેલા કોઈક ચાલાક ભેજાવાળા દયાહીન માણસને જ આવે. ઝેરનું તાત્કાલિક પરિણામ આવે અને માણસ પળભરમાં મૃત્યુ પામે તે તો તેના ફાયદામાં જ હતું. જો કોઈ પાવરધી નજરવાળો કોરોનર હોય તો તેણે ડંખ દ્વારા શરીર પર જે બે છીદ્ર પડ્યાં હોય તે જોયાં ન હોય તેવું ન બને. પછી મને તરત જ પેલી સીસોટીનો વિચાર આવ્યો. આ સિસોટી સવાર પડ્યા પહેલાં પોતાના પ્રાણીને પાછું બોલાવીને દરમાં મોકલી દેવા માટે વગાડવામાં આવતી હતી. તને એ તો યાદ હશે કે આપણે પેલી દૂધની રકાબી જોઈ હતી તેનો ઉપયોગ સાપને પાછો બોલાવવા માટે જ કરવામાં આવતો હશે. સાપને કદાચ એવી તાલીમ આપવામાં આવી હશે કે જ્યારે તે સિસોટી વગાડે ત્યારે તે પાછો આવી જાય. વેન્ટિલેટર દ્વારા તેને યોગ્ય લાગતા સમયે તે પોતાના પાળેલા ઝેરીલા સાપને બાજુના ઓરડામાં જવા દેતો હશે કે કદાચ તે પેલી લટકતી દોરી પર થઈને સીધો પલંગ પર ઊતરી જાય. એવું પણ બને કે સાપ સૂનાર વ્યક્તિને કરડે પણ ખરો અને ન પણ કરડે. કદાચ તેણી અઠવાડિયાની દરેક રાત્રીએ બચી જાય પણ વહેલા કે મોડા તે એનો ભોગ તો બનવાની જ તે તો નક્કી જ હતું."

“આ બધા જ તારણ પર હું તેના રૂમમાં પ્રવેશ્યો તે પહેલાં જ આવી ગયો હતો. ડૉક્ટરની ખુરશીનું નિરીક્ષણ કરતાં મને એ પણ ખ્યાલ આવ્યો કે તેઓ નિયમિત તેના પર ઊભા રહેતા હતા કારણ કે વૅન્ટીલેટર પર પહોંચવા માટે તેના પર તો ચડવું જ પડે તેમ હતું. તિજોરીનું દશ્ય, તેના પર પડેલી દૂધની રકાબી અને ચાબુકનો ફાંસલો આ ત્રણે વસ્તુઓએ મારી બાકી રહેલી શંકાને સદંતર દૂર કરી નાખી. કુમારી સ્ટોનરે ધાતુના પછડાવાનો જે અવાજ સાંભળ્યો હતો તે બીજો કોઈ નહીં પણ પેલા સાપને પાછો તિજોરીમાં પૂરી દઈ તિજોરીને બંધ કરવાનો અવાજ હતો. મારા મનમાં બધું જ પાક્કું થઈ ગયું હતું. હવે માત્ર પુરાવાઓ જ મેળવવાના હતા અને માટે જ આપણે તે રૂમમાં રાત રોકાવું પડ્યું અને આપણે જાતે જ તે બધું જોયું. મેં પેલા પ્રાણીને અંધારામાં સિસકારા કરતું સાંભળ્યું હતું, તેં પણ સાંભળ્યું હશે અને તરત જ મેં દીવાસળી સળગાવી અને દોરીના છેડાને ફટકારવા માંડ્યું.”

“જેથી કરીને તે પાછો જ્યાંથી આવ્યો હતો ત્યાં વેન્ટિલેટરમાં થઈને પાછો જતો રહે.

“પણ તે માત્ર પોતાના રસ્તે પાછો ના જતો રહ્યો પણ તેણે પોતાના માલિકને પણ ડંખ મારી દીધો. નેતરની સોટીના ફટકાએ તેને છંછેડી મૂક્યો હતો અને તેને જે કોઈ પહેલું મળ્યું તેને તે કરડી ગયો. આમ જોવા જઈએ તો ડૉક્ટર રૉયલોટના મૃત્યુનું કારણ હું જ છું પણ મને તેનાથી કોઈ અપરાધભાવ નથી થતો એટલું તો સ્પષ્ટ છે.”

❖

ઈજનેરનો અંગૂઠો

મારા મિત્ર શૅરલૉક હોમ્સ સમક્ષ અમારી ગાઢ મિત્રતાનાં વર્ષોમાં જેટલા પણ કેસ નિરાકરણ માટે આવ્યા તે બધામાં બે કેસ ખાસ નોંધવાને લાયક હતા - એક હતો શ્રીમાન હેધર્લીના અંગૂઠાવાળો અને બીજો હતો કર્નલ વર્બર્ટન્સના ગાંડપણનો...

૧૮૮૯ના ઉનાળાનો સમય હતો. જે ઘટનાની હું વાત કરી રહ્યો છું તે બની ત્યારે મારાં લગ્ન થયાને કંઈ ખાસ સમય નહોતો વીત્યો. હું હવે દાક્તરી પ્રેક્ટિસ કરતો હતો. હોમ્સ બેકર સ્ટ્રીટવાળા ઘરમાં એકલો રહેતો હતો, જો કે હું તેને અવારનવાર મળતો રહેતો હતો. અમે બહુ જ આગ્રહ કરીએ ત્યારે તે જવલ્લે જ અમારી મુલાકાત લેવા આવતો. મારી પ્રેક્ટિસ સારી ચાલી રહી હતી અને ધીમે ધીમે જામી પણ ગઈ હતી. હું પૅડિન્ગ્ટન સ્ટેશનની ઘણો નજીક રહેતો હોવાથી મારી પાસે તેના કેટલાક અધિકારીઓ પણ સારવાર લેવા આવતા હતા. તેમાંના એકની લાંબી દર્દભરી બીમારીની મેં સારવાર કરી હતી. તેઓ ક્યારેય મારા ગુણોનાં વખાણ કરતાં થાકતા નહોતા અને તેઓ હંમેશા બધાને પોતાની બીમારી માટે મારી પાસે આવવાની સલાહ આપતા હતા.

એક સવારે સાત વાગવાને થોડી વાર હતી ત્યારે મારી નોકરાણીએ શયનખંડનું બારણું ખખડાવ્યું અને મને કહ્યું કે બે વ્યક્તિ પેડિંગ્નટનથી આવી છે અને કન્સલ્ટિંગ રૂમમાં મારી રાહ જુએ છે. હું ફટાફટ તૈયાર થઈ ગયો કારણ કે મને અનુભવ હતો કે રેલવેના કેસો હંમેશ તાકીદના જ રહેતા. જેવો હું નીચે ઊતર્યો કે તરત મારો વૃદ્ધ રેલવેગાર્ડમિત્ર મારી પાસે આવ્યો.

"હું તેને અહીં સાથે લેતો આવ્યો છું." તે ગણગણ્યો, "તે બરાબર છે."

"પણ વાત શું છે ?" મેં પૂછ્યું. તેના વર્તન પરથી તો એવું લાગતું હતું કે જાણે તેણે કોઈક વિચિત્ર પ્રાણીને પીંજરામાં બંધ ન કરી રાખ્યું હોય.

"તે એક નવો દરદી છે." તે ગણગણ્યો, "મને થયું કે હું તેને અહીં જાતે જ લેતો આવું, વખત છે ને નહીંતર ક્યાંક છટકી જાય તો ! તે અંદર બેઠો છે અને ઠીક છે. મારે

હવે જવું પડશે, ડૉક્ટર. મારે પણ તમારી જેમ ફરજ પર જવાનું છે.'' આમ કહી તે ઉતાવળે ઉતાવળે મને આભાર માનવાનો અવસર આપ્યા વિના ત્યાંથી નીકળી ગયો.

હું મારા કન્સલ્ટિંગ રૂમમાં પ્રવેશ્યો. મેં જોયું કે એક સદ્‌ગૃહસ્થ ટેબલ પાસે બેઠા હતા. તે સુવ્યવસ્થિત રીતે વસ્ત્રસજ્જ હતા. તેમણે ખરબચડા કાપડનો કોટ પહેર્યો હતો અને એક સુંવાળા કાપડની બનેલી ટોપી પણ હતી જે તેમણે મારાં પુસ્તકો પર મૂકી હતી. તેમના એક હાથ પર હાથરૂમાલ લપેટવામાં આવ્યો હતો તે લોહીથી ખરડાઈ ગયો હતો. તે યુવાન હતો. પચ્ચીસ વર્ષથી વધારે મોટો નહીં હોય. મારે કહેવું જોઈએ કે તે મજબૂત મરદાની ચહેરો ધરાવતો યુવાન હતો પણ તે ઘણો ફિક્કો પડી ગયો હતો. મને એવું લાગતું હતું કે તે જાણે કોઈ વસ્તુએ તેને સંપૂર્ણપણે અંદરથી કોરી ખાધો હતો અને તે મહામુસીબતે પોતાના પર કાબૂ રાખી રહ્યો હતો.

''તમને આટલી સવારે જગાડવા બદલ મને માફ કરજો, ડૉક્ટર,'' તેણે કહ્યું, ''પણ મને રાત્રે એક ગંભીર અકસ્માત નડ્યો હતો. હું સવારે ટ્રેઈનમાં સ્ટેશન પર આવી પહોંચ્યો હતો અને પૂછપરછ કરી હતી કે મને નજીકમાં સારવાર માટે ડૉક્ટર ક્યાં મળશે અને પેલો ભલો માણસ મને અહીં તમારી પાસે લઈ આવ્યો છે. મેં નોકરાણીને મારું કાર્ડ આપ્યું હતું પણ તેણી તેને અહીં ટેબલ પર જ ભૂલી ગઈ હતી.''

મેં તેના પર એક નજર ફેરવી. ''શ્રીમાન વિક્ટર હેધર્લી, હાઈડ્રોલિક એન્જિનિયર, ૧૬એ, વિક્ટોરિયા સ્ટ્રીટ (ત્રીજો માળ).'' મારા મુલાકાતીનું નામ અને વિગત આ પ્રમાણે હતી. ''તમને રાહ જોવડાવવા બદલ મને માફ કરજો.'' એમ કહેતાં હું મારી ખુરશીમાં બેઠો. ''તમે હજુ રાત્રી મુસાફરીમાંથી જ આવ્યા છો. આ પ્રકારની મુસાફરી ખરેખર ખૂબ કંટાળાજનક હોય છે.''

''ખરેખર મારી રાત કંટાળાજનક રહી છે,'' તેણે હસતાં હસતાં કહ્યું. તે ખૂબ હસ્યો, ખુરશીમાં ઊછળી ઊછળીને હસ્યો. આવું હાસ્ય સાંભળતાં મારી તબીબી સ્ફુરણા સક્રિય થઈ ગઈ.

''બહુ થયું હવે !'' મેં બૂમ પાડી, ''સીધી રીતે વાત કરો !'' અને મેં ટેબલ પર પડેલા પાણી ભરેલા જગમાંથી તેના પર પાણી છાંટ્યું.

તેના પર કોઈ જ અસર ન થઈ. તેના પર ગાંડપણનો દોરો પડ્યો હતો. છેવટે તે શાંત થયો. તે ખરેખર ખૂબ ફિક્કો દેખાતો હતો.

''મેં મારી જાતને મૂર્ખ સાબિત કરી.'' તે ફરી હસ્યો.

''એવું કંઈ જ નથી. આ પી લો.'' મેં પાણીમાં થોડી બ્રાન્ડી રેડી અને તેને આપી. તેના ગાલ પર ફરી લાલી તરી આવી.

''હવે કંઈક સારું લાગે છે !'' તેણે કહ્યું, ''અને હવે ડૉક્ટર, તમે મારા અંગૂઠાને તપાસી શકશો અથવા તો એમ કહું જ્યાં મારો અંગૂઠો હોય છે તે જગ્યાને તપાસી શકો છો.''

તેણે હાથરૂમાલ હટાવ્યો અને પંજો ખુલ્લો કર્યો. મારા જેવા કાઠા માણસને પણ તે દૃશ્ય હચમચાવી ગયું. ત્યાં માત્ર ચાર જ આંગળીઓ હતી અને અંગૂઠાની જગ્યાએ લોહી ભરેલી પોચી જગ્યા જ હતી. અંગૂઠો મૂળિયામાંથી કપાઈ ગયો હતો.

"હે ભગવાન !" હું બૂમ પાડી ઊઠ્યો, "આ ખરેખર એક ગંભીર ઈજા છે. આમાંથી તો નકરું લોહી જ વહ્યે રાખ્યું હશે."

"હા, એવું જ થયું છે. જ્યારે આવું થયું ત્યારે હું બેભાન થઈ ગયો હતો અને મને લાગે છે કે ઘણા લાંબા સમય સુધી હું બેશુદ્ધ જ રહ્યો હોઈશ. જ્યારે હું ભાનમાં આવ્યો હતો ત્યારે મેં જોયું હતું કે લોહી હજી પણ વહી રહ્યું હતું. મેં તરત જ તેના પર મારો હાથરૂમાલ કસીને લપેટી દીધો હતો."

"બહુ સારું કર્યું ! તમે તો એક સર્જન હોવા જોઈતા હતા."

"અમારે હાઇડ્રોલિક યંત્ર સાથે કામ પાર પાડવાનું હોય એટલે આટલી બાબત તો હું જાણતો જ હતો."

"આ ઘા કોઈક ભારે અને તીક્ષ્ણ સાધન દ્વારા થયો લાગે છે." મેં ઘા તપાસતાં કહ્યું.

"હા, ભારે કોયતા જેવા સાધનથી." તેણે કહ્યું.

"ઘા અકસ્માતે થયો હશે, ખરું ને ?"

"ના, એવું તો નથી."

"તો કોઈ ઘાતક હુમલો થયો હતો ?"

"હા, ખૂબ જ ઘાતક."

"તમે તો મને ગભરાવી મૂક્યો હતો."

મેં ઘાને સાફ કર્યો અને તે પર પાટાપિંડી કર્યાં. તેણે ચૂપચાપ મને મારું કામ કરવા દીધું. જો કે ક્યારેક ક્યારેક તે દર્દનો માર્યો પોતાનો હોઠ કરડી લેતો હતો.

"હવે કેવું લાગે છે ?" મેં મારું કામ પતાવતાં પૂછ્યું.

"તમે આપેલી બ્રાન્ડી અને તમે કરેલી સારવારથી મને હવે ખૂબ જ સારું લાગી રહ્યું છે. હું ખૂબ નબળો પડી ગયો હતો પણ હેમખેમ હું આ બધાંમાંથી પસાર થઈ ગયો એટલે ભગવાનનો આભાર."

"હવે તમે વધારે નહીં બોલો તો તમને સારું રહેશે. નહીંતર તમારી નસો ખેંચાશે અને તમને ફરી પાછું દર્દ થશે."

"અરે ના, અત્યારે હું શાંત નહીં રહી શકું. હજુ તો મારે મારી આખી આપવીતી પોલીસને કહેવી પડશે પણ સમસ્યા એ છે કે મારી પાસે મારા પર હુમલો થયાનો કોઈ જ નક્કર પુરાવો નથી. વાત જ એવી છે કે કોઈને મારી વાત પર વિશ્વાસ જ ન આવે. અને કોઈને જો વિશ્વાસ પડે તો હું ખુદ આશ્ચર્યમાં મુકાઈ જાઉં કારણ કે આ એક અસામાન્ય ઘટના છે. માટે મને ડર છે કે મને ન્યાય મળશે કે નહીં."

"આ તમે શું કહી રહ્યા છો ? આવું તે કઈ રીતે બને ?" અને મને તરત મારો મિત્ર શૅરલૉક હોમ્સ યાદ આવ્યો. "જો તમને આ જગતમાં ખરેખર કંઈક રહસ્યમય લાગતું હોય અથવા તો એવી કોઈ બાબત હોય કે જેનું કોઈ નિરાકરણ ન આવી શકે તેમ લાગતું હોય તો તમારે પોલીસ પાસે જતા પહેલાં મારા મિત્ર શૅરલૉક હોમ્સને ચોક્કસ મળવું જોઈએ."

"એમ, મેં તેમના વિષે ઘણું સાંભળ્યું છે," મારા મુલાકાતીએ તરત જ જવાબ આપ્યો, "અને જો તેઓ મારી સમસ્યાને હાથ પર લેશે તો મને ખૂબ આનંદ થશે અને જો તેમ થશે તો હું પોલીસની મદદ પણ સારી રીતે લઈ શકીશ. શું તમે મારી મુલાકાત તેમની સાથે કરાવશો ?"

"હા, હા, કેમ નહીં ? હું ખુદ તેમને મળાવવા લઈ જઈશ."

"આ બાબતે મારે તમારો ખૂબ ખૂબ આભાર માનવો જોઈએ."

"આપણે ઘોડાગાડી બોલાવીશું અને જોડે જ તેમને ત્યાં જઈશું. આપણે નાસ્તાના સમયે તેની પાસે પહોંચી જઈશું તે જ બરાબર રહેશે ?"

"હા, હું જ્યાં સુધી મારી આપવીતી નહીં કહું ત્યાં સુધી મને ચેન નહીં પડે."

"સારું ત્યારે મારો નોકર ઘોડાગાડી લઈ આવે છે અને આપણે સાથે જ ત્યાં જઈએ છીએ." હું ઉપરના માળે ગયો અને આખીયે બાબત મારી પત્નીને ટૂંકમાં સમજાવી અને પાંચ જ મિનિટમાં જ મારા નવા પરિચિત માણસ સાથે ઘોડાગાડીમાં બેસી બેકર સ્ટ્રીટ જવા રવાના થયો.

મારી ધારણા પ્રમાણે હોમ્સ દીવાનખંડમાં પોતાની આરામખુરશીમાં આડો પડીને *ધી ટાઈમ્સની* કોઈક કૉલમ વાંચી રહ્યો હતો અને સાથે સાથે નાસ્તા પહેલાંની ચલમ પણ ફૂંકી રહ્યો હતો. તેણે તેની ઠંડી અદામાં અમને આવકાર આપ્યો. તેણે ડુક્કરના માંસની તાજી કતરી અને ઈંડાં મંગાવ્યાં અને અમારી સાથે નાસ્તો કરવા બેઠો. આ બધું પતાવી તેણે નવાગંતુકને સોફા પર બેસાડ્યો અને તેની પહોંચમાં બ્રાન્ડીનો પ્યાલો અને પાણી મૂક્યાં.

"એ તો સરળતાથી જોઈ શકાય છે કે તમારો અનુભવ ખરેખર અનોખો છે, શ્રીમાન હેધર્લી," તેણે કહ્યું, "મહેરબાની કરીને ત્યાં આડા પડો અને તમારા ઘરમાં હોવ તેવી જ નિરાંત માણો. તમે જેટલું કહી શકતા હો તેટલું કહો અને જો તમને થાક લાગે તો થોભી જજો અને થોડો આરામ કરી ફરી કહેવાનું શરૂ કરજો."

"આભાર," મારા દર્દીએ કહ્યું, "ડૉક્ટર બાદ તમે બીજા એવા માણસ છો જેણે મને થોડી રાહત આપી હોય. જે કંઈ બાકી રહ્યું હતું તે તમારા નાસ્તાએ પૂરું કરી દીધું છે. હવે હું સંપૂર્ણપણે સ્વસ્થ છું. હું તમારો કીમતી સમય બગાડવા નથી માગતો એટલે હું મારો અનોખો અનુભવ તમને તરત જ જણાવું છું."

હોમ્સ પોતાની આરામખુરશીમાં આડો પડ્યો અને પેલાની સામે તેના ઉત્સાહી અને આતુર મિજાજની વિરુદ્ધ થાકેલી ભારે પોપચાંવાળી નજરે જોઈ રહ્યો. હું તેની સામે જ બેઠો અને અમારા મુલાકાતીની વિચિત્ર વાત સાંભળવાની શરૂ કરી.

"પહેલાં તો હું તમને તે જણાવી દઉં કે," તેણે કહેવાનું શરૂ કર્યું, "હું એક અનાથ અને કુંવારો માણસ છું. લંડનની એક વિશીમાં એકલો જ રહું છું. વ્યવસાયે હું એક હાઈડ્રોલિક ઈજનેર છું અને મારા સાત વર્ષ લાંબા કાર્યકાળના કારણે મને મારા કામનો સારો એવો અનુભવ છે. હું શીખાઉ હતો ત્યારે ગ્રીનવીચની વેનર એન્ડ મેથીસન નામની જાણીતી કંપનીમાં જોડાયો હતો. બે વર્ષ પહેલાં મેં મારા કામના બદલામાં સારું એવું વળતર મેળવ્યું અને સાથે સાથે મારા પિતાના મૃત્યુથી પણ મને સારી એવી રકમ વારસામાં મળી. તેથી મેં મારો પોતાનો નવો ધંધો શરૂ કરવાનું વિચાર્યું અને વિક્ટોરિયા સ્ટ્રીટમાં એક વ્યવસાયિક જગ્યા લીધી.

"મારું એવું માનવું છે કે દરેક માણસને પોતાના સ્વતંત્ર ધંધામાં શરૂઆતમાં હંમેશા નિરાશાજનક અનુભવ થતા હોય છે. મારી સાથે પણ તેવું જ થયું. બે વર્ષ દરમિયાન મારી પાસે માત્ર ત્રણ જ જણ સલાહ લેવા આવ્યા અને એક નાનકડું કામ આવ્યું. મારા વ્યવસાયથી મને આટલું જ પ્રાપ્ત થયું. મારી કુલ આવક ૨૭ પાઉન્ડ અને ૧૦ શિલિંગ હતી. રોજ સવારના નવ વાગ્યાથી બપોરના ચાર વાગ્યા સુધી હું કામ આવવાની રાહ જોતો મારી જગ્યાએ બેસી રહેતો. છેવટે હું ભાંગી પડ્યો અને હું એવું માનવા લાગ્યો કે મારે ક્યારેય મારો વ્યવસાય નહોતો શરૂ કરવો જોઈતો.

"ગઈ કાલે, જ્યારે હું ઑફિસમાંથી નીકળવાનું વિચારી જ રહ્યો હતો ત્યારે મારો કારકુન મને કહેવા આવ્યો કે એક સદ્‌ગૃહસ્થ ધંધા અંગે મારી સાથે કંઈક વાતચીત કરવા માગે છે. તે પોતાની સાથે આવનાર મુલાકાતીનું કાર્ડ પણ લેતો આવ્યો હતો. તેના પર *'કર્નલ લીસેન્ડર સ્ટાર્ક'* નામ છાપવામાં આવ્યું હતું. થોડીવારમાં કર્નલ ખુદ અંદર પ્રવેશ્યા. તે માણસ કંઈ મધ્યમ ઊંચાઈના હતા અને ખૂબ પાતળા હતા. મેં આટલો બધો કૃષકાય માણસ આ પહેલાં ક્યારેય નહોતો જોયો. તેમનો આખો ચહેરો નાક અને હડપચીના કારણે અણીદાર લાગતો હતો અને તેમના ગાલની ઢેલડી તામ્રવર્ણી હતી. આ માણસ કોઈ પણ માંદગી વગર જ આવો લાગતો હશે એવું મને લાગ્યું કારણ કે તેની આંખો એકદમ ચમકદાર હતી. તેની ચાલ જોશીલી હતી. તેણે કપડાં પણ વ્યવસ્થિત પહેર્યાં હતાં અને તેની ઉંમર ચાલીસ નજીકની હશે તેવું મને લાગ્યું.

"'શ્રીમાન હેધર્લી ?'" તેણે મને જર્મન ઉચ્ચારમાં પૂછ્યું. 'શ્રીમાન હેધર્લી, મને તમારા નામની ભલામણ કરવામાં આવી ને કહેવામાં આવ્યું છે કે તમે માત્ર તમારા વ્યવસાયમાં જ પાવરધા નથી પણ તમે કોઈ ગુપ્ત બાબતને ગુપ્ત રાખવામાં પણ તેટલા જ વિશ્વસનીય છો.'

"હું ઝૂકી ગયો, કોઈ તમને આટલી બધી સરસ રીતે સંબોધે તો આવી જ લાગણી થાય. મેં પૂછ્યું, 'શું હું જાણી શકું કે તમને મારી ભલામણ કોણે કરી ?'''

"'એ હું તમને તે અત્યારે ન જણાવું તે જ સારું રહેશે. મને તેમના દ્વારા તે પણ જાણવા મળ્યું કે તમે અનાથ છો અને પરણેલા નથી અને લંડનની કોઈક વિશીમાં એકલા રહો છો.'

"'હા, એકદમ સાચી વાત,' મેં જવાબ આપ્યો, 'મને માફ કરજો, પણ હું એ જાણવા માગું છું કે આ બધી બાબતને મારી વ્યવસાયી આવડત સાથે શું લેવા દેવા છે ? મને એમ છે કે તમે મારી સાથે કોઈક ધંધાકીય બાબતે વાત કરવા આવ્યા છો, બરાબર ?'

"'હા, હું તેના માટે જ આવ્યો છું. પણ તમને હું મારી વાત જણાવીશ એટલે લાગશે કે હું સીધી મુદ્દાની વાત જ કરી રહ્યો છું. હું તમારા માટે એક કામ લઈને આવ્યો છું પણ તેની ગુપ્તતા જળવાઈ રહે તે પણ તેટલું જ જરૂરી છે. સંપૂર્ણ ગુપ્તતાને તો તમે સમજો જ છો અને તે વાત પણ તેટલી જ સાચી છે કે કોઈ કુટુંબવાળા માણસ કરતાં કોઈ એકલો રહેતો માણસ ગુપ્તતાને સારી રીતે જાળવી શકે છે.'

"'જો હું તમને ખાતરી આપું કે ગુપ્તતા જળવાઈ રહેશે, તો શું તમે મારા પર સંપૂર્ણ વિશ્વાસ રાખશો ?'

"તે મારી સામે કડકાઈથી જોઈ રહ્યો. તેના જેવી શંકાશીલ અને પ્રશ્નાર્થભરી નજર મેં આજ સુધી નહોતી જોઈ.

"'તો પછી તમે વચન આપો છો, બરાબર ?' છેવટે તે બોલ્યો.

"'હા, હું વચન આપું છું.'

"'કામ થાય તે પહેલાં, તે દરમિયાન અને તે પછી સંપૂર્ણ ચુપકીદી જળવાવી જોઈએ, તે બાબતનો કોઈ જ લેખિત કે શાબ્દિક ઉલ્લેખ નહીં થવો જોઈએ.'

"'મેં તમને વચન તો આપી દીધું.'

"'બહુ સરસ' આવું કહેતાં તેણે તરત જ દરવાજો ખોલ્યો અને આજુબાજુ નજર કરી લીધી. ત્યાં કોઈ જ નહોતું.

"'બધું બરાબર છે,' એમ કહેતાં તે પાછો આવ્યો, "'મને ખબર છે કે કેટલીકવાર કારકુનોને પોતાના શેઠના ધંધામાં વધારે પડતો રસ હોય છે. પણ હવે આપણે શાંતિથી વાત કરી શકીશું.' તેણે પોતાની ખુરશી મારી નજીક લીધી અને ફરી મારી સામે વિચારશીલ અને પ્રશ્નાર્થભરી નજરે તાકવા લાગ્યો.

"'આ સૂકલકડી માણસના આવા વિચિત્ર વર્તનથી મને મનમાં ભય લાગવા માંડ્યો. મારો ગ્રાહક ક્યાંક મારા હાથમાંથી સરકી ના જાય તેના ભયથી હું મારો ડર છુપાવવા લાગ્યો.'

'હવે તો મેં રીતસરની પેલાને અરજ કરી કે 'ભઈ, હવે મહેરબાની કરીને

ધંધાની વાત પર આવો, મારો સમય બગડી રહ્યો છે.' ભગવાન મારા છેલ્લા શબ્દને માફ કરે પણ શબ્દ તો સરી જ ગયા હતા. હવે શું ?

"'એક રાતના કામ માટે ૫૦ ગીની કેમ રહેશે તમારા માટે ?' તેણે પૂછ્યું.

"'એ તો બહુ સરસ રહેશે !'

"'મેં કહ્યું છે તો એક રાતનું કામ, પણ કામ ભાગ્યે જ કલાકનું હશે. મારે તો એક હાઈડ્રોલિક સ્ટેમ્પિંગ મશીન કે જેનું ગીઅર અટકી ગયું છે તેના માટે જ તમારી સલાહ લેવાની છે. જો તમે અમને બતાવી દો કે તે ક્યાં ખોટકાયું છે તો અમે જાતે જ તેને સરખું કરી દઈશું. આ કામ બાબતે તમારું શું કહેવું છે ?'

"'કામ તો નજીવું લાગે છે. તેની સામે વળતર બહુ મોટું કહેવાય.'

"'એ તો છે જ. અમે ઇચ્છીએ છીએ કે આજ રાતની છેલ્લી ટ્રેનમાં તમે આવો.'

"'ક્યાં ?'

"'બર્કશાયરના ઈફોર્ડમાં. તે ઓક્સફોર્ડશાયરની નજીક આવેલી એક નાનકડી જગ્યા છે, અને રીડિંગથી સાત માઈલ દૂર છે. પૅડિન્ગ્ટનથી રાતની એક ગાડી છે જે તમને ત્યાં ૧૧.૧૫ પહોંચાડશે.'

"'બહુ સરસ.'

"'હું તમને ત્યાં ઘોડાગાડી લઈને લેવા આવીશ.'

"'અચ્છા, તો ત્યાંથી ઘોડાગાડીમાં જવું પડશે, એમ ?'

"'હા, અમારી નાનકડી જગ્યા ગામથી થોડી દૂર છે. તે ઈફોર્ડ સ્ટેશનથી ખાસા સાત માઈલ દૂર આવેલી છે.'

"'અચ્છા, તો તો ત્યાં પહોંચતાં આપણને મધરાત થઈ જશે અને ત્યાર બાદ તો રાત્રે કોઈ ટ્રેન નહીં હોય. મારે ત્યાં જ ક્યાંક રાત્રીરોકાણ કરવું પડશે.'

"'હા, પણ અમે તમને તેની પણ સગવડ કરી આપીશું.'

"'તે મારા માટે થોડું પ્રતિકૂળ રહેશે, શું હું થોડા કલાક વહેલો ન આવી શકું ?'

"'અમને ખબર છે કે અમે તમને થોડાક મોડા બોલાવી રહ્યા છીએ અને એટલાં માટે જ અમે તમારા જેવા યુવાન, થોડા ઓછા અનુભવવાળા માણસને આટલાં વધારે નાણાં ચૂકવી રહ્યા છીએ. એટલા તો તમારા વ્યવસાયના કોઈ નિષ્ણાતને પણ નહીં મળતા હોય. તેમ છતાં હજુ પણ તમે જો આ કામ હાથ પર લેવા ન માગતા હો તો અમારી પાસે બીજા કોઈને મેળવવાનો પૂરતો સમય છે.'

"મને તરત જ પચાસ ગીનીનો વિચાર આવ્યો. તે રકમ માટે ખૂબ જ ઉપયોગી હતી. 'ના, જરા પણ નહીં,' મેં કહ્યું, 'હું મારી જાતે જ ત્યાં રહેવાની વ્યવસ્થા કરી લઈશ. હવે મને જરા એ સ્પષ્ટ કરી દો કે મારે તમારા માટે શું કામ કરવાનું છે ?'

"હા, હા, કેમ નહીં ? હું સમજી શકું છું કે જે કામ માટે આટલી ગુપ્તતા જાળવવાની હું તમને વારંવાર ચેતવણી આપી રહ્યો છું તેને જાણવાની આતુરતા તમને થાય તે

સ્વાભાવિક છે. હું એવું જરા પણ નથી ઇચ્છતો કે તમને અંધારામાં રાખીને તમારી પાસે કોઈ કામ કરાવવામાં આવે. પણ હું ફરી તમને કહું છું કે વાત સંપૂર્ણ ગુપ્ત રહેવી જોઈએ.'

"'સંપૂર્ણ ગુપ્ત રહેશે.'

"'સારું ત્યારે હકીકત આ પ્રમાણે છે. તમે એ તો જાણતા જ હશો કે કુંદી કરવામાં વપરાતી માટી (*ફુલર્સ અર્થ* નામે ઓળખાતું એક જાતનું કીમતી ખનીજ) જેવી કીંમતી વસ્તુ આપણે અહીં ઇંગ્લૅન્ડમાં માત્ર બે જગ્યાએ જ મળે છે ?'

"'મેં એવું સાંભળ્યું તો છે.'

"'થોડા સમય પહેલાં મેં એક નાની જગ્યા - ખૂબ નાની જગ્યા - ખરીદી હતી, તે રીડિંગથી દસ માઈલના અંતરે આવેલી હતી. હું નસીબદાર હતો કે મને જાણવા મળ્યું કે મારા ખેતરના એક ભાગમાં ફૂલર્સ અર્થનો થોડો જથ્થો મળી આવ્યો હતો. તપાસ કરતાં મને જાણવા મળ્યું કે સરખામણીએ આ જથ્થો કંઈ ખાસ મોટો નહોતો અને એવું પણ જણાયું કે તેનો મોટો ભાગ મારી આસપાસના પાડોશીઓની જમીનમાં હતો. આ ભલા માણસોએ એવું માનવાનો ઇનકાર કર્યો કે તેમની જમીન હવે સોના જેટલી જ કીમતી થઈ ગઈ હતી. તરત જ મને વિચાર આવ્યો કે તેઓને હકીકતની જાણ થાય તે પહેલાં હું તેમની જમીન ખરીદી લઉં પણ મારી પાસે તેટલી રકમ નહોતી. મેં મારા કેટલાક મિત્રોને પણ આ રહસ્યના ભાગીદાર બનાવ્યા. તેઓનું એવું માનવું હતું કે પહેલાં તો આપણે મારી જમીન પર જે ખનીજ આવેલું છે તેના પર જ કામ કરવું અને આ રીતે આપણે વધારે પૈસા કમાઈશું અને તેનાથી આપણે આસપાસની જમીન ખરીદી શકીશું. અત્યારે અમે આ જ કામ કરી રહ્યા છીએ અને તેના માટે અમે એક હાઇડ્રોલિક પ્રેસ મૂક્યું અને અત્યારે તે બગડી ગયું છે અને તેને ફરી ચાલુ કરવા માટે અમને તમારી જરૂર પડી છે. જો એક વાર એવી ખબર ફેલાઈ જાય કે અમારા નાનકડા ઘરે કોઈ હાઇડ્રોલિક ઇજનેર આવવાનો છે તો તરત જ તેની તપાસ કરવામાં આવે અને જો હકીકતો જાહેર થઈ જાય તો તો બધું જ હાથમાંથી જતું રહે. આ બધાં કારણસર મેં તમારી પાસે એ વચન લીધું છે કે તમે કોઈને પણ એ નહીં કહેતા કે આજે રાત્રે તમે ઇફોર્ડમાં જઈ રહ્યા છો. મને લાગે છે કે મેં બધું જ સ્પષ્ટ કરી લીધું છે.

"'હું તમે કહ્યું છે તે પ્રમાણે જ કરીશ,' મેં કહ્યું "'પણ મને એ નથી સમજાતું કે તમારે વળી ત્યાં ક્યાં હાઇડ્રોલિક પ્રેસની જરૂર પડી ? હું માનું છું ત્યાં સુધી તો આવા ખનીજ તત્ત્વને જમીનમાંથી ખોદીને કાઢવામાં આવતું હોય છે !'

"'અરે !' તેણે બેપરવાહીથી કહ્યું, 'અમારી પોતાની કેટલીક પ્રક્રિયા છે. અમે પહેલાં તો જમીન પર દબાણ લાવીને તેને કોંક્રિટના સ્વરૂપે બહાર કાઢીએ છીએ જેથી કરીને કોઈને શંકા ન જાય કે તેની અંદર શું છે. પણ તે બાબત થોડી ઝીણવટભરી છે. તમને નહીં સમજાય ! હવે મેં તમને મારા વિશ્વાસમાં લઈ લીધા છે, શ્રીમાન હેધર્લી,

અને તમને એ પણ ખબર છે કે મેં તમારા પર કેટલો વિશ્વાસ મૂક્યો છે. તો હું સવા અગિયારે ઈફોર્ડ સ્ટેશન બહાર તમારી રાહ જોઈશ.' તેવું કહેતાં તે જવા માટે ઊભો થયો.

"'હું ચોક્કસ આવી જઈશ.'

"'એક પણ શબ્દ બહાર ન પડવો જોઈએ.' તેણે છેલ્લી વાર મારી તરફ પ્રશ્નાર્થભરી નજરે જોયું અને મારા હાથને ખૂબજ ઠંડકથી દબાવી ત્યાંથી ઉતાવળે પ્રસ્થાન કર્યું.

"પછીથી જ્યારે મેં આખીયે રહસ્યમય બાબત વિષે વિચાર કર્યો ત્યારે મને થોડી અકળામણ થઈ, થોડો ભય પણ લાગ્યો, પણ તરત જ મને મળનાર વળતરનો વિચાર આવતાં હું ઉત્સાહમાં આવી ગયો. મને એમ પણ થયું કે આ કામ બાદ મને બીજું વધારે કામ પણ મળશે. બીજી મારા ગ્રાહકનો ચહેરો અને તેની વર્તણૂકે મારા પર એક દુ:ખદ છાપ છોડી હતી અને મને એવું પણ લાગતું હતું કે ફૂલર્સ અર્થની મને જે ચોખવટ કરવામાં આવી હતી તે મારે ત્યાં રાત્રે જ જવું પડે તેના માટે પૂરતી નહોતી. આખરે મેં મારી બધી બીક બાજુ પર ધક્કેલી દીધી અને સરસ મજાનો નાસ્તો કરી હું પૅડિંગ્ટન સ્ટેશન પર પહોંચ્યો મારા ગ્રાહકની ચેતવણીને અનુસરીને હું મારા રસ્તે પડ્યો.

"રીડિંગમાં મારે માત્ર ડબ્બો જ નહોતો બદલવાનો, ગાડી પણ બદલવાની હતી. હું સમયસર ઈફોર્ડની ટ્રેન પકડવા માટે સ્ટેશને પહોંચી ગયો. સ્ટેશન પર એક દીવો ઝાંખો પ્રકાશ રેલાવતો હતો. સ્ટેશન પર ઊતરનારો હું એક માત્ર મુસાફર હતો. જેવો હું સ્ટેશનના દરવાજેથી બહાર નીકળ્યો કે તરત જ સામે હું જેને સવારે મળ્યો હતો તે ગ્રાહકનો પડછાયો સામેની તરફ જોઈ શક્યો. એક શબ્દ પણ બોલ્યા વગર તેણે મારું બાવડું પકડી મને ઘોડાગાડીમાં બેસાડ્યો. તરત જ ઘોડાગાડીની બારીઓ બંધ કરી દીધી અને ઘોડાને તેની મહત્તમ ઝડપે દોડાવી મૂક્યો.

"એક ઘોડો ?" હોમ્સે વચ્ચે જ પૂછી લીધું.

"હા, ફક્ત એક જ. મેં ઘોડાગાડીની સાઈડલાઈટના પ્રકાશમાં તેમાં પ્રવેશતાં જ જોઈ લીધું હતું. તે કથ્થઈ રંગનો હતો."

"એ થાકેલો હતો કે તાજો હતો ?"

'તદ્દન તાજો અને ચકચકાટ.'

"આભાર, તમારી વાતમાં વચ્ચે ખલેલ પાડવા બદલ માફ કરજો. હવે મહેરબાની કરીને તમારી રસપ્રદ વાત આગળ વધારો."

"'અમે ઓછામાં ઓછો એક કલાક મુસાફરી કરી. કર્નલ લીસેન્ડર સ્ટાર્કે મને માત્ર સાત માઈલની જ વાત કરી હતી. પણ મેં જોયું કે જે ગતિએ ઘોડો દોડી રહ્યો હતો અને જેટલો સમય વીત્યો હતો તે પ્રમાણે તો લગભગ બાર માઈલનું અંતર કપાઈ ગયું હશે. તે મારી બાજુમાં આખો સમય ચૂપચાપ બેઠો રહ્યો. આ દરમિયાન મેં જેટલી વાર

તેની તરફ જોયું તે મારી સામે ટગર ટગર જોઈ રહ્યો હતો. ગામનો રસ્તો ખાડાખડિયાવાળો હતો, અમે ઘોડાગાડીમાં હિલોળા ખાતા હતા. હું બારીની બહાર જોવાનો પ્રયાસ કરતો હતો કે બહાર શું હતું પણ બારીના કાચ ધૂંધળા હતા, બહાર કંઈ જ નહોતું જોઈ શકાતું. માત્ર પસાર થતા દીવાનો ઝાંખો પ્રકાશ જ જોઈ શકાતો હતો. મેં કર્નલ સાથે વાત કરવાનો પ્રયત્ન પણ કર્યો પણ તે જરાય પ્રતિસાદ નહોતો આપતો. તે તો માત્ર જવાબમાં હં, હા, હં જ કરતો હતો. આમ હું કંઈ વધારે વાત ન કરી શક્યો. છેવટે રસ્તો બદલાયો અને અમે એક લીસા રોડ પર દોડવા લાગ્યા અને છેવટે ઘોડાગાડી થોભી. કર્નલ લીસેન્ડર સ્ટાર્ક તરત જ બહાર કૂદી પડ્યો અને પાછળ પાછળ હું પણ ઊતર્યો, અને ઘર કેવું છે તે જોવા જરા થોભ્યો કે તરત તે મને બાવડું ઝાલીને ઘરમાં લઈ ગયો. જેવો મેં ઘરના ઉંબરાને પાર કર્યો કે તરત જ મારી પાછળ ધડામ દઈને બારણું બંધ થઈ ગયું. હું ઘોડાગાડી પાછી વળવાનો અવાજ સાંભળતો રહ્યો.

"ઘરમાં ઘોર અંધકાર હતો અને કર્નલ દીવાસળી માટે આમ તેમ ફાંફા મારી રહ્યો હતો. તેના ઝડપથી ચાલતા શ્વાસોચ્છ્‌વાસને હું સાંભળી શકતો હતો. અચાનક બીજી બાજુનો દરવાજો ખૂલ્યો અને એક લાંબો સોનેરી પ્રકાશનો શેરડો અમારી દિશામાં પડ્યો. પ્રકાશ વધારે અને વધારે પહોળો થઈ રહ્યો હતો. એક સ્ત્રી પોતાના હાથમાં ફાનસ લઈને અમારી પાસે આવી રહી હતી. હું જોઈ શકતો હોત કે તેણી એક સુંદર સ્ત્રી હતી અને પ્રકાશના અજવાળામાં હું તેના ઘેરા રંગના વસ્ત્રને જોઈ શકતો હતો. તે ખૂબ જ કીમતી કાપડ હતું. તેણે વિદેશી ભાષામાં પ્રશ્ન પૂછતી હોય તેમ કંઈક કહ્યું. પેલાએ તેને હં હા માં જવાબ આપ્યો અને અચાનક તેણીના હાથમાંથી દીવો પડતાં પડતાં બચી ગયો. કર્નલ સ્ટાર્ક તેની પાસે ગયો અને તેના કાનમાં કંઈક ગણગણ્યો અને તેણીને પાછી તે જે ઓરડામાંથી આવી હતી ત્યાં લઈ ગયો અને ફરી પાછો હાથમાં ફાનસ સાથે મારી સામે હાજર થઈ ગયો.

"'જો તમે અહીં આ ઓરડામાં થોડી વાર રાહ જોવાની મહેરબાની કરશો તો ઠીક રહેશે,' તેણે બીજો દરવાજો ખોલતાં કહ્યું. તે એક નાનકડો ઓછા રાચરચીલાવાળો સાદો ઓરડો હતો. ઓરડાની મધ્યમાં એક ગોળ ટેબલ પડ્યું હતું અને તેના પર કેટલીક જર્મન ચોપડીઓ પડી હતી. કર્નલ સ્ટાર્કે દરવાજા નજીક પડેલા હારમોનિયમ પર ફાનસ મૂક્યું. 'હું તમને વધારે રાહ નહીં જોવડાવું,' તેમ કહી તે અંધારામાં ગાયબ થઈ ગયો.

"મેં ટેબલ પર પડેલાં પુસ્તકો પર એક નજર ફેરવી. હું જર્મન ભાષાનું કંઈ ખાસ જ્ઞાન નથી ધરાવતો પણ હું તેટલું તો સમજી શક્યો કે તેમાંનાં બે પુસ્તકો વિજ્ઞાનની વિધિઓ બાબતનાં હતાં, બીજાં કેટલાંક પુસ્તક કવિતાનાં હતાં. પછી હું બારી તરફ ગયો કે કદાચ હું ત્યાંથી મારી જગ્યાનું કંઈક અનુમાન લગાવી શકું. પણ તેના પર ઓકનું એક જાડું શટર વાસવામાં આવ્યું હતું. તે ઘરમાં બીક લાગે તેવી શાંતિ હતી. બસ કોઈક જૂની

ઘડિયાળની ટિક્ ટિક્નો અવાજ કોઈક જગ્યાએથી આવી રહ્યો હતો. આના સિવાય કશો જ અવાજ મારા કાને નહોતો પડતો. મને હવે ખૂબ અકળામણ થવા લાગી હતી. આ જર્મન લોકો કોણ હતા, અને તેઓ આ એકલવાયા વિસ્તારમાં શું કરી રહ્યા હતા ? અને આ જગ્યા ક્યાં આવેલી હતી ? હું ઈફોર્ડથી આશરે દસ માઈલ જેટલો દૂર હતો,બસ મને આટલી જ ખબર હતી. મને એ નહોતી ખબર કે હું ઈફોર્ડની દક્ષિણે છું, ઉત્તરે છું, પશ્ચિમે છું, કે પૂર્વે છું. પણ મેં એટલું તો અનમાન લગાવી જ લીધું કે રીડિંગ અને બીજાં કેટલાંક મોટાં ગામડાંઓ આસપાસ જ આવેલાં હોવાં જોઈએ, એટલે આ વિસ્તાર કંઈ એટલો બધો અલગ નહીં હોય. તેમ છતાં હું એટલું તો જાણી જ ગયો હતો કે આટલી નિરવતા તો કોઈ ગ્રામીણ વિસ્તારમાં જ હોય. હું મારી જાતને હામ આપવા માટે મનમાં કંઈક ગણગણવા લાગ્યો અને પચાસ ગીની વિષે વિચારવા લાગ્યો.

"અચાનક, કોઈ પણ પૂર્વચેતવણી વગર મારા ઓરડાનું બારણું હળવેકથી ખૂલ્યું અને એક સ્ત્રીની છાયા મને બારણામાં દેખાઈ. તેના ઓરડામાં અંધારું હતું. મારા ઓરડાના ફાનસનો પીળો પ્રકાશ તેના આતુર સુંદર ચહેરા પર પડી રહ્યો હતો. હું એક નજરમાં જ જોઈ શક્યો કે તે તાવના કારણે બીમાર હતી અને થોડી ભયભીત પણ લાગતી હતી. તેને જોઈને મને થોડી બીક લાગી. તેણે ધ્રૂજતી આંગળીએ મને ચૂપ રહેવાનો ઈશારો કર્યો અને તેને કોઈ જોઈ તો નથી રહ્યું ને તેની ખાતરી કરતાં પાછળ જોઈને તેણે ભાંગી તૂટી અંગ્રેજીમાં મારા કાનમાં ગણગણાટ કર્યો, 'તમારે અહીંથી જતું રહેવું જોઈએ,' તેણીએ માંડ માંડ બોલવાનો પ્રયત્ન કર્યો અને ફરી મને કહ્યું, "'તમારે અહીંથી જતું રહેવું જોઈએ. તમારે માટે અહીં રોકાવું ઠીક નથી."

"'પણ, મેડમ,' મેં કહ્યું, 'પણ હું જે કામ કરવા અહીં આવ્યો હતો તે મેં હજુ કર્યું નથી. હું અહીંથી મશીન જોયા વગર કઈ રીતે જઈ શકું ?"

"'તમને અહીં રાહ જોઈને કશું જ નથી મળવાનું,' તેણીએ બોલવાનું ચાલુ રાખ્યું, 'આ દરવાજામાં થઈને જતા રહો. તમને કોઈ નહીં રોકી શકે.' તેણે જોયું કે હું તેની વાત પર હસી રહ્યો છું એટલે તેણે પોતાનો સંયમ ગુમાવ્યો અને મને રીતસરની હાથ જોડી આજીજી કરવા લાગી, 'ભગવાનને ખાતર અહીંથી જતા રહો ! જરા પણ મોડું થાય તે પહેલાં જતા રહો !'

"પણ હું મગજનો થોડો જડ હતો અને હું માત્ર મારી પચ્ચાસ ગીની વિષે જ વિચારી રહ્યો હતો. છેક આટલે દૂર ઉજાગરો કરીને આટલી બધી તકલીફ ઉઠાવીને હું અહીં આવ્યો હતો તેને એળે કેમ જવા દઉં તે જ વિચારતો હતો. કંઈ જ ખરાબ નથી થવાનું પછી હું શા માટે મારું કામ પતાવ્યા વગર અહીંથી જતો રહું ? શા માટે મારા પૈસા લીધા વગર અહીંથી જતો રહું ? આ સ્ત્રી બની શકે કે પાગલ હોય. આમ તો હું અંદરથી થોડો ભયભીત થઈ ગયો હતો પણ તેમ છતાં હું અડગ રહ્યો અને મેં તેણીને જવાની ના

પાડી દીધી. તેમ છતાં પણ તે હજુ મને સમજાવવા જ જતી હતી કે અચાનક ક્યાંક બારણું બંધ થવાનો અને કેટલાંક પગલાંનો અવાજ સંભળાયો. તે અવાજ સાંભળી તેણી ગભરાઈ ગઈ અને જાણે ભગવાનને અરજ કરતી હોય તેમ બે હાથ ઊંચા કરી જેવી રીતે ધીમેથી તેણી આવી હતી તે જ રીતે પાછી જતી રહી.

"ઓરડામાં પ્રવેશનાર બે માણસોમાંનો એક કર્નલ હતો અને બીજો કોઈ ઠીંગણો માણસ હતો, તેને બેવડી દાઢી હતી અને તેના પર ભૂખરા વાળ ઉગાડ્યા હતા. કર્નલે તેની ઓળખાણ કરાવતાં કહ્યું, 'આ શ્રીમાન ફર્ગ્યુસન છે અને તેઓ મારા સેક્રેટરી અને મેનેજર છે.' અચાનક તેણે કહ્યું, 'મારા ખ્યાલથી હું આ બારણું બંધ કરીને ગયો હતો, કદાચ તમને ગભરામણ થતી હશે.'

"'હા, મેં જ બારણું ખોલ્યું હતું કારણ કે આ રૂમ થોડો વધારે પડતો જ નાનો છે.'

"તેણે મારી સામે શંકાશીલ નજરે જોયું, 'તો ચાલો હવે આપણે આપણું કામ શરૂ કરીએ, તે જ ઠીક રહેશે,' તેણે કહ્યું, "શ્રીમાન ફર્ગ્યુસન અને હું તમને ઉપર મશીન જોવા લઈ જઈએ છીએ.

"'મને લાગે છે કે, મારે મારી ટોપી પહેરી લેવી જોઈએ.'

"'ના ના, તેની કોઈ જરૂર નથી, મશીન ઘરમાં જ છે.'

"'શું તમે ફુલર્સ અર્થ અહીં ઘરમાં ખોદી રહ્યા છો ?'

"'ના, ના. અમે અહીં ખનીજની ઈંટો બનાવવાનું કામ કરીએ છીએ. બસ તમે માત્ર એટલું જ કરો કે મશીનને તપાસી લો અને અમને કહો કે તેમાં ક્યાં વાંધો છે.'

"અમે ઉપરના માળે ગયા, કર્નલ ફાનસ લઈને આગળ ચાલતો હતો. તેની પાછળ પેલો જાડિયો મેનેજર હતો અને છેલ્લે હું હતો. જૂનાં મકાનોમાં હોય તેવી આડાઅવળી ગલીઓ હતી. કેટલીક પરસાળ હતી, સાંકડી ગોળફરતી સીડીઓ હતી, અને નાનકડાં બારણાં પણ હતાં. ઉંબરાઓમાં વર્ષોથી લોકોની વરસોની આવજાને કારણે ખાડા પડી ગયા હતા. ત્યાં ક્યાંય ફરસ પર જાજમ બિછાવવામાં નહોતી આવી, અરે, દીવાલોનું પ્લાસ્ટર પણ પોપડા વળી ઊખડી ગયું હતું અને બધે ભેજના કારણે લીલ જામી ગઈ હતી. મેં આ બાબતની નોંધ લીધી હતી તે તેને જરા પણ દેખાવા ન દીધું. પણ હવે મને પેલી સ્ત્રીએ આપેલી ચેતવણી યાદ આવી રહી હતી. જો કે હજુ પણ હું તે ચેતવણીને ગંભીરતાથી નહોતો લેતો પણ મારા બે સાથીદારો પર હું બરાબર નજર રાખી રહ્યો હતો. ફર્ગ્યુસન એક અતડો માણસ હતો પણ હું જોઈ શકતો હતો કે તે એક ગામડિયો માણસ હતો.

"આખરે કર્નલ એક નાના બારણા આગળ થોભ્યો અને તેનું તાળું ખોલ્યું. તે એક નાનકડો ચોરસ ઓરડો હતો, તેમાં અમે ત્રણ જણ સમાઈ શકીએ તેટલી મોકળાશ નહોતી. ફર્ગ્યુસન બહાર રહ્યો અને કર્નલ મને અંદર લઈ ગયો.

"'હવે આપણે,' તેણે કહ્યું, 'હાઈડ્રોલિક પ્રેસની અંદર આવી પહોંચ્યા છીએ. અને જો કોઈ ચાંપ દબાવી દે તો આપણું તો આવી જ બને. આ ઓરડાની છત નીચે

આવતા પિસ્ટનનો છેડો છે અને તે આ નાનકડા ઓરડાની ધાતુની ફરસ પર કેટલાયે ટન વજન સાથે પછડાય છે. તેની બાજુઓમાં કેટલીક પાણીની ટાંકીઓ આવેલી છે જે દબાણ પેદા કરે છે, તેની પછીની કામગીરી તો તમે જાણતા જ હશો. આમ તો મશીન સરસ ચાલી રહ્યું હતું પણ ક્યાંક કંઈક અવરોધ હોય તેવું લાગે છે અને તેના કારણે દબાણ પણ ઘટી ગયું છે. હવે તમને જ ખ્યાલ આવશે કે ક્યાં ગડબડ છે માટે અમને જરા તપાસ કરીને કહો કે ક્યાં ખામી છે.'

"મેં તેની પાસેથી ફાનસ લીધું અને આખાયે મશીનને ખૂબ જ ઝીણવટથી તપાસ્યું. તે ખરેખર વિશાળકાય મશીન હતું અને ખૂબ જ શક્તિશાળી હતું. મેં બહાર જઈને જેના દ્વારા તે ચાલતું હતું તે લીવરને નીચે દબાવતાં મને પહેલી જ વારમાં ખ્યાલ આવી ગયો કે ક્યાંક લીકેજ હતું. એક જગ્યાએ રબરનું વોશર ઘસાઈ ગયું હતું તે પણ મેં જાણી લીધું. તેને કારણે મશીન ખોટકાયું હતું. મેં કર્નલ અને તેના મેનેજરને તે વિષે જણાવ્યું. તે ખામીઓ કેવી રીતે દૂર થાય તેને લગતા કેટલાક પ્રશ્નો મને તે બન્નેએ પૂછ્યા. તેના મેં તેમને જવાબ આપ્યા. ત્યાર બાદ હું મારું કુતૂહલ સંતોષવા ફરી પાછો ચેમ્બરમાં ગયો અને મશીન તપાસવા લાગ્યો. મને ખ્યાલ આવી ગયો કે પેલી ફૂલર્સ અર્થવાળી વાર્તા સાવ બકવાસ હતી. આટલું શક્તિશાળી મશીન કોઈક ચોક્કસ ઉદ્દેશ ખાતર બનાવવામાં આવ્યું હતું. દીવાલો લાકડાની હતી પણ તેની ફરસ વિશાળ લોખંડી ચોસલાની હતી. અને બારીક તપાસ કરતાં હું જોઈ શક્યો કે ત્યાં ફરસ પર ધાતુની કેટલીક રજકણો પડી છે. હું નીચે નમીને તેને ખોતરીને તે ધાતુ કઈ છે તે જોવાનો પ્રયત્ન કરતો હતો ત્યાં મેં જર્મન ભાષામાં થોડોક ગણગણાટ સાંભળ્યો, કર્નલ મારી સામે શંકાશીલ નજરે જોઈ રહ્યો હતો.

અચાનક તેણે મને પૂછ્યું, 'એ ભાઈ, ત્યાં શું કરે છે તું ?'

"તેણે મને ખોટી વાર્તા કહી જે રીતે મને ઉલ્લુ બનાવ્યો હતો તેનાથી હું ખૂબ ગુસ્સે થઈ ગયો હતો, 'હું તમારી ફુલર્સ અર્થને બિરદાવું છું,' મેં કહ્યું, 'જો તમે મને સાચેસાચું જણાવો કે આ મશીન શાનું છે તો હું તમને તેના વિષે બરાબર જાણકારી આપી શકીશ.'

"મારાથી બોલતાં તો બોલાઈ ગયું પણ મને ખૂબ પસ્તાવો થયો. કર્નલનો ચહેરો તણાયો અને તેની આંખો ગુસ્સાથી ચમકી ઊઠી.

"'સારું ત્યારે,' તેણે કહ્યું, 'તમે મશીન વિષે બધું જ જાણી શકશો.' તે એક પગલું પાછળ ખસ્યો, નાનકડા બારણાને બંધ કર્યું અને તાળું મારી દીધું. હું બારણાના હાથાને પૂરા જોરથી ખેંચવા લાગ્યો. પણ તે સજ્જડ બંધ હતું. તેના પર મારી લાતોની કે ધક્કાની કોઈ જ અસર ન થઈ. 'ખોલો !' હું કકળી ઊઠ્યો, "ખોલો ! કર્નલ ! મને બહાર આવવા દો !"

"અને અચાનક મને એક અવાજ સંભળાયો અને મારો જીવ તાળવે ચોંટી ગયો. તે અવાજ લીવર પડવાનો અને વોશર ઘસાવાનો હતો. પેલાએ એંજિન ચાલુ કરી દીધું

હતું. ફાનસ નીચે મેં મશીન તપાસતી વખતે જ્યાં મૂક્યું હતું ત્યાં ફરસ પર જ પડ્યું હતું. તેના પ્રકાશમાં હું જોઈ રહ્યો હતો કે કાળી છત મારી તરફ ધસી રહી હતી. કોઈને એ ખબર ન હોય તેના કરતાં પણ સારી રીતે મને ખબર હતી કે ક્ષણવારમાં મારો છુંદો થઈ જવાનો હતો. મેં મારી જાતને બારણા પર નાખી. દરવાજો ખોલવા કેટલાય પ્રયત્નો કર્યા છેવટે પેલા કર્નલને મને બહાર કાઢવા કેટલીયે આજીજી પણ કરી. પણ લીવરના ભયંકર અવાજમાં મારી બૂમ ક્યાંય દબાઈ જતી હતી. છત મારા માથા કરતાં માંડ એક કે બે ફૂટ દૂર હતી. મારા હાથના સ્પર્શથી હું જાણી શક્યો કે તે ખૂબ નક્કર અને ખરબચડી હતી. પછી અચાનક મને વિચાર આવ્યો કે આપણું મોત કઈ સ્થિતિમાં થાય છે તેના પર આપણી પીડાનો આધાર રહેલો હોય છે. જો હું મારું મોઢું જમીન બાજુ રાખીને પડ્યો રહું તો મારી કરોડરજ્જુઓના ભુક્કા બોલી જાય. હું મારા મોતના વિચારથી થથરી ઊઠ્યો. તેના કરતા તો સારું એ રહે કે હું ચત્તોપાટ પડ્યો રહું અને છતને મારી ઉપર ધસતી જોતો રહું, તો કદાચ દુઃખ ઓછું દુઃખ થાય. પણ મારામાં મોતનો સામનો કરવાની જરા પણ હિંમત નહોતી. હવે તો હું ટટ્ટાર પણ નહોતો ઊભો રહી શકતો. અચાનક મારી નજરે કંઈક એવું પડ્યું જેનાથી મારામાં આશાનો સંચાર થયો.

"મેં અગાઉ કહ્યું છે કે છત અને ફરસ બન્ને લોખંડના હતાં અને દીવાલો લાકડાની હતી. મેં ઉતાવળે એક ફરતી નજર કરી લીધી, મને બે પાટિયાં જોડીને બનાવવામાં આવેલી દીવાલની તિરાડમાંથી પીળો પ્રકાશ દેખાયો. ધીમે ધીમે તે પાતળી રેખા વધારે અને વધારે પહોળી થતી જતી હતી. થોડી વાર તો મને મારી આંખો પર વિશ્વાસ ન થયો કે અહીં પણ કોઈક બારણું રાખવામાં આવ્યું હશે અને અત્યારે તે જ ઊઘડી રહ્યું છે. તરત જ હું તે નાનકડા બારણામાંથી બહાર કૂદી પડ્યો બરાબર તે જ ક્ષણે મેં છતને ફરસ સાથે અથડાતી જોઈ. હું ખરેખર મોતના સકંજામાંથી બચી ગયો હતો. જો એક પળ પણ મોડું થયું હોત તો મારો માવો થઈ ગયો હોત. હું ત્યાં અર્ધબેભાન અવસ્થામાં પડ્યો રહ્યો. પેલું બારણું જેમાંથી હું કૂદ્યો હતો તે તરત જ બંધ થઈ ગયું હતું.

કોઈક મને ઢંઢોળી રહ્યું હતું. મેં ભાનમાં આવીને જોયું તો હું એક સાંકડી પરસાળમાં પથ્થરથી બનેલી ફરસ પર પડ્યો હતો. એક સ્ત્રી મારા પર ઝૂકેલી હતી અને મને તેના ડાબા હાથે ઢંઢોળીને જગાડવાનો પ્રયત્ન કરી રહી હતી. તેના જમણા હાથમાં મીણબત્તી હતી. આ તે જ સ્ત્રી હતી જેણે મને વારંવાર ચેતવણીઓ આપી હતી અને જેની ચેતવણીને મેં જરાયે ધ્યાન પર નહોતી લીધી.

"'ચાલો, હવે જલદી ઊભા થાઓ અને અહીંથી નીકળો, જો તે લોકોને ખબર પડશે કે તમે પેલી ચેમ્બરમાં નહોતા તો તેઓ તરત જ અહીં આવી પહોંચશે. જરા પણ સમય ગુમાવવો પોસાય તેમ નથી.' પેલી સ્ત્રી એકશ્વાસે બધું બોલી ગઈ.

"આ વખતે મને તેની સલાહ ન માનવી જરા પણ પાલવે તેમ નહોતું. હું તરત જ તેની સલાહને અનુસર્યો. હું તેની સાથે જ લથડાતા પગે પરસાળમાં થઈને ગોળાકાર

સીડી નીચે ઊતરી ગયો. ત્યાં બીજી એક પરસાળ અમે પસાર કરતાં હતાં ત્યાં જ અમને કોઈકના દોડવાનાં પગલાંનો અવાજ સંભળાયો અને કોઈ બે વ્યક્તિના એકબીજાને બૂમો પાડીને જવાબ આપતા અવાજ પણ સંભળાયા. એક અવાજ નીચેના માળેથી આવતો હતો જ્યારે બીજો અમે જ્યાં હતાં ત્યાંથી જ ક્યાંકથી આવતો હતો. મને દોરી જતી સ્ત્રી થોડી વાર વિચાર કરવા થોભી પછી તેણે શયનખંડમાં જતું કોઈક બારણું ખોલ્યું. તેની બારીમાંથી ઝળહળતો ચંદ્ર જોઈ શકાતો હતો.

"'આ એક જગ્યાએથી જ તમે ભાગી શકો તેમ છો, અહીંથી ઊંચું પડશે પણ તમારે કૂદવું જ પડશે.'

"જેવું તેણીએ મને કહ્યું કે તરત જ બીજે છેડેથી એક ઝીણો પ્રકાશ દેખાયો. તે પાતળી આકૃતિ કર્નલ લીસેન્ડર સ્ટાર્કની હતી. તે એક હાથમાં ફાનસ અને બીજા હાથમાં કોયતા સાથે મારી તરફ ધસી રહ્યો હતો. હું શયનખંડમાં થઈને બારી પાસે પહોંચી ગયો અને ખુલ્લી બારી પર ચડી ગયો અને બહાર જોયું. બહાર ચાંદનીમાં બગીચો ખૂબ શાંત અને સોહામણો લાગી રહ્યો હતો. બારીથી જમીનની ઊંડાઈ ત્રીસ ફૂટ જેટલી હતી. હું ધાર પર તો ચડી ગયો પણ હું એ જોવા માટે રોકાયો કે કર્નલ અને પેલી સ્ત્રી વચ્ચે કોઈ સંઘર્ષ થાય છે કે કેમ, જો તેમ થાય તો હું મારા જીવના જોખમે પણ તેણીને બચાવવા પાછો વળવા તૈયાર હતો. આવો વિચાર હું કરી રહ્યો હતો તે જ સમયે પેલો ઓરડામાં પ્રવેશ્યો અને પેલીને ધક્કો મારીને આગળ ધસવાનો પ્રયત્ન કર્યો પણ પેલીએ બે હાથની બાથ ભરીને પેલાને કેમે કરીને રોકી રાખ્યો.

"'ફ્રીટ્ઝ ! ફ્રીટ્ઝ !' તેણી બૂમ પાડી ઊઠી, 'તને યાદ છે ? ગઈ વખતે તેં મને વચન આપ્યું હતું કે એવું ફરી ક્યારેય નહીં થાય. તેં મને કહ્યું હતું કે તેવું ક્યારેય નહીં થાય. તે કોઈને કંઈ જ નહીં કહે. તે ચૂપ રહેશે ! તે ચૂપ રહેશે !' તે આ બધું જ અંગ્રેજીમાં બોલી.

"'તું પાગલ છે, એલિસ !' તે બૂમ પાડી ઊઠ્યો અને તેણે તેના હાથમાંથી છૂટવાનો પ્રયત્ન કર્યો, 'તું અમારી બધી મહેનત પાણી ભેગી કરી નાખીશ, તેણે કંઈક વધારે પડતું જ જોઈ લીધું છે. મને જવા દે હું કહું છું !' તેણે તેણીને ધક્કો મારી એક બાજુ પર ધકેલી અને મારી તરફ ધસી આવ્યો, તેણે મારા પર પેલા હથિયારથી ઘા કર્યો. હું કૂદી પડ્યો અને બારીની ધાર પકડી લટકી રહ્યો. તેના પ્રહારથી મારો અંગૂઠો કપાઈ ગયો અને મારી પકડ ઢીલી થઈ ગઈ, હું સીધો નીચેના ગાર્ડનમાં પટકાયો. અંગૂઠાની વેદના તો મારાથી સાવ જ ભુલાઈ ગઈ હતી. આટલું કૂદવા છતાં પણ મારા હાથ પગ સહીસલામત હતા, તેથી તરત જ ઊભો થઈને હું પૂરઝડપે દોડવા લાગ્યો, કારણ કે હજી પણ મારા પર એકધારો ભય તોળાઈ રહ્યો હતો.

આમ હું દોડતો જ રહ્યો, દોડતો જ રહ્યો, અચાનક મને ચક્કર આવવાં લાગ્યાં. મારું ધ્યાન જ્યારે મારા અંગૂઠા પર પડ્યું ત્યારે મને ખબર પડી કે મારો અંગૂઠો તો

મૂળમાંથી જ કપાઈ ગયો હતો અને તેમાંથી લોહીની ધાર વહી રહી હતી. મેં હાથરૂમાલ અંગૂઠા પર લપેટી દીધો અને બેભાન થઈને હું ગુલાબની ક્યારીમાં જઈ પડ્યો.

હું ક્યાં સુધી બેભાન રહ્યો તેની મને નથી ખબર. પણ મને એવું લાગે છે કે હું ઘણો લાંબો સમય બેભાનાઅવસ્થામાં જ રહ્યો હોઈશ કારણ કે હું બેભાન થયો ત્યારે ભર ચાંદની હતી અને હું હોશમાં આવ્યો ત્યારે ચંદ્ર ડૂબી ગયો હતો અને સવારનું પહેલું કિરણ અજવાળું પાથરી રહ્યું હતું. મારાં કપડાં ઝાકળના કારણે ભીનાં થઈ ગયાં હતાં અને મારા કોટની બાંયો લોહીથી લથબથ હતી. તે જોઈને મને રાતનો આખો પ્રસંગ યાદ આવી ગયો અને મને બીક લાગી કે હજુયે પેલા લોકો મારો પીછો કરી રહ્યા હશે કે શું ! હું તરત ઊભો થયો, પણ મેં જ્યારે આસપાસ જોયું તો નહોતું તો ત્યાં પેલું ઘર કે નહોતો ત્યાં પેલો બગીચો ! મારા આશ્ચર્યનો પાર ન રહ્યો હું તો કોઈક જાહેર માર્ગની બાજુ પર આવેલી એક ઝાડીમાં પડ્યો હતો. ત્યાંથી થોડેક જ દૂર મને એક મોટું લાંબુ મકાન દેખાયું. હું તરત જ તે તરફ ચાલવા લાગ્યો અને જ્યારે હું ત્યાં પહોંચ્યો ત્યારે મને ખ્યાલ આવ્યો કે આ તો તે જ સ્ટેશન હતું જ્યાં હું ગઈ કાલે રાત્રે ઊતર્યો હતો. જો મારો અંગૂઠો તૂટ્યો ન હોત તો મને એવું જ લાગત કે મેં કોઈક ભયંકર સ્વપ્ન જોયું હતું.

"અધમૂઓ એવો હું સ્ટેશનમાં પ્રવેશ્યો અને સવારની પહેલી ટ્રેન વિશે પૂછ્યું. કલાકમાં જ રીડિંગ જતી એક ટ્રેન હતી. આગલી રાત્રે જે હમાલ હતો તે જ અત્યારે ફરજ પર હતો. મેં તેને પૂછી જોયું કે તે કોઈ કર્નલ લીસેન્ડર સ્ટાર્કને જાણે છે ? આ નામ તેના માટે અજાણ્યું હતું. મેં તેને તે પણ પૂછ્યું કે શું ગઈ કાલે રાત્રે જે ઘોડાગાડી મને લેવા આવી હતી તેને તે ઓળખે છે ? તેની પણ તેને કોઈ જ ખબર નહોતી. પછી મેં તેને એ પૂછ્યું કે અહીં નજીકમાં ક્યાંક પોલીસ સ્ટેશન છે ? તો તેણે કહ્યું ત્રણ માઈલ દૂર એક પોલીસ સ્ટેશન આવેલું છે.

"હું એટલો બધો બીમાર અને અશક્ત હતો કે ત્રણ માઈલ દૂર જવું મારા માટે શક્ય નહોતું. મેં પછી શહેરમાં જઈને જ મારી આપવીતી પોલીસને કહેવાનું નક્કી કર્યું. છ વાગ્યાને થોડી વાર થઈ હશે ને હું શહેરમાં આવી પહોંચ્યો. સૌ પહેલાં તો હું મારા ઘાનું ડ્રેસીંગ કરાવવા પહોંચી ગયો અને ડૉક્ટરને મારા પર દયા આવી અને મને તેઓ અહીં તમારી પાસે લેતા આવ્યા. આ છે મારી હકીકત. હવે બધું જ તમારા હાથમાં છે. તમે જે કહેશો તેમ હું કરીશ."

થોડી વાર તો અમે બન્ને આ અદ્‌ભુત વર્ણન સાંભળીને ચૂપચાપ બેઠા રહ્યા. પછી હોમ્સે ઊભા થઈને છાજલીમાંથી રોજિંદા કટીંગ ચોંટાડેલી એક ભારે ફાઈલ નીચે ઉતારીઃ

"અહીં મારી પાસે એક જાહેરખબર છે, તમને તેમાં રસ પડશે," તેણે કહ્યું, "આ સમાચાર લગભગ વર્ષ પહેલાં બધા જ સમાચારપત્રોમાં છપાયા હતા, હવે સાંભળો :

"ખોવાયેલ છે, શ્રીમાન જેરમિઆહ હેઈલિંગ, ઉંમર વર્ષ છવ્વીસ, તેઓ એક હાઈડ્રોલિક એન્જિનિયર છે. રાત્રે દસ વાગ્યે તેમણે લોજ છોડી હતી અને ત્યાર બાદ ક્યારેય પાછા ફર્યા નથી. તેમણે...

વગેરે વગેરે, હા ! આ બાબત છેલ્લી વખતે જ્યારે કર્નલને પોતાના મશીન માટે હાઈડ્રોલિક ઈજનેરની જરૂર પડી હતી તે દર્શાવે છે."

"હે ભગવાન !" મારો દર્દી બૂમ પાડી ઊઠ્યો, "તો તો પછી પેલી છોકરી સમજાવી રહી હતી તે આના સંદર્ભમાં જ હશે."

"તેમાં કોઈ જ શંકા નથી કે કર્નલ ઠંડા કલેજાનો માણસ છે. સમુદ્રી ચાંચિયાઓ જ્યારે જહાજ લૂંટતા હોય છે ત્યારે તેના મુસાફરોમાંથી એક પણને જીવતા નથી છોડતા, તેમ જ તેના કામમાં જે કોઈ પણ અવરોધરૂપ થતા હોય છે તેમને હટાવી દેતા હોય છે. હવે આપણા માટે દરેક ક્ષણ કીમતી છે. માટે જો હવે તમને ઠીક લાગતું હોય તો ઈફોર્ડ માટે નીકળતા પહેલાં આપણે સ્કોટલૅન્ડ યાર્ડને આ બાબતની પ્રાથમિક જાણકારી આપી દઈએ !"

ત્રણેક કલાક બાદ અમે બધા ટ્રેનમાં રીડિંગથી બર્કશાયર ગામમાં જતી ટ્રેઈનમાં બેઠા. અમારી ટોળકીમાં શૅરલૉક હોમ્સ, હાઈડ્રોલિક ઈજનેર, સ્કોટલૅન્ડ યાર્ડના ઈન્સ્પેક્ટર બ્રાડસ્ટ્રીટ અને એક સાદા કપડામાં સજ્જ પોલીસ અને હું એમ પાંચ જણ હતા. બ્રાડસ્ટ્રીટે તે વિસ્તારનો નકશો પાથર્યો અને ઈફોર્ડ જ્યાં આવ્યું હતું તેની આસપાસ એક વર્તુળ દોર્યું.

વર્તુળ દોર્યા બાદ તેમણે કહ્યું, "મેં ઈફોર્ડ ગામની આસપાસના દસ માઈલને આવરી લેતું એક વર્તુળ દોર્યું છે. તમે કહ્યું તે પ્રમાણે દસ માઈલ, બરાબર ને સાહેબ ?"

"તે એક કલાકની સફર હતી."

"શું તમને એવું લાગે છે કે તમારા બેભાન થયા બાદ તેઓ તમને છેક અહીં બાર માઈલ દૂર ઊંચકીને લેતા આવ્યા હશે ?"

"એમ જ હશે. પણ મને કોઈએ ઊંચક્યાનું કે ક્યાંક લઈ ગયાનું કશું જ યાદ નથી."

"મને એ નથી સમજાતું," મેં કહ્યું, "કે તેઓ તમારી પાછળ પડ્યા હતા, તમને મારી નાખવાના હતા, તો પછી તેમણે તમને છોડ્યા શા માટે ? જો કે બની શકે કે પેલી સ્ત્રીની આજીજીથી તેઓ પીગળી ગયા હોય."

"હું તેવું જરા પણ માની ન શકું કારણ કે કર્નલ જેવો ક્રૂર ચહેરો મેં આજ સુધી નથી જોયો." ઈજનેરે કહ્યું.

"એ જે હોય તે આપણે બધું જ સ્પષ્ટ કરી દઈશું." બ્રાડસ્ટ્રીટે કહ્યું, "મેં આ વર્તુળ દોર્યું છે અને હવે આપણે એ વિચારવાનું છે કે આપણે કઈ દિશામાં જવું."

"મારા ખ્યાલથી હું જાણું છું કે આપણે ક્યાં જવું." હોમ્સે ઠંડકથી કહ્યું.

"ખરેખર !" ઇન્સ્પેક્ટર આશ્ચર્યથી બૂમ પાડી ઊઠ્યો, "તમે કોઈક નિર્ણય પર આવી ગયા લાગો છો. હવે જોઈએ કે તમારી વાતમાં કોણ સંમત થાય છે. મારું માનવું એમ છે કે આપણે દક્ષિણ તરફ જઈએ કારણ કે તે વિસ્તાર નિર્જન છે."

"પણ મને લાગે છે પૂર્વ તરફ જવું જોઈએ." મારા દર્દીએ પોતાનો મત રજૂ કર્યો.

"હું પશ્ચિમ તરફ જવાનું કહું છું." સાદાં કપડાંવાળા માણસે કહ્યું, "કારણ કે તે તરફ કેટલાંક ખૂબ જ નાનાં ગામડાં આવેલાં છે."

"અને મારું માનવું છે કે ઉત્તર તરફ જવું જોઈએ." મેં કહ્યું, "કારણ કે તે તરફ કોઈ જ ટેકરીઓ નથી અને મારા દર્દીએ એવું કહેલું મને યાદ છે કે તેણે ઘોડાગાડીને ઉપરની તરફ જતી નહોતી અનુભવી."

"બહુ થયું," ઇન્સ્પેક્ટરે હસતાં હસતાં કહ્યું, "બધાના મત સદંતર જુદા પડે છે. એવું લાગે છે કે જાણે અમે ચારેએ એક એક દિશા વહેંચી લીધી છે. હવે તમે જ કહો કે કઈ બાજુ જવું, તમે જેનો પક્ષ લેશો તે તરફ જઈશું."

"તમે બધા જ ખોટા છો."

"અમે બધા તો કઈ રીતે ખોટા હોઈ શકીએ ?"

"હા, તમે ખોટા છો. મારો મુદ્દો આ જ છે." તેણે તેની આંગળી વર્તુળના કેન્દ્ર પર મૂકી. "આ જ જગ્યા છે જ્યાં આપણે તેમને શોધવા જોઈએ."

"પણ બાર માઈલની મુસાફરી, તેનું શું ?" હેધર્લી બોલ્યો.

"છ જતાંના અને છ આવતાંના. સીધી વાત છે. તમે જ કહ્યું હતું કે જ્યારે તમે ઘોડાગાડીમાં બેઠા ત્યારે ઘોડા તાજા અને ચમકદાર હતા. જો તેઓ બાર માઈલનો ખરાબ રસ્તો કાપીને આવ્યા હોય તો તેઓ આટલા તાજામાજા ન દેખાય."

"બની શકે, આ બાબત પણ વિચારવા જેવી છે." બ્રાડસ્ટ્રીટે વિચારપૂર્વક કહ્યું, "એ બાબતે આપણને કોઈ શંકા નથી કે આ ટોળકી શું કરતી હશે !"

"હાસ્તો વળી, તેઓ નાણાંના નકલી સિક્કા જ બનાવે છે." હોમ્સે કહ્યું. "આ કામ તેઓ ખૂબ મોટા પાયા પર કરતા હતા અને તેના માટે જ તેમને આ મશીનની જરૂર પડતી હતી."

"મને છેલ્લા કેટલાક વખતથી એવી બાતમી મળી છે કે કોઈક ટોળકી નકલી નાણું બનાવી રહી છે." ઇન્સ્પેક્ટરે કહ્યું, "તેણે આવા હજારો નકલી સિક્કા બજારમાં ફરતા મૂક્યા છે. તેની શોધ કરતાં કરતાં અમે રીડિંગ સુધી તો આવી ગયા હતા પણ ત્યાર પછીનું અમને કોઈ પગેરું નહોતું મળ્યું. પણ હવે આ ભાગ્યશાળી અવસરના આધારે મને લાગે છે કે આપણે તેમને પકડી શકીશું."

પણ ઇન્સ્પેક્ટરની અહીં ભૂલ થતી હતી, કારણ કે તે ગુનેગારોનું નસીબ પાવરધું હતું. તે હજી કાયદાના હાથમાં આવે તેવું નહોતું લાગતું. જેવા અમે ઇફોર્ડ સ્ટેશનની નજીક આવ્યા કે હવામાં ધુમાડાના મોટા મોટા ગોટા ઊડતા દેખાયા.

ઈન્સ્પેક્ટરે સ્ટેશન માસ્ટરને પૂછ્યું, "શું કોઈ ઘરમાં આગ લાગી છે ?"

"હા, સાહેબ." સ્ટેશન માસ્તરે કહ્યું.

"આ આગ ક્યારની લાગી છે ?"

"મને એવું સાંભળવા મળ્યું છે કે રાત્રે લાગી હતી, સાહેબ, પણ આગ એવી ભયાનક હતી કે બધું જ ભયંકર રીતે બળીને ખાખ થઈ ગયું છે."

"તે ઘર કોનું હતું ?"

"ડૉ. બીચરનું."

"મને કહો કે," ઈજનેર વચ્ચે જ બોલ્યો, "શું તે ડૉક્ટર કોઈ જર્મન હતો, પાતળા કદનો લાંબા નાકવાળો માણસ હતો ?"

સ્ટેશન માસ્ટર આ સાંભળીને હસી પડ્યો અને બોલ્યો, "ના, સાહેબ, ડૉ. બીચર એક ઈંગ્લીશ માણસ છે, પણ તેની સાથે એક બીજો માણસ રહેતો હતો જે તેનો દર્દી લાગતો હતો અને મને લાગે છે કે તે વિદેશી હતો અને તે ખૂબ જ કૃશકાય હતો."

હજુ સ્ટેશન માસ્તરનું બોલવાનું પૂરું નહોતું થયું અને અમે બળતા ઘર તરફ ચાલવા લાગ્યા. રસ્તાની એક તરફ એક નાનકડી ટેકરી આવી હતી અને તેના પર એક મોટું ધોળેલું મકાન હતું. તેની દરેક બારીઓમાંથી આગના ગોટા નીકળી રહ્યા હતા. અને તેની બહાર ત્રણ લાયબંબા આગ ઓલવવાનો પ્રયત્ન કરી રહ્યા હતા.

"થઈ રહ્યું !" હેધર્લી ઉશ્કેરાટનો માર્યો બૂમ પાડી ઊઠ્યો, "આ જ પેલી ઈમારત છે, અને પેલી રહી ગુલાબની ઝાડી જ્યાં હું પડ્યો રહ્યો હતો. પેલી બીજા નંબરની બારીમાંથી જ હું કૂદ્યો હતો."

"વારુ, છેવટે," હોમ્સે કહ્યું, "તમને તમારો બદલો મળી ગયો છે, તમે જે ફાનસ પેલી ચેમ્બરમાં છોડી આવ્યા હતા તે છત અને ફરસ વચ્ચે દબાયું હતું અને આજુબાજુની દીવાલો લાકડાની હોવાથી સળગી ઉઠી હતી અને તેના કારણે આખી ઈમારતમાં આગ લાગી હતી. પેલા લોકો તમારા ભાગી જવાથી એટલા ઉશ્કેરાઈ ગયા હતા કે તેમને આ બાબતનો ખ્યાલ જ નહોતો રહ્યો. હવે લોકોનું મોટું ટોળું જામ્યું છે તેમાં જરા નજર મારી લો કે તેમાં ક્યાંય તમારા ગુનેગારો છે ? જો કે મને બીક છે કે તેઓ છટકીને સોએક માઈલ દૂર ભાગી ગયા હશે."

હોમ્સનો આ ભય એકદમ સાચો હતો, કારણ કે ત્યાર બાદ પેલા ગામડિયા ઈંગ્લીશ માણસ વિષે કે પેલા સૂકલકડી જર્મન વિષે કે પછી પેલી સુંદર સ્ત્રી વિષે ક્યારેય એક શબ્દ પણ સાંભળવા નથી મળ્યો. લોકોમાં પૂછપરછ કરતાં ગામના કેટલાક ખેડૂતો દ્વારા જાણવા મળ્યું કે તે દિવસે કેટલાક માણસ ભરેલું એક ગાડું ખૂબ જ તેજ ગતિએ રીડિંગ શહેર તરફ જતું જોવા મળ્યું હતું. તેઓ દ્વારા એ પણ જાણવા મળ્યું કે તેમની પાસે કેટલાંક મોટાં મોટાં ખોખાં પણ હતાં. પણ છેવટે તો તેઓ ક્યાંક ગાયબ જ થઈ ગયાં હતાં. હોમ્સ ખુદ પણ તેઓ ક્યાં ગાયબ થઈ ગયા તેનું પગેરું ન શોધી શક્યો.

ફાયરમૅનને પણ તે ઘરની રચનાથી થોડું આશ્ચર્ય થયું હતું અને તેમનું આશ્ચર્ય ત્યારે તો ઑર વધી ગયું જ્યારે તેમને બીજા માળની બારીમાંથી એક કપાયેલો અંગૂઠો મળી આવ્યો હતો. છેક સાંજે તેમને તેમની મહેનતનું ફળ મળ્યું હતું અને આગ સંપૂર્ણપણે ઓલવાઈ હતી. મશીનનો કોઈ જ પત્તો નહોતો લાગ્યો. મકાનની તે બાજુ તો બળીને સંપૂર્ણ ખંડેરમાં ફેરવાઈ ગઈ હતી. માત્ર કેટલાક ચેપાઈ ગયેલા બાટલા અને લોખંડના પાઈપ મળી આવ્યા હતા. મશીન હોવાનો એક પણ પુરાવો નહોતો મળી આવ્યો. ઘરની બહાર આવેલી એક કોટડીમાં નિકલ અને કલાઈનો જથ્થો મળી આવ્યો. પણ બનાવવામાં આવેલા નકલી સિક્કાઓનું ક્યાંય અસ્તિત્વ નહોતું. તે બધું તો તેઓ પોતાની સાથે પેલાં ખોખાંઓમાં લઈ ગયા હતા.

બીજું એ રહસ્ય જાણવાનું રહી જતું હતું કે આપણા હાઈડ્રોલિક ઈજનેર બગીચામાંથી ગુલાબની ઝાડીમાં કઈ રીતે આવી પહોંચ્યા હતા. તો તેના જવાબમાં ત્યાં ચાર પગલાંની નિશાની જોવા મળી હતી. એક પગલાં નાનાં હતાં જ્યારે બીજાં મોટાં હતાં. તે પરથી એવું લાગે છે કે પેલી સ્ત્રીએ પેલા ઇંગ્લીશ ગામડિયા માણસની મદદ લઈને ઇજનેરને ગુલાબની ઝાડીમાં મૂક્યો હશે. તેના પરથી એવું લાગે છે કે પેલો શાંત ઇંગ્લીશ માણસ પેલા જર્મન કરતાં થોડો ઓછો ક્રૂર અને ઓછો ખૂંખાર હશે અને તેની જ મદદ લેવી પેલી સ્ત્રીને યોગ્ય લાગી હશે.

લંડન પાછા ફરતી વખતે જ્યારે અમે ગાડીમાં અમારી જગ્યા લીધી ત્યારે અમારા ઇજનેરે ખિન્ન થતાં કહ્યું, "મારે તો ભારે થઈ ! એક તો મેં મારો અંગૂઠો ગુમાવ્યો, ઉપરથી મને પેલા પચ્ચાસ ગીની પણ ન મળ્યા. આખરે મને શું મળ્યું ?"

"અનુભવ," હોમ્સે હસતાં હસતાં કહ્યું, "આડકતરી રીતે તો એ એક વળતર જ કહેવાય, તમને ખબર છે તમે માત્ર તમારો આ આખો અનુભવ લખી નાખો તો કેટલાયને તે લાભકારી રહેશે અને તમારી નામના વધશે તે અલગ."

❖

કુંવારો ઉમરાવ

લૉર્ડ સેન્ટ સિમોનનાં લગ્ન અને તેની બદનસીબ દશાનો મુદ્દો આખાયે પ્રતિષ્ઠિત સમાજમાં ચર્ચાનો વિષય બની ગયો હતો. જો કે હું એવું માનું છું કે સાચી હકીકતો તો ક્યારેય સામાન્ય જનતા સમક્ષ આવી જ નથી. મારું એવું માનવા પાછળ નક્કર કારણ છે, કારણ કે મારા મિત્ર શૅરલૉક હોમ્સ પાસે આ કેસ નિરાકરણ માટે આવ્યો હતો.

આ વાત મારાં લગ્નનાં થોડાં અઠવાડિયાંઓ પહેલાંની જ છે. તે વખતે હું શૅરલૉક હોમ્સ સાથે જ બેકર સ્ટ્રીટવાળા ઘરમાં રહેતો હતો. તે દિવસે હોમ્સ શહેરમાં લટાર મારીને બપોરે ઘરે આવ્યો ત્યારે ટેબલ પર પડેલો એક નાનકડો પત્ર તેની રાહ જોઈ રહ્યો હતો. હું તો આખો દિવસ ઘરમાં જ હતો કારણ કે તે દિવસે વાતાવરણ વાદળછાયું હતું અને કોઈ પણ ઘડીએ વરસાદ પડે તેમ હતું અને વરસાદ પડ્યો પણ ખરો. પવન પણ પૂરજોશમાં ફૂંકાઈ રહ્યો હતો. મારા બહાર નહીં જવાનું બીજું કારણ એ હતું કે મને મારા એક અંગમાં અફઘાન યુદ્ધ દરમિયાનની કામગીરીની ભેટસ્વરૂપે એક ગોળી વાગી હતી જેનું દર્દ હજી પણ મારો પીછો નહોતો છોડતું. મેં આખી બપોર ખુરશી પર આરામથી પગ પર પગ ચડાવીને છાપાં ફંફોસવામાં જ કાઢી હતી, કારણ કે મારી પાસે બીજું કોઈ કામ જ નહોતું. છેવટે તો હું તેનાથી પણ કંટાળી ગયો હતો અને ખુરશીમાં એમનો એમ સુસ્ત પડ્યો પડ્યો હોમ્સ માટે આવેલા પેલા પત્રના પરબીડિયા પર કોતરવામાં આવેલા રાજવંશીય ચિહ્ન તરફ જ તાકી રહ્યો અને વિચારતો રહ્યો હતો કે તે કયા મહાનુભાવ તરફથી મારા મિત્ર માટે આવ્યો હશે.

''અહીં તારા માટે કંઈક ટાપટીપિયા કવિતાઓ આવીને પડી છે,'' મેં તે જેવો ઓરડામાં પ્રવેશ્યો કે તરત જ તેને કહ્યું, ''એટલે કે તારા પર આવેલા સવારના પત્રો; મારા માનવા પ્રમાણે એક માછલાના વેપારીનો છે અને બીજો એક ટાઇડ-વેઇટરનો હતો.''

''હા, મારો પત્ર વ્યવહાર વિવિધતાભર્યો રહ્યો.'' તેણે હસતાં હસતાં જવાબ આપ્યો, ''વધારે પડતો સીધો મામલો મોટેભાગે વધારે રસપ્રદ હોય છે. આ પત્ર પેલા

વણનોતર્યા સામાજિક આમંત્રણોમાંનો એક લાગે છે. આવું આમંત્રણ કાં તો એવો માણસ મોકલતો હોય છે જે ખોટો હોય અથવા તો કંટાળો અનુભવતો હોય.''

તેણે પત્રનું સિલ તોડ્યું અને વાંચ્યો.

''અરે ના, આ તો કંઈક રસપ્રદ લાગે છે.''

''એમ, કંઈ સામાજિક નથી તેમાં ?''

''ના, આ તદ્દન વ્યવસાયિક છે.''

''અને તે પણ ઉમરાવ અસીલ તરફથી ?''

''ઇંગ્લૅન્ડની કોઈ સૌથી ઊંચું પદ ધરાવતી ધરાવતી વ્યક્તિ તરફથી તે આવ્યો છે.''

''મારા વહાલા દોસ્ત, હું તને અભિનંદન પાઠવું છું.''

''તને તો ખબર છે, વૉટસન, કે મને મારા અસીલના હોદ્દા કરતાં તેના કેસમાં વધારે રસ હોય છે. તેં તો આજે ખૂબ રસપૂર્વક બધાં છાપાં વાંચ્યાં હશે, ખરું ને ?''

''હા, એવું જ છે.'' મેં વાંચેલા છાપાના ઢગલા સામે ઇશારો કરતાં કહ્યું, ''મારી પાસે બીજું કંઈ જ કામ નહોતું.''

''એ તો બહુ સારું કહેવાય. તેના કારણે કદાચ તું મને કંઈક મદદરૂપ થઈ શકે. મેં તો ગુનાહિત સમાચારો અને વ્યક્તિગત જાહેરખબરનું જ પાનું વાંચ્યું છે. જો તે તાજેતરમાં જ થયેલી ઘટનાઓ વિષે છાપામાં વાંચ્યું હશે તો તેં લૉર્ડ સેન્ટ સિમોન અને તેના લગ્ન વિષે તો ચોક્કસ વાંચ્યું હશે ?''

''અરે હા, તે સામાચાર તો મેં ખૂબ રસપૂર્વક વાંચ્યા છે.''

''ઉત્તમ. મારા હાથમાં જે પત્ર છે તે લૉર્ડ સેન્ટ સિમોનનો જ છે. હું તેને તારી સમક્ષ વાંચું છું અને તેના બદલામાં તારે મને બધાં જ છાપાંઓમાંથી તેને લગતી જેટલી પણ ખબર હોય તે શોધીને આપવાની છે. પત્ર આ પ્રમાણે છે :

મારા વહાલા શ્રીમાન શૅરલૉક હોમ્સ :

લૉર્ડ બેકવૉટરે મને કહ્યું છે કે હું તમારી નિર્ણયશક્તિ અને શાણપણ પર સંપૂર્ણપણે ભરોસો રાખી શકું તેમ છું માટે હું મારાં લગ્નને લગતી દુખદ ઘટના માટે તમારી સલાહ લેવા આવવાનો છું. સ્કૉટલૅન્ડ યાર્ડના શ્રીમાન લેસ્ટ્રેડ આ બાબત પર કામ કરી રહ્યા છે અને તેમને પણ તમારા સહકાર સામે કોઈ જ વાંધો નથી. ઊલટાનું તેઓ એવું વિચારે છે કે તમારી મદદ લેવી સારી રહેશે. હું આજે બપોર પછી ચાર વાગ્યે તમારી મુલાકાતે આવીશ અને જો તે સમય દરમિયાન તમે બીજી કોઈ બાબતમાં વ્યસ્ત હો તો મહેરબાની કરીને તેને થોડું પાછળ ઠેલી દેજો, કારણ કે આ બાબત અત્યંત અગત્યની છે.

તમારો વિશ્વાસુ
સેન્ટ. સિમોન

"પત્રને ગ્રોસવેનર ભવનમાંથી લખવામાં આવ્યો છે, તેને શાહીવાળી કલમથી લખવામાં આવ્યો છે અને દુર્ભાગ્યે આપણા ઉમરાવ અસીલના જમણા હાથની ટચલી આંગળી પર તેની શાહી પણ ચોંટી છે." હોમ્સે કાગળની ગડી કરતાં કહ્યું.

"તેમણે ચાર વાગ્યાનો સમય આપ્યો છે, અત્યારે ત્રણ વાગ્યા છે. તેઓ અહીં કલાકમાં આવી પહોંચશે."

"હવે તારી મદદ લઈને આખાયે વિષયને સ્પષ્ટ કરવા માટે મારી પાસે આટલો જ સમય છે. એ બધાં જ છાપાંઓમાંથી આ વિષયને લગતા બધા જ સમાચાર શોધી કાઢ અને તેને સમય પ્રમાણે ગોઠવ ત્યાં સુધીમાં આપણા અસીલ ખરેખર છે કોણ તે હું તપાસી લઉં." તેમ કહેતાં તેણે તાપણાની છાજલીની બાજુમાં આવેલી સંદર્ભ પુસ્તકોની હરોળમાંથી એક લાલ પૂંઠાવાળું પુસ્તક કાઢ્યું. "આ રહ્યા તે," તેણે ખુરશીમાં બેસી ખોળામાં પુસ્તક પાથરતાં કહ્યું. "લૉર્ડ રોબર્ટ વોલસિંગ્હામ ડી વેર સેન્ટ સિમોન, બાલ્મોરાલના ડ્યૂકના બીજા પુત્ર, અહ્ ! ૧૮૪૬માં તેમનો જન્મ છે. અત્યારે તેઓ એકતાલીસ વર્ષના છે, લગ્ન માટે આ ઉમર થોડી વધારે કહેવાય. તેઓ પહેલાં કૉલોનીના ઉપમંત્રી પણ રહી ચૂક્યા છે. તેમના ઉમરાવ પિતા એક વખત વિદેશી બાબતોના મંત્રી હતા. તેમનામાં પ્લાન્ટેજનેટનું ઉચ્ચ લોહી વહી રહ્યું છે અને તેમની સ્ત્રીઓમાં ટ્યૂડોર વંશનું લોહી વહી રહ્યું છે. વાહ ! આમાં કંઈ ખાસ માહિતી નથી. મારા ખ્યાલથી હવે મને તારી પાસેથી જ કેટલીક નક્કર બાબતો જાણવા મળશે તેવું લાગે છે."

"મને જે જોઈએ છે તે શોધવામાં થોડી તકલીફ પડી રહી છે," મેં કહ્યું, "હકીકતો ઘણી તાજી છે ઘણી ધ્યાન દોરે તેવી છે. મને તને તેનો સંદર્ભ આપતાં બીક લાગે છે કારણ કે તું હાલમાં જ એક કેસ પર કામ કરી રહ્યો છે તેમાં આ બીજી તપાસ આવે તે તને નહીં ગમે."

"અરે તું પેલા નાનકડા ગ્રોસવેનર સ્ક્વેરની ફર્નિચરવાળાની નાનકડી સમસ્યાની વાત કરી રહ્યો છે ને ! તેનું તો ક્યારનું નિરાકરણ થઈ ગયું છે અને તેમાં તો પહેલેથી જ બધું સ્પષ્ટ હતું. હવે મહેરબાની કરીને મને તેં શોધેલાં છાપાં આપ."

"આ રહી પહેલી નોંધ જેને હું માંડ માંડ શોધી શક્યો છું. તે *મોર્નિંગ પોસ્ટ*ની અંગત કૉલમમાં છપાયેલી છે અને તેની તારીખો કેટલાંક અઠવાડિયાં પહેલાંની છે :

> *લગ્નનું આયોજન થઈ ગયું છે અને જો અફવાઓ સાચી હોય તો ટૂંક જ સમયમાં લૉર્ડ રોબર્ટ સેન્ટ સિમોન, ડ્યૂક ઓફ બાલ્મોરાલના દ્વિતીય પુત્રના લગ્ન કુમારી હેટી ડોરાન કે જેણી સેન ફ્રેન્સિસ્કો, યુ.એસ.એના અલોઈસિયસ ડોરાનની એકની એક દીકરી સાથે થશે.*

આટલું જ છે."

"ટૂંકુ અને ટચ," હોમ્સે પોતાના પાતળા પગ તાપણા તરફ લંબાવતાં કહ્યું.

"આ જ મુદ્દાની વિસ્તારપૂર્વક માહિતી તે જ અઠવાડિયાના એક સામાજિક સમાચારપત્રમાં છાપવામાં આવેલી છે. આ રહી તે :

ટૂંક જ સમયમાં લગ્ન બજારમાં સંરક્ષણની માગણી કરવામાં આવે તો નવાઈ નહીં પામતા કારણ કે હાલના ઉદારવાદી વેપારી સિદ્ધાંતો આપણા ઘરના ઉત્પાદનના સદંતર વિરુદ્ધમાં છે. મહાન બ્રિટનનું એક પછી એક વ્યવસ્થાપન એટલાંટિક મહાસાગરની પેલેપાર આવેલા પિતરાઈ મિત્રોના હાથમાં જઈ રહ્યું છે. કુમારી હેટી ડોરાન જેણી કેલિફોર્નિયાના કરોડોપતિ પિતાની એકની એક પુત્રી છે તેનો સુંદર દેહ અને મોહક ચહેરો આખાયે વેસ્ટબરી હાઉસના ખુશખુશાલ માહોલના આકર્ષણનું કેન્દ્ર બની ગયા છે, અને એવો પણ અહેવાલ છે કે તેણીનું દહેજ ખાસ્સું છ આંકડામાં આવનાર છે. હવે એ વાત તો આખું જગત જાણે છે કે બાલ્મોરાલના ઉમરાવ આર્થિક તંગીના કારણે છેલ્લાં કેટલાંય વર્ષોથી પોતાનું ગુજરાન પોતાની કીમતી તસવીરો વેચીને ચલાવી રહ્યા છે. બીજી બાજુ લૉર્ડ સેન્ટ સિમોનની પણ કંઈ ખાસ સંપત્તિ નથી સિવાય કે બર્ચમૂરમાં આવેલી એક નાનકડી જાગીર. માટે એવું કહેવું જરા પણ અતિશયોક્તિભર્યું નથી કે કેલિફોર્નિયાની સ્ત્રીવારસ જ એક માત્ર તેના પિતાની આખીયે સંપત્તિનો ભોગવટો કરનારી નથી પણ તેમાં આપણા લૉર્ડ સિમોન પણ ઉમેરાયા છે.

"બીજું કંઈ ?" હોમ્સે બગાસાં ખાતાં પૂછ્યું.

"હા, ઘણું બધું છે. બીજી એક નોંધ *મૉર્નિંગ પોસ્ટ* માં આવેલી છે. જેમાં લખ્યું છે કે આ લગ્ન સંપૂર્ણ શાંતિથી થવાનાં છે. તે સેન્ટ જ્યોર્જના હેનોવર સ્ક્વેરમાં યોજાવાનાં છે. તેમાં માત્ર અડધો ડઝન જેટલા અંગત મિત્રોને જ આમંત્રિત કરવામાં આવનાર છે અને ત્યાર બાદ બધાને લેંકેસ્ટર ગેટ ખાતે આવેલા સુંદર રીતે સજાવેલા ઘરમાં લઈ જવામાં આવશે જેને શ્રીમાન એલોઇસિયસ ડોરાને લીધું છે. બે દિવસ પછી - ગયા બુધવારે એક જાહેરાત કરવામાં આવી હતી કે લગ્ન થઈ ગયાં છે અને હનીમૂન માટે લૉર્ડ બૅકવૉટરની પિટર્સફિલ્ડ પાસે આવેલી જગ્યા પસંદ કરવામાં આવી છે. આ બધી નોંધો વધૂના ગાયબ થયા પહેલાંની છે."

"શેના પહેલાંની ?" હોમ્સે આંચકો ખાતાં પૂછ્યું.

"યુવતીના ગાયબ થયા પહેલાંની."

"તેણી ક્યારે ગાયબ થઈ ?"

"લગ્નના નાસ્તાના સમયે."

"ખરેખર, આ તો ખૂબ રસપ્રદ વાત છે, સાચું કહું તો થોડી નાટકીય પણ છે."

"હા, મને તો આ બાબત સામાન્ય કરતાં થોડી અલગ લાગે છે."

"સામાન્ય રીતે વર કે વધૂ લગ્ન પહેલાં ગાયબ થતાં હોય છે અથવા તો મધુરજની વખતે ગાયબ થતાં હોય છે, પણ નાસ્તાના સમયે કોઈ ગાયબ થયું હોય તેવું મને યાદ નથી. મહેરબાની કરીને મને બધું વિગતવાર જણાવ."

"મેં તને પહેલાં જ કહ્યું છે કે બધું જ અધૂરું અધૂરું છે."

"બની શકે કે આપણે તેને કેટલાક અંશે પૂર્ણ બનાવી શકીએ."

"તે વિષે ગઈકાલ સવારના સમાચારપત્રમાં છાપવામાં આ પ્રમાણે છાપવામાં આવ્યું છે :

સુપ્રસિદ્ધ લગ્નની અનોખી ઘટના

લૉર્ડ રોબર્ટ સેન્ટ સિમોનનો પરિવાર તેમના લગ્નમાં બનેલી એક દુઃખદ ઘટનાથી ઊંડા આઘાતમાં સરી ગયો છે. ગઈ કાલનાં છાપાંઓમાં તેના આગલા દિવસે થયેલા લગ્ન વિષે છાપવામાં આવ્યું હતું. તેમાં હવે એક એવી અફવા સામે આવી છે જે આજે આખાયે નગરના લોકોના મોઢા પર ચર્ચાનો વિષય બની રહી છે.

સેન્ટ જ્યોર્જના હેનોવર સ્ક્વેર ખાતે યોજવામાં આવેલાં લગ્ન સંપૂર્ણ શાંતિથી કરવામાં આવ્યાં હતાં. લગ્નમાં વધૂના પિતા શ્રીમાન એલોઈસિસ ડોરાન, બાલ્મોરાલના ઉમરાવની પત્ની, લૉર્ડ બૅકવૉટર, લોર્ટ યુસ્ટેસ અને કુમારી ક્લૅરા સેન્ટ સિમોન (વર-વધૂનાં નાનાં ભાઈબહેન) અને કુમારી એલિસિયા વ્હિટીંગ્ટન, બસ આટલા જ લોકોની હાજરી રહી હતી. લગ્ન બાદ બધા જ શ્રીમાન એલોઈસિસ ડોરાનના લેન્કેસ્ટર ગેટ ખાતેના ઘરે આવી પહોંચ્યા હતા, નાસ્તો પણ તૈયાર થઈ ગયો હતો. એવું જાણવામાં આવ્યું છે કે એક સ્ત્રી જેનું હજુ સુધી નામ જાણમાં નથી આવ્યું તેના બળજબરીપૂર્વક ઘરમાં ઘૂસી જવાથી આખીયે પરેશાનીની શરૂઆત થઈ હતી. તેણે લૉર્ડ સેન્ટ સિમોન પર કેટલાક દાવા કર્યા હતા. તેણીના આ ભવાડાના કારણે તેને રસોયા અને નોકર દ્વારા ધક્કો મારીને બહાર કાઢી મૂકવામાં આવી હતી. સદ્ભાગ્યે વધૂ આ ઘટના પહેલાં ઘરમાં આવી ગઈ હતી અને બધા જોડે નાસ્તો કરવા પણ બેસી ગઈ હતી પણ અચાનક તેણી પોતાની તબિયત જરા સારી નથી તેવું કહીને પોતાના રૂમમાં આરામ કરવા જતી રહી. તેની લાંબી ગેરહાજરીથી લોકો પૂછપરછ કરવા લાગતાં તેણીના પિતા તેની પાછળ તેના રૂમમાં જતા હતા ત્યારે તેણીની નોકરાણીએ કહ્યું કે તેણી ઓરડામાં ગઈ હતી ખરી પણ તરત જ ઓવરકોટ અને ટોપી પહેરીને નીચે ઊતરી ગઈ હતી. એક નોકરે પણ કહ્યું કે તેણે એક યુવતીને તેવાં જ કપડાંમાં ઘરની બહાર નીકળતાં જોઈ હતી પણ તેણે સાથે સાથે તે પણ કહ્યું કે તે યુવતી તેની શેઠાણી નહોતી.

પોતાની દીકરી ગાયબ થઈ ગયાનું ભાન થતાં શ્રીમાન એલોઈસિયસ ડોરાને વરરાજાના પરિવાર સાથે મળીને તરત જ પોલીસને તે બાબતે તપાસ કરવા કહ્યું હતું અને તરત જ પોલીસ દ્વારા સ્ફૂર્તિથી તપાસ કરવામાં આવી હતી તેના પરથી એવું લાગે છે કે ખૂબ જ જલદી આ મામલાનો નિવેડો આવી જશે. જો કે ગઈ કાલે મોડી રાત સુધી તો તેણીના કોઈ જ સગડ નથી મળ્યા. એવી પણ અફવા ફેલાઈ છે કે પોલીસ પેલી ઝઘડો કરવા આવેલી સ્ત્રીની ધરપકડ કરશે અને તપાસ કરશે કે શું વધૂના ગાયબ થવા પાછળ આ સ્ત્રીની કોઈ ઈર્ષા કે પછી કોઈ બીજો ઉદ્દેશ તો કારણરૂપ નથી ને ?''

''બધાં જ છાપાની નોંધ આવી ગઈ ?''

''હવે માત્ર આજ સવારના છાપામાં આવેલી એક નોંધ બાકી છે, પણ તે થોડી અસંગત લાગે છે.''

''અને તે શું છે ?''

''પેલી કુમારી ફલોરા મિલર કે જેણીએ ત્યાં જઈને કકળાટ કર્યો હતો તેની ધરપકડ કરવામાં આવી છે. એવું જાણમાં આવ્યું છે કે તેણી એલેગ્રોની ભૂતપૂર્વ બેલે નર્તકી હતી અને માટે વરરાજાને તેણી કેટલાંક વર્ષોથી ઓળખતી હોય તેવું બને. હવે આથી વધારે કોઈ માહિતી નથી. અત્યાર સુધી આ મામલો અખબારોની ખબર હતી. હવે આખોયે મામલો તારા હાથમાં છે.''

''આ મામલો ખરેખર ખૂબ જ રસપ્રદ લાગે છે. હું આને જરા પણ ગુમાવવા નથી માગતો. દરવાજે ઘંટડી વાગી રહી છે, વૉટસન, અને હવે ચાર વાગ્યા ને કેટલીક મિનિટો જ થઈ છે એટલે મને જરા પણ શંકા નથી કે આવનાર વ્યક્તિ આપણા ઉમરાવ અસીલ જ છે. અહીંયાંથી જવાનું ન વિચારતો, વૉટસન, કારણ કે હું આ મામલા માટે એક સાક્ષીને રાખવાનું વિચારી રહ્યો છું જેથી કરીને મારે માત્ર મારી યાદશક્તિ ઉપર જ ભરોસો ન રાખવો પડે.''

''લૉર્ડ રોબર્ટ સેન્ટ સિમોન,'' અમારા બાળનોકરે બારણું ખોલતા અમને ખબર આપ્યા. એક સદ્‌ગૃહસ્થ ઓરડામાં પ્રવેશ્યા, તેમનો ચહેરો પ્રસન્ન અને સુસંસ્કૃત હતો, થોડીક અકળામણના કારણે તેમનું નાક ઊંચું ચડી ગયું હતું...

''શુભ દિવસ, લૉર્ડ સેન્ટ સિમોન,'' હોમ્સે ઊભા થઈને નમન કરતાં કહ્યું, ''મહેરબાની કરીને આ ખુરશીમાં બેસો, આ મારા મિત્ર અને સાથી ડૉ. વૉટસન છે. તમારી ખુરશી જરા અહીં તાપણા નજીક ખસેડો એટલે આપણે આપણી વાત શરૂ કરીએ.''

''આ બાબત મારા માટે ખૂબ જ દુઃખદાયી છે, તમે તો તે સારી રીતે સમજી શકતા હશો, શ્રીમાન હોમ્સ. હું સીધો જ મુદ્દા પર આવું છું. હું સમજી શકું છું સાહેબ, કે

તમે આ પ્રકારના કેટલાયે નાજુક મામલાનો નિવેડો લાવ્યા છો, જો કે તેમાંનો એક પણ આટલા ઉચ્ચ કુટુંબનો તો નહીં જ હોય."

"ના, એવું નથી."

"શું કહો છો ?"

"મારો છેલ્લો અસીલ એક રાજા હતો."

"અચ્છા, ખરેખર ! મને જરા પણ ખ્યાલ નથી. તે ક્યાંના રાજા હતા ?"

"સ્કેન્ડિનેવિયાના."

"શું ! તેમની પત્ની ગુમ થઈ ગઈ હતી ?"

"તમે તો સમજી શકો છો," હોમ્સે ચતુરાઈપૂર્વક કહ્યું, "કે હું તમારી જેમ મારા દરેક અસીલને તેમનાં રહસ્યોને ગુપ્ત રાખવાનું વચન આપતો હોઉં છું."

"હા, હા, કેમ નહીં ! બિલકુલ બરાબર ! એકદમ બરાબર ! મને માફ કરજો. હું મારી સમસ્યાનું નિરાકરણ લાવવા મદદરૂપ જેટલી પણ જાણકારી તમે ઇચ્છશો તે આપવા તૈયાર છું."

"આભાર, આમ તો વિવિધ સમાચારપત્રો દ્વારા મેં ઘણીખરી માહિતી મેળવી જ લીધી છે પણ તેથી વિશેષ મને કંઈ જ જાણવા મળ્યું નથી. મને લાગે છે કે હું આ લેખનો ઉદાહરણ તરીકે ઉપયોગ કરી શકું."

લૉર્ડ સેન્ટ સિમોને તેના પર એક નજર ફેરવી, "હા, હું માનું છું ત્યાં સુધી આ સાચું છે."

"પણ, કોઈ પણ જાતના નિર્ણય પર પહોંચતા પહેલાં મારે કેટલીયે બાબતોની જાણકારી જોઈતી હોય છે. હું માનું છું ત્યાં સુધી હું હકીકત સુધી ત્યારે પહોંચીશ જ્યારે હું તમારી પાસેથી બધા જ પ્રશ્નોના જવાબ મેળવી લઈશ."

"તમે ઇચ્છો તે પૂછી શકો છો."

"તમે કુમારી હેટી ડોરાનને પહેલીવાર ક્યારે મળ્યા હતા ?"

"એક વર્ષ પહેલાં, સાન ફ્રાન્સિસ્કોમાં."

"તમે ત્યારે યુ.એસ.એ.માં ફરવા ગયા હતા ?"

"હા."

"ત્યાર પછી તમે તેણી સાથે વચનબદ્ધ થયા હતા ?"

"ના."

"પણ તમારી તેણીની સાથે મિત્રતા તો બંધાઈ જ હશે ને ?"

"હું તો તેણીની રીતભાત અને સોબતથી અભિભૂત થઈ ગયો હતો અને તેણી પણ જોઈ શકતી હતી કે હું તેણીથી કેટલો પ્રભાવિત થયો હતો."

"તેણીના પિતા ખૂબ સંપત્તિવાન છે ?"

"તેમને તો પૅસિફિક કિનારાના સૌથી ધનાઢ્ય વ્યક્તિ તરીકે ઓળખવામાં આવે છે."

"તેમણે આટલો બધો પૈસો કઈ રીતે બનાવ્યો છે ?"

"આમ જોવા જઈએ તો તેમની પાસે કેટલાંક વર્ષો પહેલાં કંઈ જ નહોતું. પછી તેમને ક્યાંકથી સોનું મળી આવ્યું અને તેમણે તેનું રોકાણ કર્યું. ત્યાર પછી તેઓ આગળ અને આગળ વધતા રહ્યા અને વધુ અને વધુ સંપત્તિવાન થતા રહ્યા."

"હવે એ કહો કે તમારા પર તે યુવાન સ્ત્રી - તમારી પત્ની - ના ચારિત્ર્યની કેવી છાપ છે ?"

ઉમરાવની નજર આમતેમ ઘૂમવા લાગી અને આખરે તાપણા પર સ્થિર થઈ. "તમે જાણતા હશો, શ્રીમાન હોમ્સ," તેમણે કહ્યું, "કે મારી પત્નીના પિતા સંપત્તિવાન થયા તે પહેલાં તેણી વીસ વર્ષની હતી. તે દરમિયાન તેણી એક અલ્લડની જેમ ખાણની છાવણીઓમાં અને જંગલો તેમજ પર્વતોમાં જ ફરતી રહેતી. આમ જોવા જઈએ તો તેની કેળવણી કુદરત દ્વારા થઈ છે નહીં કે શાળાના કોઈ માસ્તર દ્વારા. તેણી જેને આપણે ઇંગ્લૅન્ડમાં ટૉમબૉય કહીએ છીએ તેવી છોકરી છે, તેણી એક મક્કમ સ્વભાવની સાહસુ સ્વતંત્ર સ્ત્રી છે. તેણી કોઈ પણ જાતની પરંપરાથી મુક્ત છે. તેણી જ્વાળામુખી જેવી વિસ્ફોટક છે. તે નિર્ણય લેવામાં ઉતાવળી છે અને કોઈ પણ નિશ્ચય કરતાં તે ડરતી નથી. બીજી બાજુ હું તેણીને મારું પ્રતિષ્ઠિત નામ ન આપી શકું," તેણે ખોંખારો ખાધો, "તેનો મતલબ એવો નથી થતો કે હું તેને ઉમરાવ સ્ત્રી હોવાને લાયક નથી માનતો, પણ હું એવું માનું છું કે તેણી એટલી બધી ઉદાત્ત છે કે તેણીને આવું કોઈ નામ આપવું ખૂબ જ અણછાજતું છે."

"તમારી પાસે તેણીની તસવીર છે ?"

"હું તે મારી સાથે લાવ્યો છું." તેમણે એક લોકેટ ખોલ્યું અને અમને તેણીનો પ્રેમાળ ચહેરો બતાવ્યો. તે કોઈ તસવીર નહોતી પણ હાથીદાંત પર દોરવામાં આવેલ તેણીનું ચિત્ર હતું. કલાકારે ખૂબ જ સુંદર રીતે તેણીના કાળા ચમકતા વાળ ઉપસાવ્યા હતા, તેણીની આંખો ઘેરી હતી અને મોઢું નમણું હતું. હોમ્સે તેને ધારી ધારીને જોયું. પછી તેણે લોકેટ બંધ કરી લૉર્ડ સેન્ટ સિમોનને પાછું આપ્યું.

"તેણી લંડન આવી અને તમે ફરી તેણીનો પરિચય કેળવ્યો ?"

"હા, તેણીના પિતા તેને અહીં લઈને આવ્યા હતા. હું તેણીને ઘણી વાર મળ્યો, પછી અમે વચનબદ્ધ થયાં અને હવે હું તેને પરણી પણ ગયો છું."

"મારા જાણવા પ્રમાણે તેણી તેની સાથે તગડું દહેજ લાવી છે ?"

"ઘણું બધું, મારા કુટુંબમાં આટલી મોટી રકમ ક્યારેય નથી આવી."

"અને આ રકમ તમારી પાસે લગ્ન નક્કી થયાં ત્યારની પડી છે ?"

"મેં આ બાબતે કોઈ જ તપાસ નથી કરી."

"સ્વાભાવિક છે ન કરી હોય. લગ્ન પહેલાં તમે કુમારી ડોરાનને મળ્યા હતા ?"

"હા."

"શું તે સારા મિજાજમાં હતી ?"

"તેણીને આટલી ખુશમિજાજ મેં ક્યારેય નહોતી જોઈ. તે એકધારી અમારા ભાવિ જીવન વિષે આયોજન કર્યા કરતી હતી."

"ખરેખર ! તે ઘણું રસપ્રદ કહેવાય અને લગ્નની સવારે ?"

"તેણી ખૂબ જ ખુશ હતી. કમસે કમ લગ્ન પત્યાં ત્યાં સુધી તો ખરી જ."

"અચ્છા, તો તે પછી તમે તેણીમાં કોઈ પરિવર્તન નોંધ્યું ?"

"વારુ, સાચું કહું તો મારી નજરમાં પહેલીવાર તેના સ્વભાવની વિલક્ષણતા આવી હતી. તે ઘટના સાવ નજીવી હતી અને મને નથી લાગતું કે તેને આ મામલા સાથે કોઈ લેવા દેવા હોઈ શકે."

"મહેરબાની કરીને અમને તે ઘટના વિષે કહો."

"અરે, તે સાવ જ બાલિશ બાબત છે. અમે જ્યારે પાદરીઓનાં કપડાં રાખવાના ઓરડા તરફ આગળ વધી રહ્યાં હતાં ત્યારે તેણે પોતાનો ફૂલોનો ગુચ્છો ચર્ચના એક બાંકડા પડતો મૂક્યો. તેણી તે સમયે બાંકડાઓ આગળથી પસાર થઈ રહી હતી અને તેમાંના એક બાંકડા પર તે ગુચ્છો પડ્યો. તે બાંકડા પર બેસેલા એક પુરુષે તે ગુચ્છાને તરત જ ઉપાડીને તેને પાછો આપ્યો. એવું જરા પણ નહોતું લાગતું કે તેમાં કોઈ ઉદ્ધતાઈ રહેલી હોય. જેવી મેં તેની સાથે આ બાબતે વાત કરી કે તેણીએ તરત જ છણકો કર્યો અને ઘર તરફ જતી ઘોડાગાડીમાં બેસી ગઈ. તેણે આ નાનકડી બાબતને ખોટી રીતે ચગાવી હતી."

"ખરેખર ! તમે કહ્યું ત્યાં બાંકડા પર એક સદ્‌ગૃહસ્થ બેઠો હતો. તો તેનો મતલબ તો એમ થાય કે ત્યારે ત્યાં જાહેર જનતામાંનું કોઈક બેઠું હશે, બરાબર ?"

"હા. જ્યારે ચર્ચ ખુલ્લું હોય ત્યારે કોઈને તેમાં પ્રવેશવા દેવાની ના તો ન પાડી શકાય ને !"

"તે સદ્‌ગૃહસ્થ તમારી પત્નીનો કોઈક મિત્ર તો નહોતો ને ?"

"ના, ના; હું તો તેને અમથો જ સદ્‌ગૃહસ્થ તરીકે સંબોધું છું, પણ તે તો સાવ જ સામાન્ય માણસ લાગતો હતો. મેં તો તેની હાજરીને પણ નહોતી ધ્યાનમાં લીધી. પણ મને લાગે છે કે આપણે મુખ્ય મુદ્દા પરથી ખસી રહ્યા છીએ."

"તો શ્રીમતી સેન્ટ સિમોન લગ્ન બાદ જ્યારે ઘરે પરત ફરી ત્યારે કંઈ ખાસ સારા મુડમાં નહોતી, જ્યારે લગ્ન પહેલાં તે ઘણી જ ઉત્સાહિત હતી. તેણે તેના પિતાના ઘરે પહોંચ્યા બાદ શું કર્યું ?"

"મેં જોયું કે તેણી પોતાની નોકરાણી સાથે કંઈક વાત કરી રહી હતી."

"અને તેણીની આ નોકરાણી કોણ છે ?"

"તેનું નામ એલિસ છે. તેણી એક અમેરિકન છે અને તેણીની સાથે જ કેલિફોર્નિયાથી આવી હતી."

"એક અંગત નોકર ?"

"અમુક અંશે કહી શકાય. એવું લાગતું હતું કે તેની શેઠાણી તેને ખાસી છૂટ આપતી હતી. જો કે અમેરિકામાં નોકરો બાબતે અલગ દૃષ્ટિથી વિચારવામાં આવતું હોય છે."

"આ એલિસ સાથે તેણીએ કેટલો સમય વાત કરી ?"

"થોડીક મિનિટ, હું તે વખતે કંઈક બીજું જ વિચારતો હતો."

"તમને તેમાંનું કશું જ સંભળાયું નહોતું ?"

"લેડી સેન્ટ સિમોન કંઈક 'દાવો કરવાની' વાત કરી રહી હતી. તેણી સામાન્ય રીતે આવા જ અશિષ્ટ શબ્દો વાપરતી હોય છે. મને જરા પણ ખ્યાલ નથી કે તે શું કહેવા માગતી હતી."

"અમેરિકન અપશબ્દો કેટલીકવાર ખૂબ અર્થસભર હોય છે અને નોકરાણી સાથે વાત કર્યા બાદ તમારી પત્નીએ શું કર્યું ?"

"તે નાસ્તાના ઓરડામાં જતી રહી."

"તમારી સાથે ?"

"ના એકલી. આવી નાની નાની બાબતોમાં તો તે ખૂબ જ સ્વતંત્ર વિચારસરણી ધરાવતી હતી. પછી દસેક મિનિટે અમે બધા નાસ્તાના ટેબલ પર ગોઠવાયાં કે તેણી ઉતાવળે કેટલાક માફી માગતા શબ્દો ગણગણી રૂમમાંથી ચાલી ગઈ. ત્યાર પછી તે ક્યારેય પાછી ન આવી."

"પણ આ નોકરાણી એલિસે કહ્યા પ્રમાણે તો તેણી પોતાના ઓરડામાં પાછી ગઈ, તેણે પોતાનું લગ્નનું ગાઉન ઢાંકવા માટે લાંબો ઓવરકોટ પહેર્યો, અને ટોપી પણ પહેરી અને પછી બહાર જતી રહી."

"બિલકુલ બરાબર. અને પછીથી તેણીને હાઇડ પાર્કમાં ફ્લોરા મિલર સાથે જોવામાં આવી હતી. આ તે જ સ્ત્રી છે કે જેણી હાલ અટકાયતમાં છે અને તેણે જ શ્રીમાન ડોરાનના ઘરમાં ઉધમાત મચાવ્યો હતો."

"અરે હા. હું એ પણ જાણવા માગું છું કે તે સ્ત્રી ફ્લોરા મિલર અને તમારી વચ્ચે શું સંબંધ હતો ?"

લૉર્ડ સેન્ટ સિમોને ખભા હલાવ્યા અને પોતાની ભ્રમરો ઊંચી કરી, "અમે કેટલાક વર્ષો સારાં મિત્રો રહ્યાં હતાં, સાચું કહું તો ખૂબ જ સારા મિત્રો રહ્યાં હતાં. તે એલેગ્રોની હતી. મેં તેની સાથે ક્યારેય ખરાબ રીતે વર્તન નહોતું કર્યું અને તેણી પાસે

મારી સામે ફરિયાદ કરવાનું એક કારણ નહોતું, પણ તમે સ્ત્રીઓને તો જાણો છો, શ્રીમાન હોમ્સ. ફ્લોરા ખૂબ પ્રેમાળ છે પણ તેનું મગજ ખૂબ ગરમ છે અને ખૂબ સમર્પિત રીતે મારી સાથે જોડાયેલી હતી. તેણે મને એક ભયાનક પત્ર લખ્યો અને તેના કારણે જ મેં મારાં લગ્ન ખૂબ જ શાંતિથી પતાવ્યાં કારણ કે હું નહોતો ઇચ્છતો કે ચર્ચમાં કોઈ તમાશો થાય. અમારા ચર્ચથી પરત આવ્યા બાદ તરત તેણી શ્રીમાન ડોરાનના ઘરમાં ધસી આવી. તેણે મારી પત્નીને ખૂબ ભાંડી. તેનો ઇરાદો મારી પત્નીને ડરાવવા ધમકાવવાનો હતો, પણ મને આ બધું થવાની પહેલેથી જ ભીતિ હતી માટે મેં મારા બે પોલીસ મિત્રોને સાદા પોશાકમાં હાજર રાખ્યા હતા. તેમણે તરત જ તેણીને ઘરની બહાર કાઢી મૂકી. તેણી તરત જ શાંત થઈ ગઈ હતી કારણ કે તેને સમજાઈ ગયું હતું કે તેનું હવે કંઈ જ ચાલે તેમ નહોતું."

"શું તમારી પત્નીએ આ બધું સાંભળ્યું હતું ?"

"ના, ભગવાનનો આભાર, તેણે કંઈ જ નહોતું સાંભળ્યું."

"અને ત્યાર બાદ તેણીને આ સ્ત્રી સાથે જોવામાં આવી હતી ?"

"હા. તે મુદ્દા પર જ સ્કોટલૅન્ડ યાર્ડના શ્રીમાન લેસ્ટ્રેડ વધારે ગંભીરતાથી વિચારી રહ્યા છે. એવું વિચારવામાં આવ્યું હતું કે ફ્લોરાએ મારી પત્નીને કોઈ પ્રલોભન આપીને બહાર બોલાવી હતી અને ત્યાર બાદ તેને કોઈ ભયંકર છટકામાં ભેરવી દીધી છે."

"આ માન્યતા બની શકે કે સાચી હોય."

"તમે પણ તેવું વિચારો છો ?"

"મારું છોડો પણ તમે આ વિષે શું વિચારો છો ?"

"મારું માનવું છે કે ફ્લોરા એક માખીને પણ નુકસાન ન પહોંચાડી શકે."

"તેમ છતાં પણ ઈર્ષ્યા એવી વસ્તુ છે કે તેનાથી કોઈ પણનું ચારિત્ર્ય બદલાઈ જવામાં વાર નથી લાગતી. હવે તમે શું વિચારો છો એ કહો."

"હું અહીં ખરેખર તો સલાહ લેવા આવ્યો છું, હું આ બાબતે કોઈ જ ધારણા નથી બાંધી શકતો. મેં તમારી સમક્ષ બધી જ હકીકતો રજૂ કરી દીધી છે. બાકી તમારા જવાબમાં હું એટલું કહી શકું કે આખાયે મામલાથી સમાજમાં જે હોબાળો મચ્યો છે તેના કારણે તેને થોડું માઠું લાગી આવ્યું છે અને તે છોડી વિક્ષુબ્ધ થઈ ઊઠી છે."

"ટૂંકમાં તેણી અચાનક જ વિક્ષુબ્ધ થઈ ગઈ છે એમ ને ?"

"ખરેખર તો તેણીએ મારી આગળ પીઠ ફેરવી લીધી છે. આ બાબતને હું બીજી કોઈ રીતે સમજાવી શકું તેમ નથી."

"જોકે, ચોક્કસ આ પણ એક વિચારવા યોગ્ય ધારણા છે." હોમ્સે હસતાં હસતાં કહ્યું. "અને હવે, લૉર્ડ સેન્ટ સિમોન, મને લાગે છે કે મારી પાસે બધી જ માહિતી છે. હવે શું હું તમને એ પૂછી શકું કે તમે નાસ્તાના ટેબલ પર જ્યાં બેઠા હતા ત્યાંથી બારીની બહાર જોઈ શકતા હતા ?"

"અમે ત્યાંથી બીજી બાજુનો રસ્તો અને પાર્ક જોઈ શકતા હતા."

"બરાબર, તો હવે મને નથી લાગતું કે હું તમારી વધારે પૂછપરછ કરીશ. હું તમારા સંપર્કમાં રહીશ."

"તમારે આ સમસ્યાનું સમાધાન શોધવું જ જોઈશે." અમારા અસીલે ઊભા થતાં કહ્યું.

"મેં નિરાકરણ મેળવી લીધું છે."

"અરે ! શું કહ્યું તમે ?"

"હું કહું છું મેં નિરાકરણ મેળવી લીધું છે."

"તો પછી મારી પત્ની ક્યાં છે ?"

"તે અંગેની માહિતી હું તમને વહેલી તકે પહોંચતી કરું છું."

લૉર્ડ સેઈન્ટ સિમોને માથું હલાવ્યું, "હું એ મૂંઝવણમાં છું કે તમારું મગજ વધારે ઉત્તમ છે કે મારું ?" આમ કહી તેઓ જુનવાણી ઢબે નમન કરતા ત્યાંથી નીકળી ગયા.

"આ તો લૉર્ડ સેન્ટ સિમોનનું મારા મગજ માટે સમ્માન કહેવાય કે તેમણે મારા મગજને પોતાની સમકક્ષ ગણ્યું." શૅરલૉક હોમ્સે ખડખડાટ હસતાં કહ્યું, "મને લાગે છે કે આ બધી જ ફેરતપાસ બાદ મારે હવે સોડા સાથે વ્હિસ્કી લેવી પડશે અને સાથે સાથે એક સિગારેટ પણ ફૂંકવી પડશે. આપણા અસીલ આવ્યા તે પહેલાં જ હું તારણ પર પહોંચી ગયો હતો."

"મારા વહાલા હોમ્સ ! તું કહેવા શું માગે છે ?"

"મારી પાસે આ પ્રકારના કેટલાયે કેસની નોંધો છે. તે બધામાં એવો કોઈ કેસ નથી કે જેમાં કોઈએ કંઈ પણ વિચાર્યા વગર નિર્ણય તરત જ કરી લીધો હોય. મારી આખીયે પૂછપરછ દ્વારા મારી અટકળો સંપૂર્ણ હકીકતોમાં પરિણમી છે. સાંજોગિક પુરાવા ભાગ્યે જ પ્રીતિજનક હોય છે."

"પણ મેં તે જ સાંભળ્યું છે જે તેં સાંભળ્યું છે."

"આ બાબતમાં મને અગાઉ બની ગયેલા આ પ્રકારના પ્રસંગોના મારા જ્ઞાને ખૂબ મદદ કરી છે. એબર્ડિનમાં થોડાં વર્ષો પહેલાં આ પ્રકારનો એક કેસ બની ગયો હતો. આ ઉપરાંત ફ્રેન્કો પ્રૂશિયન યુદ્ધ પછીના વર્ષે મ્યૂનિકમાં પણ આ જ પ્રકારનો એક કેસ બની ગયો હતો - પણ, કેમ છે, લેસ્ટ્રેડ ! ગુડ આફ્ટરનૂન, લેસ્ટ્રેડ ! પેલા કબાટમાંથી તું બીજો મગ લઈ શકે છે અને પેલા બૉક્સમાં સિગાર પણ છે." સ્કૉટલૅન્ડ યાર્ડના લેસ્ટ્રેડે ઓરડામાં પ્રવેશ કરતાં હોમ્સે પોતાની વાત અધૂરી મૂકીને તેને આવકાર આપ્યો.

સરકારી જાસૂસે બેવડી છાતીવાળો કોટ પહેર્યો હતો અને ગળામાં ખેસ બાંધ્યો હતો તેના કારણે તે કોઈ ખારવા જેવો જ લાગતો હતો. તેના હાથમાં એક મોટી કાળી કેનવાસની પેટી હતી. ટૂંકું અભિવાદન કરી તે પોતાની જગ્યાએ બેસી ગયો અને હોમ્સે ધરેલી સીગાર પીવા લાગ્યો.

"તો શું ચાલી રહ્યું છે?" હોમ્સે આંખમાં ચમક સાથે પૂછ્યું, "તું નાખુશ લાગે છે."

"હા, હું નાખુશ છું. આ સેન્ટ સિમોનના લગ્નના કેસના કારણે. મને આ મામલામાં કંઈ જ નથી સૂઝતું."

"ખરેખર ! તેં તો મને આશ્ચર્યમાં મૂકી દીધો."

"આવો ગુંચવાયેલો મામલો વળી કોઈએ ક્યારેય સાંભળ્યો હશે ખરો ? મારા હાથમાંથી દરેક પગેરાં સરકી રહ્યાં છે. હું આખો દિવસનો આ મામલામાં જ રોકાયેલો રહ્યો છું."

"આ દોડાદોડીના કારણે તું પરસેવે રેબઝેબ પણ થઈ ગયો લાગે છે." હોમ્સે જેકેટની બાંય પર હાથ મૂકતાં કહ્યું.

"હા, આજે તો મેં આખો દિવસ સર્પેન્ટાઇન તળાવમાં શોધખોળમાં જ કાઢ્યો છે."

"અરે ભગવાન, શા માટે ?"

"લેડી સેઈન્ટ સિમોનના મૃતદેહ માટે."

શૅરલૉક હોમ્સ પોતાની ખુરશીમાં આડો પડ્યો અને ખડખડાટ હસવા લાગ્યો.

"તેં ટ્રફાલગર સ્ક્વૅરના ફુવારાની કૂંડી તપાસી ?" તેણે પૂછ્યું.

"કેમ ? તમે કહેવા શું માગો છો ?"

"કારણ કે તારી પાસે આ સ્ત્રીને શોધવા માટે આ નહીં તો બીજી જગ્યાએ પણ શોધવાનો મોકો તો હતો જ." હોમ્સે મજાક કરતાં કહ્યું.

લેસ્ટ્રેડે ગુસ્સાવાળી નજરે મારા સાથી સામે જોયું, "મને લાગે છે તમે આ વિષે બધું જ જાણો છો." તે તાડૂક્યો.

"મેં તો માત્ર હકીકતો જ સાંભળી છે અને હું નિર્ણય પર પહોંચી ગયો છું."

"એમ ખરેખર ! તો તમે એવું માનો છો કે સર્પેન્ટાઈન તળાવને આ બાબત સાથે કોઈ લેવાદેવા નથી ?"

"હું માનું છું ત્યાં સુધી એવું નથી."

"તો તમે મને સમજાવી શકશો કે અમને આ બધું ત્યાંથી કઈ રીતે મળી આવ્યું ?" આમ કહેતાં કહેતાં તેણે પોતાની પેટી ખોલી અને તેમાંથી પાણીથી ખરડાઈ ગયેલું લગ્નનું ગાઉન, ધોળા સિલ્કના જૂતાંની એક જોડી અને વધૂની માળા અને બુરખો ફરસ પર પાથર્યાં. "હવે નાનકડું રહસ્ય જ તમારે ઉકેલવાનું છે શ્રીમાન હોમ્સ." તેણે લગ્નની નવી વીંટી મૂકતાં કહ્યું.

"અચ્છા, ખરેખર !" મારા મિત્રએ સિગારેટના ધુમાડાની ભૂરી રીંગ હવામાં ઉડાડતાં કહ્યું, "આ બધું તે સર્પેન્ટાઈનમાંથી કાઢ્યું ?"

"ના, આ બધું પાર્કના ધ્યાન રાખનારને કિનારા પર તરતું મળી આવ્યું હતું.

તરત જ બધાં વસ્ત્રોને ઓળખી લેવામાં આવ્યાં હતાં અને મને એવું લાગ્યું કે જો કપડાં અહીં હતાં તો તેણીનો મૃતદેહ પણ કંઈ વધારે દૂર ન હોવો જોઈએ."

"એ બાબત તો નક્કી જ છે કે જ્યારે કોઈનાં કપડાં મળી આવે ત્યારે તે તેનાં વસ્ત્રોની આસપાસ જ ક્યાંક હશે તેવી અટકળ લગાવવામાં આવે છે. હવે મહેરબાની કરીને એ કહો કે આ બધા પરથી તમને શું આશા બંધાય છે ?"

"કેટલાક પુરાવાઓ પરથી એવું લાગે છે કે તેણીના ગાયબ થવામાં ફ્લોરા મિલરનો હાથ હશે."

"પણ હું માનું છું કે તમને તેવું પુરવાર કરવામાં સફળતા નથી મળી."

"તમે ખરેખર કહેવા શું માંગો છો તે સ્પષ્ટપણે જણાવો." લેસ્ટ્રેડ કડવાશથી તાડૂકી ઊઠ્યો. "મને ભય છે હોમ્સ, કે તમારાં તારણો જરા પણ વ્યવહારુ નથી. તમે થોડી જ મિનિટોમાં બે મોટી ભૂલ કરી ચૂક્યા છો. આ પોશાક દર્શાવે છે કે કુમારી ફ્લોરા મિલરની તેમાં સંડોવણી છે."

"અને તે કઈ રીતે ?"

"આ ડ્રેસમાં એક ખિસ્સું છે, ખીસ્સામાં એક કાર્ડ-કેસ છે. કાર્ડ કેસમાં એક નોંધ છે. અને આ રહી તે નોંધ." તેણે તે નોંધને ટેબલ પર પાથરી :

"જ્યારે બધું જ તૈયાર હશે ત્યારે તું મને મળી શકીશ. એક વાર આવી જા."

- એફ. એચ. એમ.

આ બધા જ પુરાવાઓ પરથી હું કહી શકું છું કે લેડી સેઈન્ટ સિમોન, ફ્લોરા મિલર દ્વારા ત્યાંથી અદશ્ય થઈ છે અને માટે મને કોઈ જ શંકા નથી કે તેણી જ સેઈન્ટ સિમોનના ગાયબ થવા માટે જવાબદાર છે. આ જે નોંધ મળી આવી છે તેમાં તેણીના આદ્યાક્ષરોવાળા હસ્તાક્ષર છે. તેણે આ નોંધ ચૂપચાપ તેણીના હાથમાં સરકાવી દીધી હશે અને પોતાને મળવા બોલાવી હશે."

"બહુ સરસ લેસ્ટ્રેડ," હોમ્સે હસતાં હસતાં કહ્યું, "તારો પ્રયત્ન ખરેખર સારો છે, મને જરા જોવા દે તો." તેણે તે ચબરખી હાથમાં લીધી અને એકાગ્રતાથી તેને જોવા લાગ્યો અને તેણે સંતોષ ઊંડો ઉદ્‌ગાર કાઢ્યો. "આ ખરેખર મહત્ત્વનું છે," તેણે કહ્યું.

"અચ્છા ! હવે તમને સમજાયું ?"

"ખૂબ જ મહત્ત્વનું છે. હું તને અભિનંદન પાઠવું છું."

લેસ્ટ્રેડ ગર્વ કરતો ઊભો થયો અને પેલી ચિઠ્ઠીને જોવા નમ્યો, "કેમ ?" તે ચોંક્યો, "તમે તો ખોટી બાજુ જુઓ છો !"

"તેનાથી ઊલટું આ જ સાચી બાજુ છે."

"સાચી બાજુ ? તમે ગાંડા છો ! અહીં આ બાજુ પેન્સિલથી એક નોંધ લખવામાં આવી છે."

"અને આ બાજુ જુઓ તો આ એક હોટલનું બિલ લાગે છે અને મને તેમાં ઊંડો રસ જાગ્યો છે."

"તેમાં કશું જ નથી, મેં પહેલાં જ તેને જોઈ લીધું છે," લેસ્ટ્રેડે કહ્યું.

"ચોથી ઑક્ટોબર, ઓરડાના ૮ શિલિંગ, નાસ્તાના ૨ શિલિંગ. છ સેન્ટનું કોકટેઇલ, ૧ શિલિંગ ૬ સેન્ટનું ભાણું, ૮ સેન્ટનો એક ગ્લાસ દારૂ.

"મને આમાં કશું જ કામનું નથી લાગતું."

"પણ એવું નથી, આ સૌથી મહત્ત્વની બાબત છે. પેલી નોંધ જેટલી મહત્ત્વની છે તેટલું જ મહત્ત્વનું આ બધું પણ છે. અને ખાસ તો નોંધમાં આદ્યાક્ષરોના જે હસ્તાક્ષર છે કમસેકમ તે તો મહત્ત્વના છે જ, અને તેના માટે હું તને ફરી એકવાર અભિનંદન પાઠવું છું."

"મેં પૂરતો સમય બરબાદ કર્યો છે," લેસ્ટ્રેડે ઊભા થતાં કહ્યું, "હું તનતોડ મહેનતમાં માનું છું નહીં કે તાપણા આગળ આરામથી બેઠા બેઠા મનમાની ધારણાઓ બાંધવામાં. શુભ દિવસ, શ્રીમાન હોમ્સ, અને આપણે જોઈએ સમસ્યાનું નિરાકરણ સૌથી પહેલું કોણ લાવે છે." તેણે વસ્ત્રો ભેગાં કર્યાં, પેટીમાં પાછાં નાખ્યાં અને બારણા તરફ આગળ વધ્યો.

"તારા માટે એક સંકેત છે, લેસ્ટ્રેડ," લેસ્ટ્રેડ બહાર જતો રહે તે પહેલાં હોમ્સે લાંબા સાદે કહ્યું, "હું તને કહીશ કે આ બાબતનું સંપૂર્ણ સાચું નિરાકરણ શું છે. લેડી સેન્ટ સિમોન એક ઉપજાવી કાઢેલું પાત્ર છે. આવી કોઈ જ વ્યક્તિ નથી અને ક્યારેય હતી પણ નહીં."

લેસ્ટ્રેડ નિરાશા સાથે મારા સાથી સામે જોઈ રહ્યો. પછી મારી તરફ ફર્યો અને પોતાનું કપાળ ત્રણવાર કૂટતાં ત્યાંથી બહાર નીકળી ગયો.

તેની પાછળ હજુ ઓરડાનું બારણું બંધ પણ નહોતું થયું અને હોમ્સ પોતાનો ઓવર કોટ પહેરવા ઊભો થઈ ગયો, "પેલો કહેતો હતો તેમ મારે પણ બહાર જઈને એક કામ પતાવી લેવું જોઈએ." તેણે કહ્યું. "તો વૉટસન, હું તને થોડીવાર માટે સમાચારપત્રો સાથે એકલો મૂકતો જાઉં છું."

હોમ્સ ગયો ત્યારે પાંચ વાગી ગયા હતા પણ મારે કંઈ વધારે સમય એકલાનું ન રહેવું પડ્યું કારણ કે હજુ તેને ગયે કલાક જ થયો હશે કે એક કંદોઈ તેના નોકર સાથે મોટું ચપટું ખોખું લઈને ઓરડામાં પ્રવેશ્યો. તેણે તે બોક્ષ તેની સાથે આવેલા યુવાન છોકરાની મદદથી ખોલ્યું. મારા આશ્ચર્ય વચ્ચે મારી સમક્ષ મારા ગરીબડા ઘરમાં રાજવી ઘરાનાનો નાસ્તો પિરસાઈ રહ્યો હતો. તેમાં શિકાર કરેલા તેતર પંખીની એક જોડી હતી. હંસની કલેજીનું એક વ્યંજન હતું, પીણાની બે-ત્રણ બોટલો હતી. પેલા બે જણ આ આખોયે રાજભોગ મારી સમક્ષ પાથરીને અરેબિયન નાઇટ્સના કોઈક જીનની જેમ મને કશું જ

જણાવ્યા વગર ત્યાંથી જતા રહ્યા. તેમણે માત્ર એટલું જ જણાવ્યું કે આ બધાનાં નાણાં ચૂકવાઈ ગયાં છે અને આ સરનામા પર મોકલવાનો તેમને ઑર્ડર આપવામાં આવ્યો હતો.

નવ વાગતાં પહેલાં તો શૅરલૉક હોમ્સે ઝડપથી ઓરડામાં પગ મૂકી દીધો. તેનો ચહેરો ગંભીર હતો પણ તેની આંખોની ચમક કહેતી હતી કે તેનાં તારણો સાચાં પડ્યાં હતાં.

"તેઓ ભાણું પાથરીને ગયા, પછી ?" તેણે હાથ મસળતાં કહ્યું.

"તું સથવારાની રાહ જોતો લાગે છે. તેમણે આ ભાણું પાંચ જણ માટે મોકલ્યું છે."

"હા, મને પણ એવું લાગ્યું કે આપણને કંપની આપવા બીજા કેટલાક લોકો પણ આવશે." તેણે કહ્યું, "મને આશ્ચર્ય થાય છે કે લૉર્ડ સેઈન્ટ સિમોન હજુ આવ્યા નથી. અરે, આ દાદરા પર તેમનાં પગલાંનો જ અવાજ સંભળાતો લાગે છે."

અમારા બપોરના મુલાકાતી સ્ફૂર્તિથી પોતાના ચશ્માં ઝુલાવતાં ઝુલાવતાં જોશીલા પગલાંએ અમારા ઓરડામાં પ્રવેશ્યા. પણ તેના શિષ્ટ હાવભાવમાં થોડા વ્યગ્ર લાગતા હતા.

"મારા માણસે તમને સંદેશો મોકલી દીધો હતો એમ ને ?" હોમ્સે પૂછ્યું.

"હા, અને તેમાંના લખાણે મને ઊંડા આશ્ચર્યમાં મૂકી દીધો હતો. આ બધું કહેવાની તમને સત્તા છે ખરી ?"

"શક્ય તેટલી ઉચ્ચ સત્તા છે."

લૉર્ડ સિમોન ખુરશીમાં ફસડાઈ પડ્યા અને કપાળ પર હાથ ફેરવવા લાગ્યા.

"ઉમરાવ શું કહેશે ?" તે બબડ્યા, "જ્યારે તેમને ખબર પડશે કે કુટુંબમાંના કોઈકે નિમ્નકક્ષાનું કામ કર્યું છે ત્યારે તેઓ શું કહેશે ?"

"આ સ્પષ્ટપણે એક અકસ્માત લાગે છે. હું આને જરા પણ હીણપણભર્યું કૃત્ય નહીં કહું."

"તમે આ બાબતને અલગ દૃષ્ટિબિંદુ પરથી જુઓ છો."

"મને કોઈને પણ આ બાબત માટે દોષ દેવા માટે કોઈ પુરાવા મળ્યા નથી. હું તેણીના આવા વગર વિચાર્યે લેવામાં આવેલા પગલાંને જરા પણ અણછાજતું નથી માનતો કારણ કે તેણી મા વગર ઉછરેલી છોકરી છે. તેણીને સાચું-ખોટું સમજાવનારું કોઈ જ નહોતું."

"એ કંઈ કારણ ન કહેવાય, સાહેબ. તે સાવ સામાન્ય કારણ છે." લૉર્ડ સિમોને પોતાની આંગળીઓ ટેબલ પર ટપકારતાં કહ્યું.

"તમારે આ ગરીબડી છોકરી માટે થોડી છૂટછાટ તો રાખવી જ પડશે. તમારે તેણીને અપવાદરૂપ ગણવી પડશે."

"હું જરા પણ છૂટ નહીં આપું. હું ખૂબ જ ગુસ્સે થયેલો છું, મારો શરમજનક રીતે ઉપયોગ કરવામાં આવ્યો છે."

"ઘંટડી વાગી લાગે છે," હોમ્સે કહ્યું. "હા, દાદર પર કોઈકનો પગરવ સંભળાય છે. કદાચ આખાયે મામલાની હકીકતને હું નમ્ર રીતે તમારા ગળે ન ઉતારી શકું તો તેના

માટે મેં એક વકીલને બોલાવ્યા છે જે કદાચ તેમ કરવામાં સફળ થાય." તેણે બારણું ખોલ્યું અને એક સ્ત્રી અને એક સદ્‌ગૃહસ્થ ઓરડામાં પ્રવેશ્યાં. "લૉર્ડ સેઇન્ટ સિમોન" તેણે કહ્યું, "મને તમને શ્રીમાન અને શ્રીમતી ફ્રેન્સિસ હે મોલ્ટનનો પરિચય આપવા દો. મારા ખ્યાલથી આ મેડમને તો તમે મળી જ ચૂક્યા છો."

નવી આવનાર વ્યક્તિઓને જોઈ તેઓ પોતાની બેઠક પરથી રીતસરના ઊછળી પડ્યા. તેમને એક જાતનો આઘાત લાગ્યો હતો. તેમની નજર ઝૂકી ગઈ હતી અને તેમણે પોતાનો હાથ પોતાના હૃદય પર મૂકી દીધો હતો. પેલી સ્ત્રીએ આગળ વધી તેમની સમક્ષ હાથ મિલાવવા માટે પોતાનો હાથ આગળ ધર્યો પણ લૉર્ડ સિમોને ન તો તેની સામે નજર ઉઠાવીને જોયું કે ન તો તેણીની સાથે હાથ મિલાવ્યા. તે હજુ પણ આઘાતમાં હતા.

"તું ગુસ્સામાં છો, રોબર્ટ," તેણીએ કહ્યું, "જો કે તારી પાસે ગુસ્સે થવાનાં બધાં જ કારણો છે. તારે ગુસ્સે થવું જ જોઈએ."

"મહેરબાની કરીને માફી ન માગ," લૉર્ડ સિમોને કહ્યું.

"હા, મને ખબર છે મેં તારી સાથે ખૂબ ખરાબ વર્તન કર્યું છે. મારે તને આમ કહ્યા વગર નહોતું જતું રહેવું જોઈતું. હું થોડી અલ્લડ પ્રકારની છું. જ્યારે મેં ફ્રેન્કને ફરીવાર અહીં જોયો ત્યારે મને જરાય ભાન ન રહ્યું કે હું શું કરી રહી હતી કે શું કહી રહી હતી. હું તો માત્ર પરિસ્થિતિને તાબે થઈ ગઈ હતી."

"શ્રીમતી મોલ્ટન, કદાચ તમને એ યોગ્ય લાગશે કે તમે જ્યારે આખીયે હકીકત જણાવતાં હશો ત્યારે હું અને મારા મિત્ર અહીં હાજર ન રહીએ."

"જો મારી સલાહ આપું તો," પેલા અજાણ્યા સદ્‌ગૃહસ્થે કહ્યું, "આ બાબતમાં અમારું કંઈ ખાસ રહસ્ય નથી સમાયેલું. જો મારી પોતાની વાત કહું તો મને આખાયે યુરોપ કે અમેરિકાના લોકો આ બાબતને જાણે તેમાં કોઈ જ વાંધો નથી." તે એક નાનકડો, કસાયેલા શરીરવાળો, તડકાને કારણે શામ પડી ગયેલો, સફાચટ દાઢીમૂછવાળો હોશિયાર અને ચપળ માણસ હતો.

"તો પછી હું મારી વાત કહેવાનું શરૂ કરું છું," સ્ત્રીએ શરૂ કર્યું. "ફ્રેન્ક અને હું ૧૮૮૪માં મેક્વાયરની રોકી પર્વતમાળાની નજીક આવેલી છાવણીમાં મળ્યાં હતાં. ત્યારે મારા પિતા ત્યાં જમીનના એક ટુકડા પર કામ કરી રહ્યા હતા. હું અને ફ્રેન્ક વચનબદ્ધ થયાં. પણ એક દિવસ મારા પિતાને જમીનમાં સોનું મળી આવ્યું અને તેઓ ધનવાન બની ગયા. તેનાથી તેમણે કરેલા રોકાણના કારણે તેઓ વધારે અને વધારે ધનવાન બનતા ગયા. ફ્રેન્ક પાસે પણ જમીનનો એક ટુકડો હતો પણ તેને તેમાંથી કંઈ જ ન મળ્યું. એક બાજુ પપ્પા વધારે અને વધારે ધનવાન થતા જતા હતા તો બીજી બાજુ ફ્રેન્ક વધુ અને વધુ ગરીબ થતો જતો હતો. છેવટે પપ્પાએ અમારી સગાઈ ફોક કરી નાખી અને મને લઈને સાનફ્રાન્સિસ્કો આવતા રહ્યા. ફ્રેન્ક મને ખૂબ ચાહતો હતો. તે ખૂબ દુઃખી

હતો માટે તે પણ મારી પાછળ પાછળ આવ્યો. અમે બન્ને મારા પપ્પાથી છાનામાનાં મળતાં રહ્યાં. તેમનાથી છૂપું રાખવાનો માત્ર અર્થ એ હતો કે તેઓ અમારા પર ખૂબ ગુસ્સે થાત. હવે અમે બધું અમારી રીતે જ નક્કી કરવા લાગ્યાં. છેવટે ફ્રેન્કે નક્કી કર્યું કે જ્યાં સુધી તે મારા પિતા જેટલો સંપત્તિવાન નહીં થાય ત્યાં સુધી મારી પાસે પાછો નહીં આવે. મેં પણ તેને વચન આપ્યું કે હું તેની રાહ જોઈશ અને કમસે કમ તે જીવતો હશે ત્યાં સુધી તો હું કોઈને પણ નહીં પરણું. 'આપણે હાલ ને હાલ લગ્ન કરી લઈએ તો.' તેણે કહ્યું, 'પછી મને તું મારી છે તેવી ધરપત રહેશે, અને હું એક પતિ તરીકેનો દાવો ત્યારે જ કરીશ જ્યારે હું પાછો આવીશ.' તે પાદરીને જોડે લઈને જ આવ્યો હતો અને અમે બધું ખૂબ જ શાંતિથી પતાવી દીધું. આમ વચનોની આપલે કરી ફ્રેન્ક બધું શાલીનતાથી પતાવી પોતાનું નસીબ અજમાવવા જતો રહ્યો અને હું મારા પિતા પાસે પાછી આવતી રહી.

"ત્યાર બાદ મેં સાંભળ્યું કે તે મોન્ટાનામાં હતો, ત્યાર પછી તે એરિઝોનામાં હતો અને ત્યાર પછી તે ન્યૂ મેક્સિકોમાં હતો. ત્યાર બાદ મને સમાચારપત્ર દ્વારા જાણવા મળ્યું કે ખાણની છાવણીઓ પર અપાચે ઇન્ડિયન્સ દ્વારા હુમલો કરવામાં આવ્યો હતો અને તેમાં કેટલાયે લોકો મૃત્યુ પામ્યા હતા. મૃતકોમાં મારા ફ્રેન્કનું નામ પણ હતું. આ જાણી હું બેભાન થઈ ગઈ અને ત્યાર બાદ કેટલાયે મહિનાઓ સુધી બીમાર રહી. મારા પિતાને લાગ્યું કે મારી તબિયત વધારે અને વધારે લથડી રહી હતી માટે તેઓ મને ડૉક્ટરને બતાવવા સાનફ્રાન્સિસ્કો લઈ ગયા. એક વર્ષ વીતી ગયું પણ ફ્રેન્કના કોઈ જ સમાચાર નહોતા. હજુ સુધી મને એમ જ લાગતું હતું કે ફ્રેન્ક મૃત્યુ નથી પામ્યો. પછી લૉર્ડ સેઈન્ટ સિમોન સાનફ્રાન્સિસ્કો આવ્યા, હું તેમની સાથે લંડન ગઈ, અમારાં લગ્ન ગોઠવાયાં. મારા પિતા ખૂબ જ ખુશ હતા. પણ મને મનમાં સતત લાગ્યા કરતું હતું કે આ પૃથ્વી પર મારા હૃદયમાં ગરીબ ફ્રેન્કની જગ્યા લઈ શકે તેવું કોઈ જ નથી.

"હજુ પણ જો મારાં લગ્ન લોર્ડ સેઈન્ટ સિમોન સાથે થાય છે તો મારી તેમના પ્રત્યે કેટલીક ફરજ બને છે જે મારે નિભાવવી પડે. આપણે આપણા પ્રેમને હુકમ ન આપી શકીએ પણ તેની વિરુદ્ધ કંઈક કરી તો શકીએ જ છીએ. હું તેમની સાથે વેદી સમક્ષ ગઈ. મારો એક માત્ર આશય મારામાં રહેલી એક ઉત્તમ પત્ની તરીકેની ફરજ નિભાવવાનો હતો. પણ તમે કલ્પના કરો કે મેં જ્યારે પાછળ એક નજર કરી અને મેં ચર્ચના એક બાંકડા પર ફ્રેન્કને ઊભા ઊભા મારી સામે જોતો જોયો ત્યારે મારી શું હાલત થઈ હશે ? પહેલાં તો મને લાગ્યું કે આ તેનું ભૂત હશે, એટલે મેં ફરી પાછળ જોયું તો તે હજુ પણ ત્યાં જ હતો. તેની નજરમાં એવો પ્રશ્ન હતો કે હું તેને જોઈને ખુશ થઈ હતી કે દુઃખી ? મારી આસપાસ બધું જ ઘૂમવા લાગ્યું. પાદરીના બોલ પણ મને જાણે મારા કાનમાં માખીઓ બણબણતી હોય તેવા જ લાગતા હતા. મને નહોતી ખબર કે મારે શું કરવું. શું મારે વિધિ

રોકી પાડવી જોઈએ અને ચર્ચમાં ફજેતો કરવો ? મેં ફરી તેની સામે જોયું, મને લાગ્યું કે હું શું વિચારી રહી હતી તે તે સારી પેઠે જાણતો હતો. તેણે હોઠ પર આંગળી મૂકી મને ચૂપ રહેવાનો ઈશારો કર્યો. પછી મેં તેને એક કાગળિયા પર કંઈક લખતાં જોયો. મને ખબર પડી ગઈ હતી કે તે મારા માટે જ કંઈક લખી રહ્યો હતો. જેવી હું તેના બાંકડા પાસેથી પસાર થઈ કે મેં તરત જ તેની આગળ ફૂલનો ગુચ્છો પડવાનું નાટક કર્યું. તેણે મને તે પાછો આપતાં પેલી ચિઠ્ઠી પણ મારા હાથમાં સરકાવી દીધી. તેમાં માત્ર એક જ લીટી લખવામાં આવી હતી કે તે જ્યારે ઈશારો કરે ત્યારે મારે તેની સાથે જતું રહેવું. મને એમાં કોઈ જ શંકા નહોતી કે મારી પહેલી ફરજ તેના પ્રત્યે હતી અને મેં નક્કી કરી લીધું કે તે જેમ કહે તેમ મારે કરવું.

"જ્યારે હું ઘરે પાછી આવી ત્યારે મેં મારી નોકરાણી, જે કેલિફોર્નિયાથી ફ્રેન્કને જાણતી હતી અને તેની સારી મિત્ર પણ હતી તેને ચૂપ રહેવા કહ્યું અને કહ્યું કે તેણે મારી માટે કેટલી વસ્તુઓ તૈયાર કરવી અને મારો લાંબો ડગલો પણ તૈયાર રાખવો. મને ખબર હતી કે આ વિષે મારે લૉર્ડ સેઈન્ટ સિમોનને કહેવું જોઈએ પણ આ બધું તેમની માતા અને અન્ય બધા લોકો સામે કહેવું મને થોડું ભયજનક લાગ્યું. મેં નક્કી કરી લીધું કે પહેલાં તો કશું જ વિચાર્યા વગર ભાગી જવું અને પછીથી આખી વાત સમજાવી દેવી. મેં નાસ્તાના ટેબલ પરથી બારીની બહાર જોયું કે ફ્રેન્ક ત્યાં ઊભો હતો અને પછી તરત જ પીઠ ફેરવીને પાર્ક તરફ ચાલવા લાગ્યો. હું તરત જ મારો ડગલો વગેરે પહેરીને ત્યાંથી નીકળી ગઈ અને તેની પાછળ પાછળ ચાલવા લાગી. ત્યારે મેં કોઈક સ્ત્રીને લૉર્ડ સેઈન્ટ સિમોન વિષે કંઈક કહેતાં સાંભળી. ત્યારે મને ખબર પડી કે હું એકલી જ નહોતી, જેને લગ્ન પહેલાં કોઈ રહસ્ય હતું પણ તેમને પણ કોઈક રહસ્ય હતું, પણ ગમે તેમ કરીને હું ત્યાંથી જતી રહી અને ફ્રેન્કની આગળ થઈ ગઈ. અમે ઘોડાગાડીમાં એકસાથે બેઠાં અને ગોર્ડન સ્ક્વૅર નજીક ભાડે રાખેલી એક વીશી તરફ રવાના થયાં. આટલાં વર્ષોની પ્રતીક્ષા બાદનાં આ જ મારાં સાચ્ચાં લગ્ન હતાં. ફ્રેન્ક લાંબો સમય અપાચે ઇન્ડિયન્સના કેદી તરીકે રહ્યો અને ત્યાંથી ભાગીને જ્યારે તે ફ્રાન્સિસ્કો આવ્યો ત્યારે તેને જાણવા મળ્યું કે મેં તેને મરેલો જાણી છોડી દીધો હતો. તે મારી પાછળ ઇંગ્લૅન્ડ આવી ગયો અને મારા બીજા લગ્નદિવસની સવારે મારી સમક્ષ હાજર થઈ ગયો."

"મેં આ વિષે સમાચાર-પત્રમાં વાંચ્યું હતું," પેલા અમેરિકન યુવાને સમજાવ્યું, "તેમાં માત્ર લગ્ન કરનાર યુગલનું નામ અને કયા ચર્ચમાં લગ્ન ગોઠવવામાં આવ્યાં છે તે જ લખવામાં આવ્યું હતું, તેમાં સ્ત્રીના રહેઠાણનો કોઈ જ ઉલ્લેખ નહોતો કરવામાં આવ્યો."

"ત્યાર બાદ હવે શું કરવું તે મુદ્દા પર અમે લાંબી ચર્ચા કરી. ફ્રેન્ક તો નિખાલસ રીતે બધું જ કહી દેવામાં માનતો હતો, પણ હું શરમની મારી ત્યાંથી કશું જ કહ્યા વગર

દૂર ભાગી જવામાં જ માનતી હતી. હું એ બધાનો સામનો કઈ રીતે કરી શકવાની હતી ? હું માત્ર મારા પિતાને એક લીટીની ચિઠ્ઠી જ મોકલવા માગતી હતી કે જેથી કરીને તેમને લાગે કે હું જીવતી છું. મને એ વિચારીને ખૂબ જ શરમ આવતી હતી કે તે બધા ઉમરાવો અને તેમના કુટુંબની બધી સ્ત્રીઓ મારાં નાસ્તાના ટેબલ પર પાછા આવવાની રાહ જોઈને બેઠા હશે. એટલે ફ્રેન્કે મારાં લગ્નનાં બધાં જ કપડાં લઈને તેનું એક પોટલું બાંધી દીધું અને તેને કોઈક એવી જગ્યાએ ફગાવી દીધું કે કોઈના હાથમાં તે ન આવે અને હું ક્યાં છું તેની કોઈને ખબર ન પડે. અમે નક્કી કરી લીધું હતું કે આવતી કાલે અમે પેરિસ જવા રવાના થઈ જઈશું. એટલામાં તો આ સદ્‌ગૃહસ્થ, શ્રીમાન હોમ્સે અમને શોધી કાઢ્યાં, જો કે મને હજુ પણ આશ્ચર્ય થાય છે કે તેમણે આટલી જલદી અમને કઈ રીતે શોધી કાઢ્યાં ? તેમણે મને સમજાવ્યું કે હું ખોટી હતી અને ફ્રેન્ક સાચો અને જો અમે આમ મોં છુપાવીને ભાગી જઈશું તો અમારી જાતને જ ખોટી ઠેરવીશું. પછી તેમણે અમને લૉર્ડ સેઈન્ટ સિમોનને એકલાને જ મળવાનો અને સ્પષ્ટતા આપવાનો અવસર આપ્યો. આમ અમે અહીં તેમના ઓરડામાં હાજર થઈ ગયાં. હવે રોબર્ટ મેં તમને બધું જ જણાવી દીધું છે અને મેં જો તમને કોઈ દુઃખ પહોંચાડ્યું હોય તો હું તેના માટે ખૂબ માફી માગું છું. મહેરબાની કરીને તું મને સ્વાર્થી ન સમજતો.''

લૉર્ડ સેઈન્ટ સિમોન હવે સ્વસ્થ થઈ ગયા હતા, જો કે તેમણે આખીયે વાતને તણાયેલા ચહેરે સાંભળી હતી.

''મને માફ કરજે,'' તેણે કહ્યું, ''પણ મારી અંગત વાતને આવી રીતે જાહેરમાં કહેવાની મને જરા પણ આદત નથી.''

''તો પછી તું મને માફ નહીં કરે ? હું જાઉં તે પહેલાં તું મારી સાથે હાથ નહીં મીલાવે ?''

''હા ચોક્કસ, જો તેનાથી તને ખુશી મળતી હોય તો કેમ નહીં ?'' તેણે પોતાનો હાથ ધર્યો અને ખૂબ જ ઠંડકથી તેણી સાથે હાથ મિલાવ્યા.

''મને આશા હતી,'' હોમ્સે કહ્યું, ''કે તમે મિત્રાચારીભર્યા ખાણામાં અમારી સાથે જોડાશો જ.''

''મને લાગે છે કે હવે તમે કંઈક વધારે પડતું માગી રહ્યા છો.'' તેણે પોતાનું ઉમરાવપણું જતાવતાં કહ્યું, ''તમે મને આ આખીયે બાબતને શાંતિથી માની લેવા માટે દબાણ કરી શકો પણ આવી દુઃખદ ઘટના માટે ઉત્સવ મનાવવાની અપેક્ષા તમે ન રાખી શકો. હવે જો તમારી રજા હોય તો હું તમને બધાંને શુભ રાત્રી પાઠવું.'' તેમણે પોતાના કટાક્ષથી અમને સણસણતો જવાબ આપ્યો અને ઓરડામાંથી જતા રહ્યા.

''અચ્છા, તો કમસે કમ તમે બન્ને તો આ નાસ્તામાં અમને સંગાથ જરૂર આપશો જ.'' હોમ્સે કહ્યું, ''એક અમેરિકનને મળવું હંમેશા આનંદદાયક હોય છે, શ્રીમાન મોલ્ટોન,

વીતેલા જમાનાના રાજાઓની મૂર્ખતા અને નેતાઓની છેતરપિંડીનાં વીતેલાં વર્ષોમાં નહીં માનીને સ્વતંત્રપણે પોતાના સંતાનોને જીવવા દેવામાં માનતા લોકોમાંનો હું એક છું."

"આ કેસ ખરેખર ખૂબ રસપ્રદ રહ્યો," અમારા મુલાકાતીઓ જ્યારે વિદાય થયા ત્યારે હોમ્સે કહ્યું, "કારણ કે આખીયે હકીકત જ્યારે તેણીના મોઢેથી સાંભળી ત્યારે બધું જ કેટલું સ્પષ્ટ વર્તાઈ ગયું પણ એ પહેલાં જ્યારે પહેલીવાર આ સમસ્યા આપણી સમક્ષ આવી ત્યારે તે ખૂબ જ અટપટું, ગૂઢ લાગતું હતું. આ સ્ત્રી દ્વારા આખાયે મામલાને જે રીતે ખૂબ જ સ્વાભાવિક હકીકતો દ્વારા કહેવામાં આવ્યો તેવો તો આ મામલો આપણને લાગતો જ નહોતો અને આપણી સમક્ષ જે હકીકતો આવી તેના પરથી તો કેવાં વિચિત્ર તારણો નીકળી શકે તેમ હતાં ! દા.ત. સ્કૉટલૅન્ડ યાર્ડના, શ્રીમાન લેસ્ટ્રેડ દ્વારા કાઢવામાં આવેલું તારણ."

"તો પછી તારાથી આવી કોઈ ભૂલ કેમ ન થઈ ?"

"પહેલાં તો, બે હકીકતો મારા માટે ખૂબ જ સામાન્ય હતી; પહેલું તો એ સ્ત્રીએ હોંશે હોંશે લગ્નવિધિ પૂરી કરી અને બીજું એ કે લગ્ન બાદ ઘરે પરત ફરતામાં તો તેને લગ્ન માટે પસ્તાવો થવા લાગ્યો. આ પરથી એ સ્વાભાવિક હતું કે સવારથી તે ઘરે પાછા ફરવા સુધીમાં કંઈક એવું બન્યું હતું કે જેથી તેણીનું મગજ ચકરાવે ચડી ગયું. તો પછી પ્રશ્ન એ રહે છે કે, એવું તે શું બન્યું હતું ? તેણી શા માટે કોઈને પણ કહ્યા વગર જતી રહી. તેણીની સાથે વરના કુટુંબના સભ્યો તો હતા. તો તેણીએ તેમને કેમ કંઈ ન જણાવ્યું ? તો પછી તેને કોઈક મળ્યું હશે ? અને જો કોઈ મળ્યું હોય તો તે અમેરિકાનું જ હોવું જોઈએ, કારણ કે અહીં તેણે ખૂબ જ ઓછો સમય પસાર કર્યો છે માટે તે વ્યક્તિ અહીંની તો હોઈ જ ન શકે. આ વ્યક્તિ તેના માટે ખૂબ મહત્ત્વની હશે તો જ તેણીએ પોતાનું મન બદલ્યું હોય અને કોઈને પણ કહ્યા વગર ઘરેથી નીકળી ગઈ હોય. તું જોઈ શકે છે કે આપણે દરેક બાબત પર વિચારીને આગળ વધી રહ્યા છીએ અને તેના પરથી તો એવું જ લાગે છે કે તે કોઈ વ્યક્તિ અમેરિકન જ હોવી જોઈએ. હવે પ્રશ્ન એ હતો કે આ અમેરિકન કોણ હોઈ શકે ? અને શા કારણે તેનાથી તેણીના મન પર આટલી બધી અસર થઈ હતી ? બની શકે કે તે કોઈક પ્રેમી હોય; બની શકે કે તે પતિ હોય. તેણીની યુવાની હું જાણું છું ત્યાં સુધી ખૂબ જ અલ્લડ રીતે અને વિચિત્રિ પરિસ્થિતિમાં પસાર થઈ હતી. આ વાત હું લોર્ડ સેઈન્ટ સિમોને કહી તે પહેલાંનો જાણતો હતો. જ્યારે તેમણે મને ચર્ચના બાંકડા પર બેઠેલા એક માણસ વિષે, તેમની પત્નીમાં મિજાજમાં આવેલા પરિવર્તન વિષે, પેલા ગુચ્છાની આપલે બાબતે કે જેમાં આ રીતે સંદેશની આપલે સ્વાભાવિક રીતે થઈ શકે તેમ હતી, અંગત નોકરાણી સાથેની વાતચીત વિષે કહ્યું ત્યારે આખીયે સ્થિતિ સ્પષ્ટ થઈ ગઈ હતી. તે કોઈક પુરુષ સાથે ગઈ હોવી જોઈએ, અને તે પુરુષ કાં તો તેનો પ્રેમી હોવો જોઈએ અથવા તો પહેલાંનો પતિ. તે વ્યક્તિ તેનો પતિ હોય તેની શક્યતા વધારે હતી."

"અને તે એમને કઈ રીતે શોધી કાઢ્યાં ?"

"આમ તો આ કામ ખૂબ મુશ્કેલ હતું, પણ મિત્ર લેસ્ટ્રેડેના હાથમાં આવેલી માહિતી જે તેના માટે જરા પણ મહત્ત્વ નહોતી ધરાવતી તે ખરેખર ખૂબ મહત્ત્વની હતી. ચિઠ્ઠીમાં હસ્તાક્ષર કરવામાં આવેલા આદ્યાક્ષરો ચોક્કસ મહત્ત્વના હતા, પણ વધારે મહત્ત્વનું તે કાગળિયું હતું જેના પર નોંધ લખવામાં આવી હતી. તે લંડનની કોઈક પહેલી પંક્તિની હોટલનું આ અઠવાડિયાનું જ બિલ હતું."

"તને કઈ રીતે ખબર પડી કે તે પહેલી હરોળની હોટલ હતી ?"

"તેમાં છપાયેલી કિંમતો પરથી. આઠ શિલિંગ એક પથારીના અને આઠ પેન્સ એક ગ્લાસ શરાબના, આટલી કિંમત તો સૌથી મોંઘી હોટલોમાં જ હોય અને આપણા લંડનમાં આવા ભાવ લેતી કંઈ વધારે હોટલો નથી. બીજી જ હોટલ, નોર્થમ્બરલૅન્ડ એવેન્યુની મુલાકાત લેતાં જ મારી જાણમાં આવ્યું કે તેની લોગ બૂકમાં ફ્રાન્સિસ. એચ. મોલ્ટોન, એક અમેરિકનનું નામ હતું. ફક્ત બે દિવસ પહેલાં જ તે ત્યાંથી જતો રહ્યો હતો. તેના નામની સામે જે વસ્તુઓ લખવામાં આવી હતી તેણે તરત જ મને પેલા બિલમાં લખેલી વસ્તુઓની યાદ અપાવી. અમેરિકાથી આવેલા તેના પત્રો ૨૨૬, ગોર્ડોન સ્ક્વૅર ખાતે મોકલવામાં આવતા હતા એટલે હું તરત જ ત્યાં ઊપડી ગયો અને મારા સદ્નસીબે મને તે પ્રેમાળ યુગલ ત્યાં જ મળી ગયું. પછી મેં તેમને સલાહ આપી કે તેમણે આખીયે વાત સામાન્ય જનતા અને ખાસ કરીને લૉર્ડ સેઇન્ટ સિમોન સમક્ષ સ્પષ્ટ કરી દેવી જોઈએ. મેં તેમને લોર્ડ સેઇન્ટ સિમોનને અહીં મળવાનું આમંત્રણ આપ્યું. તુ જોઈ શકે છે કે હું તેમની મુલાકાત ગોઠવવામાં સફળ રહ્યો."

"હા, પણ તેનું કંઈ ખાસ સારું પરિણામ ન આવ્યું" મેં કહ્યું, "તેમનું વર્તન જરા પણ ઉદાર નહોતું."

"અરે, વૉટસન," હોમ્સે હસતાં હસતાં કહ્યું, "તેની જગ્યાએ તું હોત તો કદાચ તું પણ ઉદાર ન રહી શકત. લગ્ન થાય, વચનોની આપ-લે થાય અને ત્યાર બાદ તારી સાથે આવું થાય તો તું પણ તારા નસીબ અને પત્ની પર ગુસ્સે થયા વગર ન રહે. મારા ખ્યાલથી તો આપણે લૉર્ડ સેઇન્ટ સિમોનને પૂરતો ન્યાય આપ્યો છે. હવે ભગવાનનો આભાર માન કે આપણે તેમના જેવી કોઈ સ્થિતિમાં નથી મુકાયા. આપણા ગ્રહો સારા છે. તારી ખુરશી ખેંચ અને મને પેલું વાયોલિન અંબાવ કારણ કે હવે સમસ્યા એ છે કે આ પાનખરની સાંજ આપણે કેવી રીતે પસાર કરવી ?"

❖

અણમોલ મુગટ

"હોમ્સ," એક સવારે બારી બહાર જોઈ રહેતાં મેં કહ્યું, "કોઈક ગાંડો માણસ આ તરફ આવતો લાગે છે. તેનાં સગાંઓએ તેને આમ એકલો કેમ નીકળવા દીધો હશે?"

મારો મિત્ર આળસ મરડીને પોતાની આરામખુરશીમાંથી ઊભો થયો અને પોતાના ડ્રેસિંગ ગાઉનના ખિસ્સામાં હાથ નાખી મારી પાછળથી તે માણસને જોવા લાગ્યો. ફેબ્રુઆરીની ખુશનૂમા સવાર હતી. આગલા દિવસે પડેલા બરફના થર રસ્તા પર હજુ પણ જામેલા હતા અને સૂર્યકિરણોથી તે ચમકી રહ્યા હતા. શેરીના રસ્તા પરનો બરફ વાહનોની અવરજવરથી એક બાજુ થઈ ગયો હતો અને તેનો રંગ પણ ધૂળના કારણે ભૂખરો થઈ ગયો હતો અને ફૂટપાથ પર બરફ હજુ એમનો એમ જ પડ્યો હતો. જોકે રાખોડી પગદંડી સાફ અને ખરબચડી કરી દેવામાં આવી હતી, તેમ છતાં હજુ પણ તે લપસણી હતી એટલે સામાન્ય દિવસો કરતાં ઘણા ઓછા લોકો દેખાતા હતા. ખરેખર તો મેટ્રોપોલિટન સ્ટેશન તરફથી તો કોઈ જ આવતું નહોતું દેખાતું, સિવાય કે આ મહાશય. એટલે જ મારું ધ્યાન તેમના પર ગયું હતું.

તે લગભગ પચ્ચાસેક વર્ષનો પુરુષ લાગતો હતો. તે ઊંચો હતો, તેનું કદ તેના નક્કર ચહેરાના કારણે વધારે રુઆબદાર લાગતું હતું. તેનાં વસ્ત્રો મોંઘાં હતાં પણ ઉદાસી ઉપજાવે તેવાં હતાં. તેણે મોટો ફ્રોક-કોટ અને ચમકીલી ટોપી પહેરી હતી, ઘૂંટણ સુધીના ઢોરના ચામડામાંથી બનેલાં છીકણી જૂતાં પહેર્યાં હતાં અને ખૂબ જ સરસ રીતે સીવેલું સિલેટિયા રંગનું પાટલૂન પહેર્યું હતું. જો કે તેની વર્તણૂક તેનાં ઉદાત્ત વસ્ત્રો સાથે જરા પણ મેળ નહોતી ખાતી કારણ કે તે ઝડપથી દોડી રહ્યો હતો અને વચ્ચે વચ્ચે સહેજ ઊછળતો હતો, તે દોડતો હતો તેની સાથે સાથે તેના હાથ પણ ઊંચા નીચા થતા હતા અને તેનું માથું પણ ડોલતું હતું, તેનો ચહેરો એવી રીતે મરડાઈ રહ્યો હતો કે તેને જાણે પીડા થઈ રહી હોય તેવું લાગતું હતું.

“તેને શું સમસ્યા હશે ?” મેં પૂછ્યું, “તે શેરીમાં આવેલા સંખ્યાબંધ ઘરો સામે જોઈ રહ્યો છે.”

“મારું માનવું છે કે તે અહીં આવી રહ્યો છે,” હોમ્સે પોતાના હાથ મસળતાં કહ્યું.

“અહીં ?”

“હા, હું તો એવું પણ માનું છું કે તે અહીં મારી સલાહ લેવા આવી રહ્યો છે. મને તેને જોતાં તેવાં જ બધાં લક્ષણો દેખાઈ રહ્યાં છે.” તે હજુ આ વાક્ય બોલી જ રહ્યો હતો કે તે માણસ અમારા બારણે આવીને ઊંડા શ્વાસ લેતો ઊભો રહ્યો અને જોરજોરથી અમારા દરવાજાની ઘંટડી વગાડવા લાગ્યો. તેની આ અવિરત ઘંટડીથી આખુંયે ઘર ગાજી ઊઠ્યું. “કેમ, મારી વાત ખરી પડીને ! ” હોમ્સે કહ્યું.

થોડી જ ક્ષણોમાં તો તે અમારા રૂમમાં હાજર થઈ ગયો, હજુ પણ તે હાંફી રહ્યો હતો. કશુંયે બોલ્યા વિના તે અમારી સામે ઉદાસ અને નિરાશ નજરે તાકી રહ્યો. તેના આવા દેખાવથી અમારું હાસ્ય ભય અને દયામાં ફેરવાઈ ગયું. તે એટલો હાંફી રહ્યો હતો કે એક શબ્દ પણ નહોતો બોલી શકતો. તે શું કહેવું અને શું ન કહેવુંની મૂંઝવણમાં માથું ખંજવાળવા લાગ્યો. પછી તેણે અચાનક પોતાનું માથું દીવાલ સાથે એટલા જોરથી અફળાવ્યું કે અમે બન્ને તેને ખેંચીને ઓરડાની વચ્ચોવચ્ચ લાવ્યા કે જેથી કરીને તે બીજીવાર આવું ન કરે. શૅરલૉક હોમ્સે તેને આરામખુરશીમાં બેસાડ્યો, ખૂબ જ સાંત્વના બક્ષી, તેનો હાથ પોતાના હાથમાં લઈને ઘસવા લાગ્યો અને તેની સાથે ખૂબ જ શાંતિથી નમ્ર રીતે વાતો કરવા લાગ્યો. તેને તેના અસીલને શાંત પાડતાં સારી રીતે આવડતું હતું.

“તમે અહીં મારી પાસે તમારી આપવીતી કહેવા આવ્યા છો, બરાબર ને ?” તેણે કહ્યું, “તમે દોડાદાડીના કારણે થાકી ગયા છો. મહેરબાની કરીને થોડોક શ્વાસ લઈ લો પછી હું ચોક્કસ તમારી નાનામાં નાની સમસ્યાને શાંતિથી સાંભળીશ.”

પેલો માણસ એક-બે મિનિટ શાંતિથી બેસી રહ્યો. તેની છાતી તેના માનસિક તણાવના કારણે ધમણની જેમ ઊંચીનીચી થઈ રહી હતી. પછી તેણે પોતાનું કપાળ હાથરૂમાલથી લૂછ્યું. હોઠ બીડ્યા અને અમારી તરફ ફર્યો.

“એ બાબતે કોઈ જ શંકા નથી કે તમે મને એક પાગલ સમજતા હશો.”

“મને લાગે છે તમે કોઈક મોટી મુશ્કેલીમાં છો,” હોમ્સે તેને કહ્યું.

“ભગવાન જાણે છે હું કેટલી મોટી મુશ્કેલીમાં છું ! હું પાગલ થઈ ગયો છું. મારા પર આભ તૂટી પડ્યું છે. લોકો મારા વિષે ગમે તે બોલે તે મારાથી સહન થાય પણ મારી પ્રામાણિકતા, મારા ચારિત્ર્ય પર નાનું રાઈ જેવું કલંક પણ હું સહન ન કરી શકું. મને કોઈક પારિવારિક દુઃખ હોત તો તેનો કોઈ જ વાંધો નહોતો. તેવી સમસ્યાઓ તો કોને નથી હોતી ? પણ એક સાથે બે દુઃખ મારા પર આટલી આક્રમક રીતે તૂટી પડે તે તો કેમનું જીરવાય ? મારો આત્મા કકળી ઊઠ્યો છે. બીજી બાજુ આ દુઃખ માત્ર મારા પર

જ નથી આવ્યું. જો આ મુશ્કેલીનું તરત જ કોઈ પણ ભોગે નિરાકરણ નહીં લાવવામાં આવે તો દેશના ઊંચામાં ઊંચા ઉમરાવ પણ બદનામ થઈ જશે.''

''મહેરબાની કરીને તમે સ્વસ્થ થઈ જાઓ, સાહેબ,'' હોમ્સે કહ્યું, ''અને મને સ્પષ્ટપણે તમારું નામ અને તમારા પર આવી પડેલા દુઃખની આખીયે વાત જણાવો.''

''મારું નામ,'' અમારા મુલાકાતીએ જવાબ આપ્યો, ''કદાચ તમે મારા નામથી પરિચિત હશો. હું થ્રેડનિડલ શેરી ખાતે આવેલી હોલ્ડર એન્ડ સ્ટિવન્સન બૅન્કનો એલેક્ઝાન્ડર હોલ્ડર છું.''

આ નામ અમારા માટે ખૂબ જાણીતું હતું. તેઓ શહેરની બીજી મોટામાં મોટી બૅન્કના ભાગીદાર હતા. લંડનના આ ખાનદાન નાગરિક પર એવું તે શું દુઃખ આવી પડ્યું હતું કે તેઓ આવી દયનીય સ્થિતિમાં આવી ગયા હતા ? વાત આગળ વધારતાં પહેલાં તેમણે પોતાની જાતને સ્વસ્થ કરી ત્યાં સુધી હું અને હોમ્સ તેમની વાત સાંભળવાની આતુરતાથી રાહ જોતા રહ્યા.

''હું માનું છું કે સમય ખૂબ કીમતી છે,'' તેણે કહ્યું, ''એટલે જ હું જરા પણ સમય બગાડ્યા વગર પોલીસની સલાહથી તરત જ તમારી મદદ લેવા આવી ગયો છું. હું ભૂગર્ભ રેલવેથી બેકર સ્ટ્રીટ આવી પહોંચ્યો અને આવા લપસણા રસ્તા પર સામાન્ય રીતે ઘોડાગાડી ખૂબ ધીમે ચાલતી હોવાથી હું ખુદ જ દોડીને ઉતાવળે અહીં આવી પહોંચ્યો છું. માટે જ હું આટલો હાંફી રહ્યો હતો. સામાન્ય રીતે હું જરા પણ પરિશ્રમી માણસ નથી. હવે મને થોડું સારું લાગી રહ્યું છે. હવે બને તેટલી ઝડપે અને સ્પષ્ટ રીતે હું તમારી સમક્ષ આખીયે હકીકત રજૂ કરું છું.''

''તમે એ વાત તો સારી રીતે જાણતા હશો કે કોઈ પણ બૅન્કે સફળ થવા માટે પોતાની મૂડીનું યોગ્ય રોકાણ કરવું ખૂબ જરૂરી છે, જેનાથી બૅન્કને સારી આવક મળી રહે. પ્રતિષ્ઠિત વર્તુળમાં સારી પ્રતિષ્ઠા ઊભી થાય તેમજ વધારે અને વધારે ધનિક માણસો સાથે બૅન્કના સંબંધો સારા બને તેવા પ્રયત્નો કરવા તેણે જોઈએ. બૅન્કની કમાણીનું એક મોટું સાધન નાણાંનું ધિરાણ છે. તેની સામે વળતર પણ સારું એવું મળતું હોય છે. અમે છેલ્લાં કેટલાંય વર્ષોથી આ ક્ષેત્રમાં સારું એવું કામ કર્યું છે અને તેમાં ઘણાં બધાં પ્રતિષ્ઠિત કુટુંબોને અમે તેમનાં ચિત્રો, પુસ્તકો અને ખાનદાની ચીજવસ્તુઓ ગીરવે રાખીને ઘણી મોટી રકમો ઉધાર આપી છે.

''ગઈ કાલે સવારે જ્યારે હું મારી ઑફિસમાં બેઠો હતો ત્યારે એક કારકુન આવીને મને એક કાર્ડ આપી ગયો. મેં જ્યારે કાર્ડ પરનું નામ વાંચ્યું ત્યારે હું હબક ખાઈ ગયો. આ નામ બીજું કોઈ નહીં પણ આખાયે વિશ્વના હોઠ પર જેનું નામ છે તે વ્યક્તિનું નામ હતું. તે ઇંગ્લૅન્ડની સૌથી પ્રતિષ્ઠિત, સૌથી ઉદાત્ત વ્યક્તિનું હતું. આવો માણસ મને સામે ચાલીને ઑફિસે મળવા આવે તે કંઈ નાનીસૂની વાત નહોતી. તેઓ જેવા ઑફિસમાં

પ્રવેશ્યા કે હું તેમનું અભિવાદન કરવા ઊભો થયો. તેમણે તેનો જરા પણ પ્રતિસાદ ન આપતાં સીધા જ ધંધાની વાત કરી. તેમણે નકામી વાતોમાં જરા પણ સમય ન બગાડ્યો.''

'' 'શ્રીમાન હોલ્ડર,' તેમણે કહ્યું, 'મને એવી માહિતી મળી છે કે તમે નાણાં ઉધાર આપો છો.'

'' 'હા, પણ તેની સામે વળતર સારું હોય તો જ અમે નાણાં ધીરીએ છીએ.' મેં જવાબ આપ્યો.''

'' 'મારા માટે કોઈ મોટી વાત નથી.' તેણે કહ્યું, '' 'મારે માત્ર ૫૦,૦૦૦ પાઉન્ડની જ જરૂર છે. આવી નજીવી રકમ કરતાં દસગણી રકમ હું મારા મિત્રો પાસે ફટ દઈને માગી શક્યો હોત પણ હું ધંધાકીય રીતે જ આખી વાતને પતાવવા માગું છું. તમે તો એ સારી રીતે સમજી શકતા હશો કે મારા જેવા ઉચ્ચ પદ પર રહેનાર વ્યક્તિ બીજા કોઈનું અહેસાન ન લઈ શકે.'

'' 'તમે કેટલા સમય માટે આ રકમ લેવા માગો છો ?' મેં પૂછ્યું.

'' 'આવતા સોમવારે મારા ખાતે એક મોટી રકમ જમા થવાની છે એટલે હું ત્યારે જ તમને તમારી લોન ચૂકવી શકીશ. તમને યોગ્ય લાગે તેટલા વ્યાજ સાથે હું રકમ ચૂકવી દઈશ. પણ હાલ મારા માટે એ ખૂબ જરૂરી છે કે મને તાત્કાલિક આ રકમ ચૂકવવામાં આવે.'

'' 'હું મારી પોતાની જવાબદારીએ તમને આખી રકમ ચૂકવવામાં ખુશી અનુભવીશ,' મેં કહ્યું, 'કારણ કે તમને જોઈતી રકમ કંઈ એટલી મોટી નથી કે સામે કોઈ કીમતી ચીજ વિના ઉધાર ન આપી શકાય. બીજી બાજુ હું આ આખોયે વ્યવહાર મારી પેઢીના નામ હેઠળ કરું છું અને મારા ભાગીદારને ન્યાય આપતાં હું આગ્રહ રાખું છું કે તમારા કેસમાં પણ અમારે સાવધાની ખાતર કંઈક તો બાંહેધરી માટે જોઈશે જ.'

'' 'તમારી વાત તદ્દન સાચી છે, તમે ઇચ્છો છો તેમ જ થશે.' તેણે ઊભા થઈને પોતાની સાથે લાવેલા કાળા સુંવાળા ચામડાના ચોરસ ડબ્બાને ખુરશીની બાજુમાંથી હાથમાં લેતા કહ્યું, 'નિઃશંક તમે બેરિલ કોરોનેટ વિષે ચોક્કસ સાંભળ્યું હશે, કેમ ?'

'' 'તે આપણા સામ્રાજ્યનું સૌથી કીમતી પ્રતીક છે,' મેં કહ્યું

'' 'બિલકુલ બરાબર.' તેમણે ડબ્બો ખોલ્યો. મેં જોયું ડબ્બામાં ચમકીલું મખમલ ચોંટાડવામાં આવ્યું હતું અને તેમાં ઝવેરાતનો એક ઉત્તમ નમૂનો પડેલો હતો. તે નીલમથી જડેલો એક રાજમુગટ હતો. 'આ મુગટમાં ઓગણચાલીસ પીરોઝ જડવામાં આવ્યા છે. આમ તો તે અણમોલ છે પણ જો તેની કિંમત બાંધીએ તો હું જે ઉધાર રકમ તમારી પાસે લઈ રહ્યો છે તેનાથી બમણી થાય. હું આ મુગટને તમારી પાસે બાંહેધરીરૂપે મૂકવા તૈયાર છું.'

''મેં તે કીમતી વસ્તુ મારા હાથમાં લીધી અને પછી મારા મોંઘેરા ગ્રાહક સામે જોઈ રહ્યો.

" 'તમને આની કિંમત પર શંકા છે ?' તેણે કહ્યું.'

" 'ના જરા પણ નહીં. મને માત્ર એટલી જ શંકા...'

" 'કે મને આ કીમતી વસ્તુ ગીરે મૂકવાનો કોઈ અધિકાર છે કે નહીં. તમે તે બાબતે જરા પણ ચિંતા ન કરો. જો મને જરા પણ એમ હોય કે હું ચાર દિવસમાં તમારા નાણાં પરત નથી આપી શકવાનો તો મને સપનામાં પણ આ કીમતી મુગટને ગીરવે મૂકવાનો વિચાર ન આવે. પણ આ બાંહેધરી તો પૂરતી છે ને ?'

" 'પૂરતાથી પણ વધારે છે.'

" 'હવે મને લાગે છે, શ્રીમાન હોલ્ડર, કે મેં તમને સંપૂર્ણ વિશ્વાસમાં લઈ લીધા છે. મને પણ મેં જેટલું તમારા વિષે સાંભળ્યું છે તે પરથી તમારા પર સંપૂર્ણ ભરોસો છે. હું તમારા પર માત્ર આખીયે વાતને જાહેરમાં કરવામાં નહીં આવે તેટલો જ વિશ્વાસ નથી રાખતો પણ આ કીમતી મુગટ પણ તમારી પાસે સંપૂર્ણ સુરક્ષિત રહેશે તેવો વિશ્વાસ પણ રાખું છું. મારે એ કહેવાની જરા પણ જરૂર નથી કે જો આ કીમતી મુગટને કોઈ પણ નુકસાન થયું તો તે એક જાહેર બદનક્ષી ગણાશે. જો આ મુગટને જરા પણ નુકસાન થયું તો તેને સંપૂર્ણ નાશ પામ્યા બરાબર જ ગણવામાં આવશે, કારણ કે તેમાં જે નીલમ જડેલા છે તેવા આખાયે વિશ્વમાં ક્યાંય મળી શકે તેમ નથી. આ ઉપરાંત તેની જગ્યા બીજું કોઈ રત્ન પણ લઈ શકે તેમ નથી. હવે હું સંપૂર્ણ ભરોસા સાથે તમારી પાસે તેને મૂકતો જાઉં છું. આવતા સોમવારે હું જાતે જ આવીશ અને તેને છોડાવી જઈશ.'

"મને લાગ્યું કે મારા ગ્રાહક ઉતાવળમાં છે. મેં તેમને આગળ કંઈ જ ન પૂછ્યું. મેં તરત જ મારા કૅશિયરને બોલાવ્યો અને કહ્યું કે તેમને ૧૦૦૦ પાઉન્ડની પચ્ચાસ નોટ ચૂકવી દેવામાં આવે. જ્યારે હું એકલો પડ્યો ત્યારે મને ખબર નહીં કેમ પણ આ કીમતી ડબ્બાને મારી સમક્ષ પડેલો જોઈને મને એક મોટી જવાબદારી લીધાનો બોજો લાગવા માંડ્યો. આખરે તો આ એક જાહેર પ્રતીક હતું. જો દુર્ભાગ્યે તેને કંઈ થાય તો ચોક્કસ જાહેર બદનક્ષી જ થવાની. હવે મને પસ્તાવો થતો હતો કે મારે આટલી મોટી જવાબદારી નહોતી લેવી જોઈતી, પણ હવે તો કંઈ જ થઈ શકે તેમ નહોતું. એટલે મેં તેને મારી અંગત તિજોરીમાં તાળું મારી સુરક્ષિત રીતે મૂકી દીધો અને મારાં કામ કરવા લાગ્યો.

"હવે જ્યારે સાંજ પડી અને ઘરે જવાનો સમય થયો ત્યારે મને લાગ્યું કે આટલી કીમતી વસ્તુ મારે ઑફિસમાં એકલી મૂકીને ન જવી જોઈએ. બેન્કોની તિજોરીઓનાં તાળાં પહેલાં ઘણીયે વાર તૂટ્યાં હતાં અને મારી તિજોરી નહીં લૂંટાય તેવી પણ કોઈ ખાતરી નહોતી. જો એવું થયું તો મારી શું હાલત થશે ? તેથી મેં નક્કી કરી લીધું કે હવે આ કીમતી ડબ્બો હું જ્યાં જઈશ ત્યાં મારી સાથે જ રહેશે. હું ઘરે જઈશ તો મારી સાથે ઘરે લઈ જઈશ અને હું ઑફિસે આવીશ ત્યારે પણ મારી સાથે ઑફિસે જ લેતો આવીશ, જેથી કરીને તે મારી પહોંચમાં જ રહે. આ આશયથી મેં ઘોડાગાડી બોલાવી અને સ્ટ્રીટધામ

ખાતે આવેલા ઘરે આ ઝવેરાત સાથે રવાના થયો. મેં જ્યાં સુધી ઉપર જઈને મારી પોતાની તિજોરીમાં તાળા પાછળ તેને સુરક્ષિત રીતે મૂક્યું નહીં ત્યાં સુધી હું સ્વસ્થ રીતે શ્વાસ પણ નહોતો લઈ શક્યો.

“હવે હું મારા ઘરના લોકોનો ચિતાર આપું, શ્રીમાન હોમ્સ, જેથી કરીને તમે આખીયે પરિસ્થિતિને સમજી શકો. મારો અશ્વપાલક અને મારો કિશોરવયનો નોકર ઘરની બહાર સૂવે છે. એટલે તેમના વિષે કશું જ વિચારવાનું રહેતું નથી. મારે ત્રણ નોકરાણીઓ છે જે કેટલાંયે વર્ષોથી મારી સાથે છે અને તેમના પર હું નિ:શંકપણે સંપૂર્ણ વિશ્વાસ મૂકી શકું છું. બીજી એક લ્યૂસી પૅર કરીને નોકરાણી છે જે થોડાક મહિનાથી જ રાખવામાં આવી છે. તેણી એક ઉત્તમ ચારિત્રવાળી સ્ત્રી છે અને તેણે ફરિયાદનો કોઈ જ અવસર આજ સુધી નથી આપ્યો. તેણી ખૂબ જ સુંદર છે અને મારા ઘરે આવતા લોકોએ તેણીનાં ખૂબ વખાણ કર્યાં છે. બસ તેટલું જ બાકી તો અમે તેને સંપૂર્ણ રીતે એક સારી છોકરી માનીએ છીએ.

“નોકરોની બધી જ માહિતી મેં તમને આપી દીધી. હવે મારા કુટુંબની વાત કરું તો તે નાનકડું છે તેની પાછળ બહુ સમય નહીં બગડે. હું એક વિધુર છું અને મારે માત્ર એક જ દીકરો છે આર્થર. તે મારા માટે એક મોટી નિરાશા છે, શ્રીમાન હોમ્સ, તેનાથી હું ખરેખર ખૂબ જ નિરાશ છું. જો કે તેમાં મારો જ દોષ છે. લોકો મને કહે છે કે મેં જ તેને બગાડ્યો છે. મોટાભાગે તો તેમની વાત સાચી છે. જ્યારે મારી વહાલી પત્ની મૃત્યુ પામી ત્યારે મારી પાસે તે એક જ હતો જેને હું સૌથી વધુ ચાહતો હતો. તેના ચહેરા પર જરાક વાર માટે પણ સ્મિત ગાયબ થાય તે મારાથી જરા પણ સહન નહોતું થતું. મેં તેની કોઈ જ ઇચ્છા નકારી નહોતી. પણ આજે મને લાગે છે કે જો હું તેના પર થોડોક જ કડક રહ્યો હોત તો તેના અને મારા માટે તે સારું રહેત.

“હું સ્વાભાવિક રીતે એવું માનતો હતો કે તે મને મારા ધંધામાં મદદરૂપ થાય અને તેમાં જ આગળ વધે પણ તેને તેમાં જરા પણ રસ નહોતો. તે બેકાબૂ, બાલિશ અને જિદ્દી હતો અને સાચું કહું તો હું તેના હાથ પર મોટી રકમ મૂકવા જેટલો પણ વિશ્વાસ નહોતો રાખી શકતો. યુવાન વયે તે પ્રતિષ્ઠિત ધનવાન લોકોની એક ક્લબમાં સભ્ય બન્યો. તેની આકર્ષક અદાઓના કારણે તેના ઘણા મિત્રો બન્યા, જેઓનાં બટવાઓ નાણાંથી છલકાતાં હતાં અને જેમના શોખ પણ ખૂબ મોંઘા હતા. તે સરસ રીતે પત્તાં રમી જાણતો હતો અને એમાંથી મળેલા પૈસા તે આવા જ મોંઘા શોખ પૂરા કરવામાં બેફામ રીતે વાપરી નાખતો હતો. છેવટે તો તેની ઉધારી એટલી વધી જતી કે હું તેને જે હાથખર્ચી દર મહિને આપતો હતો તે પણ તેની ઉધાર ચુકવણીમાં મહિનો પૂરો થાય તે પહેલા જ પૂરી થઈ જતી અને પછીના મહિનાની હાથખર્ચી પણ તે વહેલી માગતો. તેને ઘણી વાર ભાન થતું કે તેની સોબત ખૂબ ખરાબ હતી. તેણે તેમાંથી બહાર આવવાના ઘણા પ્રયત્નો કર્યા પણ તેનો એક મિત્ર સર જ્યોર્જ બર્નવેલ એવો હતો જે તેને વારંવાર તેની પાસે ખેંચી જતો.

"ખરેખર તો આ સર જ્યોર્જ બર્નવેલ એવો માણસ હતો કે મારો દીકરો જ્યારે પણ તેને મારા ઘરે લાવતો, ત્યારે તેની જે રીતભાત હતી તે એટલી ઉત્તમ હતી કે હું ખુદ તેનાથી અંજાઈ જતો હતો. તે આર્થર કરતાં મોટો હતો, તે વિશ્વ ફર્યો છે, તેણે બધું જ જોયું છે, બોલવામાં પણ તે હોશિયાર છે, અને ખૂબ દેખાવડો પણ છે. તેમ છતાં પણ જ્યારે હું તેનાં આ બધાં જ આકર્ષણોને બાજુ પર મૂકીને શાંતિથી તેના વિષે વિચારતો ત્યારે મને તેની આંખમાં કંઈક અજુગતું લાગતું અને તેના કારણે હું તેને જરા પણ વિશ્વાસપાત્ર માણસ નહોતો માનતો. તે વ્યક્તિ વિષે હું એકલો જ આવું નથી વિચારતો પણ મારી નાનકડી મૅરી કે જે એક સ્ત્રીસહજ ચરિત્રની છે અને પારખુ નજર ધરાવે છે તેણીનું પણ આમ જ વિચારવું છે.

"હવે મૅરી વિષે કહું તો તેણી મારી ભત્રીજી છે; જ્યારે મારો ભાઈ પાંચ વર્ષ પહેલાં મૃત્યુ પામ્યો અને આ જગતમાં તે એકલી રહી ગઈ ત્યારે મેં તેને દત્તક લીધી અને હવે તે મારી દીકરી છે. તે મારા ઘરમાં સૂરજના એક કિરણ સમાન છે. તેણી સુંદર છે, પ્રેમાળ છે, મીઠડી છે અને તે ઘરને પણ સારી રીતે સંભાળી જાણે છે, અને તેમ છતાં પણ સ્ત્રીસહજ નમ્રતા અને શાલીનતા પણ તેનામાં છે. તેણી મારો જમણો હાથ છે. આજે જ્યારે હું વિચારું છું ત્યારે મને એમ થાય છે કે તેણી ન હોત તો મારું શું થાત. તેણી એક જ બાબતમાં મારી ઇચ્છા વિરુદ્ધ ગઈ છે. મારા દીકરાએ તેણી સમક્ષ બે વાર લગ્ન માટે પ્રસ્તાવ મૂક્યો, કારણ કે તે તેણીને અનહદ પ્રેમ કરે છે પણ દરેક વખતે તેણે તે પ્રસ્તાવ નકારી કાઢ્યો છે. મારું એવું માનવું છે કે મારા દીકરાને જો કોઈ સાચ્ચા રસ્તા પર લાવી શકે તેમ હોય તો તે તેણી જ છે. જો તેણી સાથે તેનાં લગ્ન થાત તો તેનું જીવન સુધરી જાત પણ હવે ખૂબ મોડું થઈ ગયું છે.

"મારા આખાયે ઘરનો ચિતાર મેં તમને જણાવી દીધો છે. હવે હું મારી મુખ્ય સમસ્યાની વાત કરું.

"તે રાત્રે અમે જમ્યા બાદ કૉફી પી રહ્યાં હતાં. મેં ઉમરાવ સાથેના મારા અનુભવની વાત કરી અને પેલા કીમતી ખજાના વિષે પણ, જે અમારા ઘરમાં હતો. જો કે મેં અમારા ગ્રાહકનું નામ તેમને નહોતું જણાવ્યું. તે વખતે લ્યૂસી પૅર ત્યાં હાજર નહોતી. તે કૉફી મૂકીને ત્યાંથી જતી રહી હતી તે હું ખાતરીપૂર્વક કહું છું. પણ હું તે ખાતરીપૂર્વક નથી કહી શકતો કે દરવાજો બંધ હતો કે નહીં. મૅરી અને આર્થર ખૂબ જ ઉત્તેજિત થઈ ઊઠ્યાં હતાં અને પેલા પ્રખ્યાત મુગટને જોવા માગતા હતા પણ મેં વિચાર્યું કે તેને તેની જગ્યાએથી જરા પણ હલાવવો ન જોઈએ.

" 'તમે તેને ક્યાં મૂક્યો છે ?' આર્થરે પૂછ્યું.

" 'મારી તિજોરીમાં.'

" 'હું ભગવાનને પ્રાર્થના કરું છું કે આજે આપણા ઘરે ધાડ ન પડે.' તેણે કહ્યું.

" 'તેને મેં તાળુ માર્યું છે.' મેં જવાબ આપ્યો.

" 'અરે તેને તો કોઈ જૂની ચાવી વડે પણ ખોલી શકાય, હું નાનો હતો ત્યારે મેં ખુદ તેને કબાટમાં પડેલી જૂની ચાવી વડે ખોલ્યું હતું.'

"તે હંમેશા આ રીતે જ વાત કરતો હતો એટલે મેં તેની વાત પર કંઈ ધ્યાન ન આપ્યું. તે મારા ઓરડા સુધી મારી સાથે આવ્યો હતો. તેનો ચહેરો ખૂબ ગંભીર હતો.

" 'ડૅડ,' તેણે નીચે નજર રાખતાં મને કહ્યું, 'મને જરા ૨૦૦ પાઉન્ડ આપશો ?'

" 'ના, હું નહીં આપું !' મેં કડકાઈથી કહ્યું, " 'તારી પાછળ પૈસા વાપરવામાં હું ખૂબ ઉદાર રહ્યો છું. હવે હું તને એક પણ પૈસો નહીં આપું.'

" 'તમે મારા તરફ ખૂબ દયાળુ રહ્યા છો,' તેણે કહ્યું, 'મારે આ પૈસાની તાતી જરૂર છે. જો મને તાત્કાલિક પૈસા નહીં મળે તો હું ક્લબમાં ક્યારેય કોઈને મારું મોઢું નહીં બતાવી શકું.'

" 'એ તો બહુ જ સારું રહેશે,' હું ઉગ્ર થઈ ગયો.

" 'હા, પણ તમે મને ક્યારેય અપમાનિત થતો નહીં જોઈ શકો,' તેણે કહ્યું, 'હું મારી બદનામી જરા પણ નહીં સાંખું. તમે નહીં આપો તો મારે કોઈ પણ રીતે એટલા પૈસા તો ક્યાંકથી મેળવવા જ પડશે.'

"હું ખૂબ ગુસ્સે હતો, કારણ કે આ જ મહિનામાં આ તેની ત્રીજી માંગ હતી. 'તને મારી પાસેથી એક ફદિયું પણ નહીં મળે,' મેં બૂમ પાડી અને તે વધારે કશું જ બોલ્યા વગર ઓરડો છોડીને જતો રહ્યો.

"તેના ગયા બાદ મેં તિજોરી ખોલી અને મુગટને ચકાસી જોયો કે તે સુરક્ષિત છે કે નહીં અને પછી તેને પાછું તાળું મારી દીધું. પછી મેં બધું સુરક્ષિત છે કે નહીં તે જોવા આખાયે ઘરમાં નજર ફેરવી લીધી. સામાન્ય રીતે આ જવાબદારી મૅરીની હતી પણ મેં વિચાર્યું કે આજે રાત્રે તો હું જ બધું તપાસી લઉં. હું જેવો દાદર ઊતરી નીચે આવ્યો કે મેં જોયું મૅરી હૉલનું બારણું બંધ કરી રહી હતી.

" 'મને કહો, ડૅડ, કે' તેણે મને થોડો અસ્વસ્થ જોતાં કહ્યું, 'તમે લ્યૂસીને આજે રાત્રે બહાર જવાની રજા આપી હતી ?'

" 'ના, જરા પણ નહીં.'

" 'તે હજુ હમણાં જ પાછળના દરવાજેથી ઘરમાં આવી છે. તે બહાર કોઈકને મળવા ગઈ હશે પણ ઘરની સુરક્ષા માટે આ કંઈ યોગ્ય ન કહેવાય. આ બાબતે તેને ઠપકો આપવો પડશે.'

" 'સવારે તારે તેણી સાથે આ બાબતે વાત કરવી જોઈએ અને જો તું કહે તો હું તેણી સાથે વાત કરી લઉં. તેં બધાં જ બારીબારણાં બરાબર બંધ કરી દીધાં છે ને ?'

" 'હા, ડૅડ, બધું જ બરાબર બંધ કરી દીધું છે.'

“ ‘તો, શુભ રાત્રી.’ મેં તેણીને વહાલ કર્યું અને મારા શયનખંડમાં પાછો ફર્યો. મને તરત જ ઊંઘ આવી ગઈ. “મેં આ કેસને લગતી સઘળી જ હકીકતો તમને જણાવી દીધી છે, શ્રીમાન હોમ્સ, હવે તમને મેં જણાવેલી હકીકતો પરથી કોઈ સ્પષ્ટતા કે પ્રશ્ન પૂછવા હોય તો કહો.”

“તમે તમારી હકીકતો ખૂબ જ સ્પષ્ટ રીતે રજૂ કરી છે માટે મારે કોઈ પ્રશ્ન પૂછવાની જરૂર જ નથી રહેતી.”

“હવે જે માટે હું અહીં આવ્યો છું તે તમને જણાવું. મારી ઊંઘ કંઈ ખાસ ગાઢ નથી. હું કાચી ઊંઘવાળો માણસ છું અને પેલી કીમતી વસ્તુના કારણે તો હું શાંતિથી ઊંઘી જ નહોતો શક્યો. રાતના લગભગ બે વાગ્યે હું ઘરમાં થતા કોઈક અવાજના કારણે ઊઠી ગયો. હું હજુ સરખો ઊઠું ત્યાં સુધીમાં તો અવાજ બંધ થઈ ગયો અને મને ક્યાંક શાંતિથી બારી બંધ થવાનો આભાસ થયો. મેં મારા કાન સરવા કર્યા. અચાનક મને પગલાંનો હળવો અવાજ સંભળાયો જે મારા બાજુના ઓરડામાંથી આવી રહ્યો હતો. હું પથારીમાંથી સફાળો ઊભો થઈ ગયો. હું ભયનો માર્યો મારા ડ્રેસિંગ રૂમના બારણાના ખૂણા પરથી બધે જોવા લાગ્યો.

“ ‘આર્થર !’ મેં ચીસ પાડી, ‘દુષ્ટ ! ચોર ! તારી હિંમત કઈ રીતે થઈ આ મુગટને અડવાની ?’

“સૂતા પહેલાં હું દીવાની વાટને નાની કરીને આવ્યો હતો તે તેમની તેમ જ હતી. મારો હેબતાઈ ગયેલો છોકરો શર્ટ અને પાટલૂનમાં હતો. તે દીવા આગળ મુગટ લઈને ઊભો હતો. તે મુગટની સાથે કંઈક ચેડા કરતો હોય તેવું લાગ્યું અને તે પૂરી તાકાતથી જાણે તેને મચેડી રહ્યો હોય તેવું લાગતું હતું. મારી ચીસથી તેના ચહેરા પરથી લોહી ઊડી ગયું, મેં તરત જ તેના હાથમાંથી તે ઝૂંટવી લીધો. મેં જોયું તો તેનો એક ખૂણો તૂટી ગયો હતો. તે ખૂણા પર ત્રણ નીલમ લાગેલા હતા.

‘કાળમુખા !’ મેં ચીસ પાડી, ‘તેં આખા મુગટને ખરાબ કરી નાખ્યો, તેં મને કાયમને માટે બદનામ કરી દીધો. તે ચોરેલાં રત્નો ક્યાં છે ?’

“ ‘ચોરેલાં !’ તે બૂમ પાડી ઊઠ્યો.

“ ‘હા, ચોર !’ મેં ગર્જના કરી, મેં તેનો ખભો હલાવી નાખ્યો.

“ ‘એમાંથી કોઈ જ રત્ન ગાયબ નથી થયું, કોઈ જ ગાયબ ન થઈ શકે.’ તેણે કહ્યું.

“ ‘આમાંનાં ત્રણ રત્નો ગાયબ છે, અને તને ખબર છે કે તે ક્યાં હતાં. હવે મારે તને ચોરની સાથે સાથે જૂઠાડો પણ કહેવો પડશે ? શું મેં તને તેની સાથે ચેડાં કરતાં નથી જોયો ?’

“ ‘તમે મને ઘણાં બધાં નામ આપી દીધાં છે,’ તેણે કહ્યું, ‘હું આ બધું જરા પણ સહન નહીં કરું. હું આ બાબત અંગે એક પણ શબ્દ નહીં ઉચ્ચારું કારણ કે તમે સતત મને

અપમાનિત જ કર્યો છે. સવારે હું તમારું ઘર છોડીને જતો રહીશ અને મારી જાતે જ મારું ભવિષ્ય બનાવીશ.'

" 'તું તો હવે સીધો પોલીસના હાથમાં જ જઈશ,' હું ગાંડો થઈ ગયો હતો, " 'હવે તો હું પોલીસ પાસે બધી જ તપાસ કરાવીશ અને આ બાબતના મૂળિયાં સુધી પહોંચીશ.'

" 'મારી પાસેથી તમને કશું જ જાણવા નહીં મળે,'' તેણે મને આક્રોશથી કહ્યું, 'તમારે પોલીસ બોલાવવી હોય તો ભલે બોલાવો, કરવા દો તેમને તપાસ.'

''આ વખતે આખું ઘર જાગી ગયું હતું કારણ કે ગુસ્સાનો માર્યો મારો અવાજ ખૂબ મોટો થઈ ગયો હતો. મારા રૂમમાં પહેલી મૅરી આવી પહોંચી હતી. મુગટને અને આર્થરને ઓરડામાં જોઈને તેને આખીયે વાત સમજાઈ ગઈ હતી. તે બૂમ પાડી ઊઠી અને બેભાન થઈ ગઈ. મેં નોકરાણીને પોલીસ બોલાવવા મોકલી અને તરત જ તેમના હાથમાં તપાસ મૂકી દીધી. ઇન્સ્પેક્ટર અને કોન્સ્ટેબલ જ્યારે ઘરમાં પ્રવેશ્યા ત્યારે, આર્થર ચીડાઈને અદબ વાળીને ત્યાં ઊભો હતો. તેણે મને પૂછ્યું કે હું તેને સાચે જ ચોરીના આરોપ હેઠળ પોલીસને સોંપી દેવાનો છું ? ત્યારે મેં તેને જવાબ આપ્યો કે આ બાબત હવે ખાનગી નથી રહી. હવે આ જાહેર બાબત થઈ ગઈ છે. મુગટ કંઈ સામાન્ય નથી. તે રાષ્ટ્રની સંપત્તિ છે. હવે બધું જ કાયદાના હાથમાં છે. તેઓ જે કરશે તે જ ઠીક રહેશે.

" 'તમે કમસેકમ એટલું તો કરો કે મને તરત ને તરત પોલીસને ન સોંપી દો. મને માત્ર પાંચ મિનિટ માટે ઘરની બહાર જવા દો.'

" 'એમ અને તું પછી ભાગી જાય અને તેં જે ચોર્યું છે તેને ક્યાંક છુપાવી દે એવી જ ચાલાકી કરવી છે ને તારે ?' મેં કહ્યું અને પછી મને પરિસ્થિતિની ભયંકરતાનો અચાનક ખ્યાલ આવ્યો. હું ખળભળી ગયો. મેં તેને અરજ કરતાં કહ્યું કે એકલા મારા માન-સમ્માનનો પ્રશ્ન નહોતો પણ મારાથી પણ ક્યાંય વરિષ્ઠ એવા વ્યક્તિની શાખનો પણ પ્રશ્ન હતો. આ આખીયે બદનક્ષીથી આખા રાષ્ટ્રમાં હોબાળો મચી જવાનો હતો. હવે તું મહેરબાની કરીને કહે કે તેં પેલાં ત્રણ નીલમ ક્યાં મૂક્યાં છે. જો તે મળશે તો પણ કદાચ બધું ટળી જશે.

" 'તારે પરિસ્થિતિનો સામનો કરવો જ પડશે,' મેં કહ્યું, 'તું ચોરી કરતાં રંગે હાથ પકડાઈ ગયો છે, અને તારી કોઈ જ દલીલ તને બચાવી શકે તેમ નથી. પણ આમાં તું જ તારી અને અમારી મદદ કરી શકે તેમ છે. જો તું કહી દઈશ કે ગાયબ થયેલાં નીલમ ક્યાં છે તો બધું જ બરાબર થઈ જશે તને કોઈ જ સજા નહીં થાય.'

" 'જેને જોઈતી હોય તેના માટે તમારી આ દયા સાચવી રાખો,' તેણે નફ્ફટાઈથી મારી સામે જોતાં કહ્યું. મને ખબર પડી ગઈ કે તેને મારા આકરા શબ્દોની કોઈ જ અસર નહોતી થતી. હવે તો માત્ર એક જ રસ્તો બચ્યો હતો. મેં ઇન્સ્પેક્ટરને બોલાવ્યા અને તેને પોલીસને હવાલે કરી દીધો. આખાયે ઘરના ખૂણેખૂણાને તપાસી લેવામાં આવ્યો. મારા

દીકરાના રૂમમાં તે જ્યાં જ્યાં બેસતો ઊઠતો હતો ત્યાં બધે જ તપાસી લેવામાં આવ્યો. પણ ક્યાંયથી કંઈ જ ન મળ્યું. છોકરાએ પણ અમારા પ્રશ્નના જવાબમાં મોઢું સુધ્ધાં પણ ન ખોલ્યું. આજે સવારે તેને જેલની કોટડી ભેગો કરી દેવામાં આવ્યો છે. પોલીસ સાથેની બધી ઔપચારિકતા પતાવી હું સીધો તમારી પાસે તમારી આવડત થકી આખીયે સમસ્યાનું નિરાકરણ મેળવવા આવ્યો છું. પોલીસે તો ચોખ્ખેચોખ્ખું જણાવી દીધું કે તેઓ અત્યારે કંઈ જ કરી શકે તેમ નથી. આમાં જે કોઈ ખર્ચ થશે તે આપવા હું તૈયાર છું. મેં ૧૦૦૦ પાઉન્ડનું ઈનામ તો જાહેર કરી જ દીધું છે. હે ભગવાન, હું શું કરીશ ? મેં મારું સમ્માન ખોયું, રત્નો ખોયાં અને એક જ રાતમાં મારા દીકરાને પણ ખોઈ દીધો. હે ભગવાન, હું શું કરીશ !'

તેને તેની પીડાને વર્ણવવા માટે શબ્દો નહોતા મળતા. તેણે દુઃખી થતાં પોતાનું માથું બે હાથમાં પકડી લીધું.

આ બધું સાંભળી થોડીક ક્ષણો તો શૅરલૉક હોમ્સ તાપણાની સામે એકીટસે જોતો શાંત બેસી રહ્યો.

"તમને મળવા કેટલા લોકો આવે છે ?" તેણે પૂછ્યું.

"ક્યારેક મારો ભાગીદાર તેના કુટુંબ સાથે મને મળવા આવે છે અને આર્થરના મિત્ર સર જ્યોર્જ બર્નવેલ મોડી રાત્રે ઘણીવાર આવતા હોય છે. બીજું તો કોઈ નથી આવતું."

"તમે સમાજમાં હળોમળો છો ?"

"આર્થર જતો હોય છે, હું અને મૅરી ઘરે જ રહીએ છીએ. અમને તેની કશી જ પડી નથી."

"યુવાન છોકરી માટે તે થોડું અસ્વાભાવિક કહેવાય."

"તેણી શાંત સ્વભાવની છે, બીજું તે કંઈ એટલી નાની નથી, તે ચોવીસ વર્ષની છે."

"તમે કહ્યું તે પ્રમાણે તેણીને પણ આ બાબતનો આઘાત લાગ્યો હશે ? "

"તેને તો ભયંકર આઘાત લાગ્યો હતો. મારા ખ્યાલથી તેણીને મારા કરતાં પણ વધારે આઘાત લાગ્યો હતો."

"તમને તમારા દીકરાના દોષી હોવા સામે જરા પણ શંકા નથી ?"

"કઈ રીતે હોય, મેં મારી ખુદની આંખે મુગટને તેના હાથમાં જોયો છે તો એ પ્રશ્ન જ નથી રહેતો."

"એટલા માત્રથી તો તમે તેને ગુનેગાર કઈ રીતે કહી શકો ? રત્નો ગાયબ થયાં તે ઉપરાંત કોઈ નુકસાન મુગટને થયું છે ?" હોમ્સે કહ્યું.

"હા, તે વાંકો વળી ગયો હતો."

"તો પછી તમને એવો વિચાર ના આવ્યો કે કદાચ તે તેને સીધો કરવાનો પ્રયત્ન કરી રહ્યો હોય ?"

"તમારું ભગવાન ભલું કરે ! તમે તમારા પક્ષે તેને બચાવવાનો પૂરતો પ્રયત્ન કરી રહ્યા છો. પણ તો પછી તે ત્યાં શું કરી રહ્યો હતો ? જો તેનો આશય નિર્દોષ હોય તો પછી તે શા માટે કોઈ જ સ્પષ્ટતા નહોતો આપતો ?"

"તમારી વાત સાચી છે. અને જો તે ખરેખર દોષી હોય તો પછી તેણે કેમ કંઈ જૂઠાણું ન આચર્યું ? તેની ચૂપકી બેધારી તલવાર જેવી છે. આ બાબત વિશે આવા બીજા ઘણા અસામાન્ય મુદ્દા છે જેના પર હું વિચારી રહ્યો છું. જે અવાજથી તમે સફાળા જાગી ગયા તેના વિષે પોલીસનું શું કહેવું છે ?"

"તેમને લાગે છે કે તે અવાજ આર્થરના શયનખંડના ઓરડાનું બારણું બંધ થવાનો હશે."

"સામાન્ય રીતે આવું જ વિચારવામાં આવે છે ! જે માણસ ચોરી કરી રહ્યો હોય તે વળી પોતાનું બારણું એટલે મોટેથી બંધ કરે કે ઘરના માણસો જાગી જાય ? તો પછી આ ત્રણ રત્નો ગાયબ થવા અંગે પોલીસે શું કહ્યું ?"

"તેઓ હજી પણ આખાયે ઘરને ફંફોળી રહ્યા છે અને ફર્નિચરના ખૂણે ખૂણાને તપાસી રહ્યા છે કે કદાચ તેમને તે મળી જાય."

"તેમણે ઘરની બહાર શોધવાનો વિચાર ન કર્યો ?"

"હા, તેમણે ખૂબ જ ચપળતા બતાવી. તેમણે આખો બગીચો ફંફોસી નાખ્યો છે."

"હવે, મારા વહાલા સાહેબ," હોમ્સે કહ્યું, "આ બધા પરથી તમને નથી લાગતું કે તમે અને પોલીસ આ બાબતને જેટલી સરળ માનો છો તેટલી સરળ નથી ? તમને લાગે છે કે આ એક સરળ કેસ છે પણ મને આ ખૂબ ગૂંચવાયેલો લાગે છે. ચાલો, તમે કહો છો તે પ્રમાણે તમારી માન્યતા પ્રમાણે આગળ વધીએ. તમને લાગે છે કે તમારા છોકરાએ પોતાની પથારીમાંથી ઊઠીને તમારા ડ્રેસિંગરૂમમાં આવવાનું, તમારી તિજોરીને ખોલવાનું, તેમાંથી મુગટ લેવાનું, તેનો એક ભાગ તોડીને, બીજે ક્યાંક જઈને તેમાંના ઓગણચાલીસ નીલમમાંથી ત્રણ નીલમ લેવાનું, તેને ક્યાંક છુપાવી દેવાનું, અને ફરી પાછા બાકીના છત્રીસ નીલમ સાથે મુગટને ઘરે પાછા લઈ આવવાનું જોખમ ખેડ્યું અને ત્યાં તમે તેને હાથમાં મુગટ સાથે જોઈ લીધો. હવે હું તમને જ પૂછું છું કે આ માન્યતા ખરેખર વ્યાજબી છે ?"

"તો પછી બીજું શું હોઈ શકે ?" બૅંકર અકળાઈને બૂમ પાડી ઊઠ્યો, "જો તેનો ઈરાદો નિર્દોષ હોય તો તેણે તે બાબતે કંઈ દલીલ કેમ ન કરી ?"

"તે શોધી કાઢવાનું કામ અમારું છે." હોમ્સે જવાબ આપ્યો, "હવે જો તમને મંજૂર હોય તો આપણે બધા સાથે જ સ્ટ્રીટધામ જઈએ અને આખીયે બાબતને ઝીણવટથી તપાસી લઈએ."

હોમ્સે તેમની સાથે આવવા મારા સથવારાનો ખૂબ આગ્રહ કર્યો. જોકે હું તો તેની સાથે જવા માટે તૈયાર જ હતો. મને આખીયે વાત સાંભળીને તેમજ અમારા

અસીલ પ્રત્યેની સહાનુભૂતિને કારણે હકીકત જાણવાની ખૂબ આતુરતા હતી. હું માનું છું કે બૅંકરની જેમ હું પણ તેની આખીયે વાત પરથી તેના દીકરાને જ દોષિત માનું છું પણ મને હોમ્સે કરેલી દલીલો પર પણ તેટલો જ ભરોસો હતો એટલે હું બીજી વાતો પર પણ વિશ્વાસ ન કરી શકું. તેણે આખીયે મુસાફરી દરમિયાન એક શબ્દ પણ ન ઉચ્ચાર્યો અને તેની આગવી અદામાં પોતાની હડપચીને છાતી સુધી નમાવી, ટોપીને આંખ પર ટેકવી, ઊંડા વિચારોમાં ડૂબેલો ચૂપચાપ બેઠો રહ્યો. અમારા અસીલને અમારી સાથે વાત કરીને કંઈક આશા જન્મી હતી અને તેઓ ફરીથી થોડા સ્વસ્થ થયા હતા. હવે તો તેમના ધંધા વિષે તેઓ મારી સાથે વાતો પણ કરવા લાગ્યા હતા. એક નાનકડી રેલયાત્રા અને પછી એક નાનકડી પગપાળા યાત્રા કરી અમે ફેરબૅન્ક આવી ગયા. અમારા મહાન થાપણદારનું ઘર ખૂબ આધુનિક હતું.

"ફેરબૅન્ક ચોરસ આકારનું ધોળા પથ્થરોથી બનેલું એક વિશાળ ઘર હતું. રસ્તાથી થોડું પાછળ હતું. ઘરના લોખંડના બનેલા મોટા દરવાજાઓ આગળ મોટી ઘોડાગાડી ઊભી હતી. બંગલાની જમણી બાજુ વૃક્ષોથી ભરેલી હતી. તેની વચ્ચેથી એક સાંકડી પગદંડી પસાર થતી હતી જે મુખ્ય માર્ગથી રસોડા સુધી જતી હતી. જે કદાચ ફેરિયાઓ માટે હતી. ડાબી બાજુ પણ એક પગદંડી હતી જે ઘોડાર તરફ જતી હતી, આ રસ્તો ખાનગી નહોતો. તે ખૂબ ઓછો વપરાતો હતો. હોમ્સ અમને બારણા આગળ મૂકીને આખાયે ઘરનું ચક્કર મારી આવ્યો. તે રસોડા તરફ આવતી ફેરિયાઓની પગદંડી પર છેક સુધી જઈ આવ્યો અને ઘોડાર સુધી જતા જાહેર રસ્તા પર પણ ચક્કર મારી આવ્યો. તેને વાર લાગતાં શ્રીમાન હોલ્ડર અને હું ડાઈનિંગ રૂમના તાપણા આગળ બેઠા બેઠા તેના પાછા આવવાની રાહ જોવા લાગ્યા. અમે મૌન બેઠા હતા ત્યાં અચાનક જ બારણું ખૂલ્યું અને એક યુવાન સ્ત્રી અંદર આવી. તે સામાન્ય ઊંચાઈ કરતા થોડી ઊંચી, પાતળી, ઘેરા વાળ અને ઘેરી આંખો ધરાવતી હતી. તેની ફિક્કી ચામડી આગળ તેની આંખો વધારે ઘેરી લાગતી હતી. મને નથી લાગતું કોઈ સ્ત્રીના ચહેરા પર મેં આટલી હદે ફીકાશ જોઈ હોય. તેના હોઠ પણ રક્તહીન હતા, તેની આંખો રડી રડીને ઊંડી ઊતરી ગઈ હતી. તે ઓરડામાં પ્રવેશી ત્યારે તે ખરેખર મને શ્રીમાન હોલ્ડર કરતાં વધારે દુઃખી લાગી. હું તો તેને કાઠા મનની સમજતો હતો. મારી હાજરીની પરવા કર્યા વગર તે સીધી શ્રીમાન હોલ્ડર પાસે ગઈ અને તેમના કપાળ પર હાથ ફેરવીને તેમને વહાલ કરવા લાગી."

"તમે પોલીસને કહ્યું કે આર્થરને પૂછપરછ કરીને છોડી દેવામાં આવે, પિતાજી ?" તેણીએ પૂછ્યું.

"ના, ના મારી વહાલી દીકરી, આપણે સમસ્યાનાં મૂળિયાં સુધી તો પહોંચવું જ પડશે."

“પણ મને ખાતરી છે કે તે નિર્દોષ છે. તમે સ્ત્રીસહજ અનુભૂતિને તો સારી રીતે જાણો છો. મને ખબર છે કે તેણે કંઈ જ નથી કર્યું અને તમને પણ તમારા આવા કઠોર વર્તન પ્રત્યે પસ્તાવો થશે.”

“જો તે નિર્દોષ હોય તો શા માટે મૌન છે ?”

“કોને ખબર ? કદાચ તમે તેના પર શંકા કરી તે માટે ગુસ્સે હોય !”

“હું તેના પર શંકા શા માટે ન કરું જ્યારે મેં ખુદ મારી આંખે તેના હાથમાં મુગટ જોયો છે ?”

“પણ તેણે તો કદાચ તેને હાથમાં જ લીધો હોય ખાલી જોવા માટે. મહેરબાની કરીને મારા પર વિશ્વાસ કરો. તેને નિર્દોષ માનો. વાતને અહીં જ પૂરી કરો. આપણા વહાલા આર્થરને જેલમાં રાખવો સારું કહેવાય !”

“જ્યાં સુધી રત્નો શોધી કાઢવામાં નહીં આવે ત્યાં સુધી હું આ બાબતને પડતી નહીં મૂકું, મૅરી ! આર્થર પ્રત્યેની તારી લાગણીના કારણે મારું દુખ તને જરા પણ નથી દેખાતું. આ બધા માટે હું લંડનથી એક સદ્‌ગૃહસ્થને અહીં તપાસાર્થે લઈ આવ્યો છું.”

“આ સદ્‌ગૃહસ્થ ?” તેણે મારી તરફ મોઢું ફેરવતાં કહ્યું.

“ના, તેમનો મિત્ર. તેની ઇચ્છા છે કે અમે તેને એકલો જ રહેવા દઈએ. તે અત્યારે ઘોડારના રસ્તે તપાસ કરી રહ્યા છે.”

“ઘોડારના રસ્તે ?” તેણે તેની ઘેરી ભ્રમરો ઊંચી કરી, “તેમને વળી ત્યાં શું મળવાની આશા છે ? અરે ! આ જ તે સાહેબ લાગે છે. મને વિશ્વાસ છે, સાહેબ, કે તમે મારા પિતરાઈ આર્થરને આ ગુનામાં નિર્દોષ સાબિત કરશો.”

“હું તમારી સાથે સંમત થાઉં છું, અને આપણે તે સાબિત પણ કરીશું,” હોમ્સ આવી ગયો હતો અને જૂતા પર લાગેલા બરફને કાઢવા પાછો ઉંબરા પર ગયો. “મારા ખ્યાલથી હું કુમારી મૅરી હોલ્ડર સાથે વાત કરી રહ્યો છું. શું હું તમને એક-બે પ્રશ્નો પૂછી શકું ?”

“હા હા, કેમ નહીં, સાહેબ, તેમ કરવાથી પ્રશ્ન હલ થઈ જતો હોય તો કેમ નહીં ?”

“તમને કાલે રાત્રે કોઈ અવાજ સંભળાયો હતો ખરો ?”

“મારા કાકા જ્યાં સુધી મોટે મોટેથી ન બોલવા લાગ્યા ત્યાં સુધી મને કોઈ જ અવાજ નહોતો સંભળાયો. હું તે સાંભળીને જ નીચે આવી હતી.”

“ગઈ કાલે રાત્રે તમે જ બધાં બારીબારણાં બંધ કર્યાં હતાં અને બધાના આગળા પણ તમે જ વાસ્યા હતા ?”

“હા.”

“આજે સવારે પણ બધા આગળાઓ વાસેલા જ હતા ?”

“હા.”

"તમારી એક નોકરાણી છે જેને કોઈક ગમે છે ? મારા ખ્યાલથી તમે તે વિષે તમારા કાકાને વાત કરી હતી કે તેણીને તમે બહાર પેલાને મળવા જતી જોઈ હતી ?"

"હા, અને આ તે જ નોકરાણી હતી જેણે કદાચ કાકાની મુગટવાળી વાતો બહાર ઊભા રહીને સાંભળી હોય."

"અચ્છા, તો તમારું એવું માનવું છે કે તેણી પોતાના પ્રેમીને મુગટ વિષે કહેવા બહાર ગઈ હતી અને તે બંનેએ લૂંટ કરવાની યોજના ઘડી હશે."

"પણ આ આખાયે અનુમાનનો શું અર્થ ? જ્યારે હું તમને કહી રહ્યો છું કે મેં ખુદ મારી આ સગી આંખે તેના હાથમાં મુગટ જોયો હતો," બૅન્કર અધીરાઈથી બોલી ઊઠ્યો.

"એક મિનિટ, શ્રીમાન હોલ્ડર. આપણે ફરી પાછા તે મુદ્દા પર આવીએ છીએ. કુમારી હોલ્ડર, મારા જાણવા પ્રમાણે તમે તેણીને રસોડાના બારણેથી પાછી ફરતી જોઈ હતી."

"હા, બારણાને આગળો માર્યો છે કે નહીં તે જોવા જ્યારે હું આવી ત્યારે મેં તેને અંદર પ્રવેશતી જોઈ. મેં ત્યાં એક પુરુષને પણ જોયો હતો."

"તમે તેને ઓળખો છો ?"

"હા, તે શાકવાળો ફેરિયો છે જે અમારા માટે શાક લઈને આવે છે. તેનું નામ ફ્રેન્કીસ પ્રોસ્પર છે."

"તે બારણાની ડાબી બાજુએ ઊભો હતો, બારણાને અડીને નહીં પણ થોડોક દૂર."

"હા, તે તેમ જ ઊભો હતો."

"તે લાકડાના પગવાળો માણસ છે ?"

આ સાંભળી યુવતીની આંખમાં ચમકારો થયો, "તમે તો જાદુગર લાગો છો," તેણીએ કહ્યું, "તમને કઈ રીતે ખબર પડી ?" તેણી હસી પણ જવાબમાં હોમ્સના ગંભીર ચહેરા પર જરા પણ સ્મિત ન આવ્યું.

"હવે હું ઉપરના માળે જઈશ," તેણે કહ્યું, "પણ પહેલાં ફરી એક વાર હું ઘર બહાર એક નજર ફેરવી લઉં અને નીચે ઊભા રહીને ઉપરની બારીઓ જોઈ લઉં."

તે ઉતાવળે ઉતાવળે એક પછી એક બારી નીચેથી પસાર થયો અને ઘોડાર ઉપર આવેલી મોટી બારી આગળ ઊભો રહી ગયો. પછી તેણે એ બારી ખોલી અને તેના ઉંબરાને સૂક્ષ્મદર્શક કાચ વડે જોવા લાગ્યો. "હવે આપણે ઉપર જઈશું." છેવટે તેણે કહ્યું,

બૅન્કરનો ડ્રેસિંગરૂમ ખૂબ સાદાઈથી સજાવવામાં આવેલો હતો. તેની ફરસ પર સિલેટિયા જાજમ પાથરવામાં આવી હતી, તેમાં એક મોટી તિજોરી હતી અને એક મોટો અરીસો. હોમ્સ પહેલાં તિજોરી પાસે ગયો. તેણે તિજોરીનું તાળું તપાસ્યું.

"કઈ ચાવીથી તેને ખોલવામાં આવ્યું હતું ?"

"મારા દીકરાએ સ્ટોરરૂમના કબાટમાં પડેલી જે ચાવીની વાત કરી હતી તેના વડે."

"તે અહીં તમારી પાસે છે ?"

"આ રહી ડ્રેસિંગ ટેબલ પર."

હોમ્સે તેને લીધી અને તેનાથી તિજોરી ખોલી.

"આ તો જરા પણ અવાજ કર્યા વગર ખૂલી જાય તેવું તાળું છે," તેણે કહ્યું, "એમાં કોઈ આશ્ચર્ય નથી કે તમારી ઊંઘ નહોતી ઊડી. મારા ખ્યાલથી આ ડબ્બામાં મુગટ રાખ્યો હશે. આપણે એક વાર તેના પર નજર ફેરવી લઈએ." તેણે ડબ્બો ખોલ્યો. તેમાંથી મુગટ બહાર કાઢ્યો અને ટેબલ પર મૂક્યો. રત્નકળાનો તે એક અદ્‌ભુત નમૂનો હતો અને તેમાં જડવામાં આવેલા ૩૬ નીલમ તો અદ્‌ભુત હતાં. આખા વિશ્વમાં આવા નીલમ ક્યાંય જોવા ન મળે. તેનો ત્રણ નીલમ જડેલો એક ખૂણો તોડી નાખવામાં આવ્યો હતો.

"હવે, શ્રીમાન હોલ્ડર," હોમ્સે કહ્યું, "આ એ દુર્ભાગી ખૂણો છે જેને તોડી નાખવામાં આવ્યો છે, શું તમે આ બીજા ખૂણાને તોડવાનો પ્રયત્ન કરશો ?"

બૅન્કર એકદમ હેબતાઈ ગયો, "હું તો એવું સપનામાં પણ ન વિચારું."તેણે કહ્યું.

"તો પછી મારે કરવું પડશે." હોમ્સે ખૂણો તોડવા પોતાનું બળ વાપર્યું, પણ મુગટને કોઈ જ અસર ન થઈ. "મારા ખ્યાલથી મારે હજુ વધારે જોર લગાવવું પડશે." તેણે કહ્યું, "મારા હાથ એટલા બળવાન હોવા છતાં પણ મારે મારું બધું જ જોર વાપરવું પડે છે. કોઈ સામાન્ય માણસની તો તેને તોડવાની ત્રેવડ જ નથી. હવે જો હું તેને તોડું તો તમે શું વિચારો છો કે શું થશે, શ્રીમાન હોલ્ડર ? તેમ કરવાથી પિસ્તોલના ધડાકા જેવો અવાજ થશે. તમે મને એમ કહ્યું કે આ બધું જ તમારી પથારીની આસપાસના કેટલાક વારના વિસ્તારમાં જ થયું અને તમને કોઈ અવાજ ન સંભળાયો ?"

"હું કંઈ જ વિચારી નથી શકતો, મને તો હજી આ બાબતમાં અંધારું જ દેખાય છે."

"તમારી વાત સાચી પણ જેમ જેમ આપણી તપાસ આગળ વધતી જશે તેમ તેમ બધું જ પ્રકાશિત થતું જશે. તમે શું વિચારો છો, કુમારી હોલ્ડર ?"

"મારી દશા પણ મારા કાકા જેવી જ છે."

"તમારા દીકરાને જ્યારે તમે જોયો ત્યારે તેણે જૂતાં કે સ્લિપર કંઈ જ નહોતું પહેર્યું, બરાબર ?"

"હા, તેણે માત્ર પાટલૂન અને શર્ટ જ પહેર્યાં હતાં."

"આભાર તમારો. આ તપાસ દરમિયાન આપણને એક સદ્‌નસીબ સાંપડ્યું છે અને જો તેમ છતાં પણ આપણે આખાયે મામલાને સ્પષ્ટ કરવામાં સફળ ન થઈએ તો આપણો જ વાંક ગણાશે. હવે તમારી રજા લઈ હું ફરી એક વાર બહારની બાજુ તપાસ કરીશ."

પોતે એકલો જ જશે તેવો હોમ્સે આગ્રહ રાખ્યો કારણ કે તે ઇચ્છતો હતો કે જમીન પર પડનારાં બીનજરૂરી પગલાં તેની તપાસને વધારે અઘરી ન કરી મૂકે. તે

કલાકથી પણ વધારે સમય પોતાના કામમા વ્યસ્ત રહ્યો. આખરે તે પાછો આવી જ ગયો. તેના પગ જૂતામાં ચોંટેલા બરફથી ભારે થઈ ગયા હતા અને તેનો ચહેરો પણ કાયમની જેમ અકળ હતો.

"મને લાગે છે કે જેટલું પણ જોવાનું હતું તે બધું મેં જોઈ લીધું છે, શ્રીમાન હોલ્ડર," તેણે કહ્યું, "બધી વાત હું તમને મારા ઘરે પહોંચ્યા પછી જ સ્પષ્ટ કરી શકીશ."

"પણ રત્નોનું, શ્રીમાન હોમ્સ. તે ક્યાં છે ?"

"તેના વિષે હું કંઈ જ નહીં કહી શકું."

બૅન્કરે અકળાઈને પોતાનું માથુ ખંજવાળ્યું, "હું તેને ફરી ક્યારેય જોઈ નહીં શકું !" તે રડમસ થઈ ગયો. "અને મારો દીકરો ? તમે તો તેના નિર્દોષ હોવાની મને આશા જન્માવી હતી ?"

"તે બાબતે હજુ પણ મારો વિચાર બદલાયો નથી."

"હે ભગવાન, તો પછી એ તો કહો કે રાત્રે મારા ઘરમાં ખરેખર શું થયું હતું ?"

"જો કાલે સવારે મારા બેકર સ્ટ્રીટવાળા ઘરે તમે મને નવથી દસની વચ્ચે મળવા આવશો તો હું શક્ય તેટલું બધું જ તમારી સમક્ષ સ્પષ્ટ કરી દઈશ. હું સમજી શકું છું કે તમે મારો સંપર્ક ગાયબ થયેલા નીલમ માટે કર્યો હતો અને તે પેટે તમે મને કોરા કાગળ પર મોં માંગી રકમ પણ લખી આપવાનું કહ્યું હતું, બરાબર ?"

"હું તો મારી આખી સંપત્તિ તેના બદલામાં આપવા તૈયાર છું."

"બહુ સરસ, તે બાબતે હું તમને પછીથી જણાવીશ. કદાચ સાંજ પડતા પહેલાં ફરી એક વાર હું અહીં આટો મારી જઈશ."

હવે મને એટલી તો ખબર પડી ગઈ હતી કે મારા સાથીદાર સમક્ષ આખોયે મામલો સ્પષ્ટ થઈ ગયો હતો પણ સાથે સાથે એ પણ કહેવું પડશે કે મારા માટે તો આ મામલો બધા મામાલા માફક રહસ્યભર્યો જ હતો. ઘરે જતી વખતે મેં ઘણી વાર તેને તે વિષે પૂછ્યું પણ દરેક વખતે તે કોઈક બીજા મુદ્દા પર જ વાતો કરવા લાગતો. પછી તો મેં તેને પૂછવાનું જ બંધ કરી દીધું. હજી તો ત્રણ પણ નહોતા વાગ્યા અને અમે અમારા ઓરડામાં આવી પહોંચ્યા. તે ઉતાવળે પોતાની ઓરડીમાં ગયો અને તરત જ કોઈક લોફરના વેશમાં પાછો ફર્યો. તેણે પોતાના કોલર ઊભા રાખ્યા હતા, તેણે ભપકાદાર ભડકીલો કોટ પહેર્યો હતો, ગળામાં લાલ મફલર વીંટ્યું હતું, અને તેના બૂટ ચીંથરેહાલ હતા. તે બદમાશના એક ઉત્તમ નમુના જેવો દેખાતો હતો.

"મારા ખ્યાલથી આ બરાબર રહેશે," તેણે પોતાની જાતને તાપણા પર ગોઠવાયેલા અરીસામાં જોતાં કહ્યું, "મારી તીવ્ર ઈચ્છા છે કે તું પણ મારી સાથે આવે, વૉટસન. પણ હું તેમ નહીં કરી શકું. બની શકે કે હું ખોટો હોઉં અને એવું પણ બને કે હું આ વેશમાં લોકોને છેતરવામાં સફળ થાઉં. આ અનિશ્ચિતતા થોડી જ વારમાં સ્પષ્ટ થઈ જશે. મને આશા છે કે હું થોડાક કલાકોમાં પાછો આવી જઈશ." તેણે કબાટમાં પડેલા માંસમાંથી

એક ટુકડો કાપ્યો. બે બ્રેડ વચ્ચે તેને મૂકીને એક સેન્વીચ બનાવી તેને પોતાના ખિસ્સામાં સેરવી દીધી અને પોતાના સાહસ ભણી આગળ વધ્યો.

હજુ તો મેં મારી ચા પીધી જ હતી કે તે આવી પહોંચ્યો. તે તેના ઉત્તમ મિજાજમાં હતો. તેના ફાટેલા બૂટને હાથમાં ઝુલાવતો તે રૂમમાં આવ્યો અને તેને ખૂણામાં ફેંકી ચા પીવા બેસી ગયો.

"મારે અત્યારે જ જવું પડશે." તેણે કહ્યું.

"ક્યાં ?"

"વેસ્ટ એન્ડની બીજી બાજુએ. મારા પાછા આવવામાં કદાચ થોડો સમય લાગશે. મારી રાહ ન જોતો. કદાચ મારે થોડું મોડું થશે."

"તારી તપાસ કેટલે પહોંચી ?"

"કંઈ ખાસ નહીં, કોઈ જ સમસ્યા નથી. હું અત્યાર સુધી સ્ટ્રીટધામમાં જ હતો. પણ હું બૅન્કરના ઘરે ન જઈ શક્યો. એક નાનકડી મુશ્કેલી સર્જાઈ છે. હું તેનો લાભ ઉઠાવવા માગું છું. મારે વધારે વાતો કરતાં અહીં બેસી ન રહેવું જોઈએ. મારે ઉતાવળે મારા બદમાશના વેશને ઉતારી મારા અસલ રૂપમાં આવી જવું જોઈએ."

હું એ સ્પષ્ટ રીતે જોઈ શકતો હતો કે તે પોતાના શબ્દો દ્વારા દર્શાવી રહ્યો હતો તેના કરતાં પણ વધારે સંતુષ્ટ હતો. તેની આંખો ચમકી રહી હતી તેના ગાલ પણ જરાક રાતા થયા હતા. તે ઉપર દોડી ગયો અને થોડી જ મિનિટોમાં મને નીચે બારણું બંધ થવાનો અવાજ આવ્યો, હું સમજી ગયો કે તે ફરી કોઈક પગેરાની શોધમાં બહાર નીકળી ગયો હતો.

મેં અડધી રાત સુધી તેની રાહ જોઈ, પણ તેના પાછા આવવાના કોઈ જ અણસાર નહોતા. એટલે હું મારા રૂમમાં જતો રહ્યો. તે તેના કામમાં ઘણી વાર દિવસોના દિવસો અને રાતોની રાતો ગાયબ રહેતો એટલે આજે મોડી રાત્રે તેના પાછા ન ફરવાથી મને કોઈ આશ્ચર્ય ન થયું. મને ખબર ન રહી કે તે ક્યારે પાછો આવ્યો પણ સવારના નાસ્તા માટે હું જ્યારે નીચે આવ્યો ત્યારે એક હાથમાં કૉફી અને એક હાથમાં કાગળિયાં લઈને તાજોમાજો થઈને બેઠો હતો.

"તારા વગર મેં નાસ્તો શરૂ કર્યો તે માટે મને માફ કરજે, વૉટસન," તેણે કહ્યું, "પણ તને તો યાદ હશે જ કે આજે આપણે આપણા અસીલને વહેલી સવારે મુલાકાત માટે બોલાવ્યા છે."

"કેમ, હજુ તો નવ જ વાગ્યા છે," મેં જવાબ આપ્યો. "ઘંટડી વાગી, મને લાગે છે કે તે જ આવ્યા છે."

તે અમારા મિત્ર શ્રીમાન હોલ્ડર જ હતા. હું તેમનામાં આવેલા પરિવર્તનને જોઈને સ્તબ્ધ થઈ ગયો. તેમનો વિશાળ ચહેરો વાટકી જેવડો થઈ ગયો હતો, તેમના વાળ એક રાતમાં ધોળા થઈ ગયા હોય તેવું લાગતું હતું. તેઓ ગઈ કાલ સવારે જે પીડા

સાથે અમારા ઘરે આવ્યા હતા તેનાથી પણ ક્યાંય વધારે પીડા તેમને અત્યારે થઈ રહી હતી. તેઓ માંડ માંડ ચાલી રહ્યા હતા. તેમના માટે મેં જે ખુરશી ધરી તેમાં તેઓ ધબ કરતાંક બેસી ગયા.

"મેં કયા ભવનું પાપ કર્યું હશે કે મારા પર એક પછી એક, આફત પર આફત આવ્યે જાય છે !" તેણે બળાપો કર્યો, "ફક્ત બે દિવસ પહેલાં તો હું વિશ્વનો એક સફળ અને સુખી માણસ હતો. હવે હું આ ઉંમરે સાવ એકલો અને બદનામ થઈ ગયો છું. મારા પર દુ:ખનું આભ તૂટી પડ્યું છે. મારી ભત્રીજી, મૅરી, મને છોડીને જતી રહી."

"તમને છોડીને જતી રહી ?"

"હા, સવારે તેના શયનખંડમાં જોયું ત્યારે તેની પથારી એમની એમ જ હતી, જાણે આખી રાત તે તેના પર સૂઈ જ ન હોય તેવું લાગતું હતું. તેણે દીવાનખંડના ટેબલ પર એક ચિઠ્ઠી મૂકી હતી. મેં ગુસ્સામાં નહીં પણ ઉદાસ થઈને તેને ગઈ રાત્રે કહ્યું હતું કે જો તેણીએ મારા દીકરા સાથે લગ્ન કર્યાં હોત તો તે સુધરી જાત. અત્યારે મને તેવું બોલવાનો પસ્તાવો થઈ રહ્યો છે. તે બાબતે જ આ ચિઠ્ઠીમાં તેણીએ કંઈક લખ્યું છે :

"મારા વહાલા કાકા :

"મને લાગે છે હું જ તમારા દુ:ખનું કારણ છું અને જો હું તેમ વર્તી હોત તો તમારા પર આ દુ:ખ ન આવત. આવા સંતાપ સાથે હું તમારા ઘરમાં ખુશ ક્યારેય નહીં રહી શકું. એટલે જ મેં વિચાર્યું છે કે હું હવે તમને હંમેશ માટે છોડીને જતી રહું. મારા ભાવિની જરા પણ ચિંતા ન કરશો. બધી જ વ્યવસ્થા થઈ ગઈ છે : અને મને શોધવાનો પ્રયત્ન ન કરતા, કારણ કે હું તમને નહીં મળું અને તે મારા માટે ખૂબ જ કષ્ટદાયક રહેશે. હું આજીવન અને મૃત્યુપર્યંત તમને યાદ રાખીશ.

તમારી પ્રેમાળ
મૅરી.

"તેની આ ચિઠ્ઠીનો અર્થ શું થાય, શ્રીમાન હોમ્સ ? તમને શું લાગે છે કે તેણી આત્મહત્યા કરશે ?"

"ના, ના, એવું કંઈ જ નથી. આ જ એક ઉત્તમ નિવેડો હતો, મારા પર વિશ્વાસ કરો, શ્રીમાન હોલ્ડર, તમારા દુ:ખના દિવસોનો હવે અંત આવી ગયો છે."

"ખરેખર ! તમને કંઈક સાંભળવા મળ્યું છે, શ્રીમાન હોમ્સ, તમને કંઈ જાણવા મળ્યું છે ! રત્નો ક્યાં છે ?"

"એક નીલમના ૧૦૦૦ પાઉન્ડ આપવા તમને વધારે તો નહીં લાગે ને ?"

"હું એકના ૧૦ હજાર પાઉન્ડ ચૂકવવા તૈયાર છું."

"તેની કોઈ જ જરૂર નથી. ત્રણ હજારમાં આખીયે બાબતનો નિવેડો આવી જશે. અને એક નાનકડું વળતર, બરાબર ? તમે તમારી સાથે તમારી ચેક-બૂક તો લાવ્યા છો ને ? આ રહી પેન. તેમાં ૪૦૦૦ પાઉન્ડ ભરી નાખો, તે જ ઠીક રહેશે."

ખુશખુશાલ થતાં શ્રીમાન થાપણદારે હોંશે હોંશે કહ્યા પ્રમાણે ચેક લખી આપ્યો. હોમ્સ તેના ટેબલ પાસે ગયો અને તેના ખાનામાંથી ત્રણ નીલમ જડેલો સોનાનો એક ત્રિકોણિયો ટુકડો તેણે કાઢ્યો.

આનંદના ખિલખિલાટ સાથે શ્રીમાન હોલ્ડરે તે વસ્તુ પોતાના હાથમાં લઈ લીધી. "તમે આખરે શોધી કાઢી !" તે આભો બની ગયો. "હું બચી ગયો ! હું બચી ગયો !"

તેમનું સુખ પણ તેમના દુઃખ જેટલું જ આત્યંતિક હતું. તેમણે પોતાનાં પાછાં મળેલાં રત્નોને છાતીએ વળગાડ્યાં.

"તમારા પર હજુ એક ઋણ બાકી છે, શ્રીમાન હોલ્ડર," હોમ્સે કડકાઈથી કહ્યું.

"ઋણ !" તેણે તરત હાથમાં પેન લઈ લીધી. "રકમ બોલો, હું તેનો પણ ચેક લખી આપું."

"ના, મારું તમારા પર કોઈ ઋણ નથી. તમારે ખૂબ જ નમ્રતાથી પેલા છોકરા, તમારા પુત્રની માફી માગવાની છે. તેણે આ મામલામાં એવી ભૂમિકા ભજવી છે કે જો તે મારો પુત્ર હોત તો મને તેના પર ખૂબ જ ગર્વ થાત."

"જો આર્થરે ચોરી નહોતી કરી તો કોણે કરી હતી ?"

"મેં ગઈ કાલે પણ તમને કહ્યું હતું અને આજે પણ કહું છું કે તેણે ચોરી નહોતી કરી."

"તમને ખાતરી છે ? તો પછી આપણે હાલ ને હાલ તેની પાસે જઈએ અને તેને જણાવીએ કે સત્ય બહાર આવી ગયું છે."

"તેની તેને પહેલેથી જ જાણ હતી ! તમારે ત્યાંથી જ્યારે હું બધી તપાસ કરીને પાછો ફર્યો ત્યારે હું તેની પાસે પણ પૂછપરછ કરવા ગયો હતો અને મને લાગ્યું હતું કે તે મને કશું જ નહીં કહે, મેં પોતે જ તેને હકીકત કહી અને તેણે કબૂલ કર્યું કે હું સાચો હતો. જો કે તેમાં જે ખૂટતી વિગતો હતી તે તેણે મને આપી હતી પણ તે બધી જ સાચી નહોતી લાગતી. પણ આજે સવારે તમે જે સમાચાર લઈને આવ્યા તેનાથી તેના હોઠ ખૂલી ગયા હતા."

"ભગવાનને ખાતર મને કહો કે આ અજાયબ રહસ્ય શું છે ?"

"હું તે જ જણાવું છું અને તે બધું હું તમને ક્રમ પ્રમાણે જણાવીશ કે જેના દ્વારા આખુંયે સત્ય મારી સમક્ષ આવ્યું. પણ તે પહેલાં મને કહેવા દો કે મારાથી તે કહેવું જેટલું અઘરું છે તેનાથી પણ વધારે તમારા માટે તે સાંભળવું અઘરું છે કારણ કે સર જ્યોર્જ બર્નવેલ અને તમારી ભત્રીજી મૅરી વચ્ચે લફરું હતું અને તે બન્ને સાથે ભાગી ગયાં છે."

"મારી મૅરી ? અશક્ય ?"

"શક્ય-અશક્યની વાત તો બાજુ પર રાખો પણ તમારા માટે એ એક બદનસીબી કહેવાય કે તમે તે માણસના સાચ્ચા ચારિત્ર્યને જાણ્યા વગર તમારા કૌટુંબિક વર્તુળમાં

તેને ભળવા દીધો. તે ઇંગ્લૅન્ડનો સૌથી ખતરનાક માણસ છે, એક બરબાદ થયેલો સટ્ટાબાજ, એક અઠંગ બદમાશ, હૃદય અને લાગણીઓ વગરનો માણસ છે. તમારી ભત્રીજી આ પ્રકારના માણસને નહોતી ઓળખી શકતી. તેણે સેંકડો છોકરીઓની જેમ તેણીને પણ પોતાની પ્રેમજાળમાં ફસાવી હતી પણ તમારી ભત્રીજીને એમ કે તે એકલી જ હતી જે તેના હૃદય સુધી પહોંચી હતી. પણ આપણા બદમાશ જ્યોર્જનો તો કોઈક બીજો જ ઇરાદો હતો. તેણી હવે તેના માટે એક રમકડું બની ગઈ હતી અને મૅરી તેની મોહજાળથી એવી તો અંજાઈ ગઈ હતી કે તેણીને તેને રોજ સાંજે મળવાની આદત પડી ગઈ હતી.''

''હું આ માની જ ન શકું, અને માનીશ પણ નહીં !'' બૅન્કર ક્રોધિત થતાં ચીસ પાડી ઊઠ્યો.

''હવે હું તમને એ કહું કે ગઈકાલે રાત્રે તમારા ઘરમાં શું થયું હતું. તમારી ભત્રીજી, જ્યારે તેણીને લાગ્યું કે તમે તમારા ઓરડામાં જતા રહ્યા છો ત્યારે તેણી નીચે ઊતરી અને ઘોડારમાં પડતી બારીમાંથી પોતાના પ્રેમીને મળવા ગઈ. તેનાં પદચિહ્નો બારી આગળ જ છપાયેલાં પડ્યાં હતાં. તેણીએ તેને મુગટ વિષે કહ્યું. આ સાંભળી તેનામાં રહેલો શેતાન જાગી ગયો અને મુગટને મેળવવા તેણે મૅરીનો ઉપયોગ કર્યો. મને તેમાં કોઈ જ શંકા નથી કે તે તમને પણ અનહદ ચાહતી હતી પણ એક પ્રેમીનો પ્રેમ અન્ય બધા જ પ્રેમ પર હાવી થઈ જતો હોય છે. તેણે હજુ તો પેલાએ આપેલાં સૂચનો સાંભળ્યાં જ હતાં કે તમે નીચે આવતા હોય તેવું તેણીને સંભળાયું. તેણીએ તરત જ બારી બંધ કરી દીધી અને તમને એવું કહ્યું કે તમારી કોઈક નોકરાણી પોતાના પ્રેમી સાથે બહાર ગઈ હતી જે વાત પણ સંપૂર્ણ સાચી જ હતી.

''તમારો છોકરો, આર્થર તમારી સાથેની વાતચીત બાદ પોતાના રૂમમાં જતો રહ્યો હતો પણ પોતાના પર ક્લબના દેવાની ચિંતાના કારણે તે ઊંઘી શક્યો નહોતો. મધરાત્રે તેને તેના દરવાજા આગળ કોઈકનાં પગલાંનો અવાજ સંભળાયો એટલે તે ઊભો થયો અને બહાર જોવા લાગ્યો. તેના આશ્ચર્ય વચ્ચે તેણે મૅરીને લપાતી છુપાતી બિલ્લીપગે તમારા ડ્રેસિંગ રૂમમાં સરી જતી જોઈ. છોકરાએ તરત જ શર્ટ અને પાટલૂન પહેર્યાં અને અંધારામાં આખોયે મામલો શું છે તે જોવા છુપાઈને ઊભો રહ્યો. તરત જ તેણી ઓરડામાંથી પાછી ફરી. પરસાળના દીવાના અજવાળામાં તેણે તેણીના હાથમાં કીમતી મુગટ જોયો. તેણી દાદર ઊતરી ગઈ. આર્થર પણ તેની પાછળ પાછળ નીચે ઊતર્યો અને બારણા આગળના પરદા પાછળ સંતાઈ ગયો. ત્યાં હોલમાં શું થઈ રહ્યું હતું તે તેને દેખાતું હતું. તેણે જોયું કે તેણીએ જરા પણ અવાજ ન થાય તે રીતે બારી ખોલી અને મુગટ બહાર અંધારામાં કોઈના હાથમાં આપ્યો. પછી તેણીએ તરત જ બારી બંધ કરી પોતાના ઓરડા તરફ જવા પગ ઉપાડ્યા. તેણી તમારો છોકરો જ્યાં પરદા પાછળ સંતાયો ત્યાંથી જ પસાર થઈ.''

“આર્થર તે જેને પ્રેમ કરતો હતો તે સ્ત્રી ખુલ્લી પડે તેવું કોઈ પણ પગલું ભરવા નહોતો માગતો. પણ જેવી તેણી ત્યાંથી જતી રહી કે તરત તેને ભાન થયું કે આ ઘટના તમારા માટે કેટલી બદનામી લાવશે. તે નીચે ધસી ગયો અને ફટ કરતાંક બારી ખોલી નાખી અને બહાર બરફ પર કૂદી પડ્યો. તેને ચંદ્રપ્રકાશમાં એક કાળી આકૃતિ દેખાઈ. તે સીધો જ તે તરફ દોડ્યો. સર જ્યોર્જ બર્નવેલે ભાગવાનો પ્રયત્ન કર્યો પણ આર્થરે તેને પકડી પાડ્યો અને ત્યાં બંને વચ્ચે ઝપાઝપી થઈ. તમારા દીકરાની પકડમાં મુગટનો ખૂણો આવી ગયો હતો અને બીજો ખૂણો જ્યોર્જના હાથમાં હતો. ઝપાઝપીમાં તમારા દીકરાએ જ્યોર્જને આંખ પર ફેંટ મારી. પછી અચાનક કંઈક થયું અને તમારા છોકરાને લાગ્યું કે મુગટ તેના હાથમાં આવી ગયો હતો. તે પાછો ફર્યો અને બારી બંધ કરી તમારા રૂમ તરફ આવી રહ્યો હતો ત્યારે તેને ભાન થયું કે ઝપાઝપીમાં મુગટનો ખૂણો વળી ગયો હતો. જ્યારે તમે તેને જોયો ત્યારે તે મુગટના ખૂણાને સીધો કરવાનો પ્રયત્ન કરી રહ્યો હતો.”

“આ શક્ય છે ?” બૅન્કરે આશ્ચર્ય વ્યક્ત કર્યું.

“તમે કશું પણ જાણ્યા વગર તેને ભાંડવા માંડ્યા. ખરેખર તો તમારે તેનો ઉપકાર માનવો જોઈતો હતો. તે મૅરીને બચાવવા ખાતર કશું જ ન બોલ્યો. તેણે પોતાની નિર્દોષતા માટે કોઈ જ દલીલ ન કરી. તેણે સ્ત્રીદાક્ષિણ્ય દાખવ્યું અને તેણીનું રહસ્ય અકબંધ રાખ્યું.”

“અને માટે જ તેણીએ જ્યારે મુગટને જોયો ત્યારે તે બેભાન થઈ ગઈ હતી !” શ્રીમાન હોલ્ડર બૂમ પાડી ઊઠ્યા. “હે ભગવાન ! મેં કેવી મૂર્ખાઈ કરી ! બિચારો પેલો મને પાંચ મિનિટ માટે બહાર જવાની પરવાનગી માગતો હતો કે કદાચ તૂટેલો ખૂણો બહાર ક્યાંક મળી જાય. મેં કેવી નિર્દયી રીતે તેના પર બધો જ આરોપ ઢોળી દીધો.”

“જ્યારે હું તમારા ઘરે આવ્યો,” હોમ્સે ફરી શરૂ કર્યું, “એટલે પહેલાં તો હું તમારા ઘરની આસપાસના ખુલ્લા વિસ્તારમાં જ નિરીક્ષણ કરવા લાગ્યો કે કદાચ મને બરફ પર કોઈક પગેરું મળી જાય જે મને મદદરૂપ થઈ શકે. મેં જોયું કે ગઈ સાંજ પછી ત્યાં કોઈ જ બીજાં પગલાં નહોતાં પડ્યાં અને મેં તે પણ જોયું કે બરફ એટલો મજબૂત હતો કે પગનાં નિશાન હજુ પણ જળવાઈ રહ્યાં હતાં. મેં ફેરિયાઓ માટેના રસ્તાનું પણ બારીકાઈથી નિરીક્ષણ કર્યું પણ ત્યાં એટલી બધી નિશાનીઓ હતી કે કંઈ જ સ્પષ્ટ નહોતું થતું પણ રસોડા નજીકના બારણા આગળ એક-બે નિશાનીઓ સ્પષ્ટપણે દેખાતી હતી. ત્યાં કોઈક સ્ત્રીએ કોઈક પુરુષ સાથે લાંબો સમય ઊભા રહીને વાત કરી હોય તેવું લાગતું હતું. પુરુષના એક પગની છાપ સાથે બીજી એક છાપ ગોળાકાર હતી તેના પરથી તે લાકડાના પગવાળો હતો તે તારણ કાઢ્યું. હું તે પણ કહી શકું છું કે તેઓની વાતચીતમાં ખલેલ પડી હતી કારણ કે સ્ત્રી ઝડપથી બારણા તરફ દોડી ગઈ હતી, કારણ કે તેણીના પગની આંગળીઓની છાપ ઊંડી હતી અને પાનીની એકદમ હળવી હતી. જ્યારે લાકડાના પગવાળો માણસ થોડી વાર રાહ જોવા ઊભો રહ્યો હતો અને પછી જતો રહ્યો હતો. મને લાગ્યું કે આ નિશાન નોકરાણી અને તેના પ્રેમીનાં હશે, જેની તમે મને અગાઉ માહિતી

આપી હતી. પછી હું આખાયે બગીચામાં ફરી વળ્યો પણ મને કંઈ ખાસ જોવા ન મળ્યું, કારણ કે તે બધી જ જગ્યાએ પોલીસ ફરી વળી હતી, પણ જ્યારે હું ઘોડારવાળા રસ્તા પર આવ્યો ત્યારે મારી સમક્ષ બરફ પર મળી આવેલી નિશાનીઓ દ્વારા એક લાંબી અને જટીલ વાર્તા ઊપસી આવી.''

''ત્યાં બરફ પર બૂટ પહેરેલા માણસનાં પગલાંની બે કતારો હતી અને બીજી બે રેખાઓ ખુલ્લા પગવાળા માણસના પગલાંની હતી. મને તમે જે આખી વાર્તા કહી હતી તે પરથી ખ્યાલ આવી ગયો કે ખુલ્લા પગવાળો માણસ તમારો દીકરો જ હશે. પહેલી બૂટની છાપવાળી કતારો શાંતિથી ચાલતા આવવા જવાથી પડી હતી. જ્યારે ખુલ્લા પગલાંની નિશાની ઝડપથી દોડવાથી પડી હતી અને ક્યાંક ક્યાંક તે નિશાની બૂટવાળા નિશાન ઉપર જ પડી હતી. તેનો મતલબ એવો થાય કે ખુલ્લા પગવાળો માણસ બૂટ પહેરેલા પગવાળા માણસનો પીછો કરી રહ્યો હતો. મેં તે પગલાની પાછળ પાછળ જ ચાલવા માંડ્યું અને જોયું તો તે પગલાં હૉલની બારી આગળ આવીને ખતમ થઈ ગયાં હતાં. પણ બૂટવાળો માણસ ત્યાં ખાસ્સું એવું રોકાયો હોય તેવું લાગ્યું કારણ કે તેના એકધારા ઊભા રહેવાના કારણે ત્યાંથી બરફ ખસી ગયો હતો. ત્યાર પછી હું પાછો તે જ રસ્તે બૂટવાળા પગલાંના નિશાનની પાછળ પાછળ સો એક વાર ગયો હઈશ ત્યાં બૂટની અણી આગળની તરફ જવાની જગ્યાએ પાછી વળેલી દેખાતી હતી. બરાબર તે જ જગ્યાએ બરફ ખૂંદાઈ ગયો હતો જાણે ત્યાં બે જણ વચ્ચે કોઈ ઝપાઝપી ન થઈ હોય. તે જગ્યાએ મને લોહીનાં કેટલાંક ટીપાં પણ દેખાયાં તેથી મારી શંકા પાક્કી થઈ ગઈ કે ચોક્કસ કોઈ ઝપાઝપી થઈ હતી. બૂટવાળાં નિશાન બહારની તરફ જઈ રહ્યાં હતાં અને તે તરફ પણ થોડાંક ટીપાં લોહીનાં પડ્યાં હતા તે પરથી એ પણ સાબિત થઈ ગયું કે તે જ ઘવાયો હતો. તે નિશાનની પાછળ પાછળ છેક મુખ્ય રસ્તા પર પહોંચી ગયો અને ત્યાર પછી મને કોઈ જ નિશાન નહોતાં દેખાતાં એટલે તેની વાત ત્યાં જ પૂરી થઈ જાય છે.''

''હવે ઘરના નિરીક્ષણની વાત કરું તો તમને યાદ હશે કે મેં બારીના ઉંબરાનું અને તેના ચોકઠાનું મારા સૂક્ષ્મદર્શક કાચ વડે નિરીક્ષણ કર્યું હતું અને પહેલી જ વારમાં મને ખ્યાલ આવી ગયો કે બારીમાંથી કૂદીને કોઈ બહાર ગયું હતું. હું બારીમાંથી અંદર આવતાં ભીનાં પગલાંને પણ પારખી શક્યો. હવે મને ખ્યાલ આવવા લાગ્યો હતો કે ખરેખર ત્યાં શું થયું હશે. એક માણસ બારી બહાર રાહ જોતો ઊભો રહ્યો હતો, તેને અંદરથી કોઈકે મુગટ લાવીને આપ્યો હતો : આ બધું જ તમારા દીકરાએ નજરોનજર જોયું, તેણે ચોરનો પીછો કર્યો, તેની સાથે ઝપાઝપી કરી, તેમણે બન્નેએ મુગટ એક એક છેડેથી પકડ્યો હતો અને તેની ખેંચમતાણી કરી હતી, તેમના બન્નેના ભેગા બળથી મુગટ એક ખૂણેથી તૂટી ગયો. તમારા દીકરાને લાગ્યું કે મુગટ તેના હાથમાં આવી ગયો એટલે તે ચાલતો થયો. પણ ખરેખર તો તેનો એક ખૂણો ખેંચમતાણીમાં તૂટી ગયો હતો અને ચોરના હાથમાં જતો રહ્યો હતો અને તે લઈને તેણે ચાલતી પકડી હતી. અહીંયાં સુધી તો

બધું જ સ્પષ્ટ થઈ ગયું. હવે પ્રશ્ન એ હતો કે એ કઈ વ્યક્તિ હતી જેણે પેલા ચોરને મુગટ લાવીને આપ્યો હતો ?

"મારો એક જૂનો સિદ્ધાંત છે કે તમને જે કંઈ પણ અશક્ય લાગે તેને તમે બાજુ પર મૂકી દો અને પછી જે બચે છે તેને જ સત્ય માની લેવું. હવે મને એ તો ખબર જ હતી કે તમેં તો કંઈ મુગટ લઈને ચોરના હાથમાં મૂક્યો ન હતો. તો હવે બચ્યું કોણ ? તો એક તો તમારી ભત્રીજી અને બીજી તમારી નોકરાણીઓ. પણ જો તે નોકરાણીમાંનું કોઈ હોય તો પછી તમારો દીકરો તેને આવું શા માટે કરવા દે ? આવી કોઈ જ શક્યતા નહોતી. તે તેની પિતરાઈને ચાહતો હતો માટે તેણે તેના માટે જ પોતાનું મોઢું બંધ રાખ્યું હતું તે તો હવે નક્કી જ થઈ ગયું હતું. પછી તમે મને કહેલું તે પણ મને યાદ હતું કે તમે તેણીને બારી નજીક જોઈ હતી અને તેણી મુગટને જોઈને બેભાન પણ થઈ ગઈ હતી. આ બધાં જ તારણો પરથી મારી શંકા વિશ્વાસમાં બદલાઈ ગઈ હતી.

"હવે પ્રશ્ન એ હતો કે તેણીએ મુગટ કોને આપ્યો ? તે ચોક્કસ એક પ્રેમી જ હોવો જોઈએ કે જેને માટે તેણીએ તમારી બદનામીની પણ ચિંતા ન કરીને તેના પ્રેમીના આ ગુનાહિત કામમાં તેનો સાથ આપ્યો. મને ખબર છે કે તમે સમાજમાં કંઈ ખાસ હળતાભળતા નથી માટે તમારું મિત્રવર્તુળ પણ મર્યાદિત જ હતું. પણ તેમાંના એક હતા સર જ્યોર્જ બર્નવેલ. મેં તેના વિષે સાંભળ્યું હતું કે સ્ત્રીઓમાં તેની છાપ કોઈ શેતાન જેવી જ હતી. આ તે જ હોવો જોઈએ કે જેણે પેલા બૂટ પહેર્યાં હતાં અને મુગટનો ખૂણો પણ જેની પાસે હતો. તેને ખબર હતી કે આર્થર તેને ઓળખી ગયો હતો તેમ છતાં તેને પોતે સુરક્ષિત હોય તેવું લાગતું હતું. કારણ કે તેને ખબર હતી કે જો આર્થર એક શબ્દ પણ ઉચ્ચારશે તો તેના જ કુટુંબની બદનામી થશે.

"હવે તમે જ અનુમાન લગાવો કે મેં શું કર્યું હશે ? હું સર જ્યોર્જના ઘરે એક બદમાશના વેશમાં પહોંચી ગયો. તરત જ તેના નોકર સાથે હળીભળી ગયો અને તેની સાથે વાતચીત દરમિયાન મને જાણવા મળ્યું કે તેના માલિક પરમદિવસની રાત્રીએ ઘવાયા હતા અને છેવટે છ શિલિંગ ખર્ચીને મેં તેના દ્વારા ત્યજી દેવાયેલાં જૂતાં ખરીદી લીધાં. જૂતાં લઈને હું સીધો તમારા ઘરે ગયો અને બરફ પર પડેલી છાપ પર તેને મૂકી જોયાં તો તે તદ્દન મેળ ખાઈ ગયા."

"હા, મેં ગઈ સાંજે એક રખડુ માણસને પાછળના રસ્તે જોયો હતો," શ્રીમાન હોલ્ડરે કહ્યું.

"તે હું જ હતો. હવે મને ખબર પડી ગઈ હતી કે ચોર કોણ હતું, એટલે હું ઘરે પાછો આવ્યો અને મારા અસલ રૂપમાં પાછો ગોઠવાઈ ગયો. હવે મારે એક ખૂબ જ નાજુક ભૂમિકા ભજવવાની હતી, કારણ કે મને ખબર હતી કે ગુનેગાર તેણે કરેલા ગુનાને નહીં કબૂલે, અને મને તે પણ ખબર હતી કે તે સારી રીતે જાણતો હતો કે કુટુંબની

બદનામી ન થાય તે ખાતર પણ આપણે પોલીસ કેસ થવા દઈશું નહીં એટલે તેણે બધું જ નકારી કાઢ્યું. પણ મેં તેને બધી જ સાબિતી આપી ત્યારે તેણે બાજુ પર પડેલી પિસ્તોલ હાથમાં લીધી. હું આવા માણસોને ખૂબ સારી રીતે જાણું છું એટલે તે કંઈ વિચારે, કશું કરે તે પહેલાં તો મેં જ તેના લમણે પિસ્તોલ ધરી દીધી. પછી તેને કહ્યું કે તું આ હીરા વેચી શકવાનો નથી તેથી સારું એ જ રહેશે કે મને એક રત્નના ૧૦૦૦ પાઉન્ડ પેટે ત્રણે રત્નો ૩૦૦૦ પાઉન્ડમાં આપી દે. તે સાંભળી તેના મોઢામાંથી હાયકારો નીકળી ગયો. તેણે કહ્યું કે તે રત્નો તો તેણે ૬૦૦ પાઉન્ડમાં કોઈકને વેચી દીધાં છે. રત્નો કોને વેચ્યાં ? તેના જવાબમાં તેણે મને પોલીસ કેસ નહીં થાય તે શરતે ખરીદનારનું નામ-સરનામું આપી દીધું. હું સીધો જ ત્યાં ગયો પણ ત્યાં મારે ખૂબ માથાકૂટ કરવી પડી અને ધમકી આપવી પડી કે જો પોલીસ કેસ થશે તો રત્નો હાથમાંથી જતાં રહેશે એટલે ગભરાઈને તેમણે મને ત્રણે રત્નો ૩૦૦૦ પાઉન્ડમાં વેચી દીધાં. પછી હું સીધો જ તમારા દીકરા પાસે ગયો અને તેને સાંત્વન આપ્યું કે બધું જ બરાબર થઈ ગયું છે અને મોડી રાત્રે છેક બે વાગ્યે હું પથારી ભેગો થયો. આખો દિવસ થકાવનારો રહ્યો હતો.''

''આ તે દિવસ છે જેણે ઈંગ્લૅન્ડને જાહેર માનહાનિ થવાથી બચાવ્યું હતું.'' બૅન્કરે ઊભા થતાં કહ્યું. ''સાહેબ, હું તમારો આભાર કયા શબ્દોમાં માનું. મારી પાસે શબ્દો નથી. પણ હું ખરેખર દિલથી તમારો આભારી છું. તમારી આવડત વિષે તો મેં ખૂબ સાંભળ્યું છે પણ તમે તો તેના કરતાં પણ ક્યાંય ચડિયાતા છો. હવે તો હું સીધો જ મારા દીકરા પાસે જઈશ અને તેના પર મેં જે કાળો કેર વર્તાવ્યો છે તેની માફી માગીશ. હવે પેલી બિચારી છોકરી, મૅરી ક્યાં હશે ? તેના આ કૃત્યથી હું કકળી ઊઠ્યો છું. કોણ જાણે તેણી ક્યાં હશે ?''

''તેણી સર જ્યોર્જ બર્નવેલ જ્યાં હશે ત્યાં જ હશે.'' હોમ્સે કહ્યું, ''અને તે પણ નક્કી છે કે તેણીએ જે પાપ કર્યું છે તેનાથી પણ વધારે સજા તેણીને ટૂંક સમયમાં જ મળી જશે.''

❖

કોપર બીચ

"તે માણસ કે જે કળાને ખાતર કળાને પ્રેમ કરે છે," હોમ્સે *ડેઈલિ ટેલિગ્રાફ*ના જાહેરાતનાં પાનાં એક બાજુએ નાખતાં કહ્યું, "હંમેશા ખૂબ નાની અને ઓછા મહત્ત્વની બાબતમાંથી વધારેમાં વધારે આનંદ મેળવી લેતો હોય છે, વૉટસન. આ જોઈને મને ખૂબ આનંદ થાય છે. અત્યાર સુધી તું એ સત્યને જાણી ચૂક્યો છે કે આપણા કેસોની જે નોંધો તે રાખી છે તેમાં તેં મોટા અને સંવેદનશીલ કેસોને એટલું મહત્ત્વ નથી આપ્યું જેટલું નાની ઘટનાઓને આપ્યું છે, કે જેમાં મારાં અનુમાનો અને તાર્કિક તારણો ઠાંસી ઠાંસીને ભરેલાં હોય છે."

"અને તેમ છતાં પણ," મેં સ્મિત કરતાં કહ્યું, "હું મારી જાતને સનસનાટીપૂર્ણ વર્ણનોના દોષથી મુક્ત નથી રાખી શકતો."

"કદાચ તેં ભૂલ કરી છે," તેણે ચીપિયાથી સળગતો કોલસો લઈ પોતાની હૂકલીને સળગાવતાં કહ્યું, "કે તેં તારા દરેક નિવેદનોને રંગીન વર્ણનો વડે જીવંત બનાવી દીધાં છે, જ્યારે ખરેખર તો તર્કને તેના કારણથી માંડીને તેની અસર સુધી નોંધવા જોઈએ, કારણ કે ખરેખર તો તે જ લાક્ષણિકતાઓ નોંધપાત્ર હોય છે."

"મને તો એવું લાગે છે કે મેં તને સંપૂર્ણ ન્યાય આપ્યો છે," મેં ઠંડકથી તેને જવાબ આપ્યો. ખરેખર તો હું તેના અહંકારથી થોડો અકળાઈ ઊઠ્યો હતો, જે મારા મિત્રના વિચક્ષણ ચારિત્રમાં ઘણીવાર છતો થઈ જતો હતો.

"ના, આ કોઈ સ્વાર્થ કે ખોટા દેખાડાની વાત નથી," તેણે મારા શબ્દો કરતાં મારા વિચારોનો જવાબ આપ્યો હોય તેવું લાગ્યું. "જો હું મારી કળા સાથે અન્યાય થયો હોવાનો દાવો કરું તો તે એક બિનવ્યક્તિગત બાબત છે, તે મારી પોતાની વાત નથી. ગુનો સામાન્ય છે પણ તર્ક અસાધારણ છે. માટે તારે ગુના પર નહીં પણ તર્ક પર ભાર મૂકવો જોઈએ. તારે તેને અભ્યાસક્રમના કોઈ મુદ્દા તરીકે રજૂ કરવો જોઈતો હતો નહીં કે વાર્તા તરીકે."

વસંતના શરૂઆતના દિવસોની ઠંડી સવાર હતી. નાસ્તો કરીને હું અને હોમ્સ અમારા બેકર સ્ટ્રીટવાળા ઘરમાં તાપણા આગળ બેઠા હતા. ઘરોની હારમાળાઓ વચ્ચે ગાઢ ધુમ્મસ છવાયેલું હતું. સામેના ઘરની બારીઓ ધુમ્મસમાં ખોવાઈ ગઈ હતી. વચ્ચે ગાઢ ધુમ્મસનો પડદો પડી ગયો હતો. અમારા ઓરડાની ગેસની દીવડી ચાલુ હતી અને તેનું પ્રતિબિંબ ટેબલ પર પડેલા ચીનાઈ માટીનાં કપરકાબી અને થાળીમાં જોઈ શકાતું હતું. હજુ સુધી ટેબલની સફાઈ નહોતી થઈ. આખી સવાર હોમ્સે મૌન રહીને જ પસાર કરી હતી. તે આખી સવાર છાપાંઓમાં આવતી જાહેરખબરોની કતારમાં જ ડૂબેલો રહ્યો હતો. છેવટે તેણે છાપાં બાજુ પર નાખ્યાં અને મારો ઊધડો લેવા માંડ્યો.

તે થોડી વાર થોભ્યો અને પોતાના હુક્કામાંથી કશ લેતો લેતો તાપણા સામે તાકી રહ્યો, "તેની સાથે સાથે તેમાં સનસનાટી ફેલાવતું પણ કંઈ જ નથી, કારણ કે તારા રસ પ્રમાણે તેં જે કેસો ટાંક્યા છે તેમાંના મોટાભાગના તો કાયદાકીય દૃષ્ટિએ ગુનાહિત પણ નથી. એક નાનકડી બાબત કે જેમાં મેં બોહેમિયાના રાજાને થોડી મદદ કરવાનો પ્રયત્ન કર્યો, કુમારી મૅરી સધરલૅન્ડનો અનોખો અનુભવ, વાંકા હોઠવાળા ભિખારીની વાત, ઉમરાવવાળો પ્રસંગ, આ બધી જ બાબતો કાયદાકીય દૃષ્ટિએ ગુનાથી જોજનો છેટી હતી, પણ સંવેદનાઓને બાજુ પર રાખીને તું નકામી વસ્તુને જે મહત્ત્વ આપે છે તેનો મને ભય લાગે છે.

"છેવટે ભલે તેમાં ગુનો ન હોય," મેં જવાબ આપ્યો, "પણ મેં જે શૈલી પકડી છે તે ચોક્કસ નવીન અને રસપ્રદ છે."

"છટ્, મારા વહાલા મિત્ર, શું સામાન્ય પ્રજાને વિશ્લેષણ અને અનુમાનોની ઝીણી વિગતો સમજાય છે ખરી ? જો કે હું તને દોષ નથી આપતો, કારણ કે મહાન કેસ હાથમાં આવવા એ હવે ભૂતકાળ બની ગયો છે. મનુષ્યો તો ઠીક પણ કમસે કમ ગુનેગારોએ તો પોતાની સાહસિકતા અને મૌલિકતા સદંતર ગુમાવી દીધાં છે. મારી લાયકાતને મારે પેન્સિલની અણી શોધવામાં અને શાળાની વિદ્યાર્થિનીઓને સલાહ આપવામાં જ વાપરવી પડે છે. મને લાગે છે કે મેં તળિયું સ્પર્શી લીધું છે. આજે સવારે જ મને આ ચિઠ્ઠી મળી છે, લે વાંચ તેને !" તેણે ચોળાઈ ગયેલું એક કાગળિયું મારી તરફ ઉછાળ્યું.

તેને ગઈ સાંજે મોન્ટેગ્યૂ પ્લેસમાંથી લખવામાં આવી હતી. તેની વિગતો આ પ્રમાણે હતી :

વહાલા શ્રીમાન હોમ્સ,

"હું એક બાબતમાં તમારી સલાહ લેવા માગું છું કે મને એક જગ્યાએ અધ્યાપિકા તરીકેની નોકરી મળી છે તો મારે તેને સ્વીકારવી કે નહીં. જો તમને તકલીફ ન હોય તો હું કાલે સાડા દસ વાગ્યે તમારી મુલાકાત લેવા આવીશ.

તમારી વિશ્વાસુ
વાયોલેટ હંટર

"તું આ યુવાન સ્ત્રીને ઓળખે છે ?"

"ના, હું નથી ઓળખતો."

"અત્યારે સાડા દસ જ વાગ્યા છે."

"હા, અને દરવાજે તેણી જ ઘંટડી વગાડી રહી છે."

"બની શકે કે તું જેટલું વિચારે છે તેનાથી પણ વધારે રસપ્રદ આ કેસ સાબિત થાય. યાદ છે તને પેલા નીલમણીનો કેસ ? તને શરૂઆતમાં તો તે કેવો સામાન્ય લાગ્યો હતો અને પાછળથી તે કેવો ગંભીર થઈ ગયો હતો. તેવું જ આ કેસમાં પણ થઈ શકે છે.

"વારુ, જોઈએ શું થાય છે. આપણી શંકાઓનું નિરાકરણ ખૂબ જલદી આવી જનાર છે કારણ કે તેણી જ ઉપર આવી રહી છે."

તે બોલ્યો જ હશે ને તરત અમારા ઓરડાનું બારણું ખૂલ્યું અને એક યુવાન સ્ત્રી ઓરડામાં પ્રવેશી. તેણે ખૂબ સાદાં પણ એકદમ સ્વચ્છ કપડાં પહેર્યાં હતાં. તેનો ચહેરો તેજવંતો અને સંવેદનશીલ હતો. તેણી એક આત્મનિર્ભર ગર્વિષ્ઠ સ્ત્રી લાગતી હતી.

"હું તમને જે તકલીફ આપી રહી છું તે બદલ તમે માફ કરશો તેવી મને ખાતરી છે." જેવો મારો સાથી તેનું અભિવાદન કરવા ઊભો થયો કે તેણીએ કહ્યું, "પણ મને ખૂબ વિચિત્ર અનુભવ થયો છે, અને મારે મારાં મા-બાપ કે કોઈ સગું નથી કે જેને હું મારી તકલીફ કહી શકું અને સલાહ લઈ શકું, તેથી મેં વિચાર્યું કે કદાચ તમે મને કહી શકો કે મારે શું કરવું જોઈએ."

"મહેરબાની કરીને બેસો, કુમારી હંટર. હું તમને શક્ય તેટલી મદદ કરીશ. અને હું તમને જરા પણ મદદરૂપ રહ્યો તો મને તેની ખૂબ ખુશી થશે."

હું જોઈ શક્યો કે હોમ્સ અમારી નવી અસીલની વાત કરવાની અદા અને શિષ્ટાચારથી પ્રભાવિત થયો હતો. તેણે પોતાની શોધક દૃષ્ટિએ તેણી પર એક નજર ફેરવી લીધી અને પછી આંખો બંધ કરી પોતાની આંગળીઓનાં ટેરવાં એકબીજા સાથે અડાડી ચૂપચાપ તેણીની વાત સાંભળવા બેસી ગયો.

"હું પાંચ વર્ષ સુધી અધ્યાપિકા તરીકે રહેલી છું," તેણીએ કહ્યું, "કર્નલ સ્પેન્સ મુનરોના કુટુંબમાં હું તેમનાં બે બાળકોની અધ્યાપિકા હતી, પણ બે મહિના પહેલાં તેમની નોવા સ્કોશિયાના હેલિફેક્ષમાં નિમણૂક થઈ અને તેઓ પોતાના સંતાનોને સાથે લઈ અમેરિકા જતા રહ્યા, તેથી હવે હું નોકરી વગરની થઈ ગઈ હતી. મેં જાહેરાત આપી, કેટલીયે જાહેરાતોના જવાબ પણ આપ્યા પણ કંઈ કામ મળ્યું નહીં. છેવટે મારી બચતના રૂપિયા પણ ધીમે ધીમે વપરાવા લાગ્યા. મને કંઈ જ નહોતું સમજાતું કે મારે શું કરવું.

"વેસ્ટ એન્ડમાં વેસ્ટવે નામની એક જાણીતી સંસ્થા આવેલી છે જે આધ્યાપિકાઓ માટેની જ છે. ત્યાં હું અઠવાડિયે એકવાર મારે લાયક જો કોઈ ખાલી જગ્યા હોય તો તેની તપાસ કરવા જતી. વેસ્ટવે નામ ધંધાના સ્થાપકનું નામ હતું પરંતુ તેને ચલાવતી હતી

કુમારી સ્ટોપર. તેણી તેની નાનકડી ઑફિસમાં બેસતી અને જે સ્ત્રીઓ કામની શોધમાં આવી હોય તે બધી બહારના રૂમમાં રાહ જોતી. તે એક પછી એક અંદર જતી અને તેમના ખાતામાં તપાસી લેતી કે તેને લાયક કોઈ કામ આવ્યું છે કે નહીં.''

''ગયા અઠવાડિયે જ્યારે હું ત્યાં ગઈ ત્યારે મેં જોયું કે નાનકડી ઑફિસમાં કુમારી સ્ટોપર એકલાં નહોતાં. તેણી સાથે એક ગોળમટોળ, ડબલ દાઢી અને ગળામાં જથ્થાબંધ ચરબીના થરવાળો ખિલખિલાટ હસમુખો માણસ તેણીની બાજુની ખુરશી પર બેઠો હતો. જેવી હું ઑફિસમાં પ્રવેશી કે તરત તે પોતાની ખુરશી પરથી ઊછળી પડ્યો અને તરત જ કુમારી સ્ટોપર તરફ ફર્યો.

'' 'આ બિલકુલ બરાબર છે,' તેણે કહ્યું, 'આ ઉત્તમ છે, આનાથી વધારે ઉત્તમ મને ન ખપે. ઉત્તમ ! અતિ ઉત્તમ !' તે ખૂબ ઉત્સાહમાં લાગતો હતો અને તેના બન્ને પંજા એકબીજા સાથે મસળી રહ્યો હતો. તે ખરેખર એક મજાનો માણસ લાગતો હતો. તેને જોઈને મને આનંદ થયો હતો.

'' 'તમે કામની શોધમાં છો, બહેન ?'

'' 'હા, સાહેબ.'

'' 'અધ્યાપિકા તરીકે ?'

'' 'હા, સાહેબ.'

'' 'અને તમે કેટલો પગાર ઈચ્છો છો ?'

'' 'મને મારી છેલ્લી નોકરીમાં, કર્નલ સ્પેન્સ મુનરોને ત્યાં મહિનાના ચાર પાઉન્ડ મળતા હતા.'

'' 'અરે ! અરે ! બહુ ઓછા કહેવાય !' ઉત્સાહપૂર્વક તેમણે પોતાના ધોકા જેવા જાડા હાથ હવામાં ફેલાવતાં કહ્યું, '' 'તમારા જેવી આકર્ષક અને નિપુણ સ્ત્રી માટે કોઈ આટલી ઓછી રકમ કઈ રીતે આપી શકે ?'

'' 'મારી નિપુણતા સાહેબ, તમે ધારો છો તેના કરતાં કદાચ ઓછી હશે,' મેં કહ્યું, 'હું થોડું ફ્રેન્ચ જાણું છું, થોડું જર્મન જાણું છું, સંગીત અને ચિત્રકામ..'

'' 'અરે ! અરે !' તેણે પાછી બૂમ પાડી, 'એ બધું તો ઠીક છે. તેની કોઈ ચિંતા નથી. મુદ્દો એ છે કે એક સ્ત્રી તરીકે તમે કેવાં છો ? જો તમારું વ્યક્તિત્વ ઉત્તમ હોય તો તેમાં જ બધું સમાયેલું છે. જો તમે એક ઉત્તમ સ્ત્રી ન હો તો તમે તે બાળકને કઈ રીતે યોગ્ય ઉછેર આપી શકશો જે ભવિષ્યમાં કદાચ દેશના ઈતિહાસમાં એક મહત્ત્વનો ભાગ ભજવવાનો હોય ? અને જો એક સ્ત્રી તરીકે તમે ઉત્તમ હો તો પછી તમને કોઈ ત્રણ આંકડાની રકમ કરતાં ઓછી રકમ કઈ રીતે ચૂકવી શકે ? મૅડમ, તમને વર્ષના ૧૦૦ પાઉન્ડ મળશે.'

''તમે જોઈ શકો છો, શ્રીમાન હોમ્સ, કે મારા જેવી કામ વગર બેસી રહેલી મહિલા માટે આ પ્રસ્તાવ કેટલો આકર્ષક હતો. આ રકમ એટલી બધી મોટી હતી કે મારા

તો માન્યામાં જ નહોતું આવતું. પેલા સદ્‌ગૃહસ્થે મારા ચહેરા સામે જોયું, પોતાનું પર્સ કાઢ્યું અને તેમાંથી એક નોટ કાઢીને મારી સામે ધરી.''

'' 'મારો એ નિયમ છે કે,' તેણે પોતાની આનંદી અદામાં હસતાં કહ્યું. તે એવી રીતે હસ્યો હતો કે તેના ચહેરા પરની ચરબીથી તેની બંન્ને આંખો બે પ્રકાશિત બિંદુઓ જેવી ઝીણી થઈ ગઈ, 'હું મારા કર્મચારીઓને તેના પગારનો અડધો હિસ્સો પહેલાં જ આપી દઉં છું કે જેથી કરીને તે મુસાફરી માટે અને પોતાનાં કપડાં માટે થોડો ખર્ચ કરી શકે.'

''હું આભી બની ગઈ. મને લાગ્યું કે મેં આવો અદ્‌ભુત અને વિચારશીલ માણસ પહેલાં ક્યારેય નહોતો જોયો. હું એમ પણ મારા ફેરિયાઓના ઋણ હેઠળ દબાયેલી હતી. આગોતરો પગાર મારા માટે ખૂબ જરૂરી હતો તેમ છતાં મને આખોયે પ્રસ્તાવ થોડો અસ્વાભાવિક લાગતો હતો એટલે મેં વિચાર્યું કે હું વચનમાં બંધાઉં તે પહેલાં મારા કામ વિષે થોડી વધારે માહિતી મેળવી લઉં.''

'શું હું જાણી શકું, સાહેબ કે તમે ક્યાં રહો છો ?' મેં પૂછ્યું.

'' 'હેમ્પશાયર. તે એક સોહામણી ગ્રામીણ જગ્યા છે. વિન્ચેસ્ટરથી પાંચ માઈલ દૂર કોપર બીચ નામની જગ્યા છે. તે ખૂબ જ સુંદર જગ્યા છે, મારાં વહાલાં મેડમ, અને એક જૂનું પણ ખૂબ સુંદર ગ્રામીણ ઘર છે.'

'અને મારે શું કરવાનું રહેશે ? મને તે જાણવાની ખૂબ ઉત્સુકતા છે.'

'' 'એક નાનકડો સુંદર મજાનો રમતિયાળ છોકરો છે. તમે તેને જુઓ કે તે આંખના પલકારામાં કઈ રીતે સ્લીપરથી વાંદાને મારી નાખે છે, પટાક ! પટાક ! પટાક !' તેમણે પોતાની ખુરશીમાં ટેકો દીધો અને ફરી ખડખડાટ હસવા લાગ્યા.

'મને બાળકના આવા વિચિત્ર સ્વભાવથી થોડો આઘાત લાગ્યો, પણ તેના પિતા જે રીતે હસતા હતા તે પરથી મને લાગ્યું કે કદાચ તેઓ મજાક કરી રહ્યા હશે.'

'અચ્છા, તો મારી એક માત્ર જવાબદારી પેલા છોકરા પ્રત્યે રહેશે ?'

'' 'ના, ના, એક માત્ર જવાબદારી નહીં, મારાં વહાલાં મેડમ.' તેણે મોટા અવાજે કહ્યું, 'તમારું કામ મારી પત્ની દ્વારા આપવામાં આવતા નાના-મોટા આદેશોનું પાલન કરવાનું પણ રહેશે. તમને તેમાં કોઈ વાંધો તો નથીને ?'

'મને મદદરૂપ થવામાં આનંદ મળશે, સાહેબ.'

'' 'બહુ સરસ. ઉદાહરણ તરીકે વસ્ત્રોને જ લઈએ. અમે ધૂની લોકો છીએ. તમે તો સમજી જ ગયાં હશો પણ સાથે સાથે અમે દયાળુ પણ છીએ. જો અમે તમને અમુક કપડાં પહેરવાનું કહીએ તો તમને તેમાં જરા પણ વાંધો ન હોવો જોઈએ, બરાબર ?'

'ના,' મેં આશ્ચર્ય પામતાં કહ્યું.

'' 'અથવા તો અહીં બેસો કે પછી ત્યાં બેસો તેવી અરજનો પણ તમે વાંધો નહીં ઉઠાવો, બરાબર ?'

'અરે, ના.'

" 'અથવા તો અમારે ત્યાં આવો તે પહેલાં તમે તમારા વાળ ટૂંકા કરાવી લેવાનું કહીએ તો તેનો પણ તમને વાંધો નહીં હોય ?'

'મને મારા સાંભળ્યા પર વિશ્વાસ નહોતો થતો. તમે જોયું જ હશે, શ્રીમાન હોમ્સ, મારા વાળ કેટલા લાંબા અને બદામી રંગના છે. લોકોને મારા વાળ ખૂબ ગમે છે. હું કંઈ માત્ર નોકરી માટે મારા આવા સુંદર વાળનું બલિદાન આપવાનું વિચારી ન શકું."

'મને બીક છે કે હું તેવું નહીં કરી શકું, મારા માટે તે જરા પણ શક્ય નથી,' મેં કહ્યું. તે તેની ઝીણી આંખે મારી સામે ઉત્સુકતાથી જોઈ રહ્યા હતા અને મારું આવું કહેતાં તેમના ચહેરા પર ઉદાસી છવાઈ ગઈ.

" 'પણ આ તો ખૂબ જરૂરી છે,' તેણે કહ્યું, 'મારી પત્નીની આ નાનકડી ઇચ્છા છે, અને તમે તો સારી રીતે જાણતાં હશો કે સ્ત્રીઓની ઇચ્છા પૂરી થવી જ જોઈએ. તો તમે તમારા વાળ નહીં કપાવો ?'

'ના, સાહેબ, હું ખરેખર આ નહીં કરી શકું,' મેં કડકાઈથી જવાબ આપ્યો.

" 'અરે, તો વાત અહીં જ પૂરી થાય છે. ખરેખર ખરાબ થયું, કારણ કે બીજી બધી જ રીતે તમે સંપૂર્ણ યોગ્ય છો. આ કામ માટે, કુમારી સ્ટોપર, મારે બીજી સ્ત્રીઓને મળવું પડશે.'

'પેલી મેનેજર આ આખીયે વાતચીત દરમિયાન પોતાનાં કાગળિયાંઓમાં વ્યસ્ત રહી પણ તેણી મારી સામે એવી નારાજગીથી જોઈ રહી હતી કે મને ખ્યાલ આવી ગયો કે તેને મારા ના પાડવાથી કેટલું મોટું કમિશન ખોવું પડશે.'

" 'તમે તમારું નામ પુસ્તકમાં ચડેલું રહે તેવું ઇચ્છો છો ?'

'હા, કુમારી સ્ટોપર.'

" 'અચ્છા, ખરેખર ? મને લાગે છે તે નક્કામું છે, કારણ કે તમે આટલા સરસ પ્રસ્તાવને સાવ નજીવી બાબત માટે નકારી રહ્યાં છો.' તેણીએ કઠોર થતાં કહ્યું, 'હવે તમે અમારી પાસે તમારા માટે બીજી જગ્યા શોધવાની આશા ન રાખી શકો. તમને શુભ દિવસ પાઠવું છું, કુમારી હંટર.' તેણે ટેબલ પરની ઘંટડી વગાડી અને એક છોકરાએ આવીને મને બહારનો રસ્તો દેખાડી દીધો.

'જ્યારે હું ઘરે પહોંચી ત્યારે પહેલેથી જ કબાટમાં કેટલાંયે બિલ ચૂકવવાનાં તો પડ્યાં જ હતાં, તદ્ઉપરાંત નવાં બીજા એક-બે બિલ પણ ટેબલ પર આવીને પડ્યાં હતાં. હું મારી જાતને પૂછવા માંડી કે મેં કંઈ મૂર્ખામીભર્યું કૃત્ય તો નથી કર્યું ને ? આ લોકો પાગલ તો હતાં જ અને આવી કોઈ માંગ રાખે પણ ખરી, પણ તેઓ તેની સામે મને ખાસું એવું વળતર પણ આપતા હતા. ગણીગાંઠી અધ્યાપિકાઓ હશે ઇંગ્લૅન્ડમાં જેને વર્ષના ૧૦૦ પાઉન્ડ મળતા હશે. બીજી બાજુ મેં વિચાર્યું કે ખરેખર મારા વાળ કંઈ

કામના ખરા ? ઘણા લોકો પોતાના વાળ ટૂંકા કરાવતા હોય છે. હું કપાવીશ તો મારો પણ તેમાં સમાવેશ થઈ જશે. બીજા દિવસે મને સતત એવું લાગતું હતું કે મેં ભૂલ કરી હતી અને ત્રીજા દિવસે તો મને ભાન થઈ ગયું હતું કે મેં નોકરી નહીં સ્વીકારીને ભૂલ જ કરી હતી. હું મારા સમ્માનને બાજુ પર મૂકીને તરત જ પેલી એજન્સીમાં તપાસ કરવા ઊપડી કે હજી પણ જગ્યા ખાલી છે કે નહીં. ત્યાં જ મને પેલા શ્રીમાન તરફથી પત્ર મળ્યો. તે અહીં મારી પાસે જ છે, હું વાંચી સંભળાવું :

કોપર બિચ, વિન્ચેસ્ટર નજીક.

વહાલાં કુમારી હંટર,

કુમારી સ્ટોપરે મને તમારું સરનામું આપવાની મહેરબાની કરી છે. મેં પત્ર એટલા માટે લખ્યો છે કે શું તમે હજુ પણ આ નોકરી માટે રસ ધરાવો છો ખરાં ? મેં જ્યારે મારી પત્ની સમક્ષ તમારું વર્ણન કર્યું ત્યારે તેણીને પણ એવું જ લાગ્યું કે તમારે અહીં આવવું જોઈએ. અમે તમને ત્રણ મહિનાના ૩૦ પાઉન્ડ આપીશું એટલે કે વર્ષના ૧૨૦ પાઉન્ડ આપીશું કે જેથી કરીને અમારી કોઈ માંગને કારણે તમને કોઈ નુકસાન જાય તો તેની ક્ષતિપૂર્તિ થઈ જાય. જો કે તે બધી માંગો કંઈ અસાધારણ નહીં હોય. મારી પત્ની ચમકતા ભૂરા રંગની ખૂબ શોખીન છે અને તેણીની એવી ઈચ્છા છે કે તમે સવારની બાજુએ ઘરમાં તે કલરનાં કપડાં પહેરો. તમારે તેને બહારથી પૈસા ખર્ચીને ખરીદવાની જરૂર નહીં પડે કારણ કે તેવો જ એક પોશાક અમારી પાસે પહેલેથી જ છે જે મારી વહાલી દીકરી એલિસનો છે. તેણી અત્યારે ફિલાડેલ્ફિયા છે. મારા ખ્યાલથી તે તમને માપોમાપ આવી જશે. પછી તમને જ્યાં કહીએ ત્યાં બેસવામાં કે જે કહીએ તેમ કરવામાં કોઈ જ વાંધો ન હોવો જોઈએ. હવે તમારા વાળની વાત કરું તો તે ખરેખર સુંદર છે. મેં આપણી નાનકડી મુલાકાતમાં તેની સુંદરતા સારી રીતે નિહાળી છે. પણ મને બીક છે કે તે બાબતે હું મારો નિર્ણય નહીં બદલી શકું. વાળ તમારે ટૂંકા કરાવવા જ પડશે અને મને ખબર છે કે વધારેલા પગારથી તેની ક્ષતિપૂર્તિ થઈ જશે. તમારી જવાબદારી માત્ર છોકરા પ્રત્યે રહેશે જે ખૂબ હળવી છે. હવે અહીં આવવાનો પ્રયત્ન કરો. હું તમને વિન્ચેસ્ટરમાં કૂતરા-ગાડી લઈને લેવા આવીશ. મહેરબાની કરીને તમારી ટ્રેઈન વિષે મને જણાવજો.

તમારો વિશ્વાસુ,
જેફ્રો રુકેસલ

'આ તે જ પત્ર છે જે મને હમણાં જ મળ્યો છે, શ્રીમાન હોમ્સ. જો કે મેં નક્કી કરી લીધું છે કે હું નોકરીને સ્વીકારીશ. તેમ છતાં પણ મેં વિચાર્યું કે અંતિમ પગલું લેતાં પહેલાં હું તમારી સમક્ષ આખીયે બાબત રજૂ કરું.''

"વારુ, કુમારી હંટર, જો તમે તે નોકરીમાં જોડાવા માટે મન મનાવી જ લીધું હોય તો કોઈ પ્રશ્ન જ નથી રહેતો," હોમ્સે સ્મિત કરતાં કહ્યું.

"પણ તમે મને નોકરી નહીં કરવાની સલાહ નહીં આપો ?"

"હું માનું છું કે જો મારી બહેન આવી કોઈ નોકરી સ્વીકારવાનું વિચારતા હોય તો હું તેને તેમ ન કરવા દઉં."

"આવી વિચિત્ર માંગોને જોઈને તમે શું અનુમાન લગાવો છો, શ્રીમાન હોમ્સ ?"

"મારી પાસે કોઈ જ માહિતી નથી તેથી તે વિષે હું કશું જ કહી શકું તેમ નથી. કદાચ તમે ખુદ કોઈ અનુમાન લગાવ્યું હોય તો કહો."

"વારુ, મને એવું લાગે છે કે શ્રીમાન રુકેસલ એક ખૂબ દયાળુ અને સારા સ્વભાવના માણસ છે. બની શકે કે તેમની પત્ની પાગલ હોય અને લોકોને તેની ખબર પડી જાય અને તેણીને પાગલખાને મોકલી દેવાના ભયથી તેઓ ચૂપ રહેતા હોય. કદાચ તેના કારણે જ તેઓ પોતાની પત્નીની બધી ઈચ્છાઓ પૂરી કરી દેતા હોય કે જેથી કરીને તેણી કોઈ ગાંડપણ ન કરે."

"બની શકે, હકીકતમાં મામલો તો કંઈક તેવો જ લાગી રહ્યો છે. પણ આ જગ્યા કોઈ પણ યુવાન સ્ત્રી માટે યોગ્ય નથી લાગતી."

"પણ પૈસા, શ્રીમાન હોમ્સ, પૈસા !"

"હા, ચોક્કસ. વળતર ખરેખર ખૂબ સારું છે. અરે, કંઈક વધારે પડતું જ સારું છે ! માટે જ મને થોડી અકળામણ થાય છે. તેઓ તમને વર્ષના ૧૨૦ પાઉન્ડ શા માટે ચૂકવે છે જ્યારે તેમને ૪૦ પાઉન્ડમાં જ તમારા જેવું કોઈક આસાનીથી મળી જાય તેમ હોય. તેની પાછળ ચોક્કસ કોઈક નક્કર કારણ હોવું જોઈએ."

"મેં વિચાર્યું હતું કે હું તમને આખીયે પરિસ્થિતિ જણાવી દઉં તો પાછળથી મને કોઈ મદદની જરૂર પડે તો તમે મદદ કરી શકો. જો તમે મારી પાછળ ઊભા રહેશો તો મને ખરેખર હિંમત મળશે."

"હા, તમે તે મનમાં રાખીને જ ત્યાં જજો. તમારી આ નાનકડી સમસ્યા મારા ખ્યાલ પ્રમાણે ખૂબ જ રસપ્રદ છે. છેલ્લા કેટલાય મહિનાથી મારી સમક્ષ આટલી રસપ્રદ કોઈ સમસ્યા નથી આવી. આ મામલાની કેટલીક બાબતો ખૂબ વિચિત્ર છે. જો તમને કોઈ પ્રકારના જોખમનો અણસાર આવે તો..."

"જોખમ ! તમે કયા પ્રકારના જોખમની વાત કરો છો ?"

હોમ્સે ગંભીરતાથી પોતાનું માથું હલાવ્યું, "જો આપણે આ ખતરાને ઓળખી શક્યા હોત તો તો તે ખતરો જ ન હોત. પણ ગમે ત્યારે અડધી રાત્રે પણ તમે મને ટેલિગ્રામ મોકલીને તમારી મદદ માટે બોલાવી શકો છો."

"મારા માટે તમારી સાંત્વના જ પૂરતી છે." તેમ કહેતાં તેણી પોતાના ચહેરા પરથી પરસેવો લૂછતી લૂછતી ઊભી થઈ. "હવે હું હેમ્પશાયર જઈશ તે નક્કી થઈ ગયું

છે. હું શ્રીમાન રુકેસલને મારા ત્યાં આવવા વિશે લખી નાખીશ, આજે રાત્રે જ મારા સુંદર વાળનું બલિદાન આપી દઈશ અને આવતી કાલે વિન્ચેસ્ટર માટે રવાના થઈ જઈશ.'' હોમ્સને આભાર વ્યક્ત કરતા થોડા શબ્દો કહી તેણે અમને બન્નેને શુભરાત્રિ પાઠવી અને ત્યાંથી રવાના થઈ.

''આખરે તો તેણી એક એવી યુવાન સ્ત્રી છે જે પોતાની સંભાળ સારી રીતે રાખી શકે તેમ છે.'' તેણી ધડાધડ દાદરા ઊતરી જતાં મેં કહ્યું.

''અને તેણીએ તેમ જ કરવાની જરૂર છે.'' હોમ્સે ગંભીરતાથી કહ્યું, ''જો થોડા જ સમયમાં તેનો પત્ર નહીં આવે તો મારું આખુંયે અનુમાન ખોટું પડશે.''

કંઈ ખાસ સમય નહોતો વીત્યો ને મારા મિત્રની ભવિષ્યવાણી સાચી પડી. પંદર દિવસ પસાર થઈ ગયા હતા. તે દરમિયાન મને તેણીના જ વિચાર આવતા હતા. મને આશ્ચર્ય થતું હતું કે કોઈ વિચિત્ર ગલીમાં આ એકલી સ્ત્રી ભટકી રહી હશે. અસામાન્ય વેતન, વિચિત્ર શરતો, કામમાં માત્ર નામનું જ કામ. આ બધું જ કોઈક અજુગતી વાત તરફ ઈશારો કરી રહ્યું હતું. આ કોઈ તુક્કો હતો કે કોઈ ષડયંત્ર અને પેલો માણસ ખરેખર સારો હતો કે કોઈ દુષ્ટ હતો. હું કંઈ જ નહોતો વિચારી શકતો. હોમ્સની વાત કરું તો હોમ્સ પણ આ બાબતે સતત વિચાર્યા કરતો હતો પણ જ્યારે હું તેને ઢંઢોળીને પૂછતો ત્યારે તે વાતને ઉડાવી દેતો હતો. ''માહિતી ! માહિતી ! માહિતી !'' તે અધીરાઈથી બૂમ પાડી ઊઠતો, ''હું માટી વગર ઈંટો કઈ રીતે ઘડી શકું ?'' અને દર વખતે તેની કોઈ બહેન આવી વિચિત્ર નોકરી ન સ્વીકારી શકે તેવો ગણગણાટ કરીને વાત પૂરી કરી નાખતો હતો.

એક મોડી રાત્રે જ્યારે હું સૂવાની તૈયારી કરી રહ્યો હતો અને હોમ્સ પોતાનાં રસાયણો સાથે કંઈક પ્રયોગો કરી રહ્યો હતો ત્યારે અમને તેનો તાર મળ્યો. તેણે પીળા પરબીડિયામાંથી તાર કાઢી વાંચ્યો અને મારી તરફ ફેંક્યો. ''બ્રૉડશૉ જતી ટ્રેઈનની તપાસ કર,'' તેણે કહ્યું અને ફરી પાછો પોતાના રાસાયણિક અભ્યાસમાં પરોવાયો.

સંદેશો ટૂંકો અને તાકીદનો હતો.

મહેરબાની કરીને આવતી કાલે બપોરે વિન્ચેસ્ટરની બ્લૅક સ્વાન હોટલ પર આવી જાઓ, જરૂર આવજો. મને સમજાતું નથી કે મારે શું કરવું.

હંટર

''તું મારી સાથે આવીશ ?'' હોમ્સે મારી સામે જોતાં કહ્યું.

''મારે આવવું જ જોઈએ.''

''તો પછી ટ્રેઈનનો ટાઈમ જો.''

''સાડા નવની એક ટ્રેઈન છે,'' મેં બ્રૉડશોના ટાઈમ ટેબલમાં જોઈને કહ્યું, ''આપણે ૧૧.૩૦ પહોંચી જોઈશું.''

"આ ટ્રેઈન સારી રહેશે. તો પછી મારે એસિટોન્સ પરનો મારો પ્રયોગ અત્યારે રોકી રાખવો પડશે. જેથી કરીને આપણે સવારે એકદમ તાજામાજા બહાર નીકળી શકીએ."

જૂના ઈંગ્લૅન્ડની રાજધાની પર અમે અગિયાર વાગ્યા સુધીમાં પહોંચવાના હતા. હોમ્સ આખી સફર છાપાઓ વાંચવામાં જ પરોવાયેલો રહ્યો પણ જેવું જ હેમ્પશાયર પસાર થયું કે તરત જ તેણે છાપા એક બાજુ નાખ્યાં અને આજુબાજુના વિસ્તારના કુદરતી સૌંદર્યની પ્રશંસા કરવા લાગ્યો. વસંતનો સોહામણો દિવસ હતો. આકાશ હળવા ભૂરા રંગનું હતું, તેમાં છૂટાછવાયાં ધોળાં વાદળાં પશ્ચિમથી પૂર્વ તરફ જઈ રહ્યાં હતાં. સૂર્ય જ્વલંત રીતે પ્રકાશી રહ્યો હતો. સંપૂર્ણ ગ્રામીણ વિસ્તારમાં ઍલ્ડરશૉટની મધ્યમાં લાલ અને રાખોડી રંગનાં છાપરાં ઝાડનાં હળવા લીલાં પાંદડાં પાછળથી દેખાઈ રહ્યાં હતાં.

"કેટલું તાજગીદાયક અને સુંદર વાતાવરણ છે નહીં ?" હું જાણે બેકર સ્ટ્રીટના ધુમ્મસથી ઘેરાયેલો કોઈક માણસ અહીં ખુલ્લા વાતાવરણમાં આવીને ઉત્સાહમાં આવી ગયો હોય તેમ બૂમ પાડી ઊઠ્યો. પણ હોમ્સે તેનું માથું ગંભીરતાથી હલાવ્યું.

"તને ખબર છે, વૉટસન," તેણે કહ્યું, "કે મારા જેવા મગજવાળી વ્યક્તિ માટે આ એક શ્રાપ છે કે હું આવા સુંદર વાતાવરણને માણી નથી શકતો કારણ કે મારી બધી જ ઇન્દ્રિયો મારા સંશોધનમાં રોકાયેલી છે અને આસપાસની દરેક વસ્તુને હું તે દૃષ્ટિએ જ જોઉં છું. તને આ છૂટાંછવાયાં ઘરોમાં સૌંદર્ય દેખાય છે. જ્યારે હું તેની સામે જોઉં છું ત્યારે મારા મગજમાં વિવિધ વિચારો આવે છે; આટલી ઓછી વસ્તી, આવાં છૂટાંછવાયાં ઘરો. આવી જગ્યાએ તો આસાનીથી કોઈ પણ ગુનો આચરી શકાય."

"હે ભગવાન ! આટલાં સુંદર ઘરો સાથે કોઈ કઈ રીતે ગુનાને જોડી શકે ?"

"આવાં ઘરો હંમેશા મારામાં કમકમાટીની લાગણી જન્માવે છે. મારી માન્યતા છે, વૉટસન, મારા અનુભવો પ્રમાણે હું કહું છું કે લંડનની સાંકડી ગલીઓમાં ગુનાહિત આંકડાઓ એટલા જોવા નહીં મળે જેટલા અહીં આ સુંદર ગ્રામીણ વિસ્તારમાં જોવા મળશે."

"તું તો મને ડરાવી રહ્યો છે !"

"પણ કારણ સાવ જ દેખીતું છે. શહેરમાં જે કામ કાયદો નથી કરતો તે કામ લોકોનો અભિપ્રાય કરે છે. શહેરમાં કોઈ ગલી એટલી અંધારી નથી હોતી કે જ્યાં પીડાથી કણસતા છોકરાની ચીસ કોઈને ન સંભળાઈ શકે કે પછી કોઈ દારૂડિયાના પ્રહારનો અવાજ કોઈ પાડોશીના કાને ન પડી શકે. બીજું એ કે લંડનમાં આખુંયે ન્યાયતંત્ર એટલું નજીક આવેલું હોય છે કે સહેજ ફરિયાદ કરવાથી તો ગુનેગાર સળિયા પાછળ ધકેલાઈ જાય છે. જ્યારે અહીં આવી પાંખી વસ્તીવાળા વિસ્તારમાં જ્યાં ઘરો આટલા છૂટાંછવાયાં છે, તેની આસપાસ બિચારા કેટલાયે ગરીબ લોકો રહે છે જેને કાયદાનું કંઈ ખાસ જ્ઞાન નથી હોતું. આમાં છુપાયેલી નાટકીય ક્રૂરતા અને દુષ્ટતાનો તો જરા વિચાર કર, જે વર્ષોવર્ષ વિકસતી રહેતી હોય છે અને લોકોને તેનો અણસાર પણ નથી હોતો. જો

આ સ્ત્રી જેણે આપણી પાસે મદદ માગી છે તે વિન્ચેસ્ટરમાં રહેતી હોત તો મને આટલો બધો ભય ન હોત. પણ આ જગ્યા ગામથી પાંચ માઈલ દૂર છે જેના કારણે જ તે થોડું ભયજનક લાગે છે. જો કે એટલું તો પાક્કું છે કે તેણીને કોઈ સીધી ધમકી નથી મળી.''

''ના, નહીં મળી હોય. કારણ કે જો તેણી વિન્ચેસ્ટર સુધી આપણને મળવા આવી શકતી હોય તો એ સ્પષ્ટ છે કે તેને હરવા-ફરવાની છૂટ છે.''

''બિલકુલ બરાબર, તેણી સ્વતંત્ર છે.''

''તો પછી શું બાબત હશે ? તું કંઈ સ્પષ્ટ કરી શકે તેમ નથી ?''

''આપણી પાસે જેટલી માહિતી છે તે પરથી મેં સાત જેટલાં તારણો કાઢ્યાં છે. હવે તેમાંથી કયું તારણ બંધબેસતું છે તે તાજી માહિતી જાણ્યા પછી જ નક્કી કરી શકાશે. પેલો રહ્યો ચર્ચનો મિનારો. થોડી જ વારમાં આપણને કુમારી હંટર દ્વારા ખરી હકીકતોની જાણ થઈ જશે.''

ધ બ્લૅક સ્વાન હાઈ સ્ટ્રીટની એક પ્રતિષ્ઠિત હોટલ હતી. તે સ્ટેશનની સાવ નજીક આવેલી હતી. ત્યાં જ પેલી યુવતી અમારી રાહ જોતી બેઠી હતી. તેણીએ એક બેઠકખંડ બુક કરાવ્યો હતો અને ટેબલ પર પડેલું ભાણું અમારી રાહ જોઈ રહ્યું હતું.

''તમને અહીં જોઈને મને ખૂબ શાતા વળી છે,'' તેણે આતુરતાથી કહ્યું, ''તમે બન્નેએ અહીં આવીને મારા પર કૃપા કરી છે, પણ ખરેખર કહું તો મને કશું જ સમજાતું નથી કે મારે શું કરવું. તમારી સલાહ મારા માટે ખૂબ કીમતી સાબિત થશે.''

''મહેરબાની કરીને મને કહો કે તમારી સાથે શું થયું ?''

''એ જ કહેવા જઈ રહી છું. મારે ઉતાવળ કરવી પડશે કારણ કે મેં શ્રીમાન રુકેસલને ત્રણ વાગ્યા પહેલાં પરત આવી જઈશ તેવું કહ્યું છે. મેં આજે સવારે તેમની પાસે નગરમાં આવવાની રજા લીધી છે પણ તેમને મારા આશયની ખબર નથી.''

''બધું જ ક્રમ પ્રમાણે કહો,'' હોમ્સે પોતાના લાંબા પગ તાપણા તરફ લંબાવ્યા અને આખીયે વાત સાંભળવા પોતાની જાતને તૈયાર કરી લીધી.

''પહેલું તો એ કહી દઉં કે મારી સાથે શ્રીમાન અને શ્રીમતી રુકેસલે કોઈ જ ખરાબ વર્તન નથી કર્યું. તેમના માટે આ એક વાત જ સારી કહી શકાય તેમ છે. પણ હું તેમને સમજી શકતી નથી અને એટલે જ હું થોડી અસ્વસ્થ છું.''

''તમે શું નથી સમજી શકતાં ?''

''તેમનો વ્યવહાર. પણ બધું હું તમને જે પ્રમાણે બન્યું છે તે પ્રમાણે જ જણાવું છું. જ્યારે હું અહીં આવી ત્યારે શ્રીમાન રુકેસલ મને અહીંથી કૂતરાગાડીમાં કોપર બીચ લઈ ગયા. તેમણે કહ્યા પ્રમાણે જ તે જગ્યા ખૂબ સુંદર હતી પણ ખુદ ઘર કંઈ ખાસ સુંદર નહોતું. એક વિશાળ સફેદ ચોરસ મકાન હતું. તેના પર જગ્યાએ જગ્યાએ ખરાબ ઋતુ અને ભેજના કારણે ધાબાં પડી ગયાં હતાં અને ક્યાંક ક્યાંક પોપડા પણ ઊખડી ગયા

હતા. તેની ફરતે એક મેદાન છે. તેની ત્રણ બાજુ જંગલ છે અને ચોથી બાજુ ખેતર છે, જેનો ઢાળ ઊતરતાં સાઉથ હેમ્પટન જતો મુખ્ય માર્ગ આવે છે. આગળના દરવાજે આ રસ્તો સો વાર જેટલો વળે છે. ઘર આગળનું મેદાન મકાનમાલિકનું જ છે પણ ત્રણે બાજુનાં જે જંગલ છે તેની માલિકી લૉર્ડ સધર્નટનની છે. તામ્રવર્ણનાં પર્ણો ધરાવતાં અસંખ્ય ઝાડ ત્યાં ઘરની સામે જ હોવાથી ઘરનું નામ કોપર બીચ રાખવામાં આવ્યું છે.''

''મારા સાહેબ મને તેમના ઘરે લઈ જતી વખતે આખાયે રસ્તે ખૂબ ખુશ હતા. તેમણે સાંજે મને તેમની દીકરી અને તેમની પત્નીની ઓળખાણ કરાવી. આપણે બેકર સ્ટ્રીટમાં આ બાબત માટે જેટલાં પણ તારણ કાઢ્યાં હતાં તે બધાં ખોટાં પડ્યાં છે. શ્રીમતી રુકેસલ કંઈ ગાંડી નથી. મને તો તે એક શાંત પણ ફિક્કા ચહેરાવાળી સ્ત્રી લાગી, તેણી તેના પતિ કરતાં ક્યાંય વધારે યુવાન છે. ત્રીસથી વધારેની નથી લાગતી. જ્યારે મારા અનુમાન પ્રમાણે શ્રીમાન રુકેસલ તો ઓછામાં ઓછા પિસ્તાળીશ વર્ષના તો હશે જ. તેમની વાતચીત પરથી મને ખબર પડી કે તેમનાં લગ્નને સાત વર્ષ થયાં છે. તેઓ વિધુર હતા. તેમને તેમની જૂની પત્નીથી એક દીકરી હતી જે હાલ ફિલાડેલ્ફિયામાં છે. શ્રીમાન રુકેસલે મને ખાનગીમાં કહ્યું કે તેમની દીકરીનું અહીંથી ફિલાડેલ્ફિયા જતા રહેવાનું કારણ એ છે કે તેણીને તેની ઓરમાન માતા માટે થોડો અણગમો છે. મારી દીકરી હવે વીસ વર્ષની થઈ ગઈ હોવાથી હું સમજી શકું છું કે આ ઉંમરે તેના માટે તેના પિતાની યુવાન પત્ની સાથે રહેવું થોડું અસુવિધાજનક હોય.''

''શ્રીમતી રુકેસલ માનસિક અને શારીરિક રીતે સાવ જ નીરસ લાગે છે. તેણીએ મારા પર ન તો હકારાત્મક છાપ છોડી છે કે ન તો નકારાત્મક. હું જોઈ શકું છું કે તેણી પોતાના પતિ અને પોતાના નાનકડા દીકરા પ્રત્યે અનહદ સમર્પિત હતી. તેની હળવી સિલેટીયા આંખો આખો વખત તે બે જણ પર જ મંડાયેલી રહે છે કે ક્યાંક તેમની નાનામાં નાની જરૂર તેણી ના પૂરી કરી શકી તો ? તેની જ તેને ચિંતા રહ્યા કરે છે. તેના પતિએ તેના વિષે ભલે ખોટું કહ્યું હોય પણ તે તેણી પ્રત્યે ખૂબ દયાળુ છે અને તે કારણે તે એક સુખી દંપતી હોય લાગતું હતું. જો કે મને એવું લાગે છે કે તેણીને કોઈ રહસ્યમય દુઃખ સતાવી રહ્યું છે. કેટલીયે વાર મેં તેણીને ઊંડા વિચારોમાં ડૂબેલી જોઈ છે. ત્યારે તેણીનો ચહેરો અત્યંત ઉદાસ લાગતો હોય છે. મેં તેને અનેક વાર આંખમાં આંસુ સાથે જોઈ છે. મને લાગે છે કે તેણીને તેના છોકરાની ચિંતા સતાવી રહી છે, કારણ કે તેનો છોકરો ઉંમરમાં નાનો છે પણ તેનું માથું સામાન્ય કરતાં મોટું છે. પોતાનાથી નબળા પ્રાણીને દુઃખ પહોંચાડવું તે તેની એક માત્ર ખુશી છે. તેને ઉંદર, નાનાં પક્ષીઓ અને નાનાં જીવડાંઓને પકડવામાં પોતાના કૌશલ્યનું વારંવાર પ્રદર્શન કરવું ખૂબ ગમતું લાગે છે. જો કે હું તે વિષે વધારે વાત નહીં કહું કારણ કે મારી વાત સાથે તેને કંઈ જ લેવા દેવા નથી.''

"મને ઝીણામાં ઝીણી વિગત સાંભળવી ગમે છે," હોમ્સે કહ્યું, "પછી તમને તે તમારી વાતને લાગતીવળગતી લાગતી હોય કે ન લાગતી હોય."

"હું એક પણ મહત્ત્વના મુદ્દાને ચૂકીશ નહીં. ઘરની એક દુ:ખદ વાત મને સૌથી પહેલી ઊડીને આંખે વળગી તેવી એ લાગે છે કે ઘરના નોકરોનો દેખાવ અને તેમનું વર્તન ખૂબ વિચિત્ર છે. માત્ર બે જ નોકર છે એક પુરુષ અને બીજી તેની પત્ની. તેનું નામ ટોલર છે. તે ખૂબ રૂક્ષ માણસ છે. તેના વાળ રાખોડી છે અને તેના મોઢામાંથી હંમેશા દારૂની ગંધ આવતી હોય છે. મારા અહીં આવ્યા બાદ તે મને બે વાર સંપૂર્ણ પીધેલી હાલતમાં જોવા મળ્યો છે. તેમ છતાં શ્રીમાન રુકેસલે તે સામે જરા પણ વાંધો નથી દર્શાવ્યો. તેની પત્ની ઉદાસ ચહેરાવાળી એક ઊંચી અને મજબૂત સ્ત્રી છે. તેણી પણ શ્રીમતી રુકેસલની જેમ હંમેશા ચૂપ જ રહે છે. તે કંઈ ખાસ પ્રસન્નચિત્ત પણ નથી. તે બન્નેની જોડી ખૂબ ખરાબ છે. સદ્નસીબે હું મારો મોટાભાગનો સમય બગીચામાં અને મારા ઓરડામાં જ પસાર કરું છું. મારો ઓરડો બંગલાના એક ખૂણે છે અને તેને અડીને જ બગીચો આવેલો છે."

"કોપર બીચમાં આવ્યા બાદ મારું જીવન બે દિવસ તો ખૂબ જ શાંત રહ્યું પણ ત્રીજા દિવસે મેં જોયું કે શ્રીમતી રુકેસલ નીચે આવી અને પોતાના પતિના કાનમાં કંઈક ગણગણી."

"અરે, હા," તેણે મારી તરફ ફરતાં કહ્યું, "'તમે તમારા લાંબા સુંદર વાળ કપાવી નાખ્યા તે બદલ અમે તમારો ખૂબ આભાર માનીએ છીએ, કુમારી, હંટર. પણ હું તમને વિશ્વાસથી કહી શકું છું કે તેના કારણે તમારી આકર્ષકતા જરા પણ ઓછી નથી થઈ. હવે આપણે એ જોઈએ કે ચમકીલો ભૂરો ડ્રેસ તમારાં પર કેવોક આવી રહે છે. તમને તે તમારા ઓરડાની પથારી પર મળી જશે અને જો તમે તે પહેરીને આવશો તો અમે બન્ને તમારાં ખૂબ આભારી રહીશું.'

"મારી પથારી પર જે પોશાક મૂકવામાં આવ્યો હતો તે તે વિશિષ્ટ ભૂરા રંગનો હતો. તેનું કાપડ ખૂબ જ સરસ હતું. તેને જોઈને એવું લાગતું હતું કે તેને પહેલાં પણ કોઈકે પહેર્યો હોવો જોઈએ. જો મારું માપ લઈને પણ આ પોશાક સીવવામાં આવ્યો હોત તો પણ મને આટલો સરસ રીતે તે ફીટ ન આવ્યો હોત. મને આ પોશાકમાં જોઈ શ્રીમાન અને શ્રીમતી રુકેસલ બન્ને ખૂબ ખુશ થયાં. તેઓ મારી દીવાનખંડમાં રાહ જોઈ રહ્યાં હતાં. તે ઓરડો ખૂબ મોટો છે. ઘરની આગળની આખી બાજુમાં તે ફેલાયેલો છે. તેને ત્રણ વિશાળ બારીઓ છે જે નીચે ફરસ સુધી પહોંચે છે. વચ્ચેની બારી આગળ એક ખુરશી મૂકવામાં આવી હતી જેની પીઠ બારી તરફ રાખવામાં આવી હતી. તેમણે મને ત્યાં બેસવા કહ્યું અને પછી શ્રીમાન રુકેસલ ઓરડાની બીજી બાજુ આમતેમ આંટા મારવા લાગ્યા અને મને રમૂજી વાર્તાઓ સંભળાવવી શરૂ કરી. તમને ખબર નથી આ માણસ

કેટલો રમૂજી છે. આવી વાર્તાઓ મેં ક્યારેય નહોતી સાંભળી. હું હસી હસીને લોથપોથ થઈ ગઈ. જો કે શ્રીમતી રુકેસલમાં કોઈ વિનોદવૃત્તિ હોય તેવું લાગતું જ નહોતું કારણ કે તેણી તો પોતાના બન્ને હાથ ખોળામાં રાખીને ચૂપચાપ મોઢા પર કોઈ જ ભાવ લાવ્યા વગર ત્યાં બેઠી હતી. કલાક એક વીત્યો હશે અને શ્રીમાન રુકેસલને લાગ્યું કે હવે કામ કરવાનો સમય થઈ ગયો છે માટે મારે કપડાં બદલી નાનકડા એડવર્ડને બગીચામાં લઈ જવો.

"બે દિવસ પછી ફરી પાછું બરાબર તે જ રીતે પુનરાવર્તન કરવામાં આવ્યું. ફરી વાર મેં કપડાં બદલ્યાં. ફરી વાર હું વચ્ચેની બારીવાળી ખુરશી પર બેસી અને ફરી હું મારા સાહેબ દ્વારા કહેવામાં આવેલી રમૂજી વાર્તાથી લોથપોથ થઈને હસી. પછી તેમણે મને પીળા પૂંઠાવાળી એક નવલકથા આપી અને મારી ખુરશી એક બાજુ ખસેડતાં કહ્યું કે હું તેને મોટેથી વાંચું. મેં દસ મિનિટ સુધી વાંચ્યું. હું એક પ્રકરણના મધ્ય સુધી પહોંચી ગઈ અને એક વાક્ય વાંચી રહી હતી ત્યારે અચાનક જ તેમણે મને વાંચવાનું બંધ કરી કપડાં બદલી નાખવા કહ્યું.

"તમે સમજી શકો છો, શ્રીમાન હોમ્સ, કે હું એ જાણવા કેટલી આતુર થઈ ગઈ હોઈશ કે આ અસામાન્ય રજૂઆતનો અર્થ શું થતો હશે ? મેં જોયું કે તેઓ એ બાબતની ખૂબ કાળજી રાખતાં હતા કે મારો ચહેરો બારીની વિરુદ્ધ દિશામાં જ રહે અને તેના કારણે હું એ જાણવા ખૂબ ઉત્સુક થઈ ગઈ કે મારી પીઠ પાછળ શું ચાલી રહ્યું હતું ? પહેલાં તો તે જાણવું મને અશક્ય લાગ્યું પણ પછી મને એક વિચાર આવ્યો.મારો હાથ અરીસો તૂટી ગયો હતો તેથી મેં તેનો એક ટુકડો મારા હાથરૂમાલમાં છુપાવી દીધો. બીજી વાર જ્યારે આ પ્રસંગ આવ્યો ત્યારે મારા ખડખડાટ હાસ્યની વચ્ચે, મેં મારો હાથરૂમાલ મારી આંખ સામે રાખ્યો અને થોડી વારમાં મેં તેને એ રીતે ગોઠવી લીધો કે મારી પીઠ પાછળ શું થતું હતું તે હું જોઈ શકતી હતી. મારે કહેવું પડશે કે હું ખૂબ નિરાશ થઈ કારણ કે મને કંઈ જ જોવા ન મળ્યું. કમસેકમ પહેલીવાર જોતાં તો મને એવું જ લાગ્યું. બીજી વાર મેં જ્યારે કાચમાં જોયું તો મને સાઉધમ્ટન રોડ પર એક પુરુષ ઊભેલો દેખાયો. તે રાખોડી રંગના કોટમાં સજ્જ હતો અને તેને નાનકડી દાઢી પણ હતી. તે મારી દિશામાં જ જોઈ રહ્યો હોય તેવું લાગતું હતું. તે રસ્તો મહત્ત્વનો હાઈવે હોવાથી ત્યાં સામાન્ય રીતે માણસોની અવરજવર રહેતી જ હોય છે. આ વ્યક્તિ અમારા ખેતર ફરતે લગાવવામાં આવેલી વાડ પર ઝૂકેલો હતો અને સીધો જ ઉપરની તરફ ઉત્સુકતાથી જોઈ રહ્યો હોય તેવું લાગતું હતું. મેં મારો હાથ નીચે કરી લીધો કારણ કે મને લાગ્યું કે શ્રીમતી રુકેસલ એકધારી મારી સામે જોઈ રહી હતી અને મને ખાતરી થઈ ગઈ હતી કે તેણીએ મારા હાથમાં કાચ જોઈ લીધો હતો અને મેં મારી પાછળ શું છે તે જોઈ લીધું હતું. જો કે તેણી કંઈ બોલી નહોતી અને તરત ઊભી થઈ ગઈ હતી.

" 'જેફ્રો,' તેણીએ કહ્યું, 'ત્યાં કોઈક ઘૂસણિયો ઊભો લાગે છે જે કુમારી હંટર તરફ તાકી રહ્યો છે.'

" 'તે તમારો કોઈ મિત્ર તો નથી ને, કુમારી હંટર ?' તેણે પૂછ્યું.

" 'ના, આ વિસ્તારમાં હું કોઈને નથી ઓળખતી.'

" 'અરે, કેવો નફ્ફટ છે આ માણસ ! જરા તેને હાથના ઈશારે અહીંથી જતા રહેવા કહો.'

" 'એના કરતાં તો એ જ સારું રહેશે કે તેની પર ધ્યાન જ આપવામાં ન આવે.'

" 'ના, ના, એમ તો તે અહીં રોજ આવ્યા કરશે, મહેરબાની કરીને તેને અહીંથી જતા રહેવા ઈશારો કરો.'

" 'મને કહ્યા પ્રમાણે મેં કર્યું, તરત જ શ્રીમતી રુકેસલે બારીનો પડદો પાડી દીધો. આ વાત અઠવાડિયા પહેલાંની છે. ત્યાર બાદ ન તો હું બારી પાસે બેઠી, ન તો મેં પેલું વાદળી વસ્ત્ર પહેર્યું કે ન તો મેં પેલા માણસને ફરી ક્યારેય રસ્તા પર જોયો.'

"મહેરબાની કરીને આગળ વધો," હોમ્સે કહ્યું, "તમારું વર્ણન ખૂબ જ રસપ્રદ બની રહ્યું છે."

"બની શકે કે તમને મારી વાતો અસંગત લાગે, મેં જે કોઈ પ્રસંગો તમને કહ્યા છે તે તમને એકબીજાથી જોડાયેલા ન લાગે. પહેલા જ દિવસે જ્યારે હું કોપર બીચ આવી ત્યારે શ્રીમાન રુકેસલ મને રસોડાના બારણા પાસે આવેલા નાનકડા આઉટહાઉસ તરફ લઈ ગયા હતા. જેવા અમે ત્યાં પહોંચ્યાં કે મને સાંકળના હલવાનો અને કોઈ મોટું પ્રાણી ચાલી રહ્યું હોય તેવો અવાજ સંભળાયો હતો."

" 'અહીંયાં જુઓ !' શ્રીમાન રુકેસલે મને બે પાટિયા વચ્ચેની તિરાડ તરફ આંગળી ચીંધતાં કહ્યું, 'તે કેટલો સુંદર છે, નહીં ?'

"મેં તિરાડમાંથી જોયું તો બે આંખો ચમકી રહી હતી અને અંધારામાં કોઈક અસ્પષ્ટ આકૃતિ પડી હોય તેમ લાગતું હતું.

" 'ગભરાવાની જરૂર નથી,' મારા સાહેબે મને ડરીને પાછી ખસી જતાં જોઈ કહ્યું, 'તે કાર્લો છે, મારો જોરાવર કૂતરો. તે છે તો મારો પણ તેની સંભાળ તો મારો વૃદ્ધ નોકર ટોલર જ રાખી શકે છે. તેને અમે એક જ વાર ખાવાનું આપીએ છીએ અને તે પણ ખૂબ ઓછું. માટે તે હંમેશા ભૂખ્યો ડાંસ જ રહે છે. રોજ રાત્રે ટોલર તેને છોડી મૂકે છે અને પછી તો અહીંથી પસાર થનારાને તો ભગવાન જ બચાવી શકે. માટે તમારે રાત્રે ક્યારેય બહાર ન નીકળવું, કારણ કે તેમાં તમારા જીવનું જોખમ રહેલું છે.'

"આ ચેતવણી ખાલી નામની જ નહોતી, કારણ કે બે રાત્રી બાદ મેં લગભગ રાત્રીના બે વાગ્યે જ્યારે સુંદર ચાંદનીના અજવાળામાં બહાર જોયું તો ઘરની આગળના ભાગની ઘાસની લૉન દિવસના અજવાળામાં જેવી પ્રકાશે તેવી જ પ્રકાશી રહી હતી. હું

ઊભી ઊભી આ સુંદર દૃશ્ય નિહાળી રહી હતી કે અચાનક મને ઘરના છાંયડામાં કંઈક સળવળતું દેખાયું. તે જ્યારે ચાંદનીના પ્રકાશમાં આવ્યું ત્યારે મને દેખાયું કે તે તો પેલો બિહામણો કૂતરો હતો. તે એટલો મોટો હતો જાણે કોઈ વાછરડું ન હોય. તેનાં જડબાં લબડેલાં હતાં. તે લૉનમાં ધીમે ધીમે ચાલી રહ્યો હતો અને પછી બીજી બાજુ અંધારામાં અદૃશ્ય થઈ ગયો. તે જોઈને મારા શરીરમાંથી એક કંપારી છૂટી ગઈ. કોઈ લૂંટારાને જોઈને પણ હું આટલી બધી ન ડરું.

"અને હવે હું તમને એક ખૂબ જ વિચિત્ર અનુભવ કહેવા જઈ રહી છું. તમને ખબર છે કે મેં મારા વાળ લંડનમાં જ કપાવી નાખ્યા હતા. મેં તેને મારી પેટીના છેક તળિયે મૂકી રાખ્યા હતા. સાંજના સમયે પેલો છોકરો સૂઈ ગયો હતો. હું મારા ઓરડાના આખાયે રાચરચીલાને સમય પસાર કરવા ખાતર નીરખી રહી હતી અને મારી પોતાની નાની નાની વસ્તુઓ વ્યવસ્થિત કરી રહી હતી. મારા ઓરડામાં ખાનાંઓવાળી એક જૂની તિજોરી હતી. ઉપરનાં બે ખાનાં ખુલ્લાં અને ખાલી હતાં જ્યારે નીચેના ખાનાને તાળું મારવામાં આવેલું હતું. પહેલાં બે ખાનાંમાં મેં મારી વસ્તુઓ ગોઠવી લીધી તેમ છતાં હજુ પણ મને જગ્યા ખૂટતી હતી એટલે ત્રીજા ખાનાની પણ મને જરૂર હતી જેને તાળું મારવામાં આવ્યું હતું જેથી મને થોડી અકળામણ પણ થઈ. મને વિચાર આવ્યો કે તેને સામાન્ય તાળા વડે બંધ કરવામાં આવ્યું હશે. મેં મારી ચાવીનું ઝૂમખું લીધું અને ત્રીજા ખાનાને ખોલવાનો પ્રયત્ન કરવા લાગી. પહેલી જ ચાવી તાળાને લાગી ગઈ અને મેં ખાનાને ખેંચ્યું. તેમાં માત્ર એક જ વસ્તુ હતી અને મને ખબર છે કે તમે જરાય અંદાજ નહીં લગાવી શકો કે તે શું ચીજ હતી ? તે કપાઈ ગયેલા વાળની એક ઝૂડી હતી.

"મેં તેને હાથમાં લીધા અને તપાસવા લાગી. તે મારા જેવી જ ઝાંય ધરાવતા હતા અને તેની જાડાઈ પણ તેટલી જ હતી. પછી મને તરત જ તેની અશક્યતાનો વિચાર આવ્યો. મારા વાળ અહીં આ ખાનામાં કઈ રીતે તાળામાં બંધ હોઈ શકે ? ધ્રૂજતા હાથે મેં મારી પેટી ખોલી, તેમાંથી બધી જ વસ્તુઓ બહાર કાઢી, મેં તળિયેથી મારા વાળ હાથમાં લીધા. મેં વાળની બન્ને જૂડીઓ એક સાથે મૂકી તો તે બિલકુલ એક જેવી જ લાગતી હતી. મારા આશ્ચર્યનો કોઈ પાર ન રહ્યો. હું કંઈ સમજી ન શકી. મેં તે વાળ પાછા ખાનામાં મૂકી દીધા. મેં આ બાબતે શ્રીમાન રુકેસલને કશું જ ન કહ્યું કારણ કે મને લાગ્યું કે મેં જે ખાનાને તેમણે તાળુ માર્યું હતું તેને ખોલીને ભૂલ કરી હતી.

"તમે નોંધ્યું હશે, શ્રીમાન હોમ્સ, કે હું સ્વાભાવિક રીતે જ એક સાવધ વ્યક્તિ છું. મેં તરત જ આખાયે ઘરનો નકશો મારા મગજમાં બેસાડી લીધો. ઘરમાં એક બાજુ એવી હતી જે જરા પણ વપરાશમાં નહોતી લાગતી. ટોલરના ઓરડામાંના એક બારણામાંથી તે બાજુ જઈ શકાતું હતું પણ તે હંમેશા બંધ જ રહેતો હતો. એક દિવસ જેવી

હું સીડીઓ ચડી ઉપર પહોંચી કે મેં જોયું કે તે દરવાજામાંથી શ્રીમાન રુકેસલ બહાર આવી રહ્યા હતા. તેમના હાથમાં તેમની ચાવીઓ હતી અને તેમના ચહેરા પર હું સામાન્યપણે જે હસમુખો ભાવ જોવા ટેવાયેલી છું તેનાથી સાવ જ વિપરીત ભાવ હતો. તેમના ગાલ લાલઘૂમ હતા. તેમની ભ્રમરો ગુસ્સાની મારી વિકૃત લાગી રહી હતી. તેમના લમણાની નસો બહાર ઊપસી આવી હતી. તેમણે બારણાને તાળું માર્યું અને વગર કહ્યે કે વગર જોયે તેઓ મારી આગળથી પસાર થઈ ગયા.

"આ ઘટનાએ મારામાં ઉત્સુકતા જગાવી. તેથી હું જ્યારે મારી ફરજના હિસ્સા પ્રમાણે નીચે મેદાનમાં આંટો મારવા નીકળતી ત્યારે હું મકાનના આ ભાગ તરફથી ચોક્કસ પસાર થતી કે જેથી કરીને હું તે ભાગની બારી જોઈ શકું. એક જ હરોળમાં ચાર બારીઓ આવેલી હતી. તેમાંની ત્રણ સદંતર ગંધાતી હતી જ્યારે ચોથી પર તો શટર પાડી દેવામાં આવ્યું હતું. તે સાવ જ સૂમસામ હતી, જાણે કેટલાય વખતથી તેને અડવામાં ન આવી હોય તેવી તે લાગતી હતી. હું ત્યાંથી પસાર થતાં ક્યારેક ક્યારેક તે તરફ નજર નાખી લેતી. તે દિવસે પણ હું તે બારીઓનું નિરીક્ષણ કરી રહી હતી અને શ્રીમાન રુકેસલ બહાર આવ્યા. તે પહેલાંની જેમ પ્રસન્નચિત્ત હતા.

" 'ઓહ !' તેણે કહ્યું, 'હું તમારી પાસેથી કશુંયે બોલ્યાચાલ્યા વગર પસાર થઈ ગયો તે બદલ મને રુક્ષ ન સમજતાં, મારાં વહાલાં બહેન. હું ધંધામાં ગુંચવાયેલો હતો.'

"મેં તેમને ખાતરી કરાવી કે મને કશું જ ખરાબ નહોતું લાગ્યું. મેં કહ્યું હતું, 'ત્યાં ઉપર તમારી પાસે વધારાના બે ઓરડા લાગે છે નહીં ? એક બારીને તો શટર પણ પાડવામાં આવ્યું છે.' તેને થોડું આશ્ચર્ય થયું તેવું લાગ્યું અને મારું આવું કહેવાથી થોડા ચોંક્યા તેવું પણ લાગ્યું.

" 'મને ફોટોગ્રાફીનો શોખ છે,' તેણે કહ્યું, 'મેં ત્યાં મારો અંધારિયો રૂમ બનાવ્યો છે. પણ મારી વહાલી ! કોઈ માની શકે કે તમે કેટલી અદ્‌ભુત નિરીક્ષણશક્તિ ધરાવો છો ? કોઈ ન માની શકે.' તેમણે મશ્કરી કરતાં કહ્યું, પણ તેમની આંખોમાં જરા પણ મશ્કરી નહોતી દેખાતી, ઊલટાની શંકા અને ચીડ દેખાતી હતી.

"વારુ, શ્રીમાન હોમ્સ, તે ક્ષણથી મને ખબર પડી ગઈ કે તે ઓરડામાં કંઈક એવું હતું જે હું નહોતી જાણતી. હું ત્યાં જવા તત્પર હતી. તે કોઈ ઉત્સુકતા નહોતી પણ એક પ્રકારની કર્તવ્યનિષ્ઠા હતી કે હું આ ઓરડામાં કંઈક ભલું કરી શકીશ. લોકો સ્ત્રીઓની આંતરદૃષ્ટિનાં વખાણ કરે છે કદાચ આ તે જ આંતરદૃષ્ટિ હશે જેણે મારામાં આવી લાગણી જન્માવી હશે. કોઈ પણ સંજોગોમાં હું તે બારણાની અંદર પ્રવેશવાના અવસરની આતુરતાથી રાહ જોવા લાગી.

"ગઈ કાલે જ મને એ મોકો મળી ગયો. હું તમને જણાવી દઉં કે શ્રીમાન રુકેસલ ઉપરાંત ટોલર અને તેની પત્ની પણ કોઈક કામ માટે પેલા અવાવરુ ઓરડામાં આવતાં જતાં રહેતાં હતાં અને એક વાર મેં તેને કાળો મોટો થેલો લઈને અંદર જતાં જોયો હતો.

હમણાંથી તે ખૂબ દારૂ પીવા લાગ્યો હતો. ગઈ કાલે પણ તેણે ખૂબ દારૂ પીધો હતો. જ્યારે હું ઉપર ગઈ ત્યારે બારણાના તાળામાં ચાવી લટકી રહી હતી. મને તેમાં કોઈ જ શંકા નહોતી કે ટોલરથી જ ચાવી ત્યાં રહી ગઈ હતી. શ્રીમાન અને શ્રીમતી રુકેસલ બન્ને નીચે હતાં અને બાળક પણ તેમની જોડે જ હતો માટે મારા માટે આ ખૂબ જ સારો મોકો હતો. મેં ધીમેક રહીને ચાવી ઘુમાવી બારણું ખોલ્યું અને ધીમેક રહીને અંદર સરકી ગઈ. ત્યાં સામે જ એક સાંકડી ગલી હતી તે જમણી બાજુ વળીને પૂરી થઈ જતી હતી. આ વળાંકના ખૂણા પર હારબંધ ત્રણ બારણાં આવેલાં. તેમાંનું પહેલું અને ત્રીજું બારણું ખુલ્લું હતું. ખુલ્લા બારણાંવાળા બન્ને ઓરડા ખાલી ધૂળિયા હતા. તે બન્નેમાં એક એક બારી હતી. તે બારીઓના કાચ પર ધૂળના થરના થર જામ્યા હતા અને તેના કારણે તેમાં સાંજના સૂરજનો પ્રકાશ ખૂબ જ આછો આવી રહ્યો હતો. વચ્ચેનું બારણું બંધ હતું અને તેના બારણા પર લોખંડનો સળિયો અટકાવેલો. સળિયાનો એક છેડો બહાર પડેલા લોખંડના ભારે પલંગના સળિયા સાથે બાંધેલો જ્યારે બીજો છેડો દીવાલમાં જડવામાં આવેલા આંકડા સાથે બાંધવામાં આવ્યો હતો. તેના દરવાજા પર પણ તાળું મારવામાં આવ્યું હતું અને ચાવી પણ નહોતી લટકતી. આ તે જ ઓરડો હતો જેની શટર લગાવેલી બારી બહારથી દેખાતી હતી અને તેમ છતાં પણ હું જોઈ શકતી હતી કે અંદર સૂર્યનો પ્રકાશ આવી રહ્યો હતો તેનો મતલબ એ થતો હતો કે છત પર ક્યાંક બારી હોવી જોઈએ કે જ્યાંથી પ્રકાશ આવી રહ્યો હોય. હું ત્યાં ઊભી ઊભી વિચારી રહી હતી કે આ દરવાજા પાછળ શું છે ત્યાં જ મને અંદર કોઈકના હલનચલનનો અવાજ સંભળાયો. બારણાની તિરાડમાંથી મેં જોયું તો કોઈક પડછાયો આમતેમ હલનચલન કરી રહ્યો હતો. મારા પર ભયનું વાદળ છવાઈ ગયું, શ્રીમાન હોમ્સ ! મારું મજબૂત હૃદય એકાએક ભયભીત થઈ ઊઠ્યું અને મેં બહાર તરફ દોટ મૂકી. જાણે મારી પાછળ કોઈ ભયાનક પંજો ન પડ્યો હોય અને મને પકડવામાં જ ન હોય ! હું ગલીમાંથી ભાગતી સીધી જ દરવાજાની બહાર નીકળી ગઈ અને સીધી જ શ્રીમાન રુકેસલના હાથમાં જઈ પડી. તે બહાર ઊભા ઊભા મારી રાહ જોઈ રહ્યા હતા.

" 'તો,' તે હસતાં હસતાં બોલ્યા, 'અચ્છા તો, તું હતી. હું દરવાજો ખુલ્લો જોઈને જ સમજી ગયો હતો.'

" 'મારી વહાલી છોકરી ! મારી વહાલી છોકરી !'

"તમે જરા પણ અંદાજ નહીં લગાવી શકો કે તે કેટલો પ્રેમથી વાત કરી રહ્યો હતો, 'તું શાનાથી ડરી ગઈ મારી વહાલી દીકરી ?' તેનો અવાજ કડક હતો. હું તેનાથી ચેતી ગઈ હતી.

" 'મેં આ અવાવરુ ઓરડામાં જવાની મૂર્ખામી કરી છે,' મેં જવાબ આપ્યો. 'પણ આ આછા અજવાળામાં આ જગ્યા એટલી નીરવ અને ભૂતિયા લાગે છે કે હું બીકની મારી બહાર દોડી આવી. ત્યાં કેટલી ભયાનક શાંતિ છે !'

" 'માત્ર તેટલું જ ?' તેણે મારી સામે તાકી રહેતાં કહ્યું.

" 'કેમ, તમે શું સમજ્યા ?' મેં પૂછ્યું.

" 'હું શા માટે આ બારણાને તાળું રાખું છું તને ખબર છે ?'

" 'હું નથી જાણતી.'

" 'તે એટલા માટે જે લોકોને આ જગ્યા સાથે કોઈ લેવા દેવા ના હોય તે ત્યાંથી દૂર રહે. ખબર પડી ?' તે હજી પણ એ જ અદામાં હસી રહ્યો હતો.

" 'જો મને ખબર હોત...'

" 'હા, તો હવે તો તને ખબર પડી ગઈ ને ? અને જો હવે તેં અહીં પગ પણ મૂક્યો છે' આવું કહેતાં જ તેનું સ્મિત ગુસ્સામાં પરિણમ્યું અને તેણે મારી સામે એવી ક્રૂર નજરે જોયું - 'તો હું તને પેલા કાળમુખા કૂતરા આગળ નાખી દઈશ.'

"હું એટલી ડરી ગઈ હતી કે મને યાદ નથી કે ત્યાર પછી શું થયું. મારા ખ્યાલથી હું તેને ત્યાં જ મૂકી સીધી મારા ઓરડામાં ધસી ગઈ. હું ક્યાંય સુધી પથારીમાં ધ્રૂજતી પડી રહી. પછી મને તમારો વિચાર આવ્યો, શ્રીમાન હોમ્સ. હું તમારી સલાહ વગર ત્યાં વધારે રોકાઈ શકું તેમ નથી. હું આખાયે ઘરથી બી ગઈ છું. ઘરના પુરુષો, ઘરની સ્ત્રીઓ, અરે, પેલા છોકરાથી પણ બી ગઈ છું. તે બધાંથી હું થથરી રહી છું. હું માત્ર તમને અહીં બોલાવીને જ બધું બરાબર કહી શકું તેમ હતી. બેશક, હું ત્યાંથી ભાગી શકી હોત. પણ મારા ડર જેટલી જ મજબૂત મારી ઉત્સુકતા હતી. મેં તરત જ નક્કી કરી લીધું કે મારે તમને એક તાર મોકલવો. મેં મારી ટોપી અને ડગલો પહેર્યો અને ઘરથી અડધા માઈલ દૂર આવેલી ઑફિસ તરફ જવા નીકળી ગઈ. પાછા ફરતી વખતે મને થોડી રાહત થઈ. અચાનક ઘરના બારણે પહોંચતાં મને બીક લાગી કે ક્યાંક પેલા કૂતરાને છુટ્ટો મૂકી દેવામાં તો નહીં આવ્યો હોય ને, પણ મને તરત જ યાદ આવ્યું કે આજે તો ટોલરે એટલી હદે દારૂ પીધો છે કે તેને કોઈ જ ભાન નથી રહ્યું અને તે જ તો એક માત્ર હતો જે કૂતરાને છોડી શકતો હતો. બાકી તો કોનામાં તેને છોડવાની હિંમત હતી ? હું શાંતિથી મારા ઓરડામાં જતી રહી અને અડધી રાત સુધી તમને મળવાના આનંદમાં ઊંઘી જ ન શકી. મને આજે સવારે વિન્ચેસ્ટર આવવાની રજા લેવામાં પણ જરાય મુશ્કેલી ન નડી, પણ મારે ત્રણ વાગ્યા પહેલા પાછું પહોંચી જવું પડશે, કારણ કે શ્રીમાન અને શ્રીમતી રુકેસલ બહાર જવાનાં છે અને આખીયે સાંજ બહાર રહેવાનાં છે. એટલે મારે જ છોકરાનું ધ્યાન રાખવાનું છે. હવે મેં મારી આખીયે આપવીતી તમને કહી દીધી છે, શ્રીમાન હોમ્સ, અને મને એ જાણીને ખુશી થશે કે આ બધાંનો શું અર્થ થાય છે અને સૌથી મહત્ત્વનું તો એ કે મારે હવે શું કરવું જોઈએ ?"

આ આખીયે અસામાન્ય વાર્તાથી હોમ્સ અને હું અવાક રહી ગયાં હતાં. મારો મિત્ર ઊભો થયો અને ખિસ્સામાં હાથ નાખીને મોઢા પર ગંભીરતા સાથે આખાયે ઓરડામાં આમ તેમ આંટા મારવા લાગ્યો.

"ટોલર હજુ પણ પીધેલો જ છે ?" તેણે પૂછ્યું.

"હા, મેં તેની પત્નીને શ્રીમતી રુકેસલને કહેતાં સાંભળી હતી કે તેણી તેના પતિનું કંઈ જ કરી શકે તેમ નથી."

"સારું કહેવાય. અને રુકેસલ આજે રાત્રે બહાર જવાના છે ?"

"હા."

"ત્યાં કોઈ એવું ભંડકિયું છે જેને મજબૂત તાળું મારેલું હોય ?"

"હા, દારૂનું એક ભંડકિયું છે."

"આ મામલામાં તમે ખરેખર બહાદુરી અને સમજપૂર્વક વર્ત્યાં છો, કુમારી હંટર. તમને લાગે છે કે હજુ એક વાર તમે આવી બહાદુરી દાખવી શકશો ? જો મને તમે એક બહાદુર અને અસામાન્ય સ્ત્રી ન લાગ્યાં હોત તો હું તમને આવું ન પૂછત."

"હું પ્રયત્ન કરીશ. મારે શું કરવાનું છે ?"

"હું અને મારો મિત્ર બન્ને આજે સાંજે સાત વાગ્યે કોપર બીચ આવીશું. ત્યાં સુધીમાં તો રુકેસલ જતા રહ્યા હશે અને આપણે આશા રાખીએ કે ટોલર અક્ષમ જ હશે. પછી બચે છે શ્રીમતી ટોલર. તે જ માત્ર કંઈક કરી શકે. જો તમે કોઈક બહાને તેણીને ભંડકિયામાં મોકલી દો અને પછી તેને તાળું મારી દેશો તો આપણા માટે સારી અનુકૂળતા રહેશે."

"કરીશ."

"બહુ સરસ ! ત્યાર બાદ જ આપણે આખા મામલાની ઝીણવટથી તપાસ કરી શકીશું. તમે કહેલી આખીયે વાર્તા પરથી એક જ તારણ નીકળે છે કે તમને ત્યાં કોઈકની જગ્યાએ મૂકવામાં આવ્યાં છે અને તમે જેની જગ્યા લીધી છો તેને તે રૂમમાં બંધ કરવામાં આવી છે. આ તો દેખીતુ જ છે. હવે આ વ્યક્તિ કોણ છે તેની વાત કરીએ તો, મને જરા પણ શંકા નથી કે તેણી શ્રીમાન રુકેસલની દીકરી એલિસ છે. જો મને યાદ હોય તો એવું કહેવામાં આવ્યું છે કે તેણી અમેરિકામાં છે. તમને તેણી જેવા શરીર, ઊંચાઈ અને વાળના આધારે પસંદ કરવામાં આવી છે. તેણીના વાળ બની શકે કે કોઈ બીમારીના કારણે કાપવા પડ્યા હોય અને તેના કારણે તમારા વાળને પણ કપાવવાની ફરજ પાડવામાં આવી. તમને જે વાળ મળી આવ્યા તે તેણીના જ હશે. રસ્તા પર ઊભેલો પેલો માણસ ચોક્કસ તેણીનો કોઈક મિત્ર કે પછી પ્રેમી જ હશે અને નિઃશંકપણે તમે જ્યારે તે છોકરીનાં કપડાં પહેર્યાં ત્યારે દૂરથી તમે તેણી જેવાં જ દેખાતાં હશો. તમને આમ ખડખડાટ જોતાં તેને એવું લાગ્યું હશે કે કુમારી રુકેસલ ખૂબ જ પ્રસન્ન છે અને તમને તેને હાથ હલાવીને ત્યાંથી જતા રહેવાનો ઈશારો કરવાનું પણ કહેવામાં આવ્યું કે જેથી કરીને તેને એવું લાગે કે કુમારી રુકેસલને તેની જરા પણ જરૂર નથી. પેલા કૂતરાને મોડી રાત્રે એટલા માટે જ છોડવામાં આવતો હતો કે જેથી કરીને તે માણસ તેણીને મળવાનો પ્રયત્ન ન કરે. મોટા

ભાગનું તો સ્પષ્ટ થઈ ગયું છે. હવે સૌથી ગંભીર પ્રશ્ન પેલા નાનકડા છોકરાને ઠેકાણે રાખવાનો છે.''

''તેને આ સાથે શું લેવા દેવા છે ?'' હું બોલી ઊઠ્યો.

''મારા વહાલા, વૉટસન. તું દાક્તરી માણસ છો અને એ તો સારી રીતે જાણતો હોઈશ કે માતાપિતાના વ્યવહારની બાળક પર કેવી અસર પડતી હોય છે. તને નથી લાગતું કે તેથી ઊલટું વિચારીએ કે બાળક પરથી પણ મા-બાપના વ્યવહારનું અનુમાન લગાવી શકાય છે. મને મોટા ભાગનાં મા-બાપનાં લક્ષણોની ખબર તેમના સંતાનોના અભ્યાસ પરથી જ પડતી હોય છે. આ છોકરાનો સ્વભાવ અસામાન્ય રીતે ક્રૂર છે, કારણ કે તેને ક્રૂરતા આચરવામાં મજા આવે છે અને આ વારસો તેને તેના હંમેશા હસતાં રહેતા પિતામાંથી અથવા તો તેની માતામાંથી મળ્યો હશે. પણ આવાં મા-બાપના કબજામાં આવેલી છોકરીની શું દશા હશે ?''

''મારા ખ્યાલથી તમે એકદમ સાચા છો, શ્રીમાન હોમ્સ.'' અમારી અસીલ બૂમ પાડી ઊઠી. ''બની ગયેલી હજારો બાબતોને જ્યારે હું તમારા તારણ સાથે સરખાવું છું ત્યારે મને લાગે છે કે તમે નક્કર તારણ કાઢ્યું છે. આ બિચારી છોકરીને બચાવવામાં આપણે જરા પણ મોડું ન કરવું જોઈએ.''

''આપણે ખૂબ સાવધાની રાખવી પડશે કારણ કે આપણો જે માણસ સાથે પનારો પડ્યો છે તે ખૂબ ખંધો માણસ છે. આપણે સાત વાગ્યા પહેલાં કંઈ જ નહીં કરી શકીએ. તે ઘડીએ અમે તમારી સાથે જ હોઈશું અને તરત જ આખાયે રહસ્ય પરથી પરદો ઊઠી જશે.''

અમે કહ્યા પ્રમાણે જ અમારું વચન પાળ્યું. સાતના ટકોરે અમે કોપર બીચ પહોંચી ગયા હતા. અમે અમારી ઘોડાગાડી રસ્તાની એક બાજુ પર ઊભી રાખી દીધી હતી. જો કુમારી હંટર બારણા આગળ અમારી રાહ જોતી ઊભી ન હોત તો પણ અમે સાંજના સૂરજના તડકામાં કોઈ ધાતુની જેમ ચળકતાં વૃક્ષોનાં પાંદડાંને જોઈને શ્રીમાન રુકેસલનું ઘર ઓળખી શક્યા હોત.

''તમે વ્યવસ્થા કરી લીધી ?'' હોમ્સે પૂછ્યું.

ક્યાંક નીચેથી બારણાના જોરજોરથી ખખડવાનો અવાજ આવી રહ્યો હતો.

''ત્યાં ભંડકિયામાં શ્રીમતી ટોલર છે,'' તેણીએ કહ્યું, ''તેણીનો પતિ રસોડામાં નસકોરાં બોલાવતો સૂઈ રહ્યો છે. આ રહી ચાવીઓ જે શ્રીમાન રુકેસલની ચાવીઓની નકલ છે.''

''તમે ખરેખર ખૂબ સરસ કામ કર્યું છે !'' હોમ્સે આતુરતાથી મોટેથી કહ્યું, ''હવે મને ઝડપથી ત્યાં લઈ જાઓ જેથી કરીને આ આખાયે રહસ્યમયી કારનામાનો અંત આવે.''

અમે દાદર ચડ્યા, બારણાનું તાળું ખોલ્યું અને સીધા જ પેલા બહારથી બંધ કરેલા બારણા આગળ આવી પહોંચ્યા જેનું કુમારી હંટરે વર્ણન કર્યું હતું. હોમ્સે દોરીઓ તોડી

અને પેલા સળિયાને બારણા પરથી કાઢી નાખ્યો. પછી તેણે તાળામાં ઘણી બધી ચાવીઓ નાખીને તેનો ખોલવાનો પ્રયત્ન કર્યો પણ તાળું ન ખૂલ્યું. અંદરથી કોઈ જ અવાજ નહોતો આવી રહ્યો. આવી શાંતિથી હોમ્સ ખૂબ ગંભીર થઈ ગયો.

"આશા રાખું કે આપણે આવવામાં મોડું ન કરી દીધું હોય." તેણે કહ્યું, "મારા ખ્યાલથી, કુમારી હંટર, અંદર અમે બે એકલા જઈએ તે જ યોગ્ય રહેશે. હવે વૉટસન, તારા ખભેથી બારણાને ધક્કો માર, જોઈએ કે આપણે અંદર પ્રવેશી શકીએ છીએ કે નહીં ?"

"અમે દોડતા ઓરડાના બારણાને ધક્કો મારી અંદર પ્રવેશ્યા. તે ખાલી હતો. તેમાં કોઈ જ ફર્નિચર નહોતું, માત્ર એક પલંગ હતો, એક નાનકડું ટેબલ હતું અને કપડાં ભરેલી એક ટોપલી હતી. છાપરા પર લાગેલી બારી ખુલ્લી હતી."

"અહીં કોઈક દુષ્ટતા આચરવામાં આવી છે," હોમ્સે કહ્યું; "આ ચબરાક માણસે કુમારી હંટરનો ઉદ્દેશ જાણી લીધો અને તેના શિકારને અહીંથી બીજે ક્યાંક લઈ ગયો છે."

"કઈ રીતે ?"

"છાપરામાં લાગેલી આ બારી દ્વારા. આપણને તરત ખબર પડી જશે કે તેઓ અહીંથી કઈ રીતે જઈ શક્યાં." તે કૂદીને છાપરામાં લાગેલી બારી પર ચડી ગયો, "અરે, અહીં સીડી મૂકવામાં આવી છે તેના વડે જ તેઓ નીચે ઊતરી ગયાં હશે."

"પણ તે તો અશક્ય છે," કુમારી હંટરે કહ્યું, "જ્યારે રુકેસલ ગયા ત્યારે નિસરણી ત્યાં નહોતી."

"તે પાછો આવ્યો હતો અને તેણે તેને ત્યાં મૂકી દીધી હતી. હું કહું છું ને કે તે એક ચાલાક અને ખતરનાક માણસ છે. જો આ પગલાંનો અવાજ તેનો જ હોય તો મને તેમાં કોઈ આશ્ચર્ય નથી થતું. વૉટસન, હવે સમય આવી ગયો છે કે તું તારી પિસ્તોલ તૈયાર રાખે."

હજુ તો તેના શબ્દો પૂરા જ થયા હશે કે તે બારણા આગળ આવીને ઊભો રહ્યો, તે માણસ ખૂબ જાડો અને ખડતલ બાંધાવાળો હતો. તેના હાથમાં ભારે લાકડી હતી. કુમારી હંટર તેને જોતાં જ ભયની મારી દીવાલને વળગી પડી, પણ શૅરલૉક હોમ્સ આગળ કૂદ્યો અને તેની સામે આવી ગયો.

"દુષ્ટ !" તેણે કહ્યું, "તારી દીકરી ક્યાં છે ?"

પેલા જાડા માણસે તેની આંખો આસપાસ ઘુમાવી અને પછી છતની બારી તરફ તેની નજર ગઈ.

"આ પ્રશ્ન તો મારે તમને પૂછવો જોઈએ." તે તાડૂક્યો, "તમે ચોર છો ! જાસૂસ છો ! મેં તમને પકડી પાડ્યા છે, નહીં ? તમે હવે મારા તાબામાં છો. હવે હું તમને ઠેકાણે કરીશ !" તે ફર્યો અને ધડાધડ પગથિયાં ઊતરવા લાગ્યો.

"તે કૂતરો છોડવા ગયો છે !" કુમારી હંટરે બૂમ પાડી.

"મારી પાસે પિસ્તોલ છે," મેં કહ્યું.

"આગળનું બારણું બંધ કરી દઈએ તે સારું રહેશે," હોમ્સે બૂમ પાડી અને અમે બધા એકસાથે નીચે ધસી ગયાં. અમે હજુ તો નીચે પહોંચ્યાં જ હોઈશું કે અમને કૂતરાના ઘૂરકવાનો અવાજ સંભળાયો અને તેની સાથે એક વેદનાભરી ચીસ પણ સંભળાઈ. તે ચીસ એવી કારમી હતી કે અમારાં રુવાંડાં ઊભાં થઈ ગયાં. એક વૃદ્ધ માણસ લથડિયાં ખાતો હોય તેવું દેખાયું. તે ટોલર હતો.

"કોઈએ કૂતરાને છોડી મૂક્યો છે, બે દિવસનો તે ભૂખ્યો ડાંસ છે, ભાગો, નહીં તો આવી જ બન્યું સમજો."

હોમ્સ અને હું બહાર દોડી ગયા. ટોલર અમારી પાછળ જ દોડી રહ્યો હતો. પેલા ભયાનક કૂતરાએ રુકેસલને બોચીએથી પકડ્યો હતો. તે જમીન પર તરફડિયાં મારી રહ્યો હતો. તે જ ઘડીએ મેં કૂતરાના કપાળમાં ગોળી ધરબી દીધી. કૂતરો ઢળી પડ્યો પણ તેના દાંત હજુ પણ રુકેસલના ગળાની ચરબીમાં ખૂંપેલા હતા. મહામહેનતે અમે રુકેસલને કૂતરાના મોઢામાંથી છોડાવ્યો. તે ખૂબ ઘવાયો હતો અમે તેને સીધા જ ઘરમાં લઈ ગયા અને દીવાનખંડના સોફામાં સુવરાવ્યો. ટોલરને અમે તરત જ રુકેસલની પત્નીને સમાચાર પહોંચાડવા મોકલ્યો. હું તેના દર્દને દૂર કરવા જે કંઈ કરી શકતો હતો તે કર્યું. અમે બધાં શ્રીમાન રુકેસલને ઘેરીને ઊભાં હતાં તે જ વખતે બારણું ખૂલ્યું અને એક સૂકલકડી સ્ત્રી ઓરડામાં પ્રવેશી.

"શ્રીમતી ટોલર !" કુમારી હંટરે બૂમ પાડી.

"હા, કુમારી હંટર. શ્રીમાન રુકેસલ જ્યારે ફરીથી ઘરે આવ્યા ત્યારે તમારી પાસે ઉપર આવતા પહેલાં તેમણે મને ભંડકિયામાંથી બહાર કાઢી હતી. તેં મને તારી યોજના નહીં કહીને ભૂલ કરી હતી, કુમારી હંટર. જો તેં મને પહેલાં જ બધું જણાવી દીધું હોત તો હું તને કહેત કે તને તેમાં કોઈ જ સફળતા નથી મળવાની."

"એમ !" હોમ્સે તેણીની તરફ તાકી રહેતાં કહ્યું, "એ તો સ્પષ્ટ છે કે શ્રીમતી ટોલર આ બાબતે કંઈક વિશેષ જાણે છે."

"હા, સાહેબ, હું જાણું છું અને હું જે કંઈ પણ જાણું છું તે કહેવા તૈયાર છું."

"હું તમારી સમક્ષ બધું જ સ્પષ્ટ કરી દઈશ." તેણીએ કહ્યું, "જો હું કોટડીમાંથી થોડી વહેલી બહાર આવી શકી હોત તો કંઈક કરી શકી હોત અને જો આ મામલામાં કોઈ પોલીસ કેસ થયો તો હું તમારી મિત્ર બનીને તમારી પડખે ઊભી રહીશ, કારણ કે હું એલિસની પણ મિત્ર છું."

"તેણી ઘરમાં ક્યારેય ખુશ નહોતી. જ્યારના તેણીના પિતાએ બીજાં લગ્ન કર્યાં ત્યારની કુમારી એલિસ ખુશ નહોતી. તેણી જ્યારે કોઈક મિત્રના ઘરે શ્રીમાન ફાઉલરને મળી અને તે બન્ને વચ્ચે પ્રેમ પાંગર્યો ત્યારથી તેણીના દુ:ખના દહાડા શરૂ થયા હતા. તે

બન્નેની વાત પરથી મારી જાણમાં આવ્યું હતું કે કુમારી એલિસને વસિયત પ્રમાણે કેટલાક અધિકાર હતા પણ તેમ છતાં પણ તે શાંત અને ચૂપ રહી અને બધું જ શ્રીમાન રુકેસલના હાથમાં આપી દીધું. શ્રીમાન રુકેસલને ખબર હતી કે તે કુમારી એલિસ સાથે જ સુરક્ષિત હતો પણ જ્યારે તેને તે બન્નેની વચ્ચે તેણીનો ભાવિ પતિ અડચણરૂપ લાગવા માંડ્યો ત્યારે તેણે વિચાર્યું કે હવે આ સંબંધનો અંત લાવવો જ પડશે. તે તેણી પાસે એક કાગળ પર સહી કરાવવા માગતો હતો કે જેથી કરીને તેણી લગ્ન કરે કે ન કરે તે તેણીના પૈસા વાપરી શકે. જ્યારે તેણીએ તેવું ન કર્યું ત્યારે તેણીને તેણે માનસિક રીતે એટલો ત્રાસ આપ્યો કે છેવટે તેણી ખરેખર બીમાર થઈ ગઈ અને છ અઠવાડિયાંમાં તો તેણીને મોતના ઉંબરે ઊભી કરી દીધી. આખરે તેણી સાજી થવા લાગી પરંતુ તેણી એક જીવતી લાશ બની રહી. તેના સુંદર વાળ કાપી નાખવા પડ્યા તેમ છતાં તેણીના પ્રેમીમાં કોઈ જ ફેર ન આવ્યો. તે એક નિષ્ઠાવાન વ્યક્તિની જેમ તેણીને વળગી રહ્યો.''

''ઓહ,'' હોમ્સે કહ્યું, ''તમે જે બધું કહ્યું તે પરથી બધું જ સ્પષ્ટ થઈ જાય છે. હવે જે બાકી રહ્યું છે તેને હું સ્પષ્ટ કરું છું. શ્રીમાન રુકેસલે છેવટે તેણીને પૂરી દીધી, બરાબર ?''

''હા, સાહેબ.''

''અને પછી કુમારી હંટરને અહીં લઈ આવ્યા કે જેથી કરીને શ્રીમાન ફાઉલરની એકધારી હાજરીથી છુટકારો મેળવી શકાય.''

''તેમ જ, સાહેબ.''

''પરંતુ કંઈ પણ કરીને શ્રીમાન ફાઉલર તમને મળ્યા અને તમને વિશ્વાસ અપાવ્યો કે તે પણ તમે જે ઇચ્છતાં હતાં તે જ ઇચ્છતો હતો.''

''શ્રીમાન ફાઉલર એક ખૂબ જ મૃદુભાષી અને ઉદાર હૃદયના માણસ છે.'' શ્રીમતી ટોલરે ગંભીરતાથી કહ્યું.

''અને તે એ સારી રીતે જાણતા હતા કે તમારા પતિને દારૂ જરા પણ ઓછો ન પડે. અને માલિકના ઘરેથી જતા રહ્યા બાદ તેણે ઉપર છાપરાની બારી આગળ નિસરણી લટકાવી.''

''તમે સાચું કહો છો, બરાબર તેમ જ થયું હતું.''

''શ્રીમતી ટોલર, અમે તમારી માફી માગીએ છીએ.'' હોમ્સે કહ્યું, ''કારણ કે તમે બધું જ સ્પષ્ટ કરી દીધું છે. આ લો, અહીંના સર્જન અને શ્રીમતી રુકેસલ આવી પહોંચ્યાં લાગે છે. તો હવે વૉટસન, આપણે કુમારી હંટરને લઈને વિન્ચેસ્ટર જતાં રહેવું જોઈએ નહીંતર આપણી હાજરીથી કેટલાયે પ્રશ્નો ઊભા થશે.''

આમ કોપર બીચની ઝાડીઓના પ્રાંગણવાળા અશુભ ઘરનું રહસ્ય ઉકેલ્યું. શ્રીમાન રુકેસલ બચી ગયા પણ તે સાવ જ ટૂટી ગયો હતો. માત્ર તેની સમર્પિત પત્નીની કાળજીના

કારણે જ તે જીવી શક્યો. તેઓ તેના જૂના નોકરો સાથે જ રહેતા હતા. તેઓ શ્રીમાન રુકેસલના ભૂતકાળ વિષે એટલું બધું જાણતા હતા કે તેમનાથી અલગ થવું તેમના માટે મુશ્કેલ હતું. શ્રીમાન ફાઉલર અને કુમારી રુકેસલ તેઓ ભાગી છૂટ્યા તેના બીજા જ દિવસે સાઉધમ્પ્ટનમાં પરણી ગયાં હતાં અને હવે તેઓ સરકારની નિમણૂકથી મોરેશિયસ સ્થિર થઈ ગયાં છે. કુમારી વાયોલેટ હંટરની વાત કરું તો મારા મિત્ર હોમ્સે તેણીમાં કોઈ જ રસ ન દાખવ્યો. તેણી હાલ વૉલસાલની એક ખાનગી શાળામાં ઉચ્ચ શિક્ષિકા છે અને મને લાગે છે કે તેણીને તેમાં ઘણી સફળતા મળી છે.

❖ ❖ ❖

શેરલૉક હોમ્સનાં સંસ્મરણો

સિલ્વર બ્લેઝ

"મને લાગે છે, વૉટસન, કે મારે જવું પડશે." નાશ્તાના ટેબલ પર બેસતાં હોમ્સે કહ્યું.

"ક્યાં ?"

"ડાર્ટમૂર; રાજા પાઈલૅન્ડ, પાસે."

મને કંઈ તેનાથી આશ્ચર્ય નહોતું થયું. પણ હજુ તે કંઈ આ અસામાન્ય મામલામાં એટલો બધો નહોતો જોડાયો. આ મામલો આખાયે ઈંગ્લૅન્ડમાં ચર્ચાનો વિષય બની ગયો હતો. આખો દિવસ તેણે પોતાના ઓરડામાં માથું નીચું નમાવીને ભ્રમરો ઝીણી કરીને આમતેમ આંટા મારે રાખ્યા હતા અને એકધારી તીવ્ર કાળી તમાકુની હૂકલી વારે ઘડીએ ભરી ભરીને પીધે રાખી હતી. તે દરમિયાન તેણે મારા એક પણ પ્રશ્ન કે એક પણ વાક્યનો પ્રતિભાવ નહોતો આપ્યો. અમારો છાપાવાળો દરેક સમાચાર-પત્રની તાજામાં તાજી નકલો અમને સમયે સમયે આપી જતો હતો અને માત્ર તેના પર એક નજર ફેરવી તે તેને ખૂણામાં ફેંકીને પાછો વિચારોમાં ખોવાઈ જતો. હજુ પણ તે તેવો ને તેવો જ મૂંગો હતો. મને ખબર હતી કે તે શેના વિષે ગંભીરપણે વિચારી રહ્યો હતો. લોકો વચ્ચે એક એવો મામલો આવીને ઊભો છે કે જે હોમ્સની તર્કશક્તિને પડકારી શકે તેમ હતો. આ મામલો વેસેક્સ કપના માનીતા ઘોડાના ગાયબ થવાનો અને તેને તાલીમ આપનાર માણસની હત્યાનો હતો અને માટે જ તેણે આખાયે મામલાને સમજવા માટે ડાર્ટમૂર જવાનું એલાન કર્યું હતું. જો કે અમને બન્નેને ખબર હતી કે હોમ્સને વહેલા મોડો ત્યાં બોલાવવામાં આવશે જ.

"મને પણ તારી સાથે આવતાં આનંદ થશે, હું તને ક્યાંય પણ અડચણરૂપ નહીં થાઉં," મેં કહ્યું.

"મારા વહાલા વૉટસન, જો તું મારી સાથે આવીશ તો તારી સલાહો મને ખૂબ ઉપયોગી નીવડશે. મને લાગે છે કે તારો ત્યાં જરા પણ સમય નહીં બગડે, ઊલટાની તને

ત્યાં મજા આવશે. મને લાગે છે કે આપણે હવે પેડિંગ્ટન જઈને ટ્રેઈન પકડી લેવી જોઈએ અને ટ્રેઈનમાં જ હું આ બાબત પર આગળ વિચારીશ. હા, તારું દૂરબીન પણ તારી સાથે લઈ લેજે, મારે તેની જરૂર પડશે.''

ત્યાર પછીના કલાકમાં તો હું ટ્રેઈનના ફર્સ્ટ-ક્લાસના ડબ્બામાં મારી બેઠક પર ગોઠવાઈ ગયો હતો. અમારી ગાડી એક્સ્ટર તરફ દોડી રહી હતી. શૅરલૉક પોતાની લબડતા કાનવાળી ટોપી પહેરીને પેડિંગ્ટન સ્ટેશનેથી લીધેલા સમાચાર-પત્રોના બંડલમાં પરોવાઈ ગયો હતો. રિડિંગ છોડ્યાના ઘણા સમય બાદ તેણે છેલ્લા છાપા પર પણ નજર ફેરવી અને તેને બેઠક નીચે સરકાવી દેતાં મારી સમક્ષ સીગાર કેસ ધર્યું.

''આપણે સારી ગતિએ જઈ રહ્યા છીએ,'' હોમ્સે બારી બહાર એક નજર કરતાં અને પોતાની ઘડિયાળ સામે જોતાં કહ્યું, ''હાલની આપણી ગતિ એક કલાકના સાડા તેપ્પન માઈલની છે.''

''પા-પા માઈલે આવતા થાંભલા ક્યાંય મારી નજરે નથી પડ્યા,'' મેં કહ્યું.

''મારી પણ નજરે નથી પડ્યા. પણ આ માર્ગ પર તારના થાંભલા સાઠ-સાઠ વારે આવેલા છે અને તેના આધારે જ મેં આ ગણતરી કરી છે. તે આ જોહ્ન સ્ટ્રેકરની હત્યા અને સિલ્વર બ્લેઝના ગાયબ થયાના મામલાની વિગતો તો છાપામાં વાંચી જ હશે ને ?''

''મેં *ટેલિગ્રાફ* અને *ક્રોનિકલ*માં જે કંઈ છપાયું હતું તે વાંચ્યું છે.''

''આ એક એવો કેસ છે જેમાં વિશ્લેષકે નવા પુરાવાઓ મેળવવાની જગ્યાએ જે વિગતો હાજર છે તેની ફેરતપાસ કરવામાં પોતાની બુદ્ધિશક્તિ વાપરવાની જરૂર પડશે. આ કરુણ ઘટના અસામાન્ય અને કેટલાક લોકો માટે વ્યક્તિગત રીતે મહત્ત્વની છે અને માટે જ આપણે વધારે પડતાં અનુમાનો, અટકળો અને સિદ્ધાંતોમાં જ જકડાઈ રહ્યા છીએ. મુશ્કેલી સિદ્ધાંતવાદીઓ અને પત્રકારો દ્વારા છાપવામાં આવેલી ભેળસેળિયા હકીકતોમાંથી નિઃસંશય હકીકતોને તારવવાની છે. આ શુદ્ધ હકીકતો મેળવ્યા બાદ આપણું ખરું કામ શરૂ થશે. ત્યારબાદ આપણે તે પરથી નિષ્કર્ષો પર પહોંચવાનું છે અને જે વિશિષ્ટ મુદ્દાઓ પર આખુંયે રહસ્ય ટકેલું છે તે શોધવાનું છે. મંગળવારે સવારે મને ઘોડાના માલિક કર્નલ રોસ અને આ કેસ પર જે ઇન્સ્પેક્ટર કામ કરી રહ્યા છે તે શ્રીમાન ગ્રેગરી તરફથી મારી મદદ માગતો તાર મળ્યો હતો.''

''મંગળવારે સાંજે !'' મેં ઉદ્‌ગાર કાઢ્યો, ''અને આજે તો ગુરુવારની સવાર પણ થઈ ગઈ. તો પછી તું ત્યારે જ કેમ રવાના ન થયો ?''

''કારણ કે મેં બેદરકારી દાખવી, મારા વહાલા વૉટસન, મને સારી રીતે જાણનારા લોકો તો ભાગ્યે જ મારી પાસે તેવી અપેક્ષા રાખે. સાચું કહું તો હું માનવા જ તૈયાર નહોતો કે ઇંગ્લૅન્ડના આવા ખ્યાતનામ ઘોડાને લાંબા સમય સુધી છુપાવી રાખ્યો હોય અને ખાસ કરીને ઉત્તર ડાર્ટમૂર જેવા વસ્તીવાળા વિસ્તારમાં તો તે અશક્ય જ છે. ગઈ

કાલે દરેક કલાકે મને એવી અપેક્ષા રહી હતી કે હમણા ક્યાંકથી સમાચાર આવશે કે તે મળી આવ્યો છે અને જોહ્ન સ્ટ્રેકરનો હત્યારો જ તેનું અપહરણ કરીને લઈ ગયો હશે. બીજી સવારે સમાચાર-પત્રો દ્વારા જાણવા મળ્યું કે યુવાન ફિત્ઝરૉય સિમ્પ્સનની ધરપકડ સિવાય કશું જ નવું નહોતું બન્યું. ત્યારે પછી મને લાગ્યું કે હવે મારે કંઈક કરવાનો સમય થઈ ગયો હતો. તેમ છતાં પણ મને હજુ પણ એવું લાગે છે કે કાલનો દિવસ કંઈ વેડફાઈ નહોતો ગયો.''

''તો પછી તેં શું ધારણા બાંધી ?''

''કમસે કમ મને આખાયે કેસ બાબતે આવશ્યક માહિતીઓ તો મળી જ. હું તે બધી જ તારી સમક્ષ રજૂ કરું છું કારણ કે જ્યાં સુધી બીજી કોઈ વ્યક્તિ સમક્ષ આખાયે કેસની ચર્ચામાં કરવામાં ન આવે ત્યાં સુધી કશું જ સ્પષ્ટ નથી થતું અને જો હું તને આપણે જે સ્થિતિમાં છીએ તે નહીં જણાવું તો તારી મદદ ક્યારેય નહીં મેળવી શકું.''

હું આરામથી ઓશીકાનો ટેકો લઈને સિગાર ફૂંકતો બેઠો જ્યારે હોમ્સ આગળ તરફ નમીને પોતાના ડાબા હાથમાં લખેલા મુદ્દા પર પોતાની લાંબી પહેલી આંગળી ફેરવતો મારી સાથે દરેક મુદ્દાની ચર્ચા કરવા લાગ્યો જે અમારી આખીયે મુસાફરી દરમિયાન ચાલી.

''સિલ્વર બ્લેઝ,'' તેણે કહ્યું, ''સોમોમી નસલનો ઘોડો છે અને તેના ખ્યાતનામ પૂર્વજો જેવો જ તેજસ્વી વિક્રમ ધરાવે છે. હાલ તેનું પાંચમું વર્ષ ચાલી રહ્યું છે અને અત્યારથી જ તે પોતાના નસીબવંતા માલિક કર્નલ રોસને બધાં જ ઇનામો જીતાવી આપે છે. આપત્તિના સમયે તે વેસેક્સ કંપની હરીફાઈ માટે બધાનો માનીતો ઘોડો હતો. લોકોએ તેના પર ત્રણ-એકના પ્રમાણમાં બોલી લગાવી હતી. હરીફાઈમાં ભાગ લેતા લોકો માટે તે ખૂબ માનીતો હતો અને તેણે ક્યારેય લોકોને નિરાશ નહોતા કર્યા અને માટે વેસેક્સ કપ વખતે પણ તેના પર ઘણાં બધાં નાણાંનો દાવ લાગેલો હતો. માટે સ્વાભાવિક હતું કે ઘણા લોકોને એ વાતમાં તીવ્ર રસ હોય કે તે દિવસે એટલે કે આવતા મંગળવારે સિલ્વર બ્લેઝ હરીફાઈમાં ભાગ ન લે.

''ઘોડાને કર્નલના કિન્ગ પાઈલેન્ડવાળા તબેલામાં રાખવામાં આવ્યો હતો. તેને સુરક્ષિત રાખવાનાં બધાં જ જરૂરી પગલાં લેવામાં આવ્યાં હતાં. તેનો પ્રશિક્ષક જોહ્ન સ્ટ્રેકર ખુદ એક નિવૃત્ત ઘોડેસવાર હતો. તે જ કર્લનના ઘોડાઓ રેસના મેદાનમાં દોડાવતો હતો પણ તેનું વજન વધી જવાથી તેણે હવે તે કામ છોડી દીધું હતું. તેણે પાંચ વર્ષ સુધી કર્નલના જોકી તરીકે સેવા આપી છે અને હવે સાત વર્ષથી તે તેમના જ ઘોડાનો પ્રશિક્ષક છે અને હંમેશા પોતાની જાતને એક ઉત્સાહી અને પ્રામાણિક સેવક તરીકે સાબિત કરી છે. તેના હાથ નીચે ત્રણ છોકરાઓ કામ કરે છે. તેમનો તબેલો નાનકડો જ છે. તેમાં માત્ર ચાર જ ઘોડા છે. આ ત્રણ છોકરાઓમાંનો એક રોજ રાત્રે તબેલાની રખેવાળી કરે

છે જ્યારે બીજા બે તબેલાની ઓરડીમાં સૂતા હોય છે. તે ત્રણેય સારું ચારિત્ર્ય ધરાવે છે. જોહ્ન સ્ટ્રેકર એક વિવાહિત માણસ હતો અને તબેલાથી માત્ર બસ્સો વાર દૂર જ એક નાનકડા ઘરમાં રહેતો હતો. તેને કોઈ જ બાળક નહોતું, તેણે એક નોકરાણી રાખી હતી અને તે સુખેથી જીવતો હતો. આસપાસનો વિસ્તાર ખાસ વસ્તીવાળો નથી પણ ઉત્તર તરફ અડધા માઈલને અંતરે નાનકડાં ઘરોનો એક સમૂહ આવેલો છે જે ઠેકેદાર ટૅવિસ્ટોક દ્વારા અપંગો અને જેને ડાર્ટમૂરની શુદ્ધ હવા માણવાનો શોખ હોય તેમના માટે બનાવવામાં આવ્યો છે. ટૅવિસ્ટોક પોતે પણ પશ્ચિમ તરફ બે માઈલ દૂર રહે છે. જ્યારે બીજી બાજુ મેદાનથી પશ્ચિમે બે માઈલ દૂર લૉર્ડ બૅકવૉટરની મેપેલટનની મોટી પ્રશિક્ષણ સંસ્થા આવેલી છે. સિલાસ બ્રાઉન નામનો એક માણસ તેનું વ્યવસ્થાપન સંભાળે છે. બાકી બધી જ દિશાઓમાં વેરાન મેદાન જ ફેલાયેલું છે, જેમાં માત્ર કેટલાક રડ્યાખડ્યા વણઝારાઓ જ રહેતા હોય છે. ગયા સોમવારની કટોકટીની રાત્રે આ સ્થિતિ હતી.

"તે સાંજે રોજની જેમ ઘોડાઓને કસરત કરાવી પાણી પીવડાવવામાં આવ્યું અને નવ વાગ્યે તબેલાને તાળું મારી દેવામાં આવ્યું. બે છોકરાઓ ચાલતા પ્રશિક્ષકના ઘરે ગયા અને તેના રસોડામાં રાતનું વાળું કર્યું જ્યારે ત્રીજો નેડ હંટર ત્યાં સુરક્ષા માટે રોકાયો હતો. નવ વાગ્યાને થોડી મિનિટો થઈ હશેને નોકરડી ઇડિથ બેક્સ્ટર તેના માટે વાળું લઈ ગઈ. ખાવામાં રસ્સાદાર મટન હતું. તે જોડે કોઈ પીણું નહોતી લઈ ગઈ કારણ કે તબેલામાં પાણીનો એક નળ હતો અને એવો નિયમ હતો કે જે છોકરો ફરજ પર હોય તેણે કશું પીણું પીવું નહીં. નોકરાણી ઘણું અંધારું હોવાથી અને રસ્તો વેરાન હોવાથી પોતાની સાથે ફાનસ લઈ ગઈ હતી.

"એડિથ બેક્સ્ટર ત્રીસ વાર જેટલી તબેલાથી દૂર હતી કે અચાનક જ એક માણસ અંધારામાંથી બહાર આવ્યો અને તેણીને ઊભા રહેવા કહ્યું. જેવો પેલો ફાનસના અજવાળામાં આવ્યો કે તેણીએ જોયું કે તે વ્યક્તિ કોઈ સદ્ગૃહસ્થ જેવી હતી. તેણે ખરબચડા ઊનનો રાખોડી રંગનો ડગલો પહેર્યો હતો અને માથે કાપડની ટોપી પહેરી હતી. તેણે ઘૂંટી સુધીના બૂટ પહેર્યા હતા અને તેના હાથમાં ગોળ મૂઠવાળી ભારે લાકડી હતી. તેણીએ જોયું તો પેલાનો ચહેરો તદ્દન ફિક્કો પડી ગયો હતો. તેણીના કહ્યા પ્રમાણે તેની ઉંમર ત્રીસની આસપાસની હતી.

" 'શું તમે મને જણાવશો કે હું અત્યારે ક્યાં આગળ છું ?' તેણે પૂછ્યું, 'તમારા ફાનસનો પ્રકાશ દેખાતાં પહેલાં તો મને એવું જ લાગ્યું હતું કે મારે આજની રાત ખુલ્લા મેદાનમાં જ પસાર કરવી પડશે.'

" 'તમે કિંગ્સ આયલૅન્ડ પ્રશિક્ષણ તબેલામાં છો.' તેણીએ કહ્યું.

" 'ઓહ ખરેખર ! મારું સદ્નસીબ કહેવાય !' તેણે મોટેથી કહ્યું, 'સમજ્યો, પેલો તબેલાવાળો છોકરો ત્યાં રોજ રાત્રે એકલો સૂવે છે. કદાચ આ તું લઈ જઈ રહી છે

તે તેનું જ વાળું લાગે છે. હવે મને ખાતરી છે કે તું નવાં કપડાં ખરીદવા જેટલું ઈનામ લેવાની ના નહીં પડે. નહીં પાડે ને ? તેણે પોતાની કોટીમાંથી કાગળનો ગડી વાળેલો ધોળો ટુકડો બહાર કાઢ્યો, 'આજે રાત્રે આ પેલા છોકરાને મળી જવો જોઈએ, અને જો તેમ થશે તો હું તને સુંદર ફ્રોક ખરીદવાના પૈસા આપીશ.'

"તેણી પેલાના આવા વર્તનથી ગભરાઈ ગઈ અને સીધી રોજ પેલા છોકરા હંટરને જે બારીમાંથી વાળું આપતી હોય છે ત્યાં આગળ દોડી ગઈ. બારી ખુલ્લી જ હતી અને હંટર અંદરના નાનકડા ટેબલ પર બેઠો હતો. તેણી તરત જ તેની સાથે જે બન્યું તેની વાત તેને કહેવા લાગી ત્યાં તો પાછો પેલો અજાણ્યો માણસ આવી પહોંચ્યો.

" 'શુભ-સાંજ,' તેણે બારીમાંથી અંદર જોતાં કહ્યું, 'મારે તમારી સાથે થોડી વાત કરવી છે.' છોકરીએ કહ્યું કે તે જ્યારે વાત કરી રહ્યો હતો ત્યારે તેની મુઠ્ઠીમાંથી પેલા કાગળનો ખૂણો દેખાતો હતો.

" 'તમારે અહીં શું કામ છે ?' છોકરાએ પૂછ્યું.

" 'એવું કામ કે જેનાથી તારું ખિસ્સું ભરાશે,' પેલાએ કહ્યું, 'તમારી પાસે અહીં વેસેક્સ કપમાં દોડવા માટે બે ઘોડા છે - સિલ્વર બ્લેઝ અને બેયાર્ડ. મને થોડી માહિતી આપીશ તો તને તેની કિંમત મળશે. શું એ વાત સાચી છે કે બેયાર્ડ પાંચ ફલાંગમાં સો વાર જેટલું અંતર કાપી નાખે છે અને તબેલાએ બધો જ પૈસો તેના પર લગાવ્યો છે ?'

" 'અચ્છા, તો તું બીજા બધા બદમાશોમાંનો જ એક છે !' છોકરાએ બૂમ પાડી, "હવે હું તને બતાવીશ કે કિન્ગ્સ આયર્લેંડમાં અમે તેમની કેવી સેવા કરીએ છીએ." તે કૂદ્યો અને સીધો જ કૂતરા છોડવા તબેલામાં ગયો. પેલી છોકરી સીધી જ ઘર તરફ ભાગી પણ તેણીએ પાછળ વળીને જોયું તો પેલો બારીમાં નમી રહ્યો હતો. એક જ મિનિટ બાદ જ્યારે હંટર કૂતરો લઈને બહાર આવ્યો ત્યારે તો પેલો ક્યાંય ગાયબ થઈ ગયો અને તે આસપાસ બધે ફરી વળ્યો પણ તેને પેલાનો કોઈ જ પત્તો ન લાગ્યો.

"એક મિનિટ," મેં પૂછ્યું, "શું પેલો છોકરો જ્યારે કૂતરો લઈને બહાર દોડ્યો ત્યારે તબેલો ખુલ્લો મૂકીને જ બહાર આવ્યો હતો ?"

"ઉત્તમ, વૉટસન, બહુ સરસ !" મારો સાથી બબડ્યો, "આ જ મુદ્દો મને ખટક્યો હતો અને માટે જ મેં તરત જ તેમને આ બાબતને સ્પષ્ટ કરવા તાર મોકલ્યો. પણ જવાબમાં આવ્યું કે છોકરો દરવાજે તાળું મારીને જ ગયો હતો અને બારી કંઈ એટલી મોટી નહોતી કે કોઈ માણસ તેમાં પ્રવેશી શકે.

"હંટરે પોતાના સાથીઓના આવવાની રાહ જોઈ અને પ્રશિક્ષકને જે કંઈ થયું તેનો સંદેશ મોકલ્યો. સ્ટ્રેકર આખીયે ઘટના જાણી ઉત્તેજિત થઈ ગયો. જો કે તેને હજુ એ સમજાતું નહોતું કે આ બધું શા ઉદ્દેશથી થયું હતું. તેનાથી તે અસ્વસ્થ થઈ ગયો હતો અને રાત્રે એક વાગ્યે જ્યારે શ્રીમતી સ્ટ્રેકરે તેને તૈયાર થતાં જોયો ત્યારે તેણીએ પૂછતાં સ્ટ્રેકરે

કહ્યું કે તેને ઘોડાની ચિંતા થતી હોવાથી જ્યાં સુધી તબેલા પર જઈને તપાસ નહીં કરે ત્યાં સુધી તેને ચેન નહીં પડે. બહાર ધોધમાર વરસાદ પડતો હોવાથી તેણીએ તેને ઘરે જ રહેવા અરજ કરી પણ તેણીની વાત માન્યા વિના પોતાનો મોટો વરસાદી કોટ પહેરી તે બહાર નીકળી ગયો.

"સવારે સાત વાગ્યે જ્યારે શ્રીમતી સ્ટ્રેકર ઊઠી ત્યારે તેણીએ જોયું કે તેનો પતિ હજુ પણ પાછો નહોતો આવ્યો. ઉતાવળે ઉતાવળે તે તૈયાર થઈ, નોકરાણીને બોલાવી અને તબેલા પર ગઈ. બારણું ખુલ્લું હતું અંદર ખુરશીમાં હંટર બેભાન અવસ્થામાં પડ્યો હતો. માનીતા ઘોડાની જગ્યા ખાલી હતી અને તેના પ્રશિક્ષકનો ક્યાંય પત્તો નહોતો.

"પેલા બે છોકરાઓ તબેલા ઉપરના મેડા પર ઘાસની પથારી પર સૂતા હતા. તેમને તરત જ ઉઠાડવામાં આવ્યા. તેઓ ઊંડી ઊંઘમાં હોવાથી તેમને રાત્રી દરમિયાન કશું જ સાંભળવા નહોતું મળ્યું. હંટરને તો જાણે કોઈક તીવ્ર કેફી દ્રવ્ય આપ્યું હોય તેવું લાગતું હતું અને તે હલવાની હાલતમાં પણ નહોતો. તેને ત્યાં જ સૂતેલો છોડીને પેલા બે છોકરાઓ અને બે સ્ત્રીઓ પ્રશિક્ષકની શોધમાં નીકળી ગયા. તેમને હજુ પણ એવી આશા હતી કે પ્રશિક્ષક કદાચ ઘોડાને સવારની કસરત કરાવવા બહાર લઈ ગયો હશે, પણ ઘર નજીક આવેલી ટેકરી ઊતરતાં જ્યાં આગળથી આખુંયે મેદાન દેખાય છે ત્યાંથી તેમને ઘોડાની તો કોઈ ભાળ ન મળી પણ તેમને ભયભીત કરી મૂકે તેવું કશુંક દેખાયું.

"તબેલાથી લગભગ પા માઈલ દૂર કોઈક બારમાસીના છોડવા પર તેમને જોન્હ સ્ટ્રેકરનો ઓવર કોટ દેખાયો. તેની તરત જ પછી એક વાટકા જેવા આકારવાળા ખાડાના તળિયે તેમને બદનસીબ પ્રશિક્ષકનું શબ મળ્યું. તેના માથા પર કોઈક ભારે હથિયાર દ્વારા પ્રહાર કરવામાં આવ્યો હતો અને તેની ડોક લટકી પડી હતી. તેના સાથળે તીવ્ર ધારવાળા હથિયાર દ્વારા લાંબો ઊંડો ચીરો પડ્યો હતો. તેના પરથી સ્પષ્ટ લાગતું હતું કે સ્ટ્રેકરે હત્યારાથી પોતાની જાતને બચાવવા પ્રયાસ કર્યો હતો, કારણ કે તેના જમણા હાથમાં એક નાનકડી છરી હતી, જેના હાથા પર લોહી ચોટેલું હતું જ્યારે તેના ડાબા હાથમાં લાલ અને અને કાળા સિલ્કની ટાઈ હતી. જે પેલી નોકરાણીએ ઓળખી કાઢી હતી. આગલી રાત્રે જે અજાણ્યો માણસ આવ્યો હતો તેણે તેવા કાપડનાં વસ્ત્રો પહેર્યાં હતાં. પાછળથી જ્યારે હંટર ભાનમાં આવ્યો ત્યારે તેણે પણ તે ટાઈને ઓળખી લીધી હતી. તેણે સાથે સાથે એ પણ ખાતરીપૂર્વક કહ્યું હતું કે તે અજાણ્યો માણસ જ્યારે બારી આગળ ઊભો હતો ત્યારે જ તેણે તેના ખોરાકમાં દવા ભેળવી નાખી હશે. હવે ખોવાયેલા ઘોડાની વાત કરીએ તો જ્યાંથી પ્રશિક્ષકની લાશ મળી ત્યાં આસપાસ કાદવમાં ઘોડાના પગનાં નિશાન પણ હતાં માટે એટલું તો નક્કી જ હતું કે જ્યારે તે બે જણ વચ્ચે ઝપાઝપી ચાલતી હતી ત્યારે ઘોડો ત્યાં જ હતો. પણ જે સવારથી તે ગાયબ થયો હતો ત્યારથી જ તેને પાછો મેળવવા માટે ખાસું મોટું ઇનામ જાહેર કરવામાં આવ્યું હતું અને સાથે સાથે

બધા જ વણઝારાઓની સઘન તપાસ પણ ચાલુ કરી દેવામાં આવી હોવા છતાં પણ હજુ સુધી તેના કોઈ જ સમાચાર નહોતા મળ્યા. આખરે પૃથક્કરણ દ્વારા જાણવામાં આવ્યું કે પેલા છોકરાનું જે ખાણું બચ્યું હતું તેમાં મોટા પ્રમાણમાં કેફી દ્રવ્ય હતું જ્યારે ઘરના બીજા લોકોએ તે સાંજે તે જ ખાણું ખાધું હોવા છતાં પણ તેમને કોઈ પણ પ્રકારની અસર નહોતી થઈ.

"કેસની મુખ્ય હકીકતો આટલી છે. હવે હું પોલીસે આ મામલામાં શુ પગલાં લીધાં તે તને કહું.

"આ કેસ જેમને સોંપવામાં આવ્યો છે તે ઈન્સ્પેક્ટર ગ્રેગરી એક નિષ્ણાત અધિકારી છે. તેણે પોતાના વ્યવસાયમાં નામ કાઢ્યું છે. તેમણે ત્યાં જતાં જ જે માણસ પર શંકા હતી તેને શોધી કાઢ્યો અને તેની ધરપકડ કરી. જો કે તેને શોધી કાઢવામાં થોડી મુશ્કેલીઓ પડી કારણ કે તે તે બંગલાઓમાંના એકમાં રહેતો હતો જેના વિષે મેં તને અગાઉ જણાવ્યું છે. તેનું નામ ફિત્ઝરોય સિમ્પ્સન છે. તે એક ઉચ્ચ ખાનદાન પરિવારમાં જન્મ્યો છે, તેણે ઉચ્ચ ભણતર પણ મેળવ્યું છે અને તેણે સટ્ટો રમવામાં પોતાની બધી જ સંપત્તિ ખોઈ નાખી છે અને હવે લંડનની કોઈક ક્લબમાં લખા-પટ્ટીનું શાંત અને સભ્ય કામ કરી પોતાની જિંદગી વીતાવે છે. તેની શરતોની નોંધપોથી જોવાથી એવું માલૂમ પડ્યું છે કે તેણે પોતે માનીતા ઘોડા પાછળ પાંચ હજાર પાઉન્ડ લગાવ્યા હતા. તેની ધરપકડ કરતાં જ તેણે સામેથી સ્વીકારી લીધું હતું કે તે આગલી રાત્રે ડાર્ટમૂર કિંગ્સ પાઈલેન્ડના તબેલામાં પહેલા નંબરના માનીતા ઘોડાની અને ડેસબોર ખાતે આવેલા સિલાસ બ્રાઉનના વ્યવસ્થાપન હેઠળના મેપલ્ટન તબેલામાં બીજા નંબરના માનીતા ઘોડા વિષેની માહિતી મેળવવા પણ ગયો હતો. તેણે એ વાતની પણ ના નહોતી પાડી કે આગલી રાત્રે જેમ કહેવાઈ રહ્યું છે તે પ્રમાણે જ તેણે વર્તન કર્યું હતું પણ તેમાં તેનો કોઈ બદઇરાદો નહોતો. તેને તો માત્ર થોડીક માહિતીઓ જ મેળવવી હતી. પણ જ્યારે તેની સામે તેની ટાઈ ધરવામાં આવી ત્યારે તેનો ચહેરો ફિક્કો પડી ગયો અને તે મૃતકના હાથમાં ક્યાંથી આવી તેના પ્રશ્નમાં તે કોઈ જ સ્પષ્ટતા નહોતો આપી શક્યો. તેનાં ભીનાં કપડાં બતાવી રહ્યાં હતાં કે તે આગલી રાત્રીના વરસાદી તોફાનમાં બહાર હતો અને તેની લાકડી તપાસતાં તેમાં સીસું ભર્યું હતું તેવું બહાર આવ્યું અને એવી શંકા પણ વ્યક્ત કરવામાં આવી કે તે તે જ હથિયાર હોઈ શકે જેના વડે વારંવાર પ્રશિક્ષકને મારવામાં આવ્યો હતો અને તેનાથી જ તેને ગંભીર ઈજાઓ પહોંચી હોવી જોઈએ. બીજી બાજુ તેના શરીર પણ ઘાનું એક પણ નિશાન નહોતું જ્યારે સ્ટ્રેકરની છરી પરના લોહી દ્વારા એવી શંકા હતી કે હત્યારાના શરીર પર પણ કોઈ ઘા પડ્યો હોવો જોઈતો હતો. આટલી હકીકતો તારી સમક્ષ છે, વૉટસન, અને હવે જો તું તે પર કોઈ પ્રકાશ ફેંકી શકે તો મને ઘણી મદદ મળી રહેશે."

હોમ્સે કહેલી મુદ્દાસર હકીકતો મેં ખૂબ જ ધ્યાનપૂર્વક સાંભળી, જો કે તેમાંની

મોટા ભાગની હકીકતો હું પહેલેથી જ જાણતો હતો પણ હું તેના એકબીજા સાથેના સંબંધ અને તેના મહત્ત્વથી એટલો બધો માહિતગાર નહોતો.

"શું એવું શક્ય નથી," મેં કહ્યું, "કે સ્ટ્રેકરના શરીર પર પડેલો ઘા ઝપાઝપી કરતી વખતે તેના ખુદના દ્વારા પડ્યો હોય ?"

"હા, શક્ય છે, આવું બની શકે," હોમ્સે કહ્યું, "આ દૃષ્ટિએ તો આરોપી તરફના એક મુદ્દાનો અંત આવશે."

"અને હજુ પણ," મેં કહ્યું, "હું પોલીસના સિદ્ધાંતને નથી સમજી શકતો."

"મને ડર છે કે જે કોઈ પણ સિદ્ધાંત પર આપણે આગળ વધીએ તેમાં કોઈક ને કોઈક મોટી અડચણ આડે ઊભી જ છે." મારા સાથીએ કહ્યું, "પોલીસની ધારણા પ્રમાણે, આ ફિત્ઝરોય સિમ્પ્સને છોકરાને દવાથી બેભાન કર્યો અને કોઈ પણ રીતે પહેલાં ક્યારેક નકલી ચાવી બનાવડાવી હશે તેના દ્વારા તેણે તબેલાનો દરવાજો ખોલ્યો અને ઘોડાના અપહરણના ઉદ્દેશથી ઘોડાને લઈને રવાના પડી ગયો. ઘોડાને લગામ નહોતી બાંધેલી નહીંતર તો તે તેના પર સવાર થઈને ત્યાંથી રવાના થઈ ગયો હોત, પણ તેણે ચાલીને ઘોડાને બહાર દોરી જવો પડ્યો. જ્યારે તે ઘોડાને ઉજ્જડ મેદાન તરફ લઈ જઈ રહ્યો હતો ત્યારે તેને સામેથી સ્ટ્રેકર આવતો દેખાયો અને પ્રશિક્ષકે તેને પડકાર્યો અને તેણે પોતાની ભારે લાકડી વડે પ્રશિક્ષકના લમણા પર પ્રહાર કર્યા અને સ્ટ્રેકરે સ્વબચાવ માટે જે નાનકડી છરી ઉગામી હતી તેનાથી તે બચી ગયો હશે. પછી તે ઘોડાને કોઈક છૂપી જગ્યાએ લઈ ગયો હશે અથવા તો ઝપાઝપી દરમિયાન ક્યાંક નાસી ગયો હશે અને અત્યારે ક્યાંક મેદાનમાં રખડી રહ્યો હશે. આખો મામલો પોલીસ સમક્ષ આ પ્રકારનો છે. જોકે હજુ મને તે બાબતે ઘણી બધી શંકાઓ છે પણ આપણી પાસે એ સિવાય અન્ય કંઈ વિચારવા માટે બીજી કોઈ માહિતી પણ નથી. જો કે આપણે જેવા ત્યાં પહોંચીશું કે તરત જ હું બધી બાબત ચકાસી લઈશ પણ ત્યાં સુધી તો આપણે જ્યાં છીએ ત્યાં જ અટકેલા રહીશું."

અમે તે નાનકડા ટેવિસ્ટોક નગરમાં પહોંચ્યા ત્યારે સાંજ થઈ ગઈ હતી. તે ડાર્ટમુર પ્રદેશની વચ્ચોવચ્ચ આવેલું સ્થળ છે. સ્ટેશન પર બે સદ્‌ગૃહસ્થો અમારી રાહ જોઈ રહ્યા હતા - એક માણસ લાંબો અને ગોરો હતો, તેના વાળ સિંહ જેવા હતા, તેને દાઢી પણ હતી, જ્યારે તેની આંખો ઉત્સુકતાભરી હળવા ભૂરા રંગની હતી. બીજો માણસ ઠીંગણો, સ્વચ્છ અને સુઘડ હતો, તેણે ફ્રોક કોટ અને લાંબા બૂટ પહેર્યાં હતાં. એક આંખે તેણે એક ચશ્મું પહેર્યું હતું. તે પ્રખ્યાત કર્નલ રોસ હતો જ્યારે પેલો ઇન્સ્પેક્ટર ગ્રેગરી હતો જેણે ખૂબ જ ટૂંકા ગાળામાં અંગ્રેજી જાસૂસી સેવામાં પોતાનું નામ કાઢ્યું હતું.

"શ્રીમાન હોમ્સ, તમે આવ્યા મને આનંદ થયો," કર્નલે કહ્યું, "ઇન્સ્પેક્ટરે શક્ય બધા જ પ્રયત્નો કર્યા છે પણ હું ઇચ્છું છું કે સ્ટ્રેકરના મૃત્યુનો બદલો લેવામાં અને મારો ઘોડો પાછો મેળવવામાં હું કોઈ કસર બાકી નહીં રાખું."

"નવા કોઈ સમાચાર ?" હોમ્સે પૂછ્યું.

"મને એ કહેતાં દુ:ખ થાય છે કે અમે કોઈ ખાસ પ્રગતિ નથી કરી." ઇન્સ્પેક્ટરે કહ્યું, "બહાર એક ખુલ્લી ઘોડાગાડી આપણી રાહ જોઈ રહી છે અને હું એ નિ:શંકપણે જાણું છું કે તમે આવતાંવેંત જ તે જગ્યાની તપાસ કરવા ઇચ્છશો, માટે અંધારું થાય તે પહેલાં જ આપણે ત્યાં જઈશું અને રસ્તામાં આખીયે બાબતની ચર્ચા કરીશું."

એક મિનિટમાં તો અમે એક આરામદાયક ખુલ્લી ઘોડાગાડી પર સવાર થઈ ગયા અને જૂના ડેવનશાયર શહેરમાંથી પસાર થવા લાગ્યા. ઇન્સ્પેક્ટર ગ્રેગરી એકધારો કેસ બાબતે પોતાની માહિતીનો પ્રવાહ વહાવી રહ્યો હતો અને ક્યારેક ક્યારેક હોમ્સ તેને પ્રશ્નો પૂછી લેતો હતો. કર્નલ રોસ અદબ વાળીને ટેકો દઈને બેઠા હતા અને તેમની ટોપી તેમની આંખો પર નમેલી હતી. જ્યારે હું બન્ને જાસૂસોની વાતો રસપૂર્વક સાંભળી રહ્યો હતો. ગ્રેગરી પોતાનો સિદ્ધાંત જણાવી રહ્યો હતો જે હોમ્સે અગાઉ કહ્યા પ્રમાણેનો જ હતો.

"ફિત્ઝરોય સિમ્પ્સનની આસપાસ આખુંયે જાળું રચાઈ ગયું છે," તેણે કહ્યું, "અને મારું એવું માનવું છે કે તે જ ગુનેગાર છે. સાથે સાથે હું એવું પણ માનું છું કે પુરાવાઓ સાંયોગિક છે. નવા કોઈ ફેરફાર તેને ડામાડોળ કરી શકે તેમ નથી."

"સ્ટ્રેકરની છરી બાબતે શું ?"

"અમે એવા તારણ પર પહોંચ્યા છીએ કે તેના પડી જવાથી તે પોતે જ પોતાની છરીથી ઘવાયો હશે."

"મારા મિત્ર ડૉ. વૉટસને પણ અમે જ્યારે અહીં આવી રહ્યા હતા ત્યારે તેવો જ અભિપ્રાય આપ્યો હતો અને જો તેમ જ હોય તો આ બાબત સિમ્પ્સનની વિરુદ્ધ છે."

"ચોક્કસ. તેની પાસે કોઈ જ છરી નહોતી અને તેના શરીર પર પણ કોઈ જ ઘા નહોતો. તેની સામેનો આ પુરાવો ખૂબ જ મજબૂત છે. ઘોડો ગાયબ થવો તેના હિતમાં હતું. તેના પર તબેલાના છોકરાને અફીણ આપવાના ગુનાની શંકા છે. નિ:શંકપણે તે રાત્રે તોફાનમાં બહાર નીકળ્યો હતો તેની પણ સાબિતીઓ છે અને ત્યારે તેની પાસે હથિયાર તરીકે એક ભારે લાકડી પણ જોવામાં આવી હતી અને તેની ટાઇ પણ મૃતકના હાથમાં મળી આવી હતી. મારા ખ્યાલથી ન્યાયપંચ પાસે કેસ લઈ જવા માટે આપણી પાસે પૂરતા પુરાવા છે."

હોમ્સે પોતાનું માથું હલાવ્યું, "એક ચાલાક વકીલ આ બધી જ દલીલોના ચીંથરાં ઉડાડી દે," તેણે કહ્યું, "શા માટે તેણે ઘોડાને તબેલામાંથી બહાર કાઢવો જોઈએ ? જો તે તેને ઘાયલ કરવા માગતો હોત તો તે ત્યાં જ તેમ ન કરી શક્યો હોત ? તેની પાસે ચાવીની નકલ મળી આવી હતી ? કયા દવાવાળાએ તેને અફીણ વેચ્યું હશે ? આ બધું તો ઠીક પણ આવો અજાણ્યો માણસ ઘોડાને ક્યાં છુપાવી શકે અને તે પણ આવો પ્રખ્યાત

ઘોડો ? તેણે તબેલાવાળા છોકરાને જે કાગળ આપ્યો તે બાબતે તેનો પોતાનો ખુલાસો શું હશે ?"

"તે એવું કહેશે કે તે એક દસ પાઉન્ડની નોટ હતી અને તેના પર્સમાંથી મળી આવી હતી. પણ તમારી બીજી જે દલીલો છે તે કંઈ એટલી બધી નક્કર નથી. તે કંઈ આ જિલ્લામાં અજાણ્યો નથી. તે ટેવિસ્ટોકમાં ઉનાળામાં બે વાર રહી ગયો છે. બની શકે કે અફીણ તેણે લંડનથી ખરીદ્યું હોય. ચાવીનો ઉપયોગ પૂરો થતાં તેને ગાયબ કરી દેવામાં આવી હોય. ઘોડો ક્યાંક કોઈ ખાડામાં કે ખાણમાં રખડતો હોય એવું પણ બને."

"તે પોતાની ટાઈ વિષે શું કહે છે ?"

"તે કહે છે કે તે તેની જ ટાઈ છે અને તે ખોવાઈ ગઈ હતી. પણ હવે એક નવી વાત સામે આવી છે જે તબેલામાંથી તેના દ્વારા ઘોડો લઈ જવાના કારણને દર્શાવે."

હોમ્સે પોતાના કાન સરવા કર્યા.

"અમને કેટલાંક પગેરાં મળ્યાં છે જે દર્શાવે છે કે સોમવારની રાત્રે ઝપાઝપીની જગ્યાથી એકાદ માઈલ દૂર વણઝારાનો પડાવ હતો. મંગળવારે તેઓ જતા રહ્યા હતા. હવે અમારું એવું માનવું છે કે વણઝારાઓ અને સિમ્પ્સન વચ્ચે કોઈક સમજણ થઈ હશે અને તેણે ઘોડો તેમને સોંપી દીધો હશે એ બની શકે કે ઘોડો આજે પણ તે વણઝારાઓના કબજામાં હોય ?"

"બની શકે."

"આખાયે મૂર પ્રદેશમાં વણઝારાઓની તપાસ ચાલી રહી છે. મેં ટેવિસ્ટોકના દરેક તબેલા અને છાપરીઓ તેમજ તેની આસપાસના દસ માઈલના વર્તુળમાં દરેકેદરેક તબેલા ખોળી નાખ્યા છે."

"અહીં ખૂબ નજીકમાં બીજો એક પ્રશિક્ષણ-તબેલો આવેલો છે."

"હા, તેની પણ અમે અવગણના નથી કરી. તેમના ઘોડાનું નામ દેસબોરો છે. તે પણ બીજા નંબરનો માનીતો ઘોડો છે. તેમને પણ ઘોડો ગાયબ થવામાં રસ હોય. એવું જાણવા મળ્યું છે કે તે તબેલાનો જે પ્રશિક્ષક છે, સિલાસ બ્રાઉન, તેણે પણ હરીફાઈમાં ખાસી એવી રકમ દાવ પર લગાવી છે અને તે કંઈ સ્ટ્રેકરનો મિત્ર નહોતો. અમે તે તબેલાની પણ ઝીણવટથી તપાસ કરી પણ અમને ત્યાંથી પણ આ મામલાને લગતું કોઈ જ પગેરું નથી મળ્યું."

"અને આ માણસ સિમ્પ્સનને મેપલટન તબેલા સાથે કોઈ સંબંધ હોય તેવું કંઈ મળ્યું ?"

"ના, કશું જ નહીં."

તેમની ચર્ચા અહીં પૂરી થઈ અને હોમ્સ ટેકો લઈને બેઠો. થોડી મિનિટો બાદ ચાલકે ઘોડાગાડી રસ્તાની એક બાજુએ આવેલા સ્વચ્છ લાલ ઈંટવાળા નેવાવાળા બંગલા આગળ ઊભી રાખી. તેનાથી થોડે દૂર પશુઓનો વાડો હતો અને તેની બીજી બાજુ એક

નાનકડી ભૂખરા રંગની લાદીવાળી ઈમારત હતી. આસપાસની ચારે દિશામાં દૂર ક્ષિતિજ સુધી હંસરાજના તામ્રવર્ણા ઘાસનું ખુલ્લું મેદાન ફેલાયેલું પડ્યું હતું. માત્ર પશ્ચિમ બાજુએ આવેલાં કેટલાંક મકાનો મેપલટનના તબેલાની હાજરી દર્શાવતાં હતાં. હોમ્સ સિવાય અમે બધા જ ઘોડાગાડીની બહાર કૂદી પડ્યા. હોમ્સ તો પોતાની નજર આકાશ પર તાકીને આરામથી ટેકો દઈને પોતાના વિચારોમાં ડૂબેલો બેઠો રહ્યો. હું જ્યારે તેના હાથને અડ્યો ત્યારે તે ઝબકીને વિચારોમાંથી બહાર આવ્યો અને ઘોડાગાડીમાંથી નીચે ઊતર્યો.

"જરા માફ કરજો," તેણે કર્નલ રોસ તરફ ફરતાં કહ્યું. રોસ તેની સામે આશ્ચર્યથી જોઈ રહ્યો હતો. "હું દિવાસ્વપ્ન જોઈ રહ્યો હતો." તેની આંખોમાં ચમક હતી પણ તે પોતાની ઉત્તેજના દાબી રહ્યો હોય તેવું તેનું વર્તન હતું. મને તેનાં આ લક્ષણો જોઈને ખ્યાલ આવી ગયો કે તેને ચોક્કસ કોઈક પગેરું મળી આવ્યું હતું, પણ હું એ નહોતો સમજી શકતો કે તે તેને ક્યાંથી મળી આવ્યું હોય.

"કદાચ તમે એકવાર ગુનાના સ્થળ પર જવાનું પસંદ કરશો, શ્રીમાન હોમ્સ ?" ગ્રેગરીએ કહ્યું.

"મારા ખ્યાલથી હું અહીં જ રહેવાનું પસંદ કરીશ અને બેત્રણ પ્રશ્નોના જવાબ મેળવવા ઈચ્છીશ. મારા માનવા પ્રમાણે સ્ટ્રેકરને છેલ્લે અહીં જ લવાયો હશે ?"

"હા, તેને અહીં ઉપરના માળે જ રાખવામાં આવ્યો છે. અંતિમ સંસ્કાર કાલે છે."

"તે ઘણાં વર્ષોથી તમારી સેવામાં છે, કેમ કર્નલ રોસ ?"

"તે હંમેશા એક ઉત્તમ સેવક રહ્યો છે."

"હું માનું છું કે તમે જ્યારે તેની લાશને હાથ કરી ત્યારે તેનાં ખિસ્સાં તપાસી જોયાં હશે, ઈન્સ્પેક્ટર ?"

"તે બધી જ વસ્તુઓ મારી પાસે અહીં બેઠકખંડમાં જ છે. જો તમારે તેને જોવી હોય તો."

"હું તે ખુશીથી જોઈશ." અમે બધા આગળના ઓરડા વચ્ચે આવેલા ટેબલની આસપાસ ગોઠવાયા. જ્યારે ઈન્સ્પેક્ટરે એક પતરાના ડબ્બામાંથી અમારી આગળ વસ્તુઓનો ઢગલો કર્યો; તેમાં મીણબત્તીની સળીઓ હતી, બે ઇંચની મીણબત્તીનો એક ટુકડો હતો, એક હૂકલી, સિલની ચામડીનો એક બટવો હતો, સોનાની ચેઇનવાળી ચાંદીની ઘડિયાળ હતી, સોનાના પાંચ સિક્કા હતા, એલ્યુમિનિયમની પેન્સિલ રાખવાની એક ડબ્બી હતી, કેટલાંક કાગળિયાં અને હાથીદાંતના હાથાવાળી નાનકડી છરી હતી જેની નાજુક ધાર પર *વેસી એન્ડ કંપની, લંડન*, એમ કોતરવામાં આવ્યું હતું.

"આ કંઈક અનોખી છરી છે," હોમ્સે છરીને હાથમાં લઈ તેને ઝીણવટથી તપાસતાં

કહ્યું, "આ તે જ છરી છે જે મૃતકના હાથમાંથી મળી આવી હતી. તેના હાથા પર હજુ લોહીના ડાઘ છે. વૉટસન, આ તો તારા વ્યવસાયનું હથિયાર છે, નહીં ?"

"હા, આને અમે ચીરો લગાવનાર છરી તરીકે ઓળખીએ છીએ." મેં કહ્યું.

"હું પણ તે જ વિચારતો હતો. ખૂબ જ તીક્ષ્ણ ધાર છે. ખૂબ જ નાજુક કામ માટે. એવી વસ્તુ કે જેને ખીસ્સામાં બંધ કરીને મૂકી ન શકાય તેવી આ છરી આવા માણસ પાસે હોવી તે ઘણું વિચિત્ર કહેવાય."

"તેની ધાર બુચની છાલના બનેલા આવરણથી ઢાંકી રાખવામાં આવી હતી. તે આવરણ અમને તેના શબની બાજુમાંથી મળી આવ્યું હતું." ઇન્સ્પેક્ટરે કહ્યું. "તેની પત્નીએ જણાવ્યું હતું કે તે છરી અરીસાવાળા ટેબલ પર પડી હતી અને બહાર જતી વખતે તેણે તે પોતાની સાથે લીધી હતી. કદાચ તે વખતે તેના હાથમાં તે જ આવી હશે એટલે તે લઈને નીકળી ગયો હશે."

"બની શકે. આ કાગળિયાં શાનાં છે ?"

"તેમાંથી ત્રણ તો ઘાસની ગંજીની રસીદો છે. એક કર્નલ રોસ દ્વારા આપવામાં આવેલા આદેશોનો કાગળ છે. આ બીજું કાગળિયું બોન્ડ સ્ટ્રીટના મદામ લિઝરીઅરે શ્રીમાન ડર્બીશાયરના માટે માલ પેટે બનાવેલું સાડત્રીસ પાઉન્ડ અને પંદર શિલિંગનું બીલ છે. શ્રીમતી સ્ટ્રેકરના જણાવ્યા પ્રમાણે ડર્બીશાયર તેમના પતિનો એક મિત્ર હતો જે ક્યારેક ક્યારેક પત્ર વ્યવહાર માટે અહીંનું સરનામું વાપરતો હતો."

"મેડમ ડર્બીશાયરની પસંદ બહુ મોંઘી લાગે છે," હોમ્સે રકમ જોતાં ટિપ્પણી કરી, "એક પોશાક માટે વીસ ગીની બહુ કહેવાય. જોકે તેમાં આપણા કામનું કંઈ નથી. હવે આપણે ગુનાના સ્થળે જઈશું."

જેવા અમે બહાર જવા ઊભા થયા કે બહાર અમારી રાહ જોતી કોઈક સ્ત્રી અંદર આવી અને ઇન્સ્પેક્ટરની બાંય પકડી લીધી. તેણીના લાંબા ચહેરા પર હાલમાં જ બનેલા બનાવથી ઓથાર છવાયેલો હતો.

"શું તમે તેમને પકડી લીધા ? શું તમને તેઓ મળી ગયા ?" તેણી આમ કહેતાં હાંફી ગઈ.

"ના, શ્રીમતી સ્ટ્રેકર. પણ શ્રીમાન હોમ્સ અહીં લંડનથી આપણને મદદ કરવા આવ્યા છે અને તે તેમનાથી બનતા પ્રયાસ કરશે."

"થોડા સમય પહેલાં તમને યાદ હોય તો હું પ્લાય માઉથની ગાર્ડન પાર્ટીમાં તમને મળ્યો હતો, શ્રીમતી સ્ટ્રેકર ?" હોમ્સે કહ્યું.

"ના, સાહેબ; તમે કંઈક ભૂલ કરી રહ્યા છો."

"અરે અરે, કેમ ? તે માટે તો હું સમ ખાવા પણ તૈયાર છું. તમે હંસના રંગનો શાહમૃગનાં પીંછા જેવો રેશમી પોશાક પહેર્યો હતો."

"મારી પાસે એવો કોઈ જ પોશાક નથી, સાહેબ," સ્ત્રીએ જવાબ આપ્યો.

"અચ્છા, કદાચ ભૂલ થઈ હશે," હોમ્સે કહ્યું અને માફી માગતો ઇન્સ્પેક્ટરની પાછળ બહાર નીકળી ગયો. ખુલ્લા મેદાન તરફ થોડું ચાલતાં અમે મૃતદેહ જ્યાં મળી આવ્યો હતો ત્યાં પહોંચ્યા. કરાડના છેડે આવેલા બારમાસીના છોડવા પર ડગલો લટકતો હતો.

"હું સમજું છું ત્યાં સુધી તે રાત્રે જરા પણ પવન નહોતો," હોમ્સે કહ્યું.

"પવન નહોતો પણ વરસાદ ભારે હતો."

"તે પરથી તો એવું જ કહી શકાય કે કોટ ઊડીને છોડવા પર નહીં આવ્યો હોય પણ મૂકવામાં આવ્યો હશે."

"હા, કોટ છોડવા પર પડેલો જ હતો."

"આ તો રસ પમાડે તેવું છે. અહીંની જમીન તો ખૂંદી નાખવામાં આવી છે. સોમવારની રાતથી અહીં ઘણા બધા લોકોની અવરજવર રહી હશે."

"અહીં એક બાજુ પર સાદડી પાથરવામાં આવી હતી અને અમે બધા તેના પર જ ઊભા રહ્યા હતા."

"અતિ ઉત્તમ." હોમ્સે કહ્યું.

"અહીં મારી પાસે આ થેલામાં સ્ટ્રેકરે પહેરેલું જૂતું, ફિત્ઝરોય સિમ્પનનું એક જૂતું અને સિલ્વર બ્લેઝ ઘોડાના ડાબલાનું બીબું છે."

"મારા વહાલા ઇન્સ્પેક્ટર, તમે તો બધાથી ચડી જાઓ તેવા છો !" હોમ્સે થેલો લીધો અને ખાડામાં ઊતરી ગયો. તેણે સાદડી બરોબર વચ્ચોવચ્ચ ગોઠવી. પછી જમીન પર મોંભેર આડા પડી હથેળીઓને ટેકે ચહેરો રાખી આજુબાજુ પડેલાં પગનાં નિશાનને તે ઝીણવટથી નીરખવા લાગ્યો. "અરે !" તેણે અચાનક કહ્યું, "આ શું છે ?" તે મીણબત્તીનો અડધો બળેલો ટુકડો હતો જે કાદવમાં એવી રીતે ખરડાયો હતો કે પહેલી નજરે તો લાકડાની પતરી જેવો જ લાગે.

"ખબર નહીં, મારા ધ્યાન બહાર આ કેમ રહી ગયું ?" ઇન્સ્પેક્ટરે પરેશાન થઈ ઊઠતાં કહ્યું.

"આ ધ્યાનમાં આવે તેમ નહોતું, કાદવમાં દટાયેલું હતું. હું તેને એટલા માટે જ જોઈ શક્યો કારણ કે હું તે જ શોધી રહ્યો હતો."

"શું, તમે તેને જ શોધી રહ્યા હતા ?"

"મને આશા હતી કે મને તે અહીં જ મળશે."

તેણે થેલામાંથી જૂતાં કાઢ્યાં અને કાદવમાં પડેલી છાપ સાથે સરખાવવા લાગ્યો. પછી તે ખાડાની ધાર પર ચડ્યો અને ઝાડવાંઓમાં જતો રહ્યો.

"મને બીક છે કે બીજો કોઈ રસ્તો નથી," ઇન્સ્પેક્ટરે કહ્યું, "મેં અહીંથી સો વારના ઘેરાવામાં આવતી જમીનને ચીવટથી તપાસી છે."

"ખરેખર !" હોમ્સે ઊભા થતાં કહ્યું, "તમે આવું કહો છો તો મારે વધારે તપાસ કરવાની જરૂર નથી. પણ હું અંધારું થાય તે પહેલાં મેદાન પર થોડે સુધી ફરી આવવા માગું છું કે જેથી કરીને હું જગ્યાને સારી રીતે જાણી શકું અને આ ઘોડાનું ડાબલું હું સારા નસીબ માટે મારા ખિસ્સામાં રાખીશ."

મારા સાથીને શાંતથી પદ્ધતિસર કામ કરતો જોઈને કર્નલ રોસ થોડા અધીરિયા બન્યા અને તેમણે ઘડિયાળમાં જોયું. "હું ઈચ્છું છું કે તમે મારી સાથે પાછા ફરો, ઈન્સ્પેક્ટર," તેણે કહ્યું "કેટલાક મુદ્દાઓ છે જે બાબતે હું તમારી સલાહ ઈચ્છું છું, અને ખાસ કરીને લોકોને ધ્યાનમાં રાખીને મારે સ્પર્ધામાંથી ઘોડાનું નામ પાછું લેવું કે નહીં તે બાબતે સલાહ લેવી છે."

"જરા પણ નહીં," હોમ્સે મોટેથી નિર્ણાયક રીતે કહ્યું. "હું ઈચ્છું છું કે તમે નામ રાખો જ."

કર્નલ નમ્યો. "હું તમારો અભિપ્રાય જાણીને ખુશ થયો, સાહેબ," તેણે કહ્યું, "તમે તમારી લટાર મારી આવો, અમે તમને સ્ટ્રેકરના ઘરે મળીશું અને સાથે જ ટેવિસ્ટોક હંકારી જઈશું."

તેઓ ઈન્સ્પેક્ટર સાથે પાછા ફર્યા જ્યારે હોમ્સ અને હું ધીમે ધીમે મૂર પ્રદેશમાં ચાલતા થયા. મેપલટનના તબેલા પાછળ સૂરજ આથમી રહ્યો હતો અને અમારી સામે સોનેરી ક્ષિતિજ દેખાઈ રહી હતી. ત્યાંની ઝાડીની કિનારીઓ ઘેરા ભૂખરા રંગની થઈ રહી હતી. પણ આખાયે દૃશ્યની સુંદરતા ક્યાંય ખોવાઈ ગઈ હતી કારણ કે મારો સાથી પોતાના ઊંડા વિચારમાં ખોવાઈ ગયો હતો.

"આ રીતે, વૉટસન," તેણે છેવટે મૌન તોડ્યું. "હાલ પૂરતું આપણે જોહ્ન સ્ટ્રેકરની હત્યા કોણે કરી તે પ્રશ્ન બાજુ પર મૂકી દેવાનો છે પણ આપણે જાતે જ ઘોડાનું શું થયું તે જાણવાનું છે. હવે જો એવું વિચારીએ કે ઝપાઝપી દરમિયાન કે તે પછી ઘોડો ક્યાંક ભાગી ગયો. તો પછી તે ક્યાં ગયો હોવો જોઈએ ? ઘોડો હંમેશા ટોળામાં રહેતું પ્રાણી છે. જો તેણે ખુદ ક્યાંય જવાનું નક્કી કર્યું હોય તો તેની અંતઃસ્ફુરણા તેને કિંગ્સ પાઈલેન્ડ કે પછી મેપલટનના તબેલા તરફ જ લઈ ગઈ હોય. તે શા માટે વગડામાં દોડી જાય ? અને જો તેમ થયું હોય તો તેને ચોક્કસ કોઈકે જોયો હોય અને વણઝારાઓ શા માટે તેનું અપહરણ કરે ? જ્યારે તેમણે આ આફત વિષે સાંભળ્યું હશે ત્યારે પોલીસના હાથમાં પડ્યા પહેલાં અહીંથી જતા રહેવાનું જ વિચાર્યું હોય. તેઓ આવા ઘોડાને વેચી ન શકે. તેઓ આમ કરીને એક મોટું જોખમ ઉઠાવત પણ બદલામાં તેમને કંઈ જ નહોતું મળવાનું. એટલે તેટલું તો સ્પષ્ટ જ છે."

"તો પછી તે ક્યાં હશે ?"

"મેં પહેલાં જ કહ્યું છે કે તે કિંગ્સ પાઈલૅન્ડ અથવા મેપલટન ગયો છે. તે કિંગ્સ પાઈલૅન્ડમાં તો નથી. માટે તે મેપલટન છે. ચાલ, હાલ પૂરતા આપણે તે કલ્પના પર

આગળ વધીએ અને જોઈએ કે આપણે શું મેળવીએ છીએ. ઇન્સ્પેક્ટરના કહ્યા પ્રમાણે મેદાનનો આ ભાગ ખૂબ સૂકો અને નક્કર છે અને મેપલટન પણ આ તરફ જ આવેલું છે. તે તરફ એક મોટો ખાડો આવેલો છે અને સોમવારે રાત્રે જે ભારે વરસાદ પડ્યો તેનાથી તે ઘણો ભીનો થઈ ગયો હોવો જોઈએ. જો આપણી ધારણા સાચી હોય તો ઘોડાએ ચોક્કસ તેને પાર કર્યો હોય અને હજુ પણ આપણને ત્યાં તેનાં પદ્‌ચિહ્નો મળી શકે.''

આ આખીયે વાતચીત દરમિયાન અમે એકધારા ચાલતા રહ્યા હતા અને થોડી મિનિટોમાં તો અમે તે ખાડા પાસે આવી પહોંચ્યા હતા. હોમ્સના કહેવાથી હું જમણી કિનારીએ ઊભો રહ્યો અને તે ડાબી કિનારીએ. પણ હજુ તો મેં માંડ પચ્ચાસ પગલાં ભર્યાં હશે ત્યાં તો હોમ્સે મોટેથી બૂમ પાડી અને મારી તરફ હાથ હલાવ્યા. તેની પાસે જ પોચી જમીન પર ઘોડાના પગલાંનાં નિશાન પડેલાં હતાં અને તેના ખિસ્સામાં રહેલા ઘોડાના ડાબલાના માપ સાથે તેનાં નિશાન સરખાવ્યાં જે માપોમાપ હતાં.

''જોયું, કલ્પનાનો લાભ કેવો હોય છે !'' હોમ્સે કહ્યું, ''આ એક ગુણની ગ્રેગરીમાં કમી છે. આપણે કલ્પના કરી કે શું થયું હોવું જોઈએ, આપણે તેના પર આગળ વધ્યા અને તેમાં સાચા પડ્યા. ચાલ આગળ વધીએ.''

અમે ભેજવાળા ખાડાને પાર કરીને કડક સૂકી જમીન પર પા માઈલ જેટલું ચાલ્યા. ફરી ઢાળ આવ્યો અને ફરી અમને નિશાન મળ્યાં. પછી અડધો એક માઈલ કોઈ જ નિશાન ન મળ્યાં પણ ફરી પાછા છેક મેપલટનની નજીક અમને ડાબલાંના નિશાન મળ્યાં. હોમ્સે જ તેને પહેલાં જોયાં અને તેની તરફ નમતાં તેણે આંગળી ચીંધી. તેના ચહેરા પર વિજયનો ભાવ હતો. ઘોડાના ડાબલાના નિશાનની સાથે સાથે એક માણસનાં પદચિહ્નોને પણ જોઈ શકાતાં હતાં.

''પહેલાં ઘોડો એકલો હતો,'' મેં મોટેથી કહ્યું.

''તેમ જ હતું. તે પહેલાં એકલો હતો. આહા, આ શું છે ?''

બન્ને પદચિહ્નોએ એક તીવ્ર વળાંક લીધો અને કિંગ્સ પાઈલૅન્ડ તરફ વળ્યાં. હોમ્સે સિસોટી મારી અને અમે બન્ને તે પદચિહ્નોની પાછળ પાછળ ચાલવા લાગ્યા. તેની આંખો પદચિહ્નો પર હતી પણ મારી નજર સાથે સાથે બીજા વિરુદ્ધ દિશામાં જતાં પદચિહ્નો પર પડી.

''એક તારા માટે, વૉટસન,'' મેં તે તરફ આંગળી ચીંધતાં તેણે મને કહ્યું, ''તેં આપણને લાંબુ ચાલવાથી બચાવ્યા છે નહીંતર ફરી પાછું આપણે અહીં આવવું પડત. ચાલ આપણે આ પાછાં આવતાં પદચિહ્નોને અનુસરીએ.''

અમારે કંઈ ખાસ દૂર ન જવું પડ્યું. ડામરથી બનેલી એક કેડી પર તે પદચિહ્નો પૂરાં થઈ ગયાં જે અમને મેપલટન તબેલાના દરવાજા તરફ લઈ જતા હતા. જેવા અમે ત્યાં પહોંચ્યા કે એક અશ્વપાલ બહાર દોડી આવ્યો.

''અમારે અહીં કોઈ જ ભાટકુ નથી જોઈતા,'' તેણે કહ્યું.

"મારે માત્ર એક જ પ્રશ્ન પૂછવો છે," પોતાના ખિસ્સામાં એક આંગળી અને અંગૂઠો નાખતાં હોમ્સે કહ્યું, "મને કાલે સવારે પાંચ વાગ્યે બોલાવવામાં આવ્યો હોવાથી, શું હું તમારા માલિક સિલાસ બ્રાઉનને મળવા માટે ઘણો વહેલો પધારી ગયો છું ?"

"જો તેમ જ હોય તો તેઓ ત્યારે જ મળશે, પણ પેલા તેઓ જ આવી રહ્યા છે, તમે તેમને જ પ્રશ્ન પૂછી લો. ના, સાહેબ, જો તેઓ મને તમારી પાસેથી પૈસા લેતાં જોઈ જશે તો મારી નોકરી જતી રહેશે. તમે આપવા જ ઇચ્છતા હોવ તો પછી આપજો."

હોમ્સે સિક્કો પાછો પોતાના ખિસ્સામાં સરકાવ્યો. દરવાજા તરફથી બિહામણો ચહેરો ધરાવતો એક વૃદ્ધ માણસ હાથમાં ચાબુક ઝુલાવતો તેમની તરફ આવી રહ્યો હતો.

"શું છે ડૉસન !" તેણે બૂમ પાડી. "ગુસપુસ ના કરો ! તમારું કામ કરો ! અને તમે, તમારે અહીં શું કામ છે ?"

"સાહેબ, મારે તમારી સાથે દસ મિનિટ વાત કરવી છે," હોમ્સે મીઠડા અવાજમાં કહ્યું.

"મારી પાસે કંઈ દરેક ભાટકુઓ સાથે વાત કરવાનો સમય નથી. અમારે અહીં કોઈ જ અજાણ્યા માણસ નથી જોઈતા. અહીંથી ભાગો નહીં તો તમારી પાછળ કૂતરા છોડી મૂકીશ."

હોમ્સ આગળ ધસ્યો અને પેલાના કાનમાં કંઈક ગણગણ્યો. પેલાને આંચકો લાગ્યો અને લમણા સુધી લાલચોળ થઈ ગયો.

"ખોટી વાત છે !" તેણે બૂમ પાડી, "તે એક હડહડતું જૂઠાણું છે !"

"બહુ સરસ. આપણે અહીં જાહેરમાં તે બાબતે દલીલ કરીશું કે તમારા બેઠકખંડમાં જઈને વાત કરીએ ?"

"અચ્છા, તો તમારે આવવું જ હોય, તો આવો."

હોમ્સ હસ્યો. "વૉટસન, તારે વધારે રાહ નહીં જોવી પડે." તેણે કહ્યું, "હવે, શ્રીમાન બ્રાઉન, આપણે અંદર જઈશું ?"

વીસ મિનિટ બાદ હોમ્સ અને પ્રશિક્ષક આવી ગયા. પ્રશિક્ષકનો ચહેરો લાલથી ફિક્કા રંગમાં ફેરવાઈ ગયો હતો. આટલા ટૂંકા સમયમાં સિલાસ બ્રાઉનનો ચહેરાનો રંગ જ ઊડી ગયો હતો. તેનો ચહેરો ફિક્કો પડી ગયો હતો, પરસેવાથી તેની ભ્રમરો ભીંજાઈ ગઈ હતી અને તેનો હાથ એટલી હદે ધ્રૂજી રહ્યો હતો કે તેના હાથમાંનું ચાબુક પવનમાં જેમ ઝાડની ડાળી હલે તેમ હલી રહ્યું હતું. તેની આક્રમકતા ચાલી ગઈ હતી, અને તે મારા સાથીની બાજુમાં એવી રીતે ઊભો હતો જાણે કે કોઈ પાળેલો કૂતરો પોતાના માલિક સાથે ન ઊભો હોય.

"તમારાં સૂચનોનું પાલન કરવામાં આવશે, બધું થઈ જશે," તેણે કહ્યું.

"જરા પણ ભૂલ ન થવી જોઈએ," હોમ્સે તેની આસપાસ નજર કરતાં કહ્યું.

અને જાણે સામેવાળો તેની નજરમાં રહેલી ધમકીને પારખી ગયો હોય તેમ સમસમી રહ્યો.

"ના, ના, કોઈ જ ભૂલ નહીં થાય. તે ત્યાં હશે. શું હું તેને બદલું કે નહીં ?"

હોમ્સે થોડો વિચાર કર્યો અને ખડખડાટ હસી પડ્યો. "ના, નહીં," તેણે કહ્યું, "હું તમને તે વિષે લખીશ, હવે કોઈ ચાલાકી નહીં, નહીંતર-"

"અરે, તમે મારા પર વિશ્વાસ કરી શકો છો, વિશ્વાસ કરી શકો છો !"

"હા, મારા ખ્યાલથી હું વિશ્વાસ કરી શકીશ. કાલે તમને હું કંઈક સમાચાર મોકલીશ." તેણે પેલાના હસ્તધૂનન માટે ઊઠેલા ધ્રૂજતા પંજાને અવગણીને પીઠ ફેરવી લીધી અને અમે કિંગ્સ પાઈલેન્ડ તરફ ચાલવા લાગ્યા.

"આ શ્રીમાન સિલાસ બ્રાઉન જેવા વિકરાળ, ડરપોક અને અધમ ત્રણેય દુર્ગુણના સંગમ એવા માણસને હું પહેલીવાર મળ્યો મારા જીવનમાં." અમે જ્યારે ચાલી રહ્યા હતા ત્યારે તેણે કહ્યું.

"તો શું ઘોડો તેની પાસે છે ?"

"તેણે બહુ આનાકાની કરી પણ મેં તેની સમક્ષ તેની તે દિવસની સવારની પ્રવૃત્તિઓનું એવું ચોક્કસ વર્ણન કર્યું કે મેં તેને મનાવી લીધો કે મેં તેને જોયો હતો. હા, તેં જે ચોરસ પંજાવાળા બૂટની છાપ શોધી હતી તે તેનાં જ જૂતાંની છાપ હતી અને વળી તેના સિવાય આવું અધમ કૃત્ય કરવાની હિંમત કોણ કરવાનું હતું ? મેં તેની આગળ વર્ણન કર્યું કે કેવી રીતે તેની દિનચર્યા પ્રમાણે તે વહેલી સવારે બહાર નીકળ્યો હતો, તેણે કોઈ અજાણ્યો ઘોડો મેદાનમાં રખડતો જોયો હતો, કેવી રીતે તે તેની પાસે ગયો હતો અને તેના સફેદ કપાળ કે જેના પરથી તેનું નામ પડ્યું હતું તેને ઓળખી કાઢ્યો હતો અને તે આશ્ચર્ય પામ્યો હતો. સામે ચાલીને તેના નસીબમાં એ જ ઘોડો આવી ગયો હતો જે એ ઘોડાને હરાવી શકે તેમ હતો જેના પર તેણે પૈસા લગાવ્યા હતા. પછી મેં તેને જણાવ્યું કે કેવી રીતે પહેલાં એણે વિચાર્યું કે તે કિંગ્લ પાઈલૅન્ડ તેને મૂકી આવે અને પછી રસ્તામાં તેને ઘોડાની સ્પર્ધા પતે ત્યાં સુધી છુપાવી રાખવાનો દુષ્ટ વિચાર આવ્યો અને તે તેને પાછો મેપલ્ટન લઈ આવ્યો અને તેને ત્યાં છુપાવી દીધો હતો. જ્યારે મેં તેને આ બધી જ વાત જણાવી ત્યારે તેણે દલીલો પડતી મૂકી અને માત્ર પોતાને બચાવવામાં પડી ગયો."

"પણ તેનો તબેલો તો તપાસી લેવામાં આવ્યો હતો ?"

"અરે, તેના જેવો બદમાશ તો ઘણી ચાલાકીઓ જાણતો હોય."

"પણ તેના કબજામાં ઘોડો છોડતાં તને બીક નથી લાગતી ? કારણ કે તે તેને આસાનીથી નુકસાન પહોંચાડી શકે તેમ છે."

"મારા વહાલા મિત્ર, તે તેને પોતાના જીવની જેમ સાચવશે. તે જાણે છે કે તે સુરક્ષિત રહેશે તો જ તે ખુદ સુરક્ષિત રહેશે."

"કર્નલ રોસ મને કંઈ આટલી સરળતાથી તેને માફી આપે તેવો માણસ નથી લાગતો."

"તે બાબતનો આધાર કોલોનલ રોસ પર નથી રહેલો. હું મારી પદ્ધતિએ ચાલ્યો છું અને હું ઈચ્છીશ તેટલું જ તેમને જણાવીશ. બિનસરકારી હોવાનો તે જ તો એક મોટો ફાયદો છે. વૉટસન, મને ખબર નથી કે તે તેમની એક બાબતની નોંધ લીધી કે નહીં, પણ કર્નલનું મારા પ્રત્યેનું વર્તન થોડું તોછડું હતું. આપણે પણ થોડી મજા લઈશું. તું ઘોડા બાબતે તેમને કશું કહેતો નહીં."

"તારી પરવાનગી વગર કશું નહીં."

"જોહ્ન સ્ટ્રેકરના ખૂનીને શોધી કાઢવાની સરખામણીએ આ ઘોડાવાળી બાબત સાવ નજીવી છે."

"તો હવે તું તારી જાતને તેની પાછળ કામે લગાડીશ ?"

"તેથી વિરુદ્ધ, આપણે રાતની ગાડીમાં લંડન પાછા જતા રહીશું."

મારા મિત્રના આવા શબ્દો સાંભળી મને આંચકો લાગ્યો. હજુ તો ડેવનશાયરમાં અમારે આવ્યાને થોડો જ સમય થયો હતો અને તેણે ખૂબ જ સરસ રીતે આખુંયે સંશોધન આગળ વધાર્યું હતું અને હવે તે બધું જ પડતું મૂકીને પાછા ફરવાની વાત કરે છે ! મારી સમજમાં નથી આવતું. મૃત સ્ટ્રેકરના ઘરે આવ્યા ત્યાં સુધી હું તેના મોઢામાંથી એક શબ્દ પણ બહાર ન કઢાવી શક્યો. કર્નલ અને ઇન્સ્પેક્ટર અમારી બેઠકખંડમાં રાહ જોઈ રહ્યા હતા.

"રાતની એક્સપ્રેસમાં હું અને મારા મિત્ર પાછા જઈશું," હોમ્સે કહ્યું, "અમને તમારા સુંદર ડાર્ટમૂરની શુદ્ધ હવામાં શ્વાસ લેવાની મજા આવી."

આ સાંભળી ઇન્સ્પેક્ટરે આંખ ઉઘાડી અને કર્નલે પોતાના હોઠ મચકોડ્યા.

"અચ્છા, તો તમે બિચારા સ્ટ્રેકરના હત્યારાની ધરપકડ સમયે અહીં નહીં હોવ." તેણે કહ્યું.

હોમ્સે પોતાના ખભા હલાવ્યા, "તેમાં કેટલીક ગંભીર સમસ્યા છે," તેણે કહ્યું. "મને પૂરી ખાતરી છે કે તમારો ઘોડો મંગળવારે સ્પર્ધામાં ભાગ લેવા હાજર થઈ જશે. હવે હું તમને તમારા ઘોડેસવારને તૈયાર રહેવા જણાવું છું. શું મને શ્રીમાન જોહ્ન સ્ટ્રેકરનો ફોટો આપશો ?"

ઇન્સ્પેક્ટરે પરબીડિયામાંથી એક ફોટો કાઢી તેને આપ્યો.

"મારા વહાલા ગ્રેગરી, મને જે જોઈએ તે બધું જ તમારી પાસે હાજર હોય છે. તમે જરાકવાર રાહ જુઓ. મારે નોકરાણીને એક પ્રશ્ન પૂછવો છે."

"મને લાગે છે કે લંડનના આપણા આ સલાહકાર પાસેથી આપણને નિરાશા જ હાથ લાગશે." મારા મિત્રના ઓરડામાંથી ગયા બાદ કર્નલ રોસે તોછડાઈથી કહ્યું, "મને નથી લાગતું કે તેના આવ્યા બાદ આપણે કેસમાં જરા પણ આગળ વધ્યા હોઈએ."

"કમસે કમ તેણે તમને તમારો ઘોડો પાછો આવી જવાની ખાતરી તો આપી જ છે." મેં કહ્યું.

"હા, મારી પાસે તેની ખાતરી છે," કર્નલે ખભા ઉછાળતાં કહ્યું, "મને પહેલાં ઘોડો મળે તેમાં રસ છે."

હું મારા મિત્રના બચાવમાં બોલવા જ જતો હતો કે તે ઓરડામાં પાછો આવ્યો.

"મિત્રો," તેણે કહ્યું, "હવે હું ટેવિસ્ટોક જવા તૈયાર છું."

તબેલાના છોકરાઓ દ્વારા હંકારી લાવવામાં આવેલી ઘોડાગાડીમાં અમે ચડ્યા જ હોઈશું કે હોમ્સના મગજમાં કોઈક વિચાર ઝબક્યો અને તે થોડો આગળ નમ્યો અને તેણે છોકરાની બાંય પકડી.

"તબેલામાં તમારી પાસે કેટલાં ઘેટાં છે," તેણે કહ્યું. "તેનું ધ્યાન કોણ રાખે છે ?"

"હું રાખું છું, સાહેબ."

"નજીકના સમયમાં શું તેમની સાથે કંઈ અજુગતું થયું છે ?"

"સાહેબ, કંઈ ખ્યાલ નથી પણ તેમાંનાં ત્રણ લંગડાય છે."

હું હોમ્સના ચહેરા પર અત્યંત આનંદ જોઈ શક્યો. તે આનંદમાં પોતાના હાથ મસળી રહ્યો હતો.

"બહુ કહેવાય વૉટસન, બહુ કહેવાય." તેણે મારું બાવડું હલાવતાં કહ્યું, "ગ્રેગરી, હું તમારું ધ્યાન ઘેટાંની મહામારી તરફ દોરી રહ્યો છું. ચાલક, ગાડી ચલાવ."

કર્નલ હજુ પણ મારા સાથીના સામર્થ્ય તરફ ઉદ્ધત વર્તન કરી રહ્યો હતો પણ હું જોઈ શક્યો કે ઇન્સ્પેક્ટર ગંભીર હતો.

"તમને તે મહત્ત્વનું લાગે છે ?" તેણે પૂછ્યું.

"અત્યંત."

"કોઈ મુદ્દો ખરો કે જેના તરફ તમે મારું ધ્યાન દોરવા માગો છો ?"

"રાતની કૂતરાની વિચિત્ર ઘટના તરફ."

"રાત્રે તો કૂતરાએ કંઈ જ નહોતું કર્યું."

"તે એક વિચિત્ર ઘટના હતી." શૅરલૉક હોમ્સે કહ્યું.

ચાર દિવસ બાદ હું અને હોમ્સ ફરી પાછા ટ્રેઈનમાં વિંચેસ્ટર તરફ જવા રવાના થયા, વેસેક્સ કપની સ્પર્ધા જોવા. કર્નલ રોસ અમને સ્ટેશને લેવા આવ્યા હતા અને તેમની સાથે જ અમે હંકારી ગયા. આ વખતે તેમનું વર્તન ગંભીર અને ઠંડું હતું.

"મને હજુ મારો ઘોડો નથી મળ્યો." તેણે કહ્યું.

"શું જ્યારે તમે તેને જોશો ત્યારે તેને ઓળખી શકશો ?"હોમ્સે પૂછ્યું.

કર્નલ ગુસ્સે ભરાઈ ગયો, "હું વીસ વર્ષથી આ વ્યવસાયમાં છું પણ હજુ સુધી મને આવો વાહિયાત પ્રશ્ન ક્યારેય પૂછવામાં નથી આવ્યો." તેણે કહ્યું, "અરે એક

બાળક પણ સિલ્વર બ્લેઝને તેના ધોળા કપાળ અને આગળની કાબરચીતરી ટાંગથી ઓળખી બતાવે.''

''સટ્ટો કેવો ચાલી રહ્યો છે ?''

''તે જ તો વિચિત્ર ભાગ છે સ્પર્ધાનો. તમે પંદરમાંથી સીધા એક પર આવી જાઓ છો. ભાવ એકધારો ઘટતો જ જાય છે અને અત્યારે ઊતરીને એક પર આવી ગયો છે.''

''હમ્ !'' હોમ્સે કહ્યું, ''કોઈક તો કંઈક જાણે છે તેટલું સ્પષ્ટ છે.''

ગાડી જ્યારે વિશાળ મેદાન આગળ પહોંચી ત્યારે મેં ભાગ લેનાર ઘોડાઓની યાદી તરફ નજર કરી.

૧. શ્રી હીથ ન્યૂટનનો નીગ્રો - લાલ ટોપી, ભૂરું જૅકેટ
૨. કોલોનલ વૉર્ડલૉનો પ્યૂજિલિસ્ટ - ગુલાબી ટોપી ભૂરું અને કાળું જૅકેટ
૩. લૉર્ડ બૅકવોટરનો ડેસબોરો - પીળી ટોપી અને પીળો શર્ટ
૪. કોલોનલ રૉસનો સિલ્વર બ્લેઝ - કાળી ટોપી, લાલ જૅકેટ
૫. ડ્યૂક ઓવ્ બાલમોરાલનો આઈરિસ - પીળી અને કાળી પટ્ટી
૬. લૉર્ડ સિંગલફોર્ડનો રાસ્પર - પર્પલ ટોપી, કાળી બાંય.

''તમારા કહેવાથી અમે અમારા બધા જ ઘોડા પાછા ખેંચી લીધા છે,'' કર્નલે કહ્યું, ''અરે આ શું ? સિલ્વર બ્લેઝ ?''

''સિલ્વર બ્લેઝ પર પાંચથી ચાર !'' જાહેરાત થઈ. ''સિલ્વર બ્લેઝની સામે પાંચથી ચાર ! ડેસબોરોની સામે પાંચથી પંદર.''

''અરે છએ છ ઘોડા આવી ગયા છે,'' મેં બૂમ પાડી.

''છએ છ ત્યાં છે ? તો તો પછી મારો ઘોડો પણ દોડી રહ્યો હોવો જોઈએ,'' કર્નલે ખચકાટ સાથે બૂમ પાડી, ''પણ મને તે નથી દેખાતો. મારા કલરનો ઘોડો તો અહીંથી પસાર જ નથી થયો.''

''માત્ર પાંચ જ પસાર થયા છે. આ તે જ હોવો જોઈએ.''

હું આવું કહીને જેવો તે હટ્યો કે એક શક્તિશાળી ઘોડો મેદાનમાં આવ્યો અને અમારી સામેથી પસાર થઈ ગયો. તેની પીઠ પર કર્નલનો પ્રખ્યાત કાળા અને લાલ ટીશર્ટવાળો ઘોડેસ્વાર સ્વાર હતો.

''તે મારો ઘોડો નથી,'' તેના માલિકે ત્રાડ પાડી, ''તે પ્રાણીને તેના શરીર પર ધોળા વાળ નથી. આ તમે શું કર્યું, શ્રીમાન હોમ્સ ?''

''અરે, અરે, આપણે તેની ઝડપ તો જોઈએ,'' મારો મિત્ર અડગ અવાજે બોલ્યો. થોડી મિનિટ તે મારા દૂરબીન વડે જોતો રહ્યો, ''બહુ સરસ ! એક ઉત્તમ શરૂઆત છે !'' તે અચાનક બોલી ઊઠ્યો, ''તેઓ વળાંક પાસે આવી ગયા છે.''

અમારી ગાડીથી મેદાનનું દૃશ્ય સુંદર રીતે જોઈ શકાતું હતું, તેઓ સીધા જ અમારી તરફ આવી રહ્યા હતા. છએ છ ઘોડા એટલા નજીક નજીક હતા કે એક ચાદરમાં તેમને લપેટી શકાય. પણ થોડી જ વારમાં મેપલટનનો ઘોડો આગળ આવી ગયો. તેઓ અમારા સુધી પહોંચે તે પહેલા ડેસબોરો પાછળ રહી ગયો અને કર્નલનો ઘોડો આગળ આવ્યો અને જીતી ગયો. ડ્યૂક ઓવ્ બાલમોરાલનો આઈરીસ ત્રીજા નંબરે રહ્યો.

"આખરે સ્પર્ધા તો હું જ જીત્યો, કર્નલે પોતાની આંખ પર હાથ ફેરવતાં કહ્યું, "પણ હું સ્વીકારું છું કે હજુ પણ મને કશો જ ખ્યાલ નથી આવ્યો. તમને નથી લાગતું કે તમે આ રહસ્ય ઘણું લાંબુ ખેંચ્યું છે, શ્રીમાન હોમ્સ ?"

"ચોક્કસ, કર્નલ, તમને દરેક વાતની ખબર પડશે. ચાલો, આપણે ઘોડા પાસે જઈને સાથે જ ઘોડો જોઈએ. આ રહ્યો તે," આવું કહેતાં અમે રેસના ઘોડા જ્યાં રાખવામાં આવે છે ત્યાં ગયા. ત્યાં માત્ર ઘોડાના માલિક અને તેના મિત્રો જ પ્રવેશ કરી શકે છે, "તમારે માત્ર તેનો ચહેરો અને તેનો પગ જ સ્પિરિટથી ધોવાનો છે અને તમને તમારો જૂનો સિલ્વર બ્લેઝ ઘોડો મળી જશે."

"તમે તો મારો જીવ ઊંચો કરી દીધો."

"મેં તેને એક બદમાશ અને દગાખોર માણસ પાસેથી પાસે મેળવ્યો છે અને તેને તેવો ને તેવો જ સ્પર્ધામાં દોડાવ્યો છે."

"સાહેબ, તમે તો ખરી કરી. ઘોડો તો એકદમ તંદુરસ્ત છે. આટલું સરસ તો તે અત્યાર સુધીમાં ક્યારેય નથી દોડ્યો. તમારા પર શંકા કરવા બદલ મારે તમારી હજારવાર માફી માગવી જોઈએ. તમે મારો ઘોડો મને પાછો મેળવી આપીને મારા પર મોટો ઉપકાર કર્યો છે. જો તમે જોહ્ન સ્ટ્રેકરના હત્યારાને શોધી કાઢશો તો હું તમારો ખૂબ ખૂબ આભારી રહીશ."

"તે પણ મેં શોધી લીધું છે," હોમ્સે ઠંડકથી કહ્યું.

કર્નલ અને હું તેની સામે મોઢું પહોળું કરી તાકી રહ્યા. "તમે તેને શોધી લીધો છે ! તો પછી તે ક્યાં છે ?"

"તે અહીં છે."

"અહીં ! ક્યાં ?"

"હાલ હું તેની જ સોબત માણી રહ્યો છું."

કર્નલ ગુસ્સે ભરાઈ ગયો. "હું ચોક્કસ તમારો આભારી છું, શ્રીમાન હોમ્સ," તેણે કહ્યું, "પણ તમે આ જે કહી રહ્યા છો તે કાં તો એક ખરાબ મજાક છે અથવા તો મારું અપમાન છે."

શૅરલૉક હોમ્સ ખડખડાટ હસવા લાગ્યો. "હું તમને ખાતરી આપું છું કે હું તમને ગુના સાથે નથી જોડી રહ્યો, કર્નલ," તેણે કહ્યું, "મૂળ હત્યારો તમારી પાછળ જ ઊભો છે." તે કર્નલની પાછળની તરફ ગયો અને તેણે ઘોડાની રેશમી ડોક પર હાથ ફેરવ્યો.

"ઘોડો !" હું અને કર્નલ બૂમ પાડી ઊઠ્યા.

"હા, ઘોડો. અને જો હું તમને કહું કે તેણે સ્વબચાવમાં તેમ કર્યું હતું તો કદાચ તેનો દોષ થોડો ઓછો ગણાશે અને જોહ્ન સ્ટ્રેકરની વાત કરું તો તે તમારા વિશ્વાસને જરા પણ લાયક નહોતો. અરે, આ બીજો ઘંટ વાગ્યો. મેં હવેની સ્પર્ધા માટે થોડા પૈસા લગાવ્યા છે. હું આખીયે વાત વિસ્તારપૂર્વક પછી ક્યારેક જણાવીશ."

તે સાંજે અમે પુલમેન કારમાં બેસી લંડન પાછા જઈ રહ્યા હતા ત્યારે મને વિચાર આવતો હતો કે કર્નલ અને મારા માટે પણ આ યાત્રા કેટલી ટૂંકી બની ગઈ હતી. અમે અમારા સાથીનું વર્ણન સાંભળી રહ્યા હતા કે સોમવારે રાત્રે ડાર્ટમૂરના પ્રશિક્ષણ તબેલામાં શું બન્યું હતું અને કેવી રીતે તે રહસ્યને ખુલ્લું પાડી શક્યો હતો.

"હું માનું છું," તે બોલ્યો, "કે સમાચારપત્રો વાંચી મેં ઘણીયે ધારણાઓ બાંધી હતી જે બધી ખોટી સાબિત થઈ. તેમ છતાં તેમાં ઘણા બધા સંકેતો હતા જે બીજા બધા મુદ્દાઓની નીચે દબાઈ ન ગયા હોત તો તેનું પણ ઘણું મહત્ત્વ હોત. હું ડેવનશાયર એવા વિશ્વાસ સાથે ગયો હતો કે વાસ્તવિક ગુનેગાર ફિત્ઝરૉય સિમ્પસન હતો. જો કે હું જાણતો હતો કે તેની વિરુદ્ધ પૂરતા પુરાવા નહોતા. આ ત્યારની વાત છે જ્યારે હું ઘોડાગાડીમાં બેસીને પ્રશિક્ષકના ઘરે પહોંચ્યો હતો. ત્યારે જ મને રસ્સાદાર મટનનો વિચાર આવ્યો હતો. તમને યાદ હશે કે હું ઊંડા વિચારમાં હતો અને ઘોડાગાડીમાં જ બેઠો રહ્યો હતો, જ્યારે તમે બધા જ ઘોડાગાડીમાંથી ઊતરી ગયા હતા. ત્યારે હું મનમાં ને મનમાં આશ્ચર્યચકિત થઈ ગયો હતો કે મારું ધ્યાન આટલા મહત્ત્વના પગેરા પર કેમ ન ગયું."

"હું સ્વીકારું છું," કર્નલે કહ્યું, "કે હજી પણ મને નથી ખબર કે તમારે માટે તે કઈ રીતે મદદરૂપ નીવડ્યું."

"તે મારા તર્કની સાંકળની પહેલી કડી હતી. અફીણનું ચૂર્ણ કંઈ સ્વાદહીન નથી હોતું. તેનો સ્વાદ ખરાબ તો નથી હોતો પણ ખ્યાલ તો આવી જ જાય છે. જ્યારે કોઈ ખાણામાં તેને મિશ્રિત કરવામાં આવે છે ત્યારે ખાનાર દ્વારા તેનો સ્વાદ પકડાઈ જાય છે અને તે ખાવાનું પડતું મૂકી દે છે. રસો કદાચ તેના સ્વાદને દબાવી દે. પણ એવું તે જોગાનુજોગ ન બને કે જ્યારે ઘરમાં મટન કરી બની રહી ત્યારે જ સિમ્પ્સનનું આવવાનું બને અને તે તેમાં અફીણ મેળવે. તે આખો મુદ્દો વિચારવા યોગ્ય ન હતો. માટે મેં મામલામાંથી સિમ્પ્સનને બાજુ પર હટાવી દીધો અને મારું ધ્યાન સ્ટ્રેકર અને તેની પત્ની પર લગાવ્યું કે જેમણે પોતે જ રાત્રીના ભોજન માટે મટન કરીની પસંદગી કરી હતી. અફીણ જ્યારે પેલા તબેલાનું ધ્યાન રાખનાર છોકરાની થાળી પિરસાઈ ત્યારે જ નાખવામાં આવ્યું હતું કારણ કે બીજાઓને તો તેવી કોઈ જ અસર નહોતી થઈ. તો પછી નોકરાણીની નજર ચૂકવીને તેની થાળી સુધી તે બન્નેમાંથી કોણ પહોંચ્યું હોય ?

"તે પ્રશ્ન વિષે હું વધારે વિચારું તે પહેલાં તો મારા ધ્યાનમાં કૂતરાની અસામાન્ય શાંતિ આવી. એક સાચું અનુમાન આપણને બીજા તરફ દોરી જાય છે. સિમ્પ્સનના બનાવ દ્વારા મને ખ્યાલ આવ્યો કે તબેલામાં એક ઘોડો રાખવામાં આવ્યો હતો અને તેમ

છતાં પણ જ્યારે તબેલામાંથી કોઈક ઘોડો લઈ ગયું ત્યારે કૂતરાએ કોઈ જ પ્રતિક્રિયા ન દર્શાવી. અરે, ઉપર સૂતેલા બે છોકરાઓ જાગે તેટલું પણ તે ભસ્યા નહોતા. તે પરથી એટલું તો પાક્કું જ હતું કે રાત્રે જે કોઈ તબેલામાં આવ્યું હતું તે કૂતરા માટે જાણીતું હતું.

"હવે મને પાક્કી ખાતરી થઈ ગઈ હતી કે જોહ્ન સ્ટ્રેકર જ સૂમસામ રાત્રે તબેલા પર ગયો હતો અને તેણે જ સિલ્વર બ્લેઝને બહાર કાઢ્યો હતો, પણ તેનો ઉદ્દેશ શું હતો ? ચોક્કસ તે અપ્રામાણિક હતો, નહીંતર શા માટે તેણે છોકરાને બેભાન કરવો પડે ? અને તેમ છતાં મને હજુ કારણની ખબર નહોતી. આ પહેલાં પણ એવા ઘણા મામલા થઈ ગયા હતા જેમાં પ્રશિક્ષક મોટી રકમ માટે પોતાના ઘોડા વિરુદ્ધ જઈને પોતાના ઘોડાને સ્પર્ધામાં જતાં અટકાવી છેતરપિંડી કરે છે. ઘણી વાર તેવું ઘોડેસવારને ખરીદીને કરવામાં આવતું હતું તો ક્યારેક બીજી કોઈ રીતે કરવામાં આવતું. તો પછી અહીં શું હશે ? પછી મને આશા બંધાઈ કે તેના ખિસ્સાની વસ્તુઓ મને કોઈક તારણ પર પહોંચવામાં મદદરૂપ નીવડી શકે.

"અને તેમ જ થયું. તમને મૃતકના હાથમાંથી મળી આવેલી અનોખી છરી તો યાદ જ હશે. આવી છરી કોઈ વ્યક્તિ હથિયાર તરીકે તો ન જ વાપરે. ડૉ. વૉટસને કહ્યા પ્રમાણે તે છરીનો ઉપયોગ વાઢકાપના ડૉક્ટરો પોતાના ઓપરેશનમાં ખૂબ નાજુક કામ માટે કરતા હોય છે. અને તે રાત્રે પણ તેવું જ કોઈક નાજુક કામ તેના દ્વારા પાર પાડવાનું હતું. તમે તમારા લાંબા અનુભવ દ્વારા જાણતા હશો કે ઘોડાની જાંઘની પેશીઓ પર એવો ચીરો લગાવી શકાય છે જેનો કોઈને ખ્યાલ પણ ન આવી શકે. તેવું કરવાથી ઘોડો થોડો લંગડાવા લાગે છે, જેનું કારણ ઘોડાને વારંવાર કરાવવામાં આવતી કસરત અથવા તો સંધિવાના રોગને ગણવામાં આવે છે અને દગાખોરીનો તો કોઈને ખ્યાલ જ નથી આવતો."

"દગાખોર ! લુચ્ચો !" કર્નલ બરાડી ઊઠ્યો.

"આપણી સમક્ષ એટલું તો સ્પષ્ટ હતું કે જોહ્ન ઘોડાને મેદાનમાં શા માટે લાવ્યો હતો. આવા જોમવંતા પ્રાણીને જો છરી ભોંકવામાં આવે તો તે કંઈ ચૂપ ના રહે. તે ગમે તેટલી ઊંડી ઊંઘવાળાને પણ જગાડી દે. માટે તે જરૂરી હતું કે આ કામ દૂર ખુલ્લામાં કરવું પડે."

"હું જ આંધળો હતો !" કર્નલ બરાડ્યો, "અને માટે જ તેને દીવાસળી અને મીણબત્તીની જરૂર પડી."

"તેમ જ હતું. પણ જ્યારે મેં તેની વસ્તુઓ તપાસી ત્યારે મને માત્ર ગુનાની રીત જ નહીં પણ તેના ઉદ્દેશનો પણ ખ્યાલ આવી ગયો. તમે તો દુનિયાદારીવાળા માણસ છો, કર્નલ, તમને તો ખબર જ હશે કે કોઈ માણસ કંઈ બીજાનાં બીલ પોતાના ખિસ્સામાં લઈને ના ફરતું હોય. આપણી પાસે આપણા ખુદનાં જ એટલાં કામ હોય છે કે બીજા માટે ક્યાંથી નવરા હોઈએ ? તરત જ મેં તારણ કાઢ્યું કે સ્ટ્રેકર બેવડું જીવન જીવી રહ્યો હતો અને તેનો બીજો પરિવાર પણ હતો. બીલ પરથી લાગતું હતું કે આ મામલામાં કોઈ સ્ત્રી પણ સંડોવાયેલી હતી જેના ઘણા મોંઘા ખર્ચા પણ હતા. તમે તમારા કર્મચારીઓ પ્રત્યે જે

ઉદારતા દર્શાવો છો તે પરથી તો ભાગ્યે જ કોઈને આવા મોંઘા પોશાક ખરીદવાનું પોસાય. મેં શ્રીમતી સ્ટ્રેકરને તેને ખ્યાલ ન આવે તે રીતે તે બાબતે પૂછપરછ કરી અને મને પાક્કું થઈ ગયું કે તે તેમના માટે નહોતી ખરીદવામાં આવી. મેં દરજીનું સરનામું નોંધી રાખ્યું હતું અને સ્ટ્રેકરનો ફોટો લઈને મેં ખાતરી કરી કે મોંઘા પોશાકનો ખરીદનાર તે જ હતો અને આમ મેં ડર્બીશાયરનું આખુંયે રહસ્ય ઉકેલી લીધું.

"ત્યાર પછી તો બધું જ સરળ હતું. સ્ટ્રેકર પેલા મોટા ખાડા આગળ ઘોડાને લઈ ગયો હતો કે જ્યાં કોઈને પણ તેની મીણબત્તીનો પ્રકાશ ન દેખાય. સિમ્પ્સન જ્યારે તબેલામાંથી ભાગ્યો ત્યારે તેનાથી તેની ટાઈ ત્યાં પડી ગઈ હતી અને સ્ટ્રેકરે કોઈ અલગ ઉદ્દેશથી તે ટાઈ પોતાના હાથમાં લઈ લીધી. કદાચ તેનાથી તે ઘોડાની ટાંગ બાંધવા માગતો હશે. તે ખાડામાં ઘોડાની પાછળ પાછળ ઊતર્યો હતો અને હજુ તો મીણબત્તી સળગાવી જ હતી કે ઘોડો અચાનકના પ્રકાશથી ગભરાઈ ગયો અને પ્રાણીઓની સ્વાભાવિક અંતઃસ્ફુરણાથી તેને ભાસ થઈ ગયો હશે કે કંઈક અણછાજતું બનવા જઈ રહ્યું હતું. તે હણહણ્યો અને તેની લોખંડની નાળ સ્ટ્રેકરના લમણે જોરપૂર્વક અથડાઈ. વરસાદ હોવા છતાં પણ તેણે પોતાનું નાજુક કામ પાર પાડવા પોતાનો કોટ કાઢી નાખ્યો હતો માટે જેવો તે પડ્યો કે તરત જ છરી તેની જાંઘમાં ઘૂસી ગઈ. હવે બધું સ્પષ્ટ થઈ ગયું ?"

"અદ્ભુત !" કર્નલે ઉદ્ગાર કાઢ્યો, "અદ્ભુત ! તમે જાણે તે સમયે ત્યાં જ હતા તેવું લાગે છે !"

"હજુ પણ મને કંઈક ખૂંચતું હતું. મને એ વાત ખૂંચતી હતી કે વગર કોઈ અભ્યાસે તે આવી નાજુક છરી વાપરવાનું સાહસ ન કરી શકે. તો પછી તેણે શેના પર અભ્યાસ કર્યો હશે ? મારી આંખ એક ઘેટા પર ગઈ અને મેં તે બાબતે પ્રશ્ન પૂછતાં મારા આશ્ચર્ય વચ્ચે મારી ધારણા તદ્દન સાચી સાબિત થઈ.

"જ્યારે હું લંડન પાછો આવ્યો અને દરજીને જ્યારે સ્ટ્રેકરનો ફોટો બતાવ્યો ત્યારે તેણે તેને ડર્બીશાયર નામના એક ઉત્તમ ગ્રાહક તરીકે ઓળખી કાઢ્યો કે જેણીને એક ખૂબ જ આકર્ષક પત્ની હતી, જેને મોંઘાં વસ્ત્રો પ્રત્યે ખૂબ લગાવ હતો. મને કોઈ જ શંકા નહોતી કે આ જ સ્ત્રી તેની પાસે પહોંચ બહારના ખર્ચા કરાવતી હશે અને તેના કારણે તે દેવામાં ડૂબી ગયો હશે અને માટે જ તેણે આવું ષડયંત્ર રચવું પડ્યું હશે."

"તમે બધું જ કહ્યું પણ એક વાત ન કહી." કર્નલ મોટેથી બોલ્યો, "ઘોડો ક્યાં હતો ?"

"અરે, તે ભાગી ગયો હતો અને તમારો એક પાડોશી જ તેની સંભાળ લેતો હતો. તેને આપણે ગુનાહિત કૃત્ય ન ગણવું જોઈએ. જો હું ભૂલ ન કરતો હોઉં તો ક્લેપહામ જંક્શન આવી ગયું લાગે છે અને દસ મિનિટની અંદર તો આપણે વિક્ટોરિયા પહોંચી જઈશું. જો અમારા ઘરે તમે સિગારની ચૂસ્કી લેવા માગતા હોવ, કર્નલ, તો મને તમને રસ પડે તેવી માહિતી આપતાં આનંદ થશે."

❖

જૂનો પ્રેમ

(મારા મિત્રની અનોખી ખાસિયતો દ્વારા તેણે જે રીતે અસંખ્ય મામલાઓનાં રહસ્ય ખોલ્યાં છે તેને હું તમારી સમક્ષ લાવતો રહ્યો છું. સ્વાભાવિક રીતે હું તેના સફળ કિસ્સાઓ જ લખતો આવ્યો છું. જો કે તેનો એવો અર્થ જરા પણ નથી થતો કે હું તેની કીર્તિ માટે તેમ કરું છું. પણ તેની આગળ જ્યારે અઘરા ભયંકર ગૂંચવાડાવાળા મામલા આવ્યા છે ત્યારે જ તેની કળા પૂરબહારમાં ખીલી ઊઠે છે માટે જ હું તેને તમારી સમક્ષ લાવવા તેમ કરું છું. કોઈ વાર તે કોઈ મામલામાં નિષ્ફળ ગયો છે પણ ત્યારે માત્ર તે જ નિષ્ફળ નથી ગયો પણ કોઈ જ સફળ નથી રહ્યું. તે મામલા હાલ પણ તેવા ને તેવા જ વણઉકલ્યા જ રહ્યા છે. ઘણીવાર તેણે પોતાનાં તારણોમાં ભૂલ કરી હોય છે પણ તેમ છતાં તે સત્ય તો છતું કરી જ નાખે છે. મેં તેના અડધો ડઝન જેટલા એવા મામલાઓની નોંધ લખી છે જે ખૂબ જ રસપ્રદ છે જેમાંનો એક હું અહીં તમારી સમક્ષ રજૂ કરું છું.)

શૅરલૉક હોમ્સ એક એવો માણસ છે જે ભાગ્યે જ કસરત કરવા ખાતર કસરત કરતો હોય. એવા ગણ્યાગાંઠ્યા લોકો હોય છે જેમના સ્નાયુઓ ચુસ્ત હોય છે અને હોમ્સ તો તેના વજનના જૂથમાંના મુષ્ટિબાજોમાંનો ઉત્તમોત્તમ મુષ્ટિબાજ હતો. તે હંમેશા વગર જરૂરતની કસરતને ઊર્જાનો વ્યય જ માનતો હતો અને માત્ર પોતાના મામલાઓમાં જ તે તેનો ઉપયોગ કરતો. તે જરા પણ થાકતો નહીં કે તેને કોઈ થકવી શકે તેમ પણ નહોતું. તે કેટલાક સંજોગોમાં પોતાની જાતને તૈયાર રાખતો પણ તેનો ખોરાક ખૂબ જ સીમિત હતો અને તેની આદતો પણ ખૂબ સાદી અને સંયમિત હતી. ક્યારેક ક્યારેક કોકેઈનનો નશો કરવા સિવાય તેને બીજું કોઈ જ વ્યસન નહોતું. તે નશીલા પદાર્થનો આધાર ત્યારે જ લેતો જ્યારે તે રોજિંદા જીવનના એકધારાપણાથી, મામલાઓની અછતથી અને રસહીન સમાચારપત્રોથી કંટાળી જતો.

વસંતઋતુની શરૂઆતના તે દિવસો હતા. એક દિવસ બપોરે તે મારી સાથે પાર્કમાં ટહેલવા નીકળ્યો હતો. વૃક્ષો પર લીલી કૂંપળો ફૂટી હતી જ્યારે કેટલાંક વૃક્ષો પર

ફૂલની કળીઓ આવી હતી. બે કલાક જેટલું અમે ચાલ્યા હોઈશું. મોટે ભાગે અમે ચૂપ જ રહ્યા હતા. એકબીજાને અંગત રીતે જાણતી બે વ્યક્તિ વચ્ચે તે સ્વાભાવિક હતું. અમે જ્યારે બેકર સ્ટ્રીટ પાછા ફર્યા ત્યારે પાંચ વાગવામાં હતા.

"માફ કરજો, સાહેબ," અમારા બાળ નોકરે બારણું ખોલતાં કહ્યું, "કોઈક સદ્‌ગૃહસ્થ તમારા વિષે પૂછતા હતા, સાહેબ."

હોમ્સે મારી સામે ઠપકો આપતી નજર કરી. "આપણી સાંજની લટાર બહુ ચાલી !" તેણે કહ્યું, "તો શું તે સદ્‌ગૃહસ્થ જતા રહ્યા ?"

"હા, સાહેબ."

"તેં એમને અંદર આવવા ન કહ્યું ?"

"હા, સાહેબ, તે અંદર આવ્યા હતા."

"તેમણે કેટલી રાહ જોઈ ?"

"અડધો એક કલાક, સાહેબ. તે ખૂબ અસ્વસ્થ હતા, સાહેબ, જ્યાં સુધી અહીં રહ્યા ત્યાં સુધી તેમણે આમ તેમ પગ પછાડતા આંટા માર્યે રાખ્યા હતા. હું દરવાજા બહાર ઊભો રહ્યો હતો, સાહેબ, અને તેમને સાંભળી શકતો હતો. છેવટે તેઓ બહાર આવ્યા અને મોટેથી બોલી ઊઠ્યા 'શું તે એવા માણસ છે જે જાય છે તે ક્યારેય પાછા જ નથી આવતા ?' આ તેમના શબ્દો હતા, સાહેબ. 'તમારે હવે થોડી જ રાહ જોવી પડશે.' મેં કહ્યું. 'તો પછી હું બહાર ખુલ્લામાં રાહ જોઈશ. મને અહીં ગભરામણ થાય છે,' તેણે કહ્યું. 'હું થોડીવારમાં પાછો આવું છું.' આમ કહી તે બહાર જતા રહ્યા. મેં ઘણો પ્રયત્ન કર્યો પણ તેઓ રોકાયા નહીં."

"ઠીક છે, કશો વાંધો નહીં. તેં બનતો પ્રયાસ કર્યો છે." હોમ્સે ઓરડામાં પ્રવેશતાં કહ્યું. "મને હવે ચીડ ચડે છે, અત્યારે મારે કેસની તાતી જરૂર છે, વૉટસન, અને આ માણસની અધીરાઈ પરથી મને લાગે છે કે તે ખૂબ મહત્ત્વનો છે. અરે ! આ ટેબલ પર તારી હૂકલી તો નથી પડી. આ તે જ અહીં ભૂલી ગયા લાગે છે. આ હીથની જૂની હોકલી છે. ઉત્તમમાં ઉત્તમ તમાકુ વાપરે છે. લંડનમાં ઘણા ઓછા લોકો આ વાપરે છે. આ માણસ ખૂબ જ ચિંતામાં લાગે છે નહીં તો તે પોતાની આટલી મહત્ત્વની વસ્તુ અહીં ભૂલી ન જાય."

"તને કઈ રીતે ખબર કે આ વસ્તુ તેના માટે આટલી મહત્ત્વની છે ?"

"અચ્છા, આ હોકલીની મૂળ કિંમત સાત શિલિંગ છ પેન્સ હશે. અહીં તું જોઈ શકે છે કે હોકલીની બે વાર મરમ્મત કરવામાં આવી છે. બન્ને વખતે ચાંદીના તારથી તેને જોડવામાં આવી છે. જે હોકલીની મૂળ કિંમત કરતાં પણ મોંઘી છે. આ માણસ માટે તેની આ હોકલી ખૂબ મહત્ત્વની છે, નહીંતર નવી ખરીદવાની જગ્યાએ શા માટે તે જૂનીને વારંવાર સંધાવે રાખતો હોય. ?"

"બીજું કંઈ ?" હોમ્સને હોકલીને પોતાના હાથમાં ઘુમાવતાં પોતાની આગવી અદામાં નિરીક્ષણ કરતાં મેં તેને પૂછ્યું.

તેણે તેને ઊંચી પકડી રાખી અને તેને પોતાની લાંબી આંગળી વડે ઠપકારી, જાણે કોઈ દાક્તરી અધ્યાપક હાડકાનું વ્યાખ્યાન આપતી વખતે ન કરે તેમ.

"ઘણીવાર હોકલીઓ પણ અસામાન્ય રસ ઉપજાવતી હોય છે." તેણે કહ્યું, "ઘડિયાળ અને જૂતાંની દોરીઓમાં જે વ્યક્તિગત લક્ષણો હોય છે તેવું આ હોકલી માટે નથી. કેટલાંક ચિહ્નો અહીં સ્પષ્ટ જોઈ શકાય છે જે કંઈ ખાસ મહત્ત્વનાં નથી. તેનો માલિક એક સ્નાયુબદ્ધ ડાબોડી માણસ છે, જેની બત્રીસી મજબૂત છે, તેની આદતો પ્રત્યે તે બેદરકાર છે. આર્થિક વ્યવસ્થા કરવાની તેને કોઈ જરૂર નથી."

મારા મિત્રનાં તારણો તત્કાલીન કાઢવામાં આવ્યાં હતાં અને મેં જ્યારે તેની સામે જોયું ત્યારે તેની આંખો મારી સામે ટગર ટગર જોઈ રહી હતી, જાણે કે હું તેની વાતને સમજ્યો ન હોઉં.

"મારા ખ્યાલથી તારું એવું કહેવું છે કે જે માણસ સાત શીલીંગની હોકલી વાપરી શકે તે આર્થિક રીતે સધ્ધર માણસ જ હોવો જોઈએ ?" મેં કહ્યું.

"આ ગ્રોસવેનર તમાકુ બે તોલાના આઠ પેન્સના મોંઘા ભાવે મળે છે," હોમ્સે હોકલીમાંથી થોડી તમાકુ પોતાની હથેળીમાં ઠાલવતાં કહ્યું, "તેની અડધી જ કિંમતમાં તેને તેટલો જ સંતોષ આપતી તમાકુ મળે છે તેમ છતાં પણ તે આને પસંદ કરે છે તેનો મતલબ સ્પષ્ટ છે કે તેને પૈસાની કોઈ જ કમી નથી."

"અને બીજા મુદ્દા ?"

"તેને હોકલીને ગેસ લાઇટરથી અને દીવાઓથી સળગાવવાની ટેવ છે. તું જોઈ શકે છે એક બાજુથી તે સળગીને રાખ થઈ ગઈ છે. આવું કંઈ દીવાસળીથી ન થાય. દીવાસળીથી હોકલી સળગાવતાં કંઈ તે બળી ન જાય. પણ દીવાથી સળગાવતાં ચોક્કસ તે દાઝી જાય. અને તે હોકલીની જમણી બાજુએથી જ દાઝી છે. તેના પરથી મેં તારણ કાઢ્યું કે તે એક ડાબોડી માણસ છે. તું તારી જાતે તારી હોકલી દીવા આગળ ધર તો તું જોઈશ કે તું જમણેરી હોવાથી હોકલીની ડાબી બાજુ દીવા આગળ ધરીશ. તું બીજી રીતે પણ તેમ કરી શકે પણ દર વખતે તેમ ન કરી શકે. તેને હંમેશા તેમ જ પકડવામાં આવી છે. હવે તેના ચુસ્ત બાંધાની અને મજબૂત બત્રીસીની વાત કરું તો... અરે, આ તેઓ જ આવ્યા લાગે છે. મને તેઓ દાદરો ચડતા સંભળાય છે અને તેમની હોકલી પાસેથી આપણને જેટલું જાણવા મળ્યું તેનાથી પણ વધારે રસપ્રદ બાબતો આપણને તેમની પાસેથી જાણવા મળે તેવી મને આશા છે."

તરત જ બારણું ખૂલ્યું અને એક ઊંચો યુવાન માણસ ઓરડામાં પ્રવેશ્યો. તેણે ઘેરા રાખોડી રંગનાં કપડાં પહેર્યાં હતાં. તે મને ત્રીસેક વર્ષનો લાગતો હતો પણ બની શકે કે તેની ઉંમર તેના કરતાં પણ વધારે હોય.

"હું માફી માગું છું," તેણે ક્ષોભથી કહ્યું, "મારા ખ્યાલથી મારે બારણા પર ટકોરા મારવા જોઈતા હતા. હા, મારે ટકોરા મારવા જ જોઈએ. ખરેખર હું થોડો અસ્વસ્થ છું માટે તમારે મારા આવા વર્તનને માફ કરવું જોઈએ." તેણે કપાળ પર હાથ ફેરવ્યો અને ખુરશી પર બેસવાની જગ્યાએ તેણે તેના પર પોતાની જાતને નાખી જ દીધી.

"હું જોઈ શકું છું કે તમે એક-બે રાત્રીથી સૂતા નથી," હોમ્સે તેની આગવી ઠંડકથી કહ્યું, "તમે કામથી નહીં પણ ઊંઘ ન કરવાથી વધારે થાકેલા લાગો છો. હવે હું જાણી શકું કે હું તમારી મદદ શી રીતે કરી શકું ?"

"મારે તમારી સલાહની જરૂર છે, સાહેબ. મને કશું જ નથી સૂઝતું નથી અને મારું જીવન જાણે બરબાદ થઈ જવાનું હોય તેવું લાગે છે."

"તમે મને એક સલાહકાર જાસૂસ તરીકે રોકવા માગો છો ?"

"માત્ર તેટલું જ નહીં. પણ મારે વિશ્વના એક ડહાપણભર્યા વ્યક્તિ તરીકે તમારા અભિપ્રાયની જરૂર છે. મારે હવે શું કરવું જોઈએ તે જાણવું ખૂબ જ જરૂરી છે. હું ભગવાનને પ્રાર્થના કરું કે તમે મને મદદરૂપ થઈ શકો."

તેમને વાત કરતાં ખચકાટ થતો હતો અને એવું લાગતું હતું કે જાણે તેમને બોલતાં ઘણું દુઃખ પણ થઈ રહ્યું હતું અને જાણે તેઓ પોતાના પર મહાપરાણે કાબૂ રાખી રખ્યા રહ્યા હતા.

"ખૂબ નાજુક બાબત છે," તેણે કહ્યું, "કોઈને પણ પોતાની ઘરેલુ સમસ્યા અજાણ્યાને કહેવી ન ગમે અને બે અજાણ્યા માણસ કે જેને મેં ક્યારેય પહેલાં જોયા પણ ન હોય તેમને પોતાની પત્નીના આચરણ બાબતે જણાવવું તે એક ગ્લાનિ ઉપજાવતી બાબત છે. મને આમ કરતા ઘણું દુઃખ થાય છે. પણ હાલ ફરજિયાતપણે મારે તેમ કરવું પડે છે અને મારે સલાહની તાતી જરૂર છે."

"મારા વહાલા શ્રીમાન ગ્રાન્ટ મુનરો..." હોમ્સે બોલવાનું શરૂ કર્યું.

અમારો મુલાકાતી ખુરશીમાંથી ઊછળી પડ્યો, "શું !" તેણે મોટેથી કહ્યું, "તમે મારું નામ જાણો છો ?"

"જો તમે તમારી જાતને ગુપ્ત રાખવા ઇચ્છતા હોવ," હોમ્સે સ્મિત કરતાં કહ્યું, "તો હું તમને સલાહ આપું છું કે તમારી ટોપી પર તેને લખવાનું ટાળો. હું તમને એ જણાવી દઉં કે હું અને મારા મિત્રએ ઘણા લોકોના અજાણ્યા રહસ્યને આ ઓરડામાં સાંભળ્યાં છે અને અમારા સદ્નસીબે તેમના પરેશાન આત્માઓને અમે શાંત પાડ્યા છે. મને વિશ્વાસ છે કે અમે તમારા માટે પણ તેટલા જ પ્રયત્નો કરીશું. હવે સમયના મહત્ત્વને ધ્યાનમાં રાખીને તમને કહી શકું કે તમે વધારે મોડું કર્યા વિના મને સંપૂર્ણ માહિતીથી પરિચિત કરો."

"હકીકતો આ પ્રમાણે છે, શ્રીમાન હોમ્સ," તેણે કહ્યું, "હું એક વિવાહિત માણસ છું. મારાં લગ્નને ત્રણ વર્ષ થયાં છે. તે દરમિયાન હું અને મારી પત્ની અન્ય પરિણીતો

જેવા જ સુખી અને એકબીજાને ચાહતાં રહ્યાં છીએ. અમારી વચ્ચે કોઈ જ અંતર નથી, જરા પણ નહીં, વિચારોમાં કે શબ્દોમાં કે કાર્યમાં. અને હવે, ગયા સોમવારથી અચાનક અમારી વચ્ચે એક અવરોધ ખડો થઈ ગયો છે અને મને એવું લાગે છે કે તેણીના જીવનથી અને તેના વિચારોથી હું કોઈ અજાણી સ્ત્રી જેટલો જ અજાણ્યો છું. અમે એકબીજાથી વિમુખ થઈ ગયાં છીએ પણ મને તેનું કારણ નથી સમજાતું.

"એક બાબત છે જે માટે હું આગળ વધતા પહેલાં તમારી સમક્ષ સ્પષ્ટ કરી લેવા માગું છું, શ્રીમાન હોમ્સ. એફિ મને ચાહે છે. તે વિષે જરા પણ શંકા ન રાખતા. તેણી મને પોતાના હૃદય અને આત્માથી ચાહે છે. હું તે જાણું છું. હું તે અનુભવું છું અને તે વિષે જરા પણ ચર્ચા કરવા નથી માગતો. એક પુરુષ જ્યારે તેને કોઈ સ્ત્રી ચાહતી હોય ત્યારે તે ખાતરીપૂર્વક કહી શકે છે. પણ અમારી વચ્ચે આ રહસ્ય ક્યાંકથી આવીને ખડું થઈ ગયું છે અને જ્યાં સુધી તે હશે ત્યાં સુધી અમે પહેલાંની જેમ નહીં રહી શકીએ."

"મહેરબાની કરીને મને હકીકતો જણાવો, શ્રીમાન મુનરો," હોમ્સે અધીરાઈપૂર્વક કહ્યું.

"હું તમને એફિના ભૂતકાળ વિષે જેટલું જાણું છું તેટલું કહીશ. જ્યારે હું તેણીને મળ્યો ત્યારે તેણી એક વિધવા હતી, પણ ખુબ યુવાન હતી - માત્ર પચ્ચીસની હતી. ત્યારે તેણીનું નામ શ્રીમતી હેબ્રોન હતું. તેણી ખૂબ યુવાન હતી ત્યારે અમેરિકા ચાલી ગઈ હતી અને એટલાન્ટાના કોઈક નગરમાં રહેતી હતી જ્યાં તે આ હેબ્રોનને પરણી હતી. હેબ્રોન ત્યાં એક વકીલ હતો અને તેની વકીલાત પણ સારી ચાલતી હતી. તેમને એક બાળક પણ હતું પણ કમળાનો રોગચાળો ત્યાં ખરાબ રીતે ફાટી નીકળ્યો હતો અને તેનો પતિ અને બાળક તેમાં મૃત્યુ પામ્યાં હતાં. મેં તેમના મૃત્યુનાં પ્રમાણપત્ર જોયેલાં છે. તેને અમેરિકાથી અણગમો થઈ ગયો અને તેણી મિડલસેક્સના પિનર ખાતે રહેતી પોતાની કુંવારી માસી સાથે રહેવા આવતી રહી. તેનો પતિ તે આરામદાયક રીતે જીવન વિતાવી શકે તેટલી સાડા ચાર હજાર પાઉન્ડની મૂડી છોડીને ગયો હતો જેનું તેણે સારી રીતે રોકાણ કર્યું હતું અને તેમાંથી તેને વર્ષે સાત ટકા જેટલું વળતર મળી રહેતું હતું. તેણીને પિનર આવ્યાને હજુ છ જ માસ થયા હતા અને મારી તેની સાથે મુલાકાત થઈ. ત્યાર બાદ અમે પ્રેમમાં પડ્યાં અને થોડાં જ અઠવાડિયાંમાં લગ્નગ્રંથિથી જોડાઈ ગયાં.

"હું બિયરમાં વપરાતા હોપનો વેપારી હતો અને વર્ષે મારી સાતસોથી આઠસો પાઉન્ડની આવક હતી જેનાથી અમે આરામદાયક જીવન ગાળી શકીએ તેમ હતાં માટે અમે વર્ષના એંશી પાઉન્ડના ભાડાવાળો નોરબરીમાં એક બંગલો ભાડે રાખ્યો અને ત્યાં રહેવા લાગ્યાં. અમારો નાનકડો રહેવાસ ગ્રામીણ હતો, જો કે શહેરની ઘણો નજીક હતો. અમારાથી થોડે દૂર એક નાનકડી વીશી અને બે ઘર આવેલાં હતાં અને એક ખેતર છોડીને એક બીજું નાનકડું ઘર આવેલું હતું જેનાં બારણા અમારા ઘર તરફ પડતાં હતાં

અને તે સિવાય ત્યાંથી તે સ્ટેશન સુધીના અડધા અંતર સુધી બીજી કોઈ જ વસ્તી નહોતી. મારા ધંધા માટે મારે કેટલીક ચોક્કસ ઋતુઓમાં જ શહેર જવું પડતું અને ઉનાળામાં તો મારે કોઈ જ કામ નહોતું રહેતું અને હું અને મારી પત્ની અમારા ગ્રામીણ ઘરમાં ખૂબ જ સુખેથી જીવતાં હતાં. જ્યાં સુધી આ ઘટના ન ઘટી ત્યાં સુધી અમારા વચ્ચે પડછાયો પણ નહોતો.

"હું આગળ કહું તે પહેલાં એક વાત કહેવા માગું છું. જ્યારે અમે પરણ્યાં ત્યારે મારી પત્નીએ પોતાની આખી સંપત્તિ મારા હાથમાં મૂકી દીધી હતી - જો કે હું તેની વિરુદ્ધ હતો, કારણ કે મારા ધંધાનું કોઈ ઠેકાણું નહીં. ક્યાંક મને તેમાં નુકસાન થાય તો તેની સંપત્તિ પણ જોખમમાં મુકાય. તેમ છતાં પણ તેણે તેમ જ કર્યું અને બધું મારા નામે થઈ ગયું. લગભગ છ અઠવાડિયાં પહેલાં તેણી મારી પાસે આવી.

" 'જૅક,' તેણીએ કહ્યું, 'તેં જ્યારે મારા પૈસા રાખ્યા હતા ત્યારે તેં મને કહ્યું હતું કે જ્યારે પણ મારે જરૂર પડે ત્યારે હું તે માગી શકું છું.'

" 'ચોક્કસ,' મેં કહ્યું, 'તે બધા તારા જ તો છે.'

" 'અચ્છા,' તેણીએ કહ્યું, 'મારે સો પાઉન્ડ જોઈએ છે.'

" 'મને થોડો આંચકો લાગ્યો, કારણ કે મને એમ કે તેને કોઈક નવો પોશાક લેવો હશે અથવા તો તેને કોઈક વસ્તુ ખરીદવી હશે.'

" 'શાના માટે ?' મેં પૂછ્યું.

" 'અરે,' તેણીએ અરજ કરતાં કહ્યું, 'તેં કહ્યું હતું કે તું માત્ર મારો શરાફ જ રહીશ અને શરાફ કંઈ પ્રશ્નો ન પૂછે, ખબર છે તને ?'

" 'જો તું ખરેખર તેવું માનતી હોય તો, હું તને તારા પૈસા આપી દઈશ.' મેં કહ્યું.

" 'હા, મારો તે જ અર્થ છે.'

" 'અને તું મને નહીં કહે કે તારે તે શાના માટે જોઈએ છે ?'

" 'ક્યારેક, કદાચ, પણ હાલમાં તો હું નહીં જ કહી શકું, જૅક.'

" 'તેટલાથી મારે સંતોષ માનવો પડ્યો. આ પહેલી વાર અમારા બન્ને વચ્ચે કોઈ રહસ્ય આવ્યું હશે. મેં તેને ચેક આપ્યો અને પછી મેં ક્યારેય તે બાબત વિષે વિચાર્યું નહીં. બની શકે કે પછી જે બન્યું તેની સાથે તેને કોઈ લેવા-દેવા ન હોય, પણ મને લાગ્યું કે મારે તેનો ઉલ્લેખ પણ અહીં કરવો જોઈએ.'

"હવે હું મૂળ વાત પર પાછો આવું છું. મેં તમને પહેલાં જ કહ્યું કે અમારા ઘરથી થોડેક દૂર એક ઘર આવેલું છે. બન્ને ઘર વચ્ચે માત્ર એક ખેતર જ છે પણ જો તમારે ત્યાં પહોંચવું હોય તો તમારે રસ્તા પર થઈને ફરીને ત્યાં જવું પડતું. તેની પાછળ સુંદર મજાનું શંકુદ્રુમ વૃક્ષોનું ઉપવન આવેલું છે અને મને ત્યાં ચાલવા જવું ખૂબ ગમે છે કારણ કે ત્યાંનું વાતાવરણ ખૂબ સરસ હોય છે. આઠ અઠવાડિયાંથી તે ઘર ખાલી હતું. તે એક દુઃખની

વાત હતી કારણ કે તે એક સુંદર બે માળનું મકાન હતું. તેનું પ્રવેશદ્વાર જુનવાણી બાંધકામવાળું હતું જેના પર સુંદર સુગંધીદાર ફૂલની વેલ લટકતી હતી. હું ત્યાં ઘણી વાર ઊભો રહેતો અને વિચારતો કે કેટલું સુંદર ઘર છે અને ત્યાં કોઈ રહેતું નથી !

"ગયા સોમવારે સાંજે જ્યારે હું તે તરફ ચાલવા ગયો ત્યારે મને સામે એક ખાલી ટેમ્પો મળ્યો અને આગળ જતાં ઘાસ પર શેતરંજીઓ અને કેટલીક વસ્તુઓ તે ઘરના પ્રવેશદ્વાર આગળ પડેલી દેખાઈ. તેનાથી સ્પષ્ટ થઈ ગયું કે આખરે તે ઘરમાં કોઈક રહેવા આવી ગયું હતું. હું ત્યાંથી પસાર થયો અને અન્ય માણસની જેમ સ્વાભાવિકપણે ત્યાં નજર કરવા ઊભો રહ્યો કે જરા જાણી તો લઉં કે કેવા પ્રકારના લોકો અમારા પાડોશી થવાના હતા. હું આમ કરી રહ્યો હતો ત્યારે અચાનક મને ભાન થયું કે ઘરની ઉપરની બારીમાંથી કોઈક ચહેરો મને જોઈ રહ્યો હતો.

"તે ચહેરામાં શું અજુગતું હતું તેની મને ખબર નથી, શ્રીમાન હોમ્સ, પણ મારા શરીરમાંથી એક કંપારી પસાર થઈ ગઈ. હું તેનાથી થોડો દૂર હતો એટલે મને કંઈ સ્પષ્ટ ન દેખાયું પણ તે ચહેરામાં કંઈક અસ્વાભાવિક અને અમાનવીય હતું. મને જે માણસ જોઈ રહ્યો હતો તેને નજીકથી જોવા હું ઘરની નજીક ગયો. પણ જેવું મેં તેમ કર્યું કે અચાનક જ તે ચહેરો ઓરડાના અંધારામાં ગાયબ થઈ ગયો. હું પાંચ મિનિટ તે ચહેરા વિષે વિચારતો ત્યાં ઊભો રહ્યો. હું એ પણ નહોતો કહી શકતો કે તે ચહેરો સ્ત્રીનો હતો કે પુરુષનો, કારણ કે તે મારાથી ઘણો દૂર હતો. પણ તેના રંગથી હું સ્તબ્ધ થઈ ગયો હતો. ચૂનાના ધોળા પથ્થર જેવો તે ચહેરો હતો અને તેમાં એવું કંઈક અસ્વાભાવિક હતું કે જેથી આઘાત લાગે. તેનાથી હું એટલો બધો વિક્ષુબ્ધ થઈ ઊઠ્યો હતો કે મને તે વિશે વધારે જાણવાની લાલચ થઈ. હું બારણે ગયો અને ટકોરા માર્યા. બારણું ઊંચી પાતળી સ્ત્રીએ નિષ્ઠુર અને અણગમાવાળા ભાવ સાથે ખોલ્યું.

" 'તમારે શું જોઈએ છે ?' તેણે ઉત્તરી ઉચ્ચારણમાં પૂછ્યું.

" 'હું તમારો પાડોશી છું,' મેં મારા ઘર તરફ માથું હલાવતાં કહ્યું, 'મેં જોયું કે તમે હજી આવ્યાં જ છો, એટલે મેં વિચાર્યું કે કદાચ હું તમને કંઈક મદદ કરી શકું...'

" 'અમારે જરૂર હશે તો કહેશું,' તેણીએ તોછડાઈથી કહ્યું અને મારા મોઢા પર બારણું બંધ કરી દીધું. આવા ઉદ્ધત વર્તનથી હું આંચકો ખાઈ ગયો અને હું ઘરે પાછો ફર્યો. આખી સાંજ મેં મારી જાતને બીજી વાતોમાં પરોવવાનો પ્રયત્ન કર્યો પણ મારું મન વળી વળીને બારીમાંથી ડોકાતા ઓળા અને પેલી સ્ત્રીના કર્કશ વર્તન પર જ જતું હતું. મેં નક્કી કર્યું હતું કે આ બાબતે મારે મારી પત્નીને કંઈ જ કહેવું નહીં, કારણ કે તેણી મનની ખૂબ નબળી સ્ત્રી છે અને હું નહોતો ઇચ્છતો કે તેણી પણ મારી જેમ અસ્વસ્થ થઈ જાય. તેમ છતાં પણ સૂતાં પહેલાં મેં તેણીને એટલું તો કહ્યું જ કે સામેના ઘરમાં કોઈક રહેવા આવી ગયું છે પણ તેણીએ મને કોઈ પ્રતિભાવ ન આપ્યો.

"સામાન્ય રીતે હું એક ગાઢ નિદ્રાવાળો માણસ છું. મારા કુટુંબમાં એ બાબતે હંમેશા મારી મશ્કરી થતી કે રાત્રે મને કોઈ પણ સંજોગોમાં કોઈ ઉઠાડી શકતું નહોતું. પણ તે રાત્રે પેલા મારા વિચિત્ર અનુભવના કારણે મારામાં ઊઠેલી ઉત્તેજનાને કારણે કે પછી ગમે તે કારણે હું ઘસઘસાટ ઊંઘી ન શક્યો. મારી અર્ધનિદ્રામાં મને એવું ભાસ્યું કે ઓરડામાં કંઈક ચાલી રહ્યું હતું, ધીમે ધીમે મને ભાન થયું કે મારી પત્ની બહાર જવા માટે તૈયાર થઈ રહી હતી. હું ઊંઘમાં ને ઊંઘમાં તેને આવી અડધી રાત્રે બહાર જવાનું કારણ પૂછવા જ જઈ રહ્યો હતો ત્યાં મારી અર્ધખુલ્લી આંખો તેના ચહેરા પર પડી, મીણબત્તીના ઝાંખા પ્રકાશમાં દેખાતા તેના ચહેરાએ મને મૂંગો કરી નાખ્યો. તેના ચહેરા પર મેં ક્યારેય નહીં જોયેલા ભાવ હતા. આવો ઉછાંછળો ભાવ તેના ચહેરા પર ક્યારેય આવી શકે તેની મેં કલ્પના પણ નહોતી કરી. તેણી સાવ ફિક્કી લાગી રહી હતી, જોર જોરથી શ્વાસ લઈ રહી હતી અને કપડાં પહેરતાં પહેરતાં વચ્ચે વચ્ચે પથારી પર નજર કરી લેતી હતી, એ જોવા કે તેણી મને ખલેલ તો નહોતી પહોંચાડી રહીને. તેને એવું હશે કે હું ઊંઘમાં હતો એટલે તેણી જરા પણ અવાજ કર્યા વગર ઓરડાની બહાર નીકળી ગઈ અને તરત જ મને એક તીણો અવાજ સંભળાયો જે માત્ર આગળના દરવાજાનો આગળો ખોલતાં જ આવે તેમ હતો. હું ખરેખર જાગું છું કે નહીં તેની મેં પલંગના સળિયાને ટકોરા મારી ખાતરી કરી. પછી મેં ઓશીકા નીચેથી ઘડિયાળ કાઢી. રાતના ત્રણ વાગ્યા હતા. રાતના ત્રણ વાગ્યે વળી મારી પત્નીને બહાર રસ્તા પર શું કામ પડ્યું હશે ! ?

"વીસ મિનિટ હું તે બાબતે વિવિધ જાતની અટકળો લગાવતો બેઠો રહ્યો. જેમ હું વધારે વિચારતો ગયો તેમ રહસ્ય ઑર અસામાન્ય અને ગૂઢ થતું જતું લાગ્યું. જ્યારે બારણું બંધ થવાનો અને તેણીનો દાદરા ચડવાનો અવાજ આવ્યો ત્યારે પણ હું તે બાબતે જ વિચારી રહ્યો હતો.

" 'તું આટલી રાત્રે ક્યાં ગઈ હતી, એફિ ?' તેણી જેવી ઓરડામાં આવી કે મેં તેને પૂછ્યું.

" તેણીએ આંચકા સાથે એક ચીસ પાડી અને તે આંચકાએ અને ચીસે મને ઑર ભયભીત કરી મૂક્યો કારણ કે તેમાં જાણે ગુનાનો ભાવ દેખાઈ રહ્યો હતો. મારી પત્ની હંમેશા એક ખુલ્લા હૃદયવાળી, ખુલ્લા સ્વભાવવાળી સ્ત્રી રહી છે માટે તેણીને પોતાના ઓરડામાં આમ ચોરીછૂપીથી પ્રવેશતી અને બેબાકળી બની ગયેલી જોતાં હું શિથિલ થઈ ગયો.

" 'તુ જાગે છે, જૅક !' તેણીએ હસવાનું નાટક કર્યું, 'મને તો એમ કે તને કોઈ જ ઉઠાડી ન શકે.'

" 'તું ક્યાં હતી ?' મેં કડકાઈથી પૂછ્યું.

" 'તને આશ્ચર્ય થાય તે સ્વાભાવિક છે,' તેણીએ કહ્યું, અને હું જોઈ શક્યો કે ટોપીની દોરી છોડતી વખતે તેણીની આંગળી ધ્રૂજી રહી હતી. 'મને યાદ નથી કે આ

પહેલા મને આવું થયું હોય. સાચું કહું તો મને ઓરડામાં ગભરામણ થતી હતી એટલે મેં વિચાર્યું કે તાજી હવામાં આંટો મારી આવું. મને એવું લાગતું હતું કે જો હું બહાર નહીં જાઉં તો હું બેભાન થઈ જઈશ. થોડી વાર હું દરવાજે ઊભી રહી અને હવે મને સારું લાગી રહ્યું છે.'

''આખીયે વાત કહેતી વખતે તેણીએ એક પણ વાર મારી તરફ નહોતું જોયું અને તેણીની વાત કરવાની રીત પણ રોજ કરતાં કંઈક અલગ હતી. તેના પરથી મને લાગ્યું કે તેણી જે કંઈ પણ કહી રહી હતી તે ખોટું હતું. મેં તેણી સાથે કોઈ જ દલીલ ન કરી પણ પડખું ફેરવી ગયો અને કંઈ કેટલીયે શંકાઓ અને વહેમ મારા મનમાં ઘૂમવા લાગ્યા. મારી પત્ની મારાથી શું છુપાવી રહી હતી ? આવી તત્પરતાથી તેણી ક્યાં ગઈ હશે ? મને લાગ્યું કે જ્યાં સુધી મને હકીકતની જાણ નહીં થાય ત્યાં સુધી હું શાંતિથી નહીં રહી શકું અને તેમ છતાં પણ મને તેણીને પૂછતાં સંકોચ થતો હતો કારણ કે એક વાર તો તેણી ખોટું બોલી જ હતી. એ આખી રાત હું પડખાં ફેરવતો રહ્યો અને એક પછી એક ધારણાઓ બાંધતો રહ્યો.

''મારે તે દિવસે શહેરમાં જવાનું હતું પણ હું એટલો અસ્વસ્થ હતો કે ધંધા પર ધ્યાન આપી શકું તેમ નહોતો. મારી પત્ની પણ મારા જેટલી જ અસ્વસ્થ લાગતી હતી. તેણીની પ્રશ્નભરી નજર જે રીતે વારંવાર મારા પર પડતી હતી તેના પરથી મને ખ્યાલ આવી ગયો હતો કે તેણીના આગલી રાતના કથનથી હું સંતુષ્ટ નહોતો અને માટે જ તેણીને શું કરવું તે સૂઝતું નહોતું. અમે નાસ્તો કરતી વખતે ભાગ્યે જ કઈક બોલ્યાં હોઈશું. ત્યારબાદ તરત જ હું સવારની તાજી હવામાં લટાર લગાવવા ચાલી નીકળ્યો, કદાચ બહાર હું તે બાબત પર વધારે સ્વસ્થતાપૂર્વક વિચારી શકું.

''હું છેક ક્રિસ્ટલ પેલેસ સુધી પહોંચી ગયો અને કલાક જેટલો સમય ત્યાં મેદાન પર પસાર કર્યો અને એક વાગ્યે નોર્બરી પાછો આવ્યો. મારો રસ્તો પેલા ઘર આગળથી પસાર થતો હતો અને ગઈ કાલની જિજ્ઞાસાથી હું બે ઘડી ત્યાં ઊભો રહ્યો અને ઉપરની બારી તરફ પેલા અજાણ્યા ચહેરાને શોધવા લાગ્યો. હું ત્યાં ઊભો હતો, ત્યારે મારા આશ્ચર્ય વચ્ચે, શ્રીમાન હોમ્સ, બારણું ખૂલ્યું અને મારી પત્ની તેમાંથી બહાર નીકળી.

''આ દૃશ્ય જોઈને હું આશ્ચર્યનો માર્યો અવાક રહી ગયો. અમારા બન્નેની નજર મળી ત્યારે તેણીના ચહેરા પરના ભાવ જોઈને તો મારા આશ્ચર્યનો કાઈ પાર ન રહ્યો. મારા કરતાં તેના ચહેરા પરના આશ્ચર્યનો ભાવ ક્યાંય ગહન હતો. તેણીને એવું લાગ્યું હશે કે તેણી પાછી અંદર જતી રહે પણ તેણીને ખ્યાલ આવ્યો હશે કે તે વ્યર્થ રહેવાનું હતું ત્યારે તેણીએ ફરજિયાતપણે બહાર આવવું પડ્યું. તેણીનો ચહેરો ફિક્કો પડી ગયો હતો અને તેણીની ભયભીત થઈ ગયેલી આંખો તેના હોઠ પરના સ્મિતને જૂઠું સાબિત કરી રહી હતી.

“ ‘અરે, જૅક,’ તેણીએ કહ્યું, ‘હું તો અહીં આપણા નવા પાડોશીને કોઈ મદદની જરૂર હોય તો તે માટે પૂછવા આવી હતી. તું મારી સામે આ રીતે કેમ જુએ છે, જૅક ? તું મારા પર ગુસ્સે તો નથી ને ?’

“ ‘અચ્છા,’ મેં કહ્યું, ‘તો કાલે રાત્રે તું અહીં આવી હતી.’

“ ‘તું કહેવા શું માગે છે ?’ તેણીએ બૂમ પાડી.

“ ‘તું અહીં જ આવી હતી, મને ખાતરી છે. અડધી રાત્રે તારે તેમને મળવા આવવું પડે તેવા આ લોકો કોણ છે ?’

“ ‘હું આ પહેલાં ક્યારેય અહીં નથી આવી.’

“ ‘તું આટલું ખોટું કઈ રીતે બોલી શકે ?’ મેં ગુસ્સાથી ત્રાડ પાડી, ‘તું જ્યારે કહેતી હતી ત્યારે તારો અવાજ બદલાઈ ગયો હતો. શું મેં ક્યારેય તારાથી કંઈ છૂપું રાખ્યું છે ? હવે હું આ ઘરની અંદર જઈશ અને વાતના મૂળમાં પહોંચીશ.’

“ ‘ના, ના, જૅક, ભગવાનને ખાતર એવું ન કર !’ તેણી હાંફતાં હાંફતાં બોલી. તેણી પોતાની લાગણી પર કાબૂ નહોતી રાખી શકતી. પછી જેવો હું બારણા નજીક પહોંચ્યો કે તરત જ તેણી ઝનૂનપૂર્વક મારી બાંય પકડીને મને પૂરા બળથી ખેંચવા લાગી.

“ ‘મહેરબાની કરીને એવું ના કર, જૅક,’ તેણીએ બૂમ પાડી, ‘હું સમ ખાઉં છું કે એક દિવસ હું તને બધી જ હકીકત જણાવીશ.’ પછી જ્યારે મેં તેને મારાથી દૂર ધકેલવાનો પ્રયત્ન કર્યો ત્યારે તેણી મને વળગી પડી અને મને કરગરવા લાગી.

“ ‘મારા પર વિશ્વાસ કર, જૅક !’ તેણીએ મોટેથી કહ્યું, ‘આટલા પૂરતો મારા પર વિશ્વાસ રાખ. હું તને ખાતરી આપું છું કે તને તેનાથી કશી હાનિ નહીં થાય. તને ખબર છે કે જો મને તારો ખ્યાલ ના હોત તો હું તારાથી ક્યારેય કંઈ છૂપું ન રાખત. આપણું આખું જીવન તેના પર ટકેલું છે. જો તું મારી સાથે ઘરે આવીશ તો બધું બરાબર થઈ જશે, પણ જો તું બળપૂર્વક અંદર જવાનું કરીશ તો આપણા વચ્ચે જે કંઈપણ હશે તેનો અંત આવી જશે.’

“તેના શબ્દોમાં એટલી આજીજી હતી, એટલી નિરાશા હતી કે હું તેને વશ થઈ ગયો અને જડવત્ થઈને બારણા આગળ ખોડાઈ ગયો.

“ ‘હું એક શરત પર તારા પર વિશ્વાસ કરું, માત્ર એક શરત પર,’ મેં છેવટે મૌન તોડ્યું, ‘હવે આ રહસ્યનો અહીં અંત આવવો જોઈએ. તું રહસ્ય અકબંધ રાખવા માટે સ્વતંત્ર છે, પણ તારે મને વચન આપવું પડશે કે હવે તું કોઈ રાત્રીમુલાકાત નહીં કરે, અને મારી જાણ બહાર કોઈ જ કૃત્ય નહીં કરે. હું ભૂતકાળનું બધું જ ભૂલી જવા તૈયાર છું પણ તારે મને વચન આપવું પડશે કે ભવિષ્યમાં હવે આવું નહીં બને.’

“ ‘મને ખાતરી હતી કે તું મારા પર વિશ્વાસ કરીશ,’ તેણીએ છેવટે રાહતનો શ્વાસ લેતા કહ્યું, ‘તું કહીશ તેમ જ થશે. ચાલ હવે – ચાલ ઘરે જઈએ.’

"તેણી મારી બાંય ખેંચીને મને તે ઘરથી દૂર લઈ ગઈ. જતાં જતાં મેં પાછળ જોયું અને મને પેલો પીળો ચહેરો ઉપરની બારીમાંથી અમારી તરફ જોતો દેખાયો. પેલા પ્રાણી અને મારી પત્ની વચ્ચે શું સંબંધ હશે ? અથવા તો પેલી કઠોર સ્ત્રીને મારી પત્ની સાથે શું લેવા-દેવા હશે ? મારા માટે તે એક વિચિત્ર રહસ્ય હતું અને મને ખબર હતી કે જ્યાં સુધી તે નહીં ઉકલે ત્યાં સુધી મારા મનને શાંતિ નહીં થાય.

"આ પ્રસંગ બન્યા પછી બે દિવસ હું ઘરે રહ્યો અને મારી પત્ની પ્રામાણિકતાથી અમારી સમજને વળગી રહી કારણ કે મને જાણ છે ત્યાં સુધી તેણી ક્યારેય ઘરની બહાર નહોતી ગઈ. ત્રીજા દિવસે મને ખાતરી થઈ ગઈ કે અમારા પરસ્પર વચન તેણીને આ રહસ્યથી દૂર રાખવા માટે અને પોતાના પતિ પ્રત્યેની તેની ફરજને જાળવી રાખવા માટે પૂરતાં નહોતાં.

"તે દિવસે હું શહેરમાં ગયો હતો, પણ હું ૩:૩૬ની મારી કાયમી ગાડીની જગ્યાએ ૨:૪૦વાળી ગાડીમાં પાછો આવ્યો. જેવો હું ઘરમાં પ્રવેશ્યો કે નોકરાણી હાંફળીફાંફળી થતી બેઠકખંડમાં દોડી આવી.

" 'તારી શેઠાણી ક્યાં છે ?' મેં પૂછ્યું.

" 'મારા ખ્યાલથી તેણી બહાર આંટો મારવા ગઈ છે,' તેણીએ કહ્યું.

" 'તરત જ મારું મન શંકાઓથી ઊભરાવા લાગ્યું. હું તરત જ તેણી સામેના ઘરમાં તો નથી ગઈને તેની ખાતરી કરવા ઉપર દોડી ગયો. ઉપર જઈને મેં બારીમાંથી તે ઘર તરફ નજર કરી ત્યારે જે નોકરાણી સાથે મેં હમણાં જ નીચે વાત કરી હતી તે ખેતરમાં થઈને પેલા ઘર તરફ દોડી રહી હતી. મને બધું સમજાઈ ગયું. મારી પત્નીએ ત્યાં જતી વખતે હું પાછો આવું તો તેની ખબર આપવા તેણીને સૂચના આપી હશે. ગુસ્સામાં હું નીચે ગયો અને પેલા ઘર તરફ દોડવા લાગ્યો, મેં નક્કી કરી લીધું હતું કે હવે આ વાતનો નિવેડો હંમેશ માટે લાવી દેવો છે. સામે જ મારી પત્ની અને નોકરાણી ઉતાવળે ઉતાવળે પાછાં આવી રહ્યાં હતાં પણ હું તેમની સાથે વાત કરવા ન રોકાયો. તે ઘરમાં એક એવું રહસ્ય છુપાયેલું હતું જેની અસર મારા જીવન પર થઈ રહી હતી. મેં સમ ખાધા હતા કે જે કંઈ પણ થાય હવે તે રહસ્ય રહસ્ય ન રહેવું જોઈએ. મેં ત્યાં જઈને બારણા પર ટકોરા મારવાની દરકાર પણ ન કરી પણ હાથો ઘુમાવી સીધો અંદર ધસી ગયો.'

"નીચેના માળે સંપૂર્ણ શાંતિ હતી અને રસોડામાંથી આગ પર મૂકેલી કીટલીમાંથી વરાળ નીકળવાનો અવાજ આવી રહ્યો હતો અને એક મોટી કાળી બિલાડી ટોપલીમાં આરામથી સૂતી હતી. પણ અગાઉ જોયેલી સ્ત્રીનાં ત્યાં કોઈ જ નિશાન નહોતાં. હું બીજા ઓરડામાં ગયો ત્યાં પણ કોઈ નહોતું. પછી હું ઉપરના માળે આવેલા બે ઓરડામાં ગયો તે પણ ખાલી હતા. આખા ઘરમાં કોઈ જ નહોતું. ઘરનું ફર્નિચર સામાન્ય હતું પણ

ચિત્રો તો સાવ ગોબરાં હતાં સિવાય કે પેલી બારી તરફનો ભાગ કે જ્યાંથી પેલો ચહેરો મને જોઈ રહ્યો હતો. તે આરામદાયક અને સુંદર હતો અને જ્યારે મારી નજર દીવાલ પર પૂરા કદની મારી પત્નીની છબી પર પડી ત્યારે મારી શંકા ઉગ્ર થઈ ઊઠી. મારા કહેવાથી હજુ ત્રણ મહિના પહેલાં જ તે લેવામાં આવી હતી.

"થોડી વાર ઘર ખરેખર ખાલી છે કે નહીં તેની ખાતરી કરવા હું ત્યાં રોકાયો. પછી હૃદય પર ક્યારેય નહીં અનુભવેલા ભાર સાથે હું ત્યાંથી નીકળી ગયો. હું ઘરમાં પ્રવેશ્યો ત્યારે મારી પત્ની બેઠકખંડમાં આવી; પણ હું એટલો દુઃખી અને ગુસ્સે હતો કે તેની સાથે એક શબ્દ પણ ઉચ્ચાર્યા વગર હું તેને એક બાજુ ધકેલી મારા અભ્યાસખંડમાં જતો રહ્યો. હું બારણું બંધ કરું તે પહેલાં તો તે મારી પાછળ પાછળ અભ્યાસખંડમાં ઘૂસી આવી.

" 'વચન તોડવા બદલ મને માફ કરી દે, જૅક' તેણીએ કહ્યું, 'પણ જો તું આખીયે પરિસ્થિતિ જાણીશ તો મને ખાતરી છે કે તું મને માફ કરી દઈશ.'

" 'તો પછી મને બધું જણાવ,' મેં કહ્યું.

" 'હું નહીં કરી શકું, જૅક, હું નહીં કરી શકું,' તેણીએ બૂમ પાડી.

" 'જ્યાં સુધી તું એ નહીં જણાવે કે તે ઘરમાં કોણ રહે છે અને તારી તે તસવીર તેં કોને આપી છે ત્યાં સુધી આપણી વચ્ચે સુમેળ નહીં સધાય,' આમ કહી હું તેને છોડીને ઘરમાંથી બહાર નીકળી ગયો. તે ગઈકાલની વાત છે, શ્રીમાન હોમ્સ, અને ત્યાર પછી મેં તેણીને નથી જોઈ કે ત્યાર પછી શું થયું તેની પણ મને ખબર નથી. આ પહેલી વાર અમારા બન્ને વચ્ચે કંઈક આવ્યું છે અને મને ખૂબ ડર લાગે છે, મને ખબર નથી પડતી કે મારે શું કરવું જોઈએ. અચાનક આજે સવારે મને થયું કે તમે જ મને મદદ કરી શકો તેમ છો એટલે હું સીધો જ તમારી પાસે આવ્યો છું અને હવે મેં મારી જાતને નિઃસંકોચપણે તમારા હાથમાં મૂકી દીધી છે."

હોમ્સ અને મેં આ દુઃખી, લાગણીના બોજ તળે દબાયેલા માણસ દ્વારા રજૂ કરવામાં આવેલી આપવીતીને ખૂબ રસપૂર્વક સાંભળી. મારો સાથી થોડી વાર મૂંગોમંતર વિચારોમાં હાથ પર હડપચી ટેકવીને બેઠો રહ્યો.

"મને એ કહો," આખરે તેણે મૌન તોડ્યું, "કે શું તમે જે માણસનો ચહેરો બારીમાં જોયો હતો તે ચોક્કસ કોઈક પુરુષનો જ હતો ?"

"મેં તેને જેટલી વાર જોયો તેટલી વાર દૂરથી જ જોયો છે એટલે તે કહેવું અશક્ય છે."

"તેમ છતાં પણ તમે એમ કહો છો કે તેની તમારા પર સારી અસર નથી પડી."

"તેનો રંગ ઘણો અસ્વાભાવિક હતો અને તેના ભાવ પણ કઠોર લાગતા હતા. જ્યારે હું તે તરફ જતો ત્યારે તે આંચકા સાથે ગાયબ થઈ જતો."

"તમારાં પત્નીએ સો પાઉન્ડ માંગ્યા તેને કેટલો સમય થયો ?"

"લગભગ બે મહિના."

"શું તમે ક્યારેય તેના પહેલા પતિની છબી જોઈ છે ?"

"ના, તેના મૃત્યુ પછી એટલાન્ટામાં ભયંકર આગ લાગી હતી અને બધાં જ કાગળિયાં તેમાં ભસ્મીભૂત થઈ ગયાં હતાં."

"અને તેમ છતાં તેણી પાસે તેના મૃત્યુનું પ્રમાણપત્ર હતું. તમે કહ્યું તમે તેને જોયું છે."

"હા, તેણીએ આગ લાગ્યા બાદ તેની નકલ બનાવડાવી હતી."

"શું તમે ક્યારેય અમેરિકામાં રહેતા તેણીના કોઈ ઓળખીતાને મળ્યા છો ?"

"ના."

"તેણે ક્યારેય તે જગ્યાની ફરી મુલાકાત લેવાની વાત કરી છે ?"

"ના."

"કોઈ પત્રો ત્યાંથી આવ્યા છે ?"

"ના."

"આભાર. હવે મારે આખીયે બાબત પર થોડો વિચાર કરવો પડશે. જો તે ઘર કાયમ માટે ખાલી થઈ ગયું હોય તો આપણને થોડી તકલીફ પડશે. બીજી બાજુ મને એવું પણ લાગે છે કે તેના રહેવાસીઓને ગઈકાલે તમારા આવવાની જાણ કરી દેવામાં આવી હોય અને તમે ત્યાં જાઓ તે પહેલાં જ તેઓ ત્યાંથી જતા રહ્યા હોય અને અત્યારે પાછાં આવી ગયાં હોય, જે આપણે સરળતાથી જાણી લઈશું. હવે હું તમને એક સલાહ આપું છું કે તમે નોર્બરી પાછા જાઓ અને પેલા ઘરની બારીઓ પર ફરી ધ્યાન રાખો. અને જો તમને લાગે કે ત્યાં તે લોકો ફરી પાછા આવી ગયા છે તો તમે બળજબરીપૂર્વક તેમાં ઘૂસતા નહીં પણ મને અને મારા મિત્રને તાર કરી દેજો. તાર મળ્યાના કલાકમાં અમે ત્યાં પહોંચી જઈશું અને પછી આપણે ખૂબ જ ઝડપથી સમસ્યાના મૂળમાં પહોંચી જઈશું."

"અને જો ઘર ખાલી હોય તો ?"

"તો હું આવતી કાલે તમારે ત્યાં આવીશ અને તમારી સાથે વાત કરીશ. આવજો, આ ઉપરાંત જ્યાં સુધી તમને યોગ્ય કારણ ન મળે ત્યાં સુધી ચિંતામાં ધૂંધવાતા નહીં."

"મને લાગે છે કે આ એક ગંભીર મામલો છે, વૉટસન," શ્રીમાન ગ્રાન્ટ મુનરોને જ્યારે તે બારણે સુધી વળાવીને પાછો આવ્યો ત્યારે તેણે મને કહ્યું, "તને શું લાગે છે ?"

"મને પણ કંઈક અજુગતું લાગે છે," મેં જવાબ આપ્યો.

"હા, બ્લૅકમેઈલિંગનો મામલો લાગે છે અથવા તો મારી કોઈક મોટી ભૂલ થતી લાગે છે."

"અને જો તેમ હોય તો તે બ્લૅકમેઈલર કોણ હશે ?"

"તે જ જે પેલા સુવિધાદાયક ઓરડામાં તાપણાની દીવાલ પર તેણીની છબી ધરાવે છે. મારા શબ્દો નોંધી રાખ, વૉટસન, બારીમાં દેખાતો તે ફિક્કો ચહેરો ખૂબ આકર્ષક છે અને હું કોઈપણ ભોગે આ કેસ ચૂકવા નથી માગતો."

"તારાં કોઈ તારણો ખરાં ?"

"હા, હાલ પૂરતું એક તારણ છે. પણ જો તે સાચું નહીં પડે તો મને આશ્ચર્ય થશે. મને એવું લાગે છે કે તેણીનો પહેલો પતિ જ તે ઘરમાં રહે છે."

"તને તેવું શા પરથી લાગે છે ?"

"તો પછી બીજું શું હોઈ શકે ? તો જ તેના બીજા પતિનો ત્યાં પ્રવેશનિષેધ હોય ને ! હકીકતોનું મેં આ પ્રમાણે નિરીક્ષણ કર્યું છે : આ સ્ત્રી અમેરિકામાં પરણી હતી. તેણીના પતિનો સ્વભાવ ખરાબ થઈ ગયો હોય અથવા તેને કોઈ ચેપી રોગ થયો હોય જેમ કે રક્તપિત્ત અથવા તો તે જડબુદ્ધિ હોય ! છેવટે કંટાળીને તેણી તેનાથી દૂર ઇંગ્લૅન્ડ આવી ગઈ હોય અને પોતાનું નામ બદલી નાખ્યું હોય અને નવું જીવન જીવવા લાગી હોય. પોતાના જૂના પતિનું બનાવટી મરણ પ્રમાણપત્ર બતાવી તેણી મુનરોને પરણી ગઈ હોય અને પોતાની જાતને સુરક્ષિત બનાવી હોય. તેણીનાં લગ્નને ત્રણ વર્ષ થઈ ગયાં છે અને અચાનક તેના જૂના પતિને તેની ભાળ મળી ગઈ અથવા તો પેલી બદમાશ સ્ત્રી કે જે તેના પતિ સાથે રહે છે તેણે તેને શોધી કાઢી હોય. તેમણે તેણીને પત્ર લખ્યો હશે અને તેણીની હકીકત ઉઘાડી પાડવાની ધમકી આપી હશે. માટે તેણે પોતાના પતિ પાસેથી સો પાઉન્ડ લઈને તેનું મોઢું બંધ કરી દીધું હશે. તે કારણે જ તેઓ તેના પાડોશી બન્યાં હશે અને જ્યારે તેના પતિએ સહજતાથી નવા પાડોશીના આવવાની વાત તેણીને કહી ત્યારે તેણીને ખ્યાલ આવી ગયો હશે કે તે જ લોકો ત્યાં આવ્યા હશે. તેણીએ પતિના સૂવાની રાહ જોઈ અને પછી ત્યાં દોડી ગઈ અને પોતાને શાંતિથી જીવવા દેવાની અરજ કરી. તેણીને તેમાં કોઈ જ સફળતા ન મળતાં બીજી સવારે ફરી તેણી ગઈ અને તેના પતિના કહ્યા પ્રમાણે તેણીને તેણે જોઈ લીધી. તેણીએ તેને વચન આપ્યું કે ફરી તેણી ત્યાં નહીં જાય પણ બે દિવસ બાદ તેણીમાં આ ભયંકર પાડોશીઓથી છુટકારો મેળવવાની તીવ્ર ઇચ્છા થઈ આવી અને પોતાની પાસે માંગવામાં આવેલી છબીને લઈ તેણીએ ફરી પ્રયત્ન કર્યો. તે દરમિયાન તેણીની નોકરાણી તેના શેઠના આવી જવાના સમાચાર આપવા આવી અને વાત અધૂરી રહી. પત્નીને ખબર હતી કે તેનો પતિ સીધો જ આ ઘર તરફ આવવાનો હતો, તેણે તરત જ પાછલા દરવાજે તે લોકોને શંકુદ્રૂમનાં જંગલોમાં ભગાડી દીધાં હશે. આ રીતે તેને ઘર ખાલી મળ્યું. અને જો તેમ જ હોય તો જ્યારે તે ઘરની ફરી તપાસ કરશે તો ત્યારે તે ફરી ખાલી નહીં હોય. તારું શું કહેવું છે મારાં તારણો વિષે ?"

"બધી અટકળો જ છે."

"કમસેકમ બધી હકીકતો તો તેમાં આવરી લેવામાં આવી છે. જ્યારે નવા કોઈ સમાચાર મળશે અને જો તે આપણાં આ તારણો સાથે બંધ નહીં બેસે તો પણ આપણી પાસે બીજાં અનુમાનો લગાવવા માટે ઘણો સમય છે. નોર્બરીથી સંદેશ ન આવે ત્યાં સુધી આપણે કંઈ જ કરી શકીએ તેમ નથી."

પણ અમારે તે માટે લાંબો સમય રાહ ન જોવી પડી. અમે અમારી ચા પૂરી કરી અને સંદેશ આવી ગયો. તે આ પ્રમાણે હતો :

ઘર પર હજુ કબજો છે. ફરી પાછો તે જ ચહેરો બારીમાં જોવામાં આવ્યો છે. સાત વાગ્યાની ગાડીમાં તમારી રાહ જોઈશ. ત્યાં સુધી કોઈ જ પગલું નહીં લઉં.

અમે જ્યારે ગાડી બહાર આવ્યા ત્યારે તે પ્લૅટફૉર્મ પર મારી રાહ જોઈ રહ્યો હતો અને સ્ટેશન પરના ફાનસના પ્રકાશમાં અમે જોઈ શકતા હતા કે તે ફિક્કો પડી ગયો હતો અને ઉશ્કેરાટથી કાંપી પણ રહ્યો હતો.

"તે હજુ પણ ત્યાં જ છે, શ્રીમાન હોમ્સ," મારા સાથીની બાંય પર ભારપૂર્વક હાથ મૂકતાં તેણે કહ્યું, "હું અહીં આવ્યો ત્યારે મને ત્યાં પ્રકાશ દેખાયો છે. આપણે આજ ને આજ વાત પતાવી દેવી છે."

"તો પછી તમારી યોજના શું છે ?" હોમ્સે ચાલતાં ચાલતાં પૂછ્યું.

"હું સીધો જ અંદર ઘૂસી જાઉં અને મારી જાતે જ ઘરમાં કોણ છે તેની તપાસ કરું. હું ઇચ્છું છું કે તમે બન્ને સાક્ષી તરીકે ત્યાં હાજર રહો."

"તમારી પત્નીએ આપેલી ચેતવણી છતાં તમે તેમ જ કરવા ઇચ્છો છો ?"

"હા, હા, મેં નક્કી કરી લીધું છે."

"મારા ખ્યાલથી તમે સાચા છો. કોઈ અચોક્કસ શંકા કરતાં સત્ય વધારે સારું છે. આપણે એક વાર તો ત્યાં જવું જ જોઈએ. કાયદેસર રીતે તો આપણે ખોટું કરી રહ્યા છીએ પણ તે સિવાય છૂટકો પણ નથી."

અમે જ્યારે મુખ્ય રસ્તા પરથી નાની કેડી પર આવ્યા ત્યારે રાત ઘણી અંધારી થઈ ગઈ હતી અને ઝીણો ઝીણો વરસાદ પણ પડવા લાગ્યો હતો. શ્રીમાન ગ્રાન્ટ મુનરો અધીરાઈપૂર્વક આગળ વધી રહ્યા હતા અને અમે પણ તેમની પાછળ પાછળ ચાલી રહ્યા હતા.

"પેલી મારા ઘરની બત્તીઓ છે," તેણે વૃક્ષોમાંથી આવતા ઝાંખા પ્રકાશ તરફ આંગળી ચીંધતાં ગુસપુસ અવાજમાં કહ્યું, "અને આ રહ્યું તે ઘર જેમાં હવે હું જઈ રહ્યો છું."

અમે એક વળાંક વળ્યા અને તે ઘરની લગોલગ આવી ગયા. બારણામાંથી આવતો પ્રકાશ બહાર જમીન પર પડી રહ્યો હતો જે દર્શાવી રહ્યો હતો કે બારણું સાવ બંધ નહોતું અને ઉપરની બારીમાં પણ પ્રકાશ ઝળહળી રહ્યો હતો. અમે ઉપર નજર કરી ત્યારે કાળો પડછાયો આમતેમ હલી રહ્યો હતો.

"ત્યાં જ છે તે પ્રાણી !" ગ્રાન્ટ મુનરો મોટેથી બોલ્યો, "તમે તમારી જાતે જ જુઓ કે ત્યાં ઉપર કોઈક છે. હવે મારી પાછળ આવો. આપણે તરત બધી ખબર પડી જશે."

અમે બારણે પહોંચ્યા, પણ અચાનક એક સ્ત્રી પડછાયામાંથી અમારી સામે આવી. અંધારામાં હું તેણીનો ચહેરો ના જોઈ શક્યો પણ તેના હાથ પ્રવેશદ્વાર પર જાણે અમને રોકવા ફેલાયા હોય તેવું લાગતું હતું.

“ભગવાનને ખાતર, આમ ના કર, જૅક !” તેણીએ ચીસ પાડી, “મને ખ્યાલ હતો જ કે તું આવીશ, વહાલા. મારા પર વિશ્વાસ રાખીશ તો તારે ક્યારેય દુઃખી નહીં થવું પડે.”

“મેં તારા પર બહુ વિશ્વાસ કર્યો, એફિ,” તેણે કડકાઈથી કહ્યું, “મને જવા દે ! હું તારી ઉપરવટ થઈને જઈશ. હું અને મારા મિત્રો આ આખીયે બાબતનો આજે કાયમ માટે નિવેડો લાવવા જઈ રહ્યા છીએ !” તેણે તેણીને બાજુ પર હડસેલી અને અમે પણ તેની પાછળ પાછળ ચાલ્યા. જેવું તેણે બારણું ધડામ કરતાં હડસેલ્યું એક વૃદ્ધ સ્ત્રી તેની તરફ દોડી ગઈ અને તેનો રસ્તો રોકવા લાગી પણ તેણીને પણ તેણે બાજુ પર હડસેલી દીધી અને અમે બધા દાદરા ચડવા લાગ્યા. ગ્રાન્ટ મુનરો પ્રકાશથી ઝળહળતા ઓરડામાં પ્રવેશ્યો અને અમે પણ તેની પાછળ પાછળ પ્રવેશ્યા.

તે એક હૂંફાળો સુવ્યવસ્થિત ઓરડો હતો. ટેબલ પરની બે મીણબત્તીઓ અને તાપણાની છાજલી પરની બે મીણબત્તીઓથી ઓરડો ઝળહળી રહ્યો હતો. ખૂણામાં ટેબલ પાસે નાની બાળકી જેવું કોઈક બેઠું હતું. અમે ઓરડામાં પ્રવેશ્યા કે તેણે પોતાનું મોઢું ફેરવી લીધું પણ અમે જોઈ શકતા હતા કે તેણીએ લાલ ફ્રૉક પહેર્યું હતું અને હાથે પગે લાંબા સફેદ મોજાં પહેર્યાં હતાં. જેવી તેણી અમારી તરફ ફરી કે મારા મોઢામાંથી એક આશ્ચર્ય અને ભયની મારી ચીસ નીકળી ગઈ. તેણીનો ચહેરો ચૂનાના પથ્થર જેવો ધોળો હતો અને તેના પર કોઈ પણ જાતના ભાવ નહોતા. તરત જ આખુંયે રહસ્ય સમજાઈ ગયું. હોમ્સે ખડખડાટ હસતા બાળકના કાન પાછળ હાથ નાખ્યો અને તેના ચહેરા પરનો મુખવટો ઉતાર્યો જેની પાછળ એક કોલસા જેવી કાળી હબસણ હતી. તેણીની ધોળી બત્રીસી અમારા આશ્ચર્ય પામતા ચહેરા સામે ખડખડાટ હસવા લાગી. તેની આ ગમ્મતથી હું પણ ખડખડાટ હસી પડ્યો; પણ ગ્રાન્ટ મુનરો તેની ગળપચી હાથમાં લઈ તેની સામે તાકી રહ્યો.

“હે ભગવાન !” તેણે ચીસ પાડી, “આ વળી શું ?”

“હું તને સમજાવું,” સ્ત્રીએ ગર્વભેર અંદર ધસી આવતાં કહ્યું, “મારા નિર્ણય વિરુદ્ધ જવા તેં જ મને મજબૂર કરી છે. હવે તને હકીકત કહી જ દઉં. મારો પતિ એટલાન્ટામાં મૃત્યુ પામ્યો હતો. મારું બાળક બચી ગયું હતું.”

“તારું બાળક ?”

તેણીએ પોતાની છાતી પરથી લોકેટ કાઢ્યું, “તેં ક્યારેય આને ખુલ્લું નથી જોયું.”

“મને એમ કે તે ખૂલતું નહીં હોય.”

તેણી એક કળને અડકી અને લોકેટનું ઢાકણું ખૂલી ગયું. તેમાં એક ખૂબ જ સોહામણા અને બુદ્ધિશાળી પણ હબસી હોવાનાં લક્ષણો ધરાવતા યુવાનની છબી હતી.

“આ એટલાન્ટાનો જોહ્ન હેબ્રોન છે,” સ્ત્રીએ કહ્યું, “અને જગતમાં ક્યાંય જોવા ન મળે તેવો તે કુલીન માણસ હતો. તેની સાથે પરણવા માટે મેં મારી જાતિ સાથે છેડો ફાડ્યો પણ મને ક્યારેય તેનો પસ્તાવો નથી થયો. અમારી એ બદનસીબી હતી કે અમારું એક માત્ર બાળક મારા વંશજો પર નહીં પણ એના વંશજો પર ગયું હતું. તે તેના પિતા કરતાં પણ ક્યાંય વધારે કાળી છે. કાળી કે ધોળી તેણી મારી એક માત્ર લાડકી દીકરી છે અને તેની માતાનું એક માત્ર લાડકું બાળક.” આવા શબ્દો સાંભળી બાળકી તેની માતા પાસે લપાઈ ગઈ. “મેં તેને અમેરિકામાં માત્ર,” તેણે વાત આગળ વધારી, “એટલા માટે છોડી હતી કે તેનું સ્વાસ્થ્ય ખૂબ નબળુ હતું અને હવામાન બદલાતાં કદાચ તેને વધારે તકલીફ પડે તેમ હતી. તેણીની સંભાળ અમારી જૂની વિશ્વાસુ સ્કોટીશ નોકરાણી રાખતી હતી. મારા મનમાં ક્યારેય તેને મારા બાળક તરીકે નહીં સ્વીકારવાનો વિચાર નથી આવ્યો. પણ પછી તું મારા જીવનમાં આવ્યો અને હું તને ચાહવા લાગી. મારા બાળક વિષે કહેતાં મને ભય લાગ્યો. એ માટે ભગવાન મને માફ કરે, મને બીક લાગી કે ક્યાંક હું તને ખોઈ ન બેસું અને મારામાં તે કહેવાની હિંમત જ ન આવી. મારે મારી દીકરી અને તને બેમાંથી એકને પસંદ કરવાના હતા અને મેં મારી છોકરી તરફથી મારું મોઢું ફેરવી લીધું. ત્રણ વર્ષ સુધી મેં તેની હયાતીને તારાથી છુપાવી, પણ પરિચારિકા દ્વારા મને સમાચાર મળ્યા કે તેણી હવે સંપૂર્ણ સ્વસ્થ હતી. હવે મારાથી મારા બાળકને મળ્યા વગર રહેવાય તેમ નહોતું. મેં મારી જાતને ખૂબ મનાવી પણ મારી લાગણીને હું કાબૂમાં ન રાખી શકી. છેવટે મેં તેને મારી પાસે લાવવાનું નક્કી કર્યું - કમસે કમ થોડાં અઠવાડિયાં માટે પણ. મેં મારી પરિચારિકાને સો પાઉન્ડ મોકલ્યા અને આ ઘર વિષેની માહિતી પણ આપી કે જેથી કરીને તે મારા સંપર્કમાં આવ્યા વગર મારી પાડોશમાં જ રહેવા આવે. મેં એટલી સાવચેતી રાખી હતી કે તેને મેં નિર્દેશ આપ્યો હતો કે દિવસના અજવાળામાં તેણી છોકરીને ઘરમાં જ રાખે અને તેણીના હાથ પગ અને મોઢાને ઢાંકેલા રાખે કારણ કે બારીમાંથી લોકો હબસી છોકરીને જોઈને વાતો ન કરવા લાગે. જો હું થોડી ઓછી સાવચેત રહી હોત તો કદાચ સારું રહેત પણ મને બીક હતી કે ક્યાંક સત્ય તું જાણી જઈશ.

“તેં જ મને સમાચાર આપ્યા હતા કે તે ઘરમાં કોઈક રહેવા આવ્યું હતું. મારે સવાર સુધી રાહ જોવી જોઈતી હતી પણ હું મારી જાત પર કાબૂ ન રાખી શકી અને અડધી રાત્રે ત્યાં દોડી ગઈ. મને એટલી તો ખાતરી જ હતી કે તું નહીં ઊઠે. પણ તું મને જતાં જોઈ ગયો અને ત્યારથી મારી મુશ્કેલીઓની શરૂઆત થઈ. બીજા દિવસે તેં મારા આ રહસ્ય પર દયા કરી અને ઉદાર થઈ મને માફ કરી. ત્રીજા દિવસે ગમે તેમ કરીને નર્સ અને છોકરી ત્યાંથી ભાગી ગયાં અને તારો સામનો થતાં થતાં રહી ગયો. પણ છેવટે આજે રાત્રે તું બધું જ જાણી ગયો. હવે હું તને પૂછું છું કે અમારું શું થશે, મારું અને મારી દીકરીનું શું થશે ?” તેણી જવાબની રાહ જોતી ઊભી રહી.

છેવટે દસ મિનિટ બાદ ગ્રાન્ટ મુનરોએ મૌન તોડ્યું અને તેનો જવાબ સાંભળી હું ધન્ય થઈ ગયો. તેણે બાળકને ઊંચક્યું અને ચુંબન કર્યું અને તેમ કરતાં કરતાં તેણે પોતાનો બીજો હાથ પત્ની સામે ધર્યો અને બારણા તરફ જતો રહ્યો.

"આપણે આ વિષે શાંતિથી ઘરે જઈને વાત કરીશું," તેણે કહ્યું, "હું કંઈ બહુ સારો માણસ નથી, એફિ, પણ મને લાગે છે કે તેં મને જેવો સારો ધાર્યો છે તેના કરતાં પણ થોડો વધારે સારો છું."

હોમ્સ અને હું પણ તેમની પાછળ પાછળ ચાલતા થયા. અમે જેવા ઘરની બહાર નીકળ્યા કે મારા મિત્રએ મારી બાંય ખેંચી.

"મને લાગે છે," તેણે કહ્યું, "કે આપણે અહીં નોર્બરી કરતાં લંડનમાં વધારે ઉપયોગી સાબિત થઈશું."

છેક ઘરે પહોંચ્યા ત્યાં સુધી હોમ્સે આ મામલા વિષે એક શબ્દ પણ ન ઉચ્ચાર્યો અને છેવટે અમે સૂવા જવા પોતપોતાના શયનખંડ તરફ ગયા.

"વૉટસન," તેણે કહ્યું, "જો તને ક્યારેય પણ એવું લાગે કે હું મારી શક્તિઓ પ્રત્યે કંઈક વધારે પડતો જ વિશ્વાસ રાખું છું અને કોઈ મામલા પર જરૂર કરતાં વધારે દબાણ કરું છું તો ચૂપચાપ મારા કાનમાં 'નોર્બરી' ગણગણજે. હું તારો ખૂબ આભારી રહીશ."

❖

શૅરદલાલનો કારકૂન

મારાં લગ્ન પછી થોડા જ સમયમાં મેં પેડિંગ્ટન જિલ્લામાં એક ચાલુ ક્લિનિક ખરીદ્યું હતું. જે વૃદ્ધ શ્રીમાન ફારકુહર પાસેથી આ ક્લિનિક ખરીદ્યું હતું તેમની એક જમાનામાં ત્યાં ધૂમ પ્રેક્ટિસ ચાલતી હતી; પણ તેમની ઉંમર અને જે બીમારીથી તેઓ પીડાતા હતા તેના કારણે પ્રેક્ટિસ સાવ મંદ પડી ગઈ હતી. જે માણસ ખુદ પોતાની બીમારી પોતાની દવાઓ દ્વારા દૂર ન કરી શકે તે બીજાની બીમારી ક્યાંથી દૂર કરી શકવાના હતા તેવા બિનવ્યાજબી કારણસર લોકો તેમની પાસે સલાહ લેવા નહોતા જતા. મારા વ્યવસાયના પહેલા માલિકના સમયમાં જ ત્યાંનો વ્યવસાય સાવ પડી ભાંગ્યો હતો. અરે, જ્યારે મેં ક્લિનિક ખરીદ્યું ત્યારે જ તે વર્ષના બારસો પાઉન્ડની ધીખતી કમાણીમાંથી સાવ ત્રણસો પાઉન્ડ પર આવી ગઈ હતી. છતાં મને અંદરથી વિશ્વાસ હતો કે મારી યુવાની અને મારી ઊર્જા થોડા જ વર્ષોમાં ક્લિનિકને પહેલાં ક્યારેય નહોતું તેવું ધીખતું કરી નાખશે.

હું મારી પ્રેક્ટિસમાં ખૂબ જ વ્યસ્ત રહેવા લાગ્યો એટલે મારા મિત્ર તરફથી મને ભાગ્યે જ કોઈ સમાચાર મળતા, કારણ કે મારી પાસે બેકર સ્ટ્રીટ જવાનો સમય નહોતો અને મારો મિત્ર શૅરલૉક હોમ્સ તો વ્યવસાયના હેતુસર જ ઘરની બહાર નીકળતો, તે સિવાય તે ક્યારેય બહાર નહોતો નીકળતો. તેથી જ મને આશ્ચર્ય થયું જ્યારે જૂન મહિનાની એક સવારે જ્યારે હું નાસ્તાના ટેબલ પર બ્રિટિશ મેડિકલ જર્નલ વાંચી રહ્યો હતો ત્યારે મને દરવાજે ઘંટડી સંભળાઈ અને તેની પછી તરત જ પછી મને મારા જૂના સાથીનો જાણીતો અવાજ મારી નજીક આવતો સંભળાયો.

"મારા વહાલા વૉટસન," તેણે મારા ઓરડામાં પ્રવેશતાં કહ્યું, "મને તને જોઈને આનંદ થયો ! મને ખાતરી છે કે શ્રીમતી વૉટસન હવે પેલા આપણે *સાઈન ઑફ ફોર*વાળા સાહસના આઘાતમાંથી બહાર આવી ગઈ હશે."

"તારો આભાર, અમે બન્ને મજામાં છીએ," મેં તેની સાથે હૂંફાળું હસ્તધૂનન કરતાં કહ્યું.

"અને મને તેવી પણ આશા છે," તેણે રૉકિંગ-ચેરમાં પોતાની જગ્યા લેતાં વાત આગળ વધારી, "કે તારી તબીબી પ્રેક્ટિસે આપણા જૂના જાસૂસી કામોમાંની તારી રુચિને સાવ તો ઓછી નહીં જ કરી નાખી હોય. "

"તેથી ઊલટું," મેં જવાબ આપ્યો, "અરે, ગઈ કાલ રાતની જ વાત છે. હું મારી જૂની નોંધો પર નજર ફેરવી રહ્યો હતો અને તેમાંની કેટલીક વિગતોનું વર્ગીકરણ કરી રહ્યો હતો."

"મને વિશ્વાસ છે કે તે કિસ્સાઓનો સંગ્રહ કરવાનું કામ સંકેલી નહીં લીધું હોય."

"જરા પણ નહીં. હું હજુ પણ તેવો અનુભવ લેવા માગું છું."

"જેમ કે આજે ?"

"હા, આજે, જો તને યોગ્ય લાગે તો."

"તેના માટે બર્મિંગહામ જવું પડે તો પણ ?"

"જો તું ઈચ્છતો હોય તો ચોક્કસ."

"અને તારી પ્રેક્ટિસ ?"

"જ્યારે મારો પાડોશી ડૉક્ટર બહાર જાય છે ત્યારે તેનું કામ હું સંભાળુ છું. અને તેનો બદલો ચૂકવવા તે હમેશા તત્પર હોય છે."

"વાહ ! આથી વિશેષ વળી શું જોઈએ," હોમ્સે ખુરશી પર ટેકો લેતાં અને પોતાના અર્ધખુલ્લા પોપચામાંથી મારા તરફ નજર કરતાં કહ્યું, "મારો ખ્યાલ છે કે તું થોડા વખત પહેલાં બીમાર હતો. ઉનાળુ શરદી તને હંમેશા પજવતી હોય છે."

"ગયા અઠવાડિયે સતત ત્રણ દિવસ હું ટાઢથી બીમાર રહ્યો હતો અને મારે ઘરમાં પુરાઈ રહેવું પડ્યું હતું. મને એમ કે મેં તાવની બધી નિશાનીઓ ભૂંસી નાખી છે."

"તેમ જ છે, તું ખરેખર ખૂબ જ સ્વસ્થ લાગે છે."

"તો પછી તને કેવી રીતે ખબર પડી ?"

"મારા વહાલા મિત્ર, તને મારી પદ્ધતિની તો ખબર જ છે."

"તો તેં તારણો કાઢ્યાં છે એમ ?"

"ચોક્કસ."

"અને તે શા પરથી ?"

"તારા સ્લિપર્સ પરથી."

મેં નીચે ત્યારે પહેરી રાખેલા ચામડાના સ્લીપર તરફ જોયું, "તેના પરથી વળી કઈ રીતે..." હું હજુ પ્રશ્ન પૂછું ત્યાં તો તેણે જ જવાબ આપ્યો.

"તારા સ્લિપર્સ નવાં છે," તેણે કહ્યું, "તારે તે ખરીદ્યાને માંડ થોડાં અઠવાડિયાં થયાં હશે. તેના તળિયાનો સોલ થોડોક બળી ગયો લાગે છે. પહેલાં મને એવો વિચાર આવ્યો કે તે ભીનાં થઈ ગયાં હશે અને સૂકવતી વખતે થોડાં દાઝી ગયાં હશે. પણ આંગળીથી ઘૂંટી સુધીના ભાગમાં વેચનારનો લોગો છાપવામાં આવ્યો છે જે આછો થઈ ગયો છે. ભેજના કારણે જ તે આછો થઈ ગયો હશે. તું તાપણા આગળ એકધારો પગ પસારીને બેઠો હોવો જોઈએ અને કોઈ સંપૂર્ણ સ્વસ્થ વ્યક્તિ જૂન મહિનાની આવી ઊકળતી ગરમીમાં કંઈ આવી રીતે તાપણા આગળ ના બેસે."

હોમ્સનાં બધાં જ તારણોની જેમ આ તારણ પણ ખૂબ જ સાદું, સરળ અને સમજાય તેવું હતું. તેણે મારા ચહેરાના ભાવ વાંચી લીધા અને એક વેધક સ્મિત આપ્યું.

"મને લાગે છે કે જ્યારે હું મારાં તારણો સમજાવું છું ત્યારે મને જ નુકસાન કરતો હોઉં છું." તેણે કહ્યું, "કારણ દર્શાવ્યા વિનાનાં પરિણામો હંમેશા વધારે પ્રભાવી હોય છે. તો તું બર્મિંગહામ આવવા તૈયાર છે ?"

"ચોક્કસ, પણ મામલો શું છે ?"

"તને તે બધું ટ્રેઇનમાં સાંભળવા મળશે. મારો અસીલ નીચે ઘોડાગાડી લઈને રાહ જોઈ રહ્યો છે. તું હવે તૈયાર થઈશ ?"

"થોડી જ વારમાં," મેં ઉતાવળે એક નોંધ મારા પાડોશી ડૉક્ટર માટે લખી આપી. નીચે મારી પત્નીને ઉતાવળે બધું સમજાવી દીધું અને હોમ્સ સાથે ઘરની બહાર નીકળી ગયો.

"તારો પાડોશી પણ ડૉક્ટર જ છે," તેણે પિત્તળની તકતી તરફ માથું હલાવતાં કહ્યું.

"તેણે પણ મારી જેમ ચાલુ પ્રેક્ટિસ ખરીદી છે."

"જૂની સ્થાપેલી પ્રેક્ટિસ ?"

"મારી જેમ જ. બન્ને દવાખાનાં આ ઇમારત બની ત્યારનાં છે."

"અચ્છા ! તો તે બન્નેમાં જે સારું હતું તે તેં ખરીદ્યું છે."

"મારા ખ્યાલથી મેં તેવું જ કર્યું. પણ તને કેવી રીતે ખબર ?"

"તેનાં પગથિયાં જોઈને, મારા ભઈલા. તારાં પગથિયાં તેના કરતાં ત્રણ ઇંચ વધારે ઘસાઈ ગયાં છે. આ ઘોડાગાડીમાં બેઠેલા સદ્‌ગૃહસ્થ મારા અસીલ, શ્રીમાન હોલ પાઈક્રોફ્ટ છે. મને જરા તારી તેમની સાથે ઓળખાણ કરાવવા દે. કેબી, તું તારે ઘોડા દોડાવ, નહીંતર સમયસર ગાડી નહીં પકડાય."

મારી સામે જે પુરુષ બેઠો હતો તે મજબૂત બાંધાનો, કાંતિમય યુવાન હતો. તેનો ચહેરો નિખાલસ અને પ્રામાણિક હતો અને તેને ભૂરી મૂછો પણ હતી. તેણે એકદમ ચળકતી ટોપી અને સૌમ્ય કાળાં કપડાં પહેરેલાં હતાં જેમાં તે એક હોંશિયાર શહેરી યુવાન લાગતો હતો. તે એક ઉત્તમ વ્યાયામવીર અને સારો ખેલાડી લાગતો હતો. તેનો

ગોળ તાજગીભર્યો ચહેરો કુદરતી રીતે જ આનંદી હતો પણ તેના મોઢાનો ખૂણો નીચે તરફ ખેંચાયેલો હતો અને હાસ્યાસ્પદ લાગતો હતો. જો કે અમે બર્મિંગહામ તરફ જતા પ્રથમ વર્ગના ડબ્બામાં બેઠક લીધી ત્યાં સુધીમાં તે તેવો નહોતો રહ્યો. હું હજુ પણ વિચારી રહ્યો હતો કે કઈ સમસ્યા તેને મારા મિત્ર શૅરલૉક હોમ્સ તરફ દોરી લાવી હશે ?

"આપણે ખાસ્સી સિત્તેર મિનિટ ગાડીમાં પસાર કરવાની છે," હોમ્સે કહ્યું, "હું ઇચ્છું છું, શ્રીમાન હૉલ પાઈક્રોફ્ટ, કે તમે મને જે હકીકતો જણાવી છે તે જ મારા મિત્રને પણ ફરી જણાવો, બની શકે તો વધુ વિગતો સાથે. જો ફરીથી ક્રમશઃ બધી જ ઘટનાઓ તમે કહેશો તો મને પણ તે ઉપયોગી થઈ પડશે. આ એવો મામલો છે કે જેમાં ચોક્કસ કંઈક છે અથવા તો કંઈ જ નથી, પણ તને અને મને જે વાત ખૂબ ગમે છે તેવી નવીનતા તો મળી જ રહેશે. હવે, શ્રીમાન પાઈક્રોફ્ટ, હું તમને હવે ખલેલ નહીં પહોંચાડું."

અમારા યુવાન સાથીએ મારી સામે આંખમાં ચમક સાથે જોયું.

"આ મામલાની ખરાબમાં ખરાબ બાબત એ છે કે," તેણે કહ્યું, "હું મારી જાતને તેમાં તદ્દન મૂર્ખ માનું છું. કમસે કમ તેમાંથી એટલું તો સાબિત થાય કે તેવી પરિસ્થિતિમાં મેં જે કંઈ કર્યું તેવું મારી જગ્યાએ બીજું કોઈક હોત તેણે પણ તેમ જ કર્યું હોત. અને જો તેમ સાબિત નહીં થાય તો મારા જેવો મૂર્ખ ખરેખર જગતમાં કોઈ નહીં હોય. હું વાર્તા કહેવામાં કંઈ સારો નથી, ડૉ. વૉટસન, પણ મારી સાથે આમ બન્યું હતુંઃ

"હું ડ્રેપર ગાર્ડન્સની કોક્સન એન્ડ વૂડહાઉસ પેઢીમાં કારકૂન તરીકે ફરજ બજાવતો હતો પણ તે કેપની વસંતની શરૂઆતમાં જ મોટા દેવામાં ડૂબી ગઈ તે વિષે તો તમે ચોક્કસ જાણતા જ હશો. હું તેમાં પાંચ વર્ષથી કામ કરતો હતો અને વૃદ્ધ કોક્સને જ્યારે તેમની પેઢી બેસી ગઈ ત્યારે મને સારી વર્તૂણૂકનું પ્રમાણપત્ર પણ આપ્યું હતું, પણ સાથે સાથે અમને એકવીસે એકવીસ કારકૂનોને છૂટા પણ કરી નાખ્યા હતા. ત્યાર પછી મેં નોકરી મેળવવા માટે આમતેમ બધે જ ફાંફા માર્યા પણ મારી જેમ બીજા ઘણા બધા લોકો નોકરી માટે ફાંફા મારતા હતા એટલે મારી તે રખડપટ્ટી લાંબો સમય ચાલી. હું કોક્સનની પેઢી પાસેથી અઠવાડિયાના ત્રણ પાઉન્ડ લેતો હતો અને જેમાંથી મેં સિત્તેર પાઉન્ડની અત્યાર સુધી બચત પણ કરી હતી પણ બેકારીને કારણે તે વપરાવા લાગ્યા હતા. હવે લગભગ એક એક પાઈ ખર્ચાઈ ગઈ હતી અને મારી પાસે જાહેરાતોના જવાબ આપવા માટે પરબીડિયા પર ટિકિટ ચોંટાડવા જેટલા પણ પૈસા નહોતા રહ્યા. મેં ઑફિસોનાં પગથિયાં ચડી ચડીને મારાં જૂતાં ઘસી નાખ્યાં હતાં પણ ક્યાંય નોકરી નહોતી મળતી.

"છેવટે મને લોમ્બાર્ડ સ્ટ્રીટની મોટામાં મોટી શૅર-દલાલ પેઢી મૅસન એન્ડ વિલિયમ્સ પેઢીમાં નોકરીની જગ્યા ખાલી જોવા મળી. તમને આ શાખાની કદાચ ઓછી જાણ હશે પણ હું તમને કહી શકું છું કે તે લંડનની સૌથી ધનવાન પેઢી છે. તે જાહેરાતનો જવાબ પત્ર દ્વારા જ આપી શકાય તેમ હતો. મેં મારું સારી વર્તણૂકનું પ્રમાણપત્ર અને

અરજી મોકલી. જો કે તે વખતે મેં નોકરી મેળવવાની જરા પણ આશા નહોતી રાખી, તેનો તરત જ જવાબ આવ્યો કે હું પછીના સોમવારે નોકરીમાં જોડાવા માટે તૈયાર રહું, કદાચ તેમને મારી લાયકાત સંતોષકારક લાગી હશે. કોઈને પણ ખબર નહોતી કે નોકરી આપવાનું કામ કેવી રીતે થતું હશે. ઘણા લોકો કહેતા હોય છે કે પેઢીનો મેનેજર અરજીઓના મોટા ઢગલામાંથી આંખો બંધ કરીને એક અરજી ઉઠાવી લે છે અને તેને નોકરી મળી જાય છે. જે હોય તે મારો સમય આવી ગયો હતો. મારી ખુશીની તો કોઈ સીમા જ નહોતી રહી. પહેલાંની નોકરી કરતાં મને અહીં એક પાઉન્ડ વધારે મળવાનો હતા અને કામ તો કોક્સન પેઢીમાં કર્યું હતું તેવું જ કરવાનું હતું.

"વાર્તાનો અતિવિલક્ષણ ભાગ તો હવે આવે છે. હું હેમ્પસ્ટીડ ખાતેના, ૧૭, પોટર્સ ટેરેસમાં ભાડે રહેતો હતો. જે દિવસે મને નોકરી મળી તે સાંજે જ જ્યારે હું ત્યાં સિગારેટ ફૂંકી રહ્યો હતો ત્યારે મારી મકાનમાલિકણે મને 'આર્થર પિનર, ફાયનૅન્શ્યલ એજન્ટ' છાપેલું કાર્ડ આપ્યું. તે નામ મેં પહેલાં ક્યારેય નહોતું સાંભળ્યું અને હું તે પણ ધારી નહોતો શકતો કે તેને મારું શું કામ પડ્યું હશે, પણ મેં તેણીને પેલાને ઉપર મોકલવા કહ્યું. મેં તેને મારી તરફ આવતાં જોયો. તે મધ્યમ કદ-કાઠીનો, કાળા વાળવાળો, કાળી આંખોવાળો, કાળી દાઢીવાળો પુરુષ હતો અને તેનું નાક તગતગી રહ્યું હતું. તે એક ચપળ માણસ લાગતો હતો અને ખૂબ જ ઉતાવળે જાણે તેને સમયની ખૂબ કિંમત હોય તેમ બોલતો હતો.

" 'મારા ખ્યાલથી તમે જ, શ્રીમાન, હૉલ પાયક્રોફ્ટ છો ?' તેણે કહ્યું.

" 'હા, સાહેબ,' મેં તેમની તરફ ખુરશી ધકેલતાં જવાબ આપ્યો.

" 'તમે પહેલાં કોક્સન એન્ડ વૂડહાઉસ કંપનીમાં કામ કરતા હતા ?'

" 'હા, સાહેબ.'

" 'અને હવે મૅસન્સ પેઢીમાં જોડાયા છો.'

" 'સાચી વાત છે.'

" 'અચ્છા,' તેણે કહ્યું, 'સાચું કહું તો મેં તમારી આ ધંધા માટેની બુદ્ધિમત્તાની ઘણી બધી અસાધારણ વાતો સાંભળી છે. તમે પેલા શ્રીમાન પાર્કરને તો ઓળખતા જ હશો, તેઓ કોક્સનમાં મેનેજર હતા. તે તો તમારાં વખાણ કરતાં થાકતા જ નથી.'

" 'હા કેમ નહીં, મને આ સાંભળીને આનંદ થાય છે. હું હંમેશા ઑફિસમાં ઘણો બુદ્ધિશાળી સાબિત થયો છું પણ મને સ્વપ્ને પણ ખ્યાલ નહોતો કે શહેરમાં લોકો મારી આવી વાતો કરે છે.'

" 'તમારી યાદશક્તિ સારી છે ?' તેણે કહ્યું.

" 'ઘણી સારી,' મેં નમ્રતાથી જવાબ આપ્યો.

" 'શું તમે જ્યારે કામ નહોતા કરતા ત્યારે પણ તમે બજાર પર ધ્યાન રાખતા હતા ?' તેણે પૂછ્યું.

“ ‘હા, હું શૅર-બજારની યાદી રોજ સવારે વાંચતો.’

“ ‘તમારી ખરી ચીવટ તો ત્યાં જ જોવા મળે છે.’ તે મોટેથી બોલ્યો, ‘સફળતાનો આ જ તો માર્ગ છે ! જો તમને ખોટું ના લાગે તો હું તમારા જ્ઞાનને ચકાસી જોઉં, ખોટું નહીં લાગે ને ? મને જોવા દો. આયર્શાયરના કેટલા છે ?’

“ ‘એકસો છ અને....પેજ ૫૩’

“ ‘અને સંયુક્ત ન્યૂઝીલૅન્ડના ?’

“ ‘એકસો ને ચાર.’

“ ‘અને બ્રિટિશ બ્રોકન હિલ્સના ?’

“ ‘સાતથી સાત-છ.’

“ ‘અદ્ભુત !’ તે હાથ ઊંચા કરીને મોટેથી બોલ્યો, ‘મેં સાંભળ્યું છે તે બધું ખરેખર સાચું છે. ભઈલા, તું તો મૅસનના કારકૂનના સ્થાન માટે વધારે જ સારો છે.’

“તમે સમજી શકશો કે આ સાંભળીને મને ખૂબ જ આશ્ચર્ય થયું. ‘સારી વાત છે,’ મેં કહ્યું, ‘પણ બીજા લોકોને હું કંઈ તમને લાગું છું તેટલો ઉત્તમ નથી લાગતો, શ્રીમાન પિનર. મેં આ જગ્યા માટે ખૂબ રઝળપાટ કરી છે અને તે મેળવીને હું ખૂબ આનંદિત છું.’

“ ‘અરે, ભઈલા, તમને ઓછા આંકવામાં આવ્યા છે. સાચું કહું તો તમે તમારી યોગ્યતા પ્રમાણેની જગ્યાએ નથી. હવે હું તમને જણાવું કે હું તેવું કેમ વિચારું છું. જો કે મેં તમારી જે કસોટી કરી તેને લાયક જ હું તમને વળતર ચૂકવીશ પણ જો મૅસન સાથે તેની સરખામણી કરશો તો તેમાં દિવસ-રાતનો ફરક લાગશે. તમે મને જણાવશો કે તમે મૅસનમાં ક્યારથી જોડાવાના છો ?’

“ ‘સોમવારથી.’

“ ‘અરે અરે ! પણ હું શરત લગાવું છું કે તમે ત્યાં નહીં જાઓ.’

“ ‘મૅસનની પેઢીમાં નહીં જોડાઉં, કેમ ?’

“ ‘ના, સાહેબ, કારણ કે તમે ફ્રૅન્કો-મિડલૅન્ડ હાર્ડવેર કંપની, લિમિટેડમાં બિઝનેસ મેનેજર તરીકે જોડાશો માટે. આ કંપનીની ફ્રાન્સનાં નગરો અને ગામડાંઓમાં ચારસો ને ચોત્રીસ શાખાઓ છે જેમાં બ્રુસેલ્સ અને સાન રેમોની શાખાઓની ગણતરી તો રહી જ જાય છે.’

“ મારું તો હૃદય થંભી ગયું, ‘આ કંપની વિષે મેં ક્યારેય નથી સાંભળ્યું,’ મેં કહ્યું.

“ ‘બની શકે કે ન સાંભળ્યું હોય. કારણ કે તેની અમે ક્યાંય જાહેરાત નથી કરી અને તે માટેનાં નાણાં પણ અમે ખાનગી રીતે જ એકઠાં કર્યાં છે અને લોકો પાસેથી જરા પણ પૈસા નથી લેવામાં આવ્યા. મારો ભાઈ, હૅરી પિનર જ આ કંપનીનો પ્રવર્તક છે અને સાથે સાથે મેનેજિંગ ડિરેક્ટર પણ. તેને ખબર હતી કે હું લંડનમાં હતો માટે જ તેણે મને એક લાયકાત ધરાવતી વ્યક્તિને શોધવાની જવાબદારી સોંપી છે. તેને એક યુવાન,

ધગશવાળી વ્યક્તિની જરૂર છે. પાર્કર પાસેથી તમારા વિષે સાંભળવા મળ્યું અને તેના કારણે જ હું અહીં આવી ચડ્યો. હાલ શરૂઆતમાં તો અમે તમારી સમક્ષ વર્ષના પાંચસો પાઉન્ડની ઓફર આપીએ છીએ.'

" 'વર્ષના પાંચસો પાઉન્ડ !' મારા મોઢામાંથી બૂમ નીકળી ગઈ.

" 'અને તે પણ શરૂઆત પૂરતા જ; તદ્ઉપરાંત તમને તમારા દલાલો દ્વારા કરવામાં આવેલા દરેક સોદા પર એક ટકો કમિશન પણ આપવામાં આવશે અને મારા શબ્દો નોંધી લો કે તે રકમ તમારા મહેનતાણા કરતાં પણ વધી જશે.'

" 'પણ હાર્ડવૅર વિષે હું કશું જ નથી જાણતો.'

" 'ભઈલા, પણ તમે આંકડાઓ વિષે તો ઘણું જાણો છો ને !'

" મારું મગજ ભમવા લાગ્યું. હું મારી ખુરશી પર સ્થિર રીતે બેસી પણ નહોતો શકતો. પણ અચાનક મારા મનમાં શંકા જન્મી.

" 'મારે તમારી સાથે નિખાલસ રહેવું જોઈએ,' મેં કહ્યું. 'મૅસનની પેઢી ભલે મને ૨૦૦ પાઉન્ડ આપતી હોય પણ તે સુરક્ષિત છે. બીજી બાજુ તમારી કંપની વિષે તો હું ભાગ્યે જ કંઈક જાણું છું...'

" 'આહ્, ખરી સાવધાની !' તે ખુશ થતાં મોટેથી બોલી ઊઠ્યો, 'તમારી જેવી જ વ્યક્તિની અમારે જરૂર છે. તમારા વિષે મને કશું પણ વધારે પડતું નથી કહેવામાં આવ્યું અને જે કંઈ પણ સાંભળ્યું છે તે સાચું જ પુરવાર થઈ રહ્યું છે. હવે આ રહી સો પાઉન્ડની નોટ. જો તમને એમ લાગે કે આપણે સાથે કામ કરી શકીશું તો તમે આ નોટ તમારા પગારની આગોતરી રકમ તરીકે તમારા ગજવામાં સરકાવી દો.'

" 'આ તો ખૂબ સરસ કહેવાય,' મેં કહ્યું, 'મારે મારી ફરજ પર ક્યારથી ચાલુ થવાનું છે ?'

" 'કાલે બર્મિંગહામમાં હાજર થઈ જાઓ,' તેણે કહ્યું, 'આ જે ચિઠ્ઠી આપું છું તે લઈને તમે મારા ભાઈ પાસે જજો. ૧૨૬,બી કોર્પોરેશન સ્ટ્રીટ પર હાલ પૂરતુ કંપનીનું હંગામી કાર્યાલય રાખવામાં આવ્યું છે. તે જ તમારી નિમણૂકને પાક્કી કરશે, જો કે આપણી વચ્ચે તો બધું પાકું જ છે.'

" 'ખરેખર, મને સમજાતું નથી કે હું તમારો આભાર કેવી રીતે વ્યક્ત કરું, શ્રીમાન પિનર,' મેં કહ્યું.

" 'ના ભઈલા, તેની જરા પણ જરૂર નથી. તમે તેને લાયક છો. જો કે એક બે ઔપચારિકતા છે જે તમારે નિભાવવાની રહેશે. તમારી પાસે કાગળનો ટુકડો હોય તો તેના પર આટલું લખી આપો "હું ફ્રેન્કો-મિડલૅન્ડ હાર્ડવૅર કંપની, લિમિટેડમાં બિઝનેસ મેનેજર તરીકે વર્ષના ૫૦૦ પાઉન્ડના પગારે જોડાવા ઇચ્છું છું." '

"તેણે કહ્યું તેમ મેં કર્યું અને તેણે કાપલી ખિસ્સામાં મૂકી દીધી.

“ ‘બીજી એક વાત,’ તેણે કહ્યું, ‘હવે તમે મૅસન્સનું શું કરશો ?’

“ ‘ખુશીમાં ને ખુશીમાં હું તે બાબત તો સાવ જ ભૂલી ગયો. હું તેમને રાજીનામું લખીને મોકલાવી આપીશ.’ મેં કહ્યું..

“ ‘આ જ હું નથી ઇચ્છતો કે તમે કરો. મારે તેના મેનેજર સાથે તમારી બાબતે તકરાર થઈ હતી. હું તેમને તમારા વિષે પૂછવા ગયો હતો પણ તેમણે મને જાણે હું તેમની પેઢી પાસેથી તમને છીનવી જવાનો હોઉં તેમ ખૂબ મગજમારી કરી હતી. અને છેવટે હું મારો પિત્તો ગુમાવી બેઠો હતો. “જો તમને સારા માણસો જોઈતા હોય તો તેમને સારો પગાર પણ ચૂકવવો જોઈએ” ’ મેં કહ્યું હતું.

“ ‘તેમ છતાં પણ તે તમારા મોટા પગાર કરતાં અમારા નાના પગારને જ સ્વીકારશે.” તેણે કહ્યું હતું.

“ ‘હું શરત મારીને કહું છું કે,” મેં કહ્યું હતું, “જો તેની સામે હું મારી ઓફર મૂકીશ તો તેના તરફથી તમને ક્યારેય કશું સાંભળવા નહીં મળે.”

“ ‘અચ્છા !” તેણે કહ્યું હતું, “અમે તેને નાળામાંથી ઉઠાવ્યો છે. આમ કંઈ એટલી સરળતાથી તે અમને નહીં છોડે.” આ જ તેના શબ્દો હતા.’

“ ‘બેશરમ, બદમાશ !’ મેં ગુસ્સે થતાં કહ્યું, ‘હું હવે મારી જિંદગીમાં પણ તેનું મોઢું નહીં જોઉં. શા માટે મારે તેમનો વિચાર કરવો જોઈએ ? હું તો હવે તેમને કશું જ નથી લખવાનો, તમે મને આ બધું કહ્યા પછી તો નહીં જ લખું.’

“ ‘સરસ ! તમે મને વચન આપો છો,’ તેણે ખુરશીમાંથી ઊભા થતાં કહ્યું, ‘મારા ભાઈ માટે આટલી સારી વ્યક્તિ મેળવવા બદલ હું ખૂબ આનંદિત છું. આ રહ્યા આગોતરા સો પાઉન્ડ અને આ રહ્યો પત્ર. સરનામાની નોંધ કરી રાખો, ૧૨૬બી કોર્પોરેશન સ્ટ્રીટ. અને યાદ રાખો, કાલે બપોરે એક વાગ્યે તમારી મુલાકાત છે. શુભ રાત્રી, ભગવાન તમને સુખી કરે તેવી પ્રાર્થના.’

“જ્યાં સુધી મને યાદ છે ત્યાં સુધી અમારી વચ્ચે આટલો વાર્તાલાપ થયો હતો. તમે કલ્પના કરી શકો છો ડૉ. વૉટસન કે આવું અદ્ભુત સદ્ભાગ્ય પામવાથી હું કેવો ખુશ થયો હોઈશ ? હું આખી રાત તેનો જ વિચાર કરતો રહ્યો અને બીજા દિવસે સવારે બર્મિંગહામ તરફ જવાની ગાડી પકડવા નીકળી ગયો. મુલાકાતના સમયને હજુ ઘણો બધો સમય હતો. ન્યૂ સ્ટ્રીટમાં આવેલી એક હોટલમાં મેં મારો સામાન મૂક્યો અને આપેલા સરનામે પહોંચવા હું નીકળી ગયો.

“મારી મુલાકાતને હજુ પા કલાકની વાર હતી પણ મને લાગ્યું કે તેનાથી કોઈ ખાસ ફરક નહીં પડે. ૧૨૬,બી પર મારે બે દુકાન વચ્ચેની જગ્યા પર આવેલી ફરતી સીડી પર થઈને જવાનું હતું. ત્યાં આગળ ઘણા બધા ફ્લૅટ્સ આવેલા હતા જે ઘણી બધી કંપનીઓના અને ધંધાદારી માણસોના હતા. દીવાલના તળિયે જે કોઈ પણ માલિક હોય

તેનું નામ ત્યાં લખવામાં આવતું હતું પણ ત્યાં કોઈ ફ્રૅન્કો-મિડલૅન્ડ હાર્ડવેર કંપની, લિમિટેડનું નામ નહોતું લખવામાં આવ્યું. મારો જીવ તાળવે ચોંટી ગયો હતો, હું થોડી મિનિટો ત્યાં જ ઊભો રહ્યો. ક્યાંક આ બધી વાત કોઈ મોટી છેતરપિંડી તો નહીં હોય ને ? ત્યાં જ અચાનક એક માણસ મને સંબોધતો ઉપર આવ્યો. આગલી રાત્રે મેં જે માણસ સાથે વાત કરી હતી તે લગભગ તેના જેવો જ લાગતો હતો. તેનો અવાજ, તેનું શરીર તેવું જ હતું, પણ તેનો ચહેરો હજામત કરેલો હતો અને તેના વાળ હળવા રંગના હતા.

" 'તમે શ્રીમાન, હૉલ પાઈક્રોફ્ટ છો ?' તેણે પૂછ્યું.

" 'હા,' મેં કહ્યું.

" 'અરે ! હું તમારી જ રાહ જોઈ રહ્યો હતો પણ તમે તમને આપવામાં આવેલા સમય કરતાં વહેલા છો. આજે સવારે જ મને મારા ભાઈ તરફથી એક ચિઠ્ઠી મળી છે જેમાં તેમણે તમે આ નોકરી માટે ખૂબ ઉત્સુક છો તેવાં ગાણાં ગાયાં છે.'

" 'તમે આવ્યા ત્યારે હું બસ કાર્યાલય જ શોધી રહ્યો હતો.'

" 'હજુ અમે તેના પર અમારું નામ નથી લખાવ્યું, કારણ કે હજુ ગયા અઠવાડિયે જ અમે આ હંગામી જગ્યા ભાડે રાખી છે. ચાલો, ઉપર આવો મારી સાથે એટલે આપણે વિગતે આ બાબત પર વાત કરીએ.'

" હું તેમની પાછળ પાછળ ખૂબ ઊંચી સીડી પર ગયો અને ત્યાં છાપરા નીચે બે ખાલી ધૂળિયા ઓરડા આવેલા હતા. જેમાં ન તો શેતરંજી પાથરવામાં આવી કે નહોતા પરદા લગાવવામાં આવ્યા. તે મને તે તરફ દોરી ગયો. મને તો એમ કે તે તો કેટલુંયે વિશાળ સુસજ્જ કાર્યાલય હશે, જેમાં ચમકતાં ટેબલ આગળ હરોળબંધ કારકૂનો બેઠા હશે. મેં પણ અત્યાર સુધી તેવા જ કાર્યાલયમાં કામ કર્યું હતું. હું એક ટેબલ અને તેની બાજુની બે ખુરશી તેમ જ એક કચરાની ટોપલી, આખાયે ઓરડાના આટલા માત્ર ફર્નિચર તરફ આશ્ચર્યથી તાકી રહ્યો.

" 'નિરાશ ન થતા, શ્રીમાન પાયક્રોફ્ટ,' મારા સાથીએ મારા ચહેરા પરના ભાવ જોઈને કહ્યું, 'રોમ કંઈ એક દિવસમાં નિર્માણ નહોતું પામ્યું. પૈસો તો અમારી પાસે ઘણો છે પણ અમે તેને હાલ ઑફિસમાં ખર્ચવા નથી માગતા. મહેરબાની કરીને બેસો અને મને તમારો પત્ર આપો.'

"મેં તેને પત્ર આપ્યો અને તેણે ખૂબ જ ચીવટથી તે વાંચ્યો.

" 'તમે તો મારા ભાઈ આર્થર પર અદ્દ્ભુત પ્રભાવ પાડ્યો છે ને કાંઈ !' તેણે કહ્યું, 'હું એ સારી રીતે જાણું છું કે તે એક આકરો માણસ છે. તે લંડનમાં પોતાનું કામ કરે છે જ્યારે હું અહીં બર્મિંગહામમાં. હું તેની સલાહ માનવા તૈયાર છું. હવે તમારી નોકરી પાક્કી સમજો.'

" 'મારું કામ શું હશે ?' મેં પૂછ્યું.

" 'તમારે પેરિસની એક મોટી વખાર સંભાળવાનું કામ કરવાનું છે, જેમાં ઢગલાબંધ ઇંગ્લિશ ક્રોકરી રાખવામાં આવે છે જે ફ્રાંસના એકસો ચોત્રીસ એજન્ટોની દુકાનોને પૂરી પાડવામાં આવે છે. ખરીદી એક અઠવાડિયામાં પતી જશે તે દરમિયાન તમારે બર્મિંગહામ જ રહેવાનું છે અને અમને ઉપયોગી થવાનું છે.'

" 'કઈ રીતે ?'

" 'જવાબના બદલામાં તેણે ટેબલના એક ખાનામાંથી મોટું લાલ પુસ્તક કાઢ્યું.'

" 'આ પૅરિસની ડિરેક્ટરી છે,' તેણે કહ્યું, 'તેમાં લોકોના નામ પાછળ તેમનો ધંધો પણ લખેલો છે. હું ઇચ્છું છું કે તમે તેને તમારી સાથે ઘરે લઈ જાઓ અને બધા જ હાર્ડવેરના વેપારીઓનાં નામ તેમનાં સરનામાં સાથે નોંધો. તે મને ઘણાં ઉપયોગી સાબિત થશે.'

" 'આવી વિવિધ જાતની ધંધાવાળી યાદીઓ તો બજારમાં તૈયાર પણ મળે છે,' મેં સૂચન કર્યું.

" 'પણ તે કંઈ એટલી ભરોસાપાત્ર નથી હોતી. તેમની રીત આપણા કરતાં અલગ હોય છે. તે બાબતને જ ધ્યાનમાં રાખીને મને સોમવારે બપોરે બાર વાગ્યે યાદી તૈયાર કરી આપો. શુભ દિવસ, શ્રીમાન, પાયક્રોફ્ટ. જો તમે ઉત્સાહપૂર્વક અને બુદ્ધિપૂર્વક વર્તશો તો આ કંપની તમારા માટે તેટલી જ લાભદાયી નીવડશે.'

"બગલમાં દળદાર પુસ્તક અને મનમાં અનિશ્ચિતતાની ભીતિ લઈને હું હોટલ પર ગયો. એક બાજુ તો હું એક કંપનીમાં પાક્કી નોકરી મેળવી ચૂક્યો હતો અને મારા ખિસ્સામાં સો પાઉન્ડ હતા જ્યારે બીજી બાજુ કાર્યાલયનો દેખાવ, દીવાલ પર કંપનીના નામની ગેરહાજરી, અને કેટલીક ઊડીને આંખે વળગે તેવી બાબતોએ મને નોકરી પર રાખનારાઓ વિષે મારા પર ખરાબ છાપ છોડી હતી. જે હોય તે, મને મારા પૈસા ચૂકવી દેવામાં આવ્યા હતા. હવે તો મારે બસ મારી ફરજ જ નિભાવવાની હતી. આખોયે રવિવાર મેં ખૂબ કામ કર્યું અને તેમ છતાં પણ હું સોમવાર સુધી તો 'એચ' અક્ષર સુધી જ પહોંચી શક્યો હતો. હું ફરી પાછો આપેલા સમયે મારા શેઠ પાસે તે જ ફર્નિચર રહિત ધૂળિયા ઓરડામાં મળ્યો અને મને કહેવામાં આવ્યું કે મારે બુધવાર સુધી તે પતાવી દેવું અને પછી તેમને મળવા આવવું. બુધવારે પણ હજુ મારું કામ પૂરું નહોતુ થયું માટે મને ફરી પાછા શુક્રવાર સુધી તે કામ પતાવવાનું કહેવામાં આવ્યું - એટલે કે ગઈકાલે. છેવટે તે પતાવીને હું શ્રીમાન હૅરી પિનર પાસે લઈ ગયો.

" 'તમારો ખૂબ ખૂબ આભાર,' તેણે કહ્યું, 'હું જાણું છું કે આ ખૂબ મુશ્કેલ કામ હતું. આ યાદી મારા માટે ખૂબ મદદરૂપ નીવડશે.'

" 'તેમાં થોડો સમય ગયો,' મેં કહ્યું,

" 'અને હવે,' તેણે કહ્યું, 'હવે મને કાચનાં વાસણો વેચતી હોય તેવી ફર્નિચરની દુકાનોની યાદી બનાવી આપો.'

" 'ખૂબ સરસ.'

" 'અને આવતી કાલે સાંજે કેટલે પહોંચ્યા તેની જાણ કરવા મને ફરી મળો. વધારે પડતું કામ ન કરતા. કામ કર્યા બાદ બે કલાક સંગીત સંધ્યામાં કાઢશો તો મનને આરામ મળશે.' આવું કહેતાં કહેતાં તે હસી રહ્યો હતો અને તે ક્ષણે હું જોઈ શક્યો કે તેમનો ડાબી બાજુનો બીજો દાંત સોનાનો હતો."

શૅરલૉક હોમ્સે આનંદિત થતાં પોતાના હાથ મસળ્યા અને અમારા અસીલ સામે આશ્ચર્યચકિત થઈને જોઈ રહ્યો.

"તમને આશ્ચર્ય થાય તે સ્વાભાવિક છે, ડૉ. વૉટસન, પણ આમ જ થયું હતું." તેણે કહ્યુંઃ 'જ્યારે મેં જે વ્યક્તિ મારા માટે આ નોકરીની ઓફર લઈને આવી હતી તેની સાથે વાત કરી હતી ત્યારે મારા મેસનની કંપની પર નહીં જવાના વચનથી તે ખડખડાટ હસી પડ્યો હતો અને તે વખતે મેં તેનો આ સોનાનો દાંત ખાસ ધ્યાન પર લીધો હતો અને આ માણસના પણ તેવા જ સોનાના દાંતને જોઈને હું ચોકી ગયો હતો. જ્યારે મેં તેને તેના અવાજ અને શરીર સાથે જોડ્યાં ત્યારે મને શંકા ગઈ અને તેની જે વસ્તુ તેના શરીર પરથી ગાયબ હતી તે અસ્ત્રાથી હટાવી શકાય તેવી હતી અથવા તો નકલી વાળથી બનાવી શકાય તેમ હતી. હું તેના પર શંકા નહોતો કરી શકતો. બે જોડિયા ભાઈઓ આવી સામ્યતા ધરાવતા હોય તે સ્વાભાવિક હોય પણ એવું તો કઈ રીતે બને કે બન્નેને સોનાનો દાંત હોય ! તેણે મને ત્યાંથી રવાના પાડ્યો અને હું રસ્તા પર ચાલવા લાગ્યો. હું એટલો વિચારમગ્ન હતો કે હું પગેથી ચાલતો હતો કે માથેથી તેનો પણ મને ખ્યાલ નહોતો. જ્યારે હું પાછો હોટલ પર પહોંચ્યો ત્યારે મેં મારા માથા પર ઠંડું પાણી રેડ્યું અને તેના પર ફરી વિચારવા માંડ્યું. શા માટે તેણે મને લંડનથી બર્મિંગહામ મોકલ્યો હતો ? શા માટે તે મારા પહેલાં ત્યાં પહોંચ્યો હશે ? અને શા માટે તેણે પોતાના માટે પોતાના તરફથી પત્ર લખ્યો હતો ? આ બધું મને ખૂબ મૂંઝવતું હતું અને મને કશું જ નહોતું સમજાતું. અને પછી તરત જ મારા મનમાં ઝબકારો થયો અને મને લાગ્યું કે જે બાબત મને ભારે રહસ્યભરી લાગે છે તે કદાચ શ્રીમાન શૅરલૉક હોમ્સ માટે સાવ સરળ હોય. તરત જ હું રાતની ગાડીએ જ શહેરમાં આવ્યો અને સવારના પહોરમાં તમને મળવા આવ્યો છું અને હવે પાછો તમને બન્નેને હું બર્મિંગહામ લઈ જવા માગું છું."

શૅરલૉક હોમ્સ પર કારકૂને પોતાની આશ્ચર્યજનક કથા સંભળાવ્યા બાદ થોડી ક્ષણ મૌન પથરાયેલું રહ્યું. મારા તરફ નજર કરી અને આનંદિત છતાં પણ કળાય નહીં તેવા ભાવ સાથે તકિયા પર ટેકો દઈને બેઠો.

"અદ્‌ભુત, વૉટસન, કેમ ?" તેણે કહ્યું, "તેમાં કેટલાક મુદ્દાએ મને ખુશ કર્યો છે. મને લાગે છે કે આપણી શ્રીમાન આર્થર હૅરી પિનરની ફ્રેન્કો-મિડલૅન્ડ હાર્ડવેર

કંપની લિમિટેડની હંગામી ઑફિસ પરની મુલાકાત આપણા બન્ને માટે ખૂબ રસપ્રદ સાબિત થશે.''

''પણ આપણે તે કઈ રીતે કરીશું ?'' મેં પૂછ્યું.

''ઓહ, સાવ સરળ છે,'' હૉલ પાયક્રોફ્ટે ઉત્સાહથી કહ્યું, ''તમે મારા બે મિત્રો છો, જેમને નોકરીની ખૂબ જરૂર છે અને હું તમને નોકરી અપાવવા મારી કંપનીના મેનેજિંગ ડિરેક્ટરને મળવા લઈ આવ્યો છું, આથી સ્વાભાવિક વળી શું હોઈ શકે ?''

''તદ્દન, તેમ જ,'' હોમ્સે કહ્યું, ''એક વાર તો હું તે માણસને જોવા માગું છું. કદાચ તેની રમત હું જાણી શકું. ભઈલા, તમારી એવી તે કઈ ખાસિયતોના કારણે તમારી સેવા તેમને આટલી કીમતી થઈ પડી છે ? અથવા તો શું એ શક્ય છે કે...'' તે પોતાના નખ ચાવતો શૂન્યભાવે બારી બહાર જોઈ રહ્યો.

પછી છેક ન્યૂ સ્ટ્રીટ આવ્યા ત્યાં સુધી તે કંઈ જ બોલ્યો નહીં.

સાંજના સાત વાગ્યા હતા અને અમે ત્રણેય કોર્પોરેશન સ્ટ્રીટમાંની પેલી કંપનીના કાર્યાલય ભણી ચાલતા જઈ રહ્યા હતા.

''સમય પહેલાં જવાનો કોઈ જ અર્થ નથી,'' અમારા અસીલે કહ્યું, ''તે માત્ર તે ધૂળિયા ઑફિસમાં મને આપેલા સમયે જ મળવા માટે આવે છે.''

''કંઈક શંકાસ્પદ કહેવાય,'' હોમ્સે કહ્યું.

''અરે ભગવાન !'' ક્લાર્ક મોટેથી બોલી ઊઠ્યો, ''આ આપણી આગળ ચાલી રહ્યો છે તે જ તે છે.''

તેણે એક ઠીંગણા, કાળા, સુઘડ કપડા પહેરેલા બાજુની ફૂટપાથ પર ઉતાવળે ચાલી જતા માણસ તરફ આંગળી ચીંધી. તેણે સામેની તરફ સાંજના છાપાવાળા છોકરા તરફ જોયું, ઉતાવળે તેની પાસે ગયો અને એક સમાચારપત્ર લીધું. પછી, તેને હાથમાં લઈને તે એક દરવાજામાં જતો રહ્યો.

''એ જાય પેલો !'' હૉલ પાયક્રોફ્ટે મોટેથી કહ્યું, ''આ કંપનીના કાર્યાલય તરફ જ તે જઈ રહ્યો છે. ચાલો મારી સાથે આવો.''

તેની પાછળ પાછળ અમે પાંચ માળ ચડ્યા અને છેવટે અમે એક અર્ધખુલ્લા દરવાજા આગળ આવી પહોંચ્યા. પાયક્રોફ્ટે દરવાજા પર ટકોરા માર્યા. અંદરથી અવાજ આવ્યો અને અમે અંદર પ્રવેશ્યા. હૉલે વર્ણવેલી બરાબર તેવી જ ધૂળિયા અને ફર્નિચર વગરની તે ઑફિસ હતી. જે માણસને અમે નીચે શેરીમાં જોયો હતો તે જ સાંજનું છાપું ટેબલ પર ફેલાવીને ખુરશી પર બેઠો હતો. તેણે ઉપર જોયું. મને લાગ્યું કે મેં આટલો બધો શોકમગ્ન ચહેરો પહેલાં ક્યારેય નહોતો જોયો. તેના ચહેરાનો ભાવ લોકોના જીવનમાં ભાગ્યે જ જોવા મળે તેવો ભયંકર હતો. તેનાં ભવાં પરસેવાથી ભીનાં થઈ ગયાં હતાં, તેના ગાલ ફિક્કા પડી ગયા હતા, અને આંખો ભયની મારી ફાટું ફાટું થઈ ગઈ હતી.

તેણે કારકૂન સામે એ રીતે જોયું જાણે કે તે તેને ઓળખતો જ ન હોય અને હું તે પણ જોઈ શક્યો કે અમારા અસીલના ચહેરા પર પણ આશ્ચર્ય હતું.

"તમે તો બહુ બીમાર લાગો છો, શ્રીમાન પિનર !" તેણે ઉદ્‌ગાર કાઢ્યો.

"હા, મને ઠીક નથી," પેલાએ પોતાની લાગણીને માંડ માંડ કાબૂમાં રાખી અને આગળ બોલતાં પહેલાં પોતાના સૂકા હોઠ પર જીભ ફેરવી, "તમારી સાથે આવેલા આ બે સદ્‌ગૃહસ્થો કોણ છે ?"

"એક છે બર્મોન્ડસીના શ્રીમાન હૅરી, અને બીજા છે શ્રીમાન પ્રાઈઝ જે આ જ શહેરના છે," અમારા કારકૂને ચાલાકીથી કહ્યું, "તેઓ મારા મિત્રો છે અને સદ્‌ગૃહસ્થો છે. તેઓ પણ થોડા સમયથી બેકાર છે અને એવી આશાએ આવ્યા છે કે કદાચ તમારી પાસે તેમના માટે કોઈ ખાલી જગ્યા હોય."

"કેમ નહીં ! કેમ નહીં !" શ્રીમાન પિનર ભયંકર હાસ્ય સાથે બોલ્યા, "મને લાગે છે કે અમે તમને મદદરૂપ થઈ શકીશું. તમારો વ્યવસાય શું છે, શ્રીમાન હૅરિસ ?"

"હું એક એકાઉન્ટન્ટ છું," હોમ્સે કહ્યું.

"સરસ, અમારે તે જ પ્રકારની જરૂર પડશે, અને તમે, શ્રીમાન પ્રાઈઝ ?"

"કારકૂન," મેં કહ્યું.

"મને આશા છે કે કંપની તમને નોકરી આપશે. અમે જેવો નિર્ણય લઈશું કે તરત જ તમને જણાવશું. અને હવે હું ઇચ્છું છું કે તમે જાઓ. ભગવાનને ખાતર મને મારા પર છોડી દો !"

તેના આ છેલ્લા શબ્દો એવી રીતે બોલવામાં આવ્યા હતા જાણે કે તે પરિસ્થિતિથી છુટકારો મેળવવા ન ઇચ્છતો હોય. હું અને હોમ્સ એકબીજાની સામે તાકી રહ્યા, અને હૉલ પાયક્રોફ્ટ તેના ટેબલ તરફ ધસી ગયો.

"તમે ભૂલી ગયા છો, શ્રીમાન પિનર કે તમે મને અહીં મુલાકાત માટે બોલાવ્યો છે અને હું તમારા તરફથી આદેશ મેળવવા આવ્યો છું." તેણે કહ્યું.

"ચોક્કસ, શ્રીમાન પાયક્રોફ્ટ, ચોક્કસ," સામેવાળાએ શાંતિથી જવાબ આપ્યો. "તમે અહીં થોડીવાર રાહ જુઓ અને તમારા મિત્રો પણ અહીં તમારી સાથે રહી શકે છે. હું ત્રણ મિનિટમાં પાછો આવું છું, ધીરજ રાખજો." તે સભ્યતા દાખવતાં ઊભો થયો અને ઓરડાના છેડે આવેલા એક બારણામાં જતો રહ્યો અને બારણું બંધ કરી દીધું.

"હવે શું ?" હોમ્સ ગણગણ્યો, "શું તે આપણને ચકમો આપશે ?"

"અશક્ય," પાયક્રોફ્ટે જવાબ આપ્યો.

"કેમ એમ ?"

"તે દરવાજો તો અંદરના ઓરડા તરફ જાય છે."

"શું ત્યાંથી બહાર નથી જવાતું."

"ના."

"શું તેમાં ફર્નિચર છે ?"

"કાલ સુધી તો તે ખાલી હતો."

"તો પછી તે ત્યાં શું કરવા ગયો હોય ? કંઈક તો ગડબડ છે પણ કશું સમજમાં નથી આવતું. તે ખરેખર ભયનો માર્યો પાગલ થઈ ગયો લાગે છે. તે શા કારણે આટલો બધો રઘવાયો થયો હશે ?"

"તેને કદાચ શંકા ગઈ લાગે છે કે આપણે જાસૂસો છીએ." મેં સૂચન કર્યું.

"તેવું જ છે," પાયક્રોફ્ટે મોટેથી કહ્યું.

હોમ્સે પોતાનું માથું હલાવ્યું, "આપણે જ્યારે ઓરડામાં પ્રવેશ્યા ત્યારે તે ગભરાઈ ઊઠ્યો હતો." તેણે કહ્યું, "એવું શક્ય છે કે..."

અંદરના દરવાજા પર પડેલા ટકોરાથી તેનું વાક્ય અધૂરું રહી ગયું.

"પોતાના જ બારણા પર વળી તે શું ટકોરા મારી રહ્યો હશે ?" કારકૂને મોટેથી કહ્યું.

ફરી વાર થોડે મોટેથી બારણા પર ટકોરા પડ્યા. અમે બધા બારણા તરફ ટગર ટગર જોઈ રહ્યા. હોમ્સ પર મારી નજર ગઈ. તેનો ચહેરો કઠોર થઈ ગયો હતો, તે બારણા તરફ ઉત્તેજનાથી ધસી ગયો. અચાનક ધીમો ધમધમ થતો અવાજ સંભળાયો અને દીવાલ પર જાણે કંઈક ડબ ડબ અવાજ થતો હોય તેવું લાગ્યું. હોમ્સ સીધો જ ઓરડા તરફ દોડી ગયો અને પોતાની જાતને બારણા પર ધક્કેલી. બીજી બાજુથી દરવાજો બંધ હતો. તેની પાછળ પાછળ અમે પણ પૂરા જોરથી બારણા પર ધક્કો માર્યો. એક પ્રયત્ન પછી બીજો પ્રયત્ન અને બારણું તૂટી પડ્યું અને અમે બધા અંદર ધસી ગયા. ઓરડો ખાલી હતો.

પણ તે અમારી ભૂલ હતી. એક ખૂણામાં જ્યાં આગળ તે ખૂણો આગળના ઓરડા તરફ પડતો હતો ત્યાં એક બીજું બારણું હતું. હોમ્સ તે તરફ ધસ્યો અને ધડામ કરતાં બારણું ખેંચ્યું.એક ડગલો અને કોટી ભોંય પર પડ્યા હતા અને બારણા પાછળના એક હૂક પર ગળે ફાંસો નાખીને ફ્રાન્કો-મિડલૅન્ડ હાર્ડવેર કંપનીનો માલિક લટકી રહ્યો હતો. તેના ગોઠણ તણાઈ ગયા હતા અને તેનું માથુ છાતી પર ભયાનક રીતે લટકી રહ્યું હતું. અમને જે અવાજ સંભળાયો હતો તે તેના પગનો બારણા પર અથડાવાનો અવાજ હતો. તરત જ મેં તેને કમરેથી ઊંચકી લીધો અને હોમ્સ તથા પાયક્રોફ્ટે તેના ગળામાં બેસી ગયેલી ઈલાસ્ટિકની દોરીને જ્યાં સુધી છોડી નહીં ત્યાં સુધી તેને અધ્ધર પકડી રાખ્યો. અમે તેને આગળના ઓરડામાં લઈ ગયા. તેનો ચહેરો માટી જેવો થઈ ગયો હતો, ભારે શ્વાસથી તેના હોઠ ઉઘાડબંધ થઈ રહ્યા હતા. પાંચ મિનિટ પહેલાં તે કેવો હતો અને અત્યારે તે કેવી ભયંકર હાલતમાં હતો.

"શું કહેવું છે તારું, વૉટસન ?" હોમ્સે પૂછ્યું.

હું તેના પર નમ્યો અને તેને તપાસ્યો. તેની નાડી નબળી અને અનિયમિત રીતે

ધબકી રહી હતી, પણ તેનો શ્વાસોચ્છ્વાસ વધી રહ્યો હતો, અને તેનાં પોપચાં ધ્રૂજી રહ્યાં હતાં જેમાંથી ડોળાની ધોળી પાતળી ચમક જોઈ શકાતી હતી.

''અસર માઠી થઈ છે પણ બચી જશે,'' મેં કહ્યું, ''હવે પેલી બારી ખોલી નાખો અને મને જરા પાણીની ડોલ આપો.'' મેં તેનો કોલર ખોલ્યો અને તેના ચહેરા પર ઠંડું પાણી રેડ્યું અને તેનો શ્વાસ જ્યાં સુધી નિયમિત ન થયો ત્યાં સુધી તેના હાથ ઉપર નીચે કર્યા, ''હવે થોડા સમયની જરૂર છે,'' મેં તેની પાસેથી ઊભા થઈને કહ્યું.

હોમ્સ ટેબલ આગળ ઊભો રહ્યો, તેના પંજા તેના પાટલૂનના ખિસ્સામાં હતા અને તેની હડપચી તેની છાતી પર નમેલી હતી.

''મારા ખ્યાલથી હવે પોલીસને બોલાવી લેવી જોઈએ,'' તેણે કહ્યું, ''અને જ્યારે તેઓ અહીં આવી પહોંચે ત્યારે આપણે સંપૂર્ણ મામલો તેમને હવાલે કરી દેવો જોઈએ.''

''મારા માટે તો તે હજુ પણ એક અકબંધ રહસ્ય છે,'' પાયક્રોફ્ટે માથું ખજવાળતાં કહ્યું, ''શા કારણે તેઓ મને અહીં લાવ્યા હશે ? અને પછી આ બધું છે શું ?''

''અરે ભઈલા ! બધું જ સ્પષ્ટ છે,'' હોમ્સે અધીરાઈથી કહ્યું, ''માત્ર આ છેલ્લું પગલું સમજવાનું બાકી છે.''

''તો બાકી બધું તમે સમજી ગયા છો ?''

''મારા ખ્યાલથી તે સ્વાભાવિક છે. તારું શું કહેવું છે, વૉટસન ?''

મેં મારો ખભો ખંખેર્યો, ''મારે કહેવું પડશે કે મને તેમાં કંઈ જ સમજાયું નથી.'' મેં કહ્યું.

''ઓહ, જો તું આખાયે ઘટનાક્રમને પહેલેથી વિચારીશ તો છેવટે તું અવશ્ય યોગ્ય તારણ પર પહોંચી જ જઈશ.''

''અને તે તારણ શું છે ?''

''આખી બાબત બે મુદ્દા પર અટકેલી છે. પહેલો મુદ્દો પાયક્રોફ્ટ પાસે કંપનીની નોકરી અપનાવવાનો જે અરજપત્ર લખાવવામાં આવ્યો હતો તે. તને તેમાં કશું શંકાસ્પદ નથી લાગતું ?''

''મને હજુ પણ કંઈ સમજમાં નથી આવતું.''

''તેઓ શા માટે તેની પાસે તેમ કરાવવા ઈચ્છે ? વ્યવહારુ રીતે તો આવું નથી થતું કારણ કે સામાન્ય રીતે તો તેવું મૌખિક રીતે જ થતું હોય છે અને અહીં એવું કરાવવાનું કોઈ ઠોસ કારણ પણ નથી જણાતું. મારા જુવાન મિત્ર, તમે એ નથી જોઈ શકતા કે તેઓ તમારા હસ્તાક્ષરનો એક નમૂનો મેળવવા ઈચ્છતા હતા અને આવું કર્યા સિવાય તેમને તે મળે તેમ નહોતો.''

''પણ શા માટે ?''

''બરાબર છે. શા માટે ? જ્યારે આપણને તેનો જવાબ મળી જશે ત્યારે આપણે આપણી આ સમસ્યામાં થોડી સફળતા મેળવી હશે. શા માટે ? માત્ર એક જ કારણની

જરૂર છે. કોઈક વ્યક્તિ તમારા હસ્તાક્ષરની નકલ કરવા માગતું હોય અને માટે જ સૌ પહેલાં તેનો નમૂનો મેળવવા ઇચ્છે. જેમ જેમ આપણે એક પછી બીજા મુદ્દા પર આવીશું તેમ તેમ આગળ પ્રકાશ પથરાતો જશે. બીજો મુદ્દો એ છે કે તમને પિનરે અરજ કરી હતી કે તમારે મૅસન્સની પેઢી પર રાજીનામું આપવું ન જોઈએ. આમ કરીને તેણે તમે સોમવારે નોકરી પર હાજર જ રહેવાના છો તેવું દેખાડવા પ્રયત્ન કર્યો. અને તેના મેનેજર તમને જોયે તો ઓળખતા જ નહોતા.''

''હે ભગવાન !'' અમારા અસીલે નિસાસો નાખ્યો, ''કેવા આંધળૂકિયાં કર્યાં છે મેં.''

''હવે હસ્તાક્ષરના મુદ્દા પર આવીએ. ધારો કે તમારી જગ્યાએ કોઈ નોકરી પર જાય પણ તેના હસ્તાક્ષર તમે પેઢી પર મોકલેલી અરજી કરતાં તદ્દન અલગ હોય તો શંકા ઊપજવાની શક્યતા રહેલી હતી. પણ વચ્ચેના ખાલી સમયમાં તેણે તમારા અક્ષરની નકલ કરવી શીખી લીધી અને માટે તેની નોકરી પાક્કી થઈ ગઈ. અને મારી ધારણા પ્રમાણે ત્યાંની ઑફિસમાં તો તમને કોઈ જાણતું જ નહોતું.''

''કોઈ જ નહીં,'' હૉલ પાયક્રોફ્ટ ગર્જ્યો.

''ખૂબ સરસ. તે નોકરી વિષે નહીં વિચારવા તમને માત્ર એક જ બાબત રોકી શકે તેમ હતી અને તે હતી તેનાથી પણ સારી નોકરી. આ ઉપરાંત તમે તેની સાથે સાથે મૅસન્સની ઑફિસમાં કામ કરતા કોઈના સંપર્કમાં પણ આવવાના નહોતા. માટે તેમણે તમને આકર્ષક પગાર આપ્યો અને તમને છેક અહીં બર્મિંગહામમાં કામમાં એટલા વ્યસ્ત રાખ્યા કે તમે ક્યારેય લંડન જઈ જ ન શકો, કોઈના સંપર્કમાં ન આવી શકો અને ક્યારેય તેમની રમતનો ભાંડો પણ ના ફૂટે. બધું ખૂબ સરળ છે.''

''પણ આ માણસે શા માટે પોતાના જ ભાઈનો ડોળ કરવો પડ્યો ?''

''અરે, તે પણ તેટલું જ સ્પષ્ટ છે. આ આખીયે રમતમાં બે જણ સંડોવાયેલા છે તે તો દેખીતું છે. એક તો તમારી જગ્યાએ મૅસન્સની ઑફિસમાં નોકરી કરે છે તે. અને આ તમારા શેઠ તરીકે તમને અહીં વ્યસ્ત રાખે છે તે. તેને ખ્યાલ આવ્યો હતો કે તે બીજી વ્યક્તિની સંડોવણી વગર તમને વ્યસ્ત રાખી શકે તેમ નહોતો. માટે તેણે ખુદનો દેખાવ બદલ્યો અને એક જેવો દેખાવ ધારણ કરી તેણે પોતાના જોડિયા ભાઈને ઊભો કરી નાખ્યો. પણ પેલા સોનાના દાંતે આખોયે ભાંડો ફોડી નાખ્યો અને તમને શંકા ગયા વગર રહી નહીં.''

હૉલ પાયક્રોફ્ટે પોતાના મુઠ્ઠી વાળેલા હાથ હવામાં ઉછાળ્યા, ''ભગવાન ભલું કરે! '' તે મોટેથી બોલ્યો, ''અચ્છા તો આ રીતે મને મૂર્ખ બનાવવામાં આવ્યો. હવે આ બીજો હૉલ પાયક્રોફ્ટ મેસન્સ પેઢીમાં શું કરતો હશે ? આપણે શું કરવું જોઈએ, શ્રીમાન હોમ્સ ? મને કહો, હવે શું કરવું ?''

"આપણે મૅસન્સ પર તાર કરવો જોઈએ."

"તેઓ શનિવારે બાર વાગ્યે ઑફિસ બંધ કરી દે છે."

"કશો વાંધો નહીં. ત્યાં કોઈ દરવાન કે ધ્યાન રાખનારું તો..."

"હા, હા તેઓ એક કાયમી સુરક્ષા જવાન રાખે છે કારણ કે ત્યાં કીમતી સિક્યુરિટીઝ પડી હોય છે. મેં તે વિષે સાંભળ્યું હતું."

"બહુ સરસ, આપણે તેમને તાર કરીશું અને જો ત્યાં ખરેખર તમારા જ નામથી કોઈ કારકૂન કામ કરતો હોય તો બધું જ સ્પષ્ટ થઈ જશે. પણ હવે બીજી અસ્પષ્ટ બાબત એ છે કે આપણને જોતાં જ આ માણસે અંદર જઈને શા માટે ગળે ફાંસો ખાધો."

"સમાચારપત્ર !" અમારી પાછળથી એક અવાજ આવ્યો. પેલા માણસે મહાપરાણે બેસવાનો પ્રયત્ન કર્યો. તે ધીમે ધીમે ભાનમાં આવી રહ્યો હતો અને ગળામાં હજુ પણ કસાયેલી પેલી ઇલાસ્ટિક દોરી પર તે પીડાનો માર્યો હાથ ફેરવી રહ્યો હતો.

"સમાચારપત્ર ! હા સમાચારપત્ર !" હોમ્સે આવેશમાં આવતાં કહ્યું. "હું કેવો મૂર્ખ કહેવાઉં ! આખીયે મુલાકાત વિષે મેં ઝીણામાં ઝીણું વિચાર્યું પણ સમાચારપત્રનો વિચાર તો મને જરા સરખો પણ ન આવ્યો. હવે મને પાક્કું છે કે આખુંયે રહસ્ય આપણને તેમાંથી જાણવા મળશે." તેણે છાપું ટેબલ પર ફેલાવ્યું અને એક વિજયચીસ તેના મોંમાંથી નીકળી ગઈ. "વૉટસન, આ જો," તે મોટેથી બોલ્યો, "આ લંડનના સાંજના તાજા સમાચાર આપતું *ઈવનિંગ સ્ટાન્ડર્ડ* સમાચારપત્ર છે. આપણને જે જોઈએ છે તે આ રહ્યું. મથાળું જો: *'શહેરમાં મોટો ગુનો. મૅસન એન્ડ વિલિયમ્સમાં હત્યા. ગંજાવર લૂંટ. ગુનેગાર પકડાઈ ગયો.'* વૉટસન, આપણા બધા માટે આ જાણવું ખૂબ જરૂરી છે માટે મોટેથી વાંચી સંભળાવ."

શહેરના સૌથી મહત્ત્વના સમાચાર જ્યાં છાપવામાં આવતા હોય છે ત્યાં તેને છાપવામાં આવેલા હતા. જે આ પ્રમાણે હતા :

> *"આજે બપોરે શહેરમાં લૂંટનો મરણિયો પ્રયત્ન કરવામાં આવ્યો હતો જેમાં એક વ્યક્તિની હત્યા થઈ છે અને એક માણસને ગુનેગાર તરીકે પકડી લેવામાં આવ્યો છે. તેનો મેનેજર તેની જવાબદારી પ્રત્યે એટલો સાવચેત હતો કે તે તેને સંપૂર્ણ સમર્પિત થઈ ગયો હતો. તેણે ખાસ તે જામીનખતો માટે વિશિષ્ટ તિજોરી બનાવડાવી હતી અને ચોવીસ કલાક માટે હથિયારબદ્ધ સુરક્ષા જવાનને રાખ્યો હતો. એવું જાણવા મળ્યું છે કે ગયા અઠવાડિયે હૉલ પાયક્રોફ્ટ નામના કારકૂનની પેઢી માટે નિમણૂક કરવામાં આવી હતી. આ વ્યક્તિને બીજી કોઈ નહીં પણ બદનામ ધોખેબાજ અને ધાડપાડુ એવા બેનિંગ્ટન તરીકે ઓળખી પાડવામાં આવી છે. તે હંમેશા તેના ભાઈ સાથે રહીને જ પોતાના ગુના પાર પાડતો હોય છે. તેઓ હમણાં જ પાંચ વર્ષની સજા કાપીને જેલમાંથી છૂટ્યા હતા. હજુ તે બાબતે*

કોઈ સ્પષ્ટતા નથી મળી પણ કોઈ પણ રીતે તેણે આ પેઢીમાં ખોટા નામ હેઠળ નોકરી મેળવી લીધી હતી, જેનો ફાયદો તેણે તિજોરીઓની ચાવીઓની નકલ મેળવવામાં અને તિજોરીના ઓરડાની અને અન્ય તિજોરીઓની જગ્યા જાણવા માટે ઉઠાવ્યો હતો.

"મૅસન્સમાં એવો નિયમ છે કે શનિવારે કારકૂનોએ બાર વાગ્યે કાર્યાલય છોડી દેવાનું હોય છે. સિટિ પોલીસના, સાર્જન્ટ ટ્યૂસને જ્યારે આ માણસને એક વાગ્યા ને વીસ મિનિટે મૅસન્સ પેઢીમાંથી મોટા થેલા સાથે બહાર નીકળતો જોયો ત્યારે તેમને શંકા ગઈ હતી. શંકા જતાં સાર્જન્ટે કોન્સ્ટેબલ પોલોકની મદદથી તેનો પીછો કર્યો હતો અને ભારે જહેમત બાદ તેની ધરપકડ કરી હતી. ત્યારે એટલું તો સ્પષ્ટ થઈ ગયું કે મોટી લૂંટ કરવામાં આવી છે. લગભગ સેંકડો હજાર પાઉન્ડના અમેરિકન રેલવે બોન્ડ, ખાણો તેમ જ વિવિધ કંપનીઓના કાચા શૅર તેના થેલામાંથી મળી આવ્યા હતા. અને જ્યારે સ્થળની તપાસ કરવામાં આવી ત્યારે મોટી તિજોરીમાંથી સુરક્ષા જવાનની લાશ મળી આવી હતી. જો સાર્જન્ટે તત્કાલ પગલું ન લીધું હોત તો આખોયે મામલો કદાચ છેક સોમવારે પ્રકાશમાં આવત. મૃતક પર પાછળથી અણીદાર સળિયા વડે હુમલો કરવામાં આવ્યો હતો. તેમાં કોઈ જ શંકા નથી કે બેડિંગ્ટને કાર્યાલયમાં કશુંક ભૂલી જવાનો ઢોંગ કર્યો હશે અને પછી ચોકીદારની હત્યા કરી નકલી ચાવીઓ દ્વારા તિજોરીમાંથી દસ્તાવેજ સેરવી લીધા હશે. તેનો ભાઈ કે જે સામાન્ય રીતે તેની સાથે કામ કરે છે નોકરીના સ્થળ પર ક્યાંય જોવા નહોતો મળ્યો, જો કે પોલીસ તેની ભાળ મેળવવા બધા જ પ્રયત્નો કરી રહી છે."

"ચાલો, કમસે કમ આપણે પોલીસને તે માટે બહુ પરેશાન નહીં થવા દઈએ," હોમ્સે બારી પાસે ઢગલો થઈ ગયેલા શરીર તરફ જોતાં કહ્યું, "માણસોનો સ્વભાવ ઘણો વિચિત્ર હોય છે, વૉટસન. તું જુએ છે ને કે એક ખૂની શેતાન ભાઈની જ્યારે ધરપકડ થાય છે ત્યારે બીજો ભાઈ પોતાનું પણ ગળું પકડમાં આવવાના ભયથી આત્મહત્યા કરવાનો પ્રયાસ કરે છે. હવે આપણી પાસે કોઈ જ વિકલ્પ નથી. ડૉક્ટર અને હું અહીં આ માણસ પર નજર રાખીશું, અને શ્રીમાન પાયક્રોફ્ટ, મહેરબાની કરીને તમે પોલીસને બોલાવી આવો."

❖

ગ્લોરિયા સ્કોટ

"મારી પાસે અહીં કેટલાક કાગળો છે," મારા મિત્ર શૅરલૉક હોમ્સે અમે જ્યારે શિયાળાની એક રાત્રીએ તાપણા આગળ બેઠા હતા ત્યારે કહ્યું, "જે પર મારા ખ્યાલ પ્રમાણે તને નજર ફેરવવી ગમશે, વૉટસન. આ ગ્લોરિયા સ્કોટના અસામાન્ય મામલાને લગતા દસ્તાવેજ છે અને આ તે સંદેશ છે જે વાંચીને જસ્ટીસ ઓવ્ ધી પિસ મહાન ટ્રેવર આઘાત પામવાથી મોતને ભેટ્યા હતા."

તેણે ટેબલના ખાનામાંથી એક નાનકડી સિલેટિયા રંગની ચબરખી મારા હાથમાં મૂકી. તેમાં નાનકડો એવો સંદેશ લખવામાં આવ્યો હતો, જે આ પ્રમાણે હતો :

ખેલ મહાકુંભ અહીં ખતમ - નગરના કુંવર હડસને ઈનામો વિષે બધી ગોઠવણી કરવાની જાણકારી મને અને ઉપરીઓને આપી દીધી. રાજાએ કહ્યું - હારથી જીવ બચાવ.

જ્યારે હું આ ગૂઢ સંદેશ પર નજર ફેરવી રહ્યો હતો ત્યારે હોમ્સ મારા ચહેરા પરના હાવભાવ વાંચી રહ્યો હતો.

"તું કંઈક મૂંઝાયેલો લાગે છે," તેણે કહ્યું.

"મને સમજાતુ નથી કે આવો સંદેશ વળી કઈ રીતે કોઈને ગભરાવી શકે. મને તો તે હાસ્યાસ્પદ લાગે છે." તેણે કહ્યું.

"બની શકે, પણ હકીકત તો એ જ છે કે એક સ્વસ્થ વૃદ્ધ કોઈ બંદૂકની ગોળીથી મરે તેવી જ રીતે તે વાંચીને પોતાનો જીવ ગુમાવી બેઠો હતો."

"આ તો કંઈક રસ પડે તેવું છે," મેં કહ્યું. "પણ અત્યારે છેક તું મને આ બાબતે કેમ કહે છે ? તે પાછળ કોઈક ચોક્કસ કારણ તો હોવું જ જોઈએ કે તું મને આ કેસનો અભ્યાસ કરવાનું કહે છે ?"

"તેનું કારણ એ છે કે આ પહેલો કેસ હતો જેમાં મેં મારી કળા અજમાવી હતી."

મને હંમેશા એ વિચાર આવતો હતો કે મારા સાથીનું મન ક્યારે આવી ગુનાશોધક કળા તરફ વળ્યું હશે, પરંતુ આ પહેલાં તેણે ક્યારેય મારી સમક્ષ આ વાત નહોતી

ઉખેળી. અત્યારે તે મારી સામે આરામખુરશી પર બેઠો હતો અને ગોઠણ પર દસ્તાવેજ પહોળા કર્યા હતા. પછી તેણે પોતાની હોકલી સળગાવી અને થોડો વખત તે બધાં કાગળિયાં ઉથલાવે રાખ્યાં.

"તેં મને ક્યારેય વિક્ટર ટ્રેવર વિષે વાત કરતો નહીં સાંભળ્યો હોય, કેમ ?" તેણે પૂછ્યું. "કૉલેજનાં બે વર્ષ દરમિયાન તે જ એક મારો મિત્ર હતો. વૉટસન, હું ક્યારેય પણ એક સામાજિક વ્યક્તિ નથી રહ્યો - બની પણ નથી શક્યો. હંમેશા હું મારા ઓરડામાં ભરાઈ રહેતો અને મારી વિશિષ્ટ વિચારપ્રણાલી પર વિચાર કર્યે રાખતો.માટે હું ક્યારેય મારી સાથે ભણતા છોકરાઓ જોડે નહોતો ભળતો. તલવારબાજી અને મુક્કાબાજી જેવી મારી કેટલીક રુચિ હતી અને મારા અભ્યાસની શાખા પણ બીજાઓ કરતાં થોડી અલગ હતી માટે અમારી વચ્ચે સંપર્કની કોઈ શક્યતાઓ જ નહોતી. આ ટ્રેવર પણ મને અનાયાસે જ ભેટી ગયો હતો. એક સવારે હું કૉલેજના ચર્ચ તરફ જઈ રહ્યો હતો ત્યારે તેના નાના શિકારી કૂતરાએ મને કાંડેથી પકડીને કરડી લીધો હતો.

"મિત્રતાની શરૂઆત થવા માટે આ એક વિચિત્ર પ્રસંગ કહેવાય પણ તે અસરકારક હતો. હું દસ દિવસ પથારીવશ રહ્યો અને તે દરમિયાન ટ્રેવર રોજ મારી ખબર કાઢવા આવતો. શરૂઆતમાં તો ખાલી એકાદ મિનિટની વાતચીત અમારી વચ્ચે થતી પણ ધીમે ધીમે તેની મુલાકાત લાંબી થતી ગઈ અને સત્ર પત્યું ત્યાં સુધીમાં તો અમે ગાઢ મિત્રો થઈ ગયા. તે એક ઉત્સાહી, ગરમ લોહીવાળો, ઊર્જાથી ભરેલો જુવાનિયો હતો. મારાથી તદ્દન વિરુદ્ધ, પણ એકાદ બે વસ્તુ અમારામાં સમાન હતી. તે પણ મારી જેમ એકલવાયો-મિત્રવિહોણો હતો. તેણે મને નોર્ફોકના ડોનિથોર્પમાં આવેલા પોતાના પિતાના ઘરે એક મહિનો લાંબુ વૅકેશન ગાળવા આમંત્રણ આપ્યું. જે મેં ખુશી ખુશી સ્વીકાર્યું.

"ટ્રેવરના વૃદ્ધ પિતા શ્રીમંત હતા અને એક મોટી એવી જાગીરના માલિક હતા, સાથે સાથે તેઓ માનદ ન્યાયાધીશ પણ હતા. ડોનિથોર્પ બ્રોડ્સ પ્રદેશમાં આવેલા લેન્ગમેરની ઉત્તરે આવેલું એક નાનકડું ગામડું છે. તેમનું ઘર જુનવાણી બાંધકામશૈલીનું હતું, અને ખાસ્સા એવા વિસ્તારમાં ફેલાયેલું હતું. તે ઈમારત ઑકના પાટડામાંથી બનાવવામાં આવેલી ઈંટોની બનેલી હતી. બન્ને બાજુ લીંબુડીવાળો રસ્તો તેના પ્રવેશદ્વાર તરફ દોરી જતો હતો. ત્યાં જૂના મકાનમાલિક પાસેથી મળેલું નાનકડું પુસ્તકાલય પણ હતું. એક ઠીક ઠીક રસોયો પણ હતો જેને ખુશ કરવો અઘરો હતો.

"વૃદ્ધ ટ્રેવર વિધુર હતો અને મારો મિત્ર તેમનો એકનો એક પુત્ર હતો.

"મેં એવું સાંભળ્યું છે કે તેમને એક દીકરી પણ હતી જે બર્મિંગહામની મુલાકાત દરમિયાન ડિપ્થેરિયાના રોગથી મૃત્યુ પામી હતી. તેના પિતાએ મારામાં ખૂબ રસ દર્શાવ્યો હતો. તે થોડા સંસ્કૃત હતા પણ શારીરિક અને માનસિક રીતે ઉગ્ર હતા. તે ભાગ્યે જ કોઈક પુસ્તક વિશે જાણતા હતા, પણ તેઓ આખીયે દુનિયામાં ફરી વળ્યા

હતા. તેમણે લગભગ આખીયે દુનિયા જોઈ લીધી હશે અને તેઓ જે કંઈ પણ શીખ્યા હતા તે હજુ પણ ભૂલ્યા નહોતા. તેઓ ભારે શરીરના પણ ખડતલ વ્યક્તિ હતા. તેમના વાળ ગુચ્છછાદાર રાખોડી રંગના હતા. તેમનો ચહેરો હવામાનની અસરથી તામ્રવર્ણનો થઈ ગયો હતો અને તેમની ભૂરી આંખો વેધક હતી. તેમ છતાં ગ્રામ્યવિસ્તારમાં તેમની એક દયાળુ અને દીનવાત્સલ્ય તરીકેની છાપ હતી. માનદ ન્યાયાધીશ તરીકેની તેમની સહિષ્ણુતા નોંધનીય હતી.

"મારા ત્યાં આવ્યા પછીની એક સાંજે અમે જમ્યા પછી પોર્ટ પી રહ્યા હતા ત્યારે મારા મિત્ર ટ્રેવરે મારી નિરીક્ષણ અને નિષ્કર્ષની ટેવ વિશે વાત કાઢી, કે જેને મેં અત્યાર સુધીમાં એક વ્યવસ્થિત તંત્ર તરીકે ગોઠવી કાઢી હતી. જો કે ત્યારે મને એ ખબર નહોતી કે તે ટેવ આગળ જતાં મારા જીવનમાં ખૂબ મોટો ભાગ ભજવનાર હતી. પોતાના દીકરા દ્વારા થતાં મારા એક-બે કામનાં વખાણ વૃદ્ધ ટ્રેવરને કંઈક વધારે પડતાં લાગ્યાં હતાં.

" 'આવો, શ્રીમાન હોમ્સ," તેમણે ખડખડાટ હસતાં કહ્યું, "હું એક ઉત્તમ વિષય છું, જો તમે મારામાંથી કંઈક તારણો કાઢી શકો તો.'

"મને નથી લાગતું કે તેમાં કંઈ ખાસ માહિતી હોય," મેં જવાબ આપ્યો, "મારું એવું માનવું છે કે તમે છેલ્લા બાર મહિના દરમિયાન કોઈકના હુમલાના ભયથી પરેશાન છો.'

"તેમના મોઢા પરથી હાસ્ય ગાયબ થઈ ગયું, અને તેઓ મારી સામે આશ્ચર્યચકિત થઈને તાકી રહ્યા.

" 'વાત બિલકુલ સાચી છે,' તેમણે કહ્યું, 'તને ખબર છે, વિક્ટર,' તેમણે પોતાના દીકરા તરફ ફરતાં કહ્યું, 'અમે જ્યારે પેલી શિકારી ટોળકી પકડી ત્યારે તેઓએ અમારી સામે ચાકુ ઉગામ્યું હતું અને સર એડવર્ડ હોલિ પર તો હુમલો પણ થયો હતો. ત્યારથી હું મારી સુરક્ષાનું બરાબર ધ્યાન રાખું છું, પણ મને એ સમજાતું નથી કે તમે આ કઈ રીતે જાણ્યું.'

"તમારી આ લાકડી સરસ છે,' મેં જવાબ આપ્યો, 'તેના પરની કોતરણી દ્વારા હું જાણી શક્યો કે તેને ખરીદ્યે તમારે હજુ વર્ષ પણ નથી થયું. તમે તેમાં કાણું પાડીને તેમાં સીસું ભરવાની ખાસ તકલીફ લીધી છે અને તેના કારણે તે એક મજબૂત હથિયાર બની ગઈ છે અને મને લાગે છે કે તમે તેવું પગલું ત્યારે જ લો જ્યારે તમારા પર કોઈ જોખમ તોળાતું હોય."

" 'બીજું કંઈ ?' તેમણે સ્મિત કરતાં પૂછ્યું.

'તમે તમારી જુવાનીમાં મુક્કાબાજી પણ કરી છે.'

" 'સાચું કહ્યું. તમે તે કેવી રીતે જાણ્યું ? શું મારું નાક થોડું ઊપસી આવેલું છે ?'

'ના,' હોમ્સે કહ્યું, 'તમારા કાન પરથી. તે વિશિષ્ટ રીટે ચપટા અને જાડા છે જે મુક્કેબાજનાં લક્ષણ છે.'

" 'બીજું કંઈ ?'

'ભૂતકાળમાં તમે ખાણમાં ખોદકામ પણ બહુ કર્યું છે.'

" 'મારો બધો જ પૈસો સોનાની ખાણની જ દેણ છે.'

'તમે ન્યૂઝીલૅન્ડ જઈ આવ્યા છો.'

" 'ફરી સાચું કહ્યું.'

'તમે જાપાનની મુલાકાત પણ લીધી છે.'

" 'તદ્દન સાચું.'

'અને તમે કોઈ જે.એ. આદ્યાક્ષર ધરાવતી વ્યક્તિ સાથે ઊંડો સંબંધ ધરાવતા હતા અને પાછળથી તમે આતુરતાપૂર્વક તેને ભૂલી જવા ઈચ્છતા હતા.'

"શ્રીમાન ટ્રેવર ધીમેક રહીને ઊભા થયા, પોતાની મોટી ભૂરી આંખો મારા પર કંઈક હિંસક ભાવ સાથે સ્થિર કરી અને અચાનક ઢળી પડ્યા, તેઓ બેભાન થઈ ગયા હતા.

"તું કલ્પના કરી શકે છે, વૉટસન, કે તેમના દીકરાને અને મને તેનાથી કેવો આઘાત લાગ્યો હશે. જો કે તેમની તેવી હાલત કંઈ લાંબી ન રહી. તેમનો કોલર ખોલ્યા બાદ, તેમના પર પાણી છાંટ્યા બાદ તેઓ ભાનમાં આવી ગયા હતા.

" 'અરે છોકરાઓ,' માંડ માંડ સ્મિત કરતાં તેમણે કહ્યું, 'મેં તમને બીવડાવી નથી દીધાને? હું ભલે ઘણો ખડતલ લાગતો હોઉં પણ મારા હૃદયમાં પણ એક નબળી જગ્યા રહેલી છે. માટે મને આઘાત પણ તરત લાગી જાય છે. મને ખ્યાલ નથી આવતો કે આ બધું તમે કેવી રીતે જાણી શક્યા, શ્રીમાન હોમ્સ, પણ હવે મને બધા જ જાસૂસો તમારી આગળ બચ્ચા લાગે છે. જેણે જગત આખું જોયેલું છે તેના શબ્દો તમે નોંધી રાખો કે તમારી કારકિર્દી આ જ ક્ષેત્રમાં ઘડાશે.'

"તેમની આવી અતિશયોક્તિભરી ભલામણથી, તું નહીં માને, વૉટસન, પણ ત્યારે જ મને ખ્યાલ આવ્યો કે એક શોખ પણ વ્યવસાય બની શકે છે. જો કે તે ક્ષણે તો બીજી બધી વાતો કરતાં મને અમારા યજમાનની આવી અચાનકની બીમારીની ખૂબ ચિંતા થઈ હતી.

'તમને દુઃખ પહોંચે તે ઈરાદાથી મેં કશું નહોતું કહ્યું.' મેં કહ્યું.

" 'તમે મારી દુખતી રગ દબાવી છે. પણ શું હું પૂછી શકું કે તમે તે કઈ રીતે જાણ્યું અને હજુ પણ તમે કેટલું જાણો છો ?' તેમણે ટીખળ કરતાં કહ્યું. જોકે ભય તો હજુ પણ તેમની આંખોમાંથી ડોકિયાં કરી રહ્યો હતો.

'તે તદ્દન સરળ છે.' મેં કહ્યું, 'જ્યારે તમે બોટલમાંથી પેલી માછલી ખેંચતી વખતે તમારા હાથ ઊંચા કર્યા ત્યારે તમારી કોણીના વળાંક પર મેં જે.એ. કોતરેલું જોયું. હજુ પણ અક્ષરો સુવાચ્ય હતા. જો કે તેની ઝાંખપ અને તેની આજુબાજુની ઘસાયેલી ચામડી પરથી હું કહી શકું છું કે તેને ભૂંસી નાખવાનો પૂરતો પ્રયત્ન કરવામાં આવ્યો

હતો. તેના પરથી તો એ તારણ કાઢવું સાવ જ સરળ હતું કે તમે તમારી તે માનીતી વ્યક્તિ કે જેના માટે છૂંદણું કરાવ્યું હતું તેને હવે ભૂલી જવા માગો છો.'

" 'તમારી આંખનું તો કહેવું પડે !' તેણે હાશકારો લેતાં મોટેથી કહ્યું, 'તમે કહ્યું બરાબર તેમ જ છે. પણ આપણે તે વિષે વાત નહીં કરીએ. બધાય ભૂતોમાં આપણા જૂના પ્રેમનું ભૂત સૌથી ખરાબ હોય છે. ચાલો, બિલિયર્ડ-રૂમમાં જઈએ અને આરામથી સિગાર ફૂંકીએ.'

"તે દિવસથી તેમના સ્નેહ છતાં પણ શ્રીમાન ટ્રેવરનું મારા પ્રત્યેનું વર્તન પણ જાણે તેમને મારા પર એકધારી શંકા થઈ રહી હોય તેવું હતું. અરે, તેના દીકરાને પણ તેવું જ લાગતું હતું. 'તેં તો મારા પિતાને હચમચાવી નાખ્યા છે,' તેણે કહ્યું, 'કે તેમને હવે ક્યારેય ખાતરી નહીં થાય કે તું શું જાણે છે અને શું નથી જાણતો.' તેમનો તેવું દર્શાવવાનો જરા પણ આશય નહોતો પણ મને ખાતરી છે કે તેમના મગજમાં તે એકધારું ઘુમરાયા કરતું હશે અને માટે જ ક્યારેક ક્યારેક ડોકિયાં કરી જતું હશે. છેવટે મને લાગ્યું કે મારી હાજરીથી તેમને બેચેની થતી હતી અને માટે જ મેં મારી મુલાકાત ટૂંકાવી દીધી. અને જે દિવસે હું ત્યાંથી નીકળવાનો હતો તે પહેલાં જ એક બનાવ બન્યો જે પાછળથી ઘણો મહત્ત્વનો સાબિત થયો.

"બગીચાની લાંબી ખુરશીમાં અમે ત્રણેય આરામથી તડકો માણી રહ્યા હતા અને બ્રોડ્સ પ્રદેશના સૌંદર્યનાં વખાણ કરી રહ્યા હતા ત્યારે એક નોકરાણીએ ત્યાં આવીને કહ્યું કે કોઈક માણસ શ્રીમાન ટ્રેવરને મળવા માગે છે.

" 'શું નામ છે તેનું ?' મારા યજમાને પૂછ્યું.

" 'તે નથી કહેતો.'

" 'તો પછી તેને શું જોઈએ છે ?'

" 'તે કહે છે કે તે તમને જાણે છે, અને તેને માત્ર થોડી વાર જ વાત કરવી છે.'

" 'અહીંયાં લેતી આવ તેને.' તરત જ એક ઠીંગણો કૃષકાય માણસ કઢંગી ચાલમાં ચાલતો આવી પહોંચ્યો. તેણે એક ખુલ્લું જેકેટ પહેર્યું હતું જેની બાંય પર જ્યાં હોય ત્યાં ડામરના ધબ્બા પડ્યા હતા. તેની અંદર તેણે લાલ અને કાળી ચેક્સવાળું શર્ટ પહેર્યું હતું અને ખભે લટકાવવાના પટ્ટાવાળુ પાટલૂન પહેર્યું હતું. તેણે પહેરેલાં ભારે બૂટ ખરાબ રીતે ફાટી ગયેલાં હતાં. તેનો ચહેરો પાતળો અને છીકણી રંગનો હતો. તેના મોઢા પર એક લુચ્ચું સ્થિર સ્મિત હતું જેમાંથી તેના આડાઅવળા પીળા દાંત ડોકાઈ રહ્યા હતા. તેના કરચલીવાળા પંજા એ રીતે અડધા બંધ હતા જે એક ખલાસીની લાક્ષણિકતા દર્શાવતા હતા. જેવો તે બગીચા તરફ આવ્યો કે કે શ્રીમાન ટ્રેવરને અચાનક ઉધરસ ચડી આવી અને ખુરશીમાંથી ઊછળતાં ઊભા થઈને સીધા જ ઘરની અંદર જતા રહ્યા. તે થોડી જ ક્ષણોમાં પાછા આવ્યા અને જેવા તે મારી બાજુમાંથી પસાર થયા કે મને બ્રાન્ડીની તીવ્ર ગંધ આવી.

" 'બોલો, ભઈલા,' તેમણે કહ્યું, 'તમારા માટે હું શું કરી શકું ?'

"ખલાસી તેમની તરફ ઝીણી કરચલીવાળી આંખોએ તાકી રહ્યો અને તેના ચહેરા પર તે જ અખંડ સ્મિત હતું.

" 'તમે મને નથી ઓળખતા ?' તેણે પૂછ્યું.

" 'અરે, ભલા માણસ, તું તો હડસન છે,' શ્રીમાન ટ્રેવરે આશ્ચર્યચકિત થતાં કહ્યું.

" 'હા, હડસન. સાહેબ,' પેલા ખલાસીએ કહ્યું, 'તમને જોયે ત્રીસ વર્ષથી પણ વધારે સમય થયો. અહીં તમે તમારા ઘરે છો અને હું હજુ પૂરતું ખાવા પણ નથી પામી શકતો.'

" 'તને ખ્યાલ આવશે કે હું જૂનો સમય ભૂલી નથી ગયો.' તેમણે ખલાસી ભણી ચાલતાં મોટા અવાજે કહ્યું, તેમણે ધીમા અવાજમાં પણ કંઈક કહ્યું, 'અંદર રસોડામાં જા,' તેમણે ફરી મોટેથી કહ્યું, 'તને ત્યાં ખાવાનું અને પીવાનું મળી જશે. મને ખાતરી છે કે હું તારા માટે કંઈક કામ શોધી આપીશ.'

" 'આભાર, સાહેબ,' તેણે પોતાની લટને અડતાં કહ્યું, 'હું બે વર્ષથી ફેરા મારતી આગબોટમાં કામ કરતો હતો. હાલ જ તેમાંથી છૂટ્યો છું, થોડો વખત આરામ લેવા માગું છું. મને થયું કે કાં તો હું શ્રીમાન બેડોસ પાસે જાઉં અથવા તો તમારી પાસે.'

" 'ઓહ !' શ્રીમાન ટ્રેવરે મોટેથી કહ્યું, 'તું જાણે છે શ્રીમાન બેડોસ ક્યાં છે ?'

" 'ભગવાનની કૃપા છે, સાહેબ, મારા બધા જ જૂના મિત્રો ક્યાં છે તે હું જાણું છું,' તેણે રહસ્યભર્યું સ્મિત કરતાં કહ્યું અને નોકરાણીની પાછળ પાછળ રસોડા તરફ જવા લાગ્યો. શ્રીમાન ટ્રેવરે તેને પોતાના ખાણકામ દરમિયાન વહાણમાં સાથે જતા આવતા સાથી તરીકે ઓળખાવ્યો અને અમને બગીચામાં છોડીને ઘરમાં જતા રહ્યા. કલાક પછી જ્યારે અમે ઘરમાં પ્રવેશ્યા ત્યારે અમે જોયું કે ડાઈનિંગ રૂમના સોફા પર તેઓ ભરપૂર પીધેલી હાલતમાં પહોળા થઈને પડ્યા હતા. આ આખાયે પ્રસંગે મારા પર ખૂબ ખરાબ છાપ છોડી. પછીના દિવસે જ્યારે હું ડોનિથોર્પ છોડીને ગયો ત્યારે મને એ વાતનું દુઃખ હતું કે હું મારા મિત્રને એક ચિંતાજનક સ્થિતિમાં છોડીને જઈ રહ્યો હતો.

"આ બધું લાંબા વૅકેશનના પહેલા મહિના દરમિયાન બન્યું હતું. હું મારા લંડનના મકાન પર ગયો જ્યાં મેં સાત અઠવાડિયાં સેન્દ્રિય રસાયણશાસ્ત્ર પર કેટલાક પ્રયોગો કરીને પસાર કર્યાં. તે વખતે પાનખર થોડી વહેલી આવી ગઈ હતી અને મારું વૅકેશન પણ પૂરું થવામાં હતું ત્યાં એક દિવસ મને મારા મિત્ર તરફથી ડોનિથોર્પ પાછા આવવાનો આજીજીભર્યો તાર મળ્યો અને તેમાં એમ પણ લખ્યું હતું કે તેને મારી સલાહ અને મદદની તાતી જરૂર હતી. તરત જ હું બધું પડતું મૂકીને ફરી ત્યાં જવા ઊપડી ગયો.

"તે મને કૂતરાગાડી સાથે સ્ટેશન પર મળ્યો અને તેના પર નજર પડતાં જ હું સમજી ગયો કે ગયા બે મહિના તેના માટે ખૂબ કપરા નીવડ્યા હતા. તે કૃશ થઈ ગયો હતો અને ખૂબ જ ચિંતામાં ડૂબેલો લાગતો હતો. જે આનંદ અને ઉત્સાહ માટે તે જાણીતો હતો તે સદંતર ગાયબ હતા.

“ ‘ગવર્નર મરી રહ્યા છે,’ તેણે કહેલા આ પહેલા આ શબ્દો હતા.

‘અશક્ય !’ મેં મોટેથી કહ્યું, ‘વાત શું છે ?’

“ ‘એપોપ્લેક્સી. માનસિક આઘાત. તે મોતના દરવાજે ઊભા છે. મને શંકા છે કે આપણે પહોંચીએ ત્યાં સુધી તે જીવતા હોય તો સારું.’

“તને ખ્યાલ આવી ગયો હશે, વૉટસન, કે આ ઓચિંતા સમાચાર સાંભળીને હું કેવો ગભરાઈ ગયો હોઈશ.

‘આવું શા કારણે થયું ?’ મેં પૂછ્યું.

“ ‘અરે, તે જ તો મુદ્દો છે. અંદર બેસ. ત્યાં હંકારી જઈએ તે દરમિયાન હું તને બધું જણાવું છું. તને પેલો માણસ યાદ છે જે તારા જવાની આગલી સાંજે આવ્યો હતો ?’

‘બરાબર યાદ છે.’

“ ‘તું જાણે છે તે દિવસે આપણે ઘરમાં કોને પ્રવેશવા દીધો હતો ?’

‘મને જરા પણ ખ્યાલ નથી.’

“ ‘તે એક શેતાન હતો, હોમ્સ,’ તેણે ચીસ પાડતાં કહ્યું.

“હું તેની સામે આશ્ચર્યનો માર્યો તાકી રહ્યો.

“ ‘હા, તે શેતાન જ હતો. તેના આવ્યા બાદ અમે એક ક્ષણ પણ શાંતિથી નથી ગાળી. મારા પિતાએ ત્યાર બાદ ક્યારેય મોઢું ઊંચું કરીને જોયું નથી અને હવે તેમના મૃત્યુની ઘડીઓ ગણાઈ રહી છે, તેમનું હૃદય ભાંગી પડ્યું છે, આ બધું જ પેલા બદમાશ હડસનને કારણે.’

‘તેનામાં એવું તે શું છે કે આ બધું થયું ?’

“ ‘અરે, તે જાણવા માટે તો હું તને મોં માંગ્યું ઇનામ આપવા તૈયાર છું. મારા બિચારા દયાળુ પિતા - એ વળી આવા શેતાનના પંજામાં ક્યાંથી ફસાયા ! પણ તું આવ્યો અને રાહત થઈ, હોમ્સ. મને તારાં તારણો અને બુદ્ધિશક્તિ પર પૂર્ણ વિશ્વાસ છે અને મને ખબર છે કે તું મને ઉત્તમ સલાહ આપીશ.’

“અમે બ્રોડ્સના ગ્રામીણ વિસ્તારના સપાટ રસ્તા પરથી પસાર થઈ રહ્યા હતા. આકાશમાં આથમતા સૂરજની લાલી ફેલાયેલી હતી. અમારી ડાબી તરફનાં ઝાડવાંઓમાંથી મને ટ્રેવરના મકાનની ઊંચી ચિમની અને તે તેની માલિકીનું ઘર હોય તેવું દર્શાવતો ધ્વજનો ડંડો પણ દેખાતો હતો.

“ ‘મારા પિતાએ તેને માળી તરીકે નોકરીએ રાખ્યો,’ મારા સાથીએ વાત કહેવી શરૂ કરી, ‘અને પછી, જાણે તેનાથી તેને સંતોષ જ ન હોય તેમ તેને નોકરોનો વડો બનાવવામાં આવ્યો. આખુંયે ઘર તેની દયા પર નિર્ભર હતું, અને ઘરમાં તે ગમે ત્યાં ફરતો રહેતો અને મન ફાવે તેમ કરતો હતો. નોકરાણીઓ તેની પીવાની આદત અને અભદ્ર ભાષાની ફરિયાદ કરતી હતી. ત્યારે મારા પિતાએ તેમને તેના આવા વર્તનને

નહીં ગણકારવાના બદલામાં તેમનો પગાર વધારી આપ્યો. તે મારા પિતાની હોડી અને તેમની ઉત્તમમાં ઉત્તમ બંદૂક લઈને રખડવા નીકળી જતો. તેનો ચહેરો હંમેશા લુચ્ચો, ઘમંડી, તિરસ્કારપૂર્ણ રહેતો. જો તે મારી ઉંમરનો હોત તો મેં તેને વીસ-પચ્ચીસ વાર ધોઈ નાખ્યો હોત. હોમ્સ, મારે આ આખોયે વખત મહાપરાણે મારી જાત પર કાબૂ રાખવો પડ્યો હતો. અને હવે હું મારી જાતને પૂછી રહ્યો છું કે જો મેં હજુ પણ મારા પર વધુ કાબૂ રાખ્યો હોત તો હું એક સારો માણસ કહેવાત.'

" 'પછી તો પરિસ્થિતિ વધુ અને વધુ ખરાબ થતી ગઈ. આ હડસન નામનો જનાવર ઘરમાં ઑર ઘૂસવા લાગ્યો. છેવટે જ્યારે તેણે મારી હાજરીમાં મારા પિતા સાથે અપમાનજનક વર્તન કર્યું ત્યારે મારાથી ન રહેવાયું અને મેં તેનું બાવડું ઝાલીને ઓરડાની બહાર ધકેલી દીધો. તે ત્યાંથી ચૂપચાપ નિસ્તેજ ચહેરે જતો રહ્યો પણ તેની આંખોમાં હું ઝેર જોઈ શકતો હતો અને તે તેની કડવી જીભ કરતાં વધારે ડરામણી હતી. ત્યાર બાદ મારા બિચારા પિતા અને તેની વચ્ચે શું થયું તે હું નથી જાણતો પણ બીજા દિવસે મારા પિતાએ મને હડસન પાસે માફી માગી લેવા કહ્યું. મેં માફી માગવાની ના પાડી અને મારા પિતાને સામું પૂછ્યું કે તેઓ શા માટે આવા માણસને પોતાની સાથે અને પોતાના ઘરમાં મન ફાવે તેમ વર્તવાની આઝાદી આપે છે.'

" 'મારા દીકરા,'' તેમણે કહ્યું, ''તે બધી વાત કરવી ખરેખર સારી રહેશે પણ તને ખ્યાલ નથી કે હું કેવી સ્થિતિમાં છું. પણ તું જાણીશ તો ખરો જ, વિક્ટર. હું એ વાતનું ધ્યાન રાખીશ કે તને બધી જ જાણ થાય, પછી ભલે ગમે તે થાય. તું તારા પિતાને નુકસાન થતું નહીં જોઈ શકે, જોઈ શકીશ, દીકરા ?'' ત્યાર બાદ તેઓ સીધા જ સ્ટડીરૂમમાં જતા રહ્યા અને આખો દિવસ પોતાની જાતને ત્યાં જ પૂરી રાખી. તેની બારીમાંથી હું જોઈ શકતો હતો કે તેઓ કંઈક લખવામાં વ્યસ્ત હતા.'

" 'આખરે તે સાંજે મને ખૂબ રાહત આપતા સમાચાર મળ્યા કારણ કે હડસને અમને જણાવ્યું હતું કે તે અમને છોડીને જઈ રહ્યો હતો. તે ડાઇનિંગ-રૂમમાં આવ્યો ત્યારે અમે સાંજનું વાળું પતાવીને હજુ બેઠા જ હતા અને તેણે પોતાનો ઇરાદો દારૂ પીધેલા જાડા અવાજમાં જણાવ્યો.'

" 'મેં નોર્ફોકમાં ઘણું રહી લીધું,'' તેણે કહ્યું, ''હું હૅમ્પશાયરમાં શ્રીમાન બેડોસને ત્યાં જઈશ. હું ખાતરીપૂર્વક કહી શકું છું કે તમને મને મળીને જેટલો આનંદ થયો તેટલો જ તેમને થશે.''

" 'આ રીતે તું અહીંથી નહીં જઈ શકે, હડસન.'' મારા પિતાએ પામરતાથી કહ્યું. તેમના આવા વર્તનથી મારું લોહી ઊકળી રહ્યું હતું.

" 'મારી પાસે હજુ માફી માગવામાં નથી આવી,'' તેણે મારી તરફ નજર કરતાં ખિન્નતાથી કહ્યું.

" 'વિક્ટર, તેં આ માણસ સાથે ખૂબ જ અપમાનજનક રીતે વાત કરી છે, તારે તેમની માફી માગવી જોઈશે.' મારા પિતાએ મારી તરફ ફરતાં કહ્યું.

" 'તેનાથી તદ્દન ઊલટું, પિતાજી, આપણે તેની સાથે ખૂબ જ ધીરજપૂર્વક વર્ત્યા છીએ,' મેં જવાબ આપ્યો.

" 'અચ્છા, એમ ?" પેલાએ ત્રાડ પાડી, 'બહુ સરસ, છોકરા. તો પછી હવે જોઈ લે !"

" 'તે નીચી મુંડી ઘાલી ઓરડામાંથી નીકળી ગયો અને અડધા કલાકમાં તો ઘર છોડીને જતો રહ્યો. મારા પિતાની સ્થિતિ ખૂબ દયાજનક હતી. રાતોની રાતો હું તેમને તેમના ઓરડામાં આમતેમ આંટા મારતો સાંભળતો. ધીમે ધીમે તેઓ સ્વસ્થ થતા જતા હતા ત્યાં જ અચાનક પહાડ તૂટ્યો.'

"તે કઈ રીતે ?' મેં આતુરતાથી પૂછ્યું.

" 'ખૂબ જ અસામાન્ય કહેવાય તેવું બન્યું. ગઈ સાંજે મારા પિતા પર એક પત્ર આવ્યો જેના પર પોર્ડિંગ્હામની ટપાલકચેરીની મહોર હતી. મારા પિતાએ તે વાંચ્યો અને માથું કૂટ્યું અને ઓરડામાં ગોળ ગોળ જાણે કે પાગલ થઈ ગયા હોય તેમ દોડવા લાગ્યા. છેવટે મેં તેમને પકડીને સોફા પર આડા પાડ્યા. તેમની આંખો અને મોઢું એક બાજુ ઢળી ગયાં હતાં અને મને તરત ખ્યાલ આવી ગયો કે તેમને લકવો મારી ગયો હતો. ડૉ. ફોર્ધામને બોલાવવામાં આવ્યા. અમે તેમને પથારી પર સુવડાવ્યા પણ લકવો આખા શરીરમાં ફેલાઈ ગયો હતો તેમના પાછા હોશમાં આવવાનાં કોઈ જ નિશાન નહોતાં અને માટે જ મને ભય છે કે આપણે તેમને જીવતા જોઈ શકીશું કે કેમ.'

'તેં તો મને ડરાવી દીધો, ટ્રેવર !' મેં મોટેથી કહ્યું, 'તે પત્રમાં એવું તે શું હતું કે તેમના પર આવી કારમી અસર થઈ ?'

" 'કંઈ જ નહીં. તેમાં કશું સમજાય તેવું નહોતું. તે સાવ વાહિયાત અને સામાન્ય વાત હતી. હે ભગવાન, મને આનો જ ભય હતો !'

"તે આવું બોલ્યો ત્યારે અમે ઘર આગળ પહોંચી ગયા હતા અને ઘરના બધા જ પરદા પાડી દેવામાં આવ્યા હતા. અમે સીધા જ બારણા તરફ ધસી ગયા, મારા મિત્રનો ચહેરો શોકગ્રસ્ત થઈ ગયો હતો. બારણું ખોલતાં જ સામે કાળાં કપડાં પહેરેલો એક સદ્ગૃહસ્થ ઊભેલો જોયો.

" 'આ ક્યારે થયું, ડૉક્ટર ?' ટ્રેવરે પૂછ્યું.

" 'તમારા ગયા પછી તરત જ.'

" 'શું તેઓ ભાનમાં આવ્યા હતા ?'

" 'મૃત્યુ પહેલાં થોડી ક્ષણ માટે તે ભાનમાં આવ્યા હતા.'

" 'મારા માટે કોઈ સંદેશ ?'

“ ‘માત્ર તેટલું જ કે કાગળિયાં જાપાનિઝ કબાટના કાળા ખાનામાં છે.’

“મારો મિત્ર ડૉક્ટર સાથે ઉપર પિતાના ઓરડામાં ગયો જ્યારે હું સ્ટડી રૂમમાં જ રહ્યો. આખીયે બાબત મારા મગજમાં ઘુમરાયા કરતી હતી. મેં ક્યારેય ના અનુભવી હોય તેવી ઉદાસી મારા પર ફરી વળી હતી. શ્રીમાન ટ્રેવરનો ભૂતકાળ શું હશે, મુક્કેબાજ, પ્રવાસી, અને સોનું ખોદનાર, અને તેણે પોતાની જાતને આવા ખલાસીના સકંજામાં કઈ રીતે પડવા દીધી હશે ? ટેટુના બે આદ્યાક્ષરનો ઉલ્લેખ થતાં તેઓ શા માટે બેભાન થઈ ગયા હતા ? શા માટે પેલો ફોર્ડિંગ્હામથી આવેલો પત્ર વાંચીને તેમને લકવો થઈ ગયો હતો ? પછી મારા મનમાં ઝબકારો થયો કે ફોર્ડિંગ્હામ તો હૅમ્પ્શાયરમાં આવેલું છે અને પેલો શ્રીમાન બેડોસ કે જેને પેલો દુષ્ટ ખલાસી મળવા જવાનો હતો તે પણ હેમ્પશાયરમાં જ રહે છે. તે પત્ર કાં તો હડસન તરફથી હોવો જોઈએ કે તેણે રહસ્યને છતું પાડી દીધું હતું અને હવે તે ગમે ત્યારે ખુલ્લું પડે તેમ હતું અથવા તો બેડોસ તરફથી એક જૂના સાથી તરીકે એવી ચેતવણી આપતો પત્ર હશે કે ભાંડો ગમે ત્યારે ફૂટવામાં હતો. તેટલું તો સ્પષ્ટ જ હતું. પણ તો પછી તેના દીકરાને પેલો પત્ર વિષે સાવ અર્થ વગરનો હતો તેવું તેમણે શા માટે કહ્યું હતું ? તેણે ચોક્કસ તેને વાંચવામાં ભૂલ કરી હશે. જો તેમ હશે તો ચોક્કસ તેમાં કોઈ બુદ્ધિશાળી ગુપ્ત સંકેત હશે જેનો દેખીતો અર્થ કંઈક અલગ થતો હશે અને ગૂઢ અર્થ કંઈક અલગ થતો હશે. મારે તે પત્ર જોવો જોઈએ. જો તેમાં કોઈ છૂપો અર્થ હશે તો મને ખાતરી છે કે હું ચોક્કસ તેને જાણી શકીશ. એક કલાક હું અંધારામાં જ આ બધા વિષે વિચારતો બેઠો રહ્યો. છેવટે એક નોકરાણી ડૂસકાં ભરતી ફાનસ લઈને ઓરડામાં આવી અને તેની પાછળ પાછળ જ ટ્રેવર પણ ઓરડામાં પ્રવેશ્યો. તે નિસ્તેજ પણ ગંભીર હતો અને આ મારા પગ પર અત્યારે જે કાગળિયાં પડ્યાં છે તે જ કાગળિયાં તે વખતે તેના હાથમાં હતાં. તે મારી સામે બેઠો, ટેબલની કિનારી પર ફાનસ ધર્યું અને આ જે તું જોઈ રહ્યો છે તે કાગળ તેણે મારી તરફ ધર્યો.

ખેલ મહાકુંભ અહીં ખતમ - નગરના કુંવર હડસને ઈનામો વિષે બધી ગોઠવણી કરવાની જાણકારી મને અને ઉપરીઓને આપી દીધી. રાજાએ કહ્યું - હારથી જીવ બચાવ.

“તારી આ સંદેશ વાંચીને જે હાલત થઈ છે તેવી જ હાલત તે વખતે મારી થઈ હતી. પછી મેં ફરી તેને ખૂબ જ કાળજીપૂર્વક વાંચ્યો. તે મેં વિચાર્યો હતો તે પ્રમાણેનો જ હતો. આ વિચિત્ર શબ્દસંયોજન પાછળ કોઈ ગૂઢ અર્થ છુપાયેલો હતો. અથવા તો એવું પણ હોઈ શકે કે આવા શબ્દોનો કોઈ મનમાન્યો અર્થ થતો હોય તેને કોઈ પણ રીતે ઉકેલી શકાય તેમ ન હોય. અને તેમ છતાં મારી મરજી વિરુદ્ધ મારે માનવું પડે છે કે આ ચિઠ્ઠી અને તેમાં રહેલા હડસન શબ્દ પરથી મને એવું લાગે છે કે હું તેમને સમજી ગયો છું.

તે બેડોસ તરફથી આવ્યો છે, નહીં કે પેલા ખલાસી તરફથી. મેં તેને ઊલટું વાંચ્યું પણ તેમાં રહેલા મહાકુંભ અને ઇનામ જેવા શબ્દોના સંયોજને પણ મને કંઈ ખાસ પ્રેરણા ન આપી. પછી મેં બીજા શબ્દો પર 'ઉપરીઓ' કે 'મહાકુંભ' પર ધ્યાન આપ્યું તેનાથી પણ કોઈ પ્રકાશ ન પડ્યો.

"અને પછી અચાનક મારા હાથમાં આખાયે ઉખાણાને ઉકેલવાની ચાવી આવી ગઈ, અને મેં જોયું કે દરેક ત્રીજા શબ્દને પહેલો શબ્દ ગણીને વાંચું તો તેમાંથી કંઈક સંદેશો મળી રહ્યો હતો અને તેનાથી જ વૃદ્ધ ટ્રેવરને આઘાત લાગ્યો હોવો જોઈએ.

"તે ટૂંકો અને સંક્ષિપ્તમાં હતો, તે એક ધમકી હતી અને જેને મેં મારા મિત્ર સમક્ષ આ રીતે વાંચ્યો હતો :

ખેલ ખતમ. હડસને મને બધી જાણકારી આપી દીધી. જીવ બચાવ.

"વિક્ટર ટ્રેવરનું મોઢું નીચુ ઢળી ગયું. 'તેવું જ હોવું જોઈએ,' તેણે કહ્યું. 'આ તો મોત કરતાં પણ ખરાબ કહેવાય, કારણ કે તેના હાથે મરવું તે પણ એક બદનામીની જ વાત કહેવાય. પણ "રાજા" અને "ઉપરીઓ"નો અર્થ શું થાય ?'

" 'તેને સંદેશા સાથે કોઈ જ લેવાદેવા નથી, પણ તેમણે ગૂઢ સંદેશો મોકલવા તેમાં મહત્ત્વના શબ્દોની આગળ અને પાછળ મન ફાવ્યા બે-બે શબ્દો ઉમેરી દીધા છે. તું જોઈ શકે છે કે લખાણની શરૂઆત "ખેલ"થી કરી છે અને પછી મહત્ત્વના શબ્દો વચ્ચે જે તે શબ્દોની પુરવણી કરી તેણે સંદેશો તૈયાર કર્યો છે. માટે બાકીના શબ્દોનો કોઈ જ અર્થ થતો નથી. હવે તું એ કહે કે તું બેડોસ વિષે કંઈ જાણે છે ?

" 'કેમ, અત્યારે તું તેનો ઉલ્લેખ કરી રહ્યો છે,' તેણે કહ્યું, 'મને યાદ છે કે મારા બિચારા પિતાને હંમેશા પાનખર માટે તેમને ત્યાં શિકારનું આમંત્રણ મળતું હતું.'

" 'તો પછી નિઃશંકપણે આ ચિઠ્ઠી પણ તેમની તરફથી જ આવી હોવી જોઈએ,' મેં કહ્યું, 'હવે આપણે માત્ર એ રહસ્યને જ શોધવાનું છે કે જેને કારણે આ બન્ને સંપત્તિવાન અને માનનીય સદ્‌ગૃહસ્થો આટલા ભયભીત થઈ ઊઠ્યા હતા.'

" 'અરે, હોમ્સ, મને ડર છે કે તે તેમનું કોઈક પુરાણું પાપ કે શરમજનક કૃત્ય ન હોય !' મારા મિત્રે ચીસ પાડતાં કહ્યું, 'પણ તારાથી મારે કશું જ છુપાવવાનું નથી. મારા પિતાને જ્યારે ખ્યાલ આવ્યો કે ગમે ત્યારે હડસન રહસ્ય છતું કરવાનો છે ત્યારે તેમણે આ નિવેદન લખ્યું છે. ડૉક્ટરે કહ્યા પ્રમાણે મને તે જાપાનીઝ કબાટમાંથી મળ્યું છે. આ લે અને મારી સમક્ષ વાંચ, કારણ કે મારામાં તેને સાંભળવાની હિંમત પણ નથી કે નથી તો તેટલી તાકાત કે હું તેને મારી જાતે કરી શકું.'

"આ તે જ કાગળિયાં છે, વૉટસન, જે તેણે મને આપ્યાં હતાં અને હવે હું તેને તારી સમક્ષ વાંચું છું. જે રીતે મેં તે મારા મિત્ર સમક્ષ વાંચ્યાં હતાં. તું જોઈ શકે છે કે તેના પર શેરો મારેલો છે જે આ પ્રમાણે છે :

'ગ્લોરિયા સ્કોટ નામના વહાણ પરની મુસાફરી દરમિયાનની વાત. ૧૮૫૫ની ૮મી ઑક્ટોબરથી ૬ઠ્ઠી નવેમ્બર(વહાણ તૂટ્યાની તારીખ), ફાલમાઉથથી ઉત્તરે-પશ્ચિમે અનુક્રમે૧૫-૨૦ અક્ષાંશે અને ૨૫-૧૪ રેખાંશે.

" 'મારા વહાલા, દીકરા, હવે જ્યારે બદનામીનું કાળું વાદળું મારા જીવનનાં અંતિમ વર્ષોમાં છવાઈ રહ્યું છે ત્યારે હું આ સંપૂર્ણ સચ્ચાઈ અને પ્રામાણિકતાથી લખી રહ્યો છું. પણ આ બધું હું નથી તો કાયદાના ડરથી કરતો કે નથી તો પ્રદેશમાંનો મારો હોદ્દો છીનવાય તે ડરથી કરતો, નથી તો જે લોકો મને સમ્માનની નજરે જુએ છે તેના ડરથી કરતો. આ હું માત્ર ને માત્ર મારા કારણે તારે શરમથી લજવાવું ન પડે તે કારણે કરી રહ્યો છું, કારણ કે તે વિચારથી મારું હૃદય કકળી ઊઠે છે. તારી મારા પ્રત્યેની અસીમ લાગણીને હું જાણું છું. મારા માટે તને અનન્ય માન છે તે પણ હું જાણું છું, પણ જો ક્યારેય પણ મારા પર આભ ફાટે તો તારે આ જરૂરથી વાંચવું - તે દ્વારા તું મારી સત્ય હકીકતો જાણી શકીશ અને હું તેના માટે કેટલો જવાબદાર છું કે નહીં તે જાણી શકીશ. પણ જો આવું કશું જ ન થાય (ભગવાનની કૃપા વરસે) અને મારા વડે આ પત્ર નાશ ન માપ્યો હોય અને તારા હાથમાં આવે તો તને તારી વહાલી માની પ્રેમાળ સ્મૃતિઓ અને તારી અને મારી વચ્ચેના પ્રેમના ભરોસે અરજ કરું છું કે તું તેને વાંચતો નહીં પણ આગમાં નાખી દેજે અને તે વિષે ફરી ક્યારેય વિચારતો નહીં.

" 'તું જ્યારે આ વાંચી રહ્યો હોઈશ ત્યારે મને ખબર છે કે હું ઉઘાડો પડી ગયો હોઈશ અને મારું માનનીય સ્થાન ગુમાવી બેઠો હોઈશ અથવા તો તું જાણે છે કે મારું હૃદય ખૂબ નબળું છે અને આઘાતથી મૃત્યુ પામ્યો હોઈશ. બન્ને સંજોગોમાં ભૂતકાળને દાબવાનો કોઈ જ અર્થ નહીં રહે અને જે એક એક શબ્દ હું તને કહેવા જઈ રહ્યો છું તે નગ્ન સત્ય છે અને તેના માટે હું દયાની યાચના કરું છું.

" 'મારા વહાલા, દીકરા, મારું નામ ટ્રેવર નથી. મારી યુવાનીમાં મારું નામ જેમ્સ આર્મિટેજ હતું અને હવે તું સમજી શકીશ કે થોડાં અઠવાડિયાંઓ પહેલાં જ્યારે તારા મિત્રએ જે.એ. આદ્યાક્ષરોનો ઉલ્લેખ કર્યો ત્યારે મને કેમ આઘાત લાગ્યો હતો. આર્મિટેજ તરીકે હું લંડનની એક બેંકમાં કર્મચારી તરીકે જોડાયો હતો અને આર્મિટેજ તરીકે જ મેં મારા દેશના કાયદાનું ઉલ્લંઘન કર્યું હતું જેની મને દેશવટાની સજા આપવામાં આવી હતી. દીકરા, તું મારા વિષે હલકું ન વિચારતો. હું મારા એક ઓળખીતાનો જામીન બન્યો હતો જે પોતે નાણાં નહોતો ચૂકવી શક્યો અને હવે તે મારી જવાબદારી હતી. મારો દોષ એટલો કે તે ચૂકવવા મેં મારા નહીં પણ બીજાના પૈસાનો ઉપયોગ કર્યો. જો કે મને ખાતરી હતી કે મામલો બહાર પડે તે પહેલાં હું બધું જ પહેલાં જેવું કરી નાખીશ અને પૈસા મૂળ માલિકના ખાતામાં જમા કરાવી દઈશ. પણ ત્યાં જ મારા નસીબે મને દગો દીધો. જે પૈસાની મારી ગણતરી હતી તે ક્યારેય મારા હાથમાં આવ્યા નહીં અને

ખાતાંઓની પુનઃ ચકાસણી દરમિયાન મારી પોલ ખૂલી ગઈ. ન્યાય તોળતી વખતે મારા પર થોડી ઉદારતા દાખવી શકાઈ હોત પણ આજથી ત્રીસ વર્ષ પહેલાં કાયદો આજના જેટલો ઉદાર નહોતો. મારા ત્રેવીસમા જન્મદિવસે મને ઘાતકી ગુનેગાર તરીકે બીજા સાડત્રીસ ગુનેગાર જોડે ઓસ્ટ્રેલિયા જતા ***ગ્લોરિયા સ્કોટ*** નામના વહાણમાં મોકલવામાં આવ્યો.

" 'તે ૧૮૫૫નું વર્ષ હતું, જ્યારે ક્રિમિનનું યુદ્ધ તેની ચરમસીમાએ હતું અને ગુનેગારોને લઈ જવામાં આવતું જૂનું વિશાળ વહાણ તે વખતે યુદ્ધમાં માલસામાન લઈ જવાના ઉપયોગમાં લેવાઈ રહ્યું હતું. અને માટે સરકારે પોતાના કેદીઓને લઈ જવા માટે નાના વહાણની ગોઠવણ કરી હતી. ગ્લોરિયા સ્કોટ વહાણ તે વખતે ચાઇનિઝ ચાના-વેપાર માટે રોકાયેલું હતું. તે એક જુનવાણી બાંધણીનું વહાણ હતું. તે ભારે કામઠાવાળું વિશાળ પાટડાવાળું વહાણ હતું. તે પાંચસો-ટનની વહનક્ષમતા ધરાવતું હતું. તેમાં રાખવામાં આવેલા આડત્રીસ કેદીઓ ઉપરાંત તેમાં છવ્વીસ ખલાસીઓ, અઢાર સિપાહીઓ, એક કપ્તાન, ત્રણ સાથીઓ, એક ડૉક્ટર, એક પાદરી, અને ચાર જેલ અધિકારીઓ હતા. આમ જ્યારે અમે ફાલમાઉથથી સફરે નીકળ્યા ત્યારે બધા મળીને લગભગ સો જણ તે વહાણ પર સવાર હતા.'

" 'સામાન્ય રીતે અન્ય વહાણમાં કેદીઓને રાખવામાં આવતી કોટડીઓની દીવાલો ઓકના જાડા લાકડામાંથી બનાવેલી હોય છે પણ આ વહાણમાં દીવાલો ખૂબ જ પાતળી અને તકલાદી હતી. મારી બાજુની કોટડીવાળો કેદી વહાણના છેડાવાળી બાજુએ હતો જેની મેં વહાણ પર ચડતી વખતે ખાસ નોંધ લીધી હતી. તે એક ચીકણો ચહેરો ધરાવતો યુવાન હતો. તેનું નાક લાંબુ અને પાતળું હતું, જો કે તેની હડપચી સૂડા જેવી હતી. તે પોતાનું માથું હવામાં ખૂબ જ ચપળતાથી ઉલાળતો અને તેની ચાલ કંઈક ઘમંડી હતી. આ બધાથી વિશેષ તો તેની ઊંચાઈ હતી. મને નથી લાગતું કે અમારામાંથી કોઈનું માથું પણ તેના ખભે પહોંચતું હોય. મને એટલી તો ખાતરી જ હતી કે તેની ઊંચાઈ સાડા છ ફૂટ કરતાં ઓછી નહીં હોય. આટલા બધા ઉદાસ અને દુઃખી ચહેરાઓમાં તેનું આવું દૃઢતા અને ઊર્જાભર્યું વર્તન મને ખૂબ વિચિત્ર લાગતું હતું. તેનું હાસ્ય મારા માટે બર્ફીલા તોફાનમાં તાપણા જેવું હતું. પછી તો તે મારો પાડોશી છે તેવું જાણીને મને ખૂબ આનંદ થયો અને જ્યારે તેણે અમારા બન્ને વચ્ચેના લાકડાના પાટિયામાં બાકોરું પાડીને તેમાંથી ગુસપુસિયા અવાજમાં કંઈક કહ્યું ત્યારે તો હું ઑર આનંદિત થઈ ઊઠ્યો હતો.

" 'કેમ, ભઈબંધ !" તેણે કહ્યું, "તારું નામ શું છે અને તું અહીં શા માટે છે ?"

" 'મેં તેને જવાબ આપ્યો અને તેને પણ તે જ પ્રશ્ન પૂછ્યો.

" 'હું જૅક પ્રેન્ડરગાસ્ટ છું," તેણે કહ્યું, "તમે મારી સાથે આગળ વધો તે પહેલાં તમારે મારા વિષે જાણી લેવું જોઈએ."

" 'મેં તેના કેસની સુનાવણી વિષે સાંભળ્યું હતું, કારણ કે તેણે મારી ધરપકડ પહેલાં આખાયે દેશમાં સનસનાટી ફેલાવી હતી. તે એક સારા કુટુંબનો વ્યક્તિ હતો અને તેની ક્ષમતા પણ મહાન હતી, પણ તેને એક ખૂબ જ ખરાબ ટેવ હતી જે ક્યારેય સુધરી શકે તેમ નહોતી. તે લંડનના મોટા મોટા વેપારીઓ સાથે મોટી રકમની છેતરપિંડી કરતો હતો.

" 'અચ્છા, તો તને મારો કેસ યાદ છે !" તેણે ગર્વથી કહ્યું.

" 'ખૂબ જ સારી રીતે."

" 'તો તો તને તેની વિલક્ષણતા પણ યાદ હશે ?"

" 'તે વળી શી હતી ?"

" 'મારો આંકડો અઢી લાખની નજીક હતો, ખબર છે ?"

" 'હા, કહેવાય તો એવું જ છે."

" 'પણ તેમાંથી ફૂટી પાઈ પણ તેમને પાછી મળવા નથી પામી. શું તે મેળવી શક્યા છે તેઓ ?"

" 'ના."

" 'તારું શું અનુમાન છે કે મેં તે પૈસા ક્યાં મૂક્યા હશે ?" તેણે પૂછ્યું.

" 'મને શું ખબર," મેં કહ્યું.

" 'તે મારી આંગળી અને અંગૂઠા વચ્ચે જ છે," તેણે ઉત્તેજનાપૂર્વક કહ્યું. ભગવાન કસમ ! મારી પાસે તારા માથાના વાળ કરતાં પણ વધારે પાઉન્ડ છે. અને જો તારી પાસે પૈસા હોય, ભઈલા, અને તું જાણતો હોય કે તેને કઈ રીતે વધારવા, તો તું દુનિયામાં કંઈ પણ કરી શકે. હવે તું એવું જરા પણ ન વિચારતો કે આવી ગંધાતી બોટના કબર જેવડા ઓરડામાં હું ચૂપચાપ બેઠો રહીશ. ના ભાઈ ના, આવો માણસ પોતાનો ખ્યાલ રાખી શકે છે અને તેની સાથેના લોકોનો પણ. તું મારા પર ભરોસો રાખી શકે છે ! બસ તારે મને વળગી રહેવાનું છે."

" 'આ તેની વાત કરવાની અદા હતી, પહેલીવાર તો મને બધા ફાંકા જ લાગ્યા; પણ ત્યાર બાદ તેણે મારી પાસે દુનિયાના સઘળા સમ લેવડાવીને વિશ્વાસમાં લીધો અને વહાણ પર કેવી રીતે કબજો જમાવવો તેની આખી યોજના સંભળાવી. વહાણ પર ચડતા પહેલાં તેણે પૈસાનું પ્રલોભન આપીને ડઝનેક કેદીઓને વિશ્વાસમાં લઈ લીધા. આખાયે કાવતરાનો મુખિયા પ્રેન્ડરગાસ્ટ હતો.

" ' "મારો એક ભાગીદાર હતો," તેણે કહ્યું, "તે એક ઉત્તમ માણસ છે અને તે ખૂબ વિશ્વાસુ છે. તેની પાસે ઘણો રૂપિયો છે, તને શું લાગે છે કે આ ઘડીએ તે ક્યાં હશે ? તે આ વહાણ પર પાદરી તરીકે આવ્યો છે એટલું જ નહીં તે સાચાં કાગળિયાં સાથે વહાણ પર ચડ્યો છે અને તેની પાસે પૂરતા પૈસા છે. આખુંયે વહાણ ખરીદી શકાય તેટલા.

આખોયે કાફલો તેનો છે. દેહ અને આત્માથી તેનો છે. તે તે બધાને જરૂર કરતાં વધારે પૈસા આપીને ખરીદી શક્યો છે અને તે પણ વહાણ પર ચડ્યા પહેલાં. તેણે બે સિપાહીઓને પણ ખરીદી લીધા છે અને મેરીર નામના બીજા સાથીને પણ, અને જો તેને લાગશે તો તે કપ્તાનને પણ ખરીદી શકે તેમ છે.''

'' 'તો પછી આપણે શું કરવાનું છે ?'' મેં પૂછ્યું.

'' 'તને શું લાગે છે ?'' તેણે કહ્યું, ''આપણે આ સિપાહીઓના લાલ કોટને ઑર લાલ કરીશું.''

'' 'પણ તેમની પાસે તો હથિયાર છે,'' મેં કહ્યું.

'' 'આપણી પાસે પણ હથિયાર હશે, મારા ભઈલા. આપણા બધા માટે એક એક બંદૂક તૈયાર છે અને જો આપણે કાફલા સાથે આપણી પોતાની પર વહાણ ન સંભાળી શકીએ તો ઢાંકણીમાં પાણી લઈને ડૂબી મરી જવું જોઈએ. આજે તારી ડાબી કોટડીના કેદીને તું માપી જો. તે વિશ્વાસપાત્ર છે કે નહીં.''

'' 'મેં મારા પાડોશી સાથે વાત કરી. તે મારી જેમ જ છેતરપિંડીના ગુના હેઠળ સજા ભોગવી રહ્યો હતો અને મારી જેમ યુવાન પણ હતો. તેનું નામ ઈવેન્સ હતું પણ પાછળથી તેણે પણ મારી જેમ નામ બદલી નાખ્યું હતું અને હાલ તે દક્ષિણ ઇંગ્લૅન્ડમાં સંપત્તિવાન સમ્માનનીય જીવન જીવી રહ્યો હતો. તે પણ પોતાની જાતને બચાવવા માટે અમારા કાવતરામાં જોડાઈ ગયો. હવે કિનારો છોડીએ ત્યાં સુધીમાં માત્ર બે કેદીઓ જ આ બધાથી અજાણ હતા. તેમાંનો એક નબળા મનનો હતો જેના પર અમે વિશ્વાસ કરી શકીએ તેમ નહોતા અને બીજાને કમળો થયો હતો જે અમારા કશા જ કામમાં આવે તેમ નહોતો.

'' 'પહેલેથી જ અમારા જહાજ પરના કબજાને કોઈ જ રોકી શકે તેમ નહોતું. આખોયે કાફલો બદમાશોનો હતો અને તેમને આ કામ માટે જ ચૂંટવામાં આવ્યા હતા. નકલી પાદરી અમારી કોટડીમાં બોધપાઠ આપવાના બહાને આવતો. તે પોતાની સાથે પુસ્તકો ભરેલો કાળો થેલો લઈને આવતો પણ અમે જ જાણતા હતા કે તેમાં શું હતું. ત્રણ દિવસ તે અમારી કોટડીમાં આવ્યો પણ તેટલી મુલાકાતમાં તો અમારી પાસે કાનસ, પિસ્તોલ, દારૂખાનું અને વીસ ગોળીઓ આવી ગઈ હતી. પેલા બે સિપાહીઓ પ્રેન્ડરગેસ્ટના માણસ હતા અને પેલો બીજો માણસ તેનો જમણો હાથ. કપ્તાન, બીજા બે માણસ, બે સિપાહીઓ, લેફ્ટેનન્ટ માર્ટિન, તેમના અઢાર સિપાહીઓ અને એક ડૉક્ટર અમારી વિરુદ્ધ હતા. અમારે તેમના પર રાત્રે અચાનક હુમલો કરવાનો હતો જે ધાર્યા કરતાં વહેલો કરવો પડ્યો હતો. આખુંયે કાવતરું આ રીતે પાર પડ્યું હતું.

'' 'એક સાંજે, લગભગ અમારી સફરના ત્રીજા અઠવાડિયે એક કેદી બીમાર પડ્યો હોવાથી ડૉક્ટર તેને જોવા આવ્યો હતો ત્યારે અનાયાસે તેનો હાથ કેદીના સૂવાના પાટિયા પર પડ્યો અને તેને બંદૂકની કિનારી જેવુ કંઈક લાગ્યું. પણ જો તે મૂંગો રહ્યો

હોત તો તેણે આખાયે કાવતરાનું સૂરસૂરિયું કરી નાખ્યું હોત. પણ તે થોડો બીકણ એટલે તેણે તરત આશ્ચર્યની ચીસ પાડી અને તદ્દન ફિક્કો પડી ગયો. કેદીને ક્ષણમાં જ ખ્યાલ આવી ગયો કે શું થયું હતું. માટે ડૉક્ટર બૂમ પાડે તે પહેલાં જ તેણે તેનું મોઢું દાબી દીધું અન પલંગ સાથે બાંધી દીધો. તેણે કોટડીનો દરવાજો ખોલ્યો જે સીધો જ તૂતક પર ખૂલતો હતો. અમે બધા જ ધડાધડ બહાર નીકળ્યા. બે ચોકીદારને તરત જ ઢાળી દેવામાં આવ્યા અને કોર્પોરલની પણ તેવી જ હાલત થઈ. તે નીચે શું થયું તે જોવા દોડી આવ્યો હતો. ઉપરની ખાનગી ઓરડીના બારણા આગળ પણ બે સિપાહીઓ હતા. તેમની બંદૂક ભરેલી નહોતી, તેઓ કશું કરે તે પહેલાં તો અમે તેમને પણ ઢાળી દીધા. પછી અમે કપ્તાનની કેબિનમાં ધસી ગયા, પણ જેવો અમે બારણાને ધક્કો માર્યો કે તરત જ એક ધમાકો થયો. કેપ્ટન ટેબલ પર પાથરેલા એટલાન્ટિક મહાસાગરના નકશા પર ઢળી પડ્યો હતો જ્યારે પાદરીના હાથમાંની બંદૂકમાંથી ધુમાડો નીકળી રહ્યો હતો. તેના બે સાથીઓને અમારા લોકોએ બાનમાં લઈ લીધા હતા અને આખુંયે કાવતરું પાર પડી ગયું હતું.

" 'કેપ્ટનની કેબિનની બાજુમાં જ દીવાનખંડ હતો. અમે બધા ત્યાં ગયા ને શ્વાસ ખાતાં સોફામાં પડ્યા અને જે કંઈ પણ અમે કર્યું તે વિષે વાતો કરવા લાગ્યા. હવે અમે આઝાદ હતા. તે ઓરડામાં આસપાસ બધે જ લૉકરો હતા અને પેલા નકલી પાદરી વિલ્સને એક પર ટકોરો માર્યો અને તેને ખેંચ્યું અને તેમાંથી શૅરીની ડઝન જેટલી બાટલીઓ બહાર કાઢી. અમે બાટલીઓનાં ઢાંકણાં ખોલ્યાં અને પ્યાલાઓમાં તેને ભરવા લાગ્યા અને જ્યાં તેને મોઢે લગાડવા ગયા ત્યાં જ બંદૂકોના ઉપરાઉપરી ધડાકાઓ સંભળાવા લાગ્યા. ઓરડામાં ધુમાડો ફેલાઈ ગયો હતો એટલે અમે કંઈ સ્પષ્ટ રીતે નહોતા જોઈ શકતા અને જ્યારે સ્પષ્ટ દેખાવા લાગ્યું ત્યારે આખોયે ઓરડો ખુનામરકીનું મેદાન બની ગયો હતો. વિલ્સન અને બીજા આઠ જણ ભોંય પર તરફડી રહ્યા હતા અને ઓરડામાં લોહી અને શૅરી મિશ્રિત ખાબોચિયું બની ગયું હતું. આજે જ્યારે પણ મને તે દૃશ્ય યાદ આવે છે ત્યારે મારા શરીરમાંથી એક કંપારી પસાર થઈ જાય છે. અમે એટલા ભયભીત થઈ ઊઠ્યા હતા કે એક ઘડીએ મને હથિયાર નાખી દેવાની લાગણી થઈ આવી પણ તરત જ મને પ્રેન્ડરગાસ્ટનો ખ્યાલ આવ્યો. તે આખલાની જેમ ત્રાડ પાડતો બારણા તરફ ધસી ગયો અને જે કોઈ પણ બચ્યા હતા તે પણ તેની પાછળ બહાર ગયા. અમારા પર હુમલો બોલાવનારા બાજુના ઓરડામાં હતા અને અર્ધખુલ્લા બારણામાંથી તેઓ અમારા પર ગોળી છોડી રહ્યા હતા. ત્યાં લેફ્ટેનન્ટ અને તેના દસ સિપાહીઓ હતા. તેઓ ફરી પોતાની ગોળીઓ ભરે તે પહેલાં તો અમે તેમના પર હુમલો કર્યો. પાંચ જ મિનિટમાં આખોયે ખેલ ખતમ થઈ ગયો. આખુંયે વહાણ કતલખાનામાં ફેરવાઈ ગયું હતું. પ્રેન્ડરગાસ્ટ શેતાન બની ગયો હતો અને ઘવાઈને પડેલા સૈનિકોને જાણે તેઓ બાળકો ના હોય તેમ ધડાધડ બહાર સમુદ્રમાં ફેંકતો હતો. તે પછી મરી ગયા હોય કે જીવતા હોય. તેમાં એક

સાર્જન્ટ પણ હતો જે જીવતો હતો અને પાણી પર માંડમાંડ તરવાનો પ્રયત્ન કરી રહ્યો હતો. છેવટે કોઈકને તેના પર દયા આવી અને તેનું માથું વીંધી નાખ્યું. જ્યારે લડાઈ ખતમ થઈ ત્યારે બે સિપાહીઓ, બે ઉતારુઓ અને એક ડૉક્ટર સિવાય અમારા દુશ્મનોમાંથી કોઈ જ નહોતું બચ્યું.

“ ‘હવે તેમનું શું કરવું તેનો ઝઘડો શરૂ થયો. અમારામાંના ઘણા એવા હતા જે પોતાની આઝાદી મેળવીને ખૂબ ખુશ હતા પણ હવે કોઈની હત્યા થાય તેવું નહોતા ઈચ્છતા. શસ્ત્રધારી સૈનિકને ઢાળી દેવા તે એક અલગ વાત હતી અને ઠંડા કલેજે કોઈની હત્યા કરવી તે અલગ વાત હતી. અમારામાંના આઠ, પાંચ ગુનેગારો અને ત્રણ ખલાસીઓ તેમને મારી નાખવાના પક્ષમાં નહોતા. પણ પ્રેન્ડરગાસ્ટ અને તેના સાથીઓ તેવું કરવાના મતના હતા. તેના કહેવા પ્રમાણે અમારી સંપૂર્ણ આઝાદી માટે તેમને મારવા ખૂબ જરૂરી હતા. અને તે એવું પણ નહોતો ઈચ્છતો કે ન્યાયાલયમાં અમારી વિરુદ્ધ કોઈ પણ જીભ બોલવા માટે જીવતી રહે. છેવટે તેણે કહ્યું કે જો અમે તેવું ઈચ્છતા હોઈએ તો અમે ત્યાંથી હોડી લઈને જતા રહીએ. અમે તરત જ તકને ઝડપી લીધી કારણ કે અમે આ આખીયે ખુનામરકીથી ત્રાસી ગયા હતા. અમને ખલાસીઓનાં કપડાં આપવામાં આવ્યાં, પાણીનું એક પીપડું, બે દારૂનાં પીપડાં, જરૂરી ખોરાક અને એક હોકાયંત્ર આપવામાં આવ્યાં. પ્રેન્ડરગાસ્ટે અમને સમજાવ્યું કે કોઈ કંઈ પૂછે તો અમારે કહેવું કે અમે તૂટી ગયેલા જહાજના ખારવાઓ છીએ અને અમારું વહાણ પૂર્વ તરફ ૧૫ રેખાંશ અને ૨૫ અક્ષાંશ પર ડૂબી ગયું છે. તેણે હોડીનું દોરડું કાપી નાખ્યું અને અમને ત્યાંથી રવાના પાડ્યા.

“ ‘હવે હું મારી આપવીતીના સૌથી આશ્ચર્યજનક ભાગ પર આવું છું, મારા વહાલા દીકરા. અમારી બોટના ખલાસીઓએ હવે અમારી હોડી હંકારવા માંડી હતી. અને ધીમો ધીમો પવન ઉત્તરપૂર્વ તરફ જતો હતો એટલે અમારા વહાણવાળા સાથીઓ પણ હવે અમારાથી દૂર જઈ રહ્યા હતા. અમારી હોડી દરિયાના પાણીમાં હિલોળા લેતી હતી. હું અને ઈવાન અમારી ટુકડીમાં સૌથી વધુ ભણેલા હતા માટે દિશા નક્કી કરવાની જવાબદારી અમે અમારા પર લીધી. અમે બન્ને નકશો અને હોકાયંત્રનો અભ્યાસ કરી અમારી સ્થિતિની જાણકારી મેળવી હવે ત્યાંથી કઈ દિશામાં આગળ વધવું તે વિચારી રહ્યા હતા. પ્રશ્ન બહુ કપરો હતો કારણ કે કેપ વર્ડીસ પાંચસો માઈલ ઉત્તર તરફ હતું અને અને આફ્રિકાનો કિનારો સાતસો માઈલ પૂર્વ તરફ હતો. પવનની દિશા પ્રમાણે અમે નક્કી કર્યું કે અમારા માટે સિએરા લિઓન તરફ જવું સૌથી સારું રહેશે અને અમે તે તરફ અમારી હોડી વાળી. ગ્લોરિયા સ્કોટ અમારી હોડીએથી જોતાં કોઈક તણખલા જેવું લાગી રહ્યું હતું. અચાનક અમારી તેની તરફ નજર ગઈ અને અમને તેની ઉપર કાળા ધુમાડાનું વાદળું દેખાયું. તે જાણે ક્ષિતિજ પર કોઈ કાળું શેતાની વૃક્ષ હોય તેવું લાગતું હતું. થોડી જ ક્ષણો બાદ એક પ્રચંડ અવાજ અમારા કાને અથડાયો. અને જેવો તે

ધુમાડો આછો થયો કે અમે જોઈ શક્યા કે ત્યાં ગ્લોરિયા સ્કોટની કોઈ જ નિશાની નહોતી. તરત જ અમે અમારી હોડી વાળી અને પૂરા બળ સાથે જે તરફ હજુ પણ કંઈક અવશેષો દેખાતા હતા તે તરફ હંકારવા માંડ્યા.

" 'ખાસા એવા સમય બાદ અમે ત્યાં પહોંચ્યા અને પ્રથમ નજરે તો અમને એવું જ લાગ્યું કે કોઈનો જીવ બચાવવા અમે ખૂબ મોડા પડ્યા હતા. વહાણનો કાટમાળ દરિયાના પાણીમાં ઉછાળા લઈ રહ્યો હતો. તેને જોઈને અમે અંદાજ લગાવી શકતા હતા કે વહાણ ખરેખર કઈ જગ્યાએ તૂટી પડ્યું હતું. પણ ત્યાં કોઈના બચ્યાની કોઈ જ નિશાની નહોતી. અમે નિરાશા સાથે અમારી હોડી પાછી વાળી અને તે જ ક્ષણે અમને મદદ માટેની એક બૂમ સંભળાઈ. અમે તે તરફ જોયું તો એક માણસ કોઈક લાકડાના આધારે પાણીમાં હવાતિયાં મારી રહ્યો હતો. અમે તેને ઉપર હોડીમાં ખેંચ્યો ત્યારે તેને હડસન નામના કોઈક ખલાસી તરીકે ઓળખી કાઢવામાં આવ્યો. તે પેલા ધડાકાથી એટલો દાઝી ગયો હતો કે તે ક્ષણે તે આખીયે ઘટનાની માહિતી આપવાની હાલતમાં જરા પણ નહોતો. છેવટે બીજા દિવસે થોડો સ્વસ્થ થતાં તેણે આખીયે ઘટના કઈ રીતે બની તે જણાવી. જે આ પ્રમાણે હતી :

" 'અમારા વહાણ છોડ્યા બાદ, પ્રેન્ડરગાસ્ટ અને તેની ટોળકીએ પેલા પાંચ બચી ગયેલા લોકોને ઠેકાણે પાડવાનું અભિયાન હાથ ધર્યું. બે સિપાહીઓને ગોળીથી વીંધી નાખવામાં આવ્યા અને દરિયામાં ફેંકી દીધા અને પેલા ત્રીજા માણસ સાથે પણ તેમ જ કરવામાં આવ્યું. પ્રેન્ડરગાસ્ટે પછી પોતે જ પેલા ડૉક્ટરનું ગળું કાપી નાખ્યું. હવે માત્ર કપ્તાનનો પહેલો સાથી જ બચ્યો હતો જે થોડો ચપળ અને બુદ્ધિશાળી હતો. તેણે જ્યારે જોયું કે હત્યારો લોહી નીતરતા ચાકુ સાથે તેની તરફ આવી રહ્યો હતો ત્યારે તેણે પહેલેથી જ ઢીલા કરી રાખેલા પોતાનાં બંધનને તોડી નાખ્યાં અને દોડીને તૂતક પર જતો રહ્યો. તેની પાછળ પાછળ બાર ગુનેગારો બંદૂકો લઈને દોડ્યા. તેમણે જોયું કે તે દારૂગોળાના ભંડાર આગળ હાથમાં દીવાસળી લઈને ઊભો હતો. તેણે ધમકી આપી હતી કે જો તેને જરા પણ નુકસાન કરવામાં આવશે તો તે આખોયે દારૂગોળો ઉડાડી મૂકશે. ત્યાર પછી તરત જ એક ધડાકો થયો. હડસનનું તે વિષે એવું વિચારવું હતું કે પેલા માણસની દીવાસળીના કારણે નહીં પણ કોઈ ગુનેગાર દ્વારા છોડવામાં આવેલી અને ચૂકી ગયેલી ગોળીથી તે ધડાકો થયો હતો. કારણ જે પણ હોય, આ રીતે ***ગ્લોરિયા સ્કોટ*** અને તેના બદમાશ કબજેદારનો અંત આવ્યો.

" 'આ હતી મારા કાળા ભૂતકાળની તવારીખ, મારા વહાલા દીકરા. બીજા દિવસે ઓસ્ટ્રેલિયા તરફ જઈ રહેલા બે કૂવાથંભવાળાં જહાજ ***હોટસ્પર*** દ્વારા અમને બચાવી લેવામાં આવ્યા હતા. તેના કપ્તાનને અમારા ડૂબી ગયેલા જહાજના બચી ગયેલા ખલાસીઓની વાત આરામથી ગળે ઊતરી ગઈ. સરકારે ***ગ્લોરિયા સ્કોટ*** માલવાહક

જહાજને દરિયામાં ખોવાઈ ગયેલું માન્યું અને ક્યારેય તેની સત્ય હકીકતનો એક શબ્દ પણ સાંભળવામાં ન આવ્યો. *હૉટસ્પર*ની સરસ મજાની મુસાફરીએ અમને સિડની પહોંચાડ્યા જ્યાં ઈનાન્સ અને મેં પોતાનાં નામ બદલ્યાં અને સોનાની ખાણના ખોદકામમાં ઝંપલાવ્યું. ત્યાં કામ કરતા લોકો પણ વિવિધ દેશોમાંથી આવતા હોવાથી અમારી જૂની ઓળખ ભુલાવતાં અમને જરા પણ તકલીફ ન પડી. ત્યાર પછી શું થયું તે કહેવાની કોઈ જ જરૂર નથી. અમે ખૂબ સફળ થયા, ખૂબ પૈસો કમાયા, ખૂબ ફર્યા અને છેવટે અમારા દેશ ઈંગ્લૅન્ડમાં આવ્યા, ત્યાં જાગીર ખરીદી અને લગભગ વીસ-વીસ વર્ષ સુધી શાંત તેમજ ઉપયોગી જીવન જીવતા રહ્યા. અમે હંમેશા એવી આશા રાખી હતી કે અમારો ભૂતકાળ હંમેશને માટે દટાઈ ગયો હતો. હવે તું સમજી શકીશ કે પેલા ખલાસીને જોઈને મારી હાલત શી થઈ હશે. હું તેને એક નજરમાં ઓળખી ગયો. તેણે ગમે તેમ કરીને અમારી ભાળ મેળવી લીધી હતી અને હવે તે અમારા ભય પર જીવવા માગતો હતો. હવે તું સમજી શકીશ કે શા માટે હું તેની સાથે શાંતિથી વર્તતો હતો. મને હંમેશા એ બીક રહેતી હતી કે તે ક્યાંક અમારો ભૂતકાળ જાહેર ન કરી દે અને તેનો તે ભરપૂર ફાયદો ઉઠાવી રહ્યો હતો. મારી આવી હાલત કરીને હવે તે પોતાના બીજા શિકારને ડરાવવા ગયો છે.'

"આ લખાણ હેઠળ ધ્રૂજતા હાથે માંડ વાંચી શકાય તેવી નોંધ લખવામાં આવી હતી, 'બેડોસે ગુપ્ત લિપિમાં લખ્યું છે કે H(હૉસ્પર)એ બધું કહી દીધું છે. ભગવાન આપણા આત્મા પર દયા કરે !'

" 'તે દિવસે જે લખાણ મેં ટ્રેવર સમક્ષ વાંચ્યું તે આ પ્રમાણે હતું અને મને એવું લાગે છે, વૉટસન, કે પરિસ્થિતિ પ્રમાણે આ એક નાટકીય ઘટના હતી. એક ભલા માણસનું હૃદય ભાંગી પડ્યું હતું. ખલાસી અને બેડોસની વાત કરું તો પેલો પત્ર મળ્યો તે દિવસ બાદ તેમના વિષે કશું જ સાંભળવામાં નથી આવ્યું. તેઓ સંપૂર્ણપણે અદશ્ય થઈ ગયા છે. કોઈ પણ ફરિયાદ પોલીસ સમક્ષ નોંધાવવામાં નથી આવી માટે મારું એવું માનવું છે કે બેડોસ ભૂલથી જ ભયભીત થઈ ઊઠ્યો હતો. હડસન છુપાતો ફરે છે. પોલીસના માનવા પ્રમાણે હડસને બેડોસને પતાવી દીધો હતો અને તે ક્યાંક ભાગી ગયો હતો. જ્યારે મારું માનવું છે કે સત્ય હકીકત તેથી તદ્દન ઊલટી છે. મારા માનવા પ્રમાણે બેડોસે હડસનના ત્રાસથી પોતે જ હડસનને મારી નાખ્યો હતો અને પોતાની પાસે જેટલા પૈસા હતા તે બધા જ લઈને તે બીજે ક્યાંક ભાગી ગયો હતો. આ હતી આ કેસની ખરી હકીકતો, ડૉક્ટર."

❖

મસગ્રેવની પ્રશ્નોત્તરી

મારા મિત્ર શૅરલૉક હોમ્સની એક અનિયમિતતા મને હંમેશા ખટક્યા કરતી અને તે એ હતી કે તે પોતાની વિચારપદ્ધતિમાં જેટલો ચોખ્ખો અને પદ્ધતિસર હતો તેટલો જ ગંદો-ગોબરો તે પોતાની અંગત ટેવોમાં હતો અને તેના કારણે તેનો સાથી એટલે કે હું હંમેશા અગવડ અનુભવતો. જોકે હું પણ મારી જાતને કંઈ તેટલી ચોખ્ખી નહોતો માનતો. અફઘાનિસ્તાનના કઠોર કામે મને પણ એક દાક્તરી માણસ તરીકે થોડો સુસ્ત અને અસ્તવ્યસ્ત બનાવી દીધો હતો. જો કે મારા મામલામાં તે મર્યાદિત હતું. પણ આ માણસ, ક્યારેક તેની સિગાર કોલસાના ખોખામાં પડી હોય તો ક્યારેક તેની તમાકુ પર્શિયન સ્લિપરમાં પડી હોય, તો ક્યારેક તેના જવાબ આપ્યા વગરના પત્રો તાપણાની છાજલી પર ચપ્પુની અણીમાં ભરાયેલા પડ્યા હોય. આ જોતાં તો હું મારી જાતને ક્યાંય વ્યવસ્થિત માનતો હતો. મારું હંમેશા એવું માનવું છે બંદૂકનો અભ્યાસ એ ઘર બહારની પ્રવૃત્તિ છે પણ હોમ્સ જ્યારે વિચિત્ર મૂડમાં હોય ત્યારે ઓરડાની વચ્ચે હાથમાં નાનકડી બંદૂકડી અને સો ગોળીઓવાળું ખોખું લઈને પોતાની આરામખુરશીમાં બેસતો અને તેની સામેની દીવાલને નિશાન બનાવીને ગોળીઓ વડે દેશભક્તિવાળા વી. અને આર. બનાવતો. મારા માનવા પ્રમાણે જોકે તેનાથી અમારા ઓરડાનો દેખાવ કે વાતાવરણ જરા પણ નહોતું બદલાતું.

અમારો ઓરડો હંમેશા રસાયણો અને ગુનાખોરીની યાદગીરીરૂપ ચીજવસ્તુઓથી ભરેલો રહેતો. તે પણ કોઈ ચોક્કસ જગ્યાએ નહીં પણ ગમે ત્યાં આમતેમ વિખેરાયેલો પડ્યો હોય. પણ તેના આમ તેમ પડેલા કાગળો હંમેશા મારા માટે કોયડારૂપ રહેતા. તેના કોઈ પણ દસ્તાવેજને ક્યારેય કોઈ નુકસાન થાય તેવું તે નહોતો ઇચ્છતો, ખાસ કરીને તેવા કાગળો જેનો સંબંધ તેના ભૂતકાલીન મામલાઓ સાથે હોય, અને તેમ છતાંયે વર્ષમાં ભાગ્યે જ એકાદ-બે વાર તે પોતાનાં કાગળિયાં વ્યવસ્થિત કરતો હશે.

હોમ્સની છૂટીછવાયી યાદોમાં મેં ક્યાંક ઉલ્લેખ કર્યો છે કે તે પોતાના મામલાનું નિવારણ લાવતી વખતે જેટલી ઊર્જાથી વર્તતો તેટલો જ સુસ્ત તે કામ ના કરી રહ્યો હોય ત્યારે થઈ જતો. તે વખતે તે પોતાના વાયોલિન કે પુસ્તક સાથે સોફા પર પડ્યો રહેતો અને ભાગ્યે જ આખા દિવસ દરમિયાન સોફા પરથી ટેબલ તરફ જવાની તકલીફ લેતો. આ રીતે તેના કેસનાં કાગળિયાંનાં બંડલ પણ ઓરડામાં ગમે ત્યાં પડ્યાં રહેતાં જેનો નાશ પામવાની વાત તો દૂર રહી પણ તેના માલિક વગર તેને કોઈ અડી પણ નહોતું શકતું. શિયાળાની એક રાતે અમે બન્ને તાપણા પાસે બેઠા હતા ત્યારે મેં તેને સલાહ આપી કે જો તે પોતાના રોજિંદા કામમાંથી નવરો થયો હોય તો બે કલાક પોતાની વસ્તુઓને સમેટીને તે રૂમ થોડો રહેવાલાયક બનાવે. તેણે મારી અરજ માની તો ખરી પણ વ્યથિત ચહેરે પોતાના શયનખંડમાં ગયો અને ત્યાંથી મોટી પતરાવાળી પેટી ઢસડતો બહાર આવ્યો. તે તેણે ઓરડાની વચ્ચે મૂકી અને એક સ્ટૂલ ખેંચી તેની સામે બેઠો અને તેને ખોલી. મેં જોયું તો તેમાં પોણા ભાગ સુધી તો લાલ દોરીઓ વડે જુદાં જુદાં બંડલો લપેટેલાં પડ્યાં હતાં.

"આમાં પણ ઘણા બધા કેસોનાં કાગળિયાંઓ પડેલા છે, વૉટસન," તેણે મારી સામે ટીખળી નજર કરતાં કહ્યું, "મને લાગે છે કે જો તને ખબર પડશે કે તેમાં ઘણા રહસ્યો છુપાયેલાં પડ્યાં છે તો તું મને તેમાંથી બંડલોને બહાર કાઢવાનું કહીશ, નહીં કે બીજા તેમાં મૂકવાનું."

"તો શું તેમાં તારા પહેલાંના કામની નોંધો પણ છે ?" મેં પૂછ્યું, "મને હંમેશા એવું થતું રહ્યું છે કે તે નોંધો મારી પાસે હોય."

"હા, છોકરા, મારો ચરિત્રલેખક મને વિભૂષિત કરવા આવ્યો તે પહેલાંની આ નોંધો છે." તેણે ખૂબ જ નાજુકાઈથી એક પછી એક બંડલ બહાર કાઢવા માંડ્યાં. "બધા કંઈ સફળ નહોતા, વૉટસન," તેણે કહ્યું. "પણ કેટલાક ખૂબ જ સુંદર મામલાઓ તેમાં છે. આ ટાર્લેટન હત્યાની નોંધો છે અને આ છે વેમ્બરીનો મામલો, પછી છે વાઇન મર્જન્ટ અને વૃદ્ધ રશિયન સ્ત્રીનો મામલો, અને એલ્યુમિનિયમ ક્રચનો એક અનોખો મામલો પણ છે. અને કદરૂપા પગવાળા રિકોલેટ્ટી અને તેની પત્નીના કેસની પણ સંપૂર્ણ નોંધ છે. અને આ છે ખૂબ જ કાળજીપૂર્વક વિચારેલો કેસ."

તેણે પોતાના બે હાથ પેટીના તળિયે નાખ્યા અને ત્યાંથી એક નાનકડી લાકડાની પેટી બહાર કાઢી જેનું ઢાંકણું સરકણું હતું જાણે કોઈ નાના બાળકનાં રમકડાં મૂકવાનો ડબ્બો ન હોય ! તેમાંથી તેણે ચોળાઈ ગયેલા કાગળનો એક ટુકડો, પિત્તળની એક ચાવી, લાકડાની મેખવાળી દોરી બાંધેલો દડો અને ત્રણ કાટવાળી ધાતુની ચપટી થાળી કાઢી.

"હવે, બોલ, તારું આ બધી વસ્તુઓ માટે શું માનવું છે ?" તેણે મારા હાવભાવ જોઈ મારા તરફ સ્મિત કરતાં પૂછ્યું.

"આ એક વિચિત્ર સંગ્રહ છે."

"ખૂબ જ વિચિત્ર, અને આ વસ્તુઓની આસપાસ જે વાર્તા ગુંથાયેલી છે તે તો વળી તને તેનાથી પણ વધારે વિચિત્ર લાગશે."

"અચ્છા તો આનો પણ ઈતિહાસ છે, એમ ?"

"એટલો બધો કે તે ખરેખર એક ઈતિહાસ જ છે."

"તારો કહેવાનો મતલબ શું છે ?"

શૅરલૉક હોમ્સે એક પછી એક વસ્તુઓ ઉઠાવી અને તેને ટેબલની કિનારીએ ગોઠવી. પછી તે પાછો પોતાની આરામખુરશીમાં બેઠો અને તેની તરફ એક સંતોષભરી નજરે જોવા લાગ્યો.

"આ," તેણે કહ્યું, "બધી એ વસ્તુઓ છે જે મને હંમેશા મસગ્રેવ કર્મકાંડની યાદ અપાવે છે."

મેં તેના મોઢે ઘણીવાર આ કેસનો ઉલ્લેખ થતાં સાંભળ્યો છે, પણ હું ક્યારેય તેની વિગતો નહોતો મેળવી શક્યો. "જો તું મને આ કેસની પૂરી જ વિગતો સંભળાવીશ તો મને આનંદ થશે." મેં કહ્યું.

"કે પછી તેને ભંગારની જેમ જ પડી રહેવા દઉં ?" તેણે રહસ્યભરી રીતે મોટે અવાજે કહ્યું. "તેનાથી આપણી જગ્યાની સ્વચ્છતામાં કંઈ ખાસ ફરક નહીં પડે, વૉટસન. પણ તેમ છતાં પણ મને તારી તવારીખમાં તેનો ઉમેરો થશે તો ખુશી થશે, કારણ કે આ કેસમાં કેટલાક એવા અનોખા મુદ્દા છે જે આ દેશમાં તો નહીં પણ અન્ય દેશના મામલામાં પણ ભાગ્યે જ જોવા મળ્યા હોય. આ અનોખા મામલા વગર મારાં કારનામાંઓનો સંગ્રહ અધૂરો રહેશે.

"તને પેલો ગ્લોરિયા સ્કોટનો મામલો તો યાદ જ હશે, અને પેલા દુર્ભાગી માણસ સાથેની વાતચીત કે જેણે મને આ વ્યવસાયમાં આગળ વધવાનું પ્રોત્સાહન પૂરું પાડ્યું હતું. મારું નામ હવે ખૂબ પ્રખ્યાત થઈ ચૂક્યું છે અને હવે હું પોલીસ અને સરકારી અધિકારીઓમાં પણ વણઉકલ્યા મામલાઓના નિવારણની છેલ્લી અદાલત તરીકે ઓળખાઉં છું. અરે, જ્યારે તું પહેલીવાર પેલા ***સ્ટડી ઈન સ્કાર્લેટ***વાળા કેસમાં મારી સાથે રહ્યો ત્યારે તેમાં પણ મેં મારી જાતને બાહોશ પુરવાર કરી બતાવી હતી. તને તેનો ભાગ્યે જ ખ્યાલ હશે કે શરૂઆતમાં તે બધું મારા મને કેટલું મુશ્કેલીભર્યું હતું અને કોઈ તારણ પર પહોંચવા માટે મારે કેટલી ધીરજ રાખવી પડતી હતી.

"જ્યારે હું પહેલવહેલો લંડન આવ્યો ત્યારે હું ખૂણા પર આવેલા બ્રિટિશ મ્યૂઝિયમવાળી મોન્ટેગ્યૂ સ્ટ્રીટમાં રહેતો હતો. તે વખતે મારી જાતને વધારે સક્ષમ બનાવવા વિજ્ઞાનની વિવિધ શાખાઓનો અભ્યાસ કરવામાં હું ભરપૂર સમય પસાર કરતો હતો. ત્યારે પણ મારી પાસે વિવિધ કેસ આવતા હતા જે મારા યુનિવર્સિટીના છેલ્લા વર્ષના જૂના સહપાઠીઓની ભલામણથી આવતા હતા. તે વખતે મારા વિષે અને મારી પદ્ધતિ

વિષે ખૂબ જ ચર્ચાઓ થતી. મારો ત્રીજો કેસ મસગ્રેવ રિચ્યુઅલનો હતો જે તેના અનોખા ઘટનાક્રમના કારણે ખૂબ જ રસપ્રદ હતો. તે એક મોટો વિવાદ હતો. આ કેસ મારી આજની સ્થિતિ પર પહોંચવાનું પહેલું પગલું હતું.

"રેજિનાલ્ડ મસગ્રેવ હું જે કૉલેજમાં હતો તે જ કૉલેજમાં હતો અને મને તેનો હળવો પરિચય હતો. તે વિદ્યાર્થીઓમાં કંઈ ખાસ જાણીતો નહોતો, છતાં મને હંમેશા એવું લાગતું કે જેને ગર્વ તરીકે માની લેવામાં આવ્યો હતો તે વાસ્તવમાં તો આત્મવિશ્વાસની અસીમ ઊણપને છુપાવવાનો બનાવટી પ્રયત્ન હતો. દેખાવે તે માણસ શિસ્તબદ્ધ હતો અને પાતળું ઊંચું નાક અને મોટી આંખોવાળો ધરાવતો હતો. તેની રીતભાત ઢીલી પણ દરબારી હતી. તે રાજ્યના સૌથી જૂના ખાનદાનનો વારસ હતો. જો કે તેના પૂર્વજોમાંનો નાનો દીકરો સોળમી સદીમાં ઉત્તર મસગ્રેવથી જુદો થઈ ગયો હતો અને તેણે સસેક્સના સૌથી જૂના અવાવરુ મેનોર હાઉસમાં પોતાની જાતને સ્થાપિત કરી હતી. તેના જન્મસ્થળની કોઈક બાબત તે માણસને વળગી રહી હતી. હું તેના ફિક્કા અને આતુર ચહેરાને, તેના જડ મસ્તકને, તેના કમાનો ધરાવતા દરવાજાવાળા ઘરને અને જુનવાણી ઢબની બારીઓ ધરાવતી જર્જરિત જાગીરને તેની સાથે જોડ્યા વગર નહોતો રહી શકતો. બે કે ત્રણ વાર અમે વાત કરી હશે અને મને યાદ છે કે તેણે અનેકવાર મારી નિરીક્ષણ અને નિષ્કર્ષ કાઢવાની પદ્ધતિમાં અત્યંત રસ લીધો હતો.

"ચાર વર્ષ સુધી મેં તેને નહોતો જોયો પણ એક સવારે તે મારા મોન્ટેગ્યૂ સ્ટ્રીટ ખાતેના ઘરે મને મળવા આવી પહોંચ્યો હતો. તે થોડો બદલાઈ ગયો હતો, તેનો પહેરવેશ યુવાન છોકરાઓ જેવો હતો, જોકે તેનું વરણાગીપણું હમેશ જેવું જ હતું. તે હંમેશની જેમ શાંત અને સંયમી હતો, જેના માટે તે પ્રખ્યાત હતો.

" 'કેવું ચાલે છે, મસગ્રેવ ?' તેની સાથે હસ્તધૂનન કરતાં મેં પૂછ્યું.

" 'તેં મારા પિતાના દુઃખદ મૃત્યુ વિષે સાંભળ્યું જ હશે,' તેણે કહ્યું, 'તેમની ગેરહાજરીથી મારા પર તેમની હર્લ્સ્ટન જાગીર સંભાળવાની જવાબદારી આવી પડી હતી અને તેના કારણે હું ખૂબ વ્યસ્ત પણ રહેતો હતો. પણ મને લાગે છે, હૉમ્સ, કે તારી આવડત વડે તું મને મદદ કરી મારી આ મુશ્કેલીમાં મદદ કરી શકીશ, કેમ ?'

" 'હા,' મેં કહ્યું, 'હું મારી બુદ્ધિશક્તિ પર જ નભું છું.'

" 'આ સાંભળીને મને આનંદ થયો, કારણ કે આજે તું મને જે સલાહ આપીશ તે મારા માટે ખૂબ મૂલ્યવાન રહેશે. ત્યાં હર્લ્સ્ટનમાં કંઈક વિચિત્ર બની રહ્યું છે જેને પારખવામાં પોલીસ પણ અસફળ રહી છે. તે ખૂબ અસામાન્ય અને સમજાય નહીં તેવું છે.'

"તું સમજી શકે છે કે મેં તેને કેવી આતુરતાથી સાંભળ્યો હશે, વૉટસન, કારણ કે તે બધા જ મહિનાઓ દરમિયાન હું મારા હાથમાં કોઈ કેસ આવે તેની આતુરતાથી રાહ જોઈ રહ્યો હતો. મારા હૃદયમાં મને હંમેશા એવું લાગ્યા કરતું કે જ્યાં બધા જ નિષ્ફળ

જાય છે ત્યાં હું સફળ થાઉં છું અને હવે મારી તે લાગણીની કસોટી કરવાનો સમય આવી ગયો હતો.''

'' 'મહેરબાની કરીને મને બધી વિગતો જણાવ.' મેં ઉત્તેજિત થતાં મોટેથી કહ્યું.

''રેજિનાલ્ડ મસગ્રેવે મારી સામે બેઠક લીધી અને મેં આપેલી સિગારેટ સળગાવી.

'' 'તને ખબર જ હશે,' તેણે કહ્યું, 'કે કુંવારા હોવાથી મારે હર્લ્સ્ટનની જાગીર માટે મોટી સંખ્યામાં નોકરો રોકવા પડ્યા હતા, કારણ કે તે એક ખૂબ જ જૂનું મકાન હતું જેની સંભાળ કાળજીપૂર્વક લેવી ખૂબ જ જરૂરી હતી. હું પણ તેની સંભાળ રાખતો. હું અવારનવાર ત્યાં મિજબાનીઓ યોજતો જે માટે અન્ય લોકોની મદદની જરૂર પડતી. બધી થઈને આઠ નોકરાણીઓ, એક રસોયો, એક વડો નોકર, બે ખિદમતગાર અને એક છોકરો હતાં. બગીચા અને તબેલાનો સ્ટાફ પાછો અલગ હતો.

'' 'આ બધા જ નોકરમાંનો એક, બ્રન્ટન, અમારો વડો નોકર, સૌથી જૂનો હતો. તેને જ્યારે મારા પિતાએ નોકરીએ રાખ્યો ત્યારે તે શાળાનો યુવાન શિક્ષક હતો, પણ તેની ઊર્જા અને તેનું ચારિત્ર્ય એવાં ઉત્તમ હતાં કે આખાયે તેણે ઘરને સરસ રીતે સંભાળી લીધું હતું. તે એક પુખ્તવયનો સોહામણો યુવાન હતો. તેનું કપાળ તેજસ્વી હતું અને તે વીસ વર્ષથી અમારી સાથે હતો છતાં પણ હજુ ચાલીસથી વધારે તેની ઉંમર નહીં લાગતી હોય. તે કેટલીયે વ્યક્તિગત લાયકાતો અને અનોખી આવડતો ધરાવતો હતો - તે કેટલીયે ભાષા બોલી જાણતો હતો અને લગભગ બધાં જ વાદ્યો વગાડી શકતો હતો. આ રીતે તે પોતાના પદ માટે સંપૂર્ણ યોગ્ય માણસ હતો, તે એટલો ઉત્તમ હતો કે તેથી વધારે ઉત્તમ તે થઈ શકે તેમ જ નહોતો. હર્લ્સ્ટનનો વડો નોકર હંમેશા મહેમાનોના હૃદયમાં વસી જતો, બધા તેને યાદ રાખતા.

'' 'પણ આ ઉત્તમ વ્યક્તિમાં એક ખોટ હતી. તે એક દિલફેંક માણસ હતો અને તમે સમજી શકો છો કે આવા એકાંત પ્રદેશમાં તેને તેવું બનવામાં જરા પણ મુશ્કેલી નહીં નડતી હોય.જ્યારે તે પરણ્યો ત્યારે બધું બરાબર હતું પણ જ્યારે તે વિધુર થયો ત્યાર બાદ તેની મુશ્કેલીઓનો અંત જ નહોતો આવતો. થોડા મહિના પછી અમને રાહત થઈ કે તેની જિંદગી ફરી પાટે ચડી રહી હતી કારણ કે તેણે અમારા ઘરની બીજી પરિચારિકા, રેશેલ હોવેલ સાથે સગાઈ કરી પણ તેણી સાથે પણ લાંબુ ચાલ્યું નહીં અને અમારા ગેમ-કીપરની દીકરી જેનેટ ટ્રેજેલિસને મળવા લાગ્યો - રેશેલ એક ખૂબ જ સારી છોકરી હતી, પણ તેણી જલદી ઉશ્કેરાઈ જતી વેલ્શ પ્રકૃતિ ધરાવતી યુવતી હતી. તેણીને મગજના તાવની બીમારી હતી જેની અસર હજુ પણ ઘરમાં છવાયેલી હતી અથવા તો ગઈકાલ સુધી. તેને કારણે હર્લ્સ્ટન જાગીરમાં સૌપ્રથમ તમાશો થયો અને ત્યાર બાદ અમારા બટલર માટે હવે મારા મનમાં પહેલા જેવું સ્થાન ન રહ્યું. હકીકત આ પ્રમાણે હતી :

'' 'મેં પહેલાં પણ કહ્યું છે તેમ તે એક બુદ્ધિશાળી માણસ હતો, અને તેની આ જ બુદ્ધિ જ તેની પડતીનું કારણ હતી, કારણ કે તે હંમેશા તેને જે લાગતીવળગતી ના હોય

તેવી બાબતો માટે લાલચુ રહેતો. મને જરા પણ ખ્યાલ નહોતો કે આ લાલચ તેને કઈ હદ સુધી લઈ જશે પણ એક અકસ્માતે મારી આંખો ખોલી નાખી.

" 'મને કહેવામાં આવ્યું કે ઘરમાં અવ્યવસ્થા ફેલાઈ ગઈ હતી. ગયા અઠવાડિયે - ચોક્કસ કહું તો ગુરુવારની રાત્રે - રાત્રીના ખાણા બાદ મેં તીવ્ર કેફે નોઈર લેવાની મૂર્ખામી કરી હતી જેના કારણે હું ઊંઘી નહોતો શક્યો. ઊંઘ લાવવાના ઘણા પ્રયત્નો છતાં પણ મને ઊંઘ ન આવી, માટે બે વાગ્યા પછી મેં તે માટેનો પ્રયત્ન છોડી દીધો, હું ઊભો થયો અને જે નવલકથા મેં અધૂરી રાખી હતી તેને વાંચવા મેં મીણબત્તી સળગાવી. તે પુસ્તક હું બિલિયર્ડ-રૂમમાં ભૂલી ગયો હતો માટે મેં મારો રાત્રીનો ગાઉન પહેર્યો અને તેને લેવા તે ઓરડા તરફ ચાલવા લાગ્યો.'

" 'બિલિયર્ડ-રૂમમાં જવા માટે એક સીડી ઊતરવી પડતી, ત્યારબાદ એક મોટી પરસાળ આવતી જે પુસ્તકાલય અને બંદૂક રાખવા માટેના ઓરડા તરફ જતી હતી. હું ત્યાંથી પસાર થયો ત્યારે મને પુસ્તકાલયમાંથી કંઈક પ્રકાશ આવતો દેખાયો. તેનાથી હું ખૂબ આશ્ચર્ય પામ્યો હતો. મને ખાતરી હતી કે જ્યારે હું પુસ્તકાલયમાંથી બહાર આવ્યો ત્યારે મેં ફાનસ ઓલવી નાખ્યું હતું અને દરવાજો બંધ કરીને હું સૂવા ગયો હતો. સ્વાભાવિકપણે મને એવું લાગ્યું કે કોઈ લૂટારા હોવા જોઈએ. હર્લસ્ટનની પરસાળની બધી જ દીવાલો ટ્રોફી અને જૂનાં મૂલ્યવાન હથિયારોથી સજાવેલી હતી. તેમાંથી મેં એક કુહાડી હાથમાં લીધી અને મીણબત્તીને ત્યાં જ છોડી છૂપા પગલે પેલા અધખુલ્લા બારણા તરફ ગયો અને અંદર ડોકિયું કર્યું.

" 'પુસ્તકાલયમાં બ્રન્ટન હતો. તે સંપૂર્ણ સજ્જ થઈને આરામખુરશીમાં પોતાના ગોઠણ પર કંઈક કાગળ પાથરીને બેઠો હતો જે કોઈક નકશો હોય તેવું લાગતું હતું. તે જાણે કોઈ વિચારમાં ડૂબેલો હોય તેમ લમણા પર હાથ રાખીને બેઠો હતો. હું તો આશ્ચર્યનો માર્યો તેને જોતો અંધારામાં મૂઢ થઈને ઊભો રહ્યો. ટેબલની કિનારી પરની મીણબત્તીના ઝાંખા પ્રકાશમાં હું જોઈ શક્યો કે તે સંપૂર્ણ વસ્ત્રસજ્જ હતો. અચાનક તે ખુરશીમાંથી ઊભો થયો. ડેસ્ક તરફ નમ્યો. તેણે તેનું તાળું ખોલ્યું અને એક ખાનું ખેંચ્યું. તેમાંથી તેણે એક કાગળ કાઢ્યો અને પાછો પોતાની બેઠક પર આવ્યો અને તેને મીણબત્તીના પ્રકાશમાં પાથર્યો. તે કાગળનો ખૂબ જ એકાગ્રતાથી અભ્યાસ કરવા લાગ્યો. મારા કુટુંબના દસ્તાવેજનો તેને આવી શાંતિથી અભ્યાસ કરતો જોઈ હું રોષે ભરાઈ ગયો અને એક ડગલું આગળ ધસી ગયો તરત જ બ્રન્ટને ઉપર જોયું તો હું દરવાજામાં ઊભો હતો. તે ઊછળીને ઊભો થઈ ગયો, તેનો ચહેરો ભયનો માર્યો ફિક્કો પડી ગયો અને પેલો જે નકશા જેવો કાગળ હતો તે તેણે પોતાની છાતીમાં સેરવી દીધો.

" 'અચ્છા !' મેં કહ્યું, "તો તું અમારા વિશ્વાસનો બદલો આ રીતે ચૂકવી રહ્યો છે. તું કાલે અહીંથી જતો રહેજે."

" 'તે કશું જ બોલ્યા વિના છોભીલો થઈને ત્યાંથી જતો રહ્યો. મીણબત્તી હજુ પણ ટેબલ પર સળગી રહી હતી અને તેના પ્રકાશમાં મેં એ જોવા નજર કરી કે તે પેલા ડેસ્કમાંથી લઈને કયો કાગળ વાંચી રહ્યો હતો. મારા આશ્ચર્ય વચ્ચે તે જરા પણ મહત્ત્વનો કાગળ નહોતો. તેમાં તો જૂના મસગ્રેવ કર્મકાન્ડ પર કેટલાક સવાલ-જવાબ હતા. અમારા કુટુંબમાં કરવામાં આવતી ખાસ પ્રકારની વિધિ હતી. જે દરેક મસગ્રેવ દ્વારા તેની પછીની પેઢીને આપવામાં આવતી હતી. આ એક અંગત રસની બાબત હતી અને કદાચ તેનું પુરાતત્ત્વ મહત્ત્વ પણ હોઈ શકે પણ તેનો કોઈ વ્યવહારિક ઉપયોગ તો નહોતો જ.'

" 'આપણે તે કાગળ વિષે પછી વિગતે વાત કરીશું.' મેં કહ્યું.

" 'જો તમે ખરેખર એવું જ વિચારતા હોવ,' તેણે આનાકાનીમાં જવાબ આપ્યો, 'તો પછી હું મારું નિવેદન આગળ ચાલુ રાખું છું. બ્રન્ટન જે ચાવી મૂકીને જતો રહ્યો તે જ ચાવી વડે મેં ડેસ્કને તાળું માર્યું અને મારા ઓરડામાં જવા વળ્યો ત્યાં મેં જોયું તો બ્રન્ટોન પાછો આવી ગયો હતો અને મારી સામે ઊભો હતો.'

" ' "શ્રીમાન મસગ્રેવ સાહેબ,' તેણે ડૂમો ભરાઈ ગયેલા અવાજમાં કહ્યું, 'હું અવિશ્વાસ સહન નથી કરી શકતો, સાહેબ. હું મારી આખી જિંદગીમાં એક સ્વમાની માણસ તરીકે જીવ્યો છું, તમારો આ અવિશ્વાસ મને મારી નાખશે. જો તમે મને અવિશ્વાસુ સમજી અહીંથી કાઢી મૂકશો તો મારું મોત તમારા શીરે રહેશે. જો તેમ છતાં પણ તમે મને અહીં રાખવા ન માગતા હોવ તો ભગવાનને ખાતર મને એક મહિનાની નોટિસ આપો હું મારી મરજીથી એક મહિનામાં જતો રહીશ. હું તે સહન નહીં કરી શકું, શ્રીમાન મસગ્રેવ, પણ હું લોકો વચ્ચે અપમાનિત થવા નથી ઇચ્છતો." '

" ' "તું જરા પણ દયાને લાયક નથી, બ્રન્ટન," મેં જવાબ આપ્યો, "તારામાં ઘણા દુર્ગુણો છે તેમ છતાં તું ઘણા લાંબા સમયથી અમારા કુટુંબમાં રહ્યો છે માટે હું નથી ઇચ્છતો કે લોકો વચ્ચે તું અપમાનિત થાય. એક મહિનો ખૂબ લાંબો કહેવાય. તારી જાતે જ અહીંથી અઠવાડિયામાં રવાના થઈ જજે અને અહીંથી જવાનું જે ઇચ્છે તે કારણ તું આપી શકે છે."

" ' "ફક્ત એક જ અઠવાડિયું, સાહેબ ?" તેણે નિરાશાજનક અવાજમાં કહ્યું. "કમસેકમ પંદર દિવસનો સમય તો આપો, સાહેબ, માત્ર પંદર દિવસ !"

" ' "ફક્ત એક અઠવાડિયું," હું ફરી બોલ્યો, "તારા માટે આટલી દયા પૂરતી છે."

" 'નિરાશ વદને તે મુંડી નીચી ઘાલીને ત્યાંથી ચાલ્યો ગયો અને હું મીણબત્તી લઈને મારા ઓરડા તરફ ગયો.

" 'બે દિવસ બ્રન્ટને પોતાની ફરજ ખૂબ જ ખંતથી નિભાવી. જે કંઈ બન્યું હતું તેનો મેં જરા સરખો પણ ઉલ્લેખ ન કર્યો અને બસ રાહ જોતો રહ્યો કે તે પોતાના પર લાગેલા કલંકને કેવી રીતે ઢાંકશે. નાસ્તા પછી તેણે નિયમ પ્રમાણે આખાયે દિવસનાં

કામોનું માર્ગદર્શન મેળવવા મારી સમક્ષ હાજર થવાનું હોય છે પણ તે ત્રીજા દિવસે પણ હાજર ન થયો. હું ડાઈનિંગ-રૂમમાંથી બહાર જતો હતો ત્યાં જ મારો ભેટો અમારી નોકરાણી રેશેલ હોવેલ્સ સાથે થઈ ગયો. મેં તમને પહેલાં જ કહ્યું છે કે તેણી હાલમાં જ પોતાની બીમારીમાંથી બહાર આવી હતી અને તે એટલી નિસ્તેજ અને ફિક્કી લાગી રહી હતી કે તેના ફરી પાછા કામ પર ચડવાનો મેં વાંધો ઉઠાવ્યો હતો.

" ' "તારે તો અત્યારે પથારીમાં હોવું જોઈએ," મેં કહ્યું, "બરાબર સ્વસ્થ થઈ જાય ત્યારે જ નોકરી પર આવજે."

" 'તેણે મારી સામે એવી વિચિત્ર રીતે જોયું કે મને શંકા ગઈ કે તેના મગજ પર તાવની અસર થઈ હતી.

" ' "હું સંપૂર્ણ સ્વસ્થ છું, શ્રીમાન મસગ્રેવ," તેણીએ કહ્યું.

" ' "ડૉક્ટર શું કહે છે તે જોઈએ," મેં જવાબ આપ્યો, "તું હવે કામ બંધ કર અને નીચે જાય ત્યારે કહેજે કે મારે બ્રન્ટનનું કામ છે."

" ' "વડો નોકર તો જતો રહ્યો," તેણીએ કહ્યું.

" ' "જતો રહ્યો ! ક્યાં જતો રહ્યો ?"

" ' "તે જતો રહ્યો છે. તેને કોઈએ નથી જોયો. તે તેના ઓરડામાં નથી. અરે હા, તે જતો રહ્યો છે, તે જતો રહ્યો છે !" તે ખડખડાટ હસતાં બોલી રહી હતી. આ જોઈને મને ભય લાગ્યો કે તેના પર ગાંડપણનો હુમલો તો નહીં થયો હોય ને ! અને હું સીધો જ મદદ માટ ઘંટડી તરફ ધસી ગયો. તે છોકરીને તેના ઓરડામાં લઈ જવામાં આવી, હજુ પણ તે ડૂસકાં ભરી રહી હતી અને બૂમો પાડી રહી હતી, જ્યારે હું બ્રન્ટન વિષે આમતેમ પૂછી રહ્યો હતો. તેમાં કોઈ જ શંકા નહોતી કે તે ગાયબ થઈ ગયો હતો. તેની પથારી તેવી ને તેવી કરચલી વગરની હતી. આગલી રાત્રે પરવાર્યા બાદ તેને કોઈએ પણ નહોતો જોયો અને તેમ છતાં તે માનવું મુશ્કેલ હતું કે બે બારીઓ અને બારણું વાસીને તે કઈ રીતે જઈ શક્યો હોય ! તેનાં કપડાં, ઘડિયાળ અને પૈસા તેના ઓરડામાં જ હતાં પણ જે કાળો કોટ તે હંમેશા પહેરતો હતો તે તેના ઓરડામાં નહોતો. તેનાં સ્લીપર્સ પણ નહોતાં, પણ તેનાં બૂટ ત્યાં જ હતાં. તો પછી રાત્રે બટલર બ્રન્ટન ગયો ક્યાં હશે અને હાલ તે ક્યાં હશે ?

" 'અમે ભોંયરાથી લઈને માળિયા સુધી આખુંયે ઘર ફંફોસી માર્યું પણ તેનો ક્યાંય પત્તો નહોતો. મેં પહેલાં કહ્યું તે પ્રમાણે આ જુનવાણી મકાનની રચના ખૂબ જટીલ હતી, ખાસ કરીને તેનો મુખ્ય ભાગ. ત્યાં હાલ કોઈ જ નહોતું રહેતું તેમ છતાં અમે ત્યાંના પણ દરેક ઓરડા અને માળિયાં તપાસ્યાં પણ ત્યાં પણ તેની કોઈ ભાળ ન મળી. મને એ વાતનું આશ્ચર્ય હતું કે તે પોતાની બધી જ ચીજ-વસ્તુઓ મૂકીને કેવી રીતે જઈ શકે ? અને ગયો તો ગયો ક્યાં ? મેં તરત જ સ્થાનિક પોલીસને બોલાવી પણ તેમને પણ

કોઈ જ સફળતા ન મળી. આગલી રાત્રે ખાસો વરસાદ પડ્યો હતો. અમે ઘરની આસપાસ બધે જ તેના પગેરાની શોધ કરી પણ કશું જ ન મળ્યું. હકીકતો આ પ્રમાણે હતી. મૂળ રહસ્ય બાજુ પર રહ્યું અને આ નવી સમસ્યાએ બધાનું ધ્યાન ખેંચ્યું હતું.

"બે દિવસ રેશેલ હોવેલ ખૂબ બીમાર રહી. તે ઘણી વાર હસવા લાગતી તો ઘણીવાર ડૂસકાં ભરતી, માટે રાત્રે તેની પાસે રહેવા માટે એક નર્સ પણ રાખવામાં આવી. બ્રન્ટનના ગાયબ થયાની ત્રીજી રાત્રીએ નર્સે જોયું તો તેની દર્દી સુંદર રીતે સૂઈ ગઈ હતી એટલે તેણીને પણ એક ઝોલું આવી ગયું અને જ્યારે વહેલી સવારે તેણીની આંખ ઊઘડી તો પથારી ખાલી હતી. બારી ખુલ્લી હતી અને તેણી પણ ક્યાંય જોવામાં ન આવી. હું તરત જ જાગી ગયો અને તરતને તરત જ ખિદમતગારોને તેની શોધ કરવા જણાવ્યું. તેણી કઈ દિશામાં ગઈ હશે તે જાણવું કંઈ ખાસ અઘરું નહોતું કારણ કે તેની બારીની બહારની બાજુએ નીચે જ અમને તેનાં પદચિહ્નો જોવામાં આવ્યાં અને તેની પાછળ પાછળ અમે ઘાસ પર થઈને તળાવની કિનારી સુધી પહોંચ્યા અને ત્યાં તેનાં પદચિહ્નો પૂરાં થઈ જતાં હતાં. તે તરફ તળાવ ખાસ્સું આઠ ફૂટ ઊંડું હતું. અમે જ્યારે જોયું કે તેણીની સફરનો અહીં તળાવની કિનારીએ અંત આવ્યો હતો ત્યારે અમારી શું હાલત થઈ હશે તે તમે કલ્પી શકો છો.

" 'અમે તરત જ કાદવ ઉલેચવાનું શરૂ કરી દીધું અને કંઈ મળે છે કે નહીં તેની તપાસ કરવા માંડી પણ તેનું શબ અમને ન મળ્યું. બીજી બાજુ તળિયેથી અમને એક સાવ અણધારી વસ્તુ મળી આવી. અમને એક શણની થેલી મળી આવી હતી જેમાં ઘસાઈ ગયેલી, રંગ ઊડી ગયેલી ધાતુ; કેટલાક રંગ ઊડી ગયેલા ગોળ પથ્થર અને કાચના ટુકડા હતા. આટલી તપાસમાં અમને તળાવમાંથી આ વિચિત્ર વસ્તુ જ મળી. અમે છેક ગઈ કાલ સુધી તપાસ ચાલુ રાખી પણ ન તો રેશેલ હોવેલ્સ કે ન તો રીચાર્ડ બ્રન્ટનનો કોઈ પત્તો લાગ્યો. સ્થાનિક પોલીસે હાર માની લીધી છે અને હવે હું છેલ્લા ઉપાય તરીકે તમારી પાસે આવ્યો છું.

"તું કલ્પી શકીશ, વૉટસન, કે તેના આ આખાયે ઘટનાક્રમને મેં કેટલી આતુરતાથી સાંભળ્યો હતો અને હવે હું બધી જ બાબતોને એકબીજા સાથે જોડવાનો પ્રયત્ન કરી રહ્યો હતો અને એ વિચાર કરી રહ્યો હતો કે આ બધામાં એવી કઈ સમાન બાબત હતી કે જે સાથે આ સઘળા ભિન્ન પ્રસંગો સંકળાયેલા હતા. બટલર જતો રહ્યો હતો. નોકરાણી પણ જતી રહી હતી. નોકરાણી બટલરને ચાહતી હતી, અને પાછળથી તેને નફરત કરવા માંડી હતી. તેણી જલદી પિત્તો ગુમાવી બેસતી, તામસી, કર્કશા સ્ત્રી હતી. તેણી બટલરના જતા રહ્યા બાદ તરત જ ઉત્તેજિત થઈ ગઈ હતી અને પાગલની જેમ વર્તી રહી હતી. તેણીએ પાગલપણમાં વિચિત્ર ચીજવસ્તુઓ ભરેલી થેલી તળાવમાં નાખી હતી. આ બધી જ બાબતો વિષે વિચારવામાં આવ્યું છે તેમ છતાં પણ તેમાંનું કોઈ જ સમસ્યાના મૂળ

સુધી નથી પહોંચાડતું. આ ઘટનાક્રમનો પ્રારંભિક મુદ્દો કયો હોઈ શકે ? એટલું જાણવા મળે તો આખીયે ગૂંચવણભરી ઘટનાનો અંતનો છેડો પણ આપણે જાણી શકીએ.

" 'મસગ્રેવ, મારે તે કાગળિયાં જોવાં પડશે,' મેં કહ્યું, 'તેવું તે શું હતું એ કાગળમાં કે તારા બટલરે પોતાના સ્થાનની પણ ચિંતા કર્યા વગર તેને જોવાનું સાહસ કર્યું હતું ?'

" 'તે સાવ નકામાં હતાં, તેમાં અમારી વિધિઓ વિષે લખવામાં આવ્યું હતું,' તેણે કહ્યું, 'જો તમારે તેની પર નજર ફેરવવી હોય તો અહીં મારી પાસે તેની નકલ છે.'

" 'વૉટસન, આ તે જ કાગળિયાં છે જે તેણે મને તે વખતે આપ્યાં હતાં અને આ એક એવું વિચિત્ર પ્રશ્નોત્તરીવાળું કાગળિયું હતું જેને દરેક મસગ્રેવે તે તેની જાગીરમાં પ્રવેશે ત્યારે ભરીને જમા કરાવવાનું રહેતું. હું તારી સમક્ષ તેના પ્રશ્નો અને જવાબ બોલું છું.

" 'તે કોનું હતું ?'

" 'જે જતો રહ્યો છે તેનું.'

" 'તે કોને મળશે ?'

" 'જે આવશે તેને.'

" 'સૂર્ય ક્યાં હતો ?'

" 'ઑકની ઉપર.'

" 'છાંયડો ક્યાં હતો ?'

" 'એલ્મના ઝાડની નીચે.'

" 'તે કેવી રીતે પડતો હતો ?'

" 'ઉત્તર તરફ દસ બાય દસ, પૂર્વ તરફ પાંચ બાય પાંચ, દક્ષિણ તરફ બે બાય બે, પશ્ચિમ તરફ એક બાય એક અને તે રીતે નીચેની તરફ પણ.'

" 'તેના બદલામાં આપણે શું આપીશું ?'

" 'આપણું જે કંઈ છે તે બધું.'

" 'આપણે શા માટે તે આપવું જોઈએ ?'

" 'વિશ્વાસને ખાતર.'

" 'મૂળ દસ્તાવેજમાં કોઈ જ તારીખ નાખવામાં નથી આવી પણ તે સત્તરમી સદીની મધ્યમાં લખવામાં આવ્યો હોય તેવું લાગે છે,' મસગ્રેવે કહ્યું, 'મને ડર છે કે સમસ્યાનું નિરાકરણ લાવવામાં તે તમને કંઈ ખાસ ઉપયોગી નહીં નીવડે.'

" 'કમ સે કમ,' મેં કહ્યું, 'આ તો આપણા માટે એક બીજુ રહસ્ય ઊભું થઈ ગયું છે અને આ તો પહેલાં કરતાં પણ વધારે રસપ્રદ છે. એવું પણ બની શકે કે આ રહસ્ય ઉકેલતી વખતે આપણને તેમાંથી આપણા પહેલા રહસ્યને ઉકેલવાનું પગેરું પણ મળી જાય. મસગ્રેવ, હું કહું છું પણ તું મને તે બદલ માફ કરજે પણ આ તારો બટલર તમારા

ખાનદાનની દસ પેઢીઓના પુરુષો કરતા ક્યાંય વધારે બુદ્ધિશાળી અને આંતરદષ્ટિ ધરાવતો માણસ છે.'

" 'હું તમારી વાત નથી માનતો,' મસગ્રેવે કહ્યું, 'મારી નજરમાં આ કાગળિયાંનું કોઈ જ વ્યવહારુ મહત્ત્વ નથી.'

" 'પણ મારા માટે તે અત્યંત વ્યવહારુ મહત્ત્વનું છે અને મારા માટે તે એક આશ્ચર્ય છે. બ્રન્ટનને પણ મારી જેમ જ લાગ્યું હતું. તેં જે રાત્રે તેને આ કાગળિયાં જોતો પકડ્યો તે પહેલાં પણ તેણે તે ચોક્કસ જોયાં હશે.'

" 'બની શકે. અમે તેને છુપાવવાની કોઈ જ તકલીફ નહોતી લીધી.'

" 'મારી ધારણા પ્રમાણે જ્યારે તેં તેને ત્યાં કાગળિયાં પર નજર ફેરવતો જોયો ત્યારે તે કદાચ પોતાની યાદને તાજી કરવાનો પ્રયત્ન કરી રહ્યો હતો. મારા માનવા પ્રમાણે તેની પાસે કોઈક એવો નકશો હોવો જોઈએ કે જે તે આ લખાણ સાથે સરખાવી રહ્યો હોય અને જ્યારે તેં તેને જોયો ત્યારે તેણે તે નકશો પોતાની છાતીમાં સેરવી લીધો હોવો જોઈએ.'

" 'સાચી વાત છે. પણ તેને વળી અમારી આ જૂની વિધિ સાથે શું લેવા-દેવા હોય અને વળી આવી નકામી પ્રશ્નોત્તરીનો અર્થ પણ શું થતો હશે ?'

" 'મને નથી લાગતું કે તેનો અર્થ શોધવામાં આપણને વધારે તકલીફ પડે.' મેં કહ્યું, 'જો તમે ઇચ્છો તો આપણે સસેક્સની પહેલી ટ્રેઇન પકડી ઘટનાસ્થળે પહોંચી ઊંડાણપૂર્વકની તપાસ કરીએ.'

"તે જ બપોરે અમે હર્લ્સ્ટન પહોંચી ગયા. કદાચ તેં આ જૂની પ્રખ્યાત જાગીરનાં ચિત્રો અને તેનું વર્ણન વાંચ્યું હશે. તે 'એલ' આકારમાં વિસ્તરેલી ઈમારત હતી, તેની જે લાંબી બાજુ હતી તે ઘણી આધુનિક રીતે વિકસાવવામાં આવી હતી જ્યારે નાની બાજુ પ્રાચીન બાંધણીની લાગતી હતી. આ પ્રાચીન ભાગની મધ્યમાં ભારે ભારોટિયાવાળો દરવાજો હતો તેની મધ્યમાં ટાંકણાથી ૧૬૦૭ની સાલ કોતરવામાં આવી હતી પણ તેના થાંભલા અને પથ્થરકામનો અભ્યાસ કરતા નિષ્ણાતો તેને તેના કરતાં પણ જૂની હોવાનું કહેતા હતા. આ ભાગની દીવાલો અત્યંત જાડી હતી અને બારીઓ પણ ખૂબ જ નાની હતી જેથી ગઈ સદીમાં જ કુટુંબે બીજી બાજુએ રહેવાસ ચાલુ કરવો પડ્યો હતો અને હવે જૂની પાંખનો ઉપયોગ ભંડકિયા તરીકે કરવામાં આવતો હતો. ઘરની આસપાસ વર્ષો જૂનાં ઊંચાં ઝાડનું જંગલ હતું અને ઘરની લગભગ બસ્સો વાર છેટે એક નાનકડું તળાવ હતું કે જેનો ઉલ્લેખ મારા અસીલે પોતાની વાર્તામાં કર્યો હતો.

"હું એટલું તો ચોક્કસ જાણી ગયો હતો કે તે કોઈ અલગ અલગ ત્રણ રહસ્યો નહોતાં પણ એક જ રહસ્ય હતું, વૉટસન, અને જો મેં તે પ્રશ્નોત્તરીવાળા કાગળિયાને યોગ્ય રીતે વાંચ્યો હોય તો તે એક એવું પગેરું હતું જે મને બટલર બ્રન્ટન અને નોકરાણી

હોવેલ્સ તરફ દોરી જવાનું હતું. મેં મારી બધી જ ઊર્જા તે તરફ વાળી દીધી. શા માટે આ નોકર તેના માલિકની આ જૂની પરંપરામાં આટલો બધો રસ દાખવતો હતો ? ચોક્કસ તેણે તેમાં કંઈક એવું જોયું હશે કે જે બધીએ પેઢીની નજરોથી બચી ગયું હશે અને તેમાંથી તેને કદાચ કોઈ અંગત ફાયદાની આશા હશે. તો પછી તે શું હતું અને તે કઈ રીતે તેના નસીબને અસર કરતું હતું ?

“મારા માટે કર્મકાંડની પ્રશ્નોત્તરી વાંચીને એ નક્કી થઈ ગયું હતું કે તેમાં જણાવેલાં માપ ચોક્કસ કોઈ જગ્યા તરફ નિર્દેશ કરતાં હતાં અને જો અમે તે જગ્યા શોધી શક્યા તો અમે તે રહસ્યને પણ જાણી શકીશું કે મસગ્રેવના પૂર્વજો આવી રહસ્યમયી રીતે શાની યાદ તાજી રાખવા માગતા હતા. કામ શરૂ કરવા માટે અમારી પાસે ઑકનું ઝાડ અને એલ્મનું ઝાડ આ બે માર્ગદર્શક હતા. ઑકની વાત કરું તો તેનો કોઈ પ્રશ્ન જ નહોતો. ઘરની સામે જ જમણી બાજુ પર સંખ્યાબંધ ઑક હતાં. મારા જીવનમાં મેં આટલાં ભવ્ય વૃક્ષો ક્યારેય નહોતાં જોયાં.

“ ‘તમારી આ પ્રશ્નોત્તરી આપણને તે તરફ દોરી જાય છે,’ મેં તેને તે તરફ જતાં કહ્યું.

“ ‘તે ત્યાં નોર્મન કોનક્વેસ્ટ તરફ છે.તેનો ઘેરાવો ત્રેવીસ ફૂટનો છે.’

“ ‘અહીં મારો એક મુદ્દો નક્કી થાય છે. શું તમારે ત્યાં કોઈ જૂનું એલ્મનું ઝાડ છે ?’ મેં પૂછ્યું.

“ ‘તે ત્યાં પેલી બાજુ હતું જે ખૂબ જ જૂનું હતું, પણ દસ વર્ષ પહેલાં વીજળી પડવાથી તે તૂટી ગયું હતું અને પછી અમે તેનું થડિયું કાપી નાખ્યું હતું.’

“ ‘તમે મને જણાવી શકશો કે તે ચોક્કસ કઈ જગ્યા પર હતું ?’

“ ‘હા, કેમ નહીં ?’

“ ‘એલ્મનાં બીજાં કોઈ ઝાડ તો નથી ને ?’

“ ‘ના, જૂનાં તો કોઈ જ નથી, પણ બીચનાં ઘણાં બધાં ઝાડવાં છે.’

“ ‘હું જાણવા માગું છું કે તે ક્યાં હતું ?’

“અમે કૂતરાગાડીમાં હતા અને મારો અસીલ મને ઘરમાં પ્રવેશ્યા વગર જ જ્યાં એલ્મનું ઝાડ દસ વર્ષ પહેલાં ઊભું હતું ત્યાં લઈ ગયો. ઑકના વૃક્ષ અને ઘર સુધીના માર્ગની તે બરાબર વચ્ચેની જગ્યા હતી. હવે મારી તપાસ આગળ વધવાની હતી.

“ ‘એલ્મનું વૃક્ષ કેટલું ઊંચુ હશે તે જાણવું તો અશક્ય હશે નહીં ?’

“ ‘ના, તેની મને ખબર છે. તે ચોસઠ ફૂટ ઊંચું હતું.’

“ ‘તને કેવી રીતે ખબર ?’ મેં આશ્ચર્યથી પૂછ્યું.

“ ‘મારા શિક્ષક ત્રિકોણમિતિના અભ્યાસ વખતે હંમેશા મને ઝાડની ઊંચાઈ માપવાના દાખલા આપતા. ત્યારે હું કિશોર વયનો હતો. એ વખતે મેં આ જગ્યાની દરેક ઇમારત અને વૃક્ષોની ઊંચાઈ શોધી હતી.’

" 'ખરેખર આ તો અદ્ભુત નસીબ કહેવાય. હવે તો મારી ધારણા કરતાં પણ વધારે ઝડપે મને માહિતી મળશે.

" 'મને કહો,' મેં પૂછ્યું, 'શું તમારા બટલરે ક્યારેય તમને આવો પ્રશ્ન પૂછ્યો હતો?'

"રેજિનાલ્ડ મસગ્રેવ મારી તરફ દિગ્મૂઢ થઈને જોઈ રહ્યો. 'હવે મને કંઈક યાદ આવી રહ્યું છે,' તેણે જવાબ આપ્યો, 'બ્રન્ટને અશ્વપાલ સાથેની કોઈક માથાકૂટના સંદર્ભમાં થોડા મહિના પહેલા મને વૃક્ષની ઊંચાઈ પૂછી હતી.'

"મારા માટે આ એક ઉત્તમ સમાચાર હતા, વૉટસન, કારણ કે તે મને દર્શાવતા હતા કે હું સાચા માર્ગ પર હતો. મેં સૂર્ય સામે જોયું. તો તે ઑકના ઝાડની પાછળ હતો અને મારી ગણતરી પ્રમાણે કલાકની અંદર તે જૂના ઑકની ઊંચામાં ઊંચી ડાળી પર આવી જવાનો હતો. પ્રશ્નોત્તરીમાંની એક શરત અહીં પૂરી થતી હતી. હવે એલ્મનો છાંયડો કઈ તરફ નિર્દેશ કરવાનો હતો તે જોવાનું હતું. હવે મારે એ શોધવાનું હતું કે જ્યારે સૂર્ય ઑકમાંથી બહાર આવે ત્યારે છાંયડાનો છેડો ક્યાં સુધી પહોંચે છે."

"તે શોધવું તો અઘરું છે, હોમ્સ, કારણ કે એલ્મનું વૃક્ષ તો કપાઈ ગયું હતું."

"મને એટલી તો ખબર હતી કે જો બ્રન્ટન તે કરી શક્યો તો હું પણ કરી શકીશ. તેમાં કંઈ ખાસ મુશ્કેલી નહોતી. મેં મસગ્રેવના આંકડાને ધ્યાનમાં લીધો અને મારી જાતે લાકડાની મેખ છોલી તેની સાથે મેં આ દોરી બાંધી અને તેના દરેક વારે એક ગાંઠ મારી. પછી મેં બમણી લંબાઈવાળી માછલી પકડવાની લાકડી લીધી જે માત્ર છ ફૂટની હતી અને તે બધું લઈને હું મારા અસીલ પાસે જ્યાં એલ્મનું ઝાડ હતું ત્યાં ગયો. હવે સૂર્ય ઑક પાછળથી ઉપર આવી ગયો હતો. મેં લાકડીને ઑકના ઝાડની જગ્યાએ ખોસી અને તેના પડછાયાને માપ્યો જે નવ ફૂટ લાંબો હતો.

"હવે તો ગણતરી તદ્દન સરળ હતી. જો એક છ ફૂટની લાકડી નવ ફૂટનો પડછાયો પાડે તો પછી ચોસઠ ફૂટનું વૃક્ષ એકસો ને છન્નું ફૂટ લાંબો પડછાયો પાડે અને જે રેખા લાકડીની હતી તે જ રેખા વૃક્ષની હોય. મેં તરત જ પેલી દોરી વડે અંતર માપી લીધું જે મને ઘરની દીવાલ તરફ લઈ ગયું અને તે જગ્યાએ મેં લાકડાની મેખ ખોસી દીધી. અને મારી મેખથી માત્ર બે ઇંચ દૂર જ્યારે મને દેખાયું કે ત્યાં શંકુ આકારનો ખાડો કરવામાં આવ્યો હતો જે ચોક્કસ બ્રન્ટને કરેલી નિશાની જ હોવી જોઈએ ત્યારે તો મારા આનંદનો પાર ન રહ્યો, વૉટસન, અને હવે મને પાક્કું થઈ ગયું હતું કે હું તેનું પગેરું કરતો તેનાં જ પદચિહ્નો પર આગળ વધી રહ્યો હતો."

"આ પ્રારંભિક મુદ્દાથી હું આગળ વધ્યો, મારા ખિસ્સામાંથી હોકાયંત્ર કાઢ્યું અને પ્રશ્નોત્તરીના હવે પછીના નિર્દેશોને અનુસર્યો. દસ પગલાં હું ઘરની દીવાલની લગોલગ આગળ વધ્યો. ફરી મેં લાકડાની મેખથી ત્યાં નિશાની કરી. પછી મેં ખૂબ જ કાળજીથી પૂર્વ તરફ પાંચ પગલાં લીધાં અને દક્ષિણ તરફ બે પગલાં લીધાં. આમ કરવાથી

હું જૂના બારણાના ઉંબરા આગળ આવી ગયો. બે પગલાં પશ્ચિમ તરફનો અર્થ હવે એ થતો હતો કે મારે પથ્થર જડેલી પરસાળ પર બે પગલાં આગળ વધવું અને આ જ જગ્યા પ્રશ્નોત્તરી દ્વારા દર્શાવવામાં આવી હતી.

"મારી જિંદગીમાં મેં આટલી નિરાશા ક્યારેય નહોતી અનુભવી, વૉટસન. એક ક્ષણે તો મને એવું થયું કે મેં ચોક્કસ ગણતરીમાં કંઈક ભૂલ કરી હતી. આથમતા સૂરજના પ્રકાશમાં હું પરસાળની આખી ભોંય જોઈ શકતો હતો. તેના રાખોડી પથ્થર લોકોની અવરજવરથી ઘસાઈ ગયા હતા અને તે વચ્ચેની જગ્યા સિમેન્ટથી પૂરવામાં આવી હતી અને તેને છેલ્લાં કેટલાંય વર્ષોથી હટાવવામાં નહોતા આવ્યા. બ્રન્ટને અહીં કશું નહોતું કર્યું. મેં આખીયે ભોંય પર ટકોરા માર્યા પણ ક્યાંય મને તિરાડ કે બોગદું હોય તેવું ન લાગ્યું. પણ સદ્ભાગ્યે મસગ્રેવ મારી કામગીરીની કદર કરવા લાગ્યો હતો અને તે હવે મારા જેટલો જ ઉત્તેજિત હતો. તેણે લખાણ હાથમાં લીધું અને મારી ગણતરીને ફરી ચકાસવા લાગ્યો.

" 'અને નીચે,' તેણે ઉત્તેજિત થતાં બૂમ પાડી. 'તમે "અને નીચે"ની ગણતરી કરવાનું તો ચૂકી ગયા છો.'

"મને એમ કે તે માટે આપણે ખોદવું પડશે. પણ હવે, મને એમ લાગ્યું કે હું ખોટો હતો.'

'તો શું અહીં નીચે ભોંયરું છે ?' મેં મોટેથી બૂમ પાડી.

" હા, અને તે પણ આ ઘર જેટલું જ જૂનું. તદ્દન નીચે આ બારણેથી ત્યાં જવાય છે.

"અમે એક ગોળફરતી પથ્થરની નિસરણી દ્વારા નીચે ગયા. મારા સાથીએ એક દીવાસળી સળગાવી અને પીપડા પર પડેલું મોટું ફાનસ પેટાવ્યું. હવે અમે સાચી જગ્યાએ આવી ગયા હતા અને એ પણ ખ્યાલ આવી ગયો હતો કે અમે એકલા જ અહીં નહોતા આવ્યા પણ અમારી પહેલાં પણ અહીં કોઈક આવી ગયું હતું.

"આ જગ્યાનો ઉપયોગ લાકડાને રાખવા માટે કરવામાં આવતો હતો. તેમાંથી કેટલાંક લાકડાને બાળવામાં આવ્યાં હતાં અને ઓરડાની વચ્ચેથી સાફ કરીને એક બાજુ કરવામાં આવ્યા હતા. આ વચ્ચેની જગ્યા પર એક મોટો ભારે ચપટો ચોરસ પથ્થર હતો જેના પર કાટ ચડેલો મોટો આંકડો હતો જેમાં એક જાડું મફલર ભરાવવામાં આવ્યું હતું.

" 'અરે ભગવાન !' મારા અસીલે મોટેથી કહ્યું, 'આ તો બ્રન્ટનનું મફલર છે. હું સમ ખાઈને કહી શકું છું કે આ તેનું જ છે. આ બદમાશ અહીંયાં શું કરી રહ્યો હતો ?'

"મેં તરત જ તેમને બે પોલીસવાળાને બોલાવવા કહ્યું અને પછી મેં પેલા તોતીંગ પથ્થરને હટાવવાનો પ્રયત્ન કર્યો. તે મારાથી થોડોક જ હલી શક્યો અને બીજા પ્રયત્નમાં જ્યારે હવાલદારે મારી મદદ કરી ત્યારે હું તેને પૂરો ઉપાડી શક્યો અને એક બાજુ ખસેડી શક્યો. મોટા અંધારા બોગદામાં અમે બધા ઝીણી નજરે જોવા લાગ્યા. મસગ્રેવ થોડો નમ્યો અને નીચે અંધારામાં ફાનસ લંબાવ્યું.

"તે એક નાનકડી સાત ફૂટ ઊંડી અને ચાર ફૂટ પહોળી કોટડી હતી. તેની એક બાજુમાં પિતળની પટ્ટીઓવાળુ લાકડાનું ખોખું પડ્યું હતું જેના ઢાકણાના નકુચામાં આ જુનવાણી બાંધણીવાળી ચાવી ભરાવેલી હતી. તેના પર ધૂળના કેટલાયે થર જામેલા હતા અને કીડાઓ દ્વારા તે લાકડાનુ ખોખું છેક અંદર સુધી ખવાઈ ગયું હતું. તેમાં આ જે અહીં પડી છે તે કાટવાળી ધાતુની થાળીઓ અને જૂના સિક્કાઓ પડ્યા હતા. પણ આ સિવાય તેમાં બીજું કશું જ નહોતું.

"તે ક્ષણે અમારામાંથી કોઈની પણ નજર બીજી બાજુ પડેલી જૂની તિજોરીની બાજુમાં ટૂંટિયું વાળીને પડેલી વસ્તુ પર જરા પણ ન ગઈ. તે એક માણસની આકૃતિ હતી, તેણે કાળો કોટ પહેરેલો હતો, તે લાકડાના ડબ્બા પર ઘૂંટણિયાભેર નમેલો હતો અને તેના બે હાથ પહોળા થયેલા હતા. તેના ચહેરા પર લોહી જામી ગયું હતું અને કોઈ પણ તેને ઓળખી શકે તેમ નહોતું, પણ જ્યારે અમે તેની લાશ ઉપર ખેંચી લાવ્યા ત્યારે મારા અસીલે તેની ઊંચાઈ, તેનો કાળો કોટ અને તેના વાળ પરથી જ તેને ઓળખી પાડ્યો. તે હતો તેમનો બટલર. તે કેટલાક દિવસથી ત્યાં મૃત હાલતમાં પડ્યો હતો. અને તે કયા કારણસર મૃત્યુ પામ્યો હતો તેનાં કોઈ જ નિશાન તેના શરીર પર નહોતાં. જ્યારે તેની લાશ ભોંયરામાંથી બહાર લાવવામાં આવી ત્યાં તો અમારી સામે નવું એક રહસ્ય આવીને ઊભું રહી ગયું.

"વૉટસન, હું માનું છું કે મારી આ તપાસમાં હું ખૂબ જ નિરાશ થયો હતો. મેં દાવો કર્યો હતો કે પ્રશ્નોત્તરીમાં જે જગ્યાનો નિર્દેશ કર્યો છે તે જગ્યાએ પહોંચતાં જ હું રહસ્ય ઉકેલી નાખીશ પણ હવે હું ત્યાં જ હતો અને છતાં પણ આવી જગ્યાએ આટલી સાવચેતીપૂર્વક વળી આ કુટુંબે શું ધરબી રાખ્યું હતું તેથી હું અજાણ હતો. એટલું ખરું કે બ્રન્ટનનું શું થયું તે મેં જાણી લીધું હતું પણ હવે મારે એ શોધવાનું હતું કે તેની સાથે આવું કઈ રીતે થયું અને પેલી ગાયબ થયેલી સ્ત્રીએ આ બાબતમાં શું ભાગ ભજવ્યો હશે ?હું ખૂણા પરના એક પીપડા પર બેસી ગયો અને આખીયે બાબતનો ફરીથી વિચાર કરવા લાગ્યો.

"આવા મામલાઓ માટેની મારી પદ્ધતિને તું સારી રીતે જાણે છે, વૉટસન. મેં મારી જાતને તે માણસની જગ્યાએ મૂક્યો અને તેની બુદ્ધિમત્તાની ચકાસણી કરવા લાગ્યો. જો હું તેવી પરિસ્થિતિમાં હોઉં તો કેવું વર્તન કરું તે મેં વિચારવા માંડ્યું. આ કેસમાં બ્રન્ટનની બુદ્ધિમત્તા અવલ્લ દરજ્જાની હતી. તેને ખબર હતી કે ત્યાં કંઈક મૂલ્યવાન વસ્તુ છુપાવવામાં આવી હતી. તેણે તે જગ્યા શોધી કાઢી હતી. ત્યાં પહોંચ્યા બાદ તેને ખ્યાલ આવ્યો હતો કે જે પથ્થર તેણે હટાવવાનો હતો તે એટલો ભારે હતો કે તેને એક વ્યક્તિ દ્વારા ખસેડી શકાય તેમ નહોતો. તો ત્યાર બાદ તેણે શું કર્યું હશે ? તે બહારથી તો કોઈની મદદ મેળવી શકે તેમ નહોતો. તેના કરતાં તો તે પોતાના કોઈક મદદનીશની જ મદદ માગી લે તે ઠીક હતું. પણ તે કોની પાસે મદદ માગે ? પેલી છોકરી તેને સમર્પિત

થઈ ગઈ હતી. એક પુરુષ માટે એ માનવું હંમેશા અઘરું થઈ પડે છે કે જે સ્ત્રી સાથે તેણે આટલું ખરાબ વર્તન કર્યું છે તે તેનો પ્રેમ હંમેશ માટે ગુમાવી બેસે છે. તેણે પેલી છોકરી હોવેલ્સનું પોતાના તરફ ધ્યાન ખેંચ્યું અને ફરી પાછું બન્ને વચ્ચે સમાધાન થઈ ગયું અને પછી તેણે તેણીને પોતાની મદદમાં લીધી. તે બન્ને ભેગાં તે રાત્રે ભોંયરામાં આવ્યાં. બન્ને ભેગાં થઈને પેલા ભારે પથ્થરને હટાવી શક્યા પણ ઉઠાવીને એક બાજુ ન મૂકી શક્યાં. તેમના એક એક કૃત્યને હું એ રીતે અનુસર્યો કે જાણે મેં તેમને તેમ કરતાં ન જોયાં હોય !

"મારા અને પેલા હવાલદાર માટે પણ પેલો પથ્થર ખસેડવો ખૂબ જ બળ માગી લે તેવું કામ હતું તો પછી તે બન્ને - જેમાં એક તો સ્રી હતી - માટે તે કઈ રીતે શક્ય બન્યું હોય ? તો પછી તેમણે બાકીની મદદ કેવી રીતે મેળવી હશે ? જો હું તેની જગ્યાએ હોત તો મેં બાજુમાં પડેલાં લાકડાનાં પાટિયાંઓમાંથી મજબૂત પાટિયાને શોધીને તેને પથ્થર વચ્ચે અટકાવ્યો હોય. મેં જેવું ધાર્યું હતું તેવું જ નીકળ્યું. મેં આજુબાજુ નજર કરી તો કેટલાક ટુકડાઓ ભારે વજનથી દબાઈ ગયા હતા. હવે બધું સમજાઈ રહ્યું હતું. તેમનાથી આખો પથ્થર ખસેડી શકાય તેમ નહોતો માટે તેમણે થોડો પથ્થર ઊંચક્યો પછી જેટલો ખૂલ્યો તેટલામાં લાકડાના નાના ટુકડા ભરાવ્યા. ફરી ઊંચો કર્યો અને ફરી જેટલો ખૂલ્યો તેમાં તેનાથી મોટા ટુકડા ભરાવ્યા આમ જ્યાં સુધી એક માણસ એમાંથી પસાર થઈ જાય તેટલી જગ્યા થાય ત્યાં સુધી તેમણે તેમ કરે રાખ્યું.

"હવે તે રાત્રે થયું હતું શું તેટલું જાણવાનું બાકી હતું. એટલું તો સ્પષ્ટ હતું કે તેમાંથી માત્ર એક જ વ્યક્તિ જઈ શકે તેમ હતી અને તે હતો બ્રન્ટન. છોકરી ઉપર જ રાહ જોતી ઊભી હશે. પછી બ્રન્ટને લાકડાના ખોખાનું તાળું ખોલ્યું અને તેમાંથી જે કંઈ પણ નીકળ્યું તે તેણીને ઉપર આપવા માંડ્યું અને પછી શું થયું ?

"કોણ જાણે ક્યાંથી પેલી ઉતાવળે પિત્તો ગુમાવતી છોકરીમાં પોતાની સાથે ખોટું કરનાર પુરુષ પર બદલો વાળવાની ભાવના જન્મી હોય. હવે પેલાનો જીવ તેના હાથમાં હતો. એવું પણ બની શકે કે લાકડું છટકી ગયું હોય, પેલો પથ્થર ખસી ગયો હોય અને બ્રન્ટન તેમાં પુરાઈ ગયો હોય અને તે જગ્યા તેની કબર જ બની ગઈ હોય. શું આ બધું થયા પછી તેણી ચૂપ રહી તે જ તેનો ગુનો હતો ? કે પછી ગાંડપણનો હુમલો થતાં તેણે જ લાકડું ખસેડી લીધું હતું અને પથ્થરને તેની જગ્યાએ ગોઠવી દીધો હતો ? આમાંથી કંઈ પણ હોઈ શકે. ખજાનો હજુ પણ તેના હાથની પક્કડમાં જ હતો અને તે લઈને તે સીધી જ સીડીઓ ચડવા લાગી. તેની પાછળ પેલાએ કેટલીએ બુમરાણ મચાવી હશે જે તેણે સાંભળી પણ હશે પણ તે બસ ત્યાંથી ભાગી જ ગઈ હશે.

"બીજી સવારના તેના ગાંડપણભર્યા વર્તનનું આ જ કારણ હતું. પણ પેલા ખોખામાં શું હતું ? તેણે તેનું શું કર્યું હતું ? મારા અસીલે તળાવમાંથી જે શણની થેલી કાઢી તેમાંથી જે કાટ ખાઈ ગયેલી જૂની ધાતુની થાળી, ગોળ પથ્થરો અને જૂના સિક્કાઓ

મળ્યા તે તે જ લાકડાની પેટીમાંથી મળ્યા હતા. તેણે પોતાના ગુનાના છેલ્લા પગેરાને છુપાવવા માટે જ તે વસ્તુઓને તળાવમાં નાખી દીધી હશે.

"વીસ મિનિટ હું આ બધું વિચારતો રહ્યો અને મારી જગ્યાએથી જરા સરખો પણ ન હલ્યો. મસગ્રેવ હજુ પણ ફિક્કા મોઢે ફાનસ ઝુલાવતો નીચે બોગદામાં જોઈ રહ્યો હતો.

" 'આ ચાર્લ્સ પહેલાના સિક્કા છે,' તેણે ખોખામાંથી કેટલાક સિક્કા હાથમાં લઈને મને બતાવ્યા.

" 'આપણને ચાર્લ્સ પહેલાની બીજી કોઈ વસ્તુ પણ મળી શકે,' મેં ઉત્તેજિત થતાં કહ્યું - જાણે પ્રશ્નોત્તરીના પહેલાં બે પ્રશ્નો મારા પર ન વરસી પડ્યા હોય. 'તળાવમાંથી મળેલા થેલામાં શું હતું તે જોવા દે તો જરા.'

" 'અમે તેના સ્ટડી રૂમમાં ગયા અને તેણે મારી સમક્ષ આખોયે ભંગાર ઠાલવ્યો. જ્યારે તેણે મને તે બધી વસ્તુઓ બતાવી ત્યારે હું સમજી શક્યો કે તે શા માટે તેને ઓછા મહત્ત્વની કહેતો હતો, કારણ કે તેની ધાતુ સાવ કાળી પડી ગઈ હતી અને પથ્થરમાં કોઈ જ ચમક નહોતી. તે સાવ નિસ્તેજ હતા. મેં તેને મારી બાંય સાથે ઘસ્યા અને જોયું તો તે ફરી ચમકવા લાગ્યા હતા. થાળીઓની બનાવટ બેવડી બંગડીવાળી હતી પણ તેને વાળી, મચડીને તેના મૂળ સ્વરૂપથી તદ્દન અલગ કરી દેવામાં આવી હતી.'

" 'તારે હંમેશા મગજમાં એ રાખવું જોઈએ,' મેં કહ્યું, 'કે રાજઘરાનાના લોકો જ્યારે પોતાના રાજાનું મૃત્યુ થાય છે ત્યારે ત્યાંથી ભાગી જતાં પહેલાં કે પછી પોતાના મૃત્યુ બાદ ફરી પાછો જ્યારે ક્યારેય શાંતિનો સમય આવે ત્યારે તેમને પાછી મેળવવાના ઉદ્દેશથી તેઓ પોતાની સૌથી કીમતી વસ્તુઓ દાટી દેતા હોય છે.'

" 'મારા પૂર્વજ, સર રાલ્ફ મસગ્રેવ, ચાર્લ્સ બીજાના રઝળપાટના દિવસોમાં તેમની સાથે જ રહેતા હતા. તે તેમનો જમણો હાથ હતા.' મારા એક મિત્રએ મને આ વાત કહી હતી.

" 'આહ્, ખરેખર !' મેં જવાબ આપ્યો, 'આ છેલ્લી કડી જે ખૂટતી હતી તે તેં મેળવી આપી છે. મારે તને આ કીમતી વસ્તુઓ મેળવવા માટે તને અભિનંદન પાઠવવાં જોઈએ, જો કે એ વાત જુદી છે કે આ બધું ખૂબ દુઃખદ ઘટનાઓ દ્વારા હાંસલ થયું છે. આ વસ્તુઓ યાદગીરીરૂપ વસ્તુઓ છે. તે અતિમૂલ્યવાન તો છે જ પણ તે ઐતિહાસિક કુતૂહલ ઉપજાવતી વસ્તુઓ પણ છે.'

" 'તે વળી કઈ રીતે ?' તેનું મોઢું આશ્ચર્યનું માર્યું પહોળુ થઈ ગયું.

" 'તે બીજું કંઈ નહીં પણ ઇંગ્લૅન્ડના રાજાનો પ્રાચીન તાજ છે.'

" 'તાજ !'

" 'નિઃશંકપણે. કર્મકાંડની પ્રશ્નોત્તરી પ્રમાણે તો તેમ જ છે. "તે કોનું છે ?" જે જતો રહ્યો છે તેનું. તે ચાર્લ્સના મૃત્યુ માટે કહેવામાં આવ્યું છે. પછી, "તે કોને મળશે ?"

"તે જે આવશે." અને તે છે ચાર્લ્સ બીજા માટે કે જેનું ભવિષ્ય ભાખવામાં આવ્યું હતું. માટે મને જરા પણ શંકા નથી કે આ ઘાટ વગરનો મુગટ કોઈક સમયમાં રાજાના કપાળ પર શોભાયમાન હશે.'

" 'અને તે તળાવમાં કઈ રીતે આવ્યો ?'

" 'તે એક લાંબી વાત છે.' આમ કહી મેં તેની સમક્ષ આખાયે ઘટનાક્રમનું વર્ણન કર્યું અને સાથે સાથે મેં મેળવેલા બધા પુરાવાઓ પણ તેને જણાવ્યા. આખી વાત કહેતાં રાત પડી ગઈ હતી. ચંદ્ર આકાશમાં પ્રકાશી રહ્યો હતો.

" 'તો પછી જ્યારે ચાર્લ્સ સત્તા પર પાછા આવ્યા ત્યારે શા માટે તેમણે મુગટ પાછો ન મેળવ્યો ?' મસગ્રેવે ભંગાર શણની થેલીમાં પાછો મૂકતાં કહ્યું.

" 'ભઈલા, તું એવો મુદ્દો છેડી રહ્યો છે જે આપણે ક્યારેય ઉકેલી નહીં શકીએ. એમાં કદાચ એવું બન્યું હશે કે જે મસગ્રેવને આ રહસ્યની જાણ હશે. તેણે પોતાની આવનારી પેઢીને આ પ્રશ્નોત્તરીનો અર્થ નહીં સમજાવ્યો હોય. તે પ્રશ્નોત્તરી તે દિવસથી આજ સુધી એક પિતાથી પુત્રના હાથમાં આવતી રહી અને છેવટે તે એક એવી વ્યક્તિના હાથમાં આવી જેણે આખુંયે રહસ્ય ઉકેલ્યું અને તેની પાછળ પોતાનો જીવ પણ ગુમાવ્યો.'

"આ હતી મસગ્રેવ પ્રશ્નોત્તરીની વાત, વૉટસન. તેમની પાસે હર્લ્સ્ટનમાં જ મુગટ છે. જો કે તેને પાછો મેળવવામાં તેમણે કેટલીક કાયદાકીય કાર્યવાહીમાંથી પસાર થવું પડ્યું અને કેટલાંક નાણાં પણ ચૂકવવા પડ્યાં. જો તું મારું નામ આપીશ તો તે લોકો ખુશી ખુશી તને મુગટ જોવા દેશે. પેલી સ્ત્રીની વાત કરું તો તે પછી ક્યારેય જોવા નથી મળી. બની શકે કે તે પોતાના ગુનાની યાદો લઈને ઇંગ્લૅન્ડની બહાર ભાગી ગઈ હોય."

❖

રિગેટનું ઉખાણું

મારો મિત્ર શૅરલૉક હોમ્સ ૧૮૮૭ની વસંતમાં અતિ પરિશ્રમને કારણે બીમાર થઈ ગયો હતો. તે વખતે નેધરલૅન્ડ-સુમાત્રા કંપની અને બારોન મોપાર્ટિઅસની વિશાળ યોજનાઓનો મામલો લોકોમાં ખૂબ જ ચર્ચામાં હતો અને રાજકીય તેમજ નાણાકીય રીતે પણ તે એક મોટો મુદ્દો હતો. આ મામલાએ મારા મિત્રને પોતાની અસામાન્ય બુદ્ધિ અને ગુનાશોધક કાર્યશૈલીનું મૂલ્ય સમજાવવાનો મોકો પૂરો પાડ્યો હતો.

૧૪મી એપ્રિલે મને લિયોન્સ તરફથી એક તાર મળ્યો જેમાં સંદેશ હતો કે હોમ્સ હોટેલ ડ્યૂલોન્ગમાં બીમારીને બિછાને પડ્યો હતો. ચોવીસ કલાકમાં તો હું તેના બીમાર ઓરડા પર પહોંચી ગયો અને એ જાણીને મને હાશ થઈ કે તે કોઈ ગંભીર બીમારીનો ભોગ નહોતો બન્યો. બે મહિનાથી ચાલી રહેલી શોધખોળને કારણે તેનું લોખંડી શરીર પણ વધારે ઝીંક નહોતું ઝીલી શક્યું. આ દરમિયાન તે દિવસના પંદર કલાક કામ કરતો હતો અને આ રીતે તેને પાંચ-પાંચ દિવસ સુધી કામ કરવું પડતું હતું. જ્યારે આખું યુરોપ તેના નામથી ગાજી રહ્યું હતું અને તેનો ઓરડો વાહ-વાહના તારથી ઊભરાઈ રહ્યો હતો ત્યારે તે તેની પ્રતિક્રિયા આપવાની હાલતમાં પણ નહોતો. તેને એ વાતનો ખ્યાલ હતો કે જ્યાં ત્રણ દેશની પોલીસ પણ કંઈ જ નહોતી કરી શકી ત્યાં તેણે સફળતા મેળવી હતી.

ત્રણ દિવસ બાદ અમે બન્ને સાથે જ બેકરસ્ટ્રીટ પાછા ફર્યા. મને ખાતરી હતી કે સ્થળ પરિવર્તન મારા મિત્રની તબિયત માટે સારું હતું. વસંતના સમયમાં ગ્રામ્ય વાતાવરણમાં સમય પસાર કરવો તો મને પણ ખૂબ ગમે છે. મારો એક જૂનો મિત્ર, કર્નલ હેટર જે અફઘાનિસ્તાનની છાવણી દરમિયાન મારા હાથ નીચે કામ કરતો હતો તેણે સરીના રિગેટમાં ઘર લીધું હતું અને અવારનવાર મને મુલાકાત લેવાનું કહેતો હતો. છેલ્લી વારે તો તેણે એમ પણ કહ્યું હતું કે જો મારો મિત્ર હોમ્સ પણ મારી સાથે આવશે તો

તે તેની મહેમાનગતી કરવામાં પણ કંઈ બાકી નહીં રાખે. હોમ્સે થોડી આનાકાની તો કરી પણ મેં જ્યારે જણાવ્યું કે તે કુંવારાઓની જ જગ્યા હતી અને તેની આઝાદીને ત્યાં જરા પણ આંચ નહીં આવે ત્યારે તે રાજી થયો હતો. લિઓન્સથી આવ્યાના એક જ અઠવાડિયામાં અમે કર્નલના ઘરની મુલાકાત લીધી. હેટર એક મજાનો વૃદ્ધ સૈનિક હતો, તેણે આખુંયે જગત જોયું હતું. અને મારી અપેક્ષા પ્રમાણે તેમને થોડી જ વારમાં ખ્યાલ આવી ગયો કે તે અને હોમ્સ એકસરખા જ હતા.

અમે જે દિવસે ત્યાં પહોંચ્યા તે સાંજે ખાણા બાદ જ્યારે અમે કર્નલના ગન-રૂમમાં બેઠા હતા. હોમ્સે સોફા પર લંબાવ્યું હતું જ્યારે હું અને કર્નલ તેમની પાસેના પૂર્વની બનાવટનાં વિવિધ હથિયારો જોઈ રહ્યા હતા.

"મારો વિચાર છે કે આજે હું આ પિસ્તોલ મારા ઓરડામાં લઈ જાઉં, કદાચ કંઈ જરૂર પડે !"

"જરૂર પડે !" મેં કહ્યું.

"હા, રાતના સમયે અહીં થોડું જોખમ હોય છે. અમારા ગામના એક્ટનના ઘરે ગયા સોમવારે ઘરફોડ ચોરી થઈ હતી. કંઈ ખાસ નુકસાન તો નહોતું થયું પણ ચોર હજુ પણ આઝાદ ફરી રહ્યો છે."

"તેમનો કોઈ પત્તો નથી લાગ્યો ?" હોમ્સે કર્નલ તરફ જોતાં કહ્યું.

"હજુ સુધી તો કોઈ પત્તો નથી લાગ્યો, પણ મામલો પણ કંઈ ખાસ મહત્ત્વનો નથી, અમારા વિસ્તારમાં આવા નાનામોટા ગુનાઓ તો અવારનવાર થતા જ રહે છે. તે કંઈ એટલા બધા મહત્ત્વના નથી હોતા, શ્રીમાન હોમ્સ."

હોમ્સે તેની આ પ્રસંશા પર કંઈ ધ્યાન ન આપ્યું જો કે તેનું સ્મિત જણાવતું હતું કે તે ખુશ થયો હતો.

"શું તે કિસ્સામાં કોઈ વિશિષ્ટ બાબત હતી ?" હોમ્સે પૂછ્યું.

"મારા ખ્યાલથી તેમાં કશુંયે વિશિષ્ટ કહેવાય તેવું નહોતું. ચોરોએ આખું પુસ્તકાલય ફંફોસી નાખ્યું હતું પણ તેમને કંઈ ખાસ હાથ નહોતું આવ્યું. આખીયે જગ્યા અસ્તવ્યસ્ત કરી નાખી હતી. ખાનાંઓ તોડી નાખ્યાં હતાં પણ ત્યાંથી બે-ત્રણ મીણબત્તીઓ, પોપના હોમરનું સંકલન અને હાથીદાંતનું એક પેપરવેઇટ બસ આટલું જ ગાયબ થયું હતું."

"ચોરે વળી લઈ લઈને આવી વસ્તુઓ લીધી !" મેં કહ્યું.

"અરે, તેઓ જે લઈ શકતા હતા તે લઈ ગયા."

હોમ્સ સોફા પરથી ઊભો થયો.

"સ્થાનિક પોલીસે કંઈક કરવું જોઈએ." તેણે કહ્યું, "કારણ કે એટલું તો સ્પષ્ટ જ છે કે..."

પણ હજુ તે વાક્ય પૂરું કરે તે પહેલાં મેં તેને ચેતવણી આપતાં આંગળી હલાવી

કહ્યું, "ભાઈ, અહીં તું આરામ કરવા આવ્યો છે. મહેરબાની કરીને હવે કોઈ નવો કેસ હાથ પર ન લેતો કારણ કે અત્યારે તારી તબિયત જરા પણ સારી નથી."

હોમ્સે હસી પડતાં પોતાના ખભા ઉલાળ્યા અને કર્નલ તરફ એક નજર કરી અને વાતચીત હળવા મુદ્દા પર વળી ગઈ.

જો કે મારી બધી જ સાવચેતી નકામી જવાની હતી કારણ કે બીજી સવારે તે સમસ્યા અમારા પર જ આવી પડી અને એ રીતે આવી કે જેને વણદેખી કરવી અશક્ય હતી અને અમારો ગ્રામ્ય-પ્રવાસ પણ એવો સાબિત થયો જેવો અમે ક્યારેય વિચાર્યો પણ નહોતો. અમે નાસ્તો કરી રહ્યા હતા અને અચાનક કર્નલનો નોકર દોડતો અંદર આવ્યો.

"તમે સમાચાર સાંભળ્યા, સાહેબ," તેણે કહ્યું, "કનિંગ્હામને ત્યાં ચોરી થઈ છે."

"ચોરી !" કર્નલે કોફીનો કપ અધવચ્ચે જ સ્થિર કરી દેતાં પૂછ્યું.

"હત્યા !"

કર્નલના મોઢામાંથી સીસોટી નીકળી ગઈ. "હે ભગવાન !" તેમણે કહ્યું, "કોની હત્યા થઈ ? જે.પી. કે તેના દીકરાની ?"

"બેમાંથી કોઈની નહીં, સાહેબ ! પણ પેલો પ્રશિક્ષક વિલિયમ માર્યો ગયો છે. ગોળી સીધી જ તેના હૃદયમાં ઊતરી ગઈ, સાહેબ ! અને તે કાયમને માટે પોઢી ગયો."

"તેને કોણે ગોળી મારી ?"

"લૂંટારાએ, સાહેબ ! તે ગોળી મારીને ભાગી ગયો. તેણે હજુ રસોડાની બારી તોડી જ હતી ત્યાં વિલિયમ ત્યાં આવી ગયો અને પોતાના માલિકની સંપત્તિની રક્ષા કરતાં તેણે પોતાનો જીવ ગુમાવ્યો."

"આ ક્યારની વાત છે ?"

"ગઈ કાલ રાતની વાત છે, સાહેબ ! લગભગ બાર વાગ્યા આસપાસની !" કર્નલ ફરી શાંતિથી નાશ્તો કરવા બેસી ગયો. નોકરના ગયા પછી તેમણે કહ્યું, "કનિંગ્હામ અહીંનો જૂનો જમીનદાર છે અને ખૂબ સારો માણસ છે. વિલિયમ વગર તેને બહુ તકલીફ પડશે કારણ કે તે વર્ષોથી તેને ત્યાં કામ કરતો હતો. જોતાં તો એવું જ લાગે છે કે આ તે જ બદમાશો છે જેમણે એક્ટનને ત્યાં ધાડ પાડી હતી."

"અને તેવી જ વિચિત્ર વસ્તુઓ તેમણે ચોરી હશે ?" હોમ્સે વિચારમગ્ન થતાં કહ્યું.

"ચોક્કસ."

"આહ્, બની શકે કે આ સાવ સામાન્ય કિસ્સો હોય પણ પ્રથમ દૃષ્ટિએ તો આ એક વિચિત્ર મામલો જ લાગે છે. લૂંટારુઓની ટોળકી જે કોઈ ગામમાં લૂંટ ચલાવતી હોય છે ત્યાં જુદા જુદા સ્થળે પોતાની લૂંટ કરતી હોય છે. એકની એક જગ્યાએ અને તે પણ આટલા ટૂંકા ગાળામાં તો તે આવું ન કરે. તમે ગઈ કાલે રાત્રે જ્યારે પેલા બનાવ વિષે વાત કરતા હતા ત્યારે પણ મારા મગજમાં એ વાત આવી હતી કે કોઈ પણ ચોરના

નિશાન પર આ જગ્યા છેલ્લી જ હોય, તેથી જ મને લાગ્યું કે હજુ પણ મારે ઘણું શીખવાનું બાકી છે."

"મારા ખ્યાલથી તો કોઈ સ્થાનિક લૂટારા જ લાગે છે," કર્નલે કહ્યું, "અને જો તેમ જ હોય તો એક્ટન અને કનિંગ્હામની સંપત્તિમાં જ તેઓ લૂંટ ચલાવે, કારણ કે તે આ વિસ્તારની મોટામાં મોટી સંપત્તિઓ છે."

"અને સૌથી ધનવાન પણ ?"

"હા, હોવા જ જોઈએ, પણ તે બે વચ્ચે કેટલાંક વર્ષોથી અદાલતમાં કેસ ચાલે છે જેનાથી તેમને ઘણું આર્થિક નુકસાન પણ ભોગવવું પડ્યું છે. વૃદ્ધ એક્ટને કનિંગ્હામની અડધા ભાગની જમીન પર પોતાની માલિકી હોવાનો દાવો કર્યો છે અને બન્ને પક્ષના વકીલોએ કેસ જીતવા કમર કસી છે."

"જો તે કોઈ સ્થાનિક બદમાશ હશે તો તેને શોધી કાઢવામાં કંઈ ખાસ મુશ્કેલી નહીં પડે," હોમ્સે બગાસું ખાતાં કહ્યું, "જે હોય તે, વૉટસન, મારો આમાં માથું મારવાનો કોઈ જ ઇરાદો નથી."

"ઇન્સ્પેક્ટર ફોરેસ્ટર આવ્યા છે, સાહેબ," નોકરે બારણાને ધક્કો મારતાં અંદર પ્રવેશતાં કહ્યું.

આતુર ચહેરાવાળો, એક રૂઆબદાર સરકારી જુવાન ઓરડામાં પ્રવેશ્યો. "શુભ-સવાર, કર્નલ," તેણે કહ્યું, "મેં તમને ખલેલ ન પહોંચાડી હોય તો સારું, પણ અમારા સાંભળવામાં આવ્યું છે કે બેકર સ્ટ્રીટના શ્રીમાન હોમ્સ અહીં છે એટલે જ અમે અહીં આવ્યા છીએ."

કર્નલે પોતાનો પંજો મારા મિત્ર તરફ કર્યો અને ઇન્સ્પેક્ટર તેની તરફ ઝૂક્યો.

"શ્રીમાન હોમ્સ, અમને લાગ્યું કે કદાચ તમે આ મામલામાં કંઈક પ્રકાશ પાડો."

"વૉટસન, આ તો તારી મરજી વિરુદ્ધ થઈ રહ્યું છે." હોમ્સે ખડખડાટ હસતાં કહ્યું, "ઇન્સ્પેક્ટર, તમે જ્યારે અંદર પ્રવેશ્યા ત્યારે હજુ અમે તે મામલા પર ચર્ચા જ કરી રહ્યા હતા. તમે અમને બધું વિગતે જણાવો." હું તેને જાણું છું તે પ્રમાણે તે પોતાની આગવી અદામાં જેવો આરામખુરશી પર ટેકો દઈને બેઠો કે તરત જ મને ખ્યાલ આવી ગયો કે મારા નિયંત્રણમાં હવે કશું જ નહોતું રહ્યું.

"એક્ટનના મામલામાં તો અમારી પાસે કોઈ જ પગેરું નથી. પણ આ મામલામાં અમારી પાસે આગળ વધવા માટે ઘણું બધું છે અને તેમાં કોઈ જ શંકા નથી કે આ એક્ટનના ઘરે લૂંટ ચલાવનાર ટોળકી જ છે, કારણ કે બન્ને મામલામાં એક જ માણસને ત્યાં જોવામાં આવ્યો હતો."

"આહ્ !"

"હા, સાહેબ, પણ ગુનેગાર બિચારા વિલિયમ કિરવાનને ગોળી મારીને હરણાની જેમ ક્યાંક ગાયબ થઈ ગયો હતો. શ્રીમાન કનિંગ્હામે તેને પોતાના શયનખંડની બારીમાંથી

જોયો હતો અને શ્રીમાન એલેક કનિંગ્હામે તેને ઘરના પાછલા ભાગમાં જોયો હતો. જ્યારે આ ઘટના બની ત્યારે પોણા બાર વાગ્યા હતા. શ્રીમાન કનિંગ્હામ સૂવા જઈ રહ્યા હતા અને તેમના દીકરા શ્રીમાન એલેક ત્યારે પોતાના ડ્રેસિંગ-રૂમમાં હોકલી ફૂંકી રહ્યા હતા. તેમણે બન્નેએ તેમના કોચવાન વિલિયમને મદદ માટે બૂમો પાડતો સાંભળ્યો અને તરત જ શ્રીમાન એલેક નીચે દોડી આવ્યા હતા. પાછલો દરવાજો ખુલ્લો હતો અને જ્યારે તેઓ દરવાજાના પગથિયે આવ્યા ત્યારે તેમણે જોયું કે ઘરની બહાર બે માણસો ઝપાઝપી કરી રહ્યા હતા. તેમાંના એકે ગોળી છોડી અને બીજો ઢળી પડ્યો અને હત્યારો બગીચા અને ઝાડવાંઓમાં થઈને દૂર સરકી ગયો. શ્રીમાન કનિંગ્હામે પોતાના શયનખંડની બારીમાંથી તેને સડક સુધી દોડી જતો જોયો હતો પણ ત્યાર બાદ તેઓ કંઈ જોઈ નહોતા શક્યા. શ્રીમાન એલેક પેલા મરતા માણસને મદદ કરવા ઊભા રહ્યા હતા અને માટે જ બદમાશ માટે ત્યાંથી ભાગી જવું સરળ રહ્યું હતું. તેમના કહ્યા પ્રમાણે તે એક મધ્યમ કદનો ઘેરા રંગનાં કપડાં પહેરેલો માણસ હતો. અમારી પાસે તેની કોઈ વ્યક્તિગત લાક્ષણિકતા નથી છતાં અમે તપાસ તો ચાલુ કરી જ દીધી છે અને જો તે કોઈ અજાણ્યો હશે તો અમે ખૂબ જ જલદી તેને પકડી પાડીશું.''

''આ વિલિયમ ત્યાં શું કરી રહ્યો હતો ? શું તેણે મરતા પહેલાં કંઈ કહ્યું ?''

''એક શબ્દ પણ નહીં. તે ત્યાં પોતાની માતા સાથે રહે છે અને તે એક પ્રામાણિક માણસ હોવાથી અમારું એવું માનવું છે કે ઘરમાં બધું બરાબર છે કે કેમ તેની ખાતરી કરવા આવ્યો હશે, કારણ કે આ પહેલાં એક્ટનના ઘરમાં પણ ઘટના બની ગઈ હતી એટલે બધા જ ચેતતાં રહેતાં હતાં. લૂંટારાએ ચોક્કસ બારણું બળજબરીપૂર્વક ખોલ્યું હતું અને એ જ વખતે વિલિયમ ત્યાં આવી પહોંચ્યો હશે.''

''શું તેણે તેની માતાને બહાર જતા પહેલાં કંઈક કહ્યું હતું ?''

''તેણી ખૂબ વૃદ્ધ અને બહેરી છે માટે અમને તેમની પાસેથી કોઈ જ માહિતી નથી મળી. દીકરાના મૃત્યુના આઘાતે તેણીને અડધી પાગલ કરી મૂકી છે પણ મને લાગે છે કે તેણી આ પહેલાં પણ કંઈ ખાસ સાનમાં નહીં હોય. જોકે અમને એક ખૂબ મહત્ત્વની વસ્તુ મળી આવી છે, આ જુઓ !''

તેણે પોતાની નોંધપોથીમાંથી કાગળનો એક નાનકડો ફાટેલો ટુકડો કાઢ્યો અને પોતાના ગોઠણ પર મૂક્યો.

''આ મૃતકની આંગળી અને અંગૂઠા વચ્ચેથી મળી આવ્યો હતો. એવું લાગે છે કે આ કોઈ મોટા કાગળનો ફાટેલો ટુકડો છે. તમે જુઓ કે આમાં જે સમયનો ઉલ્લેખ કરવામાં આવ્યો છે તે તે જ સમય છે જ્યારે પેલો બિચારો મોતને ભેટ્યો હતો. બની શકે કે આનો બાકીનો ભાગ તેના હત્યારાએ તેની પાસેથી ખેંચી લીધો હશે અથવા તેણે હત્યારાના હાથમાંથી ખેંચ્યો હશે. વાંચતાં તો જાણે કોઈ મુલાકાત ગોઠવી હોય તેવું લાગે છે.''

હોમ્સે કાગળનો ટુકડો હાથમાં લીધો. તેનું લખાણ આ પ્રમાણેનું હતું :

પોણા બાર વાગ્યે
જે હશે તે
જાણજે

"જો તેને કોઈ મુલાકાતની ગોઠવણી તરીકે માની લેવામાં આવે," ઇન્સ્કપેક્ટરે વાત આગળ ચલાવતાં કહ્યું, "તો તેના પરથી તો એવું લાગે છે કે આ વિલિયમ કિરવાન કે જેની એક પ્રામાણિક વ્યક્તિ તરીકેની છાપ છે તે આ ચોર-ટોળકીનો જ એક સભ્ય હોઈ શકે. બની શકે કે તે તેને ત્યાં મળ્યો હોય, તેણે જ પેલા ચોરને તાળું તોડવામાં મદદ કરી હોય અને પછી બન્ને વચ્ચે કોઈ ઝઘડો થયો હોય અને છેવટે તે ઝપાઝપીમાં પરિણમ્યો હોય."

"આ લખાણ ખૂબ રસપ્રદ છે," હોમ્સે લખાણને પૂરી એકાગ્રતાથી ચકાસતાં કહ્યું, "પાણી મારા ધાર્યા કરતાં ઊંડું છે." તેણે બન્ને હાથો વડે પોતાનું માથું પકડી લીધું. જ્યારે પેલો ઇન્સ્પેક્ટર તો પોતાના મામલાની લંડનના પ્રખ્યાત જાસૂસ પર આવી અસર થતી જોઈ હરખાઈ રહ્યો હતો.

"તમે જે છેલ્લી વાત કરી," હોમ્સે તરત જ કહ્યું, "કે ચોર અને નોકર વચ્ચે કોઈ સમજૂતીની શક્યતા હોય અને આ એક તરફથી બીજા માટે મુલાકાતની નોંધ તરીકે લખવામાં આવી હોય, બની શકે કે તેવું પણ હોય, પણ આ લખાણ..." તેણે ફરી પોતાનું માથું પકડી લીધું અને ઊંડા વિચારમાં ખોવાઈ ગયો. તેના ચહેરાની લાલી અને બીમારી પહેલાં હતી તેવી તેની આંખોની ચમક જોઈને મને આશ્ચર્ય થયું. તે પોતાની જૂની ઊર્જા સાથે ખુરશીમાંથી ઊછળી ઊઠ્યો.

"હું તમને તે બાબતે પછી કહું છું," તેણે કહ્યું, "પણ તે પહેલાં મારે આ મામલાની વિગતો પર થોડી નજર ફેરવવી પડશે. આમાં કંઈક એવું છે જે મને અજબ રીતે આકર્ષી રહ્યું છે. કર્નલ, જો તમે રજા આપો તો હું તમને અને મારા મિત્રને અહીં મૂકીને ઇન્સ્પેક્ટર સાથે બહાર જઈને મારી એક-બે શંકાનું સમાધાન કરવા માગું છું. હું અડધો એક કલાકમાં જ પાછો આવું છું."

દોઢ કલાક પસાર થઈ ગયો. હોમ્સ હજુ નહોતો આવ્યો પણ ઇન્સ્પેક્ટર એકલો અમારી પાસે આવ્યો.

"શ્રીમાન હોમ્સ બહાર એકધારા આમતેમ આંટા મારી રહ્યા છે," તેણે કહ્યું, "તેઓ ઇચ્છે છે કે આપણે ચારેય ઘટનાસ્થળે સાથે જઈએ."

"શ્રીમાન કનિંગ્હામના ઘરે ?"

"હા, સાહેબ."

"શા માટે ?"

ઈન્સ્પેક્ટરે પોતાના ખભા ઉછાળ્યા. "મને જરા પણ ખબર નથી, સાહેબ. આપણી વચ્ચેની વાત છે, પણ મને લાગે છે કે શ્રીમાન હોમ્સ હજુ બીમારીથી પૂરી રીતે બહાર નથી આવ્યા. તેઓ વિલક્ષણ રીતે વર્તી રહ્યા છે અને ખૂબ ઉત્તેજિત થઈ ગયા છે."

"મને નથી લાગતું કે તમારે તેની ચિંતા કરવાની કોઈ જરૂર હોય," મેં કહ્યું, "તેનું આવું ગાંડપણ પણ પદ્ધતિસરનું હોય છે."

"કેટલાક લોકો એવું પણ કહે છે કે તેમની પદ્ધતિ ગાંડપણભરી હોય છે." ઈન્સ્પેક્ટરે બબડાટ કર્યો, "પણ તે ત્યાં જવા માટે ખૂબ અધીરા થયા છે, કર્નલ, હવે જો તમે તૈયાર હોવ તો આપણે તરત જ બહાર જવું જોઈએ."

અમે જોયું કે હોમ્સ મેદાનમાં આમતેમ આંટા મારી રહ્યો હતો. તેની હડપચી છાતી તરફ ઝૂકેલી હતી અને તેના હાથ પાટલૂનના ખિસ્સામાં હતા.

"વાત ખરેખર રસપ્રદ થતી જાય છે," તેણે કહ્યું, "વૉટસન, તારો ગ્રામીણ પ્રવાસ ખરેખર સફળ થવાનો લાગે છે. આજની સવાર ખરેખર ખુશનૂમા છે."

"મારા ખ્યાલથી તમે ગુનાના સ્થળે જવા માગો છો." કર્નલે કહ્યું.

"હા, ઈન્સ્પેક્ટરે અને મેં આસપાસ થોડી નજર તો ફેરવી જ લીધી છે."

"કોઈ સફળતા મળી ?"

"કેટલીક રસપ્રદ બાબત તો ચોક્કસ અમારા જાણવામાં આવી છે. ચાલતાં ચાલતાં હું તમને તે બાબતે જણાવીશ. પહેલાં તો અમે બિચારા બદનસીબ કોચવાનનો મૃતદેહ જોયો. તે અહેવાલ પ્રમાણે ચોક્કસ ગોળીના ઘાથી જ મર્યો છે."

"તો શું તને તે બાબતે કોઈ શંકા હતી ?"

"અરે, બધી બાબતની ચકાસણી કરવી સારી. અમારી તપાસ જોકે બાતલ નથી ગઈ. ત્યાર બાદ અમે શ્રીમાન કનિંગ્હામ અને તેના દીકરા સાથે વાતચીત પણ કરી. તેમના દ્વારા જ અમને હત્યારો કઈ જગ્યાએથી બગીચા અને ઝાડી-ઝાંખરાંમાં થઈને ફરાર થઈ ગયો તેની ચોક્કસ જાણકારી મળી છે. તે બધું ખૂબ રસપ્રદ છે."

"સ્વાભાવિક છે."

"પછી અમે મૃતકની માતાને મળ્યા. તેણી ખૂબ વૃદ્ધ અને અર્ધપાગલ હોવાથી તેણી પાસેથી અમે કોઈ જાણકારી ન મેળવી શક્યા."

"આખરે તમારી તપાસનું પરિણામ શું આવ્યું ?"

"મારું એવું ખાતરીપૂર્વક માનવું છે કે ગુનો વ્યક્તિગત છે. કદાચ આપણી હવે પછીની મુલાકાત તેમાંની બધી જ શંકાઓને દૂર કરી દે તેવું બને. મારા ખ્યાલથી આપણે બન્ને એ બાબતે સમ્મત છીએ, ઈન્સ્પેક્ટર, કે મૃતકના હાથમાંથી જે ફાટેલો કાગળનો ટુકડો મળ્યો કે જેમાં તેના મૃત્યુનો સમય પણ લખેલો હતો તે ખૂબ જ મહત્ત્વનો છે."

"તેમાંથી આપણને કોઈ પગેરું પણ મળી શકે, શ્રીમાન હોમ્સ."

"તે એક પગેરું તો આપે જ છે. જેણે પણ તે નોંધ લખી છે તે જ વ્યક્તિ વિલિયમ કિરવાનને તેની પથારીમાંથી તે સમયે બહાર લાવી હતી. પણ અધૂરો ટુકડો ક્યાં ગયો ?"

"મેં તેને શોધવા માટે આખીયે જગ્યા ખોળી મારી છે." ઇન્સ્પેક્ટરે કહ્યું.

"તેને મૃતકના હાથમાંથી ખેંચવામાં આવ્યો હતો. શા માટે કોઈ વ્યક્તિ તેને પોતાના કબજામાં રાખવા આટલી આતુર હોય ? તેનાથી તો આરોપ તેના શીરે આવવાનો હતો ! તેણે તેનું શું કર્યું હશે ? તે જ ઘડીએ તેણે તે કાગળને પોતાના ખિસ્સામાં સરકાવી દીધો હશે. બની શકે કે તેને તે વખતે ખ્યાલ નહોતો કે તેનો ખૂણો ફાટી ગયો હતો અને તે મૃતકના હાથમાં રહી ગયો હતો. જો આપણને આ ચબરખીનો બીજો ટુકડો મળી જાય તો સ્વાભાવિકપણે આપણે રહસ્યને સંપૂર્ણપણે ઉકેલી નાખીશું."

"પણ આપણે ગુનેગારને શોધ્યા વગર ગુનેગારના ખિસ્સા સુધી કઈ રીતે પહોંચી શકીએ ?"

"એ માટે આપણે થોડું વધારે વિચારવું પડશે. બીજા એક મુદ્દા પર પણ વિચારવા જેવું છે. ચિઠ્ઠી વિલિયમને મોકલવામાં આવી હતી. જેણે તે લખી હશે તે તેને લઈને ન આવ્યો હોય, નહીંતર તો તે ચિઠ્ઠી લખવાની જગ્યાએ મોઢામોઢ જ તેને પોતાની વાત ન કહી દે. તો પછી તે ચિઠ્ઠી લાવ્યું કોણ ? અથવા શું તે ટપાલ દ્વારા આવી હતી ?"

"મેં તે બાબતે પણ તપાસ કરી છે," ઇન્સ્પેક્ટરે કહ્યું, "વિલિયમને તે પત્ર ગઈકાલની બપોર પછીની ટપાલમાં મળ્યો હતો. તેના પરબીડિયાનો તેણે નાશ કરી નાખ્યો હતો."

"ઉત્તમ !" હોમ્સે ઇન્સ્પેક્ટરની પીઠ થાબડતાં મોટેથી કહ્યું, "તમે ટપાલીને મળી લીધું છે. તમારી સાથે કામ કરવાનો આનંદ આવે છે. આ આવી ગયું ઘર અને જો તમે ઉપર આવો, કર્નલ, તો હું તમને ગુનાની જગ્યા બતાવું."

અમે જ્યાં પેલો બિચારો મૃતક રહેતો હતો તેના ઘર આગળ થઈને બન્ને બાજુ ઑકના ઝાડની હારમાળાવાળા રસ્તા પર થઈને જૂના ક્વિન ઍન ઘર તરફ આગળ વધ્યા. અમે હોમ્સ અને ઇન્સ્પેક્ટરની પાછળ પાછળ ચાલતા હતા. આખરે અમે એક ઝાંપલી આગળ આવ્યા જે બગીચા અને રસ્તા તરફના ઝાડીઝાંખરાવાળા વિસ્તારને અલગ કરતી હતી. એક હવાલદાર રસોડાના દરવાજા આગળ ઊભો હતો.

"બારણું ખોલો, અધિકારી," હોમ્સે કહ્યું, "હવે, આ પગથિયા આગળથી યુવાન શ્રીમાન કનિંગ્હામે આપણે જ્યાં અહીં ઊભા છીએ તે જ જગ્યાએ બે માણસોને ઝપાઝપી કરતા જોયા હતા. વૃદ્ધ શ્રીમાન કનિંગ્હામ ત્યારે જમણી બાજુની ડાબી બારી આગળ હતા જ્યાંથી તેમણે પેલા હત્યારાને ગોળી મારી ભાગી જતો જોયો હતો. તેમના દીકરાએ પણ તેવું જ જોયું. તેઓ બન્ને આખીયે ઘટના વિષે ખાતરીપૂર્વક કહે છે. ત્યાર બાદ

શ્રીમાન એલેક બહાર દોડી આવ્યા હતા અને ઘવાયેલા માણસ તરફ ઝૂક્યા હતા. આ જમીન ખૂબ કઠોર છે માટે આપણને અહીં કોઈ જ માર્ગદર્શન નહીં મળે.'' તે બોલી રહ્યો હતો ત્યારે બે માણસો ઘરની પાછળના ભાગેથી બગીચા પરના રસ્તા પર થઈને અમારી તરફ આવી રહ્યા હતા. તેમાંનો એક આધેડ માણસ હતો જે ઊંડી આંખોવાળો મજબૂત ચહેરો ધરાવતો હતો જ્યારે બીજો એક સોહામણો યુવક હતો જેના તેજસ્વી સ્મિતસભર ભાવ અને ભભકાદાર પોશાક ગઈ કાલે થઈ ગયેલી ઘટનાને જરા પણ બંધબેસતા નહોતા આવતા.

''હજુ ત્યાં જ છો કે ?'' તેણે હોમ્સને કહ્યું, ''હું તો વિચારતો હતો કે તમે લંડનવાળાઓ તો ક્યારેય કોઈ ચૂક નથી કરતા. તમે મને કંઈ ખાસ ચબરાક નથી લાગતા.''

''તમારે અમને થોડો સમય તો આપવો જ જોઈએ,'' હોમ્સે હળવાશથી કહ્યું.

''લો જેટલો સમય લેવો હોય તેટલો,'' યુવાન એલેક કનિંગ્હામે કહ્યું, ''પણ મને તો નથી લાગતું કે તમને તેમાં કોઈ પગેરું મળે.''

''એક જ પગેરું મળી શકે તેમ છે,'' ઇન્સ્પેક્ટરે જવાબ આપ્યો. ''અમને લાગે છે કે જો અમને તે મળી જાય... ભગવાન કરે અને એવું થાય, શ્રીમાન હોમ્સ ! શું થયું તમને ?''

મારા બિચારા મિત્રના ચહેરા પર અચાનક જ એક ખતરનાક ભાવ પ્રગટ્યો. તેની આંખો અધ્ધર થઈ ગઈ. તે પીડાનો માર્યો આમતેમ તરફડિયાં મારી રહ્યો હતો. અચાનક મોટી ગર્જના સાથે તે ભોંય પર મોંભેર પટકાયો. તેના પર બીમારીના આવા હુમલાએ અમને લોકોને ડરાવી મૂક્યા. અમે તેને રસોડામાં લઈ ગયા. જ્યાં તેને મોટી ખુરશી પર સુવડાવવામાં આવ્યો. તે જોર જોરથી ભારે શ્વાસ લઈ રહ્યો હતો. છેવટે તેની નબળી તબિયત માટે માફી માગતો પાછો ઊભો થઈ ગયો.

''વૉટસન તમને કહેશે કે હું હજુ મારી બીમારીથી માંડ માંડ ઊભો જ થઈ રહ્યો છું.'' તેણે સ્પષ્ટતા કરી. ''મારી નબળી તબિયતને કારણે મારા પર આવો હુમલો થવો સ્વાભાવિક હતો.''

''શું હું તમને મારી ગાડીમાં ઘરે મોકલી આપું ?'' વૃદ્ધ કનિંગ્હામે પૂછ્યું.

''હવે હું અહીં આવી જ ગયો છું તો એક મુદ્દો મારે પાક્કો કરી લેવો છે. અમે તેને સરળતાથી સ્પષ્ટ કરી શકીશું.''

''તે શું છે ?''

''મને એવું લાગે છે કે આ બિચારો વિલિયમ લૂંટારો આવ્યો તે પહેલાં ઘરમાં નહીં આવ્યો હોય પણ પછી આવ્યો હશે. તમે એવું માની લીધું છે કે બળજબરીથી બારણું ખોલવામાં આવ્યું હતું, પરંતુ લૂંટારો ઘરમાં નહોતો પ્રવેશ્યો.''

“મને તો તે સ્વાભાવિક લાગે છે,” શ્રીમાન કનિંગ્હામે ગંભીરતાથી કહ્યું, “મારો દીકરો પણ તે સમયે જાગતો હતો અને જો કોઈ હલચલ થઈ હોત તો તેણે પણ સાંભળી હોત.”

“તે ક્યાં બેઠા હતા ?”

“હું મારા ડ્રેસિંગ-રૂમમાં હોકલી ફૂંકી રહ્યો હતો.”

“તે કઈ બારી હતી ?”

“ડાબી બાજુ છેલ્લી, મારા પિતાની બાજુમાં.”

“તમારા બન્નેના ઓરડાની બત્તીઓ ચાલુ હતી, કેમ ?”

“નિઃશંકપણે.”

“કેટલાક અનોખા મુદ્દા અહીં છે,” હોમ્સે સ્મિત કરતાં કહ્યું, “ઘરની બત્તીઓ ચાલુ હોય ત્યારે કોઈ ચોર ઘરમાં ઘૂસીને લૂંટ ચલાવવાનો પ્રયત્ન કરે તે ખરેખર અજુગતું કહેવાય. વળી આ તો પહેલાંનો અનુભવી લૂંટારો છતાં આવુ સાહસ કરે, બહુ કહેવાય !”

“તે ચોક્કસ કોઈ ઠંડા કલેજાવાળો હશે.”

“ચોક્કસ, જો મામલો આટલો વિચિત્ર ન હોત તો અમારે તમારી પાસેથી સ્પષ્ટતા માગવાની જરૂર ન પડત.” યુવાન શ્રીમાન એલેકે કહ્યું, “પણ તમારા વિચાર પ્રમાણે વિલિયમના પડકાર્યા પહેલાં જ લૂટારાએ ઘર લૂંટી લીધું હોય તો મને તે તદ્દન અસંગત વિચાર લાગે છે, કારણ કે નથી તો અમને ઘરમાં કોઈ ખાંખાખોળ થયેલી જણાઈ નથી તો કોઈ વસ્તુ ત્યાંથી ગાયબ થઈ.”

“એ તો વસ્તુ પર આધાર રાખે છે,” હોમ્સે કહ્યું, “તમને તો ચોક્કસ ખ્યાલ હશે જ કે આપણો જે લૂટારા સાથે પનારો પડ્યો છે તે ખૂબ વિલક્ષણ વ્યક્તિ છે અને તે પોતાની આગવી શૈલીમાં કામ કરે છે. દા.ત. તેણે શ્રીમાન એક્ટનના ઘરેથી તો કેવી સાવ સામાન્ય વસ્તુઓ ચોરી હતી - શું હતી તે ? - દોરીનો દડો, કાગળ પર મૂકવાનું એક વજનિયું અને બીજી પણ એવી જ વિચિત્ર વસ્તુઓ જે વિષે હું નથી જાણતો.”

“જે હોય તે, અમે તો તમારા હાથમાં બધું સોંપ્યું છે, શ્રીમાન હોમ્સ,” વૃદ્ધ કનિંગ્હામે કહ્યું, “તમે કે ઇન્સ્પેક્ટર જે કંઈ પણ કહેશો તે કરવામાં આવશે.”

“પહેલાં તો,” હોમ્સે કહ્યું, “હું ઇચ્છું છું કે તમે આ બાબતે તમારા તરફથી એક ઇનામની જાહેરાત કરો. સરકાર તરફથી આવી જાહેરાતમાં થોડો સમય લાગતો હોય છે અને તે બાબતે તરત કોઈ પગલું લેવાતું નથી હોતું. મેં અહીં એક નોંધ લખી કાઢી છે, જો તમને તેના પર હસ્તાક્ષર કરવામાં વાંધો ન હોય તો, મારા ખ્યાલથી પચ્ચાસ પાઉન્ડ તે માટે પૂરતા થઈ રહેશે.”

“હું તો તે માટે પાંચસો આપવા તૈયાર છું,” હોમ્સના હાથમાંથી કાગળની કાપલી અને પેન્સિલ લેતાં તેણે કહ્યું. “આ લખવામાં તમે કંઈક ભૂલ કરી છે,” તેણે કાગળના લખાણ પર નજર ફેરવતાં કહ્યું.

"મેં તે ખૂબ ઉતાવળે લખ્યું છે."

"તમે શરૂઆત કરી છે, 'મંગળવારે રાત્રે પોણા એક વાગ્યે ચોરીનો પ્રયાસ થયો છે.' પણ ખરેખર પોણા બાર વાગ્યે તે પ્રયાસ થયો હતો."

મને હોમ્સની આ ભૂલથી થોડું દુઃખ થયું કારણ કે હું જાણું છું કે હોમ્સ આવી ભૂલ કદીયે ન કરે. હકીકતને વળગી રહેવું તે જ તો એની મુખ્ય ખાસિયત હતી પણ આ છેલ્લી બીમારીએ તો તેને નબળો કરી મૂક્યો હતો અને આ નાનકડો પ્રસંગ મારા માટે એટલું માનવા માટે પૂરતો હતો કે હોમ્સ હજુ પણ સંપૂર્ણપણે સ્વસ્થ નહોતો થયો. તે ખુદ આ પ્રસંગથી થોડો ઝંખવાઈ ગયો હતો, ઇન્સ્પેક્ટરે તો પોતાનાં ભવાં પણ ઊંચાં કર્યાં હતાં જ્યારે યુવાન કનિંગ્હામ તો રીતસરનો ખડખડાટ હસવા લાગ્યો હતો. છેવટે વૃદ્ધ કનિંગ્હામે ભૂલ સુધારી કાગળ પાછો હોમ્સને આપ્યો.

"તેને બને તેટલું જલદી છપાવો," તેણે કહ્યું, "મારા ખ્યાલથી તમારો વિચાર ઉત્તમ છે."

હોમ્સે કાળજીપૂર્વક કાગળ પોતાના ખિસ્સામાં મૂક્યો.

"અને હવે," તેણે કહ્યું, "આપણે ઉપર જઈને આખાયે ઘરની એક વાર તપાસ કરી લેવી જોઈએ કે ખરેખર લૂટારાએ કોઈ વસ્તુ લીધી તો નથી ને. "

ઘરમાં પ્રવેશતા પહેલાં, હોમ્સે બળપૂર્વક ખોલવામાં આવેલા બારણાને એક વાર તપાસી લીધું. એટલું તો પાક્કું હતું કે ટાંકણાને અથવા મજબૂત છરીને અંદર ખોસવામાં આવી હતી અને બળપૂર્વક તાળાને હટાવવામાં આવ્યું હતું. અમે લાકડામાં જ્યાં આગળ તેને ખસેટવામાં આવ્યું હતું તેનું નિશાન જોઈ શકતા હતા.

"તમે બારણાની અંદરની બાજુએ આગળો નથી રાખતા ?" હોમ્સે પૂછ્યું.

"અમને ક્યારેય તેની જરૂર નથી લાગી."

"તમે કૂતરો નથી રાખતા ?"

"છે, પણ તેને ઘરની બીજી બાજુએ બાંધવામાં આવે છે."

"નોકરો ક્યારે ઊંઘવા જાય છે ?"

"દસ વાગ્યે."

"તો તો પછી વિલિયમ પણ તે સમયે પથારીમાં હોવો જોઈએ, કેમ ?"

"હા."

"ગઈ કાલે રાત્રે તે તે સમયે જાગતો હોય તે થોડું વિચિત્ર કહેવાય. હવે શું તમે અમને તમારું ઘર બતાવશો, શ્રીમાન કનિંગ્હામ ?"

રસોડા પાસેની પથ્થરની પગદંડી પર ચાલીને અમે લાકડાની સીડી પર થઈને સીધા પહેલા માળે પહોંચી ગયા. અમે જે દાદર પરથી ઉપર આવ્યા ત્યાં બીજી તરફથી, નીચેના બેઠકખંડ તરફથી બીજા સુંદર દાદર પણ ઉપર તરફ પહેલા માળે આવતા હતા.

પહેલા માળે એક બેઠકખંડ અને કેટલાક શયનખંડ આવેલા હતા જેમાં શ્રીમાન કનિંગ્હામ અને તેમના દીકરાના શયનખંડ પણ આવેલા હતા. હોમ્સ ધીમે ધીમે બાંધકામની ઝીણવટભરી નોંધ લેતો આગળ વધી રહ્યો હતો. તેને જોતાં હું કહી શકતો હતો કે તેને કોઈક ખાસ ગંધ આવી રહી હતી અને તેમ છતાં હું હજુ નહોતો સમજી શકતો કે તેની ધારણા તેને ક્યાં દોરી જઈ રહી હતી.

"હે ભગવાન, સાહેબ," શ્રીમાન કનિંગ્હામે અધીરાઈપૂર્વક કહ્યું, "મને નથી લાગતું આની કોઈ જરૂર હોય. તે છેલ્લો ઓરડો તો મારો છે અને બીજા છેડે મારા છોકરાનો ઓરડો છે. મને નથી લાગતું કે લૂટારો અમને જરા પણ ખલેલ પહોંચાડ્યા વગર આટલે સુધી પહોંચી શક્યો હોય. જો કે બધું તમારા નિર્ણય પર આધારિત છે."

"તમારે બીજું કંઈક વિચારવું જોઈએ," યુવાન કનિંગ્હામે ખંધું હસતાં કહ્યું.

"હવે અહીં આવ્યો જ છું તો જોઈ લઉં કે તમારા બન્નેના શયનખંડની બારીમાંથી બહાર કેટલે સુધી જોઈ શકાય છે. મારા ખ્યાલથી આ તમારા દીકરાનો ઓરડો છે" -- તેણે બારણાને ધક્કો માર્યો-- "અને પેલો રહ્યો ડ્રેસિંગ રૂમ કે જ્યાં બેસીને તમે ગઈ રાત્રે હોકલી ફૂંકી રહ્યા હતા. જે બારીમાંથી તમે બહાર જોયું હતું તે કઈ તરફ છે ?" તેણે શયનખંડમાં થઈને બીજા બારણાને ધક્કો મારતાં એક બીજી ઓરડીમાં નજર ફેરવી.

"મારા ખ્યાલથી તમને હવે સંતોષ થઈ ગયો હશે ?" શ્રીમાન કનિંગ્હામે તોછડાઈથી કહ્યું.

"આભાર, મારા ખ્યાલથી હું જે ઇચ્છતો હતો તે બધું મેં જોઈ લીધું છે."

"હવે જો ખરેખર જરૂર હોય તો આપણે મારા ઓરડામાં જઈએ."

"જો કંઈ તકલીફ ન હોય તો."

વૃદ્ધ કનિંગ્હામે પોતાના ખભા ઉલાળ્યા અને અમારી આગળ પોતાના ઓરડા તરફ ચાલતા થયા. તેમનો ઓરડો સાદાઈથી સજાવવામાં આવ્યો હતો અને એક સામાન્ય ઓરડા જેવો તે ઓરડો હતો. જ્યારે અમે ઓરડાની બારી તરફ આગળ જઈ રહ્યા હતા ત્યારે અચાનક હોમ્સ ધીમો પડી ગયો અને છેવટે હું અને તે બધાથી પાછળ રહી ગયા. પથારીના છેડે એક ઊંચા ટેબલ પર ફળની છાબડી અને પાણીનો જગ પડ્યો હતો. અમે જેવા તેની પાસેથી પસાર થયા, મારા આશ્ચર્ય વચ્ચે હોમ્સે ઇરાદાપૂર્વક તે ટેબલને ધક્કો માર્યો અને બધું જ નીચે પાડી દીધું. પાણીના જગના કેટલાય ટુકડા થઈ ગયા જ્યારે ફળ આખાયે ઓરડાના ખૂણે ખૂણે વિખેરાઈને પડ્યાં હતાં.

"આ શું કર્યું, વૉટસન," હોમ્સે ઠંડકથી કહ્યું, "આખીયે કાર્પેટ બગાડી મારી તેં તો."

હું થોડી મૂંઝવણ સાથે જમીન પર નમ્યો અને ફળ એકઠાં કરવા માંડ્યો. કોઈક કારણસર મારો મિત્ર એવું ઇચ્છતો હતો કે આખોયે દોષ હું મારા પર લઈ લઉં. બીજા પણ મારી જેમ ફળ એકઠાં કરવામાં અને ટેબલ ઊભું કરવામાં લાગી પડ્યા.

"અરે !" ઇન્સ્પેક્ટરે બૂમ પાડી, "તે ક્યાં ગયા ?"

હોમ્સ ગાયબ થઈ ગયો હતો.

"એક મિનિટ અહીં ઊભા રહો," યુવાન એલેક કનિંગ્હામે કહ્યું, "તેમની તબિયત હજુ પણ સારી નથી લાગતી, પિતાજી, મારી સાથે આવો આપણે તેમની ભાળ મેળવીએ."

તેઓ મને, કર્નલ અને ઇન્સ્પેક્ટરને ઓરડામાં જ મૂકીને બહાર ધસી ગયા. અમે ત્રણેય એકબીજા સામે તાકી રહ્યા.

"હું પણ શ્રીમાન એલેક સાથે સંમત છું કે, શ્રીમાન હોમ્સની તબિયત ખરેખર સારી નથી." ઇન્સ્પેક્ટરે કહ્યું, "બની શકે કે તેમને હજુ પણ બીમારીની અસર હોય, પણ મને એવું લાગે છે..."

તેના શબ્દો કોઈક ચીસથી અધૂરા રહી ગયા "બચાવો ! બચાવો! ખૂન !" તે મારા મિત્રનો અવાજ હતો, હું ગભરાઈ ગયો. હું તરત પાગલની જેમ નીચે ધસી ગયો. અવાજ ધીમે ધીમે ઘોઘરો થતો જતો હતો. થોડી વાર પહેલાં અમે જે ઓરડામાં ગયા હતા ત્યાંથી અવાજ તૂટક તૂટક અને અસ્પષ્ટ આવી રહ્યો હતો. હું તે ઓરડામાં ધસી ગયો અને સીધો જ ડ્રેસિંગરૂમમાં ઘૂસી ગયો. બન્ને કનિંગ્હામ બાપ-દીકરો હોમ્સના લોથપોથ શરીર પર ઝૂકેલા હતા. યુવાન તેનું ગળું દાબી રહ્યો હતો જ્યારે વૃદ્ધ તેનું કાંડું મરડી રહ્યો હતો. તરત જ અમે ત્રણેએ હોમ્સને તેમના સકંજામાંથી છોડાવ્યો અને હોમ્સ તેના પગ પર લથડિયાં ખાતો ઊભો થયો. તે તદ્દન ફિક્કો પડી ગયો હતો અને સાવ નંખાઈ ગયો હતો.

"આ લોકોની ધરપકડ કરો, ઇન્સ્પેક્ટર," તેણે માંડ માંડ શ્વાસ લેતાં કહ્યું.

"શા ગુના હેઠળ ?"

"તેમના કોચમેન, વિલિયમ કિરવાનના ખૂનના ગુનામાં."

ઇન્સ્પેક્ટર તેની સામે મૂંઝવણભરી નજરે તાકી રહ્યો, "અરે, શું વાત કરો છો, શ્રીમાન હોમ્સ," તેણે છેવટે મોં ખોલ્યું, "મને ખાતરી છે કે તમે ખાલી એમનેમ જ કહો... "

"અરે, ભઈલા, તેમના ચહેરા તો જુઓ !" હોમ્સે તોછડાઈથી કહ્યું.

આ પહેલાં મેં ક્યારેય કોઈ માણસના ચહેરા પર ગુનો કબૂલતા આવા સ્પષ્ટ ભાવ નહોતા જોયા. વૃદ્ધ સાવ જડ અને દિગ્મૂઢ થઈ ગયો હતો, તેનો દૃઢ ચહેરો ખિન્ન થઈ ગયો હતો. જ્યારે તેના દીકરાના તો બધા જ આડંબર અને ભભકો ક્યાંય ઓસરી ગયા હતા. તેની કાળી આંખોમાંથી કોઈ પાશવી ક્રૂરતા ડોકિયાં કરી રહી હતી. તેનું દેખાવડું વ્યક્તિત્વ વિકૃત થઈ ગયું હતું. ઇન્સ્પેક્ટર કશું જ ન બોલ્યો પણ બારણા આગળ ગયો અને પોતાની સિસોટી વગાડી. બે કોન્સ્ટેબલ તરત જ ત્યાં આવી પહોંચ્યા.

"મારી પાસે બીજો કોઈ ઉપાય નથી, શ્રીમાન કનિંગ્હામ," તેણે કહ્યું, "મને લાગે છે કે આ એક મોટી ભૂલ સાબિત થશે, પણ તમે જોઈ શકો છો કે... અરે, તો તમે

એમ કરશો ? નીચે ફેંકો !'' તેણે પોતાના હાથ વડે યુવાનના હાથ પર ડંડો ફટકાર્યો અને તેના હાથમાં લીધેલી રિવોલ્વર નીચે પડી ગઈ.

''તે લઈ લો,'' હોમ્સે રિવોલ્વર પર પગ મૂકતાં કહ્યું, ''તમને તેની ખટલો ચાલતો હશે ત્યારે જરૂર પડશે. પણ આપણને જેની ખરેખર જરૂર હતી તે આ રહ્યું.'' તેના હાથમાં ચોળાઈ ગયેલો એક નાનકડો કાગળનો ટુકડો હતો.

''પેલો અધૂરો કાગળનો ટુકડો !'' ઇન્સ્પેક્ટરે મોટેથી કહ્યું.

''હા, તે જ.''

''ક્યાંથી મળ્યો તે ?''

''મને જ્યાંથી મળવાની પાકી ખાતરી હતી ત્યાંથી. હવે હું તમારી આગળ આખીયે બાબત સ્પષ્ટ કરું. મારા ખ્યાલથી, કર્નલ, તમે અને વૉટસન અત્યારે પાછા ફરો. હું કલાકમાં તમારી સાથે હોઈશ. ઇન્સ્પેક્ટર અને મારે કેદીઓ સાથે કેટલીક વાતચીત કરવી છે, પણ હું તમને બપોરના ખાણા પર ચોક્કસ મળીશ.''

શૅરલૉક હોમ્સ કહ્યા પ્રમાણે તે એક વાગ્યે કર્નલના સ્મોકિંગ-રૂમમાં અમારી સમક્ષ હાજર થઈ ગયો. તેમની સાથે એક નાનકડા વડીલ સજ્જન પણ હતા. તેઓ શ્રીમાન એક્ટન હતા કે જેમના ઘરે સૌપ્રથમ ચોરી થઈ હતી.

''હું ઇચ્છતો હતો કે જ્યારે હું તમારી સમક્ષ આખીયે બાબત સ્પષ્ટ કરું ત્યારે શ્રીમાન એક્ટન આપણી સાથે હાજર હોય,'' હોમ્સે કહ્યું, ''કારણ કે તેમણે આ વિગતોમાં રસ લેવો ખૂબ જ આવશ્યક છે. પણ મને ખેદ છે, કર્નલ, કે મેં તમને મારી સાથે લઈ જઈને તમારો સમય બગાડ્યો.''

''તેથી ઊલટું,'' કોલોનલે હૂંફાળો જવાબ આપતાં કહ્યું, ''હું તો એવું વિચારું છું કે મને તમારી કામ કરવાની પદ્ધતિ જોવાનો મોકો મળ્યો. હું માનું છું કે તે મારી આશા કરતાં ક્યાંય વધારે ચડિયાતી સાબિત થઈ છે. હજુ પણ મને એ નથી સમજાતું કે તમે તે નિર્ણય પર કઈ રીતે આવ્યા હતા, તમને તેનું પગેરું કઈ રીતે મળ્યું ?''

''મને લાગે છે કે મારી સ્પષ્ટતા તમારા આ આશ્ચર્યને નક્કામું સાબિત કરશે, પણ મારી હંમેશા એવી આદત રહી છે કે હું મારી પદ્ધતિને જરા પણ છુપાવતો નથી. પછી તે મારો દોસ્ત વૉટસન હોય કે બીજું કોઈ હોય. પણ ડ્રેસિંગરૂમવાળી મારી ઝપાઝપીને કારણે હું ખૂબ નબળાઈ અનુભવી રહ્યો છું માટે મારે તમારી બ્રાન્ડીની ખૂબ જરૂર છે, કર્નલ.''

''તમને પહેલાં જેવો નબળાઈનો હુમલો ના થાય તો સારું.''

શૅરલૉક હોમ્સ ખડખડાટ હસી પડ્યો, ''તેનો સમય આવશે ત્યારે આપણે તેની વાત પણ કરીશું.'' તેણે કહ્યું, ''હું તમારી સમક્ષ આખાયે મામલાની ક્રમાનુસાર સ્પષ્ટતા કરીશ અને તમને જણાવીશ કે કેવા કેવા વિવિધ મુદ્દાઓએ મને આ નિર્ણય પર પહોંચવા

માટે માર્ગદર્શન પૂરું પાડ્યું છે. જો તમને ક્યાંય પણ સમજ ન પડે અથવા તે બાબત સ્પષ્ટ ન થાય તો ત્યાં ને ત્યાં મને ટોકજો.

“તારણો કાઢવાની કળામાં અસંખ્ય હકીકતોમાંથી આવશ્યક અને અનાવશ્યક હકીકતોને ઓળખવા માટે સક્ષમ હોવું ખૂબ જરૂરી છે. નહીંતર તમારી ઊર્જા અને ધ્યાન એકાગ્ર થવાની જગ્યાએ બીજે ભટકી જાય છે. પહેલેથી જ મને એવી સ્પષ્ટ શંકા હતી કે આખીયે બાબતનું નિરાકરણ પેલા કાગળના બચેલા ટુકડામાં રહેલું હતું.

“આખીયે બાબત જણાવું તે પહેલાં હું તમારું ધ્યાન એ હકીકત તરફ દોરવા માગું છું કે એલેક કનિંગ્હામનું વર્ણન જો સાચું હોય તો અને જો હત્યારો વિલિયમ કિરવાનને ગોળી મારીને ત્યાંથી તરત જ ભાગી ગયો હોય તો તે સ્વાભાવિકપણે શક્ય નહોતું કે તે મૃત માણસના હાથમાંથી પેલો કાગળ ઝૂંટવી જાય. અને જો તેણે તે કાગળિયું ન લીધું હોય તો ચોક્કસ તે કાગળિયું એલેક કનિંગ્હામે પોતે જ લીધું હોવું જોઈએ કારણ કે વૃદ્ધ કનિંગ્હામ નીચે આવે ત્યાં સુધીમાં તો બધા નોકરો પણ ઘટનાસ્થળે હાજર થઈ ગયા હોય. મુદ્દો બિલકુલ સરળ હતો પણ ઈન્સ્પેક્ટરના ધ્યાનમાં તે ન આવ્યો કારણ કે તે એવી ધારણા સાથે આગળ વધી રહ્યા હતા કે તે લોકોને આ બાબત સાથે કોઈ જ લેવાદેવા નહોતી. એક બાબતને હું હંમેશા વળગેલો રહું છું કે મારે કોઈ પણ જાતના પૂર્વગ્રહ સાથે મારું કામ ન કરવું અને હકીકતો જ્યાં દોરી જાય ત્યાં જ જવું. તપાસના પહેલા જ તબક્કામાં મારું ધ્યાન શ્રીમાન એલેક કનિંગ્હામ દ્વારા ભજવવામાં આવેલ ભાગ તરફ ગયું.

“અને હવે મેં ઈન્સ્પેક્ટર દ્વારા આપણી સમક્ષ રજૂ કરવામાં આવેલા પેલા કાગળના ફાટી ગયેલા ખૂણાનું ધ્યાનપૂર્વક નિરીક્ષણ કરવા માંડ્યું. પહેલી જ વારમાં મને એટલું સ્પષ્ટ થઈ ગયું કે આ દસ્તાવેજ આ મામલામાં ખૂબ જ મહત્ત્વનો હતો. તે કાગળ આ રહ્યો. શું તમને આમાં કશુંક સૂચક નથી લાગતું ?”

“તે થોડું અનિયમિત લાગે છે.” કર્નલે કહ્યું.

“મારા વહાલા સાહેબ,” હોમ્સે મોટેથી કહ્યું. “તે વાતમાં કોઈ જ શંકા નહોતી કે તે પત્ર બે જણ દ્વારા એક શબ્દ છોડીને એક લખાયેલો હતો. હું તમારું ધ્યાન આ પત્રમાં રહેલા કેટલાક સશક્ત ટી એટલે કે જે ‘એટ’ અને ‘ટુ’ માં છે તેને હું તમને નબળા ‘ક્વાર્ટર’ અને ‘ટ્રવેલ્વ’માં આવેલા નબળા ‘ટી’ સાથે સરખાવવા કહું ત્યારે તમને આખીયે હકીકત સમજાઈ જશે.આ ચાર શબ્દોના ઊંડાણપૂર્વકના નિરીક્ષણ દ્વારા તમે આત્મવિશ્વાસ સાથે કહી શકશો કે ‘લર્ન’ અને ‘મેબી’ શબ્દો મજબૂત હાથ વડે લખવામાં આવ્યા છે અને ‘વ્હોટ’ શબ્દ નબળા હાથ વડે લખવામાં આવ્યો છે.”

“અરે મારા ભગવાન, આ તો દીવા જેવું સ્પષ્ટ છે !” કર્નલે આશ્ચર્ય પામતાં કહ્યું, “ભગવાન જાણે કે એક જ પત્ર બે માણસ શા માટે લખે ?”

"સ્વાભાવિક છે, કારણકે આ એક અધમ કૃત્ય હતું અને બન્ને માણસો એકબીજા પર જરા પણ વિશ્વાસ નહોતા કરતા. તેઓ જે કંઈ પણ કરવા માગતા હતા તેમાં સરખો જ ભાગ ભજવવા માગતા હતા. હવે એટલું સ્પષ્ટ હતું કે આ બન્ને વ્યક્તિમાંથી જેણે પણ 'એટ' અને 'ટુ' શબ્દો લખ્યા હતા તે જ આખાયે કૃત્યનો આગેવાન હતો."

"તમને તે શી રીતે ખબર ?"

"આપણે એટલું તો સ્પષ્ટ કર્યું કે તેમાં બે વ્યક્તિનું લખાણ છે. પણ આ ધારણા પાક્કી કરવા માટે આપણી પાસે હજુ પણ એક નક્કર કારણ હોવું જરૂરી છે. જો તમે આ કાગળના ટુકડાને ધ્યાનથી જોશો તો તમે જાણશો કે જે મજબૂત અક્ષરો છે તેણે પોતાના બધા જ શબ્દો પહેલા લખ્યા છે, અને ખૂટતા શબ્દો માટે જગ્યાઓ છોડી છે. આ ખાલી જગ્યાઓ દર વખતે અપૂરતી હતી. તમે જોઈ શકો છો કે બીજા માણસે પોતાના શબ્દ 'ક્વાર્ટર'ને 'એટ' અને 'ટુ ' વચ્ચે પરાણે ઠસાવવો પડ્યો છે. અને તેનાથી જ આપણે જાણી શક્યા છીએ કે તે શબ્દો પહેલેથી લખવામાં આવ્યા છે. જે વ્યક્તિએ પોતાના શબ્દો પહેલાં લખ્યા છે તે નિઃશંકપણે આખાયે કાવતરાને ઘડનાર વ્યક્તિ છે."

"ઉત્તમ !" શ્રીમાન એક્ટને મોટેથી કહ્યું.

"પણ તે કંઈ ખાસ ગંભીર નથી," હોમ્સે કહ્યું, "આપણે હવે તે મુદ્દા પર આવીશું કે આ મુદ્દો શા માટે આટલો મહત્ત્વનો છે. તમને કદાચ ખ્યાલ નહીં હોય કે નિષ્ણાતો વ્યક્તિના લખાણ દ્વારા તેની ઉંમરનો તાગ મેળવી શકે છે. સામાન્ય કિસ્સામાં તે વ્યક્તિ કયા દસકામાં છે તેનું ચોક્કસ અનુમાન લગાવી શકાય છે. હું સામાન્ય કિસ્સાની વાત કરું છું, કારણ કે નબળી તબિયત અને શારીરિક નબળાઈ વૃદ્ધ વ્યક્તિના લખાણ જેવા જ લક્ષણો ધરાવે છે. આ કિસ્સામાં કેટલુંક લખાણ મજબૂત હાથો વડે લખાયેલું છે જ્યારે બાકીનું લખાણ નબળા હાથો વડે લખાયેલું છે પણ વાંચી શકાય તેવું છે. જેને જોઈને આપણે કહી શકીએ છીએ કે એક લખાણ યુવાન દ્વારા લખાયું છે જ્યારે બીજું વૃદ્ધ દ્વારા લખાયું છે."

"ઉત્તમ !" ફરી શ્રીમાન એક્ટને ઉદ્‌ગાર કાઢ્યો.

"બીજો એક મુદ્દો પણ છે જે ખૂબ બારીક છે પણ અતિ મહત્ત્વનો છે. આ બન્ને લખાણમાં એક બાબત સમાન છે. તે એવા બે માણસોના છે જેઓ લોહીનો સંબંધ ધરાવે છે. તે તમારા માટે જાણવું તેટલું સ્વાભાવિક નહીં હોય પણ જે ઝીણી ઝીણી બાબતો હું જોઉં છું તેનાથી મને જરા પણ શંકા નથી કે આ બે લખાણ પરથી કોઈ કૌટુંબિક શૈલી જોઈ શકાય છે. હું તો તમને માત્ર કેટલાંક જરૂરી તારણો જ બતાવી રહ્યો છું પણ આ ઉપરાંત પણ બીજાં ત્રેવીસ તારણો પણ આ ચિઠ્ઠી પરથી મળી જાય છે, જેમાં તમારા કરતાં નિષ્ણાતોને વધારે રસ પડે. આ બધા પરથી મને પાક્કું થઈ ગયું કે આ લખાણ ચોક્કસ કનિંગ્હામ પિતા-પુત્ર દ્વારા લખવામાં આવ્યું હતું.

"આટલે પહોંચ્યા બાદ હવે મારે અપરાધના મૂળિયા સુધી પહોંચવાનું હતું અને એ જોવાનું હતું કે તે લોકો મને તેમાં કેટલા મદદરૂપ થાય છે માટે હું ઇન્સ્પેક્ટર સાથે તેમના ઘરે ગયો અને જે મારે જોવાનું હતું તે બધું મેં ત્યાં જોઈ લીધું. મૃતકના શરીર પરનો ઘા ચોક્કસ રિવોલ્વર દ્વારા થયો હતો જે ચાર વાર દૂરથી કરવામાં આવ્યો હતો. તેનાં કપડાં પર ક્યાંય દારૂગોળાના કણો નહોતા. તે પુરાવા હેઠળ એલેક કંનિંગ્હામ અહીં ખોટો સાબિત થતો હતો કારણ કે તેણે કહ્યું તે પ્રમાણે બે જણ વચ્ચે ઝપાઝપી ચાલતી હતી અને તે જ વખતે ગોળી છોડવામાં આવી. ફરી વાર પિતા-પુત્ર એ એક જ નિવેદન આપ્યું કે હત્યારો ત્યાંથી ભાગીને બગીચામાં થઈને સડક પર જતો રહ્યો. જો તેવું જ થયું હોત તો ત્યાં તળિયે ભેજવાળો એક પહોળો ખાડો હતો પણ ત્યાં તો કોઈ પણ જાતનાં જૂતાનાં નિશાન મને જોવા ન મળ્યાં. હવે મને માત્ર એટલી જ ખાતરી નહોતી થઈ કે કનિંગ્હામ પિતા-પુત્ર જુઠ્ઠું બોલતા હતા પણ હવે તો મને એ પણ પાક્કું થઈ ગયું હતું કે ત્યાં ઘટનાસ્થળ પર ત્રીજી કોઈ અજાણી વ્યક્તિ હતી જ નહીં.

"હવે મારે આખાયે ગુનાનો હેતુ જાણવાનો હતો. તે જાણવા માટે મારે સૌ પ્રથમ તો શ્રીમાન એક્ટનના ઘરે થયેલી સૌથી પહેલી ચોરીનું રહસ્ય ઉકેલવું જરૂરી હતું. કર્નલે આગલી સાંજે કહ્યા પ્રમાણે મારા ધ્યાનમાં એ વાત હતી જ કે શ્રીમાન એક્ટન અને કનિંગ્હામ વચ્ચે કોઈક ખટલો ચાલી રહ્યો હતો. તરત જ મને ખ્યાલ આવ્યો કે તેમણે જ તમારા પુસ્તકાલયમાં લાગતાવળગતા દસ્તાવેજને હાંસલ કરવા ધાડ પાડી હશે."

"તેમ જ હતું," શ્રીમાન એક્ટને કહ્યું, "તેમના ઉદ્દેશ બાબતે તો કોઈ જ શંકા ન હોઈ શકે. મેં તેમની અડધી સંપત્તિ પર દાવો કર્યો છે અને જો તેમાંનું એક કાગળ પણ તેમને મળી ગયું હોત, જે નસીબ જોગે મારા વકીલની તિજોરીમાં સુરક્ષિત છે - તો તેઓએ ચોક્કસ ખટલો ખેદાનમેદાન કરી નાખ્યો હોત."

"એ જ તો," હોમ્સે સ્મિત કરતાં કહ્યું, "તે એક જોખમી પ્રયત્ન હતો અને તેનાથી જ મને તેમાં યુવાન એલેકનો હાથ હોય તેવી શંકા ગઈ હતી. તેમને કશું જ ન મળતાં તેમણે શંકાને બીજે વળાવવા સામાન્ય ચોરી થવાનો દેખાવ કર્યો અને જે કંઈ તેમના હાથમાં આવ્યું તે લઈને તેઓ નાસી ગયા. એટલું તો સ્પષ્ટ થઈ ગયું હતું પણ તે ઉપરાંત પણ ઘણું બધું હતું જે હજુ અસ્પષ્ટ હતું. આ બધું તો ઠીક પણ મારા માટે પેલા ફાટેલા ટુકડાનો બીજો ભાગ શોધવો વધારે જરૂરી હતું. મારા મનમાં એ પાક્કું હતું કે એલેકે જ મૃતકના હાથમાંથી તે ચિઠ્ઠી ઝૂંટવી હતી અને એ પણ પાક્કું હતું કે તેણે પોતાના ડ્રેસિંગ ગાઉનના ખિસ્સામાં જ તે સરકાવી હતી. તે સિવાય તો તે તેને બીજે ક્યાં મૂકે ? હવે પ્રશ્ન માત્ર એ હતો કે શું તે હજી પણ ત્યાં જ પડી હતી. તેને મેળવવી ખૂબ જરૂરી હતી અને તેને મેળવવા માટે જ આપણે બધા તે ઘરમાં ગયા.

"તમને ખ્યાલ હશે કે રસોડાના બારણા આગળ કનિંગ્હામ પિતા-પુત્ર પણ આપણી સાથે જોડાયા. એ બાબત ખૂબ મહત્ત્વની હતી કે તેમને ચિઠ્ઠી વિષે કશું યાદ ન

આવે અને જો તેમ થાત તો તેઓ ચોક્કસ વિના વિલંબે તેનો નાશ કરી દેત. ઈન્સ્પેક્ટર તેમની સમક્ષ તેનો ઉલ્લેખ જ કરવા જતા હતા ત્યાં સદ્નસીબે તરત જ મને ફીટ આવવાનું નાટક કરવાનું સૂઝ્યું અને આખી વાતનો મુદ્દો જ બદલાઈ ગયો."

"હે ભગવાન !" કર્નલે ખડખડાટ હસતાં કહ્યું, "તમારો મતલબ છે કે અમે જે ચિંતા કરી તે વ્યર્થ હતી અને તે તો માત્ર એક નાટક જ હતું ?"

"એક વ્યવસાયી તરીકે કહેવા જાઉં તો, તારા આ નાટકને હું બિરદાવું છું," મેં મોટેથી કહ્યું. આ માણસ ખરેખર પોતાનાં અવનવાં રૂપ બતાવીને હંમેશા મને અચરજમાં નાખી દેતો હતો. મારા આશ્ચર્યનો પાર નહોતો.

"આ એક કળા છે જે હંમેશા ઉપયોગી સાબિત થાય છે," તેણે કહ્યું, "જ્યારે હું કંઈક સ્વસ્થ થયો ત્યારે એક થોડાક અપ્રામાણિક પેંતરા દ્વારા મેં વૃદ્ધ કનિંગ્હામને 'બાર' શબ્દ લખવા પ્રેર્યા કે જેથી કરીને હું તેની સરખામણી આપણી પાસેની ફાટેલી કાગળની ચિઠ્ઠીમાં લખાયેલા 'બાર' શબ્દ સાથે કરી શકું."

"હું સાવ મૂર્ખો હતો કે મને આનો વિચાર ન આવ્યો." મેં ઉદ્ગાર કાઢ્યો.

"હું જોઈ શકતો હતો કે તને મારી નબળી તબિયતની ચિંતા વધારે થતી હતી." હોમ્સે ખડખડાટ હસતાં કહ્યું, "તને મારી નાટકીય ફીટથી મારા માટે જે દુઃખ થયું તેનો મને અફસોસ હતો. પછી આપણે બધા ઉપર ગયા અને તરત જ મારી નજર ટીંગાતા ડ્રેસિંગ ગાઉન પર પડી અને તરત જ મેં ટેબલ પાડવાની યોજના કરી અને બધાને પડેલી વસ્તુઓને સમેટવામાં વ્યસ્ત કરી દીધા. તરત જ હું ડ્રેસિંગ ગાઉનનાં ખિસ્સાં ફંફોસવા પાછળ સરક્યો. હજુ તો તેના એક ખિસ્સામાંથી મારા હાથમાં કાગળ પડ્યો જ હતો ત્યાં બન્ને પિતા-પુત્ર મારા પર ટૂટી પડ્યા. મને તો લાગ્યું કે હું હવે ગયો પણ ત્યાં જ તમારા લોકોના પ્રયત્નથી હું તેમના સકંજામાંથી છૂટ્યો. યુવાને મારું ગળું દબાવી રાખ્યું હતું જ્યારે વૃદ્ધે મારા હાથમાંથી કાગળ લેવા માટે મારું કાંડું મરડી રાખ્યું હતું. તેમને હવે જાણ થઈ ગઈ હતી કે હું બધું જ જાણી ગયો હતો. તેમનું કારસ્તાન ખુલ્લું થઈ જવાથી હવે તેઓ મરણિયા થઈ ગયા હતા.

"ત્યાર બાદ મારે વૃદ્ધ કનિંગ્હામ સાથે ગુનાના ઉદ્દેશ બાબતે થોડી ચર્ચા થઈ. તેમણે તો હથિયાર મૂકી દીધાં હતાં પણ તેમનો યુવાન છોકરો તો બચવા માટે પોતાની પિસ્તોલથી કોઈની પણ ખોપરી ઉડાવી દેવા તત્પર હતો. જ્યારે કનિંગ્હામને ભાન થયું કે મામલો સદંતર તેની વિરુદ્ધ હતો ત્યારે તેણે બધી જ આશા ગુમાવી દીધી અને બધું જ બકી માર્યું. તેમણે કહ્યા પ્રમાણે જ્યારે તેઓ શ્રીમાન એક્ટનને ત્યાં ધાડ પાડવા ગયા ત્યારે વિલિયમ પણ છૂપા પગલે તેમની પાછળ પાછળ ગયો હતો. ત્યાર બાદ તે તેમને છતા કરી દેવાની ધમકી આપી નાણાં પડાવવા માગતો હતો. જોકે શ્રીમાન એલેક સાથે આવી રમત રમવી ખૂબ જ જોખમી હતી. તેણે હવે આ માણસને રસ્તામાંથી હટાવી

દેવાનો નિર્ણય કરી લીધો હતો અને તેણે તેને દગાથી બોલાવીને પતાવી દીધો હતો. જો આખેઆખો કાગળ તેમના હાથમાં આવી ગયો હોત અને પોતે આપેલી જુબાનીમાં તેમણે થોડું ધ્યાન રાખ્યું હોત તો તેઓ બચી ગયા હોત."

"અને ચિઠ્ઠી ક્યાં ?" મેં પૂછ્યું.

શૅરલૉક હોમ્સે બે કાગળના ટુકડા અમારી સમક્ષ મૂક્યા.

"મારી ધારણા પ્રમાણે જ હતું," તેણે કહ્યું.

જો તું પોણા બાર વાગ્યે પૂર્વી દરવાજે આવીશ તો તું અચંબામાં મુકાઈ જઈશ અને બની શકે કે તે તારા અને એનિ મોરિસનના ફાયદાની વાત હોય. પણ કોઈને પણ આ બાબતે જરા પણ ન કહેતો.

"એ વાત ખરી કે આપણને હજુ એ નથી ખબર કે એલેક કનિંગ્હામ, વિલિયમ કિરવાન અને એનિ મોરિસ વચ્ચે શું સંબંધ છે. પરિણામ જોતાં તો ફાંસલો બરાબરનો ગોઠવાયો હતો. બાકીના કાગળ દ્વારા તમે જાણી શકશો કે બધા 'પી' અને 'જી'ની પૂંછડી વચ્ચે આનુવંશિક સમાનતા છે. વૃદ્ધના લખાણમાં આઇ પરના ટપકાની ગેરહાજરી પણ એક આગવી લાક્ષણિકતા દર્શાવે છે. વૉટસન, મને લાગે છે કે આપણી ગ્રામીણ સફર ખૂબ સફળ રહી અને જો કાલે હું સંપૂર્ણ સ્વસ્થ થઈ જઈશ તો આપણે બેકર સ્ટ્રીટ જવા નીકળી જઈશું."

❖

ખૂંધો માણસ

મારાં લગ્નના થોડા જ મહિના બાદ, ઉનાળાની એક રાત્રે હું મારા તાપણા આગળ મારી છેલ્લી હોકલી ફૂંકતાં ફૂંકતાં એક નવલકથા વાંચી રહ્યો હતો પણ આખા દિવસના થકાવી નાખનારા કામને કારણે હું ઝોલાં ખાઈ રહ્યો હતો.મારી પત્ની તો ક્યારની ઉપર શયનખંડમાં સૂવા જતી રહી હતી અને થોડી વાર પહેલાં બારણું બંધ થવાના અવાજે મને એ પણ જણાવી દીધું હતું કે નોકરો પણ પથારી ભેગા થઈ ગયા હતા. હું મારી બેઠક પરથી ઊભો થયો અને હોકલી ઠપકારીને તેમાંથી રાખ સાફ કરતો હતો ત્યાં જ અચાનક બારણે ઘંટડી વાગી.

મેં ઘડિયાળ સામે જોયું. પોણા બાર થયા હતા. આ કંઈ કોઈ મુલાકાતીના આવવાનો સમય નહોતો. ચોક્કસ કોઈ દર્દી જ હોવો જોઈએ અને બની શકે કે આખી રાત બેસવું પડે. હું ચિડાયેલા ચહેરે આગળના ખંડમાં ગયો અને બારણું ખોલ્યું. મારા આશ્ચર્યનો પાર ન રહ્યો કે મારા દાદર પર શૅરલૉક હોમ્સ ઊભો હતો.

"અરે, વૉટસન," તેણે કહ્યું, "ભગવાનનો આભાર કે હું તને મળવા માટે મોડો નથી પડ્યો."

"મારા વહાલા ભઈલા, મહેરબાની કરીને અંદર આવ."

"મને અડધી રાત્રે જોઈને તને આશ્ચર્ય થયું લાગે છે, અને કેમ ન થાય ! જો કે નિરાંત પણ થઈ કે તું જાગી રહ્યો છે. અરે, અત્યારે પણ તું તારી જૂના દિવસોવાળી આર્કાડિયા તમાકુ જ પીવે છે. કેમ ! તારા કોટ પરની પડવાળી રાખના કારણે મને તરત જ ખ્યાલ આવી ગયો. તું તો પહેલેથી ગણવેશ પહેરવાને ટેવાયેલો હોવાથી એ કહેવું સાવ સહેલું છે કે તું ક્યારેય સુસભ્ય નાગરિકોની જેમ કંઈ સાથે રૂમાલ રાખવાને ટેવાયેલો નથી. હું આજે રાત્રે તારી સાથે રોકાઉં ?"

"ખુશીથી."

"એક વાર તેં મને કહ્યું હતું કે તારા ઘરમાં એક ઓરડો હંમેશને માટે ખાલી રહે છે અને મને લાગે છે કે આજે તારે બીજો કોઈ મુલાકાતી પણ નથી. તારું ટોપીઓનું સ્ટેન્ડ પણ સાવ ખાલી છે."

"જો તું અહીં રોકાઈશ તો મને ખૂબ આનંદ થશે."

"આભાર, તારે એક બ્રિટિશ નોકર પણ છે, કેમ ? પણ તે કંઈ ખાસ કામગરો નથી, ખરું ને ?"

"ના, તેવું કંઈ જ નથી. તે બિચારો ભલો માણસ છે."

"અરે ! તેણે તારી આ જાજમ પર પોતાના બૂટથી કેટલાં નિશાન પાડેલાં છે. ના, હું કંઈ જ નહીં લઉં, આભાર, વોટરલૂમાં હું મારું વાળું કરીને જ આવ્યો છું. હા, પણ એટલું ખરું કે હું તારી સાથે એક હોકલી તો ચોક્કસ ફૂંકીશ." મેં તેને મારી તમાકુની કોથળી ધરી અને તે મારી સામે ખુરશી પર બેઠો. થોડો સમય તે ચૂપચાપ હોકલી પીતો બેસી રહ્યો. મને પાક્કી ખાતરી હતી કે તે કોઈ મહત્ત્વના કામથી જ આવી અડધી રાત્રે અહીં મારી પાસે આવ્યો હોય માટે જ્યાં સુધી તે પોતાના મોઢે આખી વાત ન કરે ત્યાં સુધી હું ધીરજપૂર્વક રાહ જોતો બેસી રહ્યો.

"મને લાગે છે કે આજકાલ તું તારા વ્યવસાયમાં ખૂબ વ્યસ્ત છે," તેણે મારી તરફ નજર ફેરવતાં કહ્યું.

"હા, હું હમણાં ઘણો વ્યસ્ત છું," મેં જવાબ આપ્યો, "તને કદાચ હું મૂર્ખ લાગું," મેં કહ્યું, "પણ ખરેખર મને સમજાતું નથી કે તું આ તારણ પર કઈ રીતે પહોંચ્યો."

હોમ્સે મલકાટ કર્યો.

"મને એક ફાયદો છે કે હું તારી બધી જ આદતો જાણું છું, મારા વહાલા, વૉટસન," તેણે કહ્યું. "જ્યારે તારે ક્યાંક નજીકમાં જવાનું હોય છે ત્યારે તું ચાલીને જાય છે અને જ્યારે તારે દૂર જવાનું હોય છે ત્યારે તું ઘોડાગાડીમાં જાય છે. મેં જોયું કે તારા બૂટ વપરાયા છે ખરા પણ કંઈ ગંદાં નથી થયાં, અને માટે જ મેં એવું તારણ કાઢ્યું કે તું આજકાલ એટલો વ્યસ્ત છે કે ઘોડાગાડીમાં ફરીને જ કામ પતાવે છે."

"ઉત્તમ," મેં મોટેથી કહ્યું.

"તેમાં કોઈ મોટી ધાડ મારવાની નથી, સામી વ્યક્તિને અનુમાન અને તારણોના પાયાની ખબર ન હોય ત્યારે તે વ્યક્તિ અંજાઈ જાય છે. તારા કેટલાક લખાણને દાખલા રૂપે લઈ લઈએ તો તેમાં પણ તેવું જ હોય છે. લેખક હંમેશા વાર્તાની લગામ પોતાના હાથમાં રાખે છે અને તે વાચકને એ જાણવા દેતો નથી માટે તેને તેમાં રસ પડે છે. હવે અત્યારે મારી સ્થિતિ પણ આ વાચકો જેવી જ છે, કારણ કે હાલ મારી પાસે આવો જ એક વિચિત્ર કેસ આવીને ઊભો છે જેના કેટલાક દોરા તો મારા હાથમાં છે પણ જેનાથી આખીયે સાંકળ ગોઠવાઈ જાય તેવી બેત્રણ કડીઓ હજુ પણ મારા હાથે લાગી નથી. પણ હું તેને મેળવી લઈશ, વૉટસન, હું તે શોધી જ કાઢીશ !" તેની આંખો ચમકી અને તેના ગાલની ઢેલીઓ પણ થોડી ચમકી. એક ક્ષણ માટે તો તેના ચહેરા પર પડેલા પડદા પાછળ છુપાયેલો તેનો આતુર ચહેરો ડોકિયાં કરી ગયો, પણ માત્ર એક ક્ષણ માટે જ.

જ્યારે મેં ફરી તેના પર એક નજર ફેરવી ત્યારે તે ફરી પાછો પહેલાં જેવો યંત્રવત્ માણસ બની ગયો હતો.

"કેસનાં લક્ષણો ખૂબ જ રસ પડે તેવાં છે," તેણે કહ્યું, "તેમાં કેટલાંક અપવાદરૂપ લક્ષણો પણ સમાયેલાં છે. મેં આખીયે બાબત પર વિચારી લીધું છે અને મારા ખ્યાલથી હું એક તારણ પર પણ પહોંચી ગયો છું. જો તું મને આ મામલામાં થોડી કંપની આપીશ તો મને તારી ખૂબ મદદ મળી રહેશે."

"મને તેમ કરતાં અવશ્ય આનંદ થશે."

"આપણે કાલે એલ્ડરશોટ જેટલું દૂર જવાનું છે, તું આવી શકીશ ?"

"જેક્સન મારું કામ સંભાળી લેશે, એટલે મને તો કોઈ તકલીફ નથી."

"બહુ સરસ. હું વૉટરલૂથી ૧૧.૧૦ની ગાડી પકડી લેવા માગું છું."

"એટલે તું મને સમય જણાવી રહ્યો છે ?"

"જો તને ઊંઘ ન આવતી હોય તો હું આખીયે બાબતનો તને ચિતાર આપી દઉં. શું થયું અને હવે શું કરવાનું રહે છે તેટલું હું તને જણાવી દઉં."

"તું આવ્યો તે પહેલાં હું ઝોલાં જ ખાઈ રહ્યો હતો, પણ હવે ઊંઘ ઊડી ગઈ છે."

"હું તને આખીયે બાબત ટૂંકાણમાં જણાવીશ તેમ છતાં કશું જ ચૂકીશ નહીં અને આવશ્યક બધા જ મુદ્દાઓ આવરી લઈશ. બની શકે કે આ બાબત વિષે તેં ક્યાંક વાંચ્યું પણ હોય. આ બાબત એલ્ડરશોટ પાસેના રોયલ મન્સ્ટર્સના કર્નલ બર્કલેની કહેવાતી હત્યાનો છે. જેની તપાસ મારા હાથમાં મૂકવામાં આવી છે."

"મેં તે વિષે જરા પણ નથી સાંભળ્યું."

"એમ પણ હજુ સુધી સ્થાનિક સ્તરે જ આ બાબતે ખળભળાટી મચી છે. વાત હજુ બે દિવસ જૂની જ છે. વિગતવાર તે આ પ્રમાણે છે :

"તું જાણે છે તે પ્રમાણે રોયલ મન્સ્ટર્સ બ્રિટિશ સૈન્યમાંની સૌથી પ્રખ્યાત રેજિમેન્ટ છે. તેણે ક્રિમિયા અને મ્યૂટિની બન્ને જગ્યાએ કમાલનું પ્રદર્શન કર્યું હતું. અને આમ સમયે સમયે તે પ્રખ્યાત થતી ગઈ. તે રેજિમેન્ટ ઘણો વખત જેમ્સ બર્કલેના નેતૃત્વ હેઠળ હતી.

"કર્નલ બર્કલે જ્યારે તેઓ એક સાર્જન્ટ હતા ત્યારે પરણ્યા હતા. તેમની પત્ની કુંવારું નામ કુમારી નેન્સી ડીવોય હતું. તેણી તે જ રેજિમેન્ટના કલર સાર્જન્ટની દીકરી હતી. શરૂઆતમાં આ લગ્ન વિષે થોડા મતભેદ ગાજ્યા હતા પણ પછી બધું શાંત પડી ગયું હતું અને બર્કલે જેમ પોતાના સાથી કર્મચારીઓમાં લોકપ્રિય હતો તેમ તેની પત્ની પણ સાથી કર્મચારીઓની પત્નીઓમાં લોકપ્રિય થઈ ગઈ હતી. યુવાનીમાં તેણી ખૂબ રૂપાળી હશે તેવી મારી ધારણા છે કારણ કે આજે લગ્નને ત્રીસ વર્ષ થયાં છતાં પણ તેણી ખૂબ આકર્ષક લાગે છે. તેણી કોઈ રાણી જેવી જાજરમાન લાગે છે.

"કર્નલ બર્કલેનું કૌટુંબિક જીવન આનંદી રીતે પસાર થયું હોય તેવું લાગે છે. મેજર મર્ફી કે જેમણે મને આખીયે બાબતની માહિતી આપી છે તેમણે મને ખાતરી આપી

છે કે તે બન્ને પતિ-પત્ની વચ્ચે ક્યારેય કોઈ મતભેદ નહોતો. તેમના કહેવા પ્રમાણે શ્રીમાન બર્કલે પોતાની પત્ની પ્રત્યે એટલા સમર્પિત હતા કે કદાચ તેમનાં પત્ની તેમના પ્રત્યે તેટલાં સમર્પિત નહીં હોય. તેઓ પોતાની પત્નીથી એક દિવસ પણ દૂર નહોતા રહી શકતા. તેમની પત્ની હતી તો પોતાના પતિ પ્રત્યે નિષ્ઠાવાન પણ બર્કલેની સરખામણીએ ઊણી ઉતરતી હતી. પણ તેઓ મધ્યમ ઉંમરના યુગલ તરીકે રેજિમેન્ટમાં આદર્શ મનાતાં હતાં. તેમના સંબંધમાં એવી કોઈ જ બાબત નહોતી કે જેનો આવો દુ:ખદ અંત આવે.

“જો કે કર્નલ બર્કલેમાં પણ કેટલાક અનોખા ગુણ હતા. તેઓ સામાન્યપણે એક આકર્ષક, મોજીલા વૃદ્ધ સૈનિક તરીકે ઓળખાતા, પણ એવા ઘણા પ્રસંગ બન્યા હતા જેમાં તેમની ક્રૂરતા, ઉગ્રતા, અને વેરવૃત્તિની ઝલક જોવા મળ્યાં હતાં. જો કે તેઓ આવી ઉગ્ર રીતે ક્યારેય પોતાની પત્ની સાથે નહોતા વર્ત્યા. બીજી એક બાબત મેજર મર્ફીને ખટકતી હતી જે તેમના સાથી કર્મચારીમાંના પાંચમાથી ત્રણ વ્યક્તિને પણ ખટકી હતી. તેમની સાથેની મારી વાતચીત પ્રમાણે શ્રીમાન બર્કલે કેટલીક વાર હતાશ જેવા થઈ જતા હતા. જમવાના ટેબલ પર જ્યારે અમે ટોળટીખળ કરતા હોઈએ ત્યારે અચાનક તેઓ હસતા હસતા અટકી જતા - જાણે કોઈ અદૃશ્ય પંજા વડે તેમનું મોં બંધ ન કરી દેવામાં આવ્યું હોય ! દિવસો સુધી તે આમ ઉદાસ જ રહેતા. તેમની સાથેના અફસરોના કહેવા પ્રમાણે તેમના સ્વભાવની આ એક વિશિષ્ટતા હતી. તેમને હંમેશા એવું લાગ્યા કરતું કે તેઓ એકલા પડી ગયા હતા અને તે તેમને જરા પણ નહોતું ગમતું. તેમનો આવો વિસંગત સ્વભાવ જોતા લોકો તેમની ટીકા પણ કરતા અને કંઈ કેટલીયે અટકળો પણ બાંધતા.

“લશ્કરની આ સૌથી જૂની ટુકડી એલ્ડરશોટમાં કેટલાંય વરસોથી રહે છે. પરિણીત અફસરો બેરેકની બહાર રહે છે અને કર્નલ આ આખાયે સમય દરમિયાન કેમ્પની ઉત્તરે અડધા માઈલ દૂર ‘લશીન’ નામની વિલામાં રહે છે. ઘર સ્વતંત્ર ભૂમિ પર બાંધવામાં આવ્યું હતું. તેની પશ્ચિમે ધોરીમાર્ગ છે, જે ઘરથી માત્ર ત્રીસેક વાર જેટલો જ છેટો છે. ઘરમાં એક ઘોડાગાડીવાળો, બે નોકરાણીઓ અને ઘરનાં બે ધણી-ધણિયાણી આમ કુલ પાંચ સભ્યો રહેતાં હતાં. બર્કલેને કોઈ સંતાન નથી, અને તેને ત્યાં કોઈ મહેમાન પણ ભાગ્યે જ રાત રોકાતા.

“હવે ગયા સોમવારની રાત્રીના નવથી દસની ઘટનાની વાત કરીએ.

“શ્રીમતી બર્ક્લે રોમન કેથલિક ધર્મ પાળે છે અને તેણી સેન્ટ જ્યોર્જની ગરીબો માટેની એક સંસ્થામાં ખૂબ રસ ધરાવે છે. તે સંસ્થા વોટ સ્ટ્રીટ ચેપલ સાથે સંબંધ ધરાવે છે જે ગરીબોને કપડાં પૂરાં પાડવાનું કામ કરે છે. તે સાંજે આઠ વાગ્યે ગિલ્ડ સંસ્થાની એક મિટિંગનું આયોજન કરવામાં આવ્યું હતું અને શ્રીમતી બર્કલેને ત્યાં જવાની ઉતાવળ હતી માટે તેણીએ થોડું વહેલું જમી લીધું હતું. જતાં પહેલાં તેણીને પોતાના પતિ સાથે સામાન્ય વાતચીત થઈ હતી અને તે હમણાં જ પાછી આવી જઈશ તેવું કહીને ઘરમાંથી

નીકળી હતી. આ બાતમી તેમના કોચવાન દ્વારા આપવામાં આવી હતી. ત્યાર બાદ તેણી પોતાના ઘર નજીક રહેતી કુમારી મોરિસનને સાથે લઈ મિટિંગમાં ગઈ હતી. તેમને ગયાને ચાલીસ મિનિટ થઈ હતી અને લગભગ પોણા નવે તો શ્રીમતી બર્કલે કુમારી મોરિસનને તેના ઘરના બારણે ઉતારી પોતાના ઘરે પાછી આવી ગઈ હતી.

"લેશિનમાં એક ઓરડો હતો જેનો માત્ર સવારે જ ઉપયોગ થતો હતો. તે રસ્તા તરફનો ઓરડો હતો અને તેનો મોટા કાચવાળો દરવાજો બગીચાની લૉન તરફ ખૂલતો હતો. લૉન ત્રીસ વારના વિસ્તારમાં ફેલાયેલી હતી અને પછી તરત જ હાઈવે ચાલુ થઈ જતો હતો. તે બન્નેને માત્ર એક નાની દીવાલ અને તેના ઉપરની લોખંડની નાની રેલિંગ વડે જુદા પાડવામાં આવ્યા હતા. આ જ ઓરડામાં શ્રીમતી બર્કલે પાછાં આવીને ગયાં હતાં. પરદા પાડવામાં નહોતા આવ્યા, કારણ કે તે ઓરડાને ભાગ્યે જ સાંજે વાપરવામાં આવતો. શ્રીમતી બર્કલેએ પોતે જ ત્યાંનું ફાનસ સળગાવ્યું હતું અને પછી બેલ વગાડ્યો હતો અને ઘરની નોકરાણી ડેન સ્ટ્યૂઅર્ટને એક કપ ચા લાવવાનો હુકમ કર્યો હતો. તેણીને આ બધું થોડું અજુગતું લાગ્યું હતું કારણ કે તે રોજિંદું નહોતું. કર્નલ જમવાના ઓરડામાં બેઠા હતા પણ પોતાની પત્નીના પાછા ફરવાનું સાંભળી તેઓ પણ તેણી સાથે મોર્નિંગ રૂમમાં જોડાયા. કોચમેને તેમને મુખ્ય ખંડમાંથી તે ઓરડામાં પ્રવેશતા જોયા હતા. ત્યાર બાદ તેમને ક્યારેય જીવતા જોવામાં નથી આવ્યા.

"દસ મિનિટ બાદ ચાનો પ્યાલો લઈને નોકરાણી ઓરડાના બારણે પહોંચી, પણ ત્યાં પહોંચતાં જ નોકરાણીના આશ્ચર્ય વચ્ચે તેની શેઠ-શેઠાણી વચ્ચે ઉગ્ર ઝઘડો ચાલી રહ્યો હતો. તેણીએ બારણા પર ટકોરા માર્યા પણ કોઈ જ જવાબ ન સંભળાયો. તેણીએ બારણાનો હાથો પણ ઘુમાવી જોયો પણ બારણું અંદરથી બંધ હતું. સ્વાભાવિકપણે જ તેણી નીચે રસોયાને બોલાવવા દોડી ગઈ. બન્ને નોકરાણીઓ અને કોચમેન ઉપર હૉલમાં દોડી ગયાં અને બહાર ઊભાં ઊભાં તેમનો ઝઘડો સાંભળતાં રહ્યાં. તેઓ એ બાબતે એક-મત છે કે તેમને માત્ર બે જણના જ અવાજ સંભળાયા હતા - એક શ્રીમાન બર્કલેનો અને બીજો તેમની પત્નીનો. શ્રીમાન બર્કલેનો અવાજ સાવ અસ્પષ્ટ અને ઉગ્ર હતો જે સાંભળનારા માટે જરા પણ સમજાય તેવો નહોતો. જ્યારે સામે પક્ષે પેલી સ્ત્રી પણ એટલી જ કડવી ભાષામાં બોલી રહી હતી. તેણીએ ઊંચા અવાજે કહ્યું હતું, 'તું ડરપોક છે !' તેણીએ આવું વારંવાર કહ્યું હતું. 'હવે શું થઈ શકે ? હવે હું શું કરીશ ? મને મારું જીવન પાછું આપો. હું હવે પહેલાંની જેમ તમારી સાથે જીવી શકું તેમ નથી ! ડરપોક ! નાલાયક !' આ તેણીએ કહેલા શબ્દો હતા. તેણી વારંવાર આ શબ્દો પુનરાવર્તિત કરતી હતી. ત્યાં અચાનક પુરુષની એક કારમી ચીસ સંભળાઈ, કોઈકના પડવાનો અવાજ આવ્યો અને તેની સાથે સાથે સ્ત્રીની પણ એક કરુણ ચીસ સંભળાઈ. જરૂર કંઈક અજુગતું બન્યું હતું તેવું લાગવાથી કોચવાન સીધો બારણા તરફ ધસી ગયો અને તેને ઉઘાડવા પ્રયત્નો કરવા

લાગ્યો. તે દરમિયાન અંદરથી એકધારી ચીસો સંભળાઈ રહી હતી. કોચવાને ઘણા પ્રયત્નો કર્યા પણ બારણું ઊઘડતું જ નહોતું. બન્ને નોકરાણીઓ એટલી ગભરાઈ ગઈ હતી કે તેણી કોઈ જ મદદ કરી શકે તેમ નહોતી. ત્યાં અચાનક કોચવાનને કંઈક સૂઝ્યું એટલે તે મુખ્ય ઓરડાના બારણામાં થઈને મોર્નિંગ-રૂમના લૉન તરફના ભાગ આગળ ગયો. ત્યાં ગયો ત્યારે તે ઓરડાની લૉન આગળ પડતી બારી થોડી ઉઘાડી હતી. ઉનાળામાં આ એક સામાન્ય વાત હતી માટે તેને તેનાથી કોઈ જ નવાઈ ન લાગી. બારીમાં થઈને કોચવાન પેલા ઓરડામાં પ્રવેશ્યો. હવે નેન્સીએ ચીસો પાડવાની બંધ કરી દીધી હતી અને પથારીમાં બેભાન થઈને પડી હતી, જ્યારે કર્નલનું માથું જમીન પર હતું અને તેના પગ આરામખુરશીના હાથા પર અટકેલા હતા. તે પોતાના જ લોહીના ખાબોચિયામાં મૃત થઈને પડ્યો હતો.

"પોતાના માલિકને બચાવવા હવે પોતે કંઈ જ કરી શકે તેમ નથી તેવું લાગતાં કૉચવાનને પહેલો વિચાર તે ઓરડાનું બારણું ખોલી નાખવાનો આવ્યો. તે બારણું ખોલવા ગયો પણ ચાવી બારણાના નકુચામાં નહોતી. તેણે આખો ઓરડો ફેંદી માર્યો પણ ચાવી ક્યાંય મળી નહીં. ફરી તે બારીમાંથી બહાર ગયો અને પોલીસ અને એક ડૉક્ટરને ઘરે લઈ આવ્યો. આ કરુણ ઘટનાનો આરોપ સ્વાભાવિકપણે પત્ની પર આવ્યો. તેણી હજુ પણ બેભાન હતી. બેભાન અવસ્થામાં જ તેણીને પોતાના ઓરડામાં ખસેડવામાં આવી. કર્નલના મૃત શરીરને સોફા પર સુવડાવવામાં આવ્યું અને ઘટનાસ્થળનું સંપૂર્ણ નિરીક્ષણ કરવામાં આવ્યું.

"કર્નલનું મૃત્યુ તેના માથાના પાછળના ભાગમાં બે ઇંચ લાંબા ઘાથી થયું હતું. તે કોઈક બુઠ્ઠા હથિયારનો આકરો પ્રહાર હશે. તે કેવા પ્રકારનું હથિયાર હતું તેની કોઈ જ કલ્પના કરવામાં નથી આવી. કારણ કે નીચે ફરસ પર લાશની બાજુમાં જ હાડકાના હાથાવાળો કોતરેલા લાકડાનો જાડો ડંડો પડ્યો હતો. કર્નલે કંઈ કેટલાયે દેશોમાં કેટલીયે લડાઈઓમાં ભાગ લીધો હતો અને તે બધા જ દેશોમાંથી તેમણે વિવિધ જાતનાં હથિયારો પોતાની પાસે ભેગાં કર્યાં હતાં. આ જાડો ડંડો પણ તેમાંનો જ એક હશે એવું પોલીસનું અનુમાન છે. જ્યારે નોકરોનું કહેવું એવું છે કે તેમણે આ પહેલા તે ડંડો ક્યારેય ઘરમાં જોયો નહોતો. પણ ઘરમાં આવા વિવિધ જાતનાં હથિયારોનો એટલો મોટો ભંડાર છે કે તે લોકોની નજરમાંથી આ ડંડો ચૂકી જવો શક્ય છે. આ ઉપરાંત પોલીસને તે ઓરડામાં કશું જ નોંધપાત્ર જોવા મળ્યું નથી. પરંતુ સૌથી આશ્ચર્યની વાત તો એ છે કે ન તો નેન્સી પાસેથી કે ન તો કર્નલ પાસેથી કે આખાયે ઘરમાંથી ક્યાંય પણથી તે ઓરડાની ચાવી હજુ સુધી મળી નથી. છેવટે ગામમાંથી ચાવીવાળાને બોલાવીને બારણું ખોલવું પડ્યું.

મંગળવાર સવાર સુધીની કેસની હકીકતો આ પ્રમાણે હતી. મેજર મર્ફીના કહેણથી હું આ કેસમાં પોલીસની મદદ માટે એલ્ડરશોટ પહોંચી ગયો. મને લાગે છે કે તને આ

મામલો ચોક્કસ રસપ્રદ લાગ્યો હશે. પણ જ્યારે હું ત્યાં પહોંચ્યો અને મેં તપાસ કરી તેના પરથી હું એટલા અનુમાન પર આવ્યો છું આ મામલો જેટલો દેખાય છે તેટલો સામાન્ય નથી.

"ઓરડાની તપાસ કરતાં પહેલાં મેં નોકરોની ઊલટતપાસ કરી પણ તેનાથી મને કંઈ ખાસ જાણકારી મળી નહીં. માત્ર નોકરાણી જૅનને એક વધારાની વાત યાદ આવી. તેણે કહ્યું કે જ્યારે તેણી ઓરડા નજીક ચા લઈને ગઈ ત્યારે બન્ને શેઠ-શેઠાણી વચ્ચે ધીમા અવાજે બોલચાલ થઈ રહી હતી અને બહાર કશું જ નહોતું સંભળાતું પણ તેમની બોલવાની રીતથી હું એટલું સમજી ગઈ હતી કે બન્ને વચ્ચે કોઈ બાબતે તિરાડ પડી હતી. મેં ખૂબ દબાણ કર્યું ત્યારે તેણીએ યાદ કરીને કહ્યું કે શેઠાણીના મોંમાંથી વારે ઘડીયે 'દગો, દગો' એવા શબ્દો નીકળ્યા હતા. આ શબ્દો પરથી આપણે તેમની વચ્ચેના ઝઘડાનું કારણ પકડી શકીએ અને માટે જ આ શબ્દો ખૂબ જ અગત્યના છે.

"આ કેસની એક બાબતે ઘરના નોકરો અને પોલીસ પર એક ઊંડી છાપ ઊભી કરી છે અને તે હતી કર્નલના ચહેરા પરનો ભાવ. તેમના ચહેરા પર કોઈ ભયંકર ઓથાર અને ત્રાસનો ભાવ હતો. કનર્લનો ચહેરો તેના પરના ભાવથી એટલો વિકૃત થઈ ગયો હતો કે તે જોઈને પણ મૂર્છિત થઈ જવાય. માટે એટલું ચોક્કસ છે કે તેને પોતાના ભાવિ પરિણામનો ખ્યાલ પહેલેથી જ મળી ગયો હશે. પોલીસના કહેવા પ્રમાણે પોતાની પત્નીને જ પોતાના પર આવી રીતે હુમલો કરતાં જોઈ કર્નલના ચહેરા પર આવા ભાવ આવ્યા હશે એવું પણ બની શકે. માથાની પાછળ જે ઘા થયેલો છે તેની સ્પષ્ટતા એ હોઈ શકે કે કર્નલે પોતાની પત્નીને પોતાના પર હુમલો કરવા આવતી જોઈ અને તેમણે ઘા ચૂકવવા મોં ફેરવી લીધું હશે અને માટે ઘા કપાળમાં થવાની જગ્યાએ પાછળ માથા પર થયો હશે. જો કે તે સ્ત્રી પાસેથી હજુ કશું જાણી શકાયું નથી, કારણ કે તેણીને મગજના તાવનો હુમલો થયો હતો અને માટે તે ગાંડા જેવી આભી બની ગઈ હતી.

"પોલીસ પાસેથી મને જાણવા મળ્યું કે નેન્સી સાથે મિટિંગમાં ગયેલી કુમારી મોરિસન કહે છે કે તેણી નેન્સીનો મિજાજ બગડવાનું કારણ નહોતી જાણતી અને તેની જાણકારીમાં એવું કશું થયું પણ નહોતું.

"વૉટસન, આટલી માહિતીઓ મેળવ્યા બાદ મેં બધી વિગતોને વારંવાર મનમાં ઘૂંટી છે. તેમાંથી નકામી બાબતો દૂર કરી મહત્ત્વની બાબતો પર મેં મારું ધ્યાન કેન્દ્રિત કર્યું છે. મને સૌથી મહત્ત્વની બાબત ચાવીના ગુમ થવાની લાગે છે. કમરાની એક એક વસ્તુઓ ફંફોળવા છતાં પણ ચાવી ક્યાંય મળી નથી અને માટે તેનો સ્પષ્ટ અર્થ એ થાય છે કે કોઈકે તે લીધી હોવી જોઈએ તો જ આવું બનવું શક્ય છે.અને જો કોઈ ત્રીજું માણસ ત્યાં આવ્યું હોય તો તે ક્યાંથી આવ્યું હશે ? તે ચોક્કસ બારીમાંથી જ આવ્યું હોવું જોઈએ. આ રહસ્યમય વ્યક્તિનું પગેરું મેળવવા મેં આખાયે ઓરડાનું બારીકાઈપૂર્વક નિરીક્ષણ

કર્યું. તું જાણે છે તેમ, વૉટસન, મેં મારી પૂરી અવલોકનશક્તિ વાપરીને આખાયે ઓરડાની તપાસ કરી. કોઈ જ કચાશ મેં નહોતી છોડી. માટે મેં જે ધારણા કરી હતી તેનાથી જુદા જ પ્રકારનાં પગેરાં મને ત્યાં જોવા મળ્યાં. મને હવે પાક્કું થઈ ગયું હતું કે ઓરડામાં ત્રીજો માણસ આવ્યો હતો અને તે રસ્તા પરની લૉન પર થઈને ઓરડામાં પ્રવેશ્યો હતો. મને તેનાં પગલાંની પાંચ ચોખ્ખી છાપો પણ જોવા મળી - એક તો હાઈવે પરથી જ મળી કે જ્યાંથી તે નાની દીવાલ પર ચડ્યો હતો ત્યાં, બીજાં બે પગલાંની છાપ લૉન પર મળી અને બે ખૂબ જ ઝાંખી છાપ બારી પાસેથી મળી, જ્યાંથી તે કમરામાં પ્રવેશ્યો હતો. લૉનમાં થઈને તે દોડ્યો હશે તેવું લાગે છે કારણ કે તેની પાની કરતાં તેના પગના પંજાના પોંચાની છાપ વધારે સ્પષ્ટ દેખાતી હતી. પણ મને તે માણસની જેટલી નવાઈ નથી લાગી તેટલી નવાઈ તો મને તેના સાથીની લાગી છે.''

''તેનો સાથી !'' મેં આશ્ચર્યસહ પૂછ્યું.

હોમ્સે પોતાના ખિસ્સામાંથી એક મોટો ટીશ્યૂ-પેપરનો દડો કાઢ્યો અને પોતાના ગોઠણ પર તેને પહોળો કર્યો.

''તને આ શું લાગે છે ?'' તેણે પૂછ્યું.

કાગળ પર કોઈ નાનકડા જાનવરનાં પગલાંની છાપો હતી. તેના નખ લાંબા હતા પણ તેના પગ કંઈ ખાસ મોટા નહોતા.

''કૂતરાનાં નિશાન છે,'' મેં કહ્યું.

''કૂતરો દોડીને પડદા પર ચડી જાય તેવું તેં ક્યાંય ભાળ્યું છે ? આ જાનવરે તેવું જ કર્યું છે જેના મારી પાસે સ્પષ્ટ પુરાવા પણ છે.''

''તો વાંદરો હોવો જોઈએ, કે પછી માંકડું હશે.''

''અરે, નથી તો કૂતરો, નથી બિલાડી કે નથી તો વાંદરો. આપણે ઓળખીએ છીએ તેવું કોઈ પ્રાણી તે નથી. તેનાં પગલાં વચ્ચેના અંતરને માપીને હું કોઈ ચોક્કસ તારણ પર પહોંચવા માગું છું. આ એનાં પગલાંની છાપ જો - અહીં ચાર પગલાં એવાં છે જ્યાં આ પ્રાણી સ્થિર ઊભું રહ્યું છે. આગલા પગથી પાછલા પગનું અંતર પંદર ઈંચથી વધારે નથી. હવે જો તેમાં ડોક અને માથું ઉમેરીશ એટલે તને આખા પ્રાણીની લંબાઈ મળી જશે જે બે ફૂટથી વધારે નથી. પણ જો તેની પૂંછડી હશે તો તે બે ફૂટથી વધી જશે. હવે બીજાં માપ જો. આ વખતે આ જાનવર હલનચલનની અવસ્થામાં છે. અને તેનાથી આપણને તેની ગતિનું માપ મળે છે. તેનાં બે પગલાં વચ્ચેના અંતરનું માપ ત્રણ ઈંચ જેટલું છે. હવે તું ધારી શકીશ કે આ એક એવું પ્રાણી છે જેનું શરીર લાંબુ છે પણ તેના પગ ટૂંકા છે. તેણે પાછળ પોતાનો વાળ મૂકી જવા જેટલી મહેરબાની આપણા પર નથી કરી પણ મારી ધારણા પ્રમાણેનું જ આ પ્રાણી હોવું જોઈએ. એ દોરડા પર ચડી જઈ શકે છે અને તે માંસાહારી પણ છે.''

"એ તું કઈ રીતે કહી શકે ?"

"તે પડદા પર ચડ્યું તેના પરથી. બારીમાં એક પંખીનું પાંજરું લટકતું હતું અને તેને જ પકડવા તેણે પડદા પર ચડવાનું સાહસ કર્યું હતું."

"તો પછી તે જાનવર કયું હોઈ શકે ?"

"અરે, જો હું તે જાણતો હોત તો તો હું આ કેસમાં ક્યાંય આગળ નીકળી ગયો હોત. મારી ધારણા પ્રમાણે તે નોળિયાની પ્રજાતિનું કોઈક પ્રાણી હોવું જોઈએ તેમ છતાં પણ તે મેં જોયેલા આવા પ્રકારના કોઈ પણ પ્રાણી કરતાં મોટું હોવું જોઈએ."

"પણ તેને ગુના સાથે શું લેવાદેવા ?"

"તે પણ હજુ અસ્પષ્ટ છે. પણ આપણે આ કેસ વિષે ઘણું બધું જાણીએ છીએ. આપણે એટલું તો જાણીએ છીએ કે એક માણસ રસ્તા પરથી પતિ-પત્ની વચ્ચેનો ઝઘડો જોઈ રહ્યો હતો, કારણ કે બારીના પડદા પણ ખુલ્લા હતા અને મીણબત્તીઓ પણ પ્રકાશિત હતી. આપણે એ પણ જાણીએ છીએ કે તે લૉન પર દોડ્યો હતો અને બારીમાં થઈને ઓરડામાં પોતાના સાથી તેવા વિચિત્ર જાનવર સાથે પ્રવેશ્યો હતો. અને બની શકે કે તેણે કર્નલને પેલા ડંડા વડે ફટકાર્યા હોય અથવા તો તેની માત્ર એક નજરથી જ કર્નલ ઢળી પડ્યા હોય અને પડતાં પડતાં કોઈ વસ્તુનો ખૂણો તેમના માથાના પાછળના ભાગ પર વાગ્યો હોય. હવે આપણે એટલું સ્પષ્ટપણે જાણીએ છીએ કે ઓરડામાં ઘૂસી આવનાર માણસ જ ચાવી લઈને ભાગી ગયો હોવો જોઈએ."

"તારા આ સંશોધને તો વાતને પહેલાં કરતાં પણ વધારે ગૂંચવી મારી છે."

"સાચી વાત. આ બધા જ પુરાવાઓ એવું દર્શાવે છે કે પહેલાં જેટલી આ બાબત સરળ દેખીતી લાગતી હતી તેના કરતાં તે ક્યાંય વધારે અટપટી છે. આખીયે બાબતનું જ્યારે મેં પુનઃવિશ્લેષણ કર્યું ત્યારે હું એવા તારણ પર પહોંચ્યો છું કે મારે આખાયે મામલાને બીજા દૃષ્ટિકોણથી જોવો જોઈએ. પણ વૉટસન, હું હવે તને વધારે પડતું જાગરણ કરાવી રહ્યો છું, હવે પછીની આખી વાત હું તને આવતી કાલે એલ્ડરશોટ જતાં ટ્રેઈનમાં કહીશ."

"આભાર, પણ તું એટલો આગળ વધી ગયો છે કે હવે મારામાં વધારે જાણવાની જરા પણ ધીરજ નથી રહી."

"એટલું તો સ્પષ્ટ હતું કે જ્યારે શ્રીમતી બર્કલે સાડા સાત વાગ્યે ઘરની બહાર જવા નીકળી ત્યારે સારા મિજાજમાં હતી. કૉચમૅનના કહ્યા પ્રમાણે તેણીએ પોતાના પતિ સાથે ખીલીને વાત કરી હતી. હવે એ વાત પણ તેટલી જ સ્પષ્ટ છે કે મિટિંગમાંથી આવ્યા બાદ તેણીનો મિજાજ ઉગ્ર થઈ ગયો હતો અને ઘરના જે ઓરડામાં સામાન્ય રીતે કોઈ બેસતું નથી ત્યાં જઈને તેણી બેસે છે અને મનને શાંત પાડવા ચા માટેનો હુકમ કરે છે અને છેવટે જ્યારે તેનો પતિ તેણીને મળવા તે ઓરડામાં આવી પહોંચે છે ત્યારે તેણી અચાનક પોતાનો મિજાજ ગુમાવી બેસે છે અને પોતાનામાં રહેલો બધો ઉકળાટ તે પોતાના પતિ

પર ઠાલવે છે. તેને ન કહેવાનું કેટલુંયે કહી નાખે છે. તેનો સ્પષ્ટ અર્થ એ થાય છે કે સાડા સાતથી પોણા નવ વચ્ચે એવું ચોક્કસ કંઈક બન્યું હોવું જોઈએ જેનાથી તેણીની તેણીના પતિ પ્રત્યેની લાગણી અચાનક ધોવાઈ ગઈ. અને આ આખો સમય, સાડા સાતથી તે પોણા નવ વચ્ચે કુમારી મોરિસન તેણીની સાથે જ હતી. માટે તેણી ભલે કહે કે તેણી કશું જાણતી નથી પણ તેણી કંઈક ચોક્કસ જાણતી હોવી જોઈએ.

"પ્રથમ દૃષ્ટિએ તો મને એવું લાગ્યું કે કુમારી મોરિસન અને વૃદ્ધ શ્રીમાન બર્કલે વચ્ચે કંઈક હશે અને કુમારી મોરિસને તે વિષે નેન્સી સમક્ષ બકી માર્યું હોય. અને તેના કારણે તેણી ઉશ્કેરાઈ ગઈ હોય. કુમારી મોરિસન જાહેરમાં તેવી લાગણીનો સ્વીકાર ન કરે તે પણ સ્વાભાવિક છે. નોકરાણીએ બારણા બહાર જે શબ્દો સાંભળ્યા તે આ શંકાને પુષ્ટિ આપે છે. જેમાં 'દગો, દગો' શબ્દ વાપરવામાં આવ્યો હતો. બીજી બાજુ કર્નલ પોતાની પત્નીને જે અસીમ પ્રેમ કરતા હતા તે પણ જગજાહેર હતો. માટે મને તેની શક્યતા લાગી નહીં અને મેં આખોયે વિચાર મારા મગજમાંથી કાઢી નાખ્યો. પણ મને હવે એ વાતની ખાતરી થઈ ગઈ હતી કે નેન્સીને પોતાના પતિ પ્રત્યે જે તિરસ્કારની લાગણી થઈ હતી તેની કોઈક જાણકારી કુમારી મોરિસન પાસે હોવી જ જોઈએ. માટે હું કુમારી મોરીસનને મળ્યો. મેં તેણીને દૃઢતાથી કહ્યું કે તેણી આખીયે હકીકત જાણે છે અને તેણીએ મને તે જણાવવી જ જોઈએ. અને જો તેણી તેમ નહીં કરી તો તેની બહેનપણી નેન્સી પર પોતાના પતિના ખૂનનો આરોપ પાક્કો થઈ જશે.

"કુમારી મોરિસન એક ચબરાક છોકરી હતી. તેણી સમજુ પણ હતી. તેણી એક શરમાળ આંખોવાળી ભૂખરા વાળ ધરાવતી યુવતી હતી. મારી વાત સાંભળી તે થોડી ક્ષણો માટે વિચારમાં પડી ગઈ. પછી કોઈ નિર્ણય પર આવી હોય તેમ તેણી મારી તરફ ફરી અને તેણીએ એક ખૂબ જ મહત્ત્વનું નિવેદન મારી સમક્ષ કર્યું :

" 'મેં મારી બહેનપણીને વચન આપ્યું હતું કે હું આ બાબતમાં કોઈને પણ કશું જ કહીશ નહીં. એક વચન વચન હોય છે.' તેણીએ કહ્યું, 'પણ જ્યારે તેણી ખરેખર આવા ગંભીર આરોપ હેઠળ છે અને તેણી ખુદ બીમારીના કારણે હકીકત પોતાના હોઠ દ્વારા બહાર લાવી શકે તેમ નથી ત્યારે તેણીને બચાવવા ખાતર પણ મારે તેણીને આપેલું વચન તોડવું પડશે. હવે હું તમને સોમવારની સાંજે ચોક્કસ શું થયું હતું તે જણાવું.

" 'અમે લગભગ પોણા નવ વાગ્યાની આસપાસ વોટ સ્ટ્રીટ મિશનની મિટિંગમાંથી પાછાં ફરી રહ્યાં હતાં ત્યારે અમારે હડસન સ્ટ્રીટમાં થઈને જવાનું હતું. તે રસ્તે ઘણી ઓછી અવરજવર હોય છે. ત્યાં રસ્તા પર માત્ર એક જ સ્ટ્રીટ લૅમ્પ છે. જે રસ્તાની ડાબી તરફ આવેલો છે. અમે તે લેમ્પ આગળથી પસાર થતાં હતાં ત્યાં જ મેં એક માણસને અમારી તરફ આવતો જોયો. તે એક ખૂંધ નીકળેલો માણસ હતો અને તેના એક ખભા પર પેટી જેવું કંઈક લટકતું હતું. તે કઢંગો લાગતો હતો. કારણ કે તેનું માથું ખૂબ નમેલું હતું અને તે પોતાનાં ગોઠણ વાળીને ચાલતો હતો. અમે જેવા તેની પાસેથી પસાર થયા

કે તેણે માથું ઊંચું કરી અમારી તરફ જોયું. શેરીની બત્તીના અજવાળામાં તે અમને જોઈ શક્યો હશે. અમને જોઈને તે ઊભો રહી ગયો અને જોરથી ચીસ પાડી ઊઠ્યો : 'હે ભગવાન, આ તો નેન્સી છે !'

" 'મેં જોયું તો નેન્સીનું મોઢું રૂની પૂણી જેવું ફિક્કું થઈ ગયું હતું અને જો પેલા કદરૂપા માણસે તેને પકડી ન લીધી હોત તો તેણી નીચે જ પડી ગઈ હોત. હું પોલીસને બોલાવવા જતી જ હતી પણ નેન્સીએ મને રોકી લીધી. તેણી પેલા માણસ સાથે ખૂબ જ નમ્રતાથી વાત કરી રહી હતી. વાત કરતી વખતે તેણી ગળગળી થઈ ગઈ હોય તેવું લાગી રહ્યું હતું.

" ' "હેન્રી, હું છેલ્લાં ત્રીસ વર્ષથી એવું માનતી હતી કે તું મરી ગયો છે." નેન્સીએ પેલાને ધ્રૂજતા અવાજમાં કહ્યું.

" ' "એમ પણ હું મરેલો જ છું." હેન્રીએ કહ્યું.

" 'એનો અવાજ એવો બિહામણો હતો કે કોઈ પણ તે સાંભળીને ડરી જાય. તે વખતે તેની આંખમાં રહેલી આગ અને તેના ચહેરાના હાવભાવ આજે પણ મને સ્વપ્નમાં આવીને ડરાવી જાય છે. તેના દાઢીના અને માથાના વાળ રાખોડી થઈ ગયા હતા અને જાણે કોઈ ચીમળાઈ ગયેલા સફરજનની જેમ તેનો ચહેરો પણ કરચલીઓવાળો હતો.

" ' "આપણે થોડું ચાલી લઈએ," શ્રીમતી બર્કલેએ કહ્યું, "મારે આ માણસ સાથે થોડી વાત કરવી છે. તેનાથી ડરવા જેવું કશું જ નથી." તેણે બને તેટલો નિર્ભયતાથી બોલવાનો પ્રયત્ન કર્યો. પણ તેણી હજુ પણ તેટલી જ ફિક્કી હતી, તેણી માંડ માંડ પોતાના ધ્રૂજતા હોઠો વડે બોલી શકતી હતી.

" 'મેં તેના કહ્યા પ્રમાણે કર્યું અને તેમણે થોડી મિનિટો વાતો કરી. તેણી પાછી આવી ત્યારે તેની આંખોમાં ઝળઝળિયાં હતાં અને પેલો ખૂંધવાળો માણસ શેરીની બત્તીના અજવાળામાં હવામાં મુઠ્ઠી ઉલાળતો જાણે ગાંડો થઈ ગયો હોય તેમ વર્તી રહ્યો હતો. અમે મારા ઘરના દરવાજે પહોંચ્યાં ત્યાં સુધી તેણીએ એક શબ્દ પણ નહોતો ઉચ્ચાર્યો પણ જેવી હું અંદર જવા આગળ વધી કે તેણીએ મારું બાવડું ઝાલી લીધું અને મને અરજ કરી કે જે કંઈ પણ બન્યું હતું તે વિષે મારે કોઈને કંઈ પણ જણાવવું નહીં.

" ' "તે મારો જૂનો ઓળખીતો છે અને અહીં આવી પહોંચ્યો છે. જ્યારે મેં આ વાત કોઈને પણ નહીં કહેવાનું વચન આપ્યું ત્યારે તેણીએ મને ચુંબન કર્યું અને ત્યાર બાદ મેં હજુ સુધી તેણીને જોઈ નથી. મેં તમને આખીયે હકીકત કહી દીધી છે. આ વાત પોલીસથી છુપાવ્યાનું એક જ કારણ છે કે હું નહોતી જાણતી કે મારી સહેલી પર કોઈ જોખમ રહેલું હતું. હવે હું જાણું છું કે બધી હકીકતો સામે આવે તેમાં જ નેન્સીની ભલાઈ છે.'

"આમ હતું તેણીનું નિવેદન, વૉટસન, અને તું જાણે છે તેમ આ હકીકત મારા માટે અંધારી રાતમાં પ્રકાશિત દીવડા સમાન હતી. શરૂ શરૂમાં જે બધું અસંગત લાગતું હતું તે હવે એક બીજા સાથે જોડાયેલું લાગતું હતું. મારી છૂટીછવાઈ કડીઓ હવે એકબીજા

સાથે જોડાવા લાગી હતી. હવે પછીનું મારું પગલું નેન્સી પર પોતાનો આવો પ્રભાવ પાડનાર વ્યક્તિને શોધી કાઢવાનું હતું. જો તે હજુ પણ એલ્ડરશૉટમાં હોય તો તેને શોધી કાઢવો કંઈ અઘરો ન હોવો જોઈએ. ત્યાંની વસ્તી ઘણી ઓછી છે અને તેમાં પણ આવાં લક્ષણો ધરાવતો માણસ તો લોકોની નજરમાં આવ્યા વિના રહે જ નહીં. આખો દિવસ મેં તેને શોધવામાં કાઢ્યો - અને સાંજે - વૉટસન તે જ સાંજે મેં તેને શોધી કાઢ્યો. તેનું નામ હેન્રી વૂડ છે, અને જે શેરીમાં આ બે સ્ત્રીઓ તેને મળી હતી ત્યાં જ તે રહે છે. છેલ્લા પાંચ દિવસથી જ તે ત્યાં આવેલો છે. એક રજિસ્ટ્રેશન એજન્ટના વેશમાં હું તેના ઘરે ગયો. મારે તેની ઘર-ધણિયાણી સાથે ખૂબ મજાનો વાર્તાલાપ થયો. તેણીના કહેવા પ્રમાણે તે માણસ મદારીનો ખેલ કરીને પોતાનું ગુજરાન ચલાવે છે. રાત્રે કન્ટિનોમાં જઈને તે લોકોને ખેલ બતાવીને ખુશ કરે છે. તે પોતાની પાસેની પેટીમાં જાનવરને લઈ ખેલ કરવા જાય છે. ઘર-ધણિયાણીએ કહ્યું હતું કે તેણે આવું પ્રાણી પહેલાં ક્યારેય નહોતું જોયું. તેણી તેનાથી ડરતી હતી. પોતાના ખેલમાં તે આ પ્રાણીના પણ કેટલાક ખેલ બતાવે છે. તેણી કહેતી હતી કે તે સાવ નંખાઈ ગયેલો માણસ છે અને તેને આશ્ચર્ય થાય છે કે તે હજુ સુધી જીવતો શા માટે રહી શક્યો હતો. વળી ઘણી વાર તો તે સમજાય નહીં તેવી વિચિત્ર ભાષામાં ગણગણાટ કરતો જોવા મળ્યો છે અને છેલ્લી બે રાતોથી તે આખી રાત રડતો હોય અને જાણે કોઈ વલોપાત કરતો હોય એવું લાગતું હતું. પૈસા બાબતે તે એકદમ ચોખ્ખો માણસ હતો પણ ડિપોઝિટની રકમ પેટે તેણે જે રકમ આપી હતી તેમાં એક ખોટો સિક્કો હતો. તેણીએ મને તે સિક્કો પણ બતાવ્યો તે સિક્કો જોઈને, વૉટસન, હું સમજી ગયો કે તે હિન્દુસ્તાનનો એક રૂપિયાનો ચલણી સિક્કો હતો.

"તો હવે, મારા વહાલા દોસ્ત, તું જોઈ શકે છે કે આપણે કેવી સ્થિતિમાં છીએ અને મને તારી જરૂર શા માટે છે. હવે એટલું સ્પષ્ટ હતું કે જ્યારે આ સ્ત્રીઓ તેનાથી છૂટી પડી ત્યારે તેણે અંતર રાખીને તેમનો પીછો કર્યો. પતિ-પત્ની વચ્ચેનો ઝઘડો જોયો અને તે અધખુલ્લી બારીમાંથી ઓરડામાં ધસી આવ્યો અને તે જ ક્ષણે પોતાની સાથે તે જે પ્રાણી લઈને આવ્યો હતો તે છટકી ગયું. આ બધું ક્ષણવારમાં બની ગયું હતું. પણ તે એક માત્ર વ્યક્તિ જ એવી છે કે તે ઓરડામાં તે રાત્રે શું થયું હતું તેનો સ્પષ્ટ ચિતાર આપી શકે."

"અચ્છા, તો તું તેને આખીએ હકીકત પૂછવા માગે છે ?"

"બિલકુલ બરાબર - પણ કોઈ સાક્ષીની હાજરીમાં."

"અને તે સાક્ષી હું છું ?"

"જો તને વાંધો ન હોય તો. જો તે આખીયે બાબત સ્પષ્ટ કરી આપે તો ઘણું સારું. પણ જો તે તેમ કરવાનો ઈનકાર કરે તો આપણે વોરન્ટ કઢાવવું પડશે."

"તું તે કઈ રીતે કહી શકે કે આપણે વોરન્ટ લઈને જ્યારે પાછા જઈએ ત્યારે તે ત્યાં હાજર હશે ?"

"તને ખાતરી હોવી જોઈએ કે તે માટે મેં કોઈ ચેતવણીરૂપ પગલું લીધું હોવું જોઈએ. મેં બેકર સ્ટ્રીટનો મારો એક માણસ તેની પાછળ લગાવી દીધો છે જે તેનો પીછો કોઈ પણ સંજોગોમાં છોડશે નહીં. તે તેને જળોની જેમ ચોંટેલો રહેશે. તે જ્યાં જશે તેની પાછળ ને પાછળ જ રહેશે. આવતી કાલે આપણે તેને હડસન સ્ટ્રીટમાં મળીશું અને વૉટસન, જો હું તને હવે વધારે પથારીથી દૂર રાખીશ તો ખુદ એક ગુનેગાર બની જઈશ."

બીજા દિવસની બપોરે અમે કરુણ ઘટનાના સ્થળે પહોંચી ગયા હતા અને તરત જ મારા સાથીના માર્ગદર્શન હેઠળ અમે હડસન સ્ટ્રીટ તરફ આગળ વધી રહ્યા હતા. પોતાની લાગણીઓને કાબૂમાં રાખવાના તેના સ્વભાવની તદ્દન વિરુદ્ધ તે વખતે હોમ્સ મને ઉશ્કેરાયેલો લાગતો હતો. હું પણ તેની આ બૌદ્ધિક તપાસમાં સહભાગી હોવાના વિચારથી ઘણો ઉત્સાહમાં હતો.

"આ રહી તે શેરી," વળાંક લેતાં અમે એક સાર્વજનિક માર્ગ પર ઈંટોથી બનેલી બે માળની ઈમારતવાળી શેરીમાં આવી પહોંચ્યા. "અને આપણને અહેવાલ આપવા સિમ્પ્સન પણ આવી પહોંચ્યો છે." ઠીંગણા આરબે દોડતાં આવી અમને કહ્યું, "એ ઘરમાં જ છે, સાહેબ !"

"શાબાશ, સિમ્પ્સન." તેણે પેલાને માથા પર ટપલી મારતાં કહ્યું. "વૉટસન, આ રહ્યું ઘર." હોમ્સે કહ્યું અને સાથે સાથે અંદર પોતાનું કાર્ડ પણ મોકલ્યું અને સંદેશો પણ મોકલાવ્યો કે અમે એક ખૂબ મહત્ત્વના કામ અંગે તેની સાથે વાત કરવા આવ્યા છીએ. પછીની જ ક્ષણે અમે અંદર ગયા અને જે માણસને અમે ત્યાં મળવા આવ્યા હતા તેનો ભેટો થયો. ઉનાળો હોવા છતાં પણ તે સગડી ચેતાવીને બેઠો હતો અને આખોયે ઓરડો ધગધગી રહ્યો હતો. તે ખુરશી પર એવી રીતે ટૂંટિયું વળીને બેઠો હતો કે તેની ખૂંધાઈ દેખાઈ આવતી હતી. પણ જ્યારે તેણે અમારી તરફ ફરીને જોયું ત્યારે ખ્યાલ આવી ગયો કે કોઈક કાળે તેનો ચહેરો ચોક્કસ આકર્ષક હશે. તેણે અમારી તરફ શંકાભરી નજરે જોયું અને એક પણ શબ્દ ઉચ્ચાર્યા વગર બે ખુરશીઓ તરફ આંગળી ચીંધી.

"મારા ખ્યાલથી તમે હિન્દુસ્તાનથી આવેલા શ્રીમાન હેન્રી વૂડ છો," હોમ્સે શિષ્ટાચારપૂર્વક કહ્યું, "હું કર્નલ બર્કલેના મૃત્યુ બાબતે થોડી વાતચીત કરવા આવ્યો છું."

"મને વળી તે વિષે શું ખબર હોય ?"

"તે જ તો મારે જાણવું છે. જો તમે કશું જ સ્પષ્ટ નહીં કરો તો તમારી જૂની મિત્ર શ્રીમતી બર્કલેને તેમના પતિની હત્યાના ગુના હેઠળ જેલભેગી કરવામાં આવશે."

તરત જ પેલા માણસે એક હિંસક છણકો કર્યો.

"તમે કોણ છો તેની મને ખબર નથી," તેણે ઊંચા અવાજમાં કહ્યું, "નથી તો મને એ ખબર કે તમે આ બધું કઈ રીતે જાણો છો, પણ શું તમે સમ ખાઈને કહો છો કે તમે જે કહ્યું તે સાચી વાત છે ?"

"હાસ્તો વળી, પોલીસ માત્ર તેણીના પાછા હોશમાં આવવાની જ રાહ જોઈ રહી છે."

"હે મારા ભગવાન ! શું તમે પોતે પોલીસ છો ?"

"ના."

"તો પછી તમારે શું લેવા-દેવા ?"

"દરેક માણસનું એ જોવાનું કામ છે કે કોઈને અન્યાય ન થાય."

"હું તમને ખાતરી આપું છું કે તેણી નિર્દોષ છે."

"તો પછી તમે દોષિત છો."

"ના, હું નથી."

"તો પછી કર્નલ જોહ્ન બર્કલેની હત્યા કોણે કરી ?"

"તેનું મૃત્યુ વિધાતાની કૃપાથી થયું છે. પણ એટલું યાદ રાખો કે મારા મનની ઊંડી ઇચ્છા પ્રમાણે જો મેં તેનું કાસળ કાઢ્યું હોત તો મારા હાથે તેનું જે પરિણામ આવવું જોઈતું હતું તે જ આવ્યું હોત. જો તેના જ દોષિત અંતરઆત્માએ તેને નીચે ન પછાડ્યો હોત તો ચોક્કસ તેનું મૃત્યુ મારા હાથે જ લખાયું હોત. તમે એવું જ ઇચ્છો છો ને કે હું જ તમને આખી વાત કહું. સારું, એમ પણ મારે શા માટે ન કહેવી જોઈએ કારણ કે એના માટે મારે શરમાવા જેવું કશું છે જ નહીં."

"હકીકત આ પ્રમાણે હતી, સાહેબ. આજે ભલે તમે મને ઊંટ જેવી ખૂંધવાળો કદરૂપો માણસ માનો પણ એક જમાનામાં આ કૉર્પોરલ હેન્રી વુડ લશ્કરનો એક સૌથી સોહામણો યુવાન હતો. તે વખતે અમે ભારતમાં હતા, આ બર્કલે જે મરી ગયો તે મારી જ લશ્કરી પલ્ટનમાં મારી જેમ જ સાર્જન્ટ હતો. અમારી પલ્ટનના કલર-સાર્જન્ટની દીકરી નેન્સી આખીયે છાવણીમાં સૌથી સુંદર યુવતી હતી. બે જણ તેને ચાહતા હતા પણ નેન્સી તેમાંના એકને જ ચાહતી હતી અને તમને કદાચ નવાઈ લાગશે પણ તે જેને ચાહતી હતી તે હું જ હતો અને મારું તે સદ્ભાગ્ય હતું.

"તેણી મારા પર વારી ગઈ હતી પણ તેના પિતાની ઇચ્છા તેણીને કર્નલ બર્કલે સાથે પરણાવવાની હતી. તેઓ મને એક ઠરેલ માણસ તરીકે નહોતા ગણતા. તેમની દૃષ્ટિએ મારા કરતા બર્કલેનું ભાવિ વધારે ઊજળું હતું માટે નેન્સીના પિતા બર્કલેના પક્ષમાં હતા, પણ નેન્સી તો મને જ ચાહતી હતી અને તે અડગ હતી. અમને બન્નેને ખાતરી હતી કે અમે લોકો પરણીશું જ પણ ત્યાં અચાનક ભારતમાં બળવો ફાટી નીકળ્યો અને અમારી આશાઓ પર પાણી ફરી વળ્યું.

"અમે એક કિલ્લામાં ઘેરાઈ ગયા હતા. દસ હજાર સિપાઈઓએ અમને ચારે તરફથી ઘેરી લીધા હતા. કઈ ક્ષણે શું થાય તેનો કોઈ જ ભરોસો નહોતો. અમારી પાસે જરૂર કરતાં અડધો જ દારૂગોળો હતો. અમારી સાથે એક શીખ ટોળકી અને ઘણા બધા

સ્થાનિક લોકો હતા જેમાં સ્ત્રીઓ પણ હતી. બીજા અઠવાડિયાની શરૂઆતમાં તો અમારી પાસેનું પાણી પણ ખૂટી ગયું. અમને શંકા હતી કે અમને બચાવવા અમારી તરફ ધસી આવતા જનરલ નિલ અમને બચાવી શકશે કે નહીં. અમારા માટે તે જ એક માત્ર ઉપાય બચ્યો હતો કારણ કે સ્ત્રીઓ અને બાળકોને જોખમમાં મૂકીને અમે લડી શકવાની સ્થિતિમાં નહોતા. માટે મેં પોતે આગળ આવીને જાહેર કર્યું કે હું બહાર જઈને જનરલ નિલને અમારી પર તોળાતા ખતરાની ચેતવણી આપું. મારા પ્રસ્તાવને તરત જ સ્વીકારવામાં આવ્યો. કર્નલ બર્કલે તે પ્રદેશના વધારે જાણકાર માણસ હતા માટે મારે કઈ દિશામાં દુશ્મનોથી બચીને આગળ વધવું તેની ચર્ચા મેં તેમની સાથે કરી લીધી અને તે જ રાત્રે દસ વાગ્યે હું રવાના થઈ ગયો. પ્રશ્ન હતો હજારો માણસના જીવનો પણ જ્યારે હું ત્યાંથી બહાર નીકળી રહ્યો હતો ત્યારે મારી નજર સમક્ષ માત્ર એક જ ચહેરો રમી રહ્યો હતો.

"દુશ્મનોના સિપાઈને થાપ આપીને મારે એક સૂકા ઝરણામાં થઈને બહાર જવાનું હતું પણ ત્યાં મેં જેવો પગ મૂક્યો કે તરત જ હું છુપાઈ રહેલા, એકધારું મારા પર ધ્યાન રાખીને બેસેલા છ હિંદી સિપાઈના હાથમાં જઈ પડ્યો. તરત જ મારા પર એક મોટો ફટકો પડ્યો. મારા હાથ-પગ બાંધી દેવામાં આવ્યા. આ વાતનો મારા શરીર પર જેવો આઘાત લાગ્યો હતો તેના કરતાં ક્યાંય વધારે આઘાત મને મારા મન પર લાગ્યો હતો. મને જ્યારે ભાન આવ્યું ત્યારે તે બળવાખોરો જે રીતે વાત કરી રહ્યા હતા તેના પરથી એટલું તો મને સમજાઈ ગયું હતું કે જે માણસે મને આ રસ્તે થઈને બહાર જવાનું માર્ગદર્શન આપ્યું હતું તે જ કર્નલ બર્કલેએ પોતાના કોઈ હિંદી સૈનિક દ્વારા મારી ત્યાંથી પસાર થવાની બાતમી અહીં આ લોકોને પહોંચાડી દીધી હતી અને મારી સાથે વિશ્વાસઘાત કરવામાં આવ્યો હતો.

"મને નથી લાગતું કે તે વિષે મારે હવે વધારે વાત કરવાની જરૂર હોય. આટલામાંથી તમે સમજી ગયા હશો કે કર્નલ બર્કલે કેવી નિમ્નકક્ષાનો માણસ હતો. તે લોકોને જનરલ નિલ દ્વારા બીજા જ દિવસે છોડાવી લેવામાં આવ્યા, પણ બળવાખોરો મને પોતાની સાથે પોતાની છાવણીમાં લઈ ગયા અને કોને ખબર કેટલાંય વર્ષો હું ત્યાં જ રહ્યો. કેટલાંય વર્ષો સુધી મારા જોવામાં એક પણ ગોરો ચહેરો ન આવ્યો. મેં ઘણીવાર ત્યાંથી ભાગી જવાનો પ્રયાસ કર્યો પણ દર વખતે હું પકડાઈ જતો અને ફરી પાછી મારા પર યાતનાઓ ગુજારવામાં આવતી. કેટલાક લોકો ત્યાંથી નેપાળ ભાગી ગયા અને મને પણ પોતાની સાથે લઈ ગયા અને ત્યાર બાદ હું પાછો દાર્જિલીંગ આવી પહોંચ્યો. ત્યાંના પહાડી લોકોએ જે સૈનિકો મને લઈ આવ્યા હતા તેમને મારી નાખ્યા અને જ્યાં સુધી હું ત્યાંથી ભાગી ન છૂટ્યો ત્યાં સુધી તેમણે મને પોતાના ગુલામ તરીકે રાખ્યો. પણ દક્ષિણમાં જવાની જગ્યાએ મારે ઉત્તર તરફ જવું પડ્યું અને છેવટે હું કેટલાક અફઘાન લોકો વચ્ચે આવી ગયો. ત્યાં હું ખૂબ રખડ્યો અને છેવટે પાછો પંજાબ આવી પહોંચ્યો. હું સ્થાનિક

લોકો સાથે ભળી ગયો અને મેં પહેલાં શીખેલી કેટલીક હાથચાલાકીથી મારું ગુજરાન ચલાવવા લાગ્યો. એક ખૂંધા માણસ તરીકે મારો હવે કોઈ જ ઉદ્ધાર નહોતો, ઇંગ્લૅન્ડ પાછા જઈને મારા જૂના સાથીઓને મળીને પણ હું શું મેળવી લેવાનો હતો ? અરે, મારી બદલો લેવાની ભાવના પણ મને ત્યાં જવા માટે નહોતી પ્રેરી શકતી. હું ઇચ્છતો હતો કે નેન્સી અને મારા જૂના ગોઠિયાઓ હેરી વૂડને જુવાનીમાં જ મરી ગયેલો જાણે. હું નહોતો ઇચ્છતો કે તેઓ મને આવો ખૂંધો કદરૂપો જુએ. અને તેઓ ખરેખર મને મરેલો જ જાણતા હતા અને હું પણ એવું જ ઇચ્છતો હતો કે તેમ જ રહે. પછી મેં સાંભળ્યું કે બર્કલે નેન્સી સાથે પરણી ગયો છે અને લશ્કરમાં ઘણી પ્રગતિ પણ કરી છે. તે ઊંચા અને ઊંચા હોદ્દા સર કરી રહ્યો હતો. આ જાણ્યા પછી પણ મને તેમની સામે જવાની કોઈ જ ઇચ્છા ન થઈ.

“પણ માણસ જ્યારે વૃદ્ધ થાય છે ત્યારે તેને પોતાનું વતન યાદ આવ્યા વગર રહેતું નથી. કેટલાંય વર્ષો સુધી હું માત્ર ઇંગ્લૅન્ડનાં લહેરાતાં હરિયાળાં ખેતરો, ઘાસનાં ઝૂમખાંઓનાં જ સપનાં જોતો રહ્યો. છેવટે મેં નક્કી કરી લીધું કે મરતાં પહેલાં તો મારે તે જોઈ જ લેવાં છે. મેં એટલી બચત તો કરી જ લીધી હતી કે હું અહીં પાછો આવી શકું અને છેવટે હું અહીં પાછો આવ્યો અને સૈનિકો હોય ત્યાં જ રહેવાનું પસંદ કર્યું કે જેથી કરીને હું મારા ખેલ બતાવીને મારું ગુજરાન ચલાવી શકું.

“તમારી વાત ખૂબ રસપ્રદ છે,” શૅરલૉક હોમ્સે કહ્યું, “મેં તમારી શ્રીમતી બર્કલે સાથેની મુલાકાત વિષે તો સાંભળી લીધું છે. તમે એકબીજાને મળ્યાં. એકબીજાને ઓળખ્યાં. અને પછી મારા ખ્યાલ પ્રમાણે તમે તેમનો પીછો તેણીના ઘર સુધી કર્યો અને બારીમાંથી બન્ને પતિ-પત્ની વચ્ચેનો ઝઘડો પણ જોયો. તેમાં તમે જ્યારે સાંભળ્યું કે તેણી હજુ પણ તમારા પ્રત્યે કેટલી લાગણી ધરાવે છે ત્યારે તમે તમારા પરનો કાબૂ ગુમાવી બેઠા અને લૉન પરથી દોડી આવીને તમે ઓરડામાં ઘૂસી ગયા.”

“હા, મેં તેમ જ કર્યું હતું, સાહેબ, અને તેણે જેવો મને જોયો કે તરત જ તેના ચહેરા પર ભયંકર ભાવ દેખાયો જેવો ભાવ મેં જિંદગીમાં ક્યારેય કોઈના ચહેરા પર નહોતો જોયો. અને અચાનક તે ફસડાઈ પડ્યો અને તેના માથામાં ખૂણો વાગ્યો. હું તેના ચહેરા પર મોત સ્પષ્ટ વાંચી શક્યો હતો, જાણે કોઈ કાગળ પરનું લખાણ. મને પહેલી નજરે જોતાં જ તેનો દોષી આત્મા ગોળીએ વિંધાઈ ગયો.”

“અને પછી ?”

“પછી નેન્સી બેભાન થઈ ગઈ અને મેં તરત જ તેણીના હાથમાંથી બારણાની ચાવી લઈ લીધી કે જેથી કરીને હું બારણું ખોલીને બહારથી મદદ મેળવી શકું. પણ મને લાગ્યું કે મારે ત્યાંથી ચૂપચાપ જતું રહેવું જોઈએ કારણ કે આખીયે બાબત મારા વિરુદ્ધ જઈ શકે તેમ હતી અને મારું રહસ્ય ખૂલી જાય તેમ હતું. મેં ઉતાવળમાં ને ઉતાવળમાં ચાવી મારા ખિસ્સામાં નાખી દીધી અને પરદા પર ચડી ગયેલા ટેડીને પકડવાની ઉતાવળમાં

મેં મારી લાકડી પણ ત્યાં જ પડી રહેવા દીધી. મેં તેને પકડીને તેની પેટીમાં નાખી દીધો અને હું તરત જ ત્યાંથી રવાના થઈ ગયો.''

''ટેડી કોણ ?'' હોમ્સે પૂછ્યું.

તે નીચે નમ્યો અને ખૂણામાં પડેલી પેટીનું ઢાકણું ઊંચું કર્યું. તરત જ તેમાંથી એક સુંદર રાતું-ભૂખરું પ્રાણી બહાર સરક્યું. તે એક પાતળું સુંવાળુ, નોળિયા જેવા પગ તથા લાંબુ-પાતળું નાક ધરાવતું સુંદર લાલ આંખોવાળું પ્રાણી હતું. આવી આંખો મેં બીજા કોઈ પ્રાણીમાં ક્યારેય નહોતી જોઈ.

''આ તો નોળિયો છે,'' મેં મોટેથી કહ્યું.

''ખેર, કેટલાક તેને તે કહે છે તો કેટલાક તેને અર્મિન કહે છે,'' પેલા માણસે કહ્યું, ''જ્યારે હું તો તેને સાપ પકડનારો કહું છું. મારી પાસે એક ફેણ વગરનો સાપ પણ છે અને ટેડી લોકોને ખુશ કરવા રોજ રાત્રે તેને પકડવાના ખેલ બતાવે છે.''

''બીજો કોઈ મુદ્દો, સાહેબ ?'' તેણે હોમ્સને પૂછ્યું.

''બીજું કંઈ નહીં પણ જો શ્રીમતી બર્કલે પર વધુ કોઈ આફત આવી તો અમારે તમારું નામ આગળ ધરવું પડશે.''

''તેવું થશે તો હું જરૂર હાજર થઈશ.''

''આ સિવાય મૃત માણસ પાછળ તેના દુષ્કૃત્યનો ઢંઢેરો પીટવાનો કોઈ અર્થ નથી રહેતો. પણ તમને એ જાણીને સંતોષ થશે કે એ માણસે ત્રીસ-ત્રીસ વર્ષ પોતાના અંતરઆત્માને ડંખતાં જ પસાર કર્યાં છે અને તે કંઈ ઓછું ન કહેવાય. અરે, શેરીના સામેના છેડે પેલા મેજર મર્ફી જતા દેખાય છે. આવજો વૂડ. મારે એ જાણવું છે કે ગઈકાલ બાદ કંઈ વિશેષ થયું છે કે નહીં.''

મેજર નાકે પહોંચે તે પહેલાં અમે તેમને આંબી ગયા.

''અરે, હોમ્સ,'' તેણે કહ્યું, ''મને લાગે છે કે તમને સમાચાર મળી ગયા છે કે આખાયે મામલામાં કોઈ જ માલ નથી.''

''કેમ શું થયું ?''

''તપાસ હમણાં જ પૂરી થઈ છે. દાક્તરી પુરાવા પ્રમાણે કર્નલનું મૃત્યુ હૃદયરોગના હુમલાથી થયું હતું. કેવો સામાન્ય મામલો હતો !''

''ખરેખર, નોંધપાત્ર રીતે સાવ જ સીધોસાદો મામલો હતો,'' હોમ્સે મરકતાં કહ્યું, ''ચાલ, વૉટસન, મને નથી લાગતું કે આપણી હવે ઍલ્ડરશોટમાં વધારે જરૂર હોય.''

❖

ઘરનો દર્દી

શૅરલૉક હોમ્સના પેચીદા મામલાઓની હારમાળા પર જ્યારે હું એક નજર ફેરવું છું ત્યારે હું તેમાંથી મારા મિત્ર શૅરલૉક હોમ્સની માનસિક ખાસિયતોને બહાર લાવવાનો પ્રયાસ કરું છું પણ તેવાં કેટલાંક ઉદાહરણ શોધવામાં મને એટલી મુશ્કેલી વર્તાય છે કે મને તેને શોધી કાઢવામાં સફળતા નથી મળતી. જ્યારે બીજા કેટલાક એવા કેસોમાં કે જેમાં હોમ્સે પોતાની વિશિષ્ટ તારણશક્તિથી પોતાની સંશોધન કરવાની આગવી શૈલીનાં ઉદાહરણો પૂરાં પાડ્યા હોય. કેટલાક કેસો એટલા બધા સામાન્ય હતા કે મને વાચકો સમક્ષ તેવા કેસ રજૂ કરવા જરા પણ યોગ્ય નથી લાગતા. બીજી બાજુ એવું બનતું કે તે ઘણીવાર એવા કેસોમાં સંડોવાતો કે જેની હકીકતો ખૂબ નોંધપાત્ર અને જેનાં લક્ષણો ખૂબ નાટકીય હોય. તેવાં કેસોમાં હોમ્સ માટે કંઈ ખાસ કરવા જેવું નહોતું રહેતું; ઉદાહરણ તરીકે, અ સ્ટડી ઇન સ્કાર્લેટ, અને ગ્લોરિયા સ્કોટનો મામલો, જેમાં હોમ્સે કંઈ ખાસ કરવાનું નહોતું રહેતું પણ તે કેસ હતા ખૂબ રસપ્રદ. તેવી જ રીતે અહીં હું જે મામલો રજૂ કરવા જઈ રહ્યો છું તે પણ તેવો જ રસપ્રદ છે, જેમાં હોમ્સે કંઈ ખાસ કરવાનું નહોતું રહેતું પણ તેનો ઘટનાક્રમ ખૂબ નોંધપાત્ર. હું મારી જાતને તે મામલો તમારી સમક્ષ રજૂ કરતા રોકી નથી શકતો.

તે ઑક્ટોબરનો એક વરસાદી દિવસ હતો. અમારી બારીઓના પડદા અડધા પડેલા હતા અને હોમ્સ સોફા પર ટૂંટિયુ વાળીને આડો પડ્યો હતો. તેના હાથમાં એક પત્ર હતો જે તે વારંવાર વાંચી રહ્યો હતો. તે પત્ર સવારની ટપાલમાં આવ્યો હતો. મારી ભારત વખતની સેવાઓ દરમિયાન મને ઠંડી કરતાં ગરમીની આદત વધારે પડી ગઈ હતી. માટે પારો નેવુંએ પહોંચી જતો તો મને કંઈ ખાસ ફરક નહોતો પડતો. છાપાંઓમાં કંઈ ખાસ વાંચવા જેવું આવતું નહીં. સંસદની બેઠકો પણ પૂરી થઈ ગઈ હતી. દરેક જણ શહેરની બહાર હતું. હું પણ ન્યૂ ફોરેસ્ટના જંગલમાં કે પછી દક્ષિણ સમુદ્રના રેતાળ કાંઠા પર જવા આતુર હતો. પણ બેંકનું મારું ખાલી ખાતું મને તેમ કરતાં રોકી રહ્યું હતું અને

જો મારા સાથીની વાત કરું તો ન તો તેને કોઈ ગ્રામ્ય વાતાવરણ કે ન તો કોઈ દરિયાકિનારો આકર્ષી શકે તેમ હતો. તેને તો પચ્ચાસ લાખ લોકો વચ્ચે પડ્યા રહેવું હતું અને હંમેશા કોઈ વણઉકલ્યા ગુનાની તપાસમાં જ રહેવું હતું. તેવું કંઈ સાંભળવા મળતાં જ તેના કાન ઊંચા થઈ જતા. તેને કુદરત દ્વારા આપવામાં આવેલી ભેટમાં ક્યાંય પણ કુદરતી સૌંદર્યને વધાવવાનો સમાવેશ જ નહોતો થતો, તે માત્ર પોતાના મામલાના દુષ્ટ ગુનેગારોને જ્યારે શહેરમાં ન શોધી શકે ત્યારે જ માત્ર ગ્રામ્ય વિસ્તાર તરફ વળતો અને કંઈક બદલાવ આવતો.

હોમ્સને બીજી કોઈ બાબતમાં એકચિત્ત જોતાં હું છાપાને એક બાજુ પર મૂકીને મારા દિવાસ્વપ્નમાં પડ્યો. ત્યાં અચાનક તેના અવાજે મારી વિચારશ્રૃંખલા તોડી.

"તુ સાચો છે, વૉટસન," તેણે કહ્યું, "આ રીતે કોઈ ઝઘડાનો ઉકેલ લાવવો ખરેખર મૂર્ખામીભર્યું કૃત્ય છે."

"સાવ જ મૂર્ખામીભર્યું !" મેં ઉદ્‌ગાર કાઢ્યો, અને પછી અચાનક મને ખ્યાલ આવ્યો કે તેણે તો મારા જ એક વિચારનો પડઘો પાડ્યો હતો. હું મારી ખુરશીમાં ટટ્ટાર થયો અને તેની સામે છક થઈને જોઈ રહ્યો.

"આ શું છે, હોમ્સ ?" મેં મોટેથી કહ્યું, "આ ખરેખર મારી ધારણા કરતાં ક્યાંય દૂરનું છે."

તે મને મૂંઝાયેલો જોઈ ખડખડાટ હસવા લાગ્યો.

"તને યાદ છે," તેણે કહ્યું, "કે થોડા સમય પહેલાં જ્યારે મેં તારી સમક્ષ પોઇ(એક સંશોધક)ના લખાણનો એક ફકરો વાંચ્યો હતો કે જેમાં લખ્યું હતું કે એક સૂક્ષ્મ વિચારક તેના સાથીના વણબોલ્યા વિચારોને પણ જાણી લેતો હોય છે. મેં એકધારા તારા હાવભાવને વાંચે રાખ્યા છે."

"એમ ! ન હોય ?"

"કદાચ તારી જીભ વડે નહીં, મારા વહાલા વૉટસન, પણ ચોક્કસ તારી ભ્રમરો દ્વારા. જ્યારે મેં જોયું કે તે છાપું એક બાજુ ફેંકી દીધું છે અને તું એક લાંબી વિચાર-વણઝારમાં સરી પડ્યો છે, ત્યારે મને તારું અવલોકન કરવાનો ખૂબ આનંદ થયો અને તરત જ હું તેને લગતું જ કંઈક બોલ્યો અને તું જાણે છે કે તે સાચું પડ્યું."

પણ તેમ છતાં મને તેની આ દલીલથી કંઈ ખાસ સંતોષ નહોતો થયો, "મારું અવલોકન કરવાના તારા ઉદાહરણમાં," મેં કહ્યું, "એક અવલોકનકર્તા તો સામેની વ્યક્તિના હાવભાવ, તેના કૃત્ય દ્વારા તારણ પર પહોંચતો હોય છે. જો મને સાચે જ યાદ હોય તો તે આમ ચાલે છે, તે આમ હાથ ઊંચો કરે છે, તે ફલાણું કરે છે ઢીંકણું કરે છે તો તેના પરથી કોઈ તારણ પર પહોંચી શકાય પણ હું તો મારી ખુરશી પર શાંતિથી બેઠો હતો. એમ કરીને મેં વળી તને એવો કયો અણસાર આપ્યો ?"

"તું તારી સાથે એક અન્યાય કરી રહ્યો છે. જે લાક્ષણિકતા કુદરત દ્વારા માણસને બક્ષવામાં આવે છે તેના દ્વારા જ તે પોતાની લાગણીઓને અભિવ્યક્ત કરતો હોય છે અને તારી તે લાક્ષણિકતાઓએ મને તે માટે ઘણી મદદ કરી છે."

"એટલે તારું કહેવાનું એવું છે કે મારા વિચારોની હારમાળાને તેના પરથી જ તે વાંચી છે ?"

"તારી લાક્ષણિકતાઓ અને ખાસ કરીને તારી આંખો. કદાચ તને ખુદને યાદ નહીં હોય કે તારા તે કલ્પનાતરંગો ક્યાંથી આવ્યા હોય."

"ના, મને યાદ નથી."

"તો પછી હું તને કહું. છાપું એક બાજુ નાખ્યું ત્યારે મારું ધ્યાન તારા તરફ ખેંચાયું. તું અડધી મિનિટ ભાવશૂન્ય પડ્યો રહ્યો. પછી તારી આંખો તેં નવા જ મઢાવેલા જનરલ ગોર્ડનના ચિત્ર તરફ સ્થિર થઈ અને તારા ચહેરા પરના ઝીણા ઝીણા બદલાતા ભાવો પરથી મેં અનુમાન લગાવ્યું કે તારા મગજમાં વિચારોની રેલગાડી ચાલુ થઈ ગઈ હતી. પણ તે કંઈ ખાસ વધારે આગળ નહોતી જઈ શકી. પછી તારી આંખો મઢાવ્યા વગરના હેન્રી વોર્ડ બિચરના પોટ્રેઈટ પર ફરી વળી. પછી તેં દીવાલ પર નજર ફેરવી જેનો અર્થ તો સ્પષ્ટ જ હતો. તું વિચારી રહ્યો હતો કે જો તે ફોટાને મઢાવ્યો હોત તો તે ખુલ્લી જગ્યા ઢંકાઈ જાત અને ગોર્ડનના ચિત્ર સાથે તે સારો લાગત."

"વાત તો તારી સાચી છે !" મેં ઉદ્ગાર કાઢ્યો.

"હું ભાગ્યે જ અવળે રસ્તે ગયો હોઈશ. પણ હવે તારા વિચારો પાછા બિચર તરફ વળ્યા અને તું તેની સામે એ રીતે જોવા લાગ્યો જાણે તેની લાક્ષણિકતાનો અભ્યાસ ન કરતો હોય. પછી તારી આંખો તેં બીડી લીધી પણ તેમ છતાં પણ તારા વિચારો હજુ પણ અવિરતપણે ચાલુ જ હતા. તું બિચરની કારકિર્દીનો કોઈક પ્રસંગ યાદ કરવા મથી રહ્યો હતો. હું એટલું તો જાણતો જ હતો કે તુ તેવું તેના ગૃહયુદ્ધના સાહસ વિશે વિચાર્યા વિના ન જ કરી શકે, કારણ કે મને યાદ હતું કે તેં તેના આ કારનામાને ખૂબ વખાણ્યું હતું. તું તેના વિષે એટલી હદે લાગણી અનુભવતો હતો કે તે બાબતનો વિચાર કર્યા વગર તું બીજું કંઈ વિચારી શકે તેમ જ નહોતો. એક ક્ષણે તારી આંખો ચિત્ર પરથી હઠી ગઈ અને મેં અનુમાન લગાવ્યું કે તું હવે ગૃહયુદ્ધના વિચાર તરફ વળી રહ્યો હતો અને જ્યારે મેં નિરીક્ષણ કર્યું કે તારા હોઠ બિડાઈ ગયા, તારી આંખો ચમકી અને તારા હાથ એકબીજા સાથે બિડાઈ ગયા ત્યારે મને લાગ્યું કે તું તે વખતના બન્ને પક્ષના લડવૈયાઓની વીરતા વિષે વિચારી રહ્યો હતો. પણ પછી પાછો તારો ચહેરો ઉદાસ થવા લાગ્યો, તેં તારું માથું હલાવ્યું. જીવનની નિરર્થકતાના વિચારથી તારા ચહેરા પર એક ઉદાસી છવાઈ ગઈ. તારા હાથ અચાનક તારા જૂના ઘા પર ફર્યા અને એક સ્મિત તારા હોઠ પર ફરકી ગયું કે જેણે મને દર્શાવ્યું કે આંતરરાષ્ટ્રીય સમસ્યાઓને સુલઝાવતી આ પદ્ધતિ

તારા મગજ પર કેટલું દબાણ લાવે છે. અને એ મુદ્દા પર હું તારી સાથે સંમત થાઉં છું કે તે ખરેખર મૂર્ખામીભર્યું હતું અને હવે મને આનંદ થયો કે મારાં બધાં જ તારણો સાચાં પડ્યાં છે."

"તદ્દન સાચાં !" મેં કહ્યું, "અને હવે જ્યારે તે મને આખી બાબત સમજાવી છે ત્યારે મારે માનવું પડશે કે મને પહેલાંની જેમ જ આશ્ચર્ય થયું છે."

"એ કંઈક પડતું કહેવાય, મારા વહાલા વૉટસન. તારું શું કહેવું છે લંડનનું એક ચક્કર મારી આવીએ ? એમ પણ સાંજ ઘણી સુંદર છે."

હું એમ પણ અમારા બેઠકખંડ બેસી રહીને કંટાળી ગયો હતો એટલે હું તો બહાર જવા માટે ખૂબ આતુર જ હતો. લગભગ ત્રણ કલાક અમે આંટા માર્યા અને ફ્લિટ સ્ટ્રીટ અને સ્ટ્રેડ વિસ્તારના હંમેશા બદલાતા રહેતા રોજિંદા જીવનને નિહાળતા રહ્યા. ઘરેથી નીકળ્યા પહેલાંની તેની વાતોએ, તેના અનુમાનોએ મને સ્તબ્ધ કરી મૂક્યો હતો. બેકર સ્ટ્રીટ પાછા ફરતા અમારે દસ વાગી ગયા હતા. વિદ્યુતથી ચાલતી બંધ બગીવાળી ઘોડાગાડી અમારા ઘર બહાર ઊભી હતી.

"આહ્ ! મારા ધારવા પ્રમાણે ઘોડાગાડી કોઈ જનરલ પ્રેક્ટિસ કરતા ડૉક્ટરની લાગે છે," હોમ્સે કહ્યું, "લાંબા વખતથી કંઈ પ્રેક્ટિસ નથી કરી રહ્યા પણ પ્રેક્ટિસ ચાલે છે સારી. આપણી સલાહ લેવા આવ્યા લાગે છે ! નસીબજોગે આપણે સમયસર આવી ગયા."

હું હોમ્સની તારણો કાઢવાની પદ્ધતિથી સારી રીતે માહિતગાર હતો એટલે મને તેના આવા અનુમાનથી કોઈ આશ્ચર્ય થયું નહીં. બીજું એ કે ઘોડાગાડીની અંદરની બાજુએ એક બાસ્કેટમાં દાક્તરી સાધન સરંજામ લટકી રહ્યાં હતાં એટલે તેણે આ અનુમાન તરત જ લગાવી લીધું હશે. અમારી બારીની પ્રકાશિત બત્તી દ્વારા મને ખ્યાલ આવી ગયો કે આ મોડો મુલાકાતી અમને જ મળવાના ઇરાદાથી આવ્યો હતો. વળી ડૉક્ટરને આવી મોડી રાત્રે અમારે ત્યાં આવવાની જરૂર શા માટે પડી તે જાણવાની આતુરતાથી હું હોમ્સની પાછળ પાછળ અમારા અંગત ઓરડા તરફ ચાલ્યો.

જેવા અમે ઓરડામાં પ્રવેશ્યા ફિક્કો ચહેરો ધરાવતો એક માણસ તાપણા પાસેની ખુરશીમાંથી ઊભો થયો. તેની ઉંમર તેત્રીસ-ચોત્રીસથી વધારે નહીં હોય પણ તેના નિસ્તેજ ચહેરો અને અસ્વસ્થતા દર્શાવતાં હતાં કે તેની આ ઉંમરની તાકાત અને જુવાની બંને ક્યાંય ગાયબ થઈ ગયાં હતાં. તેની વર્તણૂક કોઈ લાગણીશીલ સદ્‌ગૃહસ્થ જેવી થોડી ગભરાયેલી અને શરમાળ હતી. તેનો પાતળો લાંબો ધોળો હાથ જે તાપણાની છાજલી પર ટેકવવામાં આવ્યો હતો તે કોઈ સર્જનનો નહીં પણ કોઈ કલાકારનો લાગતો હતો. તેનો પહેરવેશ સીધોસાદો હતો - તેણે કાળો ફ્રોક-કોટ, ઘેરા રંગનું પાટલૂન અને હળવા રંગની નેકટાઈ પહેર્યાં હતાં.

“શુભ સાંજ, ડૉક્ટર,” હોમ્સે આવકાર આપતાં કહ્યું, “મને આનંદ થયો કે તમે અમારી રાહ થોડી મિનિટોથી જ જોઈ રહ્યા છો.”

“અચ્છા, તો તમે મારા કોચવાન સાથે વાત કરી લીધી, એમ ?”

“ના, તે તો મેં આ બાજુના ટેબલ પર પડેલી મીણબત્તી પરથી કહ્યું, “હવે મહેરબાની કરીને બેસો અને કહો કે હું તમને કઈ રીતે મદદરૂપ થઈ શકું ?”

“મારું નામ ડૉ. પર્સિ ટ્રેવેલિઅન છે,” અમારા મુલાકાતીએ કહ્યું, “અને હું ૪૦૩, બ્રુક સ્ટ્રીટ ખાતે રહું છું.”

“તમે પેલી માનસિક બીમારી વિષે નિબંધ લખનારા તો નથી ને ?” મેં પૂછ્યું.

તેમના નિબંધ વિષે હું જાણું છું તેનાથી તેના ફિક્કા ગાલ પર આનંદથી એક લાલી આવી ગઈ.

“એ નિબંધ વિષે મેં ભાગ્યે જ કોઈકના મોઢે કંઈક સાંભળ્યું છે એટલે મને એમ કે તે તો સાવ હવે ભુલાઈ જ ગયો હશે.” તેણે કહ્યું, “મારા પ્રકાશકે તેના માટે મને કંઈ ખાસ રકમ નથી આપી. તમે પણ મારા ખ્યાલથી એક દાક્તરી માણસ લાગો છો.”

“એક નિવૃત્ત આર્મી સર્જન.”

“મારી પોતાની રુચિ તો હંમેશા માનસિક બીમારીઓમાં જ રહેલી છે. હું ઇચ્છું છું કે હું તેમાં એક નિષ્ણાત બનું, પણ માણસે હંમેશા પહેલાં તેની સામે જે આવીને ઊભું રહ્યું હોય છે તેને જ પસંદ કરતું હોય છે. જો કે આ બધી બાજુ પરની વાતો છે, શ્રીમાન શૅરલૉક હોમ્સ, અને તમારા કીમતી સમયની હું કદર કરું છું. હકીકત એ છે કે મારા બ્રૂક સ્ટ્રીટ ખાતેના ઘરમાં કેટલાક વખતથી એક એવો અસામાન્ય ઘટનાક્રમ ઘટી રહ્યો છે અને આજે રાત્રે તો તે એટલી હદે પહોંચી ગયો છે કે હું એક કલાકની પણ રાહ જોયા વિના તમારી સલાહ અને મદદ લેવા આવી પહોંચ્યો છું.”

શૅરલૉક હોમ્સ બેઠો અને પોતાની હોકલી સળગાવી. “તમને સલાહ પણ આપવામાં આવશે અને મદદ પણ આપવામાં આવશે,” તેણે કહ્યું, “હવે મને આખીયે હકીકત કહો જેણે તમને આટલા બધા વિક્ષુબ્ધ કર્યા છે.”

“તેમાંની એકાદ બે ઘટના તો સાવ નજીવી છે,” ડૉ. ટ્રેવેલિઅને કહ્યું, “કે જેનું અહીં ઉચ્ચારણ કરતાં પણ મને શરમ આવે છે. પણ મામલો ખૂબ ગૂઢ છે અને હાલમાં તેણે જે વળાંક લીધો તે ખૂબ જટીલ છે માટે હું તમારી સમક્ષ દરેકેદરેક બાબત રજૂ કરીશ અને તમે જ નિર્ણય લો કે શું મહત્ત્વનું છે અને શું નથી.

“હું વાતની શરૂઆત મારી કૉલેજની કારકિર્દીથી કરીશ. હું લંડન યુનિવર્સિટીનો માણસ છું. મારી વિદ્યાર્થી તરીકેને કારકિર્દીથી મારા પ્રોફેસરો મારા પર ખૂબ ખુશ હતા અને મારા તેજસ્વી ભવિષ્યની આશા રાખતા હતા. જો હું એમ કહું તો મહેરબાની કરીને તેને મારી અતિશયોક્તિ ન ગણશો. સ્નાતક થયા બાદ મેં સંશોધક તરીકે મારી જાતને

સમર્પિત કરી દીધી અને કિંગ્સ કૉલેજની હૉસ્પિટલમાં એક નજીવો હોદ્દો લઈ લીધો. મારા સદ્નસીબે અને મારા વાઈના રોગમાં મારા ઊંડા રસના કારણે મેં માનસિક તાણ પર એક નિબંધ લખ્યો અને મને તેના બદલામાં બ્રૂસ પિંકરટન પ્રાઈઝ અને એક ચંદ્રક પણ મળ્યાં હતાં. વધારે પડતું કશું જ બોલ્યા વગર હું એટલું કહીશ કે તે વખતે મારી સામે એક તેજસ્વી ભાવિ ખડું હતું.

"પણ મારા સામે મોટી અડચણ જરૂરી મૂડી ઊભી કરવાની હતી. એટલો તો તમને ખ્યાલ હશે જ કે ઊંચી કારકિર્દીની ઇચ્છા ધરાવતા નિષ્ણાતે કેવેન્ડિશ સ્કવૅર વિસ્તારની કેટલીયે શેરીઓમાંની કોઈ એક સ્ટ્રીટમાં પોતાની પ્રેક્ટિસ શરૂ કરવી પડતી હોય છે અને એ આખા વિસ્તારનું ઊંચું ભાડું પણ તમે જાણતા જ હશો. અને ત્યાં પાછી દવાખાનાને સુસજ્જ કરવાની ક્રિયા પણ ઘણો ખર્ચ માગી લેતી હોય છે. ઉપરાંત શરૂઆતમાં પ્રેક્ટિસમાં કંઈ ખાસ કમાણી તો થતી જ નથી હોતી. પ્રેક્ટિસ જમાવતાં પણ વર્ષો જતાં રહે છે. તેણે ભભકાદાર ઘોડાગાડી પણ રાખવી પડે છે. આ બધું મારા માટે અશક્ય હતું, માટે દસેક વર્ષ કરકસરપૂર્વક રહી મારે થોડીઘણી બચત કરી ટકી રહેવાનું હતું. આવી સ્થિતિમાં એક અણધારી ઘટના ઘટી અને મારી સામે એક નવો જ રસ્તો ખૂલી ગયો.

"એક દિવસ બ્લેસિંગ્ટન નામનો એક સદ્ગૃહસ્થ મારી મુલાકાતે આવ્યો. જે મારા માટે સાવ અજાણ્યો હતો. તે એક સવારે મારા ઓરડામાં આવ્યો અને સીધો જ મુદ્દા પર આવી ગયો.

" 'તમે તે જ પર્સિ ટ્રેવેલિઅન છો જેમણે પ્રતિષ્ઠિત પારિતોષિક જીત્યું હતું ?' તેણે કહ્યું.

"મેં નમ્રતાથી હા કહી.

" 'હવે મને નિખાલસતાથી કહો,' તેણે આગળ વાત વધારી, 'આ તમારા હિતની વાત છે. તમારી પાસે સફળ થવા માટેની બધી જ ચતુરાઈ છે, સાચી વાતને ?'

"હું તેના આવા પ્રશ્નથી હસવાનું ન ખાળી શક્યો.

" 'મને મારી આવડત પર પૂરતો વિશ્વાસ છે.'

" 'તમને કોઈ ખરાબ આદત છે ? શરાબ પાછળ ઘેલા તો નથી ને ?'

" 'ઘેલા તો નહીં પણ પીતા તો હોઈએ જ ને !'

" 'સાચી વાત છે ! કશો વાંધો નહીં ! પણ હું તે પૂછવા બંધાયેલો છું. આ બધી ગુણવત્તાઓ છતાં તમે હજુ કેમ પ્રેક્ટિસમાં નથી ?'

"મેં મારા ખભા ઉલાળ્યા.

" 'કશો વાંધો નહીં !' તેણે પોતાની આગવી અદામાં કહ્યું, 'આ તો વર્ષોથી ચાલી આવતી વાત છે. મગજમાં અવિરત જ્ઞાન ભર્યું હોય પણ ખિસ્સાં ખાલી હોય ! જો હું તમને આ જ બ્રૂક સ્ટ્રીટમાં દવાખાનું ખોલી આપું તો તમે શું કહેશો ?'

"હું તેની સામે આભો બનીને જોઈ રહ્યો.

" 'અરે, તેમાં તમારા કરતાં મારું હિત વધારે રહેલું છે.' તેણે મોટેથી કહ્યું, 'મારે તમારી સાથે સંપૂર્ણ નિખાલસતાથી વાત કરવી પડશે અને જો તમને તે યોગ્ય લાગે તો જ આપણે આગળ વધશું. મારી પાસે કેટલાક હજાર રોકાણ માટે છે અને હું તે તમારી પાછળ રોકવા માગું છું.'

" 'પણ શા માટે ?' મેં ઉદ્દગાર કાઢ્યો.

" 'આ એક જાતનું સામાન્ય રોકાણ જ છે જે અન્ય કરતાં સુરક્ષિત છે.'

" 'મારે તેમાં શું કરવાનું રહેશે ?'

" 'હું તમને કહું છું. હું એક મકાન લઈશ, તેને રાચરચીલાથી સજાવીશ, નોકરોને પણ હું જ પગાર ચૂકવીશ અને આખીયે જગ્યા પણ હું જ ચલાવીશ. તમારે માત્ર એટલું જ કરવાનું છે કે તમારે તમારી સલાહકારની ખુરશી સંભાળવાની છે. હું તમને ખિસ્સા-ખર્ચ અને અન્ય બધું આપીશ. પછી તમે જે કમાણી કરશો તેમાંથી ત્રણ ભાગ તમારે મને આપવાના રહેશે અને એક ભાગ તમારે ભાગે આવશે.'

"આવા વિચિત્ર પ્રસ્તાવ સાથે, તે બ્લેસિંગ્ટન નામનો માણસ મારી પાસે આવ્યો હતો. હું તમને અમારી વચ્ચે શું ભાવતાલ થયો તેનું વર્ણન કરીને કંટાળો નહીં આપું. બીજા લેડી ડેના દિવસે હું એ મકાનમાં જતો રહ્યો અને તેની શરતોને આધીન મેં મારી પ્રેક્ટિસ ચાલુ કરી. તે પોતે પણ એક ઘરેલુ દરદી તરીકે મારી સાથે તે જ મકાનમાં રહેવા આવી ગયો. તેનું હૃદય નબળું હતું, જે દેખીતું જ હતું અને તેને એકધારી તબીબી નિરીક્ષણની જરૂર હતી. તેણે મકાનના પહેલા માળના બે સુંદર ઓરડાને પોતાના માટે બેઠકખંડ અને શયનખંડ તરીકે સજાવ્યા. તે એક વિચિત્ર આદતોવાળો માણસ હતો. તે એક એકલવાયો ભાગ્યે જ બહાર જતો માણસ હતો. તેનું જીવન અનિયમિત હતું પણ એક બાબતે તે ચોક્કસ હતો. દર સાંજે તે ચોક્કસ સમયે કન્સલ્ટિંગ રૂમમાં આવતો, હિસાબ તપાસતો, કમાણીનો ચોથો ભાગ મને આપતો અને ત્રણ ભાગ પોતાના સ્ટ્રોંગ બોક્ષમાં મૂકીને પોતાના ઓરડામાં જતો રહેતો.

"હું વિશ્વાસ સાથે કહી શકું છું કે તેણે મારી સાથેના સોદામાં ક્યારેય પસ્તાવું નથી પડ્યું. શરૂઆતથી જ હું સફળ રહ્યો હતો. કેટલાક સારા કેસોએ મારી આબરૂ વધારી હતી અને હું વધારે અને વધારે સફળ થઈ રહ્યો હતો અને છેલ્લાં કેટલાંક વર્ષોમાં તો મેં તેને એક પૈસાદાર માણસ બનાવી દીધો હતો.

"શ્રીમાન બ્લેસિંગ્ટન સાથેના મારા સંબંધ વિષેના ભૂતકાળ વિષે તો કહેવા માટે ઘણું બધું છે, શ્રીમાન હોમ્સ, પણ જે બાબતે મને આજે રાત્રે તમારી સમક્ષ હાજર કર્યો છે તે વિષે હવે હું તમને કહીશ.

"કેટલાંક અઠવાડિયાં પહેલાં શ્રીમાન બ્લેસિંગ્ટન નીચે મારી પાસે આવ્યા. તેઓ ખૂબ અકળાયેલા લાગતા હતા. તેમણે મને વેસ્ટ એન્ડમાં થયેલી કોઈક લૂંટ વિષે કહ્યું.

મને યાદ છે કે તેઓ બિનજરૂરી રીતે ઉત્તેજિત થઈ ગયા હતા. તેમણે કહ્યું હતું કે ઘરનાં બારીબારણાને આપણે આ જ ઘડીએ સજ્જડ સલામત બનાવવાં પડશે. અઠવાડિયું તો તેઓ ખૂબ અકળાયેલા રહ્યા. વારે વારે બારી બહાર ડોકિયું કરતા રહેતા. તેમના આવા વર્તનથી મને લાગ્યું કે તેઓ કોઈક બાબતથી કે કોઈ વ્યક્તિથી ખૂબ ભયભીત થઈ ઊઠ્યા હતા. પણ મેં જ્યારે તેમને તે બાબતે પ્રશ્ન કર્યો ત્યારે તેઓ એવા ગુસ્સે થઈ ગયા કે તે વાત પછી મેં પડતી જ મૂકી. ધીમે ધીમે તેનો ડર ઓલવાઈ ગયો અને ફરી પાછા તે પોતાની જૂની આદતોમાં ગોઠવાઈ ગયા અને અચાનક એક તાજી ઘટનાએ તેમના પર એવી અસર કરી કે તેઓ પથારીવશ થઈ ગયા અને હાલ પણ તેઓ પથારીવશ જ છે.

"થયું શું હતું તે હું તમને કહું. બે દિવસ પહેલાં મને એક પત્ર મળ્યો જે હું હવે તમારી સમક્ષ વાંચીશ. તેના પર ન તો સરનામું નાખવામાં આવ્યું હતું કે ન તો તારીખ નાખવામાં આવી હતી.

> *" એક રશિયન ઉમરાવ જે હાલ ઈંગ્લૅન્ડમાં રહેવાસ કરી રહ્યા છે તેઓ જો ડૉ. પર્સિ ટ્રેવેલિયનને મળી શકશે અને મદદ મેળવી શકશે તો તેમના આભારી રહેશે. તેઓ કેટલાંક વર્ષથી વાઈના હુમલાના રોગી છે અને તે સંદર્ભમાં જ તે પ્રખ્યાત ડૉ. ટ્રેવેલિઅનની સલાહ લેવા માગે છે. તેઓ આવતી કાલે સાંજે સવા છ વાગ્યે જો ડૉ. ટ્રેવેલિયનને યોગ્ય લાગે તો મળવા ઈચ્છે છે.*

"મને આ પત્રમાં ખૂબ રસ પડ્યો કારણ કે વાઈના દર્દીઓ ભાગ્યે જ જોવા મળે છે. માટે નક્કી કરેલા સમયે હું કન્સલ્ટિંગ રૂમમાં જ હાજર રહ્યો.

"તે એક મોટી ઉંમરનો માણસ હતો. દેખાવે પાતળો, નિસ્તેજ અને સાવ સામાન્ય દેખાવનો હતો. તેનામાં રશિયન ઉમરાવ જેવાં કોઈ જ લક્ષણ નહોતાં. જો કે તેના સાથીના દેખાવથી મને થોડું આશ્ચર્ય થયું. તે એક ઊંચો યુવાન માણસ હતો, આશ્ચર્યજનક રીતે દેખાવડો હતો, તેના ચહેરો તીક્ષ્ણ હતો અને તેની છાતી અને હાથપગ ભીમ જેવા હતા. તેણે વૃદ્ધ માણસને સહારો આપી ખુરશી પર બેસાડ્યો. તેના દેખાવ પરથી તો તેની પાસે આવી હૂંફાળા વર્તનની અપેક્ષા જ ન રાખી શકાય."

"મારા અંદર પ્રવેશવા માટે મને માફ કરજો, ડૉક્ટર," તેણે મને થોડી અશુદ્ધ અંગ્રેજીમાં કહ્યું, "આ મારા પિતા છે અને તેમની તબિયત મારા માટે ખૂબ જ મહત્ત્વની છે."

પુત્રની પિતા પ્રત્યેની આવી દરકાર મને સ્પર્શી ગઈ, "તો તમે સલાહમસલત ચાલશે ત્યાં સુધી અહીં જ હાજર રહેશો ?"

"ના, જરા પણ નહીં," જાણે ભયભીત થઈ ઊઠ્યો હોય તેમ તે મોટેથી બોલી ઊઠ્યો. "મારા પિતાને આવી સ્થિતિમાં જોવા મારા માટે ખૂબ જ કપરું છે. જો હું મારા પિતાને તેવી પીડામાં જોઈશ તો હું તમને ખાતરીપૂર્વક કહી શકું છું કે તે મારા માટે અસહ્ય

થઈ પડશે. મારી ખુદની માનસિક સ્થિતિ પણ તેટલી જ નાજુક છે. આપ આજ્ઞા આપો તો હું બહાર વેઈટિંગ રૂમમાં જઈને બેસું. તમે મારા પિતાને તપાસી શકો છો.''

''આવું કહી યુવાન માણસ બહાર ગયો અને મેં મારુ કામ ચાલુ કર્યું. દર્દી અને હું તેમની બીમારીની વાતચીતમાં પડ્યા. તેમને મેં કેટલાક પ્રશ્નો પૂછ્યા અને તેના જવાબની નોંધ કરવા લાગ્યો. તે કંઈ ખાસ બુદ્ધિશાળી માણસ નહોતો. તેના જવાબ પણ સાવ અર્થહીન હતા. પણ મને એવું લાગ્યું કે કદાચ તેને આપણી ભાષાનું પૂરતું જ્ઞાન ન હોવાથી આવું બન્યું હોય. અચાનક તેણે મારા સવાલોના જવાબ આપવાનું બંધ કરી દીધું. મેં જ્યારે તેની સામે જોયું તો તે બે પગ ઉપર ખુરશીમાં લઈને બેઠો હતો અને મારી સામે સાવ ભાવશૂન્ય જડવત્ રીતે તાકી રહ્યો હતો. અચાનક તેના પર વાઈનો હુમલો થયો હતો.

''મારી પ્રથમ લાગણી મેં પહેલાં કહ્યું તે પ્રમાણે ભયની અને દયાની હતી. બીજી લાગણી વ્યાવસાયિક સંતોષની હતી. મેં દરદીની નાડ તપાસી, તેનું તાપમાન તપાસ્યું. તેના સ્નાયુઓ તપાસ્યા અને તેની નોંધ કરી. તેનામાં કશું અસામાન્ય નહોતું. મેં પહેલાં પણ આવા દરદીઓને સારા કર્યા જ હતા. મેં આવા ઘણા દર્દીઓને નાઈટ્રાઈટ ઓવ્ એમિલની દવા આપીને સરખા કર્યા હતા. દવાની બોટલ નીચેના માળે મારી પ્રયોગશાળામાં હતી. માટે હું મારા દર્દીને ઓરડામાં એકલો ખુરશીમાં બેઠેલો મૂકીને નીચે ગયો. મારે દવા શોધતાં થોડી વાર થઈ - પાંચ મિનિટ જેવું થયું હશે - અને પછી હું મારા ઓરડામાં પાછો ફર્યો. મારા આશ્ચર્ય વચ્ચે ઓરડો ખાલી હતો. મારો દર્દી જતો રહ્યો હતો.

''સ્વાભાવિકપણે હું સીધો વેઈટિંગ રૂમ તરફ ગયો. પુત્ર પણ જતો રહ્યો હતો. મુખ્ય ખંડનું બારણું આડું કરવામાં આવ્યું હતું પણ બંધ નહોતું કરવામાં આવ્યું. મારા પટ્ટાવાળા છોકરો કે જે દર્દીઓને મારી પાસે અંદર મોકલો હોય છે તે નવોસવો અને ઢીલો હતો. તે નીચેના માળે ઊભો રહેતો અને જ્યારે હું બેલ વગાડું ત્યારે મારી પાસે દર્દીઓ મોકલતો. તેને આ દર્દી અને તેના પુત્ર વિષે કશી જ ખબર નહોતી. વાત સદંતર રહસ્યમય જ રહી. ત્યારબાદ તરત બ્લેસિંગ્ટન પણ ચક્કર મારીને પાછા આવી ગયા હતા, પણ મેં તેમને તે વિષે કશું જ કહ્યું નહીં, કારણ કે સાચું કહું તો મેં હમણાંથી તેમની સાથે બોલવાનું સાવ ઓછું કરી દીધું હતું. જરૂર પૂરતું જ હું તેમની સાથે વાત કરતો હતો.

''મને લાગ્યું કે હવે પછી મને આ રશિયન પિતા-પુત્ર ક્યારેય જોવા નહીં મળે પણ મારા આશ્ચર્ય વચ્ચે આજે સાંજે તેઓ તે જ સમયે ફરી મારી સમક્ષ હાજર થઈ ગયા.

'' 'હું ગઈ કાલે અહીંથી કશું જ કહ્યા વિના જતો રહ્યો તે બદલ મારે તમારી માફી માગવી જોઈશે, ડૉક્ટર,' દર્દીએ કહ્યું.

'' 'મને પણ તમારા આવા વર્તનથી ઘણું આશ્ચર્ય થયું છે,' મેં કહ્યું.

'' 'હકીકત એમ છે કે જ્યારે જ્યારે મને આવા હુમલા થાય છે અને જ્યારે હું તેમાંથી બહાર આવું છું ત્યારે મારું મગજ ધૂંધળૂં થઈ જાય છે. શું થયું હતું તેનું મને ભાન

નથી રહેતું. મને બધું અજાણ્યું અજાણ્યું લાગે છે. હું જ્યારે હુમલામાંથી થોડો બહાર આવ્યો ત્યારે મેં મારી જાતને એક અજાણ્યા ઓરડામાં જોયો અને હું તરત જ ઊઠીને બહાર શેરીમાં ચાલતો થયો હતો.'

" 'અને મેં,' તેના પુત્રએ કહ્યું, 'જ્યારે મારા પિતાને કન્સલ્ટિંગ રૂમમાંથી બહાર આવતા જોયા ત્યારે મને થયું હતું એમ કે સલાહ-સૂચન પૂરાં થઈ ગયાં હશે. અને છેક ઘરે પહોંચ્યા ત્યાં સુધી હું તેવા જ ખ્યાલમાં હતો પણ પછીથી આખીયે હકીકતનો ખ્યાલ આવ્યો હતો.'

" 'થાય હવે તેવું તો, પણ હું ઘણો મૂંઝવણમાં મુકાઈ ગયો હતો, બાકી કંઈ નુકસાન તો નથી જ થયું. હવે હું તપાસ પૂરી કરું ત્યાં સુધી તમે મારા વેઇટિંગ રૂમમાં બેસો.'

"ત્યાર બાદ લગભગ અડધો એક કલાક મારે તે વૃદ્ધ સાથે બીમારી બાબતે વાતચીત થઈ હશે. મેં તેમને દવા લખી આપી અને પુત્ર પિતાને સહારો આપતો દવાખાનામાંથી બહાર નીકળી ગયો.

"મેં તમને કહ્યુ ંતે પ્રમાણે શ્રીમાન બ્લેસિંગ્ટન સામાન્ય રીતે તે સમય દરમિયાન બહાર આંટો મારવા જતા હોય છે. તેમના ગયા પછી તેઓ તરત જ પાછા આવ્યા અને પોતાના માળે જતા રહ્યા. પછી અચાનક તેઓ નીચે મારા કન્સલ્ટિંગ રૂમમાં ધસી આવ્યા અને ગાંડાની જેમ બરાડા પાડવા લાગ્યા.

" 'મારા ઓરડામાં કોણ આવ્યું હતું ?' તેમણે રાડ પાડી.

" 'કોઈ નહીં,' મેં કહ્યું.

" 'ખોટી વાત !' તેઓ તાડૂક્યા, 'ઉપર આવ અને જો !'

" 'હું તેમના આવા ઉગ્ર વર્તન અને ભાષાને અવગણીને ઉપર ગયો. જ્યારે હું તેમના ઓરડામાં ગયો ત્યારે હળના રંગની કાર્પેટ પર પગલાંની કેટલીક છાપો પડલી હતી.'

" 'શું તે મારાં પગલાંની છાપો છે ?' તેણે બૂમ પાડી.

"તે પગલાંની છાપ બ્લેસિંગ્ટનનાં પગલાં કરતા ઘણી મોટી હતી અને તાજી જ પડેલી હતી. તમને ખ્યાલ હશે કે આજે સાંજે ભારે વરસાદ પડ્યો હતો અને મારા દર્દીઓ જ અમારા મકાનમાં આવતા હતા માટે એટલું પાક્કું હતું કે જ્યારે હું દર્દી સાથે વ્યસ્ત હતો ત્યારે જ પેલો બહાર વેઇટિંગ રૂમમાં બેઠેલો માણસ કોઈ અજાણ્યા કારણસર ઉપર ઘરેલુ દરદીના ઓરડામાં ગયો હશે. કોઈ જ વસ્તુને સ્પર્શવામાં કે લેવામાં પણ નહોતી આવી, પણ જાજમ પરનાં પગનાં નિશાન સ્પષ્ટપણે કહી રહ્યાં હતાં કે કોઈક ઓરડામાં ચોક્કસ આવ્યું હતું.

"શ્રીમાન બ્લેસિંગ્ટન મારી ધારણા કરતાં ખૂબ વધારે ઉત્તેજિત થઈ ગયા હતા. જો કે આવી સ્થિતિમાં તો કોઈ પણ વ્યક્તિ પોતાના મગજની શાંતિ ગુમાવી બેસે. તેઓ

એક ખુરશીમાં બેસીને રડી રહ્યા હતા અને હું તેમને કોઈ પણ રીતે શાંત નહોતો પાડી શકતો. તેમના જ કહેવાથી હું તમારી પાસે આવ્યો છું અને મને પણ તેની અગત્યતા સમજાય છે, કારણ કે આ બનાવ ખરેખર ખૂબ અજુગતો બનાવ હતો. જો તમે મારી સાથે મારી ઘોડાગાડીમાં ત્યાં આવશો તો કમ સે કમ તમે તેને કંઈક શાતા બક્ષી શકશો કારણ કે આ આખીયે રહસ્યમયી ઘટનાનો ઉકેલ લાવવો ખરેખર ખૂબ મુશ્કેલ છે.''

શૅરલૉક હોમ્સે તેનો લાંબો વૃત્તાંત એટલી આતુરતાથી સાંભળ્યો કે હું જોઈ શક્યો તેને આ કેસમાં ખૂબ જ રસ પડ્યો હતો. તેનો ચહેરો દર વખત જેવો જ પ્રભાવશાળી હતો પણ તેની આંખોનાં પોપચાં હજુ પણ ભારે હતાં અને તેની હોકલીનો ધુમાડો ઑર ગાઢ થઈ ગયો હતો. જેવી અમારા મુલાકાતીએ પોતાની વાત પૂરી કરી કે તરત જ હોમ્સ ઊભો થયો અને મને મારી હૅટ સ્ટૅન્ડ પરથી આપી અને પોતાની હૅટ પણ તેણે પહેરી લીધી અને અમે ડૉ. ટ્રેવેલિઅનની પાછળ પાછળ દરવાજા સુધી ગયા. પા કલાકમાં તો અમે ડૉક્ટરના ઘરના દરવાજા આગળ હાજર થઈ ગયા હતા. શેરીનાં બધાં જ ઘર સપાટ હતાં. કોઈક જાતની ઉદાસી છવાયેલી હતી. એક નાનકડો છોકરો અમને લેવા આવ્યો અને અમે તરત જ ઘરમાં પ્રવેશ કર્યો અને અમે સુંદર જાજમથી સજ્જ સીડીઓ ચડવા લાગ્યા.

પણ અચાનક કોઈ કારણસર અમે લોકો જ્યાં ઊભા હતા ત્યાં જ સ્થિર થઈ ગયા. દાદર ઉપરની બત્તીઓ અચાનક બંધ થઈ ગઈ અને અંધારામાંથી એક દબાયેલો કાંપતો અવાજ આવ્યો.

''મારી પાસે પિસ્તોલ છે,'' તે મોટેથી બોલ્યો, ''હું કહી દઉં છું કે તમે જરા પણ હલ્યા છો તો હું ગોળી છોડીશ.''

''આ બહુ ખરાબ કહેવાય, શ્રીમાન બ્લેસિંગ્ટન,'' ડૉ. ટ્રેવેલિઅને મોટેથી કહ્યું.

''અરે, તો ડૉક્ટર તમે છો, એમ ?'' અવાજે મોટી રાહત સાથે કહ્યું, ''પણ પેલા બે સદ્‌ગૃહસ્થો, તેઓ કોણ છે ?''

અમારી બરાબર તપાસ કરવામાં આવી.

''હા, હા, વાંધો નહીં,'' છેવટે અવાજે કહ્યું, ''હવે તમે ઉપર આવી શકો છો પણ મારી આવી સાવચેતી બદલ મને માફ કરજો.''

આમ કહેતાં કહેતાં તેણે ફરી દાદરની બત્તીઓ પ્રકાશિત કરી. તેનો દેખાવ તેના અવાજ જેવો જ બેસૂરો હતો. તે એક ખૂબ જાડો માણસ હતો, પણ કેટલાક વખત પહેલાં આથી પણ વધારે જાડો હશે તેવું લાગતું હતું કારણ કે તેના ચહેરા પરથી તેની ચામડી પેલા બ્લડહાઉન્ડ કૂતરાની જેમ લટકી રહી હતી. તેની ચામડીનો રંગ ફિક્કો હતો. તેના માથાના વાળ રેતી જેવા બરછટ હતા અને સાવ આછા થઈ ગયેલા હતા. તેના હાથમાં એક પિસ્તોલ હતી જે તેણે અમારા ઉપર ચડતાં પહેલાં પોતાના ખિસ્સામાં મૂકી દીધી હતી.

"શુભ સાંજ, શ્રીમાન હોમ્સ," તેણે કહ્યું, "તમે આવ્યા, હું તમારો ખૂબ આભારી છું. મને જેટલી તમારી સલાહની જરૂર છે તેટલી બીજા કોઈને પણ નહીં હોય. હું માનું છું કે ડૉ. ટ્રેવેલિઅને તમને મારા ઓરડામાં અન્ય વ્યક્તિના હસ્તક્ષેપ વિષે બધું જ જણાવી દીધું હશે."

"ઘણું ખરું," હોમ્સે કહ્યું, "આ બે માણસો કોણ હતા, શ્રીમાન બ્લેસિંગ્ટન, અને તેઓ શા માટે તમને સતાવે છે ?"

"અરે, અરે," ઘરેલુ દર્દીએ હક્કાબક્કા થઈ જતાં કહ્યું, "હું વળી કઈ રીતે કહી શકું કે તેઓ કોણ છે ? તમે મારી પાસે તેના જવાબની અપેક્ષા કઈ રીતે રાખી શકો, શ્રીમાન હોમ્સ ?"

"તમારો કહેવાનો મતલબ છે કે તમે તેમને નથી જાણતા ?"

"મહેરબાની કરીને અંદર આવો. મહેરબાની કરીને અંદર આવવાની કૃપા કરો."

તે અમને પોતાની પાછળ પાછળ શયનખંડમાં લઈ ગયો જે એક ખૂબ મોટો રાચરચીલાથી સજાવેલો સરસ મજાનો ઓરડો હતો.

"તમે જુઓ," તેણે ખૂણામાં પડેલા એક મોટા ખોખા તરફ આંગળી ચીંધતાં કહ્યું, "હું પહેલાં ક્યારેય આવો ધનવાન માણસ નહોતો, શ્રીમાન હોમ્સ, ક્યારેય નહીં. પણ ડૉ. ટ્રેવેલિઅન પાછળના મારા રોકાણે મને ધનવાન બનાવી દીધો છે તે તો તેમણે તમને કહ્યું જ હશે. પણ હું બેંકો પર કંઈ ખાસ ભરોસો નથી રાખતો. મારી પાસે જે કંઈ પણ થોડું ઘણું છે તે આ પેટીમાં છે, માટે તમે સમજી શકો છો કે કોઈ અજાણી વ્યક્તિ મારા ઓરડામાં આવે ત્યારે તેનો અર્થ શું હોઈ શકે."

હોમ્સે બ્લેસિંગ્ટન સામે એક પ્રશ્નાર્થભરી નજર ફેંકી પછી માથું હલાવ્યું.

"જો તમે મને છેતરશો તો હું તમને જરા પણ મદદ નહીં કરી શકું," હોમ્સે કહ્યું.

"પણ મેં તો તમને બધી જ વાત કહી દીધી છે."

હોમ્સ પોતાના પગ પર જ તેમની તરફ ફર્યો અને એક ચીડથી તેની સામે જોયું, "શુભરાત્રી, ડૉ. ટ્રેવેલિઅન," તેણે કહ્યું.

"અને મારા માટે કોઈ જ સલાહ નહીં ?" બ્લેસિંગ્ટને તૂટક તૂટક અવાજમાં મોટેથી કહ્યું.

"મારી તમને એક જ સલાહ છે કે તમે સાચું બોલો."

એક જ મિનિટમાં અમે બહાર શેરીમાં આવી ગયા અને ઘર તરફ ચાલવા લાગ્યા. અમે ઓક્સફર્ડ સ્ટ્રીટ પસાર કરી દીધી અને હાર્લી સ્ટ્રીટ પણ લગભગ અડધી ચાલી નાખી, છેક ત્યાં સુધી મને મારા સાથી તરફથી એક પણ શબ્દ સાંભળવા ન મળ્યો.

"વૉટસન, તને આવા ફાલતુ મામલા માટે અહીં સુધી લઈ આવવા માટે મને માફ કરજે," છેવટે તેણે મોઢું ખોલ્યું, "આ ખરેખર એક ખૂબ રસપ્રદ મામલો છે."

"હું તો ભાગ્યે જ કંઈક સમજી શકું છું," મેં કબૂલ કર્યું.

"બે માણસો છે તેના પુરાવા પાક્કા છે - આખીયે બાબતમાં કમ-સે-કમ બે વ્યક્તિ સંડોવાયેલી છે તેટલું પાક્કું છે - તેઓ કોઈ પણ કારણસર બ્લેસિંગ્ટનના ઓરડામાં પ્રવેશ્યા હતા. મને તે વાતમાં પણ કોઈ શંકા નથી કે બન્ને વખતે જ્યારે આ બે પિતા-પુત્ર દવાખાનામાં સલાહ લેવા આવ્યા ત્યારે બ્લેસિંગ્ટનના ઓરડામાં પ્રવેશવાના ઉદ્દેશથી જ આવ્યા હતા, જેમાં યુવાન માણસે બ્લેસિંગ્ટનના ઓરડામાં જવાનું હતું અને વૃદ્ધે પોતાની બીમારીના ડોળ હેઠળ ડૉક્ટરને પોતાનામાં વ્યસ્ત રાખવાનો હતો."

"અને તેની વાઈની બીમારી ?"

"તે તો એક નાટક જ છે, વૉટસન, નિષ્ણાતને જરા પણ અણસાર આપ્યા વગર તેનો ઢોંગ સરળતાથી કરી શકાય છે. મેં પણ તેવું નાટક કરેલું છે."

"અને પછી ?"

"દરેક પ્રસંગ વખતે બ્લેસિંગ્ટન ઘર બહાર હતો. તેમનો સલાહ માટેનો તે જ ચોક્કસ સમય પસંદ કરવો બીજું કંઈ નહીં પણ તે જ ઉદ્દેશ દર્શાવે છે કે તે વખતે વેઈટિંગ રૂમમાં બીજો કોઈ દર્દી ન હોય. પણ બન્યું એવું કે તે સમય બ્લેસિંગ્ટનનો બહાર આંટો મારવા જવાનો સમય હતો. જો તેમનો ઉદ્દેશ કોઈ ચોરી કરવાનો કે કોઈ વસ્તુ મેળવવાનો હોત તો તેમણે ચોક્કસ એકાદો પ્રયત્ન તો કર્યો જ હોત પણ તેવું નહોતું. બીજી બાજુ હું માણસની આંખમાં રહેલા ભયને પારખી લઉં છું. અને તે હતો આ બે માણસનો ભય. આવા બે દુશ્મનો ઊભા થયા તેનું કોઈક કારણ ચોક્કસ હશે. અને જો તેમ જ હોય તો તે ચોક્કસ તે લોકોને ઓળખતો હોવો જોઈએ. મારા મનમાં એટલું પાક્કું છે કે બ્લેસિંગ્ટન આ બે માણસને જાણે છે. પણ તે તે સ્વીકારવા તૈયાર નથી અને તેની પાછળ કોઈ ચોક્કસ કારણ છુપાયેલું છે. આજે ભલે તેણે પોતાનું મોં સીવી લીધું હોય પણ બની શકે કે આવતી કાલે તે જણાવવાના મિજાજમાં હોય."

"બીજી કોઈ બાબત ન હોઈ શકે ?" મેં સૂચન કર્યું, "બની શકે કે તે સાવ અશક્ય હોય, પણ વિચાર તો કરી જ શકાય ને ? બની શકે કે રશિયન દર્દી અને તેના પુત્રની આખી વાત જ ડૉ. ટ્રેવેલિઅન દ્વારા ઘડી કાઢવામાં આવી હોય, કારણ કે તેને ખુદને બ્લેસિંગ્ટનના ઓરડામાં કોઈ રસ હોય ?"

મેં શેરીના ઝાંખા પ્રકાશમાં જોયું કે હોમ્સની આંખોમાં મારી આ બુદ્ધિશાળી વાત સાંભળી એક અનેરી ચમક આવી ગઈ.

"મારા વહાલા મિત્ર," તેણે કહ્યું, "સૌથી પહેલાં મારા મનમાં પણ તે જ ખ્યાલ આવ્યો હતો, પણ તરત જ મને ડૉક્ટરની વાતને પુષ્ટિ આપતી બાબતો જોવા મળી હતી. મેં બ્લેસિંગ્ટનના ઓરડા, પગથિયાં અને દવાખાનામાં પડેલી પેલી પગલાંની છાપને ડૉક્ટરના પગ સાથે મેળવી જોઈ પણ તે તેમની નહોતી. બ્લેસિંગ્ટનનાં જૂતાં પણ આગળથી

અણીવાળાં હતાં જ્યારે પેલી છાપનાં આગળથી સપાટ હતાં. ઉપરાંત ડૉક્ટરના પગ કરતાં તે નિશાન એક ઇંચ જેટલાં મોટાં હતાં. માટે તે છાપ ઓળખવામાં ભૂલ થાય તેવી કોઈ સંભાવના નથી. હવે આ વાતને આપણે બાજુ પર મૂકી દેવી જોઈએ, કારણ કે કાલે જો મને આ વિષે કશું સાંભળવા નહીં મળે તો મને આશ્ચર્ય થશે.''

શૅરલૉક હોમ્સની વાત તરત જ સાચી પડી અને તે પણ એક નાટકીય અંદાજમાં. બીજી સવારે સાડા સાત વાગ્યે સૂરજનાં પહેલાં કિરણોમાં મેં તેને ડ્રેસિંગ ગાઉનમાં મારી સામે ઊભેલો જોયો.

''નીચે ઘોડાગાડી આપણી રાહ જોઈ રહી છે, વૉટસન.'' તેણે કહ્યું.

''વાત શું છે ?''

''એ જ બ્રૂક સ્ટ્રીટવાળો મામલો.''

''કોઈ નવા સમાચાર ?''

''કરુણ, પણ દ્વિઅર્થી,'' તેણે પરદા ખસેડતાં કહ્યું, ''આ તરફ જો - નોટબૂકનું એક કાગળિયું, જેમાં લખ્યું છે 'ભગવાનને ખાતર એક વાર પી.ટી. આવી જાઓ.' પેન્સિલથી ઉતાવળે લખી નાખવામાં આવ્યું છે. આપણા મિત્ર ડૉક્ટર મુશ્કેલીમાં છે. તરત જ આપણને ત્યાં બોલાવ્યા છે.''

પા કલાકમાં અમે ફરી પાછા દવાખાના આગળ આવી ગયા હતા. તેઓ ભયભીત ચહેરે અમારી પાસે દોડી આવ્યા.

''શું ભયંકર ઘટના ઘટી છે !'' તેમણે પોતાના બન્ને હાથ લમણે મૂકતાં મોટેથી ચીસ પાડી.

''શું થયું ?''

''બ્લેસિંગ્ટને આત્મહત્યા કરી લીધી છે !''

હોમ્સના મોંમાંથી સિસકારો નીકળી ગયો.

''તેમણે રાત્રે પોતાની જાતને ગળાફાંસો દઈ દીધો છે.''

અમે ડૉક્ટરની પાછળ પાછળ તેના વેઇટિંગ રૂમમાં ગયા.

''મને ખુદને નથી ખબર કે હું શું કરી રહ્યો છું,'' તેણે ઉશ્કેરાટમાં કહ્યું, ''પોલીસ ઉપર જ છે. હું ખૂબ ગભરાયેલો છું.''

''તમને આ બધી કઈ રીતે ખબર પડી.''

''રોજ વહેલી સવારે તેમને એક કપ ચા લેવાની ટેવ છે. રોજની જેમ આજે પણ નોકરાણી તેમને ચા આપવા લગભગ સાત વાગ્યે ઉપર ગઈ ત્યારે તેણીએ આ કમનસીબ માણસને ઓરડાની વચ્ચોવચ લટકતો જોયો. તેણે જે આંકડા પર વજનદાર ફાનસ લટકાવવામાં આવે છે તેમાં રસ્સી બાંધી હતી અને ગઈ કાલે આપણને જે પેલી પેટી બતાવી હતી તેના પર ચડી ગળામાં ફાંસો લટકાવી કૂદી પડ્યો હતો.''

હોમ્સ થોડી ક્ષણો માટે ઊંડા વિચારમાં ત્યાં જ ઊભો રહ્યો.

"જો તમારી રજા હોય તો," તેણે છેવટે કહ્યું, "મારે ઉપર જઈને આખીયે બાબત ઝીણવટથી જોવી જોઈશે."

અમે બન્ને ડૉક્ટરની પાછળ પાછળ ઉપર ગયા.

અમે જેવા શયનખંડમાં પહોંચ્યા કે અમને એક ખૂબ જ કમકમાટીભર્યું દૃશ્ય જોવા મળ્યું. બ્લેસિંગ્ટન ભયંકર લાગતો હતો. તેની ડોક જાણે કોઈ મરઘાની ડોક મરડી નાખવામાં ન આવી હોય તેમ લટકી ગઈ હતી. તેનો દેખાવ કોઈ પણ માણસને ગભરાવી મૂકે તેવો હતો. તે પોતાના રાત્રીના પોશાકમાં હતો અને તેમાંથી તેના લટકતા પગ જોઈ શકાતા હતા. તેની બાજુમાં એક સુંદર દેખાતો પોલીસ ઇન્સ્પેક્ટર ઊભો હતો અને પોતાની નોંધપોથીમાં કંઈક ટપકાવી રહ્યો હતો.

"અરે, શ્રીમાન હોમ્સ," તેણે મારા મિત્રના ઓરડામાં પ્રવેશતાં જ કહ્યું, "તમને અહીં જોઈને મને આનંદ થયો."

"શુભ પ્રભાત, લેનર," હોમ્સે જવાબ આપ્યો, "હું માનું છું કે તમે મને આ બાબતમાં માથું મારનારો નહીં સમજો. શું તમે આ પહેલાંની ઘટના વિષે સાંભળ્યું ?"

"હા, મેં તે વિષે કેટલુંક સાંભળ્યું છે."

"તમે કોઈ તારણ પર પહોંચ્યા છો ખરા ?"

"હું જ્યાં સુધી માનું છું ત્યાં સુધી તો મૃતક કોઈક ભયથી આ દશાએ પહોંચ્યો હશે. પથારી પર તે સારું એવું ઊંઘ્યો હોય તેવું લાગે છે. તેની છાપ પથારીમાં ઊંડે સુધી પડેલી જોઈ શકાય છે. તમે જાણતા જ હશો કે સવારના પાંચ વાગ્યાની આસપાસ સામાન્ય રીતે આત્મહત્યાઓ થતી હોય છે. લગભગ તે જ સમયે આ માણસે પોતાને લટકાવી દીધો હશે. અને તે જાણી જોઈને કરવામાં આવેલું કૃત્ય લાગે છે."

"તેના સ્નાયુઓની કડકાઈને જોઈને હું કહી શકું છું કે તે ત્રણ કલાક પહેલાં મૃત્યુ પામ્યો હશે." મેં શબ તપાસતાં કહ્યું.

"ઓરડામાં કંઈ ખાસ જોવા મળ્યું ?" હોમ્સે કહ્યું.

"એક સ્ક્રૂ-ડ્રાઇવર મળ્યું અને હાથ ધોવાના સ્ટેન્ડ પાસે કેટલાક સ્ક્રૂ પણ જોવા મળ્યા. રાત્રી દરમિયાન ખાસી વાર તમાકુ ફૂંકવામાં આવી હોય તેવું પણ લાગે છે. અહીં મને તાપણામાંથી ચિરૂટનાં ચાર ઠૂંઠાં પણ મળ્યાં છે."

"આહ્ !" હોમ્સે કહ્યું, "તમને તેનું સિગાર હોલ્ડર મળ્યું ?"

"ના, નથી મળ્યું."

"તો પછી તેની સિગારનું ખોખું ?"

"હા, તે તેના કોટના ખિસ્સામાં હતું."

હોમ્સે તે ખોલ્યું અને તેમાંની એક સિગારને સૂંઘી.

"અરે, આ તો હવાનાની છે અને આ બીજી સિગાર છે તે ડચ લોકો દ્વારા ઈસ્ટ ઇન્ડિયા કૉલોનીમાંથી આયાત કરવામાં આવે છે, જે સામાન્ય રીતે ભૂંગળીમાં લપેટવામાં આવે છે અને અન્ય સિગાર કરતાં પાતળી હોય છે." તેણે પેલાં ચાર ઠૂંઠાં પોતાના બિલોરી કાચથી તપાસ્યાં.

"આમાંની બે હોલ્ડર દ્વારા ફૂંકવામાં આવી છે અને બે હોલ્ડર વગર," તેણે કહ્યું, "બે સિગારને ઓછી ધારવાળી છરી વડે કાપવામાં આવી છે જ્યારે બીજી બેને તીક્ષ્ણ દાંત દ્વારા કાપવામાં આવી છે. આ કંઈ આત્મહત્યા નથી, શ્રીમાન લેનર. આ એક ખૂબ જ યોજનાબદ્ધ રીતે ઠંડા કલેજે કરવામાં આવેલી હત્યા છે."

"અશક્ય !" ઇન્સ્પેક્ટરે મોટેથી કહ્યું.

"શા માટે અશક્ય ?"

"શા માટે કોઈ માણસ કોઈની આમ ગળે ફાંસો આપીને હત્યા કરે ?"

"આપણે તે જ શોધવાનું છે."

"તેઓ કઈ રીતે અંદર આવ્યા હશે ?"

"આગળના દરવાજેથી."

"સવારે તો તે બંધ હતો."

"તો પછી તે તેમના ગયા પછી બંધ કરવામાં આવ્યો હોય."

"તમને તે કેવી રીતે ખબર ?"

"મેં તેમનાં પગેરાં જોયાં છે. મને જરા એક મિનિટ માફ કરજો. હું થોડી જ વારમાં તમને વધારાની માહિતી આપું છું."

તે બારણા પાસે ગયો અને પોતાની આગવી અદામાં તાળાને ઘુમાવી તપાસી જોયું. પછી તેણે ચાવીના કાણામાં ભરાવેલી ચાવી બહાર કાઢી અને તેની પણ તપાસ કરી. પથારી, જાજમ, ખુરશીઓ, તાપણાની છાજલી, મૃતકનું શબ અને તેણે દોરડાને પણ ધારી ધારીને જ્યાં સુધી સંતોષ ન થયો ત્યાં સુધી તપાસ્યું. છેવટે મારી અને ઇન્સ્પેક્ટરની મદદથી દોરડું કાપી શબને નીચે સુવડાવવામાં આવ્યું અને તેના પર ચાદર ઓઢાડી દેવામાં આવી.

"આ દોરડા વિષે તમારું શું કહેવું છે ?" તેણે પૂછ્યું.

"તે આનો જ એક ટુકડો છે," ડૉ. ટ્રેવેલિઅને પથારી નીચેથી દોરડાનો ગુચ્છો કાઢી બતાવ્યો. "તેઓ આગથી ખૂબ બીતા હતા અને આગ લાગે તો દાદરેથી જવાય નહીં તેવું વિચારી તેઓ હંમેશા પોતાની પાસે દોરડું રાખતા અને તેની મદદથી બારી બહાર જવાની તૈયારી રાખતા."

"તેનાથી તેમની મહેનત બચી ગઈ." હોમ્સે વિચારપૂર્વક કહ્યું, "હા, સાચી હકીકતો સાવ સરળ છે અને જો હું તમને આજ સાંજ સુધીમાં તે માટેનાં યોગ્ય કારણ નહિ

આપી શકું તો મને આશ્ચર્ય થશે. મારે આ તાપણાની છાજલી પરથી મળેલી બ્લેસિંગ્ટનની છબી મારી સાથે લઈ જવી પડશે, કારણ કે તે મને મારી પૂછપરછમાં મદદરૂપ નીવડશે."

"પણ તમે તો અમને કશું જ નથી કહ્યું !" ડૉક્ટરે મોટેથી કહ્યું.

"અરે, આખીયે ઘટનાના ક્રમ વિષે મને જરા પણ શંકા નથી," હોમ્સે કહ્યું, "આ હત્યામાં ત્રણ માણસો સંડોવાયેલા છે - એક તો યુવાન, બીજો તેની સાથેનો વૃદ્ધ અને ત્રીજો જેની મને હજુ ખાસ ખાતરી નથી. પહેલા બે માણસોનો મારે ઉલ્લેખ કરવાની કોઈ જરૂર નથી. તેઓ તે જ રશિયન દર્દી અને પુત્રની જોડી છે અને માટે આપણે તેમનું આખું વર્ણન જણાવી શકીએ તેમ છીએ. અને ત્રીજી વ્યક્તિ તેમનો જ કોઈ મળતિયો છે. જો તમે મારી એક સલાહ માનો, ઈન્સ્પેક્ટર, તો તમારે પેલા નાનકડા છોકરાને કે જે થોડા સમયથી જ અહીં તમારી નોકરીમાં છે, તેની ધરપકડ કરી લો."

"એ છોકરડો હજી નથી મળ્યો," ડૉ. ટ્રેવેલિઅને કહ્યું, "નોકરાણી અને રસોઇયો તેને હજુ શોધી રહ્યાં છે."

હોમ્સે પોતાના ખભા ઉલાળ્યા.

"તેણે કંઈ આ કૃત્યમાં જેવોતેવો ભાગ નથી ભજવ્યો !" તેણે કહ્યું, "ત્રણ જણ દાદરા ચડીને ઉપર આવ્યા અને તે પણ છાનાં પગલે. પહેલાં વૃદ્ધ માણસ આવ્યો પછી જુવાન માણસ અને પછી પેલો અજાણ્યો છેક છેલ્લે..."

"મારા વહાલા હોમ્સ, તને વળી આ બધી કેવી રીતે ખબર ?" હું ઊછળી પડ્યો.

"અરે, પદચિહ્નો પરની એકબીજા પરની છાપ જોતાં હું તે ખાતરીપૂર્વક કહી શકું છું. ગઈ કાલે આપણે આવ્યા ત્યારે મેં પગની નિશાનીઓ તો મેં જોઈ જ લીધી હતી. તેઓ ઉપર આવ્યા અને પછી શ્રીમાન બ્લેસિંગ્ટનના ઓરડા આગળ ગયા પણ બારણું બંધ હતું. કોઈ વાયરની મદદથી તેઓએ ગમે તેમ કરીને તાળું ખોલી નાખ્યું. સૂક્ષ્મદર્શક કાચ વગર પણ આ ખાંચા પર તેના લીસોટા જોઈ શકાય છે.

"તેઓએ ઓરડામાં પ્રવેશતાં જ સૌ પ્રથમ કામ શ્રીમાન બ્લેસિંગ્ટનનું મોઢું બંધ કરવાનુ ંકર્યું. બની શકે કે તેઓ ત્યારે સૂતા હોય અથવા તો તેઓ તે વખતે એટલા ભયભીત થઈ ઊઠ્યા હોય કે બૂમ પણ ન પાડી શક્યા હોય. અને આ ઓરડાની દીવાલો એટલી જાડી છે કે જો તેઓએ ઊંહકારા-પડકારા કર્યા હોત તો તો પણ કોઈ તેમને સાંભળી શક્યું ન હોત.

"તેને બરાબર જબ્બે કર્યા બાદ, મને જે પુરાવા મળ્યા છે તેને જોતાં એવું લાગે છે કે તેને શી સજા કરવી તેની થોડી ઘણી ચર્ચાવિચારણા કરવામાં આવી હશે. ચર્ચાવિચારણા થોડી લાંબી ચાલી હશે, કારણ કે આ સિગાર તે દરમિયાન જ ફૂંકવામાં આવી હશે. પેલા ડોસાએ ખુરશીમાં બેઠાં બેઠાં સિગાર ફૂંકી હશે. અને યુવાન પેલી બાજુ હશે ત્યાં તેણે ડ્રોઅરની કિનારીએ સિગારેટની રાખ ખંખેરી હશે. જ્યારે ત્રીજો માણસ આમ તેમ

ડાફોળિયાં મારતો રહ્યો હશે, બ્લેસિંગ્ટન કદાચ પથારીમાં આમતેમ તરફડી રહ્યો હશે જો કે તે બાબતે હું કંઈ ચોક્કસ નથી.

"છેવટે તેમણે નિર્ણય લીધો હશે કે બ્લેસિંગ્ટનને લટકાવી દેવો. બધું પહેલેથી જ નક્કી હશે માટે તેઓ પોતાની સાથે ફાંસીના માંચડાની સંપૂર્ણ તૈયારી સાથે આવ્યા હશે. પેલું સ્ક્રૂડ્રાઈવર અને પેલા સ્ક્રૂને જોતાં મને એવું લાગે છે કે તેનો તેમાં ઉપયોગ કરવામાં આવ્યો હશે.પોતાનું કામ પતાવીને તેઓ છાના પગે પાછા જતા રહ્યા અને તેમની પાછળ ઘરના જ કોઈ જાણભેદુએ બારણું અંદરથી બંધ કરી દીધું હશે."

અમે બધા હોમ્સના આ આખાયે વર્ણનને ખૂબ ઊંડા રસથી સાંભળી રહ્યા હતા. હોમ્સે જે તારણો કાઢ્યાં હતાં તે એટલાં બારીક હતાં કે હજુ પણ અમારા મગજમાં તે બેસતાં નહોતાં અને માટે અમે તેમાં હામી પણ નહોતા ભરી શકતા. ઈન્સ્પેક્ટર તરત જ પેલા છોકરાની તપાસમાં જતા રહ્યા હતા, જ્યારે હું અને હોમ્સ બેકર સ્ટ્રીટ તરફ પાછા ફર્યા.

"હું ત્રણ વાગ્યા સુધીમાં પાછો આવી જઈશ," હોમ્સે જમવાનું પૂરું કરતાં કહ્યું, "ઈન્સ્પેક્ટર અને ડૉક્ટર બન્ને મને તે સમયે અહીં મળવા આવવાના છે અને તે સમય દરમિયાન આ કેસમાં જેટલી પણ અસ્પષ્ટતા રહેલી છે તે હું દૂર કરી નાખવા માગું છું."

અમારા મુલાકાતીઓ નક્કી કરેલા સમયે આવી પહોંચ્યા પણ પોણા ચાર થવા છતાં મારો મિત્ર હજુ આવ્યો નહોતો. પણ જ્યારે તે અમારી સમક્ષ હાજર થયો ત્યારે તેના ચહેરા પરના ભાવો પરથી મને વર્તાઈ ગયું કે બધું જ સમુંસૂતરું પાર પડ્યું હતું.

"કોઈ સમાચાર, ઈન્સ્પેક્ટર ?"

"અમને છોકરો મળી ગયો છે, સાહેબ."

"ઉત્તમ, અને મને કાવતરાખોરો મળી ગયા છે."

"શું તમને તેઓ મળી ગયા !" અમે ત્રણેએ એક સાથે ઉદ્ગાર કાઢ્યો.

"કમ-સે-કમ મને તેમની ભાળ તો મળી જ ગઈ છે. આપણા આ કહેવાતા બ્લેસિંગ્ટન સાહેબ પોલીસના વડા કાર્યાલયમાં એક જાણીતા બદમાશ છે અને તેના સાથીદારો પણ. તેમનાં નામ બિડલ, હેવાર્ડ અને મોફાટ છે."

"આ પેલી વર્થિંગ્ટન બૅન્કની લૂંટવાળી ટોળકી જ છે ?" ઈન્સ્પેક્ટરે મોટેથી કહ્યું.

"તેમ જ," હોમ્સે કહ્યું.

"તો તો પછી આ બ્લેસિંગ્ટનનું સાચું નામ સુટોન જ હોવું જોઈએ."

"બરાબર," હોમ્સે કહ્યું.

"હવે તો બધું સાવ સ્પષ્ટ થઈ ગયું," ઈન્સ્પેક્ટરે કહ્યું.

પણ હું અને ટ્રેવેલિઅન તો એકબીજાની સામે બાઘાની જેમ જોઈ રહ્યા. અમને કશું જ નહોતું સમજાતું.

"તમને પેલી વર્થિંગ્ટન બેંકની મોટી લૂંટ વિષે તો જાણ હશે જ," હોમ્સે કહ્યું, "તેમાં પાંચ જણ સંડોવાયેલા હતા - ચાર આ અને પાંચમો કાર્ટરાઇટ. રખેવાળ ટોબીનની હત્યા કરીને પાંચેય જણ ત્યાંથી સાત હજાર પાઉન્ડ લઈને ઉડન છૂ થઈ ગયા હતા.આ ૧૮૭૫ની આ ઘટના છે. તે પાંચેપાંચની ધરપકડ થઈ ગઈ હતી પણ તેમની સામેના જે પુરાવાઓ હતા તે મજબૂત નહોતા. આ બ્લેસિંગ્ટન કે સૂટોન જે હોય તે આ ટોળકીનો બદમાશમાં બદમાશ માણસ હતો જે સરકારી બાતમીદાર બની ગયો હતો જેને આધારે કાર્ટરાઇટને ફાંસીએ લટકાવવામાં આવ્યો અને બાકીના ત્રણને પંદર-પંદર વર્ષની સજા ફટકારવામાં આવી હતી. પાછળથી તેમની સજામાં ઘટાડો કરવામાં આવ્યો હતો અને જેવા તેઓ બહાર આવ્યા કે તરત જ તેમણે તેમના ગુનેગારની શોધખોળ ચાલુ કરી દીધી કે જેથી કરીને તેઓ પોતાનો બદલો લઈ શકે. બે વાર તેમણે તેને આંબવાનો પ્રયત્ન કર્યો પણ તેઓ નિષ્ફળ રહ્યા. અને ત્રીજીવાર તમે જોયું તેમ તેઓ સફળ રહ્યા. હવે આથી વધારે કોઈ સ્પષ્ટતા જોઈએ છે, ડૉ. ટ્રેવેલિઅન ?"

"મારા ખ્યાલથી તમે બધું સંપૂર્ણ સ્પષ્ટ કરી દીધું છે," ડૉક્ટરે કહ્યું, "તે તે દિવસે જ અસ્વસ્થ થયા જ્યારે તેમણે તેમના સાથીઓના છૂટી જવાના સમાચાર વાંચ્યા હશે."

"તદ્દન તેમ જ. તેણે લૂંટની વાત તો ખાલી ખોટી જ કરી હતી."

"પણ તેણે તમને કેમ કશું ન કહ્યું ?"

"મારા વહાલા સાહેબ, તે વળી મારી આગળ શા માટે પોતાની જાતને ઉઘાડી પાડે ? તે હંમેશા પોતાની જૂની ઓળખ અન્યથી છુપાવતા હતા. તેમનું રહસ્ય શરમજનક હતું. તે શા માટે પોતાની જાતને છતી કરે ? તે ગમે તેવો દુષ્ટ કેમ ન હોય પણ તે બ્રિટિશ કાયદા હેઠળ સુરક્ષિત હતો. અને મને કોઈ જ શંકા નથી, ઇન્સ્પેક્ટર, કે કોઈ પણ સંજોગોમાં ન્યાય થઈને જ રહે છે."

આ હતી ઘરેલુ દર્દી અને બ્રૂક સ્ટ્રીટના ડૉક્ટરની અનોખી વાત. તે રાતથી ત્રણે હત્યારાઓની કોઈ જ ભાળ નહોતી મળી. પણ સ્કોટલૅન્ડ યાર્ડની જાણ પ્રમાણે તે રાત્રે *નારાહ ક્રીએના* નામનું દુર્ભાગી જહાજ ત્યાંથી ઊપડ્યું હતું જે કેટલાંક વર્ષો બાદ પોર્ટુગલના કાંઠા પર ભાંગ્યુંતૂટ્યું જોવા મળ્યું હતું. પેલા છોકરા સામેની કામગીરી પુરાવાના અભાવે અટકાવી દેવામાં આવી હતી અને ત્યારથી તે અત્યાર સુધી બ્રૂક સ્ટ્રીટના રહસ્ય બાબતે એક શબ્દ પણ ક્યાંય છાપવામાં આવ્યો નથી.

❖

ગ્રીક દુભાષિયો

મારા મિત્ર શૅરલૉક હોમ્સ સાથેના આટલા ગાઢ સંબંધો છતાં મેં ક્યારેય તેને પોતાના પહેલાંના જીવન કે સંબંધો વિષે કશું કહેતા નથી સાંભળ્યો. તેની ચુપકીદીથી હંમેશા મને તે હૃદય વગરનો માત્ર ને માત્ર મગજવાળો એક અતિબુદ્ધિશાળી માણસ લાગ્યો હતો. તેનો સ્ત્રીઓ પ્રત્યેનો અણગમો અને નવા મિત્રો બનાવવાની ઉદાસીનતા બન્ને તેના લાગણીહીન વ્યક્તિત્વનાં મુખ્ય લક્ષણો હતાં. આ ઉપરાંત તેણે ક્યારેય પોતાના માણસોનો ઉલ્લેખ નહોતો કર્યો માટે હું એવું માનવા લાગ્યો હતો કે તે એક અનાથ માણસ હતો જેનો કોઈ સંબંધી જીવિત નહોતો પણ એક દિવસે મારા આશ્ચર્ય વચ્ચે તેણે મારી સમક્ષ પોતાના ભાઈની વાતો કરવા માંડી.

તે ઉનાળાની સાંજની ચા પછીનો સમય હતો. અમે બેઠા બેઠા વિવિધ મુદ્દા પર ગપ્પાં મારી રહ્યા હતા. અચાનક વારસાઈના મુદ્દા પર અમારી ચર્ચા ફંટાઈ. મુદ્દો એ હતો કે કોઈ વ્યક્તિની વિશિષ્ટ શક્તિ હોય તો તેમાં વારસાગત ફાળો કેટલો હોય અને આપવામાં આવેલી તાલીમનો ફાળો કેટલો હોય ?

"તારી જ વાત કરીએ તો," મેં કહ્યું, "તારા કહ્યા પ્રમાણે તારી તારણ કાઢવાની આવડત તારી નિરીક્ષણશક્તિ આ બધું તારી પોતાની પદ્ધતિસરની તાલીમના કારણે જ છે ને ?"

"કેટલીક હદ સુધી સાચું છે," તેણે વિચારપૂર્વક જવાબ આપતાં કહ્યું, "મારા પૂર્વજો જમીનદાર હતા. તેઓ સામાન્ય સ્વાભાવિક જીવન તેમના હોદ્દા પ્રમાણે જીવતા હતા. મારી લોહીમાં કળા છે જે મારા ખ્યાલથી મારી દાદીમા તરફથી મને મળી હોવી જોઈએ. તેણી ફ્રેન્ચ કલાકાર વર્નેટની બહેન હતી. લોહીમાં રહેલી કળા કોઈ પણ સ્વરૂપ ધારણ કરે છે."

"તને તે શા માટે વારસાગત લાગે છે ?"

"કારણ કે મારા ભાઈ માક્રોફ્ટમાં તે મારા કરતાં પણ વધારે પ્રમાણમાં ઊતરી છે."

મારા માટે આ એક અગત્યના સમાચાર હતા. જો ખરેખર તેના જેવી જ કે પછી તેનાથી પણ વધારે ક્ષમતા ધરાવતો માણસ ઇંગ્લૅન્ડમાં અસ્તિત્વ ધરાવતો હોય તો તે હજુ સુધી પોલીસ કે પ્રજા કોઈની જાણમાં કેમ નથી ? મેં મારો પ્રશ્ન તેની સમક્ષ રજૂ કર્યો. જોકે તેમાં મેં તેને પોતાના ભાઈને પોતાના કરતાં પણ ચડિયાતો કહેવા માટે બિરદાવ્યો પણ હતો. હોમ્સ મારા આ સૂચન પર ખડખડાટ હસવા લાગ્યો.

"મારા વહાલા વૉટસન," તેણે કહ્યું, "જે લોકો નમ્રતાને બહુ ઊંચા ગુણ તરીકે જુએ છે તેમની સાથે હું સંમત નથી થતો. એક તર્કશાસ્ત્રી માટે હંમેશા કોઈ બાબતને જેવી હોય તેવી જ જોવી વધારે યોગ્ય છે અને તેમાં પણ કોઈને ઓછા આંકવા તે સત્યથી ક્યાંય દૂર લઈ જતી બાબત છે. સાથે સાથે પોતાનું ઓછું મૂલ્ય આંકનારા લોકો પણ પોતાની જાતને વધારે મહાન સમજતા લોકો જેવી જ ભૂલ કરે છે. જ્યારે હું એવું કહું છું કે માઇક્રોફ્ટ મારા કરતાં પણ સારી નિરીક્ષણશક્તિ ધરાવે છે ત્યારે હું શબ્દશઃ સત્ય બોલું છું તેવું તારે માનવું."

"શું તે તારાથી નાનો છે ?"

"મારા કરતાં સાત વર્ષ મોટો છે."

"તો પછી તે આટલો બધો અજાણ્યો કેમ છે ?"

"તે તેના પોતાના વર્તુળમાં ખૂબ પ્રખ્યાત છે."

"અને તે ક્યાં પ્રખ્યાત છે?"

"દાખલા તરીકે ડાયોજિનીયસ ક્લબમાં."

મેં આવી કોઈ સંસ્થાનું નામ પહેલાં નહોતું સાંભળ્યું અને મારા મોઢા પર ભારોભાર આશ્ચર્ય છવાયેલું હતું જે હોમ્સ પારખી ગયો અને તે ઘડિયાળમાં જોવા લાગ્યો હતો.

"ડાયોજિનસ ક્લબ લંડનની સૌથી વિલક્ષણ સંસ્થા છે અને માઇક્રોફ્ટ તેમાંનો સૌથી વિલક્ષણ માણસ છે. તે હંમેશા પોણા પાંચથી પોણા આઠ વચ્ચે ત્યાં હોય છે. અત્યારે છ વાગ્યા છે અને જો તને ખરેખર રસ હોય તો આજની આ સુંદર સાંજે હું તને મારા પ્રતિભાવંત ભાઈનો મેળાપ કરાવું."

પાંચ મિનિટ પછી અમે બહાર શેરીમાં હતા અને રેજન્ટ સર્કસ ભણી જઈ રહ્યા હતા.

"તને એમ થતું હશે," મારા સાથીએ કહ્યું, "કે શા માટે માઇક્રોફ્ટ પોતાની આ શક્તિને એક જાસૂસી કામમાં ઉપયોગમાં નહીં લેતો હોય પણ તેનાથી તે શક્ય નથી."

"પણ મને એમ કે તારા કહ્યા... "

"મેં કહ્યું કે તે નિરીક્ષણ કરવામાં અને તારણો કાઢવામાં મારા કરતાં ચડિયાતો છે. પણ જો જાસૂસી કામ ખુરશી પર બેઠા બેઠાં જ નિરીક્ષણ કરીને તારણો કાઢવા જેટલું જ સીમિત હોત તો ગુનાઓ ઉકેલવામાં તેનો કોઈ જોટો જડે તેમ નથી. પણ તેનામાં તેવું કરવાની નથી તો કોઈ મહત્ત્વાકાંક્ષા કે નથી તો કોઈ ઊર્જા. તે તો પોતે તારવેલાં તારણો સાચાં છે કે નહીં તેની ખાતરી કરવા પણ ક્યાંય જાય તેવો નથી. પછી ભલે લોકો તેને ખોટો માને પણ તે પોતાને સાચો સાબિત કરવાની તસદી પણ નથી લેતો. હું અવારનવાર સમસ્યાઓ લઈને તેની સામે જાઉં છું અને દરેક વખતે તેની સમજૂતીઓ સાચી પડી છે. અને તેમ છતાં જજ કે જ્યૂરી સમક્ષ રજૂઆત કરવાના જે વ્યવહારિક મુદ્દાઓ ગોઠવવાના હોય તેમાં તે અક્ષમ છે."

"ટૂંકમાં આ તેનો વ્યવસાય જ નથી, કેમ ?"

"જરાય નહીં, મારા માટે જે કમાણીનું સાધન છે તે તેના માટે માત્ર ને માત્ર શોખનું જ કામ છે. તેનામાં આંકડાઓ સમજવાની ઉત્તમ કાબેલિયત છે, તે સરકારનાં કેટલાક ખાતાંઓની ખાતાવહી તપાસે છે. માઈક્રોફ્ટ પોલ મોલમાં રહે છે. રોજ સવારે ચાલતો વ્હાઈટ હોલ જાય છે અને સાંજે ચાલતો પાછો આવે છે. વર્ષોથી તેનો આ રોજિંદો કાર્યક્રમ છે. આ ઉપરાંત તે બીજી કોઈ જ કસરત નથી કરતો અને તે તેના ઘરની સામે જ આવેલી માત્ર ડાયોજિનસ ક્લબ સિવાય ક્યાંય જોવા મળતો નથી."

"આવી કોઈ ક્લબ વિષે મેં નથી સાંભળ્યું."

"સ્વાભાવિક છે. લંડનમાં એવા ઘણા લોકો છે કે જેઓ શરમના કારણે કે પોતાના સ્વભાવના કારણે કોઈ સંગત પસંદ કરતા નથી છતાં પણ તેમને સમય પસાર કરવા માટે આરામદાયક ખુરશીઓ અને વિવિધ જાતનાં સામાયિકો વાંચવા ગમતાં હોય છે. અને આવા લોકો માટે જ ડાયોજિનસ ક્લબ શરૂ કરવામાં આવી હતી અને માટે જ તેમાં શહેરના સૌથી અતડા માણસોનો જમાવડો છે. ત્યાં કોઈ પણને એકબીજામાં દખલ કરવાની પરવાનગી નથી. સ્ટ્રેન્જર્સ રૂમ સિવાય ત્યાં કોઈને ક્યાંય પણ વાત કરવાની પરવાનગી નથી. તેમ કરવાથી મોટો ગુનો બને છે અને ત્રણ વાર જો આવો ગુનો બને તો સભ્યને ક્લબમાંથી બરખાસ્ત કરવામાં આવે છે. મારો ભાઈ તેના સ્થાપકોમાંનો એક છે અને મને પણ ત્યાંનું વાતાવરણ ખૂબ ગમે છે."

વાતો કરતાં કરતાં અમે પોલ મોલ પહોંચી ગયા. થોડા આગળ જતાં હોમ્સ એક બારણા આગળ ઊભો રહી ગયો. તેણે મને કશું જ ન બોલવાની ચેતવણી આપી હતી. તે હોલમાં પ્રવેશ્યો. કાચની પાછળ એક મોટો સુસજ્જ ઓરડો જોઈ શકાતો હતો જેમાં ઘણા બધા લોકો પોતપોતાના એકાંત ગોખલામાં બેઠા હતા. કોઈ છાપાં વાંચી રહ્યા હતા તો કોઈક અમસ્તા બેઠા હતા. હોમ્સે મને એક નાનો ઓરડો બતાવ્યો અને થોડી ક્ષણ બાદ તે એક બીજી વ્યક્તિ સાથે ઓરડામાં પાછો ફર્યો. હું સમજી ગયો કે તે તેનો ભાઈ જ હોઈ શકે.

માયક્રોફ્ટ હોમ્સ શૅરલૉક કરતાં વિશાળ અને મજબૂત બાંધાનો હતો. તે થોડો સ્થૂળ પણ હતો. પણ તેના મોં પરનો તીક્ષ્ણ ભાવ તેના ભાઈ શૅરલૉકની જેવો જ હતો. તેમની આંખો પણ પાણીદાર સિલેટિયા રંગની હતી. જાણે તે ક્યાંય દૂર ક્ષિતિજમાં જોતી હોય તેમ લાગતું હતું. હોમ્સની આંખો પણ તેવી જ હતી.

"તમને મળીને આનંદ થયો, સાહેબ." મારી સામે હસ્તધૂનન માટે હાથ લંબાવતાં તેણે કહ્યું, "તમારા આવ્યા બાદ શૅરલૉકનાં પરાક્રમો વિષે હું અવારનવાર સાંભળતો રહું છું."

"મને એમ કે તું પેલા મેનોર હાઉસના મામલા માટે મારી સલાહ લેવા આવીશ. પણ તે વાતને તો ખાસો સમય થઈ ગયો છે. મને એમ કે તને તેમાં કંઈક તકલીફ પડશે."

"ના, તેવું કશું જ નહોતું. મેં તે ઉકેલી નાખ્યો છે." હોમ્સે હસતાં હસતાં કહ્યું.

"તો તે એડમ જ હતો કેમ ?"

"હા, એ જ હતો."

"મને પહેલેથી જ ખાતરી હતી."

બન્ને જણ અર્ધગોળાકાર બારી આગળ વાતો કરતાં બેઠા, "જે કોઈને પણ માણસજાતિનો અભ્યાસ કરવો હોય તેના માટે આ જગ્યા એકદમ યોગ્ય છે." માયક્રોફ્ટે કહ્યું, "તમને અહીં વિવિધ જાતના લોકો જોવા મળશે ! દાખલા તરીકે આપણી તરફ આવી રહેલા પેલા બે માણસો તરફ જુઓ."

"એક તો બિલિયર્ડનો ખેલાડી છે અને બીજો ?"

"તદ્દન સાચું. બીજા માટે તારી શું ધારણા છે ?"

બન્ને માણસો બારી આગળ થોભ્યા. એકના વેઈસ્ટ કોટના ખિસ્સા પરના ચોકના ડાઘની એક માત્ર નિશાની દ્વારા તેમણે તેને બિલિયર્ડનો ખેલાડી હોવાની ધારણા માંડી હશે જેને હું પણ જોઈ શકતો હતો. બીજો માણસ ખૂબ ઠીંગણો અને ઘેરા રંગનો હતો જેના હાથમાં ઘણાં બધાં પડીકાંઓ હતાં.

"મારી ધારણા પ્રમાણે તે એક નિવૃત્ત સૈનિક છે," શૅરલૉકે કહ્યું.

"અને તે પણ હાલમાં જ છૂટો કરાયેલો," તેના ભાઈએ ઉમેર્યું.

"હું જોઈ શકું છું કે તેણે ભારતમાં સેવા આપી છે."

"અને તે પણ એક નોન-કમિશન્ડ અધિકારી તરીકે."

"મારા ખ્યાલથી રૉયલ આર્ટીલેરી," શૅરલૉકે કહ્યું.

"તે એક વિધુર છે."

"હા, પણ તેને એક બાળક પણ છે."

"એક બાળક નહીં, મારા વ્હાલા ભઈલા, પણ એકથી વધારે બાળકો."

"બહુ થયું હવે," મેં હસતાં હસતાં કહ્યું, "આ હવે વધારે પડતું થઈ રહ્યું છે."

"કેમ નહીં," હોમ્સે કહ્યું, "તેના ચહેરા પરના ભારે જવાબદારીના હાવભાવ, તેની સૂરજથી તપી ગયેલી ચામડી, આટલા પરથી તે એક સૈનિક હોય તેવું કહેવું જરા પણ અઘરું નથી."

"અને તેણે હજુ હાલમાં જ પોતાની સેવા છોડી છે તેવું તેના પરથી કહી શકાય છે કે તેણે હજુ પણ પોતાનાં લશ્કરી જૂતાં પહેર્યાં છે." માઈક્રોફ્ટે સ્પષ્ટતા કરી.

"તે કોઈ અશ્વદળમાં નહોતો કારણ કે તેણે પોતાની ટોપી હંમેશા એક બાજુએ નમેલી પહેરી હતી, કારણ કે તેની ભ્રમરનો ઉપરનો ભાગ બાકીના ચહેરાની સરખામણીએ ઊજળો છે. તેનું વજન તે ઈજનેરીદળનો સિપાઈ હોય તેવું નથી બતાવતું. તો પછી તે તોપખાનાનો સૈનિક જ હોવો જોઈએ."

"તેના ચહેરા પરનો શોક દર્શાવે છે કે તેણે પોતાની ખૂબ જ વહાલી વ્યક્તિને ખોઈ છે. તેના હાથમાંનાં પડીકાં દર્શાવે છે કે તે પોતાની પત્નીએ ખરીદવાનું કામ જાતે જ કરે છે. તેણે પોતાના બાળકો માટે વસ્તુઓ ખરીદી છે. તેમાં એક ખંજરી છે જે જણાવે છે કે તેમનું એક બાળક ખૂબ નાનું છે. શક્યતા છે કે તેની પત્ની સુવાવડમાં મૃત્યુ પામી હશે. તેની બગલમાં એક ચિત્રપોથી છે જે બીજા બાળકની હાજરી દર્શાવે છે."

હવે મને હોમ્સે કહેલી તેના ભાઈની તીક્ષ્ણ બુદ્ધિની વાત સમજાઈ. તે ખરેખર ચડિયાતો છે. તેણે મારી સામે જોયું અને સ્મિત કર્યું. માઈક્રોફ્ટે કાચબાના છીપલાથી બનેલી ડબ્બીમાંથી છીંકણી લઈ સૂંઘી અને ખિસ્સામાંથી રૂમાલ કાઢી કોટ સાફ કર્યો.

"શૅરલૉક," તેમણે કહ્યું, "મારી પાસે તને જે સૌથી વહાલું છે તે છે - એક ખૂબ અનોખો મામલો - જે મારી પાસે નિવારણ માટે આવ્યો છે. મારામાં તેને પૂરો કરવાની જરા પણ ઊર્જા નથી. તુ ઈચ્છે તો હું તને આખીયે હકીકત જણાવું..."

"મારા વહાલા માયક્રોફ્ટ, મને તે જાણતાં આનંદ થશે."

માયક્રોફ્ટે પોતાની પોકેટબૂકના કાગળિયા પર કંઈક લખ્યું અને બેલ વગાડ્યો. તરત જ એક છોકરો આવ્યો અને તેમણે તે ચબરખી તેને આપી દીધી.

"મેં શ્રીમાન મેલાસને બોલાવ્યા છે," તેમણે કહ્યું, "તે મારા ઘરના ઉપરના માળે જ રહે છે. મારે અને તેમને સારો સંબંધ છે. માટે તેઓ પોતાની મૂંઝવણ લઈને મારી પાસે આવ્યા હતા. મારા ખ્યાલથી શ્રીમાન મેલાસ ગ્રીક છે. તેઓ ઘણીબધી ભાષાના જાણકાર છે. તેઓ અદાલતોમાં દુભાષિયા તરીકે કામ કરે છે અને તેમાંથી તેમની રોજી ચાલે છે. આ ઉપરાંત તેઓ લંડન આવતા અને નોર્થમ્બરલૅન્ડ એવેન્યુ હોટેલમાં રોકાતા વિદેશીઓ માટે ભોમિયાનું કામ પણ કરે છે. આમ તેઓ થોડુ-ઘણું કમાઈ લે છે. પણ હું રજૂઆત કરું તેના કરતાં તેઓ પોતે જ પોતાની સમસ્યા જણાવે તો સારું રહેશે."

અમારે કંઈ ખાસ રાહ ન જોવી પડી. થોડી જ વારમાં એક મજબૂત બાંધાની, સામાન્ય કદની વ્યક્તિ અમારી સમક્ષ હાજર થઈ. તેમનો બદામી ચહેરો અને કાળા વાળ પરથી તેઓ દક્ષિણના હોય તેવું લાગતું હતું, પરંતુ તેઓ એક સુશિક્ષિત અંગ્રેજ વ્યક્તિની જેમ વાત કરતા હતા. હોમ્સ સાથે તેમણે ખૂબ હૂંફાળુ હસ્તધૂનન કર્યું અને તે પોતાની વાત સાંભળવા માગે છે તે જાણી તેઓ ખુશ થઈ ગયા.

"મને નથી લાગતું કે પોલીસને મારા શબ્દો પર વિશ્વાસ પડે." તેણે દર્દભર્યા અવાજમાં કહ્યું, "કારણ કે તેમણે આવો કિસ્સો ક્યારેય સાંભળ્યો નહીં હોય. તેમને મતે આવું બનવું અશક્ય છે. મારા પાડોશીએ તમને કહ્યું જ હશે કે હું એક દુભાષિયો છું. હું બધી જ ભાષાઓનું ભાષાંતર કરી શકું છું - લગભગ બધી જ - પણ એક ગ્રીક માણસ તરીકે અને તે મારી માતૃભાષા હોવાથી તેના પર મારી ફાવટ સારી છે. ઘણા વર્ષો સુધી હું લંડનનો મુખ્ય ગ્રીક દુભાષિયો રહ્યો છું અને હોટલોમાં મારું નામ ખૂબ જાણીતું છે.

"મને ઘણીવાર મોડી રાત્રે કે વહેલી સવારે સેવા માટે બોલાવવામાં આવ્યો છે. કયારેક કોઈક વિદેશી તકલીફમાં હોય અથવા તે મોડો આવ્યો હોય ત્યારે હું મોડી સવારે અને વહેલી સવારે સેવા આપતો હોઉં છું. માટે જ્યારે સોમવારની રાત્રે ફેશનેબલ વસ્ત્રોમાં સજ્જ કોઈક યુવાન શ્રીમાન લેટિમર મારા બારણે આવ્યા અને મને દરવાજે ઊભેલી ઘોડાગાડીમાં આવવા કહ્યું ત્યારે મને કંઈ અજુગતું ન લાગ્યું. તેણે મને કહ્યું કે તેનો કોઈક ગ્રીક મિત્ર ધંધાર્થે તેને મળવા આવવાનો હતો જેને ગ્રીક સિવાય બીજી કોઈ ભાષા નહોતી આવડતી માટે તેને દુભાષિયા વગર ચાલે તેમ નહોતું. તેણે કહ્યું કે તેનું ઘર કેન્સિંગ્ટનમાં છે અને થોડું દૂર પણ છે, માટે તેણે તરત જ ઘોડાગાડી દોડાવી મૂકી હતી.

"તે લંડનમાં જોવા મળતી કોઈ સામાન્ય ઘોડાગાડી જેવી નહોતી. અંદર ચડતાં જ મને ખ્યાલ આવ્યો કે તે ખૂબ મોટી હતી અને અંદરથી જાણે કોઈ ઓરડા જેવી લાગતી હતી, તેને સજાવવામાં પણ ઘણો ખર્ચ થયો હશે. શ્રીમાન લેટિમર મારી સામે બેઠા હતા. અમે ચેરિંગ ક્રોસ થઈ શાફ્ટ્સબરી એવેન્યુ આવ્યાં અને પછી ઓક્સફોર્ડ સ્ટ્રીટમાં આવ્યા, ત્યારે મારાથી ન રહેવાયું અને મેં સાહસ કરીને કહ્યું કે કેન્સિંગ્ટન માટે આ ખૂબ લાંબો રસ્તો હતો, પણ મારું આવું કહેતાંની સાથે જ મારા સાથીનો ચહેરો બદલાઈ ગયો. તેણે અચાનક પોતાના ખિસ્સામાંથી રિવોલ્વર કાઢી અને હવામાં હલાવવા માંડી. પછી તેણે તેને એક શબ્દ પણ ઉચ્ચાર્યા વગર પોતાની બાજુમાં મૂકી દીધી અને બારી પર પરદા પાડી દીધા. મારા આશ્ચર્ય વચ્ચે મેં જોયું કે પરદા કાગળના બનેલા હતા અને હું કશું જ બહાર જોઈ નહોતો શકતો.

" 'બહારનાં દશ્યો જોવા પર પરદો પાડવા બદલ મને માફ કરજો, શ્રીમાન મેલાસ,' તેણે કહ્યું, " 'સાચી વાત એ છે કે હું નથી ઇચ્છતો કે આપણે ક્યાં જઈ રહ્યા છીએ તે તમે જાણો. અને જો તમે ફરી તેમ કરવા પ્રયાસ કરશો તો તે મને અનુકૂળ નહીં રહે.'

" 'આ કંઈ યોગ્ય ન કહેવાય, શ્રીમાન લેટિમર,' હું તાડૂક્યો, 'તમને જાણ હોવી જોઈએ કે તમે જે કરી રહ્યા છો તે ગેરકાનૂની છે.'

" 'તેમાં કોઈ જ શંકા નથી કે હું થોડી વધારે આઝાદી લઈ રહ્યો છું, શ્રીમાન મેલાસ,' તેણે કહ્યું, 'પણ બધું તમારા પર છે, મારે તો તમને ચેતવણી આપવી જોઈએ. હવે હું તમને જણાવી દઉં છું કે આજે રાત્રે જો તમે છટકવાનો પ્રયત્ન કર્યો અથવા મારી વિરુદ્ધ જો કંઈ કર્યું તો તેનાં બહુ ગંભીર પરિણામ આવશે. હું તમને યાદ અપાવું છું કે કોઈને પણ તમારી ભાળ નથી. તમે અહીં ઘોડાગાડીમાં હોવ કે મારા ઘરે, મારા નિયંત્રણ હેઠળ જ રહેશો.'

"તેની બોલવાની રીત ખૂબ અપમાજનક હતી. હું ચુપચાપ બેઠો રહ્યો અને વિચારતો રહ્યો કે તેમનું મારું અપહરણ કરવાનો ઉદ્દેશ શું હોઈ શકે. જે હોય તે એટલું તો પાક્કું જ હતું કે મારી આનાકાનીને ત્યાં કોઈ જ અવસર નહોતો માટે મારે હવે જે થવાનું હતું તેની જ રાહ જોવાની હતી.

'બે કલાક અમારી ગાડી ચાલતી રહી પણ મને જરા પણ અણસાર નહોતો કે અમે ક્યાં જઈ રહ્યા હતા. કોઈ વાર પૈડાના અવાજ પરથી લાગતું કે ગાડી પથ્થર જડેલા રસ્તા પરથી જઈ રહી હતી તો કોઈ વાર લાગતું કે ગાડી જાણે આસ્ફાલ્ટના ખાડાટેકરાવાળા રસ્તા પર ચાલતી હતી. આ બદલાતા અવાજ સિવાય હું બીજું કોઈ જ અનુમાન નહોતો લગાવી શકતો. બારીઓ પરના કાગળના પડદામાંથી બહારના પ્રકાશનું એક નાનું સરખું કિરણ પણ અંદર નહોતું પ્રવેશી શકતું. આગળના ભાગની બારીના કાચ પર ભૂરા રંગનો પડદો પાડવામાં આવ્યો હતો. પોલ મોલ મેં સવા સાતની આસપાસ છોડ્યું હતું અને જ્યારે અમારી ઘોડાગાડી થોભી ત્યારે મેં ઘડિયાળમાં જોયું તો નવમાં દસ મિનિટની વાર હતી. મારા સાથીએ જ્યારે બારણું ખોલ્યું ત્યારે હું જોઈ શક્યો કે અમે કમાનવાળા મોટા દરવાજાવાળા ઘર આગળ ઊભા હતા જેની ઉપર ફાનસ બળી રહ્યું હતું. મારા ગાડીમાંથી ઊતરતાં જ ઘરનો દરવાજો ખૂલ્યો. અંદર પ્રવેશતાં જ મેં જોયું કે રસ્તાની બન્ને તરફ ઘાસની ચાદર હતી અને તેની બન્ને બાજુ વૃક્ષોની હારમાળા હતી.

"અંદર ગૅસથી ચાલતો રંગીન દીવો હતો. તેની વાટ ખૂબ ઓછી રાખવામાં આવી હતી તેમ છતાં હું તેના આછા અજવાળામાં જોઈ શકતો હતો કે દરવાજો ખોલનાર એક મધ્યમ ઉંમરની અને સામાન્ય કદની ગોળ ખભાવાળી વ્યક્તિ હતી અને તેનું મો જોવું પણ ન ગમે તેવું કદરૂપું હતું. તે અમારી તરફ ફર્યો ત્યારે હું આછા અજવાળામાં જોઈ શક્યો કે તેણે આંખે ચશ્મા ચડાવેલાં હતાં.

" 'આ શ્રીમાન મેલાસ છે, હૅરોલ્ડ ?' તેણે કહ્યું.

" 'હા,'

" 'ખૂબ સરસ, ખૂબ સરસ ! શ્રીમાન મેલાસ, તમારા વગર અમારે જરા પણ

ચાલે તેમ નહોતું. જો તમે ચૂપચાપ રહેશો તો કશો જ વાંધો નહીં આવે, પણ જો તમે જરા પણ ચાલાકી કરવાનું વિચાર્યું તો તમારી મદદ ભગવાન પણ નહીં કરી શકે.'

"તેણે કડકાઈથી મને ચેતવણી આપી હતી જે પહેલા માણસ કરતાં વધારે અસરકારક હતી અને માટે હું પહેલાં કરતાં પણ વધારે ડરી ગયો હતો.

" 'તમે મારી પાસેથી શું ઇચ્છો છો ?' મેં પૂછ્યું.

" 'અમે માત્ર એટલું જ ઇચ્છીએ છીએ કે અમારા ગ્રીક મહેમાનને તમે ગ્રીક ભાષામાં પ્રશ્નો પૂછો અને તેના અમને જવાબ મેળવી આપો. અને અમે કહીએ તેથી વધારે તમારે જરા પણ બોલવાનું નથી નહીંતર તમારી ખેર નથી... ' તેણે ફરી ખૂંખાર રીતે ધમકી આપી.

"આવું કહેતાં તેણે બારણું ખોલ્યું અને અમે એક સરસ મજાના રાચરચીલાવાળા ઓરડામાં પ્રવેશ્યા પણ અહીંનું ફાનસ પણ અર્ધ પ્રકાશિત હતું માટે પ્રકાશ ખૂબ ઝાંખો હતો. તે ઓરડો ખાસ્સો મોટો હતો અને ઓરડામાં પાથરેલી રેશમી જાજમમાં મારા છેક સુધી ખૂંપી જતા પગે મને અનુભવ કરાવ્યો કે તે ખૂબ કીમતી હતી. અંધારામાં મેં ઝીણી નજર કરીને જોયું તો મખમલથી સજાવેલી ખુરશીઓ કીમતી હતી, આરસપહાણની બનેલી તાપણાની છાજલી હતી અને તેની બાજુની દીવાલ પર એક જાપાની બખ્તર ટિંગાડવામાં આવ્યું હતું. બત્તી નીચે એક ખુરશી હતી અને પેલા મોટા લાગતા માણસે મને તેના પર બેસવા ઈશારો કર્યો. નાનો માણસ અમને એકલા મૂકીને ગયો પણ તે તરત જ બીજા દરવાજામાંથી બીજા એક જુવાન છોકરાને લઈને પાછો આવ્યો. તેણે ઢીલો ગાઉન પહેરેલો હતો અને તે ધીમી ચાલે અમારી તરફ આવી રહ્યો હતો. જ્યારે તે બત્તીના અજવાળામાં આવ્યો અને હું તેને સ્પષ્ટ રીતે જોઈ શક્યો ત્યારે મને તેની હાલતનો ખ્યાલ આવ્યો અને હું ગભરાઈ ગયો. તે ભયંકર રીતે ફિક્કો અને અતિ કૃશકાય લાગતો હતો. પણ તેની શારીરિક ક્ષમતાથી પણ ક્યાંય મજબૂત તેવો તેનો અડીખમ આત્મા તેની તેજસ્વી આંખોમાંથી ડોકિયાં કરી રહ્યો હતો. પણ તેની શારીરિક નબળાઈ કરતાં વધારે તો મને તેના ચહેરા અને મોઢા પર લગાવેલી પ્લાસ્ટરની પટ્ટીથી વધારે આઘાત લાગ્યો હતો.

" 'તારી પાસે પાટી છે, હૅરોલ્ડ ?' પેલા માણસે મોટેથી રાડ પાડી. પેલો કૃશકાય માણસ ખુરશીમાં બેસવા કરતાં તો પડ્યો જ કહેવાય. 'તેના હાથ છૂટા છે ?' હવે તેને પેન્સિલ આપ. શ્રીમાન મેલાસ, તમારે પ્રશ્નો પૂછવાના છે અને તે તેમાં જવાબ લખશે. સૌપ્રથમ તેને એ પૂછો કે તે કાગળિયા પર સહી કરવા તૈયાર છે ?

"પેલાની આંખોએ આગ ઓકી.

" 'ક્યારેય નહીં ! તેણે ગ્રીક ભાષામાં પાટીમાં લખ્યું.'

" 'કોઈ પણ શરતે નહીં ?' મેં તે લોકો વતી પ્રશ્ન પૂછ્યો.

" 'માત્ર એક જ શરતે કે જો હું તેણીને મારી આંખો વડે મારા ઓળખીતા ગ્રીક સાધુ દ્વારા લગ્નના બંધનમાં જોડાતી જોઉં તો જ.'

"પેલાએ ફરી પોતાનું ક્રૂર હાસ્ય કર્યું.

" 'તો પછી તું જાણે જ છે કે તારા શું હાલ થશે.'

" 'મને તેની કશી જ પરવા નથી.'

"આ જ પ્રકારના સવાલ-જવાબ અડધા બોલીને અને અડધા લખીને ચાલતા રહ્યા. મારે તેને કેટલીયે વાર પૂછવું પડ્યું કે તે કાગળિયા પર સહી કરશે કે નહીં ? તેણે દર વખતે તે જ રોષથી જવાબ આપ્યો. પણ અચાનક જ મને એક શુભ વિચાર આવ્યો. હું દર વખતે તેમના પ્રશ્નો સાથે મારું એક વાક્ય ઉમેરતો ગયો. પહેલાં તો તે સાવ નિર્દોષ જ રહ્યા કે જેથી કરીને હું જાણી શકું કે મારા સાથીઓ તે ઓળખી શકે છે કે નહીં. જેવું મને પાક્કું થયું કે તેઓ કશું જ નથી સમજી શક્યા ત્યારે મેં વધારે ખતરનાક રમત રમવાની શરૂ કરી. અમારી વાતચીત આમ ચાલી:

" 'આવી જીદથી તને કોઈ જ ફાયદો નથી થવાનો. *તું કોણ છે ?*

" 'મને કશી જ પડી નથી. *હું લંડનમાં અજાણ્યો છું.*'

" 'તારા જે હાલ થાય તેના માટે તું પોતે જ જવાબદાર રહીશ. *કેટલા વખતથી તું અહીં છે ?*'

" 'જે થાય તે. *ત્રણ અઠવાડિયાંથી.*'

" 'આ મિલકત તને ક્યારેય મળવાની નથી. *તમારી આવી હાલત શાથી થઈ ?*

" 'તે દુષ્ટોના હાથમાં ના જવી જોઈએ. *તેઓ મને ભૂખે મારે છે.*'

" 'જો તું સહી કરીશ તો તને અમે છોડી મૂકશું. *આ કયું ઘર છે ?*

" 'હું ક્યારેય સહી નહીં કરું. *મને નથી ખબર.*'

" 'તું તેણીની કોઈ જ ભલાઈ નથી કરી રહ્યો. *તારું નામ શું છે ?*

" 'તેણીના મોઢેથી હું તે સાંભળવા માગું છું. *ક્રેતિડીસ.*'

" 'જો તું સહી કરીશ તો તું તેને મળી શકીશ. *તું ક્યાંનો છે ?*

" 'તો પછી હું તેને ક્યારેય નહીં જોઉં. *એથેન્સ.*'

"બીજી પાંચ મિનિટમાં, શ્રીમાન હોમ્સ, મેં તેમના નાક નીચેથી આખીયે હકીકત જાણી લીધી હોત. મારો હવે પછીનો પ્રશ્ન આખીયે બાબતને સ્પષ્ટ કરનારો હતો પણ તે જ ક્ષણે બારણું ખૂલ્યું અને એક સ્ત્રી ઓરડામાં પ્રવેશી. હું તેને સ્પષ્ટ રીતે નહોતો જોઈ શકતો પણ હું એટલું તો જોઈ શક્યો કે તેણી એક ઊંચી અને લાવણ્યમય, લાંબા કાળા વાળવાળી સ્ત્રી હતી અને તેણે ધોળું ખૂલતું ગાઉન પહેર્યું હતું.

" 'હૅરોલ્ડ,' તેણીએ કહ્યું. તેણી તૂટેલા ફૂટેલા ઉચ્ચારણ સાથે ઇંગ્લિશમાં બોલી રહી હતી, 'હું ત્યાં જરા પણ રહી શકું તેમ નથી. ત્યાં ખૂબ એકલું એકલું લાગે છે. ત્યાં તો માત્ર... અરે, હે ભગવાન, આ તો પોલ !'

"આ છેલ્લા શબ્દો ગ્રીકમાં હતા અને તે જ ઘડીએ બંદીવાન માણસ મહામહેનતે હોઠો પરનું પ્લાસ્ટર ખેંચીને 'સોફી ! સોફી!'ની બૂમો પાડતો તેણીના બાહુઓમાં જઈ પડ્યો. તેમનો આ મિલાપ ક્ષણમાત્રનો હતો. પેલો નાનો માણસ તેણીને પેલાની પક્કડમાંથી ખેંચી ઓરડા બહાર લઈ ગયો, જ્યારે બીજો મોટો માણસ પેલા નંખાઈ ગયેલા બંદીવાનને બીજા દરવાજેથી બહાર લઈ ગયો.

" 'તમારું કામ અહીં પૂરું થાય છે, શ્રીમાન મેલાસ,' તેણે કહ્યું, 'અમે અમારા અંગત કામ માટે તમારી મદદ લીધી તે બદલ તમારા કૃતજ્ઞ છીએ. અમને તમારા પર પૂરો વિશ્વાસ છે. અમે તમને જરા પણ પરેશાન નહીં કરીએ. અમારો એક મિત્ર જે ગ્રીક ભાષા જાણતો હતો તેણે જ આખો વાર્તાલાપ શરૂ કર્યો હતો પણ તેને અચાનક પરદેશ જવાનું થયું અને અમારે તેની જગ્યાએ બીજા માણસની જરૂર પડી. અમે તમારી આવડત વિષે સાંભળ્યું હતું માટે જ તમને અહીં લાવ્યા હતા.'

"હું નમન કરતાં ઝૂક્યો.

" 'આ રહ્યા પાંચ પાઉન્ડ,' તેણે મારી તરફ આવતાં કહ્યું, 'જે મારા ખ્યાલથી પૂરતી ફી થઈ રહેશે. પણ યાદ રાખજો,' તેણે મારી છાતી પર હળવાશથી ધબ્બો મારતાં કહ્યું, 'જો તમે કોઈ પણને આ વાત જણાવી - કોઈ પણને, તો ભગવાન પણ તમને નહીં બચાવી શકે.'

"આ સાવ સામાન્ય દેખાતા તેવા માણસે મારા મનમાં એવો તિરસ્કાર અને ત્રાસ પેદા કર્યો હતો કે શું કહેવું. હવે હું તેને ઊજળા પ્રકાશમાં સારી રીતે જોઈ શકતો હતો. તે માંદલો અને ફિક્કો લાગતો હતો અને તેની નાની અણિયાળી દાઢી સાવ બેઢંગી હતી. બોલતી વખતે તે તેનો ચહેરો આગળ ધકેલતો હતો. તેના હોઠ અને તેની આંખોનાં પોપચાં સતત ઉઘાડબંધ થતાં રહેતાં. મને લાગ્યું કે તે જે રીતે હસતો હતો તે પણ કોઈ બીમારીની જ નિશાની હશે. તેના ચહેરાનો ક્રૂર ભાવ તેની આંખોમાં રહેલો હતો. તેમાં ભારોભાર દુષ્ટતા અને નિર્દયતા ભરેલાં હતાં.

" 'જો તમે કોઈને વાત કરી છે તેવું અમારી જાણમાં આવશે,' તેણે કહ્યું, 'તો અમને ખબર પડ્યા વગર રહેશે નહીં. બહાર નીકળશો ત્યારે ઘોડાગાડી તમારી રાહ જોતી હશે અને મારો સાથી પણ તમને ત્યાં જ મળશે.'

"મને ઉતાવળે ઉતાવળે વાહનમાં બેસાડી દેવામાં આવ્યો. ફરી હું તે જ બગીચા અને ઝાડની હારમાળાઓમાંથી પસાર થયો. શ્રીમાન લેટિમર મારી પાછળ જ આવી રહ્યા હતા અને તેણે તરત જ ઘોડાગાડીમાં પોતાની જગ્યા લઈ લીધી. અને તે એક પણ શબ્દ બોલ્યા નહીં. નીરવ શાંતિમાં ફરી અમે કંટાળાજનક મુસાફરી આદરી અને મધ્ય રાત્રીએ જ્યાં સુધી ઘોડાગાડી ન રોકાઈ ત્યાં સુધી બારીઓના પરદા પણ પડેલા જ રહ્યા.

" 'તમારે અહીં ઊતરવું પડશે, શ્રીમાન મેલાસ,' મારા સાથીએ કહ્યું, 'તમારા ઘરથી ઘણે દૂર ઉતારવા બદલ મને માફ કરજો, પણ મારી પાસે બીજો કોઈ ઉપાય નથી.

તમારા તરફથી મારો પીછો કરવાનો કોઈ પ્રયત્ન થયો તો તે તમને જ નુકસાનકારક રહેશે.'

"આવું કહેતાં તેણે બારણું ખોલ્યું અને હું ઊતરું ન ઊતરું ત્યાં તો કોચવાને ગાડી ભગાવી મારી. હું મારી આજુબાજુ આશ્ચર્યપૂર્વક જોઈ રહ્યો. દૂર કેટલાક રહેવાસ દેખાતા હતા અને ક્યાંક ક્યાંક બત્તીઓ બળી રહી હતી. બીજી બાજુ જોયું તો ત્યાં રેલવેનું લાલ સિગ્નલ દેખાયું.

'જે ઘોડાગાડીએ મને અહીં પહોંચાડ્યો હતો તે તો ક્યાંય નજર બહાર જતી રહી હતી. હું ક્યાંય સુધી ડાફોળિયાં મારતો જોઈ રહ્યો અને વિચારતો રહ્યો કે હું ખરેખર ક્યાં હતો. ત્યાં જ મેં કોઈકને અંધારામાં મારી તરફ આવતું જોયું. તેના નજીક આવતા જ હું જાણી ગયો કે તે રેલવેનો કોઈક હમાલ હતો.'

" 'આ કઈ જગ્યા છે ?' મેં પૂછ્યું.

" 'વેન્ડ્સવર્થ કૉમન,' તેણે કહ્યું.

" 'શહેરમાં જતી કોઈ ટ્રેઇન મને મળશે ?'

" 'જો તમે ક્લેપહામ જંક્શન ભણી એક માઈલ જેટલું ચાલી નાખશો,' તેણે કહ્યું, 'તો તમે વિક્ટોરિયા જતી છેલ્લી ટ્રેઇન માટે સમયસર પહોંચી શકશો.'

"તો આટલે મારી કહાણી પૂરી થાય છે, શ્રીમાન હોમ્સ, હું ક્યાં હતો, મેં કોની સાથે વાત કરી કે બીજું કશું જ હું નહોતો જાણતો. તમને વાત કરી તેટલું જ માત્ર હું જાણું છું. પણ હું એટલું તો જાણું જ છું કે ત્યાં કોઈક કાવતરું ઘડાઈ રહ્યું છે અને હું તે દુખિયારાને મદદ કરવા માગું છું. મેં બીજી જ સવારે શ્રીમાન માઇક્રોફ્ટ હોમ્સને આખીયે વાત કહી અને સાથે સાથે પોલીસને પણ."

આ આખીયે અનોખી હકીકત સાંભળ્યા બાદ અમે થોડી ક્ષણો તો ચૂપચાપ બેસી રહ્યા. પછી શૅરલૉકે પોતાના ભાઈ સામે જોયું.

"કોઈ પગલાં લેવાયાં ?" તેણે પૂછ્યું.

માયક્રાફ્ટે બાજુના ટેબલ પર પડેલુ *ડેઈલી ન્યૂઝ* છાપું ઉઠાવ્યું.

"જે કોઈ પણ એથેન્સના ગ્રીક સદ્‌ગૃહસ્થ પૌલ કેતિડીસ કે જેઓ ઇંગ્લિશ નથી બોલી શકતા તેમની જાણકારી આપશે તેને યોગ્ય બદલો આપવામાં આવશે અને જે કોઈ સોફી નામની ગ્રીક યુવતીની જાણકારી આપશે તેને પણ યોગ્ય બદલો આપવામાં આવશે. x ૨૪૭૩."

"દરેક સમાચાર પત્રમાં આ છપાવવામાં આવ્યું હતું પણ કોઈ જ જવાબ મળ્યો નથી."

"ગ્રીક એલચી ખાતામાં કોઈ તપાસ કરી ?"

"ત્યાં પણ તપાસ કરી. તેઓને કશી જ જાણકારી નથી."

"તો પછી એથેન્સના પોલીસ વડામથકમાં તાર કરવો જોઈએ ?"

"આખાયે કુટુંબની ઊર્જા એકલા શૅરલૉકમાં જ ભરેલી પડી છે," માયક્રોફ્ટે મારી તરફ ફરતાં કહ્યું, "હવે આખોયે કેસ તું તારા હાથ પર લઈ લે અને જો કંઈ સારા સમાચાર હોય તો મને જણાવજે."

"ચોક્કસ," મારા મિત્રએ ખુરશીમાંથી ઊભા થતાં જવાબ આપ્યો, "હું તમને જણાવીશ, અને શ્રીમાન મેલાસને પણ. તે દરમિયાન, શ્રીમાન મેલાસ, જો હું તમારી જગ્યાએ હોત તો મેં મારી જાતને સાવધ રાખી હોત કારણ કે આ જાહેરાત દ્વારા તેમને જાણ થઈ ગઈ હશે કે તમે તેમને દગો દીધો છે."

ઘરે ચાલતાં જતી વખતે હોમ્સ એક ટેલિગ્રાફ ઑફિસે રોકાયો અને ત્યાંથી કેટલાક તાર કર્યા.

"તેં જોયું, વૉટસન," તેણે કહ્યું, "કે આપણી સાંજ જરા પણ બગડી નથી. મારા કેટલાક ખૂબ જ રસપ્રદ કેસ આમ માયક્રોફ્ટ મારફતે જ મળતા હોય છે. આપણે હમણાં જે અનોખો મામલો જોયો તે ઘણો વિલક્ષણ છે."

"તને તેને ઉકેલવાની આશા છે ખરી ?"

"આપણે જાણી શકીએ તેટલું આપણે જાણીએ છીએ, અને જે નથી જાણતા તે આપણે નહીં જાણીએ તો તે અનોખી વાત કહેવાશે. આપણે જે આખી હકીકત સાંભળી તેના પરથી તેં પણ કંઈક વાર્તા ઘડી જ હશે."

"અસ્પષ્ટપણે."

"તો તારો શું ખ્યાલ છે ?"

"એવું લાગે છે કે આ ગ્રીક છોકરીને આ હૅરોલ્ડ લેટિમર નામના ઇંગ્લીશ માણસ દ્વારા અહીં લાવવામાં આવી છે."

"ક્યાંથી લાવવામાં આવી છે ?"

"કદાચ, એથેન્સથી."

શૅરલૉક હોમ્સે પોતાનું માથુ હલાવ્યું, "આ યુવાન માણસ ગ્રીકનો એક શબ્દ પણ નથી જાણતો. યુવતી ઇંગ્લીશ સારી રીતે બોલી શકે છે. તેનો મતલબ એ થાય કે તેણી થોડો વખત ઇંગ્લૅન્ડમાં રહેલી છે, પણ પેલો ક્યારેય ગ્રીસ નથી ગયેલો."

"તો પછી એવું બની શકે કે તેણી એક વાર ઇંગ્લૅન્ડની મુલાકાતે આવી હશે અને ત્યારે આ હૅરોલ્ડે તેણીને પોતાની સાથે જવા પ્રેરી હશે."

"આ વાત થોડી શક્ય છે."

"પછી છોકરીનો ભાઈ - મારા માનવા પ્રમાણે તે તેનો ભાઈ જ હોવો જોઈએ - તે દખલગીરી કરવા ગ્રીકથી અહીં આવી પહોંચ્યો અને હૅરોલ્ડ લેટિમર અને તેના જૂના

સાગરીતના પંજામાં સપડાઈ ગયો હશે. તેઓ તેને પોતાના કબજામાં કરી લે છે અને તેની બહેનની મિલકતને ઝૂંટવી લેવાના ઇરાદે મિલકતનાં કાગળિયાં પર સહી કરાવવા દબાણ કરે છે. બની શકે કે તે તેનો ટ્રસ્ટી હોય. આ બાબતને તે નકારે છે. તેની સાથે વાતચીત કરવા તેમને દુભાષિયાની જરૂર પડે છે અને જૂના દુભાષિયાની જગ્યાએ તેઓ શ્રીમાન મેલાસને ઉઠાવી લાવે છે. છોકરીને પોતાનો ભાઈ ત્યાં હાજર છે તેની જાણ નહોતી પણ પેલા અકસ્માતે તેણીને જાણ થઈ જાય છે.''

''ઉત્તમ, વૉટસન !'' હોમ્સે મોટેથી કહ્યું, ''મને આશ્ચર્ય થાય છે કે તું સત્યથી વધારે દૂર નથી. તું જુએ છે તેમ સંપૂર્ણ બાજી આપણા હાથમાં છે અને માત્ર આપણે હવે તેમના તરફથી કોઈ હુમલાથી જ ચેતવાની જરૂર છે. જો તેઓ આપણને સમય આપશે તો આપણે ચોક્કસ તેમને પકડી લઈશું.''

''પણ આ ઘર ક્યાં આવેલું છે તે આપણે કઈ રીતે જાણીશું ?''

''જો આપણું અનુમાન સાચું હશે અને છોકરીનું નામ સોફી ક્રેતિડિસ છે તે પણ જો સાચું હશે તો તેણીની ભાળ મેળવતાં આપણને મુશ્કેલી નહીં નડે. બાકી તેનો ભાઈ તો ઇંગ્લૅન્ડમાં સાવ અજાણ્યો છે માટે તેની ભાળ મેળવવી અઘરી છે. એ પણ સમજાય તેવી વાત છે કે હૅરોલ્ડ લેટિમરે આ છોકરી સાથે પરિચય કેળવ્યો હશે તે કંઈ એક દિવસમાં નહીં હોય, ઘણાં અઠવાડિયાં તેને ગયાં હશે અને આ વાતની તેના ભાઈને ઊડતી ઊડતી ખબર ગ્રીસમાં મળી હશે અને તે તરત જ તેણીને મળવા ઇંગ્લૅન્ડ આવ્યો હશે. છોકરી આટલો વખત બીજે ક્યાંક રહી હશે તો માયક્રોફ્ટની જાહેરાતનો કોઈક તો જવાબ મળવો જ જોઈએ.''

વાતો કરતાં કરતાં અમે બેકર સ્ટ્રીટના અમારા ઘરે આવી પહોંચ્યા. હોમ્સ મારી પહેલા સીડીઓ ચડી ગયો અને જેવું તેણે ઓરડાનું બારણું ખોલ્યું તો તેણે આશ્ચર્યના માર્યા પોતાના ખભા ઉછાળ્યા. સામે જ તેનો ભાઈ માયક્રોફ્ટ ખુરશીમાં બેઠા બેઠા સીગાર ફૂંકી રહ્યો હતો. મારા આશ્ચર્યનો પણ પાર ન રહ્યો.

''અંદર આવ, શૅરલૉક ! અંદર આવો સાહેબ,'' તેણે સૌમ્ય રીતે અમારા ચકિત ચહેરા તરફ સ્મિત કરતાં કહ્યું, ''તેં મારી પાસેથી આવા જુસ્સાની અપેક્ષા નહીં રાખી હોય, કેમ, શૅરલૉક ? પણ આ કેસે મને ખૂબ આકર્ષ્યો છે.''

''તમે અહીં કેવી રીતે આવ્યા ?''

''હું ઘોડાગાડીમાં તમારી પાસેથી જ પસાર થયો.''

''તો તો પછી કંઈક નવા સમાચાર હશે કેમ ?''

''મારી જાહેરખબરનો મને જવાબ મળ્યો છે.''

''અરે !''

''હા, તમારા ગયા પછી થોડી જ મિનિટોમાં જવાબ આવ્યો હતો.''

"તેમાં શું છે ?"

માયક્રોફ્ટ હોમ્સે કાગળનો એક ટુકડો બહાર કાઢ્યો.

"આ રહ્યો તે," તેણે કહ્યું, "જે પેન વડે મધ્ય ઉમરના નબળા બાંધાના માણસ વડે લખાયેલું લખાણ છે."

"સાહેબ,

"આજની તારીખની તમારી જાહેરખબરના જવાબમાં જણાવું છું કે તેમાં જણાવેલ યુવતીને હું સારી રીતે જાણું છું. જો તમે મને મળવા આવવાની તસદી લેશો તો હું તમને તેણીની દુઃખદ વાર્તા કહીશ. તેણી હાલ બેકનહામ ખાતેના ધ મિરટલ્સમાં રહે છે.

"તમારો વિશ્વાસુ,
જે ડેવેનપોર્ટ.

"તેણે લોઅર બ્રિક્સ્ટનમાંથી પત્ર લખ્યો છે," માયક્રોફ્ટે હોમ્સને કહ્યું, "તને નથી લાગતું કે આપણે હાલ ને હાલ ત્યાં જવું જોઈએ, શૅરલૉક, અને બધી જ હકીકત જાણવી જોઈએ ?"

"મારા વહાલા માયક્રોફ્ટ, બહેનની વાર્તા કરતાં તેના ભાઈનું જીવન વધારે કીમતી છે. મારા ખ્યાલથી આપણે સ્કોટલૅન્ડ યાર્ડના ઈન્સ્પેક્ટર ગ્રેગસનને પણ સાથે લઈ લેવા જોઈએ અને સીધા જ બેકનહામ જવું જોઈએ. મને ખાતરી છે કે પેલા માણસને અધમૂઓ જ કરી મૂકવામાં આવ્યો હશે અને આપણો એક એક કલાક ખૂબ કીમતી છે."

"શ્રીમાન મેલાસને આપણી સાથે લઈ લેવા પણ ઠીક રહેશે," મેં સૂચન કર્યું. "બની શકે કે આપણને એક દુભાષિયાની જરૂર પડે."

"ઉત્તમ," શૅરલૉક હોમ્સે કહ્યું, "એક છોકરાને ચાર પૈડાંવાળી ઘોડાગાડી લેવા મોકલ એટલે આપણે તરત જ નીકળી જઈએ." તેણે આવું કહેતાં જ ટેબલનું ડ્રોઅર ખેંચ્યું અને મેં જોયું કે તેણે તેની રિવોલ્વર પોતાની ખિસ્સામાં સરકાવી, "હા," તેણે મારી નજરનો જવાબ આપતાં કહ્યું, "જે બધું આપણે સાંભળ્યું તેના પરથી હું કહી શકું છું કે આપણો પનારો ખૂબ ખતરનાક ટોળકી સાથે પડ્યો છે."

અમે પોલ મોલ પહોંચ્યાં ત્યાં સુધીમાં તો અંધારું થઈ ગયું હતું. શ્રીમાન મેલાસના ફ્લૅટ પર અમે પહોંચ્યા ત્યારે અમને કહેવામાં આવ્યું કે તેઓ એક સદ્‌ગૃહસ્થ સાથે હમણાં જ નીકળી ગયા છે.

"તેઓ ક્યાં ગયા છે ?" હોમ્સે પૂછ્યું.

"ખબર નથી, સાહેબ," દરવાજો ખોલનાર સ્ત્રીએ જવાબ આપ્યો, "મને માત્ર એટલી જ ખબર છે કે તેઓ કોઈ માણસ સાથે ઘોડાગાડીમાં હંકારી ગયા છે."

"તે સદ્‌ગૃહસ્થે કોઈ નામ આપ્યું હતું ?"

"ના, સાહેબ."

"શું તે કોઈ ઊંચો દેખાવડો યુવાન હતો ?"

"ના, સાહેબ, તે તો ઠીંગણો, આંખે ચશ્માવાળો, પાતળા ચહેરાવાળો પણ ખૂબ જ ખુશમિજાજ માણસ હતો કારણ કે વાતો કરતાં કરતાં તે સતત હસ્યા કરતો હતો."

"ઉતાવળ કરો !" શૅરલૉક હોમ્સે ઉશ્કેરાઈને મોટેથી કહ્યું, "આ કંઈક વધારે જ ગંભીર થઈ રહ્યું છે." સ્કોટલૅન્ડ યાર્ડ તરફ જતાં તેણે ચિંતા વ્યક્ત કરી, "આ માણસોએ ફરી મેલાસને બાનમાં લીધો છે. તેઓ આગલી રાતના અનુભવથી સારી પેઠે જાણી ગયા હશે કે મેલાસ શારીરિક રીતે સંપૂર્ણ નિર્બળ છે અને તે તેમનું કશું જ બગાડી શકવાનો નથી. માટે તરત જ આ દુષ્ટોએ તેને કબજે કર્યો અને મેલાસ વગર કોઈ આનાકાનીએ તાબે થઈ ગયો. તેમાં કોઈ જ શંકા નથી કે તેઓને ફરી મેલાસની દુભાષિયા તરીકે જરૂર પડી છે. પણ તેનો ઉપયોગ કરવા કરતાં વધારે તો તેઓ તેના દગાનો બદલો લઈ તેને પરેશાન કરવા માગે છે."

અમારો બેકનહામ માટેની ટ્રેન લેવાનો ઉદ્દેશ ઘોડાગાડી કરતાં બને તેટલા જલદી ત્યાં પહોંચી જવાનો હતો. સ્કોટલૅન્ડ યાર્ડ પહોંચ્યા બાદ કલાકે અમારો મેળાપ ઇન્સ્પેક્ટર ગ્રેગસન સાથે થયો. અને ઘરમાં ઘૂસવાની કાનૂની ઔપચારિકતા પૂરી કરતાં સારો એવો સમય લાગ્યો. લંડન બ્રિજ પહોંચતાં પોણા દસ થઈ ગયા. બેકનહામ સ્ટેશન પર અમે ચારે ઊતર્યા ત્યારે સાડા દસ થઈ ગયા હતા. ત્યાંથી અડધા માઈલે ઘોડાગાડીની મુસાફરી દ્વારા અમે મિર્ટલ્સ પહોંચ્યા - તે એક વિશાળ અંધારિયું મકાન હતું, જે રસ્તાથી થોડું દૂર આવેલું હતું. ત્યાંથી અમે અમારા ગાડીવાનને મુક્ત કર્યો અને અમે જાતે જ ઘોડાગાડી ચલાવી આગળ વધ્યા.

"બધી જ બારીઓ અંધારી છે." ઇન્સ્પેક્ટરે કહ્યું, "મકાન સાવ અવાવરું લાગે છે."

"આપણાં પંખીઓ માળો ખાલી મૂકી ઊડી ગયાં છે." હોમ્સે કહ્યું.

"આવું શા માટે કહો છો ?"

"ભારે માલસામાન ભરેલી ઘોડાગાડી છેલ્લા એક કલાકમાં અહીંથી પસાર થઈ છે."

ઇન્સ્પેક્ટર ખડખડાટ હસી પડ્યો, "મેં દરવાજાની બત્તીના અજવાળામાં ઘોડાગાડીનાં પૈડાંનાં નિશાન તો જોયાં પણ તેમાં વળી સામાન ક્યાંથી આવી ગયો ?"

"સાથે સાથે તમે તે પણ નિરીક્ષણ કર્યું હશે કે તે ની તે જ ઘોડાગાડીનાં અંદર આવતાં નિશાન પણ ત્યાં હતાં. બહાર જતી ઘોડાગાડીનાં નિશાન જમીન પર ઊંડે ખૂંપેલાં છે. તે ઉપરથી આપણે ચોક્કસપણે એવું કહી શકીએ છીએ કે ગાડીમાં ખૂબ ભારે સામાન ભરવામાં આવ્યો હશે."

"આ બાબતમાં હું તમને પહોંચી શકું તેમ નથી." ઇન્સ્પેક્ટરે ખભા ઉલાળતાં

કહ્યું, "આ બારણાને સહેલાઈથી ખોલવું શક્ય નથી. આપણે ટકોરા મારીને કોઈકની રાહ જ જોવી પડશે."

તેણે જોર જોરથી આગળો ખખડાવ્યો, ઘંટડી પણ વગાડી પણ અંદરથી કોઈ જ જવાબ ન મળ્યો. હોમ ત્યાંથી ક્યાંક સરકી ગયો પણ તરત જ પાછો આવ્યો.

"મને એક ખુલ્લી બારી મળી છે," તેણે કહ્યું.

"શ્રીમાન હોમ્સ, તમે બળજબરીપૂર્વક ઘરમાં ઘૂસવાના પક્ષમાં છો તે ખરેખર સારી વાત છે," ઈન્સ્પેક્ટરે મારા મિત્રની ચાલાકીની પ્રશંસા કરતાં કહ્યું, "મારા ખ્યાલથી આવા સંજોગોમાં આપણે અંદર ઘૂસવા માટે કંઈ આમંત્રણની રાહ ન જોવાની હોય !"

એક પછી એક અમે બારીમાંથી એક મોટા ઓરડામાં પ્રવેશ્યા જે કદાચ તે જ ઓરડો હતો જ્યાં શ્રીમાન મેલાસ પણ ગયા હતા. ઈન્સ્પેક્ટરે પોતાનું ફાનસ સળગાવ્યું અને તેના અજવાળામાં અમે બે બારણાં, પરદો, ફાનસ, અને જાપાનીસ બખ્તર કે જેનું વર્ણન શ્રીમાન મેલાસે કર્યું હતું તે જોઈ શક્યા. ટેબલ પર બે પ્યાલા, બ્રાન્ડીની એક ખાલી બોટલ અને અધૂરું ભાણું પડ્યાં હતાં.

"આ શાનો અવાજ છે ?" હોમ્સે અચાનક પૂછ્યું.

અમે બધા જેમના તેમ સ્થિર ઊભા રહી ગયા અને ધ્યાનથી કંઈક સાંભળવા લાગ્યા. અમારી ઉપરથી ક્યાંકથી કોઈકના કણસવાનો અતિ ધીમો અવાજ સંભળાઈ રહ્યો હતો. હોમ્સ બારણા તરફ દોડી ગયો અને બહાર દીવાનખંડમાં ગયો. કણસાટનો અવાજ ઉપરના માળેથી આવતો હતો. તે તરત જ ઉપર ધસી ગયો હું અને ઈન્સ્પેક્ટર પણ તેની પાછળ પાછળ દોડ્યા જ્યારે હોમ્સના ભાઈ પોતાનું ભારે શરીર લઈને બને તેટલી ઝડપે અમારી પાછળ પાછળ જ આવતા હતા.

બીજા માળે ત્રણ બારણાં હતાં. તેમાંથી વચ્ચેના બારણામાંથી કણસાટનો અવાજ આવી રહ્યો હતો જે ધીમે ધીમે ઓછો થતો જતો હતો, પછી અસ્પષ્ટ ગણગણાટ કરવા લાગતો હતો, પછી અચાનક મોટા તીણા રડવાના અવાજમાં ફેરવાઈ જતો હતો. બારણાને તાળું હતું પણ ચાવી ત્યાં જ પડી હતી. હોમ્સે બારણું ખોલ્યું અને અંદર ધસી ગયો પણ તે તરત જ પાછો બહાર આવ્યો, તેનો હાથ તેના ગળા પર હતો.

"અંદર કોલસાનો સખત ધુમાડો છે," તેણે મોટેથી કહ્યું, "થોડી વારમાં ઊડી જશે."

બારીકાઈથી અંદર જોતાં અમે જોઈ શક્યા કે ત્યાં ઓરડાની મધ્યમાં પડેલી પિત્તળની સગડીમાંથી ભૂરો પ્રકાશ આવતો હતો. ભોંય પર તેના નિસ્તેજ પ્રકાશનું કૂંડાળું પડતું હતું. ઝાંખા અજવાળામાં અમે બે આકૃતિઓને ભયના માર્યા દીવાલ તરફ ટૂંટિયું વળીને પડેલી જોઈ. ખુલ્લા બારણામાંથી એક ખૂબ જ ઝેરી ધુમાડાએ અમારા શ્વાસને રૂંધી નાખ્યો. હોમ્સ તરત જ બહાર તાજી હવા લેવા દોડી ગયો અને તરત જ

ઓરડામાં આવ્યો, તેણે તરત જ બારી ખોલી અને પેલો ઝેરી ધુમાડો ઑકતી તાંબાની સગડીને બહાર બગીચામાં ફગાવી દીધી.

"આપણે એક મિનિટ બાદ અંદર પ્રવેશી શકીશું," તેણે ફરી બહાર જતાં કહ્યું. "મીણબત્તી ક્યાં છે ? મને બીક છે કે આપણે અંદરના હવામાનમાં દીવાસળી નહીં સળગાવી શકીએ. માયક્રોફ્ટ, અહીં દરવાજામાં ઊભા રહી મીણબત્તી પકડી રાખો. આપણે તેમને બહાર ખેંચી લાવીએ."

પૂરઝડપે અમે અંદર જઈને ઝેર અસરગ્રસ્ત બન્ને વ્યક્તિને બહાર અજવાળા ખંડમાં લઈ આવ્યા. બન્નેના હોઠ ભૂરા થઈ ગયા હતા, તેમની આંખો બહાર આવી ગઈ હતી અને ચહેરા ફૂલી ગયા હતા. તેઓ જરા પણ ઓળખી શકાય તેવી હાલતમાં નહોતા. પણ કાળી દાઢી અને પડછંદ શરીરને કારણે અમે અમારા ગ્રીક દુભાષિયાને ઓળખી ગયા કે જેઓ થોડા કલાક પહેલાં જ અમારાથી જુદા પડ્યા હતા. તેના હાથ પગ ચુસ્ત રીતે બાંધવામાં આવ્યા હતા. તેની એક આંખ પર માર્યાનું નિશાન પણ હતું. બીજાને પણ તેમ જ ચુસ્ત રીતે બાંધવામાં આવ્યો હતો. તે એક લાંબો માણસ હતો. તે ભાંગી પડવાની અણી પર હતો. તેના ચહેરા પર પ્લાસ્ટરની અસંખ્ય પટ્ટીઓ લગાવવામાં આવી હતી. અમે તેને નીચે સુવડાવતાં તેણે કણસવાનું બંધ કર્યું. તેને જોતાં મને તરત જ ખ્યાલ આવી ગયો કે કમ-સે-કમ તેની સારવાર માટે અમારે મોડું થઈ ગયું હતું. જોકે શ્રીમાન મેલાસ હજુ પણ જીવિત હતા અને એક કલાકમાં એમોનિયા અને બ્રાન્ડીથી તેઓએ આંખો ઉઘાડી હતી અને મોતના તેમના મોંમાંથી બહાર આવ્યાનો મને સંતોષ હતો.

તેની પાસે કહેવા માટે સાવ સીધી વાર્તા હતી જે અમે કાઢેલાં તારણોને પીઠબળ આપતી હતી. તેના મુલાકાતીએ મેલાસના ઓરડામાં પ્રવેશતાં જ ખિસ્સામાંથી રિવોલ્વર કાઢી તેના પર તાકી હતી અને તેને એવો તો ડરાવી દીધો હતો કે તે તરત જ તેને તાબે થઈ ગયો હતો અને તેનું બીજીવાર અપહરણ કરવામાં આવ્યું હતું. પેલાએ તેને એવો તો બીવડાવી દીધો હતો કે તેના હોઠ હજુ પણ તેનું નામ લેતાં ધ્રૂજતાં હતાં તેનું આખું શરીર કાંપી રહ્યું હતું અને તેનો ચહેરો ફિક્કો પડી ગયો હતો. તેને તરત જ ખૂબ જ સિફતથી બેકનહામ લઈ જવામાં આવ્યો હતો, ફરી તેનો દુભાષિયા તરીકે ઉપયોગ કરવામાં આવ્યો હતો જે પહેલાં કરતાં પણ વધારે નાટ્યાત્મક હતો. જેમાં બન્ને ઇંગ્લીશ વ્યક્તિઓએ તેને તેમના કહ્યા પ્રમાણે નહીં કરવા બદલ તરત જ મોતને ઘાટ ઉતારી દેવાની ધમકી આપી હતી. છેવટે જ્યારે પેલો જરા પણ માન્યો નહીં ત્યારે ફરી તેને તેની કોટડીમાં પૂરી દેવામાં આવ્યો હતો. પછી મેલાસને પણ તેના સમાચારપત્રવાળા કારસ્તાન બદલ તેમણે સોટીઓ વડે ફટકાર્યો હતો. ત્યાર બાદ અમે તેને હોશમાં લાવ્યા તે દરમિયાન શું થયું તેની તેને જરા પણ જાણ નહોતી.

આ હતી ગ્રીક દુભાષિયાની અનોખી આપવીતી, જેમાં ઘણાં બધાં રહસ્યો સમાયેલાં હતાં. જેને અમે જે સદ્‌ગૃહસ્થે અમારી જાહેરખબરનો જવાબ આપ્યો હતો તેનો સંપર્ક

કર્યા બાદ છતાં કરવામાં સક્ષમ રહ્યા. તેમના જણાવ્યા પ્રમાણે તે દુર્ભાગી યુવતી ગ્રીસના ખૂબ જ ધનવાન કુટુંબની હતી. તેણી ઇંગ્લૅન્ડમાં રહેતા પોતાના કેટલાક મિત્રોને મળવા આવી હતી. તે દરમિયાન તેણી હૅરોલ્ડ લેટિમર નામના માણસના સંપર્કમાં આવી, તેનાથી તેણી ખૂબ પ્રભાવિત થઈ ગઈ હતી અને તેની સાથે ભાગી જવા મજબૂર થઈ ગઈ હતી. તેણીના મિત્રોને આ ઘટનાથી આંચકો લાગ્યો અને તેના એથેન્સમાં રહેતા ભાઈને વાતની ખબર આપી તે વાતમાંથી ખસી ગયા. તેનો ભાઈ ઇંગ્લૅન્ડમાં આવતાંની સાથે જ લેટિમર અને તેના સાગરીતના સકંજામાં સપડાઈ ગયો. તેના સાગરીતનું નામ વિલ્સન કેમ્પ હતું જે એક જાણીતો ગુંડો હતો. પોલને ઇંગ્લીશ નહીં આવડતું હોવાથી તેની હાલત ઑર કફોડી થઈ ગઈ હતી. બન્ને દુષ્ટોએ તે બન્ને ભાઈ-બહેનને કેદ કરી રાખી, ભૂખ્યાં તરસ્યાં રાખી તેમની મિલકતનાં કાગળિયાં પર સહી કરવા દબાણ કર્યું. તેમણે તેને તેણીની જાણ બહાર ઘરમાં ગોંધી રાખ્યો હતો અને જો કોઈક સંજોગોમાં તેણી તેને જોઈ જાય તો તેને ઓળખે નહીં તે માટે તેના ચહેરા પર પ્લાસ્ટરની પટ્ટીઓ લગાવી રાખી. મેલાસની પહેલી મુલાકાત વખતે અચાનક બહેને ભાઈને જોઈ લીધો અને તેને ઓળખી પણ લીધો, પણ તેણી કંઈ જ કરી ન શકી કારણ કે તેણી ખુદ પણ ઘરમાં કેદી જ હતી. ત્યાં તેમનું કોઈ જ નહોતું સિવાય કે કૉચવાન અને તેની પત્ની કે જેઓ ખુદ પેલા બે દુષ્ટોની કઠપૂતલી હતાં. જ્યારે બન્ને દુષ્ટોએ જાણ્યું કે તેઓનું ષડયંત્ર હવે ખુલ્લું પડી ગયું હતું અને પોલ કાગળિયાં પર કોઈ પણ સંજોગોમાં સહી નહોતો કરવાનો ત્યારે તેમણે પોલ અને મેલાસ બન્નેના હાથ-પગ બાંધી એક ઓરડામાં સળગતી સગડી સાથે પૂરી દીધા કે જેથી કરીને તેઓ ધીમે ધીમે ઝેરી ગેસમાં મૃત્યુ પામે. આવી વ્યવસ્થા કરી તેઓ તરત જ છોકરીને લઈને ત્યાંથી ફરાર થઈ ગયા.

એક મહિના બાદ અમને બુડાપેસ્ટથી છાપાની એક કાપલી મળી, જેમાં પેલા બે દુષ્ટ ઇંગ્લીશ માણસો કે જેઓ એક સ્ત્રી જોડે સફર કરી રહ્યા હતા તેમના કરુણ અંતના સમાચાર હતા. બન્ને પર ચાકુથી હુમલો કરવામાં આવ્યો હતો. હંગેરિયન પોલીસના માનવા પ્રમાણે તે બન્ને વચ્ચે કોઈ વાત પર ઝઘડો થયો હતો અને બન્નેએ એકબીજા પર હુમલો કર્યો હતો. જો કે હોમ્સનું તે બાબતે અલગ જ માનવું છે. તે આજની ઘડીએ પણ એવું માને છે કે જો તે ગ્રીક યુવતી મળી જાય તો સાબિત થઈ જાય કે તેણે પોતાની ઉપર અને પોતાના ભાઈ ઉપર થયેલા અત્યાચારનો બદલો કેવી રીતે લીધો.

❖

નૌકાસૈન્ય સંધિ

તે જુલાઈ મહિનો મારા માટે ખૂબ જ સફળ અને યાદગાર રહ્યો હતો કારણ કે ત્યારે જ મારાં લગ્ન થયાં હતાં અને તે દરમિયાન જ મને શૅરલૉક હોમ્સના ત્રણ ખૂબ જ રસપ્રદ મામલાઓમાં તેના સહભાગી રહીને તેની પદ્ધતિનો અભ્યાસ કરવાનો મોકો મળ્યો હતો. મેં મારી નોંધપોથીમાં તે ત્રણ કેસની નોંધ આ મથાળાંઓ હેઠળ લખી છે. એક હતો "સેકન્ડ સ્ટેઈનનું રહસ્ય", બીજો હતો "નૌકાસૈન્ય સંધિ" અને ત્રીજો હતો "ટાયર્ડ કેપ્ટનનું સાહસ". પહેલો મામલો રાજ્યના ઉચ્ચ કુટુંબને અસર કરતો હતો માટે ઘણાં વર્ષો સુધી તેને જાહેર કરવામાં નહોતો આવ્યો. હોમ્સ જે કોઈ પણ મામલામાં રોકાયો છે તેમાં ક્યારેય તેની તારણો કાઢવાની પદ્ધતિને સચિત્ર આંકવામાં નથી આવી. મારી પાસે હજુ પણ પેરિસ પોલીસના શ્રીમાન ડબગ અને ડેન્ટઝીગના જાણીતા નિષ્ણાત ફ્રિટ્ઝ વોન વાલ્ડબોમે કેવી રીતે અન્ય બાબતોને વધારે મહત્ત્વ આપીને કેસની મૂળ હકીકતોથી દૂર ગયા હતા તે હોમ્સે કેવી રીતે સાબિત કર્યું હતું તેની અક્ષરશઃ નોંધ હતી. બીજા કેસની વાત કરું તો તે એક રાષ્ટ્રના માન-આદર સાથે સંકળાયેલો હતો જેમાં કેટલીયે વિલક્ષણતાઓ રહેલી હતી.

મારા શાળાકાળ દરમિયાન એક છોકરા પર્સી ફેલ્પ્સ સાથે મારે ગાઢ મિત્રતા બંધાઈ હતી. અમે બન્ને સમાન વયના જ હતા તેમ છતાં તે મારા કરતાં બે વર્ગ આગળ હતો. તે એક તેજસ્વી છોકરો હતો અને શાળામાં યોજાતી દરેક સ્પર્ધા તે જીતતો હતો. આમ કરતાં તેને કેમ્બ્રિજમાં પોતાની કારકિર્દી ઘડવાની શિષ્યવૃત્તિ મળી હતી. તેણે ત્યાં પણ પોતાની તેજસ્વિતા બતાવી હતી. અમે નાના હતા ત્યારનું મને યાદ છે કે તેના મામા લૉર્ડ હોલ્ડહર્ટ્સ રાજકીય પાર્ટીના એક મોટા નેતા હતા. જો કે તેને ક્યારેય તેનો ફાયદો શાળામાં નહોતો મળ્યો, ઊલટાનું વિદ્યાર્થીઓ તેને એ બાબતે વારંવાર ચીડવતા હતા. પણ શાળાની બહાર આવતાં સ્થિતિ સાવ બદલાઈ ગઈ હતી. મારા સાંભળવામાં આવ્યું હતું કે તેની આવડત અને ઓળખાણના કારણે હાલ તે વિદેશ ખાતામાં સારા હોદ્દા

પર હતો. આ વાત મારા મગજમાંથી છેક તેના તરફથી આવેલો આ તાર મારા હાથમાં આવ્યો ત્યાં સુધી વિસરાઈ ગઈ હતી. તેનો તાર આ પ્રમાણે હતો :

બ્રાયરબ્રેઈ, વૉકિંગ

મારા વહાલા વૉટસન :

મને આજે પણ ખાતરી છે કે તને "ટેડપોલ" ફેલ્પ્સ આજે પણ યાદ હશે. જ્યારે તું ત્રીજામાં હતો ત્યારે હું પાંચમામાં હતો. બની શકે કે તે સાંભળ્યું હોય કે મારા મામાની ઓળખાણથી હું વિદેશખાતામાં સારા હોદ્દા પર છું. આ હોદ્દાથી મારા માટેના સમ્માનમાં ઘણો વધારો થયો પણ સાથે સાથે ભરોસાની એક મોટી જવાબદારી પણ મારા પર આવી પડી હતી. પણ આ સમ્માન અને આ ભરોસો જ્યાં સુધી આ ભયંકર ઘટના ન ઘટી ત્યાં સુધી જ હતાં.

અહીં તે ઘટનાને લખવાનો કોઈ અર્થ નથી. તે બધી બાબત તું જ્યારે મને રૂબરૂ મળવા આવીશ ત્યારે જ જણાવીશ. હું છેલ્લાં નવ અઠવાડિયાંથી મગજના તાવથી પીડાઉં છું. અને હજી પણ હું નબળો છું. શું તું તારી સાથે તારા મિત્ર શ્રીમાન શૅરલૉક હોમ્સની મારી સાથે મુલાકાત કરાવવા માટે લેતો આવીશ ? હું આ મામલામાં તેમની સલાહ લેવા માગું છું. જો કે સત્તાવાળાએ તો આ મામલામાં કશું જ થવાનું નથી તેમ કહી હાથ ઊંચા કરી નાખ્યા છે. બને તેટલા જલદી તેમને સાથે લઈ આવવાનો પ્રયત્ન કર. આ રહસ્યમયી સ્થિતિમાંની એક-એક મિનિટ મને એક એક કલાક જેવી લાગે છે. તેમને જણાવજે કે મેં તેમનો પહેલેથી જ સંપર્ક ન કર્યો તેનો અર્થ એવો નથી કે મને તેમની કાબેલિયત પર શંકા છે. પણ હું આઘાતમાં સરી પડ્યો હતો અને મને કશું જ સૂઝતું નહોતું. હવે હું થોડો સ્વસ્થ છું તેમ છતાં પણ હું તે વિષે વધારે વિચારવાની હિંમત નથી કરી શકતો કારણ કે ભય મારા પર હાવી થઈ જાય છે. મને હજુ પણ નબળાઈ છે. હું લખી પણ નથી શકતો મેં કોઈના દ્વારા આ પત્ર લખાવ્યો છે. તેમને સાથે લાવવાનો પ્રયત્ન કરજે.

તારો જૂનો સહપાઠી
પર્સી ફેલ્પ્સ.

આ પત્રમાં કંઈક એવું હતું જે મને ઊંડે ઊંડે સ્પર્શી ગયું હતું. હોમ્સને સાથે લાવવા પર જે દબાણ કરવામાં આવ્યું હતું તે પણ ખૂબ દયનીય હતું. ગમે તેટલી મુશ્કેલ બાબત કેમ ન હોય મારે ગમે તેમ કરીને પ્રયત્ન કરવાનો હતો. જો કે આ વિષય તો હોમ્સના રસનો હતો. માટે પોતાનો અસીલ જેટલો તેની સેવા મેળવવા અધીર હોય તેટલો જ હોમ્સ પોતે પોતાની સેવા આપવા પણ અધીર હોય છે. મારી પત્ની પણ

માનતી હતી કે હોમ્સ સમક્ષ બાબત રજૂ કરવામાં જરા પણ વિલંબ ન થવો જોઈએ. માટે કલાકમાં તો નાસ્તાના સમયે હું ફરી પાછો મારા જૂના અને જાણીતા બેકર સ્ટ્રીટવાળા ઓરડામાં હાજર થઈ ગયો હતો.

હોમ્સ પોતાના સાઇડ-ટેબલ આગળ બેઠો હતો. તેણે ડ્રેસિંગ ગાઉન પહેર્યો હતો અને પોતાના રાસાયણિક સંશોધનમાં ઓતપ્રોત હતો. બન્સન-બર્નર પરના મોટા પાત્રમાં કંઈક ઊકળી રહ્યું હતું. તેણે ભાગ્યે જ મોં ઊંચું કરી મારી સામે જોયું હશે. તેનો આ પ્રયોગ ખૂબ મહત્ત્વનો હશે માટે હું ચૂપચાપ તેને ખલેલ પહોંચાડ્યા વગર આરામખુરશીમાં રાહ જોતો બેઠો રહ્યો. તેણે આ બોટલમાંથી ને તે બોટલમાંથી દ્રવ્યનાં ટીપાં લઈ લઈને પ્રયોગ કરે રાખ્યો. છેવટે પ્રયોગ પૂરો થયો. તેના જમણા હાથમાં લિટમસ પેપરનો ટુકડો હતો.

“તું અણીના ટાણે આવ્યો છે, વૉટસન,” તેણે કહ્યું, “જો આ પેપર ભૂરો રહેશે તો બધું બરાબર રહેશે. પણ જો તે લાલ થઈ જશે તો પત્યું.” તેણે તેને પ્રયોગનળીમાં બોળ્યો. કાગળ તરત જ ઝાંખો પડી ગયો અને મેલા રાતા રંગનો થઈ ગયો.

“આહ્, મારા ધાર્યા પ્રમાણે જ થયું.” તેણે કહ્યું, “થોડી જ વારમાં હું તારી સેવામાં હાજર થાઉં છું, વૉટસન. તને પેલી પર્શીઅન પેટીમાંથી તમાકુ મળી રહેશે.” તે પોતાના ડેસ્ક પાસે ગયો. કેટલાક ટેલિગ્રામ લીધા અને આંટાફેરા કરતા છોકરાને આપ્યા. પછી આરામથી પોતાની જાતને મારી સામેની ખુરશીમાં નાખી અને પગની પિંડી પર હાથ ફેરવવા લાગ્યો.

“સામાન્ય હત્યાનો મામલો હતો.” તેણે કહ્યું, “મારા માનવા પ્રમાણે તારી પાસે તેનાથી પણ વધારે સારું કંઈક છે, વૉટસન, શું છે ?”

મેં તેને પત્ર આપ્યો. જે તેણે ખૂબ ધ્યાનપૂર્વક વાંચ્યો.

“આમાં તો આપણને કંઈ ખાસ જાણવા મળતું નથી. કેમ ?” તેણે પત્ર પાછો આપતાં કહ્યું.

“કંઈ જ નહીં.”

“તેમ છતાં લખાણ રસપ્રદ છે.”

“પણ લખાણ તેનું પોતાનું નથી.”

“ચોક્કસ, તે કોઈક સ્ત્રીનું લખાણ છે.”

“કોઈ પુરુષનું જ છે.” મેં મોટેથી કહ્યું.

“ના, એક સ્ત્રીનું છે. અને તે પણ અનોખા ચારિત્ર્યવાળી સ્ત્રીનું. તું જોઈ શકે છે કે આપણો અસીલ તેણી સાથે એવો નિકટનો સંબંધ ધરાવે છે કે જેના ભરોસે તે પોતાની અંગત બાબત લખાવી શકે છે. મને આ કેસમાં ખૂબ રસ પડ્યો છે. જો તું તૈયાર હોય તો આપણે હાલ ને હાલ વૉકિંગ જવા રવાના થઈએ અને જોઈએ કે આ દુઃખિયારા પર શું આફત આવી પડી છે. અને જેની પાસે તેણે પત્ર લખાવ્યો તે સ્ત્રીને પણ મળીએ.”

સદ્‌ભાગ્યે અમને વોટરલૂથી ઊપડતી એક ટ્રેઈન મળી ગઈ. અને પોણા કલાકમાં તો અમે વૉકિંગનાં જંગલોમાં આવી પહોંચ્યા. બ્રાયર બ્રેઇ સ્ટેશનેથી કેટલીક મિનિટના અંતરે આવેલું એક એકલું અટૂલું વિશાળ ઘર હતું. અમારું કાર્ડ અંદર મોકલતાં જ અમને તરત જ એક ખૂબ જ વ્યવસ્થિત દીવાનખંડમાં બેસાડવામાં આવ્યા. જ્યાં અમને એક પડછંદ વ્યક્તિ દ્વારા આવકારવામાં આવ્યા. તેની ઉંમર ત્રીસ-ચાલીસની હશે પણ તેના ગાલ ખૂબ રુક્ષ હતા જ્યારે તેની આંખોમાં ઉલ્લાસ ઝળકી રહ્યો હતો, જેમાં હજુ પણ તેની બાળપણની નિર્દોષતા ડોકિયાં કરી રહી હતી.

"તમે આવ્યા તેથી ખૂબ આનંદ થયો," તેણે હૂંફથી અમારી સાથે હાથ મિલાવતાં કહ્યું, "પર્સી સવારના તમારા વિષે પૂછ્યા કરે છે. બિચારા તણખલાના સહારા માટે પણ વલખાં મારી રહ્યા છે. તેમનાં મા-બાપ આ ઘટનાથી ખૂબ દુઃખી છે. તેમણે તે બાબતે મને તમને મળવાનું કહ્યું છે."

"પણ અમારી પાસે હજુ કોઈ માહિતી નથી." હોમ્સે કહ્યું, "મારા માનવા પ્રમાણે તમે આ પરિવારના સભ્ય નથી લાગતા."

અમારો યજમાન અવાક થઈ ગયો અને નીચું જોઈ ખડખડાટ હસવા લાગ્યો.

"તમે ચોક્કસ મારા લોકેટ પર કોતરેલા જે.એચ. આદ્યાક્ષરોને જોઈને આમ કહી રહ્યા છો." તેણે કહ્યું, "એક ક્ષણ તો મને લાગ્યું કે તમે કંઈક ચતુરાઈ કરી છે. મારું નામ જોસેફ હેરિસન છે. પર્સી મારી બહેનને પરણવાના છે માટે અમે આ લગ્ન દ્વારા સંબંધી બનવાના છીએ. તમે તેણીને પર્સીના ઓરડામાં મળી શકશો. તેણી છેલ્લા બે મહિનાથી તેની ખડે પગે ચાકરી કરી રહી છે. મારા ખ્યાલથી આપણે હાલ ને હાલ તેની પાસે જઈએ તે સારું રહેશે. તે તમને મળવા આતુર છે."

અમને જે ઓરડામાં લઈ જવામાં આવ્યા તે ઓરડો બેઠકખંડ જે માળ પર આવેલો હતો તે જ માળ પર આવેલો હતો. તેને અડધો બેઠકખંડ તરીકે અને અડધો શયનખંડ તરીકે સજાવવામાં આવ્યો હતો. ઓરડાના દરેક ખૂણામાં સુંદર પુષ્પગુચ્છ સજાવવામાં આવ્યા હતા. એક ફિક્કો અને નંખાઈ ગયેલો યુવાન બારી નજીકના સોફા પર આડો પડ્યો હતો. બારી બહારથી બગીચાની ભીની સોડમ ઉનાળાના વાયરા સાથે તણાઈ આવીને ઓરડામાં પ્રસરી રહી હતી. એક સ્ત્રી તેની બાજુમાં બેઠી હતી જે અમારા ઓરડામાં પ્રવેશતાં ઊભી થઈ ગઈ.

"હું જાઉં, પર્સી ?" તેણીએ પૂછ્યું.

પર્સીએ તેણીનો હાથ પકડી રોકી રાખી. "કેમ છે, વૉટસન ?" તેણે પૂછ્યું, "મૂછમાં તો મેં તને થોડીવાર ઓળખ્યો જ નહીં. અને તું પણ મને ન ઓળખી શક્યો. મારા ખ્યાલથી આ તારા પ્રખ્યાત મિત્ર શ્રીમાન શૅરલૉક હોમ્સ છે, કેમ ખરું ને ?"

મેં થોડા શબ્દોમાં હોમ્સની ઓળખાણ કરાવી અને અમે બન્ને પર્સી સાથે બેઠા. પેલો કદાવર માણસ અમને ઓરડામાં મૂકી જતો રહ્યો. પણ તેની બહેન હજુ પણ પર્સીનો

હાથ પકડીને ત્યાં જ ઊભી હતી. તેણી એક પ્રભાવશાળી દેખાવવાળી સ્ત્રી હતી. તેણી થોડી નીચી હતી પણ ઊજળેવાન હતી, મોટી-કાળી ઇટાલિયન આંખો અને લાંબા કાળા વાળની તે માલિક હતી. તેનો ધોળો ગુલાબી ચહેરો તેના ભાવિ પતિના ચહેરાને ઑર ફિક્કો પાડતો હતો.

"હું તમારો સમય નહીં બગાડું," તેણે સોફા પર બેઠા થતાં કહ્યું, "લાંબી લાંબી પ્રસ્તાવનાઓ બાંધ્યા વગર હું સીધો જ મુખ્ય મુદ્દા પર આવું છું. હું એક સુખી અને સફળ માણસ હતો, શ્રીમાન હોમ્સ, અને થોડા સમયમાં મારાં લગ્ન પણ થવાનાં હતાં અને ત્યાં જ મારા પર આભ તૂટી પડ્યું અને મારા ભાગ્ય પર કાળાં વાદળાં છવાઈ ગયાં.

"વૉટસને તમને કહ્યું હશે તે પ્રમાણે મને મારા મામા લૉર્ડ હોલ્ડહર્ટ્સની લાગવગથી વિદેશ ખાતામાં નોકરી મળી. ધીમે ધીમે હું એક જવાબદાર અધિકારીના હોદ્દા પર પહોંચી ગયો. જ્યારે મારા મામા વિદેશ પ્રધાન બન્યા ત્યારે તેમણે મને અવારનવાર ઘણી બધી મોટી જવાબદારીવાળાં કામ સોંપ્યાં હતાં, જેને મેં સફળતાપૂર્વક પાર પાડ્યાં હતાં. આ વખતે તેઓ મારી પાસે અતિ મહત્ત્વનું અને અતિ ગોપનીય કામ લાવ્યા હતા.

"દસ અઠવાડિયાં પહેલાં - ચોક્કસ કહું તો મેની ૨૩મી તારીખે - તેમણે મને પોતાના અંગત ઓરડામાં બોલાવ્યો અને મારા અત્યાર સુધીનાં કામનાં ભારોભાર વખાણ કર્યા બાદ તેમણે મને કહ્યું કે તેમની પાસે મારા માટે બીજું એક ખૂબ મહત્ત્વનું કામ આવ્યું હતું.

"આ," તેમણે એક રાખોડી રંગનાં કાગળનું ભૂંગળુ હાથમાં લેતા કહ્યું, 'ઇંગ્લૅન્ડ અને ઇટાલી વચ્ચેની સંધિનો દસ્તાવેજ છે. જે બાબતે અત્યારથી જ સમાચારપત્રોમાં હવા ફેલાયેલી છે. આમાંની કોઈ જ વિગત બહાર ન પડે તેનું ખાસ ધ્યાન રાખવાનું છે. ફ્રેન્ચ અને રશિયન દૂતાવાસ આ કાગળિયાના લખાણની માહિતી મેળવવા ગમે તેટલાં નાણાં આપવા તૈયાર થશે. આ દસ્તાવેજ મારા કાર્યાલયમાંથી બહાર ન જવો જોઈએ પણ જો તેની નકલ કરવી જરૂરી ન હોત તો હું તેમ ન કરત. તારી પાસે તારા કાર્યાલયમાં તારું ડેસ્ક છે ?'

" 'હા, સાહેબ.'

" 'તો પછી આ સંધિપત્ર તારી સાથે લઈ જા. તેને તાળામાં બંધ કર અને જ્યારે તારા કાર્યાલયમાંથી બધા જતા રહે ત્યારે તારે તેની નકલ બનાવવાની છે કે જેથી કરીને તારી પર કોઈ નજર રાખે છે તેવો ભય ન રહે અને તું શાંતિથી તારું કામ કરી શકે. જ્યારે તું તારું કામ પતાવી દે ત્યારે તું અસલ અને નકલ બન્નેને તાળામાં બંધ કરી દેજે અને આવતી કાલે સવારે હું તારી પાસેથી હાથોહાથ તે લઈ લઈશ.'

"મેં કાગળિયાં લીધાં અને..."

"જરા એક મિનિટ," હોમ્સે કહ્યું. "આ વાતચીત દરમિયાન તમે એકલા હતા ?"

"હાસ્તો."

"તે કેટલો મોટો ઓરડો હતો ?"

"ત્રીસ ફૂટ લાંબો અને ત્રીસ ફૂટ પહોળો."

"તમે બન્ને બરોબર વચ્ચે હતા ?"

"લગભગ વચ્ચે જ હતા."

"તમે લોકો ધીમા અવાજે વાતો કરતા હતા ?"

"મારા મામાનો અવાજ નોંધપાત્ર રીતે ધીમો છે. હું તો ભાગ્યે જ કશુંક બોલ્યો હતો."

"આભાર," હોમ્સે પોતાની આંખો બંધ કરતાં કહ્યું, "આગળ વાત ચાલુ રાખો."

"મેં તેમણે કહ્યા પ્રમાણે જ કર્યું. જ્યાં સુધી બીજો કારકૂન ન ગયો ત્યાં સુધી મેં રાહ જોઈ. એક કારકૂન મારા ઓરડામાં કામ કરતો હતો. ચાર્લ્સ ગોરોટ. જેને કોઈક મહત્ત્વનું કામ હોવાથી હજુ કાર્યાલયમાં જ હતો માટે હું તેને ત્યાં મૂકીને જમવા ગયો. જ્યારે હું પાછો આવ્યો ત્યારે તે જતો રહ્યો હતો. હું મારું કામ કરવા ઉતાવળો હતો કારણ કે મને ખબર હતી કે જોસેફ, તમે હમણાં જે શ્રીમાન હેરીસનને મળ્યા તે, શહેરમાં જ હતો અને તે અગિયાર વાગ્યાની વૉકિંગ જતી ટ્રેઇન પકડવાનો હતો અને કામ પતાવી મારો વિચાર તેની સાથે જ ઘરે જવાનો હતો.

"જ્યારે મેં સંધિ પર એક નજર ફેરવી ત્યારે મને ખ્યાલ આવી ગયો કે શા માટે મારા મામા તેને આટલુ બધું મહત્ત્વ આપતા હતા. તે વિષે વધારે વિગતો નહીં આપતાં હું માત્ર એટલું જણાવીશ કે તેમાં ત્રિપક્ષીય જોડાણ પ્રત્યે ગ્રેટ બ્રિટનનું વલણ સ્પષ્ટ થતું હતું અને ભૂમધ્ય સમુદ્રમાં ફ્રાન્સનું નૌકાદળ ઇટાલીના નૌકાદળ કરતાં ચડી જાય તો તે વખતે બ્રિટનની નીતિ શું હશે તેની પણ વિગત હતી. આખેઆખી સંધિ નૌકાદળને લાગતા પ્રશ્નોની હતી, જેની નીચે સર્વોચ્ચ હોદ્દેદારોની સહીઓ હતી. મેં તેના પર એક નજર ફેરવી અને નકલ કરવાના મારા કામે વળગી ગયો.

"તે ફ્રેન્ચ ભાષામાં લખેલો લાંબોલચક દસ્તાવેજ હતો અને તેમાં અલગ-અલગ છવ્વીસ કલમોનો સમાવેશ થતો હતો. મેં બને તેટલી ઝડપે નકલ કરવા માંડી. પણ નવ વાગ્યા ત્યારે તો હું હજુ નવ આર્ટિકલો જ લખી શક્યો હતો અને તે જોતાં તો મને જરા પણ નહોતું લાગતું કે હું સમયસર ટ્રેઇન પકડી શકીશ. મને સાંજના ભારે ખાણા કે પછી આખા દિવસના થાકના કારણે સુસ્તી લાગતી હતી. એક કપ કૉફી મને સ્વસ્થ કરી શકે તેમ હતી. કાર્યાલયની નીચે એક લોજ છે. જે અવારનવાર ઓવરટાઇમ કરતા અધિકારીઓને કૉફી બનાવી આપતી હોય છે. મેં તેને બોલાવવા ઘંટડી વગાડી.

"મારા આશ્ચર્ય વચ્ચે, મારા બોલાવવા પર કોઈ પુરુષ નહીં પણ એક સ્ત્રી હાજર થઈ. તે એપરન પહેરેલી એક મોટી ઉંમરની સ્થૂળ સ્ત્રી હતી. તેણે કહ્યું કે તેણી લોજવાળાની પત્ની હતી અને તેને લૉજની જવાબદારી સોંપવામાં આવી હતી. મેં તેને એક કપ કૉફીનો ઑર્ડર આપ્યો.

"ત્યાર બાદ મેં બીજા બે આર્ટિકલ લખ્યા. હવે મને વધારે સુસ્તી લાગવા માંડી હતી. હું ખુરશીમાંથી ઊભો થયો અને પગ છુટ્ટો કરવા આમ તેમ આંટા મારવા લાગ્યો. હજુ સુધી મારી કૉફી નહોતી આવી. હું વિચારવા લાગ્યો કે શા કારણે કૉફી નહોતી આવી. શું થયું તે જોવા હું નીચે પરસાળમાં આવ્યો. મારા ઓરડાની સામે જ એક લાંબી ગેલેરી હતી જે બહાર જતી હતી અને ત્યાંથી બહાર નીકળવાનો એક માત્ર રસ્તો હતો, જે આછો આછો પ્રકાશિત હતો. ગેલેરીનો અંત એક ગોળાકાર સીડીઓ આગળ આવતો હતો જે સીધી જ નીચે લૉજવાળાને ત્યાં જતી હતી. આ સીડીના અડધે રસ્તે જમણી બાજુ એક ફાંટો પડે છે. જ્યાં બીજી એક પરસાળ આવે છે. તેના છેડે બીજો એક દાદર છે. જ્યાંથી બધા નોકરો આવજા કરતા હોય છે. કારકૂનો પણ તેનો ઉપયોગ કરે છે, કારણ કે ચાર્લ્સ સ્ટ્રીટમાંથી આવતા લોકોને તે રસ્તો ટૂંકો પડે છે. અહીં જગ્યાનો ઊડતો ખ્યાલ આપતો મારી પાસે એક ચાર્ટ છે."

"આભાર, હું તેને ધ્યાનમાં રાખીશ." શૅરલૉક હોમ્સે કહ્યું.

"તમે આ મુદ્દાને ધ્યાન પર લો તે ખૂબ જરૂરી છે. હું દાદરો ઊતર્યો અને નીચે હૉલમાં ગયો. મેં જોયું તો લૉજવાળો ઘસઘસાટ સૂતો હતો. તેની બાજુમાં સ્પિરિટના ફાનસ પર કીટલી ઊકળી રહી હતી. મેં કીટલી લીધી ને સ્પિરિટની સગડી ઓલવી નાખી. કારણ કે પાણી ઊભરાઈને બહાર જમીન પર પડતું હતું. પછી મેં પેલા કુંભકરણને આખો હચમચાવીને ઉઠાડ્યો છતાં પણ તે ઊઠ્યો નહીં અને ત્યાં જ તેના માથા પરની ઘંટડી રણકી અને તે આંચકા સાથે જાગી ગયો.

" 'ફેલ્પ્સ, સાહેબ,' તેણે હક્કાબક્કા થતાં મારી સામે જોયું.

" 'હું જોવા આવ્યો છું કે મારી કૉફી તૈયાર છે કે નહીં.'

" 'પાણી ઉકાળતાં ઉકાળતાં મને ઊંઘ આવી ગઈ, સાહેબ,' તેણે અચાનક મારી સામે જોયું અને પછી તેના માથા પરની રણકતી ઘંટડી તરફ જોયું અને તેનું મોઢું આશ્ચર્યનું માર્યું ખુલ્લું રહી ગયું.

" 'સાહેબ, જો તમે અહીં છો, તો આ ઘંટડી કોણ વગાડી રહ્યું છે ?' તેણે પૂછ્યું.

" 'ઘંટડી !' મેં બૂમ પાડી. 'આ શાની ઘંટડી છે ?'

" 'આ તમે જે ઓરડામાં કામ કરો છો તેની ઘંટડી છે.'

"મને થયું કે મારા ધબકારા હમણાં બંધ થઈ જશે. જે ઓરડામાં સંધિપત્ર ખુલ્લો પથરાયેલો પડ્યો હતો ત્યાં કોઈક હતું. હું ધડાધડ પગથિયા ચડી ગેલેરીમાં પહોંચ્યો. પરસાળમાં કોઈ જ નહોતું, શ્રીમાન હોમ્સ, ઓરડામાં કોઈ ન હતું. ઓરડો હું જેવો મૂકીને ગયો હતો તેમનો તેમ જ હતો માત્ર ટેબલ પર પડેલો સંધિપત્ર ગાયબ હતો. નકલ ત્યાં જ હતી પણ અસલ દસ્તાવેજ ગાયબ હતો."

હોમ્સ તેની ખુરશીમાં ટટ્ટાર થયો અને હાથ મસળવા લાગ્યો. હું જોઈ શકતો હતો કે તેને કેસમાં અત્યંત રસ પડવા લાગ્યો હતો.

“પછી તમે શું કર્યું તે જણાવો.” તે ધીમેથી બોલ્યો.

“મને તરત જ ખ્યાલ આવી ગયો કે ચોર બીજા દરવાજાના દાદર પરથી ઉપર આવ્યો હોવો જોઈએ કારણ કે જો તે બીજે રસ્તેથી આવ્યો હોત તો ચોક્કસ મને સામો મળ્યો જ હોત.”

“એવું ન બને કે તે ઓરડામાં કે પરસાળમાં ક્યાંક સંતાઈ ગયો હોય ? તમે કહ્યું તે પ્રમાણે પરસાળ પર કંઈ ખાસ અજવાળું નહોતું.”

“એ સાવ અશક્ય છે, એક ઉંદરડું પણ ઓરડા કે પરસાળમાં સંતાઈ શકે તેમ નથી કારણ કે ત્યાં કોઈ એવો ખૂણો ખાંચો જ નથી.”

“આભાર, આગળ કહો.”

“લૉજવાળાને મારા ફિક્કા ચહેરા પરથી ખ્યાલ આવી ગયો હતો કે કોઈક ગંભીર બાબત બની ગઈ હતી માટે તે પણ મારી પાછળ પાછળ આવ્યો. પછી અમે બન્ને ચાર્લ્સ સ્ટ્રીટ તરફ જતી ગેલેરી અને દાદર પાસે દોડી ગયા. દરવાજો બંધ હતો પણ તેને તાળું નહોતું મારેલું. અમે દરવાજો ધક્કેલીને બહાર ધસી ગયા. ત્યારે મેં નજીકની ઘડિયાળના ત્રણ ટકોરા સાંભળ્યા. પોણા દસ વાગ્યા હતા.”

“આ એક મહત્ત્વની બાબત છે.” હોમ્સે નોંધ લખતાં કહ્યું.

“રાત ઘણી અંધારી હતી અને ઝરમર વરસાદ પણ વરસી રહ્યો હતો. ત્યાં ચાર્લ્સ સ્ટ્રીટમાં કોઈ જ નહોતું, પણ રોજની જેમ બીજા છેડે વ્હાઇટ-હૉલ તરફ જતો ટ્રાફિક હતો. અમે ફૂટપાથ પર દોડી ગયા અને શેરીના નાકે ઊભેલા એક પોલીસ હવાલદારને અમે જોયો.

“ ‘એક લૂંટ કરવામાં આવી છે.’ મેં ગૂસપૂસ અવાજમાં કહ્યું. વિદેશખાતાના કાર્યાલયમાંથી એક ખૂબ જ મહત્ત્વના દસ્તાવેજને ચોરવામાં આવ્યો છે. કોઈ આ તરફથી પસાર થયું છે ?’

“ ‘હું અહીં છેલ્લી પંદર મિનિટથી ઊભો છું. માત્ર એક વ્યક્તિ જ અહીંથી પસાર થઈ છે - એક મોટી ઉંમરની ઊંચી સ્ત્રી જેણે પેસ્લીની શાલ ઓઢી હતી.’

“ ‘તેણી તો મારી ઘરવાળી છે.’ લૉજવાળાએ મોટેથી કહ્યું, ‘બીજું કોઈ અહીંથી પસાર થયું છે ?’

“ ‘કોઈ જ નહીં.’

“ ‘તો તો પછી ચોરે બીજો રસ્તો લીધો હશે,’ લૉજવાળાએ મારી બાંય ખેંચતાં કહ્યું.

“પણ મને તેનાથી સંતોષ નહોતો. તે મને બીજે રસ્તે દોરવાનો પ્રયત્ન કરતો હતો તેથી મને શંકા પડી.

“ ‘પેલી સ્ત્રી કયા રસ્તે ગઈ ?’ મેં મોટેથી કહ્યું.

“ ‘મને નથી ખબર, સાહેબ, મેં તો તેણીને માત્ર પસાર થતી જ જોઈ હતી. તેની પર નજર રાખવાનું મારી પાસે કોઈ ખાસ કારણ નહોતું. તેણી ઉતાવળમાં હોય તેમ લાગતું હતું.’

" 'કેટલા સમય પહેલાં ?'

" 'કંઈ ખાસ વાર નથી થઈ.'

" 'પાંચ મિનિટ જેટલો સમય થયો હશે ?'

" 'પાંચ મિનિટ કરતાં વધારે.'

" 'તમે સમય બગાડી રહ્યા છો, સાહેબ, એક-એક ક્ષણ મહત્ત્વની છે,' લૉજવાળાએ મોટેથી કહ્યું, 'મહેરબાની કરીને મારી વાત પર વિશ્વાસ કરો. તે બીચારી મારી વૃદ્ધ સ્ત્રીને આ ચોરી સાથે કોઈ જ લેવા-દેવા નથી. માટે આપણે બીજા છેડે તપાસ કરવી જોઈએ, ચાલો. જો તમે તેમ નહીં કરો તો હું કરીશ.' આમ કરી તે બીજી દિશા તરફ દોડી ગયો.

"પણ તરત જ પાછળ દોડી મેં તેને પકડી લીધો.

" 'તું ક્યાં રહે છે ?' મેં પૂછ્યું.

" '૧૬, ઇએવિ લેન, બ્રિકસ્ટન,' તેણે જવાબ આપ્યો, 'પણ તમારે ખોટી દિશામાં તમારી તાકાત ન લગાવવી જોઈએ, શ્રીમાન ફેલ્પ્સ. શૅરીના બીજા છેડે ચાલો. ત્યાં આપણને કોઈક પગેરું મળી જાય તો.'

"તેની સલાહ માનવાથી કંઈ લૂંટાઈ નહોતું જવાનું. પોલીસ સાથે અમે બન્ને બીજી દિશા તરફ ધસી ગયા, પણ શેરીના તે છેડે તો લોકોની આવજાની ભીડ હતી. ઘણા બધા લોકોની આવજા ચાલુ હતી પણ બધા જ વરસાદથી બચવા આશરો શોધવામાં લાગ્યા હતા. ત્યાં એવું કોઈ જ નહોતું ઊભું કે જે અમને જણાવી શકે કે ત્યાંથી કોણ પસાર થયું હતું.

"પછી અમે કાર્યાલય પર પાછા આવ્યા અને દાદર તેમજ ગેલેરી તપાસવા લાગ્યા પણ કશું જ હાથ ન લાગ્યું. મારા ઓરડા તરફ જતી પરસાળ એવી હતી કે જેના પર એક પણ છાપ પડી હોત તો તરત જ દેખાઈ જાય. અમે તેને ખૂબ ઝીણવટથી તપાસી પણ અમને પગની છાપનું એક પણ નિશાન ન મળ્યું."

"આખી સાંજ વરસાદ ચાલુ હતો ?"

"સાત વાગ્યાથી વરસાદ ચાલુ હતો."

"તો પછી પેલી સ્ત્રી જે તમારા ઓરડામાં આવી તેનાં કાદવિયાં જૂતાંની છાપ કેમ ક્યાંય જોવા ન મળી ?"

"મને આનંદ થયો કે તમે તે મુદ્દો ઉઠાવ્યો. મારા મનમાં પણ તે જ પ્રશ્ન ઊભો થયો હતો. સ્ત્રી-નોકરોને લૉજ આગળ તેમનાં જૂતાં ઉતારી ત્યાં મૂકેલાં સ્લીપર પહેરીને આવવાની ટેવ પાડવામાં આવી છે."

"ચાલો, તેટલું તો સ્પષ્ટ થઈ ગયું. રાત આટલી ભીની હોવા છતાં પણ ત્યાં કોઈ નિશાન નહોતાં ? ઘટનાક્રમ ખરેખર ખૂબ રસપ્રદ છે. પછી તમે શું કર્યું ?"

"અમે મારો ઓરડો પણ તપાસ્યો. ત્યાં કોઈ ગુપ્ત બારણું હોવાની કોઈ જ શક્યતા નહોતી અને બારીઓ તો જમીનથી ત્રીસ ફૂટ જેટલી ઊંચી છે અને તે પણ અંદરથી

વાસેલી હતી. કારપેટના કારણે જમીનમાં કોઈ ગુપ્ત દરવાજો હોય તેની પણ શક્યતા નહોતી અને છત પરથી પ્રવેશવાની પણ કોઈ શક્યતા નહોતી. હું આખી જિંદગી ખાત્રીપૂર્વક એવું જ માનીશ કે જે કોઈ પણ કાગળિયાં ચોરી ગયું હશે તે બારણેથી જ આવ્યું હોવું જોઈએ."

"તાપણા આગળના ગોખલા વિષે તમારું શું માનવું છે ?"

"તેમાંની કોઈ જ જગ્યા વપરાતી નથી. ત્યાં આગળ એક સગડી રાખવામાં આવી છે. જ્યારે ઘંટડીનું દોરડું મારા ટેબલની જમણી બાજુ તરત જ આવેલું છે. જે કોઈ પણ ઓરડામાં આવ્યું હશે તે ત્યાં સુધી તો ચોક્કસ આવ્યું હશે. પણ વળી આવો કયો ગુનેગાર હશે જે ઘંટ વગાડીને ચોરી કરે ? આ એક મોટું રહસ્ય છે."

"ખરેખર આ ઘટના કંઈક વિચિત્ર છે. પછી તમે શું કર્યું ? મારા ધાર્યા પ્રમાણે તમે ઓરડામાં જો ચોરે કોઈ પગેરું છોડ્યું હોય - કોઈ સીગાર, હાથનું મોજું કે માથાની પિન કે ગમે તે જે તેના દ્વારા ઉતાવળે પડી ગયું હોય - તેના માટે તપાસ કરી તો તમને કશું મળ્યું ?"

"ત્યાં કશું જ નહોતું."

"કોઈ ગંધ ?"

"તે વિષે અમે જરા પણ નહોતું વિચાર્યું."

"અરે, આવી તપાસમાં તમાકુની ગંધ ખૂબ મહત્ત્વની પુરવાર થતી હોય છે."

"હું ક્યારેય તમાકુ ફૂંકતો નથી માટે જો તેવી કોઈ ગંધ ત્યાં હોત તો મને તરત જ ખ્યાલ આવી ગયો હોત. આવા પ્રકારનું તો ત્યાં કોઈ જ પગેરું નહોતું. શંકાનું એક માત્ર તીર લૉજવાળાની સ્ત્રી પર તકાયેલું હતું. શ્રીમતી ટેન્જી તેણીનું નામ છે જેણી ઉતાવળે પગલે ત્યાંથી જતી રહી હતી. તેની પાસે કોઈ પણ વ્યાજબી બહાનું નહોતું. તે માત્ર એટલું જ કહી શકી હોત કે તે તેણીનો રોજિંદો ઘરે જવાનો સમય હતો. મારા અને પોલીસના માનવા પ્રમાણે જો તેણીએ કાગળિયાં ચોર્યાં હોય તો તેણીને જલદીમાં જલદી પકડી લેવી જોઈએ.

"આ સમય દરમિયાન ખબર સ્કોટલૅન્ડ યાર્ડ પર પહોંચી ગઈ હતી. અને તરત જ ડિટેક્ટિવ શ્રીમાન ફોર્સે ત્યાં આવી ખૂબ ચપળતાથી કેસને હાથ પર લઈ લીધો હતો. અમે એક ઘોડાગાડી ભાડે કરી અને અડધા કલાકમાં પેલી સ્ત્રીના ઘરે પહોંચી ગયા. શ્રીમતી ટેન્જીની મોટી દીકરીએ બારણું ખોલ્યું. તેણીની માતા હજુ ઘરે પહોંચી નહોતી. અમે આગળના ઓરડામાં રાહ જોતા બેઠા.

"લગભગ દસ મિનિટ પછી બારણે ટકોરો પડ્યો અને અહીં અમે એક મોટી ભૂલ કરી બેઠા જેના માટે હું મારી જાતને જ દોષી માનું છું. અમારે ખુદને બારણું ખોલવાનું હતું તેની જગ્યાએ અમે તેની દીકરીને બારણું ખોલવા દીધું. એણે તેણીને કહેતાં સાંભળી, 'મમ્મી, ઘરમાં બે માણસ આવ્યા છે જે તારી રાહ જોતા બેઠા છે,' અને તરત જ અમને શેરી પર કોઈકના દોડી જવાનો અવાજ સંભળાયો. ફોર્બ્સ તરત જ બારણું ખોલી બહાર

ધસી ગયો અને પાછળના ઓરડા કે રસોડામાં પહોંચ્યા તે પહેલાં તેણી ત્યાં પહોંચી ગઈ હતી. તેણી અમારી સામે ભયભીત નજરે તાકી રહી અને પછી અચાનક મને ઓળખી ગઈ અને અચાનક તેના ચહેરા પર આશ્ચર્યનો ભાવ ફરી વળ્યો.

" 'તમે તો કાર્યાલયવાળા શ્રીમાન ફેલ્પ્સ છો !' તેણી મોટેથી બોલી.

" 'અહીંથી ભાગી જતી વખતે અમે કોણ હોઈશું તેવું વિચાર્યું હતું ?' મારા સાથીએ તેને પૂછ્યું.

" 'મને એમ કે તમે દલાલો છો,' તેણીએ કહ્યું, 'અમારે કેટલાક ફેરિયાઓ સાથે ઝઘડો ચાલે છે.'

" 'તે કંઈ સારું ન કહેવાય,' ફોર્બ્સે વળતો પ્રહાર કર્યો, 'અમે એવું દૃઢપણે માનીએ છીએ કે તેં કાર્યાલયમાંથી મહત્ત્વના કાગળો ચોર્યા અને તેને સગેવગે કરવા અહીં આવી છે. તારે તપાસ માટે અમારી સાથે સ્કૉટલૅન્ડ યાર્ડ આવવું પડશે.'

" 'અમને ખ્યાલ હતો જ કે તેણી આનાકાની કરશે. ઘોડાગાડી મંગાવવામાં આવી અને અમે ત્રણેય ત્યાંથી રવાના થયા. અમે પહેલાં તો તેનાં રસોડા અને ખાસ તો તેની સગડીની ઝીણવટથી તપાસ કરી કે કદાચ તેણીએ આવીને તરત કાગળિયાંને બાળી ન નાખ્યા હોય. ત્યાં રાખના કે બળેલા કાગળના કોઈ જ અવશેષ નહોતા. જ્યારે અમે સ્કૉટલૅન્ડ યાર્ડ પહોંચ્યાં ત્યારે તેણીને એક મહિલા અધિકારીને હવાલે કરવામાં આવી અને તેની જડતી લેવામાં આવી. અમે આતુરતાથી રાહ જોઈ રહ્યા હતા પણ તેની પાસેથી કશું જ ન મળ્યું.

"ત્યારે પહેલીવાર મને આખીયે પરિસ્થિતિની ભયાનકતાનું ભાન થયું અને હું ફફડી ગયો. મને પાક્કો વિશ્વાસ હતો કે મને તેણી પાસેથી સંધિનાં કાગળિયાં મળી જ જવાનાં હતાં, માટે જો એમ ન થાય તોની પરિસ્થિતિને વિચારી જ નહોતી. પણ હવે કંઈ જ થઈ શકે તેમ નહોતું અને હવે મને મારી ખરી સ્થિતિનું ભાન થયું. તે ભયંકર હતું. વૉટસન, તને તો ખ્યાલ જ હશે કે શાળામાં મને ખૂબ લાગણીશીલ અને નબળો માનવામાં આવતો. મને મારા મામા અને તેમની સાથે કામ કરતા લોકોનો વિચાર આવ્યો. મેં તેમના માટે, મારા માટે અને મારા કુટુંબીજનો માટે કેવી શરમજનક સ્થિતિ ઊભી કરી હતી. પછી ભલેને તે મારી સાથે થયેલો અસામાન્ય અકસ્માત કેમ ન હોય ? રાજકીય મામલાઓમાં અકસ્માતને કોઈ જ સ્થાન નથી હોતું. હું બરબાદ થઈ ગયો હતો. શરમજનક રીતે અને નિરાશાજનક રીતે હું બરબાદ થઈ ગયો હતો. ત્યાર પછી મેં શું કર્યું મને નથી ખબર. મેં ચોક્કસ ભવાડો કર્યો હશે. મને ઝાંખું ઝાંખું યાદ છે કે અધિકારીઓનું નાનકડું ટોળું મને ઘેરી વળ્યું હતું. જે મને ધરપત આપી રહ્યું હતું. તેમાંનો એક મને વૉટરલૂ સ્ટેશન પર લઈ આવ્યો અને મને વૉકિંગ જતી ગાડીમાં પણ બેસાડ્યો. જો અમારા પાડોશી ડૉ. ફેરીઅર તે વખતે સ્ટેશન પર તે જ ગાડી પકડવા અમને મળ્યા ન હોત તો તે મને છેક ઘર સુધી મૂકી જવાનો હતો. ડૉક્ટરે દયા કરી મારી જવાબદારી લીધી અને તે

સારું જ થયું કારણ કે મને સ્ટેશન પર જ ફીટ આવી ગઈ હતી અને અમે ઘરે પહોંચીએ તે પહેલાં તો મને ગાંડપણનો હુમલો પણ આવી ગયો હતો.

"ડૉક્ટરે બારણા પર ઘંટડી વગાડતા જ્યારે ઘરના લોકો ઊઠીને બારણા આગળ આવ્યા હશે અને મને આવી હાલતમાં જોયો હશે ત્યારે તેમની શું હાલત થઈ હશે તેની તમે કલ્પના કરી શકો છો. આ બિચારી ઍની અને મારી માતાના તો જાણે હૃદય જ થંભી ગયા હતા. ડૉ. ફેરિયરે ડિટેક્ટિવ પાસેથી ઘણું બધું સાંભળ્યું હતું અને આખીયે સ્થિતિ સમજાવવા તેમની પાસે પૂરતી માહિતી હતી. પણ તેનાથી કોઈને પણ સાંત્વન નહોતું મળવાનું. તેઓ સમજી ગયાં હતાં કે હું લાંબી બીમારીમાં પટકાવાનો હતો. જોસેફે તરત જ તેના શયનખંડને મારા માટે તૈયાર કરી દીધો અને મેં આખાયે શયનખંડને બીમારીનો ખંડ બનાવી દીધો. અહીં હું છેલ્લાં નવ અઠવાડિયાંથી પણ વધારે સમયથી પથારીવશ છું. સતત બેભાન અવસ્થા અને મગજના તાવથી પીડાઉં છું. જો મિસ હેરિસન અહીં ઊભા પગે મારી સારવારમાં ન લાગી હોત અને ડૉક્ટર ફેરિયર ન હોત તો આજે તમારી સમક્ષ વાત કરવા હું સક્ષમ ન હોત. તેણી ખુદ દિવસ દરમિયાન મારી સંભાળ લે છે અને એક વ્યવસાયી નર્સ મારી રાત દરમિયાન સંભાળ રાખે છે. હું મારી આવી પાગલ અવસ્થામાં કંઈ પણ કરી શકું તેમ છું. ધીમે ધીમે મારી હાલતમાં સુધારો આવ્યો પણ છેલ્લા ત્રણ દિવસથી જ મારી યાદશક્તિ પાછી આવી છે. ક્યારેક મને એમ થાય છે કે કાશ, હું બધું ભૂલી જ ગયો હોત તો સારું થાત. પહેલું કામ મેં શ્રીમાન ફોર્બ્સને પત્ર લખવાનું કર્યું. તેમના હાથમાં જ મારો કેસ હતો. તેઓ મારી પાસે આવ્યા અને મને ખાતરી આપતાં કહ્યું કે તેમણે ઘણી તપાસ કરવા છતાં કોઈ જ પગેરું મળ્યું નથી. લૉજવાળા અને તેની પત્નીની હરસંભવ તપાસ કરવામાં આવી પણ તેમને કશું જ હાથ ન લાગ્યું. પછી પોલીસને જુવાન ગોરોટ પર શંકા ગઈ. તે તમને યાદ હોય તો તે રાત્રે મોડે સુધી કાર્યાલયમાં રોકાયો હતો. તેનું મોડે સુધી રોકાવું અને તેનું નામ ફ્રેન્ચ હોવું તે બે મુદ્દા માત્રથી જ તેના પર શંકા કરવામાં આવી હતી. પણ હકીકત તો એ છે કે મેં તે જ્યાં સુધી ગયો નહીં ત્યાં સુધી કામ શરૂ જ નહોતું કર્યું. આ ઉપરાંત તેનું કુટુંબ હ્યુનોટ, એકસ્ટ્રેટનું ખરું પણ તે મારા તમારા જેવો જ પરંપરાગત અંગ્રેજ છે. તેની તપાસ કરતાં પણ કશું જ ન મળ્યું અને તે બાબતને ત્યાં જ પડતી મૂકવામાં આવી. હવે હું મારી છેલ્લી આશા તરીકે તમારી તરફ વળ્યો છું. જો તમે પણ નિષ્ફળ જશો તો મારો હોદ્દો અને મારી આબરૂ બન્ને છીનવાઈ જશે."

બિચારો બીમાર માણસ ફરી સોફામાં ફસડાઈ પડ્યો. લાંબા નિવેદનથી તે થાકી ગયો હતો. તરત જ તેની નર્સે તેને દવાનો ઘૂંટડો પીવડાવ્યો. હોમ્સ હજુ પણ પાછળ માથું ટેકવી બંધ આંખે બેઠો હતો. અજાણી વ્યક્તિએ તેના આવા વર્તનથી આશ્ચર્ય થાય પણ હું તેની આદતને જાણતો હોવાથી મને ખબર હતી કે તે આખીયે બાબતને સંપૂર્ણ એકાગ્રતાથી સાંભળતો હતો.

"તમારું નિવેદન એટલું સ્પષ્ટ છે." છેવટે તેણે કહ્યું, "કે તમે મારે માટે ભાગ્યે જ કેટલાક પ્રશ્નો છોડ્યા છે. તે પ્રશ્નોમાં સૌથી મહત્ત્વનો પ્રશ્ન એ છે કે શું તમે તમારા આ મહત્ત્વના કામ વિષે કોઈને જણાવ્યું હતું ?"

"કોઈને પણ નહીં."

"દા.ત. આ કુમારી હેરિસનને પણ નહીં."

"ના, મને કામ મળ્યું ત્યારથી તે જ્યારે મેં કામ શરૂ કર્યું તે દરમિયાન હું વૉકિંગ પાછો જ નહોતો આવ્યો."

"અને સંજોગોવશાત્ તમારી કોઈ વ્યક્તિ તમને મળવા આવી હોય ?"

"કોઈ નહીં."

"તેમાંના કોઈને પણ તમારા કાર્યાલયનો માર્ગ ખબર છે ?"

"હા. તે બધાએ મારું કાર્યાલય જોયેલું છે."

"તેમ છતાં પણ જો તમે કહી રહ્યા હો કે સંધિ વિષે કોઈને પણ નથી જણાવ્યું તો આ પ્રશ્નો કરવા નકામા છે."

"ના, મેં કશું જ કહ્યું નથી."

"લૉજવાળા વિષે તમે કંઈ જાણો છો ?"

"કશું જ નહીં, સિવાય કે તે એક જૂનો સૈનિક છે."

"કઈ રેજિમેન્ટ ?"

"હા, મેં સાંભળ્યું છે - કોલ્ડસ્ટ્રિમ ગાર્ડ્ઝ."

"આભાર, બાકીની વિગતો હું ફોર્બ્સ પાસેથી મેળવી લઈશ. આપણા સત્તાવાળાઓ માહિતી ભેગી કરવી સારી પેઠે જાણે છે. પણ તેનો ઉપયોગ કરવો નથી જાણતા. ગુલાબ કેવું સુંદર પુષ્પ હોય છે !"

હોમ્સ ખુલ્લી બારી પાસે ગયો અને એક ગુલાબને કોમળતાથી હાથમાં લીધું અને તેને નીરખવા લાગ્યો. તેની આ નવી બાજુ હતી જેને હું જોઈ રહ્યો. તેને મેં ક્યારેય કુદરતની કોઈ વસ્તુમાં આટલો રસ લેતો નહોતો જોયો.

"ધર્મમાં જેટલો તર્ક લડાવવો પડે છે, તેટલો બીજે ક્યાંય નથી લડાવવો પડતો." તેણે દીવાલનો ટેકો લેતાં કહ્યું, "તર્કશાસ્ત્રી જો પોતાની બુદ્ધિ લડાવે તો તે તેનું આગવું શાસ્ત્ર ઘડી શકે છે. ઈશ્વરની કૃપાળુતાની મોટી ખાતરી આપણને પુષ્પ દ્વારા મળે છે. બીજી બધી ચીજો, આપણી શક્તિ, આપણી મહત્ત્વાકાંક્ષાઓ, આપણું ખાણું તે ખરેખર આપણા અસ્તિત્વ માટે જરૂરી છે. પણ આ ગુલાબની વાત કંઈક જુદી જ છે. તેની સુગંધ તેનો રંગ આપણા જીવનને શોભાવે છે. તેમાં જ તેની ગરિમા છે. માટે જ હું કહું છું કે આપણે પુષ્પો પાસે ઘણી બધી આશા રાખવી જોઈએ."

હોમ્સના આવા નિવેદનથી પર્સી અને તેની નર્સ ઍનિ અસમંજસમાં પડી ગયાં

અને તમના ચહેરા પર નિરાશાની રેખાઓ ઊપસી આવી. હોમ્સ પોતાના હાથમાં રહેલા પુષ્પમાં ખોવાઈ ગયો. છેવટે યુવતીની ધીરજ ખૂટી ગઈ અને તે બોલી.

“તમને રહસ્ય ઉઘાડું થવાની કોઈ આશા છે ખરી, શ્રીમાન હોમ્સ ?” તેણીએ અધીરાઈથી પૂછ્યું.

“અરે, રહસ્ય !” હોમ્સે જાણે ફરી વાસ્તવિકતામાં આવ્યો હોય તેવા ઝાટકા સાથે કહ્યું, “તે વાતમાં કોઈ જ બે મત નથી કે આ કેસ ગૂંચવણભર્યો અને રસપ્રદ છે, પણ હું તમને વચન આપું છું કે હું તપાસ કરીશ અને જો મને કંઈ હાથ લાગશે તો તરત જ તમને જણાવીશ.”

“તમને કોઈ પગેરું દેખાય છે ?”

“તમે મને સાત પગેરાં આપ્યાં છે. પણ હું તેને પરખી નીરખીને જ તે બાબતે કશું જણાવી શકીશ.”

“તમને કોઈના પર શંકા છે ?”

“મને મારી જાત પર શંકા છે.”

“શું ?”

“કે હું ખૂબ ઉતાવળે તારણ પર આવી જાઉં છું.”

“તો પછી લંડન જાઓ અને તમારા તારણને ચકાસો.”

“તમારી સલાહ ઉત્તમ છે, કુમારી હેરિસન,” હોમ્સે ઊભા થતાં કહ્યું, “મારા ખ્યાલથી વૉટસન, આપણું અહીંનું કામ પૂરું થાય છે. શ્રીમાન ફેલ્પ્સ, તમારે કોઈ જ ખોટી આશા રાખવાની નથી. આ મામલો ખૂબ ગુંચવાઈ ગયેલો છે.”

“જ્યાં સુધી હું તમને ફરી નહીં મળું ત્યાં સુધી મને તાવ ચડેલો જ રહેશે.” તેણે મોટેથી કહ્યું.

“હું આવતી કાલે આ જ ગાડીમાં પાછો આવીશ, બની શકે કે મારો અહેવાલ નકારાત્મક હોય.”

“આવવાનું વચન આપવા બદલ ભગવાન તમારું ભલું કરે.” ફરી અમારા અસીલે મોટેથી કહ્યું, “કશુંક થયાનો અનુભવ મને નવજીવન આપશે. ઠીક છે. જે હોય તે, પણ મારી પાસે લોર્ડ હોલ્ડહર્ટ્સનો પત્ર છે.”

“આહ્ ! શું કહે છે તેઓ ?”

“તેઓ કૂણા રહ્યા છે, કડક નહીં. કદાચ મારી નબળી તબિયતે તેમને કડક થતા રોક્યા હશે. તેમણે ફરી જણાવ્યું છે કે બાબત ખૂબ ગંભીર છે અને મારી કારકિર્દી વિષેનો કોઈ પણ નિર્ણય મારી તબિયત સુધર્યા બાદ જ લેવામાં આવશે - તેમનો આવું કહેવાનો અર્થ મારી હકાલપટ્ટી બાબતે જ હશે. માટે જ્યાં સુધી મારી તબિયત સારી ન થાય ત્યાં સુધી મારી પાસે મારા દુર્ભાગ્યને સુધારવાનો સમય છે.”

"તે વ્યાજબી અને યોગ્ય કહેવાય," હોમ્સે કહ્યું, "ચાલ, વૉટસન, આપણે શહેરમાં પહોંચીને ઘણું બધું કામ છે."

શ્રીમાન જોસેફ હેરિસન અમને ઘોડાગાડીમાં સ્ટેશન પર મૂકી ગયા અને તરત જ અમે પોટ્ર્સમાઉથની ટ્રેઇનમાં રવાના થઈ ગયા. હોમ્સ ઊંડા વિચારોમાં ડૂબેલો હતો. ક્લેથહામ જંક્શન પસાર થયું ત્યાં સુધી તે એક પણ શબ્દ નહોતો બોલ્યો.

"ક્યારેક ક્યારેક આવી ઊંચાઈ પર ચાલતી ટ્રેઇનમાં બેસીને આજુબાજુનાં દૃશ્યો જોવાની મજા આવતી હોય છે. તેનાથી આપણે નીચેનો નજારો જોઈ શકીએ છીએ."

મને લાગ્યું હોમ્સ મજાક કરે છે. કારણ કે એ કંઈ ખાસ સુંદર દૃશ્યો નહોતાં. પણ તેણે જ પછી મને આખી વાત સમજાવી.

"પેલાં છૂટાંછવાયાં ઘરો દેખાય છે ? જાણે દરિયા વચ્ચેનો કોઈ રાખોડી રંગની ઈંટોનો ટાપુ ના હોય !"

"તે તો બોર્ડિંગ સ્કૂલનાં મકાનો છે."

"ના. એવું ના કહે. તે તો દીવાદાંડી છે ! ભાવી ઘડનારી દીવાદાંડી ! ભવિષ્યમાં દેશને ઉજ્જ્વળ કરનારા બીજનું રોપણ ત્યાં થાય છે ! ફેલ્પ્સ દારૂ નથી પીતો, કેમ ?"

"મને નથી લાગતું."

"મને પણ નથી લાગતું, પણ આપણે દરેક શક્યતાઓને તપાસવા બંધાયેલા છીએ. બિચારા છોકરાએ ચોક્કસ પોતાની જાતને ઊંડા પાણીમાં ઉતારી દીધી છે. હવે પ્રશ્ન એ છે કે આપણે બાપડાને કિનારે લાવી શકીશું કે નહીં ? તારું કુમારી હેરિસન વિષે શું માનવું છે ?"

"તેણી એક મજબૂત વ્યક્તિત્વ ધરાવતી છોકરી છે."

"હા, વાત તો સાચી છે. અથવા તો હું તેવું માનવામાં ભૂલ કરતો હોઈશ. તેણી અને તેનો ભાઈ નોર્થમ્બરલૅન્ડ બાજુનાં લુહાર પિતાનાં બે માત્ર સંતાન છે. ગયા શિયાળામાં જ્યારે ફેલ્પ્સ તે તરફ પ્રવાસે ગયો હશે ત્યારે તેણી સાથે સગાઈ કરી હશે અને ફેલ્પ્સના કુટુંબીજનોને મળવા તેણી પોતાના ભાઈ સાથે અહીં આવી હશે. પછી આખી આ ઘટના ઘટી અને તેણી ફેલ્પ્સની સેવા માટે અહીં રોકાઈ ગઈ અને તેણીનો ભાઈ પણ ખુશી ખુશી તેણી સાથે રોકાઈ ગયો. તેં જોયું મેં પણ સ્વતંત્ર પણ કેટલીક પૂછપરછ કરી છે. પણ આજનો આખો દિવસ પૂછપરછ પાછળ જ જવાનો છે."

"મારી પ્રેક્ટિસ..." મેં બોલવાનું શરૂ કર્યું.

"જો તને તારા કેસ મારા કરતાં વધારે રસપ્રદ લાગતા હોય..." ત્યાં મેં હોમ્સને અટકાવ્યો.

"હું એવું કહેવા જઈ રહ્યો હતો કે મારી પ્રેક્ટિસ એક-બે દિવસ માટે રોકાઈ શકે છે, કારણ કે અત્યારે વર્ષના મંદીના દિવસો ચાલી રહ્યા છે."

"ઉત્તમ," ફરી સારા મૂડમાં આવતાં હોમ્સે કહ્યું, "તો પછી આપણે બે સાથે જ આખીયે બાબતની તપાસ કરીશું. મારા ખ્યાલથી આપણે સૌ પ્રથમ ફોર્બ્સને મળવું જોઈએ. તે આપણને શક્યતઃ બધી જ વિગતો આપશે અને તેના પરથી આપણે કઈ દિશામાં આગળ વધવું તેની ખબર પડશે."

"તેં કહ્યું હતું કે તારી પાસે પગેરાં છે ?"

"અરે, આપણી પાસે ઘણાં બધાં પગેરાં છે. પણ આગળની તપાસ જ આપણને તેની ઉપયોગિતા જણાવશે. જ્યારે કોઈ ગુનામાં કોઈ ઉદ્દેશ નથી હોતો ત્યારે તેને ઉકેલવો સૌથી વધુ અઘરો થઈ પડે છે. હવે આ ગુનો કંઈ ઉદ્દેશ વગરનો નથી. તેનાથી કોને ફાયદો થવાનો છે ? એક ફ્રેન્ચ રાજદૂત છે, બીજો રશિયન રાજદૂત છે, બન્નેમાંથી કોઈ પણ સંધિપત્રને વેચી શકે તેમ છે. અને લૉર્ડ હોલ્ડહર્ટ્સ પણ ખરા."

"લૉર્ડ હોલ્ડહર્ટ્સ !"

"આવો દસ્તાવેજ અકસ્માતે નાશ પામે તો કોઈ ઉચ્ચ અધિકારી માટે નાખુશી જેવું ન પણ હોય. આવી સ્થિતિ માટે તે ઉપકારક હોય એવું પણ બને."

"આવું નિવેદન લૉર્ડ હોલ્ડહર્ટ્સ જેવા સંમાનનીય માણસ માટે ન અપાય."

"હું તો એક શક્યતાની વાત કરું છું. જેને આપણે અવગણી ન શકીએ. આપણે આ સર્વોચ્ચ અધિકારીને આજે મળીશું અને જોઈએ આપણને તેઓ કંઈ જણાવી શકે છે કે નહીં. તે દરમિયાન મેં એક તપાસ તો પહેલેથી જ શરૂ કરી દીધી છે."

"શરૂ કરી દીધી ?"

"હા, મેં વૉકિંગ સ્ટેશનથી સાંજના દરેક સમાચાર પત્ર પર એક તાર મોકલ્યો છે. આ જાહેરાત તે દરેકમાં છપાશે." તેણે નોટબૂકના ફાટેલા પાના પર પેન્સિલથી લખી કાઢેલી એક ચિઠ્ઠી મને વંચાવી :

> *"૧૦ પાઉન્ડનું ઈનામ. જે કોઈ પણ ઘોડાગાડીએ ૨૩મી મેની રાત્રે પોણા દસ દરમિયાન ચાર્લ્સ સ્ટ્રીટ ખાતે આવેલી વિદેશખાતાની ઑફિસ આગળ કોઈ વ્યક્તિને છોડી હોય તેણે ૨૨૧બી, બેકર સ્ટ્રીટ ખાતે સંપર્ક સાધવો."*

"તને વિશ્વાસ છે કે ચોર ઘોડાગાડીમાં આવ્યો હશે ?"

"જો તેમ નહીં હોય તો કોઈ નુકસાન નથી. પણ જો શ્રીમાન ફેલ્પ્સ ખાતરીપૂર્વક કહેતા હોય કે ઑફિસની પરસાળમાં કે બીજે ક્યાંય સંતાવાની જરા સરખી પણ જગ્યા નથી તો ચોક્કસ ચોર બહારથી જ આવ્યો હોવો જોઈએ. જો આવી ભીની રાત્રે તે બહારથી આવ્યો હોય અને તેનાં પગરખાંની છાપ તેના ગયા પછી તરત તપાસવા છતાં ન મળી હોય તો તેની ઘોડાગાડીમાં આવવાની શક્યતા વધી જાય છે. હા, મારા ખ્યાલથી આપણે તે ઘોડાગાડી મેળવી શકીશું."

"બની શકે કે આવું બન્યું હોય !"

"આ મેં કહ્યું તે મારી પાસેના પગેરામાંનું એક પગેરું છે. તે આપણને કોઈક દિશા સૂઝાડશે અને પેલી ઘંટડી જે આ મામલાની સૌથી વિચિત્ર બાબત છે. શા માટે ઘંટડી રણકી ? શું આ કોઈ ચોર હશે જેણે પોતાની બહાદુરી બતાવવા આમ કર્યું હશે ? અથવા તો કોઈ ચોર સાથે આવ્યું હોય અને તેણે ગુનો અટકાવવા માટે આમ કર્યું હોય. કે પછી તે કોઈ અકસ્માત હોય ? તો પછી શું... ?" ફરી તે ઊંડા વિચારમાં ખોવાઈ ગયો અને તેના સ્વભાવને હું જાણતો હોવાથી મને તરત ખ્યાલ આવી ગયો કે તેને તેમાંથી ફરી કોઈ શક્યતાઓ હાથ લાગી હતી.

અમે અમારા ટર્મિનલ પર પહોંચ્યા ત્યારે ત્રણ ને વીસ થઈ હતી. બપોરનું ભોજન જલદી જલદી પતાવી અમે સ્કૉટલૅન્ડ યાર્ડ તરફ રવાના થયા. હોમ્સે પહેલાં જ ફોર્બ્સને તાર કરી દીધો હતો અને તે અમારી રાહ જોતો બેઠો હતો. તે એક બાંઠિયો, શિયાળ જેવો દેખાતો, તીક્ષ્ણ છતાં વગર વાતના હાવભાવવાળો માણસ હતો. તેનું અમારા પ્રત્યેનું વર્તન નિરસ હતું અને જ્યારે તેણે જાણ્યું કે અમે કઈ બાબતે તેને મળવા માગતા હતા ત્યારે તો તે ઑર અકડાઈ ગયો.

"આ પહેલાં મેં તમારી કામ કરવાની પદ્ધતિ વિષે સાંભળ્યું છે, શ્રીમાન હોમ્સ," તેણે તોછડાઈથી કહ્યું, "પોલીસ પાસે રહેલી બધી જ માહિતી જાણી તમે તેનો ઉપયોગ કરી લેશો અને પોતાની જાતે જ આખો મામલો સુલઝાવી લેશો અને પોલીસને તો છેવટે અપયશ જ મળવાનો."

"તેનાથી વિરુદ્ધ," હોમ્સે કહ્યું, "મેં સુલઝાવેલા છેલ્લા ૫૩ કેસમાંથી મારું નામ તો માત્ર ચારમાં જ લેવામાં આવ્યું છે અને બાકીના ઓગણપચ્ચાસ મામલાનો યશ પોલીસ ખાટી ગઈ. આમાં હું તમને દોષ નહીં આપું કારણ કે તમે કશું જાણતા નથી, કારણ કે તમે યુવાન અને બિનઅનુભવી છો. પણ જો તમે તમારી નવી ફરજ સારી રીતે બજાવવા માગતા હોવ તો તમારે મારી સાથે રહીને કામ કરવું પડશે નહીં કે વિરુદ્ધ જઈને."

"તમારા તરફથી એક-બે ઈશારા મળશે તો મને આનંદ થશે." તેણે પોતાનું વર્તન નમ્ર કરતાં કહ્યું. "બાકી આ કેસમાં મને કોઈ જશ મળે તેવું કંઈ લાગતું નથી."

"તમે શું શું પગલાં લીધાં ?"

"લૉજવાળાની તપાસ કરી. તેનું ચારિત્ર્ય સારું છે અને અમને તેની વિરુદ્ધ કશું જ નથી મળ્યું. તેની પત્ની થોડી વિચિત્ર લાગે છે. માટે મને લાગે છે કે તે દેખાય છે તેના કરતાં વધારે જાણે છે."

"તમે તેણીનો પીછો કર્યો ?"

"અમે તેની પાછળ અમારી એક સ્ત્રીપોલીસ રાખી છે. શ્રીમતી ટેન્જી એક નંબરની

પિયક્કડ બાઈ છે અને તે દરમિયાન અમારી સ્ત્રીપોલીસ તેની સાથે બે વાર રહી હતી પણ તેણી પાસેથી વધારે કશું કઢાવી શકી નથી.''

''મારા સાંભળ્યા પ્રમણે તેને ત્યાં દલાલો ઉઘરાણી કરવા આવ્યા હતા ?''

''હા, પણ તેણે ચુકવણી કરી દીધી છે.''

''તેની પાસે પૈસા ક્યાંથી આવ્યા ?''

''તે બધું સ્પષ્ટ છે. તેના પતિનું કેટલુંક પેન્શન બાકી હતું. તેમાંથી તેણે ચુકવણી કરી. તેઓ નાણાની ખેંચમાં હોય તેવું લાગ્યું નહીં.''

''તેને જ્યારે શ્રીમાન ફેલ્પ્સે કૉફી માટે ઘંટડી વગાડવાના જવાબ બાબતે પૂછવામાં આવ્યું ત્યારે તેણે શું સ્પષ્ટતા કરી ?''

''તેણીએ કહ્યું કે તેનો પતિ ખૂબ થાકી ગયો હતો અને તેણી તેને રાહત આપવા માગતી હતી.''

''હા, તે વાત માનવા યોગ્ય છે, કારણ કે થોડી વાર પછી જ તેને તેની ખુરશીમાં ઝોલાં ખાતો જોવામાં આવ્યો હતો. તેઓ વિરુદ્ધ કશું જ નથી, સિવાય કે સ્ત્રીનું ચારિત્ર્ય. તમે તેણીને પૂછ્યું કે તેણી તે રાત્રે ઉતાવળમાં શા માટે હતી ? તેની આ ઉતાવળે પોલીસ હવાલદારનું ધ્યાન ખેંચ્યું હતું.''

''તે રોજ કરતાં મોડી હતી માટે વહેલી ઘરે પહોંચવા માગતી હતી.''

''શું તમે તેણીને કહ્યું કે તમે અને શ્રીમાન ફેલ્પ્સ બંને તેની પછી વીસ મિનિટ બાદ તેના ઘર તરફ રવાના થયા હતા છતાં તેણી કરતાં પહેલાં પહોંચી ગયા હતા ?''

''તેણીએ ઘોડાગાડી અને બસ વચ્ચેના તફાવતને સમજાવી તેની સ્પષ્ટતા કરી હતી.''

''શું તેણીએ સ્પષ્ટતા કરી કે તેણી ઘરે પહોંચતાંની સાથે જ કેમ રસોડા તરફ દોડી ગઈ હતી ?''

''કારણ કે તેણી પાસે દલાલોને ચૂકવવાનાં નાણાં હતાં.''

''ચાલો, કમ-સે-કમ તેણીએ તમારા દરેક પ્રશ્નોના જવાબ તો આપ્યા. શું તમે તેણીને પૂછ્યું કે તેણીએ બહાર જતી વખતે કોઈને કચેરીમાં પ્રવેશતા કે ચાર્લ્સ સ્ટ્રીટ પર ચાલતા જોયા હતા ? ચાલો, કશો વાંધો નહીં, પણ તમારે તેણીની ઊલટતપાસ કરવા જેવી હતી, બીજું તમે શું કર્યું ?''

''ક્લાર્ક ગોરોટનો પણ આ નવ અઠવાડિયાંથી પીછો કરવામાં આવ્યો છે પણ તેમાંથી પણ કશું હાથ નથી લાગ્યું. અમને તેની વિરુદ્ધમાં કશું જ નથી મળ્યું.''

''બીજું કંઈ ?''

''અમારી પાસે આગળ વધવા માટે કશું જ નથી. કોઈ પુરાવો નહીં કે બીજું કશું પણ નહીં.''

''પેલી ઘંટડી કઈ રીતે વાગી તે વિષે તમે કોઈ વિચારણા કરી ?''

"સાચું કહું તો હું મારી અસફળતા સ્વીકારું છું. કોઈ ઠંડા કલેજાવાળા માણસે તેમ કર્યું હશે."

"હા, તે ઘણી વિચિત્ર બાબત છે. તમારો માહિતી આપવા બદલ ખૂબ ખૂબ આભાર. જો મારા હાથમાં કાંઈ લાગ્યું તો હું તમને તરત જ ખબર પહોંચાડીશ. ચાલ, વૉટસન."

"હવે અપણે ક્યાં જઈ રહ્યા છીએ ?" પોલીસ સ્ટેશન છોડતાં મેં પૂછ્યું.

"હવે આપણે કેબિનેટ મિનિસ્ટર અને ઇંગ્લૅન્ડના ભાવિ વડાપ્રધાન લૉર્ડ હોલ્ડહર્ટ્સની પૂછપરછ કરવા જઈએ છીએ."

અમારા સદ્નસીબે લૉર્ડ હોલ્ડહર્ટ્સ, ડાઉન સ્ટ્રીટ ખાતેની તેમની કેબિનમાં હાજર હતા. હોમ્સે પોતાનું કાર્ડ અંદર મોકલતાંની સાથે જ અમને અંદર લઈ જવામાં આવ્યા. અમને તાપણાની એક એક તરફ આવેલી ખૂબ જ આરામદાયક બેઠક પર સમ્માનથી બેસાડવામાં આવ્યા. તેઓ અમારી વચ્ચે ઊભા રહ્યા. તેમનું વ્યક્તિત્વ ભાગ્યે જ જોવા મળે તેવું ઉમદા હતું. તેઓ થોડા ઊંચા અને પ્રભાવશાળી હતા. વાંકડિયા વાળ થોડા થોડા ધોળા થઈ ગયા હતા. તેઓ કોઈ સામાન્ય માણસ નહોતા. તેઓ ખરા અર્થમાં એક ઉમરાવ હતા.

"તમારું નામ મારા માટે ખૂબ જાણીતું છે, શ્રીમાન હોમ્સ." તેમણે સ્મિત કરતાં કહ્યું, "અને તમારી મુલાકાતના કારણથી અજાણ હોવાનો ડોળ પણ હું નહીં કરું. તમને અહીં ખેંચી લાવે તેવી એક ઘટના આ ઑફિસમાં બની છે. તમે કોના માટે કામ કરો છો ?"

"શ્રીમાન પર્સી ફેલ્પ્સ માટે." હોમ્સે જવાબ આપ્યો.

"બિચારો મારો દુર્ભાગી ભાણિયો ! તમે સમજી શકો છો કે તે મારો સગો છે તે બાબત તેનો બચાવ કરવામાં આડી આવે છે. મને ભય છે કે આ પ્રસંગથી તેની કારકિર્દી પર ભારે અસર પડશે."

"અને જો દસ્તાવેજ મળી જાય તો ?"

"તો તો પછી વાત અલગ હશે."

"મારી પાસે તમને પૂછવા માટે એક-બે પ્રશ્નો છે, લૉર્ડ હોલ્ડહર્ટ્સ."

"તમને માહિતી આપતાં મને આનંદ થશે."

"શું તમે આ જ ઓરડામાં તમારા ભાણિયાને દસ્તાવેજની નકલ કરવાની સૂચના આપી હતી ?"

"હા, આ જ ઓરડામાં."

"તો તો પછી તમને લોકોને સાંભળવાની શક્યતા નજીવી છે, કેમ ?"

"તેનો પ્રશ્ન જ ઊભો નથી થતો."

"શું તમે ક્યારેય બીજા કોઈ સમક્ષ સંધિપત્રની નકલ કરવાના તમારા ઇરાદાને વ્યક્ત કર્યો છે ?"

"ક્યારેય નહીં."

"તમને ખાતરી છે ?"

"ચોક્કસ."

"જો તમે કે શ્રીમાન ફેલ્પ્સે આ વાતનો ઉલ્લેખ કોઈ સમક્ષ નથી કર્યો અને બીજા કોઈને આ વાતની જરા પણ જાણ નથી, તો તો પછી એવું બન્યું હશે કે ચોર અકસ્માતે કાર્યાલયમાં આવી ચડ્યો હશે અને અકસ્માતે તેની નજર સંધિપત્ર પર પડી હશે અને તેને સેરવી લેવાનો તેને અવસર મળી ગયો હશે."

લૉર્ડે સ્મિત કર્યું, "તમે હવે મને મારા ક્ષેત્રની બહાર લઈ જાઓ છો." તેમણે કહ્યું.

હોમ્સ થોડી ક્ષણ થોભ્યો, "બીજા એક મહત્ત્વના મુદ્દાની ચર્ચા હું તમારી સાથે કરવા માગું છું." તેણે કહ્યું, "મારી જાણ પ્રમાણે તમે એવું કહ્યું હતું કે જો આ સંધિપત્રની વિગતો જાહેર થશે તો તેનાં ગંભીર પરિણામ આવશે તેનો તમને ડર હતો."

તેમના ચહેરા પરથી એક છાયા પસાર થઈ ગઈ, "ઘણાં ગંભીર પરિણામો આવે."

"એવું કંઈ થયું છે ?"

"ના, હજુ નથી થયું."

"જો સંધિપત્ર ફ્રેન્ચ કે રશિયન એલચી કચેરીએ પહોંચ્યો હોય તો તે બાબતે તમને ચોક્કસ જાણ થાય ખરી ?"

"થવી જ જોઈએ."

"આ દસ અઠવાડિયાં વીતી ગયાં અને કશું સાંભળવામાં આવ્યું નથી તો એમ માનવું ખોટું નથી કે હજુ તેમની પાસે સંધિપત્ર પહોંચ્યો નથી."

લૉર્ડ હોલ્ડહર્ટ્સે પોતાના ખભા ઉલાળ્યા.

"આપણે એવું તો ન ધારવું જોઈએ કે ચોરે સંધિની ચોરી તેને મઢાવીને દીવાલ પર લટકાવવાના ઉદ્દેશથી કરી હોય."

"બની શકે કે તે સારી કિંમતની રાહ જોઈ રહ્યો હોય."

"જો તે હજુ થોડી રાહ જોશે તો તેને તેનું કશું જ નહીં મળે. થોડા જ મહિનામાં સંધિ જાહેર થઈ જશે."

"આ વાત ખૂબ મહત્ત્વની છે," હોમ્સે કહ્યું, "હા, ચોક્કસ બની શકે કે ચોર અચાનક કોઈ બીમારીનો ભોગ બન્યો હોય..."

"દાખલા તરીકે મગજના તાવની બીમારી ?" હોમ્સ તરફ તીક્ષ્ણ નજર કરતાં તેમણે કહ્યું.

"મેં તેવું નથી કહ્યું," હોમ્સે કહ્યું, "અને હવે લૉર્ડ હોલ્ડહર્ટ્સ, અમે તમારો સારો એવો કીમતી સમય લઈ લીધો. તમને શુભ-દિવસની શુભેચ્છા પાઠવું છું."

"તમારી તપાસને દરેક સફળતા હાંસલ થાય પછી ગુનેગાર ભલે કોઈ પણ કેમ ન હોય." અમને દરવાજા તરફ લઈ જતાં તેમણે કહ્યું.

"મજાનો માણસ છે," બહાર આવતાં હોમ્સે કહ્યું, "પણ તેણે પોતાનું સ્થાન ટકાવી રાખવા માટે ઘણો સંઘર્ષ કરવો પડે છે. તે ધનિક નથી અને તેના માથે ઘણીબધી જવાબદારી છે. તેં જોયું તેમનાં જૂતાંને ફરીવાર સોલ લગાવવામાં આવ્યો છે. હવે વૉટસન, હું તને તારા રોજિંદા વ્યવસાયથી વધારે દૂર નહીં રાખું. આમ પણ મારી પાસે આજે કરવા માટે કશું જ નથી. માત્ર જાહેરાતના જવાબની રાહ જોવાની છે. પણ જો કાલે તું ગઈકાલવાળી જ ટ્રેઇનમાં મારી સાથે વૉકિંગ આવીશ તો તારો મને સારો ટેકો રહેશે."

⌛ ⌛ ⌛

બીજી સવારે હું તેને મળ્યો અને અમે બન્ને વૉકિંગ જવા નીકળી ગયા. તેણે કહ્યું કે તેને જાહેરાતનો કોઈ જ જવાબ નથી મળ્યો અને કેસ બાબતે નવી કોઈ બાબત પણ જાણવા નથી મળી. જ્યારે તે તીવ્રપણે કોઈ પગેરું મળવાની ઇચ્છા ધરાવતો હોય અને તે ન મળે ત્યારે તે સૂનમૂન થઈ જતાં હું તેના ચહેરાના ભાવ નહોતો કળી શકતો કે તેને કેસની આ સ્થિતિથી સંતોષ હતો કે નહીં. તે કેસને બાજુ પર મૂકીને બર્ટિલોન પ્રણાલીની માપણીની ચર્ચા કરી રહ્યો હતો અને તેના ફ્રેન્ચ વિદ્વાન સંશોધકનાં વખાણ કરતો હતો.

આજે પણ અમારો અસીલ તેની સંભાળ રાખતી તેની સમર્પિત પ્રેમિકાના સાંનિધ્યમાં હતો, પણ આજે તેની તબિયત થોડી વધારે સારી હતી. જ્યારે અમે પ્રવેશ્યા ત્યારે તેણે વગર કોઈ મુશ્કેલીએ સોફા પરથી ઊભા થઈ અમારું અભિવાદન કર્યું.

"કોઈ સમાચાર ?" તેણે આતુરતાથી પૂછ્યું.

"મારો અહેવાલ મેં ધાર્યા પ્રમાણે નકારાત્મક આવ્યો," હોમ્સે કહ્યું, "હું ડિટેક્ટિવ ફોર્બ્સને મળ્યો અને તમારા મામાને પણ મળ્યો અને સાથે સાથે એક-બે પૂછપરછ પણ આદરી પણ તેનું કોઈ જ પરિણામ નથી આવ્યું."

"તો પછી તમે હજુ આશા ગુમાવી તો નથી ને ?"

"જરા પણ નહીં."

"આવું કહેવા બદલ તમારો ખૂબ ખૂબ આભાર !" કુમારી હેરિસને મોટેથી કહ્યું, "જો આપણે હિંમત રાખીશું, ધીરજ રાખીશું તો સત્યને ઉઘાડું થવું જ પડશે."

"તમારા કરતાં અમારી પાસે તમને કહેવા ઘણુંબધું છે." ફેલ્પ્સે ફરી સોફામાં પોતાની જગ્યા લેતા કહ્યું.

"મને હતું જ કે તમારી પાસે કંઈક હશે."

"હા, અમારી ગઈ રાત થોડી ધમાલભરી રહી અને તે પણ ગંભીર કહેવાય તેવી." આવું કહેતા તેના ચહેરો ગંભીર થઈ ગયો અને તેની આંખોમાંથી પણ ભય ડોકાયો. "તમને ખબર છે." તેણે કહ્યું, "મારા મનમાં હમણાંથી એવો ભય ઘર કરી ગયો છે કે મારી વિરુદ્ધ કોઈ ષડયંત્ર રચાઈ રહ્યું છે અને મારું જીવન તેમજ મારી પ્રતિષ્ઠા દાવ પર લાગ્યાં છે."

"અરે !" હોમ્સે મોટેથી કહ્યું.

"તે બહુ વિચિત્ર કહેવાય કારણ કે મારી જાણ છે ત્યાં સુધી મારે આ જગતમાં કોઈ દુશ્મન નથી. તેમ છતાં પણ ગઈ રાતના અનુભવ પરથી પણ હું કોઈ નિર્ણય પર નથી આવી શકતો."

"શું થયું હતું ?"

"તમને ખબર જ હશે કે ગઈ કાલે રાત્રે પહેલી વાર હું નર્સ વગર એકલો સૂતો હતો. મને એટલું સારું લાગતું હતું કે મેં નર્સને રાત્રે ન આવવા કહ્યું હતું, પણ આખી રાત મેં ઝાંખો દીવો તો ચાલુ જ રાખ્યો હતો. રાતના લગભગ બે વાગ્યે હું થોડી હળવી ઊંઘમાં હતો ત્યાં અચાનક કોઈક અવાજથી મારી ઊંઘ ઊડી ગઈ. તે ઉંદર જેવો અવાજ હતો એટલે હું પથારીમાં તેમનો તેમ પડ્યો રહ્યો. ધીમે ધીમે તે અવાજ મોટો થતો ગયો અને પછી અચાનક બારી આગળથી કોઈ તીક્ષ્ણ ધાતુનો અવાજ આવ્યો. હું આશ્ચર્યથી પથારીમાં બેઠો થઈ ગયો. હવે મને તે શાનો અવાજ હતો તેનો ખ્યાલ આવી ગયો હતો. પહેલાં અવાજ આવી રહ્યો હતો તે બારીના કાણામાં ધાતુનું ઓજાર ઘુસાડવાનો હતો જ્યારે બીજો અવાજ નકૂચો ખેંચાવાનો હતો.

"ત્યાર બાદ દસ મિનિટ કશું જ ન થયું, જાણે કે તે વ્યક્તિ અવાજથી હું ઊઠી તો નથી ગયો ને તે જોવા માગતી હોય. પછી મેં ધીમેથી બારી ખૂલવાનો અવાજ સાંભળ્યો. હવે હું વધારે રોકાઈ શકું તેમ નહોતો. હું પથારીમાંથી ઊભો થયો અને તરત જ બારી પાસે પહોંચી ગયો. કોઈ માણસ બારી આગળ છુપાયો હતો. તે તરત જ ત્યાંથી ભાગી ગયો. હું કંઈ ખાસ જોઈ શક્યો નહીં. તેણે કોઈક ઘેરા રંગનો ડગલો પહેર્યો હતો જે તેના ચહેરાના નીચેના ભાગ સુધી ઢળતો હતો. એક બાબતે હું સ્પષ્ટ છું કે તેના હાથમાં કોઈક હથિયાર હતું. મને તે જાણે કોઈ લાંબી છરી જેવું લાગતું હતું. તે જ્યારે દોડી ગયો ત્યારે તેના હાથમાં મેં તેને ચમકતું જોયું હતું."

"ઘટના બહુ રસપ્રદ છે," હોમ્સે કહ્યું, "તો ત્યાર પછી તમે શું કર્યું ?"

"જો મારી તબિયત પહેલાં જેવી સારી હોત તો મારે તેનો પીછો કરવો હતો, પણ મેં ઘંટડી વગાડી અને આખા ઘરને જગાડી દીધું. તેમાં થોડી વાર લાગી કારણ કે ઘંટડી રસોડામાં છે. અને નોકરો બધા ઉપરના માળે સૂવે છે. માટે મેં મોટેથી બૂમ પાડી અને પહેલાં જોસફ નીચે દોડી આવ્યો અને પછી તેણે આખા ઘરને જગાડ્યું. જોસેફ અને બીજા નોકરને બારી બહાર કેટલીક છાપ જોવા મળી પણ આગળ કશું જ ન મળ્યું કારણ કે સૂકું વાતાવરણ હોવાથી બીજી કોઈ છાપ પડી નહોતી કે જેનો પીછો કરી શકાય. પણ મકાન અને રસ્તા વચ્ચે આવેલી લાકડાની વાડ છે તે કૂદીને ત્યાંથી કોઈનાં ભાગી જવાનાં નિશાન તપાસ કરતાં મળ્યાં હતાં. આ વિષે મેં હજુ સુધી સ્થાનિક પોલીસને કશું નથી જણાવ્યું. મારો વિચાર સૌ પ્રથમ તમારી સલાહ લેવાનો હતો."

અમારા અસીલની આ વાતે શૅરલૉક હોમ્સ પર અસામાન્ય અસર કરી હતી. તે ખુરશીમાંથી ઊભો થયો અને ઓરડામાં આમ તેમ આંટા મારવા લાગ્યો. તે ખૂબ ઉત્તેજિત થઈ ઊઠ્યો હતો.

"દુર્ભાગ્ય ક્યારેય એકલું નથી આવતું," ફેલ્પ્સ હજુ પણ પોતાની આગલી રાતના અનુભવથી કાંપી રહ્યો હતો.

"તમારે ભોગવવાનું હતું તેટલું તમે ભોગવી લીધું," હોમ્સે કહ્યું, "તમે મારી સાથે ઘરનું એક ચક્કર લગાવી શકશો ?"

"હા, મને થોડો સૂર્ય પ્રકાશ માણવો ગમશે, જોસેફ પણ આવશે."

"અને હું પણ," કુમારી હેરિસન બોલી.

"મને નથી લાગતું કે તમારે અમારી સાથે આવવું જોઈએ." હોમ્સે માથું હલાવતાં કહ્યું, "મારા ખ્યાલથી તમારે લોકોએ તમે જ્યાં બેઠાં છો ત્યાં જ બેઠાં રહેવાનું છે."

યુવાન સ્ત્રી નિરાશ થઈ ફરી પાછી પોતાની બેઠક પર બેસી ગઈ, તેમ છતાં પણ તેનો ભાઈ અમારી સાથે જોડાયો અને અમે ચારે ઘર બહાર નીકળ્યા. અમે ફરીને બીમાર અસીલના બીમાર ઓરડાની બારી આગળ આવ્યા. ત્યાં અમને કેટલાંક નિશાન દેખાતાં હતાં પણ તે આછાં થઈ ગયાં હતાં અને કશા જ કામનાં નહોતાં. હોમ્સ તેના પર નમ્યો અને ખભા ઉછાળ્યા.

"મને નથી લાગતું આના પરથી કોઈને કંઈ ખ્યાલ આવે," તેણે કહ્યું, "ચાલો, આપણે ઘર ફરતું ચક્કર લગાવીએ અને જોઈએ કે શા માટે ચોરે ચોરી કરવા માટે આ ચોક્કસ ઓરડો જ પસંદ કર્યો. મારા માનવા પ્રમાણે તો બેઠકખંડની પેલી લાંબી મોટી બારી ચોરને વધારે અનુકૂળ આવે તેમ હતી."

"તે રસ્તા પરથી તરત જ દેખાઈ જાય તેવી છે," શ્રીમાન જોસેફ હેરિસને સૂચન કર્યું.

"અરે, હા, ચોક્કસ. અહીં આ બાજુ એક દરવાજો છે. તેનો પણ તે ઉપયોગ કરી શક્યો હોત. તે શાનો દરવાજો છે ?"

"તે ફેરિયાઓ માટેનો અલાયદો દરવાજો છે. રાતના સમયે તેને તાળું મારવામાં આવે છે."

"આવો બનાવ આ પહેલાં ક્યારેય બન્યો છે ?"

"ક્યારેય નહીં." અમારા અસીલે કહ્યું.

"તમે કંઈ કીમતી સામાન ઘરમાં રાખો છો કે જેનાથી લૂંટારા આકર્ષાય ?"

"ઘરમાં કશું જ કીમતી નથી."

હોમ્સ ખિસ્સામાં હાથ નાખીને મકાનની આસપાસ બેફિકરાઈથી ફરતો રહ્યો. મેં તેને આ રીતે ભાગ્યે જ ક્યારેય જોયો હશે.

"ઠીક છે, ઠીક છે," તેણે જોસેફ હેરિસનને કહ્યું, "તમને એક જગ્યા મળી હતી, જ્યાં ચોર વાડ ઓળંગીને ગયો હતો તેને પણ સાથે સાથે જોતા જઈએ."

તે યુવાન માણસ અમને લાકડાની વાડ આગળ લઈ ગયો, જ્યાં એક જગ્યાએ વાડ બટકી ગઈ હતી. લાકડાનો એક ટુકડો ટૂટીને લટકી રહ્યો હતો. હોમ્સે તેને ખેંચી તોડ્યો અને તેને તપાસ્યો.

"તમને એવું લાગે છે કે આ ગઈરાતની વાત છે ? આ તો વધારે જૂનું લાગે છે. નથી લાગતું ?"

"હા, શક્ય છે."

"બીજી બાજુ કોઈના કૂદી પડવાની કોઈ જ નિશાની નથી. ના, મને નથી લાગતું કે આ આપણને કંઈ મદદરૂપ થાય. ચાલો, બેડરૂમમાં જઈને આખી બાબતની ચર્ચા કરીએ."

પર્સી ખૂબ ધીમું ચાલી રહ્યો હતો. તે અડધો પોતાના ભાવી સાળાના ખભે જ લટકી ગયો હતો. હોમ્સ ઉતાવળે ઉતાવળે ઘાસ પર ચાલતો હતો. અમે પેલા બન્ને કરતાં ક્યાંય પહેલાં શયનખંડમાં પહોંચી ગયા.

"કુમારી હેરિસન," હોમ્સે ખૂબ ગંભીરતાથી કહ્યું, "તમારે આખો દિવસ અહીં આ ઓરડામાં જ રહેવાનું છે. કોઈ પણ સંજોગોમાં તમારે અહીંથી હલવાનું નથી. આ સૌથી મહત્ત્વની બાબતનું તમારે ધ્યાન રાખવાનું છે."

"જો તમે તેવું જ ઇચ્છતા હોવ, શ્રીમાન હોમ્સ, તો ચોક્કસ હું તેમ જ કરીશ." છોકરીએ આશ્ચર્ય સાથે કહ્યું.

"જ્યારે રાત્રે તમે સૂવા માટે તમારા ઓરડામાં જાઓ ત્યારે આ ઓરડાના બારણાને તાળું મારી ચાવી તમારી પાસે રાખવાની છે. આમ કરવાનું મને વચન આપો."

"પણ પર્સી ?"

"તે અમારી સાથે લંડન આવશે."

"અને મારે અહીં રહેવાનું ?"

"આ તેના જ ભલા ખાતર છે. તમે ખૂબ જલદી તેની સેવા કરી શકશો ! મારું તમને વચન છે."

તેણે તરત જ ડોકું હલાવ્યું અને ત્યાં જ પેલા બે અંદર આવ્યા.

"શા માટે તું ત્યાં આંસુ સારતી બેઠી છે, ઍની ?" તેના ભાઈએ મોટેથી કહ્યું, "બહાર તડકામાં આવ !"

"ના, આભાર, જોસેફ, મને થોડું માથું દુઃખે છે અને આ ઓરડો ખરેખર ઠંડો અને આરામદાયક છે."

"હવે તમે શું કરશો, શ્રીમાન હોમ્સ ?" અમારા અસીલે પૂછ્યું.

"આ નાના કિસ્સાની તપાસ પાછળ આપણે આપણી મુખ્ય તપાસને ભૂલી નથી જવાની. જો તમે મારી સાથે લંડન આવશો તો મારા માટે ખૂબ મદદરૂપ રહેશે."

"અત્યારે ?"

“તમારાથી બને તેટલું જલદી. શક્ય હોય તેમ, કલાકમાં.”

“હાલ મને ખૂબ સારું લાગે છે, જો તેમ કરવાથી મદદ થતી હોય તો હું તૈયાર છું.”

“ખૂબ સરસ.”

“શું તમે ઇચ્છો છો કે હું ત્યાં રાત રોકાઉં ?”

“મારો વિચાર તો તેવો જ છે.”

“તો પછી મારો રાતવાળો મિત્ર મને ફરી મળવા આવે ત્યારે તેને પીંજરું ખાલી જોવા મળે. અમે બધાં તમારા શરણે છીએ, શ્રીમાન હોમ્સ, અને અમને ચોક્કસ કહો કે તમે શું કરવા ઇચ્છો છો. કદાચ તમે મારી સંભાળ લેવા માટે સાથે જોસેફને લેવાનું પસંદ કરશો ?”

“અરે ના, મારો મિત્ર વૉટસન એક દાક્તરી માણસ છે. તે જ તમારી સંભાળ રાખશે. જો તમારી રજા હોય તો બપોરનું ખાણું આપણે અહીં લઈશું અને પછી આપણે ત્રણેય અહીંથી શહેર જવા રવાના થઈશું.”

તેણે કહ્યા પ્રમાણે જ બધું ગોઠવવામાં આવ્યું. હોમ્સની સલાહ પ્રમાણે કુમારી હેરિસન શયનખંડમાં જ રહેશે. આ આખીયે ગોઠવણમાં હોમ્સનો શું ઇરાદો હતો તે હું નહોતો જાણી શકતો. જે સ્ત્રીએ ફેલ્પ્સની આટલી સંભાળ લીધી તેણીને શા માટે તેનાથી દૂર રાખવી ? શા માટે તેણીને શયનખંડમાં જ રહેવાનું ? જો કે ફેલ્પ્સ ઘણો ખુશ હતો, કારણ કે એક બાજુ હવે તેનું સ્વાસ્થ્ય સારું થઈ રહ્યું હતું અને હોમ્સ દ્વારા દેખીતાં પગલાં પણ લેવામાં આવી રહ્યાં હતાં. હજુ પણ હોમ્સ અમને ઘણાં અણધાર્યાં આશ્ચર્યો આપવાનો હતો, કારણ કે અમે ત્રણે જ્યારે સ્ટેશન પર પહોંચ્યા ત્યારે તેણે ઠંડકથી જાહેર કર્યું કે તેનો વૉકિંગ છોડવાનો કોઈ જ ઇરાદો નથી.

“હું અહીંથી રવાના થાઉં તે પહેલાં મારે એકાદ બે બાબતોને સ્પષ્ટ કરવી છે.” તેણે કહ્યું, “શ્રીમાન ફેલ્પ્સ, તમારી ગેરહાજરી મારા માટે મદદરૂપ સાબિત થશે. વૉટસન, તારે મારા માટે એક કામ કરવાનું છે. લંડન પહોંચતાં જ તારે શ્રીમાન ફેલ્પ્સ સાથે બેકર સ્ટ્રીટ જતું રહેવાનું છે અને હું ના આવું ત્યાં સુધી તેમની સાથે જ રહેવાનું છે. એ વળી સારું છે કે તમે જૂના મિત્રો છો એટલે તમારે ઘણી બધી વાતો કરવાની થશે. શ્રીમાન ફેલ્પ્સને અલાયદો શયનખંડ મળી રહેશે અને હું નાસ્તાના સમયે તમારી પાસે આવી જઈશ. હું આઠ વાગ્યે વૉટરલૂ પહોંચાડતી ટ્રેઇનમાં આવી જઈશ.”

“પણ આપણી લંડન ખાતેની તપાસનું શું ?” ફેલ્પ્સે પૂછ્યું.

“આપણે તે આવતી કાલે કરી શકીશું. મને લાગે છે કે ત્યાં કરતાં મારી અહીં વધારે જરૂર છે.”

“તમે બ્રાયર બ્રેઇ જણાવી દેજો કે હું કાલે સવારે તમને મળીશ.” પ્લૅટફૉર્મ પરથી અમારી ઘોડાગાડી રવાના થતાં ફેલ્પ્સે મોટેથી કહ્યું.

"હું ભાગ્યે જ બ્રાયર બ્રેઇ જઈશ," હોમ્સે જવાબ આપ્યો અને સ્ટેશન પરથી અમારી તરફ પ્રસન્નતાથી હાથ હલાવ્યા.

ફેલ્પ્સ અને મેં સફર દરમિયાન આખીયે બાબત પર ખૂબ વાતો કરી પણ હોમ્સના આ નવા પેંતરા પરથી કશું જ તારવી ન શક્યા.

"મને લાગે છે, કે ગઈકાલ રાતની ઘટના અંગે તે કેટલાંક પગેરાં શોધવા માગે છે. મારી વાત કરું તો મને નથી લાગતું કે તે કોઈ સામાન્ય ચોર હોય !"

"તમારો પોતાનો શું ખ્યાલ છે ?"

"તમે મારા આવા શબ્દોને મારી નબળાઈ કહો કે ગમે તે પણ મને આ બધામાં મારી આસપાસ જાણે કોઈ રાજકીય ષડયંત્ર કરવામાં આવ્યું હોય તેમ લાગે છે. મારી સમજ બહાર કાવતરાખોરો મારા જીવ પાછળ પડ્યા છે, આ મને કંઈક વધારે પડતું લાગે છે. પણ હકીકત આ જ છે. શા માટે કોઈ ચોર ક્યાંય નહીં અને મારા શયનખંડમાં ઘૂસવાનો પ્રયત્ન કરે જ્યાં તેને કશું જ મળવાનું નહોતું ? અને શા માટે તે પોતાની સાથે લાંબી છરી લઈને આવ્યો હશે ?"

"તમને ખાતરી છે કે તે લાંબી છરી જ હતી ?"

"હા તે છરી જ હતી. મેં તેના હાથમાં તેની ધાર ચમકતી જોઈ હતી."

"પણ એવા કયા કારણસર તમારા પર આવું વેર વાળવાનો પ્રયત્ન કરવામાં આવી રહ્યો હશે ?"

"તે જ તો મોટો પ્રશ્ન છે."

"જો હોમ્સનો પણ તેવો જ દૃષ્ટિકોણ હશે તો તે ચોક્કસ કોઈ પગલાં લેશે અને માટે જ તે અહીં રોકાયો હશે, નહીં ? જો તમારી ધારણાને સાચી માનીએ અને જો હોમ્સ ચોરને પકડી પાડે તો પછી સંધિપત્રના ચોરને પકડતાં તેને વાર નહીં લાગે. અત્યારે તો એવું લાગે છે કે તમારા બે દુશ્મન છે. એકે તમને લૂંટ્યા જ્યારે બીજો તમારા જીવ પાછળ પડ્યો છે."

"પણ હોમ્સે તો કહ્યું કે તેઓ બ્રાયર બ્રેઇ નથી જવાના."

"હું તેને ઘણા વખતથી જાણું છું." મેં કહ્યું, "પણ મેં તેને ક્યારેય કોઈ કારણ વગર કશું કરતો નથી જાણ્યો." અને પછી અમારી વાતચીત બીજી તરફ ફંટાઈ ગઈ.

તે દિવસ મારા માટે ખૂબ થકવી નાખનારો રહ્યો કારણ કે ફેલ્પ્સ હજુ પણ અસ્વસ્થ હતો. હજુ પણ તે પોતાની બદનસીબી વિષે જ વિચારી-વિચારીને ઉદાસ રહેતો હતો. મેં તેને મારા અફઘાનિસ્તાનના, ભારતના અનુભવોની વાતો કરીને, વિવિધ જાતના સામાજિક પ્રશ્નોની વાતો કરીને તેનું ધ્યાન બીજે દોરવા પ્રયત્ન કર્યો પણ તેનું ક્યાંય મન નહોતું લાગતું. તે ઉદાસ જ રહેતો હતો. તે વારે ઘડીએ ખોવાયેલા સંધિપત્ર વિષે જ વિચારતો રહેતો, હોમ્સ શું કરતો હશે, લૉર્ડ હોલ્ડહર્ટ્સ શું પગલાં લેશે ? સવારે શું સમાચાર મળશે ? આ બધા વિચારોથી તેની સાંજ દુ:ખી દુ:ખી થઈ ગઈ હતી.

"તમને હોમ્સ પર પૂરો વિશ્વાસ છે ?" તેણે પૂછ્યું.

"મેં તેને ઘણા નોંધપાત્ર મામલાઓ પાર પાડતો જોયો છે."

"પણ આવા પેચીદા મામલા ઉકેલવાનું તો તેમને ક્યારેય નહીં બન્યું હોય!"

"હા, મેં તેને તમારા કરતાં પણ ઓછાં પગેરાંવાળા મામલાનાં રહસ્યો ખોલતાં જોયો છે."

"પણ તેમાંનો કોઈ આટલા મહત્ત્વનો તો નહીં જ હોય ?"

"તેની તો મને નથી ખબર, પણ મારી ચોક્કસ જાણકારી પ્રમાણે તેણે ત્રણ-ત્રણ રાજકીય કુટુંબનાં અતિનાજુક કેસોને પાર પાડ્યા છે."

"તમે તેને સારી રીતે જાણતા હશો, વૉટસન. તે એક એવા માણસ છે કે જેનું તમે કોઈ જ અનુમાન ન લગાવી શકો. તમને લાગે છે કે તે આશાસ્પદ માણસ છે ? તમને લાગે છે કે તેમને આમાં સફળતા મળશે ?"

"તેણે કશું કહ્યું નથી."

"તે તો ખરાબ નિશાની ન કહેવાય ?"

"તેથી વિરુદ્ધ, મને અનુભવ છે કે જ્યારે તેને કશું જ હાથ ન લાગવાનું હોય ત્યારે તેણે નિખાલસતાથી કહી દીધું છે, પણ જ્યારે તેને ખાતરી હોય કે તે યોગ્ય રસ્તે આગળ વધી રહ્યો છે ત્યારે તેવા સંજોગોમાં તે સંપૂર્ણ શાંત રહે છે. હવે મારા વહાલા મિત્ર, આપણે અહીં બેઠાં બેઠાં તારણો બાંધી કશું જ ઉકાળી લેવાના નથી. માટે હવે મને તને સુવડાઈ દેવા દે કે જેથી કરીને સવારે સારી-નરસી જે કોઈ સ્થિતિ આવીને ઊભી રહે તેના માટે તું તાજો હોય."

છેવટે મને તેને શાંત પાડવામાં સફળતા મળી. જો કે તેની ઉત્તેજિત વર્તણૂક પરથી મને ખ્યાલ હતો કે તેને રાત્રે કંઈ ખાસ ઊંઘ નથી આવવાની. તેની વ્યાકુળતાનો ચેપ મને પણ લાગ્યો હતો. હું પણ આખી રાત સૂઈ નહોતો શક્યો. સતત આ કેસનો જ વિચાર આવે રાખ્યો અને કંઈ કેટલીયે ધારણા બાંધતો રહ્યો. શા માટે હોમ્સ વૉકિંગમાં જ રોકાયો હતો ? શા માટે તેણે કુમારી હેરિસનને આખો દિવસ બીમારના ઓરડામાં જ રોકાવાનું કહ્યું હતું ? શા માટે પોતે બ્રાયર બ્રેઇની નજીક રહેવાનો છે ? તે બાબતને તેણે ત્યાંના લોકોથી છુપાવી હતી ? હું સમાધાન શોધવાના પ્રયત્નમાં ક્યારે સૂઈ ગયો તેનો મને ખ્યાલ ન રહ્યો.

સવારે સાત વાગ્યે મારી આંખ ઊઘડી કે તરત જ હું ફેલ્પ્સ પાસે પહોંચી ગયો. તેનો ચહેરો જોતા લાગતું હતું કે તે આખી રાત સૂતો નહોતો. તેનો પહેલો પ્રશ્ન એ હતો કે હોમ્સ આવ્યો કે નહીં ?

"તેણે કહ્યું છે તે સમયે તે અહીં હાજર થઈ જશે," મેં કહ્યું, "નહીં તો વહેલો આવે કે નહીં તો મોડો આવે."

અને મારા શબ્દો સાચા ઠર્યા, કારણ આઠ વાગ્યા પછી તરત જ એક ઘોડાગાડી બારણા આગળ રોકાઈ અને તેમાંથી અમારો મિત્ર બહાર આવ્યો. બારીમાંથી એણે જોયું કે તેના ડાબા હાથે પાટો બાંધ્યો હતો અને તેનો ચહેરો થાકથી ફિક્કો પડી ગયો હતો. તે ઘરમાં પ્રવેશ્યો પણ તેને અમારી પાસે આવતાં વાર લાગી.

"તે જાણે માર ખાધેલા જેવા લાગે છે." ફેલ્પ્સે મોટેથી કહ્યું.

મારે પરાણે માનવું પડે એમ હતું કે તે સાચો હતો. "છેવટે," મેં કહ્યું, "પગેરું અહીં શહેરમાં જ પડ્યું હોવું જોઈએ."

ફેલ્પ્સે ઘુરકાટ કર્યો.

"મને તે વિષે કશી ખબર નથી." મેં કહ્યું, "પણ હું તેમના પાછા ફરવા પર ખૂબ આશા રાખીને બેઠો હતો, કાલે તો હાથ પર કોઈ પાટો નહોતો, શું થયું હશે ?"

"હોમ્સ, તું ઘવાયો તો નથી ને ?" હોમ્સના ઓરડામાં પ્રવેશતાં જ મેં પૂછ્યું.

"ના રે ના, આ તો મારી બેદરકારીથી એક ઘસરકો પડ્યો છે," તેણે અમને સુપ્રભાત પાઠવતાં માથું હલાવ્યું.

"શ્રીમાન ફેલ્પ્સ, તમારો આ કેસ મારા હાથમાં આવેલો સૌથી રહસ્યમય કેસ છે."

"મને ભય છે કે તમે સફળતા નથી મેળવી શક્યા."

"આ એક ખૂબ નોંધપાત્ર અનુભવ રહ્યો."

"પેલો પાટો તારા સાહસની કહાણી કહી રહ્યો છે." મેં કહ્યું, "તું અમને નહીં કહે કે શું થયું છે ?"

"મારા વહાલા, વૉટસન, નાસ્તા પછી બધું કહું છું. ત્રીસ માઈલની મુસાફરી કરીને આવ્યો છું. મારી પેલી ઘોડાગાડીવાળી જાહેરાતનો કોઈ જવાબ આવ્યો લાગતો નથી. આપણી બધી ધારણાઓ સાચી પડે તેવું ન પણ બને."

નાસ્તાનું ટેબલ તૈયાર થઈ ગયું હતું. હું હજુ શ્રીમતી હડસનને બેલ જ વગાડવા જઈ રહ્યો હતો ત્યાં જ તેણી ચા અને કૉફી લઈ હાજર થઈ ગયાં. થોડી મિનિટોમાં તેઓ ડોમ ઢાંકેલી ત્રણ થાળી લેતાં આવ્યાં અને અમે બધા ટેબલ આગળ બેઠા. હોમ્સ ભૂખ્યો હતો, હું આતુર હતો અને બિચારા ફેલ્પ્સ પર આખાયે જગતની ઉદાસી છવાઈ ગઈ હતી.

"શ્રીમતી હડસને પ્રસંગ પ્રમાણેનો નાસ્તો તૈયાર કર્યો છે." હોમ્સે કરી ચિકનવાળા કટોરા પરથી ઢાંકણ હટાવતાં કહ્યું, "તેણીનું ભાણું ભલે મર્યાદિત હોય પણ નાસ્તામાં તેણી અવનવા પ્રયોગો કરતી રહે છે, કોઈ સ્કૉચવુમનની જેમ. તારી આગળ શું છે, વૉટસન !"

"હૅમ અને ઈંડાં," મેં કહ્યું.

"સરસ ! તમે શું લેશો, શ્રીમાન ફેલ્પ્સ, કરી લેશો કે ઈંડાં, કે તમે જાતે જ પેલા કટોરામાંથી લઈ લેશો ?"

"આભાર, પણ હું કંઈ જ નહીં ખાઈ શકું." ફેલ્પ્સે કહ્યું.

"અરે એવું ન હોય ! તમારી આગળ પડેલી વાનગી અજમાવો તો ખરા."

"આભાર, પણ હું ખરેખર નહીં ખાઈ શકું."

"તો પછી," હોમ્સે રહસ્યમય ચમક સાથે કહ્યું, "તમને વાંધો ન હોય તો મને તે પીરસશો ?"

ફેલ્પ્સે ઢાંકણ ઉઠાવ્યું. જેવું તેણે ઢાંકણ ઉઠાવ્યું કે તેના મોંમાંથી એક ચીસ નીકળી ગઈ. તે એકધારું તે તરફ તાકી રહ્યો. તેનો ચહેરા નીચે પડેલી થાળી જેવો જ ધોળો થઈ ગયો હતો. થાળીની વચ્ચોવચ્ચ ભૂરા-ભૂખરા રંગના કાગળનું ભૂંગળું પડ્યું હતું. તેણે તે હાથમાં લીધું અને ઊભો થઈ પાગલની જેમ નાચવા લાગ્યો. તે ખૂબ આનંદમાં આવી ગયો હતો. છેવટે થાકીને તે આરામખુરશીમાં બેસી પડ્યો. તેને અમારે સ્વસ્થ કરવા માટે બ્રાન્ડી પીવડાવવી પડી.

હોમ્સે તેનો ખભો થાબડ્યો અને કહ્યું, "મારે તમને આમ અચાનકનો આંચકો નહોતો આપવો જોઈતો પણ થોડાક સરખા નાટકને હું જતું કરવા નહોતો માગતો. મારી આ ટેવને તો વૉટસન પણ સારી રીતે જાણે છે."

ફેલ્પ્સે તેનો હાથ ખેંચ્યો અને એક ચુંબન કરી લીધું, "ભગવાન તમારું ભલું કરે!" તેણે ઉત્તેજિત થતાં મોટેથી કહ્યું, "તમે મારી આબરૂ બચાવી છે."

"મારી ખુદની આબરૂ પણ દાવ પર લાગી હતી, તમે જાણો છો ?" હોમ્સે કહ્યું, "સાચું કહું તો મને કોઈ પણ કેસમાં નિષ્ફળ જવું જરા પણ પાલવે તેમ નથી."

ફેલ્પ્સે કાગળિયાં પોતાના ડગલાના છેક અંદરના ખિસ્સામાં સાચવીને મૂકી દીધાં.

"મારે તમને નાસ્તામાં ખલેલ ન પહોંચાડવી જોઈએ પણ હું આખીયે હકીકત જાણવા તત્પર છું."

શૅરલૉક હોમ્સ એક કપ કૉફી ગળા નીચે ગટગટાવી ગયો અને પોતાનું ધ્યાન ઈંડાં અને હેમ પર કેન્દ્રિત કર્યું. નાસ્તો પતાવી તે ઊભો થયો, હૂકલી સળગાવી અને પોતાની ખુરશીમાં ગોઠવાયો.

"સૌ પ્રથમ મેં શું કર્યું તે હું તમને જણાવીશ અને ત્યાર બાદ મેં શું શું થયું તે પણ જણાવું છું," હોમ્સે કહ્યું, "તમને સ્ટેશન પરથી રવાના કરી હું ચાલતો ચાલતો સુંદર દશ્યાવલી માણતો નાનકડા સુંદર ગામ રિપલી પહોંચ્યો. ત્યાં એક હોટલમાં મેં ચા પીધી અને મારા ફ્લાસ્કમાં પણ સાવચેતીરૂપ ચા ભરી અને સાથે કાગળિયામાં સેન્ડવીચ પણ પેક કરાવી. સાંજ થઈ ત્યાં સુધી હું ત્યાં રોકાયો. પછી મેં વૉકિંગ તરફ પ્રયાણ કર્યું. છેવટે બ્રાયર બ્રેઈ સામેના મુખ્ય રસ્તા પર થોભ્યો.

"પછી, મેં રસ્તો શાંત થાય ત્યાં સુધી રાહ જોઈ. જો કે રસ્તા પર કંઈ ખાસ અવરજવર હતી નહીં. પછી હું વાડ વટાવી ઘરના પ્રાંગણમાં પ્રવેશ્યો."

"દરવાજો ખુલ્લો જ હશે !" ફેલ્પ્સે ઊભા થતાં કહ્યું.

"હા, પણ આવી બાબતોમાં મારી પસંદ કંઈક અલગ હોય છે, મેં બગીચામાંના ત્રણ ઝાડની આડશ લીધી. ત્યાં મને ઘરનું કોઈ જોઈ શકે તેમ નહોતું પણ હું ઘર પર નજર રાખી શકું તેમ હતો. હું કેટલીક ઝાડીમાંથી લપાતોછુપાતો - તેનાથી મારા પાટલૂનના ગોઠણની શી હાલત થઈ તે તો તમે જોઈ જ શકો છો - હું તમારા શયનખંડની બારીની સામેની બાજુએ આવેલી ફૂલછોડની ઝાડીમાં સંતાઈને રાહ જોતો બેઠો.

"તમારા ઓરડાના પડદા પાડવામાં નહોતા આવ્યા અને હું જોઈ શકતો હતો કે કુમારી હેરિસન ટેબલ પાસે બેઠાં બેઠાં કોઈ પુસ્તક વાંચી રહી હતી. સવા દસ વાગ્યે તેણીએ પુસ્તક બંધ કર્યું. પછી બારીઓ વાસી ઓરડામાંથી જતી રહી

"મેં તેણીને બારણું બંધ કરતાં સાંભળી અને ખાતરી પણ રાખી કે તેણીએ બારણાને તાળું માર્યું હોય."

"તાળું !" ફેલ્પ્સ ફરી પોતાની ખુરશીમાંથી ઊભો થઈ ગયો.

"હા, મેં કુમારી હેરિસનને સૂચના આપી હતી કે તેણી જ્યારે સૂવા જાય ત્યારે બારણાને તાળું મારી ચાવી પોતાની સાથે લઈને જાય. તેણીએ મારા એક-એક સૂચનનું પાલન કર્યું અને તેણીના સહકાર વગર તમે પેલી સંધિ પાછી ન મેળવી શક્યા હોત. તેણી ત્યાંથી જતી રહી અને અંધારું થઈ ગયું. હું ફૂલછોડનાં ઝાંખરાંમાં રાહ જોતો છુપાઈ રહ્યો.

"રાત્રી સુંદર હતી પણ કંટાળાજનક હતી. હા, આવનારી ઘડીઓનો રોમાંચ તેમાં ચોક્કસ અનુભવાતો હતો. મારે ત્યાં ખાસી એવી વાર રાહ જોતાં બેઠું રહેવું પડ્યું. વૉટસન, તને યાદ હોય તો *સ્પેકલ્ડ બેન્ડ*વાળા મામલામાં આપણે કેવા પેલા ઓરડામાં રાહ જોતા બેઠા રહ્યા હતા. તેટલી લાંબી રાહ અહીં પણ જોવી પડી. ત્યાં વૉકિંગ નજીક ચર્ચની એક ઘડિયાળ હતી જે પંદર પંદર મિનિટે ટકોરા મારતી રહેતી હતી. ક્યારેક તો જાણે ઘડિયાળ રોકાઈ ગઈ હોય તેવો ભાસ થતો હતો અને એક એક ઘડી મને જાણે કલાક કલાક જેવી લાગતી હતી. છેવટે મધરાતના બે વાગ્યે મને એક ખૂબ ધીમો તાળું ખોલાતું હોય તેવો અવાજ સંભળાયો. તરત જ નોકરોવાળું બારણું ખૂલ્યું અને શ્રીમાન જોસેફ હેરિસન તેમાંથી બહાર આવતા ચાંદનીના પ્રકાશમાં મને દેખાયો."

"જોસેફ !" ફેલ્પ્સ ફરી પોતાની બેઠક પરથી ઊભો થઈ ગયો.

"તેનું માથું ઉઘાડું હતું પણ તેણે એક લાંબો કાળો ડગલો પોતાના ખભે ઢાંક્યો હતો કે જેથી કરીને જો કંઈ સમસ્યા સર્જાય તો તરત જ તે પોતાનો ચહેરો ઢાંકી શકે. તે દીવાલના છાંયે છાંયે લપાતો ચાલવા લાગ્યો અને જ્યારે તે શયનખંડની બારી પાસે પહોંચ્યો ત્યારે તેણે બારીના નકુચામાં લાંબી છરી નાખી અને આંકડો ખોલી નાખ્યો.

"જ્યાં હું સંતાયો હતો ત્યાંથી મને ઓરડાની એક એક હલચલ દેખાતી હતી. તેણે તાપણાની છાજલી પરની બે મીણબત્તીઓ સળગાવી અને પછી તે બારણા નજીકની ખૂણાવાળી જાજમ પાસે ગયો. તેણે જાજમ ઊંચી કરી પછી નીચા નમીને તેણે ત્યાંથી

લાકડાનો એક ચોરસ ટુકડો બહાર કાઢ્યો. સામાન્ય રીતે આવાં જોડાણ પ્લમ્બર પોતાની સગવડ માટે રાખતા હોય છે કે જેથી જરૂર પડ્યે તે તેનો ઉપયોગ કરી શકે. આ ટી-જોઈન્ટ નીચેથી રસોડા સાથે જોડાયેલો હોય છે. આ ગુપ્ત જગ્યાએથી તેણે કાગળનું એક નાનકડું ભૂંગળું બહાર કાઢ્યું. પછી પાછો પેલો લાકડાનો કટકો તેની જગ્યાએ લગાવી તેના પર જાજમ હતી તેમ પાથરી દીધી અને મીણબત્તીઓ ઠારી બહાર આવ્યો અને સીધો જ મારા હાથમાં પડ્યો. હું બારી બહાર તેની રાહ જોતો જ ઊભો હતો.

"મારી ધારણા કરતાં તે ક્યાંય વધારે આક્રમક નીકળ્યો. તે ચાકુ લઈને મારી પર ધસી આવ્યો. બે વાર તે મારી પકડમાં આવ્યો અને બન્ને વાર તે છટકી ગયો અને તેના પ્રયાસમાં જ મને ઘા વાગ્યો. છેવટે મેં તેને પકડી લીધો. તેની આંખમાં મને મારી નાખવાનું ઝનૂન ચઢ્યું હતું. પણ છેવટે તેને મારી વાત ગળે ઊતરી અને તેણે સંધિપત્ર મારા હાથમાં આપી દીધો અને સંધિ હાથમાં આવતાં જ મેં તેને છોડી દીધો. જો કે સંપૂર્ણ વર્ણન સાથે મેં આજે સવારે જ ફોર્બ્સને તાર કરી દીધો છે. જો તે પોતાના આ ભાગેડુને પકડવામાં ઉતાવળા અને ચબરાક રહેશે તો જ તેને પકડી શકશે. પણ મારા ખ્યાલ પ્રમાણે જ્યારે તે ત્યાં પહોંચશે ત્યાર તેને પંખીનો માળો ખાલી જ મળશે અને આમ જોવા જઈએ તો સરકાર માટે તે જ સારું રહેશે. મને લાગે છે કે લૉર્ડ હોલ્ડહર્ટ્સ કોઈક કારણસર અને શ્રીમાન પર્સી કોઈ બીજા કારણસર એવું જ ઇચ્છશે કે આ મામલો ક્યારેય કાનૂની-અદાલતમાં પહોંચે જ નહીં."

"હે ભગવાન !" અમારો અસીલ ચિત્કારી ઊઠ્યો, "શું તમે એવું કહેવા માગો છો કે આ ભયંકર દસ અઠવાડિયાં દરમિયાન ચોરાયેલાં કાગળિયાં મારા જ ઓરડામાં મારી સાથે જ આખો સમય હતાં ?"

"હા, ત્યાં જ હતાં."

"અને જોસેફ ! જોસેફ બદમાશ અને ચોર નીકળ્યો!"

"હા, અને જોસેફ જેવો દેખાય છે તેના કરતાં તેનું ચારિત્ર્ય ક્યાંય ખતરનાક અને ક્યાંય ગૂઢ-રહસ્યભર્યું છે. તેની પાસેથી આજે સવારે મેં જે કંઈ પણ સાંભળ્યું તે પ્રમાણે તેણે શેરબજારમાં ઘણાં નાણાં ગુમાવ્યાં હતાં અને તેના પર મોટું દેવું થઈ ગયું હતું. તેને ભરપાઈ કરવા માટે તે ગમે તે હદે જવા તૈયાર હતો. એક સ્વાર્થી માણસની જેમ તેને જ્યારે ચોરીનો અવસર મળ્યો ત્યારે તેણે પોતાની બહેનના સુખની કે તમારી આબરૂની પણ પરવા નહોતી કરી."

પર્સી ફેલ્પ્સ પોતાની ખુરશીમાં ફસડાઈ પડ્યો, "મારું માથું ઘૂમી રહ્યું છે." તેણે કહ્યું, "તમારા શબ્દોએ મને હચમચાવી નાખ્યો છે."

"તમારા કેસમાં મૂળ સમસ્યા એ હતી," હોમ્સે પોતાની આગવી અદામાં કહ્યું, "કે તેમાં ઘણાબધા પુરાવાઓ હતા. બિનમહત્ત્વની બાબતો ખૂબ હતી અને તેની તળે

મહત્ત્વની બાબત દબાઈ જતી હતી. ઘણીબધી હકીકતોમાંથી જરૂરી બાબતો તપાસવાની હતી અને તેને એકબીજી સાથે સાંકળીને આખોયે ઘટનાક્રમ તૈયાર કરવાનો હતો. તમે જ્યારે જોસેફ સાથે રાતની અગિયાર વાગ્યાની ટ્રેઇનમાં જવાનો તમારો ઇરાદો દર્શાવ્યો હતો ત્યારથી જ મને જોસેફ પર શંકા ગઈ હતી, કારણ કે એવી શક્યતા ભારોભાર હતી કે તે તમને લેવા તમારી ઑફિસે આવે અને તમે કહ્યું તે પ્રમાણે તે તમારી ઑફિસના ઠેકાણાને પણ સારી રીતે જાણતો હતો. જ્યારે તમે કહ્યું કે કોઈક તમારા શયનખંડમાં આવવા ખૂબ આતુર છે અને તે બીજું કોઈ જ નહીં પણ જોસેફ જ હોવો જોઈએ, કારણ કે તમે કહ્યા પ્રમાણે તમે જ્યારે આઘાતની હાલતમાં ડૉક્ટર સાથે જ્યારે આવ્યા ત્યારે તેણે આ ઓરડો ખાલી કરી આપવો પડ્યો હતો. હવે મારી શંકા ખાતરીમાં બદલાઈ ગઈ હતી. ખાસ કરીને આગલી રાત્રે જ્યારે તમે એકલા નર્સ વગર તમારા ઓરડામાં સૂવાના હતા ત્યારે જ ઓરડામાં કોઈના પ્રવેશવાનું શા માટે બન્યું ? ચોક્કસ ઘરમાં શું ચાલી રહ્યું હતું તે તે વ્યક્તિને ખબર હતી અને તો તે ઘરની જ કોઈક વ્યક્તિ હોવી જોઈએ.''

''હું કેવો આંધળો હતો ?''

''બધી હકીકતો પર મેં જે પ્રમાણે કામ કર્યું છે તે આ મુજબ છે : આ જોસેફ હેરિસન ચાર્લ્સ સ્ટ્રીટવાળા દરવાજેથી ઑફિસના મકાનમાં પ્રવેશ્યો હતો. તેને તમારી ઑફિસ ક્યાં છે તે ખબર હતી એટલે તે સીધો જ તમારી ઑફિસમાં ઘૂસ્યો હતો. ત્યાં તેને કોઈ જ ન મળતાં તેણે ઘંટડી વગાડી અને તે જ વખતે તેની નજર આ મૂલ્યવાન દસ્તાવેજ પર પડી અને તેણે તેને પોતાના કોટના ખિસ્સામાં સરકાવી દીધો અને ત્યાંથી તરત જ રવાના થઈ ગયો. તમને યાદ હોય તો લૉજવાળાએ ઘંટડી તરફ તમારું ધ્યાન દોર્યું ત્યારે થોડીક મિનિટો જતી રહી હતી અને ચોરને ત્યાંથી ફરાર થવાનો પૂરતો સમય મળી ગયો હતો.

''તે તરત જ વૉકિંગ જતી પહેલી ટ્રેઇનમાં બેસી ગયો અને તેને આખોયે દસ્તાવેજ ધ્યાનથી તપાસતાં ખ્યાલ આવ્યો કે તે ખરેખર એક ખૂબ કીમતી દસ્તાવેજ હતો અને તેણે તરત જ પોતાને સૌથી સુરક્ષિત લાગતી જગ્યા પર સંતાડી દીધો. ત્યાર બાદનો તેનો ઇરાદો સંધિપત્રને ઊંચી કિંમતે ફ્રેન્ચ કચેરી કે જ્યાં પણ તેને તેની ઊંચી કિંમત મળે તેમ હોય ત્યાં વેચવાનો હતો. પછી તમારા અચાનક આવી જવાથી તેને એક ક્ષણની પણ ચેતવણી આપ્યા વગર પોતાનો ઓરડો ખાલી કરવો પડ્યો. ત્યાર બાદ તે ઓરડામાં હંમેશા ઓછામાં ઓછા બે જણ તો હાજર રહેતા જ કે જેથી કરીને તે પોતાની ચોરેલી વસ્તુ ત્યાંથી કાઢી નહોતો શકતો. તેના માટે આ સ્થિતિ ચોક્કસ ગાંડા કરી મૂકે તેવી હતી અને છેવટે તેને લાગ્યું કે તેને તક મળી હતી. તરત જ તેણે ચોરીનો પ્રયત્ન કર્યો પણ તમારી કાચી ઊંઘના કારણે તે તેમાં નિષ્ફળ રહ્યો હતો. કદાચ તમને યાદ હશે કે તે રાત્રે તમે તમારી દવા નહોતી લીધી.''

''હા, મને યાદ છે.''

"મારા ખ્યાલથી તેને એવું હશે કે તમે દવા લીધી હશે અને રાત્રી દરમિયાન તમે બેભાન અવસ્થામાં જ હશો પણ તેવું ન થયું. હવે મને ખાતરી હતી કે તે બીજો પ્રયત્ન ચોક્કસ કરવાનો. તમારો ઓરડો છોડવાના પ્રસંગે તેને જોઈતો અવસર આપી દીધો. મેં દિવસ દરમિયાન કુમારી હેરિસનને ઓરડામાં રહેવાની સૂચના આપી હતી કે જેથી કરીને તે આપણી, ખાસ કરીને મારી, ગેરહાજરીમાં કોઈ પગલું ના લઈ શકે. પછી તેને એવા ભ્રમમાં રાખવામાં આવ્યો કે તેનો રસ્તો મોકળો હતો. પછી તેણે પોતે છુપાવેલી વસ્તુ ઓરડામાં જઈને મેળવી લીધી, ત્યાર બાદ મેં શું કર્યું તે મેં તમને અગાઉ કહી દીધું છે. મને પહેલેથી જ ખબર હતી કે કાગળિયાં તે જ ઓરડામાં હતાં પણ હું નહોતો ઇચ્છતો કે ખાંખાખોળ કરીને હું તે ઓરડાનો અખાડો કરી નાખું, માટે જ મેં ચોરને જ તે વસ્તુ પોતે છુપાવેલી જગ્યામાંથી કાઢવા દીધી અને આમ કરી મેં મારી જાતને ખોટી જંજાળમાંથી બચાવી. હવે કોઈ મુદ્દો એવો ખરો કે જેની મારે સ્પષ્ટતા આપવાની બાકી રહેતી હોય ?"

"પહેલા પ્રયત્નમાં તેણે શા માટે બારીનો ઉપયોગ કર્યો ?" મેં પૂછ્યું, "તે બારણા દ્વારા ઓરડામાં આવી શકે તેમ હતો છતાં ?"

"બારણા પાસે પહોંચતા પહેલાં તેણે બીજાં સાત શયનખંડનાં બારણાં આગળથી પસાર થવું પડે તેમ હતું અને બીજી બાજુ જો કંઈ થાય તો તે સરળતાથી બહાર લૉન પર આવી શકે. બીજું કંઈ ?"

"તમને નથી લાગતું," ફેલ્પ્સે પૂછ્યું, "કે તેનો હત્યા કરવાનો ઇરાદો હતો ? કે પછી છરીનો તે સાધન તરીકે જ ઉપયોગ કરવા માગતો હતો ?"

"બની શકે," હોમ્સે ખભા ઉલાળતાં જવાબ આપ્યો, "હું માત્ર એટલું જ કહી શકું કે શ્રીમાન જોસેફ હેરિસન એક એવો સદ્‌ગૃહસ્થ છે જેની દયાનો હું ભાગ્યે જ વિશ્વાસ કરી શકું."

❖

અંતિમ કારનામું

મારા મિત્ર શૅરલૉક હોમ્સની વિશિષ્ટતાઓ બાબતે લખવા હું ભારે હૃદયથી મારી કલમ ઉઠાવી રહ્યો છું અને એ છેલ્લા શબ્દો લખી રહ્યો છું કે જે મારા મિત્ર શૅરલૉક હોમ્સની વિશિષ્ટતા હતી. ''અ સ્ટડી ઈન સ્કાર્લેટ'' વખતથી મને તેની સાથેના અદ્‌ભુત અનુભવોને લખવાની પ્રેરણા મળી અને તેનાં પરાક્રમોને હું અવારનવાર લોકો સમક્ષ લાવતો રહ્યો. છેક છેલ્લે ''નૌકા સંધિ''ના આંતરરાષ્ટ્રીય ગંભીરતા ધરાવતા મામલામાં પણ હું તેની સાથે હતો. મેં નક્કી કર્યું હતું કે મારે ત્યાં જ થોભી જવું અને હવે પછી ક્યારેય કશું લખવું નહીં. જે પ્રસંગે મારા જીવનમાં ઉદાસી લાવી દીધી હતી તેને આજે બે વર્ષ બાદ પણ હું ભૂલી નથી શક્યો. આ પ્રસંગનો ક્યારેય ઉલ્લેખ ન કરવાનું મેં નક્કી કર્યું હતું. પણ આજે હું તે બાબતે લખવા મજબૂર થઈ ગયો છું, કારણ કે કર્નલ જેમ્સ મોર્યાર્ટીએ હાલમાં જ કેટલાક પત્રો દ્વારા પોતાના ભાઈની સ્મૃતિ વાગોળી હતી અને તેના જવાબમાં હકીકત જેવી હતી તેવી જાહેર કરવા સિવાય મારી પાસે કોઈ ઉપાય નથી રહ્યો. આ આખીયે બાબતનું સત્ય હું જ એકલો જાણતો હતો અને હવે મને સંતોષ છે કે તેને હજુ વધારે દબાવી રાખવાની મારે જરૂર નથી અને તેથી કોઈ લાભ પણ નથી થવાનો. જ્યાં સુધી હું જાણું છું ત્યાં સુધી આ વાતનો ઊડતો ઉલ્લેખ બેત્રણ જગ્યાએ કરવામાં આવ્યો હતો : છઠ્ઠી મે ૧૮૯૧ની જર્નલ ડી જીનીવામાં અને સાતમી મેએ રીડર્સ દ્વારા પ્રકાશિત ઇંગ્લીશ સમાચારપત્રમાં અને છેવટે હાલમાં જ પેલા પત્રોમાં કે જેનાથી મને આખીયે બાબતને જાહેર કરવાની પ્રેરણા મળી. આમાંના પહેલા કે બીજા પ્રકાશનમાં કંઈ ખાસ વિસ્તારપૂર્વક નહોતું જણાવવામાં આવ્યું પણ છેલ્લા પત્રોમાં વિસ્તારથી તો જણાવવામાં આવ્યું હતું પણ બધું જ ખોટું હતું. હવે હું જણાવું છું કે પ્રોફેસર મોર્યાર્ટી અને શ્રીમાન શૅરલૉક હોમ્સ વચ્ચે ખરેખર શું થયું હતું.

તમને યાદ હશે કે મારાં લગ્ન બાદ અને ત્યાર બાદની મારી તબીબી પ્રેક્ટિસના કારણે મારી અને હોમ્સ વચ્ચે જે ગાઢ સંબંધ હતો તે ધીમે ધીમે મર્યાદિત થઈ ગયો હતો.

તે હજુ પણ જ્યારે જ્યારે તેને પોતાની તપાસમાં સંગાથની જરૂર પડે ત્યારે ત્યારે મારી પાસે આવતો હતો, પણ આવી ઘટનાઓ પણ ધીમે ધીમે નજીવી થઈ ગઈ હતી. ૧૮૯૦ના શિયાળામાં અને ૧૮૯૧ની વસંત દરમિયાન મેં સમાચાર પત્રોમાં વાંચ્યું હતું કે તે ફ્રેન્ચ સરકારના કોઈ ખૂબ જ મહત્ત્વના મામલામાં રોકાયેલો હતો. તે દરમિયાન મને હોમ્સ તરફથી બે ટૂંકા પત્રો મળ્યા હતા. એક નાર્બોનથી હતો જ્યારે બીજો નાઈમ્સથી હતો. જેનાથી મને લાગતું હતું કે તે ફ્રાન્સમાં હજુ વધારે રોકાવાનો હતો, પણ જ્યારે ૨૪મી એપ્રિલે મેં તેને મારા કન્સલ્ટિંગ રૂમમાં મારી તરફ આવતો જોયો ત્યારે મને ઘણું આશ્ચર્ય થયું. તેને મેં ક્યારેય આવો કૃશ કે ફિક્કો નહોતો જોયો. તેને જોઈને મને થડકો લાગ્યો.

"હા, મેં મારી જાતને સાવ નિચોવી નાખી છે." તેણે મારા શબ્દો કરતાં મારા મોઢા પરની મૂંઝવણને જવાબ આપ્યો, "હું છેલ્લા કેટલાક વખતથી થોડા દબાણ હેઠળ છું. જો તને વાંધો ન હોય તો હું બધી બારીઓ બંધ કરી દઉં ?"

પ્રકાશ માત્ર હું જે ટેબલ પર વાંચી રહ્યો હતો તે જ બત્તીથી આવી રહ્યો હતો. હોમ્સે દીવાલની ઓથે ઓથે ચાલીને બધી જ બારીઓ બંધ કરી અને એ પણ ખાતરી કરી કે તે બરાબર બંધ થઈ હોય.

"તને કશાકનો ભય છે ?" મેં પૂછ્યું.

"હા, મને ભય છે."

"શાનો ?"

"ઍરગન્સનો."

"મારા વહાલા હોમ્સ, તું કહેવા શું માગે છે ?"

"મારા ખ્યાલથી તું મને ખૂબ સારી રીતે જાણે છે, વૉટસન, કે હું કોઈ કાચોપોચો માણસ નથી. સાથે સાથે ખરેખર આપણા પર જોખમ તોળાતું હોય ત્યારે આપણે ખોટાં સાહસો કરવા કરતાં તેનાથી બચતા રહેવું જોઈએ. શું તું મને એક દીવાસળી આપીશ ?" તેણે સિગારેટનો કશ લીધો. તેનાથી તેને થોડી રાહત થઈ હોય તેવું લાગ્યું.

"આટલા મોડા આવવા બદલ મારે માફી માગવી જોઈએ," તેણે કહ્યું, "અને હજુ પણ મારે તારી એક મદદની જરૂર છે. તું મને તારા ઘરના વાડાની દીવાલ વટાવીને અહીંથી જવામાં મદદ કર."

"પરંતુ આ બધું શા માટે ?" મેં પૂછ્યું.

તેણે પોતાનો હાથ બહાર કાઢ્યો અને હું બત્તીના પ્રકાશમાં જોઈ શક્યો કે તેની બે આંગળીઓ લોહીલુહાણ થઈ ગઈ હતી.

"આ તો કશું ના કહેવાય," તેણે સ્મિત કરતાં કહ્યું, "ઊલટાનું હજુ પણ હું કોઈનો હાથ મારા આ જ તૂટેલા હાથથી ભાંગી શકું તેમ છું. શ્રીમતી વૉટસન ઘરે છે ?"

"તેણી મુલાકાત માટે બહારગામ ગઈ છે."

"ખરેખર ! તું એકલો છે ?"

"તદ્દન."

"તો તો પછી મારી સાથે ખંડીય પ્રવાસ કરવાનો તારી સમક્ષ પ્રસ્તાવ મૂકવો મારા માટે સરળ બની ગયો કહેવાય."

"ક્યાં ?"

"અરે, ગમે ત્યાં. મારા માટે બધું સરખું જ છે."

આ બધું ઘણું વિચિત્ર લાગતું હતું. હોમ્સનો સ્વભાવ જ નહોતો કે તે કોઈ બિનજરૂરી રજા લે. તેનો જીર્ણશીર્ણ થઈ ગયેલો દેખાવ બતાવતો હતો કે તે ખૂબ મોટી તાણમાંથી પસાર થઈ રહ્યો હતો. તેણે મારી આંખોમાં રહેલા પ્રશ્નો વાંચી લીધા. તેણે પોતાની આંગળીઓનાં ટેરવાં એકબીજા સાથે મેળવતાં અને ગોઠણ પર કોણી ટેકવતાં મને આખીયે સ્થિતિ સમજાવવી શરૂ કરી.

"તેં પ્રોફેસર મોર્યાર્ટી વિષે ક્યારેય સાંભળ્યું છે ?" તેણે કહ્યું.

"ના, કેમ ?"

"તેની હોશિયારીની આ જ ખાસિયત છે." તેણે મોટેથી કહ્યું, "તે લંડનનો એક કુખ્યાત ગુનેગાર છે છતાં તેના વિશે કોઈ કશુંયે જાણતું નથી અને આ જ વાતે તેને ગુનાના શિખર પર મૂકી દીધો છે. વૉટસન, હું તને કહું કે જો તે માણસને હું માત આપી શકું, સમાજને તેનાથી મુક્ત કરાવી શકું તો મને એ વાતનો પણ સંતોષ થશે કે હું મારી કારકિર્દીની ટોચ પર પહોંચી ગયો છું અને ત્યાર બાદ હું જીવનના કોઈ પણ વહેણમાં મુકાઈ જવા તૈયાર હોઈશ. આ આપણી બે વચ્ચેની વાત છે. હાલ હું સ્કેન્ડિનેવિયાના અને ફ્રેન્ચ રિપબ્લિકના રાજકીય કેસ સાથે સંકળાયેલો હતો. હવે હું મારું પહેલાંનું રોજિંદુ જીવન જીવવા સ્વતંત્ર છું. મારા રાસાયણિક પ્રયોગો કરવા પણ સ્વતંત્ર છું, પણ હું શાંતિથી બેસી શકતો નથી, વૉટસન. જ્યાં સુધી પ્રોફેસર મોર્યાર્ટી જેવો દુષ્ટ માણસ લંડનની શેરીઓમાં ખુલ્લો ઘૂમી રહ્યો હોય ત્યાં સુધી હું મારી ખુરશીમાં આરામથી ના બેસી શકું."

"તેણે એવું તે શું કર્યું છે ?"

"તેની કારકિર્દી ખૂબ અસામાન્ય રહી છે. તે એક ઉચ્ચ ખાનદાનમાં જન્મેલો, ઉચ્ચ અભ્યાસ પામેલો માણસ છે. ગણિતમાં તો તે ખૂબ પ્રતિભાવંત છે. એકવીસ વર્ષની ઉંમરમાં તેણે એક સિદ્ધાંત પણ શોધી કાઢ્યો હતો, જેના કારણે આખાયે યુરોપમાં હલચલ મચી ગઈ હતી. તેના જ આધારે તેણે આપણી કોઈક વિશ્વવિદ્યાલયમાં ગણિતજ્ઞનું સ્થાન પણ મેળવી લીધું હતું. તેની સમક્ષ એક તેજસ્વી ભવિષ્ય હતું, પણ તેની વારસાઈ નબળાઈ એ હતી કે તે એક દુષ્ટ માણસ હતો. તેના લોહીમાં અપરાધ વહી રહ્યો હતો, જે તેની અસામાન્ય માનસિક શક્તિને કારણે ઑર વેગવંતો બની ગયો હતો. વિશ્વવિદ્યાલયમાં

તેના વિષેની આવી અફવાએ જોર પકડી લીધું હતું અને તેના કારણે તેણે રાજીનામું આપી દેવું પડ્યું હતું અને પોતાની ખુરશી ગુમાવવી પડી હતી. ત્યાર બાદ તે તરત લંડન આવી ગયો હતો. ત્યાં તે એક આર્મી કૉચ તરીકે ગોઠવાયો હતો. આટલે સુધી તો આખું જગત જાણે છે પણ હવે હું તને જે કહેવા જઈ રહ્યો છું તે મેં મારાં કેટલાંયે સંશોધન દ્વારા જાણ્યું છે.

"તને તો ખબર જ હશે, વૉટસન, કે લંડનના અપરાધજગતને હું જાણું છું તેટલું ભાગ્યે જ કોઈ જાણતું હશે. છેલ્લાં કેટલાય વર્ષોથી મને શંકા હતી કે આ બધા જ ગંભીર ગુનાઓ પાછળ કોઈક મોટી શક્તિ કામ કરી રહી હતી. કોઈ મજબૂત સંગઠિત શક્તિ કે જે કાયદાની આડે આવતી હતી અને અપરાધીઓને રક્ષણ પૂરું પાડતી હતી. વારંવાર વિવિધ પ્રકારનાં દુષ્કૃત્યો, દગાખોરી, ચોરી અને હત્યાઓમાં મને આ શક્તિની હાજરીનો અનુભવ થયો હતો. એવા વણઉકલ્યા કેસો કે જેમાં મારી મદદ નહોતી લેવામાં આવી તે દરેકમાં મેં વિશિષ્ટ પ્રકારની કાર્યપ્રણાલીને અલગ તારવી છે. મારે તેનો ભેદ ઉકેલવા માટે ઘણાં વર્ષો સંઘર્ષ કરવો પડ્યો હતો અને છેવટે કેટલાયે પ્રયત્નો બાદ મારાં તારણો મને આ ગણિતશાસ્ત્રી પ્રોફેસર મોર્યાર્ટી તરફ લઈ ગયાં હતાં.

"તે અપરાધજગતનો નેપોલિયન છે. આ શહેરમાંના મોટા ભાગનાં દુષ્ટકૃત્યોનો અને વણઉકલ્યા ગુનાનો તે સંચાલક છે. તે વિદ્વાન, તત્ત્વજ્ઞાની અને ચિન્તક છે. તે ઉચ્ચકોટીનું મગજ ધરાવે છે. તે કરોળિયાના જાળાની મધ્યમાં રહેલો સ્થિર કરોળિયો છે જેને તેનાં જાળાના હજારો તાંતણાના દરેકેદરેક કંપનની જાણ છે. તે પોતે તો ભાગ્યે જ થોડું કરે છે. તે માત્ર યોજના ઘડે છે, પણ તેના સહાયકો અસંખ્ય છે અને ખૂબ જ વ્યવસ્થિત રીતે સંગઠિત છે. જો કોઈ ગુનો થવાનો હોય, જેમ કે દસ્તાવેજ ચોરી કરવાનો હોય, કોઈ ઘરમાં ધાડ પાડવાની હોય, કોઈ વ્યક્તિને ગાયબ કરવાની હોય ત્યારે પ્રોફેસરના કાને તે શબ્દ પડે છે, તેની યોજના ઘડવામાં આવે છે અને કામ પાર પડી જાય છે. સહાયક ક્યારેક પકડાઈ પણ જાય તો તેના જામીન માટે નાણાંની વ્યવસ્થા પણ થઈ જાય છે, પણ ક્યારેય તેની પાછળની મુખ્ય શક્તિ ચિત્રમાં આવતી નથી. અરે, ક્યારેય તેવી શંકા પણ કરવામાં નથી આવતી. આ આખાયે વ્યવસ્થાતંત્રને મેં શોધી કાઢ્યું છે અને હવે મેં મારી જાતને તેને ઉઘાડું પાડવામાં હોમી દીધી છે.

"પણ પ્રોફેસર ખૂંખાર રખેવાળોથી રક્ષિત છે અને તેમની વિરુદ્ધ ન્યાયની અદાલતમાં મારી પાસે પૂરતા પુરાવાઓ પણ નથી. તું તો મારી શક્તિ જાણે છે, વૉટસન, અને આજે ત્રણ મહિનાની રઝળપાટ છતાં મારે એ સ્વીકારવું પડે છે કે છેવટે મને મારી કક્ષાનો ગુનેગાર મળી ગયો છે. ક્યારેક મારાથી તેના ભયંકર ગુનાને વખોડવાની જગ્યાએ તેની આવડતનાં વખાણ થઈ જાય છે. પણ છેવટે તેણે નાની મુસાફરીઓ કરી - ખૂબ જ નાની નાની સફર - જેનું તે ભાગ્યે જ જોખમ લઈ શકે તેમ હતો અને આ વખતે હું તેની ખૂબ નજીક હતો. મને મોકો મળી ગયો અને ત્યારથી મેં તેની આસપાસ જાળું

રચવાનું ચાલુ કરી દીધું જે હવે પૂરું થવામાં જ છે. ત્રણ દિવસમાં અને ચોક્કસ કહું તો સોમવાર સુધીમાં પ્રોફેસર અને તેના સાગરીતો પોલીસના હાથમાં હશે અને ત્યાર બાદ શરૂ થશે અપરાધજગતનો મોટામાં મોટો ખટલો જેમાં ૪૦ રહસ્યોની સુનાવણી થશે અને દરેક અપરાધી માટેની સજા માત્ર ફાંસી હશે, પણ જો આપણે જરા પણ ઉતાવળ કરવા ગયા તો તેઓ છટકી જશે. છેલ્લી ઘડીએ પણ તેઓ છટકી જઈ શકે તેમ છે.

"હવે જો હું આ બધું પ્રોફેસર મોર્યાર્ટીની જાણ બહાર કરીશ તો જ બધું સમુંસૂતરું પાર પડશે પણ તે ખૂબ દુષ્ટ અને ચાલાક માણસ છે. તેણે મારા એક એક પગલાને જાણી લીધું છે. વારંવાર તેણે છટકવાનો પ્રયત્ન કર્યો છે પણ દરેક વખતે મેં તેની ભાળ મેળવી લીધી છે, વૉટસન, જો આ મૂંગી સ્પર્ધાનું વિગતવાર વર્ણન લખવામાં આવે તો તે ગુનાસંશોધન ઇતિહાસમાં સંતાકૂકડીની સર્વોચ્ચ ઘટના સાબિત થાય. મેં મારા જીવનમાં આટલી સર્વોચ્ચતા ક્યારેય મેળવી નથી અને ક્યારેય હું મારા વિરોધી દ્વારા આટલી હદ સુધીના દબાણ હેઠળ નથી આવ્યો. તેણે મને ઈજા પહોંચાડી છે, પરંતુ મેં પણ તેને તેનાથીયે વધારે ઈજા પહોંચાડી છે. આજે સવારે છેલ્લું પગલું લેવાઈ ગયું છે અને હવે આખાયે કામને પતવાને માત્ર ત્રણ દિવસ જ બાકી રહ્યા છે. હું આખીયે બાબત પર મારા ઓરડામાં બેઠો બેઠો વિચાર કરી રહ્યો હતો અને ત્યાં જ પ્રોફેસર મોર્યાર્ટી મારી સામે આવીને ઊભો રહ્યો.

"તું જાણે છે કે હું કઠણ કાળજાનો છું, વૉટસન, પણ જે વ્યક્તિ વિષે દિવસરાત મારા મનમાં વિચારો ચાલતા હોય તે જ વ્યક્તિ મારી સમક્ષ હાજર થઈ ગઈ હતી અને હું હક્કાબક્કા થઈ ગયો. તે મારા માટે એક જાણીતો માણસ હતો. તે ખૂબ લાંબો-પાતળો માણસ છે. તેનું કપાળ કોઈ ગુંબજની જેમ બહાર ઊપસી આવેલું છે. તેની બે આંખો તેના લમણામાં ઊંડી ધસી ગયેલી છે. તેનો ચહેરો સફાચટ દાઢી કરેલો ફિક્કાશ પડતો છે. તેના ચહેરામાં જ પ્રોફેસરનાં કેટલાંક લક્ષણો દેખાઈ આવે છે. વધારે ભણવાથી તેના ખભા ઝૂકી ગયા છે, તેનો ચહેરો થોડો બહાર આવેલો છે અને કોઈ સર્પની જેમ તેની ડોક વારંવાર આમ તેમ હલે રાખે છે. તે પોતાની ઊંડી આંખે મારી તરફ ઉત્સુકતાથી તાકી રહ્યો.

" 'મારા ધાર્યા પ્રમાણે તારામાં કોઈ દેખીતા ફેરફાર નથી થયા લાગતા,' છેવટે તેણે કહ્યું, 'પોતાના ડ્રેસિંગ-ગાઉનના ખિસ્સામાં ભરેલું હથિયાર રાખવું ખૂબ ખતરનાક કહેવાય.'

"હકીકતમાં તેના ઓરડામાં પ્રવેશવાની સાથે જ મારા પર મોટું જોખમ તોળાવાનો મને ખ્યાલ આવી ગયો હતો અને તરત જ મેં મારા ડ્રોઅરમાંથી રિવોલ્વર કાઢી ખિસ્સામાં સેરવી દીધી હતી. તેની પાસે મારાથી બચવાનો એક માત્ર ઉપાય મારું મોઢું બંધ કરવાનો હતો. તેનાથી મારી જાતને બચાવવા મારે પણ સાવધ રહેવાનું હતું. પણ તેના કહેવાથી મેં મારી રિવોલ્વર બહાર કાઢી ટેબલ પર મૂકી. તે હજી પણ મરકી રહ્યો હતો પણ તેની આંખોમાં કંઈક એવું હતું જેનાથી મને આનંદ થયો હતો.

" 'તું ખરેખર મને જાણતો નથી,' તેણે કહ્યું.

" 'તેનાથી ઊલટું,' મેં જવાબ આપ્યો, 'હું ખરેખર તને સારી રીતે જાણું છું. મહેરબાની કરીને ખુરશીમાં બેસ. જો તારે કંઈ કહેવું હોય તો હું તને પાંચ મિનિટ આપું છું.'

" 'મારે જે કહેવું છે તે તારા મગજને પહેલેથી જ ભેદી ગયું છે.' તેણે કહ્યું.

" 'અને મારે જે કહેવું છે તે તારા મગજને ભેદી ગયું છે.' મેં જવાબ આપ્યો.

" 'બહુ પાવરધો છે તું ?'

" 'કેમ નહીં ?'

"તેણે પોતાનો હાથ ખિસ્સામાં નાખ્યો અને તરત જ મેં ટેબલ પરથી પિસ્તોલ ઉઠાવી લીધી. પણ તેણે તો ખિસ્સામાંથી એક નાનકડી ચોપડી જ કાઢી જેમાં તેણે કેટલીક તારીખો લખી હતી.'

" 'તેં ચોથી સફરમાં મારો રસ્તો કાપ્યો હતો,' તેણે કહ્યું, 'તેવીસમીએ કામમાં અડચણ ઊભી કરી. ફેબ્રુઆરીના મધ્યમાં તો હું તારાથી ત્રસ્ત થઈ ગયો. માર્ચના અંત સુધીમાં તો મારી બધી યોજનાઓ ચોપટ થઈ ગઈ અને હવે એપ્રિલના અંત સુધીમાં મને એવું લાગી રહ્યું છે કે તારા મારી પાછળ સતત પડ્યા રહેવાથી મારી સ્વતંત્રતા છીનવાઈ ગઈ છે. પરિસ્થિતિ ખૂબ ખરાબ થઈ ગઈ છે.'

" 'તારે કોઈ સલાહ આપવી છે ?' મેં પૂછ્યું.

" 'શ્રીમાન હોમ્સ, તારે તારું આ અભિયાન પડતું મૂકી દેવું પડશે,' તેણે પોતાની ડોક ફેરવતાં કહ્યું, 'તેની તને ખબર હોવી જોઈએ.'

" 'સોમવાર પછી,' મેં કહ્યું.

" 'છટ્ છટ્, તારા જેવી બુદ્ધિક્ષમતા ધરાવતા માણસે એટલું તો જાણવું જોઈએ કે આનાં બીજાં પરિણામ તો ઠીક પણ એક પરિણામ તો ચોક્કસ આવવાનું અને માટે તારે ના છૂટકે બધું પડતું મૂકવું પડશે. તેં એવી સ્થિતિ ઊભી કરી છે કે અમારી પાસે હવે માત્ર એક જ રસ્તો બચ્યો છે. જે રીતે તેં આ કેસમાં કામ કર્યું છે તે મારા માટે તો એક બૌદ્ધિક ભેટ સમાન જ છે અને તેમ છતાં જો મારે કોઈ છેલ્લું પગલું લેવું પડ્યું તો મને તે વાતનું દુઃખ થશે. તું ભલે હસે રાખે, હોમ્સ, પણ હું તને ખાતરી આપું છું કે હું જે કહું છું તે કરીને જ રહીશ.'

" 'ખતરો એ મારા વ્યવસાયનો એક ભાગ છે,' મેં કહ્યું.

" 'આ ખતરો નથી,' તેણે કહ્યું, 'પણ આ એક ચોક્કસ વિનાશ છે. તું કોઈ સામાન્ય કે વ્યક્તિગત ગુનેગારની આડે નથી આવ્યો પણ એક ખૂબ શક્તિશાળી સંગઠનની આડે આવી રહ્યો છે, જેની તને હજુ પણ જાણ નથી. કાં તો શાણો થઈને સમજી જા નહીંતર તને કચડી નાખતાં વાર નહીં લાગે.'

" 'મને ભય છે,' મેં ખુરશીમાંથી ઊભા થતાં કહ્યું, 'કે આ આનંદદાયી વાર્તાલાપમાં હું એ તો ભૂલી જ ગયો કે મારે બીજે ક્યાંક પણ કામ છે.'

"તે પણ ઊભો થયો. મારી સામે ચૂપચાપ જોયું અને પછી ઉદાસીથી માથું હલાવ્યું.

'કશો વાંધો નહીં,' છેવટે તે બોલ્યો, 'દુઃખદ વાત કહેવાય, પણ હું જે કરી શકતો હતો તે મેં કર્યું, મને તારી રમતની એક એક ચાલની જાણ છે. તું સોમવાર પહેલાં કશું જ કરી શકે તેમ નથી. આ તારી અને મારી વચ્ચેનું દ્વંદ્વયુદ્ધ છે. તું મને કઠેડામાં ઊભો કરવા માગે છે. પણ હું તને કહી દઉં છું કે હું ત્યાં નથી ઊભો રહેવાનો. તું મને માત આપવા માગે છે પણ હું કહું છું કે તું મને ક્યારેય માત નહીં આપી શકે. જો તું મારો વિનાશ કરવા બહુ બુદ્ધિમાન છે તો એટલું યાદ રાખજે કે હું પણ તેમ કરવામાં પાછું વાળીને નહીં જોઉં.'

" 'તેં મારી ઘણી બધી પ્રશંસા કરી, પ્રોફેસર મોર્યાર્ટી,' મેં કહ્યું, 'હવે મને પણ બદલામાં કંઈક કહેવા દે. જો લોકોના હિતમાં હું તારી વિરુદ્ધ કંઈ કરી શકું તો મને તેના પરિણામનો કોઈ જ રંજ નહીં રહે.'

" 'હું તો તારા પરિણામની જ ખાતરી આપી શકું.' આમ કહી તે પોતાના ઝૂકેલા ખભા ફેરવી ઓરડામાંથી બહાર નીકળી ગયો.

"આ હતો મારો પ્રોફેસર મોર્યાર્ટી સાથેનો અનોખો વાર્તાલાપ. મારે સ્વીકારવું પડશે કે તેણે મારા મગજ પર એક દુઃખદ છાપ છોડી છે. તેણે ખૂબ ઠંડકપૂર્વક વાતચીત કરી હતી પણ તેનાથી તેની અસર જરા પણ ઓછી નહોતી થતી. તું ચોક્કસ એવું કહીશ કે હું શા માટે પોલીસ સુરક્ષા નથી લેતો ? તેનું કારણ એ છે કે જે કોઈ હુમલો મારા પર થશે તે તેના આડતિયા દ્વારા જ થશે. મારી પાસે આ વાતના પાક્કા પુરાવા છે કે આવું જ થશે."

"તારા પર પહેલાં પણ હુમલો થયો છે ?"

"મારા વહાલા વૉટસન, પ્રોફેસર મોર્યાર્ટી પોતાની વિરુદ્ધ કોઈને માથું ઊંચું કરવાનો મોકો આપે તેવો માણસ જ નથી. મારે આજે બપોરે ઓક્સફોર્ડ સ્ટ્રીટમાં થોડું કામ હતું. જ્યારે હું વેલ્ડબેક ચાર રસ્તેથી બેન્ટીક શેરી તરફ જતો હતો ત્યારે બે ઘોડાવાળી ઘોડાગાડી મારા પર ધસી આવી. પણ હું તરત જ ફૂટપાથ પર કૂદી પડ્યો અને બે સેકન્ડ માટે હું બચી ગયો. ઘોડાગાડી મેસ્ટલબોન લેન તરફ વળીને ક્ષણવારમાં ગાયબ થઈ ગઈ. પછી તો હું ફૂટપાથ પર જ ચાલ્યો પણ જ્યારે હું વેરી શેરીમાંથી પસાર થઈ રહ્યો હતો ત્યાં જ કોઈક છત પરથી મારા પગ આગળ ઈંટનો ઘા થયો અને ઈંટના ભુક્કા થઈ ગયા. મેં તરત જ પોલીસને તે જગ્યાની તપાસ કરવા કહ્યું. તેમની તપાસ પ્રમાણે ત્યાં કોઈક સમારકામ ચાલી રહ્યું હતું. તેમણે મને એવું મનાવવાનો ખૂબ પ્રયત્ન કર્યો કે તે એક અકસ્માત હતો. મને ખાતરી હતી કે એવું નહોતું પણ મારી પાસે તે સાબિત કરવા માટે પૂરતા પુરાવા નહોતા. પછી હું ઘોડાગાડી કરી પોલમોલવાળા મારા ભાઈના ફ્લૅટ પર ગયો અને ત્યાં મેં આખો દિવસ પસાર કર્યો અને હવે હું રખડી રખડીને તારી પાસે આવ્યો છું અને આવતાં આવતાં રસ્તામાં મારા પર કોઈક બદમાશે હુમલો કર્યો છે. મેં

તરત જ તેને ફેંટ મારીને પોલીસને હવાલે કરી દીધો. પણ હું તને ખાતરીપૂર્વક કહું છું કે એક મુક્કો મારીને મેં જેની બત્રીસી તોડી નાખી છે તેના અને પેલો શાતિર ગણિતશાસ્ત્રી કે જે દસ માઈલ દૂર પાટિયા પર દાખલા ગણતો હશે તેની વચ્ચેનો સંબંધ ક્યારેય સાબિત નહીં કરી શકું. હવે તને મારા તારા દવાખાનામાં આવીને તરત જ બધી બારીઓ બંધ કરી નાખવા તેમજ તારા ઘરના વાડાની દીવાલ વટાવી અહીંથી છૂપી રીતે જવાની મારી માગથી કોઈ આશ્ચર્ય નહીં થાય.''

મેં હંમેશા મારા મિત્રની બહાદુરીને બિરદાવી છે પણ અત્યારની તેની હિંમત દાદ માગી લે તેવી છે, કારણ કે આખા દિવસના આટલા હિંસક અનુભવ છતાં તે અત્યારે શાંતિથી આખા દિવસના ઘટનાક્રમનું અવલોકન કરી રહ્યો હતો.

''તું અહીં રાત રોકાઈશ ?'' મેં પૂછ્યું.

''ના, મારા ભઈલા, તે તારા માટે ખતરારૂપ પુરવાર થશે. મારે મારી યોજના છે અને બધું ઠીક થઈ રહેશે. હવે સ્થિતિ એટલી હદે પહોંચી ગઈ છે કે પોલીસ મારી મદદ વગર પણ તેમની ધરપકડ કરી લેશે પણ મામલાને સાબિત કરવા મારી હાજરી અનિવાર્ય છે. માટે સ્વાભાવિકપણે જ મારે થોડા દિવસ ક્યાંક બહાર જતું રહેવું જોઈએ અને તેથી વિશેષ હવે હું કંઈ કરી શકું તેમ નથી, અને આમ પોલીસ પોતે સ્વતંત્રપણે પોતાની કામગીરી બજાવી શકશે. માટે જ જો તું પણ મારી સાથે પ્રવાસે આવીશ તો મને ઘણો આનંદ થશે.''

''એમ પણ મારી પ્રેક્ટિસ કંઈ ખાસ નથી ચાલી રહી,'' મેં કહ્યું, ''અને મારો પાડોશી પણ તે સંભાળી શકે તેમ છે માટે મને તારી સાથે આવતાં આનંદ થશે.''

''તો પછી કાલે સવારે રવાના થઈ જઈએ ?''

''જો જરૂરી હોય તો.''

''હા, હા, તે ખૂબ જરૂરી છે. હવે તારા માટે મારી પાસે કેટલાંક સૂચનો છે, જેનું તારે હું તને પ્રાર્થના કરું છું કે અક્ષરશઃ પાલન કરવાનું છે, કારણ કે તું હવે મારી સાથે યુરોપનાં સર્વશક્તિશાળી ગુના સંગઠન અને ખૂબ ચાલાક બદમાશ વિરુદ્ધ બેવડી રમત રમવા જઈ રહ્યો છે. હવે સાંભળ ! તારે તારી સાથે જે કોઈ પણ સામાન લેવાનો હોય તેને તારા કોઈ વિશ્વાસુ માણસ દ્વારા કોઈ પણ જાતના નામ-સરનામા વગર આજે રાત્રે જ વિક્ટોરિયા સ્ટેશને મોકલી દેજે. સવારે તારે ઘોડાગાડી મંગાવવાની છે અને તે માણસને સૂચના આપવાની છે કે પહેલી કે બીજી ઘોડાગાડી તેણે લેવાની નથી. તે જે ત્રીજી ઘોડાગાડી લઈને આવે તેમાં તારે કૂદીને બેસી જવાનું. ગાડીવાળાને લખીને સ્થળનું નામ જણાવજે અને તેને ચિઠ્ઠી બહાર ફેંકવા ન દેતો. તારું ભાડું તૈયાર રાખજે અને જેવી તારી ઘોડાગાડી થોભે કે તરત તેમાંથી બહાર નીકળી આર્કેડ તરફ દોડી જજે. તારે સમયનું ખાસ ધ્યાન રાખવાનું છે, તારે સવા નવ વાગે ત્યાં પહોંચવાનું છે. ત્યાં ફૂટપાથની ધાર આગળ તને એક નાનકડી ઘોડાગાડી મળશે. તેના ચાલકે કાળો મોટો ડગલો પહેર્યો હશે

અને તેનો કોલર લાલ રંગનો હશે. તેમાં બેસીને તારે કોન્ટિનેન્ટલ એક્સપ્રેસ માટે વિક્ટોરિયા સ્ટેશન પર સમયસર પહોંચી જવાનું છે.''

''હું તને ક્યાં મળીશ ?''

''સ્ટેશન પર, ફર્સ્ટ ક્લાસની જે બીજી બોગી છે તે આપણા માટે આરક્ષિત કરવામાં આવી છે.''

''તો પછી તે બોગી આપણા મળવાની જગ્યા રહેશે, એમ ?''

''હા.''

તેને રાત્રે રોકાવા માટે પૂછવાનો કોઈ જ અર્થ નહોતો કારણ કે તેના ખ્યાલ મુજબ તેના પર જે ખતરો તોળાઈ રહ્યો હતો તે મારા માટે પણ મુશ્કેલી ઊભી કરે તેમ હતો અને માટે જ તેણે ત્યાંથી જવું પડે તેમ હતું. અમારી યોજના બાબતે ઉતાવળે બે-ત્રણ શબ્દો કહી તે ઊભો થયો અને અમે બન્ને મારા ઘરના પાછળના બગીચામાં આવ્યા અને મોર્ટીમર શેરીમાં પડતી દીવાલને કૂદીને તે જતો રહ્યો. તરત જ તેણે ઘોડાગાડી માટે સીટી વગાડી અને મેં તેને તેમાં હંકારી જતાં સાંભળ્યો.

સવાર પડતાં જ હું હોમ્સનાં સૂચનોને અનુસરવા લાગ્યો. હોમ્સે સૂચના આપી હતી તેમ મેં ઘોડાગાડી બોલાવી લીધી અને નાસ્તા પછી તરત જ હું તેમાં રવાના થયો. હું મારી પૂરઝડપે આર્થર આર્કેડ આગળથી પસાર થયો. નક્કી કરેલી જગ્યાએ એક નાનકડી ઘોડાગાડી પડી હતી જેના ચાલકે લાલ કોલરવાળો મોટો ડગલો પહેર્યો હતો. જેવો હું તેમાં પ્રવેશ્યો કે તરત જ ચાબૂક મારી ઘોડાને વિક્ટોરિયા સ્ટેશન ભણી દોડાવી મૂકવામાં આવ્યો.

બધું યોજના પ્રમાણે ચાલતું હતું. મારો સામાન મારી રાહ જોઈ રહ્યો હતો. હોમ્સે જણાવેલા ડબ્બાને શોધતાં મારે જરા પણ વાર ન લાગી. આખી ગાડીમાં તેના પર જ ''આરક્ષિત''ની સૂચના લખવામાં આવી હતી. હવે મારી અધીરાઈનું એક જ માત્ર કારણ હતું. હોમ્સ ક્યાંય નહોતો દેખાતો. ટ્રેઈન ઊપડવાને માત્ર સાત મિનિટની જ વાર હતી. મુસાફરોના ટોળામાં મેં હોમ્સને ખોળવાનો વ્યર્થ પ્રયત્ન કર્યો, તેની કોઈ જ નિશાની નહોતી. એક ઈટાલિયન પાદરીની મદદમાં મેં થોડીક મિનિટ કાઢી નાખી. તે પોતાની ટૂટેલી ફૂટેલી અંગ્રેજીમાં કુલીને સમજાવતો હતો કે તેનો સામાન પેરિસ મોકલવાનો હતો. પછી આમ તેમ નજર ફેરવી હું મારી બોગીમાં પાછો ફર્યો જ્યાં મેં જોયું તો કુલીએ પેલા ઈટાલિયન પાદરીને મારા સહયાત્રી તરીકે મારી જ બોગીમાં બેસાડી દીધો હતો. તે ખોટી બોગીમાં બેઠો હતો તે તેને સમજાવવું વ્યર્થ હતું કારણ કે મારી ઈટાલીયન ભાષા તો તેની અંગ્રેજી કરતાં પણ જાય તેવી હતી. છેવટે મેં ખભા હલાવી મારા મિત્રને શોધવા બહાર નજર કરી. તેની ગેરહાજરીથી મારા શરીરમાં ભયની એક ધ્રુજારી પસાર થઈ ગઈ. ક્યાંક તેનું નહીં આવવાનું કારણ રાત્રે તેના પર કોઈ હુમલો તો નહોતો થયો ને ! છેવટે બધાં બારણા બંધ થઈ ગયાં અને ગાડી ઊપડવાની સીટી વાગી ત્યાં જ ---

"મારા વહાલા વૉટસન," એક અવાજ આવ્યો, "તું તો સુપ્રભાત કહેવાની પણ તકલીફ નથી લેતો."

હું મારા અતિ આશ્ચર્ય સાથે પાછળ ફર્યો. પેલા વૃદ્ધ પાદરીએ મારી તરફ પોતાનો ચહેરો ઘુમાવ્યો - હડપચી સુધી નમી આવતું નાક ગાયબ હતું. કરચલીઓ ગાયબ હતી. નીચેનો હોઠ બહાર નહોતો લબડતો અને મોઢું હવે બબડી નહોતું રહ્યું. ઝાંખી આંખો ફરી ચમકી ઊઠી હતી અને ઝૂકેલું શરીર ટટ્ટાર થઈ ગયું હતું. મારા આશ્ચર્ય વચ્ચે મારી સામે હોમ્સ ઊભો હતો. તે જેવો ગયો હતો તેટલી જ ચપળતાથી હાજર થઈ ગયો હતો.

"હે ભગવાન !" મેં મોટેથી કહ્યું, "તેં તો મને ગભરાવી મૂક્યો હતો !"

"દરેક સાવચેતી લેવી હજુ પણ તેટલી જ જરૂરી છે," તેણે ગુસપુસ અવાજમાં કહ્યું, "મને ખાતરી છે કે તેઓ હજુ પણ આપણી પાછળ છે અને તે પણ મોર્યાર્ટી પોતે."

હોમ્સ બોલતો હતો ત્યારે ગાડીએ ગતિ પકડી લીધી હતી. બહાર સ્ટેશન પર કોઈક ઊંચો માણસ ટોળાઓ વચ્ચેથી જગ્યા કરીને ગાડી તરફ હાથ હલાવી રહ્યો હતો જાણે ગાડી રોકવા ન માગતો હોય ! પણ તે વ્યર્થ હતું, કારણ કે હવે અમે ખાસી ગતિ મેળવી લીધી હતી અને સ્ટેશન પણ વટાવી લીધું હતું.

"આપણી આટલી સાવચેતી બાદ તું જોઈ શકે છે કે આપણે છેવટે કામ પાર પાડી જ લીધું." હોમ્સે ખડખડાટ હસતાં કહ્યું. તે ઊઠ્યો અને તેણે પોતાનો ધોળો ડગલો અને ટોપી કે જેમાં તેણે પોતાનો વેશપલટો કર્યો હતો તેને કાઢી નાખી એક કોથળીમાં ભર્યા.

"તેં સવારનું છાપું વાંચ્યું, વૉટસન ?"

"ના !"

"તો પછી બેકર સ્ટ્રીટ વિષે તને કશી ખબર નથી ?"

"બેકર સ્ટ્રીટ ?"

"કાલે રાત્રે તેમણે મારા ફ્લૅટમાં આગ ચાંપી હતી. જો કે કંઈ નુકસાન નથી થયું."

"હે ભગવાન, હોમ્સ, આવું તો કેવી રીતે ચલાવી લેવાય !"

"મારા પર હુમલો કરનાર તેમના બદમાશની ધરપકડ બાદ તેઓ મારું પગેરું ગુમાવી બેઠા હશે. નહીંતર તેમને એવું કેમ લાગે કે હું મારા ઘરે પાછો ગયો હોઈશ ? તેમણે તારા પર નજર રાખવાની સાવચેતી રાખી હશે અને તેના જ પરિણામરૂપ મોર્યાર્ટી અહીં સ્ટેશન સુધી કદાચ આવી પહોંચ્યો હોય. તેં અહીં આવતાં કોઈ ભૂલ તો નહોતી કરી ને ?"

"તારી સલાહ પ્રમાણે જ મેં કર્યું."

"તને તારી ઘોડાગાડી મળી ગઈ હતી ?"

"હા, તે રાહ જોઈને જ ઊભી હતી."

"તેના ચાલકને ઓળખી શક્યો ?"

“ના.”

“તે મારો મોટો ભાઈ માયક્રોફ્ટ હતો. પણ હવે આ મોર્યાર્ટીનું શું કરવું તેની યોજના આપણે ઘડવી પડશે.”

“આ એક એક્સપ્રેસ ગાડી છે અને હોડીઓ પણ ટ્રેઈનના સમયને ધ્યાનમાં રાખીને જ ચાલતી હોવાથી મારા ખ્યાલથી આપણે તેને ખૂબ પાછળ છોડી દીધો છે.”

“વૉટસન, હજુ પણ તું મારા કહેવાનો અર્થ નથી સમજ્યો. જ્યારે હું કહું છું કે આ માણસનું બૌદ્ધિક સ્તર મારી સમાન જ છે. જો હું પીછો કરનાર હોઉં તો તને લાગે છે કે આટલી એવી અડચણથી હાર માની લઉં ? તો પછી તું શા માટે તેના વિષે આટલું નીચું વિચારે છે ?”

“તે શું કરશે ?”

“હું તેની જગ્યાએ હોઉં તો શું કરું ?”

“શું કરે ?”

“એક સ્પેશિયલ ગાડી રોકું.”

“પણ તેનાથી તો મોડું જ થવાનું.”

“ના, જરા પણ નહીં. આ ટ્રેઈન કેન્ટબરી રોકાશે અને ત્યાંથી ઓછામાં ઓછા પોણા કલાકના અંતરે હોડી મળે છે. તે આપણને ત્યાં પકડી પાડશે.”

“કોઈ આપણને જ અપરાધી માની બેસશે. આપણે તેની આવતાં જ ધરપકડ કરાવી લઈએ.”

“તેનાથી તો મારી ત્રણ મહિનાની મહેનત પાણી ભેગી થઈ જશે. આપણે મોટી માછલી તો પકડી લઈશું પણ નાની માછલી છટકી જશે. સવારે બધા આપણા સકંજામાં હશે. ના, હાલ તેની ધરપકડ ન થવી જોઈએ.”

“તો હવે ?”

“આપણે કેન્ટબરી ઊતરી જવું જોઈએ.”

“અને પછી ?”

“પછી આપણે ન્યૂહેવન ભણી મુસાફરી કરી ડેપી પહોંચીશું. ફરી તેની જગ્યાએ હું હોઉં તો શું કરું તેવું જ મોર્યાર્ટી કરશે. તે પેરિસ જશે. આપણો સામાન શોધશે અને બે દિવસ ડેપો પર રાહ જોશે. તે દરમિયાન આપણે વેપારીઓનો ડોળ કરતા લગ્ઝેમ્બર્ગ અને બેસલ થઈને સ્વિત્ઝરલૅન્ડ પહોંચીશું.”

જ્યારે અમે કેન્ટબરી ઊતર્યા ત્યારે અમારે ન્યૂહેવન જતી ટ્રેઈન માટે કલાક રાહ જોવી પડી.

હું હજુ પણ મારી નજરથી દૂર જતી પેલી બોગી સામે જોઈ રહ્યો હતો જેમાં અમારો સામાન હતો. ત્યાં જ હોમ્સે મારી બાંય ખેંચી અને પાટા તરફ આંગળી ચીંધી.

"જુએ છે તું ?" તેણે કહ્યું.

દૂર કેન્ટનાં જંગલોમાં ધુમાડાની એક પાતળી સેર ઊડી રહી હતી. એક મિનિટમાં તો એક બોગીવાળી ગાડી જંગલમાંથી બહાર આવી અને વળાંક લેતી સ્ટેશન તરફ દોડતી પસાર થવા લાગી. અમારી પાસે ભાગ્યે જ એટલો સમય હતો કે અમે એક સામાનના ઢગલા પાછળ સંતાઈ શક્યા. એંજિનનો ગરમ ધુમાડો અમારા ચહેરા સુધી પહોંચતો હતો. એંજિન સીટી બોલાવતું ધમધમાટીભર્યા અવાજ સાથે સ્ટેશન પરથી પસાર થઈ ગયું.

"જો પેલો જાય," હોમ્સે ઝોલાં ખાતી બગી તરફ ઈશારો કર્યો, "આપણા આ મિત્રની બુદ્ધિની પણ અમુક મર્યાદા છે. જો તેણે હું શું કરત તેની ધારણા કરી હોત તો ચોક્કસ આપણા વચ્ચે ઝપાઝપી થઈ હોત."

"જો તેણે તેમ કર્યું હોત, આપણને જોઈ લીધા હોત તો શું કરત ?"

"તેમાં તો કોઈ જ શંકા નથી કે જો તેવું થાત તો ચોક્કસ તે મારા પર જીવલેણ હુમલો કરત. આ રમતમાં બે ખેલાડી રમી રહ્યા છે. હવે પ્રશ્ન એ છે કે આપણે અહીં વહેલું ખાણું લઈ લેવું કે પછી ભૂખ્યા રહીને ન્યૂહેવનમાં જ સરસ મજાનું ભર્યું ભાણું લેવું ?"

તે રાત્રે અમે બ્રુસેલ્સ તરફ રવાના થયા. ત્યાં બે દિવસ રોકાઈને સ્ટ્રાસબર્ગ જવા રવાના થયા. સોમવારે સવારે હોમ્સે લંડન પોલીસને એક તાર કર્યો અને સાંજ સુધીમાં તો અમારી હોટલ ઉપર જવાબ પણ આવી ગયો. હોમ્સે તાર ખોલ્યો અને કડવા શબ્દો કહેતાં તાપણામાં કાગળિયું નાખી દીધું.

"મને ખબર જ હતી !" તેણે ગર્જના કરી, "તે ભાગી ગયો !"

"કોણ, મોર્યાર્ટી ?"

"તેમણે આખી ટોળકીને પકડી લીધી છે. માત્ર તે જ ભાગી છૂટ્યો છે. હું જ્યારે દેશ છોડીને અહીં આવી ગયો છું ત્યારે હવે તેને પકડી શકે તેવું કોઈ બચ્યું નથી. મને લાગ્યું કે મેં રમત તેમના હાથમાં મૂકી છે. હવે તેઓ પહોંચી વળશે. વૉટસન, મારા ખ્યાલથી તારે હવે ઇંગ્લૅન્ડ પાછા ફરી જવું જોઈએ."

"કેમ ?"

"કારણ કે હવે મારો સથવારો તારા માટે ખતરારૂપ છે. આ માણસની આબરૂ હવે જતી રહી છે. હવે તે ક્યારેય લંડન પાછો નહીં ફરે. જો હું તેના ચારિત્ર્યને સારી રીતે જાણતો હોઈશ તો આ માણસ હવે પોતાની સઘળી ઊર્જા મારી પર બદલો લેવામાં વાપરશે. તેણે આવો અંદેશો મને અમારી નાનકડી મુલાકાતમાં આપી દીધો હતો અને હવે તે તેમ જ કરવાનો છે. હવે હું તને ભલામણ કરું છું કે તું તારી પ્રેક્ટિસ પર પાછો ફર."

હું તેની વાત કેમ કરી માનું ? તે એક જૂનો સાથી તો હતો જ પણ એક સારો મિત્ર

પણ હતો. અમે સ્ટ્રાસબર્ગના ભોજનખંડમાં બેઠા અને આ મુદ્દા પર ખૂબ દલીલબાજી કરી અને છેવટે જીનિવા તરફની અમારી મુસાફરી ચાલુ કરી.

એક ખુશનૂમા અઠવાડિયું અમે રોહાનની સોહામણી ખીણમાં રખડીને પસાર કર્યું અને પછી લૂક થઈને અમે જેમી માર્ગ પર થઈને ઇંટરલેકન થઈને મૅરીંજમ પહોંચ્યા. આ એક ખૂબ સુંદર યાત્રા હતી. નીચે વસંતની હરિયાળી હતી તો ઉપર પહાડોએ બરફની ચાદર ઓઢી હતી. આલ્પ્સનાં ગામડાંઓમાં ખીણોમાંથી પસાર થતા એક એક વ્યક્તિ પર પડતી હોમ્સની તીક્ષ્ણ નિરીક્ષણભરી નજરથી હું કહી શકું છું કે અમે ગમે તેટલા ઉતાવળે મુસાફરી કરીએ પણ અમે અમારી પાછળ પડેલા ખતરાથી ક્યારેય ભાગી નહોતા શકવાના.

મને યાદ છે અમે જ્યારે જીમીવાળા માર્ગ પરથી પસાર થઈ રહ્યા હતા અને ડોબોન્સીની સીમા પર ચાલી રહ્યા હતા ત્યારે અમારી જમણી બાજુ ઉપરની તરફ આવેલો એક વિશાળ પથ્થર ગબડતો અમારી તરફ આવ્યો હતો અને પાછળ તળાવમાં સમાઈ ગયો હતો. તે જ ક્ષણે હોમ્સ ઉપર દોડી ગયો હતો અને બધી બાજુ એક ઝીણવટભરી નજર ફેરવી હતી. અમારા ગાઈડે કહ્યું હતું કે વસંત ઋતુમાં હંમેશા આ રીતે પથરા પડતા રહેતા હોય છે. હોમ્સે કોઈ પ્રતિભાવ ન આપ્યો, માત્ર મારી સામે કંઈક ગર્ભિત અર્થવાળું હસ્યો, જાણે જેની તેને ધારણા હતી તેવું જ ન બન્યું હોય !

આટલી બધી સાવચેતી, તીક્ષ્ણ નજર રાખવા છતાં પણ તે ક્યારેય નિરાશ નહોતો થયો. ઊલટાનું મને યાદ નથી કે મેં તેને આટલા ઉત્સાહમાં આ પહેલાં ક્યારેય જોયો હોય. તે મને વારંવાર એવું કહ્યા કરતો કે જો સમાજ ખરેખર પ્રોફેસર મોર્યાર્ટીથી મુક્ત થઈ ગયો હોત તો તે પણ પ્રસન્નચિત્તે પોતાના કામમાંથી મુક્તિ મેળવી લેત.

"વૉટસન, હું હવે એવું માનું છું કે મારું જીવન વ્યર્થ નથી ગયું," તેણે કહ્યું, "જો આજે રાત્રે મારું કામ પૂર્ણ થઈ જાય તો પણ હું તેના પર એક નજર ફેરવી લઈશ. મારી હયાતી લંડન માટે અણમાનીતી નહીં હોય. હજારથી પણ વધારે કેસમાં મેં મારો હાથ અજમાવ્યો છે પણ મેં ક્યારેય મારી શક્તિનો ઉપયોગ ખોટા માર્ગે નથી કર્યો. છેલ્લા કેટલાક સમયથી હું છીછરી સમસ્યાઓ, કે જેના માટે આપણા સમાજની કૃત્રિમ દશા જવાબદાર છે, તેના કરતાં કુદરતી સમસ્યાઓ તરફ વધારે આકર્ષાયો છું. વૉટસન, તારાં આ સ્મરણોનો ત્યારે અંત આવશે જ્યારે હું યુરોપના આ શાતિર બદમાશને પકડાવીશ કે ખતમ કરી નાખીશ અને ત્યારે જ હું માનીશ કે હું મારી કારકિર્દીની ટોચ પર પહોંચ્યો છું."

હવે જે કંઈ પણ મારે કહેવાનું બાકી રહ્યું છે તેને હું ટૂંકમાં અને છતાં પણ ચોક્કસ રીતે કહીશ. વળી મારી એ જવાબદારી બને છે કે મારાથી એક પણ વિગત છૂટી ન જાય.

મેના ત્રીજા અઠવાડિયામાં અમે મેરીંજેનના નાનકડા ગામમાં પહોંચ્યા. જ્યાં અમે એક ઇંગ્લીશ લૉજમાં રોકાયા. આ જગ્યા સિનિયર પિટર સ્ટીલર દ્વારા સંચાલિત

હતી. અમારો મકાનમાલિક એક બુદ્ધિશાળી માણસ હતો અને ફાંકડું અંગ્રેજી બોલી જાણતો હતો. તે લંડનની ગ્રોસવેનર હોટલમાં ત્રણ વર્ષ વેઈટર તરીકે રહ્યો હતો. તેની જ સલાહથી ચોથી મેની બપોરે અમે ત્યાંથી રવાના થયા અને ટેકરીઓ ઓળંગતા રોઝેન્ત્તી પહોંચી અમારો ત્યાં રાતવાસો કરવાનો વિચાર હતો. અમને એવી કડક સૂચના આપવામાં આવી હતી કે ટેકરીના અડધા ચઢાણે રીકેનબેકનો જે ધોધ આવેલો છે તેને જોવાની જરા પણ લાલચ કર્યા વગર અમારે ત્યાંથી પસાર થઈ જવાનું હતું.

તે ખરેખર એક ખૂબ ભયાનક સ્થળ હતું. પીગળતા બરફના પાણીનો એક ધસમસતો ધોધ વિશાળ ખીણમાં પડતો હતો. જ્યાંથી વાછટ એ રીતે બહાર આવતી હતી જાણે કોઈ બળતા ઘરમાંથી ધુમાડો ન આવતો હોય. આગળ કોલસા જેવી કાળી શિલાઓ પર ધસમસતા પ્રવાહ સાથે નીચે ક્યાંય ઊંડા ખાડામાં તે ધોધ પડતો હતો અને ત્યાંથી તેની સેંકડો ધારાઓ પણ ફૂટતી હતી. લીલા પાણી નીચે ધસમસતો પ્રવાહ એવા રૌદ્ર સ્વરૂપે નીચે પડતો હતો કે કોઈ પણ વ્યક્તિને તે જોતાં ચક્કર આવી જાય. અમે પહાડની કિનારીએ ઊભા રહીને નીચેની કાળી શિલાઓમાંથી નીકળતા પાણીમાં ડોકિયાં કરીને જોઈ રહ્યા હતા અને અંદરથી જાણે અર્ધમાનવીય પડઘા સંભળાતા હોય તેવું લાગતું હતું. આખાયે ધોધને સરસ રીતે જોઈ શકાય તે માટે રસ્તાને અડધેથી કાપી નાખવામાં આવ્યો હતો અને ત્યાંથી એ જ રસ્તે પાછા ફરવું પડતું હતું. અમે પાછા ફરી રહ્યા હતા ત્યાં જ અમે એક સ્વિસ છોકરાને હાથમાં ચિઠ્ઠી લઈને અમારી તરફ દોડતો આવતો જોયો. પત્ર પર અમે હમણાં જે હોટલને છોડીને આવ્યા હતા તેનો સિક્કો મારેલો હતો અને હોટલના માલિક તરફથી તે મારા માટે લખવામાં આવ્યો હતો. તેમાં સંદેશો હતો કે અમારા ત્યાંથી નીકળ્યાની થોડી જ મિનિટમાં ત્યાં કોઈ ઇંગ્લીશ સ્ત્રી આવી હતી અને તેણી ખૂબ બીમાર હતી. તેણી ડેવોઝ પ્લાટ્ઝમાં રોકાઈ હતી અને પોતાના મિત્રો સાથે લ્યૂસેન માટે યાત્રા કરી રહી હતી ત્યારે જ તેના પર બીમારીનો હુમલો થયો હતો. એવું માનવામાં આવતું હતું કે તેણી થોડાક કલાકની જ મહેમાન હતી. આમ, આ પત્ર દ્વારા મને આગ્રહ કરવામાં આવ્યો હતો કે મારે ત્યાં પાછા ફરવું કે જેથી કરીને તે સ્ત્રીને કોઈ અંગ્રેજ ડૉક્ટરને મળવાથી થોડી રાહત મળે વગેરે વગેરે. બિચારા પેલા હોટલના ભલા માણસે મને ભલામણ કરી હતી કે હું મદદરૂપ થઈશ તો તે મારો આભારી રહેશે, કારણ કે તે સ્ત્રી બીજા કોઈ સ્વિસ ડૉક્ટરને પોતાની તબિયત બતાવવા નહોતી માગતી.

અરજ એવી હતી કે ના ન પાડી શકાય. આવી બિચારી આપણા દેશની કોઈ સ્ત્રીને બીજા દેશમાં મરતી પણ ન છોડી શકાય. છતાં પણ મને હોમ્સને એકલો મૂકીને જતાં ખચકાટ થતો હતો. છેવટે એવું નક્કી કરવામાં આવ્યું કે તેણે પોતાના માર્ગદર્શક સાથી તરીકે પેલા છોકરાને પોતાની સાથે રાખવો. મારા મિત્રએ કહ્યું કે તે થોડીવાર ધોધ આગળ રોકાશે અને પછી ધીમી ગતિએ ટેકરીઓ ચડી રોઝેન્ત્તી તરફ ચાલવા લાગશે

જ્યાં મારે તેની સાથે સાંજે જોડાઈ જવાનું રહેશે. હું ફર્યો. મેં હોમ્સને જોયો, તેની પીઠ એક પથ્થર સાથે ચંપાયેલી હતી. અને તે નીચે ધોધ તરફ જોઈ રહ્યો હતો. એ છેલ્લીવાર મેં તેને આ જગતમાં જોયો હતો.

મેં ટેકરીના તળિયેથી ઉપરની તરફ પાછું જોયું. તે જગ્યાએથી ધોધને જોવો તો શક્ય નહોતો પણ તે તરફ જતો ગોળ રસ્તો હું જોઈ શકતો હતો. તે પર મને યાદ છે કે એક માણસને પણ મેં ઉતાવળે ઉતાવળે જતાં જોયો હતો.

હું હરિયાળીમાં તેની કાળી આકૃતિ સ્પષ્ટપણે જોઈ શકતો હતો. મેં તેની ખાસ નોંધ લીધી હતી અને તે જે ઊર્જાથી ચાલતો હતો તેની પણ નોંધ લીધી હતી પણ મેં તેના પર વધારે ધ્યાન નહોતું આપ્યું કારણ કે મારે તો પેલા તાકીદના કામે પાછું જવાનું હતું.

મેરિંજેન પહોંચતાં મારે કલાક ઉપર થઈ ગયું. વૃદ્ધ સ્ટીલર પોતાની હોટલના આંગણાંમાં જ ઊભો હતો.

"ચાલો," મેં પહોંચતાંવેંત ઉતાવળમાં કહ્યું, "મને વિશ્વાસ છે કે તેણીની તબિયત વધારે નહીં બગડી હોય !"

તેના ચહેરા પર આશ્ચર્યનો ભાવ તરી આવ્યો અને તેની ભ્રમરોનાં સહેજ ઊંચા થતાંની સાથે જ મારું કાળજું મોઢામાં આવી ગયું.

"આ તમે નથી લખ્યું ?" મેં ખિસ્સામાંથી પત્ર બહાર કાઢતાં કહ્યું, "શું હોટલમાં કોઈ બીમાર અંગ્રેજ સ્ત્રી નથી ?"

"ના !" તેણે મોટેથી કહ્યું, "પણ આના પર તો હોટલનો સિક્કો છે ! અરે હા, તમારા ગયા પછી એક ઊંચા ઇંગ્લિશ પુરુષ આવ્યા હતા, તેમણે જ લખ્યો હશે. તેણે કહ્યું..."

પણ, હોટલના માલિકની દલીલો સાંભળવા હું જરા પણ રોકાયો નહીં. હું મનમાં ઊંડા ભય સાથે ઝડપભેર ગામની શેરીઓ ઓળંગતો જે માર્ગે આવ્યો હતો તે જ માર્ગે પાછો દોડવા લાગ્યો. ત્યાંથી ઊતરતાં મારે કલાક થયો હતો હવે મારા લાખ પ્રયત્નો છતાં પણ મને રેકિનબેકના ધોધ આગળ પહોંચતાં બે કલાક થઈ ગયા. જ્યાં હું હોમ્સને મૂકીને ગયો હતો ત્યાં હોમ્સ નહોતો પણ તે જગ્યાએ હજુ પણ હોમ્સની લાકડી લટકી રહી હતી. મેં ખૂબ બૂમો પાડી પણ તે વ્યર્થ હતી. જવાબમાં મને મારો જ પડઘો સંભળાતો હતો.

તેની લટકતી લાકડીએ મને સૂન્ન કરી મૂક્યો હતો. તે રોઝેન્ત્તી નહીં ગયો હોય. તે પેલા ત્રણ ફૂટ સાંકડા રસ્તા પર જ ઊભો રહ્યો હશે જ્યાં એક બાજુ સીધી દીવાલ હતી અને બીજી બાજુ ઊંડી ખીણ હતી. ત્યાં જ તેના દુશ્મને તેને પકડી પાડ્યો હશે. પેલો સ્વિસ છોકરો પણ જતો રહ્યો હતો. તેને ચોક્કસ મોર્યાર્ટીએ નાણાં આપ્યાં હશે અને છેવટે તે બન્ને જ ત્યાં એકલા રહી ગયા હશે અને પછી શું થયું હતું ? આપણને કોણ કહેશે કે શું થયું હતું ?

હું આ આવી પડેલી આપત્તિથી એટલો ગભરાઈ ગયો હતો કે મારે મારી જાતને સંભાળવામાં જ થોડી મિનિટો જતી રહી. પછી મેં હોમ્સની પદ્ધતિથી આખીયે બાબતની તપાસ કરવા માંડી. આવું કરવું કેટલું અઘરું હતું ! અમારી વાતચીત દરમિયાન અમે રસ્તાના છેડે નહોતા પહોંચ્યા. અમે છેલ્લે ક્યાં ઊભા હતા તે હું જોઈ શકતો હતો. કાળી માટી ઝરણાની એકધારી પડતી વાછટથી હંમેશા ભેજવાળી રહેતી હતી. ચકલીનાં પગલાંની છાપ પણ તેના પર સચવાઈ રહે તેવી તે જગ્યા હતી. રસ્તાના છેવાડે બે જોડી પગનાં નિશાન પડેલા હું સ્પષ્ટપણે જોઈ શકતો હતો જે બન્ને મારાથી દૂર જઈ રહ્યાં હતાં. તેમાંથી કોઈ પણ નિશાન પાછાં નહોતાં આવતાં. કિનારા નજીક માટી રગદોળાઈ હોય તેવું લાગતું હતું અને ત્યાં ઊગેલી કેટલીક વનસ્પતિઓ પણ ઊખડી ગઈ હતી. હું ચત્તોપાટ સૂઈ નીચે ઝરણા તરફ જોવા લાગ્યો. વાછટ મારા પર એકધારી પડી રહી હતી. થોડું થોડું અંધારું થવા લાગ્યું હતું અને હવે મને માત્ર કાળી દીવાલો પર ચમકતા ભેજ સિવાય કશું જ નહોતું દેખાતું. મેં ચીસ પાડી પણ જવાબમાં મને પડતા ધોધનો તે જ અમાનવીય અવાજ સંભળાયો.

પણ મારા નસીબમાં એટલું તો હતું જ કે મને મારા સાથી અને મિત્ર દ્વારા લખાયેલી શુભેચ્છા મળે. મેં આગળ કહ્યું કે તેની લાકડી પથ્થર પર લટકી રહી હતી. તેના ઉપરના છેડા આગળ મને કંઈક ચમકતું દેખાયું. અને હાથ લંબાવતાં ખ્યાલ આવ્યો કે તે તેનું ચાંદીનું સિગાર કેસ હતું. મેં જેવું તેને હાથમાં લીધું કે તરત તેની નીચેથી એક કાગળનો ટુકડો નીચે જમીન પર પડ્યો. કાગળ ખોલતાં મેં જોયું કે તે પોકેટ બૂકનાં ત્રણ પાનામાં મને સંબોધીને લખાયેલો પત્ર હતો. આ તેની વિશિષ્ટતા હતી કે આવા સંજોગોમાં પણ તેનું લખાણ એટલું ચોક્કસ અને સ્પષ્ટ હતું જાણે તે તેને પોતાના અભ્યાસખંડમાં બેસીને ના લખતો હોય. પત્ર આ પ્રમાણે હતો :

મારા વહાલા વૉટસન,

હું આ કેટલીક લીટીઓ શ્રીમાન મોર્યાર્ટીની રજાથી લખી રહ્યો છું. તે અમારા બન્ને વચ્ચે ઊભા થયેલા કેટલાક પ્રશ્નોની અંતિમ ચર્ચા થવાની રાહ જોઈ રહ્યા છે. તેમણે મને પોતે ઈંગ્લીશ પોલીસને કઈ રીતે ચકમો આપ્યો અને કઈ રીતે આપણી એક એક હલચલની જાણ રાખી તે સમજાવ્યું. તેનાથી મેં તેમના વિષેનો જે ઉચ્ચમત બાંધ્યો હતો તેને ટેકો મળે છે. હવે મને એ વિચારીને આનંદ થાય છે કે આ દુષ્ટ માણસથી હું સમાજને છોડાવી શકીશ પણ કદાચ તેની મારે મોટી કિંમત ચૂકવવી પડે અને તેનાથી મારા મિત્રોને, ખાસ કરીને મારા વહાલા વૉટસનને ખૂબ દુઃખ થશે. મેં તને પહેલાં જ સમજાવ્યું હતું કે મારી કારકિર્દી સંકટ સમયમાં હતી અને આનાથી વધારે તેનું કોઈ સમાધાન ન હોઈ શકે. હવે હું તારી સમક્ષ એ સ્વીકાર કરું છું કે મેરિંજનથી આવેલો પેલો પત્ર પહેલેથી જ

મને ખોટો લાગ્યો હતો અને મેં તને જતાં એટલા માટે નહોતો રોક્યો કારણ કે પછી શું થવાનું હતું તેની મને ખબર હતી. ઇન્સ્પેક્ટર પેટરસનને જણાવી દેજે કે આખીયે ટોળકીને દોષી સાબિત કરવા માટે તેમને જે દસ્તાવેજની જરૂર પડશે તે મારા કબાટના ખાનામાં ભૂરા પરબીડિયામાં જેના પર "મોર્યાર્ટી" લખ્યું છે તેમાં મળી જશે. મેં મારી જે કોઈ સંપત્તિ છે તેનો વહીવટ કરી નાખ્યો છે અને તે મારા ભાઈ માયક્રોફ્ટના હસ્તગત છે. શ્રીમતી વૉટસનને મારી શુભેચ્છા પાઠવજે. હું તને હૃદયપૂર્વક મારો સૌથી વહાલો સાથી માનું છું.

તારો વિશ્વાસુ,
શૅરલૉક હોમ્સ

હવે જે બતાવવાનું બાકી છે તેને કહેવા માટે વધારે શબ્દોની જરૂર નહીં પડે. નિષ્ણાતોની તપાસ બાદ એ વાતમાં હવે કોઈ શંકા નહોતી કે બંને વ્યક્તિઓ વચ્ચેના સંઘર્ષનો એ રીતે અંત આવ્યો હતો કે તે બંનેએ એકબીજાને જકડી રાખ્યા હતા અને તે જ સ્થિતિમાં ધોધમાં લપસી પડ્યા હતા. તેમની લાશના મળવાની કોઈ જ આશા રાખવી વ્યર્થ હતી અને આ રીતે ધોધમાર પાણીની ઊંડી ખીણમાં યુરોપનો અઠંગ બદમાશ અને તે યુગનો મહાન જાસૂસ, કાયદાનો રખેવાળ સદાને માટે પોઢી ગયા હતા. પેલો સ્વિસ છોકરો ફરી ક્યારેય ન મળ્યો. એ વાતમાં પણ કોઈ શંકા નથી કે તે છોકરો મોર્યાર્ટીની જ ગેંગનો કોઈ સાગરીત હોય. જ્યાં સુધી તેની ટોળકીની વાત છે, તો હોમ્સ દ્વારા ભેગા કરેલા પુરાવાઓ તેમને જેલ ભેગા કરવા માટે પૂરતા હતા. આમ હોમ્સ મર્યા પછી પણ પોતાની ફરજ બજાવતો ગયો. કોર્ટના ખટલા દરમિયાન ટોળકીના આગેવાને અન્ય કેટલીક ઘૃણાસ્પદ માહિતી આપી હતી. આજે જ્યારે હું તેની કારકિર્દીનો સ્પષ્ટ ચિતાર આપવા માટે મારી જાતને ફરજબદ્ધ ગણું છું તો તેનું એક માત્ર કારણ એ છે કે અન્ય લોકો તેના પર ખોટાં આળ લગાવી રહ્યા છે. એ વ્યક્તિને ભુલાવી દેવાના પ્રયત્નમાં લાગ્યા છે કે જેને હું હંમેશા એક સૌથી બુદ્ધિશાળી વ્યક્તિ માનતો રહીશ.

❖ ❖ ❖

www.ingramcontent.com/pod-product-compliance
Ingram Content Group UK Ltd.
Pitfield, Milton Keynes, MK11 3LW, UK
UKHW042138021026
15589UKWH00003B/920

9 789386 669445